የርማዬ
መጽሐፍ ጥናት

ዝግጅት- በአድያምሰገድ ወልደማርያም

ሰ.ፊ.በ.ሰ. ሰገልግሎት © ሁሰተኛ ሰትም ጥር 2015

WWW.GHLU.ORG

የሮሜ መጽሐፍ ጥናት

©2013 ዓ.ም የደራሲው መብት በሕግ የተጠበቀ ነው፡፡ ይህ የሮሜ መጽሐፍ ጥናት በየትኛውም መልኩ ሊወሰድና በማንኛውም መልኩ ሊባዛ እና ለሰዎች ሊታደል አይፈቀድም፡፡ ለቡድን ጥናትና ለማስተማር አጭር ጥቅሶችን መጠቀም ግን ይፈቀዳል፤ይኸውም ደግሞ በቅድሚያ ከአሳታሚው የጽሑፍ ፈቃድ ማግኘትን ይጠይቃል፡፡ በመጽሐፉ ውስጥ ያሉ ጥቅሶች ከኢትዮጵያ የመጽሐፍ ቅዱስ ማኅበር፣ አማርኛ፣ 1962 ዓ.ም መጽሐፍ ቅዱስ ነው፡፡

ዋና ኣርታዒ፡- ዳንኤል ተሾመ

ኣርታዒ፡- እሹቴ በለጠ

ኣርታዒ፡- የሊበንወርቅ አየለ

የደራሲው መብት በሕግ የተጠበቀ ነው::

በኮሎራዶ፤ ዩናይትድ ስቴትስ ኦፍ አሜሪካ ታተመ

የሽፋን ዲዛይን: Exodus Christian Web design & Graphics studio

የሽፋን ዲዛይን መሻሻል፡ በወንድም አድያምሰገድ ወልደማሪያም

የውስጥ ዲዛይን: በወንድም አድያምሰገድ ወልደማሪያም

የሮሜ መጽሐፍ ጥራዝ አንድ 2

ሕይወቴ ተመልሶ እንደገና እንዲያንሰራራ፣

የጸጋው ጉልበት የበለጠ በእኔ

ይገለጥ ዘንድ ጌታ አንድ አካል አድርጎ

ሳጣመረን፣ በከፋውና በሻከረው የሕይወት

ዘመኔ ብቅ ብላ ለደገፈችኝ፣ የልብ ሰው

ለሆነችኝ ለምወድዳት ባለቤቴ ለዮዲት

ዓለሙ፣ እንዲሁም እጅግ ለምወድዳቸው

ልጆቻችን ለምናሴ አድያምሰገድ እና ለቢንያም አድያምሰገድ

ይህን መጽሐፍ

በመታሰቢያነት ሳበረክት ታላቅ ደስታ

ይሰማኛል።

የሮሜ መጽሐፍ ፕሬዝ ስንድ

ለአንዴና ለመጨረሻ ጊዜ በልጁ አማካይነት ተናገረን....

እርሱ የተሻለ እና የላቀ ካህናቴ ነው:: በአብና በእኔ መካከል

የቆመም ጭምር ነው!

የራሜ መጽሐፍ ፕሬዝ ስንድ

ፅድቅ በእምነት

በክርስቶስ

ሞትና ትንሳዔ

የሮሚ መጽሐፍ ፕሩዝ ስንድ

ምስጋና

መቼም አንድ መጽሐፍ ሲዘጋጅ በዝግጅቱ ወቅት በየፊናቸው ድርሻቸውን የሚወጡ በርካታ ሰዎች መኖራቸው የታመነ ነው፡፡ የሁሉንም ድርሻና ተሳትፎ በዚህች አጭር ጽሑፍ ለመዳሰስ መሞከር "አባይን በማንኪያ" ስለሚሆንብኝ ከቶውንም አልሞከረውም፡፡ ሆኖም ግን የጎላ ድርሻ ያበረከቱትን አለመጥቀስ ደግሞ ሰውንም አምላክንም መበደል እንዳይሆንብኝ በማሰብ ጥቂቶቹን ልጠቅስ እወዳለሁ፡፡ ከሁሉ አስቀድሞ ግን፣ ሳላውቀው ላወቀኝ፣ ሳልፈልገው ለፈለገኝ፣ ከኃጢአተኞች መካከል ዋነኛ የሆንሁትን እኔን በበረሃማው አገር በሱዳን በድንቅ መንገድ ላገኘኝ፣ ዓለም ሳይፈጠር አስቀድሞ ለወደደኝ፣ ራሱንም ስለ እኔ በሞት አሳልፎ ለሰጠ ለመድኃኒቴ፣ ለልዑል እግዚአብሔር ልጅ ለኢየሱስ ክርስቶስ ምስጋናዬ ይድረሰው፡፡

ይህን የዕብራውያን መጽሐፍ በትምህርት መልክ ለማዘጋጀት በርካታ ዓመታትን አብሮነቱ ላልተለየኝ በኀዘን፣ በደስታ፣ በችግርና በብዙ ፈተና ውስጥ ሳልፍ ላጽናናኝና ላበረታኝ ለእግዚአብሔር መንፈስ ቅዱስ ምስጋናዬ ይድረሰው፡፡
ስወድቅ ላነሣኝ፣ እስከ ዛሬም ፈጽሞ ለተሸከመኝ የሁሉም አባት ለሆነ ለቸሩ እግዚአብሔር ምስጋናዬ ይድረሰው፡፡
ይህን መጽሐፍ በኮምፒውተር ብዙውን ጊዜዋን መሥዋዕት አድርጋ ለተየበችው፣ ጽሑፉን በማስተካከል፣ ደጋግማ በማረም ቀንና ሌሊት አብራኝ ሳትታክት በመሥራት ለረዳችኝ ለባለቤቴ ለዮዲት ዓለሙ ምስጋናዬን አቀርባለሁ፡፡ ከዚያም ይህን መጽሐፍ በኮምፒውተር ታይፐ እያደረገች ብዙውን ጊዜዋን መስዋዕት ያደረገች ወረቀቶችን በማስተካከል እንደገናም ደጋግማ በማረም ለረዳችኝ ለአስካል መስፍን ምስጋናዬን አቀርባለሁ፡፡ ጽሑፍ እንደገና ታይፐ በማድረግ ለረዳችን ለባለቤቱ ለወ/ሮ መሠረት ጥላሁን የከበረ ምስጋናዬን አቀርባለሁ፡፡

አጥንት ከአጥንት እንዲጋጠም ጅማት እንደሚያስፈልግ ሁሉ መጽሐፉን
ከዓመት በላይ ጊዜ ወስዶ በጥልቀት በማረም፣ ትምህርቱን
በማጋጠም በማስተካከል፣ ከእርማት አልፎ በየጣልቃው
ሊገቡ የሚገባቸውን ማብራሪያዎች በመስጠትና በማስገባት ለደከመው
ለወንድሜ እሸቴ በለጠ፣ እንዲሁም በተመሳሳይ የበኩላቸውን ከፍተኛ አስተዋጽኦ
ላበረከቱት ለወንድሜ ዮናታን ታምሩ እና ይግረም እረታ
የከበረ ምስጋናዬ ይድረሳቸው እላለሁ፡፡

በተጨማሪም ለወንድሜ የሊበንወርቅ አየለ እና ለአርታዒው ዳንኤል ተሾመ
ለአብሮነታቸውና ላበረከቱት ከፍተኛ ድጋፍ ሁሉ የከበረ ምስጋናዬን አቀርባለሁ፡፡
በድጋሚ የቃላት ግድፈትን በማረም የላቀ አስተዋጽኦ ላበረከተችው እኅቴ ለዲቦራ
የማታ እና ወንድሜ ጌትነት በለጠ የከበረውን ምስጋናዬን ላቀርብ እወድዳለሁ፡፡

ማውጫ

መግቢያ፦-..45
ምዕራፍ አንድ፦- በወንጌል አላፍርም..............199
ምዕራፍ ሁለት፦- አስተማሪ ሆይ! ራስህን አስተምር..................357
ምዕራፍ ሦስት፦- ሁሉ ኃጢአትን ሠርተዋል...............435
ምዕራፍ አራት፦- አብርሃምም አመነ..............601

ለዚህ የሮሜ መጽሐፍ ማብራሪያ የተዘጋጀ

ሁለገብ አስተዋጽኦ

የሮሜ መጽሐፍ ትንተናዊ አስተዋጽኦ

1) ጳውሎስ ለሮሜ ሰዎች የሚጽፈውን ደብዳቤ ስለመልክት የመግቢያ ሐሳብ ይሰጣል (ሮሜ 1÷1-5)

ሀ. ለወንጌል የተለየ ሐዋርያ በሚል ጳውሎስ መልእክቱን ይከፍታል (1÷1-6)

ለ. በሮም ላሉ በእግዚአብሔር የተወደዱ ቅዱሳን የሚል ሰላምታን ያቀርባል (1÷7)

ሐ. በእምነታቸው እንዲጠነከሩ እነርሱን ለመጎብኘት ጳውሎስ ይፈልጋል (1÷8-15)

2) የእግዚአብሔር ወንጌል ሁሉንም ሰዎች ከፍርድ የሚያድንበት ኃይል ነው (1÷16-5÷21)

ሀ. ወንጌል አይሁድና ግሪኮችን የሚያድን የእግዚአብሔርን ኃይል ይዟል (1÷16-17)

ለ. ሰዎች ሁሉ ጻድቅ ከሆነው ከእግዚአብሔር ፍርድ በታች ያሉ ኃጢአተኞች ናቸው (1፥18-3፥18)

i. እግዚአብሔር በአሕዛብ ላይ ይፈርዳል (1፥18-32)

1. የእግዚአብሔር ቍጣ በዕውነት ከማመን ባመፁ ሰዎች ላይ ይመጣል (1፥18-23)

2. እግዚአብሔር ለገዛ ክፉ ምኞታቸው ትቷቸዋል (1፥24-25)

3. ምኞታቸው ግብረ-ሰዶማዊነትን ወደ መፈጸሙ መራቸው (1፥26-27)

4. እግዚአብሔርን በአምላክነቱ መቀበልን ዕምቢ ስላሉ ክፉ ተግባራትን ለሚፈጽም አእምሮ አሳልፎ ሰጣቸው (1፥28-32)

ii. እግዚአብሔር በአይሁድ ላይ ይፈርዳል (2፥1-3፥8)

1. አይሁድ በሌሎች ላይ በሚፈርዱበት ጊዜ፣ እግዚአብሔር በአይሁድም ሆነ በግሪካውያን በሁለቱም ላይ ስለሚፈርድ ራሳቸውን ኰንነዋል (2፥1-11)

2. አይሁድ በሕግ ይፈረድባቸዋል፤ ነገር ግን አሕዛብ ያለ ሕግ ይፈረድባቸዋል (2፥12-16)

3. ሕግ ያላቸው አይሁድ በእርሱ ስላልኖሩበት እግዚአብሔርን አላከበሩትም (2፥17-24)

4. አይሁድ መሆን በአካል መገረዝ ሳይሆን፣ ሕግን ከመጠበቅ ጋር አብሮ የሚሄድ ነገር ነው (2፥25-29)

5. አይሁድ የእግዚአብሔርን ሕግ ባይከተሉም እንኳ፣ እርሱ በእነርሱ ላይ በመፍረዱ ጻድቅ ነው (3፥1-8)

ሐ. ጽድቅ በሕግ ሳይሆን፣ በክርስቶስ በማመን ነው (3፥19-4፥25)

i. ሕጉ አያጸድቅም፤ ነገር ግን ኃጢአተኝነት ወደ ማመን ብቻ ያመጣል (3÷19-20)

ii. በእግዚአብሔር ፊት ጻድቅ የሚኮነው ሕግን በመጠበቅ ሳይሆን፣ በክርስቶስ በማመን ነው (3÷21-26)

iii. እግዚአብሔር አሕዛብንም አይሁድን፣ ሁለቱንም በእምነት ያጸድቃል (3÷27-31)

iv. የሁሉም አባት አብርሃም በእምነት ነው የጸደቀው (4÷1-25)

1. አብርሃም እንኳ በሥራ ሳይሆን፣ በእምነት ነው የጸደቀው (4÷1-8)

2. አብርሃም ከመገረዙ በፊት ነው የጸደቀው (4÷9-12)

3. የአብርሃም ተስፋ በእምነት ጽድቅ በኩል ነው ወደ እርሱ የመጣው (4÷13-15)

4. እምነት ያላቸው ሁሉ የአብርሃም ዝርያዎች ናቸው (4÷16-25)

መ. በክርስቶስ በእምነት መጽደቅ ከእግዚአብሔር ጋር ትክክለኛ ግንኙነት ማድረግን ያመጣል (5÷1-11)

1. በእምነት በመጽደቃችን ምክንያት ከእግዚአብሔር ጋር ሰላም አለን (5÷1-5)

ii. ገና ኃጢአተኞች ሳለን ክርስቶስ ስለ እኛ ሞተ፤ ስለዚህም በእርግጠኝነት ከእግዚአብሔር ቍጣ እንድናለን (5÷6-11)

ሠ. የክርስቶስ አንዱ የጽድቅ ተግባር ወደ መላው የሰው ዘር ድነትን አመጣ (5÷12-21)

i. ኃጢአት በአዳም በኩል መጠና ወደ መለው የሰው ዘር ተሠራጨ (5÷12-24)

ii. በክርስቶስ የሆነው የእግዚአብሔር ነፃ ስጦታ ወደ ብዙ ሰዎች መጽደቅን አመጣ (5÷15-17)

iii. የአንድ ሰው ኩነኔ ሁሉንም ወደ ኩነኔ እንደ መራ፣ እንዲሁ የክርስቶስ የሆነ አንድ የጽድቅ ተግባር ለሁሉም ወደሚሆን ጽድቅ ይመራል (5÷18-21)

3) እንደ ጻድቁ ሰዎች ፈፀሀ-እግዚአብሔር ያሰበት ኑሮ መኖር ይገባናል (6÷1-8÷39)

ሀ) ከክርስቶስ ጋር ሞተናል፤ ስለዚህም ደግሞ ለእግዚአብሔር የመኖር ግዴታ አለብን (6÷1-23)

i. ከክርስቶስ ጋር ሞተናል፤ ስለዚህም ደግሞ ለኃጢአት መኖር የለብንም (6÷1-4)

ii. ልክ እንደ ክርስቶስ ሁሉ እኛም ለኃጢአት ሞተናል (6÷5-11)

iii. ኃጢአት እንዲገዛችሁ አትፍቀዱ፤ ነገር ግን ለእግዚአብሔር እና የእርሱ ለሆነ ጽድቅ ስጡ! (6÷12-14)

iv. እኛ የኃጢአት ባሮች ነበርን፤ ነገር ግን አሁን የጽድቅ ባሮች ነን (6÷15-19)

v. የኃጢአት ዋጋ ሞት ነው፤ ነገር ግን የእግዚአብሔር ስጦታ ዘላለማዊ ሕይወት ነው (6÷20-23)

ለ) በሕግ መኖር የሚሰጠው ነገር ሞት ብቻ ነው (7÷1-25)

i. ሕግ ሕያዋን በሆኑ ሰዎች ላይ ብቻ የሚሠራ ነው (7÷1-3)

ii. በክርስቶስ አካል በኩል እናንተ ለኃጢአት ሞታችኋል (7÷4-5)

iii. ሕጉ ኃጢአትን ማወቅን አምጥቷል፤ ደግሞም እኔን ለመግደል ይሠራል (7÷7-12)

iv. ኃጢአት ሞትን ለማምጣት በእኔ ላይ ይሠራል (7÷13-20)

v. በአእምሮዬ ለእግዚአብሔር ሕግ እገዛለሁ፤ ዳሩ ግን በሥጋዬ ለኃጢአት ሕግ እገዛለሁ (7÷21-25)

ሐ) ለእግዚአብሔር ሕያዋን ነን፤ ስለዚህም ደግሞ በመንፈስ እንኖራለን (8፥1-17)

i. በክርስቶስ ላሉት ኩነኔ የለባቸውም (ክርስቶስ ኃጢአትን በሥጋ ኮነነ)፤ ስለዚህም በመንፈስ የሚመላለሱ ሰዎች አይፈረድባቸውም (8፥1-8)

ii. የክርስቶስ መንፈስ በእናንተ ውስጥ ይሠራል፤ ስለዚህም መንፈሳችሁ ሕያው ነው (8፥9-11)

iii. እኛ የእግዚአብሔር ልጆች ነን፤ ስለዚህም በሥጋ ሳይሆን በመንፈስ የመኖር ግዴታ አለብን (8፥12-17)

መ) በስተመጨረሻም ከክርስቶስ ጋር እንከብራለን (8፥18-39)

i. የወደፊት ክብራችን ከአሁኑ ዘመን መከራ በዕጅጉ ይበልጣል (8፥18-25)

ii. መንፈስ በድካማችን ስለ እኛ ይጸልያል (8፥26-27)

iii. እግዚአብሔር እርሱን ለሚወድዱ ሰዎች ሁሉንም ነገር ለክብራቸው ይሠራል (8፥28-30)

iv. በክርስቶስ ሥራ የተረጋገጠው እግዚአብሔር ለእኛ ያለው ፍቅር እኛን ወደ ክብር ያመጣናል (8፥31-39)

4) ድነት በመጀመሪያ ስለአይሁድ ሕዝብ የሚገባ ነበር (9፥1-11፥36)

ሀ) በመጀመሪያ ድነት ወደ አንዳንድ እስራኤላውያን እንዲመጣ ያደረው የእግዚአብሔር ምሕረት ነው (9፥1-29)

i. እስራኤላውያን ወደ ክርስቶስ እንዲመጡ ጳውሎስ ታላቅ መሻት ነበረው (9፥1-5)

ii. ዕውነተኞቹ እስራኤላውያን ከእግዚአብሔር የተስፋ ቃል የመጡት ናቸው (9፥6-13)

iii. የእግዚአብሔር ምርጫ በምሕረቱ ላይ የተመሠረተ ነው (9፥14-18)

iv. ለአሕዛብ ስንኳ ምሕረትን የሚያሳይ ቢሆን፣ በእግዚአብሔር ላይ ስሕተትን ልናገኝ አንችልም (9፥19-26)

v. ቅዱሳት መጻሕፍት ከእስራኤላውያን መካከል እንኳ ጥቂቶች እንደሚድኑ ይናገራል (9፥27-29)

ለ) አሁን ድነት ለአይሁድ የሚመጣው በክርስቶስ በኩል ብቻ ነው (9፥30-10፥13)

i. ጽድቅን በእምነት የሚከተሉ ብቻ ያገኙታል (9፥30-33)

ii. እስራኤል ለመዳን በክርስቶስ ለእግዚአብሔር ጽድቅ መገዛት ይኖርባታል (10፥1-4)

iii. በእምት ላይ የተመሠረተ ድነት በክርስቶስ በማመን እና ያመኑትንም ደግሞ በመመስከር የሚመጣ ነው (10፥5-13)

ሐ) ይህ እምነት ስለ ክርስቶስ ሲሰበክ ለሰሙ ሰዎች የሚሆን እምነት ነው (10፥14-17)

መ) አይሁድን መልሶ ወደ ራሱ ለማምጣት እግዚአብሔር የአሕዛብን መዳን እየተጠቀመበት ነው (10፥18-11፥12)

i. ምንም እንኳ እስራኤል ወንጌልን የሰማችና ያላመነች ብትሆንም፣ የሚያምኑቱ አሕዛብ አሁን ላይ እርስዋን እያስቀኑ ናቸው (10፥18-21)

1. አሁን እንኳ እግዚአብሔር ከሕዝቦቸ መካከል አንዳንዶቹን እንዲድኑ መርጧቸዋል (11፥1-6)

2. የእግዚአብሔር ምርጦች ድነዋል፤ ነገር ግን ቀሪዎቹ ልባቸውን አደንድነዋል (11፥7-10)

ii. እስራኤል ትቀና ዘንድ የእነርሱ መሰናከል /መውደቅ/ ለአሕዛብ ድነትን አምጥቷል (11፥7-10)

ሠ) ነገር ግን አሕዛብ ድነት በአይሁድ አማካይነት መምጣቱን በትሕትና ሊቀበሉ ይገባል (11÷11-12)

i. አሕዛብ በአይሁድ ምክንያት እንደ ዳኑ መገንዘብ አለባቸው (11÷17-24)

ii. አሕዛብ በእምነት እና በእግዚአብሔር መልካምነት እንደ ዳኑ በመኩጠር መኩራት የለባቸውም (11÷17-24)

ረ) ምንም እንኳ የእግዚአብሔር መንገዶች ከመረዳት በላይ ቢሆኑም፣ በስተመጨረሻ እርሱ የአይሁድ ሕዝቦችን የሚያድን ይሆናል (11÷25-36)

i. ("ክርስቲያን ለሆኑ ወንድሞች) እግዚአብሔር በስተመጨረሻ የአይሁድ ሕዝብን ያድናል (11÷25-32)

ii. የእግዚአብሔር መንገዶች ከመረዳት በላይ ናቸው (11÷33-36)

5. በእግዚአብሔር ጸጋ እንደ ዳነ ሕዝብ፣ ከሌሎች ጋር ባለን ግንኙነት ኀላፊነት የሞላበትን ኑሮ ልናሳልፍ ይገባል

ሀ. ከሌሎች ግለሰቦች ጋር ያለ ግንኙነትን በተመለከተ በፍቅር እና በአንድነት ኑሩ (12÷1-21)

i. (ወንድሞች) ለእግዚአብሔር የሚሆን ምክንያታዊ አገልግሎታችሁ ራሳችሁን ለእርሱ ማቅረብ ነው (12÷1-2)

ii. እያንዳንዱ ሰው ለእያንዳንዱ የክርስቶስ አካል የተሰጡትን ልዩ ልዩ ስጦታዎች በትሕትና ሊያደንቅ ይገባል (12÷3-8)

iii. አንዱ ሌላውን በፍቅር ማገልገል (12÷9-13)

iv. ከሁሉም ሰዎች ጋር፣ ካሳደዱዋችሁ ሰዎች ሁሉ ጋር በአንድነት ኑሩ (12÷14-21)

ለ. በምድር ላይ ያለን ኑሮ አጭር እንደ ሆነ በማወቅ በሕዝብ ፊት እግዚአብሔር የሚወድደውን ሕይወት ኑሩ (13÷1-14)

i. ለመንግሥት ሕግ ታዘዙ፤ ደግሞም ልባለ ሥልጣናት ተገቢውን ክብር አሳዩ (13÷1-4)

ii. እርስ በርስ ለመዋደድ የሚሆን የሕጉን ፍላጎት አሟሉ (14÷5-9)

iii. የመጨረሻው ድነታችን እንደ ቀረበ በማወቅ እግዚአብሔርን የሚያስከብር ኑሮን ኑሩ (13÷11-14)

ሐ. ለሌሎች ክርስቲያኖች ሕሊና ተጠንቀቁ (14÷1-12)

i. ሃይማኖታዊ መረዳቱ ደካማ በሆነ ወንድም ላይ አትፍረዱ (14÷1-2)

ii. እያንዳንዱ ክርስቲያን ጌታን ለማክበር ይኖራል (14÷5-9)

iii. እያንዳንዱ ሰው በእግዚአብሔር ፍርድን ያገኛል፤ አንዱ በሌላው ላይ ሊፈርድ አይገባም (14÷10-12)

መ. የክርስቶስን አካል ለመገንባት ፈልጉ፤ ደግሞም ለሌሎች በሚሆን ፍቅር ውስጥ ኑሩ (14÷13-15÷13)

i. በመረዳታችሁ የምታምኑበት ሁኑ፤ ዳሩ ግን በልምምዶቻችሁ የአንድን ሌላ ሰው ሕሊና አትጉዱ ()

ii. እያንዳንዱ ሰው ራሱን ሊያስደስት ሳይሆን፣ ሌሎችን ሊያንጽ ይገባል (15÷1-6)

iii. ልክ ክርስቶስ አይሁድን እና አሕዛብን ሁለቱንም ለማገልገል እንደ መጣ ሁሉ እኛ እርስ በርስ ልንቀባበል ይገባናል (15÷7-13)

6. ጳውሎስ ስለ ጉዞ ዕቅዱ በማውራት፣ እንዲጸልዩለት በመጠየቅ፣ እንዲሁም የስንብት ሰላምታ በመስጠት ደብዳቤውን ይደመድማል (15÷14-16÷27)

ሀ. ለአሕዛብ የክርስቶስ አገልጋይ በመሆኑ ምክንያት ጳውሎስ በድፍረት ይናገራል (15÷14-21

ለ. ጳውሎስ ወደ እስጳያ (ስፔን) በሚሄድበት ጊዜ ዕግረ-መንገዱን ሮምን ለማየት ዐቅዷል (15÷22-29)

ሐ. ጳውሎስ እንዲጸልዩለት እና እንዲረዱት ይጠይቃል

i. ወደ ኢየሩሳሌም የሚያደርገው ጉዞ ስኬታማ እንዲሆን ጳውሎስ እንዲጸልዩለት ይጠይቃል (15÷30-33)

ii. ዲያቆኒት ፌበንን እንዲረዱዋት ይጠይቃቸዋል (16÷1-2)

መ. ጳውሎስና አብረውት ያሉ ሰዎች የስንብቻ ሰላምታን ይልካሉ

i. ጳውሎስ በሮም ላሉ የተለያዩ ክርስቲያኖች ሰላምታ ይልካል (16÷3-16)

ii. በተጨማሪም የተለያዩ ሰዎች ከጳውሎስ ጋር ሰላምታን ይልካሉ (16÷21-23)

ሠ. ጳውሎስ የመጨረሻ ዝማሬ እና ምስጋና ለእግዚአብሔር ይሰጣል (16÷25-27)

አስተያየቶች

“ጽድቅ በእምነት” የሐዋርያው ጳውሎስ የወንጌል መልእክት እምብርት ሲሆን አድያም ይህንን እውነት በአንክሮ በመቀበል፤ በንጹህ አእምሮ በማጤን መዳን የሚገኘው ክርስቶስን በማመን እንደሆነ አብሮት ያውጃል፡፡ የጳውሎስን ክርክር መቀበል ብቻ ሳይሆን በክርክሩ በመረታት ሌሎችን ለመርታት የሚያስችል አቀራረብ ተጠቅሞአል፡፡ እውነቱን ሲገልጽና ክርክሩን ሲያቀርብ ቃሉ የሚለውን በማጣቀስ ለማቅረብ ይተጋል፡፡ ስለዚህም ይህን እውነት የተቀበሉ ሊድኑበት እንዲችሉ ለሌሎች ለመትረፍ በሚያስችል መንገድ ጥረት ስላደረገ ከአቀራረቡ ሊማሩበት ይችላሉ፡፡ አዲስ እውነት ለሆነባቸው ደግሞ ግልጽ የሆነው አቀራረቡ ወደ እውነቱ ሊቀርቡ እንዲችሉ የሚረዳ የጥናት መጽሃፍ ነው፡፡ እግዚአብሔር ይባርከው ልለው እወዳለሁ፡፡

ዶ/ር ተከስተ ተክሉ

የቀድሞው የኢትዮጵያውያን ወንጌላውያን ክርስቲያኖች ማህበር ሊቀመንበር

በሰሜን አሜሪካ

ትምህርታዊ ይዘትን ተከትሎ የተፃፈ ከመሆኑም ባሻገር ወደ ጥልቅ ስነ-መለኮታዊ ምልልሶች ሳይገባ ለመሰረታዊ ትርጉም የታመነ አቀራረብ በመያዙ አማኞች ሁሉ እያነበቡ ቢታነጹበት እጅግ ጠቃሚ መጽሀፍ ነው፡፡

ደ/ር እስክንድር ታደሰ

የቀድሞው የኢትዮጵያ ሙሉ ወንጌል ስነ-መለኮት ኮሌጅ ፕርንሲፓል

ይህንን ለቤተክርስቲያን ተሃድሶና ለውጥ፤ ለማህበረ ክርስቲያኑም መንፈሳዊ እድገት እጅግ ጠቃሚ የሆነውን የሮሜን መልእክት ወንድም አድያምሰገድ ወ/ማሪያም በቅደም ተከተል፤ በቀላሉ ለመረዳት በሚያስችል ስልትና አቀራረብ የተቀነባበረ ገለጻን ያካተተ መጽሀፍ አዘጋጅቶ አቅርቦልናል፡፡ የመጽሀፉ ቅንብርና ይዘት ጥራትና ጥልቀት ያለው በመሆኑ ወንድማችን የእግዚአብሔርን ቃል ለወገኖቹ ለማካፈል ያለውን ችሎታና ጉጉት ያሳየናል፡፡ ስለዚህ አብያተክርስቲያናት፤ የመንፈሳዊ ትምህርት ተቀ... ሞች፤ ወ.ዘ.ተ. መጽሐፉን ገዝተው ቢጠቀሙ በጣም እንደሚባረኩበት አልጠራጠርም፡፡

ፓ/ር መስፍን ታደሰ

በአትላንታ የኢትዮጵያ ወንጌላዊት ቤተ ክርቲያን

የሮሜ መጽሐፍ እጅግ ጥልቅ የሆነ የነገረ-ድነት ምሥጢር እና የእግዚአብሔርን መልካምነት በተመለከተ ዋና ዋና የሚባሉ ነገሮችን የሚገልጽልን መልእክት ነው፡፡ ታዲያ ወንድማችን ብዙ የማገናዘቢያና የማጣቀሻ መጻሕፍት በማይገኝበት በአገራችን ይህንን መጽሐፍ፣ ምዕራፍ በምዕራፍ፣ በመግቢያ ከፍሎ ግልጽ በሆነ መንገድ ተንትኖ ለመጽሐፍ ቅዱስ ማጥኛነት ማቅረቡ ጅማሬውን በማስፋት እንዲቀጥልበት የመንፈስ ቅዱስ ሙሉ እገዛ እንዲረዳውና ጌታ አምላካችን እግዚአብሐር አብዝቶ ራእዩን እንዲያሰፋው የምድሪቱን ሕዝበ ወክዬ በጌታችን በመድኃኒታችን በኢየሱስ ክርስቶስ ስም የተባረክህ ይሁን ብዬ እባርከዋለሁ!

አቶ ጸጋዬ ሀብቴ

እ.ኤ.አ. በአሥራ ስድስተኛው መቶ ክፍለ ዘመን *ማርቲን ሉተር* የተባለው ጀርመናዊው መነኩሴና የዩኒቨርሲቲ መምህር የካቶሊክ ቤተ ክርስቲያን ስለ ጽድቅ ታስተምርና ትከተል የነበረውን የሕግ መንገድ በመቃወም በቤተ ክርስቲያን ታሪክ ውስጥ እጅግ ወሳኝና ሥር

- ነቀል የሆነ ተሐድሶአዊ ለውጥ ለማስገኘት የበቃው በሮሜ መልእክት ውስጥ እንደ ተጻፈው፣ *"ጽድቅ የሚገኘው በሥራ ሳይሆን፣ በእምነት ብቻ ነው!"* የሚል የማያወላውል አቋም በመያዝ እንደ ነበር የቤተ ክርስቲያን ታሪክ ያስረዳል፡፡

ማርቲን ሉተር፣ በአቋሙ ጽኑዕ ሆኖ በጊዜው ያልነበረችውን የካቶሊክ ቤተ ክርስቲያን ሊቋቋም የቻለው፣ የሮሜ መልእክት የእግዚአብሔር ጽድቅ ለሰው የሚቈጠረው ከእግዚአብሔር ጸጋ የተነሣ በእምነት አማካይነት ብቻ ስለሆነ፣ በሥራ ለመጽደቅ የሚጥሩትን ተስፋ ስለሚያስቈርጥ ነው፡፡

ይህንን ለቤተ ክርስቲያን ተሐድሶና ለውጥ፣ ለማበርከት ለሕዝበ-ክርስቲያንም መንፈሳዊ ዕድገት እጅግ ጠቃሚ የሆነውን የሮሜን መልእክት ወንድም አድያምሰገድ ወልደ ማርያም በቅደም ተከተል፣ በቀላሉ ለመረዳት በሚያስችል ስልትና አቀራረብ የተቀነባበረ ገለጻን ያካተተ መጽሐፍ አዘጋጅቶ አቅርቦልናል፡፡ የመጽሐፉ ቅንብርና ይዘት ጥራትና ጥልቀት ያለው በመሆኑ ወንድማችን የእግዚአብሔርን ቃል ለወገኖቹ ለማካፈል ያለውን ችሎታና ጉጉት ያሳየናል፡፡ ስለዚህ አብያተ ክርስቲያናት፣ የመንፈሳዊ ትምህርት ተቋማት፣ ግለሰቦች ወዘተ ... መጽሐፉን ገዝተው ለመጽሐፍ ቅዱስ ጥናት ተግባር ላይ ቢያውሉት በጣም እንደሚባረኩበት አልጠራጠርም፡፡

በተጨማሪም ወንድም አድያም በጀመረው «የወንጌል ጸጋ አገልግሎት» በሚለው ሚኒስትሪ (ቤተ ክርስቲያን አጋዥ ተቋም) መሣሪያነት በመንፈሳዊ ትምህርቶችና በተዛማጅ ዘርፎች ወገኖቹን በሰፊው ለማገልገል የወሰደውን ዕርምጃና ጥረት እያደነቅሁ፣ ለአገልግሎቱ መሳካት የሚያስፈልገው ድጋፋችን እንዳይለየው በትሕትና አሳስባለሁ፡፡

በአትላንታ የኢትዮጵያ ወንጌላዊት ቤተ ክርስቲያን
ፓስተር መስፍን ደስታ

የርሚ መጽሐፍ ፕሬዝ እንድ

የጸሐፊው ማስታወሻ

ለተማረው ቢሆን ላልተማረው፣ ለድሀው ቢሆን ለሀብታሙ፣ የጽድቅ ጥያቄ ጉዳይ የአዳም ዘር ሁሉ ጥያቄ ነው፡፡ ልዩነቱ የሚመጣው «ጽድቅ እንዴት ይገኛል?» ለሚለው ጥያቄ በሚሰጠው ምላሽ ላይ ነው፡፡

አንዳንዱ ወገን፣ «ጽድቅ የሚገኘው በሥራ ነው!» ብሎ ሕግን በመጠበቅ ሊጸድቅ ሩጫውን ሲያያዘው፣ የሩጫው ርቀት በጨመረ መጠን ኃጢአቱ ይበልጡኑ ጎልቶ ሲታየው፣ እርሱም ወዮ! ሲል፣ የረዳት ያለህ! ብሎ ሲጮኽ፣ ሊጠብቀው ደፋ ቀና የሚልለት ሕግ ለጩኸቱ መልስ ሲነፍገውና ኃጢአትን ዕምቢ የሚልበትን ብቃት አልሰጥ ሲለው፣ «እግዚአብሔር ሰው የማይችለውን ከባድ ሸክም በሰው ላይ የጫነ ጨካኝ ፈራጅ ነው» ብሎ ደምድሞ ሲቀመጥ፣ በራስ የጽድቅ ሩጫ የእግዚአብሐርን ደረጃ ለማሟላት ያደረገው ግስጋሴ ከጫፍ አላደርስ ብሎት ተስፋ ሲቈርጥ ይስተዋላል፡፡

ሌላው ወገን ደግሞ፣ «ጻድቅ የሚገኘው የሃይማኖትን ወግና ሥርዓት ጥንቅቅ አድርጎ በመፈጸም ነው» ብሎ በማመን ያንንም ለመፈጸም ደፋ ቀና ሲልና መንገዱም አልገፋ ሲለው፣ አንዳንዴም ሲሳካለት ዘና ሲል፣ ወዲያው ሲያቅተው ደግሞ ራሱን ሲኰንን፣ ብቻ በሁለቱም ምስኪኑ የሰው ልጅ ራሱን የከፋ ኃጢአተኛ ሆኖ ሲያገኘው በፍጻሜው «የአዳኝ ያለህ!» ሲል ይሰማል፡፡

ሦስተኛው ወገን ደግሞ፣ «በዚህ ምድር ከሰው ጋር ተቀላቅሎ የኖሩ ጽድቅን ማሰብ ሞኝነት ነው» ብሎ ሰው ወደ ሌለበት ምድረ-በዳ በመመነን ራሱን ወደ ዱር፣ ገደልና ዋሻ ወስዶ «ዕፎይ! ከማየውና ከምሰማው ተገላገልሁ!» ብሎ ሲያስብ፣ ትቶት ሊሄድ ያልቻለው እኔነቱ ዱር ሳይፈራ፣ ገደል ሳይገድበው አብሮት ተገኝቶ አሳቡን ሲያረክሰው፣ በአፉ ያላወጣው፣ ለሰው ያልገለጠው፣ ግን ከሕሊናው ሊሰውረው የማይችል የውስጥ

ዕድፊት ውስጡን ሲሞግተው፡- «እዚህም?...» ብሎ በራሱ ሲገረም፣ ወዲያው መልሶ፣ «ታዲያ የት ልሂድ?» ብሎ ሲማጸን ይስተዋላል፡፡

ይህ ዐይነቱ የጽድቅ ረሃብና ጥማት ብዙ ሩቅ መንገድ ካስሄዳቸው መካከል ጀርመናዊው መነኩሴ *ማርቲን ሉተር* ተጠቃሽ ነው፡፡ *ማርቲን ሉተር* ከነቤተ ሰቡ የተዋጣለት ሃይማኖተኛ ሰው ነበር፡፡ በአንድ ወቅት ግን የሕግ ትምህርቱን ለመከታተል ወደ ትምህርት ቤቱ በጕዞ ላይ እንዳለ መብረቅ በአጠገቡ ወድቆ እርሱንም ገፍትሮ መሬት ላይ ጣለው፣ ደግነቱ መብረቁ በእርሱ ላይ አልወደቀምና በእግዚአብሔር አዳኝነት ከሞት ተረፈ፡፡

ሆኖም ግን በውስጡ «ዛሬ ሞቼ ቢሆን ኖሮ ነፍሴ የት ትገባ ነበር?» ሲል አሰበ፡፡ ስለዚህም ለነፍሱ ጽድቅን ሊገበይላት ያዋጣል ወዳለው *ሥፍራ* መነነ፡፡ ከእርሱም የሚጠበቅበትን ሁሉ ተጠንቅቆ በመፈጸም፣ ራሱንም በፆም በማድከም፣ ሰዓታት የተቈጠሩበትን «ንስሐ» ገባ፡፡ ሆኖም የበለጠ ኃጢአተኛ መሆኑን ተረዳ እንጂ፣ የነፍስ ዕረፍትን ሊያገኝ አልቻለም፡፡

ስለዚህም «እግዚአብሔር ወይ እርሱ ከቶውንም የማይችለውን ነገር እንዲፈጽም በላዩ ላይ የጫነበት ጨካኝ ፈራጅ ነው፣ ኢሊያም ደግሞ እኔ ያልተረዳሁት አንድ የመዳኛ መንገድ አለ» የሚል አቋምን ያዘ፡፡ አስገራሚው ነገር ግን፣ *ሉተር* ይህንን አቋሙን ይዞ ባለበት ሁኔታ የሥነ መለኮት አስተማሪ መሆኑ ነው፡፡ በዚሁ ሙያ ተሰልፎ መዝሙረ ዳዊት ሃያ ሁለተኛውን ምዕራፍ ሲያስተምር የያዘውን አቋም የሚያስለውጥ ሞጋች ነገር ገጠመው፡፡ ነገሩ እንዲህ ነው፡- «እግዚአብሔር ጨካኝ ቢሆን ኖሮ ኃጢአተኛውን ለማዳን በአንድ ልጁ ይህንን ያህል አይጨክንበትም ነበር» የሚል ነበር፡፡

ይህ ዕውነት ስለ እግዚአብሔር የነበረውን አቋም አስለወጠው፡፡ ከጥቂት ጊዜያትም በኋላ የሮሜን መጽሐፍ ሲያስተምር በምዕራፍ አንድ ቍጥር አሥራ ስድስትና አሥራ ሰባት ላይ ጽድቅ የሚገኘው በእምነት መሆኑን የሚያስረዳውን «እፎይ!» የሚያሰኝ ብርሃን ዐየ፡፡ እናም በዚህ መልኩ *ለሉተር* የጽድቅ ፀሐይ ወጣችለት፡፡ ከእግዚአብሔር የተሰጠውን ጽድቅ በእምነት የሚል መረዳት በመቀበል ዳግም ተወለደ፡፡ በዚህም ምክንያት የእርሱም የቤተ ክርስቲያንም ጨለማ ተገፈፈ፡፡

እንግዲያው፣ «ጻድቅ በእምነት ይኖራል!» የሚለውና መንፈስ ቅዱስ በሐዋርያው ጳውሎስ በኩል የገለጠው ዕውነት የጽድቅ ጩኸት በውስጡ ያለበት ሕዝብ ሁሉ ሊሰማው የሚገባ ዕውነት ነው ማለት ነው:: ይህ አሳብ ብዙ ሊጻፍበት፣ ሰዎች ከጥፋት ሊተርፉበት፣ ከመፍጨርጨርና የራስን ጽድቅ ለማቆም ከሚደረግ የማይሳካ ትግል እንዲተርፉ ለማድረግ ብርሃኑ የበራለት ሁሉ ሊዘምትበት የሚገባ የማይሸፈን ዕውነት ነው::

አንድን ጸሐፊ ለመጻፍ የሚያነሣሱት በርካታ ምክንያቶች ይኖራሉ:: የዚህ መጽሐፍ ጸሐፊም በርካታ ምክንያቶች ይኖሩታል:: ዋናው ግን የበራለትን የጽድቅ በእምነት ብርሃን የእርሱ ብቻ አድርጎ በእንቅብ ውስጥ ሊሰውረው አለመቻሉና ለጽድቅ ሲሉ በዱር በገደል የሚንከራተቱ ወገኖችን ለመታደግ መንፈስ ቅዱስ በውስጡ ያስቀመጠውን ሸክም ቸል ሊለው አለመቻሉ ነው::

ሁለተኛው ምክንያት ደግሞ፣ «ጽድቅ በእምነት» መሆኑ ገብቶአቸው በክርስቶስ አምነው የእግዚአብሔር ልጆች የሆኑ ወገኖቹ የእግዚአብሔርን ቃል በተብራራ መንገድ ለመረዳት የሚያስችላቸው የጥናት መጽሐፍ በበቂ መንገድ እንዳላገኙ በአገር ቤት ለአገልግሎት ካደረጋቸው ጉዞዎች መረዳቱና በዚህም በውስጡ የተቀጣጠለው እሳት ቦግ ብሎ መንደዱ ነው::

ይህንን የጥናት መጽሐፍ ለማንበብ ዕድል የምታገኙ ወገኖች ሁሉ ይህ እሳት በእናንተም እንዲነድድና በምድራችን የሚታየውን በቋንቋችን የተዘጋጀ የማገናዘቢያ መጻሕፍት ዕጥረት ለማስወገድ በጌታ ጸጋ ዕጅ ለዕጅ ተያይዘን፣ የክርስቶስ አካል ብልቶች እንደ መሆናችን የበኩላችንን እንድናደርግ ጸሐፊው ጥሪውን ያቀርባል::

ዘመኑ በተፈጥሮ ምግብ ረሃብተኝነት የተገባደደበት ወገናችን የነፍስ ምግብ ረሃብተኛ ሆኖ አጭሩን ዘመኑን እንዳይጨርስ በሰፊ ገበታ ለመመገብ ዕድሉን ያገኘን ሁሉ ለሕዝባችን አንድ ሁለት የማብራሪያ መጻሕፍት አዘጋጅተን ለማቅረብ እንትጋ:: ይህንን ጸሐፊ የረዳ ጌታ ስለ እናንተም አይደክምም:: ከእኛም በከፋ በብዙ አስቸጋሪ መንገድ አልፈው ጥሩ የታይፕ ማሽን እንኳ ሳይኖር በጌታ አምነው መሠረት የጣሉ ምስክሮች አሉንና እንበርታ::

ይህችን ትንሽ ዘር እግዚአብሔር ለምድር የምትተርፍ ፍሬ አድርጎ ያብዛት:: መንፈስ ቅዱስ በሐዋርያው ጳውሎስ በኩል ወደ ሮሜ ሰዎች ያሰማው፣ «ጻድቅ በእምነት ይኖራል»

የሚለው ዕውነት በኢትዮጵያ ዱር ገደሎች፣ ዋሻና ሸንተረሮች ሁሉ ያለ ከልካይ ያስተጋባ፡፡ አሜን!!

ዋሻና ሸንተረሮች ሁሉ ያለ ከልካይ ያስተጋቡ፡፡ አሜን!!

ኢየሱስ በክብር ይመጣል!!

አድያምሰገድ ወልደማሪያም

ማጠቃለያና ሰላም

ሐዋርያው ጳውሎስ በአብዛኞቹ መልእክቶቹ እንደሚያደርገው ሁሉ የሮሜንም መልእክቱን የሚደመድመው የስንብት ሰላምታ በማቅረብ ነው። በዚህ መጽሐፍ ለበርካታ ሰዎች የራሱን ሰላምታ ከማቅረቡም ባሻገር የአገልግሎት አጋሮቹም በሮሜ ለሚገኙ ቅዱሳን ያስተላለፏቸውን ሰላምታዎች ጨምሮ አስተላልፏል።

ከመልእክቱ እንደምንረዳው ሐዋርያው ሮሜን ለመጎብኘት ያቀደው ዕግረ-መንገዱን ነው። ስለዚህ ቀድሞ ሮም የመሄድ መሻት አልነበረውም ማለት ነው። ዘወትር ግን የሮሜን ሰዎች ለማየት ይጓጓ ነበር። ሆኖም ባሰበው መንገድ ሊጎበኛቸው ባቀደባቸው ሥፍራዎች የመሄድ ዕድል አልገጠመውም። በዚህኛው ጉዞውም ሊሄድ ያሰበባት አገር ስፓኒያ (ስፔን) ነበረች (ሮሜ 15÷24)።

ሐዋርያው ጳውሎስ በሮማ መልእክቱ ያስተላለፈውን የስንብት ሰላምታን ስንመለከት በጣም በትልቅ ጥንቃቄ ሊታወሱ የሚገባቸውን ሰዎች ሁሉ በማስታወስ እንዳቀረበ እንመለከታለን። ከዚያም የምንረዳው ሐዋርያው ለሚያገለግላቸውና ለአገልግሎት ባልደረቦቹ ምን ያህል ጥንቃቄ እንደሚያደርግና ልቡ ምን ያህል በሸክም የተሞላ እንደ ነበረ ነው።

ወደ ሰላምታው ዝርዝር ስንገባም የሚከተሉትን ዝርዝር አሳቦች እናገኛለን (16÷1-2)። ጳውሎስ የቤተ ክርስቲያን ተወዳጅ አስተናጋጅ ከሆነው *ከጋይዮስ* ለሮሜ ሰዎች ሰላምታን አቅርቧል (16÷23)። *ጋይዮስ* በጳውሎስ ዕጅ በቆሮንቶስ ከተማ የተጠመቀ ሰው ነበር የሚል የጠበቀ እምነት በመጽሐፉ ምሁራን ዘንድ አለ።

1ኛ ቆሮ 1፥14 የከተማው ግምጃ ቤት ሹም የሆነው *ኤርስጦስ* በቆሮንቶስ የነበረ ሲሆን፣ ጳውሎስ ከእርሱ ጋር እንደ ኖረ እንረዳለን፡፡ በእርሱም ስም ለሮሜ ሰዎች ሰላምታ ያቀርባል (ሮሜ 16፥23፤ የሐዋ. 19፥22)፡፡ ጳውሎስ ይህን መልእክት በሚጽፍበት ጊዜ ቤተ ክርስቲያኒቱን እንዳላያት ዕናውቃለን (ሮሜ 1፥13፡፡) ሮሜ 15፥23-24 ቤተ ክርስቲያኒቱ አይሁድ እና ከአሕዛብ የተቀላቀሉ አማኞች አሉባት፡፡ ይህች ቤተ ክርስቲያን ትልቅ ሳትሆን፣ በቤት ውስጥ ያሉ አምስት አብያተ ክርስቲያናትን ያቀፈች እንደ ሆነች እንመለከታለን (ሮሜ 16፥5፣ 10፣ 11፣ 14፣ 15)፡፡

ለምሳሌ የቆሮንቶስና የተሰሎንቄ አብያተ ክርስቲያናት ትላልቅ አብያተ ክርስቲያናት ስለ ነበሩ ጳውሎስ በመልእክቱ «ለየቤተ ክርስቲያን» እያለ ጽፎላቸው ነበር (1ኛ ቆሮ 1፥2፤ 2ኛ ቆሮ 1፥1፤ 1ኛ ተሰ. 1፥1)፡፡ በዚህችው ቤተ ክርስቲያን ያመኑትን አይሁድ ጳውሎስ «ወንድሞቼ» በማለት ይጠራቻቸዋል (ሮሜ 9፥3)፡፡ እንዲሁም አሕዛብ መኖራቸውን የምንመለከተው ደግሞ በምዕራፍ 16 ከተጠቀሱት 24 ስሞች ውስጥ ብዙዎቹ *የግሪክና የላቲን* ስሞች በመሆናቸው ነው፡፡

አንዳንድ የመጽሐፉ አስተማሪዎች ምዕራፍ 15 እና 16ትን ከሮሜ መልእክት ጋር ለማካተት ከመቸገራቸው ባሻገር፣ አጠያያቂም ሆኖባቸው ነበር፡፡ ይሁን እንጂ፣ አሳቡ በሮሜ መልእክት ውስጥ እንዲካተት ሊቃውንቱ ወስነዋል፡፡

ምንም እንኳ ጳውሎስ ከሮም አማኞች ጋር በአካል ተገናኝቶ ባያወቅም፣ በሰላምታው የብዙዎችን ስም ያነሣል፡፡ ምናልባት በኤፌሶን ሳለ በአገልግሎቱ ያውቁት የነበሩ አማኞች ወደ ሮም ስለ ሄዱ ሳይሆን አይቀርም ይህን የሚያደርገው ተብሎ ይታመናል፡፡ ከእነዚህም መካከል *ጵርስቂላ* እና *አቂላ* ይጠቀሳሉ፡፡ ነዋሪነታቸዘው በኤፌሶን የነበረ ሲሆን፣ በመካከሉ ግን ወደ ሮም በመሄድ የሮም ነዋሪዎች ሆኑ፡፡ ከዚያም በኋላ ከሮም ወደ ኤፌሶን እንደገና በመመለስ በኤፌሶን ኖረዋል (1ኛ ቆሮ. 16፥19፤ 2ኛ ጢሞ. 4፥19)፡፡ በእስያ አገልግሎቱ ጌታን ተቀብሎ ዳግም የተወለደው ሰው *አጤኔጦስ* በኤፌሶን የታወቀ ስም ሲሆን፣ ጳውሎስ ለእርሱም ጭምር ሰላምታ አቅርቦለታል፡፡

አንዳንድ ሰዎች ቤተ ክርስቲያኒቱ በሐዋርያው ጴጥሮስ የተመሠረተች ናት ብለው ያምናሉ፡፡ ሆኖም ሐዋርያው ጳውሎስ የቅዱስ ጴጥሮስን ስም በመልእክቱም ሆነ በሰላምታው ውስጥ ሲጠቅስ ዐናይም፡፡ በሌላ ወገን ደግሞ የበተ ክርስቲያኒቱ ሐዋርያ እና መሥራች ሐዋርያው ጳውሎስ ነው የሚሉም ተገኝተዋል፡፡ ይህን አመለካከት ውድቅ

የሚያደርገው ሐኪሙ ሉቃስ በሐዋርያት ሥራ መጽሐፍ 28፥14-15 ያሰፈረው ዕውነት ነው፡፡ ጳውሎስ ከመምጣቱ በፊት በሮም ከተማ አማኞች «ዳግም የተወለዱ» እንደ ነበሩ ጽሑፉ ይገልጻል፡፡

ይህ የሮሜ መጽሐፍ የነፍስ ሙብል ነው፡፡ በየዕለቱ ደጋግመን ብናጠናው የበለጠ ዕርካታ የሚሰጥ የሕይወት ውኃ ወንዝ ሆኖ በውስጣችን ይፈስሳል፡፡ ከእነዚህም ሁሉ በላይ ደግሞ የክርስቶስ ኢየሱስ ውበት በጌታ በሆኑት ቅዱሳን ሁሉ ውስጥ ይገለጥ ዘንድ ልዑል እግዚአብሔር በፍትሕ ችሎቱ ውሳኔ ያስተላለፈበት የቃል ኪዳን ቃል ነው፡፡ ስለዚህ ይህንን መጽሐፍ ለነፍስዎ ስንቅ ይሆን ዘንድ እነሆ! እንላለን፡፡

ከደራሲው ሰብ

አሁን ያለውን አስተምሕሮ መፈተሽ ለምን አስፈለገ?

በዚህ ዘመን እውነትን የሚገልጡ ሳይሆኑ የሰዎችን ጆሮ የሚያሳክኩ ትምሕርቶች በስፋት ተሰራጭተዋል። ትምሕርቶቹ አድማጭ ጥሩ ስሜት እንዲሰማውና ከጌታ ይልቅ ታዋቂ አስተማሪዎችን እያዩ እንዲሮጡ የሚያደርጉ ሆነዋል። እውነት ስሜትን ላይኮረኩር ይችላል ነገር ግን ሰሚውን በጠንካራ መሰረት ላይ ለዘላለም አጽንቶ ያቆመዋል። ስለዚህ ፍሬውን ከገለባው ለይተን እንድንይዝ የእግዚአብሔርን ቃል መስማት ያስፈልገናል። ቃሉ እንደሚለው “ምላስ መብልን እንደሚቀምስ ጆሮ ቃልን የሚለይ አይደለምን?”

ሕይወት የሌለው እውቀት አይጠቅምም

የእግዚአብሔርን ቃል ማጥናት ለሕይወት ለውጥ እና ለማደግ ተብሎ ካልሆነ ደረቅ የአእምሮ እውቀት ሆኖ ይቀራል። ይህ ዓይነቱ እውቀት መጽሐፍ ቅዱስ ውስጥ የተጠቀሱ ብዙ ርዕስ ጉዳዮችን እያነሱ ከሰዎች ጋር ለመወያየት፣ ለማብራራት፣ እንዲሁም ለመከራከር ብቁ ያደርጋል። ከዚያ ባለፈ ግን ቃሉ በውስጡ የያዘውን ነፍስን የሚያድንና የሚባርክ ኃይል ለማግኘት አይጠቅምም። ያላመኑ ሰዎች መካከልም በዚህ ዓይነቱ የአእምሮ የመጽሐፍ ቅዱስ እውቀት የተካኑ ግለሰቦች አሉ። በአንዳንድ የመጽሐፍ ቅዱስ ትምሕርት ቤቶች ውስጥ እንዲህ አይነቶቹ ሰዎች የመጽሐፍ ቅዱስ አስተማሪ ሆነው

ሊያገለግሉም ይችላሉ። እነዚህ ሰዎች መጽሐፍ ቅዱስን የሕይወት ቃል ሳይሆን ከመደበኛ የእውቀት ዘርፎች አንዱ አድርገው ብቻ በማጥናት መጽሐፍ ቅዱስን ማስተማር መተዳደሪያቸው አድርገውታል።

ይህ አይነቱ አቋም መጽሐፍ ቅዱስን ከዚህ ዓለም የእውቀት ዘርፎች ተርታ መድቦ በማየት ሕያው የሆነ ደራሲ እንዳለው ለመዘንጋት ይዳርጋል። ስለዚህ በዚህ ዓይነት አጠናን ተጽእኖ ውስጥ የወደቁ ተማሪዎች እግዚአብሔር በቃሉ ምን ይናገረኛል ብለው መጠየቅን ትተው አንድ ክፍል ካነበቡ በኋላ በዚህ ርዕስ ላይ እከሌ የተባለው ምሑር ምን አለ ወደሚለው ጥያቄ ሊሳቡ ይችላሉ።

የእከሌ አመለካከት እንዲህ ይላል፤ የምሑሩ እከሌ አተረጓጎም ደግሞ ከዚህ ይለያል እያሉ መወያየት ለሰሚዎች አንዳችም ጸጋ የማይሰጥ ልማድ ነው። ቃሉን የሰዎች አመለካከት ማንጸባረቂያ ብቻ አድርጎ ስለሚያስቀረው በቃሉ ውስጥ ያለው መንፈስ እና ሕይወት ተዳፍኖ እንዲቀር ያደርገዋል።

በዚህ መጽሐፍ አማካኝነት የሮሜን መልእክት ስናጠና አልፎ አልፎ ከመጽሐፍ ቅዱስ ምሑራን አንዳንድ ማብራሪያዎችን ብንጠቀምም ዓላማችን ግን የሰዎቹን አመለካከት ለማንጸባረቅ ወይም ከየትኛው ምሑር ጎራ እንደተሰለፍን ለማሳየት አይደለም። ዓላማችን ቃሉ ምን እንደሚል ግልጽ ለማድረግ እና ጌታ በቃሉ ውስጥ ሊናገረን የፈለገውን ለመስማት፤ የሚገልጥልንን ሚስጥር ለመቀበል፤ በቃሉ አማካኝነት በሚልክልን ጸጋ እና ኃይል ለመበርታት፤ ብሎም ያዳነንን ጌታ ሕይወት እና ክብር ለሰዎች ለማሳየት እንዲያግዘን ነው።

ቃሉ አእምሮዋችንን ከማስፋት አልፎ ሕይወታችን ላይ ተጽእኖ ማምጣት አለበት። ይህም በአቀባበላችን እና በመታዘዛችን ይወሰናል። የእግዚአብሔር ቃል በትክክል ስንቀበለው፤ አዝነን ከሆነ ያጽናናናል፤ ደክመን ከሆነ ያበረታናል። በሐጥያት እና በፈተና እየተጨነቅን ከሆነ የጌታን ጸጋ በማካፈል ሐጥያትን ድል ነስተን በቅድስና የምንኖርበትን አቅም ይሰጠናል። በአጠቃላይ በተቀበልነው አዲስ ሕይወት ውስጥ እግዚአብሔር በክርስቶስ አድርጎልናል ተብሎ የተጻፈልንን እውነት በምድር በምንኖርበት ሰዓት እንለማመደው ዘንድ ዓይናችንን ያበራልናል። በእግዚአብሔር ዘንድ ዋጋ ያለው የመጽሐፍ ቅዱስ እውቀት በሰው ሕይወት ላይ እንዲይህ ዓይነት ተጽእኖ የሚያመጣው እውቀት እንጂ የሚያስታብየው እውቀት አይደለም።

ስለዚህ በዚህ የጥናት መመሪያ አማካኝነት የሮሜን መልእክት ስናጠና ዓላማችን እግዚአብሔርን በማወቅ ቅድስናን እና ጽድቅን እየተለማመድን በግላችን የሕይወት ለውጥ ለማየት ይሁን።

ከጽድቅ ጋር የተያያዙ አስተሳሰቦችን በተመለከተ

የዚህም የሮሜ መጽሐፍ ጥናት ዓላማው የአማኞችን የአማኞችን የአእምሮ እውቀት ሃብት ከማሳደግ ያለፈ ነው። ሰው የመጽሐፍ ቅዱስን መሰረታዊ አስተምሕሮዎችና ሁሉ ቢያውቅ፤ ነፍሱ ግን በእግዚአብሔር ቃል ሳትታደስ ብትቀር ምን ይጠቅመዋል? እንደዚሁ ብዙ አውቀው በሕይወታቸው ግን ያልተለወጡ ሰዎች ያልተማረውን ሰው ተስፋ ያስቆርጡታል።

አጠቃላይ በአማኞች መካከል ብቻ ሳይሆን የመጽሐፍ ቅዱስ ትምሕርት ቤት ገብተው በተማሩ ሰዎች መካከል ጭምር የመረዳት ልዩነቶች አሉ። የሮሜ መጽሐፍ ከሚያስተላልፋቸው አንኳር መልዕክቶች ውስጥ አንዱ ጽድቅ ነው። በዚህ እውነት ላይ የተለያዩ ጽንፎች አሉ።

ጽድቅ በእምነት ነው የሚገኘው የሚለው እውነት በአዲስ ኪዳን መጻሕፍት ውስጥ ብቻ የሚገኝ አስተምሕሮ ሳይሆን ዘፍጥረትም ውስጥ የታወቀ ነበረ። “አብራሐም እግዚአብሔርን አመነ፤ ጽድቅም ሆኖ ተቆጠረለት” የሚለው ቃል ዘፍጥረት ውስጥ ነው የሚገኘው። ይህም እውነት ጽድቅ በሥራ የማይገኝ የእግዚአብሔር ስጦታ መሆኑን ያመለክታል። በጣም የሚገርም ነው፤ እግዚአብሔር ሐጥያተኛውን ሰው በእምነት ያጸድቀዋል። ሐጥያተኛው በክርስቶስ ባመነ ጊዜ አንዳችም ሥራ ሳይሰራ እምነቱ ብቻ ጽድቅ ሆኖ ይቆጠርለታል (ሮሜ 4፡5)።

እንግዲህ ሐጥያተኛው በእምነት ከጸደቀ በኋላ እንዴት ዓይነት ሕይወት ይኑር? ይህ ጥያቄ በዚህ ዘመን በአጽንኦት ሊታሰብበት የሚገባ ጥያቄ ነው። ጥንት ሐዋርያው ጳውሎስ በእምነት የመጽደቅን እውነት ሲያስተምር ሐጥያት በበዛበት ሐጥያተኞችን የሚያጸድቅ የእግዚአብሔር ጸጋ ደግሞ ከመጠን ይልቅ በዛ ብሎ በተናገረ ጊዜ “እንግዲህ ጸጋ እንዲበዛ በሐጥያት ጸንተን እንኑር” የሚሉ ሰዎች ተነስተው ነበር። እነዚህ ሰዎች “ጳውሎስ በሐጥያታችን እንግፋበት ብሎ ያስተምራል” እያሉ ይሰድቡትና ስሙን ያጠፉ ነበር (ሮሜ 3፡8)። ነገር ግን ጳውሎስ ምንም በማያሻማ ግልጽነት አስረግጦ የሚናገረው እውነት አለ። እርሱም እግዚአብሔር ሐጥያታችንን ይቅር ሲለን እና ሲያጸድቀን ዓለማው ከሐጥያት ባርነት ተላቅቀን በነጻነት እንድንኖር ነው።

በአሁኑ ዘመን ደግሞ በጽድቅ ላይ ትኩረት ሰጥተው የሚያስተምሩ አንዳንድ ሰዎች እንደ ጳውሎስ "ሐጥያትን ታበረታታላችሁ" ተብለን ካልተሰደብን የምስራቹን ቃል ማለትም ወንጌሉን በደምብ አልሰበክንም ማለት ነው ይላሉ። እውነት ነው፤ በወንጌሉ ውስጥ የተገለጠው የእግዚአብሔር የምሕረቱ እና የፍቅሩ እንዲሁም የይቅር ባይነቱ ብዛት ሐጥያት መስራት ምንም ችግር የለውም ሊያስብል የሚችል ያህል ነው። ነገር ግን ሐጥያት መስራት ችግር የለውም ብሎ መናገር ከመጀመሪያው ኢየሱስ ወደ ምድር የመጣበትን ዓላማ መርሳት እና የተቀበለውን የመከራ ብዛት ማቃለል ነው። ሐጥያት ችግር ብቻ ሳይሆን እጅግ ከባድ ዋጋ ስለሚያስከፍል ነው ኢየሱስ ስለ ሰዎች ሐጥያት የተሰቀለው።

የዚህ ዘመን አማኞችን ከሚፈታተኑ አስተምሕሮወች መካከል አንዱ ማንነታችን መንፈስ ስለሆነ በሥጋ የምንሰራው ሐጥያት መንፈሳችን ላይ ተጽእኖ የለውም የሚለው ነው። የዚህ ትምሕት አመጣጡ ከምዕራባውያን በተለይም ከአሜሪካ ነው። ይህ አስተምሕሮ ከተመሰረተባቸው የመጽሐፍ ቅዱስ ጥቅሶች አንዱ በክርስቶስ በማመናችሁ በተሰፋው መንፈስ በመንፈስ ቅዱስ ታትማችኋል የሚለው ኤፌሶን ውስጥ የተጻፈው ቃል ነው። አስተምሕሮው በዚህ ጥቅስ ውስጥ "ታተማችሁ" የሚለውን ቃል በመውሰድ ይነሳና በእንግሊዝኛው ሲነበብ "ታሽጋችሁ" የሚል ትርጉም እንደሚሰጥ ያብራራል። ይኸው ትምሕርት ይቀጥልና መንፈስ የሆነው ማንነታችን በመንፈስ ቅዱስ ስለታተመ ማለትም ስለታሸገ በስጋችን የምንሰራው ሐጥያት መንፈሳችን ላይ ሊደርስበት፣ ሊነካው፣ ሊያቆሽሸው አይችልም ይላል።

"አተመ" የሚለው ቃል በአማርኛው መጽሐፍ ቅዱሳችንም ውስጥ ስናነበው "አሸገ" የሚል አንድምታ ይሰጠናል። ለምሳሌ ዳንኤል የአንበሶች ጉድጓድ ውስጥ ከተጣለ በኋላ ንጉሱ ጉድጓዱን በራሱ ቀለበት "አተመው" ይላል፤ ኢየሱስ ሞቶ ከተቀበረ በኋላ ደግሞ ድንጋዩን "አትመው" መቃብሩን እንዳስጠበቁ ተጽፏል። በሁለቱም ክፍሎች "አተመ" የሚለው ቃል አሸገ የሚል ትርጉም ይሰጣል። ነገር ግን መጽሐፍ ቅዱስ ውስጥ የምናገኛቸው ቃላት በራሳቸው የሚሰጡን የተለመደ ትርጉም ብቻውን አይደለም የምናጠናውም ክፍል ውስጥ ምን ለማለት እንደተፈለገ የሚነግረን። ቃላቱ በራሳቸው ወይም በመዝገበ ቃላት ውስጥ ከተጻፈላቸው ትርጉም ባሻገር በተገኙበት አውድ ውስጥ ያላቸው ትርጉም እና የምናጠናው ክፍል ከአጠቃላዩ "የእግዚአብሔር ምክር" አንጻር ምን ማለት እንደሆነ ማየትም አስፈላጊ ነው።

ከዚህ በተጨማሪ ደግሞ "አተመ" ወይም "ታተማችሁ" የሚለው ቃል ከመታሸግ ሌላ ለየት ያለ ትርጉም ሊኖረውም እንደሚችል መዘንጋት የለብንም። አተመ፤ ማሕተም አደረገ

የሚለው ቃል ከማሸግ ጋር ባልተያያዙ ሁኔታዎችም ውስጥ ያገለግላል። ለምሳሌ "አተመ" ወይም ማሕተም አደረገ ሲባል በእንግሊዝኛም ሆነ በአማርኛ ምልክት አደረገ የሚል ትረጉም ይሰጠናል። አንድ እቃ የአንድ ግለሰብ ወይም የአንድ ድርጅት ንብረት መሆኑን የሚያሳይ ምልክት አደረገ ማለት ነው። ቃሉ "በመንፈስ ቅዱስ ታተማችሁ" ሲለንም የእግዚአብሔር ንብረት መሆናችሁን የሚያሳይ ምልክት ተደረገባችሁ ማለት ቢሆንስ? ምን ማለት እንደሆነ በዚህ ጥናት ውስጥ በስፋት ስለምንመለከተው አሁን በዚህ መግቢያ ውስጥ ወደ ዝርዝሩ አንገባም ግን ሐጥያት ወይም በሥጋ የሚፈጸም እርኩሰት መንፈሳችሁን አይነካውም ማለት እንዳልሆነ "ሥጋን እና መንፈስን ከሚያረክስ ሁሉ ራሳችንን እናንጻ" (2ኛ ቆሮንቶስ 7፡1) ከሚለው ትዕዛዝ በቀላሉ መረዳት እንችላለን።

ከላይ እንዳነሳነው የእግዚአብሔር ዓላማ ከሐጥያት ባርነት ተፈትተን በነጻነት እንድንኖር ነው። ነገር ግን ነጻነት የሚለው ቃል በዚህ ዘመን ትርጉሙ ስለተዛባ ምን ማለታችን እንደሆነ ጥቂት ማብራራት ያስፈልገናል። በዚህ ዘመን በዓለም ውስጥ አንዳንድ ሰዎች ስለ ነጻነት ያላቸው ግንዛቤ የፈለጉትን ማድረግ የሚል ነው። እግዚአብሔር ግን ነጻነት ሲል ባሪያ አድርጎን እንደ ቀምበር ተጭኖብን ከነበረው ሐጥያት መላቀቅ እና ቀና ብሎ መሄድ ነው። ጌታ ኢየሱስ በምድር ላይ በተመላለሰበትም ዘመን የነበሩ የአይሁድ ሕዝብ ስለ ነጻነት አለማወቅ ብቻ ሳይሆን ነጻነት እንደሚያስፈልጋቸውም ጭምር አልተረዱም ነበር። ጌታም እንዲገባቸው ብሎ "ሐጥያትን የሚያደርግ እርሱ የሐጥያት ባርያ ነው" አላቸው።

ስለዚህ እግዚአብሔር በክርስቶስ ታላቅ ኃይልን የጸናች ክንዱን ዘርግቶ ከባርነት ነጻ ካወጣን በኋላ ነጻነታችንን ጠብቀን የመኖር ሃላፊነት የእኛ ነው። ምክንያቱም ፈቅደን ራሳችንን ለሰጠንለት ለዚያ ነገር ባሪያዎች ነን። ለሐጥያት ራሳችንን ብንሰጥ የሐጥያት ባሪያዎች ነን፤ መጨረሻችም ሞት ነው። ለጽድቅ ራሳችንን ብንሰጥ የጽድቅ ባሪያዎች ነን። ይህኛው ዓይነት ባርነት ግን ከባድ ቀንበር ጭኖብን የሚያንብጠንና የሚያስጨንቀን ሳይሆን ልዝቡ የጌታ ቀንበር ስለሆነ ሸክም ሳይሆን እረፍትንና ሰላምን የሚሰጥ ባርነት ነው። መቸም ለዚህ ዓለም ሰው ይህ እውነት ሊገባው አይችልም፤ ምክንያቱም የቀመሰውና የተለማመደው ብቻ ነው የሚያውቀው።

ለሐጥያት ባሪያዎች በነበርን ሰዓት ያለፈቃዳችን ሐጥያትን በሚያሰራን ኃይል ቁጥጥር ስር ሆነን እየተገደድን በዓመጻ ልጆች ውስጥ በሚሰራው መንፈስ ፈቃድ እንመላለስ ነበር። ስለዚህ አሁንም ለሥጋችን "አርነት" ብንሰጥ በነጻነት ሳይሆን ተመልሰን በባርነት ቀንበር ስር እንወድቃለን። ጽድቃችን በእግዚአብሔር ስጦታ የተገኘ ከሆነ በቀጣይነት

በሕይወታችን ጽድቅ እንዲገለጥ ከእኛ ምን ይጠበቃል? ይህ መጽሐፍ እንዴት በአዲስ ሕይወት በመንፈስ እንደምንመላለስ፤ እንዴት በቅድስና እንደምንኖር፤ እንዴትስ ጽድቅ በሕይወታችን እንደሚገለጥ በጥልቀት ያሳየናል።

የእግዚአብሔርን ቃል የማጥናት አስፈላጊነት

መጽሐፍ ቅዱስን በተለያየ መንገድ ማጥናት ይቻላል። በውስጡ የተጻፈውን ሳይምኑ ተግተው የሚያጠኑት ሰዎች አሉ። በሌላ አንጻር ደግሞ መጽሐፉ የእግዚአብሔርን ቃል የያዘ መሆኑን በማመን እግዚአብሔር በቃሉ ውስጥ የላከልንን እውነትና ጸጋ ለመካፈል ብለው የሚያጠኑትም አሉ።

በአሁኑ ዘመን እጅግ በሚያሳዝን ሁኔታ በአማኞች ዘንድ በግልም ሆነ በሕብረት መጽሐፍ ቅዱስን የማጥናት ዝንባሌ ቀንሷል። መጽሐፍ ቅዱስን በማጥናት የሚታወቁ ክርስቲያኖች የመጽሐፍ ቅዱስ ትምሕርት ቤቶች ውስጥ ተመዝግበው በመደበኛነት የሚማሩ ሰዎች ብቻ ሆነዋል ማለት ይቻላል። ከዚህም የተነሳ አንድ ክርስቲያን ከወገኖቹ ጋር በተቀመጠበት ከመጽሐፍ ቅዱስ ውስጥ አንድ ርዕስ አንስቶ በጥልቀት ከተናገረበት፤ “ቲዮሎጂ ተማሪ ነህ?” የሚል ጥያቄ ይቀርብለታል። ይህ የሚያሳየን በብዙሃኑ ዘንድ መጽሐፍ ቅዱስን በጥልቀት ማጥናት የመጽሐፍ ቅዱስ ኮሌጅ ተማሪዎች ብቻ ሃላፊነት ተደርጎ እንዲሁም ሌሎች ክርስቲያኖችን የማይመለከት ነገር ተደርጎ መቆጠሩን ነው።

እውነቱን ብንመለከት ግን ከዚህ የተለየ ግንዛቤ እናገኛለን። “የእግዚአብሔር ሰው ለበጎ ሥራ ሁሉ ዝግጁ ይሆን ዘንድ ... የእግዚአብሔር መንፈስ ያለበት መጽሐፍ ሁሉ... ይጠቅማል።” “የእግዚአብሔር ሰው” የሚለው በዚህ ዘመን ለተወሰኑ አገልጋዮች ብቻ መጠሪያ ቢደረግም እንኳ መጽሐፍ ቅዱስ ውስጥ ግን በክርስቶስ የሚያምኑ ሰዎችን ሁሉ የሚገልጽ ቃል ነው። ስለዚህ አማኞች ሁሉ ፍጹም እና ለበጎ ሥራ ሁሉ የተዘጋጁ እንዲሆኑ የእግዚአብሔር ቃል ለትምሕርትና ለተግሳጽ ልብንም ለማቅናት፣ በጽድቅም ላለው ትምሕርት ይጠቅማቸዋል።

ስነ መለኮት ከመማር ጋር ተያይዞ ባልተማሩ ሰዎች ዘንድ አንድ አመለካከት አለ፤ እርሱም፡- “ስነ መለኮት መማር ያደርቃል” የሚል ነው። ይህ አመለካከት እውነት ባይሆንም ግን ያለ አንዳች መነሻ የመጣ አይደለም። መነሻውም ብዙሃኑ ክርስቲያኖች ስነ መለኮት በተማሩ ወገኖች ላይ የተመለከቱት የባሕርይ ለውጥ ነው። የስነ መለኮት ትምሕት ቤት ገብቶ ማጥናት ጠቃሚ ቢሆንም እንደ ትምሕርት ቤቱ የትምሕርት አሰጣጥ ወይም እንደ ተማሪው አቀባበል ተፈላጊ ያልሆኑ ውጤቶችን ሊያስከትል ይችላል።

መማር እውቀትን እንድንጨምር ቢያስችለንም አቀባበላችን ግን በፍቅር እና በትሕትና ካልሆነ በሰበሰብነው እውቀት ልንታበይ እንችላለን (1ኛ ቆሮንቶስ 8፡1)። ሌላው ጉዳት ደግሞ ያገኘነው እውቀት ሕይወታችንን የማይለውጠውና የማያሳድገው ከሆነ ነው። ብዙ ከተሰጠው ሰው ብዙ ይጠበቅበታል ተብሎ እንደተጻፈው፤ ብዙ ያወቀ አማኝ ብዙ ሃላፊነት አለበት።

የእግዚአብሔር ቃል እውቀት አቀባበላችንን በተመለከተ ጥቂት ሃሳብ ማካፈል እፈልጋለው። ለመግባባት እንዲያግዘን አእምሮ እና ልብ የሚሉትን ቃላት የተለያዩ ትርጉሞች ሰጥተን እንነጋገርባቸው። በአእምሮ የሆነው እውቀት ማንኛውም ሰው ሰምቶም ሆነ አንብቦ የሚያገኘው እውቀት ሲሆን በአእምሮ ውስጥ መረጃ ከማከማቸት ያለፈ አይደለም። ለምሳሌ ዮሐንስ 3፡16 ምን እንደሚል አንድ ሰው አንብቦ ሊያውቅ ይችላል። ነገር ግን "በእርሱ የሚያምን ሁሉ የዘላለም ሕይወት እንዲኖረው..." የሚለው ቃል አንባቢውን አምኖ በተሰፋ የቀረበለትን የሕይወት ስጦታ እስካልተቀበለ ድረስ ተራ የአእምሮ መረጃ ብቻ ተቀብሎ ነው የሄደው። በዚህ ቃል ውስጥ ከተገለጠው እውነት ጋር ሕብረት አላደረገም፤ በቃሉ ውስጥ የቀረበለትን ሕይወት አላገኘም ማለት ነው። በአንጻሩ ደግሞ ዮሐንስ 3፡16 ላይ የተጻፈው ቃል ልቡን የነካው ሰው እርምጃ ይወስዳል። ማለትም "በእርሱ" አምኖ የዘላለም ሕይወትን ይቀበላል። ይህ ዓይነቱ ሰው በአእምሮው መረጃ ከመሰብሰብ አልፎ የቃሉን መንፈስ እና ኃይል በልቡ አግኝቷል።

የዳንን ሐጥያተኞች ወይስ ጻድቃን

እግዚአብሔር በክርስቶስ ሲያድነን ምንድነው ያደረገልን? መዳናችን የሐጥያት ስርየት እና ስንሞት ወደ ሰማይ መግቢያ ምዝገባ ነው ወይም አሁን በምድር ላይ ሳለን በሕይወታችን ላይ የሚያመጣው ለውጥ አለ? ይህንን ጥያቄ ማንሳት እና በጥልቀት መወያየት አለብን ምክንያቱም አንደኛ ባለፉት ጥቂት አሥርት ዓመታት በሃገራችን የተከሰተው የክርስትና ሕይወት ቀውስ እምነታችን ካላመነው ሕዝብ የተለየን እንደማያደርገን ለብዙዎች ተጨባጭ ማስረጃ የሰጠ መስሏል፤ ሁለተኛ ደግሞ ስነ መለኮት ያጠኑ የተወሰኑ ወገኖች በአማኙ እና ባላመነው ሰው መካከል በምድር ላይ ምንም ልዩነት አይኖርም ብለዋል። እነርሱም ሐጥያተኞች ናቸው፤ እኛም ሐጥያተኞች ነን፤ ነገር ግን እኛ ይቅር የተባልን ሐጥያተኞች ነን። መዳናችን እውነት ከሆነ ታዲያ ክርስቶስ ከምንድነው ያዳነን?

አድያምሰገድ ወልደማሪያም

የአርታዒው ማስታወሻ

አጠቃላይ ቅኝት

ይህ በአድያም ሰገድ ወ/ማርያም የተዘጋጀው የሮሜ መጽሐፍ ማብራሪያ በርካታ ጠቃሚና ብርቱ የሆኑ ጎኖች ኖሮት በብዙ ዝግጅትና ተገቢው ዋጋ ተከፍሎበት የተሰናዳ መሆኑን ተመልክቼአለሁ፡፡ የዋና አርታዒነትን ተግባር ሳከናውን የዘመኑ የሥነ መለኮት ምሁራን፣ የጥንት ቤተ ክርስቲያን አባቶች፣ እንዲሁም የ16ኛው ክፍል ዘመን የተሐዶሶ ዕንቅስቃሴ አራማጆች በሮሜ መልእክት ላይ ያላቸው መረዳት ሁሉ ተካትቶበት እና ዐይነተኝነትን ተላብሶ አግኝቼዋለሁ፡፡ ይህን መጽሐፍ ለጥናት ተግባር መጠቀም የሚፈልጉዋቸውን ዕይታዎች ሁሉ በአንድ ላይ ተጠቃልለው እንደ ማግኘት ወይም ቤተ መጻሕፍት ውስጥ እንደ መግባት ሆኖ ተመልክቻለሁ፡፡

የዝግጅቱ ዓላማ

ይህ ማብራሪያ የተዘጋጀበት ዓላማ ብዙ ነው፡፡ ዳሩ ግን በጽሑፉ ውስጥም ሆነ በስልክ ከአዘጋጁ ጋር በነበረን ውይይት ለመታዘብ የቻልኩዋቸው የሚከተሉትን ነገሮች ነው፡፡ ማብራሪያው የተዘጋጀበት አንደኛው ዐቢይ ዓላማ የሮሜ መጽሐፍ እንደ ድነት፣ መጽደቅ፣ እምነት፣ ኩነኔ፣ የእግዚአብሔር ጽድቅ ... ወዘተ የሚሉ ቊልፍ የመጽሐፍ ቅዱስ አስተምህሮዎች በስፋትም ሆነ በጥልቀት የተዳሰሱበት እንደ መሆኑ እነዚህን አስተምህሮዎች ሰፋ ባለ መልኩና ከበርካታ ምሁራን አስተያይ አኳያ ማቅረብ ነው፡፡ ሁለተኛው ዐቢይ ዓላማ አከራካሪ በሆኑ ጒዳዮች ላይ በተቻለ መጠን የሁሉንም ወገኖች አሳብ በተገቢው መልኩና መጠን ማቅረብና ማወያየት ብሎም አንባቢያኑን ወደ ትክክለኛው መረዳት መምራት ነው፡፡ ሦስተኛው ዐቢይ ዓላማ አንድ መቶ ዓመት ያለፈውን የወንጌላውያን አማኞች ክርስትና እና ፈርጀ-ብዙ ተቋማቱ፣ ለመጥቀስም ያህል

በርካታ የሥነ መለኮት ኮሌጆች መከፈታቸው፣ ብሎም በርካት በአማርኛ ቋንቋ የሚሰጥ የመጀመሪያ ዲግሪ የሥነ መለኮት መርሐግብሮች በተለያዩ ሥፍራዎች መከፈታቸው፣ እንዲህ ያለውን ትልቅ ሥራ ማዘጋጀት ግድ የሚል ሆኖ መገኘቱ ነው።

ፈተናዎቹ ወይም ተግዳሮቶቹ

የዳበረ የማንበብም ሆነ የሚነበቡ ነገሮችን ለመጥቀስም ያህል መጻሕፍትን የመጻፍ ልምምድ ወይም ባህል ተገቢ ሆነ መልኩም ሆነ መጠን በሌለበት አገር የሥነ ጽሑፍ ውጤቶችን ለማቅረብ መሞከርን ሰዎቻችን እንደ አባካኝነት ወይም ቀበጥነት ነው የሚለከቱት። እንዲህ ባለው መረዳት ውስጥ ያሉ ሰዎች ይህንን ተግባር ለጌታ እንደሚቀርብ መሥዋዕት፣ ደግሞም ዋጋ እንደሚያስከፍል አገልግሎት አድርገው አይመለከቱትም፤ ይልቁንም ይህን ተግባር እንደ ቅብጠትም ሆነ አባካኝነት አድርገው ነው የሚቈጥሩት። አንዳንዶች ከዚህም አልፈው በመሄድ እንደ ዕብደትም ይቈጥሩታል።

ይሁንና እነዚህ ሰዎች አንድ ልብ የማይሉት ነገር አለ። ይኸውም ለጌታ ሊታበድለትም ጭምር የሚገባ መሆኑን መዘንጋታቸው ነው። ምናልባትም ጳውሎስ ዕብዶች ብንሆን ለጌታ ነው ያለው እንዲህ ያለው ዐይነቱ ነገር ስለ ገጠመው ሳይሆን አይቀርም። ያች ሴት በውስጥዋ ባለው ፍቅር እየተነዳች የምታደርገው ነገር ምን እንደ ሆነ በውል ባይገባትም፣ ሥጋዬን ለመቃብር አዘጋጀች ብሎ ጌታ እንደ ተናገረው ያንን ያልባስጥሮስ ቢልቃት ሰብራ በውስጡ የነበረውን በዘመኑ እጅግ በጣም ውድ የሆነውን 300 ዲናር ዋጋ ያለውን ሽቱ በጌታ ዕግሮች ላይ አፈሰሰች። በዘመኑ ገምጋሚያን ዕይታ ማባከን ቢባልም፣ ጌታ ግን የከስተቱን ሌላኛውን ገጽታ ነበር የተመለከተችው። አዎን በፍቅር ነበር ውድ የሆነ ስጦታዋን በጌታ ፊት አምጥታ ያለ ስስት የሠዋችው።

ሁለቱ የተወደዱ ጥንዶች፡- አዲያምና ዮዲት አልቅት አምጣ አምጣ የሚሉ ልጆች አሉት ተብሎ የተጻፈው ቃል በትንቢት መልኩ የተነገረባቸው እንደሚመስሉቱ እንደ ዘመኑ አገልጋዮች አምጣ-አምጪ ከማለት ተቆጥበው ይልቁንም ከቶ በገዛ ደመወዙ በወታደርነት የሚያገለግል ሰው ማን ነው? የሚለው ቃል ትንቢታዊ በሆነ መልኩ ሲሠራባቸው ሳይ አንድም ደስታ ይሰማኛል፤ በሌላ በኩል ደግሞ አዝናለሁ።

አገልግሎት ሁሉ በተለይም ደግሞ እንደዚህ ያለ ክፍል 1 ክፍል 2 እና 3 ያሉት ትልቅ ሕዝበ-ክርስቲያኑን የሚጠቅም ሥራ በአንድ ቤተ ሰብ ብቻ ጥረት መሥራት በተለይም

ከወጭው አንጻር ሲታይ እጅግ በጣም ፈታኝና ብርቱ ተግዳሮት ሆኖ እመለከተዋለሁ፡፡ ትንቢት አመጣልኝና አመጣችልኝ በሚል በየነቢያቱ ኪስ የሚሸጎጠው ጥሬ ብርም ሆነ የተጻፈ ቼክ ለተተኪው ትውልድ ማስተማሪያነት ለሚውል እንዲህ ዐይነቱ ትልቅ ሥራ ቢውል ምን አለበት? እነ አዲያምን ብቻ ሳይሆን፣ እንዲህ ያለ መሥዋዕትነት የሚያስከፍል አገልግሎት ላይ ተጠምደው ከሚውሉ ሰዎች ጋር አብረን በቻልነውና ዐቅማችን በፈቀደው ብንቆም የት ይደረስ እንደ ነበረ ሳስብ ነው ኀዘን የሚሰማኝ፡፡ አዎን መንፈሳዊ ዐይኖቻችን መታወራቸው እና የከበረውን ከተዋረደው መለየት አለመቻላችን ነው ቅር የሚያሰኘኝ፡፡

የጽሑፍ ዝግጅት በርካታ ዋጋዎችን ለመጥቀስም ያህል የገንዘብ፣ የጒልበት፣ የጊዜ እና የዕውቀት ዋጋዎችን ያስከፍላል፡፡ ይህም ሁሉ ዋጋ ተከፍሎ ሰዎችም ሆኑ አጥቢያ አብያተ ክርስቲያናት በብዙ ልፋትና ጥረት፣ እንዲሁም መሥዋዕትነት ተዘጋጅቶ የቀረበላቸውን መጽሐፍ የገዛ ራሳቸውን ቅጅ እንኳ በዋጋው ገዝተው በማንበብ አጋዥ ሆነው መገኘት አለመቻላቸው ተስፋ አስቈራጭ ይሆናል፡፡

ይህ የሮሜ መጽሐፍ ማብራሪያ ብዙ ጊዜ ፈጅቶ እንደ ተዘጋጀ ዐውቃለሁ፡፡ ይሁንና እንደገና ተስተካክሎና ተሻሽሎ መዘጋጀት አለበት ከተባለበት ጊዜ ጀምሮ ላለፉት አሥራ ስድስት ወራት ከእናንተ ጋር አብሬ ሠርቻለሁ፡፡ እናም የተደረጉቱ ብዙ ልፋቶች እና ጥረቶች አሁን ያለበት ይዘቱና ቅርጹ ላይ አድርሰውታል፡፡ ኢድያምሰገድና ዮዲት በዙሪያችሁ ያሉ ሰዎች ዕገዛና ዕርዳታ ቢኖርበትም ቅሉ፣ በዋናነት በሥራው የደከማችሁ እና ከፍተኛውን ዋጋ የከፈላችሁት እናንተ ናችሁና ጌታ በራሱ ዕጆች ብድራቱን ይከፈላችሁ ልላችሁ እወድዳለሁ፡፡ እርሱን ብቻ እያያችሁ ሂዱ! አንዳንዴ በምድረ በዳ ውስጥ እያለፉ ማገልገል ዕጣ-ፈንታቸው የሆኑ ሰዎች ይኖራሉ! አንዳንዴ እንደ ሻማ ቀልጦ ለሌላው ብርሃን ሰጥቶ ማለፍ ያስፈልግ ይሆናል፡፡ ፈቃደ-እግዚአብሔር እንዲህም ሆኖ ከተገኘ በአገልግሎታችሁና በምትከፍሉት ልክ የሌለው መሥዋዕትነት ቀጥሉ! ለመልካም ነው እያላችሁ ስርጓጎጡን መንገድ በጌታ ጸጋ እለፉ! በእኔ በኩል ስብከት እንዳይሆንብኝ እዚህ ላይ ማብቃት ያለብኝ ይመስለኛል፡፡

ዳንኤል ተሾመ (ደራሲ፣ ተርጓሚ)

መግቢያ

መልእክቱ የተጻፈበት ጊዜና ቦታ

መልእክቱ የተጻፈው በክረምት ወራት በቆሮንቶስ ከተማ በሐዋርያው ጳውሎስ ሦስተኛው ሚሲዮናዊ ጉዞው እንደ ሆነ ይታመናል፡፡ (የሐዋ. 20÷3-6፤ ሮሜ 16÷2፤ 1ኛ ቆሮ. 1÷1) ጊዜው ከ55-60 ዓ.ም. ባሉት ዓመታት እንደ ሆነ በብዙ ሊቃውንት ይታመናል፡፡ መልእክቱ የጳውሎስ ዋነኛ ጸሐፊ፣ *በጤርጥዮስ* አማካይነት እንደ ተጻፈ (ሮሜ 16÷22) ያመለክታል፡፡ ወደ ኢየሩሳሌም ለመሄድ ሲነሣ ነው የጻፈው የሚል እምነትም አለ (ሮሜ 15÷22)፡፡ በሌላ በኩል ደግሞ መልእክቱ ከቆሮንቶስ ከተማ በፌቨን ዕጅ ተልኳል ተብሎም ይታመናል (ሮሜ 16÷1-2)፡፡

የመልእክቱ ጸሐፊና ማንነቱ

የሮሜ መልእክት ጸሐፊ ሐዋርያው ጳውሎስ ሲሆን፣ በጸሐፊነት ጤርጥዮስ እንደ ረዳው ከዚያው ከመጽሐፉ እናገኛለን (16÷22)፡፡

ጳውሎስ የሚለው ስም ሮማዊ ስም ሲሆን፣ ይህንን ስያሜ በሮሜ ተወላጅነቱ ያገኘው ነው (የሐዋ. 22÷3፣ 27-28)፡፡ ጳውሎስ ተወልዶ ያደገው በተርሴስ ከተማ ሲሆን፣ ስመ ጥር በሆነው በኪልቅያ ዩኒቨርሲቲ ተምሯል (የሐዋ. 21÷39)፡፡ በወጣትነቱ ዘመን ደግሞ በኢየሩሳሌም ከገማልያል እግር ሥር በመሆን የአይሁድን ትምህርት ጠንቅቆ ተምሯል (የሐዋ. 22÷3)፡፡ የግሪክ ቋንቋ ዕውቀት ስለ ነበረው የሮሜ መልእክት በዚያ መልክ እንዲጻፍ ተጽዕኖ አድርጎበታል፡፡ከዚህ በተጨማሪም ሐዋርያው ጳውሎስ የድንኳን

ስፌት ሙያም ነበረው፡፡ ይህንንም ሙያ በአገልግሎቱ አንዳንድ አስቸጋሪ ወቅቶች ለኑሮውም ይሁን በአገልግሎቱ ለሚያስፈልጉት ነገሮች ወጭ መሸፈኛነት እንዲጠቀምበት ረድቶታል፡፡ በዚያን ዘመን ድንኳን የሚሠራው ከፍየል ቆዳ ነበር፡፡ ጳውሎስ የሮሜ መጽሐፍ የጻፈው ከሃያ ሁለት ዓመታት አገልግሎት በኋላ እንደ ሆነ ይታመናል፡፡ መጽሐፉንም የጻፈበት አንደኛው ምክንያት ወደ ኢየሩሳሌም ሲሄድ ምናልባት በዚያ ወደ ሞት የሚያደርስ መከራ ቢያጋጥመው የወንጌል ማዳረስ ተግባር እንዳይቋረጥ ስለ ወንጌል የጠለቀ ትምህርት በዚያ ላሉ ምእመናን እና አገልጋዮች ለመስጠት ነበር የሚል ነው፡፡ ሮም በወቅቱ የመላው ዓለም ዋና ከተማ ስለ ነበረች ይህ ጥልቅ መልእክት ያዘለ ደብዳቤ ለሁሉም አብያተ ክርስቲያናት ይደርሳል ብሎ በብርቱ ያምን ስለ ነበረ ነው የሚል አመለካከትም አለ፡፡ በዶክትሪን ትምህርት ቀዳሚ ሥፍራ የያዘ ስለሆነ፣ የሮሜ መጽሐፍ ከደብዳቤዎቹ ሁሉ በፊት ቀድሞ ተቀምጧል፡፡ ሆኖም ግን ከደብዳቤዎቹ ሁሉ ቀድሞ የተጻፈ አይደለም፡፡

የመልእክቱ ዋና አሳብ

የሮሜ መልእክት ዋና አሳብ «ጽድቅ በእምነት» የሚል ነው፡፡ ከዚህ የጽድቅ መንገድ ውጭ የሆኑት ደግሞ የእግዚአብሔር ፍርድ የሚጠብቃቸው መሆኑንም የሮሜ መጽሐፍ ያለማወላወል ይገልጻል፡፡ ይህንንም አንባቢዎች ሊስቱት በማይችሉት መንገድ ለማቅረብ ሐዋርያው የተጠቀመው ዘዴ በችሎት ፊት የሚደረገውን የፍትሕ ሂደት በምሳሌነት በመጠቀም የሚያነሳቸውን ነጥቦች ለሙግት በሚቀርብ ዐይነት ጥያቄ ያቀርባቸዋል፡፡

ሐዋርያው የተከተለው መደበኛ የሆነውን የሙግት አካሄድ በመሆኑ እንደ ሰው ልማድ የሚነገሩ ንግግሮችና አስተሳሰቦች ይገኙበታል፡፡ የሮሜን መጽሐፍ ስናጠና ልንጠነቀቅ የሚገባው ጉዳይ ቢኖር የሚከተለው ነው፡፡ በዚህ መጽሐፍ ጻድቅ ተብሎ የተጠቀሰው ሰው ፍጹም ሰው ነው፤ የተኰነነው ደግሞ በነገር ሁሉ ትክክለኛ ያልሆነ ነው ማለት አይደለም፡፡ መግለጥ የተፈለገው በሕግ ዐይን ሰውዬውም ሆነ ሴትዮዋ ሲታዩ ያንን ይምስላሉ የሚለውን ነው፡፡ በዘዳ. 25፥1 እንደምናነበው ሕግ "አድርግ-አታድርግ" ይላል እንጂ፣ ፍጽምናን አያመጣም፡፡ ሕግ የሚመለከተው ትእዛዛቱ መፈጸም አለመፈጸማቸውን እንጂ፣ የልብን ዝንባሌ አይደለም፡፡

የክርስቶስ ወንጌል የጸጋው ወንጌል ነው፡፡ ይህም ጸጋ እግዚአብሔር በክርስቶስ ኢየሱስ የጽድቅ ሥራ አማካይነት ኃጢአተኛውን የሰው ዘር ያጸደቀበት፣ የጸደቀውም ሰው

በእምነቱ በመጽናት የጽድቅን ሕይወት መምራት የሚችልበት የሕይወት መንፈስ ሕግ የሰጠበት፣ ከዚያም የተነሣ የቅድስናን ሕይዋት (Sanctification) እንድንኖር የሚያስችለለንን ስጦታ የተቀበልንበት ነው፡፡ይህም ክቡር ስጦታ የጽድቁ ክብር የተገለጠበት ስጦታ ነው (ሮማ 3÷22-24፤ 5÷2)፡፡ መዳን የሚባለው ዕውነትም ይህንን ድንቅ የእግዚአብሔር ቸርነት ያካተተ ነው፡፡ ድነት ኃጢአተኛው ሰው በመስቀሉ ሥራ የጸደቀበት ብቻ ሳይሆን፣ ይህንን የጽድቅ ሕይወት መኖር የሚችልበትን የእግዚአብሔር ኃይል ያገኘበት ነው (ሮሜ 1÷16-17)

እንግዲያው ድነት የመለኮት ሥራ ነው እንጂ፣ የእኛ አይደለም፡፡ ይህ ከሆነ ደግሞ በቅድስና (Holiness) ለመኖር የሚያስችለንም በእኛ የጀመረውን መልካም ሥራ (Sanctification) የሚፈጽመውም እርሱ ነው፡፡ ይህ ዕውነት በሕይወታችን ተገልጦ ዕናየው ዘንድ ብልቶቻችንን የጽድቅ መሣሪያ (ሮሜ 6÷19) ማድረግና በአእምሮአችን መታደስ መለወጥ (ሮሜ 12÷2) ይገባናል፡፡ የሮሜ መልእክት ይህንን ዕውነት በግልጽ የሚያስቀምጥ ብርቱ መልእክት ነው፡፡የሮሜ መልእክት በክርስቶስ ሥራ የጸደቁ ቅዱሳን፣ እርስ በርሳቸው፣ ከማኅበረሰቡ ጋር፣ እና ከመንግሥት ጋር በእንዴት ዐይነት ሁኔታ መኖር እንዳለባቸውም ግልጽ መመሪያና ማሳሰቢያ የሚሰጥ መልእክትን ያዘለ መጽሐፍ ነው

1. የሐዋርያው ሕይወት ንድፋዊ ገጽታ

ይህን የሮማዊ ስያሜ የተቀበለው ጳውሎስ፣ እንደ ጀሮም መረዳት Catal. 5 እና ከሐዋ. 13÷9 መረዳት ከሆነ ይህ አመለካከት የሚያስኬድ ይመስላል - ይህም - በመለወጡ ወቅት ሮማዊው የቆጵሮስ አገረ-ገዥ የሆነው ሰርጂየስ ጳውሎስ የሚሰኝ መሆኑ፣ ነገር ግን በግርዛቱ ጊዜ የብንያም ነገድ ከሆኑ ዕብራውያን ወላጆች የተወለደ ልጅ ነበር (ሮሜ 11÷1፤ ፊልጵ. 3÷5)፤ ደግሞም እርሱ የተወለደው በጠርሴስ ነበር (የሐዋ. 9÷11፤ 21÷39፤ 22÷3)፡፡ (Xen. Anab. i. 2, 23) እርስዋም ጥንታዊት መኖሪያ ስትሆን፣ በፐርሴውስ አፈ-ታሪክ መሠረት በሲሲሊ ውስጥ የተቋቋመች ናት፡፡

ጳውሎስ የተወለደበት ዓመት በእርግጠኝነት ዐይታወቅም፡፡ (10-15 ዓ.ም) ባለው ጊዜ ውስጥ እንደ ሆነ ግን ይታመናል፡፡ ይሁን እንጂ፣ የፈሪሳውያን ተከታይ መሆኑ በእርግጠንነት ይታወቃል (የሐዋ. 23÷26ን ተመልከቱ)፡፡ አባቱም ደግሞ ሮማዊ ዜግነት ያለው ሰው ነው (የሐዋ. 16÷37ን ተመልከቱ)፡፡

ስለዚህም ደግሞ እርሱ በውልደት ይህንን የሮማዊ ዜግነት መብት አግኝቶአል፤ ስለሆነም ተግባራቱን በመወጣቱ ረገድም ሆነ ዕጣ-ፈንታውን ከመወሰኑ አኳያ ይህ የሮማዊ ዜግነቱ እጅግ በጣም አስፈላጊ ነገር ሆኖለታል (የሐዋ. 27÷27)፡፡

በተወለደበት ከተማ፣ ማለትም ሥነ ጥበብ እና ልዩ ልዩ የሳይንስ በተበራከተባት ከተማ ስላገኘው የመጀመሪያ ሥልጣና ምንም የምናውቀው ነገር የለም (Strabo, xiv. 5, 13, p. 673)፡፡ ዳሩ ግን መላው የፈሪሳውያን መርኖችን ፈሪሳዊ የሆነው አባቱ ሳያስተምረው አልቀረም (ፊልጵ. 3÷5፤ ገላ. 1÷14)፡፡ ስለዚህም ደግሞ ይህ ልጅ በኢየሩሳሌም ለሚሰጠው የፈሪሳውያን ትምህርት ራሱን ሊያዘጋጅ ችሏል፡፡

ይሁንና በወጣትነት ዘመኑ ላይ (የሐዋ. 22÷3፤ 26÷4፤ ከሐዋ. 7÷58፤ ገላ. 1÷14 ጋር አመሳክሩ፤ Tholuck, in the Stud. u. Krit. 1835, p. 364 ff.; also in his Vermischte Schr. II. p. 274 ff.) ፣ ምንም እንኳ መላው ቤተ ሰቡ ወደዚያ ስለ መጓዙ ማስረጃ የሌለ ቢሆንም፣ እርሱ ወደ ኢየሩሳሌም ተዛወረ፤ በዚያም ደግሞ ዘመዶች ነበሩት (የሐዋ. 23÷6) ሲል ይናገራል፡፡ (Ewald)

የፈሪሳውያን ነገረ-መለኮታዊ ትምህርት ወደሚሰጥበት የሥልጠና ትምህርት ቤት ገባ፤ ከዚያም ደግሞ በሁሉም ዘንድ ተቀባይነት ያለው የተከበረው መምህር የገማልያል ተማሪ ሆነ (የሐዋ. 5÷34) (የሐዋ. 22÷3)፡፡ ይህ መምህር ትክክለኛ ነው ብሎ የሚያምንበትን አስተምህሮ ባለ ማመቻመች የያዘ መሆኑንና ውሳኔያዊ ፍርድን በመስጠቱ ረገድ ም ጥብብ የተሞላበትን መንገድ የሚያሳይ ሰው መሆኑን ስለ ራሱ አስመስክሯል (የሐዋ. 5÷34)፡፡

በዘመኑ በነበረው ልማድ መሠረት ለመምህራኑ የሚሰጥ መደበኛነት ያለው ምንም ዐይነት ክፍያ አልነበረም፤ ይህም ደግሞ ለነፃነታቸው በጣም አስፈላጊው ነገር ነበር (see on Mark 6:3, and Delitzsch, Handwerkerleben zur Zeit Jesu, 1868, V.)፡፡ ወጣቱ ሳውል ከመምህራን ባህል ጋር፣ ማለትም ከድንኳን ሰፊነት ተግባር ጋር ተጣመረ (የሐዋ. 18÷3)፡፡

ወዲያውም ሐዋርያ እንኳ ሆኖ ከእርሱ ጋር አብረው የሚሠሩትን ሰዎች በሙያው በሚያገኘው ገንዘብ በመባረክ ይህን ሙያ በተግባር ላይ ስላዋለው የተከበረ ሰው

ሊሆንበት ቻለ (የሐዋ. 18፥3፤ 20፥34፤ 1ኛ ተሰ. 2፥9፤ 2ኛ ተሰ. 3፥7፤ 1ኛ ቆሮ. 4፥12፤ 9፥6፤ 12፥15፤ 2ኛ ቆሮ. 1፥18፤ 12፥13)፡፡

በገማልያል ዕግሮች ሥር ሆኖ ምንም ነገር ባልተጠየቀበት መልኩ የአይሁድ መምህራንን ትምህርቶች ተማረ፤ ስለሆነም ደግሞ መልእክቶቹን የአይሁድ መምህራን በሚጽፉበት መልኩና አግባብ ነበር ያዘጋጃቸው፡፡ ይህም ደግሞ ትምህርቱ አነሰም-በዛ የአይሁድ መምህራንን ትምህርቶችም ሆነ አዘገጃጀትም ጭምር የያዘ ነበር፡፡

ዳሩ ግን ለስለስ ያለውና ንቁ የሆነው አእምሮው በግሪካውያን ባህል ተጽዕኖ አሳድሮበታል፡፡ ደግሞስ እርሱ ከሰማይ በታች ካሉ ሥፍራዎች ሁሉ በርካታ በአይሁድ ባህል የተቃኙ ሰዎች ወደሚጎርፉበት ኢየሩሳሌም መጥቶ ሲኖር እንዴት የዚህ ነገር ተጽዕኖ ሳያገኘው ሊቀር ይችላል?

ምናልባትም ይህ እርሱን በተመለከተ ከግሪክ ሥነ ጽሑፍ ጋር እንዴት ያለ ግንኙነት እንደ ጀመረ ለማብራራት ሳያገለግል አይቀርም፡፡ ይህ ግንኙነቱ (በ1ኛ ቆሮ. 15፥33፤ ቲቶ 1፥12) እንኳ ባይሆን፣ በሐዋ. 17፥28 ላይ ዕውቅና የተቸረው ሲሆን፣ ምናልባትም ይህ ቀድሞውኑ በተርሴስ ሳለ የጀመረ ነገር ሊሆን ይችላል፡፡ እንደ ዕውነቱ ከሆነ ይህ ነገር በሌሎች አገራት እና በልዩ ልዩ ደረጃዎች ላይ በሚገኙ ግሪካውያን ዘንድ እምብዛም የሚፈልግ ነገር ላይሆን ይችላል፡፡

ሐዋርያው ጳውሎስን አስመልክተን ስንነጋገር፣ በተለይም ባሕርይውን በተመለከተ ስናወራ እንደ ሐዋርያነቱ የትኛው ከመለወጡ ያገኘው እንደ ሆነ፣ የትኛው ደግሞ በገማልያል ዕግሮች ሥር ተቀምጦ ከመማሩና ከመሠልጠኑ የተነሣ የተላበሰው እንደ ሆነ፣ እንዲሁም በምን መጠን ይህንንም ሆነ ያንን እንደ ተላበሰው መወሰን እጅግ አስቸጋሪ ነገር ሆኖ እናገኘዋለን፡፡

ጠቅለል ባለው መልኩ ስለ ሳውል መናገር የምንችለው እጅግ ማለፊያ በሆኑ ተፈጥሮአዊ ስጦታዎች የተሞላ ሰው መሆኑን፣ በቂ በሆነ የመረዳት ባለ ጠግነት የተሞላ ሰው መሆኑን፣ በአይሁድ ነገረ መለኮታዊ ዕውቀትና የአመለካከት ሥነ ጥበብ ብቻ ሳይሆን፣ ይልቁንም መለኮታዊ የሆኑ ነገሮችን በተመለከተ አእምሮው በብሔራዊ ስሜት ጭምር የተሞላ መሆኑን እንገነዘባለን፡፡

ይሁንና እርሱ ኃጢአት ሞትን የሚያመጣ መሆኑን ተገንዝቧል (ሮሜ 7÷7)፡፡ በዚያን ጊዜ የተለመደ ከሆነው በፈሪሳውያ ዘንድ ተንሰራፍቶ ከነበረው ግብዝነት ተጠብቋል (ፊልጵ. 3÷6)፡፡ መጠበቁን (Schrader, II. p. 23 ff.; comp also Keim, Gesch. Jesu, I. p. 265)፡፡ ይሁንና የመምህሩ አስታራቂነት እና ረጋ ያለ ባሕርይውን ወደ ደቀ መዝሙሩ እንዲያስተላልፍ አላደረገውም፡፡

በአንጻሩ ግን እያሸነፈ የሚሄድ የፈሪሳውያን ጥብቅነት ከፍ ባለ መጠን በእርሱ ውስጥ እንዲሰርጽ አድርጓል፡፡ ይህም ገማልያል በገዛ ራሱ ተግባራዊ የሆነ ጥበብን የመለማመድ ሕይወት ሊያስተላልፍለት የሚችል ነገር አይደለም፡፡ ሕጉ እና ያህዌ የተከበሩ እንዲሆኑ እርሱ ለዚህ ነገር የተለየ ቀናዒ የሆነ ሰው ሆነ (የሐዋ. 23÷3)፡፡

በተጨማሪም ለፈሪሳውያን መርኆች (ገላ. 1÷14)፣ እንዲሁም ወጣቶች በወጣትነት ጊዜያቸው በወጣትነት መንፈስ በጽኑ ጉጉት ሊፈጽሙዋቸው ለሚሹዋቸው ግዴለሽነት እና የኃይል ጥቃት ተግባራት ጭምር ቀናዒ ነበር፡፡

በኢየሩሳሌም እያደገ የመጣው አዲሱ የክርስቲያኖች ቡድን በዘመኑ ለነበረው አገዛዝ እና ሕጋዊነት አግኝቶ ይሠራ በነበረው ትክክለኛ ተደርጎ ይቈጠር ከነበረው የአይሁድ ሃይማኖት እንደ ዐደገኛ ነገር ተደርጎ በሚወሰድበትን ተቃራኒ እንደ ሆነ ተደርጎ በሚታይበት ጊዜ፣ ሳውል የነበረው ቅንዓት በኃይለኛ ነበልባል እየተጋጋመ ሄደ (ከሐዋ. 6÷13-14 ጋር አመሳክሩ)፡፡ ደግሞም ከእስጢፋኖስ በድንጋይ ተወግሮ መሞት ጋር ተያይዞ መደበኛነት ያለው ስደት በክርስቲያኖች ላይ ሰፋ ባለ መልኩ ተነሣ፡፡

በዚያ ነባራዊ ሁኔታ ውስጥ ጳውሎስ የቱንም ያህል የበታች ሥፍራ ላይ የሚገኝ ቢሆንም እንኳ፣ በወጣትነቱ ብቻ ንቁ ተሳታፊ ለመሆን ፈቃደኛ ነበር (የሐዋ. 8÷1፤ 22÷20)፤ ነገር ግን ብዙም ሳይቆይ የክርስቲያኖች አሳዳጅ ሆኖ መጣ፤ ደግሞም የማሳደድ ተግባሩን ለቤተ ክርስቲያን ስጋት በሚሆን መልኩ በስፋትም ሆነ ሩቅ ሥፍራ በሚደርስ መልኩ እስከ ይሁዳ በሚዘልቅ ሁኔታ አካሄደው (ገላ. 1÷22 ጀምሮ)፡፡

በክርስቲያኖች ላይ የኃይል ጥቃትን የሚያስከትል እና ወጥነት ያለውን ስደት አስነሣ (የሐዋ. 2÷23፤ የሐዋ. 26÷10)፤ ይህም ደግሞ በዚህ ጊዜ የነበረ ጠባዩ በዘመኑ ሁሉ ለታየበት ጥልቅ የሆነ ትሕትና እና መጸጸት ምክንያት ሆነው (1ኛ ቆር. 15÷8-9፤ ገላ. 1÷13፤ ኤፌ. 3÷8፤ ፊልጵ. 3÷6፤ ከ1ኛ ጢሞ. 1÷13 ጋር አመሳክሩ)፡፡

ይሁንና እንዲህ ያለው እንደ ጳውሎስ ያለው ባሕርይ ቅንዓትን የተሞላ ነው፤ ነገር ግን ፈር-የለቀቀ ለዕውነትና ጻዲቅ ለመሆን ያለው ፍቅር ያመጣው ነበር፡፡ ይህ ነገር የመለኮትን ነገር ለማወጅም ሆነ ለማስፋፋት ከነበረው ዋነኛ መሣሪያ የመሆን ከፍ ያለ እና ቅዱስ ግድ መሰኘትን ተላብሶ ባለው ኃይል ሁሉ የተንቀሳቀሰበት ራስ-ወዳድነት የሌለበት ራስን መስጠት በሙላት የሚታይበት ተግባሩ ነበረ፡፡ ይህ ደግሞ በጊዜው የቱንም ያህል አጥፊ ቢሆንም፣ በሌላው ጎን ላይ ሆኖ የምንመለከተው ዕውነት ነበር፡፡ ከተለመደው እጅግ የተለየ ሥር-ነቀል ለውጥ በእርግጥም ከተለመደው የተለየን መንገድ የሚሻ ነው፡፡ በዚህም መሠረት ሳውል በአይሁድ ሸንጎ (ሳንሄድሪን) ውስጥ በሙሉ ኃይሉ በሚተጋበት ጊዜ (የሐዋ. 9÷1፤ 26÷9)፣ የቀናዒነት ተግባሩን ከጳለስጢና ግዛት ባለፈ መልኩ ይወስደው ነበር፤ በዚያም በደማስቆ አቅራቢያ (35 ዓ.ም) የከበረው ጌታ ለእርሱ የተገለጸበት ያ አስደናቂ መታየቱ (በሐዋ. 9÷3፤ 1ኛ ቆሮ. 9÷1፤ 1ኛ ቆሮ. 15÷8ን ተመልከቱ) እርሱን ማረከው፡፡

ደግሞም በሳውል ላይ ያመጣው ውጤት፣ እርሱን - በመለኮት የተጠራ ከመሆን፣ በውስጡም ስለ እግዚአብሔር ልጅ መለኮታዊ መገለጥን እንዲያገኝ ከማድረግ (ገላ. 1÷15 ጀምሮ ተመልከቱ) ያነሰ ነገርን አላደረገም፡፡

ቀስ በቀስም ከመለኮታዊ መንፈስ ምሪት ሥር በመሆን በመከራ በተሞላው የገዛ ራሱ በሆነ ተሞክሮ ትምህርት ቤት ውስጥ ዐለፈ - ይህም ሐዋርያውን እጅግ በተራዘሙ እና ውጤታማ በሆኑ የስብከተ-ወንጌል ዐዋጆች፣ በተለይም ደግሞ በአሕዛብ መካከል እንዲገለጥ አድርጎታል፡፡

ደግሞም በአንድ በኩል የሙሴ ተከታዮች የሆኑ ሰዎች ከሚያስተምሩት ትምህርት ወንጌልን ነፃ ለማድረግ ችሏል፤ በሌላ በኩል ደግሞ ነገረ መለኮታዊ ፍልስፍናን ከሚከተሉ ሰዎች አስተምህሮ ወንጌልን ነፃ ለማድረግ የሚችልበትን ድል ተቀዳጅቷል፡፡ ሐዋርያው ጳውሎስ አሥራ ሦስተኛው ሐዋርያ ሲሆን፣ ከእርሱ በፊት ሐዋርያት ከተደረጉት ሁሉ የበለጠ ተግባርን ለማከናወን ችሏል (Gal 2:9; 1 Cor 15:10)፡፡ እርሱ መለወጥ ክርስቶስ ለእርሱ ከታየው በኋላ በሐናንያ አገልግሎት የተፈጸመ ሆኗል (የሐዋ. 9÷10 ጀምሮ)፤ ደግሞም ከጥቂት ቀናት በኋላ በመጠመቁ፣ መንፈሳዊ ሕይወቱ ሥር ነቀል በሆነ መልኩ መለወጡን ተገነዘበ፤ ደግሞም ይህ ሐዋርያዊ ተግባሩን ጭምር (ገላ. 1÷16) በሚረዳበት መልኩ የሆነ ነው፡፡

ይህንን ይዞ በደማስቆ ኢየሱስ የእግዚአብሔር ልጅ መሆኑን በምኩራቦች ሰበከ (የሐዋ. 10÷19)፡፡ ለእርሱ በተከፈለ ልብ መመላለስ ዕንግዳ የሆነ ነገር ነው፤ አሁን እርሱ ቀድሞ ምንም ይሁን ምን ሕያው በሆነው በክርስቶስ መንፈስ አማካይነት ጥልቀት ባለው እና በኃይል ጠንካራው ስብዕናው ከእርሱ ጋር እንዳለ ያለና የሚሠራ ነበር፡፡

ዳግም ልደታዊ ሕይወቱ መወለድን ባገኘበት በደማስቆ ሐዋርያዊ ተግባሩን ለሦስት ዓመታት አከናወነ፤ ይሁንና ይህ ተግባሩ ወደ ዓረ ቢያ ባደረገው ጉዞ ተቋረጠ (ገላ. 1÷17)፡፡ የዚህ ጉዞ ዓላማ በባዕድር ምድር አገልግሎቱ በቀዳሚነት ይፈተን ዘንድ ነውለ፡ ከአይሁድ ወገን የተነሣ ክርክር - ይህ ነገር ወዲያውኑ የተከሰተ ሲሆን፣ ይህም የሆነው በመለኮት ምክር መሠረት ነው፤ ይህም ደግሞ የሐዋርያነቱን ሥራ ዳርቻው የሰፋ ለማድረግ ነው - እናም ይህ ነገር እርሱን ወደ ደማስቆ እንዲሄድ ግድ አለው (የሐዋ. 9÷19-26፤ 2ኛ ቆሮ. 11÷32)፡፡

በተጨማሪም በኢየሩሳሌም ላለች የቤተ ክርስቲያን ሁሉ እናት ለሆነች ቤተ ክርስቲያን ራሱን መግለጥ ነበረበት፡፡እርስዋም ደግሞ ወደ ኢየሩሳሌም እየተጓዘ ሳለ እርስዋን በመወከል በባዕድ ምድር ስደትን የተቀበለባት ነች (38 ዓ.ም)፡፡ የዚህ ጉዞ ዓላማም ከጴጥሮስ ጋር ፊት ለፊት ለመገናኘት የታለመ ነው (ገላ. 1÷18)፡፡በመጀመሪያ በዚያ ያሉ አማኞች እርሱን በጥርጣሬ ተመለከቱት፤ ፍቅር በሞላበት የበርናባስ ጣልቃ-ገብነት (የሐዋ. 9÷27) ምንም እንኳ በዚያ የተገኙቱ ጴጥሮስ እና የኢየሱስ ወንድም ያዕቆብ ቢሆኑም ከሐዋርያቱ ጋር ወዳጅነት ወደሚመሠርትበት ግንኙነት የሚዘልቅበትን ተቀባይነትን አገኘ (ገላ. 1÷19)፡፡

በኢየሩሳሌም ያከናወነው የመጀመሪያ ሥራው ከአሥራ አምስት ቀናት የበለጠ ጊዜን የወሰደ አልነበረም (ገላ. 1÷18)፤ ቀድሞውኑ ጌታ በቤተ መቅደስ የተገለጠበትን መገለጥ ተቀብሏል (የሐዋ. 22÷17)፡፡ ይህ መገለጥም ወደ አሕዛብ እንዲሄድ መርቶታል፤ ቀድሞውኑ ሕይወቱን የሚሹ ነዋሪዎች በከተማዪቱ ውስጥ ነበሩ፡፡

ስለዚህም በሶሪያ አድርጎ ወደ ተወለደበት ሥፍራ ተመልሶ ሄደ (የሐዋ. 9÷30፤ ገላ. 1÷20)፡፡ በዚህ ሥፍራም ጸጥታ በሰፈነበት መልኩ ሁለንተናውን በመስጠት ጸጥታ በሰፈነበት መልኩ ያገለገለ ይመስላል፡፡ ይህም የአንድ የተለየ ሰው ታላቅነትን እና ጠቃሚነትን የተረዳና የሚያደንቅ በርናባስ የተባለውን ሰው የአሕዛብን ክርስትና የመጀመሪያ ቤተ ክርስቲያኑን በመሠረተበት ጊዜ ሊፈልገው ከአንጾኪያ ወደ ተርሴስ

እስኪሄድና ወደ ሶሪያ ዋና ከተማ እስከሚያመጣው ድረስ በዚያ የቆየበት ሁኔታ ነው የተፈጠረው፡፡

ከዚያም እነዚህ ሁለቱ ለአንድ ዓመት ከስድስት ወራት ጊዜ በሙላት ራሳቸው ለአገልግሎት ሰጡ (43 ዓ.ም)፤ የወንጌሉ ስብከት ሥራም ደግሞ በእነዚህ ጊዜያት ፈጽሞ አልተስተጓጎለም ነበር (የሐዋ. 11÷25-26)፡፡

በዚህ ጊዜም ይሁን (see Anger, temp. rat. p. 104 ff.) በሲሲሊያ ወዳደረገው ጉዞ (see Ewald, apost. Zeit. p. 440, ed. 3) ይሁን፣ እርሱ በአንደበት ሊገለጥ የማይችል (ወይም በአንደበት ከመገለጥ የሚያልፍ) መገለጥ ያገኘ ሰው መሆኑ የታወቀበት በርካታ መንፈሳዊ መገለጦችን የሚያገኝበትን ልምምድ አሥራ አራት ዓመታት ካለፉት በኋላ ያገኘ የነበረ ስለ መሆኑ ምንም የምናውቀው ነገር የለም (2ኛ ቆሮ. 12÷2-4)፡፡

ይመጣ ዘንድ እንዳለው በአንጾኪያ ከኢየሩሳሌም በሆነው በነቢዩ አጋቦስ በኩል የተነገረለት ታላቅ ረሃብ የሚገለጥበት ወቅት ነው፤ ይህም በይሁዳ ላሉቱ አብያተ ክርስቲያናት አስጊ የሆነ ጥፋትን የሚያስከትል ነው፡፡

በዚህ ጉዳይ ላይ አዲስ የሆነው የወንድሞች ፍቅር በስከነ መንፈስ ውስጥ ሆነው በአንጾኪያ ያሉ ወንድሞች ለይሁዳ ዕርዳታ በማድረግ ችግሩን ፈቱት፤ ይህንንም ድጋፍ እንዲያደርሱ ኀላፊነቱን ለበርናባስ እና ለሳውል ሰጡ (የሐዋ. 11÷27-30)፡፡ ይህንን ተልእኮ ከፈጸሙ በኋላ (44 ዓ.ም) በስተመጨረሻም ሳውል ወደ ኢየሩሳሌም መጓዝ አይችልም ነበር (ገላ. 2÷1ን ተመልከቱ)፡፡

እነዚህ ሁለት ሰዎች ቀድሞውኑ የአሕዛብ ሐዋርያ ሆነው እንዲያገለግሉ መደበኛነት ባለውም ሆነ በብቸኝነት ተሾመዋል፡፡ ይህም ደግሞ በአንጾኪያ ቤተ ክርስቲያን የተደረገ ነው (የሐዋ. 13÷1-3)፡፡ ደግሞም አሁን ሳውል በመጀመሪያ ከበርናባስ ጋር ከዚያም ደግሞ በራሱ ለብቻው ተግባሩን ወሰደ - ስለዚህም የወንጌል ማዳረስ ተልእኮው እጅግ በጣም ውጤታማ ሆነ፡፡

በእነዚህ ጉዞዎች ሂደት ላይ መለኮታዊ ሥርዓት እንደ ሆነ በሚያውቀው የአሠራር መንገድ በመጀመሪያ ወንጌልን በአይሁድ መካከል ይሰብክ ነበር (ሮሜ 1÷16፤ 15÷8 ጀምሮ)፤ ይህም ደግሞ ለሕዝቦቹ ባለው ጥልቅ የክርስቶስ ፍቅር የተደረገ ነበር (ሮሜ

9፥1 ጀምሮ)፡፡ ነገር ግን እንደ ተለመደው አይሁድ እርሱን ባልተቀበሉበት ጊዜ፣ የክርስቶስን ብርሃን በአሕዛብ ፊት ገልጦ ዐሳየው፡፡

ደግሞም በልዩ ልዩ ሁኔታዎች የዕውቀት ጒጉት እና ሁለገብነት፣ ትክክለኛነት እና ጥልቀት ግልጽነት ወጥነት (የአሳብ) የዓላማ ንጽሕና እና ጽኑነት፣ ባሕርያዊ የሆነ የጋለ ስሜት፣ ለጥረት የሚሆን ልዩ ፍላጎት፣ ጥበብ የተሞላበት ጥበብ፣ ተግባራዊ የሆነ ብልሃት፣ ጽኑነት እና ለስላሳነት፣ የእምነት ጥንካሬና ነፃነት፣ የንግግር ግለት እና ክህሎት፣ በዐደጋዎች መካከል የሚገለጥ ድፍረት የተሞላበት ጀግንነት፣ ፍቅር፣ ራስን መካድ፣ ትዕግሥት እና ፍትሕ፣ ደግሞም ከእነዚህ ነገሮች ሁሉ ጋር የተለየ ስጦታ ያለው አስደናቂ ሰው አድርጎት ክርስቶስ እርሱን ለመረጠበት ተግባር መሣሪያ አድርጎ እንዲጠቀምበት ከሁሉም ነገሮች ጋረደው፡፡ ይህም ደግሞ እርሱን የሁልጊዜ አክብሮትን እና አድናቆትን እንዲላበስ አደረገው፡፡

በሐዋርያት ሥራ መጽሐፍ ትረካ መሠረት ሐዋርያው ያደረጋቸው ሦስት የወንጌል ማዳረስ ጒዞዎች ተለይተው ሊቀመጡ ይችላሉ፡፡ ደግሞም በእነዚህ ነገሮች መግለጫ ውስጥ የሚታወቅ የሆነውን የእርሱን ታሪክ ልናስገባ እንችላለን፡፡

1) የአሕዛብ ሐዋርያ ተደርጎ ሲሾም ጳውሎስ ከበርናባስ ጋር ማርቆስ እነርሱን ባጀበበት ሁኔታ ነበር የሄደው፡፡ በመጀመሪያ የተጓዙት አጎራባች ወደ ሆነችው ወደ ቆጵሮስ ነበር፡፡ ሳላሚስ እና ፓፎስ ያቀኑ ሲሆኑ፣ ይህም ደግሞ ተግባራቸውን ዕጥፍ-ድርብ ስኬት እንዲያገኝ ያደረገ ነበር፡፡ ይህም ደግሞ የአገረ-ገዥው ሰርጅዮስ ጳውሎስ መለወጥና የጎቴስ ኤልማስ መዋረድን በመንተራስ የተገኘ ድል ነበር (የሐዋ. 13፥6-12)፡፡

ከዚያም ወደ ጵንፍልያ ያቀኑ ሲሆኑ፣ በዚህ ሥፍራ ነበር ማርቆስ ከእነርሱ የተለየው (የሐዋ. 13፥13)፡፡ በመቀጠልም ጲሲዲን እና ሊቆንያ የሥራ በር ለእርሱ የተከፈቱለት ሥፍራዎች ነበሩ፡፡ ከበርናባስም ጋር በመሆን በእነዚያ ሥፍራዎች በርካታ አብያተ ክርስቲያናትን ተከሉ (መሠረቱ)፡፡ በተጨማሪም ሽማግሌዎችን በመሾም የቤተ ክርስቲያንን አመራር አደራጁት (የሐዋ. 14፥23)፡፡

አንዳንድ ጊዜ በተኣምራት ምክንያት መለኮታዊ አክብሮትን ሲቀበሉ (የሐዋ. 14፥11 ጀምሮ)፣ በሌላ ጊዜ ደግሞ ስደት እና በድንጋይ መወገር ይገጥሙዋቸው ነበር (የሐዋ.

13÷50፤ ሮሜ 14÷5፣19)፡፡ ከፐርጌ ወደ አቲላ ከመጣ በኋላ በኢየሩሳሌም ወዳለችው ወደ እናት ቤተ ክርስቲያን ተመለሰ፡፡

ጳውሎስ እና በርናባስ ጸጥታ የሰፈነበትን ጊዜ እና አገልግሎት በወንድሞች መካከል ማድረግን በደስታ እያጣጣሙ ሳሉ፣ ከአሕዛብ ወገን ወደ ክርስትና የመጡትን ሰዎች መሢሐዊው ድነት ከአሕዛብ ግዝረትን እንደ ቅድመ-ሁኔታ የሚሻ ነው የሚሉ ለሕጉ የቀኑ አይሁዳዊ የሆኑ ፈሪሳውያንነት የተጠናወታቸው ክርስቲያኖች መጡ (የሐዋ. 15÷1፤ ገላ. 2÷4)፡፡

እንዲህ ዐይነቱ ፍላጎት ከፍ ባለ መጠን ብርሃን ከበራለት እና ነፃ የሆነ አእምሮ ካለው፣ ስለ ዕውነት ያለው እርግጠኝነትም በመገለጥ ላይ የተመሠረተ ከሆነው ከጳውሎስ ብርቱ የሆነ ተቃውሞ የሚነሣበት መሆኑ ተፈጥሮአዊነት ያለው ነገር ነው፡፡ ለጳውሎስ ለድነት በኢየሱስ ክርስቶስ ላይ ከሚሆን እምነት ውጭ ሌላ ምንም ዐይነት ቅድመ-ሁኔታ የለም፡፡ ስለዚህም እርሱም ሆነ እንደ እርሱ ያለ አስተሳሰብ ያለው በርናባስ ሁለቱም በየትኛውም ጉልህነት የሌለው ውዝግብ ላይ ሲጠመዱ አንመለከታቸውም (የሐዋ. 15÷2)፡፡

ውዝግቡ ዋነኛ የሆነን የክርስትናን ፍሬ ነገር እና ነፃ የሆነ ማረፊያውን፣ እንዲሁም የአንድን ክርስቲያን የሆነ ሰው ሙሉ ነፃነትን የሚያካትት ነው፡፡ ስለዚህም ደግሞ እንዲህ ያለው ጉልህ ጠቃሜታ ያለው ነገር በመሆኑ ምክንያት የአንጾኪያ ቤተ ክርስቲያን ይህንን ነገር በተመለከተ ራእይን የተቀበለውን ጳውሎስን (ገላ. 2÷2) ከሌሎች ሁሉ ጋር በርናባስን (ጳውሎስ ከእርሱ ጋር ቲቶን ጭምር ወስዶታል፣ ገላ. 2÷21) በማድረግ ወደ ኢየሩሳሌም በመላክ ጉዳዩ እዚያ ታይቶ ዕልባት እንዲያገኝ ላከቻቸው (ይህም ደግሞ ሐዋርያው የመጀመሪያውን ጉዞ ካደረገ ከአሥራ አራት ዓመታት በኋላ ነው፣ 52 ዓ.ም)፡፡ በዚያም ደግሞ ክርክር ባስነሣው ጉዳይ ላይ ሐዋርያት እና ሽማግሌዎች ተወያዩ፡፡

የዚህ ሐዋርያዊ የሚባለው ጉባኤ ውጤቱ በጣም አስደሳች ነበር፡፡ ጳውሎስ ለአሕዛብ የሰበከውን ወንጌል ምንነት ለሐዋርያቱ አስታወቀ፡፡ ሐዋርያቱም የእርሱን የአገልግሎት አጋር ቲቶን የግሪክ ሰው እንኳ መሆኑን ዐውቀው ሳሉ፣ እነርሱ የቱንም ያህል ለሕጉ የቀኑ ቢሆኑም፣ እንዲገረዝ ግድ አላሉትም ነበር (ገላ. 2÷2፣ 6)፡፡ እንዲህ ባለው ጽናቱም ጳውሎስ የወንጌልን ዕውነት ለመጠበቅ ቻለ፡፡ በዚያ የነበሩ ሐዋርያት የጌታ ወንድም

55

ያዕቆብ፣ ጴጥሮስ እና ዮሐንስ የስብከተ-ወንጌል አገልግሎቱን ትክክለኛ ስለ መሆኑ ማረጋገጫ ሰጡ፡፡

2) ጳውሎስ ከሲላስ ጋር በመሆን ወደ ሁለተኛው የወንጌል ማዳረስ አገልግሎት ጉዞው ገባ (52 ዓ.ም)፡፡ አብያተ ክርስቲያናትንም እያጸና በሶሪያ እና በሲሲሊያ በኩል ተጓዘ (የሐዋ. 15÷41)፤ ከዚያም ደግሞ በሊቃኦንያ በኩል አድርጎ ወደ ልስጥራ አመራ፡፡ በዚያም ከጢሞቴዎስ ጋር ኅብረትን ወይም አብሮ የመሥራትን ልማድ ፈጠረ፡፡

ጳውሎስ በዚህ ሥፍራ ላይ ጢሞቴዎስን ለተለየ ምክንያት ገረዘው፡፡ ይህ ግዝረት ለድነት እንደ ቅድመ ሁኔታ ሊወሰድ ይገባል በሚል ከተነሣው ውዝግብ ጋር በምንም መልኩ አይጎዳኝም፡፡ ነገር ግን አገልግሎቱ በአይሁድ መካከል ቅር መሰኘትን እንዳያስከትል በማሰብ ያደረገው ነበር (የሐዋ. 16÷31)፡፡

በተጨማሪም እርሱ ወደ ፍርግያ እና ገላትያ ተጓዘ (16÷16)፤ በፍርግያም በሰውነቱ ድካም ምክንያት በዚያ ሊቆይ ግድ ሆነ፤ አጋጣሚውንም አብያተ ክርስቲያናትን መትከያ አድርጎ ተጠቀመበት (የሐዋ. 4÷13)፡፡

ወደ ጢሮአዳ በደረሰ ጊዜ አንድ የመቄዶንያ ሰው በምሽት ዕርዳን እያለ ጥሪ ያቀረበበትን ራእይ ተቀበለ (የሐዋ. 16÷8)፡፡ ይህንን ጥሪ በመቀበል የአውሮጳን ዐፈር ለመጀመሪያ ጊዜ ረገጠ፤ እናም ክርስትና ለመጀመሪያ ጊዜ በቋሚነት ለመኖር የሚችልበትን ሥር የመሠረተበትን ዕድል ለማግኘት ቻለ፡፡

በመቄዶንያ እያለ በፊልጵስዩስ በተሰሎንቄ እና በቤርያ አብያተ ክርስቲያናትን መሠረተ (የሐዋ. 16÷12፤ 17÷1፤ 17÷10)፤ ከዚያም በተደጋጋሚ በገጠማቸው ስደት በመገፋት (1ኛ ተሰ. 2÷1፤ ሮሜ 1÷6) ሲላስ እና ጢሞቴዎስን በቤርያ ትተው (የሐዋ. 17÷14) ለክርስቶስ የሚሆን ፍሬን ከአቴና አስገኙ፡፡ ይህ ሥራ በከፊል በጥልቀት፣ በከፊል ደግሞ በፌዝ ከፈላስፎች ጋር ፊት ለፊት ለመጋጠም የቻለበት ሥፍራ ነው (የሐዋ. 17÷16)፡፡

በቤርያ ትቶት ከነበረው ከጢሞቴዎስ ጋር እንደ ገና በተሰሎንቄ የተገናኙ ቢሆኑም፣ በዚያ ቤተ ክርስቲያን ለመትከል አልቻለም ነበር (1ኛ ተሰ. 3÷1)፡፡ ረጅም ጊዜ መቆየት የቻለውና ይበልጥም ፍሬያማ የነበረው በቆሮንቶስ ነበር፡፡ ይህም አቴናን ትቶ የሄደበት ሥፍራነበር (የሐዋ. 18÷1)፡፡ በዚያም ሲላስ እና ጢሞቴዎስ እርሱን በፍጥነት ተቀላቀሉት

(1ኛ ቆሮ. 3፥6፣ 10፤ 4፥15፤ 9፥1)። ደግሞም አንድ ዓመት ከስድስት ወራት በላይ ለሆነ ጊዜ፣ የዓለምን ጥበብ የተሰቀለውን ክርስቶስን በመስበክ አሸነፈው (1ኛ ቆሮ. 2፥1)። ሲላስ እና ጢሞቴዎስ ከአቴና ከእርሱ ጋር ከተቀላቀሉ በኋላ በዚያ ቤተ ክርስቲያንን ዐቋቋመ። ይህችን ቤተ ክርስቲያን አጵሎስ በቃለ-እግዚአብሔር ያስተምርም ሆነ ያሳድግ ነበር፤ በዚህ ጊዜ ከመቄዶንያ ዕርዳታን ይቀበል ነበር (2ኛ ቆሮ. 11፥9)። ይህም ደግሞ በብዙ አጋጣሚዎች ከፊልጵስዩስ ሰዎች ይቀበለው እንደ ነበረው ያለው ዐይነቱ ድጋፍ ነው (ፊልጵ. 4፥5)።

እዚህ ሥፍራ ላይ ሳለም ከእርሱ ጋር አብሮ ድንኳን ሰፊ ከሆነው ከአቂላ ጋር ግንኙነትን በቆሮንቶስ ጀመረ። እርሱም እንደ ሮማዊ ስደተኛነቱ ከሚስቱ ከጵርጵቅላ ጋር ወደ ቆሮንቶስ ተጓዘ። በሮም ባለችው ቤተ ክርስቲያንም ላይ አዎንታዊ ተጽዕኖውን ለማሳደር ችሏል (ሮሜ 16፥3)። በቆሮንቶስ ሳለም የመጀመሪያውን አስተምህሮአዊ የሆነውን መልእክቱን ለተሰሎንቄ ሰዎች ጻፈ። ቆሮንቶስም የሁለተኛው ሚሲዮናዊ ወይም የወንጌል ማዳረስ ጉዞው መነሻ ሥፍራ ነበረች።

ከዚያም በዓሉን ለመታደም ወደ ኢየሩሳሌም ሄደ፤ ይሁንና በዚያ ብዙ አልቆየም (የሐዋ. 18፥23)። ሐዋርያው የነበረው ቅንዓቱ በድጋሚ አንድ ጊዜ የወንጌል መልእክተኝነት ጉዞ ለማድረግ እንዲወጣ አስገደደው።

3) በገላትያ እና ፍርግያ አድርጎ አብያተ ክርስቲያናትን እያጸና ከከተማ ወደ ከተማ ሦስተኛውን የወንጌል መልእክተኝነት (የሚሲዮናዊነት ጉዞ) አደረገ (የሐዋ. 18፥23)፤ ደግሞም ከሦስት ዓመታት ለማያንሡ ጊዜያት ወደ ትንሽዋ እስያ ሩቅ ሥፍራ ላይ እስካለችው እስከ ኤፌሶን ድረስ አደረገ (56-58 ዓ.ም)።

ምንም እንኳ በበርካታ ፈተናዎችና ስደቶች ውስጥ ቢያልፍም (የሐዋ. 20፥19፤ 1ኛ ቆሮ. 15፥32፤ ከ2ኛ ቆሮ. 1፥8 ጋር አመሳክሩ)፣ ልዩ በሆነ ኃይልና ግለት፣ እንዲሁም በታላቅ ስኬት አገልግሎቱን ሰጠ (የሐዋ. 19፥1-20፥1)።

ይህ የሐዋርያው ጉዞ ከኤፌሶን ቤተ ክርስቲያን ይልቅ ለሌሎች አብያተ ክርስቲያናት ከፍ ባለ መጠን አስፈላጊ ነው፤ ምክንያቱም እርሱ በዚህ ጉዞው ወደ ቆሮንቶስ ብቻ የሄደ አልነበረም፤ (እርስዋን ማለትም የቆሮንቶስ ቤተ ክርስቲያንን) ለሁለተኛ ጊዜ ነው እየጎበኛት ያለው (see on 2 Cor. introd. § 2)።

ነገር ግን በጉዞው በስተመጨረሻ ላይ አንደኛ ቆሮንቶስ በሚል የምናውቀውን መልእክት የጻፈበት ጊዜ ነው፡፡ ይህንንም ተከትሎ ይህንን መጽሐፍ ከመጻፉ በፊት ወደ ቆሮንቶስ ልኮት የነበረው ከጢሞቴዎስ በዚያ መልእክቱ ያሳደረውን መደመም ተቀብሏል፡፡ ይህንን የመደመም አድናቆት ከጽሑፉ በኋላ ወደ ቆሮንቶስ ልኮት ከነበረው ከቲቶም ጭመር እንዲሁ አግኝቶታል፡፡

ለገላትያ ሰዎች የጻፈው መልእክት በኤፌሶንም ጭምር ምንጩን ያገኘ ነው፡፡ በውስጡ ባለ ወደ ሩቅ ምሥራቅ የመሄድ ትልም ምክንያት ሥራዎቹን ወደ ሌሎች ማስተላለፉ ግድ ብሏል፡፡ በዚህም ደግሞ ከተማዪቱን ለቅቆ ለመሄድ ተገድዷል፡፡ ነገር ግን ይህንን ከማድረጉ በፊት በመቄዶንያ እና አካይያ ያሉ ወደ ክርስትና የመጡትን አዳዲስ ሰዎች በድጋሚ መጎብኘት እና ማበረታታት ይፈልጋል (የሐዋ. 19÷21፤ 20÷2)፡፡ ለተጨማሪ አንድ ጊዜም ወደ ኢየሩሳሌም ለመሄድ ፈልጓል (የሐዋ. 19÷24)፡፡

በዚህም መሠረት አንጥረኛው ድሜጥሮስ እርሱን በመቃወም ዐድማ ካስነሣበት በኋላ (የሐዋ. 19÷24)፣ በጢሮስ መንገድም ይሁን (2ኛ ቆሮ. 2÷12) ወይም በሌላ መንገድ ከዚያ በኋላ ከጢሞቴዎስ በተጨማሪ ቲቶም ራሱ ቆሮንቶስ ላይ ከእርሱ ጋር ተቀላቅሏል፤ የሁለተኛ ቆሮንቶስ መልእክቱንም ጻፈ፡፡ ከዚያም በአካይያ ለሦስት ዓመታት ተቀመጠ (የሐዋ. 203)፡፡ በዚህም ከቆርንቶስ በመጣ ጥያቄ መሠረት እነርሱን ለሦስተኛ ጊዜ ጎበኛቸው (2ኛ ቆሮ. 12÷14፤ 13÷1)፡፡

ይህም ደግሞ የሮሜ መልእክት የሚጻፍበትን ዕድል ፈጠረ፡፡ ጳውሎስ በእርግጥም ሊደክምበት የሚገባው ጥሪው የሚሻቸው ተግባራት ሁሉ እንደ ተፈጸሙ ይቆጥራል፤ ደግሞም ይህንን ጥሪውን እና አገልግሎቱን ለመጭው ትውልድ ማስተላለፍ ይፈልጋል (2ኛ ቆሮ. 10÷15)፡፡ ከኢየሩሳሌም ጀምሮ እስከ ኢሊሪያ ድረስ ወንጌልን ሰብኳል (ሮሜ 15÷19፣ 23)፡፡

ከመቄዶንያ እና ከግሪክ የተሰበሰበውን መዋጮ በመልእክተኛነት ለማድረስ በሮም በኩል አድርጎ ወደ ስፔን በሚያደርገው ጉዞው ወቅት ዕግረ-መንገዱን ወደ ኢየሩሳሌም ጎራ ለማለት ፈልጓል (ሮሜ 12÷23)፡፡ ነገር ግን ሁልጊዜም ቢሆን ከእርሱ ጋር ያለውና የማይለየው መንፈስ በይሁዳ እስራት፣ መከራና ችግር እንደሚገጥመው የሚያሰማውን ድምፅ ማምለጥ አልቻለም (ሮሜ 15÷30)፡፡

የሐዋርያው የወንጌል ማዳረስ ጉዞው በስተመጨረሻ ባደረገው የአካይያ ጉዞ አብቅቷል፤ አሁን ወደ ኢየሩሳሌም የሚመለስበትን ጉዞ እያደረገ ነው፡፡ በዚህ ውጤትነትም የዓለም ዋነኛ ከተማ (ከወንጌል ማዳረስ አንጻር) የድካሙና የመከራው ትዕይንት መደምደሚያ ልትሆን ነው፡፡ አይሁድ ከአካይያ ወደ ሶሪያ በመርከብ በግዞት ሊወስዱት ማሤራቸው ከጉዞው ለመደናቀፉ ምክንያት ሆነ፡፡

እናም በድጋሚ አንድ ጊዜ ወደ መቄዶንያ ተመለሰ፤ ከዚያም ከፋሲካ በዓል በኋላ አብረውት ይጓዙ የነበሩ ሰዎች እርሱን ይጠብቁት ወደ ነበረበት ሥፍራ ወደ ጢሮስ ከፊልጵስዩስ ተሻገረ (የሐዋ. 20÷3-6)፡፡

ከዚያም እርሱ ወደ ሚሊጢን መጣ፡፡ በዚያም የኤፌሶን ቤተ ክርስቲያን ሽማግሌዎችን ጠርቶ በጋለ ፍቅርና ጠሊቅ በሆነ ኀዘን ተሰናበታቸው (የሐዋ. 20÷17 ጀምሮ)፡፡ ምክንያቱም በመንፈስ እስራትና መከራ ከፊቱ እንደሚቆይ በሙላት ተረድቶ ስለ ነበረ ነው (የሐዋ. 20÷23)፡፡ በእርግጥም በጢሮስ ሳለ ክርስቲያኖች ወደ ኢየሩሳሌም እንዳይሄድ አስጠንቅቀውታል (የሐዋ. 21÷4)፡፡

በቅርቡም የሚታሰር ስለ መሆኑ ነቢዩ አጋቦስ በቂሣርያ በግልጽ አመልክቷል (የሐዋ. 21÷10)፡፡ ደግሞም የገዛ ወዳጆቹ /ጓደኞቹ/ እንኳ ወደ ኋላ እንዲመለስ መፈለጋቸውን በዕንባ አሳይተዋል፤ ነገር ግን በስተመጨረሻው በቊርጠኝነት ባደረገው ውሳኔው ምንም ነገር ሊያነቃንቀው አልቻለም፡፡ ይህም በየሥፍራው የሚሰማው የመንፈስ ቅዱስ ድምፅ ስለሆነ እርሱ በእርግጥም ወደዚያ ሊያመራ ይገባው ነበር (የሐዋ. 20÷20)፡፡

ጀግንነት በተሞላበት ራስ መካድ ወደዚያው አመራ (59 ዓ.ም)፤ ደግሞ ራሱን ለመለኮታዊ ዓላማ አሳልፎ ሰጠ፡፡ ይህም ደግሞ ቀደም ሲል ጌታ ራሱ ያደረገው ነገር ነበር፡፡ እርሱም የመጨረሻ ጉዞውን ያደረገው የአይሁድ ዋና ከተማ ወደሆነችው ወደ ኢየሩሳሌም ነበር፡፡ እዚያም እንደ ደረሰ በዓለ ኀምሳ ከመድረሱ ከጥቂት ጊዜያት በፊት ስለ ይሁዳውያን ሲባል የናዝራውያንን መሐላ እንዲፈጽም፡- የመንጻትን ሥነ ሥርዓት እንዲያከናውን (የሐዋ. 21÷17) በያዕቆብ እና በሽማግሌዎች ተነገረው፡፡

ወደዚያም የመጣው የተሰበሰበውን ስጦታ ለመስጠት ብቻ ሳይሆን በዓሉንም ለማክበር ጭምር ነበር፡፡ ነገር ግን ገና የመንጻቱን ተግባር እያከናወነ ሳለ አይሁድ በእርሱ ላይ

ተነሡ፤ እርሱንም የሕጉና የመቅደሱ ጠላት አድርገው ከሰሱት፡፡ አሕዛብን ወደ ቅዱሱ ቤተ መቅደስ አስገብቷል፤ ደግሞም ሊገድሉት ተነሡ፡፡

የአንጾኪያ ገዥ በወታደራዊ ኃይል አማካይነት ከዕጃቸው ባያድነው ኖሮ ይገድሉት ነበር (የሐዋ. 21÷28-34)፡፡ በሕዝቡ ፊትም በከንቱ ራሱን ለመከላከል ሞከረ (የሐዋ. 22)፤ ደግሞም በቀጣዩ ቀን በሸንጎው /ሳንሄድሪን/ ፊት ራሱን ለመከላከል ሞከረ (የሐዋ. 23÷1-16)፡፡ ነገር ግን እርሱን እስኪገድሉ ድረስ ምግብ ላለመብለት በተማማሉ አይሁድ ሤራ ተደረገበት (የሐዋ. 23÷11-22)፡፡ ይሁን እንጂ፣ የከተማዪቱ አስተዳዳሪ ይህንን ባወቀ ጊዜ ወዲያውኑ በቂሣሪያ ወዳለው ወደ ገዥው ፊልክስ ላከው (የሐዋ. 23÷23-35)፡፡

ምንም እንኳ ጳውሎስ ማለፊያ በሆነ መልኩ ራሱን የተከላከለ ቢሆንም፣ ፊልክስ ከእርሱ ገንዘብ ለማግኘት ተስፋ አድርጎ ለሁለት ዓመታት በእስር ላይ እንዲቆይ አደረገው፡፡ ከእርሱ በኋላም ተተኪው በሆነው በፊስጦስ ዘንድ አይሁድ በድጋሚ ክሳቸው በጳውሎስ ላይ አድሰው ቀረቡ (በክረምት፣ 61 ዓ.ም፣ የሐዋ. 24)፡፡ ጳውሎስም ከክሱ ነፃ መሆኑን በመናገር ራሱን ተከላከለ፤ ነገር ግን የሚገባውን ፍትሕ አላገኘም፤ እናም ራሱን ለንጉሠ ነገሥቱ ይግባኝ ባቀረበበት ሁኔታ ላይ አገኘው (የሐዋ. 25÷1-12)፡፡

ይሁን እንጂ፣ እንደሚፈታ ተስፋ እያደረገ ሳለ ከመሞቱ በፊት በቂሣሪያ የኤፌሶን፣ የቈላስይስ፣ እና የፊልጵስዩስ መልእክትን ጻፈ (እነዚህ ሥፍራዎች በሮም ቅኝ ግዛት ሥር የሚተዳደሩ ናቸው (see on Eph. introd. § 2)፡፡ የቀረበው ይግባኝም አንድ ዐይነት መልስን አላስገኘለትም፡፡ ለንጉሥ አግሪጳም ሆነ ለእኅቱ ይግባኙን ካቀረበ በኋላ (የሐዋ. 25÷13 ጀምሮ)፣ በስተመጨረሻ ወደ ሮም እንዲተላለፍ ተደረገ፡፡

በፀደይ ወቅት በጕዞ ላይ ሳሉ ሉቃስ እና አሪስጦቅራጢስ እርሱን ዐጅበውት ነበር፡፡ ሐዋርያው ጥበብ የሞላበትን ምክር የሰጠበት ሁኔታ ቸል ከተባለ በኋላ በዐደጋ ላይ ዐደጋ ተደራርቦ አገኛቸው (የሐዋ. 27÷30-37)፡፡ ከዚያ በኋላ እርሱ የሰጠውን ምክር ተግባራዊ ካደረጉ በኋላ እርሱም ሆነ የመርከቡ ሠራተኞች ብሎም ተሳፋሪዎች፣ እስረኞችና አጃቢዎቻቸው ሁሉ በሰላም ከባሕር ወደ ምድር ለመውረድ ቻሉ፡፡

በቀጣዩ የበልግ ወቅት - ነፃ ሆኖ ወንጌል በሚሰብክበት መልኩ በጉጉት እና በስስት ሊያያት መልኩም ባይሆን (ሮሜ 1÷10)፣ ሮምን ተመለከታት፡፡ ይህም ሆኖ በዚያ በደስታ

የሚያጣጥመውን ድጋፍ አገኘ፡፡ በራሱ በተከራየው ቤት እንዲኖርም ሆነ ወደ እርሱ ከሚመጡ ሰዎች ጋር በእምነት ጉዳይ ላይ እንዲነጋገር ፈቃድን አገኘ፡፡

ይህም ደግሞ ለሁለት ዓመታት የዘለቀ መልካም ዕድል ነው (ከፀደይ 62 ዓ.ም ጀምሮ ማለት ነው)፡፡ ደግሞም በዚህ በስተመጨረሻው ጊዜ የእግዚአብሔር መንግሥትን የሚሰብክበት ተግባሩ ተገታ (የሐዋ. 28÷30-31፤ ፊልጵ. 1÷18 ጀምሮ)፡፡

በዚህ ጊዜ የፊልጵስዩስ መልእክት ለመጻፍ ተቻለ፡፡ በዚህም ጳውሎስ እየተቀበለው ያለውን መከራ፣ የተቀበለውን ፍቅር እና የሚጠባበቀው ተስፋ ገለጸበት፡፡ ይህ የፍቅር ደብዳቤ የእርሱ ማለፊያ የሆነ ዝማሬ ተብሎ ሊጠራ ይችላል፡፡ በቀጣይነት የታሰረባቸው ሁለት ዓመታት ያስከተሉት ተጨማሪ የታሪኩ ሂደት ዐይታወቅም፡፡

ምክንያቱም እንዚህን ጊዜያት በተመለከተ ሉቃስ ያሰፈረም ምንም ዐይነት ዘገባ የለም፡፡ ነገር ግን ይህን በማናገኝበት ሁኔታ እምነት የሚጣልባቸው የቤተ ክርስቲያን ታሪክ ጸሐፊያን ምስክርነት ጴጥሮስ በስቅላት ተሰቃይቶ እንዲሞት በተደረገበት ጊዜና ተመሳሳይ በሆነ ሥፍራ ላይ ጳውሎስ ሰማዕታዊ ሞትን በሮም ከኔሮ ዕጅ እንደ ተቀበለ ይናገራል፡፡ (See the testimonies in Credner, Einl. I. p. 318 ff.; Kunze, praecip. Patrum testim., quae ad mort. P. spect., Gott. 1848; and generally Baur, Paulus, I. p. 243 ff. ed. 2; Wieseler, p. 547 ff.; Otto, Pastoralbr. p. 149 ff.; from the Catholic point of view, Döllinger, Christenth. und Kirche, p. 79 ff. ed. 2.)

ይሁን እንጂ፣ እዚህ ላይ አንድ ጥያቄ ይነሣል፡፡ ይህም ይህ ሰማዕትነት (በሰይፍ መቀላት) በዚያ ዘመን የነበረ የመከራ መቀበል ጉዳይ ነው? (Petavius, Lardner, Schmidt, Eichhorn, Heinrichs, Wolf, de altera Pauli captivit. Lips. 1819, 1821, Schrader, Hemsen, Köllner, Winer, Fritzsche, Baur, Schenkel, de Wette, Matthies, Wieseler, Schaff, Ebrard, Thiersch, Reuss, Holtzmann, Judenth. u. Christenth. p. 549 f., Hausrath, Hilgenfeld, Otto, Volckmar, Krenkel, and others, including Rudow, Diss. de argumentis historic., quibus epistolar. pastoral. origo Paul. impugnata est, Gott. 1852, p. 6 ff.), ወይስ ከዩሴቢየስ (ሮሜ 2÷2) ጀምሮ በብዙዎቹ ዘመናውያን ጸሐፊዎች እንደሚገመተው ሁለተኛው የሮማ ምርኮኝነት ነው? የሚል ነው፡፡ እነዚህ ዘመናውያን ጸሐፊዎችም

የሚከተሉት ናቸው፡፡ Michaelis, Pearson, Hänlein, Bertholdt, Hug, Heidenreich, Pastoralbr. II. p. 6 ff., Mynster, kl. theol. Schr. p. 291 f., Guericke, Böhl, Abfassungsz. d. Br. an Timoth. u. Tit., Berl. 1829, p. 91 ff., Köhler, Wurm, Schott, Neander, Olshausen, Kling, Credner, Neudecker, Wiesinger, Baumgarten, Lange, apost. Zeitalt. II. i. p. 386 ff., Bleek, Döllinger, Sepp, Gams, d. Jahr d. Märtyrertodes d. Ap. Petr. u. Paul. 1867, Ewald, Huther and others. Since the testimony of Eusebius, l.c, which is quite of a general character,

2. በሮም ያለች ክርስቲያናዊት ቤተ ክርስቲያን

ሐዋርያው ጳውሎስ የሮሜን መልእክት በሚጽፍበት ጊዜ የሮም ቤተ ክርስቲያን ከግምት ሊገባ ለሚችል ጊዜ ተመሥርታ ትኖር እንደ ነበር በሮሜ 1÷8-13 እና 13÷11፣ 14 ግልጽ ተደርጓል፡፡ እናም ደግሞ ቀድሞውኑ ከነበሩ አብያተ ክርስቲያናት ጋር በመጣመር የሚሰበሰበባት መሆኑ በሮሜ 12÷5 ግልጽ ነው፡፡ ይህም ደግሞ አነስ ባለ መጠን ከሮሜ 16÷5 የምናረጋግጠው ነገር ነው፡፡

በተለይም ለቤተ ክርስቲያን መዋቅር የሽማግሌዎች መኖር አስፈላጊ ነገር ነው (የሐዋ. 14÷23)፤ ይህም ደግሞ ዐቢይ የሆነ ጉዳይ ተደርጎ ይቈጠራል፡፡ በሐዋርያት ሥራ መጽሐፍ ውስጥ ሐዋርያት የቤተ ክርስቲያን መኖርን አስቀድመው ያመለክታሉ (የሐዋ. 28÷15)፡፡ አንዳንዶቹ በጣም የሚታወቁ በመሆናቸው ጸሐፊው የሕይወት ታሪካቸውን ተከትሏል፡፡ ጸሐፊው የቤተ ክርስቲያኒቱን አጀማመርም ሆነ ጉልበትዋን በየትኛውም ጊዜ ሲተርከው አንመለከትም፡፡

ስለዚህም የሮሜ ቤተ ክርስቲያን ምሥረታ አጀማመር ሊታወቅና እንዲህ ነበር ሊባል አይችልም፡፡ በኢየሱስ የሕይወት ዘመን ወቅት እንኳ በእርሱ ላይ ያለ እምነት በብዙዎች ዘንድ ሥር የሰደደበት ሁኔታ መኖሩ ሊታመን የማይችል ነገር አይደለም፡፡ ይህም ደግሞ በግለ ሰብ ደረጃ ሲሆን፣ በሮሜ ባሉ አይሁድ መካከል የሆነ ነገር ነው (comp Clem. Recogn. i. 6)፡

በኢየሩሳሌም የሚካሄደውን በዓል ለማክበር ከመላው ዓለም ከተሰባሰቡት ሰዎች መካከል ሮማውያንም እንደዚሁ በዚያ ተገኝተዋል (የሐዋ. 2÷10)፡፡ እነዚህም ከግምት

ሊገባ በሚችል ቍጥር የመጡ ናቸው፡፡ ምክንያቱም ከፖምፔይ ዘመን ጀምሮ አይሁድ በብዙ ቍጥር በዚያ ይኖሩ ነበርና፡፡ ይህም ደግሞ ከተለመደው የተለየ ነገር ነበር (see Philo, leg. ad Caj. 11. p. 568; Dio Cass. xxxvi. 6; Joseph. Antt. xvii. 11, 1)፡፡ በቀጥታ ከጳለስጢና ወደ ኢየሩሳሌም መጥተው የተገኙ (prisoners of war, see Philo, l.c)፣ አይሁዳውያንም ጭምር በዚያ የነበሩ ሲሆኑ፣ ብዙዎቹ የነፃት ታጋዮች ነበሩ፡፡ አንዳንዶቹ ደግሞ ባለ ጠጎች እንኳ ነበሩ፡፡ ከሮሜ ወደ ኢየሩሳሌም የሄዱ ግለሰባዊ የከብረ-በዓሉ ታዳሚዎች በኢየሩሳሌም በተመለከቱዋቸው በኢየሱስ ቃሎች እና ሥራዎች ተማርከዋል፡፡

እናም ወደ መኖሪያቸው ወደ ሮም ተመልሰው ሲሄዱ ለእምነት የሚሆነውን የጅማሮ ዘር በዕጆቻቸው ይዘው ነበር፡፡

ይህ አመለካከት ሊቃወሙት የሚችሉት ዐይነቱ አይደለም (ልክ በሪቼ እንደ ሆነው)፡፡ ክርስትና ከበዓለ-ኀምሳው ተአምር በፊት ከጳለስጢና ክልል ወጥቶ አልተሰራጨም፡፡ ምክንያቱም በማቴዎስ 10 ላይ ገሃዳዊ የሆነው የሐዋርያት አገልግሎት ተጠቅሷል፡፡ ደግሞም በሐዋ. 8፥1 ላይ እነዚህ ከየሥፍራው ወደ ኢየሩሳሌም የመጡ ሰዎች ተጠቅሰዋልና፡፡

እነዚህ ሁለቱ ሌላ ቀጣይ ዘመን እስኪመጣ ድረስ በሌላው ምድር ተግባራቸውን አንዳቸው ሌላውን ቀድመው ካላከናወኑ በስተቀር፣ ይህ ነገር ግለሰብ የሆኑ ሰዎች እንዳይለወጡ በምንም መልኩ አይከለክልም፡፡ እነዚህ የውጭ አገር ሰዎች በከፊል አይሁዳውያን፣ በከፊል ደግሞ ወደ ይሁዲነት የገቡና በኢየሩሳሌም አማኞች የሆኑ ናቸው፡፡

በበዓለ ኀምሳ ቀን ከተለወጡት እና ክርስቲያን ከሆኑት አማኞች መካከል ሮማውያን ነበሩበት (የሐዋ. 2፥10)፡፡ እነርሱን በዚህ ውስጥ እንዳይካተቱ ማድረግ ኢፍትሐዊነት ያለው ነገር ነው ወይም ውዝግብን የሚያስነሣ ነገር ይሆናል፡፡ የእነርሱ መኖርም ሆነ በዚያ በመሆን ከተገኘው ነገርም መካፈላቸው በግልጽ ተገልጿል፡፡

በስተመጨረሻም እስጢፋኖስን በድንጋይ እንዲወገር በማድረግ የተነሣው ስደት አንዳንድ በጳለስጢና የነበሩ ክርስቲያኖችን ራቅ ባሉ ሥፍራዎች ላይ ወደሚገኙ የዓለም ዋና ዋና ከተሞች፣ ማለትም ሃይማኖታዊ መቻቻል ያለባቸው በመሆናቸው

ወደሚታወቁ፣ በእርግጥም ደግሞ ኦርየንታል የሆነ የአምልኮ ክንዋኔ ወዳላቸው ከተሞች እንዲሄዱ ሳያደርጋቸው አልቀረም፡፡ (Athenaeus, Deipnos. l. p. 20 B.,....)፡፡

ይህም ደግሞ እንዲህ ያለው በስደቱ በኩል የሆነ መበተን በሰማርያ እና በይሁዳ ብቻ የተገደበ እንዳልሆነ፣ (እዚህ ላይ በሪቼ እና በኮህለር የቀረበ ተቃውሞ አለ) ከሐዋ. 11፥19 ማረጋገጥ ይቻላል፡፡ በዚህም ሥፍራ ላይ ስደተኞች እስከ ፎኒሺያ እና ቆጵሮስ ድረስ መጓዛቸው ተጠቅሷል፡፡

ምናልባትም አንዳንዶች መንገዳቸውን ወደ ሮም አድርገው ሊሆን ይቻላል፡፡ ደግሞም በሮም የአገራቸውን ሰዎች ፈልገው አግኝተው ይሆናል፡፡ በእነዚህ ሥፍራዎች የባሕር ትራንስፖርት ጉዞ እና በጣሊያን መካከል መስተጋብር እንዲኖር አስችሏል፡፡ ይህም ደግሞ በጳለስጢና ያለውን አዲስ ቅንዓታዊ መነሣሣት በተመለከተ ዕንግዳ ለሆኑቱ በዚያ በሮም ይኖሩ ለነበሩ ሰዎች ምንነቱን አስመልክቶ ስደተኞቹ ለአገራቸው ሰዎች የሚነግሩበትን ዕድል ሰጥቷቸዋል፡፡

ነገር ግን ምንም እንኳ በሮም ያሉ አይሁድ ከእስያ፣ ከግብፅና ከግሪክ፣ በተለይም ደግሞ ከጳለስጢናውያን ጋር ካለ መስተጋብር ውጤትነት የተነሣም ቢሆን፣ (Gieseler, Kirchengesch. l. § 17) ብዙዎች ክርስቲያኖች ሮምን ጎብኝተው ሊሆን ይችላል፡፡ ደግሞም በሮም ያሉ ብዙዎቹ አይሁዳውያን ክርስቲያኖች ሆነው ይሆናል፡፡ ቀደም ሲል የተጠቀሱት ተጽዕኖዎች በሮም ውስጥ ክርስቲያናዊ የሆነ ማኅበረምእመናን ሊመሠርቱ አይችሉም፡፡

በእርግጥም ግለሰብ የሆኑ ክርስቲያኖች በዚያ ነበሩ፤ ምናልባትም ክርስቲያናዊ ኅብረት በዚያ በእርግጠኝነት ሊኖር ይችላል፡፡ ዳሩ ግን የተዋቀረ ቤተ ክርስቲያን አይኖርም፡፡ እንደዚህ ያለውን ቤተ ክርስቲያን ለመትከል አብያተ ክርስቲያናት የተመሠረቱባቸውን ገጠመኞች ስንመለከት ይህ በከፊል የመምህራን ተግባር ሲሆን፣ እነርሱም ቢሆኑ በቀጥታም ሆነ በተዘዋዋሪ መንገድ ከሐዋርያዊ ሥልጣን ጋር የተጎዳኙ ናቸው፡፡

የሮሜ ቤተ ክርስቲያን ማኅበረምእመናናዊ ሕይወትን በተመለከተ በእርግጥም መሥራቹ ማን ነው? የሚለው ዐይታወቅም፡፡ የካቶሊክ ቤተ ክርስቲያን የዚህች የሮሜ ቤተ ክርስቲያን መሥራች ጴጥሮስ ነው ትላለች፡፡

ሐዋርያው ጴጥሮስ ንጉሠ-ነገሥት ቀላውዲዮስ በነገሠ በሁለተኛው ዓመት ወይም ከዚያ በኋላ ባለ በማንኛውም ጊዜ ጠንቋዩ ስምኦንን ለማሸነፍ መጥቷል፤ ደግሞም በዚያ ለሃያ አምስት ዓመታት ተቀምጧል (according to Gams, A.D. 41) በማለት ቀስ በቀስ በጊዜ ሂደት እየጎለበት የሄደው ሐዋርያዊ መተካካት እንዴት እንደ መጣ ቤተ ክርስቲያኒቱ ለማሳየት ትሞክራለች፡፡ ደግሞም ጴጥሮስ እስከ ዕለተ ሞቱ ድረስ በዚያ የመጀመሪያው ጳጳስ በመሆን እንዳገለገለ ቤተ ክርስቲያኒቱ ታምናለች፡፡ (Gams: twenty-four years and an indefinite number of days), till his death, as its first bishop. See Eusebius, Chron. (in Mai's Script, vet. nov. coll. VIII. p. 376, 378); and Jerome, de vir. ill. 1.)

ነገር ግን በ44 ዓ.ም እና በኢየሩሳሌሙ ጉባኤ በተካሄደበት ጊዜ በኢየሩሳሌም ነዋሪ መሆኑ ከሐዋ. 12÷4፤ 15÷7 እና ገላ 2÷1 ጀምሮ ግልጽ ነው፡፡ ወደ ሮም ተጓዘ የሚለው ከሐዋ. 12÷7 ተጠቃሽ ሊሆን አይችልም፡፡ ከዚህ በመቀጠልም ጳውሎስ በኤፌሶን ይኖር በነበረበት ጊዜ ሐዋርያው ጴጥሮስ በሮም እያገለገለ አልነበረም፡፡ ምክንያቱም ሐዋርያው ጳውሎስ ሌላው በሚደክምበት የወንጌል እርሻ ላይ እርሱ የማይገባበትን መርኅ ተግባራዊ የሚያደርግ ነውና (ሮሜ 5÷20፤ ከ2ኛ ቆሮ. 10÷16 ጋር አመሳክሩ)፡፡

አንዱ በሌላው የወንጌል እርሻ ውስጥ አይገባም የሚለውን መርኅ መከተልን አስመልክቶ ከግምት ያስገባ (ሮሜ 15÷20፤ ከ2ኛ ቆሮ. 10÷16 ጋር አመሳክሩ)፤ ደግሞም ጳውሎስ የሮሜ መጽሐፍን በሚጽፍበት ጊዜ ጴጥሮስ በዚያ ይኖር ከነበረ፣ ከሌሎች ሁሉ በፊት ሰላምታ የሚቀርብለት ሰው እርሱ ይሆን ነበር፡፡

በምዕራፍ 16 ውስጥ ሰላምታ የቀረበላቸው በርካታ ሰዎች በዚያ ከነበሩ መምህራን ጋር ይተዋወቁ የነበሩ ሰዎች ናቸው፡፡ ስለ ጴጥሮስ የምናውቀው ነገር ቢኖር ወደ ሮም እንደ ደረሰ ወዲያው መሰቀሉን ብቻ ነው፡፡ ይህም ደግሞ በጥንታዊ እና ጠንካራ ምስክርነት ዕውቅና የተሰጠው ነገር ነው (Dionysius of Corinth, in Euseb. ii. 25; Caius, in Euseb. ii. 25; Origen, in Euseb. iii. 1; Irenaeus; Tertullian, etc.)

የሮሜ ቤተ ክርስቲያን በጴጥሮስ ተመሥርታለች የሚል የቤተ ክርስቲያን ትውፊት የሚናገር ቢሆንም፣ ይህ በእርግጥም አከራካሪነት ያለው ነገር ነው፡፡ እንደ ሁግ፣ ሄርብስት፣ ክሊ፣ ኤለንዶርፍ፣ ሜየር እና ስቲንግል ያሉ ካቶሊካውያን የነገረ መለኮት ዐዋቂዎች እንኳ ይህንን ጉዳይ በአወዛጋቢነቱ ነው የሚመለከቱት፡፡

እነዚህን ሰዎች ዊንድስችማን፣ ስቴንግላይን፣ ሬዝሜየር እና ሌሎች ከፉኛ ይቃወሙዋቸዋል፡፡ ይሁንና ይህ በባርቶሎደት፣ ሚነስተር እና ቴየርሽ እንደ ትክክል ተደርጎ የሚቈጠር ቢሆንም፣ በሌላ በኩል ደግሞ በሮም ክርስቲያናዊ የሆነች ቤተ ክርስቲያን ልትኖር የምትችለው ጳውሎስ ሮም ከደረሰ በኋላ ነው፡፡

ይህም ደግሞ እርሱ የወንጌል መልእክተኝነት አገልግሎቱን ወደ አውሮጳ ባስተላለፈበት ወቅት ነው፡፡ እርሱ በመጀመሪያ ወደ መቄዶንያ እና አካይያ በመጣ ጊዜ ቀድሞውኑ የተቋቋመ ማኅበረምእመናንን ስለ ማግኘቱ የሚያመለክት ምንም ነገር የለም፡፡

እንደ ዕውነቱ ከሆነ እርሱ ራሱ ወደ አውሮጳ ለማለፍ መለኮታዊ ምሪት ያስፈልገው ነበር (የሐዋ. 16፥9)፡፡ እንደዚሁም እስከ ኢጣሊያ ድረስ ሌላ የምሥራቹን ዜና ያሰማ ሰው ማግኘት አስቸጋሪ ነገር ነው፡፡ ነገር ግ ጳውሎስ በግሪክ በስደት ይተጋ በነበረበት ጊዜ፣ የእርሱ ተማሪዎች የወንጌልን ሥራ ወደ ምዕራቡ ክፍል ሊያስፋፉ የሚችሉበትን መነሣሣት ከእርሱ የሚያገኙ መሆናቸው ተፈጥሮአዊነት ያለው ነገር ነው፡፡ ይህም የአሕዛቡ ዓለም ዋና ከተማ ወደ ሆነችው ከተማ ወደ ሮም ወንጌልን የሚያደርሰበት መነሣሣት ነው፡፡

3. አጠቃላይ ነባራዊ ሁኔታውና የመልእክቱ ይዘት

ይህ መልእክት ከመጻፉ ከረጅም ጊዜ በፊት (Rom 15:23) ሐዋርያው በሮም በአካል ተገኝቶ ወንጌልን ለመስበክ የወሰነበት እና ለረጅም ጊዜ የተመኘበት ሁኔታ ነበር፡፡ በዚያች የዓለም ዋና ከተማ ውስጥ የክርስትና መስፋፋት በመላው የምዕራቡ ዓለም ላይ የሚያሳድረው ተጽዕኖ የግድ የላቀ ነው የሚሆነው፡፡

ደግሞም በዚያ ቤተ ክርስቲያን ከሐዋርያው ጳውሎስ ጋር ያላት ልዩ ግንኙነት የጳውሎስ ተማሪዎች በሆኑ መሥራቾችዋና አስተማሪዎችዋ፣ በጓደኞቹ እና ከእርሱ ጋር አብረው በሚሠሩ ሠራተኞች አማካይነት በኩል (ምዕራፍ 16) የተፈጸመ መሆኑ የእርሱን ጽኑ እና በፍቅር የተሞላ ፍላጎት በይገባኛል ዐይነት ስሜቱ በኩል ሲሻው እንመለከታለን፡፡

ጳውሎስ የሮሜ መልእክቱን የጻፈበት ምክንያት ቀድሞውኑ ወደ እነርሱ መጥቶ ሊያስተምራቸውም ሆነ ሲያስታውቃቸው የሚሻው በወንጌል ዙሪያ ሊያጠናክርላቸው

የሚገባ መንፈሳዊ መረዳትን በግልጽም ሆነ በጥልቀት ለእነርሱ ማስተላለፍ ስለ ፈለገ ነው፡፡

እንደ ዕውነቱ ከሆነ ይህንን ነገር በአካል ተገኝቶ ሊያስተምራቸው ጽኑ ፍላጎት ነበረው፤ ዳሩ ግን ዕድሉን አላገኘውም ነበር፡፡ ስለዚህም አሁን የወንገልን ምንንት በሙላት እንዲረዱ ለማድረግና ከዚህም የተነሣ በዚያ ያስቀመጣቸው ሰዎች ነፃ ሆነው ወደ ሌላ ሥፍራ ማምራት እንዲችሉ ጊዜ ወስዶ የሮሜ መልእክቱን ይጽፍላቸዋል፡፡

በመሠረቱ እዚህ ላይ ልብ ልንለው የሚገባው ነገር በጊዜው የተነሣውን የስሕተት ትምህርትም ለመቃወም (ለመዋጋት) ጭምር ሐዋርያው በጽሑፉ ሂደት ውስጥ ማሰቡን ነው፡፡ አይሁዳውያን ለሕጉ የሚቀኑ ክርስቲያኖችም እንኳ የአይሁድ ብሔራዊ ዕድሎች ከጥንት ጀምሮ ያጎናጸፉዋቸውን የበላይነት ለማንጸባረቅ ይሞክራሉ፡፡

ጳውሎስ ደግሞ ክርስትና ብሔራዊ ድንበርን እና የበላይነትን የተቆናጠጠ ዓለም አቀፍ ክስተት መሆኑን አስረግጦ ያምናል፡፡ ስለዚህም የአይሁድን ትውፊታዊና ታሪካዊ የበላይነት ወይም ቀዳሚነት ለማሳየትም ሆነ ለማስተዋወቅ ሲባል ክርስትናውን ሊበርዙ ከሚችሉ ከየትኞቹም ምድራዊና ሥጋዊ ነገሮች የክርስትና እምነት መጠበቅ እንዳለበት ሐዋርያው ጳውሎስ አበክሮ በማመን በእምነት በክርስቶስ ሥራ መዳን ይቻላል ከሚለው የወንጌል ዕውነት ውጭ ያለን ለድነት ይጠቅማል የሚባል የቱንም ዐይነት አስተሳሰብም ሆነ አመለካከት፣ እንዲሁም ልምምድ በመቃወም የክርስቶስን ወንጌል ንጽሕና ለመጠበቅ የመጨረሻውን ሳንቲም ይከፍላል፡፡

ሐዋርያው ጳውሎስ በሮሜ መልእክቱ ውስጥ ሳይሆን፣ በገላትያ መልእክቱም ውስጥ ቢሆን ያደረገው ይህንን ነው፡፡ ጳውሎስ መልእክቱን የጻፈበት ዓላማ በሚገባ የተበጀ ስልታዊ የሆነ ነገረ መለኮታዊ የሆነ ነገረ መለኮታዊ ትምህርት ለመስጠት አልነበረም (see, against this view, Köstlin in the Jahrb. f. Deutsche Theol. 1856, p. 68 ff.; Grau, Entwickelungsgesch. II. p. 114)፡፡ በተመሳሳይ መልኩም ለሮሜ ሰዎች ክርስቲያናዊ መታነጽ በማሰብ በቀዳሚነት መልእክቱን አልጻፈም (ሮሜ 1፥11፤ 16፥25)፡፡

ነገር ግን ዕውነተኛው የወንጌል ምንነትን የሮሜ ሰዎች ተረድተው ከአይሁድ አስተሳሰብ፣ ማለትም በእምነት ላይ ሕግን የመቀየጥ፣ ለመጥቀስም ያህል መገረዝን መጨመር ለድነት

ያስፈልጋል ከሚለው እንደ አሸን እዚህም እዚያ እየፈላ ከመጣው የስሕተት ትምህርት ራሳቸውን እንዲጠብቁም ጭምር መልእክቱን እንዳዘጋጀው ልንረዳ ይገባል፡፡

በእርግጥም የመልእክቱ ይዘትን በተመለከተ ከሰላምታውና ከመግቢያው ክፍል ባሻገር (ሮሜ 1፥1-15፣ ተጨማሪ ሁለት ዐበይት ክፍሎችን ይዞ እናገኘዋለን፡፡ የመጀመሪያው ክፍል ንድፈ-አሳባዊ ተብሎ የሚጠራ ሲሆን፣ ሁለተኛው ክፍል ደግሞ ምክር-ሰጭ በመባል ይታወቃል፡፡

ንድፈ-አሳባዊው (ከሮሜ 1፥1-11 - ሮሜ 11፥36) ባለው ክፍል ላይ ጭብጡን የመሠረተው በሮሜ 1፥16፣ 17 "ለአይሁድም ሆነ ለአሕዛብ በእግዚአብሔር የሚሆን ጽድቅ ከእምነት የሚመጣ ነው" - በሚለው ላይ ነው፡፡ ይህንም መላው የሰው ዘር ይፈልገዋል፡፡ ይህም የድነት ጽድቅ ሲሆን፣ አይሁድም ሆነ አሕዛብ ሊጸድቁበት የሚችሉበት በዚህ እምነትን መሠረቱ ባደረገው ጽድቅ ነው፡፡

ምክንያቱም አይሁድ ራሳቸው በገዛ ራሳቸው ሕግ ላይ በእግዚአብሔር ፊት በደለኞች ናቸው፡፡ ደግሞም ጽድቅን በሕግ በኩል ሊያገኙት አይችሉም (ሮሜ 1፥17 እስከ ሮሜ 3፥20)፡፡ ነገር ግን የጽድቅን ባሕርይ ስንመለከት በዕውነቱ በእምነት ብቻ የሚገለጥ ነው፡፡ ይህም ደግሞ አብርሃም በእምነት ከጸደቀበት ሁኔታ በግልጽ ልንመለከተው የምንችለው ነገር ነው (ሮሜ 3፥21፤ ሮሜ 4፥25)፡፡

አሁን ያለውን አስተምሕሮ መፈተሽ ለምን አስፈለገ?

በዚህ ዘመን እውነትን የሚገልጡ ሳይሆኑ የሰዎችን ጆሮ የሚያሳክኩ ትምሕርቶች በስፋት ተሰራጭተዋል። ትምሕርቶቹ አድማጭ ጥሩ ስሜት እንዲሰማውና ከጌታ ይልቅ ታዋቂ አስተማሪዎችን እያዩ እንዲሮጡ የሚያደርጉ ሆነዋል። እውነት ስሜትን ላይኮረኩር ይችላል ነገር ግን ሰሚውን በጠንካራ መሰረት ላይ ለዘላለም አጽንቶ ያቆመዋል። ስለዚህ ፍሬውን ከገለባው ለይተን እንድንይዝ የእግዚአብሔርን ቃል መስማት ያስፈልገናል። ቃሉ እንደሚለው "ምላስ መብልን እንደሚቀምስ ጆሮ ቃልን የሚለይ አይደለምን?"

ሕይወት የሌለው እውቀት አይጠቅምም

የእግዚአብሔርን ቃል ማጥናት ለሕይወት ለውጥ እና ለማደግ ተብሎ ካልሆነ ደረቅ የአእምሮ እውቀት ሆኖ ይቀራል። ይህ ዓይነቱ እውቀት መጽሐፍ ቅዱስ ውስጥ የተጠቀሱ ብዙ ርዕሰ ጉዳዮችን እያነሱ ከሰዎች ጋር ለመወያየት፣ ለማብራራት፣ እንዲሁም ለመከራከር ብቁ ያደርጋል። ከዚያ ባለፈ ግን ቃሉ በውስጡ የያዘውን ነፍስን የሚያድንና የሚባርክ ኃይል ለማግኘት አይጠቅምም። ያላመኑ ሰዎች መካከልም በዚህ ዓይነቱ የአእምሮ የመጽሐፍ ቅዱስ እውቀት የተካኑ ግለሰቦች አሉ። በአንዳንድ የመጽሐፍ ቅዱስ ትምሕርት ቤቶች ውስጥ እንዲህ አይነቶቹ ሰዎች የመጽሐፍ ቅዱስ አስተማሪ ሆነው ሊያገለግሉም ይችላሉ። እነዚህ ሰዎች መጽሐፍ ቅዱስን የሕይወት ቃል ሳይሆን ከመደበኛ የእውቀት ዘርፎች አንዱ አድርገው ብቻ በማጥናት መጽሐፍ ቅዱስን ማስተማር መተዳደሪያቸው አድርገውታል።

ይህ አይነቱ አቋም መጽሐፍ ቅዱስን ከዚህ ዓለም የእውቀት ዘርፎች ተርታ መድቦ በማየት ሕያው የሆነ ደራሲ እንዳለው ለመዘንጋት ይዳርጋል። ስለዚህ በዚህ ዓይነት አጠናን ተጽእኖ ውስጥ የወደቁ ተማሪዎች እግዚአብሔር በቃሉ ምን ይናገረኛል ብለው መጠየቅን ትተው አንድ ክፍል ካነበቡ በኋላ በዚህ ርዕስ ላይ እከሌ የተባለው ምሑር ምን አለ ወደሚለው ጥያቄ ሊሳቡ ይችላሉ።

የእከሌ አመለካከት እንዲህ ይላል፤ የምሑሩ እከሌ አተረጓጎም ደግሞ ከዚህ ይለያል እያሉ መወያየት ለሰሚዎች አንዳችም ጸጋ የማይሰጥ ልማድ ነው። ቃሉን የሰዎች አመለካከት ማንጸባረቂያ ብቻ አድርጎ ስለሚያስቀረው በቃሉ ውስጥ ያለው መንፈስ እና ሕይወት ተዳፍኖ እንዲቀር ያደርገዋል።

በዚህ መጽሐፍ አማካኝነት የሮሜን መልእክት ስናጠና አልፎ አልፎ ከመጽሐፍ ቅዱስ ምሑራን አንዳንድ ማብራሪያዎችን ብንጠቀምም ዓላማችን ግን የሰዎቹን አመለካከት ለማንጸባረቅ ወይም ከየትኛው ምሑር ጎራ እንደተሰለፍን ለማሳየት አይደለም። ዓላማችን ቃሉ ምን እንደሚል ግልጽ ለማድረግ እና ጌታ በቃሉ ውስጥ ሊናገረን የፈለገውን ለመስማት፤ የሚገልጥልንን ሚስጥር ለመቀበል፤ በቃሉ አማካኝነት በሚልክልን ጸጋ እና ኃይል ለመበርታት፤ ብሎም ያዳነንን ጌታ ሕይወት እና ክብር ለሰዎች ለማሳየት እንዲያግዘን ነው።

ቃሉ አእምሮዋችንን ከማስፋት አልፎ ሕይወታችን ላይ ተጽእኖ ማምጣት አለበት። ይህም በአቀባበላችን እና በመታዘዛችን ይወሰናል። የእግዚአብሔር ቃል በትክክል ስንቀበለው፤ አዝነን ከሆነ ያጽናናናል፤ ደክመን ከሆነ ያበረታናል። በኃጢያት እና በፈተና እየተጨነቅን ከሆነ የጌታን ጸጋ በማካፈል ኃጢያትን ድል ነስተን በቅድስና የምንኖርበትን አቅም ይሰጠናል። በአጠቃላይ በተቀበልነው አዲስ ሕይወት ውስጥ እግዚአብሔር በክርስቶስ አድርጎልናል ተብሎ የተጻፈልንን እውነት በምድር በምንኖርበት ሰዓት እንለማመደው ዘንድ ዓይናችንን ያበራልናል። በእግዚአብሔር ዘንድ ዋጋ ያለው የመጽሐፍ ቅዱስ እውቀት በሰው ሕይወት ላይ እንዲይህ ዓይነት ተጽእኖ የሚያመጣው እውቀት እንጂ የሚያስታብየው እውቀት አይደለም።

ስለዚህ በዚህ የጥናት መመሪያ አማካኝነት የሮሜን መልእክት ስናጠና ዓላማችን እግዚአብሔርን በማወቅ ቅድስናን እና ጽድቅን እየተለማመድን በግላችን የሕይወት ለውጥ ለማየት ይሁን።

ከጽድቅ ጋር የተያያዙ አስተሳሰቦችን በተመለከተ

የዚህም የሮሜ መጽሐፍ ጥናት ዓላማው የአማኞችን የአእምሮ እውቀት ሃብት ከማሳደግ ያለፈ ነው። ሰው የመጽሐፍ ቅዱስን መሰረታዊ አስተምሕሮዎችና ሁሉ ቢያውቅ፤ ነፍሱ ግን በእግዚአብሔር ቃል ሳትታደስ ብትቀር ምን ይጠቅመዋል? እንደዚሁ ብዙ አውቀው በሕይወታቸው ግን ያልተለወጡ ሰዎች ያልተማረውን ሰው ተስፋ ያስቆርጡታል።

አጠቃላይ በአማኞች መካከል ብቻ ሳይሆን የመጽሐፍ ቅዱስ ትምሕርት ቤት ገብተው በተማሩ ሰዎች መካከል ጭምር የመረዳት ልዩነቶች አሉ። የሮሜ መጽሐፍ ከሚያስተላልፋቸው አንኳር መልዕክቶች ውስጥ አንዱ ጽድቅ ነው። በዚህ እውነት ላይ የተለያዩ ጽንፎች አሉ።

ጽድቅ በእምነት ነው የሚኖረው የሚለው እውነት በአዲስ ኪዳን መጻሕፍት ውስጥ ብቻ የሚገኝ አስተምሕሮ ሳይሆን ዘፍጥረትም ውስጥ የታወቀ ነበረ። “አብራሐም እግዚአብሔርን አመነ፤ ጽድቅም ሆኖ ተቆጠረለት” የሚለው ቃል ዘፍጥረት ውስጥ ነው የሚገኘው። ይህም እውነት ጽድቅ በሥራ የማይገኝ የእግዚአብሔር ስጦታ መሆኑን ያመለክታል። በጣም የሚገርም ነው፤ እግዚአብሔር ኃጢያተኛውን ሰው በእምነት

ያጸድቀዋል። ኃጥያተኛው በክርስቶስ ባመነ ጊዜ አንዳችም ሥራ ሳይሰራ እምነቱ ብቻ ጽድቅ ሆኖ ይቆጠርለታል (ሮሜ 4፡5)።

እንግዲህ ኃጢያተኛው በእምነት ከጸደቀ በኋላ እንዴት ዓይነት ሕይወት ይኑር? ይህ ጥያቄ በዚህ ዘመን በአጽንኦት ሊታሰብበት የሚገባ ጥያቄ ነው። ጥንት ሐዋርያው ጳውሎስ በእምነት የመጽደቅን እውነት ሲያስተምር ኃጥያት በበዛበት ኃጥያተኞችን የሚያጸድቅ የእግዚአብሔር ጸጋ ደግሞ ከመጠን ይልቅ በዛ ብሎ በተናገረ ጊዜ "እንግዲህ ጸጋ እንዲበዛ በኃጥያት ጸንተን እንኑር" የሚሉ ሰዎች ተነስተው ነበር። እነዚህ ሰዎች "ጳውሎስ በኃጥያታችን እንግፋበት ብሎ ያስተምራል" እያሉ ይሰድቡትና ስሙን ያጠፉ ነበር (ሮሜ 3፡8)። ነገር ግን ጳውሎስ ምንም በማያሻማ ግልጽነት አስረግጦ የሚናገረው እውነት አለ። እርሱም እግዚአብሔር ኃጥያታችንን ይቅር ሲለን እና ሲያጸድቀን ዓለማው ከኃጥያት ባርነት ተላቅቀን በነጻነት እንድንኖር ነው።

በአሁኑ ዘመን ደግሞ በጽድቅ ላይ ትኩረት ሰጥተው የሚያስተምሩ አንዳንድ ሰዎች እንደ ጳውሎስ "ኃጢያትን ታበረታታላችሁ" ተብለን ካልተሰደብን የምስራቹን ቃል ማለትም ወንጌሉን በደምብ አልሰበክንም ማለት ነው ይላሉ። እውነት ነው፤ በወንጌሉ ውስጥ የተገለጠው የእግዚአብሔር የምሕረቱ እና የፍቅሩ እንዲሁም የይቅር ባይነቱ ብዛት ኃጢያት መስራት ምንም ችግር የለውም ሊያስብል የሚችል ያህል ነው። ነገር ግን ኃጢያት መስራት ችግር የለውም ብሎ መናገር ከመጀመሪያው ኢየሱስ ወደ ምድር የመጣበትን ዓላማ መርሳት እና የተቀበለውን የመከራ ብዛት ማቃለል ነው። ኃጢያት ችግር ብቻ ሳይሆን እጅግ ከባድ ዋጋ ስለሚያስከፍል ነው ኢየሱስ ስለ ሰዎች ኃጢያት የተሰቀለው።

የዚህ ዘመን አማኞችን ከሚፈታተኑ አስተምሕሮወች መካከል አንዱ ማንነታችን መንፈስ ስለሆነ በሥጋ የምንሰራው ኃጢያት መንፈሳችን ላይ ተጽእኖ የለውም የሚለው ነው። የዚህ ትምሕት አመጣጡ ከምዕራባውያን በተለይም ከአሜሪካ ነው። ይህ አስተምሕሮ ከተመሰረተባቸው የመጽሐፍ ቅዱስ ጥቅሶች አንዱ በክርስቶስ በማመናችሁ በተስፋው መንፈስ በመንፈስ ቅዱስ ታትማችኋል የሚለው ኤፌሶን ውስጥ የተጻፈው ቃል ነው። አስተምሕሮው በዚህ ጥቅስ ውስጥ "ታተማችሁ" የሚለውን ቃል በመውሰድ ይነሳና በእንግሊዝኛው ሲነበብ "ታሸጋችሁ" የሚል ትርጉም እንደሚሰጥ ያብራራል። ይኸው ትምሕርት ይቀጥልና መንፈስ የሆነው ማንነታችን በመንፈስ ቅዱስ ስለታተመ ማለትም

ስለታሸገ በስጋችን የምንሰራው ኃጢያት መንፈሳችን ላይ ሊደርስበት፣ ሊነካው፣ ሊያቆሽሸው አይችልም ይላል።

"አተመ" የሚለው ቃል በአማርኛው መጽሐፍ ቅዱሳችንም ውስጥ ስናነበው "አሸገ" የሚል አንድምታ ይሰጠናል። ለምሳሌ ዳንኤል የአንበሶች ጉድጓድ ውስጥ ከተጣለ በኋላ ንጉሡ ጉድጓዱን በራሱ ቀለበት "አተመው" ይላል፤ ኢየሱስ ሞቶ ከተቀበረ በኋላ ደግሞ ድንጋዩን "አትመው" መቃብሩን እንዳስጠበቁ ተጽፏል። በሁለቱም ክፍሎች "አተመ" የሚለው ቃል አሸገ የሚል ትርጉም ይሰጣል። ነገር ግን መጽሐፍ ቅዱስ ውስጥ የምናገኛቸው ቃላት በራሳቸው የሚሰጡን የተለመደ ትርጉም ብቻውን አይደለም የምናጠናውም ክፍል ውስጥ ምን ለማለት እንደተፈለገ የሚነግረን። ቃላቱ በራሳቸው ወይም በመዝገበ ቃላት ውስጥ ከተጻፈላቸው ትርጉም ባሻገር በተገኙበት አውድ ውስጥ ያላቸው ትርጉም እና የምናጠናው ክፍል ከአጠቃላዩ "የእግዚአብሔር ምክር" አንጻር ምን ማለት እንደሆነ ማየትም አስፈላጊ ነው።

ከዚህ በተጨማሪ ደግሞ "አተመ" ወይም "ታተማችሁ" የሚለው ቃል ከመታሸግ ሌላ ለየት ያለ ትርጉም ሊኖረውም እንደሚችል መዘንጋት የለብንም። አተመ፤ ማሕተም አደረገ የሚለው ቃል ከማሸግ ጋር ባልተያያዙ ሁኔታዎችም ውስጥ ያገለግላል። ለምሳሌ "አተመ" ወይም ማሕተም አደረገ ሲባል በእንግሊዝኛም ሆነ በአማርኛ ምልክት አደረገ የሚል ትረጉም ይሰጠናል። አንድ እቃ የአንድ ግለሰብ ወይም የአንድ ድርጅት ንብረት መሆኑን የሚያሳይ ምልክት አደረገ ማለት ነው። ቃሉ "በመንፈስ ቅዱስ ታተማችሁ" ሲለንም የእግዚአብሔር ንብረት መሆናችሁን የሚያሳይ ምልክት ተደረገባችሁ ማለት ቢሆንስ? ምን ማለት እንደሆነ በዚህ ጥናት ውስጥ በስፋት ስለምንመለከተው አሁን በዚህ መግቢያ ውስጥ ወደ ዝርዝሩ አንገባም ግን ኃጢያት ወይም በሥጋ የሚፈጸም እርኩሰት መንፈሳችሁን አይነካውም ማለት እንዳልሆነ "ሥጋን እና መንፈስን ከሚያረክስ ሁሉ ራሳችንን እናንጻ" (2ኛ ቆሮንቶስ 7፡1) ከሚለው ትዕዛዝ በቀላሉ መረዳት እንችላለን።

ከላይ እንዳነሳነው የእግዚአብሔር ዓላማ ከኃጢያት ባርነት ተፈትተን በነጻነት እንድንኖር ነው። ነገር ግን ነጻነት የሚለው ቃል በዚህ ዘመን ትርጉሙ ስለተዛባ ምን ማለታችን እንደሆነ ጥቂት ማብራራት ያስፈልገናል። በዚህ ዘመን በዓለም ውስጥ አንዳንድ ሰዎች ስለ ነጻነት ያላቸው ግንዛቤ የፈለጉትን ማድረግ የሚል ነው። እግዚአብሔር ግን ነጻነት ሲል ባሪያ አድርጎን እንደ ቀምበር ተጭኖብን ከነበረው ኃጢያት መላቀቅ እና ቀና ብሎ

መሄድ ነው። ጌታ ኢየሱስ በምድር ላይ በተመላለሰበትም ዘመን የነበሩ የአይሁድ ሕዝብ ስለ ነጻነት አለማወቅ ብቻ ሳይሆን ነጻነት እንደሚያስፈልጋቸውም ጭምር አልተረዱም ነበር። ጌታም እንዲገባቸው ብሎ "ኃጢያትን የሚያደርግ እርሱ የኃጢያት ባርያ ነው" አላቸው።

ስለዚህ እግዚአብሔር በክርስቶስ ታላቅ ኃይልን የጸናች ክንዱን ዘርግቶ ከባርነት ነጻ ካወጣን በኋላ ነጻነታችንን ጠብቀን የመኖር ሃላፊነት የእኛ ነው። ምክንያቱም ፈቅደን ራሳችንን ለሰጠንለት ለዚያ ነገር ባሪያዎች ነን። ለኃጢያት ራሳችንን ብንሰጥ የኃጢያት ባሪያዎች ነን፤ መጨረሻችም ሞት ነው። ለጽድቅ ራሳችንን ብንሰጥ የጽድቅ ባሪያዎች ነን። ይህኛው ዓይነት ባርነት ግን ከባድ ቀንበር ጭኖብን የሚያጎብጠንና የሚያስጨንቀን ሳይሆን ልዝቡ የጌታ ቀንበር ስለሆነ ሸከም ሳይሆን እረፍትንና ሰላምን የሚሰጥ ባርነት ነው። መቸም ለዚህ ዓለም ሰው ይህ እውነት ሊገባው አይችልም፤ ምክንያቱም የቀመሰውና የተለማመደው ብቻ ነው የሚያውቀው።

ለኃጢያት ባሪያዎች በነበርን ሰዓት ያለፈቃዳችን ኃጢያትን በሚያሰራን ኃይል ቁጥጥር ስር ሆነን እየተገደድን በዓመጻ ልጆች ውስጥ በሚሰራው መንፈስ ፈቃድ እንመላለስ ነበር። ስለዚህ አሁንም ለሥጋችን "አርነት" ብንሰጥ በነጻነት ሳይሆን ተመልሰን በባርነት ቀንበር ስር እንወድቃለን። ጽድቃችን በእግዚአብሔር ስጦታ የተገኘ ከሆነ በቀጣይነት በሕይወታችን ጽድቅ እንዲገለጥ ከእኛ ምን ይጠበቃል? ይህ መጽሐፍ እንዴት በአዲስ ሕይወት በመንፈስ እንደምንመላለስ፤ እንዴት በቅድስና እንደምንኖር፤ እንዴትስ ጽድቅ በሕይወታችን እንደሚገለጥ በጥልቀት ያሳየናል።

የእግዚአብሔርን ቃል የማጥናት አስፈላጊነት

መጽሐፍ ቅዱስን በተለያየ መንገድ ማጥናት ይቻላል። በውስጡ የተጻፈውን ሳይምኑ ተግተው የሚያጠኑት ሰዎች አሉ። በሌላ አንጻር ደግሞ መጽሐፉ የእግዚአብሔርን ቃል የያዘ መሆኑን በማመን እግዚአብሔር በቃሉ ውስጥ የላከልንን እውነትና ጸጋ ለመካፈል ብለው የሚያጠኑትም አሉ።

በአሁኑ ዘመን እጅግ በሚያሳዝን ሁኔታ በአማኞች ዘንድ በግልም ሆነ በሕብረት መጽሐፍ ቅዱስን የማጥናት ዝንባሌ ቀንሷል። መጽሐፍ ቅዱስን በማጥናት የሚታወቁ ክርስቲያኖች የመጽሐፍ ቅዱስ ትምሕርት ቤቶች ውስጥ ተመዝግበው በመደበኛነት

የሚማሩ ሰዎች ብቻ ሆነዋል ማለት ይቻላል። ከዚህም የተነሳ አንድ ክርስቲያን ከወገኖቹ ጋር በተቀመጠበት ከመጽሐፍ ቅዱስ ውስጥ አንድ ርዕስ አንስቶ በጥልቀት ከተናገረበት፤ "ቲዮሎጂ ተማሪ ነህ?" የሚል ጥያቄ ይቀርብለታል። ይህ የሚያሳየን በብዙሃኑ ዘንድ መጽሐፍ ቅዱስን በጥልቀት ማጥናት የመጽሐፍ ቅዱስ ኮሌጅ ተማሪዎች ብቻ ሃላፊነት ተደርጎ እንዲሁም ሌሎች ክርስቲያኖችን የማይመለከት ነገር ተደርጎ መቆጠሩን ነው። እውነቱን ብንመለከት ግን ከዚህ የተለየ ግንዛቤ እናገኛለን። "የእግዚአብሔር ሰው ለበጎ ሥራ ሁሉ ዝግጁ ይሆን ዘንድ ... የእግዚአብሔር መንፈስ ያለበት መጽሐፍ ሁሉ... ይጠቅማል።" "የእግዚአብሔር ሰው" የሚለው በዚህ ዘመን ለተወሰኑ አገልጋዮች ብቻ መጠሪያ ቢደረግም እንኳ መጽሐፍ ቅዱስ ውስጥ ግን በክርስቶስ የሚያምኑ ሰዎችን ሁሉ የሚገልጽ ቃል ነው። ስለዚህ አማኞች ሁሉ ፍጹም እና ለበጎ ሥራ ሁሉ የተዘጋጁ እንዲሆኑ የእግዚአብሔር ቃል ለትምሕርትና ለተግሳጽ ልብንም ለማቅናት፣ በጽድቅም ላለው ትምሕርት ይጠቅማቸዋል።

ስነ መለኮት ከመማር ጋር ተያይዞ ባልተማሩ ሰዎች ዘንድ አንድ አመለካከት አለ፤ እርሱም፡- "ስነ መለኮት መማር ያደርቃል" የሚል ነው። ይህ አመለካከት እውነት ባይሆንም ግን ያለ አንዳች መነሻ የመጣ አይደለም። መነሻውም ብዙሃኑ ክርስቲያኖች ስነ መለኮት በተማሩ ወገኖች ላይ የተመለከቱት የባሕርይ ለውጥ ነው። የስነ መለኮት ትምሕት ቤት ገብቶ ማጥናት ጠቃሚ ቢሆንም እንደ ትምሕርት ቤቱ የትምሕርት አሰጣጥ ወይም እንደ ተማሪው አቀባበል ተፈላጊ ያልሆኑ ውጤቶችን ሊያስከትል ይችላል።

መማር እውቀትን እንድንጨምር ቢያስችለንም አቀባበላችን ግን በፍቅር እና በትሕትና ካልሆነ በሰበሰብነው እውቀት ልንታበይ እንችላለን (1ኛ ቆሮንቶስ 8፡1)። ሌላው ጉዳት ደግሞ ያገኘነው እውቀት ሕይወታችንን የማይለውጠውና የማያሳድገው ከሆነ ነው። ብዙ ከተሰጠው ሰው ብዙ ይጠበቅበታል ተብሎ እንደተጻፈው፤ ብዙ ያወቀ አማኝ ብዙ ሃላፊነት አለበት።

የእግዚአብሔር ቃል እውቀት አቀባበላችንን በተመለከተ ጥቂት ሃሳብ ማካፈል እፈልጋለው። ለመግባባት እንዲያግዘን አእምሮ እና ልብ የሚሉትን ቃላት የተለያዩ ትርጉሞች ሰጥተን እንነጋገርባቸው። በአእምሮ የሆነው እውቀት ማንኛውም ሰው ሰምቶም ሆነ አንብቦ የሚያገኘው እውቀት ሲሆን በአእምሮ ውስጥ መረጃ ከማከማቸት ያለፈ አይደለም። ለምሳሌ ዮሐንስ 3፡16 ምን እንደሚል አንድ ሰው አንብቦ ሊያውቅ

ይችላል። ነገር ግን "በእርሱ የሚያምን ሁሉ የዘላለም ሕይወት እንዲኖረው..." የሚለው ቃል አንባቢውን አምኖ በተስፋ የቀረበለትን የሕይወት ስጦታ እስካልተቀበለ ድረስ ተራ የአእምሮ መረጃ ብቻ ተቀብሎ ነው የሄደው። በዚህ ቃል ውስጥ ከተገለጠው እውነት ጋር ሕብረት አላደረገም፤ በቃሉ ውስጥ የቀረበለትን ሕይወት አላገኘም ማለት ነው። በአንጻሩ ደግሞ ዮሐንስ 3፡16 ላይ የተጻፈው ቃል ልቡን የነካው ሰው እርምጃ ይወስዳል። ማለትም "በእርሱ" አምኖ የዘላለም ሕይወትን ይቀበላል። ይህ ዓይነቱ ሰው በአእምሮው መረጃ ከመሰብሰብ አልፎ የቃሉን መንፈስ እና ኃይል በልቡ አግኝቷል።

የዳንን ኃጢያተኞች ወይስ ጻድቃን

እግዚአብሔር በክርስቶስ ሲያድነን ምንድነው ያደረገልን? መዳናችን የኃጢያት ስርየት እና ስንሞት ወደ ሰማይ መግቢያ ምዝገባ ነው ወይም አሁን በምድር ላይ ሳለን በሕይወታችን ላይ የሚያመጣው ለውጥ አለ? ይህንን ጥያቄ ማንሳት እና በጥልቀት መወያየት አለብን ምክንያቱም አንደኛ ባለፉት ጥቂት አሥርት ዓመታት በሃገራችን የተከሰተው የክርስትና ሕይወት ቀውስ እምነታችን ካላመነው ሕዝብ የተለየን እንደማያደርገን ለብዙዎች ተጨባጭ ማስረጃ የሰጠ መስሏል፤ ሁለተኛ ደግሞ ስነ መለኮት ያጠኑ የተወሰኑ ወገኖች በአማኙ እና ባላመነው ሰው መካከል በምድር ላይ ምንም ልዩነት አይኖርም ብለዋል። እነርሱም ኃጢያተኞች ናቸው፤ እኛም ኃጢያተኞች ነን፤ ነገር ግን እኛ ይቅር የተባልን ኃጢያተኞች ነን። መዳናችን እውነት ከሆነ ታዲያ ክርስቶስ ከምንድነው ያዳነን?

የሮሜ መጽሐፍ ማብራሪያ

በዚህ የሮሜ መጽሐፍ መግቢያ ላይ በርከት ያሉ ርእሰ-ጉዳዮችን ሰብሰብና ተንተን ባለ መልኩ የምንመለከት ይሆናል፡፡ ከእነዚህም ዐበይት ርእሰ-ጉዳዮች መካከል ዋና ዋናዎቹ መጽደቅን ያገኘነው በምንድን ነው? ስለ መጽደቅ የጥንት ቤተ ክርስቲያን አባቶች ምን አስተማሩ? ነገረ ኃጢአት እና ነገረ ጸጋ፣ እንዲሁም ነፃ የሆነ የሰው ፈቃድና መለኮታዊ የሆነው የእግዚአብሔር ጸጋ በጥንት ቤተ ክርስቲያን አባቶች ዕይታ የሚሉትን አስቀድመን እንመለከታቸዋለን፡፡

በመቀጠል ደግሞ ቀጣዮቹን ማለፊያ የሆኑ ርእሰ-ጉዳዮች ለመጥቀስም ያህል ጻደቀ ማለት ምን ማለት ነው? ጽድቅ በእምነት የሚለው የጳውሎስና የመላው አዲስ ኪዳን

ጳሐፊያን አስተምህሮ የክርስትና አስተምህሮ ነገረ መለኮታዊ የሆነ የክርስቲያናዊ አስተምህሮ ገጽታ መሆኑ፣ ሰው በእምነት ብቻ ሳይሆን፣ በሥራም ጭምር ይጸድቃል የሚል የሚመስለው የያዕቆብ አስተምህሮ ሥነ ምግባራዊ የሆነ የክርስቲያናዊ ትምህርት ገጽታ መሆኑ የሚሉትን በተከታይነት የምንመለከታቸው ይሆናል፡፡

በስተመጨረሻም ደግሞ ርእሰ-ጉዳዩን በሚገባ ለመጠቅለል የሚያስችሉንን ዐበይት ርእሶች፣ ማለትም ጳውሎስ እና በያዕቆብ መካከል የሚታየው ግጭት መሳይ ግጭት እንጂ፣ ፍጹምነት ያለው ግጭት (በዕውነተኛ መልኩ ያለ ግጭት) አለመሆኑ፣ ድነት የሚለው ቃል በመጽሐፍ ቅዱሳችን ውስጥ የተለያዩ መግለጫዎች ያሉት መሆኑ፣ እንዲሁም ምንጭን እና ምንጩ የሚፈስስበትን ወይም የሚተላለፍበትን ቧንቧ የመለየት አስፈላጊነትም ሆነ ወሳኝነት የተሰኙን በሚገባ የምንዳስሳቸው ይሆናል፡፡

ስለዚህም እነዚህን ነጥቦች አንድ በአንድ ተገቢውን ሥፍራ ሰጥተን በጥልቀት እንዳስሳቸዋለን፡፡ ከዚያም ወደ ማብራሪያው ዘልቀን ስንገባ ነገሮችን በቀላሉ ለመረዳት የምንችልበትን መሠረት መጣላችንን እየተረዳን ጥናታችንን የበለጠ ስኬታማ የምናደርግ ይሆናል፡፡

1. መጽደቅን ያገኘነው በምንድን ነው? ስለ መጽደቅስ የጥንት ቤተ ክርስቲያን አባቶች ምን አስተማሩ?

በዚህ ርእሰ-ጉዳይ ላይ በርካታ የጥንት ቤተ ክርስቲያን አባቶች ማለፊያ የሚባለውን መጽሐፍ ቅዱሳዊ ትምህርት አስተምረዋል፡፡ *ክሌመንት (80-140 ዓ.ም)* ይህን ርእሰ-ጉዳይ ሲያቀርበው እንዲህ ይላል፡- *"እንዲሁ ሁሉ ክብርን እና ታላቅነትን በራሳቸው ወይም በገዛ ራሳቸው ሥራዎች አሊያም ደግሞ ባደረጉዋቸው ትክክለኞቹ ነገሮች ሳይሆን፣ ዳሩ ግን በእርሱ ፈቃድ በኩል ተቀብለዋል፡፡ ስለዚህም እኛ በፈቃዱ በክርስቶስ ኢየሱስ የተጠራን አማኞች በራሳችን ወይም በሃይማኖታዊ ጥምናዎች አማካይነት በተገኙ ልዩ መረዳቶች እና ጥበብ ወይም ከልብ በተደረጉ ቅዱስ ሥራዎች አማካይነት የጸደቅን አይደለንም፤ ነገር ግን ሁሉን ቻዩ አምላክ ገና ከመጀመሪያው ሁሉንም ሰዎች ባጸደቀበት እምነት የጸደቅን ነን፡፡ ለእርሱ ከዘላለም እስከ ዘላለም ክብር ይሁን! አሜን!" (Clement, Clement's First Letter, 32.3-4) [1]*

በተመሳሳይ *ሰማዕቱ ጁስቲንም፡- "ኃጢአት በበጎችና በፍየሎች ደም ወይም በጊደር ዐመድ ከቶ አይታጠብም። ዳሩ ግን በክርስቶስ ደም እና በሞቱ፣ ማለትም ስለ እኛ በመሞቱ ኃጢአት ይታጠባል"* ይላል። (**Source:** Justin, *Dialogue with Trypho*, 13.)

የሁለተኛው ትውልድ አባል የሆነው *ዲዮግኔቱስ* መጽደቅን ስላገኘንበት ሁኔታ ሲናገር፡- *"እግዚአብሔር የገዛ ራሱን ልጅ ቤዛ አድርጎ ሰጠን። ቅዱስ የሆነውን ለእኛ ሕግን ተላላፊዎች ለሆንን፣ ጻድቅ የሆነውን ጻድቃን ላልሆንነው፣ ብልሽትና መበስበስ የማያውቀውን ለእኛ ለተበላሸንና በስባሾች ለሆንነው፣ የማይሞተውን ለምንሞተው ሰጠ። ከእርሱ ጽድቅ በቀር የቱ ነገር ኃጢአታችንን ሊከድን ይችላል? ከፉዎችና በቀናው መንገድ መሄድ የማንችል ሰዎች በእግዚአብሔር ልጅ ብቻ ካልሆነ በቀር በሌላ በየቱ ነገር ልንጸድቅ እንችላለን? ይህ እንዴት ያለው ጣፋጭ የሆነ ቅይይር ነው (በነገራችን ላይ ክርስቶስ የእኛን ቦታ የወሰደበት እና እኛ የእርሱን ቦታ የወሰድንበት ልውውጥ - ማለትም እኛ በእርሱ የእግዚአብሔር ጽድቆች እንሆን ዘንድ ኃጢአት ያላወቀውን እርሱን ስለ እኛ ኃጢአት አደረገው የተባለበት ልውውጥ - በነገረ መለኮቱ ዓለም የተባረከው ልውውጥ ይሰኛል)! የማይመረመር አሠራር ነው! ከምንገምተው ነገር ሁሉ በላይ የሆነ ጥቅምን የሚሰጥ ነው! የብዙዎች ክፋት ጻድቅ በሆነው በአንዱ ውስጥ የሚከደንበት፣ ደግሞም የዚህ የአንዱ ጽድቅ ብዙ ተላላፊዎችን ሊያጸድቅ ይገባዋል"* ብሏል። (**Source:** *The Epistle to Diognetus*, 9.2-5.)

በተመሳሳይ ሁኔታ የሁለተኛው ክፍለ ዘመን ትውልድ አባል የሆነው *ኦሪገን* ነገረ-መጽደቅን አስመልክቶ ሲናገር፡- *"እግዚአብሔር ጻድቅ ስለሆነ፣ ጻድቃን ያልሆኑ ሰዎችን ሊያጸድቅ አይችልም። ስለዚህም አስታራቂ ጣልቃ እንዲገባ ፈለገ፤ እናም በእርሱ በማመን በሥራቸው ሊጸድቁ የማይችሉ ሰዎች እንዲጸድቁ አደረገ"* ይላል። (**Source:** Origen, *Commentary on Romans*, 2.112.)

በመቀጠልም *ኦሪገን "ሰው በእምነት ይድቃል። የሕጉ ሥራዎች እዚህ ላይ ምንም አስተዋጽኦ የላቸውም። አማኙን ሊያጸድቅ የሚችል እምነት በሥራዎች ውስጥ አይገኝምና። እነዚህ የሕጉ ሥራዎች ቢሆኑም፣ መሠረታቸው እምነት አይደለም። በራሳቸው መልካም ቢሆኑም፣ እነርሱን የሚፈጽማቸውን ሰው ሊያጸድቁት አይችሉም፤ ምክንያቱም እምነት የሌለባቸው በመሆናቸው ነው። ደግሞም እምነት በእግዚአብሔር*

የጻደቁ ሰዎች ምልክት ነው" ይላል፡፡ (**Source:** Origen, *Commentary on Romans,* 2.136.)

ይህንን በሚያጠናክር መልኩ *ዐይነ-ሥውሩ ዲዲሞስ (c. 313-398)* እንዲህ ብሏል፡- "አንድ ሰው የሚድነው በጸጋ ነው፤ ይህም በሥራ አይደለም፤ ነገር ግን በእምነት ነው፡፡ እዚህ ላይ ምንም የሚያጠራጥር ነገር የለም፤ ዳሩ ግን ያ እምነት ያድናል፤ ከዚያም ደግሞ የገዛ ራሱን ሥራ እያከናወነ ይኖራል፡፡ ይህም ድነት በእምነት በሚለው ላይ የሚታከሉ ሥራዎች ከሕጉ የመነጩቱ አይደሉም፡፡ ዳሩ ግን ሙሉ በሙሉ ከዚህ የተለዩ ናቸው፡" (**Source:** Didymus the Blind. *Commentary on James,* 2:26b.)

የቄሣሪያው ባዚልም (329-379 ዓ.ም) እንደዚሁ "ክርስቶስ ለእኛ በእግዚአብሔር ጽድቅ፣ ጥበብ፣ መጽደቅና ቤዛነት ስለተደረገልን የሚመካ ቢኖር በጌታ ይመካ፡፡ ይህ በእግዚአብሔር ላይ የሚደረግ ፍጹም እና ንጹሕ የሆነ ትምክህት ነው፡፡ ይህም አንድ ሰው በገዛ ሥራው ላይ የሚያደርገው ትምክህት ሳይሆን፣ ዕውነተኛ የሆነ ጽድቅ ለእርሱ እንደማይገባው፣ ደግሞም በክርስቶስ ላይ ባለ እምነት ብቻ እንደ ጻደቀ በእርግጥም ያውቃል" ሲል ተናግሯል፡፡ (**Source:** Basil, *Homily on Humility,* 20.3.)

ይህ ጽድቅ የተባረኩ ውጤቶችን ይዟል

1. የጻደቁቱ ሰዎች በእግዚአብሔር ፊት ያላቸው ብሩክ የሆነ ውስጣዊ ማንነትን ያላበሳቸው መሆኑ (5÷1-11)
2. ያ በክርቶስ የመጣ የጽድቅ በረከት መላው የሰው ልጆችን ለማጽደቅ የተገለጠ መሆኑ (ሮሜ 5÷12-21)
3. ዕውነተኛ የሆነ የምግባር ሕይወት ከክርስቶስ ጸጋ የሚመነጭ፣ ደግሞም በዚህ ጸጋ እየበዛም ሆነ እየተነሣሣ የሚሄድ መሆኑ (ሮሜ ምዕራፍ 6)
4. ይህ ጸጋ ከሕጉ ፊደሎች ነፃ የሚያደርግ መሆኑ (ሮሜ 7÷1-6)

ምክር ሰጭው ክፍል (ከ12-15÷13) ላይ ሲሆን የጳውሎስን የምግባር ሕይወት መዋቅር በአጠቃላይ ምክር መልኩ ይሰጠናል (13÷8-14)፡፡

መደምደሚያው ከመግቢያው ጋር የሚጎዳኝ ነው (1÷8-15) – (15÷14-33) በሮም አድርጎ ወደ ስፔን እንደሚሄድ ይነግራቸዋል፡፡ ሰላምታውንም እንደገና ያደርሳቸዋል፡፡ የሮሜ መልእክት የአዲስ ኪዳን ዕውነተኛው ድንቅ የሥነ-ጽሑፍ ሥራ ነው፡፡ ስለዚህም

አማኞች ቃል በቃል ሊያነብቡትና ሊያጠኑት ብቻ ሳይሆን፣ በልባቸው ውስጥ ዕለት ተዕለት ሊኖሩት ይገባቸዋል፡፡

ለማጣቀሻነት የተዘጋጁ ሰነዶች
ከሊበን ጀስቲፊኬሽን ምንባብ የተወሰደ

ቅሌምንጦስ

ቅሌምንጦስ (80-140 ዓ.ም)፡- ምንም እንኳ በራሳቸው በኩል ወይም በገዛ ራሳቸው *ሥራ* አሊያም ባደረጉዋቸው ትክክለኞች *ሥራዎች* በኩል ባይሆንም፣ ዳሩ ግን በእርሱ ፈቃድ በኩል ሁሉም ክብርንና ታላቅነት ተቀብለዋል፡፡ ስለዚህም እኛ በፈቃዱ አማካይነት በኢየሱስ ክርስቶስ የተጠራን፣ በገዛ ራሳችን ወይም የሃይማኖታዊው ጥሞና ጥበብ ወይም ልዩ መረዳት ስላለን ሳይሆን፣ አሊያም ደግሞ ከልባችን ባደረግናቸው ቅዱስ ተግባራት አማካይነት ሳይሆን፣ ነገር ግን ሁሉን ቻይነቱ ገና ከመጀመሪያው ጀምሮ ሁሉንም ሰዎች በሚያጸድቅበት በእምነት ጸድቀናል፡፡ አሜን! (Clement, *Clement's First Letter*, 32.3-4) [1]

ሰማዕቱ ጁስቲን

ሰማዕቱ ጁስቲን (100-165 ዓ.ም)፡- ኃጢአት በፍየሎችና በበጎች ደም፣ እንዲሁም በጊደሮች ዐመድ የሚነጻበት ሁኔታ አሁን አይሠራም፤ ይህ የሚሆነው በኢየሱስ ክርስቶስ ደም እና በዚህ ጉዳይ ላይ በተደረገው የኢየሱስ ሞት ብቻ ነው፡፡ Justin Martyr (100-65 A.D.) [2]

1ኛ ቅሌምንጦስ ስለ መጽደቅ እንዲህ ይላል፡- "እንዲሁ እኛ በክርስቶስ ኢየሱስ በኩል በፈቃዱ የተጠራን ስንሆን፣ በራሳችን ወይም በጥበባችን አሊያም በመረዳታችን ወይም ንጹሐን በመሆናችን አሊያም ደግሞ ከልብ ንጽሕና በወጡ *ሥራዎች* የጸደቅን አይደለንም፡፡ ዳሩ ግን ሁሉን ቻይ የሆነው አምላክ ሰዎችን ገና ከጅማሮው ያጸድቅ በነበረበት በእምነት የጸደቅን ነን፡፡ ለእርሱ ለዘላለም ክብር ይሁን፡፡ አሜን! (*The Apostolic Fathers. Greek Texts and English Translations*, 3rd ed., trans. Michael W. Holmes (Grand Rapids: Baker Academic, 2007).

የፓይቴሬሱ ሂላሪ

የፓይቴሬሱ ሂላሪ (300-368 ዓ.ም)፡- "ደመወዞች እንደ ችሎታ ሊቈጠሩ አይችሉም፤ ምክንያቱም በሥራ የተገኙ በመሆናቸው ነው፡፡ ዳሩ ግን እግዚአብሔር በእምነት በሚሆን መጽደቅ ጸጋውን ለሁሉም ሰዎች ሰጥቷል፡፡ (Hilary, *Commentary on Matthew* (on Matt. 20:7)

በተጨማሪም ሂላሪ፡- "ኃጢአት በሰው ይቅር ተባለ!" የሚለው ነገር ጸሐፍትን ረብሿቸዋል (ምክንያቱም እነርሱ ኢየሱስ ክርስቶስን እንደ ሰው ብቻ አድርገው ቈጥረውታል፤ እናም ኃጢአት በእርሱ ይቅር መባል ሲችል፣ ሕጉ ግን ይህንን ማድረግ አልቻለም ነበር፡፡ ምክንያቱም እምነት ብቻውን የሚያጸድቅ ነውና፡፡ (Hilary, *Commentary on Matthew* (on Matt. 9:3)

የቂሣሪያው ባዚል

የቂሣሪያው ባዚል (329-379 ዓ.ም) ፡- የሚመካ በጌታ ይመካ፤ ክርስቶስ ከእግዚአብሔር ዘንድ ጽድቃችን፣ ጥበባችን፣ ቤዛነታችን ሆኖልናል፡፡ ይህ በእግዚአብሔር ላይ የሚደረግ ፍጹም የሆነ እና ንጽሕና የሞላበት መመካት ነው፡፡ ይህም አንድ ሰው በገዛ ራሱ ጽድቅ የሚመካበት አይደለምና፤ ነገር ግን ለዕውነተኛው ጽድቅ /ጻድቅነት/ እርሱ የማይበቃ መሆኑን ያውቃልና፤ ደግሞም በክርስቶስ ላይ ባለው እምነት ብቻ እንደ ጻደቀ ያውቃል፡፡ (Basil, *Homily on Humility*, 20.3.)

ጀሮም

ጀሮም (347-420 ዓ.ም) እኛ ከሥራ ይልቅ በእምነት ጸድቀናል፤ እርሱ በእኛ ላይ ላደረገው ነገር በምላሹ ለእግዚአብሔር የምንሰጠው ምንም ነገር የለንምና፡፡ (Jerome, *Epistle to the Ephesians*, 1.2.1.)

ዮሐንስ አፍወርቅ

ዮሐንስ አፍወርቅ (349-407 ዓ.ም) "የእግዚአብሔር ቃል እምነት እንዳዳነነ ይናገራል፡ - እግዚአብሔር የፈቀደው ነገር ስለሆነ፣ እምነት አድኖናል፡፡ እንግዲህ አሁን እምነት በራሱ ምንም ነገር ማድረግ ሳይችል እንዴት ሊያድነን እንደሚችል ንገሩኝ፡፡ በእምነት የሚደረጉ ሥራዎች ራሳቸው የእግዚአብሔር ስጦታዎች ናቸው፡፡

ይህም ማንም እንዳይመካ የሚያደርግ ነው፡፡ እናስ ጳውሎስ እዚህ ላይ እያለው ያለው ነገር ምንድን ነው? እግዚአብሔር ሥራዎችን እየከለከለ አልነበረም፤ ዳሩ ግን እርሱ

በሥራዎች ላይ ለመጽደቅ እንዳንሞክር እየከለከለን ነው:: ጳውሎስ ማንም በሥራ አይጸድቅም፤ ይህም ደግሞ የእግዚአብሔር ጸጋ እና በጎነት ለእኛ የሚገኙልን ይሆኑ ዘንድ ነው" ይላል:: (John Chrysostom, *Homilies on Ephesians*, 4.2.9.)

በተጨማሪም *ዮሐንስ አፍወርቅ፡-* "ዳሩ ግን የእምነት ሕግ ምንድን ነው?" ሲል ይጠይቅና በጸጋ መዳን ነው ይላል:: እዚህ ላይ የእግዚአብሔርን ኃይል ያሳያል:: በዚህም እርሱ እኛን ያዳነን ብቻ አይደለም:: ዳሩ ግን እርሱ እኛን ያጸደቀንም ጭምር ነው:: ደግሞም ይህ ሁሉ ሥራ ሳያስፈልግ፣ እምነት ብቻ የሚፈለግበት ነው ይላል:: (John Chrysostom, *Homilies on Romans*, 7.27.)

ሲያጠቃልለውም ዮሐንስ አፈወርቅ "እግዚአብሔር እኛ ከኃጢአት ቅጣት ነፃ እንድንሆን ልጁ እንደ ተፈረደበት ኃጢአተኛ ሆኖ እንዲሰቃይ ፈቀደ:: ይህ የእግዚአብሔር ጽድቅ ነው፤ እናም እኛ በሥራዎች አልጸደቅንም:: የሰው ልጆች በሥራ እንዲጸድቁ ካስፈለገ ፍጹማን ሊሆኑ ይገባቸዋል:: (ዳሩ ግን ይህ የማይቻል ነገር ነው)፤ ይሁን እንጂ፣ በጸጋ ሁሉም ኃጢአቶች የሚወገዱ ይሆናሉ:: (John Chrysostom, *Homilies on the Epistles of Paul to the Corinthians*, 11.5.)

አምብሮስታየር

አምብሮስታየር (የአራተኛው ክፍለ ዘመን የቤተ ክርስቲያን አባት)፡- በኢየሱስ ክርስቶስ የሚያምን ሰውን እግዚአብሔር ያለ ሥራዎች ጸድቆአል ሲል ዐውጆለታል:: እርሱ በአምነት ብቻ የኃጢአት ይቅርታን የሚቀበል ይሆናል:: (Ambrosiaster, Commentary on 1 Corinthians 1:4.)

በተጨማሪም አምብሮስታየር "በነፃ ጸድቀናል፤ ምክንያቱም እነርሱ ምንም ያደረጉት ነገር የላቸውም ወይም ለተደረገላቸው ነገር በምላሹ የሚሰጡት ምንም ነገር የለም፤ ዳሩ ግን በእምነት ብቻ በእግዚአብሔር ስጦታ ቅዱስ ተደርገዋል ሲል ይናገራል:: Ambrosiaster, Commentary on Romans 3:24.

ማሪውስ ቪክቶሪኑስ

ማሪውስ ቪክቶሪኑስ (የአራተኛው ክፍለ ዘመን የቤተ ክርስቲያን አባት)፡- "እናንተ የኤፌሶን ሰዎች የዳናችሁበት ዕውነታ ከእናንተ የመጣ አይደለም:: ይህ የእግዚአብሔር ስጦታ ነው:: ከእናንተ ሥራዎች የመጣ አይደለም:: ይህ የእግዚአብሔር ጸጋና

የእግዚአብሔር ስጦታ ነው፡፡ ለእናንተ ከሚገባ ከየትኛውም ነገር አይደለም ... ነገሮችን በገዛ *ሥራዎቻችን* አንቀበልም፤ ነገር ግን በእግዚአብሔር ጸጋ እና መልካምነት ነው ሁሉንም ነገር የምንቀበለው፡፡ (Marius Victorinus, *Epistle to the Ephesians*, 1.2.9.)

የቂሮሱ ቴዎዶሬት

የቂሮሱ ቴዎዶሬት (393-457 ዓ.ም)፡- ጌታችን ኢየሱስ ክርስቶስ እግዚአብሔርም ሆነ የምሕረት መቀመጫም፣ ካህኑም የመሥዋዕቱ በግም ሁለቱንም ነው፤ ደግሞም እርሱ የድነታችንን ሥራ በደሙ ፈጸመው፡፡ ከእኛም ደግሞ የሚጠበቅብን እምነት ብቻ ነው" ይላል፡፡ (Theodoret of Cyrus, *Interpretation of the Letter to the Romans;* PG 82 ad loc.)

ፉልጌንቲየስ

ፉልጌንቲየስ (462-533 ዓ.ም)፡- "የተባረከው ጳውሎስ የዳንነው በእምነት ነው፤ ይህም ከእኛ በጎ ሥራ የተነሣ አይደለም፤ ነገር ግን የእግዚአብሔር ስጦታ ነው ብሎ ባወጀበት መልኩ መከራከሪያውን ያቀርባል፡፡ ስለሆነም ዕውነተኛ እምነት በሌለበት ሥፍራ ዕውነተኛ ድነት ሊኖር አይችልም፡፡ ደግሞም ይህ እምነት በመለኮት ማስቻል ዕውን የሚሆን ሲሆን፣ ያለ ምንም ጥርጥር ነፃ በሆነው የቸርነት ተግባር የተከናወነ ነው፡

በዕውነተኛ እምነት አማካይነት ዕውነተኛው መታመን ወዳለበት ሥፍራ በእርግጠኝነት ዕውነተኛ የሆነ ድነት ተከትሎ የሚመጣ ይሆናል፡፡ ከዕውነተኛ እምነት የራቀ የቱም ሰው ዕውነተኛውን ድነት የሚሰጠው ጸጋን ሊያገኝ /ይህ ጸጋ ሊኖረው/ አይችልም፡፡ (Fulgentius, *On the Incarnation*, 1; CCL 91:313.)

ቤዴ

ቤዴ (673-735 ዓ.ም)፡- ምንም እንኳ ሐዋርያው ጳውሎስ ያለ ሥራ በእምነት እንደ ጸደቅን የሰበከ ቢሆንም፣ በክርስቶስ እስከ አመኑ ድረስ ድነት የሚገኘው በእምነት ስለሆነ፣ ይህን ነገር ከፋት የሞላበትን ኑሮ ቢኖሩ አሊያም የከፋትን ተግባራትና አስቸጋሪ ነገሮችን የሠሩ ምንም ችግር እንደ ሌለበት አድርገው የሚወስዱ ሰዎች ታላቅ ስሕተትን ነው የሚሠሩት፡፡እዚህ ላይ ያዕቆብ የሐዋርያው ጳውሎስን ቃሎች እንዴት ሊረዱዋቸው እንደሚገባ ያብራራል፡፡ ለዚህም ነው እርሱ የአብርሃምን ምሳሌነት የተጠቀመበት፡፡ ይህን ምሳሌነት ጳውሎስም ስለ እምነት ለማስረዳት ተጠቅሞበታል፡፡ ስለዚህም አንድ

ሰው እምነቱን በተግባር ባያውለውም ምንም ችግር የለውም ይላል በሚል ጳውሎስን ለመረዳት መሞከር ስሕተት ነው፡፡ጳውሎስ እየተናገረ ያለው ቀድሞውኑ በከተከናወነ ሥራ መሠረትነት የቱም ሰው የመጽደቅን ስጦታ ሊያገኝ አይችልም፤ ምክንያቱም የመጽደቅ ስጦታ ከአምነት ብቻ የሚመጣ ነው" ይላል፡፡ Cited from the *Ancient Christian Commentary on Scripture* (ed. Gerald Bray), NT, vol. 11, p. 31.

የበርናባስ መልእክት (በቤተ ክርስቲያን ታሪክ መሰረት)

የበርናባስ መልእክት (ሲ. 70-131) "እኛ ለተስፋ የተመረጥን፣ ለእምነት በእግዚአብሔር የታጨን፣ ለድነት የተመረጥን ነን፡፡ ይህንን ተማሩ፡- በእግዚአብሔር ከማመናችን በፊት የልባችን ልማድ የተበላሸ እና ደካማ ነው፡፡"

አግናጢዮስ

አግናጢዮስ (ዲ. 98-117)፡- "ሥጋውያን የሆኑ ሰዎች የመንፈስን ነገር ማድረግ አይችሉም፡፡ የማያምኑ ሰዎችም እንደዚሁ የእምነት የሆነ ነገርን ማድረግ አይችሉም፡፡ ከዘመናት ሁሉ በፊት፣ ማለትም ዓለም ከመፈጠሩ በፊት አስቀድመው ለድነት የተወሰኑቱ ሰዎች በዕውነተኛ ስሜት እና ዘላለማዊ በሆነ የአብ ፈቃድ አንድ የሆኑና የተመረጡ ናቸው፡፡

ኢራኒየስ

ኢራኒየስ (ኤፍ ኤል ሲ. 175- ሲ. 195)፡- "እግዚአብሔር አስቀድሞ በእርሱ ዘንድ የተወሰነው ቊጥር ፈጽሞታል፤ ስሞቻቸው የተጻፉት ሁሉ ወይም ለዘላለም ሕይወት አስቀድመው የተወሰኑቱ ... እኛ ለዘላለም ለእርሱ በምንሆንበት በአብ ፍቅር በእርግጥም አስቀድመን ተወስነናል፡፡

አሪገን

አሪገን (ሲ. 185-254)፡- "ነፃ ፈቃዳችን ... ወይም የሰው ባሕርይ እግዚአብሔርን በብዙ ጒዳዮች ላይ ለመፈለግ በቂ አይደለም፡፡"

ሳይፕሪያን

ሳይፕሪያን (ዲ. 258)፡- "ይህ እኛ በታማኝነት እና በትሕትና የምንሰብከው አስቀድሞ መወሰን ነው፡፡"

ዩሴቢየስ

ዩሴቢየስ (ሲ. 265-339)፡- "በአስቀድሞ መወሰን ውስጥ የእግዚአብሔር ቤተ ክርስቲያን ሁልጊዜም ትኖራለች፡፡

አውግስጢኖስ

አውግስጢኖስ (ሲ. 345-397)፡- "እዚህ ላይ የእግዚአብሔርን ቀዳሚ ዕውቀት ከእግዚአብሔር ጸጋ በተቃረነ መልኩ እንደ ቆመ አድርገው ለሚከራከሩ፣ በተመሳሳይ መልኩም እኛ መልካም እንደምንሆን በቀደመ ዕውቀቱ የሚያውቅ ስለሆነ፣ ዓለም ከመፈጠሩ በፊት እኛ ተመርጠናል የሚሉ ሰዎች፣ እርሱ ራሱ መልካም አደረገን ለማይሉቱ ሰዎች ክርክር የሚሆን ሥፍራ የለም፡፡ ይህ "እኔ መረጥኋችሁ እንጂ፣ እናንተ አልመረጣችሁኝም" (ዮሐ. 15÷16) ብሎ የተናገረው የእርሱ ቋንቋ አይደለም፡፡ "እነርሱ የኃጢአት ባሪያዎች ከሆኑ፣ ስለምን ስለ ነፃ ፈቃድ በትምክህት ይናገራሉ? ... ልታደርጉት የሚገባችሁን ከአእምሮአዊ ትእዛዝ ተማሩ፡፡ መታረምን ከተግሣጽ ተማሩ፤ በገዛ ራሳችሁ ስሕተት ላይ ሥልጣን የላችሁም፡፡ ... በአዳም ጠፊ የሆነው የሰው ጥረት እዚህ ላይ ዝም ይበል፡፡ ደግሞም የእግዚአብሔር ጸጋ በኢየሱስ ክርስቶስ ጸጋ ይግዛ፡፡ ... እኛ ሰዎች በገዛ ራሳችን፣ የእግዚአብሔር ሳይሆን፣ ዳሩ ግን የገዛ ራሳችን የሆነን አንድ ነገር የምንፈልግ ነን፡፡ እንዴት እኔ የማላውቀውን የእግዚአብሔር የሆነን ነገር ሊያገኙ ይችላሉ?

የአንጾኪያው አግናጢዎስ

የአንጾኪያው አግናጢዎስ (30-70 ዓ.ም)፡- "በትውፊት የሐዋርያው ዮሐንስ ደቀ መዝሙር ነው ይባላል፡፡ እርሱም ስለ ነፃ ምርጫ ሲናገር ... ደግሞም በፊታችን እግዚአብሔር ያኖረው የቃሉ መንገድ አለ፤ ዳሩ ግን ባለመታዘዝ ምክንያት የመጣ ሞትም አለ፡፡ ደግሞም እያንዳንዱ ሰው በሚወስደው ምርጫ መሠረት ወደ ገዛ መንገዱ ይሄዳል፤ እስኪ እኛ ከሞት እንሽሽ! የሕይወትንም ምርጫ እናድርግ! (*The Epistle of Ignatius to the Magnesians,* ch.5, long version)

አንድ ሰው በዕውነተኛው መልኩ ሃይማኖተኛ ከሆነ፣ (የእምነት ሰው ከሆነ ለማለት እንጂ፣ የሆነ የአንድ ሃይማኖት ተከታይ ለማለት የገባ አይደለም)፣ እርሱ የእግዚአብሔር ሰው ነው፤ ዳሩ ግን ሃይማኖት-የለሽ ከሆነ፣ እርሱ የዲያብሎስ ወገን ነው፤ እንዲህ የሆነውም በተፈጥሮ ሳይሆን፣ በገዛ ራሱ ምርጫ ነው (*The Epistle of Ignatius to the Magnesians,* ch.5, long version)

በጆን ካሲይን የተሰጠ ማብራሪያ

መልካም የሆነውን ነገር ማሰብ ለዳዊት ብቻ የተሰጠ ነገር አይደለም፡፡ ለእኛም ደግሞ መልካም የሆነውን ነገር ማሰብና መገመት እንኳ ያልተሰጠ ነገር ተደርጎ ሊወሰድ አይገባም፡፡ በተፈጥሮ በእያንዳንዱ ሰው ነፍስ ውስጥ የተተከሉ ጥቂት የመልካምነት ዘሮች አሉ፡፡ እነዚህ በእግዚአብሔር መልካምነት በውስጣችን እንዲኖሩ የተደረጉ ናቸው፡፡ ዳሩ ግን እነዚህ በእግዚአብሔር ዕርዳታ እንዲቀሰቀሱ ካልተደረጉ በቀር ተገቢነት ወዳለው እየጨመሩ ወደሚሄዱበት ሁኔታ (ዕድገት) አይመጡም፡፡ምክንያቱም ስለዚህ ነገር ሐዋርያው እንዲህ ይላል፡- "ተክሉን እንዲያድግ የሚያደርገው ተካዩም ሆነ ውኃ አጠጭው ወይም ተንከባካቢው ሰው አይደለም፤ ዳሩ ግን አሳዳጊው የሆነው እግዚአብሔር ነው፡፡ ዳሩ ግን ያ የፈቃድ ነፃነት በሆነ መጠን በሰው በገዛ ራሱ ሥልጣን ወይም ኃይል ሥር ያለ ነገር ሲሆን፣ ግልጽ በሆነ መልኩም መጋቢ ተብሎ በሚጠራው መጽሐፍ ውስጥ ትምህርት ተሰጥቶበታል፡፡

ይህም መጽሐፍ *"ሼ ፐሸርድ ኦፍ ሄርሜስ"* ተብሎ ይጠራል፡፡በዚህ መጽሐፍ ውስጥ ለእያንዳንዳችን አንዱ መልካም፣ ሌላው መጥፎ የሆኑ ሁለት መላእክት ተመድበውልናል፤ የቱን መከተል እንዳለበት መምረጥ የሰው የግል ምርጫው ነው በሚለው ላይ መጽሐፉ ይዋሻል፡፡ ስለዚህም ደግሞ ፈቃድ ሁልጊዜ በሰው ውስጥ ነፃ ሆና ትኖራለች፤ እናም የቱም ሰው ቢሆን የእግዚአብሔርን ጸጋ ቸል ሊልም ሆነ በእርሱ ደስ ሊሰኝ አይችልም፡፡ይህ ነገር በእኛ ወደ ፊት ሊገሰግስም ሆነ ቸል ሊባል እንደሚችል ባያውቅ ኖሮ ሐዋርያው "በፍርሃት እና በመንቀጥቀጥ መዳናችሁን ፈጽሙ ብሎ አይናገርም ነበር፡፡ ዳሩ ግን የሰው ልጆች የድነታቸውን ተግባር ለማከናወን የእግዚአብሔር መለኮታዊ ጸጋ እንደማያስፈልጋቸው በቂልነት ሂሳብ እንዳያስቡ፡- በእናንተ መፈለግንም ሆነ ማድግንም እንደ በጎ ፈቃዱ የሚያከናውነው እርሱ ነው ከሚለው ጋር የቀደመው ንግግሩን ያያይዘዋል፡፡ስለዚህም ደግሞ እንዲህ እያለ በማስጠንቀቅ ጢሞቴዎስን ያነጋግረዋል፡- "በአንተ ያለውን የእግዚአብሔርን ጸጋ ቸል አትበል"፣ እንዲሁም ስለዚህ ምክንያት በአንተ ያለውን የእግዚአብሔር ጸጋ እንድታነሣሣ እመክርሃለሁ ..." (John Cassian, *Conferences*, XIII.12, emphasisadded)

ተርቱሊያኖስ

ተርቱሊያኖስ (110-65 ዓ.ም) ሁሉንም ነገር የእግዚብሔር ፈቃድ አድርጎ መመልከቱ የዕውነተኛና የተጨበጠ እምነት አካል አይደለም፡፡ ... በእኛ በውስጣችን የሆነ አንድ

ኃይል መኖሩን በመረዳት ረገድ ሳይሳካልን ይቀራል (Tertullian, *Exhortation on Chastity*, 2)

"እንግዲያውስ ሰው በእግዚአብሔር ነፃ መደረጉን እንመለከታለን። እርሱ የገዛ ራሱ ፈቃድና ኃይል የበላይ ተቆጣጣሪ ነው። ... ሰው ነፃ ነው፤ በፈቃዱም ታዛዥ ሊሆን ወይም ዕምቢተኛ ሊሆን ይችላል። (Tertullian, 207 AD, 3.300, 301)

"ከተቀበላችሁት ዘር ጋር የግድ መመሳሰል ይኖርባችኋል። - የዝርያችንም ሆነ የኃጢአታችን ጀማሪው አዳም ሲሆን፣ እርሱም የሠራውን ኃጢአት በፈቃዱ ዕውን አድርጎታል። (Tertullian, 212 AD, 4.51)

ታቲያን

ታቲያን (110-172 ዓ.ም)፡- "ቃል ... ሰዎች ከመፈጠራቸው በፊት የመላእክት የአኗኗር ሥርዓት ነበር። ደግሞም እነዚህ ሁለት የፍጥረታት ሥርዓት እያንዳንዳቸው እንደ ወደዱ ለመመላለስ ነፃ ተድርገዋል። ክፉ ሳች ፍጽጐ በሆነ መንገድ ይቀጡ ዘንድ ... ደግሞም ጻድቃን የተመሰገኑ መሆን ይገባቸው ዘንድ የመልካምነት ባሕርይ በእግዚአብሔር ዘንድ ብቻ ሳይሆን፣ ነገር ግን በሰዎች ዘንድ ወደ ፍጹምና እንዲመጣ ተደርጓል። ... እንዲህ ያለው ነገር መላእክትንም ሆነ የሰው ልጆችን በተመለከተ ነገሮች የሚሠሩበት መንገድ ነው።

በተጨማሪም ... ነፃ ፈቃዳችን አውድሞናል። ... ክፉ የሆነ የቱም ነገር በእግዚአብሔር አልተፈጠረም። እኛ ራሳችን ክፋትን የምንገልጥ ሆነናል።" (Tatian, Address to the Greeks)

ኢሬኒየስ

ኢሬኒየስ (120-202 ዓ.ም)፡- "እንክርዳዱን እና ስንዴውን የሠሩት ሁለት አካላት አይደሉምና፤ ዳኑ ግን አንድ አካል ነው፤ እርሱም ይፈርድባቸዋል፤ እነርሱንም ይለያያቸዋል። ይሁን እንጂ፣ ስንዴው እና እንክርዳዱ ግዑዝ እና ኢምክንያታዊ በመሆን፣ እንዲህ ያለውን ነገር ተፈጥሮአዊነት ባለው ባሕርያቸው አደረጉት።

ዳኑ ግን ሰው በምክንያት የተሞላ ሆነ፤ ደግሞም ከዚህ አኳያ ልክ እንደ እግዚአብሔር በፈቃዱ ነፃ ተደርጎና በውስጡ ባለ በራሱ ኃይል፣ በውስጡ ባለ በራሱ ምክንያት

አንዳንዴ ስንዴ፣ ሌላ ጊዜ ደግሞ እንክርዳድ ይሆናል፡፡ ምክንያቱም የሚያስብ ፍጡር ተደርጎ ተፈጥሮ ሳለ፣ ዕውነተኛውን ምክንያታዊነት አጥቶታል እናም አምክንዮታዊ በሆነ መልኩ ይኖራል፡፡

ይህም የእግዚአብሔርን ጽድቅ በመቃወም የሚኖርበት፣ እንዲሁም ክፉ ምኞቶችን በማገልገል የሚኖርበት ነው፡፡ ይህ ደግሞ ልክ ነቢዩ "የሰው ልጅ በክብሩ ሊረዳ አልቻለም፡- ስሜት-ዐልባ ከሆኑ እንስሳት ጋር ተጎዳኘ፤ ደግሞም በግብሩ እነርሱን መሰለ፡፡" (Irenaeus, *Against Heresies*, book 4, chapter 4,3)

ታቲያን

ታቲያን (160 ዓ.ም 2.6.7)፡- "ለመሞት አልተፈጠርንም፡፡ ይልቁንም በገዛ ራሳችን ስሕተት እንሞታለን፡፡ ነፃው ፈቃዳችን አጥፍቶናል፡፡ ነፃ የሆንነው እኛ ባሮች ሆነናል፡፡ ለኃጢአት የተሸጥን ሆነናል፡፡ የቱም ክፉ ነገር በእግዚአብሔር አልተፈጠረም፡፡ እኛ ራሳችን ክፉ ነገሮችን በማድረግ በገሃድ እንገልጣቸዋለን፡፡ ዳሩ ግን እኛ ክፉ ነገሮችን የምንገልጥ ሰዎች፣ ዕምቢ ብለን ልንጥላቸውም ጭምር እንችላለን፡፡ (ታቲያን ፡ 160 ዓ.ም 2.6.7)

በእርግጥም ይህን ዐቢይ ርእሰ-ጉዳይ ወደ ማጠቃለሉ ስንመጣ መጽደቅን የሰው ልጆች የሆንን ማናችንም ብንሆን በገዛ ራሳችን መልካም ባሕርይ፣ መልካም በሆኑ የተወደዱ ሥራዎቻችን፣ እንዲሁም ለሕጉ ባለን ታማኝነትም ሆነ ታዛዥነት አላገኘንም ወይም አናገኝም ወደሚለው መደምደሚያ ልንመጣ እንገደዳለን፡፡

የቃላት እና የአገላለጽ ወይም የዐረፍተ ነገር አሰካከ ልዩነት ካልሆነ በቀር በእነዚህ ከላይ በዐየናቸው የጥንት ቤተ ክርስቲያን አባቶች አስተምህሮ ወይም መረዳት ውስጥ ምንም ዐይነት በውል ሊጤንና ጎልቶ ሊታይ የሚችል ምንም ዐይነት ልዩነት ከቶ ሊገኝ የማይችል ወይም የሌለ መሆኑን ወደማስተዋሉ እንመጣለን፡፡

ዳሩ ግን ከዚህ ጋር በተያያዘ ደግሞ አንድ ዐቢይ የሆነ ዕውነትንም ጭምር አገናኝተን ማስተዋል እንዳለብን ላሳስብ እወድዳለሁ፡፡ ይህም ደግሞ ቤተ ክርስቲያን በመካከለኛው ዘመን ወደ ጨለማ ከመግባትዋ በፊት በተለይም በሐዋርያት ዘመን እና ከእነርሱ ዘመን ቀጥሎ ባለው የጥንት ቤተ ክርስቲያን አባቶች ዘመን፣ የቤተ ክርስቲያን ዘመን እንደሚያስረዳው፣ ደግሞም አሁን ያየናቸው የእነዚህ በጌታ ሕያዋን የሆኑ ሰዎች

ምስክርነት እና እምነት እንደሚያሳየው የጽድቅ በእምነት ትምህርት ቁልጭ ብሎ የሚታይና በጨለማው ዘመን አቧራ ያልተከደነ መሆኑ ነው፡፡

እንደ ዕውነቱ ከሆነ፣ ይህን ዕውነት ለተመለከተ ሰው በኋለኛው ዘመን የመጣ "ጽድቅ የሚገኘው በሥራ ነው ወይም እምነት ሲደመር ሥራ ይሆናል መዳን /ጽድቅ/ (እምነት + ሥራ = ጽድቅ/መዳን) የሚለው አቧራ ያንን አስገራሚ እና አንጸባራቂ ዕውነት ለበርካታ መቶ ዓመታት ይሸፍነዋል ወይም ይከድነዋል ብሎ ለመገመት እጅግ አስቸጋሪ ነገር እንደ ነበር ማጤን ይቻላል፡፡

የመካከለኛው ዘመን ወንጌልን የደበቀው ወይም የከደነው የሰዎች አስተምህሮ በጣም ውስብስብነት ያለው ወጥመድ እና ድቅድቅ ጨለማ ከመሆኑ የተነሣ፣ ዳግመኛ የዕውነት ብርሃን ወደ ምድራችን ሊመጣና ዳግም ልደትን የሚከስት በንጹሕ ወንጌል ላይ የተመሠረተ አስተምህሮ እንደ ገና በክርስቶስ ቤተ ክርስቲያን ውስጥ መሰጠቱ እና መነገሩ ዕውን ይሆናል ወይም ወንጌል በደመቀ መልኩ በገዛ ቤቱ ውስጥ አንጸባራቂ የሆነውን ብርሃኑን ይፈነጥቃል ብሎ መገመት ከባድም ሆነ ከቶውንም በሰዎች አእምሮና ልብ ውስጥ እንኳ ሊታሰብ የሚችል ነገር አልነበረም፡፡

ዳሩ ግን ለእግዚአብሔር ለአምላካችን ክብር-ምስጋና ይግባውና በምድራችን ያሉ የወንጌላውያን አብያተ ክርስቲያናት እና ሌሎች አብያተ ክርስቲያናት ባሉቱ ንጹሕ በሆነው እና ባልተቀየጠው የክርስቶስ ወንጌል ላይ ብቻ የሚታመኑቱና በዚህ ዕውነት ላይ የቆሙቱ አብያተ ክርስቲያናት ዛሬ ላይ በደስታና በሐሤት የምናጣጥመውን የወንጌል ብርሃን እና ተቀብነው በደስታና በዕረፍት የተሞላነውን የእግዚአብሔር የማዳኑን ወይም የማጽደቁን ሥራ በአሥራ ስድስተኛው ክፍለ ዘመን የመጀመሪያው የፕሮቴስታንት ተሐድሶ ዕንቅስቃሴ አራማጅ ታሪካዊውን ሰው ማርቲን ሉተርን በማስነሣት እግዚአብሔር ዳግመኛ ከፀሐይ ይልቅ እጅግ በደመቀ መልኩ የሚያድነውን የወንጌሉን ብርሃን በምድር ላይ አበራው፡፡ ክብር ለአምላካችን ለእግዚአብሔር ይሁንለት! አሜን!

እኔም ሆንሁ የዚህ ማብራሪያ አንባቢያን ሁሉ የዚህ በረከት ተካፋይም ሆነ ሁነኛ ተቋዳሽ እንድንሆን በእግዚአብሔር ዐይኖች ፊት መታየትና በልቡም ውስጥ ደግሞ መታሰብ እና ፈጽሞ መንብኘት ስለሆነልን ጌታን ከልባችን ዘወትር እየባረክንና ለስሙ የሚሆን፣ ደግሞም ክብርን በዕውነተኛው መልኩ የሚያመጣለትን ክርስቲያናዊ ኑሮ ለመኖር በጸጋው ልንጨክንና በአምነትም ደግሞ ልንጸና፣ ብሎም ጊዜያችንን፣ ጉልበታችንን እና

ገንዘባችንን እንዲሁም መላው ኃይላችንን እና አለን የምንለውን ዐቅማችንን ሁሉ ዋጋ-ቢስ በሆኑ ከንቱና ጠፊ ነገሮች ላይ ከማፍሰስ በመቆጠብ፣ ቢቃሉ ዕውነትና በመንፈሱ ምሪትና ቁጥጥር ሥር ሆነን በፊቱ እየተመላለስን በሥርዓት እና በአግባብ ልንኖር የሚያስፈልግ፣ ደግሞም በዚህ መልኩ እየኖርን ፈቃደ-እግዚአብሔርን ልናገለግል ይገባል የሚለውን ማሳሰቢያ ለአንባቢያን ሁሉ በፍቅር ላሳስብ እወድዳለሁ፡፡

2. ነገረ-ኃጢአት እና ነገረ-ጸጋ

ነገረ-ኃጢአትን እና ነገረ-ጸጋን በተመለከተ በቤተ ክርስቲያን አባቶች የተሰጡ ማለፊያ የሚባሉ ንግግሮች አሉ፡፡ በእርግጥም እነዚህን ንግግሮች አስተማሪዎችና እጅግ በጣም ጠቃሚ ከመሆናቸው የተነሣ አሁን ከዚህ በታች አንድ በአንድ እያነሣን እንመለከታቸዋለን፡፡

ምንም እንኳ የቤተ ክርስቲያን አባቶች ብዙ ቢሆኑና በእነርሱ አማካይነት የተሰጡ ርእሰ-ጉዳያችንን የሚመለከቱ ንግግሮች ብዙ ቢሆኑና ደግሞም እያንዳንዱን ንግግር ለመመልከት ጊዜ እና ሥፍራ ማግኘቱ ከባድ ቢሆንም፣ ለአስረጅ ምሳሌነት የሚሆኑን ያህል አንዳንዶቹን መረጥ-መረጥ አድርገን መመልከታችን ተገቢነትም ሆነ አስተማሪነት ያለው ይሆናል፡፡ እናም በቀጥታ ወደዚሁ የምናመራ ነው የሚሆነው፡፡

ሀ. ነገረ-ኃጢአት

ነገረ-ኃጢአትን ለመቃኘት ስንነሣ በቅድሚያ የበርናባስ መልእክት የሚናገረውን እንመልከት፡- *"ይህንን እንማር፡- በእግዚአብሔር ከማመናችን በፊት የልባችን ልማድ የተበላሸ እና ደካማ ነበር፡፡* (*Epistle of Barnabas* (c.70–c.131)
አግናጢዎስ *"ሥጋውያን የሆኑ ሰዎች መንፈሳዊ የሆኑ ነገሮችን ማድረግ አይችሉም፡፡ የማያምኑ ሰዎችም የእምነት ነገሮችን ማድረግ አይችሉም"* (*Ignatius* (d.98-117) *ሲል ይናገራል፡፡*

ሰማዕቱ ጁስቲን፡- "በአዳም ውድቀት እንዲሁም በዕባቡ አሳሳችነት እኛ የሰው ልጆች ኃጢአተኞች ሆነን እንመላለሳለን ... የቱም መልካም ነገር በእኛ ውስጥ አያድርም ... በተፈጥሮም ይሁን በሰብዓዊ መረዳት ታላላቅ የሆኑና እጅግ መለኮታዊነት ያላቸውን ነገሮች ለማግኘት አንችልም፡፡ ነገር ግን ይህን ማድረግ የምንችለው መለኮታዊ በሆነው

ጉልበት ነው፡፡ … በእርግጥም ወደ እግዚአብሔር መንግሥት መግባት አይቻልም፡፡ እርሱ ሕይወትን ማግኘት በተፈጥሮአዊ ባሕርያችን የሚቻል ነገር እንዳልሆነ አሳማኝ በሆነ መልኩ ተናግሮናል፡፡ … ነፃ ፈቃድ አውድሞናል፡፡ ነፃ የሆንነው ሰዎች ባሮች ሆነናል፤ ደግሞም ለኃጢአት ተሸጠናል፡፡ በኃጢአታችን ተጨቁነን እንገታችንን ስለ ደፋን ቀና ብለን ወደ እግዚአብሔር መጓዝ አንችልም፡፡ እኛ ከንፎች እንዳላቸው ነገር ግን መብረር እንደማይችሉ ወፎች ነን፡፡" (Justin Martyr (c.100-165)

ክሌመንት የሮሙ እንዲህ ይላል፡- "እግዚአብሔር አሁንም ሆነ በወደፊት ዓለም ላይ ኃጢአተኞችን የሚቀጣ ከሆነ፣ ኃጢአተኛው ድልን የሚያገኝበትን ዕድሉን አግኝቶ ቻል ካላለ በስተቀር፣ ይህን የሚያደርግበት ሌላ ምክንያት የለም፡፡" (Clement of Rome, *Recognitions* 111. 23, V. 8, IX. 30.)

እኛ የሰው ልጆች ኃጢአተኞች መሆናችንን አስመልክቶ ማቴቴስ የተባለው የቤተ ክርስቲያን አባት በ130 ዓ.ም እንዲህ የሚል ቃልን አስፍሮአል፡- "ቀድሞ ያለፈውን ጊዜ በተመለከተ ከመስመር የወጡ ፍላጎቶች ያሉን ሆነን እንድንወለድ ፈቅዷል፤ ይህም ደግሞ በደስታ እና በልዩ ልዩ ክፉ ምኞቶች የምንወሰድበት ነበር፡፡ ይህም እርሱ በእኛ ኃጢአት ከቶውንም የሚደሰት ስለሆነ አይደለም፤ ዳሩ ግን እርሱ እነዚህን ነገሮች ስለ ታገሣቸው ብቻ ነው፤ እነዚያን በመተላለፍ ያሳለፍናቸውን ጊዜያትን በተመለከተ መልካም በሚል ማረጋገጫን አልሰጣቸውም፡፡ በገዛ ራሳችን ሥራዎች ሕይወትን ለማግኘት ብቁ አለመሆናችንን እንድንረዳ ለማድረግ ጽድቅን በተመለከተ ንቁ የሆነ ሕሊና እንዲኖረን ነው፤ ይኸውም በእግዚአብሔር መልካምነት በኩል ነገሮች ለእኛ ተመቻችተውልናል፤ እና እኛ በራሳችን ወደ እግዚአብሔር መንግሥት መግባት እንደማንችል ይገለጥ ዘንድ በእግዚአብሔር ኃይል አማካይነት ወደዚያ መግባት ይቻለን ዘንድ ነው፡፡"

አጭር ማጠቃለያ

ኃጢአትን በተመለከተ ከጥንት ቤተ ክርስቲያን አባቶች የምናገኘው መረዳት ጠቅለል ባለ መልኩ ስንመለከተው የሰው ልጆች ወይም ክርስቲያኖች በእግዚአብሔር ከማመናቸው በፊት የተበላሸ እና ደካማ የሆነ ልብ የነበራቸው መሆኑን፣ ሥጋዊ መሆናቸውን፣ በዚህም ደግሞ መለኮታዊ የሆኑ ወይም መንፈሳዊነት ያላቸውን ተግባራትን ከቶ ማከናወን የማይችሉ መሆናቸውን እንመለከታለን፡፡

ይህም የሰው ልጆች የነበሩበት ነባራዊ ሁኔታ ወደ እግዚአብሔር መንግሥት ከቶ መግባትም ሆነ የእግዚአብሔር የድነት አካል መሆን እንደማይሆኑ፣ ወይም ይህን ሊቋደሱ የሚችሉበት ሁኔታ ከቶ እንደ ሌለ እንመለከታለን፡፡ *"የሰው ልጆች በተፈጥሮም ይሁን በሰብዓዊ መረዳት ታላላቅ የሆኑና እጅግ መለኮታዊነት ያላቸውን ነገሮች ለማግኘት አይቻለንም"* የሚለው *የሰማዕቱ ጀስቲን* ንግግር ይህን አበክሮ የሚያሳይ ነው፡፡

ለ. ነገረ-ድነት

ከጥንትም ጀምሮ እስከ ዛሬ ድረስ የሰው ልጆች መለኮታዊ ጸጋን ለመረዳት የሚሞክሩባቸው ሁለት ዐይነት መንገዶች አሉ፡፡ አንደኛው ጌታ እግዚአብሔር አምላክ ለሰው ልጆች ድነትን በጸጋው ሠራላቸው፤ ከዚያም በጸጋ የተሠራውን ድነት በእምነት እንዲቀበሉት ወይም እንዲያገኙት አደረገ የሚል ነው፡፡ እምነት ሲባል የሰዎች ችሎታ ወይም ነፃ ፈቃድና ምርጫ አሊያም በሰዎች ውስጥ የሚኖር መልካምነት እና ቅንነት ሳይሆን፣ ነፃ የሆነ የእግዚአብሔር ስጦታ ነው፡፡

ስለሆነም የሰው ልጆች ድነትን በመቀበል ረገድ ክብሩን ሁሉ ሙሉ በሙሉ መስጠት ያለባቸው ለጌታ አምላክ ለእግዚአብሔር ነው የሚል ነው፡፡ ደግሞም የእምነት ስጦታን በተመለከተ በየትኛውም ነገር ሰዎች ሊመኩበት የሚገባ ነገር ከቶ የለም የሚል ነው፡፡ በእርግጥም ለትምክህት የሚሆን አንዳች ነገር ስለ ሌለበት የሰው ልጆች ከትምክህትና ክብርን ለራሳቸው በሆነ መልኩም ቢሆን ከመውሰድ ተቆጥበው አዳኙን ጌታ አምላክ እግዚአብሔርን ሊያመልኩትና ሊያመሰግኑት ይገባል፡፡

ሁለተኛው መንገድ ደግሞ የሰው ልጆች በእርግጥም በእግዚአብሔር በተሠራው ድነት መጽደቅን ያገኙ ቢሆንና ይህም በእግዚአብሔር ጸጋ ዕውን የሆነ፣ ወይም በሕይወታቸው የተመነዘረ ቢሆንም፣ ይህን የጸጋውን ሥራ የሚቀበሉ ሰዎችም ሆነ ከቶ ሊቀበሉ የማይችሉ ሰዎች ስላሉ ይህን ዕውነታ በመንተራስ ለምን እንዲህ ያለው የተወሰኑ ሰዎች የሚቀበሉበት፣ ደግሞም የተወሰኑ ሰዎች የማይቀበሉበት ሁኔታ ሊፈጠር ቻለ በማለት፣ ደግሞም ሁሉ ነገር ከእግዚአብሔር ጋር የሚያያዝ ከሆነ፣ እንግዲያውስ ስለምን እርሱ የሰው ልጆች ሁሉ እንዲቀበሉት አላደረገም? ዳሩ ግን የተወሰኑ ሰዎች ብቻ የሚቀበሉት ከሆነ፣ ይህ ሊሆን የቻለበት ምክንያት በእነዚያ ሰዎች ዘንድ ከነበረ መልካም ነገር የተነሣ አይደለም ወይ? የተወሰኑ ሰዎች ደግሞ ይህን የእግዚአብሔርን ስጦታ ያልተቀበሉ

ከሆኑ፣ እንግዲያውስ ሊሆን የቻለው በእነዚህ ባልተቀበሉ ሰዎች ክፋትና ዐመፅ የተነሣ አይደለም ወይ?

ይህስ አይደለም ወይ ጌታ እግዚአብሔር አምላክን ወንጌልን ሰምተው ባልተቀበሉ ሰዎች ላይ እንዲፈርድባቸው የሚያደርገው? የሚሉ ጥያቄዎችን በማንሣት እና ለእነዚህ ጥያቄዎች መልስን በመሻት ላይ ተንተርሰው እንግዲያውስ የሚድኑቱ ሰዎች በእግዚአብሔር ጸጋ የተሠራውን ድነት በመቀበላቸው አዎንታዊ አስተዋጽኦ አበርክተዋል ወደሚል መደምደሚያ መጥተዋል፡፡ ይህም ነገር እንደ አንድ አበርክቶት ሊታይ እንደሚገባ ወደ ማሰቡም ሆነ ወደ ማስተማሩ ያዘነብላሉ፡፡

ጸጋ በሰው ልጆች ሕይወት ውስጥ እንዴት ነው የሠራው የሚለውን ጥያቄ ለማስረዳት የቀረቡትን እነዚህን ሁለት የመረዳት መንገዶች ስንፈትሽ የሚከተሉትን ዕውነታዎች እናገኛለን፡፡ በቅድሚያ ሁለተኛውን መንገድ እንመልከት፡፡ አንዳንዶች እግዚአብሔር የሠራውን ድነት መቀበላቸው የግድ በእነርሱ ዘንድ ካለ መልካምነት ወይም የሚያዋጣን ነገር የመረዳት ችሎታ የመጣ እንደ ሆነ አድርገን መመልከት አይኖርብንም፡፡

ምክንያቱም የሮሜ መጽሐፍ እግዚአብሔርን የሚፈልግ የለም፤ ሁሉ ተሳስተዋል፤ በአንድነትም የማይጠቅሙ ሆነዋል ብሎ ነው የሚነግረን፡፡ ስለዚህም የሰው ልጆች በሁለት ጎራ መልካም እና ክፉ በሚል ሁለት ለየቅል የሆኑ ብድኖች ውስጥ እንዳሉና አንደኛው ወገን እንደ ተቀበለ፣ ማለትም ከመልካምነቱ የተነሣ ሁለተኛው ወገን ደግሞ እንዳልተቀበለ፣ ማለትም ከክፋቱ የተነሣ ዕምቢተኛ እንደ ሆነ አድርገን የምንመለከትበት አላስፈላጊም ሆነ የሌለ መንትኤነት (non-existed dualism) ልናስወግድ ይገባል፡፡

ምክንያቱም ሁልጊዜም ልክ የሆነውና የማይለወጠው ቃሉ የሰው ልጆች የነበሩበትን ሁኔታ ሲገልጽ እግዚአብሔርን የሚፈልግ የለም፤ ሁሉ ተሳስተዋል፤ በአንድነትም የማይጠቅሙ ሆነዋል በሚል ሰዎች ሁሉ በፊተኛው አዳም አንድ ምድብ ውስጥ እንዳሉና ሁሉም ዐመፀኞች እንደ ሆኑ፣ ደግሞም ከመካከላቸው ድነትን ለመቀበልና ለመለኮት አዎንታዊ በመስጠት ረገድ ሲታዩ የቱም ሰው ቢሆን ከቶ የሚሻል ባሕርይ እንደ ሌለው ሲያመለክት እግዚአብሔርን የሚፈል የለም በሚል የዘጋው መሆኑ በውል ሊጤን ይገባል፡፡

ምዘናችንን ለማድረግ ተመልሰን ወደ መጀመሪያው መረዳት ስንመጣ ሁሉን ቻዩና የፍቅር አባት የሆነው ጌታ አምላክ እግዚአብሔር በምሕረቱና በቸርነቱ ደግሞም በጸጋው መንትኤነት ያላቸውን ሁለት ነገሮች ለሰው ልጆች እንዳደረገላቸው እንመለከታለን፡፡ የመጀመሪያው ድነታቸውን በጸጋው መሥራቱ ነው፡፡ ይህም *"ከሥጋ ድካም የተነሣ ለሕግ ያልተቻለውን እግዚአብሔር የገዛ ልጁን በኃጢአተኛ ምሳሌ በኃጢአትም ምክንያት ልኮ ኢደርጎአልና" (ሮሜ 8፥3-4)* በሚለው ቃል በውል ተጠቅሷል፡፡

አዎን የሰው ልጆች የለበሱት *ሥጋ* በውድቀት ምክንያት ሟችና በስባሽ ብሎም ደግሞ ለኃጢአት የተሸጠ ስለሆነ፣ ሕግ የሚፈለገውን ጽድቅ በሰዎች ውስጥ እንዲገኝ ማድረግ ከቶ አልቻለም ነበር፡፡ ለዚህም ነበር ጌታ አምላክ እግዚአብሔር ድነትን በኃጢአተኛ *ሥጋ* ምሳሌ መጥቶ ሕግ ሊፈጽመው ያልቻለውን የሰው ልጆችን መጽደቅ ጉዳይ ራሱ የፈጸመው፡፡

ሁለተኛው ደግሞ ይህን ድነት ለመቀበል በማይችሉበትና በጨለማው ዓለም ግዛት /እስር ቤት/ ውስጥ ስላሉ ይህንን ታላቅ እስራት በወንጌሉ የምሥራች ቃል ስብከት በጣጥሶታል፡፡ ጨለማውንም አስወግዶታል፡፡ እናም ደግሞ ዕውነትን እንዲያዩና ተጽዕኖ በሌለበት መልኩ ምርጫን ለማድረግ እንዲችሉ ፈቃዳቸውን ከእስራት ነፃ እንዲሆንና ከውድቀት በፊት ወደ ነበረው የአዳም ዐይነቱ ፈቃድ ያላቸው እንዲሆኑ አድርጓቿል፡፡

ስለዚህም ምርጫን ሲያደርጉ በውስጣቸው ያለ የኃጢአት ሕግ በእነርሱ ላይ በማየሉ ተጽዕኖ ውስጥ ገብተው ሳይሆን፣ ዳሩ ግን ነፃ ሆነው ጌታን ለመከተልም ሆነ ላለመከተል በወንጌል ብርሃን ያገኙትን ነፃነት መጠቀም ወደሚችሉበት ዐቅም መጥተው ነው፡፡ ይሁንና የዚህ ዓለም አሳብ፣ የባለጠግነት ማታለል ... ወዘተን በመምረጥ /ተረትተውና ተቃራኒ የሆነን ነገር መምረጥ ባለመቻል ሳይሆን፣ በፍላጎት መምረጥ ወንጌልን ላይቀበሉት ችለዋል፡፡

እናም አሁን ጥያቄው ድነት የተሠራበትና ፈቃዱም ቢሆን ከእስራት የተፈታለት ሰው እንዴት ባለው መልኩ ነው እርሱ ሊወደስም ሆነ የሆነ በጎ ነገር ስላለው አንዳች ነገር የሆነለት ተደርጎ ሊቆጠርለት የሚችለው? ይህ ሰው እንዴት ባለ መልኩ ነው በድነቱ ዕውን መሆን ላይ የሆነ ትብብር እንዳደረገ የሚቈጠረው? ከመለኮት ጋር እንደ ተባበረ ተደርጎ የሚወሰደውስ ሆነ ይህ ጉዳይ ለእርሱ እንደ ችሎታ ሊወሰድለትና ክብርን ሊያገኝ ወይም ሊመካበት የሚችለው? የሚል ነው፡፡ ይህ በእርግጥም ከንቱ ከሆነና ከፍ

ባለው የእግዚአብሔር አሳብ ላይ የሚነሣ የሰዎች አሳብ ነው፡፡ ክብር ሁሉ በቅድሚያ ላዳነን፣ ደግሞም ድነታችንን ለመቀበል እንኳ ታስሮ የነበረውን ፈቃዳችንን በጸጋው ከእስራት ለፈታው ለእግዚአብሔር ለአምላካችን ይሁን!

3. የሰው ልጆች ነፃ ፈቃድ እና የእግዚአብሔር ጸጋ በጥንቷ ቤተ ክርስቲያን አባቶች ዕይታ

ሰብዓዊ ፈቃድን በተመለከተ ከጥንት እስከ ዛሬ ድረስ ከሞላ-ጐደል ሁለት ዐይነት እርስ በርስ የሚጣረሱ ወይም የሚጋጩ አመለካከቶች አሉ፡፡ የመጀመሪያው ዐቋም የሰው ልጆች በእግዚአብሔር ጸጋ የተሠራላቸውንና በነፃ የተሰጣቸውን ዘላለማዊ ድነት ለመቀበል የሚረዳቸው ነፃ ፈቃድ በውስጣቸው አላቸው፤ ስለዚህም ተሠርቶም ሆነ ተጠናቅቆ የቀረበላቸውን ድነት ነፃ ፈቃዳቸውን በመጠቀም መቀበል ይችላሉ የሚል ነው፡፡

እንደ ዕውነቱ ከሆነ ይህ ዐቋም በውስጡ መጠነኛ ዕውነትን ይዟል፡፡ ይኸውም ጌታ አምላክ እግዚአብሔር ዕውነትን በፈቃዳቸው እንጂ፣ በግዴታ እንዲቀበሉት አያደርግም ወይም ደግሞ በፈቃዳቸው ላይ ተጽዕኖ አያደርግም፤ ዳሩ ግን እርሱ ይህን የሚያደርግ ከሆነ፣ በገዛ ራሱ መልክና አምሳል የፈጠራቸውን የሰው ልጆችን እንደ ግዑዛን ፍጡራን ቆጠራቸው የሚል ዕንድምታ ያለው አሳብን ያስነሣል፡፡

ይህ እንግዲህ የሰው ልጆች ምንም ፍላጎት ሳይኖራቸው እግዚአብሔር አምላክ በድንገት ከመቀመጫቸው ላይ ተነሥተው እንዲያመልኩት ተጽዕኖ ያደርግባቸዋል፣ ደግሞም እንዲህ ባለ መልኩም እርሱ ከእነርሱ አምልኮን ይቀበላል ብሎ እንደ መናገር ያለው ነገር ነው፡፡ ጌታ አምላክ እግዚአብሔር የሰው ልጆችን እንደ ግዑዝ ዕቃ ባለው መልኩ አይጠቀምባቸውም፡፡ ወድደውም ሆነ ፈቅደው እንዲያመልኩትና እንዲያገለግሉት የሚፈልግ ነው፡፡ የሰው ልጆችም ቢሆን በምድር ላይ እንዲንቀሳቀሱ የተፈጠሩት ፈቃዳቸው በማይጠየቅበት መልኩ እንደ ግዑዝ ዕቃ እንዲሠሩ ሆነው ሳይሆን፣ ፈቃዳቸውን በማሳተፍ መሆኑ በውል ሊታወቅ ይገባል፡፡

እናም እግዚአብሔር አምላክ በዚህ መልኩ ስለማይሠራ የሰው ልጆች በሆነ መልኩ የጸጋውን በረከት ለመቀበል ነፃ ፈቃዳቸውን መጠቀማቸው አይቀርምና ይህን ከማሳየት አንጻር ይህ ዐቋም የራሱ የሆነ ጥንካሬ አለው ብለን ልንናገር እንችላለን፡፡ ዳሩ ግን ከዚህ

ወጣ ስንል ደግሞ ይህ ዐቋም የራሱ የሆነ ደካማ ጎንም ጭምር እንዳለውና ይህ ደካማ ጎኑ ደግሞ እጅግ ዐደገኛም ሆነ አሳሳች እንደ ሆነ እንረዳለን፡፡ ይኸውም የሰው ልጆችን ነፃ ፈቃድ አስመልክተን ስንነጋገር የሰው ልጆች በጌታ የተሠራን ድነት ለመቀበል በሚችገሩበት፣ ከውድቀት በፊት በነበሩበት ነባራዊ ሁኔታ ዐይነቱ ውስጥ የማይገኙ መሆናቸው በውል ልናጤነው ይገባል፡፡

በዚህ ረገድ የሮሜ መጽሐፍ ምዕራፍ 3፥11 *"ጻድቅ የለም አንድ እንኳ፥ አስተዋይም የለም አንድ እንኳ፥ እግዚአብሔርን የሚፈልግ የለም፥ አንድ ስንኳ"* ይላል፡፡ ከዚህም ጻድቅ የሆነና አስተዋይ የሆነ ብቻ ሳይሆን፣ ራሱን እግዚአብሔርን ጭምር የሚፈልግ አንድ ሰው እንኳ እንደ ሌለ፣ በሌላ አነጋገር ጌታ አምላክ እግዚአብሔርን የሚፈልግበትን ተፈጥሮአዊ የሆነ ባሕርይ ይዞ የተፈጠረ አንድ ሰው እንኳ የለም እያለ ነው መጽሐፍ ቅዱስ የሚነግረን፡፡

ወደ ቍጥር 23ም ስናመራ ሁሉ ኃጢአትን ሠርተዋል ይለናል፡፡ ተመልሰን ወደ ቍጥር 11 መጨረሻና ቍጥር 12ን ስንመለከት ሁሉ ተሳስተዋል፤ በአንድነትም የማይጠቅሙ ሆነዋል ነው የሚለን፡፡ ከዚህም የሰው ልጆች የቱንም ያህል ድነታቸው በእግዚአብሔር ጸጋ የተሠራና ጥንቅቅ ብሎ ወደ እነርሱ የመጣ ቢሆንም፣ ይህ ነገር መልካም ነው ብለው ለመቀበል በሚያስችል በሰይጣንም ሆነ በኃጢአት ባርነትና ትብታብ ሥር በባርነት ያልተያዘ ማንነትን በያዙበት ሁኔታ ውስጥ አለመሆናቸው፣ በዚህም ደግሞ የቀረበላቸውን መልካም የሆነ ነገር ከራሳቸው በሆነ ችሎታም ሆነ ምርጫ ለመቀበል የማይችሉ መሆናቸው ለሁሉም ሰው ግልጽ ሊሆንለት ይገባል፡፡

ስለዚህም ይህ ፈቃዳቸው በኃጢአት እና በዲያብሎስ ትብታብ ሥር በባርነት የዋለበትን ሁኔታ በኋለኛው ዘመን የተነሣው የተሐድሶ አራማጁ *ማርቲን ሉተር የፍሪደም ኦፍ ዘዊል - የፈቃድ ነፃ መሆን (freedom of the will)* ተቃራኒ የሆነውን *ቦንዴጅ ኦፍ ዘ ዊል - የፈቃድ በኃጢአት እስራት ውስጥ መሆን (bondage of the will)* የሚለውን አስተምህሮውን ዕውን ባደረገበት መግለጫው እንዳሳየው የጥንት ቤተ ክርስቲያን አባቶችም የሰው ፈቃድ ነፃና ሊረዳው የሚገባ መለኮታዊ ጣልቃ-ገብነት የማያስፈልገው አድርገው ከመመልከት የተቆጠቡበትን፣ ይልቁንም መንፈስ ቅዱስ በጸጋ የተሠራውን ድነት፣ ብሎም ሰዎች ኃጢአተኛ መሆናቸውንም ጭምር ለራሳቸው በወቀሳ /ሕሊናቸውን በመውቀስ/ የሚያስረዳበትና ይህንንም እንዲቀበሉ የሚያደርግበትን አሠራር ዕውን እንዳደረገ በአንድነት ሲስማሙበት ይስተዋላሉ፡፡

ይህ እንግዲህ ሁለተኛው ዐቋም እንደ ሆነ በቀላሉ መረዳት እንችላለን፡፡ ምንም እንኳ የሰው ልጆች ፈቃዳቸውን በሆነ መልኩ ድነትን በመቀበል ወይም በሌሎችም መለኮታዊ ሥራዎችን በመቀበሉ ረገድ የሚያሳትፉ ቢሆኑም፣ ፈቃዳቸው ራሱ በኃጢአት እና ተፈጥሮአዊ በሆነ ዐመፅ፣ ደግሞም እግዚአብሔርን በማይፈልግበት ሁኔታ የተሞላ በመሆኑ፣ የግዴታ መንፈስ ቅዱስ ኃጢአተኛ መሆናቸውን ለሰዎች እንዲያውቁት የሚያደርግበት፣ ብሎም እግዚአብሔር የሠራውን ድነት ተፈጥሮአዊ በሆነ ዐመፀኛ ማንነታቸው እስራት ሳቢያ ለመቀበል ቢፈልጉም ይህ ከባድ ከመሆኑ የተነሣ እንዳይቸገሩ ይህን ተፈጥሮአዊ የዐመፅ እስራት የሚፈታበትን መለኮታዊ ሥራ ሠርቷል አሊያም በሌላ አነጋገር በእስራት ውስጥ ያለውን ፈቃዳቸውን መለኮታዊ የሆነውን የእግዚአብሔርን የድነት ሥራ እንዲቀበሉ ለማስቻል ከእስራቱ ፈትቶታል የሚል መረዳት እና አስስተምህሮ ነው፡፡

ከዚህ አስተምህሮ ወይም ዐቋም እና መረዳትም ጋር የሐዋርያው ጳውሎስ አሳብ የሚስማማ ሆኖ እንመለከታለን፡፡ *"ጸጋው በእምነት አድኗችኋል፥ ይህም የእግዚአብሔር ነፃ ስጦታ እንጂ ከሥራ አይደለም፥ ማንም እንዳይመካ፡፡"* (ኤፌ. 2፥8) ይላል፡፡

ከዚህም ድነት የተዘጋጀው ወይም የተሠራው በጸጋ እንደ ሆነ በቅድሚያ እንረዳለን፡፡ በቀጣይነት ደግሞ ጸጋው ድነትን ወደ ሰው ልጆች ሕይወት እንዲመጣ ያደረገው እምነት እንደ ሆነና እምነትም ደግሞ የእግዚአብሔር ስጦታ እንጂ፣ ከቶውንም የሰው ልጆች ችሎታም ሆነ በውስጣቸው ያለ በጎነት አሊያም የጥረታቸው ውጤት (ሥራ) እንዳልሆነ በውል ያስገነዝበናል፡፡

ሐዋርያው ነገሩን ሲቋጨው ወይም ሲደመድመው እንግዲያውስ ከሥራ ስላይደለ ማንም ቢሆን በሥራዬ ወይም በሆነ አንዳች ያዋጣሁት ነገር አገኘሁት ብሎ ሊመካ እንደማይችል ያሳስባል፡፡

ከማኮ ናጋሳዋ ምንባብ የተወሰደ

ምንም እንኳ ግሪካውያን አባቶች ከሌሎች በላይ በተለይም ደግሞ ከዮሐንስ አፍወርቅ በላይ የሰው ነፃ ፈቃድ ኃይልን በመግለጡ ረገድ ርቀው የሄዱ ቢሆንም፣ ከአውግስጢኖስ ውጭ ጥንታውያን የነገረ መለኮት ዐዋቂዎች በዚህ ርእሰ-ጉዳይ ላይ ግራ ተጋብተዋል፤ እንዲሁም የሚጣረስን ነገር ይናገራሉ፡፡ ስለዚህ እነርሱ ከሚጽፏቸው ነገሮች ምንም

ወይም የትኛውም እርግጠኝነት አይታይም፡፡ (John Calvin, *Institutes*, book 2, chapter 2, section 4)

ለዲዮግኔቱስ የተጻፈው የማቴቴስ መልእክት (1ኛ-2ኛ ክፍለ ዘመን)

ማቴቴስ የመጠሪያ ስም ካለመሆኑና ደቀ መዝሙር የሚል ፍቺ ያለው ከመሆኑ አንጻር ጸሐፊው የሐዋርያት ደቀ መዝሙር የነበረ ሰው እንደ ነበር እና ይህን መልእክትም እንደ ጻፈው ይታመናል፡፡

"እንደ ንጉሥ ልጁን ላከ፤ ልጅ የውም እንዲሁ ንጉሥ ነው፤ ስለዚህም እርሱን ላከው፡፡ ልከ እግዚአብሔር እርሱን እንደ ላከው፣ ሰዎችንም በተመለከተ እግዚአብሔር እርሱን ላከው፤ እንደ አዳኝ እርሱን ላከው፤ ሊያስገድዳቸው ሳይሆን፣ ሊያሳምናቸው ላከው፡፡ ምክንያቱም የኃይል ጥቃት በእግዚአብሔር ባሕርይ ውስጥ ምንም ሥፍራ የለውምና፡፡ እኛን እንዲጠራን እርሱን ላከው፤ ተበቃይ እንደ ሆነ እኛን እንዲያሳምነን እርሱን አልላከውም፡፡ እኛን የሚወድደን መሆኑን ሊያሳምነን ላከው እንጂ፣ በእኛ እንደሚፈርድ ሊያሳምነን አልላከውም፡፡ (*Epistle to Diognetus*, chapter 7, verse 4)

ሰማዕቱ ጀስቲን

*ሰማዕቱ ጀስቲን (*circa 100 – 165 AD*)፦* "የእግዚአብሔር የቀደመ ዕውቀት በእግዚአብሔር አሳብ ውስጥ ያለ ነገር ነው እንጂ፣ ተገልጦ የሚታይ ነገር አይደለም፡፡ ደግሞም በሰዎች ምርጫዎች የሚቀሰቀስ ነው፡፡ በተጨማሪም ከነቢያት ተምረነዋል፡፡ ዕውነተኛ መሆኑን ተቀብለንም ጠብቀነዋል፡፡ ቅጣቶችና ተግሣጽ እንዲሁም ሽልማቶች በእያንዳንዱ ሰው ሥራ መሠረት የሚሰጡ ናቸው፡፡

አለዚያ ሁሉም ነገር በዕጣ-ፈንታ የሚወሰን ሲሆን፣ እንግዲያውስ በገዛ ራሳችን ኃይል የሚፈጸም ምንም ነገር የለም ማለት ነው፡፡ አንድ ሰው መልካም ለመሆን፣ ሌላው ሰው ደግሞ ክፉ ለመሆን አስቀድሞ ከተወሰነ፣ እንግዲያውስ የመጀመሪያው መመስገን አያስፈልገውም፤ ሌላኛውም ደግሞ መወቀስ አይኖርበትም፡፡

የሰው ልጆች ክፉውን ነገር ለማስወገድ፣ እንዲሁም መልካሙን በነፃ ፈቃድ ለመምረጥ ኃይሉ /ሥልጣኑ/ ከሌላቸው ተግባራቶቻቸው ምንም ይሁኑ ስለ የትኞቹም ቢሆን

ኀላፊነትን መውሰድ አይችሉም፡፡ የሰው ልጅ እርሱ ራሱ መልካም የሆኑ ነገሮችን መርጦ የማያደርግ ከሆነ፣ የቱም ሰው ቢሆን ምስጋና ሊቸረው አይገባም፡፡

ዳሩ ግን ሁሉም መሆን ያለበትን ሊሆን የተፈጠረ ነው፡፡ በተመሳሳይ መልኩ አንድ ሰው ክፉ ከሆነ፣ ቅጣትን መቀበል አይገባውም፡፡ ምክንያቱም እርሱ በራሱ ክፉ አይደለምና፡፡ የተፈጠረበትን ነገር ከማድረግ ባለፈ ምንም ሊያደርግ አይችልምና፡፡ (Justin Martyr, *First Apology*, chapter 43)

"... እግዚአብሔር ሰዎች እና መላእክት የእርሱን ፈቃድ፣ አመክንዮን ያያዙ ጽድቅን ለማድረግ ነፃ ሆነው እንዲፈጠሩ አደረገ፡፡ ይህም በእርሱ መፈጠራቸውን፣ ደግሞም ቀድሞ በእርሱ መኖራቸውን ብቻ ሳይሆን፣ አሁንም በእርሱ እየኖሩ እንዳሉ፣ ደግሞም በሕግ እንደሚፈረድባቸው፣ ይህም ደግሞ ምክንያታዊ ከሆነ ነገር በተቃራኒ በሆኑበት ነገር ሁሉ የሚቀጡበት መሆኑን የሚያውቁበት፣ ደግሞም እኛ ሰዎች እና መላእክት ሊሆን የሚገባው ነገር ስለሆነ አስቀድመን ንስሐ ካልገባን በስተቀር የኃጢአት ተግባርን መፈጸማችን የሚታወቀን ነው፡፡

ነገር ግን የእግዚአብሔር ቃል አንዳንድ መላእክት እና ሰዎች በእርግጥም እንደሚቀጡ አስቀድሞ የሚናገር ከሆነ፣ ይህንን ያደርጋል፤ ምክንያቱም እነርሱ ሊለወጡ በማይችሉበት መልኩ ክፉዎች ናቸው፡፡ ይህ ግን የሚሆነው እግዚአብሔር እነርሱን ክፉ አድርጎ ስለ ፈጠራቸው አይደለም፡፡ ስለዚህም እነዚህ ወገኖች ንስሐ የሚገቡ ከሆነ፣ ምሕረትን የሚፈልጉቱ ሁሉ ከእግዚአብሔር ዘንድ ምሕረትን ያገኛሉ ..." *(Justin Martyr, Second Apology for the Christians addressed to the Roman Senate*, chapter CXLI)

"ነገር ግን አንዳንዶች በእኛ ከተነገረው ነገር የቱም ነገር ቢከሰት ሊከሰት የተገባ ነገር ስለሆነ የተከሰተ ነው፤ ምክንያቱም ይህ ነገር ቀድሞውንም የሚታወቅ ስለሆነ ነው፡፡ ይህንንም ጭምር የምናብራራው ይሆናል፡፡ ከነቢያት ተምረናል፤ ደግሞም ዕውነት ስለሆነ ጠብቀነዋል፡፡ ይዘነውማል፡፡

ይህም ቅጣቶችና ተግሣጽ፣ እንዲሁም መልካም ብድራቶች በእያንዳንዱ ሰው ተግባር መሠረት የሚሰጡ ናቸው፡፡ ዳሩ ግን እንዲህ ካልሆነ ነገሮች በዕጣ-ፈንታ መልኩ የሚከሰቱ ከሆኑ፣ የቱም ነገር ከእኛ በሆነ ምክንያት የሚፈጸም አይሆንም፡፡ አንድ ሰው

መልካም ቢሆን፣ ሌላው ደግሞ ክፉ ቢሆን፣ በዚህ ስሌት ወይም አስተሳሰብ ውስጥ ሆነን ስንመለከተው የመጀመሪያው ሰው ብድራትን የሚቀበል፣ ሁለተኛው ሰው ደግሞ ወቀሳን የሚያስተናግድ /የሚኰነን/ ሊሆኑ አይችሉም፡፡

የሰው ዘር ክፉን የሚያስወግዱ እና ነፃ በሆነ ምርጫ መልካምን የሚመርጡ ካልሆኑ በቀር ተግባራታቸው የትኞቹንም ዐይነት ይሁኑ፣ ስለ እነርሱ የሚነቀፉም ሆነ የሚወደሱ ሊሆኑ አይችሉም፡፡ ዳሩ ግን ነፃ ፈቃድ ያላቸው ከሆኑ፣ ሁለቱም ወገኖች በትክክለኛው መንገድ ሊሄዱም ሆነ ሊሰናከሉ ይችላሉ፡፡

በዚህም መሠረት ደግሞ ተግባራቸውን በገሃድ ያሳያሉ፡፡ አንድ ሰው አንድን ነገር ከማድረግ የእርሱን ተቃራኒ ወደ ማድረጉ ሲሸጋገር እንመለከታለን፡፡ እንግዲህ ቀድሞውኑ የተወሰነ በጎ ወይም ክፉ የሚያደርግበት ዕጣ-ፈንታዊ ምድብ እንዳላቸው የሰው ልጆች የሚያውቁ ከሆኑ፣ ሁለቱም ተቃራኒነት ያላቸውን ነገሮች ማድረግ አይችሉም፡፡

ክፉም ሆነ መልካም ነገሮች ከዕጣ-ፈንታነት ጋር የሚያያዙ ከሆኑ፣ በእርግጥም ክፉ የሚያደርግን ሰው ክፉ አታድርግ ስንለው ከተፈጥሮአዊ ባሕርይውና ማንነቱ ተቃራኒ የሆነ ነገርን እንዲያደርግ እየጠየቅነው ነው ያለነው፡፡ እናም በዚህ መልኩ ነገሮችን የምንመለከት ከሆነ፣ በእርግጥም ምግባረ-ሰናይነትና ክፉነት የሚባል ነገር የለም፡፡

ዳሩ ግን እነዚህ በሰዎች አስተሳሰብ እንደ መልካም እና ክፉ የሚቈጠሩ ነገሮች ብቻ ናቸው ወደሚል መረዳት ያመጣል፡፡ ይህም ደግሞ ዕውነተኛው ቃሉ እንደሚያሳየው እጅግ የከፋ ርኵሰት እና ከፋት ውስጥ ዘልቆ መግባት ነው፡፡ ዳሩ ግን ይህ የዕጣ-ፈንታ ጉዳይ አለመሆኑን ሊቀለበስ በማይቻል መልኩ ልናረጋግጥ እንወድዳለን፡፡ ይህም መልካምን ለማድረግ የመረጡ ብድራትን ይቀበላሉ፤ እንዲሁም ተቃራኒ የሆነ ነገርን ለማድረግ የመረጡ ደግሞ የዕጃቸውን ሥራ ያገኛሉ፡፡

ይህም ደግሞ ልክ ዛፎች በዕጣ-ፈንታ እንደማይበቅሉና እንደማያፈሩ ሁሉ፣ እግዚአብሔርም እንደዚህ ባለው መልኩ ፈጥሮአቸዋል፡፡ የሰው ልጅ እርሱ ራሱ መልካምን ለማድግ ካልመረጠ በቀር ብድራትም ሆነ ምስጋና አያስፈልገውም፡፡ እስከወዲያውም ክፉን ነገር ለማድረግ ከተፈጠረ ሊቀጣ አይገባውም፤ በራሱ ክፉ

አልሆነምና፤ ዳሩ ግን እርሱ የተፈጠረበትን ነገር ከማድረግ ያነሰ ነገርን ማድረግ አይችልም:: *(Justin Martyr, First Apology, chapter XLIII)*

እግዚአብሔር ሁለቱንም ወገኖች - መላእክትንም ሆነ የሰው ልጆችን ነፃ ፈቃድ ያላቸው አድርጎ ፈጥሮዋቸዋል፤ ደግሞሞ እያንዳንዳቸው ያደርጉት ዘንድ በሰጣቸው ጥንካሬ፣ በእግዚአብሔር ዘንድ ተቀባይነት ያለውን ነገር ካደረጉ፣ እርሱ ከሞትና ከቅጣት እነርሱን ይጠብቃቸዋል፤ ዳሩ ግን ክፉን የሚያደርጉ ከሆኑ፣ ለእያንዳንዱ ይገባዋል የሚለውን ቅጣት ይሰጣል:: *(Justin Martyr, Dialogue with Trypho, chapter 88)*

ዳሩ ግን ይህ መልካም እንደ ሆነ ስለሚያውቅ ጽድቅ የሆነውን ነገር ለማድረግ ሰዎችንም ሆነ መላእክትን ነፃ አድርጎ ፈጠራቸው:: ነፃ ፈቃዳቸውን ሊለማመዱትና ተግባራዊ ሊያደርጉት የሚገባ ተገቢ የሆነ ጊዜን መድቧል:: ደግሞም ይህ መልካም ነገር እንደ ሆነ ስለሚያውቅ እርሱ አጠቃላይን እና ልዩ ፍርድን አብጅቷል፤ ይሁንና የእያንዳንዱ ሰው የፈቃድ ነፃነት ጥበቃ የሚደረግለት ይሆናል:: ((Justin Martyr, *Dialogue with Trypho*, chapter 102)

"በመጀመሪያ የሰው ዝርያዎችን የአሳብ ኃይል ያላቸው፣ እንዲሁም ዕውነትን መምረጥ እና ማድረግ የሚችሉ አድርጎ ፈጠራቸው:: ስለዚህ ሁሉም ሰዎች በእግዚአብሔር ፊት ምክንያትን ማቅረብ የማይችሉ ናቸው::" (Justin Martyr, 160 AD, 1.177)

"የሰው ዝርያዎች በነፃ ምርጫ አማካይነት ክፉን የሚያስወግዱበት እና መልካምን የሚመርጡበት ኃይል ከሌላቸው በቀር ለተግባራታቸው ኀላፊነትን የሚወስዱ ሊሆኑ አይችሉም::" (Justin Martyr, 160 AD, 1.177)

"እያንዳንዱ ሰው በነፃ ፈቃዱ ወይ በትክክል ተግባሩን ይፈጽማል አሊያም ደግሞ ኃጢአትን ይሠራል ... እግዚአብሔር በመጀመሪያ የመላእክትን እና የሰው ዝርያዎችን ነፃ ፈቃድ ያላቸው አድርጎ ስለ ፈጠራቸው የቱንም ኃጢአት ያደረጉቱ ወገኖች በዘላለማዊ እሳት ውስጥ ፍትሕ በሞላበት መልኩ የሚሰቃዩ ይሆናሉ:: *(Justin Martyr, 160 AD, 1.190)*

"ጻድቃን እንደማይሆኑ አስቀድመው የታወቁቱ ወገኖች ሰዎችም ይሁኑ መላእክት ክፉ የተደረጉት በእግዚአብሔር ስሕተት አይደለም:: ይልቁንም እያንዳንዱ ሰው አሁን

የሆነውን ሆኖ የተገኘው በገዛ ራሱ ስሕተት ነው የሚለውን አረጋግጫለሁ፡፡ (Justin Martyr, 160 AD, 1.269)

አቴናጎራስ

አቴናጎራስ (177 ዓ.ም)፡- ልክ በሰዎች ዘንድ መልካም ተግባራትንም ሆነ ክፉ ተግባራትን ለመፈጸም የፈቃድ ነፃነት እንዳለ ሁሉ ይኸው ነገር እንዲሁ በመላእክት መካከልም አለ፡፡ እነዚህን ልትመለከቱዋቸው የምትችሉዋቸው በእግዚአብሔር የተፈጠሩ ነፃ ፍጡራን እግዚአብሔር እነርሱን የፈጠረበትን ተግባር በማከናወን መኖሩን ቀጥለዋል፡፡ ዳሩ ግን አንዳንዶች የተፈጥሮ ባሕርያቸውንም ሆነ ለእነርሱ የተሰጣቸውን አስተዳደራዊ ኀላፊነቶች ሁለቱንም ያፋልሳሉ፡፡ *(- A Plea for the Christians 24.)*

ኢሬኒየስ

ኢሬኒየስ (120-202 ዓ.ም)፡-

1. "ስንት ጊዜ ልጆችሽን ልሰበስብ ወደድሁ÷ ዳሩ ግን እናንተ ይህንን አልወደዳችሁም" የሚለው የጌታችን አነጋገር ለሰው ልጆች ነፃነት ጥንታዊ የሆነውን ሕግ አብጅቷል፤ ምክንያቱም እግዚአብሔር ሰውን ነፃ አካል አድርጎ ፈጥሮታል፡፡ ይህም ደግሞ ገና ከጅማሬው የሆነና የገዛ ራሱ ኀላፊነት /ሥልጣን/ ያለው እንዲሁም በነፍሱ ደስ የተሰኘበትን የሚያደርግ ኀላፊነት እንኳ ያለው ሆኖ በፈቃደኝነት በእግዚአብሔር አስገዳጅነት ሳቢያ ሳይሆን፣ የእግዚአብሔርን ማግባቢያ (አድ ዑቴንደም ሴንቴንትያ) ለመታዘዝ የሚበቃበት ነው፡፡

ምክንያቱም በእግዚአብሔር ዘንድ ማስገደድ የሚባል ነገር የለም፡፡ ነገር ግን እኛን በተመለከተ መልካም የሆነ ፈቃድ ቀጣይነት ባለው መልኩ በእርሱ ዘንድ ይገኛል፡፡ ስለዚህ እርሱ ለሁሉም መልካም የሆነ ምክርን ይሰጣል፡፡ ደግሞም በሰዎችም ሆነ በመላእክት ዘንድ የምርጫን ኃይል አስቀምጧል፡፡ (ምክንያቱም መላእክት አመክንዮታዊ አካላት ናቸው)፡፡

ስለዚህ ለመታዘዝ ራሳቸውን የሰጡ ሰዎች በእርግጥም በእግዚአብሔር የተሰጣቸውን መልካም የሆነውን ነገር ፍትሐዊነት ባለው መልኩ ይይዛሉ፡፡ በራሳቸውም ከክፉ ነገር የተጠበቁ ይሆናሉ፡፡ በሌላ በኩል የማይታዘዙ ሰዎች ፍትሐዊነት ባለው መልኩ መልካም የሆነውን ነገር የማይታዘዙ ከሆነ፣ ተገቢ የሆነውን ቅጣት የሚቀበሉ ይሆናሉ፡፡

ምክንያቱም እግዚአብሔር በቸርነት መልካም የሆነውን ነገር በውስጣቸው ይኖራልና፤ ዳሩ ግን እነርሱ ራሳቸው በትጋት አይጠብቁትም፡፡ ዳሩ ግን የእርሱን ልዕለ-ተፈጥሮአዊ መልካምነት በንቀት ይመለከቱታል፡፡ ስለዚህም መልካም የሆነውን መጣል እና ከዚህ ፈቀቅ ማለታቸው ጻድቅ የሆነውን የእግዚአብሔርን ፍርድ ሊቀበል የሚገባው ነው፡፡ ይህንን ሐዋርያው ጳውሎስ ለሮሜ በጻፈው መልእክቱ ውስጥ እንዲህ ሲል ምስክርነቱን ይሰጣል፡፡

"የሚያደርጉትም ክብርና ምገስ ይገባቸዋል፤ ምክንያቱም ለለማድረግ ሲችሉ መልካም የሆነውን ነገር ሊደርገውታል፤ ዳሩ ግን ያላደረጉቱ ፍትሐዊ የሆነውን የእግዚአብሔርን ፍርድ የሚቀበሉ አይደሉም፡፡ ምክንያቱም ሊያደርጉት እየቻሉ ያላደረጉቱ ሰዎች መልካም ነገርን አላደረጉትምና፡፡"

ልክ ሐዋርያው በመልእክቱ እንደሚነግረን እግዚአብሔር መልካም የሆነውን ነገር ሰጥቶናል፤ እናም ይህን ተግባራዊ የሚያደርጉቱ ሰዎች ክብርንና ተቀባይነትን ያገኙበታል፡፡ በውስጣቸው ባለ በራሳቸው ኃይል ይህንን ሊያደርጉት ሲችሉ ያደረጉት በመሆኑ ፍትሐዊ የሆነውን የእግዚአብሔር ፍርድን አይቀበሉም፡፡

2. ዳሩ ግን አንዳንዶች በተፈጥሮ መልካም ካደረጉ፣ ሌሎች ደግሞ መጥፎ ካደረጉ፣ ይህ ደብዳቤ ምስጋና ማቅረብ አይኖርበትም፤ እንደዚህ ሆነው ተፈጥረዋልና፤ እንዲህ ባለው መልኩ የተፈጠሩ በመሆናቸው የመጀመሪያዎቹ ወገኖች የሚወቀሱ ሊሆኑ አይገባም፡፡ ዳሩ ግን ሰዎች ሁሉ አንድ ዐይነት ተፈጥሮ ያላቸው በመሆኑ ሁለቱም መልካም ማድረግ ይችላሉ፤ ደግሞም በሌላ መልኩ ሊያደርጉት የሚችሉትን ነገር ማድረግን ሊተዉ የማይችሉበት ኃይል አላቸው፡፡ … መልካም በሆኑ ሕጎች ቊጥር-ሥር ካሉ ሰዎች መካከል አንዳንዶቹ ፍትሐዊ በሆነ መልኩ ምስጋናን ተቀብለዋል፡፡

ዳሩ ግን ሌሎች ተወቅሰዋል /ተኰንነዋል/፤ ይህም ደግሞ መልካም የሆነና ተቀባይነት ያለው ነገር በመጣላቸው ምክንያት ነው፡፡ ስለዚህም ደግሞ ነቢያት መልካም የሆኑ ነገሮችን እንዲያደርጉ በጽድቅ እንዲሠሩ እና ጽድቅን እንዲያደርጉ ሰዎችን ይመክራል፡፡ ይህም እጅግ ሰፊ ባለ መልኩ በተግባር እንዳሳየሁት ነው፤ ምክንያቱም መልካምን የምናደርገው በራሳችን ኃይል ነው፡፡

እናም ከልክ በላይ በሆነ ቸልተኝነት ምክንያት ነገሮችን የምንረሳ እንሆናለን፡፡ ስለሆነም ደግሞ መልካም የሆነውን አምላክ የሚሰጠንን መልካም ነገሮች የማወቁ ነገር በነቢያቱ አማካይነት የሚደርሰን ይሆናል፡፡

3. በዚህም ምክንያት ጌታ እንዲህ አለ፡- "መልካሙን ሥራቸውን ዐይተው የሰማዩ አባታችሁን እንዲያከብሩ ብርሃናችሁ በሰው ሁሉ ፊት ይብራ፡፡" ልባችሁ በምድራዊ ነገሮች በስካር እና በምኞት እንዳይዝል ለራሳችሁ ተጠበቁ፡፡ ወገባችሁን የታጠቃችሁ መብራታችሁም የበራ ይሁን፡፡ ልክ ጌታቸውን በሰረጉ ላይ በመጠባበቅ ላይ እንዳሉቱ እርሱም ከሄደበት ተመልሶ በሩን ሲያንኳኳ ተነሥተው ሊከፍቱለት ነቅተው እንደሚጠብቁቱ ሙሽሮች ሁኑ፡፡ ጌታቸው በመጣ ጊዜ ሲተጉ የሚያገኛቸው ብፁዓን ናቸው፡፡

እነዚህ ምንባቦች ሁሉ የሰውን ነፃ ፈቃድ በተግባር ያሳያሉ፤ በተመሳሳይ ጊዜም ደግሞ እግዚአብሔር ለሰው ልጆች የሚያስተላልፈውን ምክር ጭምር ይይዛሉ፤ በዚህም ራሳችንን ለእርሱ እንድናስገዛ ይመክረናል፡፡ እንዲሁም እርሱ በምንም መልኩ እኛን ሳይጫነን በእርሱ ላይ ከሚደረገው የአለማመን ኃጢአት ሊመልሰን ይጥራል፡፡

4. አንድ ሰው ወንጌልን ራሱን ለመከተል የማይፈልግ ከሆነ፣ ይህን የሚያደርገው [የሚቃወመው] በውስጡ ባለው ኃይል መሆኑ የሚያጠራጥር አይደለም፡፡ ዳሩ ግን ይህ ምቹ አይደለም፡፡ እግዚአብሔርን አልታዘዝም የሚል የሰው ኃይል ነውና፤ ደግሞም መልካም የሆነውን ነገር ዋጋ ከፍሎ መፈጸም የሰው ተግባር ነው፡፡ ዳሩ ግን [እንዲህ ያለው ጠባይ] አነስተኛ መጠን ያለው ቍስለትን እና ማሳሳትን ያመጣል፡፡

እናም በዚህ ላይ ጳውሎስ እንዲህ ይላል፡- "ሁሉም ነገር ተፈቅዶልኛል፥ ነገር ግን ሁሉም ነገር የሚጠቅም አይደለም፡፡ ይህ ሁሉም ነገር የተፈቀደለት ስለመሆኑ በመናገር የሰው ልጅ ያለውን ነፃነት ያመለክተናል፡፡ በሌላ በኩል ደግሞ እግዚአብሔርን በተመለከተ እርሱ ሰዎችን የሚያስገድድበት ምንም መንገድ እንደ ሌላ ያመለክታል፡፡

በተጨማሪም "ምቹ አለመሆን" በሚለው አባባል ነፃነታችንን ለሐሰተኛ ነገር ሽፋንነት መጠቀም እንደማይገባን ያመለክታል፡፡ እንደገናም በተጨማሪ "እያንዳንዳችሁ

ከጎረቤቶቻችሁ ጋር ዕውነትን ተነጋገሩ” ይላል፡፡ በተጨማሪም “ክፉ ነገር ከአፋችሁ አይውጣ ...” ይላል፡፡ [4406]

5. ደግሞም ይህ በሥራ ብቻ አይደለም፤ ነገር ግን እምነትን የሚጨምር ነው፡፡ እግዚአብሔር የሰውን ፈቃድ ነፃ እና በራሱ ቁጥጥር ሥር እንዲሆን ማድረጉን “በእምነታችሁ መሠረት” ይላል፡፡ ስለሆነም በተለይ እምነት ለሰው የተገባ መሆኑን ያሳያል፤ ይህም የሰው ልጅ የገዛ ራሱ አመለካከት ያለው በመሆኑ ነው፡፡

እንደገናም “ለሚያምን ሁሉ ይቻላል” እና እንደ እምነታችሁ ይሁንላችሁ፤ እንደ እምነታችሁ ይደረግላችኋል” ይላል፡፡ እንግዲህ እንዲህ ያሉቱ ንግግሮች ሁሉ ሰው እምነትን በመተለከተ /የሚያምነውን ነገር በተመለከተ/ በገዛ ራሱ ኃይል /ሥልጣን/ ውስጥ የሚመላለስ መሆኑን በተግባር ያረጋግጣሉ፡፡ ስለዚህ ምክንያት “በእርሱ የሚያምን ዘላለማዊ ሕይወት አለው፤ ዳሩ ግን በልጁ የማያምን የዘላለም ሕይወት የለውም፡፡ ዳሩ ግን የእግዚአብሔር ቍጣ በእርሱ ላይ አለ፡፡

በተመሳሳይ መንገድ ጌታ የገዛ ራሱን መልካምነት በማሳየት እንዲሁም የሰው ልጅ የገዛ ራሱ ነፃ ፈቃድ እና የገዛ ራሱ ኃይል/ሥልጣን ያለው መሆኑን በማመልከት ኢየሩሳሌንም እንዲህ ብሎአታል፡- “ኢየሩሳሌም ኢየሩሳሌም ሆይ÷ ዶሮ ጫጩትዎችዋን እንደምትሰበስብ ስንት ጊዜ ልሰበስብሽ ወደድሁ÷ ነገር ግን እናንተ አልወደዳችሁም፡፡ ስለዚህም ቤታችሁ የተፈታ ሆኖ ይቀርላችኋል፡፡

6. የእነዚህን [መደምደሚያዎች] ተቃራኒ የሚይዙ ሰዎች ጌታ ሰዎችን እንደሚያባብል ኃይል-ዐልባ አደረገው፣ የፈቀደውን ነገር ለማድረግ የማይችል አድርገው ያቀርቡታል፤ ወይም በሌላ አነጋገር እነዚህ ሰዎችን እንደሚገልጹት በተፈጥሮአቸው ቍሳዊ ከመሆናቸው የተነሣ ምንም እንደማያውቁ አድርገው ይቈጥሩዋቸዋል፡፡

ደግሞም እንዲህ ያሉቱ ሰዎች የእርሱ የሆነ የማይሞቱ መሆንን ሊቀበሉ አይችሉም በሚል ይረዱታል፡፡ እርሱ መላእክትን መተላለፍ በሚችሉበት መልኩ ሊፈጥራቸው አይገባም ይላሉ፤ ምክንያቱም እነርሱ አመክንዮታዊ ፍጡራን ተደርገው ነው

የተፈጠሩት፤ ለመመርመር እና ፍርድን ለመስጠት በሚችሉበት መልኩ ኃይልን ተላበሰው የተፈጠሩ ናቸው::

ስለዚህም እንደ ነገሮች ወይም እንስሳት ተደርገው የተፈጠሩ አይደሉም:: ዳሩ ግን የቱ መልካም ነው የሚለው ላይ ተመሥርቶ አስፈላጊ በሆነበትና ይህን መፈጸምም ግድ በሚልበት መልኩ የተፈጠሩ ናቸው፤ እናም በገዛ ራሳቸው ምንም ማድረግ አይችሉም:: ይልቁንም በራሱ በሚሠራ አንድ ዐይነት ውስጣዊ አሠራር እንዲንቀሳቀሱ የሚደርጉ ናቸው:: ስለዚህም የተፈጠሩበትን ተግባር ዝም ብለው ከማከናወን በቀር በራሳቸው ምንም ነገር ማድረግ አይችሉም የሚል ስለ መላእክት ያላቸውን መረዳትን ይይዛሉ::

እንደዚህ ያለውን ዕሳቤ ይዘን ስንመለከት መልካም የሚባል ነገር ለእነርሱ ምንም ትልቅነት የለውም፤ ከእግዚአብሔር ጋር የሚደርግ ግንኙነትም የተወደደ ነገር አይደለም:: መልካም የሚባል ነገር ያን ያህልም በጣም አስፈላጊ ነገር አይደለም:: እነዚህ ነገሮች ሁሉ ያለ እነርሱ ጥረት፣ ዕንክብካቤ ወይም ፍለጋ ራሳቸውን የሚያቀርቡ ናቸውና::

እነርሱ ግድ በማይሰኙበት ሁኔታ ከውስጣቸው ራሱን የሚተክልና ዕውን የሚያደርግ ነው:: ስለሆነም የእነርሱ መልካምነት ምንም ዐይነት ውጤት በማያመጣበት መልኩ እንዲሁ የሚፈጸም ነው:: ምክንያቱም እነርሱ በተፈጥሮ እንዲህ ተድርገው የተሠሩ ናቸውና:: እናም ደግሞ ስለዚህ ምክንያት ይህን ዕውነታ ሊረዱት አይችሉም:: ይህ መልካምነት በእነርሱ ዘንድ የተለመደ ነውና::

በዚህም ደግሞ እነርሱ አይደሰቱበትም:: ስለመልካምነት ምንም የማያውቁት ወገኖች እንዴት በእርሱ ሊደሰቱ ይችላሉ? ይህ ነገር በእርግጥስ ስለ መኖሩ እንኳ ላላለሙት ሰዎች ምን ዐይነት ዋጋ ያስገኝላቸዋል? ይህን ነገር ላልተከተሉት ሰዎች ምን ዐይነቱ አክሊል ሊሰጣቸው ይችላል?

7. በዚህ ታሪክም ውስጥ እንደዚሁ "የእግዚአብሔር መንግሥት በኃይል ስለመሆንዋ ጌታ ማረጋገጫን ሰጥቷል:: ደግሞም እንዲህ ይላል:- "ብርቱዎች ይናጠቁዋታል!" ይህም ብርቱ ሆነው የሚመጡና ሊያገኙዋት የሚታገሉቱ ወገኖች በቅጽበት ይናጠቁዋታል ማለት ነው:: በዚህ ታሪክ ላይም ጭምር

እንዲሁ ሐዋርያው ጳውሎስ እንዲህ ይላል፡- "በሩጫ የሚሮጡ ሁሉ እንደሚሮጡ፣ ነገር ግን ከእነርሱ አንዱ የድሉን አክሊል እንደሚቀበል አታውቁምን? ስለዚህም ታገኙ ዘንድ ሩጡ!" በትግሉ የሚሳተፍ እያንዳንዱ ሰው በነገር ሁሉ ሊታገሥ ይገባል፡- እነዚህ የሚጠፋውን አክሊል ለማግኘት ይታገላሉ፤ ነገር ግን እኛ የማይጠፋውን አክሊል ለማግኘት እንታገላለን ....."

ስለዚህም ይህ መታገል የሚችለው ሰው ሙት ስላለመሆን እንዲታገል ይመክረናል፤ ይህም ደግሞ አክሊሎችን እናገኝ ዘንድ ነው፡፡ ደግሞም አክሊሉ ውድ ነው፡፡ ለመጥቀስም ያህል ደግሞ በትግላችን የሚገኝ ነው፡፡ ዳሩ ግን አክሊሉ በራሱ መጥቶ ራሳችን ላይ የሚቀመጥ አይደለም፡፡ ደግሞም አብዝተን በታገልን መጠን ጠቃሚነቱ እየጨመረ ይሄዳል፡፡

ጠቃሚነቱ ይበልጥ እየጨመረ በመሄድ ላይ ሳለ፣ እኛም ደግሞ ይበልጥ እየናፈቅነው ልንሄድ ይገባናል፡፡ በእርግጥም እጅግ በጣም የማይፈለጉ እና በድንገተኛ ክስተትነት የሚመጡ ነገሮች በብዙው ከሽብር በሚመነጭ ዕንክብካቤ የሚመጡ ናቸው፡፡ ከዚያን ጊዜ ጀምሮ ይህ ኃይል በእኛ ላይ ሆኖአል፡፡

ይህንን ጌታችን ይበልጥ አስተምሮናል፤ ደግሞም ሐዋርያቱ ይበልጥ እግዚአብሔርን በመውደድ ረገድ ከእኛ ጋር አንድነትን ያደረጉ ይሆናሉ፡፡ ይህም ስለ እነርሱ በመታገል ይህንን ሽልማት እናገኝ ዘንድ ነው፡፡አለዚያ ይህ የእኛ መልካም የሆነ ነገር ኢምክንያታዊ መሆኑ የሚያጠራጥር አይደለም፡፡ ምክንያቱም ይህ ነገር የመከራ ውጤት ባለመሆኑ ነው፡፡ በተጨማሪም ማየትን ማዕከል ያደረገው አካል ከዕይታ ውጭ መሆን ምን እንደሚያሳጣ የማያውቅ ከሆነ አስፈላጊ መስሎ ዐይታይም፡፡

የጤናም ጉዳይ እንደዚሁ ሥፍራ የሚሰጠው ከበሽታ ጋር የሆነ ግንኙነት በሚገጥመንና በሽታ ምን እንደ ሆነ በውል ስናውቅ ብቻ ነው፡፡ ብርሃንም እንደዚሁ ከጨለማ ጋር በተቃረነበት መልኩ ቀርቧል፡፡ ሕይወትም እንደዚሁ ከሞት ጋር በተቃርኖ ተቀምጧል፡፡ ልክ በዚሁ ተመሳሳይ መንገድ ሰማያዊው መንግሥት የምድሩን መንግሥት በሚያውቁ ሰዎች ዘንድ የተከበረ ሆኗል፡፡

ነገር ግን በንጽጽራዊ መጠን ይበልጥ የተከበረ ሲሆን፣ እኛም ደግሞ ይበልጥ ዋጋ እንሰጠዋለን፡፡ ይበልጥ ዋጋ በሰጠነው ወይም ባከበርነው መጠን፣ በእግዚአብሔር

ህልዎት ዘንድ ይበልጥ የተከበርን እንሆናለን፡፡ስለዚህም ጌታችን በእኛ ፈንታ እነዚህን ሁሉ ነገሮች ተቀብሏል፡፡ ይህም እኛ ከእነዚህ ሁሉ ነገሮች ትምህርትን እንድናገኝ ነው፡፡ በሁሉም ረገድ ሊመጡ ባሉት ጊዜያት ምክንያታዊ በሆነ መልኩ እግዚአብሔርን መውደድን እንማር ዘንድ ነው፡፡ ፍጹም በሆነው ፍቅሩ ውስጥ መመላለሳችንንም እንድንቀበል ነው፡፡

ምክንያቱም እግዚአብሔር ለሰዎች ክህደት የሰጠው መልስ የረጅም ጊዜ መከራ መቀበልን ነው፡፡ ይህም የሰው ልጆች በዚህ መከራ ውስጥ ይማሩ ዘንድ ነው፡፡ ይህም ነቢዩ፡- "የገዛ ራሳችሁ ክህደት ይፈውሳችኋል!" ያለው ነው፡፡ ስለሆነም እግዚአብሔር ቀድሞውኑ ሰውን ወደ ፍጹምነት ለማምጣት ሁሉንም ነገሮች ወስኗል፡፡ይህም ለሰው መታነጽ ወቅቶቹ ስለሚገለጡበት ሁኔታ ደግሞም መልካምነት ተገልጦ ስለመታየቱና ፍጹም ስለሚሆንበት ሁኔታ፣ ደግሞም ቤተ ክርስቲያን የልጁን መልክ ስለመምሰልዋ፣ ስለዚህም ደግሞ የሰው ልጅ በስተመጨረሻ በሆነ የወደፊት ጊዜ ውስጥ ሙሉ ወደ ሆነ ብስለት ይመጣ ዘንድ እግዚአብሔርን ለማየት እና ለመረዳት እንዲህ ባሉ መልካም ዕድሎች የተጥለቀለቀ ይሆን ዘንድ ነው፡፡ (Irenaeus, *Against Heresies*, book 4, chapter 37, paragraphs 1 – 7)

"በቀደሙት መጻሕፍት እግዚአብሔር እነዚህን ነገሮች እንዲፈጠሩ የሚፈልግባቸውን ምክንያቶች አሳይቻለሁ፡፡ እንዲሁም እነዚህ ሁሉ ነገሮች ለዳነው ሰው ሰብዓዊ ባሕርይ ጥቅም ሲባል እንደሚደረጉ አንድ በአንድ አመልክቻለሁ፡፡ ይህም በገዛ ራሱ ነፃ ፈቃድ እና በገዛ ራሱ ኃይል ሙት አለመሆንን ለማግኘት እንዲታገል፣ ዘላለማዊ በሆነ መልኩ ለእግዚአብሔር የተገዛ ለመሆን ራሱን ማዘጋጀም ሆነ መስጫ ነው፡፡ (Irenaeus, *Against Heresies*, book 5, chapter 29)

የእስክንድሪያው ቀሌምንጦስ

ቀሌምንጦስ (153-217 ዓ.ም)፡- "ስለዚህም እግዚአብሔር በምንም መልኩ የክፋት ፈጣሪ አይደለም፡፡ ዳሩ ግን ነፃ ፈቃድ እና ዝንባሌ ኃጢአቶችን አመነጨ ... ቅጣቶችም በትክክል ተግባራዊ ሆኑ፡፡" – (- Stromata 1:17.)

"ከኃጢአት መሻቶች ነፃ መሆንን ለማግኘት በራሱ የሚሠራ እና የሚጥር ምንም ነገር አይገኝም፡፡ ነገር ግን እርሱ በራሱ ይህንን ነገር ለማግኘት የሚጓጓና የሚጥር ከሆነ፣ የሚፈልገውን ነገር በእግዚአብሔር ኃይል (ረዳትነት) ታካይነት የሚያገኘው ይሆናል፡፡

እግዚአብሔር ፈቃደኛ ከሆኑ ነፍሶች ጋር በአንድነት ይሠራል፡፡ ዳሩ ግን ሰውዬው ይህንን ጉጉቱን ከተወዉ ከእግዚአብሔር ዘንድ የሆነው መንፈስም እንዲሁ የሚገታ ይሆናል፡፡ ፈቃደኛ ያልሆነን ሰው ማዳን አስገዳጅነት ያለው አካል ተግባር ነው፡፡ ዳሩ ግን ፈቃደኛ የሆነን ሰው ማዳን ጸጋን የሚያሳይ አካል ተግባር ነው፡፡ - (- Salvation of the Rich Man chap. 21)

"ነፍስ የመምረጥና ዕምቢ የምትልበት ኃይል የሌላት ከሆነ፣ ክፉ እኛ በማናውቀው መልኩ የሚገለጥና የሚሠራ ከሆነ፣ ምስጋናም ሆነ ኩነኔ፣ እንዲሁም ሽልማቶችም ሆኑ ቅጣቶች ተገቢነት እና ትክክለኝነት ያላቸው ነገሮች ሊሆኑ አይችሉም፡፡" (Miscellanies bk. 1, chap. 17)

እኛ ሆን ተብሎ በሚደረግ ምርጫ አምነናል፤ ድነናልም፡፡ (Clement of Alexandria, 195 AD, 2.217)

በገዛ ራሱ ነፃ ፈቃድ ኃጢአትን የሚሠራ ሁሉ ቅጣት መቀበልን መርጧል፡፡ ስለዚህም ጥፋቱ ምርጫውን ባደረገው ሰው ላይ ያለ ነው፡፡ እግዚአብሔር ከጥፋተኝነት ውጭ ነው፡፡ (Clement of Alexandria, 195 AD, 2.226)

"ነፍስ የማዘንበልና ያለማዘንበል ኃይል ከሌላት፣ እንዲሁም ክፉ ያለ ሰው ፈቃደኝነት የሚሠራ ከሆነ፣ መመስገንም ሆነ መወቀስ፣ ሽልማቶችም ሆኑ ቅጣቶች ተገቢነት የላቸውም፡፡ ... እግዚአብሔር በምንም መልኩ የክፉ ምንጭ ሊሆን አይችልም፡፡ ዳሩ ግን ነፃ ምርጫ እና ዝንባሌ ኃጢአትን ስላመጡት ... ቅጣቶች ፍትሐዊን ባለው መልኩ ጥቅም ላይ መዋል ጀመሩ፡፡" (Clement of Alexandria, 195 AD, 2.319)

"በቅዱሳት መጻሕፍት በራስ የሚወሰን ምርጫ ማድረግ እና ዕምቢ ባይነት ለሰዎች ከጌታ ዘንድ የተሰጠ ነገር እንደ ሆነ ሰምተናል፡፡ ስለዚህም በማይወድቁት የእምነት መሰፈርቶች ላይ ዐርፈናል፡፡ ይህም እኛ ሕይወትን በመምረጣችን ምክንያት ፈቃደኛ የሆነን መንፈስ የሚገልጽ ነው፡፡" (Clement of Alexandria, 195 AD, 2.349)

"መታዘዝ እና አለመታዘዝ የገዛ ራሳችን ሥልጣን ወይም ኀላፊነት ነው፤ ከዚሁም ጋር በተገኛኘ ዐላውቅም የሚል ምክንያት ማቅረብ ተቀባይነት የሌለው ነገር ነው፡፡" (Clement of Alexandria, 195 AD, 2.353)

እንግዲያውስ ኃጢአት እኔን በተመለከተ ሆን ተብሎ የሚደረግ ነው፡፡ Sin, then is voluntary on my part (Clemente of Alexandria, 195 AD, 2.263)

"ኃጢአት እና መተላለፍ በገዛ ራሳችን ሥልጣን /ኃይል / የሚደርግ ነገር መሆኑን ጌታ በግልጽ አሳይቷል፡፡ ይህንንም ያደረገው ተዛማጅ የሆነ መድኃኒትን ለህመሞች በሚያዝዝበት መልኩ ነው፡፡" (Clement of Alexandria, 195 AD, 2.363)

"ይህ ማለያየት የነፃ ፈቃድ ውጤት ነው፡፡" *(Clement of Alexandria, 195 AD, 2.527)*

ማመን እና መታዘዝ በገዛ ራሳችን ሥልጣን ውስጥ ያለ ነገር ነው፡፡ *(Clement of Alexandria, 195 AD, 2.426)*

"የዳነ ሰው ከፈቃዱ ውጭ በተቃራኒ የድነት ሁኔታ የለም፤ እርሱ እንስሳ አይደለምና፡፡ ዳኑ ግን ከሁሉም በላይ በፈቃደኝነት እና በነፃ ፈቃድ ወደ ድነት ያመራል፡፡" (Clement of Alexandria, 195 AD, 2.534)

"ምርጫ ነፃ እንደ መሆኑ በሰው ላይ የተመሠረተ ነው፡፡ ነገር ግን ስጦታው ጌታ እንደ መሆኑ በእግዚአብሔር ላይ የተመሠረተ ነው፡፡ ደግሞም እርሱ ይህንን ፈቃደኞች ለሆኑ፣ በጣም ለሚጓጉ እና ለሚጠይቁ ሰዎች ይሰጠዋል፡፡ ስለዚህም ድነታቸው የገዛ ራሳቸው ይሆናል፡፡ ምክንያቱም እግዚአብሔር ሰዎችን አያስገድድምና፡፡" (Clement of Alexandria, 195 AD, 2.593)

ኦሪገን

ኦሪገን (185-265 ዓ.ም)፡- "በአብዛኛው ልክ እንደ ካልቪናውያኑ ላለ የእግዚአብሔር የበላይ የሆነ ልዕልና የሚሰጥው አስተምህሮ ምላሽ፣ ማለትም በፍጥረተ-ዓለሙ ላይ የቱም ነገር ይከሰት፣ ይህም ደግሞ የእግዚአብሔር ሥራ ይሁን የመላእክት አሊያም የአጋንንት፣ ሁሉም በልዑል እግዚአብሔር ሕግ ቁጥጥር ሥር የሚፈጸም ነው" ለሚለው *ኦሪገን* እንዲህ የሚል ምላሽ ይሰጣል፡-

“ይህ ስሕተት ነው፤ መተላለፍ በሚፈጸምበት ጊዜ መተላለፍ የእግዚአብሔርን ሕግ ይከተላል ልንል አንችልም፡፡ ዳሩ ግን ይህ የክፉዎች አጋንንት ወይም የክፉዎች መላእክት ተግባር ነው፡፡ ... የእግዚአብሔር መግቦት ሁሉንም ነገሮች ይቆጣጠራል ስንል “በመግቦቱ ላይ እኛ ምንም ነገር የማናክልበት፣ ነገር ግን ትክክለኛ እና ፍትሐዊ እንደ ሆነ በምንናገርበት ጊዜ ታላቅ የሆነ ዕውነታን እንናገራለን፡፡

ዳሩ ግን ምንም ይሁን ምን ሁሉንም መግቦት ለእግዚአብሔር በምንሰጥ ጊዜ፣ ፍትሐዊ ላልሆኑቱ ይህንን ስንሰጥ እንግዲያውስ የእግዚአብሔር መግቦት ሁሉንም ነገሮች ይቆጣጠራል የሚለው ዕውነት መሆኑ ይቀራል፡፡ (Against Celsus 7:68.)

“ኃይላቸው ሊያደርግላቸው የሚችለውን ሁሉ ካደረጉ በኋላ ከእርሱ ዘንድ ዕርዳታን እንደሚፈልጉ ለሚናገሩ ሰዎች እርሱ ራሱን ያሳውቃቸዋል፡፡” (Against Celsus bk. 7, chap. 42)

“እንዲያውስ ልቡን እግዚአብሔር አደንድኖታል ተብሎ ለፈርዖን በተነገረበት በእነዚያ ቃላት እንጀምር፡፡ ይህም ሕዝቡን እንዲሄዱ እንዳይፈቅድ በሚል የተነገረ ነው፡፡ ከዚያም ጋር የሐዋርያው ንግግርም አብሮ ከግምት ሊገባ ይገባል፡፡ ይህም “የሚምረውን ይምረዋል÷ የሚፈልገውን ደግሞ ዕልከኛ ያደርገዋል” ብሎ የተናገረው ነው፡፡ድነት በእኛ በራሳችን ኃይል አይደለም የሚገኘው የሚለውን ለማጽናት ሐሰተኛ አስተማሪዎች በዋናነት የሚደገፉት በእነዚህ ምንባቦች ላይ ስላልሆነ፣ ዳሩ ግን ነፍስ በሁሉም መንገዶች የጠፋችም ትሁን የዳነች እንዲህ ያለውን ባሕርይ የግድ መያዝ አለባት፤ እናም ደግሞ ክፉ የሆነች ነፍስ በምንም መንገድ መልካም የሆነ ባሕርይ ሊኖራት አትችልም፤ መልካም የሆነች ነፍስም እንዲሁ በምንም መልኩ ክፉ ልትሆን አትችልም፡፡ ((De Principiis Book III, Chapter 1: On the Freedom of the Will VIII)

ይህም ጭምር በቤተ ክርስቲያን አስተምህሮ ውስጥ በግልጽ ሊብራራ ይገባል፤ ማለትም እያንዳንዱ ምክንያታዊ ነፍስ ነፃ ፈቃድ እና ፍላጎት አለው፡፡ ... በትክክለኛው መንገድም ሆነ በተሳሳተ መንገድ በየትኛውም አስገዳጅ ኃይል አንገደድም፡፡ (Origen, 225 AD, 4.240)

“ነፃ ከሆነ አካል ክፍል የሚመነጨው ምክንያታዊ ባሕርይ ከቶውንም አይወሰድም፤ ለሆነ የአንድ አካል ዕንቅስቃሴ የተገዛ ሊሆን ምናልባትም ይችላል የሚለው ስሜት የሚሰጥ ነገር ነው፡፡ (Origen, 225 AD, 4.272)

እነዚያ ምክንያታዊ ፍጡራን ራሳቸው ... የነፃ ፈቃድ ኃይልን የተላበሱ ተደርገዋል፤ ይህ በውስጣቸው የተላበሱት የፈቃድ ነፃነት ለእያንዳንዳቸው ሊያጎለብተው (በእግዚአብሔር አብጂነት) ወይም በቸልተኝነት ምክንያት ሰውዬውን ወደ ውድቀቱ ሊያመጣው ይችላል፡፡ (Origen, 225 AD, 4.292)

በቤተ ክርስቲያን ስብከቶች ውስጥ የእግዚአብሔርን ጻድቅ የሆነ ፍርድ የሚመለከት አስተምህሮ ተካትቷል፡፡ ይህ ትምህርት ዕውነት መሆኑ በሚታመንበት ጊዜ የሚሰሙትን ሰዎች መልካም በማድረግ እንዲኖሩና በሁሉም መንገዶች በኃጢአት ላይ በሮችን እንዲዘጉ ያነሣሣቸዋል፡፡ ምክንያቱም ግልጽ በሆነ መንገድ ለመመስገንም ሆነ ለመወቀስ የሚያበቁ ነገሮች በገዛ ራሳችን ሥልጣን ሥር ያሉ ለመሆናቸው ተገቢውን ዕውቅና ሰጥተዋልና፡፡ (Origen, 225 AD, 4.302)

የሳርዴሱ ሜሊቶ

ስለዚህም ከፉ የሆነ የኑሮ አካሄዳችሁን ለመቀየር የሚታያችሁ ምንም ነገር የለም፤ ምክንያቱም እናንተ ነፃ ሰዎች ናችሁ፡፡ (Melito, 170 AD, 8.754)

ሂፖሊተስ

ዓለምን የፈጠረ እግዚአብሔር ክፉ ነገርን አድርጎ ዐያውቅም፤ ደግሞም እርሱ ክፉ ነገርን አያደርግም፡፡ ... አሁን የሰው ልጅ (ወደ መኖር እንዲመጣ የተደረገው ሰው) በቍርጠኝነት የሚወስንበት ዐቅም የተሰጠው ፍጡር ነው፡፡ ይሁንና የልዑል እግዚአብሔር ዐይነቱ ዕውቀት አልነበረውም፡፡... የሰው ልጆች በቍርጠኝነት የሚቀስኑበትን ዐቅም የያዙበትን ዕውነታ፣ ክፉውን ነገር ወደ ገሃድ አመጣው፡፡ ... ሰው ነፃ ፈቃድ ያለው ስለሆነ፣ - ሕግ በእግዚአብሔር ሕግ ተሰጠው፡፡ ይህም ደግሞ ለመልካም ዓላማ ነው፡፡

ሕግ ከምክንያታዊነት በራቀ መልኩ ለእንስሳት አይሰጥም፡፡ ለእንስሳት የሚሰጣቸው ማነቆ እና ጅራፍ ነው፡፡ ከዚህ በተቃራኒ ከሰው ልጅ ጋር ተጎዳኝቶ ሊሄድ የሚችል ሊተገብረው የሚገባ ሕግ ተሰጠው፡፡ (Hippolytus, 225 AD, 5.151)

ቃሉ እነርሱን በማወጅ መለከታዊ ትእዛዛትን ዐወጀ፡፡ ስለዚህም እርሱ በዚህ ሰዎችን ወዳለመታዘዝ መለሳቸው፡፡ ግብታዊነትን በማካተት በምርጫ አማይነት ሰዎችን ለነፃነት ያጫል፡፡ (Hippolytus, 225 AD, 5.152)

ኖቫቲያን (Circa 200 – 258 ዓ.ም)

ለአገልግሎቱ የሚሆን ሁሉንም ነገር ለሰው በሰጠ ጊዜ ሰው ነፃ እንዲሆን ፈቅዷል፡፡ እናም ለሰው ለራሱ የተተወለት ነፃነት ሰውን ወደ ጥፋት መራው፡፡ ለሰው ትእዛዛትን ሰጠው፤ ይህም በዛፍዋ ፍሬ ውስጥ ምንም ክፉ የሆነ ነገር የለም የሚል ትምህርት ያለበት ነው፡፡ ይልቁንም የሰው ልጅ የተሰጠውን ሕግ በሚንቅበት መልኩ ነፃ ፈቃዱን የሚለማመደው ከሆነ፣ ክፉ ነገር እንደሚነሣ አስቀድሞ አስጠነቀቀው፡፡ ... በውጤቱም ወይ ጠቃሚ አሊያም ፍትሐዊነት ያለው ቅጣትን ይቀበላል፡፡ ምክንያቱም ሊያደርገው የሚመርጠውን ነገር ለማድረግ የሚያስችል የገዛ ራሱ ኃይል አለው፡፡ (Novatian, 235 AD, 5.612)

በ258 ዓ.ም የሞተው ሳይፕርያን

የማመን እና ያለማመን ነፃነት በነፃ ምርጫ ላይ የተቀመጠ ነው፡፡ በዘዳግም መጽሐፍ ላይ እንዲህ ይላል፡- "በፊታችሁም ሕይወትና ሞት፣ መልካም እና ክፉን መንገድ አብጅቻለሁ፡፡ በሕይወት ትኖሩ ዘንድ የሕይወትን መንገድ ለራሳችሁ ምረጡ፡፡ (Cyprian, 250 AD, 5.547)

አርኬላዎስ (250-300 ዓ.ም)

"እግዚአብሔር የፈጠራቸውን ሰዎች መልካም፣ አድርጎ ፈጠራቸው፡፡ ለእያንዳንዱ ግለሰብም ነፃ ፈቃድን የሰጠ ሲሆን፣ በዚህም ደግሞ ፍርድን የሚያስከትል ሕግብ አበጀ፡፡ ... በእርግጥም ደግሞ የቱም ፍላጎት ያለው ፍጡር ትእዛዛቱን መጠበቅ ይችላል፡፡ የሚጥሳቸውና ከእነርሱ ፍላጎት በተቃራኒው የሚሄድ የቱም ፍጡር ሕጉ የሚያስከትለውን ፍርድ የሚጋፈጥ ይሆናል፡፡ እያንዳንዱ ግለሰብ ተገቢነት ያለውን የፈቃዱን ኃይል /ሥልጣን/ በመጠቀሙ ረገድ አካሄዱን ወደ ወደደው አቅጣጫ ሊቀይረው ይችላል፡፡ (- Disputation With Manes 32, 33)

የአሊምፐሱ ሜቶዲየስ (በ311 ዓ.ም የሞተ)

ሰው ከነፃ ፈቃድ ጋር ተፈጥሮአል፡፡ ... ይህም እግዚአብሔር የመታዘዝና ያለመታዘዝ ብቃትን በተመለከተ ወሳኝነት ያለው ነፃ ፈቃድ ነው፡፡ ምክንያቱም ይህ የነፃ ፈቃድ ስጦታ ትርጉም ይህ ነው፡፡ (Methodius, 290 AD, 6.362)

እግዚአብሔር በዚህ መልኩ የሰውን ልጅ ለማክበር እንዲሁም የተሻሉ ነገሮችን የመረዳት ነገርን ለሰው ልጅ ለመስጠት - የሚፈልገውን ነገር እንዲያገኝ የሚያስችለውን ኃይል ሰጥቶታል፡፡ የፈቃድ ኃይሉን ለተሻሉ ነገሮች እንዲጠቀምበት የሰውን ልጅ አዝዞታል፡፡ ይሁን እንጂ፣ እግዚአብሔር እንደገና የሰውን ነፃ ፈቃድ አይቀማውም፡፡ ይልቁንም የተሻለውን መንገድ ሊያመለክት ይፈልጋል፡፡ (Methodius, 290 AD, 6.362)

የሰው ልጆች ትእዛዛቱን እንዲታዘዙ የሰው ልጆችን እግዚአብሔር ይለምናል፤ ለመታዘዝም ሆነ ላለመታዘዝ የሚሆን ኃይሉን ይነጥቀዋል ... ብዬ አላምንም፡፡ እርሱ የሰጠውን ኃይል መልሶ ለመውሰድ ትእዛዛትን አይሰጥም፡፡ ይልቁንም፣ የተሻለ ስጦታን ይሰጠው ዘንድ ትእዛዛቱን ይሰጠዋል፡፡ ... በምላሹም ደግሞ ሰው ለእግዚአብሔር የሚታዘዝ ይሆናል፡፡ ምክንያቱም ሰው በውስጡ የሚይዘው ኃይል አለው፡፡ የሰው ልጅ ነፃ ፈቃዱን ይዞ መፈጠሩን ተናግሬአለሁ፡፡ (Methodius, 290 AD, 6.362)

[ሜቶዲየስ] "ክፉን ለማድረግም ሆነ ላለማድግ የሚያስችል ኃይል በውስጣችን አለ ይላል፡፡ ያለዚያ ክፉ ለማድረጋችን የምንቀጣ አንሆንም ነበር፡፡ ወይም መልካም በማድረጋችን ሳቢያ የምንመሰገንም ሆነ የምንሸለም አንሆንም ነበር፡፡" (Methodius, 290 AD, 6.370, as quoted by Photius)

"እነዚያ (አረማውያን) የሰው ልጅ ነፃ ፈቃድ የለውም፤ ነገር ግን ከቶ ሊያስወግዱት በማይችሉት ዕጣ-ፈንታዊ ግዴታ ከእግዚአብሔር ጋር ባላቸው ግንኙነት የሰው ልጆች ላመጡት ክፋት ምክንያትም ሆነ ፈጣሪ በማድረግ ንጽሕና የሌላቸው ሆነዋል፡፡" (- The Banquet of the Ten Virgins discourse 8, chap. 16)

የኢየሩሳሌሙ ቅዱስ ቀሪል (circa **312-386 ዓ.ም**)

ነፍስ ራስ-ገዝ ናት፤ ደግሞም ምንም እንኳ ዲያብሎስ አሳብ ቢሰነዝርም፣ የሰውን ፈቃድ በመቃወም የሚያስገድድበት ኃይል የለውም፡፡ የዝሙትን ምስል በፊታችሁ ያመጣል፤ እናንተ ፈቃደኞች ከሆናችሁ፣ ትቀበሉታላችሁ፤ ዳሩ ግን ፈቃደኞች ካልሆናችሁ ዕምቢ አንቀበልም ትሉታላችሁ፡፡ምክንያቱም እናንተ የግድ ዝሙት ፈጻሚ ከሆናችሁ፣ እንግዲያውስ እግዚአብሔር በየትኛው ምክንያት ነው ገሃነምን ያዘጋጀው? በተፈጥሮ እንጂ፣ በፈቃድ ባልሆነበት መልኩ እናንተ የጽድቅ አድራጊዎች ከሆናችሁ፣ እግዚአብሔር የማይደበዝዝ ክብር የሚሆን አክሊልን ስለምን ያዘጋጃል? በግ መልካም ባሕርይ አለው፤ ዳሩ ግን ስለ መልካም ባሕርይው ከቶውንም ቢሆን ሽልማትን አላገኘም፡- ይህም መልካም የሆነው ባሕርይው ከተፈጥሮው ጋር የተገናኘ እንጂ፣ በምርጫው የመጣ ስላልሆነ ነው፡፡

የቄሣሪያው ቅዱስ ባዚል (circa **300-379 ዓ.ም**)

የመልካም ተግባራታችን እና የክፉ ተግባራታችን ምንጩ እኛ ካይደለን፣ እንዲሁም በውልደታችን እና በዕጣ-ፈንታችን የመጣ ነገር ከሆነ፣ እንግዲህ ሕግ አውጭዎች እኛ ልናደርገው የሚገባውንና ልናደርገው የማይገባውን ነገር ማዘዛቸው ጥቅም-የለሽ ነው፡፡ መልካም ሠሪን የማክበርና ክፉ ሠሪን መቅጣት ለዳኞች ምንም ትርጉም የሌለው ነገር ነው፡፡ጥፋቱ ያለው በወንበዴው ዘንድ ወይም በነፍሰ ገዳዩ ዘንድ አይደለም፡፡ በዕውነቱ ለዚህ ሰው የሚሆነው ነገር ሁሉ ዕንግዳ የሆነ ነገር ነው፡፡ ለዚህ ሰው ዕጆቹን የመሰብሰቡ ነገር ከቶ አይቻለውም፡፡ የማይቀር በሆነ መልኩ ግድ በሚለው ነገር ክፉ ወደ ማድረጉ ያዘነብላል፡፡ አድካሚ በሆነ መልኩ የዚህን ነገር አሠራር የሚመረምሩ ሰዎች ከሰዎች መካከል እጅግ ያበዱቱ ናቸው፡፡ በዚህ ጒዳይ ላይ ጒልበቱን የሚያፈስስ ማንም ዘር ሳይዘራ እና ማጭዱንም የተሳለ እንዲሆን ሳያደርግ የተትረፈረፈ መከርን ያዘጋጃል፡፡ ፈለገውም አልፈለገው ገበያተኛው ዕጣ-ፈንታውን ይወስንለታል፡፡ እናም ደግሞ በዕጣ-ፈንታው ምክንያትነት በሀብት የተጥለቀለቀ ይሆናል፡፡

እኛ ግን እንደ ክርስቲያኖች ያ ሰው በነፃነት ከማይንቀሳቀስበት ቅጽበት አንሥቶ፣ ለፍትሕ የሚሆን ሽልማት በሌለበት አስተሳሰብ ውስጥ መመላለስ ታላቁ ተስፋችንን እንደሚያጠፋው ልንመለከት ይገባል፡፡ ግድ እና ዕጣ-ፈንታ በሚሠሩበት አገዛዝ ሥር ጻድቅ ለሆነ ፍርድ የመጀመሪያው ቅድመ-ሁኔታ የሆነ መልካም ሥራ ለሚባል ነገር ምንም ሥፍራ የለም፡፡ ዳሩ ግን እስኪ ይህን ነገር እናቁመው፡፡ በራሳችሁ ሁሉም ነገር

ማለፊያ እንደ ሆነ የሚሰማችሁ ሰዎች ልትሰሙት የሚገባ ተጨማሪ ነገር አያስፈልጋችሁም፡፡ (Hexaemeron - Homily VI, Chap VII)

የደማስቆው ዮሐንስ

እግዚአብሔር ሁሉንም ነገር አስቀድሞ የሚያውቅ ሆኖ ሳለ፣ ሁሉንም ነገሮች አስቀድሞ አለመወሰኑን ልንረዳ ያስፈልጋል፡፡ ምክንያቱም በእኛ ኃይል /ሥልጣን/ ሥር ያሉ ነገሮችን አስቀድሞ ያውቃልና፤ ዳሩ ግን እርሱ ይህን አስቀድሞ አልወሰነም፡፡ ክፋት እንዲሠራ አይፈልግም፤ መልካም ነገሮችም በግድ እንዲሠሩ አይፈልግም፡፡በውስጣችን የተተከሉ መልካም ተግባራትም እንደዚሁ የእግዚአብሔር ስጦታዎች መሆናቸውን በአእምሮዋችን እንያዝ፡፡ ደግሞም እርሱ ራሱ የሁሉም መልካም ነገሮች ምንጭና ምክንያት መሆኑን፣ እንዲሁም ያለ እርሱ ትብብርና ድጋፍ የትኞቹንም መልካም ነገሮች ልናደርግ እንደማንችል እንገንዘብ፡፡

ዳሩ ግን በመልካም ሥራዎች ውስጥ ልንኖር እና ወደ መልካም ሥራዎች መንገድ የጠራንን እግዚአብሔርን ልንከተል ወይም ከመልካም ሥራ ጎዳና ልንርቅ፣ ማለትም በክፋት ውስጥ ለመኖር፣ ማለትም የሚጎተጉተንን፣ ነገር ግን የማያስገድደንን ዲያብሎስን ለመከተል ኃይሉ በዕጃችን ያለ ነው፡፡ምክንያቱም ክፋት መልካም ነገር ማድረግን ከመተዉ ሌላ ምን ሊሆን ይችላል? ይህም ደግሞ ልክ ጨለማ ብርሃንን ከመተዉ ሌላ ምንም እንዳልሆነ ማለት ነው፡፡ ተፈጥሮአዊ በሆነ ነባራዊ ሁኔታችን በመልካም ሥራዎች ውስጥ የምንኖር ሆነን ሳለን፣ ነገር ግን ከተፈጥሮአዊ ማንነታችን ስናፈነግጥ፣ ማለትም ከመልካም ሥራዎች ስንወጣ ተፈጥሮአዊ ወዳልሆነ ነባራዊ ሁኔታ እንመጣለን፡፡ ደግሞም በክፋት ውስጥ እንኖራለን፡፡ (John of Damascus, *Exposition of the Orthodox Faith*, book 2, chapter 30, 'Concerning Prescience and Predestination')

ስለዚህም ነፃ ፈቃድ ልክ እንደ ምክንያት ሁሉ በሆነ ወቅት ላይ ወደ መታየት መጣ፤ እናም ለውጥ እና መቀየር የተግባር ውጤት ከሆኑ ነገሮች ሁሉ ጋር የተያያዙ ሆኑ የሚለውን እንይዛለን፡፡ የእነርሱ ውጤት የሆኑ ነገሮች ሥረ-መሠረታቸው ለውጥ ስለሆነ፣ እነዚያ ነገሮች ለለውጥ የተጋለጡ ናቸው፡፡ለውጥ ከምንም ነገር ወደ መኖር መምጣትንና ከተፈጠረ ነገር ደግሞ ወደ ሌላ ነገር መቀየርን ይይዛል፡፡ የነገሮች መለወጥ በምርጫ ላይ በተመሠረተ ምክንያት የሚፈጸም ሆኖ ሳለ፣ <u>እንግዲያውስ ሕይወት</u>

የሌላቸው ነገሮች ያለ ምንም ምክንያት አስቀድሞ ወደ ተጠቀሰው አካላዊ ለውጥ ይገባሉ፡፡ ምክንያት ጥራዝ-ነጠቅ እና ተግባራዊ ክፍልን ይይዛልና፡፡ ጥራዝ-ነጠቅ የሆነ ክፍሉ የነገሮች ባሕርይ የሚጤንበት ነው፡፡ተግባራዊ ክፍሉ ደግሞ ምክንያት ወይም ጥንቃቄ ይባላል፡፡ እንግዲያውስ እያንዳንዱ ሰው ሊያደርገው ያለ ነገር ምርጫ በዕጁ እንዳለ የሚያምን ሰው የቱ ምርጥ እንደሚመስል በማሰብ ሆን ብሎ በሚያደርገው ምርጫ መሠረት የተግባሩን ውጤት የሚያገኝ ይሆናል፡፡ እናም ደግሞ ነገሩ እንዲህ ከሆነ ነፃ ፈቃድ ከምክንያት ጋር በጣም የተቀራረቡ ናቸው ማለት ነው፡፡ ምክንያቱም ወይ ሰው ምክንያታዊ ያልሆነ ፍጡር ነው አሊያም ደግሞ ምክንያታዊ ከሆነ፣ እርሱ የተግባራቱ ቀያሽ ነው፤ ደግሞም ነፃ ፈቃድን የታጠቀ ነው፡፡

ስለሆነም ከምክንያት ውጭ የሆኑ ፍጡራን ነፃ ፈቃድን በደስታ አያጣጥሙም፡፡ ስለዚህም ደግሞ ተፈጥሮአዊ የሆነ ፍላጎትን ሁሉ መግታት አይችሉም፤ ዳሩ ግን ተፈጥሮአዊ ፍላጎታቸው እንደ ተቀሰቀሰ ወዲያውኑ እርሱን ተከትለው ይሄዳሉ፡፡ዳሩ ግን የሰው ልጅ ምክንያታዊ በመሆኑ እርሱ በፍጥረት ከመመራት ይልቅ ፍጥረትን የሚመራ ነው፡፡ ስለዚህም ደግሞ ተፈጥሮአዊ ፍላጎቱ በሚነሣበት ጊዜ ፍላጎቱን ለመቀልበስ ወይም እርሱን ደስ በሚያሰኘው መልኩ ሊተገብረው ሥልጣኑ አለው፡፡ እንደዚሁም ፍጥረታት ከምክንያት ውጭ ሆነው የሚመላለሱ ስለሆኑ ለመመስገንም ሆነ ለመኰነን ወይም ለመወቀስ የሚዳረጉ አይደሉም፡፡

ዳሩ ግን የሰው ልጅ የምስጋናም ሆነ የወቀሳ ርእሰ-ጉዳይ ይሆናል፡፡ በተጨማሪም መላእክት ምክንያታዊ በመሆን ነፃ ፈቃድን ተላብሰዋል፡፡ ደግሞም እነርሱም ቢሆኑ ፍጡራን እንደ መሆናቸው ለለውጥ የተጋለጡ ናቸው፡፡ ምንም እንኳ ዲያብሎስ መልካም ተደርጎ በፈጣሪ የተበጀ ፍጡር ቢሆንም፣ የገዛ ራሱ ነፃ ፈቃድ ያለው ፍጡር በመሆኑ፣ ከእርሱ ጋር አብረው ባመፁት ኃይላት፣ አጋንንት እንዲሁም በመልካምነት ውስጥ እየተመላለሱ ባሉቱ መላእክትም ሁሉ ዘንድ ይህ ነገር በእርግጥም ግልጽ ሆኖ የሚታይ ዕውነታ ነው፡፡ (John of Damascus, *Exposition of the Orthodox Faith*, book 2, chapter 27, 'Concerning the reason of our endowment with free will')

ሁለቱ የጥንት ቤተ ክርስቲያን አባቶች ዕይታዎች

ግሪካውያን በተለይም ደግሞ እስክንድርያውያን አባቶች በሰው ልጆች ነፃ ፈቃድ ላይ ትልቅ አጽንኦት ያደርጋሉ፡፡ ደግሞም ይህ ነፃ ፈቃድ እና መለኮታዊ ጸጋ መነጣጠል

የማይችል ትብብር ያደርጋሉ በሚለውም ላይ አጽንኦት ያደርጋሉ፡፡ ይህንንም የሚያደርጉበት መነሻ ምክንያታቸው መንትኤነትን እና ሰዎች ለሆነው ነገር ሁሉ ኀላፊነትን አይወስዱም፤ ነገር በራሱ ነው የሚሆነው የሚለውን (fatalism) አስተሳሰብ የሚያራምደውን የኖስቲሲዝምን መዋቅር ለመቃወም ያደረጉት ጥረት ነው፡፡

በዚህም አንድን የጸነፈ እና የተሳሳተ አስተምህሮ ለመቃወም ባደረጉት ጥረት የሰው ፈቃድን ነፃ እንደ ሆነና ከእግዚአብሔር ጸጋ ጋር አብሮ ለመሥራት ወይም ለመተባበር የሚችል እንደ ሆነ ነገር አድርገው ወደ ተመለከቱበት ስሕተትና ጽንፈኝነት ሊገቡ ችለዋል፡፡

እናም ይህ አካሄድ እና አተያይ መተባበር የሚለውን አስተምህሮ ወደ ቤተ ክርስቲያን እንዲመጣ አደረገው፡፡ ይህም ደግሞ ድነት የሚገኘው እግዚአብሔር በሠራው የድነት ሥራ ላይ ሰዎችም የሆነ ነገር /በጎ ሥራዎች/ ሲጨምሩበት ነው ወደሚል የተሳሳተ ትምህርት የምሥራቅዋን ቤተ ክርስቲያን እንደ መራት እንመለከታለን፡፡

ላቲናውያን አባቶች በተለይም ደግሞ ተርቱሊያኖ፣ ሳይፔሪያን፣ ሂላሪ እና አምብሮስ ጥራዝ-ነጠቃዊ ከሆነ መርኅ ይልቅ በገዛ ራሳቸው ተግባራዊ ተሞክሮ ሲመሩና በዚህም የውርስን ኃጢአት እና የእግዚአብሔርን ጸጋ ሉዓላዊነት /የበላይነት/ በሁሉም ነገሮች ላይ የሚሠለጥን መሆኑን አጽንኦት የሰጡበትን መንገድ መከተላቸውን እንመለከታለን፡፡

ይህንንም ባደረጉ ጊዜ የሰው ልጅ ነፃነት ያለውና ግለሰባዊ ተጠያቂነት ያለበት መሆኑንም ጭምር ወደ መካዱ አላመሩም፡፡ እንደ ዕውነቱ ከሆነ ለእነዚህ ነገሮች ዕውቅናን አልከለከሉም፡፡ ይሁንና ጸጋና ነፃ ፈቃድ በመተባበር ድነትን አስገኙ ወደሚለው ጽንፈኝነት ወዳጠቃው አስተሳሰብ አልሄዱም፡፡ **(Human Free Will and God's Grace in the Early Church Fathers, Mako A. Nagasawa, Last modified: August 5, 2013, Page 1.)**

ይህ የምሥራቅዋ /ኦርቶዶክስ/ ቤተ ክርስቲያን አካሄድ ወይም ዝንባሌ ነው፡፡ በመሠረቱ መተባበር (synergism) የሚለው አስተምህሮ /ዶክትሪን/ የተገኘው ከዚህ ነው፡፡ ዳሩ ግን ላቲናውያን /ካቶሊካውያን/ ነፃ ፈቃዳችንም ጭምር የተመለሰልን በእግዚአብሔር የጸጋ አሠራር አማካይነት ነው የሚለውን አስተምህሮ /ዶክትሪን/ በቅዱስ ኦውግስጢኖስ

ፊትአውራሪነት ተቀብላ ታራምድ ነበረች፡፡ (Human Free Will and God's Grace in the Early Church Fathers, Mako A. Nagasawa, Last modified: August 5, 2013, Page 1.)

ይሁንና ከዚህ ታሪካዊ የቤተ ክርስቲያን አባት ሞት በኋላ የምዕራብዋ ቤተ ክርስቲያንም እንደዚሁ ከዕውነቱ ተንሸራትታ መተባበር ወደሚለው ወደ የተሳሳተ እና የእግዚአብሔርን ክብር ወደሚሻማ፣ ብሎም ጸጋን ዋጋ-ቢስ በማድረግ የሰው ልጆችን በአምነት ከዳኑበት ጸጋ እንዲወድቁ ወደሚያደርግ ሰውን ማዕከሉ ያደረገ ትምህርት ተንሸራትታ የገባችበትን ወይም የወደቀችበትን ሁኔታ እንመለከታለን፡፡ (Human Free Will and God's Grace in the Early Church Fathers, Mako A. Nagasawa, Last modified: August 5, 2013, Page 1.)

የመተባባር አስተምህሮ እየዳበረ የሄደበት ሁኔታ

የግሪክ ወይም የምሥራቅዋ ቤተ ክርስቲያን በእርግጥም ያልዳበረ የመተባበር አስተምህሮን የማርቀቁ ሚና ነበራት ብሎ መናገር ይችላል፡፡ ይህም ደግሞ በመለወጥ ሥራ ላይ የእግዚአብሔር ጸጋና የሰው ልጆች ነፃ ፈቃድ በአንድነት ወይም በመተጋገዝ ይሠራሉ የሚል አስተምህሮ ነው፡፡

የላቲን ወይም የምዕራብዋ ቤተ ክርስቲያን በቅዱስ አውግስጢኖስ ተጽዕኖ ሥር በመሆን መለኮታዊ የሆነ አካል የበላይ ድርሻ ወይም በፍጥረተ ዓለሙ ያለ አንዱ መለኮታዊ ፈቃድ /monergism/ የሚለውን አስተምህሮ በቅድሚያ አጎለበተች፡፡ ይህ በእርግጥም ትክክለኛውና መጽሐፍ ቅዱሳዊ የሆነው አስተምህሮ ነው፡፡ ይህ አስተምህሮ ክብርን ሁሉ ለእግዚአብሔር የሚሰጥ ነው፡፡ ደግሞም የሰው ፈቃድ ራሱ የእግዚአብሔር ጸጋ ውጤት መሆኑን በውል የሚያሳይ ነው፡፡ (Human Free Will and God's Grace in the Early Church Fathers, Mako A. Nagasawa, Last modified: August 5, 2013, Page 2.)

ይሁንና በሌላው አቅጣጫ ደግሞ *ፔላውጊዮስ* የሚባለው ሰው ተከታዮች እምነት *(ፔላውጊያኒዝም)* ከዚህ በተቃራኒው ሰብአዊ የሆነ አካል የበላይ የሚሆንበትን መርኅ (human monergism) አጎለበቱ፤ በዚህም ድነትን በይበልጥ ከሰው ፈቃደኝነት ጋር አስተሳስረው ወደ መመልከቱ አመሩ እናም በዚህ ድርጊታቸው ጸጋን ውጫዊ የሆነ

ድርጊት ወደ ሚሆንበት ዝቅተኛ ሥፍራ አመጡት፡፡ (Human Free Will and God's Grace in the Early Church Fathers, Mako A. Nagasawa, Last modified: August 5, 2013, Page 2.)

ይሁን እንጂ፣ *ከአውግስጢኖስ* ሞት በኋላ ለግሪኩ የመተባበር አስተምህሮ /Greek Synergism/ የመካከለኘነት ሚና ያለው *የከፊል ፔላውግያኒዝም* የአሠራር ሥርዓት ተስማሚ ሆኖ በመገኘቱ የምዕራብዋ ቤተ ክርስቲያን ዐቋምም ይኸው ሆነ፡፡ በሁለቱ መካከል ያለ የሚስማሙበት ነጥብ የሰው ፈቃድ ነፃ ነው፤ እኛ የሰው ልጆች ለምናደርጋቸው ነገሮች ወይም ለተግባራታችን ሁሉ ኀላፊነት አለብን የሚለው ነው፡፡

ይህም ደግሞ ማናውኪያንን በሚቃወሙበት የእምነት አንቀጻቸው ውስጥ ኀልሀነት ያለው ወይም ወሳኝ ነጥብ ነው፤ ነገር ግን የሰው ልጅ መለኮታዊ ጸጋ ያስፈልገዋል የሚለውን ጥያቄ አስነሣ፤ እናም ደግሞ በስተኋላ ላይ የተደረገው የአውግስጢኖሳውያን ውይይት ጸጋ እና ነፃ ፈቃድ በመተባበር ይሠራሉ የሚል ዐቋም ላይ እንዲደርሱ አደረጋቸው፡፡ (Human Free Will and God's Grace in the Early Church Fathers, Mako A. Nagasawa, Last modified: August 5, 2013, Page 2-3.)

ይሁንና እነዚህ ከላይ ያየናቸው ሁለቱም ዐቋሞች፣ ማለትም የሰው ፈቃድን የበላይ የሚያደርገውም ሆነ ሁለቱም በመተባበር ይሠራሉ በሚል ሁለቱንም ዕኩል የሚያደርጋቸው፣ ማለትም ለጸጋና ለሰው ነፃ ፈቃድ ዕኩል የሆነ ድርሻ የሚሰጣቸው፣ ሁለቱም ዐቋሞች ጽንፈኘነት ያላቸውና በሆነ መልኩ ለተነሡ ጽንፈኘነት ያጠቃቸውን አስተሳሰቦች /አስተምህሮዎች/ ለመቃወም ባደረጉት ጥረት የረቀቁ እና በዚህም ምላሽ ለመስጠት ሲባል ከመስመር በመውጣት የጸነፉ ወይም ከእግዚአብሔር አሳብ ያፈነገጡ ናቸው፡፡

በመሠረቱ ትክክለኛው ወይም መጽሐፍ ቅዱሳዊው አሳብ ወይም ዐቋም ለእነዚህ ለሁለቱ ነገሮች ማለትም ለእግዚአብሔር ጸጋም ሆነ ለሰው ፈቃድ መኖር ተገቢውን ዕውቅና የሚሰጥ ሲሆን፣ አጽንኦት ማድረጉ ላይ ግን መለኮታዊ ጸጋን የበላይ አድርጎ ያቀርበዋል፡፡ ምክንያቱም ሰዎች ነፃ የሆነ ፈቃዳቸው በኃጢአት እና በተፈጥሮአዊ ዐመፅ ባርነት ሥር ስለ ዋለ መልካም የሆነውን ነገር ለመምረጥም ሆነ በእግዚአብሔር ጸጋ የተሠራላቸውን ድነት ለመቀበል በሚችሉበት ነባራዊ ሁኔታ ውስጥ ስላይደሉ፣ አሁንም ለሰዎች በእስራት እና በምርኮ ላይ ያለውን ፈቃዳቸውን መልሶ የሚሰጣቸው ያው

የእግዚአብሔር ጸጋ በመሆኑ ምክንያት ነው። እናም በጸጋው እና በእግዚአብሔር ምሕረት በሚሉቱ ቃላት ላይ በይበልጥ አጽንኦት ወደ ማድረጉ ማዘንበል ትክክለኛም ሆነ መጽሐፍ ቅዱሳዊ መረዳትን ለመያዝ የሚያስችል ነው።

4. ጸደቀ ማለት ምን ማለት ነው?

መጽደቅ የሚለው ቃል ዲያካዮ የሚሰኝ ሲሆን፣ በአዲስ ኪዳን የቃሉ አጠቃቀም ተቀባይነት ማግኘትን ወይም ነፃ መሆንን ማወጅ የሚል ፍቺ አለው። ይህን ልክ አንድ በወንጀል የተከሰሰ ሰው በፍርድ ቤት ቀርቦ ጉዳዩ ከተመረመረ በኋላ ነፃ መሆኑ በችሎቱ እንደሚታወጅበት ያለ ነገር ነው።

ዳሩ ግን በእግዚአብሔር ችሎት የተከናወነው ዐይነቱ ችሎት ከዚህ የሚለይበት ልዩ የሆነ ባሕርይ አለው። ይህም ወንጀለኞች የሆንነው እኛ የሰው ልጆች ሁሉ በአንዱ የኢየሱስ ክርስቶስ የምትክነት ሞት አማካይነት ወንጀለኞችን ወይም በመንፈሳዊ ቋንቋ ኃጢአታችን ከእኛ ስለ ተወገደ፣ በእኛ ላይ የነበረ የኃጢአት ዕዳ ከመነሣቱ የተነሣ ነፃ መሆናችን እና ይህም ነፃ መሆናችን በችሎቱ የታወጀ መሆኑ ነው።

እናም ደግሞ ከዚህ አንድ የተለየ ነገርን እንመለከታለን። ይህም ነፃ የሆንነው ቀድሞውኑ ወንጀሉን ሳይፈጽም በሐሰት እንደ ተከሰሰውና ዳሩ ግን ሲጣራ ነፃ ሆኖ እንደ ተገኘው ሰው ባለው መልኩ ንጹሕ /ነፃ ሆነን ስለ ተገኘን ሳይሆን፣ ስለ እኛ ንጹሕም ሆነ ነፃ ሆኖ በተገኘው፣ የእኛንም ወንጀል ወደ ራሱ በማድረግ፣ የራሱን ንጹሕ እና ነፃ መሆን ለእኛ በሰጠው በእግዚአብሔር ልጅ በጌታችን በመድኃኒታችን በኢየሱስ ክርስቶስ አማካይነት ነው። ለዚህም ነው መጽሐፉ "እኛ በእርሱ የእግዚአብሔር ጽድቆች እንሆን ዘንድ ኃጢአት ያላወቀውን እርሱን ስለ እኛ ኃጢአት አደረገው" ሲል (2ኛ ቆሮ. 5÷21) የሚናገረው።

ስለዚህም ጸደቀ ማለት በእግዚአብሔር ፊት ከኃጢአት ነፃ ተደርጎ ተቀባይነትን አገኘ ማለት ነው። በሌላ አነጋገር ደግሞ እምነቱ ጽድቅ ተደርጎ ተቀባይነት አገኘ ማለት ነው። በሌላ አነጋገር ደግሞ እምነት እንደ ጽድቅ ተቈጥሮለት ተቀባይነትን አገኛ ማለት ነው። በክርስቶስ ሥራ ስናምን እግዚአብሔር አምላክ በክርስቶስ የተሠራውን ሥራ ስለ ተቀበሉ የእርሱ ሥራ ለእነርሱ ተደርጎ ይቆጠራልና በእርሱ ከማመናቸው የተነሣ

ጸድቀዋል /በፊቴ ከኃጢአትና ከበደል ነፃ ሆነው ወደ መንግሥቴ ለመግባት ተቀባይነትን አግኝተዋል ይላል፡፡

ይህ አጠር ባለ መልኩ የቀረበ አስተምህሮን በሚከተሉት የመጽሐፍ ቅዱስ ምንባቦች ውስጥ በስፋት እንመለከተዋለን፡፡

"ጻድቅ የለም አንድ ስንኳ" (ሮሜ 3÷11)
"ይህም የሕግ ሥራ የሚሠራ ሁሉ በእርሱ ፊት ስለማይጸድቅ ነው፤ ኃጢአት በሕግ ይታወቃልና፡፡" (ሮሜ 3÷20)
"አሁን ግን በሕግ እና በነቢያት የተመሰከረለት የእግዚአብሔር ጽድቅ ያለ ሕግ ተገልጦአል፡፡" (ሮሜ 3÷21)
እርሱም ለሚያምኑ ሁሉ የሆነ÷ በኢየሱስ ክርስቶስም በማመን የሚገኘው የእግዚአብሔር ጽድቅ ነው፡፡ (ሮሜ 3÷22)
"በኢየሱስ ክርስቶስ በሆነው ቤዛነት በኩል እንዲያው በጸጋው ይጸድቃሉ፡፡" (ሮሜ 3÷24)
"እርሱንም እግዚአብሔር በእምነት የሆነ በደሙም የሚገኝ ማስተሰሪያ አድርጎ አቆመው፤ ይህም በፊት የተደረገውን ኃጢአት በእግዚአብሔር ችሎታ ስለ መተው ጽድቁን ያሳይ ዘንድ ነው÷ ራሱም ጻድቅ እንዲሆን በኢየሱስ የሚያምነውንም እንዲያጸድቅ አሁን በዚህ ዘመን ጽድቁን ያሳይ ዘንድ ነው፡፡" (ሮሜ 3÷25-26)
"ትምክህት እንግዲህ ወዴት ነው? እርሱ ቀርቷል፡፡ በየትኛው ሕግ ነው? በሥራ ሕግ ነውን? አይደለም÷ በእምነት ሕግ ነው እንጂ፡፡ ሰው ያለ ሕግ ሥራ በእምነት እንዲጸድቅ እንቈጥራለንና፡፡" (ሮሜ 3÷27-28)
"አብርሃም በሥራ የጸደ ቢሆን የሚመካበት አለውና÷ ነገር ግን በእግዚአብሔር ዘንድ አይደለም፡፡ መጽሐፍስ ምን አለ? አብርሃምም እግዚአብሔርን አመነ፤ ጽድቅም ሆኖ ተቈጠረለት፡፡ (ሮሜ 4÷2-3)
"ነገር ግን ለማይሠራ÷ ኃጢአተኛውን በሚያጸድቅ ለሚያምን ሰው እምነቱ ጽድቅ ሆኖ ይቈጠርለታል፡፡ (ሮሜ 4÷5)

በምንባቡ ላይ የተሰጠ አጭር ትንታኔ

ጻድቅ የለም አንድም ስንኳ የሚለው ቃል በራሱ ብቃትና ችሎታ ወይም በመልካም ሥራዎቹና ሕግን በመጠበቅ ጻድቅ መሆን የቻለ አንድም ሰው እንደ ሌለ ያመለከተናል፡፡ በሌላ መልኩም ይህ ጉዳይ የተዘጋ ነገርም እንደ ሆነ ያሳየናል፡፡ ቀጣዩ ክፍል አንድም ጻድቅ ያልተገኘበትን ምክንያት "የሕግን ሥራ በመሥራት ሥጋ የለበሰ ሁሉ በእግዚአብሔር ፊት ስለማይጸድቅ ነው" በማለት እንድምታዊነት ባለው መልኩ በእርግጥም የሕግን ሥራ በመሥራት የጸደቀ ሰው ከቶ አለመገኘቱ ነው በማለት ያረጋግጥልናል፡፡

በተጨማሪም ሕግ ጻድቅ ከማድረግ ይልቅ ሰዎች በእርግጥም ኃጢአተኞች መሆናቸውን የሚገልጥ እንደ ሆነ ያሳስበናል፡፡ ይህ በጣም ታላቅ የሆነ ለድነት አስተምህሮ የተሰጠ ሰዎች እንደሚያስቡት ሥጋ ለባሽ የሆነ ሰው ከቶ የማይጸድቅ መሆኑን የሚያመለክት ልዩ መገለጥን የያዘ ነጥብ እንደ ሆነ ልናስተውል ይገባናል፡፡

በመቀጠልም ጻድቅ ሆኖ መገኘት የሚችል አንድም ሰው ባለመገኘቱ ምክንያት፣ በሕጉም ሆነ በነቢያት አስቀድሞ የተነገረ የእግዚአብሔር ጽድቅ እንደ ተገለጠ ይናገራል፡፡ ሕግ የሚለው የሙሴን መጽሐፍ የሚያመለክት ሲሆን፣ የታላላቅ ነቢያትንና የታናናሽ ነቢያትን መጻሕፍት በአንድነት አያይዞ የሚያመለክተን ነው፡፡

እስኪ ከእነዚህ የብሉይ ኪዳን መጻሕፍት መካከል አንዱን ወስደን ሊገለጥ ስላለው የእግዚአብሔር ጽድቅ የሚሰጠውን ምስክርነት እንመልከት፡፡ "እንደዚሁም ደግሞ እግዚአብሔር ያለ ሥራ ጽድቅን ስለሚቈጥርለት ሰው ብፅዕና እንዲህ ሲል ይናገራል፡- ዐመፃቸው የተሰረየላቸው ኃጢአታቸውም የተከደነላቸው ብፁዓን ናቸው፡፡ ጌታ ኃጢአቱን የማይቆጥርበት ሰው ብፁዕ ነው (ሮሜ 4÷6-8)፡፡

ቀጣዩ ምንባብ ደግሞ ሰዎች ያለ ሥራ በእምነት የሚድኑ ቢሆኑም፣ ይህ ግን ታላቅ ዋጋ የተከፈለበት፣ ማለትም የጌታችን የመድኃኒታችን የኢየሱስ ክርስቶስ ቤዛነትን የፈጸመ ሆነ፡፡ እርሱ እኛን ዋጋ ከፍሎ በመቤዠት የተገኘ ጽድቅ እንደ ሆነ ይነግረናል፡፡ ከሰዎች የሚጠበቀው ነገርም በኢየሱስ ክርስቶስ ቤዛነት ማመን ብቻ እንደ ሆነም ጭምር ይነግረናል፡፡

ይህም እምነት በጸጋ የሆነ ስጦታም እንደ ሆነ ሲያስረግጥ በኢየሱስ ክርስቶስ ቤዛነት በማመን እንዲያው በጸጋው ይጸድቃሉ ይላል፡፡ ይህም እምነታችንም እንኳ ቢሆን እንደ ችሎታ ወይም የግል ችሎታችን ከቶ ሊታይ እንደማይገባ፣ ይልቁን ግን በጸጋ ስጦታነት፣ ማለትም ለድነት በሚሆን መልኩ የተሰጠን እንደ ሆነ ያረጋግጥልናል፡፡

ቀጣዩ ክፍል ወይም ምንባብ ደግሞ እምነትን እና የክርስቶስ ኢየሱስን መሥዋዕታዊ ደም አያይዞ ያቀርብልናል፡፡ ሰዎች የሚጸድቁት በእምነት ነው፡፡ በእምነትም በኩል ነው የደሙን የማንጻት ኃይል ሊያገኙትና በደስታም ሊያጣጥሙት የሚችሉት የሚሉ አሳቦችንና ትምህርቶችን ጠቅለል ባለው መልኩ ይሰጠናል፡፡

ከዚህ ደም የማንጻት ኃይል የተነሣ በፊት የተሠሩ ኃጢአቶች ሁሉ በእምነት በእግዚአብሔር ችሎታ ላይ ይተዋሉ ይለናል፡፡ ይህም ነው ደግሞ እምነትን በእርግጥም ዕውነተኛ እምነት የሚያደርገው፡፡ ከዚህ በቀጣይ ያለው ክፍል ወይም ምንባብ ደግሞ እንግዲህ ለትምክህት የሚሆን የቱን ነገር የሰው ልጆች ሊያቀርቡ ይችላሉ? ሲል ለትምክህት የሚሆን፣ እንዲሁም የሰው መዋጮ እንደ ሆነ ተደርጎ የሚታይ ምንም ነገር እንደ ሌላ በውል ያስገነዝበናል፡፡

በመጨረሻም የእምነት አባት የተባለው አብርሃም እንኳ በሥራ ሳይሆን፣ በዚያ ሕግን ለመጠበቅ ልዩ ግምትና በሕግ አማካይነት መልካም ሥራን ለመሥራት ልዩ ሥፍራ በሚሰጥበት በብሉይ ኪዳን ዘመን እንኳ በእምነት እንደ ጸደቀ በመናገር ጽድቅ በእምነት የሚለው አዲስ ኪዳናዊ ትምህርት ጠንካራም ሆነ ከብሉያት ዘመን ጀምሮ ያለና ሁልጊዜም ቢሆን ደግሞ ጸንቶ የሚኖር አስተምህሮ እንደ ሆነ ይነግረናል፡፡

5. ጽድቅ በእምነት የሚለው የጳውሎ አስተምህሮ ነገረ መለኮታዊነት ያለው መሆኑ

ጽድቅ የሚገኘው በእምነት ብቻ ነው፤ በእምነት ነው ሲባልም የሆነ አንድ ነገር ይጨመርበታል ወይም አማኙ ባለው ተፈጥሮአዊ የሆነ መተማመን ማለት ሳይሆን (እምነት በእምነት ማለት ሳይሆን)፣ የእምነት ማረፊያ በሆነው በራሱ በአዳኙ በእግዚአብሔር፣ እርሱ በልጁ አማካይነት ለድነታችን በሠራው ሥራ፣ ደግሞም ይህ ሥራ በታወጀበት የእግዚአብሔር በሆነውና ከእርሱም ዘንድ በመጣው ቃሉ ላይ መደገፍ ማለት ነው፡፡

ይህ ሐዋርያው ጳውሎስ በሁሉም መልእክቶቹ፣ በተለይም ደግሞ በሮሜ እና በገላትያ መልእክቶቹ በኩል ብዙ ያስተማረበት ሲሆን፣ ይህም አስተምህሮ በባሕርይው ራሱ ከሚያራምደው አሳብ በቀር ሌሎች ነገሮችን ማለትም የእርሱ ተቃራኒ የሆኑ ነገሮችን የሚያገልል (exclusive claims) ሆኖ የቀረበ ነው። እየተነጋገርነውን ያለውን ነገር በምሳሌ አዳብረን መመልከት እንድንችል በቅድሚያ የሚከተሉትን ምንባቦች እንመልከት፡-

"ጸጋው በእምነት አድኗችኋል ,ይህም የእግዚአብሔር ስጦታ እንጂ፣ ከሥራ አይደለም፤ ማንም እንዳይመካ" (ኤፌ. 2÷8)

"የሕግን ሥራ በመሥራት ሥጋ የለበሰ ሁሉ በእግዚአብሔር ፊት ስለማይጸድቅ ነው።" (ሮሜ 3÷21)

"በነፃነት ልንኖር ክርስቶስ አርነት አወጣን፤ እንግዲህ ጸንታችሁ ቁሙ፥ እንደ ገናም በባርነት ቀንበት አትያዙ።" (ገላ. 5÷1)

"በክርስቶስ ኢየሱስ ሆኖ በፍቅር የሚሠራ እምነት እንጂ መገረዝ ቢሆን አለመገረዝ አይጠቅምምና።" (ገላ. 5÷6)

"በሕግ ልትጸድቁ የምትፈልጉ ከክርስቶስ ተለይታችሁ ከጸጋው ወድቃችኋል።" (ገላ. 5÷4)

"ነገር ግን አሁን መታረቅን ባገኘንበት በጌታችን በኢየሱስ ክርስቶስ በኩል በእግዚአብሔር ደግሞ እንመካለንና። (ሮሜ 5÷11)

አጭር ትንታኔ

በመጀመሪያ የተቀመጠውና በስተመጨረሻ ላይ የተቀመጠው ምንባብ እርስ በርሳቸው ተመጋጋቢነት ያላቸው ናቸው። የመመሪያው ምንባብ በዳንነው በጸጋው ሲሆን፣ ይህ መዳንም በሕይወታችን ውስጥ ዕውን የሆነው በጸጋው ባገኘነው እምነት በኩል ነው ይልና፣ ከዚህ የተነሣ ከእኛ ሥራ የሆነ ነገር ስለ ሌለ ማንም በሥጋዊ ትምክህት ውስጥ እንዳይገኝ ይላል።

የመጨረሻው ምንባብ ደግሞ ከእግዚአብሔር ጋር መታረቅን ያገኘነው በኢየሱስ ክርስቶስ በኩል ስለሆነ መመካት ያለብን በእርሱ ነው ይለናል። ይህም ደግሞ ጽድቅ በእምነት የሚለው አስተምህሮ ሌሎች መንገዶችን የሚዘጋና የሚያገልል እንደ ሆነ እንመለከታለን።

ቀጣዩ ምንባብ ደግሞ የጸደቅነው በእምነት ከሆነ፣ ሰላማችን፣ ጽድቃችን በተሠራበት በክርስቶስ የተጠበቀ ይሁን ይለናል፡፡ ጸጋው እና እምነት የተያያዙ ነገሮችም እንደ ሆኑ ሲያመለክተን በእምነት ወደ ጸጋው ገብተናል፤ ደግሞም በዚህ ጸጋ ቆመናል ይላል፡፡ ይህንን በእምነት በምንይዝበት እና ድነታችን በተሠራበት በክርስቶስ ሰላማችንን ስንይዝ ከቶ የማንናወጥና ሥፍራችንን የማንለቅቅ፣ ደግሞም በጸጋው ላይ ከመቆማችን የተነሣ ከክርስቶስ ጸጋ ከመውደቅ እንድናለን፡፡

ቀጣዩ ክፍል ደግሞ ሥጋ የለበሰ ሁሉ በሕግ ሥራ አይጸድቅም የሚለውን እንደ መርኅ ልንይዘው እንደሚገባ ያስገነዝበናል፡፡ ይህንኑ አሳብ በማጠናከርም ከእርሱ በታች የተሰጠው ምንባብ በነፃነት ወይም የሕግ እስረኛም ሆነ ባሪያ ሳንሆን፣ እንድንኖር ክርስቶስ አርነት አወጣን ይልና ዳሩ ግን ይህ ነፃነት ብዙ ፈተናዎች እንዳሉበትም ጭምር የሚያስገንዝብ ማሳሰቢያ ከሰጠን በኋላ ዳግም የኃጢአት ባሪያ እንዳትሆኑ በባርነት ቀንበር አትያዙ የሚለውን ትእዛዛዊ ቃል ይሰጠናል፡፡ ይህም ፈተናውን ማሸነፊያ ብቸኛ የሆነ መንገድ መሆኑን የሚያሳየን ነው፡፡

ከዚህም ደግሞ አንድ ነፃ የወጣ ሰው ዳግመኛ ወደ ባርነት ቀንበር ተመልሶ እንዳይሄድ በእርግጥም እርሱ ነፃ የወጣበትን ዕውነት አጥብ መያዝ እንዳለበት እንመለከታለን፡፡ ነፃ የወጣበት እምነት ሁለት ዐበይት ሥራዎች እንዳሉት መረዳት ይኖርበታል፡፡ አንደኛው ሰውዬውን ነፃ ማውጠራት ሲሆን፣ ሁለተኛው ደግሞ በዚህ ነፃ በወጣበት ዕውነት ጸንቶ መቆም ነው፡፡ ጸንቶ አለመቆሙ ደግሞ እምነቱን ለመልቀቅና ሌሎች ነገሮችን ወደማመኑ ሊዳርገው የሚችል መሆኑን ይህ ሰው ሊገነዘበው ይገባል፡፡

የጥንት ቤተ ክርስቲያን አባቶችም አሳብ ከዚሁ ትንታኔም ሆነ ከመጽሐፍ ቅዱስ ምንባባቱ ጋር የተስማሙ ሆነው ነው የምናገኛቸው፡፡ ክሌመንት የተባለው የቤተ ክርስቲያን አባት ጽድቅ በእምነት ብቻ ይገኛለው ወይም ድነት በክርስቶስ በማመን ብቻ ይገኛል በሚለው ያምን እንደ ነበረ እንመለከታለን፡፡ (**Reference:** Clement" s *"The First Epistle of Clement to the Corinthians"* from Philip Schaff's *"The Early Church Fathers: Ante-Nicene Fathers Volume 1,"* Chapter 32-33; Courtesy of ESword Bible Software., as quated by Francis Tendencia T.G.I.C.W.I.E Reflection Series Year 2011)

ከጥንት አባቶች መዳን በእምነት ነው የሚል እይታ ከነበራቸው

በምዕራፍ 12 ላይ ስለ ቅሌምንጦስ እና ስለ እምነቱ ዊኪፒዲያ እንዲህ ይላል፡- “ቅሌምንጦስ የመጀመሪያው የሐዋርያት ቤተ ክርስቲያን የቤተ ክርስቲያን አባት ነው፡፡ እንደ ተርቱሊያኖስ ምስክርነት ከሆነ፣ ቅሌምንጦስ በቅዱስ ጴጥሮስ የተሾመ ነው፡፡ ደግሞም በ1ኛው ክ/ዘ መጨረሻ ላይ በሮም ያለችው ቤተ ክርስቲያን የመሪነት ኀላፊነት የነበረበት አባል ነው፡፡ (“Pope Clementl”from http://en.wikipedia.org/wiki/Pope_Clement_I, (accessed January 30, 2013)

ቅሌምንጦስ ጽድቅ በእምነት ብቻ ወይም በክርስቶስ ላይ ባለ እምነት ብቻ በሚለው ያምን ነበር፡፡ (Reference: Clement” s “The First Epistle of Clement to the Corinthians” from Philip Schaff's “The Early Church Fathers: Ante-Nicene Fathers Volume 1,” Chapter 32-33; Courtesy of ESword Bible Software.)

ቅሌምንጦስ እኛ በሥራችን ሳይሆን፣ ነገር ግን በእምነት ጸድቀናል ይላል፡፡ ይህንን ሲያብራራው ደግሞ፡- “እያንዳንዱ ነገር በውል ላጢን የሚል ሰው በእርሱ የተሰጡትን ስጦታዎች ታላቅነት የሚገነዘብ ይሆናል፡፡ ምክንያቱም ካህናት እና በእግዚአብሔር መሠዊያ ላይ የሚያገለግሉ ሌዋውያን ሁሉ ከእርሱ በቅለዋል፤ ጌታችን ኢየሱስ ክርስቶስ በሥጋ ከእርሱ ወጥቷል (ሮሜ 4÷5)፡፡ከእርሱ ነገሥታት፣ ካህናት፣ የይሁዳ ነገድ መሪዎች /ገዥዎች/ ተነሥተዋል፡፡ ሌሎች ነገዶችም በትንሽ ክብር እግዚአብሔር ተስፋ በሰጠበት መጠን የተገለጡ አይደሉም፡፡ “ዘርህ እንደ ሰማይ ከዋክብት ይሆናል (ዘፍ. 22÷17፤ ዘፍ. 28÷4) ተብሎ ተጽፎላቸዋል፡፡ ስለዚህም እነዚህ ሁሉ በላቀ ሁኔታ የተከበሩ ናቸው፡፡ ደግሞም ታላቅ ተደርገዋል፡፡ይህም በራሳቸው ምክንያት አይደለም፤ ወይም ስለ ገዛ ራሳቸው ምክንያት አይደለም፤ አሊያም ስላመጡት ጽድቅ አይደለም፤ ዳሩ ግን የእርሱ ፈቃድ በእነርሱ ላይ ተግባራዊ በመሆኑ ነው፡፡ እኛም ደግሞ በክርስቶስ ኢየሱስ በፈቃዱ ተጠራን፤ እኛ በሥራችን የጸደቅን አይደለንም፡፡በጥበባችን የጸደቅን አይደለንም ወይም በመረዳታችን አሊያም እግዚአብሔርን በምንመስልበት ሕይወት ወይም በልብ ንጽሕና በሠራናቸው ሥራዎች አይደለም የጸደቅነው፤ ዳሩ ግን ሁሉን ቻዩ አምላክ ገና ከመጀመሪያው ጊዜ አንሥቶ ሁሉንም ሰዎች በሚያጸድቅበት እምነት ጸድቀናል፡፡

በምዕራፍ 33 ላይ ቅሌምንጦስ እንዲህ ይላል፡- "ነገር ግን መልካም ነገሮችን ማድረግ እና ፍቅርን እንተዉ፤ እግዚአብሔር ራሱ መልካም *ሥራዎችን* በማድረግ ረገድ ምሳሌያችን ነው።

3. አህ! ይህ አስገራሚ ዐረፍተ ነገር ነው። እግዚአብሔርን በዐረፍተ ነገሩ ውስጥ ፍጹም የሆነ ሰጭ እንደ ሆነ አስታውሱ። ይህ በግልጽ "ጽድቅ በእምነት ብቻ ነው። ቅሌምንጦስ ለዚህ አስተምህሮ አጽንኦት ለመስጠት "እኛ በራሳችን የጸደቅንአይደለንም ... ከልብ ንጽሕና በወጣ *ሥራችንም* የጸደቅን አይደለንም" በማለት ጭምር እንኳ ጠንካራ መግለጫዎችን እና ዐረፍተ ነገሮችን ይጠቀማል። አ፣ ይህ ዐረፍተ ነገር አስገራሚ ነው!

ከርስቶስ በዚያ ከሌለበት ከመልካም አሳቢ በሚወጡ መልካም *ሥራዎች* እንኳ አልጸደቅንም! ምናልባትም ይህ ትርጒም አይሰጥ ይሆናል፤ ነገር ግን በክርስቶስ ላይ ያለ እምነት ብቻ ያጸድቀናል ለሚለው ዕውነታ ክብደት ለመስጠት የሚውል መግለጫ ነው።)

እንግዲህ ወንድሞች ምን እናድርግ? መልካም ማድረግን ልናቆም ይገባልን? ደግሞስ ፍቅርን የመለማመዱን ተግባር እናቁም ወይ? እንዲህ ያለውን ነገር መለማመድን እግዚአብሔር ይከለክላል! ዳሩ ግን ባለን ኃይል እና የአእምሮ /የአሳብ/ ዝጅግት ሁሉ እያንዳንዱን መልካም *ሥራ* ለመ*ሥራ*ት እንፍጠን።

4. እዚህ ላይ በቅሌምንጦስ አእምሮ ውስጥ እርሱ እየተናገረው ያለው ነገር ስለ ጽድቅ ፍሬ እንደ ሆነ አምናለሁ። በምዕራፍ 32 ላይ ስለ "መጽደቅ" ስለ ተናገረ እኛ በመልካም *ሥራዎች* አንድንም ብለው በማሰብ አንባቢው መልካም *ሥራዎች* ጥቅም-ዐልባ ናቸው በማለት ሊያስቡ ይችላሉ።ስለዚህም ደግሞ ጒዳዩን ግልጽ ለማድረግ፣ እርሱ ምዕራፍ 33ን አከለው፤ ይህም በጸጋ የዳኑት ሰዎች መልካም *ሥራዎችን* የሚሠሩት እግዚአብሔርን ደስ ለማሰኘት ነው። መጽደቅ የእግዚአብሔር *ሥራ* ስለሆነ፣ ከፊል የሆነው ዕቅዱ /ትልሙ/ "መልካም *ሥራዎች*" የሚል ነው።እዚህ ላይ ቅሌምንጦስ በኤፌሶን 2፥8-10 ላይ የሚገኙትን የሐዋርያው ጳውሎስ ቃላትን ያመጣል።

አዎን እኛ በመልካም *ሥራዎች* አልጸደቅንም። ዳሩ ግን መልካም *ሥራዎችን* ለመ*ሥራ*ት ጸድቀናል። ለዚህም የሚሆነው ማስረጃ በምዕራፍ 31 ውስጥ የሚታይ ነው። ይህም "ብዙ እና ተባዙ" የሚለው ነው (ዘፍ. 1፥28)።እንግዲያውስ ጻድቅ የሆኑ ሰዎች ሁሉ

እንዴት በመልካም ሥራዎች እንዳጌጡ፣ ሁሉ እንዴት በመልካም ሥራዎች እንዳሸበረቁ እና እንደሚደሰቱ እንመለከታለን። እንዲህ ያለው ምሳሌን ይዘን ሳንዘገይ ፈቃዱን ወደ ማድረጉ እናምራ፤ ደግሞም በሙሉ ጥንካሬያችን የጽድቅን ሥራ እንሥራ። ምክንያቱም ፈጣሪና የሁሉም ጌታ ራሱ በሥራዎቹ ይደሰታልና። ምክንያቱም ማብቂያ በሌለው መልኩ ታላቅ በሆነ ኃይሉ ሰማያትን መሠረተ፤ ደግሞም አእምሮን በሚያልፍ ጥበቡ አስጌጣቸው። በተጨማሪም ምድርን ዙሪያዋን ከከበባት ውኃ ለዩት፤ እናም በማይነቃነቀው የፈቃዱ መሠረት ላይ አጸናት። ስለዚህም በዚሁ መልኩ ባሕርን እንዲሁም በውስጡ ያሉ ሕያዋን ፍጥረታትን ባበጀ ጊዜ፣ የገዛ ኃይሉን አለበሳቸው (ተገቢ በሆነው ገደባቸው) ከሁሉም በላይ ቅዱስ በሆነና ባልረከሱ ዕጆች ሰዎችን (ከፍጡራኑ ሁሉ ዕጅግ ማለፊያ የሆነውን ሰው) አበጀ።

ደግሞም ዕውነተኛ በሆነ መልኩ ለእርሱ በተሰጠው መረዳት ታላቅ የሆነ ፍጡር ነው - የገዛ ራሱ ገላጭ የሆነ መልኩና አምሳሉ ነው። ስለዚህም ጌታ እግዚአብሔር እንዲህ አለ፡- "ሰውን በመልካችን እንደ ምሳሌያችን እንፍጠር፥ የሰማይንም ወፎች፣ የባሕርን ዓሦችንና የሰማይ ወፎችን እንስሳትንና በምድርም ላይ የሚንቀሳቀሱትንም ሁሉ ይግዙ።" (ዘፍ. 1፥26-27)። እነዚህን ሁሉ ነገሮች ከጨረሰ በኋላ መልካም ነው በሚል ማረጋገጫን ሰጣቸው፤ እናም ባረካቸውና እንዲህ አለ፡- "ብዙ ተባዙ ምድርንም ሙሉአት፥ ግዙአትም፤ የባሕርን ዓሦችና የሰማይን ወፎች በምድር ላይ የሚንቀሳቀሱትንም ሁሉ ግዙአቸው" (ዘፍ. 1፥28)

በምዕራፍ 31 ላይ - መለኮታዊ በረከትን በምን መንገድ እንዳገኘን እንመለከታለን ይላል፡-"እንግዲያን በረከቶችን እንያዝ እናም እነርሱን የምናገኝበትትን መንገድ ልብ እንበል። ገና ከመጀመሪያው ጀምሮ የተከሰቱ ነገሮችን እናስብ። አብርሃም የተባረከው በምን ምክንያት ነው? "ጽድቅና ዕውነት በእምነት ዕውን ስለ ተደረገ አይደለምን? ያዕ. 2፥21) - ይስሐቅም ፍጹም በሆነ መተማመን ምን ሊከሰት እንዳለ የሚያውቅ ይመስል ራሱን በደስታ መሥዋዕት አድርጎ ሰጠ (ዘፍ. 22፥1-24)።

ይህ በምዕራፍ 33 ላይ እየተናገረ ለነበረው ነገር ተገቢ የሆነ ዐውድ ነው። ሥራዎች በእምነት ይመነጫሉ ወይም ይነሣሣሉ።)

ያዕቆብ በወንድሙ ምክንያት በውርደት ከገዛ ራሱ ምድር ወጥቶ ሄደ፤ እናም ደግሞ ወደ ላባ በመምጣት እርሱን አገለገለው፤ እንዲሁም በዚያ የአሥራ ሁለቱ የእስራኤል ነገሮች

በትር ተሰጠው:: (6 Reference: Clement'' s "The First Epistle of Clement to the Corinthians" from Philip Schaff's "The Early Church Fathers: Ante-Nicene Fathers Volume 1," Chapter 31)

ማቴቴስ /ደቀ መዝሙር
የቤተ ክርስቲያን አባት - 130 ዓ.ም

እንደ ፊልፕ ሻፍ አስተሳሰብ ማቴቴስ የሚለው ስያሜ የጸሐፊው መጠሪያ ስም አይደለም፤ ዳሩ ግን ከዚያ ይልቅ ለዲዮግናጡስ በጻፈው ደብዳቤ ላይ ለራሱ የሰጠው ስያሜ ነው:: ማቴቴስ የሚለው የግሪኩ ቃል በቁሙ ወይም በጥሬ ትርጉሙ "ደቀ መዛሙርት" ማለት ነው::ደግሞም ይህ ጸሐፊን በተመለከተ እርሱ ከሐዋርያት ደቀ መዛሙርት መካከል አንዱ ሳይሆን አይቀርም የሚል ነው:: ይህንን ደብዳቤ እያነበብሁ ሳለሁ፣ ይበልጥ ከጳውሎስ ጋር እንደ ተጎዳኘ አሰብሁ:: ደብዳቤዎቹ የጳውሎስን አስተምህሮዎችን ይዘዋል::

"ድነት በእምነት ብቻ" የሚለውን በተመለከተ የተናገረውን ከመልእክቱ በቀጣዮቹ ምዕራፍ ውስጥ እንደሚከተለው ቀርቧል፡-

ምዕራፍ 9 ለምንድን ነው ልጁ እጅግ ዘግይቶ የተላከው (7 Reference: Mathetes' "Epistle of Mathetes to Diognetus" from Philip Schaff's "The Early Church Fathers: Ante-Nicene Fathers Volume 1," Chapter 9)

"የቀደመው ዘመን የታለፈበትን ሁኔታ በተመለከተ የማይገዙ ስሜቶችን ተላብሰን እንድንወለድ ፈቅዶልናል:: ይህም በሥጋ ደስታ እና ልዩ ልዩ ከፉ ምኞቶች በምንወሰድበት ሁኔታ የሆነ ነው:: ይህም ሲባል እርሱ በእኛ ኃጢአቶች ይደሰታል ማለት አይደለም፤ ዳሩ ግን እርሱ ይታገሣቸው ነበር፤ በዚያን ጊዜ መተላለፍን የምንፈጽምባቸውን ጊዜያት እንደ ደግ ነገር ማረጋገጫ ይሰጣቸዋል ማለት አይደለም:: ዳሩ ግን ጽድቅን የሚያስብ አእምሮን ለማብጀት ይሻ ነበር፤ በዚህም በገዛ ራሳችን ሕይወትን እንደማናገኝ በመረዳት ከዚህ በኋላ በእግዚአብሔር መልካምነት አማካይነት እኛን ከጥፋት የዳንን በማድረግ፣ እንዲሁም ወደ እግዚአብሔር መንግሥት መግባት የማንችል መሆኑን በግልጽ እንዲታይ በማድረግ፣ በእግዚአብሔር ኃይል አማካይነት መግባት እንድንችል ለማድረግ ነው::

8. ምንም እንኳ ጽድቅ በእምነት ብቻ የሚለው በንግግር ባይነገርም፣ ዳሩ ግን አስተምህሮው እዚህ ላይ ጥቅም ላይ ውሏል፡፡ ማቴቴስ (ደቀ መዝሙር) እኛን ራሳችንን በችሎታችን ልናድን እንደማንችል ወይም በእርሱ ዐረፍተ-ነገር "በገዛ ራሳችን ሥራዎች በኩል ሕይወትን ለማግኘት የምንበቃ አይደለንም" የሚለውን ዕንድናውቅ ይፈልጋል፡፡ እንደ ዕውነቱ ከሆነ የሚከተሉት ዐረፍተ ነገሮች በአስተምህሮ ጳውሎሳዊ ቃና ያላቸው ናቸው፡፡ በመጀመሪያ ሰው ራሱን ለማዳን የማይችል መሆኑን አስፍሯል፡፡ ከዚያም ደግሞ ጸጋው በተትረፈረፈ መልኩ በክርስቶስ በተግባር እንደ ታየው እንደ መሐሪ አዳኝ አድርጎ እግዚአብሔር ወደ መግለጹ ይመጣል፡፡)

ዳሩ ግን ከፋታችን ወደ ጡዘቱ ሲደርስ እንዲሁም ብድራቱ፣ ቅጣቱ እና ሞቱ በግልጽ ሲታይ በእኛ ላይ በሚያይልበት ጊዜ፣ እንዲሁም እግዚአብሔር የገዛ ራሱን ቸርነት እና ኃይል ለመግለጽ የቀጠረው ቀን በሚደርስ ጊዜ፣ ለሰዎች ባለው የተትረፈረፈ ግድ መሰኘት አንዱ የእግዚአብሔር ፍቅር እንዴት በጥላቻ አይፈረድም? እኛንስ ሊወገዱ እንደሚገባቸው ይቈጥረናል? መተላለፋችንንስ እንዴት ይቈጥራል? ይልቁንም ታላቅ የሆነ ምኞት ማጣትን፣ እንዲሁም ከእኛ ጋር መቀኍሰልን ይካፈላል? እርሱ ራሱ የበደል ሸከማችንን ተሸከመ፡፡ ቅዱሱ የተላላፊዎችን ሸከም ተሸከመ፡፡ የማይሞተው የሚቶችን ሸከም ተሸከመ፡፡ መበስበስን የማያውቀው መበስበስን የሚያውቁ ሰዎችን ሸከም ተሸከመ፡፡ በአንድ ልጁ ብቻ ካልሆነ በቀር በየትኛውም ነገር ክፉዎች እና እግዚአብሔርን የማይመስሉ ሰዎች ላይ ሊጸድቁ ይችላሉ? ይህ እንዴት ያለው የተባረከ ልውውጥ ነው!

9. ይህ በክርስቶስ ብቻ የሆነ ግልጽ የሆነ በእምነት መጽደቅ ነው፡፡ይህ እንዴት ያለው የማይመረመር መለኮታዊ አሠራር ነው! ሁሉም የምንጠብቃቸው ነገሮችን የሚያልፍ እንዴት ያለው በረከት ነው! ይህም የብዙዎች ክፋት በአንድ ጻድቅ ሰው እንዴት ሊሸፈን ይገባል? ደግሞም ጻድቁ ብዙዎችን ተላላፊዎች ሊያጸድቅ ይገባል፡፡

10. ጽድቅ በእምነት የሚለው አስተምህሮ፡፡በቀደመው ዘመን ባሕርያችን ሕይወትን ማግኘት እንደማይቻል እኛን አሳምኖን፣ አሁንም ደግሞ ምንም እንኳ ቀድሞ ሊያድኑን የማይችሉ እነዚያ ነገሮች እንኳ እኛን በእርሱ መልካምነት ወደ መታመኑ ሊመራን በፈለገባቸው በእነዚህ በሁለቱ ዕውነታዎች አማካይነት ሊያጸድቀን የሚችለው አዳኝ ተገልጿል፡፡

11. ሰው ከውድቀት በፊት የነበረውን ባሕርይና ማንነት ስለ መነጠቁ ወይም መንፈሳዊ ብልሽት ውስጥ ስለ መግባቱ የሚያወራ አስተምህሮ እና ጽድቅ በክርስቶስ ላይ ባለ እምነት የሚለው አስተምህሮ ጣምራ ማብራሪያ። እንዴት ያለው ግልጽ መጽሐፍ ቅዱሳዊ እና ጳውሎሳዊ አስተምህሮ ነው! እንደ ገናም በድጋሚ የዚህ መጽሐፍ ጸሐፊው የመጀመሪያው ክፍለ ዘመን ክርስትና አካል የሆነበት ዕውነታን ልብ በሉ።)ይህም እርሱ የእኛ መጋቢ፣ አባት፣ አስተማሪ፣ መካሪ፣ ፈዋሽ፣ ጥበባችን፣ ብርሃን፣ ክብርና ሞገስ ኃይልና ሕይወት ሊሆነን ይጓጓል። ስለ ምግብ እና አልባሳት ልንጨነቅ የማይገባን እንዲሆን ነው።

ከእምነት የሚመነጩ በረከቶች

(12 Reference: Mathetes' "Epistle of Mathetes to Diognetus," Chapter 10)

"በተጨማሪም ይህን እምነት የምትፈልጉ (ማለትም ለመያዝ) ከሆናችሁ፣ በቅድሚያ ስለ አብ የሆነ ዕውቀትን መቀበል ይኖርባችኋል። እግዚአብሔር የሰው ልጆችን ይወድዳል፤ ስለ እነርሱም ሲል ነው ዓለምን የፈጠረው፤ በውስጥዋ ያሉ ነገሮችንም ሁሉ ያስገዛው ለሰው ልጆች ነው፤ ወደ እርሱ ቀና ብሎ የመመልከትን የተመቻቸ ዕድል የሰጠውም እርሱ ነው።

13. እዚህ ላይ "ተጨባጭ እምነትን" ወይም ከምዕራፍ 8-9 የጠቀሰው መልእክት የዕውነት ክፍልን አስመልክቶ እየተናገረ ነው። እንደገናም የቤተ ክርስቲያን አባት የሆነው ይህ ሰው "መልካም ሥራዎች" ወይም "ቅዱስ ኑሮ" የሚሉትን "ጽድቅ በእምነት" የሚለው ካብራራ በኋላ ለመጨመር ቸኩሏል፤ ይህም ዕውነተኛ እምነት የአእምሮ ነገር የሆነ ሳይሆን፣ ዳሩ ግን ሕያው እምነት መሆኑ ላይ አጽንኦት ለማድረግ ነው።እንደገናም ኤፌሶን 2፡8-10ን የተንተራሰን ምሳሌ ሰጥቷቸዋል። ከዚህ ምዕራፍ ከእምነት የሚነሣ በረከት የሚለውን በመጠኑ ልብ በሉ። ምዕራፉን የምታነብቡ ከሆናችሁ፣ ከእምነት የሚመጣው በረከት በዕውነቱ የፍቅር ሥራ ነው። እግዚአብሔርን የምንመስለው በማፍቀር ነው።

13. እግዚአብሔር አመክንዮን መረዳትን የሰጠው ለሰው ልጆች ነው። እነርሱን ነው በመልኩ እና በአምሳሉ የፈጠራቸው። አንድያ ልጁን የላከው ለእነርሱ ነው። በሰማይ ያለው የመንግሥቱን ተስፋ የሰጠው ለእነርሱ ነው፤ ደግሞም ይህንን እርሱን

ለሚወድዱት ይሰጣቸዋል፡፡ በተጨማሪም ይህን ዕውቀት በምታገኙ ጊዜ፣ እንዴት ባለው ደስታ እንደምትሞሉ ታስባላችሁ? ደግሞስ እርሱ በመጀመሪያ የወደዳችሁን እርሱን እንዴት ነው የምትወድዱት? ደግሞስ እርሱን የምትመስሉት ከሆናችሁ፣ የእርሱን መልካምነት የምትመስሉ ትሆናላችሁ፡፡ እርሱ የሚፈቅድ ከሆነ፣ ይህንን ማድረግ ይችላል፡፡ ምክንያቱም ይህን የሚያደርገው ጎረቤቶቹን በመግዛት አይደለም፡፡ ወይም ደካሞች በሆኑቱ ላይ የበላይነቱን በመሻት አይደለም፡፡ ወይም ሀብታም በመሆን፣ እንዲሁም ዝቅተኛ ደረጃ ላይ ባሉቱ ላይ የኃይል ጥቃትን በመፈጸም ደስታን በማግኘት አይደለም፡፡)

ስለዚህ ሐዋርያ በምዕራፍ 11 በመጀመሪያው አንቀጽ ላይ የተሰጠ ተጨማሪ ነገር አለ፡፡ (14 Reference: Mathetes' "Epistle of Mathetes to Diognetus" Chapter 11, paragraph 1.)"ለእኔ ዕንግዳ የሆነ ነገር አልናገርም፤ እንዲሁም ከአመክንዮ ጋርም አብሮ የማይሄድ ነገርን ጭምር አልናገርም፡፡ ዳሩ ግን የክርስቶስ ሐዋርያ እንደ መሆኔ የአሕዛብ ሐዋርያ ሆንሁ፡፡ ዕውነትን ለማወቅ ለተገባቸው ደቀ መዛሙርት በተሰጡኝ ነገሮች ሁሉ አገለገልሁ፡፡"

(15. ኦ፣ በሌላ አነጋገር ጸሐፊው ከሐዋርያት ጋር ቀጥተኛ የሆነ ግንኙነት ነበረው፤ ደግሞም እርሱ ከሐዋርያቱ ዕግሮች በታች ተቀምጦ ተምሮአል፡፡)የቱም ሰው ቢሆን በእነዚህ ነገሮች እግዚአብሔርን የሚመስል ሊሆን አይችልም፡፡ ነገር ግን እነዚህ ነገሮች የእርሱን ክቡርነት የሚይዙ አይደሉም፡፡ በተቃራኒው የጎረቤቱን ሸክም የሚወስድ ሰው፣ በማንኛውም መልኩ እርሱ ታላቅ ወይም የበላይ ይሁን፣ ዕጥረት ያለበትን ሌላውን ሰው ለመርዳት ዝግጁ ነው፡፡የትኞቹንም ነገሮች ከእግዚአብሔር ቢቀበል፣ እነዚህን ነገሮች ለችግረኞች በማከፋፈል የእርሱን ጥቅሞች ለሚቀበሉት ለእነዚያ ሰዎች አምላክ ይሆናቸዋል፡- እርሱ እግዚአብሔርን የሚመስል ነው፡፡ እንግዲያውስ በምድር ላይ ሳላችሁ በሰማይ ያለው እግዚአብሔር ገዥ እንደ ሆነ [በፍጥረተ-ዓለሙ] ላይ ትመለከታላችሁ፡፡

እንግዲያውስ የእግዚአብሔርን ምሥጢራት ልትናገሩ ትችላላችሁ፡፡ እንግዲያውስ በሰማይ እንዴት ያለውን ኑሮ እንደምትኖሩ በማወቅ የዓለምን ክፋት እና ስሕተት እንዴት ልትኰንኑት ይገባል? እንግዲያውስ እግዚአብሔርን የማይክዱ በመሆናቸው ምክንያት የሚቀጡ ሰዎችን ልትወድዱዋቸውም ሆነ ልታደንቋቸው ይገባችኋል፡፡ እንግዲያውስ እዚህ ሞት ይሆናል ተብሎ የሚገመትን ነገር ከንቱ በምታደርጉበት ጊዜ፣

በዕውነተኛው መልኩ ሞት የሆነን ነገር የማትፈሩ በምትሆኑበት ጊዜ፣ ይህም በዘላለማዊ እሳት ለመቀጣት የተኰነኑቱ ሰዎች ዕጣ-ፈንታ የሆነን ሞት በምትቀለብሱበት ጊዜ፣ ዛሬም ለዚህ ነገር ራሳቸውን የሰጡ ሰዎችን እስከ መጨረሻው ድረስ የሚነካ ነገር ነው፡ ፡እንግዲያውስ ስለ ጽድቅ ሲሉ እሳቱን በትዕግሥት የሚያልፉ ሰዎችን እንዴት አድርጋችሁ ልታደንቁ ይገባል? ዳሩ ግን በአሁኑ ቅጽበት የዚያን እሳት (ባሕርይ) በማወቅ እነርሱን እንዴት ደስተኛ አድርጋችሁ ትቈጥሩዋቸዋላችሁ?

ፖሊካርፐ (ከ65-151 ዓ.ም - የቤተ ክርስቲያን አባት

ፖሊካርፐ ከክርስቶስ ሐዋርያት ጋር ቀጥተኛ የሆነ ግንኙነት ነበረው፡፡ ከእነርሱም ደግሞ የወንጌልን መልእክት ተምሮአል፡፡ ከመጀመሪያው ክፍለ ዘመን መሪ የሆኑ የቤተ ክርስቲያን አባቶች አንዱ የፖሊካርፐ ደቀ መዝሙር ነበር እናም ደግሞ በእርሱ በጎ ተጽዕኖ አድሮበታል፡፡

ፖሊካርፐ ለፊልጵስዩስ ሰዎች የተላከ በሚል የሚታወቅ አንድ መልእክትን ጽፎአል፡፡ በዚህ አጭር መልእክት ውስጥ "ጽድቅ በእምነት ብቻ ስለሚል አስተምህሮ አንድ ነገርን እናገኛለን፡፡ በምዕራፍ 1 ላይ የተናገረው እነሆ ይህንን ይመስላል፡- "ታላቅ በሆነ መልኩ በጌታችን በኢየሱስ ክርስቶስ ስለ እናንተ ተደስቻለሁ፤ ምክንያቱም እናንተ የዕውነተኛ ፍቅርን [ልክ በእግዚአብሔር በተግባር እንደ ታየው ያለውን] ተከትላችኋል፡፡ ደግሞም የእናንተ አድርጋችሁ እነዚያን በሰንሰለት የታሰሩትን ሰዎች አጅባችኋቸዋል፡፡

እናንተ ለቅዱሳን የምትመጥኑ ጌጦች ሆናችኋል፡፡ በእርግጥም እነዚህ የዕውነተኞቹ የእግዚአብሔር እና የጌታችን ምርጥ የሆኑ የወርቅ ዘውዶች ናቸው፡፡ ደግሞም የእምነታችሁ ጠንካራ ሥር ዳሩ ግን እግዚአብሔር ከሙታን ያስነሣውን እና ከመቃብር እስራት ለፈታው ስለ ኃጢአታችን እስከ ሞት ድረስ መከራ ለተቀበለው ለጌታችን ለኢየሱስ ክርስቶስ ፍሬን አፍርቶለታል፡፡ ከግብዣ ጊዜያት በፊት የተናገረውም ደግሞ እስከ አሁን ድረስ ጸንቶ ይኖራል፡፡ምንም እንኳ እርሱን አሁን ባታዩትም ታምኑታላችሁ፡፡ በማይነገርና ሙሉ በሆነ ክብር በደስታ ሐሤት ታደርጋላችሁ፡፡ ወደዚህም ደስታ ደግሞ ብዙዎች ሊገቡ ይፈልጋሉ፡፡ ይህም "በእናንተ በሥራ ሳይሆን፣ በእምነት የጸደቃችሁ መሆናችሁን፣ እንዲሁም በኢየሱስ ክርስቶስ አማካይነት በእግዚአብሔር ፈቃድ የጸደቃችሁ መሆናችሁን በማወቅ ነው፡፡

(16. ይህም ልክ የኤፌሶን 2÷8-9 ዐይነቱ ድምፀ-ቃና ያለው ነው። እዚህ ላይ የእርሱን ዐውድ ልብ በሉ። እርሱ ስለ ወንጌል እየተናገረ ነው። ይህም ክርስቶስ በሞቱ፣ በመቃብሩ እና በትንሣኤው ለእኛ ያደረገልን ነገር ነው። እንደ ዕውነቱ ከሆነ፣ "ነገር ግን በእግዚአብሔር ፈቃድ በክርስቶስ ኢየሱስ በኩል የሚለውን ሐረግ እወድደዋለሁ። የመመረጥ አስተምህሮ ድምፀት አለው። ትክክል ነው አይደል?")

ሰማዕቱ ጁስቲን (100-165 ዓ.ም)

የቤተ ክርስቲያን አባት የሆነው ሰማዕቱ ጁስቲን ጥንታዊ ክርስቲያናዊ ፈላስፋ እና የዐቃቤ እምነት ባለሙያ (የክርስትና እምነትን ከሚቃጣበት ጥቃት የሚከላከል ሰው) ነበር። እርሱ አረማውያን በሆኑ ወላጆቹ ዘንድ ያደገ ሰው ነበር። በዘመኑ በነበረው ፍልስፍና ውስጥ (ስቶይሲዝም፣ ፓይታጎሪያኒዝም እና ፕላቶኒዝም) የሕይወት ትርጉምን ለማግኘት ይሻ ነበር።ይሁን እንጂ፣ በእነዚህ ፍልስፍናዎች ላይ ያደረገው ምርመራ በእርሱ ላይ ተከታታይነት ያለውን በተስፋ መቊረጥ መመታት አምጥቶበት ነበር። ለተራበች ልቡ ዕርካታን ያመጣለት የክርስቶስ ዕውነት ብቻ ነበር። እርሱ በጣም በዕውቀት የተሞላ ክርስቲያን ነው፤ ደግሞም በጊዜው ከነበሩት ክርስቲያን ካልሆኑት የዕውቀት ሰዎች ጋር መወያየትን የሚሻ ይመስላል። ከእነዚህ መካከል አንዱ አይሁዳዊ የሆነው ትሪፎ ነው። የግርጌ ማስታወሻ 17 "ዲያሎግ ዊዝ ትሪፎ ከሚለው የተወሰደ ነው።)

(17. እነዚህ ሽርፍራፊ አሳቦች ብቻ ናቸው፤ ደግሞም በውይይቱ ላይ ፈጣን ምልከታ በማድረግ ዐውዱ ድነት በኢየሱስ ክርስቶስ በማመን ብቻ ይገኛል የሚል አጽንኦትን ይበልጥ የሚሰጥበትን ዕውነታ ይዟል።) ደግሞም እንዲህ ይላል፡-ምክንያቱም ኢሳይያስ በዚያ ግድያን እና ሌሎች ኃጢአቶችን ታጥበህ ትነጻ ዘንድ መታጠቢያ አልላከልህም፤ የባሕር ውኃ ሁሉ እንኳ ቆሻሻውን ለማንጻት በቂ አይደለም። ዳሩ ግን ልክ እንደሚጠበቀው ንስሐ የሚገቡ ሰዎችን ተከትሎ የሚመጣው ያ የሚያድን እጥበት ነው። ከዚህ በኋላ ሰዎች በፍየሎችና በበጎች ደም ወይም በጊደር ዐመድ አሊያም ምርጥ በሆነ የእህል ዱቄት መሥዋዕት ንጹሕ ሊሆኑ አይችሉም። ምክንያቱም ሲል በተደረገው በኢየሱስ ክርስቶስ ሞት ኢሳይያስ ራሱ እንደሚናገረው ንጹሕ ይሆናሉ። ---

(18. እንደ ጁስቲን መረዳት የብሉይ ኪዳን ሥርዓተ መሥዋዕት ኃጢአቶቻችንን አጥበው ሊያስወግዱ አይችሉም። "ዳሩ ግን በክርስቶስ ኢየሱስ ደም አማካይነት በእምነት

ኃጢአት ይታጠባል/ይወገዳልም፡፡)(Reference: Justin Martyr's "Dialogue with Trypho," Chapter 13; From Philip Schaff's "The Early Church Fathers: Ante-Nicene Fathers Volume 1," Courtesy of ESword Bible Software.)

በምዕራፍ 26 ላይ የተናገረው ይህንን ነው፡-"ክርስቶስን ያሳደዱ እና እያሳደዱ ያሉ ሰዎች" ንስሐ የማይገቡ ከሆኑ፣ በቅዱሱ ተራራ ላይ ያለን ምንም ነገር አይወርሱም፡፡ (20. በምዕራት 25 ውስጥ ዐውዱ የአብርሃም ዝርያዎች በመሆናቸው አይሁድ ከሚሰማቸው ትምክህት ጋር የተያያዘ ነው፡፡)ነገር ግን በእርሱ ያመኑ አሕዛብ፣ ደግሞም የሠሩትን ኃጢአት በመናዘዝ ንስሐ የሚገቡ ሰዎች፣ ከአባቶች እና ከነቢያት፣ እንዲሁም ከያዕቆብ ወገን ከሆኑቱ ቅዱሳን ሰዎች ሁሉ ጋር፣ ምንም እንኳ ሰንበትን ያልጠበቁ ቢሆኑ፣ ያልተገረዙም ቢሆኑ፣ እንዲሁም በዓላትን ያልጠበቁ /ያላከበሩ/ ቢሆኑም፣ ርስቱን ይወርሳሉ፡፡ እነርሱ በተረጋገጠ መልኩ ቅዱስ የሆነውን የእግዚአብሔርን ርስት ይወርሳሉ፡፡ እግዚአብሔር በኢሳይያስ በኩል ተናግሮአል፡- "እኔ እግዚአብሔር በጽድቅ ጠርቼሃለሁ፥ ዕጅህንም እይዛለሁ፡፡ እጠብቅህማለሁ፥ የዕውሩን ዐይን ትከፍት ዘንድ የተጋዘውንም ከግዞት ቤት በጨለማ የተቀመጡትን ከወኅኒ ቤት ታወጣ ዘንድ ለሕዝብ ቃል ኪዳን ለአሕዛብም ብርሃን አድርጌ እሰጥሃለሁ፡፡" (ኢሳ. 42፥6፤ 42፥7)፡፡

(21. እምነት በክርስቶስ፡፡ አንድን ሰው ከእግዚአብሔር በረከቶች ጋር የሚያያይዘው የዘር ትስስር አይደለም፡፡ ነገር ግን ከክርስቶስ ጋር ያለ ግንኙነት ወይም በክርስቶስ ላይ ያለ እምነት ነው፡፡ እንደገናም እዚህ ላይ "እምነት" እና "ንስሐ" የእግዚአብሔርን ይቅርታ መያዣ መንገዶች ሆነው ልንመለከታቸው እንችላለን፡፡ በተጨማሪም ይህ በጣም አስደሳች የሆነ የሁለትዮሽ ንግግር ነው፡፡ ምክንያቱም ጁስቲን እያነጋገረው ያለው ትሪፎ አይሁዳዊ ነው፡፡ እዚህ ላይ እየተነጋገሩ ያሉቱ ነገር በሮሜ 4 ላይ የሚያስተጋባ ይመስላል፡፡)

እንዲህም በኢሳይያስ ስለዚህ ጉዳይ ይናገራል፡- "ወጥተውም በእኔ ያመፁብኝን ሰዎች ሬሳቸውን ያያሉ፤ ትላቸውም አይሞትምና፥ እሳታቸውም አይጠፋምና፤ ለሥጋ ለባሽም ሁሉ አስጸያፊ ነገር ይሆናሉ፡፡" (ኢሳ. 66፥24)፡፡ ስለዚህ ይህንን ተስፋ ከነፍሳችሁ እያጠፋችሁ ያላችሁ እናንተ ናችሁ፤ ደግሞም በምን መንገድ የኃጢአት ይቅርታ ተስፋዎችን እናገኛለን? ብላችሁ ትማስናላችሁ፡፡ እናንተ እነዚህ እንዴት እንደሚሆኑ ለማወቅ ትባዝናላችሁ፡፡ ነገር ግን ከዚያ ሌላ ምንም መንገድ የለም፡፡ - ይህም ደግሞ ከዚህ ክርስቶስ ጋር መገናኘት ብቻ ነው፡፡

(22 Justin Martyr's "Dialogue with Trypho," Chapter 26)ለኃጢአት ስርየት በኢሳይያስ በተነገረው ፉዋፉዋቴ መታጠብ ነው፡፡ ደግሞም በቀሪው ዘመን ኃጢአት-ዐልባ ኑሮን መኖር ነው፡፡

(23. ይህ "በክርስቶስ ላይ በሆነ እምነት ብቻ" የምንልበት ሌላ መዳን ነው፡፡ ይህም ልክ እንደ ውኃ 8÷1 ዐይነቱ ነው፡፡ በክርስቶስ ኢየሱስ ለሆኑቱ ምንም ኩነኔ የለባቸውም፡፡)

በምዕራፍ 92 ላይ "አብርሃም ጻድቅነቱ በእግዚአብሔር የታወጀው በግርዘት ምክንያት ሳይሆን፣ ዳሩ ግን በእምነት ምክንያት ነው፡፡ ምክንያቱም ከመገረዙ በፊት እርሱን በተመለከተ የሚከተለው ዐረፍተ ነገር ተብጅቶአል፡- "አብርሃም በእግዚአብሔር አመነ፤ ይህም ደግሞ ጽድቅ ሆኖ ተቈጠረለት" (ዘፍ. 15÷6)፡፡

(24 Justin Martyr's "Dialogue with Trypho," Chapter 44)ስለዚህም ዳግመኛ እኛ በሥጋ ባልሆነ መገረዝ በክርስቶስ በኩል በእግዚአብሔር አምነናል ፤

(25. ይህ በዕውነቱ የሮሜ 4 ድግግሞሽ ነው፡፡ በዕውነቱ የዚህ ምዕራፍ ዐውድ የእግዚአብሔርን ዕውነት ለመረዳት ለሰው ኃይልን የሚሰጥ ከእግዚአብሔር ጸጋ ዕውነት ጋር አብሮ የሚሄድ ነው፡፡)

ደግሞም ላገኙት ጠቃሚ የሆነውን ግርዛት በመያዝ፣ ማለትም የልብ ግርዘትን በመያዝ፣ በእግዚአብሔር ፊት ጻድቅ እርሱን በጣም የምናስደስት ሆነን ልንቀርብ ተስፋ እናደርጋለን፡፡ ይህም ደግሞ ቀድሞውኑ የእርሱን ምስክርነት በነቢያት አማካይነት የተቀበልን በመሆናችን ነው፡፡)

የአንጾኪያው አግናጢዎስ (ከ35-110 ዓ.ም የኖረ የቤ/ክ አባት)

የአንጾኪያው አግናጢዎስ (እርሱ ቲዮፎረስም በመባል ጭምር ይታወቃል) ሦስተኛው የአንጾኪያ ጳጳስ ወይም ፓትሪያርክ ነው፡፡ ደግሞ የሐዋርያው ዮሐንስ ተማሪ ወይም ደቀ መዝሙር ነው፡፡ ሰማዕትነት ለመቀበል ወደ ሮም የተደረገ ጉዞ በሚለው መጽሐፉ (En route to his martyrdom in Rome,) ከመጥፋት መጠበቅ የቻሉ ተከታታይነት ያላቸው መልእክቶችን (ደብዳቤዎችን) አግናጢዎስ ጽፏል፡፡

በእነዚህ ደብዳቤዎች ውስጥ የተዳሰሱ ጠቃሚ ርእሰ-ጉዳዮች ነገረ-ቤተ ክርስቲያን፣ ቅዱሳት ምሥጢራት፣ የጳጳሳት ሚና፣ እንዲሁም መጽሐፍ ቅዱሳዊ ሰንበት የሚሉት ይገኙበታል፡፡ የጳውሎስን መልእክቶች ለመጥቀስ ቅሌምንጦስን ተከትሎ የምናገኘው ሁለተኛው ሰው ነው፡፡ (27. "Church Fathers, Ignatius of Antioch, "from http: // en.wikipedia.org / wiki / Church _ Fathers (accessed February 10, 2013) ለኤፌሶን ሰዎች በጻፈው መልእክቱ እንዲህ ብሏል፡-

"ሥጋውያን የሆኑ ሰዎች መንፈሳውያን የሆኑ ነገሮችን ማድረግ አይችሉም፡፡ መንፈሳውያን የሆኑ ሰዎችም እንደዚሁ ሥጋዊ የሆኑ ነገሮችን ማድረግ አይችሉም፡፡ እምነት ያለማመንን ተግባር ሊያከናውን አይችልም፡፡ አለማመንም እንደዚሁ የእምነትን ሥራዎች መፈጸም አይችልም፡፡ ነገር ግን እናንተ በመንፈስ ቅዱስ ምሉዕ ሆናችሁ፣ ምንም ነገር በሥጋ ልታደርጉ አትችሉም፡፡ ነገር ግን ሁሉም ነገርን በመንፈስ ቅዱስ ታከናውናላችሁ፡፡ እናንተ በክርስቶስ ኢየሱስ ፍጹማን ናችሁ፡፡

28. ዕውነተኛ እምነትን ከክርስቶስ ጋር ያገናኘዋል፤ ይህም እርሱን ለእኛ ፍጻሜያችን በማድረግ ነው፡፡ "የእምነት ሥራዎች" እዚህ ላይ "የግል ሥራዎች" ማለት አይደለም፤ ነገር ግን ዕውነተኛ እምነት የአንድን ሰው ክርስትና እንደሚያሳይ ማስረጃ መልካም ሥራዎችን ያፈራል፡፡) እርሱም ደግሞ የሰው ልጆች ሁሉ አዳኝ ነው፡፡ በተለይም ደግሞ በእርሱ የሚታመኑ ሰዎች አዳኝ ነው፡፡

29. Reference: Ignatius on "Epistle to the Ephesians," Chapter VIII. From Philip Schaff's "The Early Church Fathers: Ante-Nicene Fathers Volume 1;" Courtesy of ESword Bible Software.) ከዚህ ኃይል ኢየሱስ ክርስቶስ ያድናችኋል፤ እርሱ እንደ ተወደዱ ድንጋዮች አብ ማለፊያ በሆነ መልኩ እናንተን ለሚያድንበት ሕንጻ የምትገጥሙ እንድትሆኑ ባደረገበት ሁኔታ በዐለቱ ላይ መሥርቶአችኋል፡፡ እርሱም ስለ እናንተ የተሰቀለውን ኢየሱስ ክርስቶስን ከሙታን ያስነሣው ነው፡፡

መንፈስ ቅዱስን እንደ አያያዥ ገመድ በመጠቀም በእምነት ዳግመኛ እንድትወለዱ አደረጋችሁ፡፡ ከምድር ወደ ሰማይ በፍቅር ከፍ ከፍ ብላችሁ ሳላችሁ ካልረከሱቱ (30. እኛ ዳግም ልደትን ያገኘነው በመልካም ሥራዎችም ሆነ በመሥዋዕታዊ ሥራዎች አይደለም፤ ነገር ግን "በእምነት" በእርግጥም ደግሞ በእምነት ነው፡፡) ጋር በአንድነት

የምትጓዙ ትሆናላችሁ:: "... እናንተ የሕይወት መጀመሪያ እና መጨረሻ የሆኑቱን እምነት እና ፍቅርን "ፍጹም በሆነ መልኩ" ይዛችኋል::

31. "Epistle to the Ephesians," Chapter IX) ነው:: የሕይወት መጀመሪያ እምነት ነው::
32. ማለትም እኛ "ሕይወትን" ወይም "መንፈሳዊ ሕይወትን" ተቀብለናል፤ ይህ እኛ በክርስቶስ ኢየሱስ በሆነ እምነት ዳግም ልደትን አግኝተናል የምንልበት ሌላ ምንም መንገድ የለም::)

መጨረሻውም ደግሞ ፍቅር ነው:: ደግሞም እነዚህ ሁለት ነገሮች በአንድነት ተያይዘዋል:: የእግዚአብሔር ሰውንም ፍጹም ያደርጉታል::

(33. "Epistle to the Ephesians," Chapter XIV) "ለሰው ጸጥ ማለት እና ክርስቲያን መሆን ከመናገር እና አንድነት የሌለው ከመሆን ይልቅ ይሻለዋል:: የእግዚአብሔር መንግሥት በቃል አይደለም:: ነገር ግን በኃይል ነው:: ሰዎች በልብ ያምናሉ፣ (34. ይህ ዕውነተኛ የሆነ የሚያድን እምነት ነው:: የሚያድን እምነት ጻድቅ የሆነ እምነት ነው::)

ደግሞም እነዚህ ሁለት ነገሮች ሊለያዩ በማይችሉ መልኩ ደግሞም በአፍ ይመሰክራሉ:: አንደኛው ለመጽደቅ ሲሆን፣ ሁለተኛው ደግሞ ለመዳን ነው::" (35. "Epistle to the Ephesians," Chapter XV)

በእርግጥም የክርስቶስ መስቀል ለማያምኑቱ ሰዎች የማሰናከያ ዐለት ነው፤ ዳሩ ግን ለሚያምኑቱ ሰዎች ድነት

36. እንደገናም ድነት እና ዘላለማዊ ሕይወት በእምነት ብቻ የሚገኝ ነው! የእምነት ማረፊያው የክርስቶስ መስቀል መሆኑን፣ ይህም ክርስቶስ በመስቀል ላይ የሠራውን የሚያድን ሥራ መሆኑን ልብ በሉ::) እና ዘላለማዊ (37."Epistle to the Ephesians," Chapter XVIII) ሕይወት ነው::ለማግኔሲያውያን በጻፈው ደብዳቤ እንዲህ ይላል፡- "እርሱ የሰዎች ሁሉ፣ በተለይም በእርሱ ለሚያምኑቱ አዳኝ በሆነው በክርስቶስ ደም መቤዠትን (38. እንደገናም የክርስቶስ አዳኝ የሆነ ሥራ የእምነት ማረፊያውም ሆነ እምነት ሲሆን፣ ይህም ድነትን የሚቀበል ዕጅ ነው::)ያገኙበት፣ በእርሱ ማለትም

በኢየሱስ ክርስቶስ እግዚአብሔርን ያወቅሁበት፣ ወይም ይልቁን በእርሱ የታወቅሁበት (39. Reference: Ignatius on "Epistle to the Magnesians," Chapter 1. From Philip Schaff's "The Early Church Fathers: Ante-Nicene Fathers Volume 1;")

"ስለዚህም ደግሞ ለመልካም ስሜት-ዐልባ እንሁን፡፡ ምክንያቱም እርሱ በሥራችን የሚወሰን ሲሆን፣ ልንጠፋ ይገባናል፡፡ መተላለፍን የምትቆጣጠር ብትሆን፣ አ፣ ጌታ ሆይ ማን ሊቆም ይችላል ? (40. እንደ ዕውነት ከሆነ እዚህ ላይ እየተናገረ ያለው በእርሱ ዘመን ስለ ነበረው የአይሁድ እምነት ነው፡፡ አሁን ይህ መልካም ነው፡፡ እዚህ ላይ እርሱ እየተናገረ ያለው ይህን ነው፡- ድነት በሥራዎች የሚገኝ ከሆነ (መልካም ሥራዎች እንኳ እያልን ብንጠራውም) ማንም በእግዚአብሔር ፊት ጻድቅ ሆኖ መቆም አይችልም፡፡ ጳውሎስ ለገላትያ ሰዎች በጻፈው ደብዳቤ ውስጥ በክርስቶስ ላይ ባላቸው እምነት ላይ እርሱም ጭምር የገላትያ ሰዎችን ያስጠነቅቅና ይገሥጽ እንደ ነበር ማስታወስ ትችላላችሁ፡፡ ይህም በክርስቶስ ያለ እምነት ለድነታቸው በቂ አይደለም፡፡

ሙሉ ለሆነ የኃጢአት ይቅርታቸው በሙሉ ቃል ኪዳን ውስጥ ወዳሉ ሥርዓታዊ መሥዋዕቶች ተመልሰው ይሄዳሉ፡፡ ነገር ግን ለሐዋርያው ጳውሎስ ይህ ስሕተት ነው፤ ስለዚህም ደግሞ የገላትያ መልእክትን ጻፈ፡፡)ስለሆነም የተቀበልነው ስም የተገባን መሆናችንን እናረጋግጥ፡፡ ምክንያቱም ከዚህ በተጨማሪ በአንደበት መናገር፣ እንዲሁም አሁን ወደ ፍጻሜው የመጣን የአይሁድ እምነት በስፋት መለማመድ ትርጒም የማይሰጥ ነገር ነው፡፡ (41. ይህ ጠቃሚ አይደለም፡፡

ይህ በዕውነት ጳውሎስ በደብዳቤው ይዋጋው የነበረው የአሠራር መዋቅር ነው፡፡ የሕግ እና የሰዎች ሥርዓት ያበጀው የአሠራር ሥርዓት ነው፡፡)ምክንያቱም ክርስትና ባይኖር ኖሮ የአይሁድ እምነት ባልኖረም ነበር፡፡ እያንዳንዱ ሕዝብ በእርሱ የሚያምንበት፣ እያንዳንዱ ምላስ የሚመሰክርለት፣ እንዲሁም ሁሉም ወደ እግዚአብሔር በእርሱ የሚሰበሰቡበት ክርስቶስ አንድ ነው፡፡ የድንጋይ ልብ ያላቸው ሰዎች የእግዚአብሔር ወዳጅ የሆነው የአብርሃም ልጆች ሆነዋል፤ ደግሞም በእርሱ ዘር የተባረኩቱ ለዘላለም ሕይወት ታጭተዋል፡፡ (42. እነዚህ ሁሉ ነገሮች የሆኑት በሥራችን ምክንያት አይደለም፤ ነገር ግን በኢየሱስ ክርስቶስ ላይ ባለ እምነት ነው፡፡) ይህም በክርስቶስ የሆነ ነው፡፡ (43. "Epistle to the Magnesians," Chapter)

የሊዮኑ ኢሬኒየስ

የ2ኛው ክ/ዘ - C. 202 የቤተ ክርስቲያን አባት

ኢሬኔየስ በጋውል የሉድነም ጳጳስ ነበር፤ ይህም ሥፍራ ደግሞ አሁን የፈረንሳዩ ሊዮንስ ነው፡፡ የእርሱ ጽሑፎች ክርስቲያናዊ ነገረ መለኮት ገና ከጥንቱ እየጎለበተ መሆኑን አመልካች ነው፡፡ ደግሞም በምሥራቅ ቤተ ክርስቲያን በኦርቶዶክስም ሆነ በምዕራብ ቤተ ክርስቲያን በካቶሊክ ቅዱስ በሚል ተቀባይነትን አግኝቷል፡፡

እርሱ ተጠቃሽ የሆነ የጥንት ክርስቲያን የሆነ የዐቃቤ-እምነት ባለሙያ ነው፡፡ በተጨማሪም እርሱ የፖሊካርፕ ደቀ መዝሙር ነው፡፡ ምርጥ የሆነ ታዋቂ መጽሐፉ አጌይንስት ሄረሲይስ (ሲ. 180) ሲሆን በዘመኑ የነበሩ የስሕተት ትምህርቶች የተዘረዘሩበት መጽሐፍ ነው፡፡ ደግሞም እነዚህን የስሕተት አስተምህሮዎች በከፍተኛ ፍላጎት ተዋግቷቸዋል፡፡ (44 "Church Fathers, Ireneaus" From http://en.wikipedia.org/wiki/Church_Fathers, (accessed February 10, 2013)

"አጌንስት ሄረሲይስ" ከሚለው መጽሐፍ የተወሰዱ ጥቅሶች፡- እርሱ እንዲህ ሲል ጽፏአል፡-"ሁሉም ነገሮች ወደ አዲስ ማንነት እንዲገባ ካስፈለገ፣ በአዲስ መልኩ እንዲቀርብ የተደረገው ቃል በሥጋ መገለጥ ነው፤ ይህም ከእግዚአብሔር ተለይቶ የነበረውን የሰው ተፈጥሮን (ሆሚነም) መልሶ ወደ እግዚአብሔር ለማምጣት ነው፤ ስለዚህም ደግሞ ሰው እግዚአብሔርን በአዲስ መልኩ ማምለክን ተማረ፡፡ ዳሩ ግን ይህ ሌሎችን አማልክት ማምለክን አይመለከትም፡፡ ምክንያቱም በዕውነተኛው መልኩ የተገረዙትን በእምነት (45. አይሁድ እና አሕዛብ በእምነት ጸድቀዋል፡፡ እንደ ዕውነቱ ከሆነ ይህን በሌላው ጽሑፎቼ ውስጥ ጠቅሷቸዋል፡፡) እንዲሁም ያልተገረዙትን በእምነት (46. Reference: Ireneaus on "Against Heresies," Book III. Chapter X, paragraph 2. From Philip Schaff's "The Early Church Fathers: Ante-Nicene Fathers Volume 1;") በኩል የሚያጸድቅ አንድ አምላክ አለ፡፡

ዳሩ ግን የእርሱ ድምቀት እነርሱን ያጐድላቸዋል፤ ስለዚህም እግዚአብሔርን የሚመለከቱ ሰዎች፣ ሕይወትን ይቀበላሉ፡፡ ደግሞም ስለዚህ ምክንያት እርሱ [ምንም እንኳ] ከመረዳት በላይ ቢሆንም፣ ደግሞም ገደብ-ዐልባና የማይታይ ቢሆንም ራሱን የማይታይ ወደ ማድረጉ ያመጣዋል፡፡ ይህም ደግሞ እነዚያን ሰዎች ያጎላቸው (47.

"ጉልህ ማድረግ" የሚለው ሐረግ በአብዛኛው "ከመንፈሳዊ ዳግም ልደት" ጋር አብሮ የሚሄድ ነው፡፡ ወይም በመንፈስ ዳግም ከመወለድ ጋር የሚያያዝ ነው፡፡ በኢራኒየስ አሳብ መሠረት በእምነት በኩልም ጭምር የሚል ነው፡፡) ዘንድ ነው፡፡ ይህም በሚያምኑቱ ሰዎች ብቃት አማካይነት በእምነት (48. "Against Heresies," Book IV. Chapter XX, paragraph 5.) የሚቀበሉት እና የሚመለከቱት ነው፡፡

ልክ አብርሃም በእግዚአብሔር በአመነ ጊዜ ለእርሱ ጽድቅ ሆኖ ተቈጥሮለት እንኳ ነበር፡፡ ስለዚህ በእምነት የሆኑቱ በተመሳሳይ መልኩ የአብርሃም ልጆች መሆናቸውን ዐወቁ፡፡ ነገር ግን የእግዚአብሔር ቃል አሕዛብን በእምነት (49. ልክ በሮሜ 4 ላይ እንዳለው እንደ ሐዋርያው ጳውሎስ ያለ ድምፀት ነው፡፡) እንደሚያጸድቅ አስቀድሞ ተመልክቶ ለአብርሃም አስታውቆታል፡፡ ይህም በእርሱ ሕዝቦች ሁሉ ሊባረኩ የሚገባቸው መሆኑ ነው፡፡ ስለዚህም በእምነት የሆኑቱ ታማኝ በሆነው በአብርሃም የሚባረኩ ይሆናሉ፡፡ (50. "Against Heresies," Book IV. Chapter XXI, paragraph 1.)

የጳውሎስ አስተምህሮም ሆነ ንግግር በይዘቱ ነገረ መለኮታዊ ነው!

ሐዋርያው ጳውሎስ በእነዚህ እና በበርካታ ሥፍራዎች ሥፍር-ቍጥር የሌላቸው ምንባቦች አማካይነት ጽድቅ የሚገኘው በእምነት ነው የሚለውን አስተምህሮውን፣ እንዲሁም ሰው በሥራ፣ ሕግን በመጠበቅና በመልካም ባሕርይው ከቶ ሊድን አይችልም የሚሉትን ሁለት ፈርጅ ያላቸው አስተምህሮዎች ያስተማረ ሲሆን፣ እነዚህ የጳውሎስ አስተምህሮዎችም ሆነ ንግግሮች ከይዘታቸው አንጻር ሲታዩ ነገረ መለኮታዊ የሆኑ ዕውነቶች የተነገሩባቸው እንደ ሆኑ እንረዳለን፡፡

እዚህ ላይ ከሥነ አፈታት አንጻር ስንመለከተው ጳውሎስ ቀጥተኛ አነጋገርን የሚጠቀም መሆኑ እና የጽድቅ/ድነት በር ምን የቱ እንደ ሆነና የትኞቹስ እንዳልሆኑ ጎን ለጎን መናገሩ ምንም አሻሚነት በሌለው መልኩ፣ ይልቁን ግን እጅግ ግልጽና ማለፊያ በሆነ መልኩ እያስተማረ እንደ ነበረ ከአነጋገሩ (ከቀጥተኛ አነጋገሩ) በቀላሉ መረዳት ይቻላል፡፡

በዚህ ረገድም ይበልጥ ልንረዳው የሚገባው ነገር ደግሞ የጳውሎስ ንግግሮች አንዱን መንገድ ብቻ የመቀበል ወይም የማካተት እና ሌሎችን መንገድ እንደ ሆኑ በብዙዎች የሚታሰቡ ጉዳዮች ያለመቀበል /ያለማካተት/ ዝንባሌ የተላበሰ መሆኑ ነው፡፡ ይህም

ደግሞ በእርግጥም ጳውሎስ ሰዎች ሊድኑ የሚችሉት በአንድ እና በአንድ መንገድ ብቻ መሆኑን ማመኑና በዚያ መንገድ ላይ ሌላ አማራጭ መንገድ መደረብ ከቶ የማይቻል እንደ ሆነ፣ ይህም ከተደረገ ደግሞ ያ ትክክለኛው የድነት መንገድ ከተደራቢው መንገድ ጋር በመደመርና አንድነት በመፍጠር የሚሠራበት ምንም ዐይነት መለኮታዊ አግባብ እንደ ሌለ በውል የሚያስገነዝበን ነው፡፡ ይህ ከንቱ የሆነ የሰው ልጆች ምናባዊ አስተሳሰብ የወለደው ነገርም ሆነ ልምምድ ነው፡፡

6. ሰው በእምነት ብቻ ሳይሆን፣ በሥራም ይጸድቃል የሚል የሚመስለው የያዕቆብ አስተምህሮ ሥነ ምግባራዊ ገጽታ ያለው መሆኑ

ብዙዎች ሰዎች ይልቁንም ደግሞ የካቶሊክና የኦርቶዶክስ አብያተ ክርስቲያናትን መረዳት የሚያራምዱ ወገኖች በያዕቆብ መልእክት ውስጥ የሚገኙ ንግግሮችን በቅዱሳት መጻሕፍት ማለትም በይበልጥ በያዕቆብ መልእክት ውስጥ ጥቅም ላይ ከዋሉበት አግባብ ውጭ ምንባቡን ለመረዳት ሲሞክሩ ይስተዋላሉ፡፡

በእርግጥም የያዕቆብን አነጋገር ልብ ብለን ስንመረምረውና በጥልቀት ስንፈትሸው የምናገኘው አንድ ነገር አለ፡፡ ይኸውም ያዕቆብ የተናገረበት መንገድ መሠረተ እምነትን ወይም ነገረ መለኮታዊ የሆነ አስተምህሮን በተለይም በድነት ላይ የተሰጠ ነገረ መለኮታዊ መረዳት ይመስላል፡፡

እስኪ በቅድሚያ እነዚህን ወጥነት ባለው መልኩ በጳውሎስም ሆነ በመላው አዲስ ኪዳን ውስጥ ሰው በእምነት ብቻ ነው የሚድነው ከሚለው አስተምህሮ ጋር የሚጋጩ የሚመስሉ የያዕቆብን ንግግሮች ከዚህ በታች በማስቀመጥ እየተነተንን ወደ መመልከቱ እናምራ፡፡

“ወንድሞቼ ሆይ፥ እምነት አለኝ የሚል፥ ሥራ ግን የሌለው ሰው ቢኖር ምን ይጠቅመዋል? እምነቱ ሊያድነው ይችላልን?” (ገላ. 3፥14)
“ወንድም ወይም እኅት ራቁታቸውን ቢሆኑ የዕለት ምግባቸውን ቢያጡ፥ ከእናንተ አንዱም በደኅና ሂዱ፥ እሳት ሙቁ፥ ጥገቡም ቢላቸው፥ ለሰውነት ግን የሚያስፈልጉትን ባትሰጡዋቸው ምን ይጠቅማቸዋል? እንደዚሁም ሥራ የሌለው እምነት ቢኖር በራሱ የሞተ ነው፡፡” (ገላ. 3፥15-16)

“እግዚአብሔር አንድ እንደ ሆነ አንተ ታምናለህ፤ መልካም ታደርጋለህ፤ አጋንንትም ደግሞ ያምናሉ ይንቀጠቀጡማል። አንተ ከንቱ ሰው እምነትህ ከሥራ ተለይቶ የሞተ መሆኑን ልታውቅ ትወድዳለህን?” (ያዕ. 3÷19)
“አባታችን አብርሃም ልጁን ይስሐቅን በመሠዊያው ባቀረበ ጊዜ በሥራ የጸደቀ አልነበረምን? እምነት ከሥራ ጋር ያደርግ እንደ ነበር÷ በሥራም እምነት እንደ ተፈጸመ ትመለከታለህን? መጽሐፍም አብርሃም በእግዚአብሔር አመነ÷ ጽድቅም ሆኖ ተቈጠረለት ያለው ተፈጸመ፤ የእግዚአብሔር ወዳጅ ተባለ።” (ያዕ. 3÷21-23)
“ሰው በእምነት ብቻ ሳይሆን በሥራ እንዲጸድቅ ታያላችሁ።” (ያዕ. 3÷24)
“እንዲሁም ጋለሞታይቱ ረዓብ ደግሞ መልእክተኞቹን ተቀብላ በሌላ መንገድ በሰደደቻቸው ጊዜ በሥራ አልጸደቀችምን? ከነፍስ የተለየ ሥጋ የሞተ እንደ ሆነ እንዲሁ ደግሞ ከሥራ የተለየ እምነት የሞተ ነው።” (ያዕ. 3÷25-26)

አጭር ትንታኔ

ከላይ የሰፈሩ ጥቅሶችን በቀጥታ የሚያነብብ የቱም ሰው ያዕቆብ እየተናገረው ያለው ሰው የሚድነው በሁለት ነገሮች ነው። ለመዳን በአንድ በኩል እምነት ሲያስፈልግ፣ በሌላ በኩል ደግሞ በእምነቱ ላይ የሚጨመር ሥራ እንደሚያስፈልግ፣ እናም እነዚህ ሁለት ነገሮች ተደምረው ውጤቱ መዳን እንደሚሆን የሚናገር ይመስላል።

ዳሩ ግን ቅዱሳት መጻሕፍትን የምንረዳበትን የሥነ አፈታት መርኅን ተከትለን እነዚህን ምንባቦች ስንመረምር የምናገኘው ከዚህ የተለየ መሠረታዊነትና ተጨባጭነት ያለው ዕውነትን ነው። ይህም የያዕቆብ መልእክት ነገረ ድነትን አስመልክቶ የተሰጠ ነገረ-መለኮታዊ አስተምህሮ ሳይሆን፣ ይልቁንም ዐውዳዊ ፍቺን መሠረት አድርገን ስንመለከተው የያዕቆብ መመልእክት ዋና ትኩረት እና አስተምህሮ ምግባራዊ ሕይወት ምን ዐይነት መልክ ሊኖረው ይገባል? የአማኞች ምግባራዊ ሕይወት (ዕውነትን በተግባር የመኖር ጉዳይ) እንዴት ባለው ሁኔታ ዕውን ሲሆን ሊታይ ይገባል የሚል ሆኖ እናገኘዋለን።

አዎን ያዕቆብ አማኞች ለእምነት ብቻ ሳይሆን፣ ለዕለት ተዕለት ክርስቲያናዊ ኑሮም ጭምር ተገቢውን ሥፍራ ሊሰጡት ይገባል የሚል ዐቋምን ነበር በዚህ ሥፍራ ላይ እያራመደ ያለው። ይህን ጉዳይ ነው ያዕቆብ በስፋትም ሆነ በጥልቀት ሊዳስሰውና አማኞችም ይህን ልብ እንዲሉት ሲጥር ወይም ሲሞግት የምንመለከተው።

ከዚህ አንጻር ያዕቆብ ከሚናገራቸው ነገሮች የሚከተሉትን መርኆች ማውጣት ይቻላል፡

-

- እምነት ሥራ-ዐልባ እንደ ሆነ ተደርጎ መታየት የለበትም፡፡
- እምነት በሥራ-ዐልባው መልኩ ልንጠቀምበት ከሞከርን፣ ውጤቱ ምግባር-የለሽ መሆን፣ ብሎም በሥራ የሚገለጠው የሚያድን እምነት ሳይሆን፣ ዝም ብሎ አምኛለሁ ብሎ የሚናገሩበቱ የንግግር ብቻ እምነት (ሐሰተኛ እምነት) መያዝ ማራመድ ይሆናል፡፡
- ዕውነተኛ እምነትን እንጂ፣ ሐሰተኛ እምነትን ልንይዝ አይገባም፡፡
- እምነት ከንግግራዊ ክፍሉ ባሻገር ፍጻሜውን የሚያገኘው በተግባራዊ ገጽታው ነው፡፡
- ዕውነተኛ እምነት ሁልጊዜም ቢሆን ሥራን የሚያስከትል ነው፡፡
-

እነዚህን ከላይ የተመለከትናቸውን ነገሮች የሚያጠናክርልን የጋለሞታይቱ ረዓብ ጉዳይ ነው፡፡ እርስዋ ሰላዮችን ወይም የእስራኤላውያን መልእክተኞችን ተቀብላ ስላስተናገደች ወይም በሌላ መንገድ የሰደደችበት ተግባርዋን እንደ ሥራ አድርጎ ያዕቆብ ከማቅረቡም በላይ በሥራ የጸደቀች ናት የሚል መደምደሚያ ላይ ደሷል፡፡

በመሠረቱ ያ ድርጊት ከመፈጸሙ በፊት ይህን ድርጊት ለመፈጸም የሚያስችል እምነት በውስጥዋ ነበር፡፡ የቱም ሥራ ቢሆን ያላንዳች እምነት ዝም ብሎ በዘፈቀደ ከቶ ሊሠራ አይችልም፡፡ ፍልስፍናዊ በሆነ አነጋገር ስንመለከተውም ሆነ ስናስቀምጠው እምነት-ዐልባ በሆነ መልኩ የሚሠራ ምንም ነገር የለም፡፡ የከፋት ተግባር እንኳ ከፋትን መፈጸም አለብኝ ብሎ ካመነ ልብ የሚቀዳ መሆኑ ሊረሳን አይገባም፡፡

ከዚህም ያዕቆብ የእምነትንም ሆነ የክርስትና ሕይወትን ተግባራዊ ገጽታ፣ ማለትም ከአሳባዊና ንግግራዊ ገጽታ ባለፈ ያለውን ድርጊታዊ ገጽታ ብቻ አጎልቶ እያመለከተ እንደ ነበር በቀላሉ መረዳት እንችላለን፡፡ ይሁንና ይህም ቢሆን የጋለሞታይቱ ረዓብ ሰላዮችን ማስተናገድ በራሱ የቆመ አንድ የተለየ ሁኔታ ሳይሆን፣ ይልቁንም ከእምነት ጋር በአያሌው የተያያዘም ሆነ የተቆራኘ ወይም ከእምነት ንድፈ-አሳባዊ ወይም ንግግራዊ ገጽታ ጋር ተመጋጋቢነት ባለወ መልኩ የምናገኘው የአንዱ እምነት ሌላው ገጽታ፣ ለመጥቀስም ያህል ድርጊታዊ ገጽታው መሆኑን በውል ማጤን ያስፈልጋል፡፡ እዚህ ላይ ያዕቆብ እያደረገው የነበረው ነገር አማኞች በምግባራዊው የእምነት ገጽታ ረገድ

ወድቀውም ሆነ ቸልተኞች ሆነው በመገኘታቸው ሳቢያ ለዚህ ምግባራው ወይም ድርጊታዊ ገጽታ አጽንኦት እየሰጠ ነበር፡፡ ለዚህም ነው ከእምነት ጋር የተወዳደረ እስኪመስል ሥራ በያዕቆብ መልእክት ውስጥ ሙግት ተደርጎለት ባለው መልኩ ጎልቶ የሚታየው፡፡

ይሁንና ከአነጋገር መንገዱ የተነሣ ብዙዎች በያዕቆብ መልእክት እና በሐዋርያው ጳውሎስ መልእክት መካከል ግጭት እንዳለ መስሎ ይሰማቸዋል፡፡ እናም በዚህ መልኩ ነው ብዙዎች ጉዳዩን ለመመልከት ሲሞክሩ የሚታዩት፡፡ስናጠቃልለውም ያዕቆብ መጽደቅ የሚለውን ቃል በሥጋዊ ውጊያ ውስጥ የማይገደሉና ከሞት የሚድኑ እንዲሆኑ በሕዝበ-እግዚአብሔር ዘንድ ተቀባይነት ማግኘት በሚል ፍቺው መልኩ የተጠቀመበት፣ እንዲሁም በዚህ ዐውድ ላይ እምነትን ከሥራ ለይቶና የሥራን ብቻ ጉልህነት ማሳየቱ በእርግጥም የእርሱ ትኩረት የክርስትና እምነት ተግባራዊ ገጽታን ማሳየት እንጂ፣ ሁለት ዐይነት ነገሮች ማለትም አንዳቸው ከሌላው የተለዩ እምነት እና ሥራ የሚባሉ ነገሮች እንዳሉ የሚያምን አለመሆኑን (መንትኤነት ያላቸው ሁለት ነገሮች - dulalistic thinking) እንድንረዳ ያደርገናል፡፡

በአንጻሩ ግን አንዱ እምነት ንግግራዊ ወይም ንድፈ-አሳባዊ እና ተግባራዊ የተባሉ ሁለት ገጽታዎች እንዳሉና ሰዎች ለሁለቱም ገጽታዎች ተገቢውን ሥፍራ እንዲሰጡና ዕውነትንም ከጽንፈኝነት በጸዳና ሚዛናዊነት ባለው መልኩ ሊረዱት እንደሚገባ እየተናገረና ለዚህ ነገር ጥብቅና እየቆመለት እንደ ነበረ እንረዳለን፡፡

7. ግጭቱ መሳይ እንጂ፣ ዕውነታነት ያለው አለመሆኑ

በጳውሎስ እና በመላው የአዲስ ኪዳን መልእክቶች ትምህርት እና በያዕቆብ መልእክት ትምህርት መካከል ግጭት ያለ መስሎ የሚታይበት ሁኔታ እንዴት ነው የሚታየው? ሁለቱስ እርስ በርስ በታረቁበትና ከቶ በማይጋጩበት መልኩ በተመጋጋቢነት አብረው ሊጎዙ የሚችሉት እንዴት ነው? የሚሉ ጥያቄዎች በሁሉም ዘመን አንባቢያን ዘንድ የሚጠየቅበት ሁኔታ ይታያል፡፡

እነዚህን ጥያቄዎች ለመመለስ በመጀመሪያ ደረጃ ቢያንስ ግጭት መሳይ ነገር እንዳለ አምኖ መቀበል ተገቢነት ያለው ነገር ነው፡፡ መሳይ ግጭት (apparent reality) የግለሰቦች ከሆኑ ከተለያዩ የአነጋገር ዐይነቶች ወይም መንገዶች የሚመረጩ ናቸው፡፡

ደግሞም በየትኞቹም በተመሳሳይ ርእሰ-ጉዳዮች ላይ በሚጻፉ ሥነ ጽሑፎች ውስጥ እንደዚህ ያሉቱ መሳይ ግጭቶች ሊኖሩ ይችላሉ።

አንዳንድ ጊዜ አንድን ዐይነት ነገርን ሁለት ሰዎች በተለያዩ መንገዶች ሲናገሩት እንሰማለን። እንዲህ ያለው ነገር ደግሞ መሳይ ለሆኑ ግጭቶች በርን የሚከፍት ነው። ለምሳሌ ያህል ያዕቆብና መላው የአዲስ ኪዳን ጸሐፊያን አንድ ዐይነት ነገርን በተለያዩ የአገላለጽ እና የአነጋገር መንገዶች ሲያቀርቡ ይደመጣሉ።

ጳውሎስ ሥራን ከእምነት ነጥሎና በራሱ የቆመ አድርጎ አይመለከትም። ከዚህ የተነሣም ሥራን ከእምነት የሚነሣ መታዘዝ በሚል የእምነት ሌላኛው ገጽታ አድርጎ ሲያቀርብ ይስተዋላል። በዚህ አካሄዱም ጳውሎስ እምነትና ሥራን እንደ ሁለት የተለያዩ ነገሮች አድርጎ በማቅረብ የአንድ ነገር ሁለት ገጽታዎች የሆኑትን ነገሮች እንደ ሁለት የተለያዩ ነገሮች በመቍጠር አላስፈላጊ መንትኤነትን (unnecessary dualism) ከመፍጠር ሲቆጠብ የምንመለከተው።

የእምነት ሁለተኛው ገጽታ ወይም ከንግግራዊ እና አሳባዊ ገጽታው በስተጀርባ ያለ የድርጊት ገጽታ በሚል ያቀርበዋል። ከዚህ የተነሣም ጳውሎስና ሌሎች የአዲስ ኪዳን ጸሐፊያን ይህን መሳይ ግጭት በቅዱሳት መጻሕፍት ውስጥ እንዳይከሰት ሲያደርጉ ወይም ሲያስወግዱ ይታያሉ።

ያዕቆብ ግን እምነትን አንድ ራሱን ችሎ የቆመ ነገር፣ ሥራንም ደግሞ እንደዚሁ ከእምነት ተነጥሎ በራሱ የቆመ አንድ ሌላ ነገር አድርጎ ማቅረቡ ወይም አንዱን ነገር ሁለት አድርጎ ማቅረቡ (dualistic appoach) ከሌሎች የአዲስ ኪዳን መጻሕፍት ሁሉ ጋር በተለይም ደግሞ ጽድቅ በእምነት የሚለው አስተምህሮ ሁነኛ አቀንቃኝ ከሆነው ከጳውሎስ መልእክቶች ጋር (ሮሜ እና ገላትያ ጋር) የሚጋጭ መስሎ ሊቀርብ ችሎአል። ይሁንና ይህ ግጭት ሁለቱም ወገኖች የተለያዩ ነገሮችን ይዘው ለመናገር የሞከሩበት ስላልሆነ መሳይ ግጭት (ለጊዜው ግጭት መስሎ የሚታይ ወይም ጥልቅ የሆነ ምርመራ እስኪደረግበት ድረስ የሚጋጭ መስሎ የሚታይ ነገር) በመባል ይጠራል።

ይህ ግጭት ሥር-ነቀልነት ያለው ወይም መሠረታዊ የሆነ ልዩነት በፈጠረው በመሆኑ ምክንያት ቋሚነት ወይም ዘላቂነት ያለው ግጭት (ultimate reality) ብለን እንጠራው ነበር። ዳሩ ግን መሳይ ግጭቱ የተከሰተው አንድን ነገር በተለያዩ የአገላለጽ መንገዶች

ለመፍታት ሲሞከሩ በመሆኑ፣ በእነዚህ በሁለቱ ወገኖች መካከል ምንም ዐይነት ሥር-ነቀል የሆነ ልዩነት ወይም ግጭት ባለመኖሩ ምንከንያት ግጭቱ መሳይ እንጂ፣ ዘላቂነት ያለው አለመሆኑን እንረዳለን፡፡

እናም ሁለቱም ወገኖች ለመናገር የፈለጉት ከእምነት የሚነሣ መታዘዝ ያስፈልጋል፤ ዕምነት አሳባዊ ክፍል ወይም ንግግራዊ ገጽታ ብቻ ሳይሆን፣ ተግባራዊ ገጽታም ጭምር አለው፤ ደግሞም ሁለቱ ከቶ ሊነጣጠሉ አይችሉም፤ ዕውነተኛ እምነት እነዚህን ሁለት ነገሮች ወይም ገጽታዎች በውስጡ የያዘ ነው የሚለው እንደ ሆነ በመረዳት በርእሰ-ጉዳዩ ላይ ያቀረብሁትን ጽሑፍ በዚህ ወደ መቋጨቱ አመራለሁ፡፡

8. ድነት ለሚለው ቃል አቻ የሆኑ የተለያዩ መግለጫዎች በቅዱሳት መጻሕፍት ውስጥ የቀረቡበት ሁኔታ

መጽሐፍ ቅዱሳችን ነገረ-ድነትን በተለያዩ መግለጫዎች የያቀረበልን መሆን ማወቅ ልዩ ልዩ የመጽሐፍ ቅዱስ ምንባቦችን ለመረዳት እና እየተናገሩት ያለውን ርእሰ-ጉዳይ በውል ለማጤን ይጠቅማል፡፡ ከዚህም በተጨማሪ ደግሞ ከግራ-መጋባት እና የተሳሳተ ነገርን ከመረዳት ለመታቀብ ይጠቅማል፡፡

የአንዱ ድነት ልዩ ልዩ መግለጫዎች ወደ እግዚአብሔር መንግሥት መግባት፣ ከእግዚአብሔር ጋር መታረቅ፣ ዳግም ልደትን ማግኘት፣ የእግዚአብሔር ልጆች መሆን፣ በንስሐ ስጦታ ከጣዖታት ወደ እግዚአብሔር ዘወር ማለት፣ የእግዚአብሔር ቤተ መቅደስና የመንፈስ ቅዱስ መኖሪያ መሆን፣ ለርስቱ የተለየ ወገን መሆን፣ የንጉሥ ካህናት መሆን፣ የተመረጠ ትውልድነ ቅዱስ ሕዝብ መሆን ... ወዘተ የሚሉዋቸው የተለያዩ ቃላትንም ሆነ ሐረጋትን መሠረት አድርገው የተበጁ አባባሎችና ስያሜዎች ናቸው፡፡

መጽደቅ፣ ቤዛነትን ማግኘት፣ የኃጢአትን ስርየት ማግኘት፣ ለአዲስ ኪዳን በሚሆን መታጠብ ታጥቦ ንጹሕ መሆን፣ ዘላለማዊ ሕይወትን ማግኘት እና መጽደቅ ... ወዘተ የሚሉት መግለጫዎች እንዲሁ የአንዱ የድነት ስጦታ በርካታ እና ፈርጀ-ብዙ መግለጫዎች አሊያም ስያሜዎች ናቸው፡፡

እንግዲህ አንዱ አስተምህሮ-ድነት በተለያዩ መግለጫዎችና ስያሜዎች በመጽሐፍ ቅዱስ ውስጥ እንደ ተጠቀሰ መረዳት አንድ ነገር ሲሆን፣ የምንባባቸውንም ግቦች በተለይም

አዲስ ኪዳናዊ የሆኑቱ እና በይበልጥም ደግሞ የአዲስ ኪዳን የተገለጡባቸው መልእክቶችን ስናነብብ፣ ምንባቡ በምንም ዐይነት ስያሜዎችና መግለጫዎች ያሸበረቀ ይሁን ዋናው ትኩረታችን ሊሆን የሚገባው የምንባቡ ዐወድ ነው።

ለመሆኑ ይህ ዐውድ ስለ ድነት የሚናገር ነው ወይ የሚለውን ጥያቄን ልንጠይቅና መልስም ልናገኝለት ይገባል። በተመሳሳይ መልኩም የምንባቡ ዐውድ ስለ ቅድስና ነው ወይ የሚያወራው? ብለን ልንጠይቅ ይገባል ወይም ምንባቡ ስለ ሰው ድርሻ ነው የሚናገረን ወይስ ስለ እግዚአብሔር ሥራ ነው ብለንም መጠየቅና ለዚሁ ጥያቄያችን ተገቢውን መልስ ማግኘት ይኖርብናል።

9. መደምደሚያ

የዚህን ማብራሪያ መግቢያ ወደ መቋጨቱ ስንመጣ በሚከተሉትን አንኳር ነጥቦች ወይም አሳቦች ላይ አጽንኦት ልናደርግ ይገባል እላለሁ። እግዚአብሔር ለሰው ልጆች ያደረገላቸው ነገር ሁሉ ወንጌልን የሚያሳየን ሲሆን፣ ከሰው ልጆች የሚጠብቃቸውን ነገሮች ያዘዘባቸው ትእዛዛትና ሕጎች ደግሞ የጸጋ ትእዛዛት (grace imperatives) ተብለው ይጠራሉ። ይህም እግዚአብሔር ከገለጸው ጸጋና እርሱ በጸጋው ከሠራው የማዳን ሥራ ጋር በአያሌው የተቆራኙ በመሆናቸው፣ እነርሱንም ቢሆን የሰው ልጆች የሚተገብሩባቸወ /የሚፈጽሙባቸው/ ኃይልንና ጥበብን እንዲሁ ከጸጋው የሚያገኙ በመሆኑ ነው።

አስቀድሜ በዚህ በመግቢያው ውስጥ በስፋት ላሳይ እንደ ሞከርሁት ሁሉ አሁንም አስረግጬና አጠናክሬ አንባቢዎችን ላሳስብ የምፈልገው ነገር ድነትና ጸጋ በአያሌው የተያያዙ መሆናቸውን ብሎም የድነት መሠረቱ የእግዚአብሔር ጸጋ መሆኑን ነው። በጸጋ ድናችኋል የሚለው ቃልም ይህን የማይለዋወጥና ጸንቶ የሚኖር ዕውነታ ነው። በጸጋ ድናችኋል የሚለው ቃልም ይህን የማይለዋወጥና ጸንቶ የሚኖር ዕውነታ እንደ ነፍስ መልህቅ እንድንይዘው ይጋብዘናል።

አዎን ጸጋው በእምነት አድኖአችኋል፤ ይህም ደግሞ ነፃ ስጦታ ነው እንጂ፣ የሰው ሥራ አይደለም። ድነታችን በጸጋ ተሠርቷል፤ እምነታችንም በጸጋ ተሰጥቶናል። ጸጋ ለሰው ልጆች የሚሰጥ መለኮታዊ ብቃት ሲሆን፣ የሚሰጠውም በነፃ ነው። እናም ስጦታው የተሰጠን በነፃ ነው። ፈቃዳችንም ቢሆን በአየር ላይ ባለው አለቃ እና በኃጢአት

እስረኝነትና ቁጥጥር ሥር በባርነት ላይ የሚገኝ ስለ ነበር ወንጌልን እሺ ብለን የምንቀበልበት ፈቃዳችንን ከእስራት የፈታው ጌታ ስለሆነ፣ ድነት ሙሉ በሙሉ ከእግዚአብሔር ፈቃድ ጋር እንጂ፣ ከሰው ልጆች ቅንነትና መልካምነት ጋር የተያያዙ እንዳልሆኑ እንረዳለን፡፡ ለዚህም ነው መጽሐፍ መመካት ካለብን በእግዚአብሔር እንድንመካ የሚያዝዘን (1ኛ ቆሮ. 1÷31)፡፡

ልክ እንደ ድነት ሁሉ ቅድስናም የእግዚአብሔር ሥራ ነው፡፡ መንፈስ ቅዱስ ድነታችን ከእኛ ውጭ ሆኖ የሠራው ሲሆን፣ ቅድስናችንን ግን በውስጣችን ሆኖ በቃሉ የሚሠራበትን ተግባር ያከናውናል፡፡ ከዚህ ልዩነት በቀር ሁለቱም፣ ማለትም ድነትም ሆነ ቅድስና የእግዚአብሔር ሥራዎች መሆናቸውን በውል መገንዘብ ያስፈልጋል፡፡

ስለዚህም ቅድስና የሰው በጎነት እና ጥረት፣ እንዲሁም መልካምነት ተደርጎ መውሰድ የለበትም፡፡ ይልቁንም ጌታችን መድኃኒታችን ኢየሱስ ክርስቶስ ከእግዚአብሔር ዘንድ ጥበብና ጽድቅ፣ ቅድስናና ቤዛነት ሆነልን (1ኛ ቆሮ. 1÷30-31) ሲል መጽሐፉ እንደሚያስተምረን ጽድቅንም ሆነ ቅድስናን፣ ጥበብንም ሆነ ቤዛነትን ያገኘነው በእግዚአብሔር ጸጋ መሆኑን በድምቀት ልናሰምርበትና በዚህ አሳብ ውስጥ ሆነን ለአምላካችን ለእግዚአብሔር ሁሉን ስለሆነልን ለእርሱ የሚገባውን አምልኮና ስግደት፣ እንዲሁም ክብር ልናመጣለት ይገባል፡፡

እኛ የሰው ልጆች ልናደርግ የሚገባ ነገር፣ ማለትም ምሕረት እንደ ተደረገለት እና የልባቸው ጨለማ እንደ ተገፈፈላቸው ሰዎችን የጌታ ጉብኝት እንደ ደረሳቸው ሰዎች ልናደርገው ተገቢነት ያለው ነገር ጌታ አምላክ እግዚአብሔርን ልክ መዝሙረኛው “ስላደረገልኝ ነገር ለእግዚአብሔር ምን እመልሳለሁ?” ማለትና በአድናቆትና በመገረም እርሱን ማመስገን ብቻ ሆኖ ሳለ፣ ከልባችን ጠማማነት የተነሣ ከጥንት ጀምሮ እስከ ዛሬ ድረስ እኛ የሰው ልጆች የእኛ የሆነን አንድ ትንሽ ነገር ፈልገን በእርሱ ላይ ለመንጠልጠልም ሆነ በእርሱ ለመመካት፣ በዚህም ደግሞ የእግዚአብሔርን ክብር ለመሻማት ስንጥርም ሆነ ስንታትር እንገኛለን፡፡

ድነታችንንም ሆነ ቅድስናችንን በተመለከተ ክብር ሊሰጠው የሚገባው ጌታ አምላክ እግዚአብሔር ነው፡፡ የመለኮትን ክብር መሻማትም ከጥንት ጀምሮ የነበረ በእግዚአብሔር ላይ በዓመፅ እንዲነሡ የሚያደርግ ኃጢአት ነው፡፡ ይህ ከጥንት ጀምሮ የነበረ ነገር ነው፡፡ በቅድሚያ ዲያብሎስ ውበቱን አምላኩ አድርጎ የውበቱን ምንጭ

እግዚአብሔር አምላክ ፈጣሪውን ረስቶ በእግዚአብሔር ላይ በክህደት ተነሣ፤ በዚህም ከአለቅነቱ ተነሣ፤ ደግሞም ከሰማይ ወደ ምድር ተጣለ፡፡

በመቀጠል ደግሞ የሰው ልጆችን በኃጢአት እንዲወድቁና ከገነት እንዲባረሩ አደረጋቸው፡፡ ይህም ደግሞ ሰይጣን እንደ እግዚአብሔር ትሆናላችሁ የሚለው መፈክር መሳይ አባባል በጣም በሚመስጠን እና ሁልጊዜም ለውድቀት የሚዳርገን ነው፡፡

ይህንን ዘወትር የሚፈታተነን ነገር በየዘመኑ ሰውን ማዕከሉ ያደረገ አስተምህሮን (human oriented thinking or humanism) እንዲፈበረክ ከማድረጉም በላይ የሰው ልጆችም በዚህ ደዌ ተለክፈው ራሳቸውን ከፍ የማድረግ ብሎም የእግዚአብሔርን ክብር የመሻማት አዘቅት ውስጥ ሲከትታቸው ይስተዋላል፡፡

እናም ይህ ወጥመድ ጥንት እንደ ነበረ ሁሉ፣ ዛሬም ድረስ ይኖራል፤ ደግሞም ወደ ፊትም ጭምር ይኖራል፡፡ ጥንት እንደ ነበረው ሁሉ፣ ዛሬም እንዲሁ እያደረገ ነው፤ወደ ፊትም ጭምር ይኖራል፤ ብዙዎችንም ሰለባው አድርጓል፤ ዛሬም እንዲሁ እያደረገ ነው፤ ወደ ፊትም ደግሞ እንዲሁ ያደርጋሉ፡፡

ለመሆኑ የመተባበር አስተምህሮ ሰለባ የሆኑ ምሁራንም ሆነ አብያተ ክርስቲያናት እንዲህ ያለው ውድቀት እና ዝቅጠት ውስጥ እየገቡ መሆናቸውን በውል ተረድተውታል? ወይ ለሚለው ጥያቄ መልሱ የለም እነርሱ አልተረዱትም የሚል ነው፡፡ የቱንም ያህል ምሁራን ነን ቢሉና የቱንም ያህል ዘመን-ጠገብ እንደ ሆኑ ቢናገሩም፣ በእርግጥም የእነርሱ ዐይኖች በዚህ ዓለም ገዥ ታውረዋል፡፡ ስለዚህም ዕያዩ ዐያዩም፤ እየሰሙም ደግሞ ከቶ አያስተውሉም፤ መጽሐፍም እንደሚል ሕሊናቸው ደነዘዘ፡፡

ዳሩ ግን እኛ የቃሉን ዕውነታ መያዝ የምንፈልግ ሰዎች ልንጠይቀውና መልስንም ልናገኝለት የሚገባው ጥያቄ “እንዲህ ላለው ሰው-ተኰር አስተሳሰብ እና አስተምህሮ ልንሰጠው የሚገባው ትክክለኛው ምላሽ ምንድን ነው? የሚል ነው፡፡ እንደ ዕውነቱ ከሆነ ለዚህ ዐይነቱ አስተምህሮ ልንሰጠው የሚገባን ትክክለኛ በምላሽ ሥፍር-ቍጥር ከሌላቸው ምሳሌነታቸው ሕያው ከሆነ የእግዚአብሔር ሰዎች ሕይወት እና አገልግሎት መረዳት እንችላለን፡፡

በዚህ ረገድ የሐዋርያት እና የጥንት ቤተ ክርስቲያን አባቶች፣ እንዲሁም የአሥራ ስድስተኛው ክፍለ-ዘመን የተሐድሶ ዕንቅስቃሴ መሪዎች የተከተሉትን መስመርና የሰጡትን ምላሽ መመልከትም ሆነ መከተል ተገቢነት ያለው ነገር እንደ ሆነ ልንረዳ ያስፈልጋለ፡፡

በሐዋርያው ጳውሎስ የጽድቅና የቅድስና አስተምህሮ ከሞላ-ጐደል ሊወከሉ የሚችሉት መላው የነበሩ ሐዋርያት፣ የሰው ልጆችን ድነት ከጸጋ ጋር ብቻ አያይዘው ማስተማራቸው፣ በተለይም ሐዋርያው ጳውሎስ በሮሜ 7 መጨረሻ እና በሮሜ 8 ጅማሮ ላይ ሰው መልካም የሆነውን ነገር ቢያውቅ እንኳ ለማድረግ እንደማይችል፣ በተመሳሳይ መልኩም ደግሞ ሊያደርገው የማይፈልገውን ላለማድረግ ቢጥርም እንኳ የማይፈልገውን ነገር ከማድረግ የማይቆጠብ መሆኑን ባስመለከተበት አግባብ የሰው ፈቃድ የኃጢአት እስረኛና አንካሳ መሆኑን፣ ጌታም በጸጋው የሰውን ፈቃድ ከእስራት ነፃ ማድረጉን ባመለከተበት አግባብ መሠረት ላይ በመቆም ድነትን በተመለከተ፣ ቅድስናንም ይሁን ቤዛነትን ብሎም ጥበብን ማግኘትን አስመልክቶ ክብርንና ምስጋናን ሁሉ ለእግዚአብሔር የሰጠበት አግባብ ከየትኞቹም ሁሉ ነገሮች የላቀ ዋጋና ዐቢይ ምሳሌነት እንዳለው ልንረዳ ያስፈልጋል፡፡

ሐዋርያት በዚህ ነው ክብርን ከእግዚአብሔር የሚሻማውን ሰውን ማዕከል ያደረገ አስተሳሰብ እና ዕይታ ለመቃወም የቻሉት፡፡ እኛም ይህን መከተል አለብን፡፡ በዚህ ጊዜ ብቻ ነው የሰውን ሥርዓት እያስተማሩ በከንቱ ያመልኩኛል የሚለው ቃል አስቀድሞ ማስጠንቀቂያ ከተሰጠበት የአስተምህሮ፣ እንዲሁም በእርሱ ላይ ላይ ተመሥርቶ ከሚደረግ አምልኮተ-ዝቅጠት ልንጠበቅ የምንችለው፡፡

የጥንት ቤተ ክርስቲያን አባቶችም እንደዚሁ እምነትን እንደ ሥራም ሆነ ከሰው የሚጠበቅ አስተዋጽኦ አድርጎ ከመመልከቱ ከመቆጠባቸው ሳቢያ ብሎም እንዲህ ካለው ነገር ውጭ እምነት በጸጋ የተሰጠ ነፃ ስጦታ መሆኑን በውል በመገንዘባቸው በዘመናቸው ቤተ ክርስቲያን ከተከሰተ አስተምህሮ ለመጠበቅ ችለዋል፡፡

እኛም እንደዚሁ የአነቅዱስ አውግስጢኖስን ፈለግ በመከተል ድነት የእግዚአብሔር ሥራና ሙሉ በሙሉ የጸጋው ተግባር መሆኑን አምነንና ተቀብለን ክብርን ሁሉ ለእግዚአብሔር እየሰጠን በእምነት ሕይወት ጸንተን ልንኖር ይገባል፡፡

የተሐድሶ ዕንቅስቃሴዎች በይበልጥም ደግሞ ማርቲን ሉተር ጸጋ እና እምነትን ከብርዘት እና ከስሕተት የጠበቀበት መንገድን ልንመለከትና በተለይ በዚህ ክፉ ዘመን በዕውነተኛ አስተምህሮ ላይ ጸንተን እንዳንኖር የሚያደርጉን ልዩ ልዩ ሰዎችን ማዕከል ያደረጉ ትምህርቶችና በእነርሱ አማካይነት ከሚመጣ የመቀየጥ ልምምድ ቤተ ክርስቲያንን ልንጠብቃት ይገባል፡፡

ማርቲን ሉተር የነፃ ፈቃድን (freedom of the will) አስተምህሮ አቀንቃኝ ሆነው በዘመኑ ለተገለጡ እና ይህንንም በድነት ውስጥ የሰው አስተዋጽኦ አድርገው ለሚመለከቱ ሐሳውያን የሰጠውን ምላሽ በመመልከት በዚህ ዘመንም እንዲህ ያለውን አቅጣጫ የተከተሉ ሰዎችን ምላሽ በመመልከት በዚህ ዘመን እንዲህ ያለውን አቅጣጫ የተከተሉ ሰዎችን የትምህርት ነፋስ ሃይ ማለት ያስፈልጋል፡፡

በዚህ ጊዜ ብቻ ነው ራሳችንም ቢሆን ጸንተን ልንቆም፣ ብሎም በትምህርት ነፋስ እየተፍገመገሙ ያሉትን ብዙዎችን ወገኖች መርዳት የምንችለው፡፡ መጽሐፍ “ማዳን የእግዚአብሔር ነው!” ሲል የሰጠን ቃል የጸናውን መለኮታዊ ዕውነት ወይም መርኅ በውስጡ መያዙን ልብ ልንል ይገባል፡፡

በእርግጥም በዚህ ጊዜ ብቻ ነው በሐሰተኛ አስተምህሮ ወጥመድ ውስጥ ወድቀን በሰይጣን አሳብም ተታልለን ወደ አለማመንም ሆነ ክህደት ከማምራት ልንድን የምንችለው፡፡ አዎን ይህንን ስናደርግ ብቻ ነው ጌታን በቅንነት እና በንጹሕ ልብ ልናገለግለው የምንችለው፡፡

በሮሜ መጽሐፍ ላይ አፍሪካውያን የነገረ መለኮት ዐዋቂዎች በሦስት ርእሰ ጉዳዮች ላይ ያቀረቡዋቸው አስተምህሮአዊነት ያላቸው ጽሑፎች

በአንድ በኩል የሮሜ መጽሐፍን በጥቂት ምክንያቶች ወይም ዓላማዎች ምክንያት አነሣሽነት እንደ ተጻፈ አድርገው የሚቈጥሩ የማብራሪያ ጸሐፊዎች አሉ፡፡ በሌላ በኩል ደግሞ የሮሜ መጽሐፍን ለበርካታ ምክንያቶችና በብዙ መነሣሺያ ዓላማዎች እንደ ተጻፉ የሚያምኑ ምሁራን ተሰልፈው እናገኛቸዋለን፡፡ አፍሪካውያን ምሁራን በድምቀት ካስመሩባቸው ሦስት ርእሰ-ጉዳዮች በመነሣት ከእነዚህ ከሁለቱ አመለካከቶች አንዱ በእርግጥም ትክክል ነው ወደሚል ግንዛቤ መምጣት እንደምንችል በቀላሉ ልንረዳ ይገባል፡፡

ሀ. ስለ ድነት የሚነገሩ በሌሎች ሃይማኖቶች ውስጥ ያሉ አሳቦች

ታዋቂው የቢቢሲ ቴሌቪዥን መርሐግብር አዘጋጅ ሮናልድ ኤይሬ የሕይወት ትርጉምን በተመለከተ ሃይማኖቶች የሚያደርጉዋቸውን ፍለጋዎች ለሦስት ዓመታት አጠና፡፡ የጥናት ሥራውም ሰዎች ወደሚኖሩባቸው አኅጉራት ሁሉ ወሰደው፡፡ ደግሞም የጥናቱ ውጤት የቴሌቪዥን ተከታታይ መርሐግብር ለመሆንም ሆነ ረጅሙ ምርመራ የሚል መጽሐፍን አስገኘ፡፡

በስተመጨረሻም ምንም እንኳ በብዙ መንገዶች የሚጓዙ በመስሉም፣ ታላላቆቹ ሃይማኖቶች ተመሳሳይ ችግሮችን ነው የሚጋፈጡት፤ ደግሞም ሁሉም ሃይማኖቶች ምሉዕ የመሆን ፍላጎትን የሚካፈሉ ናቸው የሚል መደምደሚያ ላይ ደረሰ፡፡ በእርግጥም በዚህ መደምደሚያው ረገድ ሬይ ትክክል ነው!

ጉዳዩን ነገረ መለኮታዊ በሆነ መልኩ ስንመለከተው ሁሉም ሃይማኖቶች የሚጋፈጡት የጋራ የሆነው ችግር ኃጢአት እና ግለሰባዊ በሆነ መልኩም ሆነ ማኅበረሰባዊ በሆነ መልኩ ዐውዳሚ የሆነው ውጤቱ ናቸው፡፡ በእርግጥም ምሉዕ ለመሆን መፈለግ የነገረ መለኮት ሰዎች ድነት ብለው የሚጠሩት ነገር ነው፡፡ ሂንዱይዝም እና ቡድሂዝም ይህንን ኒርቫና ብለው ይጠሩታል፡፡

አፍሪካዊው የነገረ መለኮት ሰው ቢያንግ ካቶ፡- “ድነት በሰሜን ናይጄሪያ ነዋሪ በሆኑቱ በባጃ ሕዝቦች አነጋገር ተቀባይነትን ማግኘት ከሚለው ጋር ተመጣጣኝ የሆነ ቃል ተደርጎ ይወሰዳል፡፡ ... ይህ ተቀባይነትን ማግኘት በመጀመሪያ ሕያዋን በሆኑ ማኅበረሰቦች ዘንድ ያለ ሲሆን፣ ቀጥሎ ደግሞ በሙታን ከተማ ውስጥ ያለ ነው” ይላል፡፡

የጳለስጢና ነዋሪ የሆኑቱ አይሁድ እና ዓረቦች፣ የጋራ የሆነ አባት፣ አብርሃም ያላቸው ሆነው ሳሉ፣ በሁለቱ ሃይማኖቶች - በአይሁድ እና በእስልምና - ሻሎም እና ሳላማ የሚሉቱ የጋር ዕሴቶች በሚገኙበት ሁኔታ ለዘመናት በጦርነት ውስጥ መሆናቸው ምጸታዊነት ያለው ነገር ነው፡፡

እነዚህ ሁለቱ ቃላት የጋራ ከሆነ ሥርወ-ቃል የመጡ እንደ መሆቸው ሰላም የሚል ትርጉም ያላቸው ናቸው፡፡ ዘርዘር ባለ መልኩም ይህ ሰላም የሚለው ቃል ሲፈታ ሰላም፣

ምሉዕ መሆን፣ ከእግዚአብሔር ሆነ ከሰዎች ጋር ጠነኛ የሆነ ግንኙነት ያለው መሆን የሚሉ ትርጉሞችን ይሰጣል፡፡

የተለያዩ ሃይማኖቶች ድነትን ማግኛ የሆኑ የተለያዩ መንገዶችን ያቀርባሉ

1. ትክክለኞቹን ሥርዓታዊ ጉዳዮች መፈጸም

ድነት የታዘዙትን ሥርዓታዊ ጉዳዮች በመፈጸም ክብረ-በዓላትንም ሆነ በዓላትን በመካፈል፣ ቅዱስ ወደ ሆኑ ቦታዎች ሃይማኖታዊ ጉዞዎችን በማድረግ ይገኛል፡፡ ክህነት ሃይማኖታዊ የሆነ የአሠራር ማዕከልን ይይዛል፡፡ ሂንዱይዝም፣ ባህላዊ የአፍሪካ ሃይማኖቶች እና ታዋቂ የሆነው የሮማ ካቶሊክ ሃይማኖቶች በዚህ ምድብ ውስጥ ይገኛሉ፡፡

2. ፍላጎቶችን ሁሉ መተው

ድነት ሁሉንም ፍላጎቶቻችንን በመጫን ይገኛል፤ ስለሆነም አንድን ሰው ከካራማ (ከምክንያትና ውጤት ሕግ) ነፃ ማድረግ እና ወደ ኒርቫና (የተባረከ የሕይወት ሁኔታ) መድረስ ያስፈልጋል፡፡ ፍላጎቶችን መጨቆኛ መንገድ የሆኑ ሲድሃራታ ጉዋታማ ያበጃቸውን ስምንት ድርብ መንገዶች መከተ ነው፡፡ ይህ ሰው በመጀመሪያ የሂንዱይዝም ተከታይ ሲሆን፣ በስተመጨረሻም ብርሃን የበራለት የቡድሂዝም ተከታይ ሆነ፡፡

3. በትክክለኛው መንገድ መመላለስ (የምግባር ሰው መሆን)

ድነት የትኛውንም ሰውም ሆነ እንስሳን መጉዳትን በማስወገድ ይገኛል፡፡ ይህ ፅንሰ-አሳብ በዘመናውያን የምግባር ሰዎች፣ ሰውን የነገሮች ሁሉ ማዕከል በሚያደርጉቱ ወገኖች እና አትክልት ተመጋቢ በሆኑቱ ዘንድ ታዋቂ ሲሆን፣ የዳያኒዝም ሃይማኖት ማዕከላዊ አሳብ ነው፡፡ ልክ እንደ ቡድሃ የጃያኒዝም ታላቁ መምህር ማሃቫይራም (ታላቁ ጀግና) እንዲሁ ክህነትን፣ መሥዋዕት ማቅረብን እና አማልክትን የሚቃወምበትን ምላሽ ይሰጣል፡፡

ጸሎት እና አምልኮን አላስፈላጊ፣ አድርጎ ይቈጥራቸዋል፤ ደግሞም መልካም ለሆነ ነገር ሁልጊዜም ሽልማት አለው፤ ክፉ ለሆነ ነገር ደግሞ ሁልጊዜም ቅጣት አለው ብሎ ያስተምራል፡፡

4. ፍጹም ከሆነው ጋር አንድ መሆን

ድነት ፍጹም ከሆነው ዕውነት ጋር አንድ እንደ መሆን ተደርጎ ይቈጠራል፡፡ ይህ ፍጹም የሆነው ነገር ብርሃማ (ፈጣሪ) እንደ ሆነ ይታሰባል፡፡ ዮጋ በመሥራት ከብርሃማ ጋር አንድ መሆን ይቻላል፡፡ ይህም ደግሞ ተገቢ ስለ መሆኑ በሚነገረው በአቀማመጥ፣ ትኩረት በማድረግ እና በማሰላሰል እና ትንፋሽን በመያዝ የሚገኝ ነው፡፡

የኒው ኤጅ አሰላሳዮች ከተፈጥሮ ጋር አንድ መሆንን ይሻሉ፤ ከውጭ የሚገኝ ምንም ዐይነት አምላክ የለም፤ አንተ በአምላክ ውስጥ ነህ፤ አምላክም ደግሞ በአንተ ውስጥ ነው በማለት መከራከሪያቸውን ያቀርባሉ፡፡

5. ደስታን መከተል

ድነት ማለፊያ በሆነ ምግብ ውስጥ፣ የፖለቲካና የቤተ ሰብ ሕይወትን በማስወገድ፣ እንዲሁም ለሌሎች ሰዎች መልካምን በማድረግ ይገኛል፡፡ ይህ አመለካከት በኢፒኩሪያውያን ዘንድም ይገኛል፡፡ አማልክት ከዚህ ዓለም ጋር ምንም ዐይነት ግንኙነት የላቸውም በሚል እምነትም ላይ ሥሩን አድርጓል፡፡

6. ሕጎችን መታዘዝ

አለመታዘዝ እርግማንን እና ሞትን የሚያመጣ ሆኖ ሳለ፣ መታዘዝ ሕግን ከመጠበቅ የሚጣም ሆነ የሚፈስስ ነገር ነው በሚል ይገለጻል፡፡ የአይሁድ እምነትም ሆነ እስልምና፣ ሁለቱም ግለሰባዊ ሕይወትንም ሆነ ማኅበረሰባዊ ጕዳዮችን የሚቆጣጠሩ ትእዛዛትና ሕጎች አሉዋቸው፡፡

በክርስትና እና በእነዚህ ሃይማኖቶች መካከል ያለ ልዩነት

የሃይማኖቶቹ ምልከታ

እንደ ዕውነቱ ከሆነ እነዚህ ሁሉም ሃይማኖቶች በሁለት ዐበይት ጕዳዮች ከክርስትና ጋር ይለያያሉ፡፡ አንደኛው ኃጢአትን አስመልክተው በሚናገሩት ነገር ላይ ያለ ልዩነት ሲሆን፣ ሁለተኛው ደግሞ ኃጢአት ሊወገድ ይችላል ብለው በሚያስቡበት መንገድ ላይ ያለ ልዩነት ነው፡፡

በመሠረቱ ክርስቲያናዊ ባልሆኑ በሁሉም ሃይማኖቶች ውስጥ ኃጢአት እንደ አንድ ተግባር ተደርጎ ተወስዷል፡፡ እንግዲህ ኃጢአት ተግባር ከሆነ እንግዲያውስ ሰዎች

እርሱን የማድረጉን ነገር ሊያስወግዱት እንደሚችሉ ሊማሩ ይችላሉ፡፡ ከላይ የተዘረዘሩቱ የድነት መንገዶች ሁሉ ይህ እንዴት ሊደረግ ይችላል የሚለውን በዝርዝር ለማሳየት የተደረጉ ጥረቶች ናቸው፡፡

ይሁን እንጂ፣ ኃጢአት በዕውነቱ የማንነታችን አንዱ አካለል ከሆነ፣ በእርግጥም እኛ ልናስወግደው የምንችለው ነገር አይደለም፡፡ በዚህ ረገድ ብቸኛ የሆነ ተስፋን የሚያቀርብ አዳኝ ያስፈልጋል፡፡ እስኪ በውቅያኖስ ውስጥ ያለን እየሰመጠ ያለን አንድ የሚዋኝ ሰው አስቡ፡፡

በመሠረቱ ኃጢአትን እንደ ድርጊት የሚቈጥሩ ሰዎች በመጀመሪያ ደረጃ ይህ ሰው በውቅያኖስ ውስጥ መዋኘት አልነበረበትም በማለት ይከራከራሉ፡፡ ዳሩ ግን እየሰመጠ ላለው ሰው ይህ ምንም አይረዳውም፡፡ በተጨማሪም ይህ ሰው ራሱን መርዳት አይችልም፡፡

ክርስቲያናዊው መልከታ

በክርስትና ውስጥ የምናገኘው ወሳኝ የሆነውና ከሌሎቹ ሃይማኖታዊ ምልከታዎች የሚለየው ነገር መስቀሉ ነው፡፡ በመስቀሉ የኃጢአት ጉዳይ ተገቢውን መላሽ አግኝቷል፡፡ ምንም እንኳ እርሱ ኃጢአት-የለሽ ቢሆንም፣ በእርሱ የሚያምን የቱም ሰው የእግዚአብሔር ጽድቅ ይሆን ዘንድ እግዚአብሔር ኢየሱስን ኃጢአት አደረገው (2ኛ ቆሮ. 5፥21)፡፡

መጽሐፍ ቅዱሳዊ በሆነው ክርስትና ድነት በክርስቶስ የሆነ የደስታ፣ የሰላም፣ የፍቅር እና የተስፋ አዲስ ሕይወትት ስጦታ ነው (ዮሐ. 3፥16)፡፡ ድነት ማለት አሮጌው ዐልፏል፤ አዲሱም ደግሞ መጥቷል ማለት ነው (2ኛ ቆሮ. 5፥17)፡፡

አንዳንዶች ይህንን የቀረበ ስጦታ፣ ማለትም ድነትን ይቀበሉታል፤ ሌሎች ደግሞ ይጥሉታል፡፡ ኢየሱስም ደግሞ ይህንን ነፃ ስጦታውን ለተቀበሉ ሰዎች "የእግዚአብሔር ልጆች ይሆኑ ዘንድ ሥልጣንን ሰጣቸው" (ዮሐ. 1፥10-13)፡፡

(ቶኮንቡህ አድየሞ፣ አፍሪካን ባይብል ኮሜንታሪ፣ ዴቪድ ኤም ካሳሊ ባዘጋጀው በሮሜ ማብራሪያ ውስጥ በመካከል እንዲገባ የተደረገ ጽሑፍ፣ ገጽ 1353)

ለ. ግብረ ሰዶማዊነት

ግብረ ሰዶማዊነት በተመሳሳይ ፆታ የሚሆን መስህብ ወይም ከተመሳሳይ ፆታ ጋር የሚደረግ ፍትወታዊ ግንኙነት በሚል ሊፈታ ይችላል፡፡ ይህ ልምምድ ለረጅም ጊዜያት በሁሉም ማኅበረሰቦች ዙሪያ የሚገኝ ነገር ነው፡፡ ነገር ግን ባለፉት ጊዜያት ይህ ልምምድ እደ ኃጢአትና ጤናማ ያልሆነ ተግባር ተደርጎ ይቆጠር ነበር፡፡ በዚህ ዘመን ደግሞ አጠቃላይ በሆነ አነጋገር በምዕራቡ ዓለም ተቀባይነት ያለው አማራጭ የሆነ የሕይወት ዘይቤ ተደርጎ ይወሰዳል፡፡

ብዙዎች ግብረሰዶማውያን እነርሱ አናሳ ቡድን እንደሆኑ አበክረው ይናገራሉ፤ ደግሞም ግብረ ሰዶማዊነትን ማውገዝ ሰብዓዊ መብቶቸን መጣስን የሚያሳይ ነው ይላሉ፡፡ ይህንን ዐቋም በመደገፍ ግብረ ሰዶማዊነት ከግበረ-ገባዊነትም ሆነ ከመንፈሳዊነት ጋር የማይገናኝ ሥነ ሕይወታ ሁኔታ ነው በማለት ይከራከራሉ፡፡ ይህ የምርጫ ጉዳይ አይደለም፤ ነገር ግን ዘረ-መላዊ በሆነ መልኩ የተወሰነ ጉዳይ ነው ይላሉ፡፡

ይህ ጉዳይ በአፍሪካ ብዙ ውዝግቦችን አስነሥቷል፡፡ አንዳንድ ፖለቲከኞች ግብረ-ሰዶማውያን ከእንስሳት የባሱ ናቸው በማለት ተናግረዋል፡፡ በሌላ በኩል ሊቀ ጳጳስ ዴዝሞን ቱቱ ግብረ-ሰዶማዊነትን ላለመዋወምም ሆነ ለመቀበል ጥሪን አቅርበውል፡፡ ነገር ግን ይህ ዐቋም በአኅጉሪቱ ዘሪያ ባሉ አንግሊካውያን አብያተ ክርስቲያናት ተቃውሞ ደርሶበታል፡፡

በኬንያ ሕገ-መንግሥት ውስጥ ግብረ-ሰዶማዊነትን አስመልክቶ ለመናገርየተደረገ ሙከራ ከክርስቲያኖች እና ከሙስሊም ወኪሎች ተቃውሞ ደርሶበታል፡፡ የግብረ-ሰዶማዊነት ልምምድን በተመለከተ የአፍሪካ ባህል /ወግ/ የተለያየ ነው፡፡ በአንዳንድ ማኅበረሰቦች ዘንድ ተቀባይነት አለው፤ በሌሎች በርቶች ማኅበረሰብ ዘንድ ደግሞ ተቀባይነት የሌለበት ነው፡፡

መንፈሳዊ የሆኑ ነገሮችን ለማግኘት የሚያስችሉ ተደርገው የሚቈጠሩ አንዳንድ ግብረ-ሰዶማዊ የሆኑ ተግባራት አሉ፡፡ በተለይም በፖለቲከኞች፣ በወታደሮች፣ በእስረኞች እና በአንዳንድ ሙያዎች ውስጥ ባሉ ሰዎች ወይም በዚህ ውስጥ ካሉ ሰዎች ጋር ይህ ነገር በሚፈጸምበት ጊዜ ይህ ልምምድ ፖለቲካዊ እና ማኅበራዊ ኃይልን ማግኛ መንገድ ተደርጎ ይወሰዳል፡፡

ይህ ሥልጣን ለማግኘት የሚሆን ፍላጎት /ጥያቄ/ ምግባርን እና ሥርዓትን ጥሎታል፡፡ ብዙዎቹ ግብረ ሰዶማውያን ከክርስቲያኖች ጋር በመሆን እንዲህ ያሉቱ በኃይል የሚፈጸሙ ፆታዊ ግንኙነቶች ስሕተት እንደ ሆኑ ይስማማሉ፡፡ ነገር ግን ብዙዎቹ ግብረ ሰዶማውያን ሁለቱም አጋሮች በስምምነት ነፃ ሆው የሚገቡበት ከሆነ እንደዚህ ያለው ፆታዊ ግንኙነት ውስጥ ምንም ስሕተት የለም የሚለውን ያከሉበታል፡፡

በግብረ ሰዶማዊነት ላይ ያለን የእኛ አመለካከት ሰብዓዊ ከሆኑ ምንጮች የሚወሰድ ሊሆን አይገባም፡፡ ዳሩ ግን ከእግዚአብሔር ቃል ሊወሰድ ይገባል፡፡ መጽሐፍ ቅዱስ ግብረሰዶማዊነትን ኃጢአት እንደ ሆነ በግልጽ አስቀምጦታል፡፡ ይህንንም በሰዶምና በጎመራ ኃጢአት ቅጣት (ዘፍ. 18፥16-19፥20)፣ እንዲሁም በጳውሎስ ቃሎች ውስጥ በ1ኛ ቆሮ. 6፥9-10 ተመልክተነዋል፡፡

በሮሜ 124-27 ላይ ጣዖት አምልኮን ተከትሎ እግዚአብሔር በሰዎች ላይ በማዘኑና ተስፋ በመቍረጡ የተነሣ ሰዎች ለማይረባ አእምሮ ታልፈው የተሰጡበት ፍርድ ወይም የኃጢአት ውጤት ተደርጎ ይታያል፡፡ በመሠረቱ ጌታ አምላክ ፈጣሪ የሆነውን እግዚአብሔርን መተው ለከፉ ምኞቶችና ለኃጢአቶች ሁሉ በርን የሚከፍት መሆኑ በውል ሊጤን ይገባል፡፡

እግዚአብሔር አምላክ ተገቢነት ያለው ፍትወታዊ ግንኙነት በአንድ ሰው እና በሚስቱ መካከል የሚፈጸም፣ ደግሞም ሁለቱም አንድ የሚሆኑበት እንደ ሆነ አድርጎ በግልጽ አስፍሮታል (ዘፍ. 2፥24)፡፡ ይህ “የአንድ ሥጋ መሆን” መርኅ ትክክኛ አሠራር ምሥጢራዊነት ያለው ነው፡፡ ነገር ግን ጳውሎስ ይህ ነገር እንደ ሙሽራም ሆነ እንደ የክርስቶስ አካል የቤተ ክርስቲያንን ተፈጥሮ አስመልክቶ ምሳሌነት ያለው ነገር መሆኑ ላይ ምንም ጥርጣሬ የለውም (ኤፌ. 5፥28-32)፡፡

በተጨማሪም እግዚአብሔር ሰውን እና ሚስቱን ልጆችን እንዲወልዱ አዝዟል (ዘፍ. 1፥28፤ 97)፡፡ የወንድ እና የሴት ግንኙነት ብቻ ልጅን የሚያስገኝ መሆኑ ግልጽ ነው፤ ስለዚህም ደግሞ እግዚአብሔር በአሳቡ ያኖረው የቤተ ሰብ መልክና ሥርዓት አባት፣ እናትና ልጆችን የያዘ ነው፡፡ ሌሎች ሁሉም ዐይነት ፍትወታዊ ግንኙነቶች ጤናማ ያልሆኑ፣ ተፈጥሮአዊነት የሌላቸው እና በስሕተት የተሞሉ ናቸው፡፡

ኃጢአት ከምናደርገው አንድ የተለየ ነገር የበለጠ ነው፡፡ በውድቀት ምክንያት ኃጢአት ሁሉንም ውጣዊ ማንነታችንን አበላሽቶታል፡፡ መጋቢዎች እና አማካሪዎች ግብረሰዶማዊት ኃጢአተኛ በሆነው ባሕርያችን ውስጥ ጠልቆ ያለ ነገር መሆኑን መገንዘብ ይኖርባቸዋል፡፡

ስለሆነም ግብረሰዶማዊነትን በመለከተ አንዳንድ ሰዎች ሥነ ሕይወታዊ ባሕርይ ነው ብለው መናገራቸው አያስገርምም፡፡ ምክንያቱም ኃጢአት ሁሉንም የሕይወት ገጽታ አኀንኀሩሮታልና፡፡ ስለዚህም ደግሞ በግብረሰዶማዊነት እና በግብረሰዶማዊ በሆነ ሰው መካከል ልዩነትን ለማድረግ መጣር ሥነ ትምህርታዊ ነው፡፡ ይህም ደግሞ ኋለኛውን ሳይሆን፣ ቀዳሚውን ኃጢአት ማድረግን መሠረት ያደረገ ነገር ነው፡፡

አማኞች እንደ እነርሱ ኃጢአተኞች የሆኑትን ግብረ ሰዶማውያንን በወንጌል መድረስ ይኖርባቸዋል፤ ክርስቶስ ለእነርሱ ያለውን ፍቅር ሊነግሩዋቸው ይገባ፤ ደግሞም እነርሱን ወደ ክርስቶስ ሊያመጡዋቸው እና መጽሐፍ ቅዱሳዊ ምክር እንዲያገኙ ሊያደርጉዋቸው ይገባል፡፡ ነፃ መውጣትን ሊያደርግ የሚችል ኢየሱስ ብቻ ነው፡፡ ግብረ ሰዶማውያን ልክ እንደ አማኞች ሁሉ ፆታዊነትን ለክርቶስ ማስገዛት ይኖርባቸዋል፤ እንዲሁም የክርስቲያኖችን ድጋፍ ለማግኘት ፈቃደኞች ሊሆኑ ይገባል፡፡ (ዩሱፍ ቱራኪ፣ አፍሪካን ባይብል ኮሜንታሪ፣ ዴቪድ ኤም ካሳሊ ባዘጋጀው በሮሜ ማብራሪያ ውስጥ በመካከል እንዲገባ የተደረገ ጽሑፍ፣ ገጽ 1355)

ነገረ ግብረ-ሰዶማዊነትእና ሌዚቢያኒዝም

በመሠረቱ ግብረ ሰዶማዊነት ስንል በሁለቱም አቅጣጫ የሚደረግን የተመሳሳይ ፆታ ፍትወታዊ ግንኙነትን ማመልከታችን ነው፡፡ ይሁንና ብሉይ ኪዳንን አስመልክተን ስንነጋገር በወንዶች መካከል የሚፈጸምን ፍትወታዊ ግንኙነት የሚጠቁም ነው፡፡

እንደ ዕውነቱ ከሆነ ይህ የግብረ ሰዶማዊነት ልምምድ በብሉይ ኪዳን ውስጥ እርግማንን እና ታላቅ የሆነ ማኅበራዊ ቀውስን እንዳመጣ ተዘግቦልን ይገኛል፡፡ የሰዶምና የገሞራ ኃጢአት በዝቶና እግዚአብሔርን ለቍጣም ሆነ ለፍርድ ያስነሣ ታሪክን ብሉይ ኪዳን እንዲህ ሲል ያቀርባል፡-
"ስለዚህ እግዚአብሔር ለሚያስነውር ምኞት አሳልፎ ሰጣቸው፤ ሴቶቻቸውም ለባሕርያቸው የሚገባውን ሥራ ለባሕርያቸው በማይገባው ለወጡ፡፡" (ሮሜ 1፥26)

“እንዲሁም ወንዶች ደግሞ ለባሕርያቸው የሚገባውን ሴቶችን መገናኘት ትተው እርስ በርሳቸው በፍትወታቸው ተቃጠሉ፤ ወንዶችም በወንዶች ነውር አድርገው በስሕተታቸው የሚገባውን ብድራት በራሳቸው ተቀበሉ። እግዚአብሔርን ለማወቅ ባልወደዱት መጠን እግዚአብሔር የማይገባውን ያደርጉ ዘንድ ለማይረባ አእምሮ አሳልፎ ሰጣቸው::” (ሮሜ 1÷27)

በመሳፍንት ዘመን ደግሞ ይህ ግብረ-ሰዶማዊ ተግባር ከሙቼውም ጊዜ ይልቅ ደርቶና ጣራ ነክቶ ነበርና አንድን በዕንግድነት ሊያድር ወደ ብንያም አገር የመጣ እስራኤላዊ ሰው (ከይሁዳ ነገድ የሆነ ሰው) በፍትወት ካልተገናኘንህ የሚሉ በርቶች ብንያማውያን ወንዶች ባስነሡት ግርግር የብንያም ነገዶች ለመደምሰስ የተቃረቡበት ወይም ስድስት መቶ ወንዶች ብቻ የተረፉበት ጦርነት የተካሄደበትን የብንያማውያን ኃጢአታዊና ነውራዊ ተግባር መፈጸሙን እንመለከታለን:: በእርግጥም ይህ ጦርነት ታላቅ የሆነ ጉዳትንና ኪሣራን በሁለቱ ወገኖች መካከል ያመጣበትን የማይረሳ ክስተት ጥሎ ማለፍ ችሎአል:: ይህም ደግሞ ሌላ ነገር ሳይሆን፣ የብንያምን ነገር ከምድረ ገጽ ሊያጠፋው የተቃረበበት ሁኔታ መፈጠሩን የሚያሳይ ነው::

ነገሩ እንዲህ ነው:: እነዚህ ግብረ-ሰዶማውያን በምድራቸው ላይ በዕንግድነት ወደ ተቀመጠ ወደ አንድ ሰው ቤት በሌሊት ይመጡና ዛሬ በቤትህ ያሳደርኸውን መንገደኛ ሰው አውጣልን እና ፍትወታዊ ግንኙነት እንፈጽምበት ይሉታል:: ይህም ሽማግሌ የሆነ ሰው እንዲህ ያለውን ነውርና ኃጢአት በዚህ በዕንግድነት ወደ ቤቱ በመጣ ሰው ላይ እንፈጽም የሚለውን ጥያቄ በቀላሉ መቀበል አልቻለም:: ይልቁንም በነገሩ በጣም ነበር የደነገጠው::

ከዚያም ሽማግሌው ሰውዬ ለእነዚያ ብንያማውያን ሰዎች እባካችሁ ይህንን ክፉና ኃጢአት የሆነ ነገር በዚህ ሰው ላይ አታድርጉ፤ እርሱን ሳይሆን፣ የሰውዬውን ሚስት አወጣላችኋለሁ:: በእርስዋም ላይ የወደዳችሁን አድርጉ አላቸው:: እነርሱም በሴቲቱ ላይ ሌሎቱ እስኪነጋ ድረስ እየተፈራረቁ አመነዘሩባት::በነጋም ጊዜ ሴቲቱ ሞታ ተገኘች:: ሰውዬውም በሚስቱ ላይ የተፈጸመው ነገር እጅግ ከማዘኑ የተነሣ ሰውነትዋን አሥራ ሁለት ቦታ ቈራረጠውና ለአሥራ ሁለቱ ነገዶች ሽማግሌዎች ወይም መሪዎች ላከው:: ከዚያም የብንያም ልጆች በእግዚአብሔር ፊት ያደረጉትን ኃጢአት ገልጾ ፍርድን ከእነርሱ እንደሚጠብቅ መልእክት ላከባቸው::

የአሥራ ሁለቱ ነገዶች ሽማግሌዎችና መሪዎችም ይህንን ተግባር የፈጸሙ የብንያም ልጆች ተፈልገው እንዲሰጡዋቸውና ፍርድም በእነርሱ ላይ እንዲፈጸም ወደ ብንያም ነገድ ሽማግሌዎችና አለቆች መልእክተኛን ላኩ፡፡

ነገር ግን ይህ የግብረ-ሰዶማዊነት እንደ ሰደድ እሳት የሚያጥለቀልቅ መናፍስታዊ አሠራር በመሆኑ ምክንያት በመካከላቸው ጉዳዩ እንደ ነውር ሳይሆን፣ እንደ ባህላዊ ልምምድ የሚታይበት ደረጃ ላይ በመድረሱ ምክንያት የብንያም ነገድ አለቆች ይህንን ለማድረግ ፈቃደኞች ሳይሆኑ ቀሩ፡፡ ይህ እንግዲህ ብንያማውያን ሁሉ በከፊልም ሆነ በሙላት ግብረ-ሰዶማውያን ሳይሆኑ እንዳልቀሩ የሚያመለክተን ክስተት ነው፡፡

በዚህም ምክንያት አሥራ አንዱ ነገዶች መላው የብንያምን ነገድ በጦነት ለመግጠው ወስነው ወደ ጦርነት ገቡ፡፡ ምንም እንኳ ለሁለት ተከታታይ ቀናት በተደረጉቱ ጦርነቶች ብንያማውያን በእስራኤላውያን ላይ ድል የተቀዳጁ መስለው ቢታዩም፣ እስራኤላውያን በእግዚአብሔር ፊት በፆም-ጸሎት አንድ ቀን ካሳለፉ በኋላ በአራተኛው ቀን በተደረገው ጦርነት ከመላው የብንያም ነገድ ስድስት መቶ ወንዶች ብቻ እስኪቀሩ ድረስ መላው ሕዝቡ ተደመሰሰ፡፡

በዚህ ጦርነት ከሁለቱም ወገን በርካታ ሰዎች ሊሞቱበትና ይልቁንም የብንያም ነገር ከምድር ላይ ለመደምሰስ ለተቃረበበት ኪሣራ መነሻው ምንድን ነው ብለን ከጠየቅን፣ በእርግጥም መልሱ ግብረ-ሰዶማዊነትና አመንዝራነት ሆኖ እናገኘዋለን፡፡ ይህም፡- “ስለዚህ እግዚአብሔር ለሚያስነውር ምኞት አሳልፎ ሰጣቸው፤ ሴቶቻቸውም ለባሕርያቸው የሚገባውን ሥራ ለባሕርያቸው በማይገባው ለወጡ፤እንዲሁም ወንዶች ደግሞ ለባሕርያቸው የሚገባውን ሴቶችን መገናኘት ትተው እርስ በርሳቸው በፍትወታቸው ተቃጠሉ፤ ወንዶችም በወንዶች ነውር አድርገው በስሕተታቸው የሚገባውን ብድራት በራሳቸው ተቀበሉ። እግዚአብሔርን ለማወቅ ባልወደዱት መጠን እግዚአብሔር የማይገባውን ያደርጉ ዘንድ ለማይረባ አእምሮ አሳልፎ ሰጣቸው፡፡” (ሮሜ 1፥26-28) በሚል ቃል ተገልጿል፡፡

እንደ አዲስ ኪዳን አስተምህሮ፣ በተለይም እንደ ሮሜ መልእክት ዕይታ ከሆነ ሌዚቢያንን ጨምሮ ግብረ-ሰዶማዊነት የእግዚአብሔር ፍርድ መገለጫ የሆነ ተግባር ወይም ክፉ ልምምድ ነው፡፡ ይህ ልምምድ በእግዚአብሔር ፍርድ ሥር መውደቅን አመልካች ነው፡፡ አዎን ይህ ልምምድ ለማይረባ አእምሮ ታልፎ መስጠትን የሚያመለክት ክፉ

ልምምድ ነው። እንዲህ ባለው መልኩ ከተፈጥሮ ሕግ (ጳውሎስ ለባሕርያቸው የማይገባውን በሚል በተናገረው ውስጥ ተፈጥሮአዊ ባሕርይ መኖሩን ያመለክተናል) በተቃራኒ የሚሄዱ ሰዎች፣ እንዲሁም ከሕሊና ሕግ ውጭ የሚሄዱ ሰዎች ገና በምድር ላይ ሳሉ ቀድሞውኑ የተፈረደባቸው ለመሆናቸው ማሳያ ምልክት ነው። (Yusuf Turaki, Homosexuality, in African Bible Commentary, One volume Commentary written by 70 African Sholars, Gen. Editor, Tokunboh Adeyemo, Zondevan: 2006, 1355.)

ሀ. በግብረ-ሰዶማዊነት ላይ የሚሰጡ ሁለት ዐይነት ዐቋሞች

የግብረ-ሰዶማዊነት ዕንቅስቃሴን የሚደግፉ ሰዎች የገዛ ራሳቸውን የትክክለኛነት ማስረጃ ይዘው የሚሟገቱበት፣ እንዲሁም የዚህ ተቃራኒ የሆኑ ወገኖች ደግሞ የዚህን ልምምድ ኢመጽሐፍ ቅዱሳዊነት እና ኃጢአተኝነት ብሎም አጋንንታዊነት ማስረጃ በመጥቀስ የሚያደርጉዋቸው ክርክሮች አሉ።

የዕንቅስቃሴው ደጋፊዎች ጥናታዊ በሆኑ ጽሑፎች ሳይቀር የተመሳሳይ ፆታ ወሲባዊ ግንኙነትን እና ጋብቻዊ ጥምረትን ተቀባይነት ያለው ነገር መሆን በማስረጃ እየደገፉ ለማሳየት የሚጥሩና በዚህ ዐይነቱ አግባብ መከራከሪያቸውን የሚያቀርቡ ሲሆኑ፣ የእነዚህ አካላት ዐቢይ መከራከሪያ ነጥብ ጥንዶቹ በተቃራኒ ፆታ ተፈጥሮአዊነት ባለው መልኩ የማይሳቡ እና ዳሩ ግን በተመሳሳይ ፆታ ፍትወታዊነትም ሆነ ፍቅርን መሠረት ባደረገ መልኩ የሚሳቡ ናቸው የሚለው ነው።

ይሁንና ይህ መከራከሪያ ነጥባቸው በመጠኑ ውኃ የሚያሣ ሆኖ ቢታይም፣ በእርሱ ላይ የሚሰነዘሩበትን በርካታ ወይም ቍጥር ሥፍር የሌላቸው አጥጋቢ በሆነ መልኩ ለመመለስ የማይችል ነው። በዚህ የመከራከሪያ ነጥብ ላይ የሚነሡ ዋና ዋና ጥያቄዎች የሚከተሉት ናቸው፡-

1. ይህ ልምምድ ተፈጥሮአዊ አይደለም፤ ምክንያቱም እግዚአብሔር አምላክ ሰዎችን ሲፈጥር ሁለት ተቃራኒ የሆኑ ሰዎችን እንጂ፣ ለተመሳሳይ ጋብቻ ምሳሌ የሚሆኑ ሌሎች ሁለት ተመሳሳይ ፆታ ያላቸውን ሲፈጥርና ሲያጣምር አንመለከትም። ይህ እንዴት ይታያል?

2. በሆነ ታሪካዊ ወቅት ላይ የዚህን ግንኙነት ትክክለኝነት በቃሉ ውስጥ በመጥቀስ ጌታ አምላክ እግዚአብሔር ማረጋገጥ ነበረበት፡፡ ነገር ግን ይህ ነገር ሲደረግ በብሉያትም ሆነ በአዲሳት አንመለከትም፡፡ ለምን?

3. በሕጉ መጻሕፍት ላይ ይህ የተመሳሳይ ፆታ ግንኙነት በግልጽ ተኰንኗል፡፡ ይህ መኰነን መወደስን ወይም መፈቀዱን ያመለክታል ወይ? ወይስ ተቀባይነት የሌለው መሆኑን ነው የሚያለክተው?

4. ብዙ ተባዙ የሚለውን የፍጥረት ሕግ ለመተግበር የማያስችል ነው፡፡ ይህ እንዴት ይታያል?

5. ከጤና አኳያ የወንድ ብልትና የሌላው ወንድ ፊንጢጣ ያላቸው ግንኙነት አንድም ተፈጥሮአዊነት የሌለው ሆኖ ይታያል፤ በጤና ላይ ታላቅ ችግርን የሚያስከትል መሆኑ ይነገራል፡፡ ይህ እንዴት ይታያል?

የዚህ ዕንቅስቃሴ ወይም ልምምድ ተቃዋሚዎች እነዚህን ጥያቄዎች እንደ መከራከሪያዎች አድርገው በዕንቅስቃሴው ደጋፊዎች ፊት በተቃርኖ ይቆማሉ፡፡ ከእነዚህ ሁሉ በተጨማሪ ደግሞ ብሉይም ሆነ በአዲስ ኪዳን ውስጥ ይህንን ልምምድ የሚተገብሩ ሰዎች በግልጽ በቃለ-እግዚአብሔር የተወገዙና ለፍርድም ተላልፈው የተሰጡ እንደ ሆኑ እንመለከታለን፡፡

ብሉይ ኪዳን በሰዶምና በገሞራ ላይ በግብረ-ሰዶማዊነት ኃጢአት ምክንያት ስለ መጣው ፍርድ የሚነግረን ሲሆን (ዘፍ. 19÷23-30)፣ አዲስ ኪዳን ደግሞ በተለይም በዚህ ርእሰ-ጉዳይ ላይ ማብራሪያን እየሰጠንበት ባለው የሮሜ መጽሐፍ ላይ ይህ የግብረ-ሰዶማዊነትና ሌዚቢያዊነት ልምምድ በእርግጥም ለማይረባ አእምሮ ታልፎ የመሰጠት ውጤት እንደ ሆነ ያመለክተናል (ሮሜ 1÷18-32)፡፡

የዚህ ነገር ምክንያትም እንዲሁ በግልጽ የሰፈረ ሲሆን፣ ይህም እግዚአብሔርን እያወቁት እንደ እግዚአብሔርነቱ መጠን ስላላገለገሉትና ስላላከበሩት፣ ብሎም እንደ እግዚአብሔርነቱ ስላላመለኩት በሰዎች ልጆች ላይ በቅጣትም ሆነ በፍርድ መልኩ የመጣ ክስተት ወይም ክፉ ልምምድ ነው፡፡

አዎን ይህ ልምምድ ዕውነትን በዐመፃ በመከልከል የተነሣ፣ ማለትም በዕውነት ላይ ከማመፅ የተነሣ የሚመጣ ፍርድ እንደ ሆነ ሐዋርያው ጳውሎስ በሮሜ መልእክቱ መጀመሪያ ላይ በግልጽም ሆነ በድምቀት አስፍሮት እናገኘዋለን፡፡

ለ. ለመሆኑ እግዚአብሔርን እያወቁ እንደ እግዚአብሔርነቱ ማምለክ እና ማገልገል አለመቻል ምን ማለት ነው?

ይህ ጥያቄ ምናልባትም በብዙዎቻችን አእምሮ ውስጥ ሊፈጠር ይችል ይሆናል፡፡ ዳሩ ግን ምንም ዐይነት የተወሳሰበ ነገር እንደ ሌለው መገንዘብ ይኖርብናል፡፡ አሕዛብ ከፍጥረት ሥራዎቹ እግዚአብሔር አምላክን ወይም የሁሉ ፈጣሪ የሆነው አምላክ (Universal God) የሚያውቁ ናቸው፡፡ ስለሆነም ይህ ሁሉን የፈጠረ አምላክ እግዚአብሔር የሁሉ ፈጣሪ - (all creator) በሰውም ሆነ በእንስሳት፣ በወፎችም ሆነ አራት ዕግሮች ባሉዋቸው እንስሳት ሊመሰልና ሊመለክ እንደማይችል በቀላሉ ሊረዱት ይገባል፡፡

ስለዚህም የሁሉ ፈጣሪ የሆነ አምላክ ብለው በቀላሉ ወደ ፈጣሪያቸው መጸለይም ሆነ እርሱን ማምለክ ሲችሉ፣ በዚህ ፈንታ እነርሱ ያደረጉት ነገር ሰውን ጨምሮ የተለያዩ እንስሳትን እና ፍጥረታትን ማምልክና የእግዚአብሔርን ክብር በፍጡራን መለወጥ ነበር፡፡በመሠረቱ እግዚአብሔር አምላክን የማገልገሉም አሳብ ቢሆን ያን ያህል በሚካበድ መልኩ የምንመለከተው ወይም የተወሳሰበ ነገር አይደለም፡፡ ምክንያቱም ይህ ነገር በፈሪሀ-እግዚአብሔር ውስጥ መመላለስን እና የዕለተ ተዕለት ተግባርን ማከናወንን የሚመለከት ነገር ነው፡፡

እያንዳንዱ ሰው የሰው ልጅችንም ሆነ መላው ፍጥረትን የፈጠረ አምላክ እንዳለ ካወቀ፣ እንግዲያውስ ከፈጣሪ በታች መላው ፍጥረትን፣ በተለይም ደግሞ የሰው ልጆችን ሁሉ በየተሰማራበት ሙያ የማገልገሉና የመንከባከቡ ነገር ከእርሱ ወይም ከእያንዳንዱ ሰው የሚጠበቅበት ነገር ይሆናል ማለት ነው፡፡

ስለዚህም እያንዳንዱ ሰው ይህን ኀላፊነቱን በሚወጣበት ጊዜ እግዚአብሔርን አገለገለ ይባላል፡፡ እግዚአብሔርን ደስ አሰኘ ይባላል፡፡ እንግዲህ ከዚህ የምንረዳው አንድ ነገር ቢኖር እግዚአብሔርን ከፍጥረት ጀምሮ ከሠራቸው ሥራዎች ማወቅና መረዳት ከሰው ልጆች ሁሉ የሚጠበቅ ነገር መሆኑና ይህም ደግሞ ሁለት ዐበይት የሆኑ ነገሮችን የሚጠይቅ መሆኑ ነው፡፡ እነዚህም፡-

1. እግዚአብሔርን ማምላክ ሲሆን፣ ይህም በምንም መልኩ ፍጡርን ከማምለክ ራስን የሚሰበስቡበት ተግባር እንደ ሆነ እንመለከታለን፡፡

2. እግዚአብሔርን ማገልገል ሲሆን፣ ይህም የፍጥረት አውራ የሆነውን የሰው ልጅን ባላቸው ዐቅምና ተፈጥሮአዊ ስጦታዎች ሁሉ ደግሞም በተሰጣቸው ኀላፊነት ሁሉ ማገልገል ዕውን የሚሆንበት ተግባር ነው፡፡
እነዚህ ሁለት ነገሮችን ለማድረግ አለመፈለግ ወይም በዚህ የፈጣሪና የተፈጥሮ ሕግ ላይ ማመፅ ፍርድን የሚያስከትልና ይህም ፍርድ - ለማይረባ አእምሮ ታልፎ መሰጠት እንደ ሆነ እንመለከታለን፡፡

ለማይረባ አእምሮ ታልፎ በመሰጠት ላይ የሚነሡ ዋና ዋና ጥያቄዎች

እግዚአብሔር አምላክ ዐመፀኞች ሰዎችን ለማይረባ አእምሮ አሳልፎ ይሰጣል የሚለው አሳብ በብዙ ሰዎች ዘንድ በርከት ያሉ ጥያቄዎችን ሲያስነሣ ይታያል፡፡ ከእነዚህ ጥያቄዎች መካከል ጥቂቶቹን እና በተደጋጋሚ የሚጠየቁትን ብቻ በመውሰድ በዝርዝር የምንመለከታቸው ይሆናል፡፡

ለመሆኑ እግዚአብሔር አምላክ ለማይረባ አእምሮ አሳልፎ መስጠቱ ተገቢ ነው ወይ? ደግሞስ ይህ ዐይነቱ ድርጊት እርሱን እንዴት ጻድቅ ያደርገዋል? ሰዎች ወደ ንስሐ እስኪመጡ ድረስ ወድዶ የሚታገሥ ከሆነ፣ እንግዲያውስ እርሱ የንስሐ በራቸውን ቀድሞውኑ ይዘጋባቸዋል? መታገሥ የሚለውና በንስሐ የመመለሻ በራቸውን መዝጋት የሚሉዋቸው ሁለት አሳሰከቦችስ እርስ በርሳቸው አይጋጩም ወይ?

ጌታ እግዚአብሔር አምላክ በተፈጥሮአዊ መገለጡም ይሁን በልዩ መገለጡ በኩል የሰው ልጆችን ይመራል፤ ይመክራል፤ ያስተምራል፤ ደግሞም ወደ መረዳት ባለ ጠግነት ያመጣል፡፡ ይህ በመሠረቱ የእግዚአብሔር የአስተማሪነት ወይም የዐሳዋቂነት ተግባሩ ነው፡፡

እግዚአብሔር አምላክ ሰዎችን በዕለት ተዕለት ሕይወታቸውና ኑሯቸው በኩል በርካታ ነገሮችን እንዲረዱና ከሕይወት ተሞክሮም በርካታ ዕውቀቶችን እንዲያገኙ ያደርጋቸዋል፡፡ ይህም እግዚአብሔር ሰዎችን በዕድሜና በኑሮ ውስጥ እንዲበስሉም ሆነ እንዲሰከኑ የሚያደርግበት ሌላው የማሳወቂያ ወይም የማስተማሪያ መንገዱ ነው፡፡

እግዚአብሔር አምላክ እንደ ምክር እና ተግሣጽ ያሉትን ለሰው ልጆች በጣም ጠቃሚ የሆኑ ትምህርቶችን በሰዎች፣ እንዲሁም በመጻሕፍትና በልዩ ልዩ የሥነ ጥበብ ሥራዎች

በኩል ያስተላልፋል፡፡ ይህም ደግሞ የእርሱ የሆነ ተጨማሪ የማስተማሪያ ወይም የማሳወቂያ መንገድ እንደ ሆነ በቀላሉ ልንመለከት እንችላለን፡፡

ይሁንና ሰዎች ምክርንና ተግሣጽን፣ ብርሃን ገላጭ የሆኑ ትምህርቶችንና ጠቃሚ መረጃዎችንና መርኆችን ሁሉ ንቀው ከዚያ በተቃራኒው ለመሄድ ከወሰኑ የቱንም ያህል ቢታገሣቸውና ከዛሬ ነገ ይመለሳሉ ብሎ ቢጠብቃቸው ሰዎች የተሰጣቸው ብዙም ሆነ ተደጋጋሚነት ያለው የንስሐ ዕድልን ለመጠቀም ካልፈለጉ፣ ምንም ሊያደርጋቸው አይችልም፡፡ ይህም ደግሞ የሰው ልጆች ሲፈጠሩ ጀምሮ ነፃ የሆነ ፈቃድ ያላቸው በመሆናቸው ምክንያት የቱም ወገን ወደደውም ጠላው ዕውን ሊሆን የሚችል ነገር ነው፡፡

ስለዚህም አስተምሮና መክሮ ዕምቢተኝነትን ምርጫቸው የሚያደርጉ ሰዎችን በስተመጨረሻ ለገዛ ምርጫቸው መተዉ የማይቀር ነገር ነው፡፡ እናም ይህ በጳውሎስ አነጋገር ወይም አገላለጽ ለማይረባ አእምሮ ታልፎ መስጠት ይባላል፡፡ይሁንና ይህ ነገር ቀድሞውኑ የተላለፈ ፍርድ መሆኑ ግልጽ ነው፡፡ ምክንያቱም እግዚአብሔር አምላክ ሰዎችን ለገዛ ራሳቸው አሳብና ፈቃድ አሳልፎ የሚሰጠው በእርሱ አምላክነት እና በእርሱም በሚቀርብ አምልኮ ላይ በማመፅም ሆነ በተቃራኒ ማለትም በተቃርኖ በመነሣታቸውና በመሰለፋቸው ሳቢያ የሚደርሱበት አሉታዊነት ያለው ደረጃ ወይም ውጤት ነው፡፡

እንደ ዕውነቱ ከሆነ ይህ ነገር ካለማወቅ የመጣ ነገር ቢሆን ኖሮ እግዚአብሔር አምላክ ሕዝቡን ካለማወቅ ወደ ማወቅ፣ እንዲሁም ከጨለማ ወደ ብርሃን የሚያመጣበትን መስመር ወይም አግባብ ይከተል ነበር፡፡ ዳሩ ግን ከፍጥረት ሥራው ሁሉ እግዚአብሔርነቱን በሚገባ ዐውቀውና የእርሱን ፈጣሪነት በውል ተገንዝበው ሳሉ፣ በዚህ አምላክነቱና ለአምላክነቱ በሚቀርብ አምልኮ ላይ በተቃውሞም ሆነ በዐመፅ ስለ ተነሡ እንደዚህ ያሉ ሰዎችን ለመርዳት የሚሆን ምንም ዐይነት መንገድ ስለ ሌለ፣ (ዕያወቀ የሚያጠፋን አካል ከጥፋቱ እንዲማር ለምርጫው ከመተዉ ሌላ አማራጭ የሆነ ርምጃ ወይም መንገድ ስለ ሌለ) ጌታ አምላክ እግዚአብሔር እነዚህን ሰዎች ለገዛ ራሳቸው ምርጫና ፍላጎት መተዉ ግድ ይሆንበታል፡፡

በዚህ ሳቢያ ነው በዚህ አድራጎቱ ምክንያት አምላካችን እግዚአብሔር ምን ጊዜም ቢሆን በሰዎች አእምሮ ውስጥ ከሚፈጠር ተራ ጥርጣሬ በቀር የእርሱ ጻድቅነት በጥያቄ ውስጥ

የማይገባበት፡፡ ስለዚህም ደግሞ ጻድቅነቱ ብቻ ሳይሆን፣ ፍትሐዊ አምላክነቱም ጭምር ዕንከን ዐልባ ወይም ወደር-የለው በሆነበት መልኩ ከዘመን ዘመን የሚሸጋገረው፡፡

በዕውነት ላይ የሚያምፅ እና ከዚያ በተቃራኒው የሚሄድ ሰው እርሱ በፈለገ ጊዜ ተመልሶ ያንን ዕውነት በራሱ ላይ ማንገሥ አይችልም፡፡ በእርግጥም ለዕውነት የሚኖረው አክብሮትና የመገዛት ፍላጎት ከእርሱ ዘንድ ይወሰዳል፡፡ በዚህም ደግሞ ሁለት ነገሮችን የሚረዳ ሰው ይሆናል፡-

ይህ ሰው የሚረዳው የመጀመሪያው ነገር ዕውነት ያላትን ዋጋ መገንዘብን የሚመለከት ነው፡፡ እንደ ዕውነቱ ከሆነ አንድን ነገር ካልተቀማነውና ካላጣነው በስተቀር የዚያ ነገር ትክክለኛ ዋጋም ሆነ ለእርሱ ያለው ትርጉምና ጠቃሚነት ከቶ ላይታየው ይችላል፡፡ ዳሩ ግን በአንድም ሆነ በሌላ መልኩ ያንን ነገር ከጣልነውና ከተቀማነው በኋላ የዚያ ነገር አስፈላጊነትም ሆነ የላቀ ዋጋ ያለው መሆን ኩልል ብሎ ወይም ፍንትው ብሎ የሚታየን ይሆናል፡፡ እናም በዚህ አግባብ ለዚያ ነገር ተገቢውን ዋጋ የምንሰጥ ሰዎች ወደ መሆኑ ከስሕተታችን ወደ መረዳቱ እንመጣለን፡፡

ሁለተኛው ዕውነታ ደግሞ የዕውነት ሁሉ ባለቤት ጌታ አምላክ እግዚአብሔር መሆኑና የተሰጠን ወይም የተገለጠልን ዕውነት ሁሉ ከእኛ ከእያንዳንዳችን ተጠያቂነትን የሚጠብቅብን መሆኑ ነው፡፡ የተሰጡንን ነገሮች በአግባቡ መያዝም ሆነ መጠቀም ተገቢነት ያለው ነገር ነው፡፡ ዕምቢተኞችና ቸልተኞች በፈለጉ ጊዜ መጥተው ከዚያ ዕውነት ተጠቃሚ ሊሆኑ አይችሉም፡፡

ምክንያቱም የዚያ ዕውነት ባለቤት የሆነውን ጌታ አምላክ እግዚአብሔርን ቀድሞውኑ ገፍተውታልና ደግሞም ያንን ዕውነት ለመጠቀም የሚችሉበትን ቀድሞውኑ በእነርሱ ዘንድ የነበረ ዐቅም ዛሬ ላይ ሊያገኙት አይችሉምና፤ ደግሞም እንደዚህ ላሉቱ ሰዎች ይህንን ዐቅም መልሶ ሊሰጣቸው አይፈቅድም፡፡ ይህ እንግዲህ የዚያን ዕውነት ባለቤት የባለቤትነት መብት የሚነግረንም ሆነ የሚያረጋግጥልን ነው፡፡ በሌላ በኩልም ደግሞ ይህ የእግዚአብሔርን ፍትሐዊነት ጭምር የሚያስረዳልን ምስክር ነው፡፡

ሐ. ቤተ ክርስቲያን እና መንግሥት

1. የቤተ ክርስቲያን እና የመንግሥት ግንኙነት

ይህ ጽሑፍ በተደራጁ የአማኞች ቡድን እና ፖለቲካውን በሚያራምደው መንግሥት መካከል ባለ ግንኙነት ላይ ትኩረቱን ያደርጋል፡፡ ግለሰብ በሆነ አማኝ እና በመንግሥት መካከል ያለ ግንኙነት "ክርስቲያኖች እና ፖለቲካ" በሚል ርእስ የሚዳሰስ ይሆናል፡፡ መንግሥት በአንድ የተወሰነ ሥፍራ ላይ ሕዝቡን የሚያስተዳድር አካል ነው፡፡ በአካባቢያዊ ወይም በአንድ ግዛት ደረጃ ወይም ክልላዊ በሆነ መልኩ አሊያም በአገረ-መንሥትነት ደረጃ፣ በፌዴራል መልኩ ተግባሩን ያከናውናል፡፡ ማስተዳደር እንዲችል መንግሥት የገዥነት መብት ሊኖረው ይገባል፡፡ ገዥዎችም እንደዚሁ ተጠያቂነት ያላቸው የሚሆኑለት አካል ያስፈልጋቸዋል፡፡

መንግሥት ሕጎችን የሚተላለፉ ሰዎችን ለመቅጣት ሕጎች እና ሥልጣን ሊኖረው ይገባል፡፡ በስተመጨረሻም መንግሥት አንጻራዊነት ባለው መልኩ መረጋጋትን ሊያገኝ ይገባል፤ ይህም ለሆነ ያህል ጊዜ በሥልጣን እና በኀላፊነት ላይ መኖር አለበት ማለት ነው፡፡

ለመግዛት የሚሆን መብት ሥረ-መሠረቱን ያገኘው ከሚገዛው ሕዝብ ሳይሆን፣ ከእግዚአብሔር የመጣ መሆኑን መጽሐፍ ቅዱስ ግልጽ አድርጓል (ዳን. 5፥21)፡፡ ስለሆነም የቱንም ያህል ይህንን ዕውት መቀበልን ዕምቢ ቢሉም ገዦች ለእግዚአብሔር ተጠያቂነት አለባቸው፡፡

መንግሥት ዜጎቹን ሁሉ ከክፉ መጠበቅ፣ ጥፋተኞችን መቅጣት፣ ክፉውን መግታት፣ ሰላም እና ፍትሕን ማስፈን፣ እንዲሁም የዜጎችን አጠቃላይ የሆነ ሁለንተናዊ ደኅንነት ማረጋገጥ ይኖርበታል (ሮሜ 13፥1-5)፡፡

2. ክርስቲያኖች ትክክለኛ ስለሆነው የቤተ ክርስቲያን እና የመንግሥት ግንኙነት ያላቸው ዐቋም

እንደ ዕውነቱ ከሆነ በዚህ ጉዳይ ላይ በክርስቲያኖች መካከል ከሞላ-ጎደል ሦስት የተለያዩ ዐቋሞችን ሲያዙ ይስተዋላሉ፡፡

i. ሁለቱ አካላት መለያየት አለባቸው

አንዳንዶች ቤተ ክርስቲያን እና መንግሥት መለያየት አለባቸው ብለው በጽኑ ያምናሉ፡፡ ከወንጌል ማዳረስ ተግባር ጋር የተዛመዱቱ አብያተ ክርስቲያናት እና ትውፊታውያኑ ወንጌላውያን አብያተ ክርስቲያናት መንግሥት እና አብያተ ክርስቲያናት የተለያዩ ተቋማት ሲሆኑ፣ የተለያዩ ተግባራት እና ሚናዎች ያሉዋቸው በመሆናቸው ሳቢያ አንዱ በሌላው ተግባር ላይ መግባት አይኖርበትም የሚለውን አመለካከት ወደ መያዙ ያዘነብላለ፡፡

እንደ ዕውነተ ከሆነ ይህ ዐቋም በተለጠጠ መልኩ በሚያዝ ጊዜ መለያየት የሚለው ልክ ይይሖዋ ምስክሮች ፈጽሞ በምንም መልኩ አለመገናኘት እንደሚሉቱ ዐይነት ዐቋም ወደ መሆኑ ያመራል፡፡

ii. ሥር-ነቀል ለውጥ ሊኖር ይገባል

ሌሎች አብያተ ክርስቲያናት በተለይም በዋናው መስመር ምድብ የምናገኛቸው ቤተ እምነቶች (አንግሊካውያን፣ ሜቶዲስቶች፣ ፐሪስ ቢቴሪያውያን፣ አርቶዶክሳውያን እና ሮማን ካቶሊካውያን አብያተ ክርስቲያት) ሥር ነቀል ለውጥ መኖር አለበት የሚለውን ይደግፋሉ፡፡

ክርስቲያንኖች በመንግሥትም ላይ በሆነ በማኅበረሰቡ ላይ አዎንታዊ የሆኑ ተጽዕኖዎችን ለማምጣት ተጠርተዋል፤ ደግሞም መጽሐፍ ቅዱሳዊ በሆኑ ዕሴቶች እና መርኆች መሠረትነት እነዚህ ሁለት አካላት ሥር-ነቀል ለውጥ እንዲኖራቸው ማድረግ ይጠበቅባቸዋል ሲሉ ይከራከራለ፡፡

ይህ አመለካከት (ዝንባሌ) የቀድሞው ፕሬዚዳንት ቹሉባ አገሪቱን ክርስቲያናዊ አገር ናት ብለው ወዳወጁበት በዝምቧቡዌ እንደ ነበረው ወዳለው ሁኔታ ሊመራ የሚችል ነው፡፡

iii. ቤተ ክርስቲያን ሥር ነቀል ለውጥ ልታካሄድ ይገባታል

በስተመጨረሻም በላቲን አሜሪካ ያሉ የለዘብተኛው ነገረ መለኮት፣ እንዲሁም በደቡብ አፍሪካ እና በብዙዎቹ በአሜሪካ ነዋሪ በሆኑ አፍሪካውያን-አሜሪካውያን የሥነ መለኮት ዐዋቂዎች የሚራገበው የጥቁሮች ነገረ መለኮታዊ መረዳቶች ደጋፊ የሆኑቱ አካላት ቤተ

ክርስቲያን ሥር ነቀር ለውጥ ልታካሄድ ይገባታል፤ ደግሞም ሰብዓዊ መብቶችን እና የተጠቁትን ነፃ ማውጣን ማስተዋወቀት ይኖርባታል በማለት ይከራከራሉ፡፡

3. መጽሐፍ ቅዱስ ቤተ ክርስቲያን ከመንግሥት ጋር በተገናኘ ስላላት ተግባራት ምን ይላል?

መጽሐፍ ቅዱሳችን ከመንግሥት ጋር በተዳኛ ቤተ ክርስቲያን ዐበይት የሆኑትን ሦስት ተግባራት ልታከናውን እንደሚገባ ያስተምራል፡፡ እነዚህም በጣም ጠቃሚና ተግባራዊ የሆኑ ተግባራት ሲሆኑ፣ ከዚህ በታች እንመለከታቸዋለን፡፡

i. ክህነታዊ ተግባር

ቤተ ክርስቲያን በሥልጣን ላይ ላሉ ሰዎች ልትጸልይ እንደሚገባት፣ ለመላው ሕዝብም ከክፉ መጠበቅና ፈውስ እንዲሆንለትም ጭምር መጸለይ እንደሚጠበቅባት፣ ይህም ደግሞ አንደኛው ተግባርዋ እንደ ሆነ መጽሐፍ ቅዱስ ያስተምራል (1ኛ ጢሞ. 2፥1-3)፡፡

ii. መጋቢያዊ ተግባር

ቤተ ክርስቲያን በሥልጣን ላይ ሆነው ለሚገዙ ሰዎችም ሆኑ ከእነርሱ ሥር ሆነው ለሚገዙቱ ሕዝቦች ትምህርትን፣ ምክርን እና አቅጣጫን ማሳየትን ልትሰጥ እንዳሚገባት መጽሐፍ ቅዱሳችን ያስተምራል (ማቴ. 28፥19-29)፡፡ ስለሆነም ቤተ ክርስቲያን መልካም ዜጎች እንዲሆኑ፣ ባለ ሥልጣናትን እንዲታዘዙና ግብርም እንዲከፍሉ ክርስቲያኖችን ማስተማር ይኖርባታል (ሮሜ 13፥1፣ 7፤ 1ኛ ጴጥ. 2፥13)፡፡

ይሁን እንጂ፣ ይህ ሲባል መንግሥት ምን ሊያደርግ እንደሚገባ፣ እንዲሁም ዜጎች ሊያደርጉዋቸው የሚገቡ ነገሮችን በዝርዝር ታስተምራለች ማለት አይደለም፡፡ ዳሩ ግን ሁሉም አካላት ሊያደረጉዋቸው የሚገቡ ነገሮች ሁሉ ከእግዚአብሔር ቃል ጋር ሊቃረኑ እንደማይገባቸው ታስተምራለች፡፡

ሐ. ነቢያዊ ተግባር

ከእግዚአብሔር በሚቃረንበትና ኢፍትሐዊ በሚሆነበት ጊዜ ቤተ ክርስቲያን መንግሥትን ልትገሥጽ ይገባታል (2ኛ ሳሙ. 12፥1-14፤ ዳን. 4፥20-27፤ 5፥17-18)፡፡ በክርስቲያኖች እና በፖለቲካዊ መሪዎች መካከል ያለን ወገንተኝነት ማሳየት ገድ በሚሆንበት ጊዜ፣ እንደ አማኞች ፍጹም የሆነውን መታዘዝ ማሳየት ያለብን ለእግዚአብሔር ነው፡፡

እንዲህ ያለው መታዘዝ ታላቅ ዋጋ ያስከፍላል፡፡ የዩጋዳ ቤተ ክርስቲያን የኢዲያሚንን የጭቆና አገዛዝ ስለ መቃወምዋ ተሰድዳለች፤ በሂደቱም ደግሞ ሊቀ ጳጳስ ሉውም በሰዎች ተገድለዋል፡፡ ብዙ ዜጎችም ደግሞ ወደ አጎራቱ የተለያዩ ክፍሎች ተሰድደዋል፡፡ መልካም አስተዳደር የእርሱን ፍጥረትም ሆነ የሰው ልጆችን ከሚያስተዳድር ከእግዚአብሔር ቃል ጋር አብሮ ሊሄድ ይገባል፡፡ ስለሆነም እያንዳንዱ መንግሥት ለእግዚአብሔር ምግባራዊ የሆነ ተጠያቂነት እንዳለበት መረዳት አለበት፡፡ ይህም ለዜጎቹ እና ለወታደሮቹ፣ እንዲሁም በመንግሥቱ ውስጥ ላሉቱ ሰዎች ለእያንዳዳቸው ዕኩልነትን ማስፈንን የሚጠቀልል ተጠያቂነት ነው፡፡

በተጨማሪም መንግሥት ዜጎች በታሪካቸው ውስጥ በደስታ ሲያጣጥሙት የኖሩትን ነፃነት ማክበር ይኖርበታል፡፡ ደግሞም ይህ ውጤታማ ለሆነ ፖለቲካዊ እና ኤኮኖሚያዊ ልማት እንዲሁም ተሳትፎ አስፈላጊ ነገር ነው፡፡ የገዛ ራሳቸውን ውሱንነትና የኃጢአትን ኃይል በመገንዘብ እንደዚህ ያሉቱ ኃይላት በተሳሳተ መልኩ ጥቅም ላይ እንዳይውሉ ለመግታት በኤኮኖሚውም ሆነ ፖለቲካዊ ኃይል /ሥልጣን/ ላይ መንሥት ተገቢውን ገደብ ማብጀት ይኖርበታል፡፡

እንደ ትምህርት፣ ጤና እና ልማት ባሉ በብዙ ሥፍራዎች ላይ በቤተ ክርስቲያን ኀላፊነቶች እና በመንግሥት ኀላፊነቶች መካከል ተያያዥነት ይኖራል፡፡ መንግሥት ለዜጎቹ ሁለንተናዊ ደኅንነት በሚወጣው ኀላፊነት እና ቤተ ክርስቲያን ሌሎችን ለማገልገል ባላት ፍላጎት መካከል አንድነት ይኖራል፡፡ በእነዚህ ሥፍራዎች ላይ ቤተ ክርስቲያን እና መንግሥት ዘወትር ገንቢ የሆነ አጋርነትን የሚወጡ ሊሆኑ ይገባል፡፡ (ዩሱፍ ቱራኪ፣ አፍሪካን ባይብል ኮሜንታሪ፣ ዴቪድ ኤም ካሳሊ ባዘጋጀው በሮሜ ማብራሪያ ውስጥ በመካከል እንዲገባ የተደረገ ጽሑፍ፣ ገጽ 1371)

ማጠቃለያና ሰላም

ሐዋርያው ጳውሎስ በአብዛኞቹ መልእክቶቹ እንደሚያደርገው ሁሉ የሮሜንም መልእክቱን የሚደመድመው የስንብት ሰላምታ በማቅረብ ነው፡፡ በዚህ መጽሐፍ ለበርካታ ሰዎች የራሱን ሰላምታ ከማቅረቡም ባሻገር የአገልግሎት አጋሮቹም በሮሜ ለሚገኙ ቅዱሳን ያስተላለፏቸውን ሰላምታዎች ጨምሮ አስተላልፏል፡፡

ከመልእክቱ እንደምንረዳው ሐዋርያው ሮሜን ለመጎብኘት ያቀደው ዕግረ-መንገዱን ነው፡፡ ስለዚህ ቀድሞ ሮም የመሄድ መሻት አልነበረውም ማለት ነው፡፡ ዘወትር ግን የሮሜን ሰዎች ለማየት ይጓጓ ነበር፡፡ ሆኖም ባሰበው መንገድ ሊጎበኛቸው ባቀደባቸው ሥፍራዎች የመሄድ ዕድል አልገጠመውም፡፡ በዚህኛው ጉዞውም ሊሄድ ያሰበባት አገር ስፓኒያ (ስፔን) ነበረች (ሮሜ 15፥24)፡፡

ሐዋርያው ጳውሎስ በሮሜ መልእክቱ ያስተላለፈውን የስንብት ሰላምታን ስንመለከት በጣም በትልቅ ጥንቃቄ ሊታወሱ የሚገባቸውን ሰዎች ሁሉ በማስታወስ እንዳቀረበ እንመለከታለን፡፡ ከዚያም የምንረዳው ሐዋርያው ለሚያገለግላቸውና ለአገልግሎት ባልደረቦቹ ምን ያህል ጥንቃቄ እንደሚያደርግና ልቡ ምን ያህል በሸክም የተሞላ እንደ ነበረ ነው፡፡

ወደ ሰላምታው ዝርዝር ስንገባም የሚከተሉትን ዝርዝር አሳቦች እናገኛለን (16፥1-2)፡፡ ጳውሎስ የቤተ ክርስቲያን ተወዳጅ አስተናጋጅ ከሆነው *ከጋይዮስ* ለሮሜ ሰዎች ሰላምታን አቅርቧል (16፥23)፡፡ *ጋይዮስ* በጳውሎስ ዕጅ በቆሮንቶስ ከተማ የተጠመቀ ሰው ነበር የሚል የጠበቀ እምነት በመጽሐፉ ምሁራን ዘንድ አለ፡፡

1ኛ ቆሮ 1፥14 የከተማው ግምጃ ቤት ሹም የሆነው *ኤርስጦስ* በቆሮንቶስ የነበረ ሲሆን፣ ጳውሎስ ከእርሱ ጋር እንደ ኖረ እንረዳለን፡፡ በእርሱም ስም ለሮሜ ሰዎች ሰላምታ ያቀርባል (ሮሜ 16፥23፤ የሐዋ. 19፥22)፡፡ ጳውሎስ ይህን መልእክት በሚጽፍበት ጊዜ ቤተ ክርስቲያኒቱን እንዳላያት ዕናውቃለን (ሮሜ 1፥13፡፡) ሮሜ 15፥23-24 ቤተ ክርስቲያኒቱ አይሁድ እና ከአሕዛብ የተቀላቀሉ አማኞች አሉባት፡፡ ይህች ቤተ ክርስቲያን ትልቅ ሳትሆን፣ በቤት ውስጥ ያሉ አምስት አብያተ ክርስቲያናትን ያቀፈች እንደ ሆነች እንመለከታለን (ሮሜ 16፥5፣ 10፣ 11፣ 14፣ 15)፡፡

ለምሳሌ የቆሮንቶስና የተሰሎንቄ አብያተ ክርስቲያናት ትላልቅ አብያተ ክርስቲያናት ስለ ነበሩ ጳውሎስ በመልእክቱ «ለየቤተ ክርስቲያን» እያለ ጽፎላቸው ነበር (1ኛ ቆሮ 1፥2፤ 2ኛ ቆሮ 1፥1፤ 1ኛ ተሰ. 1፥1)፡፡ በዚህችው ቤተ ክርስቲያን ያመኑትን አይሁድ ጳውሎስ «ወንድሞቼ» በማለት ይጠራቸዋል (ሮሜ 9፥3)፡፡ እንዲሁም አሕዛብ መኖራቸውን የምንመለከተው ደግሞ በምዕራፍ 16 ከተጠቀሱት 24 ስሞች ውስጥ ብዙዎቹ *የግሪክና የላቲን* ስሞች በመሆናቸው ነው፡፡

አንዳንድ የመጽሐፉ አስተማሪዎች ምዕራፍ 15 እና 16ትን ከሮሜ መልእክት ጋር ለማካተት ከመቸገራቸው ባሻገር፣ አጠያያቂም ሆኖባቸው ነበር፡፡ ይሁን እንጂ፣ አሳቡ በሮሜ መልእክት ውስጥ እንዲካተት ሊቃውንቱ ወስነዋል፡፡

ምንም እንኳ ጳውሎስ ከሮም አማኞች ጋር በአካል ተገናኝቶ ባያወቅም፣ በሰላምታው የብዙዎችን ስም ያነሣል፡፡ ምናልባት በኤፌሶን ሳለ በአገልግሎቱ ያውቁት የነበሩ አማኞች ወደ ሮም ስለ ሄዱ ሳይሆን አይቀርም ይህን የሚያደርገው ተብሎ ይታመናል፡፡ ከእነዚህም መካከል *ጵርስቂላ* እና *አቂላ* ይጠቀሳሉ፡፡ ነዋሪነታቸው በኤፌሶን የነበረ ሲሆን፣ በመካከሉ ግን ወደ ሮም በመሄድ የሮም ነዋሪዎች ሆኑ፡፡ ከዚያም በኋላ ከሮም ወደ ኤፌሶን እንደገና በመመለስ በአፌሶን ኖረዋል (1ኛ ቆሮ. 16÷19፤ 2ኛ ጢሞ. 4÷19)፡፡ በእስያ አገልግሎቱ ጌታን ተቀብሎ ዳግም የተወለደው ሰው *አጤኔጦስ* በኤፌሶን የታወቀ ስም ሲሆን፣ ጳውሎስ ለእርሱም ጭምር ሰላምታ አቅርቦለታል፡፡

አንዳንድ ሰዎች ቤተ ክርስቲያኒቱ በሐዋርያው ጴጥሮስ የተመሠረተች ናት ብለው ያምናሉ፡፡ ሆኖም ሐዋርያው ጳውሎስ የቅዱስ ጴጥሮስን ስም በመልእክቱም ሆነ በሰላምታው ውስጥ ሲጠቅስ ዐናይም፡፡ በሌላ ወገን ደግሞ የቤተ ክርስቲያኒቱ ሐዋርያ እና መሥራች ሐዋርያው ጳውሎስ ነው የሚሉም ተገኝተዋል፡፡ ይህን አመለካከት ውድቅ የሚያደርገው ሐኪሙ ሉቃስ በሐዋርያት *ሥራ* መጽሐፍ 28÷14-15 ያሰፈረው ዕውነት ነው፡፡ ጳውሎስ ከመምጣቱ በፊት በሮም ከተማ አማኞች «ዳግም የተወለዱ» እንደ ነበሩ ጽሑፉ ይገልጻል፡፡

ይህ የሮሜ መጽሐፍ የነፍስ መብል ነው፡፡ በየዕለቱ ደጋግመን ብናጠናው የበለጠ ዕርካታ የሚሰጥ የሕይወት ውኃ ወንዝ ሆኖ በውስጣችን ይፈስሳል፡፡ ከእነዚህም ሁሉ በላይ ደግሞ የክርስቶስ ኢየሱስ ውበት በጌታ በሆኑት ቅዱሳን ሁሉ ውስጥ ይገለጥ ዘንድ ልዑል እግዚአብሔር በፍትሕ ችሎቱ ውሳኔ ያስተላለፈበት የቃል ኪዳን ቃል ነው፡፡ ስለዚህ ይህንን መጽሐፍ ለነፍስዎ ስንቅ ይሆን ዘንድ እነሆ! እንላለን፡፡

የሮሜ መፅሐፍ አማኝ ከፀጋ በታች በመሆን ለበላይ ባለ ስልጣን መታዘዝ

የፖለቲካዊ ሥልጣን ፍቹ

ፖለቲካዊ ሥልጣን በአንድ ሀገር ላይ ያለን አጠቃላይ የመላው ሕዝቦች አስተዳደር ጨምሮ እስከ ክፍለ አገራት፣ በተለይ ግዛቶች፣ አውራጃዎችና ወረዳዎች ብለውም ቀበሌዎችና ገበሬ ማኅበራት እና ልዩ ልዩ ከተሞች የዘለቀን አስተዳደር እና የአስተዳደር ሥርዓት የሚመለከት ነው፡፡

የፖለቲካዊ ሥልጣን ዐይነቶችና ያላቸው ተቀባይነት

እንደ ዕውነቱ ከሆነ የፖለቲካዊ ሥልጣን ዐይነትና መልክ ብዙ መሆኑን መገንዘብ ይገባል፡፡ መጽሐፍ ቅዱሳችን እንዲህ ያለው ፖለቲካዊ ወይም ሕዝቦች መካከል የሚመሠረት መንግሥት ተቀባይነት ያለው ሲሆን፣ እንዲህ ያለው መንግስትና አስተዳደር ደግሞ ተቀባይነት የሌለው ነው አይለንም፡፡

መጽሐፍ ቅዱስ ስለየትኞቹም የአስተዳደር ዐይነቶች ዕገዳና ክልከላ ሳያደርግ፣ ሁሉንም ዐይነት የአስተዳደር (የመንግስት ዐይነቶች) የሚቀበል መስሎ በሚታይበት ወይም በተገለጸበት መልኩ ዜጎች በተለይም ደግሞ አማኞች የሆኑት ወገኖች ለዚህ አስተዳደር (መንግሥት) ሁለት ዐበይት ነገሮችን እንዲያደርግ ያዝዛል፡፡

የመጀመሪያው ዐቢይ ትእዛዝ በምድራችን ላይ ላለ መንግሥትም ሆነ በመንግሥቱ ውስጥ ላሉ ባለሥልጣናት ተገቢውን ዕውቅና እንዲሰጡ የሚናገር ነው፡፡ እዚህ ላይ ከሮሜ 13÷1-7 ሰፊ የሆነ ትምህርትን መቅሰም እንደሚቻል ሁላችንም ብንሆን የምናውቀው ጉዳይ ነው፡፡

በመሠረቱ ዕውቅናው ምን መሳይ ነው? የሚለውን ጥያቄ በቅድሚያ ብንመለስ መልካም ነው የሚሆነው፡፡ ክርስቲኖች በሚኖሩበት በየትኛውም አገር ያለ አስተዳደር (መንግሥት) አሊያም ፖለቲካዊ ሥልጣን ከእግዚአብሔር የተሰጠና ምድዊ በሆኑ ነገሮች ሁሉ ላይ የራስነት ተግባር ወይም ሚናን የሚጫወት ነው፡፡ ከእግዚአብሔር ካልተሰጠ በቀር ሥልጣን የለምና የሚለው ቃል ይህን በጽናት የሚያረጋግጥልን ነው፡፡

ይህ ነገር በእርግጥም ስለ እግዚአብሔር ባሕርይም ሆነ አሠራር እንደ ጠንካራ የሆነ ጉዳይን ይነግረናል፡፡ ይህም እግዚአብሔር የሥርዓት አምላክ መሆኑን እና የሰው ልጆችም

በሥርዓት መኖራቸውን የሚወድድ መሆኑን የሚያመለክተን ነው፡፡ አዎን የሰው ልጆች በሕግና በሥርዓት እንዲኖሩ ካስፈለገ ጌታ አምላክ እግዚአብሔር አንድ ነገርን ማድረግ የሚጠበቅበት ይሆናል፡፡ ይህም ደግሞ ሌላ ነገር ሳይሆን፣ ይልቁንም መሪነትን ለሰው ልጆች ማለትም ለማኅበረሰቦችም ሆነ ተቋማት የመስጠት ተግባር ነው፡፡ እንደ ዕውነቱ ከሆነ ጌታ አምላክ እግዚአብሔር የመሪነት ሠሪውን፣ ፈጣሪውን እንዲሁም አድራጊው ነው፡፡አዎን መሪነትን እግዚአብሔር ለእያንዳንዱ ሰው በግለሰብ ደረጃ ሰጥቷል፡፡ ይህም መላው አካሉን ሊመራ የሚችል አእምሮ (ራስ) የሚባል አካልን በመፍጠርና ለሰው መስጠት ዕውን የሆነ ነገር ነው፡፡በተመሳሳይ መንገድ ጌታ አምላክ እግዚአብሔር መሪነትን ለቤተ ሰብ ሰጥቷል፡፡ ይህም ደግሞ በልጆችም ሆነ በቀሪዎቹ የቤተ ሰብ አባላት ላይ በትዳር የተጣመሩት ጥንዶች መሪ በማድረግ፣ በባልና በሚስት ኅብረትና አንድነትም ላይ እንደዚሁ ባል የመሪነት ድርሻ እንዲኖረው ራስነትን እንዲላበስ ተደርጎ መፈጠሩ ነው፡፡ እንዲህ ባለው አግባብም ጌታ አምላክ እግዚአብሔር አንድን ማኅበረሰብ ወይም ሕዝብ እንዲሁ ለገዛ ራሱ ስሜትና አሳብ ሲተወው አንመለከትም፡፡ ይልቁንም መንግሥት የሚባል አካልን ለማኅበረሰቡም" ሆነ ለመላው የአገሪቱ ዜጎች በሥርዓትና በሕግ አግባብ ይሄዱ ዘንድ ራስ አድርጎ ሰጠ፡፡

ከዚህም መሪነትን በተመለከተ ከእግዚአብሔር አምላክ ልንማራቸው የምንችላቸውም ሆኑ የሚገቡ በርካታ መርኆችን ወደ መቃኘቱ እናልፋለን፡-

መርኅ - 1 መሪነትን የሚሰጥ ጌታ አምላክ እግዚአብሔር ነው!

መርኅ - 2 መሪነት ስጦታ ነው!

መርኅ - 3 እግዚአብሔር አምላክ ከምንም ነገርም ሆነ ከማንም በላይ መሪነትን ያከብራል!

መርኅ - 4 የሰው ልጆች እግዚአብሔር ያቋቋመውን መሪነት መቀበልና ማክበር ለዚህም መሪነት ደግሞ መገዛት ይኖርባቸዋል!

መርኅ - 5 መሪነት በሌለበት ሥፍራ ሁልጊዜም ቢሆን ትርምስ እና ሥርዓት-ዐልበኝነት ይሰፍናል!

መርኅ - 6 ከእያንዳንዱ ተቋምም ሆነ ማኅበራዊ ክስተት በስተጀርባ ተፈጥሮአዊነት ያለውም ሆነ በእግዚአብሔር የተቋቋመ መሪነት አለ!

መርኅ - 7 ልክ እንደ እግዚአብሔር አምላክ ሁሉ የሰው ልጆችም እንደዚሁ መሪነትን የሚመለከቱበት የተከፈተ ልብና በጎ ሕሊና ሊራቸው ይገባል!

መርኅ - 8 የሰው ልጆች የመሪነት ፈጣሪ አምላካቸውን እግዚአብሔርን በመከተልና በማክበር መሪነትን በማንፀባረቁ ረገድ የገዛ ራሳቸውን ሚና ሊጫወቱ ይገባቸዋል!

ሁለተኛው ዐቢይ ትእዛዝ ለምድራዊ መንግሥት ዕውቅና ከመስጠት ባሻገር እያንዳንዱ አማኝ ተገቢውን ኀላፊነት ሊወጣ ይገባል ይላል፡፡ ለመሆኑ እያንዳንዱ አማኝ ሊወጣው የሚገባ ኀላፊነት ምንድን ነው? ብለን ከጠየቅን የሮሜ 13፥1-7 ምንባብ የሚከተሉትን መሠረታውያን ነጥቦች ይሰጠናል፡፡

እነዚህም ክብር ለሚገባው ክብርን፣ ግብርና ቀረጥም ለሚገባው ደግሞ እንዲሁ ግብርንና ቀረጥን መክፈል ነው፡፡ ይህም ደግሞ መንግሥት በአገሪቱ ውስጥ የሚያከናውናቸውን በርካታ ማኅበረሰቡን የሚጠቅሙ ተግባራት ዕውን ለማድረግ እና በዚህም ደግሞ የማኅበረሰቡን ሰላምና ሁለንተናዊ ደኅንነት ለማስጠበቅ የሚረዳ እንደ ሆነ በቀላሉ መመልከት እንችላለን፡፡

መሪነትን ወይም አስተዳደርን በማክበር ተግባር ላይ አማኞች የሚኖራቸው የአገልጋይነት ሚናእንደ ዕውነቱ ከሆነ አገልጋዮችም ሆኑ መላው ምእመናን መሪነትን ወይም አስተዳዳሪነትን አክብረውና ተገቢውንም ኀላፊነቶቻቸውን ተወጥተው መገኘታቸው በእርግጥም እነርሱን ይህ ድርጊታቸው በራሱ የእግዘአብሔር አገልጋዮች እንዲሆኑ ያደርጋቸዋል፡፡ አንድን የመንግሥት ሥልጣን እና አስተዳደር መላው ዜጎች፣ በተለይም ደግሞ ለማያምኑቱ ማኅበረሰቦች የምሳሌነት ሚና የሚኖራቸው አማኞች መደገፋቸው ያንን ሥልጣንም ሆነ አስተዳደር በሁለት ዕግሮቹ ጸንቶ እንዲቆም ያደርጉታል፡፡

የቱም ምድራዊ መንግሥትም ሆነ አስተዳደር ከሥሩ ሆነው ባላቸው ዐቅም የሚደግፉት አካላት ከሌሉት በቀር ሩቅ ርቀት ሊሄድ አይችልም፡፡ አዎን ይህ መንግሥትም ሆነ አስተዳደር የቱንም ያህል መልካምነትን የተሞላ ቢሆንና ታላላቅ ራእዮችን የሰነቀ ቢሆንም፣ ለብቻውና ያላጋዥ የቱንም ትርጕም ያለው ተግባር ማከናወን እና ተገቢውን ለውጥ ሊያመጣ አይችልም፡፡ (ሀሮልድ ራውሊንግስ፣ መሠረታውያን የመጥመቃውያን (የባብቲስ) እምነቶች፣ ተርጓሚና አርታዒ፣ ዳንኤል ተሾመ (ቀራኒዮ ባብቲስት ቤተ ክርስቲያን፥-256-263)

ዜጎች ተገቢውን ክብር ለባለ ሥልጣናት፣ አስፈላጊ የሆነውን ግብርና ቀረጥ ደግሞ ለመንግሥት በማይከፍሉበት ሁኔታ መንግሥት ተግባሩን ለመወጣት የሚረዳውን ዐቅም ሊያገኝም ሆነ የመሪነት ሥራውን በአግባቡ ሊወጣ አይችልም፡፡ ስለሆነም የማኅበረሰቡን ሰላምና ደኅንነት ለማስጠበቅ በሚያደርገው ጥረት ላይ የገንዘብ ዐቅም ከማጣቱ የተነሣ

ሥራዎቹን በመፈጸምና ለማኅበረሰቡ በሚሰጠው ግልጋሎት ላይ በርካታ ሳንካዎች እና ዕንቅፋቶች ይገጥሙታል፡፡

በተለይም በዘመናዊው ዓለም የመሠረተ ልማት አውታሮች (ኢንፍራስትራክቸር) የመገንባት፣ እንደ ትምህርት ቤትና የሥራ ተቋማት ያሉትን ለሕዝብ ወሳኝ ሚና የሚጫወቱ ተቋማት በመገንባት እንደ ንጹሕ የውኃ አቅርቦት፣ የመብራትና የቴሌኮም አገልግሎት፣ ብሎም የደረቅ እና የፈሳሽ ቆሻሻ አወጋገድ አገልግሎት ሥራዎችን መንግሥት ማከናወን ይጠበቅበታል፡፡

እነዚህን ሥራዎች ሁሉም ዜጎች በአጠቃላይ፣ ክርስቲያኖች ወይም አማኞች ደግሞ በተለየ መንግስት መሥራት እንዲችልና መላው የአገሪቱ ዜጎች ተጠቃሚ መሆን እንዲችሉ ቢያንስ ቢያንስ ግብራቸውንም ሆነ ተገቢውን ቀረጥ እንዲሁም የትኞቹንም ሊከፈሉ የሚገባቸው ክፍያዎች ወይም ቀረጦች በመክፈል መንግሥትን ማገዝ ይኖርባቸዋል፡፡ምክንያቱም ይህ የራሱን ሚና አላብሶ ጌታ አምላክ እግዚአብሔር መንግሥትን ያቋቋመበት የመለኮት አሳብና ፈቃድ ያለበት ሥርዓት በመሆኑ ነው፡፡ ስለዚህም ለክርስቲያኖች ለመንግሥት የመገዛት ጉዳይ ለእግዚአብሔር ሥርዓት የመገዛት ዐይነቱና ከልብና በቍርጠኝነት ሊሚፈጸም የሚገባው ጉዳይ ነው፡፡ ለዚህም ነው ይህን ማድረግ በእርግጥም እግዚአብሔርን ማገልገል ነው ተብሎ የተነገረው፡፡

ከዚህም ደግሞ ክርስቲያኖች ሁለት ዐበይት የአገልግሎት መስኮች እንዳሉዋቸው እንረዳለን፡፡ ይህም ክርስቲያኖች ጌታ አምላክ አግዚአብሔርን በሁለት መንገዶች ያገለግላሉ እንደ ማለት ነው፡፡ አንደኛው እግዚአብሔርን የሚያገለግሉበት መንገድ በማኅበረሰቡ ውስጥ ለሕዝቡም ሆነ መንግሥት የሚጠበቅባቸውን ኀላፊነት መወጣት ነው፡፡ ክርስቲያኖች ወይም ዳግም ልደትን ያገኙ አማኞች እግዚአብሔርን የሚያገለግሉበት ሌላው መንገድ በወንጌል ሥራ ውስጥ ወይም በእግዚአብሔር መንግሥት ውስጥ (የክርስቶስ አካል በሆነችው በቤተ ክርስቲያን ውስጥ) በየተሰጣቸው ጸጋ ጌታንም ሆነ አካሉን ቤተ ክርስቲያንን ማገልገል ነው፡፡ አንደኛው የአገልግሎት መስክ ምድራዊ ተግባራትን ሁሉ በተገቢው መንገድ መወጣትን ትኩረቱ ያደረገ ሲሆን፣ ሁለተኛው የአገልግሎት መስክ ደግሞ መንፈሳዊ ተግባራትን ሁሉ በተገቢው መንገድ መወጣትን የሚጠይቅ ነው፡፡

ፖለቲካዊ ሥልጣን አንዱ የእግዚአብሔር አምላክ በረከት እና መግቦቱ መገለጫ መንገድ ነው፡፡ መንግሥት በሚሠራቸው የልማት እና በይበልጥም ደግሞ የመሠረተ ልማት ተግባራት አማካይነት መላ ማኅበረሰቡ በብዙ መንገዶች ይጠቀማል፡፡ የነዋሪዎች ወይም የዜጎች ልጆች ይማራሉ፤ ደግሞም ተምረው ትልቅ ከሚባል ሥፍራ ላይ ይደርሳሉ፡፡ መላው ቤተ ሰቡ የጤና አገልግሎትን በቀላሉ ያገኛሉ፤ እናም ከሕመማቸው ታክመው ይድኑና ወደ ተለመደው የዕለት ተዕለት ተግባራቸው ያመራሉ፡፡

አዎን ማኅበረሰቡ ንጹሕ የውኃ አቅርቦት፣ የደረቅና ፈሳሽ ቆሻሻ ማስወገድ አገልግሎት፣ የኤሌክትሪክ ኃይልና የቴሌኮም አገልግሎትን ከመንግሥት ያገኛል፡፡ በተጨማሪም የመንገድና የድልድይ ሥራዎችን ጨምሮ የመዝናኛ ማዕከላትና የመኖሪያ ቤት አቅርቦቶችን ... ወዘተ ማኅበረሰቡ የሚያገኝበትና ብዙዎችም በእነዚህ ፕሮጀክቶች ተጠቃሚዎች የሚሆኑበት ሁኔታ ይፈጠራል፡፡ ይህም ደግሞ መንግሥትን የእግዚአብሔር በረከትም ሆነ መግቦት መምጫ መንገድ እንዲሆን ያደርገዋል፡፡ ከዚህም ደግሞ መንግሥታት በዕውነተኛው መልኩ ተግባራቸውን በሚያከናውኑበት ጊዜ ሪሪለመላው ሕዝባቸውም ሆነ ለአገሪቱ ዜጎች ሁሉ ብሎም ለሌሎች ዕንግዶችና መጻተኞች ሁሉ እንኳ የእግዚአብሔር አገልጋዮች እንደ ሆኑ እንረዳለን፡፡

መንግሥታት ከተመሠረቱበት ዓላማና ከሰናይ ተግባራቸው የሚያፈነግጡበት ጊዜ ይኖራል በምድር ላይ ከተነሡ መንግሥታት መካከል ብዙዎቹ መልካምና ለሕዝቸው የሚያስቡ፣ ደግሞም አንጻራዊነት ባለው መልኩ ሲታዩ ለሕዝባቸው በጎነትንና ሁለንተናዊ ደኅንነት የሠሩ፣ ብሎም በዚህ ረገድ ከእግዚአብሔር የተሰጣቸውን ኀላፊነት በመወጣት ለሌሎች ዜጎች ሁሉ በአጠቃላይ፣ ለአማኞችም ደግሞ በተለይ የእግዚአብሔር አገልጋይ ሆነው የተገለጡ እንደ ነበሩ የዓለም ታሪክ ያስረዳል፡፡ ይሁን እንጂ፣ በምድራችን ታሪክ ውስጥ በየዘመኑ በልዩ ልዩ ሥፍራዎች ከተነሡ መንግሥታት መካከል አንዳንዶቹ ጨቋኝ እና ሕዝባቸውንም በብዙ መንገዶች የጐዱ መሆናቸውን ይነግረናል፡፡

ከዚህ ዐይነቱ ታሪክ በመነሣት ሊጠየቅ የሚገባው አንድ ዐቢይ ጥያቄ አለ፡፡ ይህም፡- “ለመሆኑ መጽሐፍ ቅዱሳችን በአጠቃላይ፣ ሮሜ 13÷1-7 ምንባብ ደግሞ በተለይ ለመንግሥትም ሆነ ለባለ ሥልጣናት እንዲገዙ የሚያዝዘው የእግዚአብሔር ቃል ትእዛዝ መልካሞቹን መንግሥታት እና ገዦች ብቻ የሚመለከት ነው? ወይስ የትኞቹንም ዐይነት መንግሥታት እና ገዦች ጭምር የሚመለከት ነው ወይ?” የሚል ነው፡፡ በመሠረቱ ይህ

ጥያቄ በራሱ አንድ ራሱን የቻለ" ርእሰ-ጉዳይ ስለሆነ ከዚህ በታች ራሱን ችሎ በቆመ ርእሰ-ጉዳይ መልኩ የምንመለከተው ይሆናል፡፡

መገዛት የሚኖርብን እንዴት ላለው መንግሥት ነው? የሮሜ መጽሐፍ በተለይም ደግሞ ሮሜ 13÷1-7 ያለው ክፍል በአጠቃላይ አነጋገር ለመንግሥት ስለ መገዛት አስፈላጊነት ይነግረናል እንጂ፣ በእርግጥም እንዴት ላለው ዐይነት መንግሥት መገዛት እንዳለብና እንዴት ዐይነት ለሆነው መንግሥት ደግሞ መገዛት እንደ ሌለብን አይነግረንም፡፡ ስለዚህም ይህንን ጥያቄ ሮሜ 13 እንደማይመልሰው ከወዲሁ መገንዘብ ይጠቅማል፡፡ ታዲያ በልባችን የሚጫርና በአእምሮዋችን ውስጥ የሚጉላላ ጥያቄ ደግሞ ሮሜ 13ን ለዚህ ጥያቄያችን መልስ ልናደርገው አንችልም ወይ? የሚለው ነው፡፡ ይህንን ጥያቄም ወደ መመለሱ ስናመራ እያንዳንዳችን የመጽሐፍ ቅዱስ ክፍሉ ከተሰጠበት ዐውድ በመነሣት ነው መመልከት ያለብን የሚል መረዳትን ወደ መያዙ እንመጣለን፡፡ (ዳንኤል ተሾመ፣ ስለ መጽሐፍ ቅዱስ ሊታወቁ የሚገባቸው መሠረታውያን ጉዳዮችና የትርጉም ዘዴዎች፣ 1998፣ 46)

አንዳንድ ጊዜ ሰዎች ስለ አንድ ጉዳይ ከሚናገር ምንባብ በጉዳዩ ዙሪያ የሚነሡ ጥያቄዎችን ሁሉ ለመመለስ ሲጥሩ እንመለከታቸዋለን፡፡ ይሁን እንጂ፣ አንድ ብል ሊታወቅ የሚገባው ነገር አለ፡፡ ይኸውም አንድ ምንባብ በውስጡ ሊገልጠው ከያዘውና በጸሐፊው ከታሰበ አሳብ በላይ የሆኑ ነገሮችን ይይል ወይም እኛ የሰው ልጆች በተመሳሳይ ርእሰ-ጉዳዮች ላይ የምናነሣቸውን ጥያቄዎች ሁሉ ይመልሳል ተብሎ ሊታሰብ አይገባም የሚል ነው፡፡ (ጎርደን ዲ. ፊ እና ዳግላስ ስቱዋርት፣ መጽሐፍ ቅዱስን ለሁለንተናዊ ጥቅሙ፣ ተርጓሚ፡- ግርማዊ ቡሽ፣ (ኤስ አይ ኤም ኢትዮጵያ፡2000)፣ 37-54፡፡

እንዲህ ዐይነቱ አስተሳሰብ በመሠረቱ ከሥነ አፈታትም ሆነ ከዐውዳዊነት ሕግ አንጻር ከቶም ቢሆን ዕውነት ያልሆነና የተሳሳተ መረዳት እንደ ሆነ መገንዘብ ያስፈልጋል፡፡ አንድን ምንባብ ከሥነ አፈታት መርኆች ባፈነጠና ከዐውዱ ውጭ የሚናገር እንደ ሆነ አድርጎ ለመመልከት መጣር ገና ከመነሻችን እኛኑ ትልቅ ስሕተት ውስጥ የሚጨምረን ነው፡፡ ይህንን ርእሰ-ጉዳይ እና በውስጡ የተነሣን ዐቢይ ጥያቄ ለመመለስ ያህል ሦስት ነጥቦችን በአጭሩ መመልከት ግድ ይላል፡፡

ሀ. ሮሜ 13 በውል የሚያስጨብጠን ነገር ምንድን ነው?
ለ. ለመንግሥት መገዛት የሁልጊዜ ተግባር ነው ወይ?

ሐ. ለመንግሥት መገዛት ወይም መታዘዝ ተገቢ የማይሆነው መቼና እንዴት ባለው ሁኔታ ውስጥ ነው?

ሰ. ሮሜ 13 በውል የሚያስጨብጠን ነገር ምንድን ነው?

የሮሜ 13፥1-7 መልእክት አንድን አገርና ሕዝብ የሚያስተዳድር መንግሥት እና በመንግሥት መዋቅር ውስጥ የሚገኝ የኀላፊነት ሚና የሚኖራቸው አስተዳዳሪዎችን እግዚአብሔር አምላክ እንደሚሰጥ፣ ይህ መንግሥትና አስተዳዳሪዎችም ደግሞ ለሕዝቡ መልካም ነገሮችን የሚያደርጉ እንደ ሆኑ አበክሮ ያሳስባል፡፡

በሌላ መልኩ ደግሞ መንግሥት ክፉ አድራጊዎችን የሚቀጣ፣ በአንጻሩ ደግሞ መልካም የሚያደርጉ ሰዎችን የሚያመሰግንም ሆነ አንዳንዴ ደግሞ የሚሸልም እንደ ሆነ አድርጎ ይናገራል፡፡ ስለዚህም ምእመናን፣ መንግሥትም ሆነ በመንግሥት ሥልጣን ላይ ያሉቱ አስተዳዳሪዎች ሁላቸውም የእግዚአብሔር አገልጋዮች ሆነው ለማኅበረሰቡ የተሰጡ ስጦታዎች መሆናቸውን በማወቅ አማኞች ሁለት ዐይነት ነገሮች ሊያደረፍጉ እንደሚገባቸው ያሳስባል፡፡

አንደኛው መንግሥታቸውንና ገዦቻቸውን ከእግዚአብሔር ዘንድ እንደ ተሰጡዋቸው ስጦታዎች አድርገው መመልከት ነው፡፡ ሁለተኛው ደግሞ ለመንግሥት የሚጠበቅባቸውን ኀላፊነታቸውን መወጣት ነው፡፡ ይህም ደግሞ የመንግሥት ባለ ሥልጣናትን በማክበር፣ ተገቢውን ግብርም ሆነ ቀረጥ በመክፈል ሊገለጥ የሚገባው ነገር ነው፡፡ ሮሜ 13 ከዚህ ውጭ በመሄድ ጨቋኝ እና ግፈኛ የሆኑ ገዥዎችንም ሆነ መንግሥታትን አስመልክቶ ምንም የሚነግረን ወይም እንደ ብርሃን የሚፈነጥቅልን ፍንጭ የለም፡፡ ስለዚህም እንደዚህ ያለውን ጥያቄ ለመመለስ ብቃት ያላቸውን ወይም ፍንጭ የሚሰጡንን ምንባቦች ወደ መመልከቱ ማምራቱ ተገቢነት ያለውም ሆነ ብቸኛው ተመራጭ መንገድ ይሆናል፡፡

ለመንግሥት መገዛት የሁልጊዜም ተግባር ነው ወይ? እንደ ሮሜ 13፥1-7 ምንባብ ከሆነ፣ ለመንግሥት መገዛት የአማኞችም ሆነ የዜጎች ሁሉ የዘወትር ተግባር ሊሆን የሚገባው ነገር ነው፡፡ እንደ ዕውነቱ ከሆነ አንድ ማኅበረሰብ ጸጥና ዝግ ብሎ በሰላምና ደኅንነቱ ተጠብቆ እንዲኖር ወይም ለመላው ማኅበረሰቡ ሁለንተናዊ ጥቅም ሲባል ሕግን እና ሥርዓትን የሚያስከብር መንግሥት ማግኘት ግድ የሚል ነገር ነው፡፡ ያለ ሕዝባዊ መንግሥት ሕግ እና ሥርዓት ሊከበር አይችልም፡፡ ሕግን እና ሥርዓትን ማስከበር፣ ብሎም የዜጎችን ኑሮና ሕይወት ማሻሻል፣ ደግሞም የአገር ዳር-ድንበር ማስከበር እና መላው አገሪቱን ማልማት ምንጊዜም ቢሆን ሊኖር የሚገባና ሁሉም አካላት የየድርሻቸውን

በመወጣት ሊረባረቡበት የሚገባው ጉዳይ ነው:: በዚህ ረገድ መትጋት ብሔራዊ ግዴታም መሆኑን በውል ማጤን ይገባል::

ከዚህ አንጻር ሲታይ መንግሥት በአንድ ማኅበረሰብም ሆነ አገር ውስጥ ሊኖር ግድ ነው:: ደግሞም መንግሥት እንዲኖርም ሆነ ተገቢውን ኃላፊነቱን እንዲወጣ ዜጎች ሁሉ በአጠቃላይ፣ አማኞች የሆኑቱ ክርስቲያኖች ደግሞ በተለይ ቃሉ እንደሚል ለመንግሥትም ሆነ መንግሥት ለሚሾማቸው ባለ ሥልጣናት የሚገባቸውን ክብር በመስጠት፣ ግብርንም ሆነ ቀረጥን በተገቢው መንገድ እና በወቅቱ በመክፈል የሁልጊዜም ኃላፊነታቸውን መወጣት ይኖርባቸዋል::

አዎን ጉዳዩ ከዚህ አንጻር ሲታይ አማኞች ሁልጊዜም ቢሆን ለመንግሥት ሥልጣን መገዛት ይኖርባቸዋል:: ለመንግሥት የመገዛት ጉዳይም ከዚህ አንጻር ሲታይ ሁልጊዜም ቢሆን ሊተገበር የሚገባው ነገር እንመለከተዋለን:: አዎን የሕዝብና የአገር ሰላምና ደኅንነት እንዲረጋገጥ ካስፈለገ የግድ አገርና ሕዝብን የሚያስተዳድር መንግሥት ሊኖር ይገባል:: አንድ መንግሥት እንዲመሠረትም ሆነ እንዲኖር ደግሞ ዜጎች ለዚህ መንግሥት ሊሰጡት የሚገባው ዕውቅና እና እንደ ግብርና ቀረጥ ያሉ ሊከፍሉዋቸው የሚገቡ ክፍያዎችን በመክፈል ተግባራዊ ድጋፍ ማድረጋቸው ወሳኝ ነገር ሆኖ እንመለከተዋለን:: ይህ ደግሞ በእርግጥም ለመንግሥት ሥልጣን መገዛትን ከንግግር ባለፈ በተግባር ማሳየትን የሚጨምር ልምምድና ትክክለኛ የሆነ ድጋፍ ነው:: ይህ ነገር ከሁሉም ዜጎች የሚጠበቅ ሲሆን፣ ዳግም ከተወለዱና ቃለ-እግዚአብሔርን ከሚከተሉ ሰዎች ደግሞ በይበልጥ የሚጠበቅ ነገር ነው::

ለመንግሥት መገዛት ወይም መታዘዝ ተገቢ የማይሆነው መቼ ነው ወይም እንዴት ባለው ጊዜና ሁኔታ ውስጥ ነው? እንደ ዕውነቱ ከሆነ መጽሐፍ ቅዱሳችን ለመንግሥትም ሆነ ለሥልጣን አለመገዛትን አስመልክቶ በግልጽ ወይም በቀጥታ የሚናገረው ነገር አለመኖሩን በውል ማጤን ተገቢነት ያለው ነገር ነው:: ይሁን እንጂ፣ መጽሐፍ ቅዱሳችን ከተግባራዊ ሕይወት ተሞክሮ ማለትም ከእግዚአብሔር ሰዎች ሕይወት ተሞክሮና ለአንዳንድ የተለዩ አጋጣሚዎች እነርሱ በእግዚአብሔር ቃልና በሕይወት ድርጊቶቻቸው ከሰጡዋቸው በርካታ ፍንጮች አንዳንድ ጊዜ በአንዳንድ ጉዳዮች ላይ ለሥልጣን መገዛትን ዕምቢ ማለት እንደሚቻልም ሆነ ተገቢ እንደሚሆን የሚያሳዩ ፍንጮች እዚህም እዚያ እንደ ተሰጡን መርሳት የለብንም::

ከዚህም መጽሐፍ ቅዱስ መሠረታዊነትና መደበኛነት ባለው መልኩ ለመንግሥትም ሆነ ለሥልጣን መገዛት ተገቢነት እንዳለው፣ ነገር ግን ዐልፎ ዐልፎ ኢመደበኛነት ባለው መልኩ እና መንግሥታት ከተለመዱ ወጣ ያሉና ኢምግባራዊ የሆኑ ወይም ከፈቃደ-እግዚአብሔር ጋር የሚጋጩ ትእዛዛትን ወይም ሕጎችን በሚያወጡ ጊዜ ለታላቁ" ባለ ሥልጣን ለእግዚአብሔር ስለመታዘዝም ሆነ ለእርሱ ክብር ሲባል የመንግሥታቱንም ሆነ የባለ ሥልጣናቱን ትእዛዛት ዕምቢ ማለት ተገቢነት እንዳለው መጽሐፍ ቅዱስ ያስተምረናል፡፡

በብሉይ ኪዳናዊ ፍንጮች

ሲድራቅና ሚሳቅ፣ እንዲሁም አብደናጎ ንጉሡ ናቡከደነፆር ላቆመው ምስል አንሰግድም ብለው በተቃውሞ ጸንተው የቆሙበት የእምነት ገድል፣ የእግዚአብሔር ሰው መርዶክዮስ ለሐማ አልሰግድም ብሎ በእምነት ጸንቶ የቆመበት የእምነት ገድል፣ ነቢዩ ዳንኤልም በተመሳሳይ ከንጉሥ በቀር ማንም ለአንድ ወር ጊዜ ወደ ሰውም ሆነ ወደ አምላክ ልመና እንዳያቀርብ የወጣውን ትእዛዝ በመቃወም በአምላኩ ፊት በቀን ሦስት ጊዜ ተንበርክኮ ያደረገው ጸሎት ነገሥታትም ሆኑ የትኞቹም ምድራዊ ባለ ሥልጣናት ከፈቃደ-እግዚአብሔር ውጭ የሆነና ኢምግባራዊ የሆኑ ትእዛዛትን በሚያስተላልፉ ጊዜ አማኞች ዕምቢተኞች መሆን እንደሚችሉም ሆነ እንደሚገባቸው ማሳየ የሚሆኑን ጥቂት ፍንጮች ናቸው፡፡

ለመሆኑ የእነዚህ ሰዎች ድርጊት እንድምታዊ መልእክቱ ምንድን ነው? ከእነዚህ ቅዱሳን የሕይወት ታሪክና ተግባራዊ ለሆኑ ነገሮች በሰጡዋቸው ድርጊታዊ ምላሾች የምናገኘው አንድ ዐቢይ የሆነ እንድምታዊ መልእክት የትኞቹም መንግሥታትም ይሁኑ ምድራዊ ባለ ሥልጣናት ከፈቃደደ-እግዚአብሔር ውጭ የሆኑ እንዲሁም ከቃለ እግዚአብሔር ውጭ የሆኑ ወይም የሚጣሉ ጣዖትን ማምለክን ጨምሮ የትኞቹንም ኃጢአትነት ያላቸውን ነገሮች እንዲፈጽሙ በሚያዝዙ ጊዜ፣ በየትኛውም ዘመን ያሉ አማኞች በእነዚህ የተጠሉ ድርጊቶችና ልምምዶች ረገድ ከመታዘዝ ነፃ መሆናቸውን ሊያውቁ ይገባል የሚል የሚል ነው፡፡

አማኞች እንዲህ ባለው ፈታኝ ጊዜ ሊያስቡት የሚገባቸው ነገር በምድር ላይ ሲኖሩ በቀዳሚነት ሊከተሉት የሚገባው የአምላካቸውን የእግዚአብሔርን ሕግና ፈቃደ-እግዚአብሔርን መሆኑን ነው፡፡ የትኞቹንም ምድራዊ ሕጎች እና ትእዛዛት ሊከተሉ የሚገባቸው ከፈቃደ እግዚአብሔርም" ሆነ ከቃለ እግዚአብሔር ጋር እስካልተጋጩ ድረስ እንደ ሆነም በሚገባ ሊረዱ ይገባል፡፡ አዎን የአማኞች ዋነኛ ተጠሪነትም ሆነ ተጠያቂነት

ለእግዚአብሔር ለአምላካቸው መሆኑን በውል ሊገነዘቡና ይህንንም ደግሞ በተግባር በዕለት ተዕለት ሕይወታቸው ሊገልጡት ይገባቸዋል፡፡ አዎን አማኞች በዚህ መረዳትና ግንዛቤ ላይ ተመሥርተውና ተደላድለው ሊመላለሱ በዚህም ደግሞ በሆነ ባልሆነው ከመረበሽም ሆነ ግራ ከመጋባት ርቀው የጌታ ፈቃድ ወይም ቃለ-እግዚአብሔርን ብቻ እንደ ነፍስ መልህቅ ይዘው መመላለስ ይኖርባቸዋል፡፡ ይህ ለእነርሱ ስኬታማ የሆነ ክርስቲያናዊ ሕይወትን እንዲመሩ የሚረዳቸው ጥበብ መሆኑን በውል መገንዘብም ያስፈልጋቸዋል፡፡

አዲስ ኪዳናዊ ፍንጮች

ለመንግሥትም ሆነ ለምድራዊ ባለ ሥልጣናት መገዛትን ወይም መታዘዝን ዕምቢ ስለምንልባቸው ሁኔታዎች ልክ እንደ ብሉይ ኪዳን ሁሉ አዲስ ኪዳንም እንደዚሁ የሚሰጠን እንድምታዊ መልእክት አለ፡፡ ይህም ደግሞ በቀጥታ ንግግር ወይም በትእዛዝ መልኩ የተሰጠን ሳይሆን፣ ይልቁንም ሕያዋን በሆኑቱ ቅዱሳን ሰዎች ሕይወትና የሕይወት ልምምድ ወይም ተሞክሮ መልኩ የተላለፈልን እንድምታዊነት ያለው መልእክት ወይም ድርጊት መሆኑን በውል መገንዘብ ይኖርብናል፡፡

እንደ ዕውነቱ ከሆነ ፈሪሳውያን እና ሰዱቃውያን ሐዋርያቱን ሰብስበው በጌታ በኢየሱስ ስም እንዳይናገሩ ወይም ወንጌልን እንዳይሰብኩ በከለከሉዋቸው ጊዜ ሐዋርያቱ በቀጥታ ለዚህ ክልከላ የሰጡት ምላሽ "ከእግዚአብሔር ይልቅ ለሰው መታዘዝ የሚገባን እንደ ሆነ እናንተው ቁረጡ ወይም ወስኑ!" የሚል ነበር፡፡ በመሠረቱ ሐዋርያቱ በዚህ ንግግራቸው ውስጥ ያስቀመጡት አንድ ገዥ የሆነ መርኅ አለ፡፡ ይኸውም የምድራዊ መንግሥትም ሆነ ባለ ሥልጣናት ሕጎችና ትእዛዛት ከሰማያዊው ባለ ሥልጣን ከእግዚአብሔር ሕጎችና ትእዛዛት ጋር እስካልተጋጩ ድረስ ብቻ ሊታዘዙዋቸው የሚገቡ መሆናቸውን፣ ዳሩ ግን የእነዚህ መንግሥታትም ሆኑ ምድራዊ ባለ ሥልጣናት ሕጎችና ትእዛዛት ከፈቃደ-እግዚአብሔር (ከቃለ እግዚአብሔር) ጋር የሚጋጩ ከሆኑ ማንም ሊታዘዛቸው እንደማይገባ የሚናገር ገዥ የሆነ ወይም የቍልፍነት ሚና ያለው መርኅ ነው፡፡

ለመንግሥትም ሆነ ለሕዝባዊ ባለ ሥልጣናት መገዛትን ዕምቢ የምንልበት አግባብ ምን መሳይ ነው? ዕውነቱን እንነጋገር ከተባለ ለመንግሥትም ሆነ ለምድራዊ ባለ ሥልጣናት ልንገዛ የማይገባበት ወይም መታዘዝን ዕምቢ የምልበት አግባብ በሁለት ዐበይት መርኆች ላይ የተመሠረተ መሆኑን በውል መገንዘብ ያስፈልጋል፡፡

አንደኛው ከፈቃደ-እግዚአብሔር (ከቃለ-እግዚአብሔር) የሚያፈነግጥ ትእዛዝ እነዚህ ባለ ሥልጣናት በሚሰጡን ጊዜ እንዲህ ያለውን ኃጢአትንም ሆነ ዐመፅን ማዕከሉ ያደረገ ተግባር አንፈጽምም ብለን በልዩነትም ሆነ በተቃውሞ የምንቆምበት መርኅ መሆኑን በውል መገንዘብ ያስፈልጋል፡፡ (Wilbur O'Donovan, Biblical Christianity in the African Perspective, Paternoster Press: 2000 reprint, 16-20.)

ሁለተኛው መርኅ ደግሞ እንዲህ ያለውን ተቃውሞ የምናራምደው በአንድ በተወሰነ ወቅት እና ጉዳይ ላይ ከፈቃደ-እግዚአብሔር የወጣ ወይም ከእግዚአብሔር ቃል ጋር የሚጋጭ ነገርን እንድናደርግ በምንጠየቅበት ጊዜ ብቻ ነው የሚል ነው፡፡ ይህም ደግሞ በተወሰኑ የልዩነት ነጥቦች ላይ እና እንዲህ ያለው ትእዛዝ በሚተገበርበት መልኩ እስከ ቀጠለ ድረስ ብቻ እንጂ፣ ከዚህ በኋላ በየትኛውም ነገር ላይ በቋሚነት አልታዘዝም በሚል ዐመፅ እና ዕብሪት ላይ በመመሥረት አለመሆኑን የሚያሳስበን ነው፡፡

ምክንያቱም መንግሥታዊ ሥልጣንንም ሆነ አስተዳደራዊ ኀላፊነትን የሚሰጥ ጌታ አምላክ እግዚአብሔር ስለሆነ፣ እነዚህን ባለ ሥልጣናት እና መንግሥታት ከጌታ የተቀበልናቸው ስጦታዎችና ለመላው ሕዝቡም ሁለንተናዊ መልካምነት የሚሠሩ ስለሆኑ፣ ደግሞም የእግዚአብሔር በረከትና መግቦት የሚያልፍባቸው አገልጋዮች ስለሆኑ እነርሱን ማክበርም ሆነ ለእነርሱ መገዛት ይህንን ሁሉ ጥቅም የሚያስገኝልን በመሆኑ እና ሰላምን ደኅንነትም በዕጃቸው የሚረጋገጥባቸው ኃይላት ስለሆኑ ይህንን የመገዛት ጉዳይ እንደ የሁልጊዜ ኀላፊነታችን አድርገን ልንወስደው ግድ የሚል ስለሆነ ነው፡፡

ስለዚህም ለመንግሥታትም ሆነ ለባለ ሥልጣናት ወድደን እና ፈቅደን የምንገዛ መሆናችንን በአንድ በኩል እያስታወቅን፣ በሌላ በኩል ደግሞ ኢምግባራዊነት ያለውና ኃጢአትነት ያለውን ወይም ኢፍትሐዊነት ያለውን በመንግሥት የታዘዘ ነገር የምንቃወምም ሆነ የማንታዘዝ መሆናችንን በምንገልጥበት መልኩ በማኅበረሰቡ መካከል ልንመላለስ ያስፈልጋል፡፡

ዳሩ ግን ይህንን ከማድረግ ዐልፈን ወደ ዐመፅና የብጥብጥ ተግባር ዘልቀን ልንገባ አይገባንም፡፡ ማኅበረሰቡ እንዲታወክም ሆነ ሰላሙ እንዲደፈርስ ማድረግም ሆነ ለእንደዚህ ዐይነቱ ትርምስና ብጥብጥ ምንም አስተዋጽኦ ልናደርግ እንደማይገባን አስቀድመን ልናውቅ ይገባል፡፡ እነሲድራቅ፣ ሚሳቅና አብደናጎ፣ ደግሞም እነ ነቢዩ ዳንኤል ከፉና ፈቃደ-እግዚአብሔር የሌለባቸውን ትእዛዛት የተቃወሙትም ሆነ አንታዘዝም ያሉት

አንድም በየግላቸው መሆኑን፣ ደግሞም ምንም ዐይነት ሕዝባዊ ዕንቅስቃሴን አለማሳየታቸውን ልብ ማለት ያስፈልጋል፡፡

ፖለቲካዊ ተሳትፎ

ፖለቲካዊ ተሳትፎ እና የአገራችን ክርስቲያናዊ አስተምህሮ ምን ይመስላል? እስከ ዛሬ ድረስ ያለን የፖለቲካዊ ተሳትፎ ባህልና ልምምድ ምን ይመስላል? የሚሉትን ጥያቄዎች መጠየቅም ሆነ ለጥያቄዎቹ መልስ መስጠት ተገቢነት አለው፡፡በአገራችን ያለው ክርስትና የተለያዩ ገጽታዎች እና አስተምህሮአዊ ዐቋሞች ያሉት እንደ መሆኑ፣ ለፖለቲካዊ ተሳትፎ የሚሰጠው ሥፍራም እንደዚሁ ከቤተ እምነት ቤተ እምን የተለያየ ሆኖ የምናገው ነገር ነው፡፡

1. ፖለቲካዊ ተሳትፎና ኦርቶዶክሳዊ ክርስትና

ጥንታዊት በሆነችውና የምሥረታዋ ዘመን በግርድፉ ሲታይ ከሐዋርያት ቤተ ክርስቲያን ዘመን ጋር በዕጅጉ የተቀራረበ እንደ ሆነ የሚታወቅላት የኢትዮጵያ ኦርቶዶክስ ተዋሕዶ ቤተ ክርስቲያን ፖለቲካዊ ተሳትፎን ከዕለት ተዕለት የክርስትና ሕይወት ነጥላ አትመለከተውም ሊባል በሚቻልበት መንገድ ስትጓዝ ትስተዋላለች፡፡ (ዳንኤል ተሾመ፣ የቅርብ ዘመኑ (1979-1999) የተሐድሶ ዕንቅስቃሴ በኢትዮጵያ ኦርቶዶክስ ተዋሕዶ ቤተ ክርስቲያን፣ ለሁለተኛ ዲግሪ ማሟያ ከተዘጋጀ የምርምር ሥራ ውጤት የተወሰደ፣ 2004-2005፣ ገጽ 12-15፣ በተለይም የግርጌ ማስታወሻ 5ን ያንብቡ)

በእርግጥም በዚህች ቤተ ክርስቲያን ትውፊት እና ባህል ውስጥ የምንመለከተው አንድ የተለየ ነገር ቢኖር በፖለቲካ ውስጥ መሳተፍ በአገር ጉዳይ ላይ ንቁ ተሳታፊ እንደ መሆን ተደርጎ የሚወሰድበትን የሕይወት ምልከታ ወይም አተያይ ነው፡፡ የአገር ዳር-ድንበርን መጠበቅ፣ አገሪቱንም ሆነ ዜጎችዋን ከባዕዳን ወረራና ተገዥነ መጠበቅ፣ በአጠቃላይም አገርና ሕዝብ ማስተዳደር ደግሞም ሁለንተናዊ በሆነ መልኩ ብሔራዊ ስሜትን የሚኮረኩሩ ነገሮችን ሁሉ ማድረግ የቤተ ክርስቲያኒቱ በአጠቃላይ፣ የእያንዳንዱ ምእመንም በተለይ ኀላፊነት ሆኖ የሚታይበትን ባህል ገንብታ መኖርዋ እሙን ነው፡፡

ቤተ ክርስቲያኒቱን ፖለቲካዊ ተሳትፎን በንቃት ከማከናወን፣ በየትኞቹም አገራዊ ጉዳዮች ላይ የፊር-ቀዳጅነት ወይም የፊና-ወጊነት ሚና በመወጣት ረገድ ለሁሉም አብያተ ክርስቲያናት የመልካም ምሳሌነት ወይም የአርአያን ድርሻን የተወጣች ሆና እናገኛታለን፡፡

አንድ ኦርቶዶክሳዊ አማኝ በወታደርነትም ሆነ በፖሊስነት፣ እንዲሁም በአገርና ሕዝብ ደኅንነት ወይም በአጠቃላይ በጸጥታ ኃይል መዋቅሩ ሥር ገብቶ መሥራቱ፣ ከዚያም ሲያልፍ በከፍተኛ የፖለቲካ ሥልጣን እና ኀላፊነት ላይ ለማገልገልና በጊዜውም የበኩሉን ለመወጣት የሚችልበትና በዚህ ረገድ በምንም መልኩ ይህ ሰው በጥያቄ ሊሞላም ሆነ ሊወዛገብ ከቶ የማይችልበት ባህል በቤተ ክርስቲያኒቱ ውስጥ ተፈጥሮአል፡፡ እነዚህን ነገሮች ሁሉ በበጎነት ልንመለከታቸው እንችላለን፡፡

ከፖለቲካዊ ተሳትፎ አንጻር ነገሮችን ስንመለከት በደካማ ጎንነት የምንመለከታቸው ሁለት ዐበይት ጉዳዮች አሉ፡፡ አንደኛው ቤተ ክርስቲያኒቱ በሁሉም መስክ ፖለቲካዊ ተሳትፎ ማድረግን እንደ ባህል ልታሰርጸው መቻልዋ ሙሉ በሙሉ ከፖለቲካዊ ዓለም ጋር የጋብቻ ዐይነቱ ጥምረትን መፍጠሩ በተለይ ድምፅ-ዐልባ ለሆኑቱ ዜጎች ትንቢታዊ ድምፅ በመሆን ለማገልገል የምትችልበትን ዐቅምም ሆነ ትልቁን ሚናዋን ያሳጣት መሆኑ ነው፡፡

ሁለተኛው ድክመትዋ ደግሞ ይህንን በፖለቲካዊ ተሳትፎ ረገድ ያለ የዳበረ ልምድዋን በቀዳሚነት ለሁሉም ዜጎችና ሃይማኖታዊ ተቋማትን ለሚጠቅም ዓላማ ከማዋል ይልቅ በሁሉም ላይ የበላይነትን ለመውሰድ ስትጠቀምበት የምትታይ መሆንዋ ነው፡፡ አንድን መልካም የሆነ ነገር መቀበልና ማራመድ አንድ ነገር ነው፡፡ ከዚህ በተቃራኒው ደግሞ መሄድ ራስ ወዳድነት ባለው መልኩ አንድን መልካም ነገር ለገዛ ራስ ማዋል ደግሞ በዕጅጉ የተለየ ነገር ነው፡፡

2. የኢትዮጵያ ካቶሊካዊት ቤተ ክርስቲያን እና ፖለቲካዊ ተሳትፎ

የኢትዮጵያ ካቶሊካዊት ቤተ ክርስቲያን ፖለቲካዊ ተሳትፎ ስንመለከት ከቀጥተኛነት ይልቅ ተዘዋዋሪ ባሕርይን ተላብሶ እናገኘዋለን፡፡ የኢትዮጵያ ካቶሊካዊት ቤተ ክርስቲያን ከመንፈሳዊ አገልግሎት ባሻገር በይበልጥ የምትታወቀው በትምህርታዊ ተቋማት እና በእነዚህም ትምህርታዊ ተቋማት ውስጥ በምታከናውናቸው ሥራዎች ነው፡፡

ይህ በእርግጥም ትውልድን የማስተማር ተግባር ነው፡፡ ትውልድን ማስተማር፣ መሪዎችን ማፍራት፣ በዚህም ውስጥ ፖለቲካዊ የሆኑ መሪዎችን ከታች ጀምሮ ማለፊያ በሆነ የትምህርት አግባብ ማዘጋጀት ተዘዋዋሪነት ያለው የፖለቲካዊ ተሳትፎ መሆኑ በውል ሊጤን ይገባል፡፡ አንዳንድ ጊዜ እንደዚህ ያሉ ተሳትፎዎች ከቀጥተኛ ተሳትፎዎች ልቀው የሚገኙበት ሁኔታ ይፈጠራል፡፡

በእርግጥም እንዲህ ያሉ ልማታዊና በተለይም ደግሞ ሥነ ትምህርታዊነት ያላቸው አገልግሎቶች ትውልድ ተሻጋሪ የሆነ በጎ ተጽዕኖን የሚያሳድሩ ሥራዎች መሆናቸው ከቶም ቢሆን ሊዘነጋን አይገባም፡፡
ይሁንና የዚህች ቤተ ክርስቲያን አማኞች እንደ ፖሊስ፣ ወታደር፣ የሕዝብ ደኅንነት እና የአጠቃላይ የጸጥታው መዋቅር አካል በሆኑ ተቋማት ውስጥ በብዛት ገብተው የሚሠሩበትን ወይም የሚያገለግሉበትን ሁኔታ በግልጽ የማንመለከት መሆናችን ይህን እንደ አንድ ደካም ጎን ሊወሰድ ይችላል፡፡ ይህ ነገር የቤተ ክርስቲያኒቱን ፖለቲካዊ ተሳትፎ ወደ ቀጥተኛነት እንዳይመጣ የሚያደርግ ደካም ጎን ሆኖ እንመለከተዋለን፡፡

3. የኢትዮጵያ ወንጌላዊት ቤተ ክርስቲያን መካነ ኢየሱስ

የዚህች ቤተ ክርስቲያን ፖለቲካዊ ተሳትፎ ልክ እንደ ካቶሊካዊት ቤተ ክርስቲያን ሁሉ ልማት-ተኰር እንደ ሆነ ከሕይወትዋም ሆነ ከታሪከዋ መረዳት እንችላለን፡፡ በተለይ አውሮጳውያን እና አሜሪካውያን የወንጌል መልእክተኞች (ሚሲዮናውያን) ከዚህች ቤተ ክርስቲያን ጋር በትብብር መሥራታቸው ቤተ ክርስቲያኒቱ ለበርካታ አገራዊና መንግሥታዊ ተቋማት መፈከት እና አገሪቱ ወደ ዘመናዊነት ላደረገችው ጉዞ ምክንያት ሆናለች፡፡

በዐፄ ኃይለ ሥላሴ ዘመን የተከፈቱና እስከ ደርግ መንግሥት መምጣት ድረስ የዘለቁ እና የደግ መንግሥት የወረሳቸውና የመንግሥት ትምህርት ቤት ያደረጋቸው 6000 ትምህርት ቤቶች እንደ ነበሩዋት ታሪከዋ ያስረዳል፡፡ በእነዚህ ትምህርት ቤቶችም ውስጥ በርካታ ዜጎች ተምረው በአገሪቱ ያሉትን ተቋማት ለማገልገል የቻሉበት፣ ብሎም በበርካታ ተቋማት ውስጥ የአስተዳዳሪን ሚናቸውን የተወጡበትን፣ ከዚህም ባለፈ የመንግሥት ሥልጣንና ኀላፊነትንም ወስደው አገርና ሕዝባቸውን ማገልገል የቻሉበትን ሁኔታ እንመለከታለን፡፡ ይህ ትልቅ የሆነ ፖለቲካዊ ተሳትፎ ሲሆን፣ ከቀጥተኛነት ይልቅ ግን የተዘዋዋሪነት ባሕርይን እንደ ተላበሰ መመልከት እንችላለን፡፡

ዛሬ ላይ ጉለሌ አካባቢ የሚገኘው ፓስተር የሚባለው የአገሪቱ ትልቁ ላቦራቶሪ የሚገኝበት ተቋም፣ እንደ የምርምር ማዕከል ሆኖ የሚያገለግለውና በቆዳና በሥጋ ደዌ በሽታዎች ላይ የላቀ አገልግሎት እየሰጠ ያለው አለርት የተባለው ሆስፒታል ምሥረታም ሆነ እመርታ ከቤተ ክርስተቲያኒቱ ጋር የተያያዘ ሆኖ እናገኘዋለን፡፡ በየገጠሩ ያሉ የልማት ሥራዎችዋም እንደዚሁ በርካታ የገጠርና የገጠር ከተማ ነዋሪዎችን እንደ የንጹሕ ውኃ አቅርቦት፣ እንደ ጤና አገልግሎት ማዕከላት ድረስ ብዙዎችን ተጠቃሚ ያደረገ እንደ ሆነ ይታወቃል፡፡

በተጨማሪም ቤተ ክርስቲያኒቱ በዕርዳታ፣ በልማት ሥራ፣ በትምህርትና በጤና ተቋማት ... ወዘተ የፈር-ቀዳጅነት ሚና የተጫወተች መሆንዋ ግልጽ ነው። በኤች.አይ. ቪ/ኤድስ ወረርሽኝ ወቅትም ጨርቆስ አካባቢ የማማከር አገልግሎት የሚሰጥበትን ማዕከል (ካውንስሊንግ ሴንተር) ከየትኞቹም አብያተ ክርስቲያናት ቀድማ የከፈተችና የፈር-ቀዳጅነት ሚናዋን ያስቀጠለችበት ሁኔታ ተከስቶአል። በዘመነ ዐፄው ከፈጸመቻቸው አኩሪ ድርጊቶች አንዱ የመጀመሪያ የሆነው የመንፈሳዊ አገልግሎት መስጫ የኤሌክትሮኒክስ ሚዲያ (ብዙኀን መገናኛን)፣ ማለትም የብሥራተ-ወንጌል ራዲዮ ጣቢያን መክፈትዋን ለበርካታ ዓመታት (በደርግ ዘመን እስኪወረስ ድረስ) መስጠትዋ የሚታወስ ነው።

ይህች ቤተ ክርስቲያን የመገናኛ ዘዴዎች አጠቃቀምን በተመለከተ የምሥራች ድምፅ የመገናኛ ዘዴዎች አገልግሎት በሚል በከፈተችው አጋዥ ተቋም አማካይነትም በርካታ የሥነ ጽሑፍ ሥራዎችን፣ ለአብነት ያህልም አገር በቀል የሆኑ ወጥ የሥነ ጽሑፍ ሥራዎችንም ሆነ ጠቃሚነት ያላቸው የትርጉም ሥራዎች በማዘጋጀት እና በማሳተም፣ ደግሞም ለሰፊው ክርስቲያናዊ ማኅበረሰብ በተመጣጣኝ ዋጋ በማቅረብ የወንጌል አገልገሎትን በሥነ ጽሑፍ ስታካሄድ መቆየትዋና በዚህም ለበርካታ አብያተ ክርስቲያናት ምሳሌ ስትሆን እንመለከታታለን።

በተለይ ይህ የትርጉም ሥራ በአናሲሞስ ነሲብ የተዘጋጀውን መጽሐፍ ቅዱስን ወደ ኦሮምኛ ቋንቋ የመተርጐም ሥራና ይህም ሥራ ደግሞ በወንጌላውያን አብያተ ክርስቲያናት ውስጥ በአጠቃላይ፣ በወንጌላዊት ቤተ ክርስቲያን መካነ ኢየሱስም ውስጥ ደግሞ ያመጣውን ውጤት፣ ማለትም ከቤተ ክርስቲያን ዕድገት ጋር የተያያዘውን ውጤት በውል መገንዘብ ይገባል። (Terfasa Diga, Onesimos Nesib: A Short Biography of Oeimos Nesib (1850-1931), (EECMY:1999), 19-35, 72-101.

ይሁንና ፖለቲካዊ ተሳትፎ ከልማታዊ ገጽታ ባሻገር መሄድን የሚጠይቅም ሆነ ቀጥተኛ ተሳታፊ መሆንን የሚሻ መሆኑ በውል ሊጤን ይገባል። በዕርዳታ፣ በመልሶ ማቋቋምም ሆነ በልማት ተግባራት ላይ መሳተፍ አንድ ጉልህነት ያለው ፖለቲካዊ ተሳትፎ ቢሆንም፣ ከዚህ ባለፈ ደግሞ በምድሪቱ አስተዳደር ላይ፣ ፖሊሲ ቀረጻ ላይ፣ በሥልጣን ሥፍራ ላይ የሚቀመጡ ሰዎችን በማዘጋጀትና በማብቃት ተግባር ላይ፣ ድምፅ-ዐልባ ለሆኑቱ ወገኖች ሁሉ ትንቢታዊ ድምፅ በመሆን ረገድ ልትጫወተው የሚገባ ሚናን ከመጫወት አንጻር

ልክ እንደ ካቶሊካዊት ቤተ ክርስቲያን ሁሉ ይህች ቤተ ክርስቲያን ወስንነት ወይም ግድብነትን ማዕከሉ ያደረገ ድካም ይታይባታል፡፡

4. የቀሪዎቹ ወንጌላውያን አብያተ ክርስቲያናት ክርስቲያናዊ ሕይወትና እና ፖለቲካዊ ተሳትፎ

ምንም እንኳ ሌሎች ወንጌላውያን አብያተ ክርስቲያናት የኢትዮጵያ ወንጌላዊት ቤተ ክርስቲያን መካነ ኢየሱስን በዕርዳታም ሆነ በልማት ብሎም በትምህርት ተግባራት እና በአጠቃላይም በሁለንተናዊ አገልግሎት (wholistic ministry) ታከናውናቸው የነበሩ ሰናይ ተግባራት በፊተኛው ዘመናቸው ቸል ባሉበትም ሆነ እንደ ሥጋዊነት በቈጠሩበት መልኩ የተጓዙበት አግባብ ዕውነትና በታሪክ የማይዘነጋ ዕውነት ቢሆንም፣ በኋለኛው ዘመናቸው ግን ይህንን አካሄድ በመለወጥ የቤተ ክርስቲያኒቱንም ፈልግ በአዎንታዊ መልኩ በመከተል ከመንፈሳዊ አገልግሎቶች ጎን ለጎን ሰናይ የሆኑ ተግባራትን ወይም የልማት ተግባራትን በመፈጸም ወደ ልማት ሥራዎች፣ ወደ ትምህርት ቤት ግንባታ … በጥቅሉም ወደ ሁንተናዊ አገልግሎት ያመሩበትን ሁኔታ ከታሪክ መረዳት እንችላለን፡፡ (የኢትዮጵያ ቃል ሕይወት ቤተ ክርስቲያን፣ ዐደራ ተረካቢ ትውልድ፣ 2000፣ 125-140) እነዚህ ወንጌላውያን አብያተ ክርስቲያናትም ልክ እንደ ካቶሊካዊት ቤተ ክርስቲያን እና እንደ ወንጌላዊት ቤተ ክርስቲያን መካነ ኢየሱስ ሁሉ ቀጥተኛ የሆነውን ፖለቲካዊ ተሳትፎ ሳይሆን፣ የተዘዋዋሪ ተሳትፎ ባሕርይን የተላበሰ ሆኖ እናገኘዋለን፡፡ ይህም ደግሞ አገርን ከማልማት፣ ግብርን ከመክፈልና በሥነ ምግባር ረገድ የታነጹ ዜጎችን ከማፍራት ጋር የተያያዘ ነው፡፡

በተለይም በአሁኑ ወቅት አንዳንድ ሃይማኖታዊ ተቋማት ከቤተ ክርስቲያን ሠራተኞች ደመወዝም ሆነ ሌሎች ጥቅማ-ጥቅሞች ላይ ወይም ከሌሎች ክፍያዎች ላይ ግብርን በመቀነስ ለመንግሥት የማስገባትን መስመር ተከትለው የማይሄዱበትን ልማድ በሚከተሉበት ጊዜ፣ የኢትዮጵያ ወንጌላዊት ቤተ ክርስቲያን መካነ ኢየሱስ ከየትኞቹም ሠራተኞች ላይ ግብር መሰብሰብና ከምታከራያቸው ሕንጻዎችም ገቢም ላይ ተገቢውን ግብር በመቀነስና በሁሉም ረገድ መሰብሰብ ያለበትን ግብር ለመንግሥት በምታስገባበት አግባብ መመላለስዋ ፖለቲካዊ ተሳትፎን ትርጒም ባለው መልኩ እያከናወነች መሆንዋን በተግባር ያረጋገጠችበት ሆኖ ይታያል፡፡

ይህንኑ መስመር የተከተሉ ሌሎች አብያተ ክርስቲያናትም መኖራቸው እሙን ነው፡፡ እነዚህ አካላት በዚህ ረገድ እያሳዩት ያለው ልዩ የሆነ መሰጠት በእርግጥም ፖለቲካዊ

ተሳትፎአቸውን በክብር ያሸበረቀም ሆነ በተግባር የተገለጠ እንዳደረው የሚታወቅ ነገር ነው።

ሥጋዊ (ዓለማዊ) ኃይልን መጠቀምና የመጽሐፍ ቅዱስ አስተምህሮ

መጽሐፍ ቅዱሳችንን እኛ በምንፈልገው መጠንና አግባብም ባይሆን፣ ስለ የትኞቹም ጉዳዮች በቀጥታም ሆነ እንድምታዊነት ባለው መልኩ የሚናገር መጽሐፍ መሆኑን ወይም በሌላ አነጋገር ሙሉ የሆነ የእግዚአብሔር ምክርን ለሕይወትና ለአገልግሎት ብሎም በማኅበረሰቡ ውስጥ ልናሳየው ለሚገባው ሥነ ምግባራዊ ሕይወት የሚሆን ብርሃንን እንደሚሰጠን መገንዘብ ያስፈልጋል።

በምድር ላይ ስንኖር የትኞቹንም ተግባራት የምናከናውነው በመንፈሳዊ ኃይል ላይ በመመሥረት አይደለም። ለአብነት ያህል እኛ የሰው ልጆች ምግብንና የሚጠጡ ነገሮችን የምንወስድ ሆነን መፈጠራችን፣ ለሰውነታችን የሚያስፈልገውን ኃይልና ጉልበት፣ እንዲሁም ለጤናችን የሚያስፈልጉንን ነገሮች ለማግኘት ነው። ገና በጠዋቱ ከተኛንበት ዐልጋ ላይ ተነሥተን ከሥፍራ ሥፍራ ለመሄድም ሆነ የዕለት ተዕለት ሥራችንን ለመሥራት ወይም መንፈሳዊ የሆኑትን አልግሎቶቻችንን እንኳ ለመስጠት ሥጋዊ ወይም ምድራዊ አሊያም ዓለማዊ የሆነውን ኃይል ወይም ጉልበት ጥቅም ላይ የምናውል መሆናችን ከቶም ቢሆን ሊዘነጋን አይገባም።

ከዚህም ደግሞ ሥጋዊ ወይም ዓለማዊ አሊያም አካላዊ የሆነን ምድራዊ ኃይል መጠቀም በራሱ ምንም ዐይነት ችግር የሌለበት ነገር እንደ ሆነ እንረዳለን። ሰዎች በሚጣሉበትና በሚደባደቡበት ጊዜ እነዚህ ሰዎች መጋጨቱን እንዲያቆሙና እንዲረጋጉ፣ ከዚያም ጉዳዩን በውይይት እንዲፈቱት ለማድረግ በቅድሚያ የምንጠቀመው እነርሱን ከመጋጨት የሚገላግልለ ሥጋዊ የሆነ ኃይል መሆኑን ልብ ማለት አለብን። እንግዲህ በወቅቱ የተከሰተውን ድብድብ ለማስቆም ሰዎቹን ከመያዝ ጀምሮ እየጎተቱ ከተቃራኒው ተደባዳቢ አካል እንዲርቁ ለማድረግ የየገዛ ራሳችንን ሥጋዊ የሆነ ጉልበት ወይም ምድራዊ የሆነ ኃይል እንጠቀማለን።

ይሁንና ይህንን ማድረጋችን እንደ ስሕተት ሲቈጠር አይስተዋልም። ይህም ደግሞ ምድራዊ ወይም ሥጋዊ ኃይልን መጠቀም በራሱ ምንም ዐይነት ችግር እንደ ሌለበት፣ ነገር ግን በአቃቀም፣ ማለትም በምንጠቀምበት ዓላማም ሆነ አግባብ ይህ ኃይል ጠቃሚም ሆነ

ጐጅ ሊሆን የሚችል መሆኑ ነው። ከዚህም ደግሞ ምንም እንኳ በጊዜውና በሰዓቱ በሰዎች የተጠቀምነው ሥጋዊ ወይም አካላዊ" የሆነ ኍልበትን ቢሆንም፣ የተጠቀምንበት ዓላማ ወይም ምክንያት የተቀደሰ ወይም ሰናይ ከመሆኑ አንጻር፣ ማለትም ሰዎቹን ከመደባደብና በዚህም ሳቢያ ከሚመጣ ደም-መፋሰስ ብሎም በድንገት ሳይታሰብ ከሚያልፍ ሕይወት አንጻር ይህንን ምድራዊ ኃይል የመጠቀሙ ተግባር ወይም ልምምድ ተቀባይነት ያለውና ጊዜና ሁኔታ ወይም ነባራዊው ዐውድ ግል ባለበት መልኩ ጥቅም ላይ የሚውል ነው።የሰው ልጆች በምድር ላይ ሲኖሩ ምድራዊ ገጽታ ያላቸው ፍጡራን እንደ መሆናቸው መጠን በዚህ ምድራዊ ገጽታቸው እንደሚኖሩ ወይም እንደሚመላለሱ ከቶም ቢሆን ሊረሳ አይገባም። በተለይም ደግሞ ከውድቀት በኋላ የሰው ልጆች በቀላሉ በአውሬዎች ሊጠቁ የሚችሉም ሆኑ ለሕልፈተ-ሕይወት የሚዳረጉ ከመሆናቸው አንጻር፣ ራሳቸውን ከአውሬዎች ጥቃት ለመታደግ የተለየዩ ምድራዊ ኃይሎችን ይጠቀማሉ።

አንዳንድ ጊዜ የሚጮኽ ድምፅን በማሰማት አውሬዎችን ያባርራሉ፤ በሌላ ጊዜ ደግሞ ከድምፅ ይልቅ ብርሃንን ወይም እሳትን ሲጠቀሙ ይስተዋላሉ። አንዳንድ ጊዜ ደግሞ ሊያጠቃቸው ወደ መንደራቸው የመጣን አውሬ በወጥመድ ይይዛሉ። በሌላ ጊዜ ደግሞ ተኩሰው ያቈስላሉ አሊያም ይገድላሉ። የሰው ልጆች ሥጋዊ ሕይወታቸውን ለመኖር ብቻ ሲሉ ሳይሆን፣ በርካታ መንፈሳዊ ተግባራትንም ጭምር ለማከናወን እንደዚሁ ከመንፈሳዊው ኍልበት እና ኃይል ጎን ለጎን ምድራዊ የሆነ ኃይልን ጥቅም ላይ ሲያውሉ እንመለከታቸዋለን።

ለአብነት ያህል ብሉይ ኪዳናዊ የሆነውን የአምልኮ ሥርዓት ብንወስድ የቱንም ያህል አምልኮተ-እግዚአብሔርን የሚያርቡበት የተቀደሰ ሥርዓት ቢሆንም፣ ልዩ ልዩ መሥዋዕቶችን ወደ ቤተ መቅደሱ ይዞ ከመምጣት ጀምሮ እስከ መሠዋት፣ ከዚያም ደግሞ መሥዋዕቱን በእግዚአብሔር ፊት እስከ መሠዋትና ስቡን ለእግዚአብሔር እስከ ማቃጠልና የተሠዋውን እንስሳ ሥጋ አጥቦ እስከ መቀቀልና የካህናቱን ድርሻ ከተቀቀለው ሥጋ ውስጥ በሜንጠው አውጥቶ እስከ መስጠት ድረስ ያሉቱ ተግባራት በእርግጥም መላው የአምልኮ ሥርዓት ሥጋዊ ኃይልን ወይም ምድራዊ ኍልበትን ከመጠቀም ጋር በአያሌው የተያያዘ ሆኖ እናገኘዋለን።

ይህም ብቻ አይደለም፤ ነገር ግን በመንፈስ እና በዕውነት እንደሚደረግ የሚነገርለት የአዲስ ኪዳኑ አምልኮም እንኳ ቢሆን ከዚህ የተለየ ወይም የጸዳ እንዳልሆነ በቀላሉ ልንመከከት እንችላለን። የአዲስ ኪዳን አማኞች በአምልኮ ቀናት ሩብም ይሁን ግማሽ

አንዳንዴም ሙሉ ቀን የሚፈጁ መንፈሳዊ መርሐግብሮች ሲያዘጋጁ በጸሎት፣ በዝማሬና አምልኮ፣ ደግሞም የእግዚአብሔርን ቃል በመካፈል ... ወዘተ በጌታ ፊት ጊዜን ሲያሳልፉ ከመዘመርና ከማጨብጨብ፣ ደግሞም ከመስገድና ከማሸብሸብ፣ እንዲሁም ከፍ ባለ ድምፅ ጌታን ከማመስገን ጋር በተያያዘ መንፈሳዊ የሆነ ኃይልን ብቻ ሳይሆን፣ ምድራዊ /አካላዊ/ ኃይልን ወይም ጉልበትንም ጭምር የሚጠቀሙ መሆናቸው ሳይንሳዊ በሆነ መንገድም ሆነ በሚገባ በሚሠራ ሕሊና የተረጋገጠ ጉዳይ ነው፡፡

እንግዲህ ከእነዚህ ነገሮች ሁሉ የምንረዳው አንድ ግዑዝ የሆነ ዕውነት ቢኖር" ሥጋዊ ወይም አካላዊ ኃይል ወይ ጉልበትን መጠቀም ሁልጊዜ ስሕተት እንደ ሆነ ተደርጎ ሊቈጠር እንደማይገባ እና ብዙውንም ጊዜ እኛ የሰው ልጆች ልብ እያልነውም ሆነ ልብ በማንለው መልኩ ጥቅም ላይ ሲውል የምንመለከተው ነገር መሆኑ ነው፡፡ እንግዲህ ሥጋዊ ወይም አካላዊ ኃይል ወይም ጉልበት በግለሰባዊም ሆነ ማኅበራዊ የዕለት ተዕለት ሕይወትና ኑሮ እንዲሁም አገልግሎት ከላይ በተገለጸው አግባብ መሠረት የምንጠቀምበት ነገር ከሆነ፣ እንግዲያውስ በፖሊስ ሠራዊትም ሆነ በጦር ሠራዊት እንዲሁም በአጠቃላይ ብሔራዊ እና ዓለማ አቀፋዊ ጉዳዮች ላይ ሥጋዊ ወይም ምድራዊ ኃይልን መጠቀምን እንደ ተለየ አንድ የጭካኔ ተግባር ወይም አውሬነት የሞላበት ድርጊት አድርገን ልንኰንነው እንደማይገባን ልንረዳ ያስፈልጋል፡፡

መጽሐፍ ቅዱሳችን በተለይም የሮሜ 13፥1-7 ምንባብ መንግሥት ክፉ አድራጊዎችን ለመቅጣት፣ እንዲሁም በጎ አድራጊዎችን ለማመስገን (ለመሸለም) በአንድ በኩል በዕጁ ያለን ሥጋዊ ኃይልን እንደሚጠቀም ያስተምረናል፡፡ አዎን መንግሥት እንደ መሬት፣ ቤትና መኪና ወይም ማበረታቻ ሊሆን የሚችል ጠቀም ያለ ገንዘብ በመሸለም መልካም ያደረጉ ዜጎችን ሊያመሰግን እና በዚህም ለመልካም ነገሮች ዕውቅና የሚሰጥ መሆኑን ሊያሳይ ይችላል፡፡ በሌላ በኩል ደግሞ መንግሥት ከዚህ በተቃራኒው በዕጁ የሚገኙ ሀብቶችን ለመጥቀስም ያህል ሥልጣንና ሰይፍ አሉታዊነት ባለው መልኩ በመጠቀም ክፉ አድራጊዎችን ሊቀጣ፣ ሊያስር፣ እስከ ሞት ድረስም የሆነ ቅጣት በእነርሱ ላይ ሊጥል ወይም ወንጀለኞችን ሊቀጣና በዚህም የእግዚአብሔር የቊጣው መገለጫነቱን ሊያሳይ ይችላል፡፡

በእርግጥም ይህ ምናባዊ ወይም አሳባዊ የሆነ ትምህርት ሳይሆን፣ ይልቁንም መጽሐፍ ቅዱሳዊ አስተምህሮ እንደ ሆነ ከሮሜ 13፥1-7 ምንባብ በቀላሉ እንረዳለን፡፡ ከዚህ ዕውነታም በመነሣት ሥጋዊ ጉልበት (ኃይል) መጠቀምን ከመንፈሳዊነት ሙሉ በሙሉ

የወጣ ተግባር እንደ ሆነ፣ በዚህም ደግሞ ድርጊቱን ከዓላማውና ከተሰጠበት መጽሐፍ ቅዱሳዊ አግባብና መሠረት በተነጠለ መልኩ በመውሰድ ሙሉ በሙሉ ሥጋዊም ሆነ ኃጢአታዊ ተግባር አድርጎ መመልከት ኢመጽሐፍ ቅዱሳዊ እና ከዕውነታውም በእጅጉ የራቀ ነገር ነው፡፡

እንደ ዕውነቱ ከሆነ ለዚህ ነገር አቻ የሚሆነው የተሳሳተ አስተሳሰብና ልምምድ ምንድን ነው? ከተባለ የምንኩስና ዕንቅስቃሴ ነው ብሎ መመለስ ምንም ዐይነት ማጋነን የሌለበት ነገር ነው፡፡ የምንኩስና ዕንቅስቃሴ (Monastic Movement) ሰዎች ከምግብና ከመጠጥ፣ ብሎም ማለፊያ ከሆነ ከየትኛውም ምድራዊ ደስታ፣ ምቾትና ድሎት በመራቅና ሥጋቸውን በመቅጣት ነፍሳቸውን የበለጠ ንጽሕና በአምላክ በእግዚአብሔርም ዘንድ ጻድቅ የምትሆንበትን ጥበብና ዐቅም ያላብሳል፤ ደግሞም ለሰው ልጆች የሚጠቅሙ በርካታ መልካም ሥራዎችንም ለመሥራትና በዚህም ደግሞ ሰዎች በእግዚአብሔር ፊት የሚታሰብና ተቀባይነት የሚያገኙላቸውን ጽድቅ እንዲያገኙ ያስችላል የሚል አስተምህሮን የያዘ ዕንቅስቃሴ ሆነ አንዳች ዐይነቱ መንፈሳዊ ልምምድ ነው፡፡ ይሁን እንጂ፣ ይህ ልምምድም ሆነ አስተምህሮ ኢመጽሐፍ ቅዱሳዊም ሆነ ከዕውነት ያፈነገጠ፣ ይልቁንም በሰዎች ምናባዊ አስተሳሰብ ላይ የተመሠረተ አስተምህሮና ሥጋዊ የሆነ ልምምድ ነው፡፡ (Aymro Wondemagegnehu & Joacim Motovu (edit.), The Ethiopian Orthodox Church (The Ethiopian Orthodox Mission Addis Ababa:1970), 22-29.)

እንደ ዕውነቱ ከሆነ የሰው ልጆች ሊበሉም ሆነ ሊጠጡ፣ ብሎም ሊለብሱም ሆነ ኃጢአትን መሠረቱ ካደረው በቀር በየትኞቹም ዐይነቶቹ ምቾቶች እና ደስታዎች ውስጥ ሊመላለሱ የሚችሉም ሆኑ የሚገባቸው ናቸው፡፡ በእርግጥም መጽሐፉ “ለንጹሖች ሁሉ ንጹሕ ነው፡፡ ከምስጋና ጋር ቢቀበሉት የሚጣል ምንም የለም፡፡ በጸሎትና በእግዚአብሔር ቃል የተቀደሰ ነው” ይላል፡፡ ከዚህም ደግሞ ምድራዊም ሆነ አካላዊ ደስታ በእግዚአብሔር ፊት ከቶም ቢሆን ያልተከለከለ፣ ደግሞም ይህንን ደስታ የምናገኝበት መንገድ ኃጢአት አይሁን እንጂ፣ በጌታ የተፈቀደና ለሰው ልጆች ሁሉ የተሰጠ ገጸ-በረከት መሆኑን በውል ወደ መረዳቱ እንመጣለን፡፡

አዎን ምግብንም ሆነ ምድራዊ ደስታን፣ ደግሞም ምድራዊና አካላዊ ጉልበትና ኃይል ከእግዚአብሔር ዘንድ የተሰጠ ዐቅምና ጉልበት አድርጎ አለመመልከት ኢመጽሐፍ ቅዱሳዊም ሆነ ከዕውነትም በአያሌው አፈንግጦ ወይም ርቆ ያለ ነገር ወይም ዕይታ

ነው፡፡ ስለዚህም እንደዚህ ካለው ሚዛናዊነትን ካጣና በሰዎች ምናብ ላይ ከተመሠረተ መረዳትና አስተሳሰብ ራስን መጠበቅ እንደሚገባ ልንረዳ ያስፈልጋል፡፡
በመሠረቱ የአንድን አገር እና ሕዝብ ሰላምና ደኅንነት ያለ መከላከያ ሠራዊት ኃይል እንጠብቃለን ማለት ዘበት ነው፡፡ ወንበዴዎችም ሆኑ ወርሮበሎች፣ እንዲሁም ዐማፂ የሆኑ ሽፍቶች የማኅበረሰቡን ሰላምና ደኅንነት ዐደጋ ላይ ሲጥሉት ይህንን መቀልበስ የሚቻለው በመከላከያ ሠራዊትና በፖሊስ ሠራዊት ጣምራ ሥራ አማካይነት መሆኑ ግልጽ ነው፡፡

እናም እነዚህን ኃይላት የትኞቹም ዜጎች በአጠቃላይ አማኞች የሆኑቱ ሰዎችን ጨምሮ ሊቀላለቁና ለአገርና ለሕዝብ ደኅንነትና ሰላም ዘብ ሊቆሙ፣ ደግሞም አለኝታቸውን ለሕዝባቸው ሊያሳዩ እንዲችሉ መምከርም ሆነ በዚህ ሰናይ ተግባር ላይ መሳተፍ ጌታ አምላክ እግዚአብሔርንም ጭምር ማገልገል መሆኑን መቀበል የአብያተ ክርስቲያናትም ሆነ የመሪዎችና የአገልጋዮች ብሎም የምእመናን ሁሉ ኀላፊነት መሆኑን በውል መገንዘብ ያስፈልጋል፡፡ በዚህ ምድር ላይ ስንኖር እንደ ግለሰብ፣ እንደ ኅብረተሰብም ሆነ የአንድ አገር ዜጎችና ሕዝቦች በየደረጃው መብቶቻችንን እየተወጣንም ሆነ ግዴታዎቻችንን ሁሉ እያከበርን መኖር የሚጠበቅብን፡፡ መብቶቻችንን ማስጠበቅ የምንችለው ደግሞ እንደ ፖሊስ፣ ፍርድ ቤቶች፣ ቀበሌና ክፍለ ከተማ ያሉ ተቋማትን በመጠቀም መሆኑን ከቶም ቢሆን ልንዘነጋው አይገባም፡፡ ለእነዚህ ተቋማት መኖር የመንግሥት መኖርም ሆነ ህልውናው የተጠበቀ ደግሞም በተገቢው ጥንካሬውና ቁመናው ላይ ያለ መሆን አስፈላጊ ነገር ነው፡፡ እናም አማኞች እንደ ዜጎችም ሆነ የእግዚአብሔር አገልጋዮች እንደ መሆናቸው እግዚአብሔር ለመላው አገሪቱን ዜጎች ሁሉ ስጦታ አድርጎ ለሰጠው መንግሥት ኀላፊነትን ሊወስዱ ይገባቸዋል፡፡

ለመንግሥትም ሆነ ለመላው ማኅበረሰቡ ኀላፊነት መውሰድ የምንችለው ደግሞ እንደ ግብርና ቀረጥ ክፍያ መፈጸም ያሉ ኀላፊነቶቻችንን /ግዴታዎቻችንን በመወጣት ብሎም ድምፅ-ዐልባ ለሆኑቱ ወገኖች ትንቢታዊ ድምፅ በመሆንና ባለው የጸጥታ መዋቅርም ውስጥ መረጃ ከማቅረብ ጀምሮ በቀጥታም ሆነ በተዘዋዋሪ መንገድ ጉልህና ንቁ የሆነ ተሳትፎን በማድረግ ሊሆን ይገባል፡፡

በፍቅር መመላለስ እና ከፍርድ መጠበቅ

እነዚህ ሁለቱ ርእሰ-ጉዳዮች በእርግጥም አብረው የሚሄዱ ነገሮች ናቸው፡፡ በፍቅር የመመላለስ ውጤት ሰዎችን በሌሎች ሰዎች ውድቀት ከመዘባበትና ከመፍረድ የሚጠበቅ

ዐይነተኛ ነገር ነው:: እንደ ዕውነቱ ከሆነ በፍቅር የሚመላለሱ አማኞች የወደቁ ሰዎችን በተለይም በውድቀታቸው ምክንያት ያጡና የነጡ ሰዎችን ባላቸው ዐቅምና መንገድ ሁሉ ያግዛሉ እንጂ፣ በምንም መልኩ ቢሆን በሰዎች ላይ ሲያላገግጡም ሆነ ሲዘብቱ አንመለከታቸውም::

በአንጻሩ ፍቅር የሌላቸው ሰዎች መጽሐፉ እንደሚል ጌታ አምላክ እግዚአብሔርን ዐያውቁትም:: ስለዚህም ደግሞ እግዚአብሔርን መፍራት በእነርሱ ዘንድ ካለመኖሩ የተነሣ በወደቁ ሰዎች ላይ ከመዘበትም ሆነ በፍርድ ከመገለጥ አይቦዝኑም:: ለዚህም ነው በአዎንታዊም ሆነ በአሉታዊ መልኩ እነዚህ ርእሰ-ጒዳዮች ተያያዥነት አላቸው የምንለው:: በእርግጥም እነዚህ ሁለት ዐበይት ነገሮች ተፈጥሮአዊነት ባለው መልኩ እርስ በርስ የተጠላለፉም ሆኑ የተቆራኙ መሆናቸውን ከተግባራዊ የሕይወት ተሞክሮ ብቻ እንኳ በቀላሉ መረዳት እንደሚቻል ልብ ማለት ተገቢነት አለው::

ሀ. በፍቅር መመላለስ

በፍቅር መመላስ ለወደቀው መነሣት እንዲሆንለት፣ ላጣውም ደግሞ ማግኘት እንዲሆንለት፣ ለደከመውም ቢሆን በጌታና በኃይሉ ችሎት መበርታት እንዲሆንለት ከመጸለይ ጀምሮ በርካታ በተግባር ሊገለጹ የሚችሉ ነገሮችን ማድረግን በውስጡ ጠቅልሎ የሚይዝ ነገር መሆኑን በውል መረዳት ያስፈልጋል:: አዎን ብዙዎች ይህንን ቸል በሚሉበት አግባብ ላይ ሲመላለሱ ተመልክተን ሊሆን ይችላለከ:: ዕውነታው ግን የማይለወጥና ባለበት የሚኖር መሆኑን መገንዘብ ይኖርብናል::

ሰዎች በፍቅር መመላለስ በሚችሉበት ጊዜ ጒድለትንና ገበናን ሽፋኝ ሲሆኑ፣ ለታመም ሆነ የሚረዳው ለሚፈልግ ሰው ፈጥነው ሲደርሱ፣ ደግሞም ፍትሕን ላጡ ወገኖች ሲምዋገቱና በደልን ይቅር ሲሉና ከየትኛውም ዐይነት ዐመፅ ራሳቸውን ሲጠብቁ እንመለከታቸዋለን::

ሰዎች ፍቅር ሲያጡ እርስ በርስ መባላት መተቻቸት፣ በክርክር በጸብ እና በመለያየት ውስጥ በምሬትና በጥላቻ፣ ደግሞም በቂም በቀልና በቍጣ መኖርን እንደ ልዩ የሆነ የሕይወት ክህሎት ሲቈጥሩትና በዚህ ጨለማና ኃጢአት ውስጥም ያለ ምንም ኃፍረትና የፊት መጨማደድ በድፍረትና በልበ-ሙሉነት ሲመላለሱ ይታያሉ::

አዎን ሰዎች ፍቅር ሲያጡ በእርግጥም አድመኞች እና ኃጢአተኞች፣ ብሎም ወገን ለይተው ሥጋዊ ውጊያን የሚለማመዱ ሥጋውያን ሰዎች ይሆናሉ፡፡ ይህንንም ደግሞ እንደ አንድ የተለየ ጥበብና ብልሃት ሲቆጥሩት፣ ደግሞም የከበረውን ነገር ከተዋረደው ነገር መለየት በማይችሉበት መልኩ ሲመላለሱ ዕናያቸዋለን፡፡

ለ. ከፍርድ ሕይወት መጠበቅ

አዲስ ኪዳን "አትፍረድ ይፈረድብሃል፥ በምትፈርደው ፍርድ ይፈረድብሃል፥ በበምትሰፍርበት መሥፈሪያም ይሰፈርልሃል" ሲል አማኞች ከመፍረድ ሕይወት መጠበቅ እንዳለባቸውና የሰው ልጆች ሁሉ በዚህ ነገር እንዲጠነቀቁ ምክር ይሰጣል፡፡

ይሁን እንጂ፣ ሰዎች የአንድን ሰው ሕይወት ገና እንደ ተመለከቱ እና በዚያ ሰው ሕይወትና መንገድ ላይ አሉታዊነት ያላቸውን ነገሮች ገና እንደ ተመለከቱ ያ ሰው እንዲህ ወዳለው ነገር የገባበትን ምክንያት ሳይጠይቁም ሆነ በውል ሳያውቁ ይህ ሰው እንዲህ ያለውን ነገር ማድረጉ ትክክል አይደለም! እንዲህ ያለው ነገር ውድቀትም ሆነ ኃጢአት መሆኑን በውል መረዳት ነበረበት ... ወዘተ በማለት የፍርድ ቃላትን ማዥጎድጎድ ይጀምራሉ፡፡ በዚህም እንዳይፈረድባችሁ አትፍረዱ! የሚለውን የተቀደሰና ከውድቀትም የሚጠብቅ ወርቃማ ትእዛዝ በመተላለፍ የፍርድ ሕይወት ሰለባ በመሆን የከንፈራቸውን ፍሬ ወደሚጠግቡበት ወደ ገዛ ራሳቸው የውድቀት መንገድ ዘው ብለው ይገባሉ፡፡

1. ለመሆኑ መፍረድ ስንል ምን ማለታችን ነው?

እንደ ዕውነቱ ከሆነ የሰዎችን ውድቀትም ሆነ ደካማ ጎን ብሎም ውድቀታቸው ያስከተለውን ወጤት ተመልክቶ ሰዎቹን ስሕተተኛ አድርጎ መቊጠርና በኃጢአታቸው ነው የወደቁት ከሚል መደምደሚያ ላይ መፍረድ በሰዎቹ ላይ መፍረድ ነው ተብሎ ይጠራል፡፡

በእርግጥም ሰዎች ዝም ብለውና ከመሬት ተነሥተው እንደማይወድቁ መገንዘብ ያስፈልጋል፡፡ ከሰዎች ውድቀት በስቲያ ተሰውረው የሚገኙ በርካታ ምክንያቶች ሊኖሩ ይችላሉ፡፡ እነዚህ ምክንያቶች ምድራዊም ሆኑ መናፍስታዊ ሊሆኑ ይችላሉ፡፡ በእርግጥም እነዚህን ሁለት ዐበይት የውድቀት መምጫ ምክንያቶች ሳንመለከት በሕይወታቸው ውስጥ የተመለከትናቸው አሉታዊ ነት ያላቸው ነገሮች ብቻ በማጤን እና በእነርሱም ላይ በመመሥረት በሰዎች ውድቀት ላይ ትችት መሰንዘር የፍርድ ሕይወት ሁነኛ መገለጫ መንገድ ሆኖ እንመከተዋለን፡፡

2. የፍርድ ሕይወት የሚጠላባቸው ወይም የተከለከለባቸው ዐበይት ምክንያቶች

በመሠረቱ አማኞች በማንም ላይ እንዳይፈርዱ ከተከለከሉባቸው ምክንያቶች መካከል ሁለቱን ዐበይት ምክንያቶች ልብ ልንል እንደሚገባ ማወቅ ተገቢነት አለው:: የመጀመሪያው ምክንያት ፍርድ የእግዚአብሔር ሥራ መሆኑና የቱም ሰው ቢሆን የሰዎችን መንፈሳዊም ሆነ ሥጋዊ ሕይወት በሙላት ተመልክቶ ለመፍረድ የሚችልበት ዐቅም ወይም ሥልጣን የሌለው መሆኑ ነው::

ሁለተኛው ዐቢይ ምክንያት የሰው ልጅ ምሉዕነት ያለው ዕይታ የሌለውና በሚፈርድበት ጊዜም ቢሆን ሊሳሳት የሚችልበት ሁኔታ ብዙ ስለሆነ ከስሕተት እንዲጠበቅና በዚህም ደግሞ ሊመጣ ካለ ቅጣት፣ ማለትም በዚያው በፈረደበት ፍርድ የሚፈረድበት ከመሆን እንዲድን ነው::

3. ከፍርድ ሕይወት መጠበቅ የሚቻልባቸው መንገዶች

እንደ ዕውነቱ ከሆነ ከፍርድ ሕይወት ልንጠበቅባቸው የምንችልባቸው በርካታ መንገዶች መኖራቸውን መጽሐፍ ቅዱሳችን ይነግራል:: ከእነዚህ መንገዶ መካከል አስቀመን የተመለከትነው መንገድ፣ ማለትም በፍቅር መመላለስ የመጀመሪያውም ሆነ ከሁሉ ቀዳሚው መንገድ እንደ ሆነ ልናስተውል ይገባናል:: (ዓለሙ ቢፍቱ፣ በአገልግሎት እና በራእይ ማደግ፣ ኢትዮጵያ፡- 1994፣ 80-122)

ፍቅር ማጣት እርስ በርስ እንደሚያጣላና እንደሚያባላ ሁሉ፣ እንዲሁም በወንድሞችና እኅቶች መካከል ያለን መጠማመን እንደሚያሳጣናኅብረታቸውንም ጭምር እንደሚያፈርስ፣ ደግሞም አንዱ የሌላውን ገበና ዐደባባይ እያወጣ ወንድሙን መሳቂያም ሆነ መሳለቂያ እንደሚያደርገው ሁሉ፣ የፍቅር መኖር ደግሞ በአንጻሩ ገበናን ይሸፍናል:: አዎን ፍቅር በእርግጥም ስለ እርሱ እንደ ተነገረለት የኃጢአት ብዛት ይሸፍናል:: ይህንን የፍቅር ሚና በመረዳት አማኞችም ሆኑ አብያተ ክርስቲያናት ሁሉ መጽሐፉ ፍቅርን ተከታተሉት እንደሚል ለፍቅር ተገቢውን ትኩረት ሊሰጡትና ፍቅርን ሊማሩት ብሎም በሕይወትና በዕለት ተዕለት ኑሮዋቸው እያበለጸጉት ሊሄዱ እና በተግባርም ሊኖሩት ይገባል:: (Barine A. Kirimi & Kirk Kauffeldt, Renewing the Church as a heallig community: the power of conflict resolution, (Evangel Publishing House: 2008), 6-8.)

ሁለተኛው ከፍርድ ሕይወት መጠበቂያ መንገድ ፍርድ በእርግጥም የእግዚአብሔር አምላካችን የገዛ ራሱ ሥራ እንደ መሆኑ ፈራጅነትን ቢተገብረው ለማይሳሳተውም ሆነ ለሚያምርብ ለባለቤቱ ለእግዚአብሔር መተው ነው፡፡ በዚህ አግባብ ከፍርድ ሕይወት ስንወጣ ራሳችንን ለፍቅር ሥራና ለኅብረት፣ እንዲሁም ለመልካም ሥራ በምንነሣሣበት ጎዳና ላይ እናኖዋለን፡፡

ሦስተኛው ከፍርድ ሕይወት መጠበቂያ መንገድ የየገዛ ራሳችንን ኃጢአተኝነትም ሆነ በደለኝነት የሕይወት መስታወት በሆነው በቃለ-እግዚአብሔር መመልከት እና በንስሐ በፊቱ ቀርበን የኃጢአታችንን ይቅርታ ማግኘትና እኛም እንደዚሁ የበደሉንን ሰዎች ይቅር ማለት ነው፡፡ በእርግጥም የገዛ ራሱን በደለኝነትና ኃጢአተኝነት የተረዳና በውል የተገነዘበ ሰው እንደ ፈሪሳውያን እና ሰዱቃውያን ሁሉ የሌሎችን በደለኝነትና ኃጢአተኝነት እያጎላም ሆነ እያጋነነ ለመመልከት ደግሞም በሰዎች ላይ ለመፍረድ የሚፈጥንበት ዕድል አይኖረውም፡፡

አራተኛው ከፍርድ ሕይወት መጠበቂያ መንገድ የቃለ-እግዚአብሔር፣ የጸሎት፣ የአገልግሎትና የምስክርነት ሕይወት (ወንጌል ለሌሎች የሚያሰማበት ሕይወት) ያለው ሰው መሆን ነው፡፡ ጌታውን አምላኩን እግዚአብሔርን ማገልገል የተወና ከጸሎት ርቆ ያለ ሰው የከበረውን ከተዋረደው የሚለይበትን ሚና ሊያገኝ አይችልም፡፡ ስለዚህም ደግሞ ውሎው ሐሜትን እና ትችትን ብሎም ፍርድን ማዕከል ያደረጉ ተግባራትን በመፈጸም ላይ ያጠነጠነ ነው፡፡ ነገር ግን በቃለ-እግዚአብሔር፣ በጸሎትና በአገልግሎት የተሞላ ወይም የተገነባ ሰው ጌታውን እያገለገለና በአገልግሎት ውስጥ ባለ ደስታ እየተመላለሰ፣ ሰዎችን ከማማት ይልቅ ይመክራል፤ ይገሥጻል፤ በእርግጥም እርሱ የቀናውን የጌታን መንገድ ወደማሳየቱ ይፈጥናል፡፡ በዚህም ደግሞ በስንፍናና በዋዛ ጊዜውን ከማሳለፍ ይቆጠባል፡፡ ደግሞም ከዐመፅና ከፍርድ ሕይወት ራሱንም ሆነ ሌሎችን ተግቶ የሚጠበቅ ይሆናል፡፡

ምዕራፍ አንድ

በወንጌል አላፍርም!!

1.1 ሐዋርያ ሲሆን የተጠራ የኢየሱስ ክርስቶስ ባሪያ ጳውሎስ ... ለእግዚአብሔር ወንጌል ተለየ፡፡

ለእግዚአብሔር ወንጌል

በዚህ ቃል ውስጥ ሁለት ዋና ዋና ቃሎችን እናገኛለን፤ እነርሱም፡-

→ እግዚአብሔር እና

→ ወንጌል የሚሉዋቸው ናቸው

ለእግዚአብሔር የሚለው ቃል ሐዋርያው ጳውሎስ የተለየበትን ምክንያት የሚያስረዳ ሲሆን፣ ተልእኮው ደግሞ ወንጌል ነው፡፡ የተልእኮው ባለቤትና ላኪው እግዚአብሔር መሆኑንም ያመለክታል፡፡

ወንጌል ማለት የምሥራች ማለት ነው:: (ኢሳ. 61÷1-3፤ ሉቃስ 4÷17-19)

ወንጌል (ኢዋንጌሊዮን (የቃል ጥናት) ይህ ቃል በሮሜ መጽሐፍ ውስጥ 9 ግዜ ተጠቅሷል:: ሮሜ 1÷1፣ 9፣ 16፤ 2÷16፤ 10:16፤ 11÷28፤ 15÷16፤19፤ 16÷25) በቀጥታ ትርጓሜው መልካም ዜና ወይም የምሥራች ማለት ነው:: ***ኢዋንጌሊዮን*** የሚለው የስም ቅርፅ እና ኢዋንገሊዚዮ የሚለው የግስ ቅርጽ ኢዮ (eu) ከሚለው የመጣ ሲሆን፣ ትርጓሜውም ምሥራች፤ መልካም ማለት ሲሆን፣ አንገሎ (anggello) ማለት ደግሞ መልዕክቱን ይዞ መሄድ ማለት ነው:: ስለዚህ ኢዋንገሊዞሚ የሚለው ጥምር ቃል ትርጓሜው መልካሙን የምሥራች ቃል ይዞ የሚሄድ ማለት ነው:: ስማዊ ቅርጽ ያለው ኢዋንገሊዮን ማለት ደግሞ በዐዋጅ ሊነገር የተገባው ወንጌል፤ አሊያም የምሥራች ማለት ነው::

የዊሊያም ታይንደል ምስክርነት - በእንግሊዘኛ የተተረጐመውን መጽሐፍ ቅዱስ በመተርጐም ከፍተኛ አስተዋጽኦ እንዳደረገ የሚታመነውና የብዙዎቻችን ባለውለታ የሆነው **ዊሊያም ታይንድል** በ1534 እትሙ የእንግሊዝኛ አዲስ ኪዳን በሮሜ መጽሐፉ መግቢያ ላይ እንዲህ ሲል ጽፎአል፡- ይህ መልዕክት ዋነኛ እና እጅግ በጣም ማለፊያ፣ እንዲሁም እጅግ ንጹሕ የሆነ ወንጌልን የያዘ እና ለመላው የእግዚአብሔር ቃል ብርሃን እና መንገድ የሆነ የአዲስ ኪዳን ክፍል እንደ መሆኑ ማንኛውም ክርስቲያን መጽሐፉን በማንበብም ሆነ በቃል በመያዝ ብቻ ሊያውቀው የማይችል፣ ነገር ግን ከዚህ በተጨማሪ እንደ ዕለታዊ የነፍስ እንጀራነቱ ወዲያውኑ በራሱ ሕይወት ሊተገብረውና ሊለማመደው በሚገባ መልኩ ፍላጎቱን ሊያሟላ የሚችል እንደ ሆነ አስባለሁ::

ማንም ሰው በሚገባ አንብቤዋለሁ አሊያ ደግሞ አጥንቸዋለሁ ሊል አይችልም፤ በጣም በተጠና ቊጥር በጣም የሚቀልና በጣም በታኘከ ቊጥር አስደሳች ነውና:: ይበልጥ በተቈፈረ ቊጥር በጣም የሚገርሙ በርካታ ነገሮች ይገኙበታል:: በመንፈሳዊ ዓለም ያለ ትልቁ ሀብት የሚወጣበት ክፍል ነውና:: ሰማዕት ሆኖ ማለትም ለወንጌል ሕይወቱን ሰጥቶ ከሞተ ሰው የተሰጠ ማለፊያ ምክር ነው::

"የጌታ የእግዚአብሔር መንፈስ በእኔ ላይ ነው÷ ለድሆች የምሥራችን እሰብክ ዘንድ እግዚአብሔር ቀብቶኛልና፤ ልባቸው የተሰበረውን እጠግን ዘንድ÷ ለተማረኩትም ነፃነትን÷ ለታሰሩትም መፈታትን እናገር ዘንድ ልኮኛል:: የተወደደችውን የእግዚአብሔርን ዓመት÷ አምላካችንም የሚበቀልበትን ቀን እናገር ዘንድ÷ የሚያለቅሱትንም ሁሉ አጽናና ዘንድ÷

የሮሜ መጽሐፍ ጥራዝ አንድ

እግዚአብሔር ለክብሩ የተከላቸው የጽድቅ ዛፎች እንዲባሉ ለጽዮን አልቃሾች አደርግላቸው ዘንድ በአመድ ፋንታ አክሊልን በልቅሶም ፋንታ የደስታን ዘይት በኀዘንም መንፈስ ፈንታ የምስጋናን መጎናጸፊያ እሰጣቸው ዘንድ ልኮኛል (ኢሳ. 61÷1-3)፡፡

የነቢዩንም ኢሳይያስ መጽሐፍ ሰጡት፡- መጽሐፉንም በተረተረ ረዜ፡- የጌታ መንፈስ በእኔ ላይ ነው፡- ለድሆች ወንጌልን እሰብክ ዘንድ ቀብቶኛልና፥ ለታሰሩትም መፈታትን ለዕውሮችም ማየትን እሰብክ ዘንድ፡- የተጠቁትንም ነፃ አወጣ ዘንድ የተወደደችውንም የጌታን ዓመት እሰብክ ዘንድ ልኮኛል (ሉቃስ 4÷17-19)፡፡

የምሥራች ማለት ደግሞ መልካም ዜና ማለት ነው፡፡ ደስታ ያለበት፣ ፍስሐ የሞላበት ነፍስን የሚያረካና የሚያረሰርስ መልእክት ያዘለ ነው፡፡

ወንጌልን መልካም ዜና የሚያሰኙት ዋና ዋና ነገሮች ምንድን ናቸው?
ሀ. ለሁሉ የሚበቃ ጽድቅ በክርስቶስ መዘጋጀቱን ማወጁ (ገላ. 3÷11-13፤ 2ኛ ቆሮ. 5÷18-21)፡፡
ለ. የኃጢአት ዕዳ መከፈሉን ማወጁ (ቈላ 2÷1-14)፡፡
ሐ. ወደ እግዚአብሔር መግባት የሚቻልበት በር መከፈቱን ማወጁ ነው (ኤፌ. 2÷14-18)፡፡

ስለዚህ ይህ መልካም ዜና ሕያውነትን የሚያሳይ ቃል ነው፡፡ ሕያውነቱ የሚመነጨውም ባለቤቱ ሕያው ስለሆነ ነው፡፡ ምንጩ ሕያው ስለሆነ፣ ውጤቱም ሕያው ነው፡፡ ከሁሉ በላይ ደግሞ ለሁሉም ዓለም የሚሆን የምሥራች በመሆኑና ለየትኛውም ትውልድ የሚሠራ ስለሆነ ሕያው ነው፡፡

በዓለማችን በተለያዩ ሥፍራዎች የምሥራች ተብለው የሚነገሩ ለሰሚዎች ደስታን የሚሰጡ ነገሮች አሉ፡፡ ሁሉም ግን በሥፍራ የተወሰኑ ናቸው፡፡

ለምሳሌ «የጤፍ ዋጋ ቀድሞ ከነበረበት 820 ብር ወደ 120 ብር ወረደ» ቢባል ጤፍ ተመጋቢ ለሆኑ ኢትዮጵየውያን በጣም የሚያስደንቅ ዜና ነው፡፡ በቆሎና ቆጮ ተመጋቢ ለሆነው ኢትዮጵያዊ ግን ምንም የሚያመጣው ለውጥ የለም፡፡ ለአውሮጳና ለአሜሪካ ነዋሪ ይህ ነገር ጭራሽ ምንም ትርጒም አይሰጥም፡፡ ስለዚህ በምድር የሚሰሙ የምሥራቾች የተገደቡ ናቸው፡፡ የወንገል የምሥራች ግን ለሁሉ ዘር፣ ለሁሉ ቋንቋ፣ ለሁሉ ቀለም፣

ለሁሉ የኑሮ፣ የትምህርትና የዕድሜ ደረጃ ደስ የሚያሰኝ ዓለምን ሁሉ በደስታ የሚያፍለቀልቅ ነው:: የዚህም በረከት ተካፋዮች በመሆናችን ደስታችን የላቀ ነው::

በመጽሐፍ ቅዱስ ውስጥ በጥቅሉ የተቀመጠ የእግዚአብሔር ቃል አለ:: የምሥራቹ ቃል ግን የእግዚአብሔር **የማዳኑ ወይም የጸጋው ቃል ነው::** በዝርዝር እንመልከት ካልን የእግዚአብሔር ወንጌል ኢየሱስ ክርስቶስ ነው ማለት እንችላለን:: ለምን? ቢባል ኢየሱስ ክርስቶስ ለሁሉ የበቃውን ጽድቅ ያዘጋጀ፣ የኃጢአትን ዕዳ የከፈለ፣ ወደ እግዚአብሔር መንግሥት መግባት የሚቻልበትን በር የከፈተ ነውና:: ስለዚህ ወንጌል የኢየሱስ ክርስቶስ የማዳኑ ዜና ነው:: የወንጌል ማዕከሉ ራሱ ክርስቶስ ነው ማለት ነው:: ለዚህም ወንጌል ብዙዎች ሕይወታቸውን ሰጥተዋል፤ ሐዋርያው ጳውሎስም ለዚህ ወንጌል አልጋይ (ባሪያ) ሊሆን የተጠራው በዚህ ግልጽ ምክንያት ነው::

■ ***ሐዋርያ ሊሆን የተጠራ፡- ክሌቶስ አፖስቶሎስ***

= ሐዋርያነቱ የሚያርፈው በእግዚአብሔር መጠራቱ ላይ ነው::

- ሐዋርያ ማለት - የተላከ ማለት ነው:: ሰፋ ባለው ፍቺ ስንመለከተው ደግሞ በአንድ ባለ ሥልጣን ለአንድ የተወሰነ ተልእኮ የተላከ የሚለውን አሳብ ይዞ እናገኘዋለን::
- ብዙዎች የሥነ መለኮት ሊቃውንት እንደሚሉት ለሐዋርያነት ከሚፈለጉት መመዘኛዎች አንዱ ከሞት የተነሣውን ክርስቶስን ማየት ነው (1ኛ ቆሮ. 9፥1-2) ጳውሎስ በደማስቆ መንገድ ላይ ጌታን ፊት ለፊት ዐይቷል:: ሐዋርያ ሊሆን የተጠራውም በዚያን ጊዜ ነው::

"ሐዋርያ ሊሆን የተጠራ" ከሚለው ከዚሁ የሮሜ ምንባብ ሐረግ ሐዋርያት በእጅጉ ከጥሪ ጋር የተያያዘ እንደ ሆነ እንረዳለን:: በእርግጥም ሐዋርያነት ከጥሪ ጋር መያያዙ ሁለት ዐበይት ዕውነታዎችን ይነግረናል:: አንደኛው ዕውነታ ሐዋርያነት እጅግ በጣም ጥቂት ሰዎችን የሚያቅፍና ብዙዎችን የሚያገልል መሆኑ ነው:: ከዚህም ደግሞ ሁሉም ሰው በየገዛ መንገዱ እና ፍላጎቱ እየተነሣ ሐዋርያ ነኝ እያለ የሚጠራበት መጠሪያ ስም ወይም ማዕረግ እንዳልሆነ በውል ወደ መገንዘቡ ልንመጣ እንችላለን::

አንዳንድ አብያተ ክርስቲያትም ሆኑ የነገረ መለኮት ምሁራን ሐዋርያነትን የመጀመሪያዎቹ ከሆኑቱ ከአሥራ ሁለቱ የኢየሱስ ደቀ መዛሙርት ጋር ብቻ አያይዘው ይመለከቱታል::

በዚህም ሐዋርያነት አንድ የሆነ ልዩ ተልእኮና ዘመናት መካከል ሊደገም የማይችል ክስተት አድርገው ይቈጥሩታል። ምናልባት እነዚህ ወገኖች ሐዋርያነትን በዚህ መልኩ ስለተመለከቱት ለቀደሙቱ ሐዋርያት ይበልጥ ታማኞች የሆኑ ወይም እነርሱን በሚገባ እንዳከበሩ ሊሰማቸው ይችል ይሆናል።

ዳሩ ግን እዚህ ላይ ጉዳዩ የመጀመሪያዎቹን ሐዋርያት በሚገባ ማክበርም ሆነ ለእነርሱም ታማኝ የመሆን ነገር ሳይሆን፣ ዕውነታው ይህ ነው ወይ? የሚለው ነው። ሌሎች ደግሞ ሐዋርያነትን በሁለት ምድብ በመክፈል የበጉ ሐዋርያት እና የቤተ ክርስቲያን ሐዋርያት በሚል መልኩ ይመለከቱታል።

እነዚህ ወገኖች ለምንድን የመጀመሪያዎቹን በጌታችን በኢየሱስ ክርስቶስ በራሱ የተመረጡትንም ሆነ የተጠሩትን አሥራ ሁለቱን ሐዋርያት ከሁሉም በላይ አድርገውና የአንደኛ ደረጃ ማዕረግን አላብሰው ወደ መመልከቱ የመራቸው?

ይህ ጥያቄ በእርግጥም ገና ከመጀመሪያው ልናነሣውና በውል ልንመልሰው የሚገባ ጥያቄ ነው። ዕውነቱን እንነጋገር ከተባለ በሁለት የሐዋርያት ምድብ ትክክለኛነት ላይ ወይም እንዲህ ያለው ዕይታ (ምልከታ) ስሕተት ነው በሚለው ላይ ትኩረት አድርጎ ርእሰ-ጉዳዩን መመልከት ጠቀሜታ አለው።

ለዚህ ጥያቄ የሚሰጠው መልስ ሐዋርያትን በሁለት ምድብ የመከፈሉ ወይም የመመደቡ ነገር ትክክል ሊሆንም፣ ስሕተት ሊሆንም የሚችልበት ሁኔታ አለ የሚል ነው። የመጀመሪያዎቹ ሐዋርያት የአጠቃላይዋ ቤተ ክርስቲያናት (Universal Church) ሐዋርያት ከመሆናቸው አንጻር በእነርሱ እና በሌሎች ሐዋርያት መካከል ልዩነት አለ ብንል ይህ ቅቡልነት እንዳለው ምክንያት ተደርጎ ሊወሰድ ይችላል።

አዎን በሐዋርያት እና ነቢያት መሠረት ላይ ታንጻችኋል ሲል አዲስ ኪዳን ያስተምራል። የበጉ ሐዋርያት የአጠቃላይዋ ቤተ ክርስቲያንን መሠረት ጥለዋል። ይህም በአስተምህሮዋቸው አዲስ ኪዳንን አስገኝተውልናል እንደ ማለት ነው። በተመሳሳይ መልኩ ሐዋርያው ጳውሎስ አዲስ መሠረት መጣል እንደማይገባና ቀድሞውኑ በተጣለው መሠረት ላይ ሌሎች ሊያንጹ ወይም ሊገነቡ እንደሚገባቸው አበክሮ ይናገራል።

ከዚህ አንጻር ሁለት የሐዋርያነት ምድቦች እንዳሉ ለማሳየት መሞከር ጉዳዩን ትክክልም ሆነ ምንም ዐይነት ችግር የሌለበት ሆኖ እንድናገኛቸው ያደርግልናል፡፡ ይሁን እንጂ፣ ከዚህ ባለፈ መልኩ ነገሮች እየለጠጥን ከሄድን ወደ አምልኮተ-የበጉ ሐዋርያት ማምራታችን አይቀሬ ነው፡፡

እንደ ዕውነቱ ከሆነ ጌታችን መድኃኒታችን ኢየሱስ ክርስቶስን፣ አዎን የሃይማኖታችንን ሐዋርያ ደግሞም ታላቁና ዘላለማዊውን ሊቀ ካህናታችንን አስቀምጠን የእርሱን ደቀ መዛሙርት ወይም አሥራ ሁለቱን ሐዋርያት ወደ ማምለኩ ነው በዚህ ጽንፈኝነት ባጠቃው ወይም ዋልታ-ረገጥ በሆነ አመለካከት ልናመራ የምንችለው፡፡

ሐዋርያነት ጥሪ ነው ካልን ይህ ጥሪ እነዚህን በሁለት በሐዋርያነት ምድብ የከፈልናቸውን ወገኖች (የበጉም ሆነ የቤተ ክርስቲያን ሐዋርያት ብለን የሰየምናቸውን ወገኖች) በዕኩልነት የሚመለከታቸው ነገር ነው፡፡ በሐዋርያነት ጥሪ ውስጥ ያለ ጸጋ ቢሆን፣ ሐዋርያዊ ተልእኮ ቢሆን፣ ሐዋርያዊ ሥልጣን እና ሐዋርያዊ መረዳት ሁሉ ለአንዱ ሐዋርያ ተሰጥቶ ለሌላው የሚከለከል ስላልሆነ በሁለቱም ምድብ ውስጥ ያሉ ሐዋርያት እነዚህን ነገሮች እንደሚጋሩዋቸው መረዳት ያስፈልጋል፡፡

ይሁን እንጂ፣ ሐዋርያው ጳውሎስ "እንደ ተሰጠኝ ጸጋ መጠን የወንጌል አገልጋይ ሆንሁለት" ብሎ ከሚናገረው ንግግር የምንረዳቸው ነገሮች መኖራቸውን ቸል ልንል አይገባም፡፡ በዚህ ምንባብ ላይ የምናገኘው አንድ ጉልህነት ያለው ነገር ምንም እንኳ ሐዋርያት ሁሉ ሁሉንም በሐዋርያዊነት አገልግሎት ውስጥ ያሉ ነገሮች የሚጋሩዋቸው ቢሆኑም፣ ዳሩ ግን ዕይታቸው ላይም ሆነ የሚሰጣቸው የጸጋ መጠን ላይ፣ ብሎም በሌሎች የመጽሐፍ ቅዱስ ክፍሎች፣ በተለይም በሐዋርያው ጳውሎስ መልእክቶች ላይ እንደምናገኘው ሌላው ሐዋርያዊ ልዩነት ያለ መሆኑን ልብ ወደ ማለቱ እንድንመጣ ያስገድደናል፡፡

ይሁንና ይህ ልዩነት እግዚአብሔር በተለያዩ ሐዋርያት በኩል ዘላለማዊ አሳቡንና ምክሩን ለመግለጽ ከፈለገበት መለኮታዊ ፍላጎቱ (divine intent) ጋር የሚያያዝና ከዚህ አንጻር የሚተነተን እንጂ፣ አንዱ ከሌላው መብለጡን የምንመለከትበት አለመሆኑን ልብ ልንል ይገባል፡፡ (ኖኤል ውድሩፍ፣ ሐዋርያዊ አገልግሎትን መረዳት፣ ጁቢሊ ሪፎርሜሽን ሴንተር፡2013)

በመሠረቱ እንዲህ ያለው አካሄድን አስተሳሰብ እኛን አማኞችን ወደ አምልኮተ-ሰብ (በዚህ አግባብ የላቀ ጸጋ የተገለጠበትን ሰው የማምለክ ዐይነቱ ልምምድ) የሚወስደን፣ ብሎም ሉሲፈር በመባል ይጠራ የነበረው የመላእክት አለቃ የነበረውን ግሩም እና ውብ ፍጡር በቅድሚያ፣ የሰው ልጆች ሁሉ መገኛ የነበሩትን አዳምና ሔዋንን ደግሞ በመቀጠል ከወደቁበት አዘቅት ውስጥ እኛንም የሚጨምረን ይሆናል፡፡

ስለዚህም ልዩነቱን ከእግዚአብሔር ምርጫና ውሳኔ አንጻር መመልከቱ ነው ሚዛን የሚያስጠብቀው ዕውነት፡፡ ደግሞም ይህ ከጽንፈኝነት የሚታደግ ይሆናል፡፡ ሐዋርያው ጳውሎስ ለዚህ ነው ከሁላቸው ይልቅ ደከምሁ ካለ በኋላ ወደ ልቡ መለስ ብሎ ዳሩ ግን እኔ ሳልሆን ጸጋው ነው ይህንን የሠራው ሲል ፈጥኖ ለንግግሩ ሚዛን አስጠባቂ ዐረፍተ ነገርን ሲያበጅለት የምንመለከተው፡፡

አምልኮ ማለት የሚመለከውን አካል በፍጹም ልብና አሳብ ማድነቅና ክብርን ሁሉ ለእርሱ መስጠት ነው፡፡ ሐዋርያትን እና ጸጋን የሚሰጥ አካል ጌታ አምላክ እግዚአብሔር ስለሆነ እርሱን የማምለክ ተግባር አምልኮተ-እግዚአብሔር ይባላል፡፡

ዳሩ ግን ይህን ሐዋርያነትን እና ጸጋን-ሰጭ አምላክ ወደ ጎን ገሸሽ አድርጎ ሐዋርያነትንም ሆነ የቱንም ጸጋ የተቀበለ ሰው ማድነቅና እንደ ልዩ ሰው መቍጠር ወይም መመልከት ተገቢነት የሌለው ከመሆኑም ባሻገር የአምልኮተ-ሰው ልምምድ መሆኑን በውል መረዳት ይገባል፡፡ ይህ ልምምድ በእርግጥም ከንቱ የሆነ የጣዖት አምልኮ ልምምድ መሆኑን ማወቅና ከዚህም ደግሞ ራስን መጠበቅ ያስፈልጋል፡፡

ጥሪው ደግሞ የእግዚአብሔርን መለኮታዊ አጠራር የሚያመለክት ነው፡፡ ጥሪው የሚመሠረተው በክርስቶስ ባገኘው መዳን ላይ ነው፡፡ በዚህ ታላቅ ድነት ውስጥ የሐዋርያነት አገልግሎትን ሰጠው፡፡ ይህንንም ያደረገው ለሙታን ሕይወትን በሚሰጥ፣ የሌለውንም እንዳለ አድርጎ በሚሠራው ማንነቱ ነው (ሮሜ 4፥17፤ ዘፍ 17፥1-9)፡፡

የእግዚአብሔር ጥሪ ማንነትን ይለውጣል፡፡ ለተልእኮው የሚያስፈልገውን ብቃት ይሰጣል፡፡ አብርሃም፣ ሙሴ፣ ጳውሎስ ዐይነተኛ ምሳሌዎቻችን ናቸው፡፡

የተጠራ፣ ማለት በመጀመሪያው ቋንቋ በአንድ ግብዣ ላይ መጋበዝ አሊያም አንድን ጥሪ መቀበል ነው፡፡ በአዲስ ኪዳን ክሌቶስ የሚለው ቃል አንድ ጥሪ የሚያስፈልገው ቦታ

መጠራትንና ያንንም ጥሪ መቀበልን የሚገጽ ቃል ነው፡፡ እኛ ሁላችን በወንጌሉ ቃል በጌታችን በኢየሱስ ክርስቶስ ጥሪ የተደረገልን እና ጥሪውንም የተቀበልን ሰዎች ነን፡፡ ሐዋርያው ጥሪ ያገኘው ከጌታችን ኢየሱስ ክርስቶስ ደማስቆ መንገድ ላይ ነበር (የሐዋ. 9÷15)፡፡ ይህ ጥሪ ደግሞ ጽድቅን ተጠምቶ ያለ እውቀት የጌታን ሰዎች እያሳደደ ባለበት ወቅት እንደ ሆነ ሐከሙ ሉቃስ ለቲዎፍሎስ በጻፈው (በየሐ. 9÷1-5) ላይ መመልከት እንችላለን፡፡ በሕግ በኩል ስለሚገኘው ጽድቅ ያስነቀፉ እንደነበረ ለፊልጵስዮስ ሰዎች ይናገራል (ፊልጵ. 3÷6)፡፡ጌታችን ኢየሱስ ክርስቶስ በተራራው ስብከቱ «ጽድቅን የሚራቡ ብፁዓን ናቸው» ብሎ እንደ ተናገረው (ማቴ. 5÷6)፡፡

እግዚአብሔር ወልድ በወሰነው ሥፍራ ለጳውሎስ ተገለጠለትና ጠራው፡፡ ሐዋርያውም ይህ የጽድቅ ጥሪ ሲደርሰው፣ ክርስቶስም «የምታሳድደኝ የናዝሬቱ ኢየሱስ ነኝ» ሲለው፣ ለጥሪው የሰጠው ምላሽ፣ አዎን! አቤት! የሚል ብቻ ሳይሆን፣ ሁለንተናውን መስጠት ነበር (1ኛ ጢሞ. 1÷12-13)፡፡ምንም እንኳ ሐዋርያው የቀደመው ድርጊቱ ባለማወቅና በለማመን ያደረግሁት በመሆኑ ምክንያት ምሕረትን አገኘሁ ብሎ ቢናገርም፣ የሰማዕታቱ የእስጢፋኖስ ደም እንዲፈስስ፣ በለጋ ዕድሜውም (ገና በ29 ዓመቱ) በድንጋይ ተወግሮ እንዲሞት ማድረጉን ያወሳል (የሐዋ. 22÷20)፡፡ ሐዋርያው አይሁዳዊ ፈሪሳዊም ነበር (ፊልጵ. 3÷5-6)፡፡ይህ ሰው ግን የጽድቅ ጥሪ ሲቀርብለት እሺ አለ፡፡ ወገኖቹ እና የቀድሞ የአልግሎት ባልደረባዎቹ ግን ለእግዚአብሔር ሳይሆን፣ የራሳቸውን ጽድቅ ለማቆም ሲሉ የእግዚአብሔር ጽድቅ የሆነውን ተቃወሙ፡፡ ሐዋርያው ይህን ለሮሜ ሰዎች ይነግራቸዋል (ሮሜ 10÷13)፡፡

በነቢዩ በኢሳይያስ «እናንተ ከጽድቅ የራቃችሁ ዕልከኞች ስሙኝ፥ ጽድቄን አቀርባለሁ አይቅርምም፥ መድኃኒቴም አይዘገይም፥ ከጽዮን ለክብር እንዲሆን መድኃኒትን ለእስራኤል ሰጥቻለሁ ... እናንተ ጽድቅን የምትከተሉ ... ጽድቄ ፈጥኖ ቀርቦአል፥ ማዳኔንም ወጥቶአል» (ኢሳ. 46÷13፤ 51÷1፣ 5)፡፡ይህ የጽድቅ ጥሪ የእግዚአብሔር የሆነው ክርስቶስ ኢየሱስ ነው፡፡ ቅዱስ ጳውሎስ ይህ ጽድቅ ቀርቦለት ሳለ የጽድቅ ጥሪውን ተቀበለ፡፡ ምንም እንኳ ለአይሁድ ይህ ጥሪ የቀረበላቸው ቢሆንም፣ እነርሱን ግን ሊቀበሉት አልወደዱም፡፡ (ዮሐ. 5፡39-40)፡፡ ሐዋርያው የጽድቅ ርሃብ ነበረው፡፡ ጽድቅን ይሻ ነበር፤ የቀረበለትን የጽድቅ ጥሪ ተቀበለ፤ ከጥሙም ረካ፡፡

■ *የኢየሱስ ክርስቶስ ባሪያ*

ባሪያ የሚለው ቃል አሽከር ወይም ሎሌ የሚለውን ቃል ያመለክታል፡፡ ይህም በዋጋ የተገዛ ወይም በፈቃዱ ራሱን የሰጠ ባሪያ መሆኑን ይገልጣል፡፡ ሐዋርያው ጳውሎስ የተጠቀመበት ባሪያ የሚለው ቃል ለሮሜ ሰዎች ትልቅ ትርጕም የሚሰጥ ነው፡፡ ምክንያቱም መልእክቱን በጻፈበት ዘመን የራሳቸው ሙብት የሌላቸው ለጌታቸው ፈቃድ ብቻ ለመኖር ራሳቸውን የሰጡ 60 ሚሊዮን ያህል ባሮች በሮሜ ግዛት ውስጥ ይኖሩ ነበር፡፡ ጳውሎስም በገዛ ፈቃዱ ራሱን ለክርስቶስ ኢየሱስ የሰጠና በዋጋ የተገዛ መሆኑን ለማመልከት ይህንን ቃል ኢየሱስ የሰጠና በዋጋ የተገዛ መሆኑን ለማመልከት ይህንን ቃል ተጠቅሟል፡፡

ሀ. በዋጋ የተገዛ - 1ኛ ቆሮ. 6፥20፤ ኤፌ. 1፥7
ለ. በነፃነት የሚያገለግል - 1ኛ ቆሮ. 7፥22፤ ፊልጵ. 2፥17 የሐዋ. 21፥13

ባሪያ፣ ወይም ዶሎስ (የቃላት ጥናት) ሥርወ - ቃሉ **ዴዎ** የሚል ሲሆን፣ ትርጓሜውም መገዛት) ቀዳሚነት ባለው ትርጓሜው ለአንድ ሌላ ሰው ራሱን ያስገዛ/ ባሪያ ያደረገ/ የሚለውን ይገልጻል፡፡

በግሪክ ባህል ዶሎስ የሚለው ቃል ከአንድ ሰው ሥር ሆኖ የሚሠራ ማለት ሲሆን፣ሰፋ ያሉ ልዩ ልዩ አሳቦችን ያስተላልፋል፡፡ አንዳንድ ጊዜ ዶሎስ የሚለው ቃል በፈቃደኝነት ራሱን ለሌላ ሰው ያስገዛ አንድ ሰው በሚል ጥቅም ላይ የሚውል ነበር፣ ነገር ግን በአብዛኛው ያለፈቃዳቸውም ሌላን ሰው ለማገልገል ራሳቸውን ያስገዙና በምንም መልኩ ከዚህ ነፃ ሊወጡ የማይችሉ ለዘላለም ባሪያ የሆኑትን፣ እንዲሁም ነፃ የሚወጡትም በሞት ብቻ የሆኑትን ሰዎች የሚያመለክት ነው፡፡ የዕብራይስጡ አቻ ቃል (**ኤቢድ -05650)** በብሉይ ኪዳን ውስጥ በሙቶዎቹ ለሚቈጠሩ ጊዜያት ጥቅም ላይ የዋለ ሲሆን ተመሳሳይ የሆነ ሰፋ ያለ አጠቃቀምና ትርጓሜ አለው፡፡ የሙሴ ሕግ ለሚያከብረውና ለሚወድደው ጌታው በቋሚነት ውል ለገባ ባሪያ እስር የሆነ-ባሪያ እንዲሆን ሁኔታዎችን አመቻችቶለታል፡፡" (ዘጸአት 21፥5፣ 6)

እርሱ የኢየሱስ ክርስቶስ አገልጋይ ነበር (ቍ. 1 ሀ)፡፡ ጳውሎስ አገልጋይ በሚል ጥቅም ላይ ያዋለው ቃል ለሮማውያን ትርጕም ያለው ቃል ነው፤ ምክንያቱም ቃሉ ባሪያ የሚል ነበር፡፡ በሮሜ ግዛት ውስጥ ወደ 60 ሚሊዮን የሚገመቱ ባሮች ነበሩ፡፡ ደግሞም ባሪያ

ልክ እንደ ንብረት የሚቈጠር እንጂ፣ እንደ ሰው የሚታይ አልነበረም። (from The Bible Exposition Commentary.)

ብዙውን ጊዜ ባሪያ የሚለውን ቃል የምንረዳው ጥቁሮች ኢፍትሐዊ በሆነ መልኩ ይሸጡ ከነበረበት ወይም በቀደመው የኢትዮጵያ ነገሥታት አማካይነት ከሚደረገው ጭቆና የተነሣ ፊውዳሉ ጪሰኛውን ቍም-ስቅሉን ከሚያሳይበት ድርጊት ጋር በማያያዝ ነው። መጽሐፍ ቅዱሳችን ግን ይህን ዐይነቱን ተግባር ምሳሌ አድርጐ አይነግረንም፤ ሰውን እንደ ምሳሌአችንና እንደ መልካችን እንፍጠር ያለ ጌታ የራሱን ምስልም ሆነ መልክ የያዘን የከበረውን ፍጡሩን ከጨለማው ሥራ እንዲተባበር ወይም አንዱ የሰው ልጅ በሌላው የሰው ልጅ ላይ እንዲህ ባለው መልኩ እንዲሠለጥን አይሻም።ምንም እንኳ የእግዚአብሔር አገዛዝ የሰው ልጆች በሚኖሩበት ሥፍራ ላይ ዳር ድንበር ለይቶ የሰውን ልጅ በተለያየ ቋንቋ እንዲናገሩና በየፈጠሩት የአኗኗር ዘዬ ውስጥ እንዲመላለሱም ሆነ በየባህላቸው እንዲኖሩ ቢያደርግም፣ ይህ ደግሞ ቀድሞውኑ የተወሰነ ፍጹም ፈቃዱ የሆነ ጒዳይ ሳይሆን፣ አባታችን አዳም አትብላ ከተባለው ዛፍ ከበላ በኋላ በምድርም ሆነ በሰው ልጆች ዕጣ-ፈንታ ጥላውን ያጠላ ዕውነታ መሆኑን እናስተውላለን።

በኃጢአት ምክንያት የሰው ልጅ ጸጥና ዝግ ብሎ ይኖር ዘንድ ምድራዊ ሕግንም ሆነ ሥርዓትን፣ እንዲሁም አስተዳደርንና በዚህም መስክ ላይ ተሰማርተው ተጋባራቸውን የሚከውኑ ወይም አመራርን የሚሰጡ ባለ ሥልጣናትንም አስቀመጠ።ይህም ቢሆን ግን የሰው ልጅ እጅግ ክፉ ስለሆነ፣ ሕጉን እና ሥርዓቱን የአስተዳደሩን ወንበር ተጠቅሞ በተከለለት ዳር ድንበር የተሰጠውን የማስተዳደር ሥልጣን በተገቢው እና ሰብዓዊ በሆነ መልክ ማከናወን ሲገባው፣ በሰዎች ላይ በተንኮል መሠልጠንና አስጨንቆ መግዛት የቀን ተቀን ተግባሩ ሆነ።

ጌታችን ኢየሱስ ክርስቶስ ግን ይህን ዐይነቱን ድርጊትም ሆነ አስተሳሰብ አወገዘ። (ማቴ. 20፥25) «እንዲገዙአቸው» «በላያቸው እንዲሠለጥኑ» አዲሱ መደበኛ ትርጒም «ጌቶች» ‹በኃይል› እንዲገዙአቸው፣ የሚሉትን ቃላት ሆን ብሎ በማንሣት መሪዎች ሰዎች የተፈጠሩበትን ተፈጥሮአዊ ባሕርይ በተጻረረ መልኩ ሲሠሩ እንደማይገባ፣ ይህ ከቶውንም ቢሆን ተገቢነት የሌለው ነገር እንደ ሆነ ለሐዋርያቱ ያስተምራቸዋል። ይህ በፊተኛው አዳም ያለው የኃጢአት ባርነት በኋለኛው አዳም፣ ማለትም በልጁ በኢየሱስ ክርስቶስ ከሆነው የጽድቅ ባርነት ጨለማ፣ በበሕርይም ሆነ በመልክ በብርሃን የመለያየቱን ያህል የተለያየ ነው። በክርስቶስ ኢየሱስ የሰው ልጅ በክቡር ደሙ የተዋጀ ነው። በክቡር ደሙ

ስንል በዘሌዋውያን 17፥11 የሰውዬውን ሕይወት ይተካል፡፡ይህም ማለት እግዚአብሔር ወልድ ወደ ምድር መጥቶ ከአብ ዘንድ ሥጋ (ቍርበት) ተዘጋጅቶለት፣ ከድንግል ማርያም ተወልዶ፣ የአባቱን ፈቃድ ፈጽሞ አንድም ኃጢአት ሳያደርግ ስለ ሰው ልጆች በመስቀል ላይ መሰቀሉን፣ ይህንንም ደግሞ በፈቃደኝነቱ ፈጽሞ በእግዚአብሔር ኃይል ከሙታን ተነሣ፡፡ በእርግጥም ይህ በዚህ አላበቃም፤ ወደ ሰማይ ዐረገ፤ የሊቀ ካህናትነት ሥራውን ጀመረ፤ ደሙ በአብ ፊት በእኛ እና በእግዚአብሔርም ፊት የቆመ የክርስቶስን ስለ ሕይወት ወክሎ በክብሩ ዙፋን በቤተ መቅደሱ ይገኛል፡፡

መንፈስ ቅዱስ (የትንሣኤው ኃይል) ተብሎ የሚመራው የክርስቶስን ስጋ ከሙታን ሲያስነሣ እንዲሁ ይህ ደም በዘላለም መንፈስ ተነስቷል (ዕብ. 9፥14)፡፡ የኢየሱስ ዛሬ በዘላለም ክብር መሆን እና የደሙ በዘላለም በክብር መሆኑ አንድ ሲሆን፣ ተለያይተው ዐያውቁም፡፡ አሁን ክርስቶስ በአብ ፊት መታየቱ እንዲሁም ደሙ በአብ ፊት መኖሩ እነዚህ ሁለቱ የማይለያዩ እና አንድነት ያላቸው ናቸው፡፡ ይህ ደም ለኃጢአት ዋጋ ሆነ ስንል የኢየሱስ ሕይወት፣ ማለትም በምድር ያሳለፈው ሕይወቱ የሰውን ልጅ ወክሎ በጽድቅ እና በቅድስና ተመላለሰ ማለት ነው፡፡ ይህ ብቻ አይደለም፤ በክርስቶስ ያመነ ሰው ክርስቶስ በእግዚአብሔር ክብር በምድር ላይ እንደ ተመላለሰ እርሱም ይመላለስ ዘንድ ክርስቶስ በውስጡ ነግሦ በአማኝ ሕይወት ይገለጥ ዘንድ ክርስቶስ ሕይወቱ ሆነ ስንልም ሕያው ደሙ ተቤዠው ማለታችን ነው፡፡ ለዚህም ነው ጌታችን ኢየሱስ ክርስቶስ ወደ ስቅላቱ ከመሄዱ በፊት በእራት ሰዓት ደቀ መዛሙርቱን ሰብስቦ «ይህ ጽዋ ስለ እናንተ በሚፈስሰው በደሜ የሚሆን አዲስ ኪዳን ነው» (ሉቃስ 22፥20)፡፡

ይህ ደም ሰውዬውን ይወክላል የሰውዬውም ሕይወት ነው፡፡ በእግዚአብሔር ፊት ደም ክቡር ነው፡፡ የሚተካከለው የለም፡፡ ይህ ቤተ እስራኤል በይበልጥም በብሉይ ለነበሩ አይሁድ እጅግ የሚያውቁት ነገር ነው፡፡ የኮርማዎች እና የፍየሎች ደም እነርሱን እየወከለ ኃጢአትን ለማስተሰረይ ይቀርብ ነበረ፡፡ ለዚህም ነው የክርስቶስ ኢየሱስ መሞት ይበልጥ ደሙ በአብ ፊት እንዳይታይ፣ ተሸፍኖ እና ተደብቆ እንዲቆይ ሲጥሩ የሚስተዋሉት፡፡

የኢየሱስ ክርስቶስ ሕይወት ስም ትምህርት እና ደሙ አይለያዩም፡፡ «ሊቀ ካህናቱም፡- በዚህ ስም እንዳታስተምሩ አጥብቀን አላዘዝናችሁምን?» እነሆም ኢየሩሳሌምን በትምህርታችሁ ሞልታችኋታል፥ የዚህን ሰው ደም በእኛ ላይ ታመጡብን ታስባላችሁ? ብሎ ጠየቃቸው (5፥28)፡፡ምክንያቱም የኢየሱስ ክርስቶስ ሕይወት በእግዚአብሔር ጣት አማካይነትም የሠራውንም ሥራና ትምህርቱን የመርገጣቸው ዋነኛው ተግባር ደሙን

ማፍሰሳቸው ይህ የማያዳግም ውሳኔአቸው ነበር፡፡ «ሕዝቡም መልሰው ደሙ በእኛ እና በልጆቻችን ላይ ይሁን አሉ» (ማቴ. 27፥1-25)፡፡ እግዚአብሔር ደምን ምን ያህል የሚያከብር እንደ ሆነ የምንመለከተው ገና በማለዳ ቀድሞ በሲና ተራራ ተገልጦ ሕግጋቱን በዕጅ ጽፎ ለሙሴ ሳይሰጠው ለኖኅ ትእዛዝን ሰጠው፡፡«የሰውን ደም የሚያፈስስ ሁሉ ደሙ ይፈስሳል፥ ሰውን በእግዚአብሔር መልክ ፈጥሮታልና» (ዘፍ. 9፥6)፡፡ ሲረፋፍድም፣ ማለትም የጥፋት ውኃ በምድር ላይ ሳይገለጥ፣ ይህም ክርስቶስ ኢየሱስ ከመወለዱ 2344 ዓመተ-ዓለም በፊት፣ ኖኅ 500 ዓመት ሲሆነው የተሰጠ ትእዛዝ ነበር፡፡

ይህን ትእዛዝ ካገኘው በኋላ የኖኅ ዘመን የጥፋት ውኃ የመጣው ከአንድ መቶ ዓመታት በኋላ ነው፡፡ በዚያ የጥት ውኃ ወቅት ኖኅ 600 ዓመት ሰው ነበር፡፡ክርስቶስ ኢየሱስ ከመወለዱ ከ1446 ዓመተ-ዓለም በፊት እግዚአብሔር ለሙሴ ተገለጠለት፡፡ ይህ ደግሞ ከኖኅ እስከ ኖኅ የውኃ ጥፋት 1100 ዓመታት ሆኖታል፡፡ በዚያን ጊዜ እግዚአብሔር የተወሰኑ ጊዜያት ካለፉ በኋላ ተገልጦ አሁንም ደም ክቡር መሆኑን «አትግደል!» የሚለውን ትእዛዝ በሙሴ ዕጅ ለሕዝቡ ሰጠ፡፡

እግዚአብሔር ሙሴን በሚጠራው የሕይወቱ ምዕራፍ መገባደጃ የመጨረሻው ዓመት ላይ ይህም ክርስቶስ ከመወለዱ 1406 ዓመተ-ዓለም በፊት ሕዝቡን ሰብስቦ የሰጣቸው ትእዛዛዊ ቃል «የነፍስ ጉዳይ ሕግ» ሲሆን፣ ደም እንዳይፈስስ «የመሸሸጊያ ሦስት ከተሞች ይዘጋጅ» የሚል ነበር፡፡ «አምላክ እግዚአብሔር ትወርሳት ዘንድ በሚሰጥህም ምድር ውስጥ ንጹሕ ደም እንዳይፈስስ ደሙም በአንተ ላይ እንዳይሆን በእነዚህ በሦስት ከተሞች ላይ ሌሎች ሦስት ከተሞችን ትጨምራለህ (ዘዳ. 19፥10)፡፡ይህ የንጹሕ ደምን ወይም ስለ ንጹሕ ደም አስመልክቶ የተሰጠ ትእዛዝ ነው፡፡ ይሁን እንጂ፣ የኃጢአተኛው ደም እንዳይፈስስ፣ በንስሐ ከኃጢአቱ ወደ እግዚአብሔር እንዲመለስ ባለማስጠንቀቁ የተነሣ ደሙ ከዕጁ ይፈለጋል» (ሕዝ. 3፥10)፡፡ ይህን እግዚአብሔር ለነቢዩ ሕዝቅኤል ሲገልጥለት ክርስቶስ ከመወለዱ በፊት 593 ዓመተ ዓለም በፊት ነበር፡፡

የጌታችን የኢየሱስ ደም ግን ከዚያ ያለፈ ነው፡፡ በመጀመሪያ የእግዚአብሔር ወልድ ደም ነው፡፡ ሁለተኛ ሕይወት የሚሰጥ ደም ነው (ሞት እና ትንሣኤውን ይወከላል) (ዮሐ. 6፥54)፡፡

- ከደሙ የተነሣ - ታረቅን ሰላምን ከአብ ጋር አገኘን ‹በእርሱም በኩል በመስቀሉ ደም ሰላም አድርጐ በምድርና በሰማያት ያሉትን ሁሉ ለራሱ እንዲያስታርቅ ፈቅዶአልና› (ቈላስ. 1፥20)

- ከደሙ የተነሣ - የኃጢአት ይቅርታ አገኘን (ኤፌ. 1÷7)
- ከደሙ የተነሣ - ከቍጣው እንድናለን (ሮሜ 5÷12)

«በእርሱ ደስ የሚለኝ የምወደው ልጄ እርሱን ስሙት» ስለ ደሙ ክቡርነት ዐይኖቹ የበሩለት ከገናናው ዙፋን እንደ ነጎድጓድ ድምፅ የሆነውን ማራኪ ድምፅ የሰማው ያንን ክብር ተመልክቶ ሳለ ይህኛውን ክብር ያደንቃል (2ኛ ጴጥ. 1÷17-19)፡፡ ከዚያን የበለጠው የትንቢት ቃል ግን «እንደ በግ ደም የክብር የክርስቶስ ደም እንደ ተዋጀችሁ ታውቃላችሁ» የሚለው ነው (1ኛ ጴጥ. 1÷19)፡፡

በሰማይ ያሉ መላእክትም ሆነ ሰማዕታት ይህ የተረዱት ስለሆነ፣ እንዲህ ሲሉ አዲስን ቅኔ ዘመሩ፡- «የታረደው በግ ኃይልና ባጠግነት ጥበብም ብርታትም ሊቀበል ይገባዋል» አሉ፡፡ ... ሽማግሌዎችም ወድቀው ሰገዱ (ራእይ 5÷11-13)፡፡ ደሙ ክቡር ነውና፡፡ የዕብራውያን ጸሐፊ ክርስቶስን መርገጥ፣ መካድ፣ መቃወም ማለት ደሙን መርገጥና ማከፋፋት ነው ሲል በደሙ እና በክርስቶስ ኢየሱስ መካከል ልዩነት እንደ ሌለ አበክሮ ይናገራል፡፡ ደሙ ከዚህ አልፎ፣ የክርስቶስ መሆኑ ቀርቶ የእግዚአብሔር አብ እንዲሁም የመንፈስ ቅዱስ ክብር ሆኗል፡፡

ልክ እስራኤልን የነካ የዐይኔን ብሌን ነካ እንደሚለው ደሙን የነካ መንፈስ ቅዱስን የሰጠውን አብንም ጭምር ነካ፥ አቋሸሸና ረገጠ ማለት ነው (ዕብ. 10÷29)፡፡ በእርግጥ ይህ በፊተኛው አዳም በኃጢአት የወደቀው ሰው በኋለኛው አዳም ከደሙ የተነሣ ተዋጀ፤ ጸደቀ፤ ስለዚህም ደግሞ ከበረ (ሮሜ 5÷9)፡፡ «ይልቁንም አሁን በደሙ ከጸደቅን» ለዚህም በደሙ የጸደቀው ከሞት ወደ ሕይወት፣ ከኃጢአት ባርነት ወደ ጽድቅ ባርነት (የክብር) ሕይወት ምዕራፍ ተሸጋገረ (ሮሜ 8÷30)፡፡ እነዚህን ደግሞ አጸደቃቸው፤ ያጸደቃቸው እነዚህን ደግሞ አከበራቸው፡፡

ስለዚህ በክርስቶስ በክቡር ደም የተዋጀ ሰው ለጽድቅ ባርያ ነው፡፡ ይህ ማለት ዲዲሞስ የተባለው ቶማስ የጻድቅን ሕይወት ሊኖር፣ እንዲሁም የጽድቅ አገልግሎት ሊያገለግል ተጠርቷል፡፡ ይህ በክርስቶስ ውስጥ በክቡር ደሙ ዋጋ የተገዛው ሰው፡-

1) የጽድቅ ሕይወት ባሪያ፣ ማለትም የክብር ሕይወት ወይም የክርስቶስ ደም ያስገኘለትን የጸጋው ክብር ባለጠግነት ሕይወት ኖሮ (በምድር ላይ ክርስቶስን በመምሰል ተመላልሶ) በመጨረሻ የሕይወት አክሊል ሊያገኝ

የተጠራ ነው፡፡ - እነዚህም አክሊሎች የማይጠፉ የማይበሰብስ አክሊል (1ኛ ቆሮ. 9÷24-25) - የጽድቅ አክሊል 2ኛ ጢሞ. 4÷8) የሕይወት አክሊል (ራእይ 2÷10) ተብለው ተጠርተዋል፡፡

2) የአገልግሎት አክሊል (የጽድቅ ባሪያ) አገልጋይ ስለሆነ - የደስታ አክሊል - 1ኛ ተሰ. 2÷19 በእርግጥ መንግሥቱን ያገለገልነው ባሮቹን እግዚአብሔር የክብር አክሊል ይሸልማል፡፡ ይህም ደግሞ አማኝ ሁሉ በተሰጠው አገልግሎት ስለ አገለገለ ከክርስቶስ ፍርድ ወንበር የሚቀበለው ይሆናል (1ኛ ጴጥ. 5÷2-4)፡፡

በኃጢአት አገዛዝ ሥር ባርነት የከፋ ነው፡፡ ምናልባት ለንጉሥ ጠጅ አሳላፊ መሆን በሰው አስተዳደር ምስጋና ሊኖረው ይችላል፡፡ ጨለማው አይጨልምም፡፡ ነገር ግን በክቡር ደሙ የተዋጀ የክርስቶስ ባሪያ ሊሆን የተጠራ ሰው ግን በሕይወቱም የጽድቅ ባሪያ ሆኖ ብልቶቹንም ለጽድቅ መሣሪያ (ባሪያ ያደረገ - ሮማ 6÷13፤ 19) ማድረግ መጨረሻው የዘላለም ሕይወት ነው (ሮሜ 6÷22)፡፡ኃጢአት ደመወዝ ይከፍላል፡፡ በሥጋ ስለሚሠራ ሥጋ ደመወዝ ስለሚጠይቀው ደመወዙ ሞት ነው (ሮሜ 6÷22)፡፡ በክርስቶስ ክቡር ደም የተገዛ ሰው ግን ደመወዝ የለውም፤ እርሱ የራሱ አይደለም፡፡

የክርስቶስ ሕይወት ስለሚገለጥበት ሥጋ በመስቀሉ ላይ ተጠርቶአል፡፡ አሁን የደሙ ኃይል የትንሣኤው ኃይል፣ የአብ ወልድና መንፈስ ቅዱስ ማደሪያ ነው፡፡ ስጦታ ነው፡፡ ጸጋ ነው፡፡ መጨረሻ የለውም እንደ ወይን ግንድ ተጣብቋል፡፡ ከእግዚአብሔር የተለየ ሁሉ መጨረሻ ሞት ነው፡፡ በደሙ የተዋጀ ግን መጨረሻ መለያየት ከደሙ መለያየት፣ ከአብ ክብር መለያየት፣ ከዘላለም ሕይወት መለያየት መጨረሻ የለውም፡፡ የልጅ ሕይወት የደሙ ሕይወት ስጦው ነውና (ሮሜ 6÷23)፡፡ በጌታ ላሉ አክሊል ይጠብቀናል የቅዱሳን ርስት ክብር ባጠግነት ድርሻ ይህ ነው፡፡ (ኢሳ. 28÷5፤ መዝ. 132÷18፤ ያዕቆብ 1÷12፤ ኢሳ. 62÷3)

በከፍተኛ ሥልጣን ላይ ያለ አንድ ሰው ከተራው ሰው ይልቅ ከፍ ያለ ደረጃ ሥልጣንና ነፃነት ይኖረዋል፡፡ የንጉሠ ነገሥቱ ባሮች የሮማውያን ክርስቲያኖች ሊያውቁት እንደሚችሉት በመላው የንጉሠ ነገሥቱ ግዛት ውስጥ ካሉ ጥቂት ከፍተኛ ባለ ሥልጣናት መካከል የሚገኙ ናቸው፡፡ በብሉይ ኪዳን ውስጥ ከሙሴ ጀምሮ የተነሡ ነቢያት አገልጋይ ወይም የእግዚአብሔር ባሮች ተብለው ተጠርተዋል፡፡ (ከአይ.ቪ.ፒ. የመጽሐፍ ቅዱስ ታሪክ ባግራውንድ ሐተታ-አዲስ ኪዳን በክሬግ ኤስ ኪኔር .1993)

ሀሪ አይረንሳይድ ባሪያ የሚለውን ቃል በምሳሌ ሲገልጽ፡-"የእርሱ(ጳውሎስ) ባሪያነት፣ አገልግሎት መስጠት ማለት አይደለም፡፡ ነገር ግን በሙሉ ልብና ፈቃደኛነት በውድ ዋጋ ለገዛው 1ኛ ቆሮ 6÷20 ጌታው የሚያደርገው ሁለንተናዊ መስጠት ነው፡፡ ሊያውም ውድ በሆነው የክርስቶስ ደም (1ኛ ጴጥ.1÷18-፤ 1ኛ ጴጥ. 1÷19 - ተመልከቱ)፡፡ ስለ አንድ አፍሪካዊ ባሪያ የሚነገር ታሪክን አለ፤ አፍሪካዊው ባሪያ በአሳዳሪው ለመታረድ ሲነዳ በነበረበት ወቅት ላይ፤ ሌላ አንድ ኃይለኛ እንግሊዛዊ ሰው ይገጥመውና ባሪያውን ለመታረድ ከሚነዳበት ሰው እጅ በታላቅ ተጋድሎ ነፃ ያወጣዋል፡፡

የጨካኙ ሰው ሰይፍም ይህን ሰው ያቈስለዋል፤ ደሙም ይፈስሳል፡፡ ደሙ እየፈሰሰው ሳለም በመከራው እንደ ገዛው በመናገር የዚህን ሰው ባሪያ ለመውሰድ ይጠይቃል፡፡ለዚህ ጥያቄም የቀደመው ጌታው በተጸጸተበት መልኩ ይስማማል፡፡ ባሪያውም ከታደገው ጌታው ጋር በመሄድ ከእግሩ ሥር በመውደቅ ከዚህ በኋላ በሁሉም መንገድና ዐይነት በደሙ የጌታውን ትዕዛዝ ለመፈጸም እና ለጌታው ለመገዛት ራሱን ለማስገዛት ጮኾ ብሎ ድምፁን በማስተጋባት ቃል ኪዳን አደረገለት፡፡ ጳውሎስም ልክ እንደዚሁ ነው፤ ጌታው በደሙ የገዛው የክርስቶስ ባሪያ ነው፤ እኛ ሁላችንም በክርስቶስ ኢየሱስ የከበረ ደም የተገዛን ባሪያዎቹ ነን፡፡ ከዘማሪው ጋር በመሆንም "አ፣ ጌታ ሆይ፣ በእርግጥም እኔ የአንተ አገልጋይ ነኝ፤ [የሰባ-ሊቃናቱ ትርጉም= (ዶሎስ) እኔ ባሪያህ ነኝ፤ የሴት ባሪያህም ልጅ ነኝ፤ ሰንሰለቴን ሰበርህ" እያልን ድምፃችንን በማስተጋባት ልንገዛለት እንደምንሻ መናገር እንችላለን (116÷16)፡፡

■ ***ተለየ (የተለየ)፣ አፎሪስሜኖስ***

ይህ ቃል በቃጋ ተገዝቶ ወደ ሌላ ቦታ የሄደን ፈቃደኛ ባርያ ያመለክታል፡፡ ጳውሎስን ቀድሞ ከነበረበት ሥፍራ ወደሚፈለገው ሥፍራ ለይቶ የወሰደው እግዚአብሔር መሆኑን የሚገልጽ ነው፡፡ (ቈላስ. 1÷13፣ 14) ማቴ. 13÷49፤ 25÷32) የእግዚአብሔር ጥሪ የማፍለስ ጥሪ ነው፡፡ ማለትም ሥፍራን የማስለቀቅ ማንነትንና መጠሪያን አድራሻን የመለወጥ ጥሪ ነው፡፡

ይህ መለየት ከድድቅ ከጨለማ ወደሚደነቅ ብርሃን፣ ከጥላቻ ወደ ፍቅር የሚሻገሩት ወይም የሚፈልሱበት ዐይነቱ ነው፡፡ ሐዋርያው ለቈላስይስ ሰዎች እንደ ገለጸው ‹‹እርሱ ከጨለማው ሥልጣን አዳነን፤ ቤዛነቱንም ወደ አገኘንበት ወደ ፍቅሩ ልጅ መንግሥት አፈለሰን› (ቈላስ. 1÷13-14)፡፡ የሥልጣን የባሕርይ የአገዛዝ ለውጥ ያለበት ነው፡፡ ይህም

የእግዚአብሔር ጽድቅ ተብሎ ወደ መጠራት ሕይወት መለየትን ያመለክታል፡፡ የእስራኤል ክብራቸው ይህ የእግዚአብሔር ጽድቅ ነበር፡፡በአሕዛብ እና በምድር ነገሥታት ዘንድ የተፈሩ እንደ ሆኑ እና ተዘልለው እንዲቀመጡ ያደርጋቸው የጽድቅ ኪዳኑ ስም ነበር፡፡ እነሆ ለዳዊት የጽድቅ ቁጥቋጦ የማስነሣበት ዘመን ይመጣል ይላል እግዚአብሔር፡፡

እርሱም ‹እንደ ንጉሥ ይነግሣል ይከናወንለታልም ... እስራኤልም ተዘልሎ ይቀመጣል፡፡ የሚጠራበትም ስም፡- እግዚአብሔር ጽድቃችን ተብሎ ነው (ኤር 23÷6)፡፡ ለእስራኤል ትልቁ ሀብት የእግዚአብሔር ጽድቅ ክብርን መሸከም ነው፡፡ ሐዋርያው ጴጥሮስ፡- «ለርስቱ የተለየ ወገን» ናችሁ ሲል «ከጨለማ ወደሚደነቅ ብርሃን» ተለይተው ያጸደቃቸውን አክብሮአቸው» ማለትም የንጉሥ ካህናት ሆነው የእርሱን በጐነት ይህም ክብሩን ለመሸከም እና ለጠፋው ዓለም በጐነቱን ይናገሩ ዘንድ ነው፡፡ 1ኛ ጴጥ. 2÷9-10 ሐዋርያው ቅዱስ ጳውሎስ ይህን ስም «የእግዚአብሔር ጽድቅ» ስም ይሸከም ዘንድ፣ እርሱም ክርስቶስ ኢየሱስን በሕይወቱ ይገለጥበት ዘንድ ተለየ፡፡ ለዚህ የጽድቅ የምሥራች - «የማስታረቅ ቃል ዐዋጅ ነጋሪ ሆነ፡፡» (2ኛ ቆሮ. 5÷18-21)

ሲ. አይ ስኮፊለድ የተባሉ ጸሐፊ፣ መለየት ሚለውን አሳብ አሳጥረው በጥቅሉ እንዲህ ይገልጹታል፡-

መለየት - ከእግዚአብሔር አሳብ ተቃራኒ ከሆነ ከየትኛውም ነገር ለራሱ ለእግዚአብሔር መለየት ማለት ነው፡፡ሊሰመርበት የሚገባው መርኅምግባራዊ በሆነው ፍጥረተ ዓለም ላይ እግዚአብሔር አምላክ የሚያመቻምቹና የክፉው ግብረ-አበር የሆኑልጆቹን በሙላት ሊባርካቸውና ሊጠቀምባቸው የማይችል መሆኑ ነው፡፡ከዓለም መለየት በፍላጎት፣ በውስጣዊ መነሳሳት እና በተግባር ከዓለም መለየት ማለት ነው ... መለየት ማለት ከክፉው ጋር ንኪኪ ከማድረግ መለየት ማለት አይደለም ... ነገር ግን የእርሱ ግብረ አበር ከመሆን እና እርሱን ከመምሰል መለየት ማለት ነው፡፡ ደግሞም የመለየት ሽልማቱ የመለኮታዊ አባትነት በሙላት መገለጥ ነው (2ኛ ቆሮ. 6÷17፣18) ያልተገታ አንድነት እና አምልኮ እንዲሁም ፍሬያማ አገልግሎት (2ኛ ጢሞ. 2÷21) ያለው መሆን ነው፡፡ ከዓለም ጋር ያለ መመሳሰል ድነትን እንኳ ባይሆን፣ እነዚህን ነገሮች ሁሉ ማጣትን ያካትታል፡፡ ክርስቶስ ምሳሌ ነው፡፡ እርሱ ምንም ነቀፋና ነውር፣ እንዲሁም ኃጢያት የሌለበት ነው (ዕብ. 7÷28) ለድነታቸው ሲባል ከፈሪሳውያኑ ጋር በነበረው ግንኙነት እነርሱ ከነበራቸው በአካል ከሚደረግየመለየት አስተሳሰብ ጋር የማይጣጣም ነበር፤ ከዚህም የተነሣ ናዝራዊነቱን አጥቷል ብለው ያስቡ ነበር (ሉቃስ 7÷39)፡፡

በመለኮታዊው ጥሪው ጳውሎስን ለራሱ ሥራ እግዚአብሔር ሲለየው የስም ለውጥ አድርጎለታል፡፡ ይህም በችሎቱና በኃይሉ ታላቅነት በመታመን የሚያደርገው የራሱ ሥራ ነው፡፡ የቃሉን ፍቺ ስንመለከት፣ ጳውሎስ ማለት ትንሽ ማለት ነው፡፡ ይህንን ትንሽ ሰው በጸጋው ለውጦ ታላቅ ሐዋርያ አደረገው፡፡

ሐዋርያት እና በቀሪዎቹ አራቱ የአገልግሎት ቢሮዎች ውስጥ የሚገኙ አገልጋዮች ማንነትና አገልግሎቱ የተሰጠበት ዓላማ

አዲስ ኪዳን በአጠቃላይ፣ የሮሜ መጽሐፍ እና የኤፌሶን መጽሐፍ ደግሞ በተለይ ስለ ሐዋርያት እና በቀሪዎቹ አራቱ የአገልግሎት ቢሮዎች ውስጥ በሚገኙ አገልግሎቶች ወይም አገልግሎቱን በሚሰጡ ሰዎች ላይ በቂም ሆነ ምሉዕነት ያለው መረዳትን ይሰጡናል፡፡ ይህ ጊዜ የ1980ውን የነቢይነት አገልግሎት ተሐድሶ እና የ1990ውን የሐዋርያት አገልግሎት ተሐድሶ ዕንቅስቃሴን ወደ ምድራችን ብቅ ማለት ተከትሎ ይህ ርእሰ-ጉዳይ ለመልካምም ሆነ ለከፉ፣ ወይም ለጥቅምም ሆነ ለጉዳት በሚዳርግ መልኩ በአብያተ ክርስቲያናት ሁሉ ዘንድ የሚነሣና ክርክር የሚደረግበት ወቅት ስለሆነ እነዚህን ርእሰ-ጉዳዮች ዐውዳዊነት እና ዓለም አቀፉዊነትን በተላበሰ መልኩ መመልከቱ አስፈላጊ ሆኖ ስለ ተገኘ በአጠቃላይ የእነዚህን የአምስቱን አገልግሎት ቢሮዎች ምንነትም ሆነ የተሰጡበትን መጽሐፍ ቅዱሳዊ ፋይዳቸውን የምንመለከት ይሆናል፡፡ (ኖኤል ውድሩፍ፣ ሐዋርያዊ አገልግሎትን መረዳት፣ ጂቢሊ ሪፎርሜሽን ሴንተር፡2013)

ሀ. ሐዋርያት (የሐዋርያት የአገልግሎት ቢሮ)፡- ምንነቱና የተሰጠበት ዓላማ

ከሁሉ አስቀድመን የሐዋርያት ምንነትን የምንመለከት ሲሆን፣ ይህም ደግሞ ሌሎቹን ቀሪዎቹን አራት የአገልግሎት ቢሮዎች ምንነት በውል ለመረዳት የሚያስችል መጽሐፍ ቅዱሳዊ ብርሃንን ይፈነጥቅልናል፡፡ በዚህ ረገድ ነገሩን በውል ለማየት መነሻችንን ከሮሜ መጽሐፍ ማድረጉ ይበልጥ ጠቃሚና የሐዋርያነትን ምንነት በተመለከተ ወሳኝ የሆኑ ነጥቦችን ለመጨበጥ የሚያስችለን ይሆናል፡፡

"ሐዋርያ ሊሆን የተጠራ የኢየሱስ ክርስቶስ ባሪያ ጳውሎስ በነቢያቱ አፍ በቅዱሳን መጻሕፍት አስቀድሞ ተስፋ ለሰጠው ለእግዚአብሔር ወንጌል ተለየ። ይህም ወንጌል በሥጋ ከዳዊት ዘር ስለ ተወለደ እንደ ቅድስና መንፈስ ግን ከሙታን መነሣት የተነሣ በኃይል የእግዚአብሔር ልጅ ሆኖ ስለ ተገለጠ ስለ ልጁ ነው፤ እርሱም ጌታችን ኢየሱስ

ክርስቶስ ነው። በእርሱም ስለ ስሙ በአሕዛብ ሁሉ መካከል ከእምነት የሚነሣ መታዘዝ እንዲገኝ ጸጋንና ሐዋርያነትን ተቀበልን፡፡" (ሮሜ 1፥1-5)

ii. ሐዋርያነት ጸጋ ነው!

ከዚህ የቤተ ክርስቲያን አገልግሎት መስክ ጋር ከሚያያዝ ጸጋ ጋር በአያሌው የተቆራኘ ነው፡፡ እንደ ዕውነቱ ከሆነ ሐዋርያነት ጥሪ ብቻ ሳይሆን፣ ጸጋም ጭምር መሆኑን ማወቅ ያስፈልጋል፡፡የኤፌሶን መጽሐፍም ሆነ የሮሜ መጽሐፍና የ1ኛ ቆሮንቶስ መጽሐፍ ሐዋርያነትን ከሌሎቹ ተጨማሪ አራት የአገልግሎት ቢሮዎች ጋር በመቁጠር አምስቱ የአገልግት ቢሮዎች ከሚባሉት መካከል አንዱ መሆኑን አበክረው ይነግሩናል፡፡በተለይም የኤፌሶን መጽሐፍ ጌታችን መድኃኒታች ኢየሱስ ክርስቶስ ወደ ላይ በወጣ ጊዜ ምርኮን ማረከ ለሰዎችም ስጦታን ሰጠ በማለት የክርስቶስ ዕርገት ለቤተ ክርስቲያን ስላስገኘላት የሰዎችም ሆነ የጸጋ ስጦታዎች ይነግረናል፡፡

ይህም አንዳንዶችን ሐዋርያት፣ ሌሎችን ነቢያት፣ ከዚያም ወንጌልን ሰባኪዎች፣ ቀጥሎም መጋቢዎችን እና አስተማሪዎችን ሰጠ በሚል ቃል ተነግሮ እንመለከተዋለን (ኤፌ. 4፥11)፡፡ አስቀድመን ከተመለከትነው የመግቢያ ምንባብ፣ ማለትም "እንደ ተሰጠኝ ጸጋ መጠን የወንጌል አገልጋይ ሆንሁለት" ከሚለው ሐዋርያነት በእርግጥም ለቢሮው የሚሆን ለገዛ ራሱ የሚሰጥ ጸጋን የሚጠይቅ አገልግሎት እንደ ሆነ እንመለከታለን፡፡

ከዚሁ እያብራራነው ወይም እየተነተንነው ካለው የሮሜ መጽሐፍ ምንባብ ይህንን የሚያጠናክርልን አንድ ገዥ የሆነ አሳብን እናገኛለን፡፡ ይህም "ጸጋን እና ሐዋርያነትን ተቀበልን" በሚል ሐረግ የተገለጸ ሲሆን፣ በእርግጥም ሐዋርያት ሊጎዳኘው ከሚችል ጸጋ ጋር አብሮ የሚሄድ ነገር መሆኑን በውል ወደ መረዳቱ የሚያመጣን ሁለቱን ነገሮች በአንድነት አጣምሮ የያዘ ሐረግ ነው፡፡

እንግዲህ ሐዋርያነት ለእርሱ የተበጀና በፍጆታነትም የሚያገለግል ጸጋን የያዘ ነገር ከሆነ፣ እዚህም ሆነ እዚያ አንተ እና እኔ ሐዋርያ ነን እያልን ሐዋርያነትን በውስጡ ካለና ከያዘው ወይም አብሮት ከሚሠራ ጸጋ ለይተን የስምና የመጠሪያ ማዕረግ ጉዳይ ከማድረግ ልንቆጠብ እንደሚያስፈልግ ስለ ሐዋርያነት መጻሕፍት የተናገሩት ነገር ወይም አሁን እየተመለከትነው ያለው ዕውነታ ይሞግተናል፡፡ በእርግጥም ጸጋው በሌለበት የሚኖርም

ሆነ ሊሠራ የሚችል ሐዋርያነት ከቶም ቢሆን የሌላ መሆኑን በውል መገንዘብ ያስፈልገናል፡፡

iii. ሐዋርያነት የተለየ ተልእኮን በውስጡ የያዘ ነው፤

እግዚአብሔር አምላክ ሰዎች ለሐዋርያነት አገልግሎት ሲጠራ በእያንዳንዱ ሐዋርያነት ላይ ልዩ የሆነ ተልእኮን አብሮ ያኖራል፡፡ ሐዋርያው ጳውሎስ ይህንን አስመልክቶ በገላትያ መልእክቱ ላይ ሲናገር "አለቆች የመሰሉት ግን፥ በፊት ማን እንደ ነበሩ አይገደኝም፤ እግዚአብሔር የሰውን ፊት አይቶ አያደላም፤ አለቆች የመሰሉት አንዳች እንኳ አልጨመሩልኝምና፥ተመልሰው ግን ጴጥሮስ ለተገረዙት የሆነው ወንጌል አደራ እንደ ተሰጠው እንዲሁ ለእኔ ላልተገረዙት የሆነው ወንጌል አደራ እንደ ተሰጠኝ ዐዩ፤ ለተገረዙት ሐዋርያ እንዲሆን ለጴጥሮስ የሠራለት፥ ለእኔ ደግሞ ለአሕዛብ ሐዋርያ እንድሆን ሠርቶአልና።" ይላል (ገላ. 2፥6-8)፡፡

ሐዋርያው ጳውሎስ በዚህ ክፍል ላይ እየተናገረ ያለው የሐዋርያነት አገልግሎት የገዛ ራሱ የሆነ ልዩ ተልእኮን ለዚህ አገልግሎት በተጠሩ ሰዎች አገልግሎት ውስጥ የሚይዝ መሆኑን ነው፡፡ የጴጥሮስ ሐዋርያዊ ተልእኮ በአይሁድ ላይ ልዩ ትኩረቱን የሚያደርግ ሲሆን፣ የጳውሎስ ሐዋርያዊ ተልእኮ ደግሞ በአሕዛብ ላይ ልዩ ትኩረቱን የሚያደርግ መሆኑን ይህ ምንባብ ያመለክተናል፡፡ ይህ ሲባል ግን ጳውሎስ አይሁድን አላገለገለም ወይም ጴጥሮስ አሕዛብን አላገለለም ማለት አይደለም፡፡ ዳሩ ግን የጴጥሮስ የአገልግሎት ትኩረት በአይሁድ ላይ እንጂ፣ በአሕዛብ ላይ አይደለም፤ በተመሳሳይ መንገድም የጳውሎስ የአገልግሎት ትኩረት አይሁድ ሳይሆኑ አሕዛብ ነበሩ ለማለት ነው፡፡ ከዚህም ጳውሎስም ሆነ ጴጥሮስ ሁለቱንም ዐይነት ሕዝቦች ያገለገሉ መሆናቸውን ነገር ግን የአንዳቸው ትኩረት ከሌላው የተለየ መሆኑን በውል መገንዘብ እንችላለን፡፡

ከዚህም ሐዋርያነት ለአንድ የተለየ መለኮታዊ ተልእኮ የሚሰጥና ልዩ የሆነ አገልግሎት ወይም ጸጋ አሊያም ጥሪ እንደ ሆነ በግልጽ መመልከት ይቻላል፡፡ ይሁን እንጂ፣ ቢዘህ ዘመን ያሉ በርካታ ሐዋርያት ነን ባዮች ወይም ሐዋርያት ነን ብለው የተነሡ ሰዎች ከዚህ ዕውነት ባፈነገጠ መልኩ ቀድሞ በመጋቢነት ያገለግሉ በነበሩት ጊዜ ከነበራቸው የተለየ ምንም ዐይነት ነገር የማይታይባቸውም ሆነ የማይገለጥባቸው ሆነው ሳሉ፣ እንዲሁ የስም ወይም የማዕረግ ለውጥ ለማድረግ ያህል ብቻ ሐዋርያት ነን ብለው ሐዋርያ በሚል ስያሜ ሲጠሩ መመልከት የተለመደ የዘመኑ ክስተት ከሆነ ውሎ አድሮአል፡፡

ይህ በእርግጥም በጣም የሚያስገርምና ግራ-አጋቢ ነገር እየሆነ ሄዷል፡፡ ዛሬ ላይ ሐዋርያ ነን እያሉ እዚህም እዚያ ቤተ ክርስቲያንን የገዛ ራሳቸው ንብረት ተደርጋ በምትቈጠርበት መልኩ እየከፈቱና መንፈሳዊ አገልግሎትን እየሰጡ ያሉ ወገኖች አይደለም በሆነ መልኩ በጸጋም ሆነ በዕውቀት እየጨመሩ ሊሄዱ በአንዳንድ ሁኔታዎች በብዙ መልኩ ከጥንቱ ወይም ከድሮው አገልግሎታቸው በዕጅጉ ቀንሰውና ወርደው ሳሉ ሐዋርያ የሚለውን ቃል እንደ ማለፊያ ማዕረግ ወይም አንዳች ዐይነቱ የሥራ ዕድገት አድርገው ለየገዛ ራሳቸው ሲወስዱት ይስተዋላሉ፡፡እንደ ዕውነቱ ከሆነ እንዲህ ባለው መንገድ መሄድም ሆነ እንዲህ ባለው መልኩ ራስን እየታለሉ መጓዝ ምድራዊ ወይም ሥጋዊ ጥቅም ከማግኘት ባሻገር ምንም ዐይነት መንፈሳዊ የሆነ ፋይዳ የሌለው መሆኑን፣ ለእግዚአብሔር መንግሥትም የሚጠቅም አንዳች ነገር የሌለው መሆኑን መገንዘብ ያስፈልጋል፡፡ (ኖኤል ውድሩፍ፣ ሐዋርያዊ አገልግሎትን መረዳት፣ ጁቢሊ ሪፎርሜሽን ሴንተር፡2013)

iv. ሐዋርያነት አገልግሎት ነው!

ከጥንት እስከ ዛሬ ድረስ የሰው ልጆች አስተሳሰብ በሥጋዊነት እና በምድራዊነት፣ ብሎም በቍሳዊነት የተጠቃ ነው፡፡ በቅድሚያ ይህንን ጉልህ የሆነ ዕውነት መገንዘብ ያስፈልጋል፡፡ ይህ እንግዲህ የሚያስገነዝበን አንድ ዕውነት አለ፡፡ ይህም በአጠቃላይ አነጋገር የሰው ልጆች ነገሮችን ከምድራዊ ገጽታቸው አንጻር ብቻ ወደ መመልከቱ የሚያዘነብሉ መሆናቸው፣ ደግሞም ይህ የዕለት ተዕለት የሰው ልጆች ልምምድ መሆኑ ሲሆን፣ በእርግጥም ይህንን ከተግባራዊ ሕይወታቸው በውል መገንዘብ እንደሚቻል የቅዱሳት መጻሕፍት ምስክርነት ይነግረናል፡፡

ዛሬ ላይ ያለን አማኞች እና አገልጋዮች ብቻ ሳንሆን፣ ከጥንት ከጠዋቱም ቢሆን ለታላቅ አገልግሎት የተጠሩቱ ሐዋርያት እንኳ የዚህ ዐይነቱ ዕይታ ወይም ምልከታ ተጠቂዎች እንደ ነበሩ መመልከት እንችላለን፡፡የዘብዴዎስ ልጆች በጌታችን በመድኃኒታችን በኢየሱስ መንግሥት በቀኝና በግራ መቀመጥን ከምንም ነገር በላይ አጥብቀው ይፈልጉት ነበር፡፡ ደግሞም ይህንን የውስጣቸውን ጥያቄ አውጥተው ለጌታ አቀረቡለት፡፡ ጌታም ይህንን ጥያቄ የመለሰው ከእነዚህ ሰዎች ማንነት እና ከጥሪያቸው አንጻር ነበር፡፡ በእርግጥም እነርሱ ሐዋርያት ናቸው፤ እናም ደግሞ ሐዋርያዊ ጥሪ አላቸው፡፡ በዚህ ሐዋርያዊ ጥሪያቸው አማካይነት በውስጣቸው ባለ ጸጋና በጥሪያቸው አማካይነት ልዩ በሆነ የትኩረት አቅጣጫ ወይም ተልእኮ ላይ የሚሰማሩ እንጂ፣ እነርሱ ምድራዊ የሆኑ ገዦች አይደሉም፡፡

እርሱ ጌታቸውም እንኳ ቢሆን እንደ ነገሥታትና መሳፍንት ግዛት ልማድ መንግሥቱ ምድራዊ አልነበረም። ስለዚህም በግራ እና በቀኝ የመቀመጥ፣ ብሎም ሰዎችን ከበታቻቸው አድርገው እንደዚህ ዓለም የሚገዙበት ሥርዓትም ሆነ አግባብ በእርሱ መንግሥት ውስጥ የለም።ይህንንም ደግሞ "ኢየሱስም ወደ እርሱ ጠርቶ እንዲህ አላቸው፦ የአሕዛብ አለቆች ተብለው የምታስቡት እንዲገዙአቸው ታላላቆቻቸውም በላያቸው እንዲሠለጥኑ ታውቃላችሁ።በእናንተስ እንዲህ አይደለም፤ ነገር ግን ማንም ከእናንተ ታላቅ ሊሆን የሚወድ የእናንተ አገልጋይ ይሁን፥ ከእናንተም ማንም ፊተኛ ሊሆን የሚወድ የሁሉ ባሪያ ይሁን፤እንዲሁ የሰው ልጅም ሊያገለግልና ነፍሱን ለብዙዎች ቤዛ ሊሰጥ እንጂ እንዲያገለግሉት አልመጣም።" (ማር. 10÷42-45) በማለት እንዳሳሰባቸውም ሆነ በዘህም ደግ መንግሥቱ ምን እንደምትመስልም ሆነ በዚህች መንፈሳዊ በሆነች መንግሥቱ ውስጥ ለማገልገል የተጠሩ ሰዎች ሚና ምን ሊመስል እንደሚገባ አመለከታቸው።

ከጌታችን ከመድኃኒታችን ከኢየሱስ ክርስቶስ ምላሽ የምናገኘው ጠቅለል ያለ ነገር የእርሱ መንግሥት ሥጋዊ ወይም ምድራዊ አለመሆንዋን፣ እንዲሁም ከሥልጣን እና ሹመት፣ ምድራዊ ከሆነ ጥቅምና ስም፣ ደግሞም ከዝናና ከክብር ይልቅ ሌሎችን ሰዎች ዝቅ ብሎ ማገልገልን የሚሻ መንፈሳዊ ተግባር መሆኑን ነው።

አዎን ጌታችን መድኃኒታችን ኢየሱስ ክርስቶስ በድምቀት ያሰመረበት ሌላው ታላቅ የሆነ መልእክት በዚህ መንግሥት ውስጥ ታላቅነት የሚለካበት መንገድ ወይም መስፈርት እንደ ሆነ እንመለከታለን። ይህም በመንግሥቱ ውስጥ ከሁሉ ታላቅ ለመሆን ከአንድ ሰው የሚጠበቀው ነገር ሥልጣን መቆናጠጥና በዚህም ያሻውን መፈጸም ወይም ማዘዝና መናዘዝ ሳይሆን፣ ይልቁንም ዝቅ ብሎ ሰዎችን ማገልገል እና እንደዚህ ባለው ትሑትና የአገልጋይነት መንፈስ መመላለስ ነው።

እንደ ዕውነቱ ከሆነ በሮሜ መጽሐፍ ምንባባችን ውስጥ ስለ ሐዋርያነት ከአገልጋይነት ያለፈ ነገርን እናገኛለን። "ሐዋርያ ሊሆን የተጠራ የኢየሱስ ክርስቶስ ባሪያ" የሚለው ሐረግ ሐዋርያነት ከመለኮታዊ ዕይታ አንጻር አንድ ጥሪው የደረሰው ሰው የገዛ ራሱን ፈቃድ ሠዉቶ ለፈቃደ-እግዚአብሔር ወደሚኖርበት የሕይወት ሥርዓትና አካሄድ የሚገባበት፣ በዚህም ደግሞ ሙሉ በሙሉ ለእግዚአብሔር ባሪያ መሆኑን የሚያረጋግጥበት አንዱ የአገልግሎት መስክ እንደ ሆነ እንመለከታለን።

ጳውሎስ ራሱን በዚህ መልኩ ነው የሚመለከተው። ደግሞም መልእክቱን ለጻፈላቸው ለሮሜ ሰዎች ሐዋርያነት ምን ማለት እንደ ሆነ ሊያስተምራቸውም ሆነ በውል ሊያስገነዝባቸው የሚፈልገው ይህንን ነው። አዎን በእርግጥም ራሱን ሙሉ በሙሉ ያልካደና ከፈቃደ-ሰብ ዓለም ተላቅቆ ለፈቃደ-እግዚአብሔር በሙላት ራሱን ያልሰጠ ሰው በምንም መልኩ ቢሆን እርሱ የእግዚአብሔር ሐዋርያ ወይም ባሪያ ሊሆን አይችልም።

ዛሬ ላይ ብዙዎች ለማይጠግብ ምኞታቸውና መሻታቸው፣ ደግሞም እኔነትን ማዕከሉ ላደረገ የቅንጦት ሕይወታቸውና ለፍቅረ-ነዋይ ፈቃደ-እግዚአብሔርን ሠዉተው ወይም ሸጠው ሳሉ ወይም እንደዚህ ባለው መልኩ እየኖሩ ካሉበት ነባራዊ ሁኔታ ውስጥ ሆነው ሐዋርያነትን ለራሳቸው በስያሜነት ወይም በማዕረግነት ተላብሰውት ይታያሉ።

ይሁን እንጂ፣ ሐዋርያነት የመለኮት ባሪያ መሆን እንጂ፣ የሰብዓዊ ስምና ክብር፣ እንዲሁም ጥቅምና መሻቶች፣ ደግሞም የፍቅረ-ነዋይ ባርነት መገለጫ አለመሆኑን ሐዋርያው በድምቀት ያሰመረበት መሆኑን በውል መረዳት ያስፈልጋል። በዚህም ላይ ደግሞ እንደ እግዘአብሔር ቃል ተማሪም ሆነ እንደ ጌታ ደቀ መዝሙር ጽኑ ዐቋምን መያዝ ያስፈልጋል።

v. ሐዋርያነት ከወንጌል ማዳረስ ተግባር ጋር በዕጅጉ የተያያዘ ተግባር ነው!

ሐዋርያው ጳውሎስ በሮሜ ምንባቡ መጀመሪያ ላይ ስለ ሐዋርያነት የሚናገረን አንድ ተጨማሪ ነገር አለ። ይኸውም ሐዋርያነት ወንጌልን ላልሰሙ ሕዝቦችና አገራት ወንጌልን ከማሰማት ጋር በአያሌው የተያያዘ ነገር መሆኑን ነው። ወንጌልን መስበክም ሆነ ለሁሉ ማሰማት አንድ ነገር ነው። ነገር ግን ወንጌልን ወዳልሰሙ ሕዝቦችና አገራት እየሄዱ በብዙ ዋጋ ወንጌልን መስበክና ማዳረስ ደግሞ ሌላ ነገር ነው።

ሐዋርያነትን ከዚህ አንጻር ከተመለከትነው ማናችንም ብንሆን በዚህ ስያሜ ለመጠራት የምንደፍርበትን ዝንባሌ ተመራጭ አያደርገውም። ሐዋርያት ባህል ዘለል ከሆነ የሚሲዮናዊነት (የወንጌል መልእክተኝነት) ተግባር ጋር በዕጅጉ የተቆራኘ እንደ ሆነ ብዙዎች በዚህ ዘመን ያሉ አገልጋዮች የተረዱት አይመስሉም። እናም ለዚህ ነው ሐዋርያ በሚል መጠሪያ መጠራትን ሕሊና-ቢስ በሆነ መልኩ ሊላበሱት ሲሻኮቱ የሚታዩት።

ወንጌልን ወደ ሌሎች ሕዝቦች እና ባህሎች ስንወስድ ብርቱ ፈተናዎች በልዩ ልዩ መልኩ የሚገለጡ ስደቶች ይደርሱብናል፡፡ እነዚህን ሁሉ ተቃውሞዎች እና ስደቶች እየታገሥንና እየተቀበልን ወንጌልን የማድረስ ተግባራችንን ዕውን በማድረጉ ጎዳና ላይ መራመድ ከእኛ ከሁላችን እንደሚጠበቅብን እየተረዳን መጓዙ ብቸኛው አማራጫችን ይሆናል፡፡

ከዚህም ሐዋርያነት በርካታ ሥጋዊ በረከቶችን እና መልካም ዕድሎችን የሚያመጣ ነገር እንዳልሆነ የምናስብበት ሳይሆን፣ ይልቁንም በብዙ ተግዳሮቶች ውስጥ ማለፍና ሕይወትን ጨምሮ በርካታ መሥዋዕትነቶችን የምንከፍልበት የአገልግሎት መስክ እንደ ሆነ ልናስብ የሚገባበት እና ይህንንም ለመተግባር ሁለንተናችንን የምንሰጥበት እንደ ሆነ በውል መገንዘብ ያስፈልጋል፡፡

ሐዋርያነትን እያሰቡ በተለይም ከዚህ ነገር ጋር በተያያዘ መሬት ስለ መመራትና ፎቅ ቤት ስለ መሥራት፣ እንዲሁም ቤተ ሰብ ስለ መመሥረት፣ ከዚያም ዕጅግ ዘመናዊ የሆነና በጣምም ውድ የሆነ መኪና ስለ መግዛት ማሰብ ከዚህ አንጻር ሲታይ ዕብደትም ሆነ ወይም በዚህ ዘመን አነጋገር በጣም የወረደ ተግባር እንደ ሆነ ልብ ማለት ያስፈልጋል፡፡

ሐዋርያነትን እያሰቡ ከነገረ-ጉዳዩ ጋር በተያያዘ በርካታ ቁሳቁሶችን እና የቅንጦት ሕይወትን ስለ መኖር ማለም ከንቱነት ነው፡፡ ሐዋርያነትን እያሰቡ ብዙ ገንዘብን ስለ ማግኘትም ሆነ ሀብት ንብረትን ስለማፍራት ማለም በምንም መልኩ ቢሆን መጽሐፍ ቅዱሳዊ ተደርጎ ሊወሰድ የሚችል ነገር አይደለም፡፡

እንደ ዕውነቱ ከሆነ እነዚህ ነገሮች ሁሉ በውስጣችን ባደረና እንደ ክፉ ደዌ በተጠናወተን ወይም ሙሉ በሙሉ በእኛ ላይ በሠለጠነብን ዓለም መተብተባችንን የሚያመለክት ነው፡፡ አዎን ይህ በእርግጥም ከዚህ ውጭ ሌላ ነገር ሊሆን አይችልም፡፡ ዕውነቱን እንነጋገር ከተባለ ይህ በፍቅረ-ነዋይና በዚህች አታላይና ጠፊ በሆነች ዓለም ፍቅር ክፉኛ መለከፋችንን የሚያሳብቅብን ነገር ነው፡፡

በመሠረቱ እዚህ ውስጥ ምንም ዐይነት መንፈሳዊ የሆነ ነገር እንዳለ አድርገን ልናስብ አይገባንም፡፡ እንዲህ ካለው ነገር ጋር በተያያዘ ጌታ አምላክ እግዚአብሔር እኛን እና አገልግሎታችንን (የስኬት ተጽዕኖ ክልላችንን) እንዳሳደገውም ሆነ ከፍ እንዳደረገው ወይም እኛን የሕይወትና የኑሮን ተግዳሮቶች ሰብሮ እንዳሻገረን አድርገን ልናስብ አይገባንም፡፡

እንዲህ ያለው ነገር አንድም የቁም-ቅዥት ነው። ሁለትም ራስን የማታለል ከፉና አሳሳች ልምምድ ነው። ከዚህ ባለፈም ደግሞ ምድራዊነትና ቁሳዊነትን ብሎም ገንዘብን ማምለክን መንፈሳዊ አድርገን ለመውሰድ የምናድርገው ከንቱ ውዳሴም ሆነ አላስፈላጊ የሆነ ጥረት መሆኑን በውል መገንዘብና ከዚህም ደግሞ መራቅ እንደሚገባን ልንረዳ ይገባል።

ለመሆኑ ስኬት እንዴት ነው የሚለካው?

እንደ ዕውነቱ ከሆነ ስኬት ሊተነተንም ሆነ በትክክለኛው መልኩ ሊገለጽ የሚችለው ከሁለት ዐበይት ቅድመ ሁኔታዎች አንጻር መሆኑንበሚገባ ማወቅ ያስፈልጋል። የመጀመሪያው ቅድመ ሁኔታ ስኬትም ሆነ ሌሎች ነገሮች ሊለኩ የሚችሉበት መስፈርት ሲሆን፣ የአንጻራዊነት ሕግ በመባል ይጠራል።

ይህም የአንድ ሰው ስኬት በሆነ መልኩ ከእርሱ ጋር በጣም ከሚቀራረብ ሰው ወይም አቻ ከሆነ ሰው (ተመሳሳይ ነባራዊ ሁኔታ ውስጥ ካለ አንድ ሰው ጋር) አጠቃላይ ሁኔታና የተግባር ውጤት ጋር በተነጻጻሪ ሲታይ ልቆ መገኘትን መሠረት አድርጎ የሚነገር ነገር ነው። ተመሳሳይ ዐቅምና ዙሪያ-ገባ ያላቸው ሰዎች ተቀራራቢነት ያለው የሥራ ውጤት ነው የሚጠበቅባቸው።

ይሁንና ከእነዚህ አካላት አንዱ በውስጡ ያሉ ክህሎቶችን በመጠቀምም ሆነ በትጋት በመሥራት ልዩ የሆነ ውጤትን ማስመዝገብ ከቻለ፣ ይህ ሰው ተሳካለት ተብሎ ሊነገር ይችላል። ይህም ደግሞ ለስኬቱ ማነጻጸሪያ የሆነ ሌላ መነሻ ያለው በመሆኑ ምክንያት ዕውነትነቱ የሚረጋገጥበት እንደ ሆነ በቀላሉ እንመለከታለን።

ስኬት የሚለካበት ሁለተኛው መስፈርት ወይም እንደ ቅድመ-ሁኔታ ሊወሰድ የሚችል ነገር የአንድ ሰው ተግባሩ ቀድሞውንም የሚጠይቀው ጠንካራ ዓላማ ነው። እንደ ዕውነቱ ከሆነ ስኬትን ከዓላማ አንጻር መመዘን በዚህ ዘመን ጊዜ እንዳለፈበት ነገር ተደርጎ ይታያል። ይሁን እንጂ፣ ስኬትን በእርግጥም በዕውነተኛው መልኩ ዕውን ከሚያደርጉት ነገሮች መካከል አንዱና ዋነኛው ነገር ዓላማ መሆኑን በውል ማጤን ተገቢነት ያለው ነገር ነው።

የሐዋርያት አገልሎት ከመለኮታዊ ጥሪ ጋር የተያያዘ ከሆነ፣ ከመለኮታዊ ጸጋና ጸጋ ሰጭ አምላክ ጋር የሚገናኝ ከሆነ፣ እንግዲያውስ ከተለየ ተልእኮ፣ ማለትም ሁለንተናን ከሚያሰጥ ተልእኮ ጋር በአያሌው የተያያዘ ሆኖ እናገኘዋለን፡፡

በእርግጥም የሁለም ጌታ እና አምላክ የሆነውን እግዚአብሔርን በዕውነተኛው መልኩና አግባብ ማገልገል እና የእርሱም ባሪያ መሆንን መሠረቱ ያደረገ ከሆነና በስተመጨረሻም ወንጌልን ለመላው ዓለም ሕዝቦች ማዳረስና ለዚህም ሕይወትን ጨምሮ በርታና ከፍተኛ መሥዋዕትነትን የሚያስከፍል ከሆነ በዚህ ሁሉ ሲታለፍ ከአገልግሎቱ መጽሐፍ ቅዱሳዊ የሆነ መልኩ የሚጠበቀው ውጤት የሰዎች መዳን፣ የቤተ ክርስቲያን መታነጽና ማደግ፣ እንዲሁም እነዚህ ሁሉ መንፈሳዊ ተግባራት በመከናወናቸው ምክንያት ጌታ አምላክ እግዚአብሔር ክብር ማግኘቱ ከሆነ፣ በእርግጥም በዚህ የአገልግሎት መስክ ላይ የተሰማራ የቱም ሰው (ሐዋርያ እንደ ሆነ የሚናገር ሰው) በምንም መልኩ ቢሆን ስኬቱን ከምድራዊ ወይም ከዓለማዊና ቊሳዊ ነገሮች ጋር አያይዞ ሊተነትን አይገባም፡፡

ይልቁንም የእነዚህ በዘመናችን በሐዋርያነት ስያሜ የሚጠሩ ሰዎች ስኬት ይነገር ከተባለ በእነርሱ ዕጆች ውስጥ ጌታ አምላክ እግዚአብሔር የሠራቸው ድንቅና ተኣምራት፣ በእነርሱም ሳቢያ በወንጌል አምነው ስለ ዳኑ ሰዎች ወይም ሕዝቦች ደግሞም በየሥፍራው ስለ ተተከሉቱ አብያተ ክርስቲያናት ነው ሲናገሩ ሊደመጡ የሚገባው፡፡

ሐዋርያው ጳውሎስ ጌታ በዕጄ ከሠራቸው ነገሮች በቀር ለመናገር አልደፍርም ሲል በዚህ ረገድ ለሁለም የሚሆን የምሳሌነት ተግባሩን ሲወጣ እንመለከተዋለን፡፡ የጥንታውያኑ ሐዋርያትም ሆነ በቀሪዎቹ አራቱ የአገልግሎት ቢሮዎች ውስጥ የተሰማሩ ሰዎች ልምምድ ይህንኑ የሚያመለክተን ነው፡፡ (አዲስ ጌታቸው፣ ኑ ጸሎትን ወደ ሥፍራው እንመልሰው (ጸሎት፡- ጸሎት የሪቫይቫል ከስተትና ጒልበት፣ 2008)፣ 191-380፡፡

ሐዋርያቱና እነዚህ አገልጋዮች ልባቸውን የሚያሳርፉትም ሆነ እርስ በርስ የሚጽናኑት ጌታ በዕጃቸው በሠራቸው መንፈሳውን ተግባራት እንጂ፣ በምንም መልኩ ቢሆን በምድራዊ ነገሮችና ስኬቶች ላይ አልነበረም፡፡ ይህም ደግሞ በተለይ በዚህ ዘመን ላለ የሐዋርያት አገልግሎት ምንነት በቂ የሆነ ግንዛቤን እንድንጨብጥ የሚያደርገን እንደ ሆነ በቀላሉ መመልከት እንችላለን፡፡

ለ. የሐዋርያት አገልግሎት የተሰጠበት ዓላማ

የሐዋርያት አገልግሎት ከእግዚአብሔር ዘንድ የተሰጠበት ዓላማ አለ፡፡ ይህንን ዓላማ በሁለት መልኩ መመልከቱ ተገቢነት ያለው ነው፡፡ አንደኛው በአጠቃላይ በአምስቱ የአገልግሎት ቢሮዎች የተሰጡበትን ዓላማ መሠረት አድርገን ጉዳዩን የምንመከትበት ሲሆን፣ ሁለተኛው ደግሞ በዚሁ በሮሜ ምዕራፍ አንድ ላይ ባለውና እንደ መግቢያ ወይም መነሻ አድርገን በወሰድነው መነሻ ምንባብ ላይ የሰፈረውን ሐዋርያነትን ብቻ የምንመለከትበት ነው፡፡ ይህንን ለማድረግ በቅድሚያ ሁለቱን ምንባቦች ከዚህ በታች እናሰፍራቸዋለን፡፡፡ በመቀጠልም ደግሞ የምንባቦቹን መጽሐፍ ቅዱሳዊ ትንታኔ ወደ መመልከቱ እናመራለን፡፡

“ወደ ላይ በወጣ ጊዜ ምርኮ ማረከ፤ ለሰዎችም ስጦታን ሰጠ ... አንዳንዶችን ሐዋርያት፣ አንዳንዶቹን ነቢያት፣ አንዳንዶቹን ወንጌልን ሰባኪዎች፣ ሌሎችን ደግሞ እረኞችና አስተማሪዎች ይሁኑ ዘንድ የሰጡ እርሱ ነው፡፡ ይኸውም የክርስቶስ አካል ይገነባ ዘንድ ቅዱሳንን ለአገልግሎት ሥራ ለማዘጋጀት ሲሆን፣ ይህም የሚሆነው ሁላችንም የእግዚአብሔርን ልጅ በማመን እና በማወቅ ወደሚገኘው አንድነት በመምጣት ሙሉ ሰው በመሆን፣ በክርስቶስ ወዳለው ፍጹምነት ደረጃ እስከምንደርስ ነው” (ኤፌ. 4÷11-13)፡፡

“በእርሱም ስለ ስሙ ከአሕዛብ ሁሉ መካከል ከእምነት የሚነሣ መታዘዝ እንዲገኝ ጸጋንና ሐዋርያነትን ተቀበልን” (ሮሜ 1÷5)፡፡

የሁለቱ ምንባቦች አጭር ትንታኔ

ምንባብ - 1

ወደ መጀመሪያው ምንባብ አጭር ትንታኔ ስንመጣ ጌታችን መድኃኒታችን ኢየሱስ ክርስቶስ ወደ ላይ በመውጣቱ የተገኙ በረከቶችን ወይም ስጦታዎችን ወይም የምርኮውን ውጤቶች በዝርዝር ይነግረናል፡፡ እነዚህ ምርኮዎች ወይም በረከቶች አሊያም ስጦታዎች ምድራዊ የሆኑ፣ ለመጥቀስም ያህል እንደ ገንዘብና ሀብት ወይም ንብረትና የተለያዩ ቍሳቍሶች ያሉ ነገሮች ሳይሆኑ፣ ይልቁንም ሰብዓዊነት ያላቸውና በእግዚአብሔር ቤት ውስጥ በአገልጋይነት የሚሾሙ ልዩ ልዩ ጸጋዎችን የተላበሱ ሰዎች ሆነው እናገኛቸዋለን፡፡ በዚህ መግለጫ መሠረት የተሰጡን ስጦታዎች እንደ ልዩ ጸጋ ያሉ ተሰጥኦዎች ብቻ ሳይሆኑ፣ ይልቁንም ሰዎቹ ራሳቸው ሆነው እናገኛቸዋለን፡፡ ይሁንና ለእያንዳንዱ የአገልግሎት መስክ በተሰጡን ሰዎች ውስጥ ለአገልግሎቱ የሚሆን ጸጋ አብሮ መስጠቱን

ልብ ማለት ያስፈልጋል፡፡ ለመሆኑ ለምንድን ነው ስጦታዎቹ ከሰዎቹ ተነጥለው ያልተቀመጡት? ወይም ሰዎቹ እንደ ስጦታዎች ተደርገው የተቈጠሩት? ብለን ጥያቄ ከሐዋርያው ጳውሎስ መልእክቶች አንድ ግዙፍነት ያለው ወይም ውኃ የሚያነሣ መልስን እናገኛለን፡፡ ይህም በ1ኛ ቆሮ. 12÷27-31 ምንባብ ላይ የሚገኝ ነው፡፡ በቅድሚያም ይህንን ምንባብ እንመለከተዋለን፡፡

“እናንተም የክርስቶስ አካል ናችሁ እያንዳንዳችሁም ብልቶች ናችሁ።

እግዚአብሔርም በቤተ ክርስቲያን አንዳንዶቹን አስቀድሞ ሐዋርያትን፥ ሁለተኛም ነቢያትን፥ ሦስተኛም አስተማሪዎችን፥ ቀጥሎም ተአምራት ማድረግን፥ ቀጥሎም የመፈወስን ስጦታ፥ እርዳታንም፥ አገዛዝንም፥ የልዩ ልዩ ዓይነት ልሳኖችንም አድርጎአል። ሁሉ ሐዋርያት ናቸውን? ሁሉስ ነቢያት ናቸውን? ሁሉስ አስተማሪዎች ናቸውን? ሁሉስ ተአምራትን ይሠራሉን? ሁሉስ የመፈወስ ስጦታ አላቸውን? ሁሉስ በልሳኖች ይናገራሉን? ሁሉስ ይተረጕማሉን? ነገር ግን የሚበልጠውን የጸጋ ስጦታ በብርቱ ፈልጉ። ደግሞም ከሁሉ የሚበልጥ መንገድ አሳያችኋለሁ።" (1ኛቆሮ. 12÷27-31)

እዚህ ላይ እንደምንመለከተው በቤተ ክርስቲያን ውስጥ ያሉ አገልጋዮች፣ እንዲሁም ምእመናንን ሁሉ አካሉ የሆነች የቤተ ክርስቲያን ብልቶች ሆነው ቀርበዋል፡፡ ይህ በእርግጥም አካልን መሠረቱ ያደረገ ነገረ-መለኮታዊ መረዳት ነው፡፡ ከዚህም አገልጋዮች የአካሉ ብልቶች ስለሆኑ እያንዳንዳቸው የየብልትነት ሚናቸውን እንዲጫወቱ ሆነው መቅረባቸውን እንመለከታለን፡፡ይህም ነው ሰዎቹን እና በውስጣቸው ያለን ስጦታ አንድ ያደረጋቸው ወይም በአንድነት የተሳሰሩ እና ከቶም ቢሆን አንዳቸው ከሌላው ሊነጠሉ በማይችሉበት ሁኔታ ውስጥ እንዲገቡ ያደረጋቸው፡፡ በእርግጥም ከዚህ አካልን መሠረት ያደረገ ነገረ መለኮታዊ መረዳቱ የተነሣ ነው ሐዋርያው ጳውሎስ ሐዋርያትን እንደ ስጦታ አድርጎ ወደ ማየቱ ሊያዘነብል የቻለው፡፡

ይህም አንድ ዕንድምታዊነት ያለው መልእክትን ይዟል፡፡ ይህም ጌታችን መድኃኒታችን ኢየሱስ ክርስቶስ የሰጠን በሰዎች ውስጥ የሚገኝ ስጦታን ብቻ ሳይሆን፣ ራሳቸውን ሰዎቹንም ጭምር ነው የሚል መንፈሳዊ የሆነ መረዳት ነው፡፡ በእርግጥም ሰዎቹ የአካሉ፣ ማለትም የቤተ ክርስቲያን ብልት ከሆኑ፣ እንግዲያውስ በአካሉ ውስጥ ሳሉ የብልትነት ሚናቸውን የሚወጡቱ ስጦታዎች እነርሱ ራሳቸው ናቸው ማለት ነው፡፡

ቀጣዩ በዚህ ክፍል ላይ የምናገኘው እንድምታዊነት ያለው መልእክት ስጦታዎቹ በፍቅርና ለእግዚአብሔር አምላክ በሚሆን ሁለንተናዊ መሰጠት የሚሠሩ እንጂ፣ እንደ ግዑዝ መሣሪያን ወይም ማሽን በሚሆን አግባብ የሚንቀሳቀሱ ወይም የሚሠሩ አይደሉም የሚል ነው፡፡ይህም ደግሞ የሐዋርያቱንም ሆነ የሌሎቹን አገልጋዮች ወድደውና ፈቅደው በምድር ላይ ሳሉ አካሉ በሆነች ቤተ ክርስቲያን ውስጥ ሰዎችን የሚያገለግሉ ሕያውነት ያላቸው አካላት መሆናቸው በውል እንድገነዘበው ይረዳናል፡፡

ከዚህ ምን እንማራለን?

ሐዋርያው ጳውሎስ ለአገልግሎት በጌታ ቤት ላይ ሊሾሙ ያሉ ሰዎችን በውስጣቸው ካለ ስጦታ ጋር አያይዞና አንድ አድርጎ ካቀረበበት ሁኔታ የምንማረው አንድ ጉልህነት ያለውም ሆነ ምንጊዜም ቢሆን ልብ ሊባል የሚገባ ትምህርት አለ፡፡
ይኸውም፡-

1. ጸጋው እና ሐዋርያቱ፣ እንዲሁም ሌሎቹ አገልጋዮች ስለማይለያዩ ጸጋውና ሰዎቹን በአንድነት መመልከት ይገባል፡፡
2. ስለዚህም አንዱን ጥሎ ሌላውን አንጠልጥሎ ዐይነቱ አካሄድ አዲስ ኪዳናዊም ሆነ መጽሐፍ ቅዱሳዊ አለመሆኑን መገንዘብ ያስፈልጋል፡፡
3. ሁለቱንም ዕኩል መንከባከብ ያስፈልጋል የሚል ነው፡፡

ይህ የጳውሎስ እንድምታዊነት ያለው ምክር ወይም ትምህርት ከጥንት እስከ ዛሬ ድረስ በምድር ላይ ያለችውን የክርስቶስን ቤተ ክርስቲያን ሲያርም የኖረና አሁንም ቢሆን በዘመናችን ያሉ ትምህርቶችንም ሆነ ልምምዶች እንዲሁም የሰዎችን አስተሳሰብና ዝንባሌ፣ ብሎም ባሕርይ ለማረም ሙሉ ዐቅምን በያዘበት መልኩ የምናገኘው ምክር ነው፡፡

ብዙዎቻችን ሐዋርያትንም ሆነ ነቢያትን ወይም ሁሉንም የሙሉ ጊዜ አገልጋዮችን በተገቢው መንገድ የማንይዝበትም ሆነ የማንንከባከብበትን መስመር ተከትለን መጓዛችን የዐደባባይ ምሥጢር ነው፡፡ በተለይም ይህ ከጥቂት ዓመታት በፊት ገዝፎም ሆነ ፈጥጦ የሚታይ ዕውነት እንደ ሆነ ታሪክ ምስክር ነው፡፡

አገልጋዮቹን ጥሎ አገልግሎቱን መፈለግ ብርቱ የሆነ መንፈሳዊ ድንዛዜ ውስጥ መሆናችንን የሚያሳይ ነው፡፡ ይህ ቅዱሳት መጻሕፍትን በሙላት ካለመረዳት በተለይም ደግሞ

አገልግሎቱና አገልጋዮቹ በአያሌው የተያያዙ መሆናቸውን ለሁለቱም ተገቢ የሆነ ዕንክብካቤ ማድረግ እንደሚገባን በውል ካለመረዳት የሚመጣ መንፈሳዊ ችግር ነው፡፡ ይህ የሥጋዊነት መገለጫ የሆነ ነገርም እንደ ሆነ በቀላሉ ልናስተውል እንችላለን፡፡

ሐዋርያነት እና ሌሎች አገልግሎቶች የተሰጡበት አጠቃላይ ዓላማ

ለመሆኑ ሐዋርያነትስ ሆነ ሌሎች የአገልግሎት ስጦታዎች የተሰጡበት ዓላማ ምንድን ነው? ብለን ስንጠይቅ በዚሁ በመጀመሪያው ምንባብ ላይ መልሱን ቁልጭ ብሎ እንመለከተዋለን፡፡ ይህም ደግሞ የክርስቶስ አካል ይገነባ ዘንድ ቅዱሳንን ለአገልግሎት ለማዘጋጀት ነው በሚል ቃል ተገልጿል፡፡ ከዚህም ደግሞ ሐዋርያነትም ሆነ ሌሎች አገልግሎቶች ሁለት ጣምራ ዓላማዎች ኖሯቸው የተሰጡን እንደ ሆኑ በውል ወደ መመልከቱ እንመጣለን፡፡ ለመሆኑ እነዚህ ሁለት ጣምራ ዓላማዎች ምንድን ናቸው? አሁን የሚለውን ጥያቄ ወደ መመልከቱና መመለሱ በቀጥታ የምናመራ ይሆናል፡፡

አንደኛው ቤተ ክርስቲያንን መገንባት ነው፡፡ ሁለተኛው ደግሞ ለዚህ የግንባታ ተግባር ሲባል ምእመናንን ሁሉ ለአገልግሎት ማዘጋጀት ነው፡፡ እነዚህን ሁሉ መሠረታውያን ዓላማዎች ለማሳካት የሐዋርያነትም ሆነ የቀሪዎቹ አራቱ አገልግሎቶች ለመላው አካሉ፣ ማለትም በምድር ላይ ላለች ለቤተ ክርስቲያን ተሰጥተዋል፡፡ ስለዚህም ሐዋርያነትን ቤተ ክርስቲያንን ከማነጽና ከመገንባት አንጻር ልንመለከት ይገባል፡፡ ይህ ዐይነቱ ምልከታ በእርግጥም አገልግሎትን በተሳሳተ መንገድ ከመረዳት የሚያድን ይሆናል፡፡ በተመሳሳይ መልኩ ሐዋርያነት ሰዎችን ወይም አማኞችን ሁሉ በተሰጣቸው ጸጋ አማካይነት በአካሉ ውስጥ ሆነው የብልትነት ተግባራቸውን እንዲወጡ ማዘጋጀት ነው በሚል ልንረዳው ይገባል፡፡

በእርግጥም ከዚህ ዓላማ አንጻር ሐዋርያነትን የምንመለከተው ከሆነ አላስፈላጊ ወደ ሆነ የስሕተት ትምህርትም ሆነ ልምምድ ከማምራት የሚጠብቀን ይሆናል፡፡ ስለዚህም በዚህ ረገድ ሐዋርያነትን በተመለከተ ያለንን መረዳት ማስተካከል እንዳለብንም ሆነ ይህን ነገር ለነገ ብለን ልንተውዉ ወይም በቀጠሮ ልናስተላልፈው እንደማይገባን ልናወቅ ይገባል፡፡

ምንባብ - 2

በዚህ በሁለተኛው ምንባብ ውስጥ ሐዋርያው ጳውሎስ ጸጋንና ሐዋርያነትን የተበለው በአሕዛብ ሁሉ መካከል ከእምነት የሚነሣ መታዘዝ እንዲገኝ እንደ ሆነ በግልጽ

ያመለክታል፡፡ ለመሆኑ በአሕዛብ ሁሉ ዘንድ ከእምነት የሚነሣ መታዘዝ የመገኘቱ ፍሬ ነገር ምንድን ነው? ብለን ከጠየቅን ለዚህ ጥያቄ በምላሽነት የምናገኘው አሕዛብ ወንጌልን ሰምተው ለሰሙት ዕውነት ምላሽ እንዲሰጡ፣ ያልዳኑት ሰዎች ሁሉ ከጣዖት አምልኮ ፊታቸውን ወደ አምልኮተ-እግዚአብሔር ዘወር እንዲያደርጉ፣ ወይም ሰዎች ሁሉ በወንጌል አምነው እንዲድኑ ማለት ነው፡፡

ዕውነት ነው ጸጋና ሐዋርያት የተሰጠበት ዓላማ ሰዎችን ሁሉ የሚያድነውን ወንጌል፣ በወንጌል መልእክት ልባቸው የተነካ ሰዎችን ከሰይጣን መንግሥት ወደ እግዚአብሔር መንግሥት ማምጣት ነው፡፡አዎን እንደዚህ ያለውን ሐዋርያነት እና ጸጋ የተሰጠበትን ትክክለኛ ዓላማ መረዳት ስለ ሐዋርያነት አገልግሎት የተሳሳቱ ልዩ ልዩ መረዳቶችን ከመያዝም ሆነ በእነርሱም ላይ ተመሥርቶ አላስፈላጊ ወደ ሆኑ ልዩ ልዩ የማይጠቅሙ ልምምዶች ከማምራት የሚጠብቀን ነገር ነው የሚሆነው፡፡

ማጠቃለያ

የሐዋርያነትንም ሆነ የሌሎችን የቀሪዎቹን አገልግሎቶች ምንነት፣ ከጥሪ ከጸጋ፣ ከተልእኮና እንደ ባሪያ ሆኖ ሌሎችን ከማገልገል እንዲሁም በወንጌል ማዳረስ ተግባር ላይ በዕጅጉ ከመጠመድ አንጻር መመልከት እንደሚያስፈልግ፣ እንዲሁም ቤተ ክርስቲያን ከምትገነባበትና አሕዛብ ሁሉ ከጣዖት አምልኮ ወደ እግዚአብሔር ዘወር እንዲሉ ታላቅ ዋጋ የሚከፈልባቸው የአገልግሎት መስኮች አድርጎ መመልከቱ አስፈላጊም ሆነ መጽሐፍ ቅዱሳዊ ዕውነት ነው፡፡

ከዚህ በወጣ መልኩ እነዚህን አገልግሎቶች መመልከት በእርግጥም ወደ ልዩ ልዩ የስሕተት ትምህርቶችም ሆነ እነርሱን ተመርኩዘው የሚመጡ ልምምዶች እንድናመራ የሚያደርገን መሆኑን ከወደሁ መገንዘብ ይገባል፡፡

ቍጥር 1

ሐዋርያ ሊሆን **የተጠራ** የኢየሱስ ክርስቶስ **ባሪያ ጳውሎስ** በነቢያቱ አፍ በቅዱሳት መጻሕፍት አስቀድሞ ተስፋ ለሰጠው ለእግዚአብሔር **ወንጌል ተለየ**፡፡

ጳውሎስ

የሐዋርያት ሥራ 13፥9፤ 21፥40፤ 22፥7፣13፤ 26፥1፣14

ባሪያ /አገልጋይ/

9፤ 15÷16፣ 16÷18፤ ዮሐንስ 12÷26፤ 13÷14-16፤ 15÷15፣ 20፤ የሐዋርያት ሥራ 27÷23፤ 2ኛ ቆሮ. 4÷5፤ ገላትያ 1÷10፤ ፊልጵስዩስ 1÷1፤ 2÷11፤ 3÷6፣ 7፤ ቲቶ 1÷1፤ ያዕቆብ 1÷1፤ 2ኛ ጴጥሮስ 1÷1፤ ይሁዳ 1÷1፤ የዮሐንስ ራእይ 1÷1፤ 22÷6፣ 9

የተጠራ

5÷11፣ 13፤ የሐዋርያት ሥራ 9÷15፤ 22÷14፣ 15፣ 21፤ 26÷16-18፤ 1ኛ ቆሮ. 1÷1፤ 9÷1፣ 16-18፤ 15÷8-10፤ 2ኛ ቆሮ. 1÷1፤ 11÷5፤ 12÷11፤ ገላትያ 1÷1፣ 11-17፤ ኤፌሶን 1÷1፤ 3÷5-7፤ 4÷11፤ ቈላስይስ 1÷1፣ 25፤ 1ኛ ጢሞ. 1÷1፣ 11፣ 12፤ 2÷7፤ 2ኛ ጢሞቴዎስ 1÷11፤ ቲቶ 1÷1፤ ዕብራውያን 5÷4

ተለየ

ዘሌዋውያን 20÷24-26፤ ዘኍልቍ 16÷9፣ 10፤ ዘዳግም 10÷8፤ 1ኛ ዜና መዋዕል 23÷13፤ ኢሳይያስ 49÷1፤ ኤርምያስ 1÷5፤ የሐዋርያት ሥራ 13÷2-4፤ ገላትያ 1÷15፤ 1ኛ ጢሞ. 1÷15፣ 16፤ ዕብ. 7÷26

ወንጌልን

9÷16፤ 15÷16፣ 29፤ 16÷25፤ ማርቆስ 16÷15፣ 16፤ ሉቃስ 2÷10፣11፤ የሐዋርያት ሥራ 20÷24፤ ኤፌሶን 1÷13፤ 1ኛ ተሰሎንቄ 2÷2፤ 2ኛ ተሰሎንቄ 2÷13፣ 14፤ 1ኛ ጢሞ. 1÷11

1፡2 ... በነቢያቱ አፍ በቅዱሳት መጻሕፍት አስቀድሞ ተስፋ ለሰጠው..

አስቀድሞ ተስፋ ሰጠ

ለሮሜ ሰዎች የተጻፈው የምሥራቹ ቃል ከነቢያትና ከበጐ ሐዋርያት ቃል የተለየ አለመሆኑን የሚያመለክት ቃል ነው፡፡ ይህም ቃል የተስፋ ቃል በመባል ይታወቃል (የሐዋ. 13÷32፤ 1ኛ ቆሮ. 9÷5)፡፡

ስለዚህ የወንጌሉ ቃል ገና ከጠዋቱ በዘፍ 3÷15 ጀምሮ በብሉይ ኪዳን የተነገረው የእግዚአብሔር ተስፋ ፍጻሜ ነው ማለት ነው፡፡ ነቢዩ ኢሳይያስም ይህንን ወንገል በምዕራፍ 1÷18፤ ምዕ. 53 እና 55 ላይ በግልጽ ሰብኮታል፡፡ እኛ በረከቱን ያገኘነው ወንጌል በነቢያቱ የተሰበከ ነበር፡፡ ነቢያቱ ግን ሙሉ በሙሉ ሳይረዱት በእምነት አርቀው ያዩትን ተናገሩት እኛ ግን የተስፋውን ቃል ሙላት አገኘን፡፡

አስቀድሞ ተስፋ የተሰጠው (**ፕሮኤፓጌሎማይ**ከፕሮ= በፊት+ **ኤፓጌሎ**= አንድ ሰው ሊያደርገው ያለውን ነገር ማስታወቁ፣ አንድ ሰው ሊያደርገው ያለውን ነገር አስመልክቶ ተስፋ መስጠት) እግዚአብሔር አምላክ በእርግጠኝነት አስቀድሞ ሊያደርገው ቃል

የገባበት ጽድቅን ለኃጢአተኞች ሊያቀርብላቸው የገባው ጥሪን የተመለከተ አሳብን ይገልጻል፡፡ (መጽሐፍ ቅዱስ ጥቅሶች የብሉይና / የአዲስ ኪዳን ግሪክ መዝገበ ቃላት፣ የቴየር ትርጉም 1989. በ ጆሴፍ ሄንሪ ቴየር፣ አስቲን ሐተታ/ በጄፍ ጋሪሰን)

ሄንሪ ዋርድ ቢቸር፡ "መጽሐፍ ቅዱስ እንድንመራበት፣ ወደ ባሕሩ ወለል እንዳንዘልቅ እንዲጠብቀን፣ እንዲሁም በድንጋይ ወይም በብረት ላይ መሮጥ ሳያስፈልገን ደረቁ ምድር የት እንደሆነ እና እንዴትስ ወደዚያ መድረስ እንደምንችል በማሳየት እንዲረዳን የተሰጠን የእግዚአብሔር ሰንጠረዣዊ ማብራሪያ ነው" ብሎዋል፡፡

ዲ. ኤል ሙዲም - "የእግዚአብሔርን ቃል ማጥናት ለልብ ዕርካታ ይሰጣል፤ በዚህም ውስጥ ለእያንዳንዱ ጨለማችን ብርሃን እንገኛለን፤በሞት ፈንታ ሕይወትን፣ የጌታችን የመመለሱ ተስፋን፣ እንዲሁም የዘላለማዊው ክብር እርግጠኝነትን ይሰጣል፡፡" ይህም ወንጌል በሥጋ ከዳዊት ዘር ስለ ተወለደው፤ ስለ ልጁ ነው፡፡

ቁጥር 2

ይህም አሕዛብ አብረው እንዲወርሱ በአንድ አካልም አብረው እንዲሆኑ በወንጌልም መስበክ በክርስቶስ ኢየሱስ በሆነ የተስፋ ቃል አብረው እንዲካፈሉ

ይህም

ሉቃስ 24፥26፣ 27፤ የሐዋርያት ሥራ 10፥43፤ 26፥6፤ ቲቶ 1፥2

በ

3፥21

ቅዱስ

3፥2

1፥3 ይህም ወንጌል በሥጋ ከዳዊት ዘር ስለ ተወለደ ... ሆኖ

የጽድቅ ወንጌል በመባል ይታወቃል፡፡ ንጉሥ ዳዊት «በታላቅ ጉባኤ ጽድቅህን አወራሁ፥ እነሆ ከንፈሮቼን አልከለከልም» ይላል፡፡ አዲሱ መደበኛ ትርጉም - «በታላቅ ጉባኤ ውስጥ ጽድቅህን አበሰርሁ፥ እግዚአብሔር ሆይ አንተ እንደምታውቀው ከንፈሮቼን አልገጠምሁም» (መዝ. 40፥9) ይላል፡፡ በተጨማሪም ከበግ እረኝነት የእስራኤል መንግሥትን የሰጠውን ጌታ ሲያከብር እንዲህ ይላል፡- «አንደ በግ ስለ ጽድቅህ ቀኑን ሙሉ ስለ ማዳንህ እናገራለሁ፤ መቆሚያ ልኩንም አላውቅም ይላል፡፡

መጥቼ የጌታ እግዚአብሔርን ብርቱ ሥራ ዐውጃለሁ፡፡ የአንተን ጽደቅ ብቻ እናገራለሁ» (መዝ. 71፥15-16)፡፡ ንጉሥ ዳዊት ስለ ጽድቅ ሲናገር «ማቆሚያ ልኩን አላውቅም» ይህ ማለት በቀን በቀትር በምሽት እና በዕኩለ ሌሊት እግዚአብሔር ጽድቃችን ነው የሚለውን የምሥራች የማስታረቅ ወንጌል ይሰብካል፤ እግዚአብሔርንም ያመሰግናል፡፡ ሐዋርያው ጳውሎስ ከዚህ ቀደም በሕግ ስለሚገኘው ጽድቅ ያለ ነቀፋ ሆኖ ክርስቶስን በማመን ለሚገኘው ጽድቅ ጠላት ነበር፡፡ ዕውነቱ ሲገለጥለት እና ከዐይኑ ቅርፊት ሲወገድለት አስቀድሞ ያነበባቸው የነቢያት መጻሕፍትን መረዳት አገኘ፡፡ «አሁን ግን በሕግ እና በነቢያት የተመሰከረለት የእግዚአብሔር ጽድቅ ያለ ሕግ ተገልጦአል» (ሮሜ 3፥21)፡፡

ለገላትያ ሰዎች በጻፈላቸውም ደብዳቤ እንዳሰፈረው ይህ ወንጌል በእምነት የሚገኝ «ጽድቅ-በረከት» እንዲሆን ነው፡፡ አባታችን አብርሃም «አገኘ» ይህም ያገኘው በረከት «የእግዚአብሔር ጽድቅ» በእግዚአብሔር በማመን ነው፡፡ «ያገኘው ጽድቅ» (ሮሜ 4፥11፤ ገላ. 3፥8)

በሥጋ ከዳዊት ዘር ስለ ተወለደ ... ሆኖ (ስለሆነ)

ይህ ቃል ወንጌሉ የማን ታሪክ መሆኑንና የታሪኩ ባለቤት ወይም የወንጌሉ ማዕከል ስለ ሆነው ስለ ክርስቶስ ማንነት ያወሳል፡፡ ጳውሎስም የሰውን ልጅ አይሁዳዊ ደግሞም የእግዚአብሔር ልጅ በማለት ይገልጠዋል፡፡

ለአይሁድ ግልጽ ነው፡፡ ክርስቶስ ኢየሱስ «የጽድቅ ቍጥቋጦ» እንደ ሆነና ከዳዊት ዘር የሚወጣ ንጉሥ መሆኑን በነቢዩ (ኤርሚያስ 23፥5፤ (ዘካ. 3፥8፤ 11፥1)

ለአይሁድ «የጽድቅ ቍጥቋጦ» ማሳየቱ የእግዚአብሔር ስጦታ ይህም ጽድቅ የሆነው በመካከላቸው እንደሚገለጥ ነው፡፡ መሢሑ የዳዊትን በትረ-መንግሥት እንደሚወስድ ከነቢያቱ ተነግሮአቸው ነበር፡፡ ያን ጊዜ የእግዚአብሔር ጽድቅ በሕዝቡ እና በምድሪቱ ላይ ሆኖ መለምለምን እንደሚያመጣ አይሁድ በጒጒት ይጠብቁ ነበር፡፡

ይህ የእግዚአብሔር ጽድቅ የሆነው ከዳዊት ዘር ግንድ የተወለደው እርሱ ክርስቶስ ኢየሱስ እንደ ሆነ ሐዋርያው ጳውሎስ ይገልጣል፡፡ በእርግጥም የዳዊት ልጅ እንደ ሆነ ከመወለዱ ጀምሮ ቢነገርለትም፣ ፈሪሳውያኑ ግን ይህን ስጦታ የሆነውን የእግዚአብሔርን ልጅ አልተቀበሉትም፡፡ ይበልጡን ሕዝቡ እንዳይቀበሉት ጥርጣሬ አሳደሩ (ማቴ. 12፥23)፡፡

በአንዳንድ ሥፍራም ተቃውሞ እንዲነሣሣ አድርገው በመጨረሻ በመስቀል ላይ እንዲሰቀል በከፉዎች ዕጅ አሳልፈው ሰጡት፡፡ ያመኑት ግን «የዳዊት ልጅ ማረኝ» እያሉ የነፍስና የሥጋ ፈውስን አገኙ (ማቴ. 9÷27)፡፡

የመጽሐፍ ቅዱስ ዐዋቂዎች የዳዊት ልጅ እና እንደ ቅድስና መንፈስ በሚለው የቍጥር ሦስት እና አራት ላይ የተገለጸውን የእግዚአብሔር ጽድቅ የሆነው የኢየሱስ ክርስቶስን ገለጻ በተለያየ መልክ ትንታኔ ይሰጡበታል፡፡ ይህም በሥጋ የዳዊት ልጅ የሚለው፣ የኢየሱስ ክርስቶስ ሥጋ መልበስ ሲያመለክት፣ እንደ ቅዱስና መንፈስ የሚለው ግን አንዳንዶች የክርስቶስን የእግዚአብሔር ወልድነትን በንጽጽር ያስቀምጣል ይላሉ፤ ሌሎች ደግሞ የክርስቶስ መንፈስ የሆነውን ቅዱሱን የእግዚአብሔር መንፈስ በተመለከተ እየተናገረ ነው የሚሉ ይገኛሉ፡፡

በሁለት ዐበይት ነጥቦች ስናስቀምጣቸውም፡-

ሀ. በሰብዓዊነቱ የዳዊት ዘር ነው

ይህ መግለጫ ለአይሁዳውያን በጣም ትርጒም የሚሰጥ ነው፤ ምክንያቱም የዳዊት ዙፋን የሥልጣንና የክብር መገለጫ ነውና፡፡ ኢየሱስንም ከዳዊት ዘር ተወልዶ የዳዋትን ዙፋን የሚሰጠው መሆኑን ያመለክታል፡፡ (ንጉሥነቱን) ይገልጣል፡፡ሉቃስ 1÷32፤ ዮሐ. 7÷42፤ ሮሜ 9÷5

ለ. ሆኖ የሚለው ቃል ደግሞ ሙሉ ሰው መሆኑንና አምላክነቱን ያመለክተናል

- ዮሐ 1÷14 ይህንን ክፍል ስናነብ ሰው ሆኖ የተገለጠው እግዚአብሔር ወልድ አምላክም እንደ ሆነ እንረዳለን፡፡

ይህ አሳብ የሚብራራው በቀጣዩ ነጥብ ነው፡፡

እንደ ሥጋ ፈቃድ፡- ኤስቶንትሥጉትን … ክርስቶስ ሰብዓዊ ባሕርያችንን ከመለኮታዊ ባሕርይው ጋር አንድነት እንዲያደርግ ያደረገበት ያ የጸጋ ተግባር ሲል ይፈታዋል፡፡ ክርስቶስ አምላክም ሰውም ነው፡፡ ሰብዓዊ ችሎታዎቹ ስለ እርሱ ቀድሞውኑ የተተነበዩ ናቸው፡፡ ደግሞም እነዚህ ነገሮች የተተነበዩለት እርሱ አምላክ ነው፡፡ መለኮት ከሰብዓዊ ባሕርያት ጋር አንድነትን ፈጠረ (ሐ/ሥ 20፡28፤ ሮሜ8፡32፤ 1ኛ ቆሮ. 2፡8፤ ዕብ. 2፡11፣

12፣ 13፣ 14፣ 1ኛ ጢሞ. 3፡16፤ ገላ 4፡4 ... ወዘተ፡፡ አንድነቱ አሳባዊ፣ ማለትም ግላዊ ነው፤ ሁለቱ ባሕርያት አልተቀላቀሉም ወይም አንዱ በሌላው ላይ ተጽዕኖ የሚያሳድር አይደለም፣ እንዲሁም ቀጣይነት ያለው ነው (ገላ. 4፡4፣ 5)፡፡

እንደ ሥጋ ፈቃድ ማለትም (ከየትኛውም ምክንያታዊ ጥርጣሬ ሁሉ በላይ) በሰብዓዊ ባሕርይው መሠረት:- ዮሐንስ 1÷4 "ቃልም ሥጋ ሆነ" "ወይም ሰው ሆነ)፤ ሮሜ እርሱን በተመለከተ ማለትም ሥጋን በተመለከተ [ካታሳርካ] ወይም ሰብዓዊ ባሕርይውን በተመለከተ "ክርስቶስ መጣ" 1ኛ ዮሐንስ 4÷2፣ 3፡፡ ኢየሱስ ክርስቶስ በሥጋ እንደ መጣ የሚታመን መንፈስ ሁሉ (ወይም በዕውነተኛ ሰብዓዊ ማንነት) የሚሉትን አመሳክሩዋቸው፡፡ ዳሩ ግን ይህ በዚህ መልኩ የቀረበው ከዚህ በታች ተከትለው በሚመጡ ነገሮች ይበልጥ ግልጽ እየሆነ የሚሄድ ይሆናል፡፡ (ጃሚሰን, ፋሳቴ እና ብራውን ኮሜንተሪ 1997, 2003, 2005, 2006)

ቁጥር 3

ይህም ወንጌል በሥጋ ከዳዊት ዘር ስለ ተወለደ **እንደ** ቅድስና መንፈስ ግን ከሙታን መነሣት የተነሣ በኃይል የእግዚአብሔር ልጅ ሆኖ ስለ ተገለጠ ስለ **ልጁ** ነው፤ እርሱም ጌታችን ኢየሱስ ክርስቶስ ነው፡፡

ልጁ

9፤ 8÷2፣ 3፣ 29-32፤ መዝሙረ ዳዊት 2÷7፤ ማቴዎስ 3÷17፤ 26÷63፤ 27÷43፤ ሉቃስ 1÷35፤ ዮሐንስ 1÷34፣ 49፤ ዮሐንስ 3÷16-18፣ 35፣ 36፤ 5÷25፤ 10÷30፣ 36፤ 20÷28፣ 31፤ የሐዋርያት ሥራ 3÷13፤ 8÷37፤ 9÷20፤ 1ኛ ቆሮ. 1÷9፤ ገላትያ 4÷4፤ ቈላስይስ 1÷13-15፤ 1ኛ ተሰሎንቄ 1÷10፤ 1ኛ ዮሐ. 1÷3፤ 3÷8፣ 23፤ 4÷9፣ 10፣ 15፤ 1ኛ ዮሐንስ 5÷1፣ 5፣ 10-13፣ 20፤ ራእይ 2÷18

ይህም

2ኛ ሳሙኤል 7÷12-16፤ መዝ. 89÷36፣ 37፤ ኢሳይያስ 9÷6፣ 7፤ ኤርምያስ 23÷5፣ 6፤ 33÷15-17፣ 26፤ አሞጽ 9÷11፤ ማቴዎስ 1÷1፣ 6፣ 16፣ 20-23፤ 9÷27፤ 12÷23፤ 15÷22፤ 22÷42-45፤ ሉቃስ 1÷31-33፣ 69፤ 2÷4-6፤ ዮሐንስ 7÷42፤ የሐዋርያት ሥራ 2÷30፤ 13÷22፣ 23፤ 2ኛ ጢሞቴዎስ 2÷8

እንደ

8÷3፤ 9÷5፤ ዘፍጥረት 3÷15፤ ዮሐንስ 1÷14፤ ገላትያ 4÷4፤ 1ኛ ጢሞቴዎስ 3÷16፤ 1ኛ ዮሐ. 4÷2፣ 3፤ 2ኛ ዮሐ. 1÷7

1.4 … እንደ ቅድስና መንፈስ ግን ከሙታን መነሣት የተነሣ በኃይል የእግዚአብሔር ልጅ … ስለ ተገለጠ ስለ ልጁ ነው፥ እርሱም ጌታችን እየሱስ ክርስቶስ ነው።

እንደ ቅድስና መንፈስ

አንዳንድ ቅጂዎች በቅደስናው መንፈስ ይሉናል ይህ ቃል ቅዱስና ከሥላሴ አንዱ የሆነውን እግዚአብሔር መንፈስ ቅዱስን የሚገልጠ ሲሆን፣ ጌታችን ኢየሱስ ክርስቶስም ሰው ብቻ ሳይሆን፣ መለኮት መሆኑንም ጭምር ያመለክታል። ከዚህም የተነሣ እግዚአብሔር መንፈስ ነው። ኢየሱሱ ክርስቶስም በመለኮትነቱ መንፈስ ነው። በባሕርዩም ደግሞ ቅዱስ ነው።

ራይሬ፡- አንዳንዶች እንደ ቅድስና መንፈስ የሚለው ሐረግ የራሱን የክርስቶስን ቅዱስ ማንነት ያሳያል ሲሉ፣ ሌሎች ደግሞ መንፈስ ቅዱስን ያመለክታል ይላሉ። ስለሆነም ይህን ምንባብ በዚህ መልክ ሊረዱት ይቻላል፡- የኢየሱስ ትንሣኤ የአምላክነቱ ብርቱ የሆነ ማረጋገጫ ነው፣ ደግሞም ይህ በመንፈስ ቅዱስ የታወጀ ነው።(The Ryrie Study Bible: New American Standard Translation: 1995. Moody Publishers)

በሁለቱ ጎራ መካከል ያለው አመለካከት ይህም በቊጥር ሦስት ላይ ያለው ሁሉም በአንድነት በመስማማት ከዳዊት መወለዱ፣ ክርስቶስ ኢየሱስ «የሰው ልጅ» መሆኑን ሲያመለክት ሳለ፣ ነገር ግን በቊጥር አራት ላይ ግን ሁለት የተለያዩ መረዳቶች አሉ። ይህ «እንደ ቅዱስና መንፈስ» የሚለው የሐዋርያው አነጋገር የመጀመሪያዎቹ «እግዚአብሔር ወልድ-የእግዚአብሔር ልጅ» የሥላሴን ሁለተኛውን አካል ያመለክታል ሲሉ፣ ሌሎቹ ደግሞ ክርስቶስ ኢየሱስ ከሙታን ያስነሣውን የሥላሴ ሦስተኛ አካል የሆነውን መንፈስ ቅዱስን ያመለክታል የሚል መረዳትን ያንጸባርቃሉ።

የመጀመሪያዎቹ አስተማሪዎች በሥጋ ከዳዊት ዘር የተወለደው እንደ ቅድስና መንፈስ የእግዚአብሔር ልጅ የሆነውን ያመለክታልም የሚሉት በንጽጽር የሚያስቀምጡት «በሥጋ» የሚለውን ሲያብራሩ፣ በቅድማያ በመጽሐፍ ቅዱስ ሀ) ማንኛውም በምድር ያለ ፍጥረት (ሉቃስ 24፥39) ለ) ነፍስ የሌለው እንስሳት (የሐዋ. 2፥3-21፤ 1ኛ ቆሮ. 5፥5፤

15፥39) ሐ) የሰው ሙሉ ነፍስ እና የዕውነት አካላትን (ሮሜ 8፥3፤ 1ኛ ቆሮ. 15፥50፤ ማቴ. 16፥17) መ) የሰው ተፈጥሮና ሰብዓዊ ባሕርይ (Human Nature) (የሐዋ. 2፥30)

ሮሜ 9፥5 እንግዲህ ሥጋ ድካምን መልበስን ያሳያል፡፡ ጌታችን ኢየሱስ በሥጋ ከዳዊት ዘር መወለዱ ምንም እንኳ ለእስራኤል የሚጠባበቁት ንጉሥ ቢሆንም፣ «የሰው ልጅነቱን» እንደ ገለጠ ይህ «እንደ ቅዱስና መንፈስ» የሚለው ደግሞ በባሕርይ ሆነ በተፈጥሮ ልዩ የእግዚአብሔር ልጅ ይህም ወልድነቱን መለኮትነቱን ይገልጣል ይላሉ፡፡ በሁለተኛው ጐራ ያሉት ግን ኢየሱስ ክርስቶስ በመንፈስ ቅዱስ መወለዱን፣ በመንፈስ ቅዱስ መጠመቁን፣ በመንፈስ ቅዱስ ማረጉን እና እርሱ መንፈስ ቅዱስን ለአማኞች ማደሉን ይናገራል የሚሉ ናቸው፡፡

ከሙታን መነሣት የተነሣ፡- የጌታችን ከሙታን መነሣታ ከሌሎቹ የሙታን መነሣቶች የተለየ ነው፡፡ እግዚአብሔር ብዙዎችን ከሙታን አስነሥቶአል፡፡ ወልድም እንዲሁ በሙታን ላይ ሥልጣን አለው፡፡ ይህ ደግሞ የእግዚአብሔር ልጅነት ሥልጣንን እግዚአብሔር ወልድ እንደ እግዚአብሔር አብ በመለኮት በተካከለበት ሁኔታ ማግኘቱን ዮሐንስ 5፥21 ይገልጣል፡፡

እዚህ ክፍል ላይ የሚያሳየው ወልድ ራሱ ከሙታን መነሣቱ የሞትን መውጊያ ለአንዴ እና ለመጨረሻ ጊዜ ማድቀቁን ነው፡፡ የሰው ልጅን ባርነት በጫንቃቸው ላይ ያለውን የነገሠውን ሞት አሸንፎ መንገሡን የሚገልጥ አስተምህሮ ይገኝበታል፡፡ ሐዋርያው ጴጥሮስ "ኢየሱስ ክርስቶስ መሢሑ አይደለም፤ እርሱ ከእግዚአብሔር የተላከ ዘንድ የተላከ የእስራኤል የጽድቅ ቀጥቋጦ ሊሆን አይችልም" ብለው የአይሁድ መሪዎች ሕዝቡን አሳምነው እንደ ገደሉት፣ ነገር ግን እግዚአብሔር የሞትን ጣር አጥፍቶ እንዳስነሣው፣ በበዓለ ኀምሳ ለተሰበሰቡት ሕዝብ ተርኮላቸው ነበር፡፡

እግዚአብሔር አብ ኢየሱስን ከሙታን ማስነሣቱ አንድም የዳዊት ልጅ፣ እንዲሁም እግዚአብሔር ወልድ መሆኑን በማስረገጥ ያውጃል (የሐዋ. 2፥22)፡፡ ሐዋርያው ጴጥሮስ «እግዚአብሔር በመካከላችሁ በእርሱ በኩል ባደረገው ተአምራትና በጽድቅ በምልክቶችም ከእግዚአብሔር ዘንድ ለእናንተ የተገጠ ሰው ነበር» ብሎ የዳዊት ልጅ መሢሑ «የሰው ልጅ» እንደ ሆነ በምዕራፍ 2፥22 ላይ እንደ ተናገረው ይህ የሰው ልጅ በዮርዳኖስ ወንዝ በመንፈስ ቅዱስ ኃይል ተቀብሎ በመካከላቸው መመላለሱን ደግሞ በሐዋ. 10፥38 እንዲህ ሲል ይተርካል፡-

«እግዚአብሔር የናዝሬቱን ኢየሱስን በመንፈስ ቅዱስ እና በኃይል ቀባው፥ እርሱም መልካም እያደረገ ለዲያብሎስ የተገዙትን ሁሉ እየፈወሰ ዞረ፡፡ እግዚአብሔር ከእርሱ ጋር ነበረና»፡፡ ይህ የሰው ልጅ በመስቀል ላይ ሲሞት አሰቃቂውን የስቅላት ጽዋ ሲጠጣ ከዚያም ከቀበሩት በኋላ ትልቅ ድንጋይ አድርገው ጠባቂዎች አቁመው ሲያስጠብቁ «ይሄውላችሁ የአይሁድ ንጉሥ» ብለው እግዚአብሔር ከእርሱ ጋር አለመኖሩን ለዓለም ሕዝብ ማወጃቸው ነበር፡፡ ሐዋርያው ግን «ዐውቀውት ቢሆን የክብርን ጌታ ባልሰቀሉት ነበር» (1ኛ ቆሮ. 2፥8) ብሎ እንደ ተናገረው ጌታ እግዚአብሔር አምላክ የእነርሱን ዐዋጅ በዐዋጅ ሻረ፡፡

ይህም ክርስቶስን ከሙታን በማስነሣቱ እግዚአብሔር ከእርሱ ጋር መሆኑን ገለጠ፡፡ ይህም ጌታችን ኢየሱስ ክርስቶስ የዳዊት ልጅ፡- የሰው ልጅ እንደ ሆነ፣ እንዲሁም የእግዚአብሔር ልጅም እንደ ሆነ ጭምር ያስተምረናል፡፡ «በእርሱ ደስ የሚሰኝ የምወደው ልጄ እርሱ ነው፥ እርሱን ስሙት» በማለት በዮርዳኖስ ሲጠመቅ አብ የአንድያ ልጁን የመለኮት ማንነት አበሰረ፡፡

ከሙታን በማስነሣቱም እርሱ እግዚአብሔር ወልድ ከሥላሴ አካላት ሁለተኛው ምልአተ-አካል እንደ ሆነ ከሙታን በማስነሣቱ ዐወጀ፡፡ ይህም ብቻ አይደለም፤ የክርስቶስ ኢየሱስ መሞት እና መነሣት ራሱ ኢየሱስ ክርስቶስ የተናገረው ሲሆን፣ መለኮታዊነቱን የሚገልጥበትም እንደ ሆነ ያስታውሰናል፡፡ በወንጌላት መጻሕፍት ውስጥ ስናጠና ጌታችን ኢየሱስ ክርስቶስ እንደ እግዚአብሔር አብ እንዲሁ በራሱ ፈቃድ እና ሥልጣን ያለው መሆኑን ይገልጣል፡፡

ዮሐ. 10፥18 «እኔ በፈቃዴ እኖራታለሁ እንጂ ከእኔ ማንም አይወስዳትም» እንዲሁም (ዮሐ 2፥19)፡፡ «ይህን ቤተ መቅደስ አፍርሱት፤ በሦስት ቀንም አስነሣዋለሁ» ሲል ይሰማል፡፡ እንግዲህ የተለያዩ አስተምህሮዎች ቢኖሩም፣ እነዚህ ከላይ የተገለጡት ሁሉ ዋናው ስለ ልጁ ኢየሱስ ክርስቶስ በሥጋ ተወልዶ ወደ ሰማያት በደመና በአብ ቀኝ ስለ ተቀመጠው ስለ ጌታችን ኢየሱስ ክርስቶስ ወንጌል የሚናገሩ መሆናቸው ነው፡፡ ሐዋርያው ለዚህ ከሙታን ለተነሣው ጌታ ባሪያ ነኝ፡፡ እርሱንም የሚመለከት የምሥራች ይዤላችሁ መጣሁ" እያለን ነው፡፡

ያ ከድንግል ማርያም የተወለደው የእግዚአብሔር ወልድ «ቅዱስ ዘር» (ሉቃስ 1፥35)፡፡ በመጀመሪያ የነበረው ሥጋ የለበሰው ነው (ዮሐ. 1፥1፣ 14)፡፡ ይህ «ቅዱስ ዘር» ወይም

«እግዚአብሔር ወልድ» ሥጋ በመልበሱ ሞትን መቅመስ ቻለ፡፡ ይህም የሰውን ልጆች ለማዳን የኃጢአትን ዋጋ ለመክፈል እንደ ሆነ እናስተውላለን፡፡

ይህ «ቅዱስ ዘር» ሞት ሊይዘው አልቻለም፡፡ ሐዋርያው ጴጥሮስ «የማይጠፋ ዘር» በማለት ይገልጠዋል፡፡ እንዲያውም «ሕያውና ለዘላለም የሚኖር» በማለት ይናገራል፡፡ (1ኛ ጴጥ. 1፥23-24)፡፡ «በወንጌል የተሰበከላችሁ ቃል» ብሎ ቅዱሱ ዘር ክርስቶስ ኢየሱስ እንደ ሆነ ያመለክተናል፡፡ እርሱ በሥጋ ቢሞትም ግን፣ መለኮት «ቅዱስ ዘር» ሕያው ነው፡ ፡ በመለኮቱ ሊሞት አይችልም፡፡ የሰው ልጅ ስለሆነ ሞተ፤ ከሙታንም ተነሣ፡፡ መለኮትነቱ ግን ሕያው ነው፡፡ ትናንትና ዛሬም ለዘላለም ሕያው፣ ያው ወይም ለውጥን የማይለማመድ ነው (ዕብ. 13፥8)፡፡

በኃይል፡-ይህ በግልጽ የሚያሳየው ከሞት ማስነሣት የሚችለውን ታላቅ ኃይል ነው፡፡ **ኤን.ኢ.ቲ** ይህ ማስታወሻ አለው፡- ጳውሎስ፣ ኢየሱስ በትንሣኤው ኃይል የእግዚአብሔር ልጅ ሆነ እያለን አይደለም፤ ነገር ግን ... ምልክቱ እንደ ተጠቆመው፣ የእግዚአብሔር ልጅ ከሙታን በመነሣት በኃይል- ተገለጠ እያለን ነው፡፡ በጣም ደካማ የሆነ የሰው ሥጋንይዞ ተወለደ (ይህም ሥጋን በተመለከተ ነው፣ ሮሜ 1፥3) ደግሞም በኃይል ከሞት ተነሥቷል፡፡

በኃይል፡- የመሢሑ ወደ ምድር መምጣት ዜና በማርያም ጆሮ መደወል ሲጀምር ማርያም መደነቅና መገረም ሞላባት፡፡ መልአኩ ገብርኤል የምሥራቹን ሲያውጅ «ይህ እንዴት ያለ ሰላምታ ነው» አለች (ሉቃስ 1፥29)፡፡ ይህን እያንሰላሰለች በተመስጦ እያለች «ይህ እንዴት ሊሆን ይችላል?» እያለች በመገረም ላይ ሳለች፣ ይህ የእግዚአብሔር ቅዱስ የሆነ መለኮታዊ ጥሪ መሆኑን ያመለክታታል፡፡

እንደ ተነገረለትም «ቅዱሱ ዘር» ያለ ወንድ ዘር በማርያም ማህፀን ሳለ ተረገዘ፡፡ ወንድ ያላወቀችው ይህ የእግዚአብሔር ኃይል የሆነው መንፈስ ቅዱስ ይህን ዘር (የእግዚአብሔር ቃል) አስቀመጠ፡፡ ወንድ ልጅም ተወለደ፡፡ ልጁ ለዐቅመ-አዳም ሲደርስ የግመል ጠጕር ልብስ እና የአንበጣ ማር በሚበላው በመጥምቁ ዮሐንስ ዕጅ ተጠመቀ፡፡

ይህ «ቅዱስ ዘር» ሥጋ ለብሶ ወደ ዮርዳኖስ ለመጠመቅ ሲመጣ «ጫማውን እሸከም ዘንድ የማይገባኝ ... (ማቴ. 3፥11) ... ተጐንብሼ የጫማውን ጠፍር መፍታት የማይገባኝ (ማር.

1÷7) ... ብሎ የተናገረው ዮሐንስ በእግዚአብሔር ወልድ ትእዛዝ መሠረት መሢሑን ሊያጠምቀው ቻለ፡፡

ይህ ሲሆን የልዑል መንፈስ ቅዱስ ኃይል መንፈስ ቅዱስ ዐረፈበት፡፡ ይሁን እንጂ፣ ሳይውል ሳያድር ይህ የእግዚአብሔር የጽድቅ ቀኍጥቋጦ በዐመፀኞች ዕጅ ተሰጥቶ ስለ ሰው ልጆች ኃጢአት የእግዚአብሔር ተግሣጽ አረፈበት፡፡ ያቆጠቆጠው የጽድቅ ዛፍ ተመታ፡፡ “እኛ ግን እንደ ተመታ በእግዚአብሔርም እንደ ተቀሰፈ እንደ ተቸገረም ቈጠርነው፡፡” ... የደኅንነታችንም ተግሣጽ በእርሱ ላይ ነበር ... እግዚአብሔርም የሁላችንን በደል በእርሱ ላይ አኖረ» (ኢሳ. 153÷ 4-6)፡፡ ያን ጊዜ አብና መንፈስ ቅዱስ ከእርሱ ፊታቸውን ያዞሩበት የተለዩበት ጊዜ ነበር፡፡ የልዑል ኃይል ተለየው፡፡ ቅዱስ ማቴዎስ «ኤሎሄ ኤሎሄ ላማሰብቅታኒ? ብሎ የመጨረሻውን ጩኸት መጮኹን ያወሳል፡፡

ይህ የመጨረሻው ስብራቱ ነበር፡፡ ሲወለድ እስከ ዐቅመ-አዳም ያልተለየው ቅዱሱ መንፈስ አሁን ተለየው (ማቴ. 27÷45-46)፡፡ ቢሆንም ግን የሰው ልጅን የኃጢአት ዋጋ ከከፈለ በኋላ ግን መንፈስ ቅዱስ በክብር ወረደበት፤ ከሙታንም አስነሣው፡፡ በዚህም የትንሣኤው ክብር ወይም የትንሣኤው መንፈስ (የክርስቶስ መንፈስ) በመባል ይታወቃል፡፡

ምንም እንኳ ኢየሱስ ክርስቶስ (እግዚአብሔር አብ እና ወልድ አንድ) ቢሆኑም (ዮሐ. 10÷30)፣ ደግሞም እነዚህ የሥላሴ አካላት በመለኮትነት ሊለያዩ ባይችሉም፣ ከዳዊት ዘር በመወለዱ የሰው ልጅ በመሆኑ ግን የሰውን ልጅ ኃጢአት በመሸከም ክርስቶስ ስለ እኛ «ኃጢአት ስለሆነ» (2ኛ ቆሮ. 5÷21)፣ ከመወለዱ ጀምሮ ያልተለየው ቅዱሱ የልዑል መንፈስ (መንፈስ ቅዱስ) በዚህ ወቅት ከእርሱ መለየቱን ያስተምረናል፡፡

በመለኮትነቱ ተለያይተው ሊለያዩ አይችሉም፡፡ በፍጹም ሰውነቱ ግን ኃጢአትን ሲሸከም ተለያዩ፡፡ ይህ ለጌታችን ኢየሱስ አስከፊ መራራ ጊዜ ነበር፡፡ ይህ ሆኖ ሳለ ሐኪሙ ሉቃስ «ነፍሴን በእጅህ ዐደራ እሰጣለሁ» (ሉቃስ 23÷46) እና «ዛሬ በገነት ከእኔ ጋር ትሆናለህ» (ሉቃስ 23÷43) ብሎ ለወንበዴው ሲነግረው ከምናየው፣ በተጨማሪም ደግሞ ለሐዋርያቱ ጌታችን ኢየሱስ ክርስቶስ፡- «እነሆ እያንዳንዳችሁ ወደ ቤት የምትበታተኑበትና እኔንም ለብቻዬ የምትተውበት ሰዓት ይመጣል፥ አሁንም ደርሷል፡፡

አብ ከእኔ ጋር ስለሆነ ብቻዬን አይደለሁም" (ዮሐ. 16፥32) የሚለውን ቃል እንዲዚሁም ተመሳሳይ ጥቅሶች ላይ በመመርኮዝ መንፈስ ቅዱስም ሆነ አብ አልተለየውም፤ ነገር ግን በጭንቅ ላይ ስለ ነበረ የተናገረው የፈተና ውስጥ ሆኖ ዕርዳታን የመጠየቅ ነው የሚሉ አስተማሪዎች በጥቂቱ ይገኛሉ።

ሆኖም ግን መጽሐፍ ቅዱስ ክርስቶስ ኢየሱስ ከሙታን እንደ ተነሣ የሰውን ልጅ ወክሎ ከሕያዋን ምድር እንደ ተወገደ የመሥዋዕት በግ መሆኑን፣ ይህም በግ የኃጢአተኛውን እርግማን ተሸክሞና በካህኑ ዕጅ ተጭኖ ከሰፈር ውጭ እንደሚወጣ ሁሉ ክርስቶስ «የሰው ልጅ» ፍጹም ሞትን ለመቅመስ በሥጋው ከመለኮት መለየት ይኖርበታል።ይህ ሁሉን ባያስማማም ብዙዎች የመጽሐፍ ቅዱስ ሊቃውንት የሚቀበሉት አስተምህሮ ነው (ገላ. 3፥13፤ 2ኛ ቆሮ. 5፥21፤ ኢሳ. 59፥2)።

ኃይል(ዱናሚስ) - (የቃል ጥናት)፤ **ዱናማይ** ከሚለው የተገኘ ነው፣ ትርጓሜውም መቻል ወይም ኃይል ያለው መሆን ማለት ነው። በተለይም ኃይል ማግኘትን ያመለክታል። ቃሉ ከውስጥ የተከማቸ ኃይልን አሊያም አብሮ የነበረን ዕምቅ ኃይልን ያስረዳል። አንድን ተግባር ለማከወንና የሚያስችል ችሎታ፣ በሆነ መንገድ አንድን ነገር ለመተግበር የሚሆን ብቃት ማለት ነው።(ኃይል፣ ጉልበት፣ ጠንካሬ፣ ችሎታ፣ መቻል)፣ **ዱናሚስ፡-** ማለት አንድን ነገር ለመፈጸም የሚያስችል ተግባራዊ የሆነ ኃይል ማለት ነው። አሳቡ የተዋጣለትን፤ ተፈትኖ የተረጋገጠን ኃይል እንጂ፤ ያለተሞከረ አሊያም ተከማችቶ የተቀመጠን ኃይል አያመለክትም። **ዱናሚስ** ማለትየመለኮት ኃይልን ለማመልከት በአብዛኛው ጳውሎስ የሚጠቀምበት ቃል ነው።(መጽሐፍ ቅዱስ ጥቅሶች የብሉይና / የአዲስ ኪዳን ግሪክ መዝገበ ቃላት፣ የቴየር ትርጉም 1989. በ ጆሴፍ ሄንሪ ቴየር፣ አስቲን ሐተታ/ በጄፍ ጋሪሰን)

የእግዚአብሔር ልጅ - ጃሚይሰን እንዲህ ሲል ጽፎአል፡- ... እዚህ ጋር ቋንቋው ምን ያህል እንደ ተለወጠ ተመልከቱ። በሥጋ ከዳዊት ዘር ተወለደ.... የእግዚአብሔር ልጅ ሆነ (ሐዋርያው ይላል)፤ ነገር ግን እርሱ አልተበጀም፣የእግዚአብሔር ልጅ መሆኑ ታወጀ [ወይም ተረጋገጠ። ስለዚህ በዮሐ. 1፥1፣ 14 ላይ "በመጀመሪያ ቃል ነበር ... ቃልም ሥጋ ሆነ" ይላል። በኢሳይያስ 9፥6 ህፃን ተወልዶልናል ... ወንድ ልጅም ተሰጥቶናል ይላል። ስለዚህ የኢየሱስ ክርስቶስ የልጅነት ሁኔታ እንደ ማንኛችንም ከአባት ጋር ባለ የውልደት ግንኙነት የተፈጸመ አይደለም። እርሱ በመንፈስ ቅዱስ አማካይነት የተፀነሰ ነው። በሥጋ

የሮሜ መጽሐፍ ጥራዝ አንድ

በመወለዱ ያ ባሕርያዊ እና ያልተፈጠረ ልጅነት ጉልህ ወደ ሆነ መታየት የሚመጣ ይሆናል። (በሉቃስ 1፥35፤ ሐዋርያት ሥራ 13፥ 32፣ 33 ተመልከቱ)

ሞሪስ እንዲህ ሲል ጽፎአል ...ኢየሱስ በሙላት ሰው ሆኖ ሳለ -- እንደ ዕውነቱ ከሆነ፣ ፍጹም ሰው ነው፣ ልክ እግዚያብሔር እንዳሰበው ዐይነት ሰው ሆኖ ሳለ፣ በተጨማሪም እርሱ በሙላት አምላክ ነው። ይህ እውነታ ደግሞ በሥጋ ትንሣኤ በተግባር የታየ ነው። ሞትን አሸንፎ መነሣት የሚያስችል ኃይል ከሰዎች ችሎታ ሁሉ በላይ የሆነ ነገር ነው። የሕይወት ፈጣሪ የሆነው፣ለኃጢአት ቅጣት አድርጎ ሞትን ያመጣው እግዚአብሔር ብቻ ነው ሞትን ማሸነፍ የሚችለው።ታሪክ በብዙ የጸኑ ማረጋገጫዎች እንዳለ የሚደገፈው (ሐ/ሥ 1፥3) የክርስቶስ በሥጋ ከሙታን መነሣት፣ እርሱ በእርግጥም ዘላለማዊ እና ልዩ የሆነ የእግዚአብሔር ልጅ መሆኑን የሚያሳይ የደመቀ ዕውነት ነው።

■ **ተገለጠ**

በሚለው ቃል መለኮት የሆነው እግዚአብሔር ወልድ በእግዚአብሔር ዘላለማዊ ፈቃድ ተወስኖ ለእኛ መገለጡን ያሳየናል። በዚህ ክፍል ልብ ልንለው የሚገባው ነገር ቃሉ የሚለው የእግዚአብሔር ልጅ ተገጠ ነው እንጂ፣ ሆነ አይደለም። ከዚህ ብርቱ ዕውነት በመነሣት ኢየሱስ ክርስቶስ ፍጹም ሰው ፍጹምም አምላክ ነው ብለን መናገር እንችላለን። ከሙታን በመነሣቱ የእርሱ የመለኮትነት ሙላት ለእኛ በኃይል ተገለጠልን የእግዚአብሔር ልጅ የሆነው ኢየሱስ ክርስቶስ በአዲስ ኪዳን እጅግ ከበረ። እንግዲህ ይህ የምሥራች ቃል ወይም ወንጌል ስለሆነው በኃይል ከሙታን ስለ ተነሣውና በሥጋ ከዳዊት ዘር ስለሆነው ስለ ኢየሱስ ክርስቶስ የሚተርከው የራሱ የማንነቱ መገለጫ ወይም የማዳኑ ዜና ነው ማለት ነው።

[የእግዚአብሔር ልጅ ሆኖ የተገለጠ] በየሐዋ. 13፥33 ላይ ያለው ርእሰ-ጉዳይ ሰፋ ያለ ግምት ባገኘበት ሥፍራ ላይ የተሰጠውን ማስታወሻ ጽሑፍ ተመልከቱ። እኛ የተገለጠ /የታወጀ/ ብለን የምንተረጉመው ሆሪዝቴንቴስ የተባለው ቃል ሆሪዞ ከሚለው ቃል የመጣ ነው። ማሰር፣ ግልጽ ማድረግ፣ መወሰን፣ ወሰን ማብጀት የሚሉ ትርጉሞች አሉት። ስለዚህም ደግሞ ሆሪዞን የሚለው ቃላችን ምድርን ከሰማይ የሚለየውን ሩቅ ሆኖ የሚታይ ክፍል ወሰን አብጅቷል። በዚህ ሥፍራ ርእሰ ጉዳዩ ምንም የማያጠራጥር ሆኖ በመገለጥ ሙሉ በሙሉ መታየቱን የሚያመለክተን ነው። ክርስቶስ ከሙታን መነሣቱ ጌታችን ንጹሕ መሆኑን የሚያሳይ ነው። ይህም አስተምህሮው ትክክል መሆኑንና ነቢያት የተናገሩት ሁሉ

ፍጻሜ መሆኑን ያካትታል፡፡ ይህም ደግሞ ነገሮችን በውል ልብ በሚሉና ዕውነትን መሠረት ያደረገ አእምሮ ባላቸው ዘንድ ምንም ዐይነት ጥርጣሬ የማይተው ነው፡፡ (የአደም ክላርክ ኮሜንታሪ, 1996, 2003, 2005.)

የታወጀ (ሆሪዞ ከሆሮስ የመጣ ነው) ድንበር አሊያም ወሰን ማለት ነው፡፡ በእንግሊዘኛ "ሆሪዞን" አድማስ ማለት ሲሆን፣ ሰማይና ምድርን ለሁለት በመክፈል የሚለያያቸው የማይታየው የድንበር መሥመር ማለት ነው፡፡ ይህም ኢየሱስ ዘመናትን ሁሉ ቅ.ል.ክ/ዓ.ም በሚል የሚከፍላቸው የድንበር መሥመር ነው ወደሚል አሳብ የሚመራ ነው፡፡ ትርጓሜውም ጠንከር ባለ አነገገር መወሰን እንዲሁም ተምሳሌታዊነት ባለው መልኩ "መገደብ"፣ "መሾም" ማለት ነው፡፡ ጊዜና ሥፍራ ሊወሰኑ ይችላሉ፡፡ ሆራይዞ ማለት ምልክት ማድረግ፣ ማጠር (ሆሪዞን)፣ እንዲሁም ተምሳሌታዊ በሆነ መልኩ መሾም፣ ማወጅ ወይም በግልጽ መለየት ማለት ነው፡፡ ይህም ግልጽ በሆነ መልኩ ምልክት ማድረግ ማለት ነው፡፡

የሚሰጠው ወሰን (1) የጊዜ ሊሆን ይችላል (መወሰን፣ መቅጠር- ከዕብ. 4፥7 ጋር አመሳክር) ወይም (2) የሥፍራ ሊሆን ይችላል (መወሰን፣ መመደብ- የሐዋ. 17፥26-27) ሆሪዞ የሚለው ቃል ለሰዎች መግለጫነት በሚውል ጊዜ መሾም ወይም ማዘጋጀት ማለት ነው (የሐዋ. 17፥31)፡፡ በሉቃስ 22፥22 ሆሪዞ ግልጽ የሆነ ዕቅድ ማዘጋጀትን ያመለክታል (መወሰን፣ መመደብ፣ ከየሐዋ. 2፥23፣ 10፥42፣ 11፥29 ጋር አመሳክሩ)፡፡ ቢ.ዲ.ኤ.ጂ ፡- ከመሠረታዊ ትርጕሙ፣ አካላትን መለየት እና ወሰን ማድረግ የሚለውን ያክላል፤ አሳቦችን ወይም ፅንሰ- አሳቦችን መፍታት የሚል ስሜትን ያመጣል፤ ገደብ ማድረግ፣ መግለጽ፣ ማብራራት ይለዋል፡፡ (Old / New Testament Greek Lexical Dictionary)

ቲ. ዲ ኤን. ቲ፡- በሮሜ 1፥4 **በሆሪዞ** ላይ ኢየሱስ ክርስቶስ በኃይል የእግዚአብሔር ልጅ ሆኗል፡፡ እዚህ ላይ እየተነገረ ያለው መታወጅ ይሁን አሊያም መመደብ ብዙም አሳሳቢ ነገር የለበትም፣ ምክንያቱም መለኮታዊ አዋጅና ምደባ ምንም ልዩነት የላቸውና፡፡

በዚህ በአሁኑ ዐውድ መሠረት **ሆሪዞ** ኢየሱስ በማያዳግም እና ሊቀለበስ በማይችል መልኩ **"የእግዚአብሔር ልጅ"** ተብሎ መለየቱን በጉልህነት ያመለክታል፡፡ ኢየሱስ፣ የእግዚአብሔር ብቻ በሆነ ኃይል፣ ሞትን ለማሸነፍ ያለውን ችሎታ በላቀ መልኩ በተግባር በማሳየቱ፣ ከየትኞቹም ምክንያታዊ ጥርጣሬዎች በላይ (ሕጋዊ በሆነ ንግግር ውስጥ

የተለመደውን ቃል ለመጠቀም) እርሱ በእርግጥም እግዚአብሔር ወልድ መሆኑን አረጋግጧል፡፡
ሆሪዞ - በአዲስ ኪዳን 8 ጊዜ ጥቅም ላይ ውሏል፡- ተሹሟል (2)፤ ታውጇል (1)፤ ተመድቧል (3)፤ ተወስኗል (1)፤ አስቀድሞ ተወስኗል (1)፡፡ ሉቃስ 22፥22፤ የሐዋ. 2፥23፤ የሐዋ.10፥42፣ የሐዋ.11፥29፣ የሐዋ.17፥26፣ የሐዋ. 17፥31፤ ሮሜ 1፥4፤ ዕብራውያን 4፥7)
ስለ ልጁ፡-*ፔሪ ታው ሁዩ አውቶ*

ቃል በቃል ወንድ ልጅን ያመለክታል፡፡ የእግዚአብሔር ልጅ የአብ መሠረታውያን የሆኑ ጠባያት እና ባሕርይ አለው (cp Jn 10:30)**፡፡**

ልጁ፡- ሁዮስ ፡- ልጁ በሚል የተተረጐመው **ሁኢዮስ** የሚለው የግሪክ ቃል **ቴክኖን** ከሚለው ይለያል፣ ምክንያቱም **ሁዮስ** በአብዛኛው የአንድን አካል በሙላት በሳል መሆን የሚናገረውን የግንኙነትን ክብርና ጠባይ የሚገልጽ ሆኖ ሳለ፣ ኋለኛው ቃል ውልደትን ስለሚመለከት ዕውነታ ቅድሚያ የሚሰጥ በመሆኑ ነው፡፡ከእነዚህ ልዩነቶች ባሻገር፣ እነዚህ ቃላት ዘወትር የሚሰጡት ትርጉም አንድ ዐይነት ስለሆነ፣ ደግሞም ያለ ልዩነት በተመሳሳይ መልኩ ጥቅም ላይ በመዋላቸው ምክንያት አንባቢው በእያንዳንዱ መከሰቻቸው ላይ የግድ ሥርወ-ቃላዊ ልዩነትን አስመልክቶ አጽንኦት ሊያደርግ አይገባም፣ ነገር ግን የትርጉም ሂደቱን ዐውደ ንባቡ እንዲገዛው ሊፈቅድ ይገባል፡፡ (ይህ ሁልጊዜም መልካም የሆነ መመሪያ ነው!)

የፈሪሳውያን ፈሪሳዊ የነበረው የጳውሎስ ዓይኖች የተከፈቱበትን ቅጽበት መመልከት በጣም ያስደስታል፡፡“ወዲያውኑ ስለ ክርስቶስ እርሱ የእግዚአብሔር ልጅ እንደ ሆነ በምኩራቦች ሰበከ፡፡” (ሐዋ 9:20) ወንጌል እግዚአብሔር የድነት ብቸኛና የመጨረሻው ምንጭ ከመሆኑ አንጻር፣ እግዚአብሔርን ማዕከል ያደረገ ነው፤ ነገር ግን በመስቀል ላይ ባፈሰሰው ደሙ ኪዳኑንዕውን የሚያደርግ እና ወንጌልን እንዲሠራ የሚያደርግ ልዩ የሆነ የእግዚአብሔር ልጅ ከመሆኑ አካያ ወንጌል ክርስቶስን ማዕከል ያደረገ ነው፡፡

ጌታችን ኢየሱስ ክርስቶስ

ጌታ ፡- (ኩሪዮስ) ኩሮስ ከሚለው የተገኘ ነው - ኃይል፣ከኩሮ የሚገኝ ኃይል - ሥልጣን መስጠት፣ ማጽናት) ይህ ቃል አንድ በጣም ፍጹም የሆነ ባለቤትነት ያለው እንዲሁም ማንም ሊቆጣጠረው የማይችል ኃይል ያለው አካል የሚለውን ይገልጻል፡፡ ሉዓላዊ

ሥልጣንና ኃይልን ያመለክታል፡፡ በአዲስ ኪዳን ኢየሱስ አዳኝ በሚል ቃል አምስት ጊዜያት ተጠቅሷል፤ ጌታ በሚለው ቃል ደግሞ 700 ጌዜ ተጠቅሷል፡፡ ሁለቱም ስሞች በአንድነት በሚጠቀሱበት ጊዜ፣ ጌታ የሚለው ቃል አዳኝ የሚለውን ቀድሞ ይቀመጣል፡፡ ኢየሱስ "ጌታ ነው የሚለው እርሱን በሥልጣን የበላይ የሆነ፣ባለቤት የሆነ፣ ሉዓላዊ ገዥ እና ጌታ በሚሉት ይገልጸዋል፡፡ ጳውሎስ የእኛ የሚለው ያክልበታል፡፡ ያንተ ጌታ ነው? በተለየ ሁኔታ፣ አንድ ሰው የምትኖሩትን የኑሮ ሁኔታ በማየት፣የምታደርጉትን ምርጫ በመመልከት፣ የምትጠቀሙበትን ቋንቋ በመስማት፣ ሚስቶቻችሁንና ልጆቻችሁን የምትወዱበትን መንገድ በማየት፣ ቅጥረኞቻችሁን እና የሥራ ባልደረቦቻችሁን የምትይዙበትን ሁኔታ በመመልከት፣ ነፃ በሆነ መንገድ ላይ መኪና የምትነዱበትን ሁኔታ በመመልከት ኢየሱስ እናንተን የራሱ ማድረጉን መመስከር ይችላልን?(መጽሐፍ ቅዱስ ጥቅሶች የብሉይና / የአዲስ ኪዳን ግሪክ መዝገበ ቃላት፣ የቴየር ትርጉም 1989. በ ጆሴፍ ሄንሪ ቴየር፣ ኦስቲን ሐተታ/ በጄፍ ጋሪሰን)

በጥንቱ ግሪክ **ኩሪዮስ** የሚለው ቃል ለአማልክቶች መጠሪያነት ጥቅም ላይ ውሏል ደግሞም እንደ ሄርመስ እና ዜውስ ... ወዘተ ላሉ ልዩ ልዩ አማልክት ጥቅም ላይ የዋለበት ሁኔታ በድንጋይ ላይ በተቀረጹ ጽሑፎች ላይ ይገኛል፡፡ በተጨማሪም ዓለማዊው ግሪክ **ጌታ** የሚለውን ቃል የቤተ ሰብ ራስን፣ በሚስቱና በልጆቹ ላይ **ጌታ** የሆነውን ሰው ለመግለጽ (ምንም እንኳ ይህ በእነርሱ ላይ በጌትነት የሚሠለጥንበትን መብት የማይሰጠው ቢሆንም) ጥቅም ላይ ውሏል፡፡

ስለ ልጁ፡፡ ይህ ማለት ወንጌልን ራሱን መናገሩ ነው ወይስ በብሉይ ኪዳን ስለ እርሱ የተሰጠ የተስፋ ቃልን ነው "ስለ ልጁ" የሚለው የሚናገረው? ምናልባትም ብዙዎቹ ሃያሲያን ሁለተኛውን አስመልክተው የሚናገሩ ናቸው፡፡ ዳሩ ግን (ካልቪን፣ ከቤንግል፣ ኦልስሀውሴን፣ ላንጅ ... ወዘተ ጋር) የመጀመሪያው ይበልጥ ተፈጥሮአዊ እንደ ሆነ እናስባለን፡፡ ይህም የእግዚአብሔር ወንጌል ትልቁ ሸከም የገዛ ልጁ ነው፤ አሁን ሐዋርያው ሊያስታውቀው የሚፈልገው ስለዚህ የከበረ ሰው ነው፡፡(ጃሚሰን, ፋሳቴ እና ብራውን ኮሜንተሪ, 1997, 2003, 2005, 2006)

ቁጥር 4 ይህም ወንጌል በሥጋ ከዳዊት ዘር ስለ ተወለደ **እንደ** ቅድስና መንፈስ ግን ከሙታን መነሣት የተነሣ በኃይል የእግዚአብሔር ልጅ ሆኖ ስለ **ተገለጠ** ስለ ልጁ ነው፤ እርሱም ጌታችን ኢየሱስ ክርስቶስ ነው፡፡

ተገለጠ

ሰዋሰው የሚያመለከተው ልጁን ነው፡፡

3፤ ዮሐንስ 2፥18-21፤ የሐዋርያት ሥራ 2፥24፣ 32፤ 3፥15፤ 4፥10-12፤ 5፥30-32፤ 13፥33-35፤ 17፥31፤ 2ኛ ቆሮ. 13፥4፤ ኤፌሶን 1፥19-23፤ ዕብ. 5፥5፣ 6፤ ራእይ 1፥18

እንደ

ሉቃስ 18፥31-33፤ 24 26፣ 27፤ ዕብራውያን 9፥14፤ 1ኛ ጴጥሮስ 1፥11፤ 2ኛ ጴጥሮስ 1፥21፤ ራእይ 19፥10

1.5 በእርሱም ስለ ስሙ በአሕዛብ ሁሉ መካከል ከእምነት የሚነሣ መታዘዝ እንዲገኝ ጸጋንና ሐዋርያነትን ተቀበልን

ስለ ስሙ

ቫይን ይህን ይጨምራል፡- "ይህ በሁሉም የወንጌል ሥራ ውስጥ በዋናነትሥፍራ ሊሰጠው የሚገባ ነው። ወንጌል የሰዎች መዳንን ለማከናወን የታሰበ ሆኖ ሳለ፣ ከዚያ በላይም ሆነ ባሻገር፣ ግቡ ለአዳኙ ክብር ማምጣት ነው፡፡ የወንጌል መታወጅ ለስሙ ምስክር ነው፡፡ የእርሱ ስም እርሱ ምን እንደሆነ ይገልፃል፤ ነገር ግን በራሱ በወንጌሉ ባሕርይ ላይ ብቻ ሳይሆን፣እርሱ በሚያመጣው ውጤትም ላይ ጭምር የእርሱን ባሕርይ ያንጸባርቃል፤ ለወንጌል፣ ከእምነት ለሚሆን መታዘዝ ራሳቸውን የሚሰጡ ሰዎች፣ በዚያው የሚሰብኩትን እና የተቀበሉትን የእርሱን ባሕርይ የሚያንጸባርቁ ይሆናሉ፡፡ከዚያም በዚህ መንገድ ኑሮዋቸውን ሲመሩ፣ ክብሩን እያሳዩ በሄዱ መጠን ለስሙ የሚሆን ክብርን ያመጣሉ፡፡ (የሐዋ. 15፥14 ን ተመልከቱ)" (ቫይን, የቫይን ኤክስ.ሲ.ኢ.ሲ.ኤ. የመጽሐፍ ቅዱስ መዝገበ-ቃላት. ቶማስ ሌልሰን)

የሐዋርያነት ጸጋ፣ (ጸጋንና ሐዋርያነትን) ለመኖር የሚያስችል ጸጋ)

1. ***የሐዋርያነት ጸጋ፡-*** ይህ ጸጋ ለጳውሎስ የተሰጠው ከእግዚአብሔር የድነትን ስጦታ ከተቀበለ በኋላ ነው፡፡ የሐዋርያነት ጸጋ ከመዳን ወይም በኢየሱስ አዳኝነት ከማመን በኋላ የሚመጣ ነው፡፡

- **ጸጋ**

ከተቀባዩ ማንነት ጋር (ሁኔታ ጋር) ያልተገናኘ እግዚአብሔር የሚሰጠው ነፃ ስጦታ ነው፡፡ ይህ ጸጋ ደስ የሚያሰኝ፣ ለደካማው ኃይልን የሚሰጥና የሚያስችል ነው፡፡

ጸጋ (ካሪዝ [የቃል ጥናት) ፡- ጸጋ የማይገባን፣ ሠርተን የማናገኘው፣ አንድ አማኝ ለእርሱ የሚሆንን ጠቃሚ ነገር ሊያዋጣ የማይችልበት የእግዚአብሔር ስጦታ ነው፡፡ አንድ ሰው በአንድ ወቅት እንዲህ አለ፡- ጸጋ ማለት ምንም ነገር ለማይገባቸው ሰዎች ባዶ ለሆነ ነገራችሁ ሁሉ ሁሉንም ነገር ነው፡፡ ይህ ዐረፍተ ነገር በአንዛኛው ትክክል ነው፣ ነገር ግን "ባዶ ለሆነው ነገራቸው ሁሉንም ነገር ነው" የሚለው አባባል እግዚአብሔርን ሁሉንም ዋጋ አስከፍሎታል በሚል እሳቤ ሊይዝ ይገባል፡፡ - ይህም ሊገመት የማይችል ውድ የሆነ የባሕርይ ልጁን አሠዉቶታል! በአጭሩ "ለሁሉም ነገራቸው ሁሉንም ነገር ነው" በሚል ቢነበብ ይበልጥ ትክክል ይሆናል፡፡(መጽሐፍ ቅዱስ ጥቅሶች የብሉይና / የአዲስ ኪዳን ግሪክ መዝገበ ቃላት፣ የቴየር ትርጒም 1989. በ ጆሴፍ ሄንሪ ቴየር፣ አስቲን ሐተታ/ በጂፍ ጋሪሰን)

በኃይል፡- የመሢሐ ወደ ምድር መምጣት ዜና በማርያም ጆሮ መደወል ሲጀምር ማርያም መደነቅና መገረም ሞላባት፡፡ መልአኩ ገብርኤል የምሥራቹን ሲያውጅ «ይህ እንዴት ያለ ሰላምታ ነው» አለች (ሉቃስ 1÷29)፡፡ ይህን እያንሰላሰለች በተመስጦ እያለች «ይህ እንዴት ሊሆን ይችላል?» እያለች በመገረም ላይ ሳለች፣ ይህ የእግዚአብሔር ቅዱስ የሆነ መለኮታዊ ጥሪ መሆኑን ያመለክታታል፡፡

እንደ ተነገረለትም «ቅዱሱ ዘር» ያለ ወንድ ዘር በማርያም ማህፀን ሳለ ተረገዘ፡፡ ወንድ ያላወቀችው ይህ የእግዚአብሔር ኃይል የሆነው መንፈስ ቅዱስ ይህን ዘር (የእግዚአብሔር ቃል) አስቀመጠ፡፡ ወንድ ልጅም ተወለደ፡፡ ልጁ ለዐቅመ-አዳም ሲደርስ የግመል ጠጉር ልብስ እና የአንበጣ ማር በሚበላው በመጥምቁ ዮሐንስ ዕጅ ተጠመቀ፡፡

ይህ «ቅዱስ ዘር» ሥጋ ለብሶ ወደ ዮርዳኖስ ለመጠመቅ ሲመጣ «ጫማውን እሸከም ዘንድ የማይገባኝ ... (ማቴ. 3÷11) ... ተጐንብሼ የጫማውን ጠፍር መፍታት የማይገባኝ (ማር. 1÷7) ... ብሎ የተናገረው ዮሐንስ በእግዚአብሔር ወልድ ትእዛዝ መሠረት መሢሑን ሊያጠምቀው ቻለ፡፡ይህ ሲሆን የልዑል መንፈስ ቅዱስ ኃይል መንፈስ ቅዱስ ዐረፈበት፡፡ ይሁን እንጂ፣ ሳይውል ሳያድር ይህ የእግዚአብሔር የጽድቅ ቍጥቋጦ በዐመፀኞች ዕጅ ተሰጥቶ ስለ ሰው ልጆች ኃጢአት የእግዚአብሔር ተግሣጽ አረፈበት፡፡ ያቆጠቆጠው የጽድቅ ዛፍ ተመታ፡፡ "እኛ ግን እንደ ተመታ በእግዚአብሔርም እንደ ተቀሰፈ እንደ ተቸገረም ቈጠርነው፡፡" ... የደኅንነታችንም ተግሣጽ በእርሱ ላይ ነበር ... እግዚአብሔርም የሁላችንን በደል በእርሱ ላይ አኖረ» (ኢሳ. 53÷ 4-6)፡፡ ያን ጊዜ አብና መንፈስ ቅዱስ ከእርሱ ፊታቸውን ያዞሩበት የተለዩበት ጊዜ ነበር፡፡ የልዑል ኃይል ተለየው፡፡ ቅዱስ

ማቴዎስ «ኤሎሄ ኤሎሄ ላማሰብቅታኒ? ብሎ የመጨረሻውን ጩኸት መጮኹን ያወሳል፡፡

ይህ የመጨረሻው ስብራቱ ነበር፡፡ ሲወለድ እስከ ዐቅመ-አዳም ያልተለየው ቅዱሱ መንፈስ አሁን ተለየው (ማቴ. 27÷45-46)፡፡ ቢሆንም ግን የሰው ልጅን የኃጢአት ዋጋ ከከፈለ በኋላ ግን መንፈስ ቅዱስ በክብር ወረደበት፤ ከሙታንም አስነሣው፡፡ በዚህም የትንሣኤው ክብር ወይም የትንሣኤው መንፈስ (የክርስቶስ መንፈስ) በመባል ይታወቃል፡፡ምንም እንኳ ኢየሱስ ክርስቶስ (እግዚአብሔር አብ እና ወልድ አንድ) ቢሆኑም (ዮሐ. 10÷30)፣ ደግሞም እነዚህ የሥላሴ አካላት በመለኮትነት ሊለያዩ ባይችሉም፣ ከዳዊት ዘር በመወለዱ የሰው ልጅ በመሆኑ ግን የሰውን ልጅ ኃጢአት በመሸከም ክርስቶስ ስለ እኛ «ኃጢአት ስለሆነ» (2ኛ ቆሮ. 5÷21)፣ ከመወለዱ ጀምሮ ያልተለየው ቅዱሱ የልዑል መንፈስ (መንፈስ ቅዱስ) በዚህ ወቅት ከእርሱ መለየቱን ያስተምረናል፡፡

በመለኮትነቱ ተለያይተው ሊለያዩ አይችሉም፡፡ በፍጹም ሰውነቱ ግን ኃጢአትን ሲሸከም ተለያዩ፡፡ ይህ ለጌታችን ኢየሱስ አስከፊ መራራ ጊዜ ነበር፡፡ ይህ ሆኖ ሳለ ሐኪሙ ሉቃስ «ነፍሴን በእጅህ ዐደራ እሰጣለሁ» (ሉቃስ 23÷46) እና «ዛሬ በገነት ከእኔ ጋር ትሆናለህ» (ሉቃስ 23÷43) ብሎ ለወንበዴው ሲነግረው ከምናየው፣ በተጨማሪም ደግሞ ለሐዋርያቱ ጌታችን ኢየሱስ ክርስቶስ፡- «እነሆ እያንዳንዳችሁ ወደ ቤት የምትበታተኑበትና እኔንም ለብቻዬ የምትተውበት ሰዓት ይመጣል፥ አሁንም ደርሷል፡፡

አብ ከእኔ ጋር ስለሆነ ብቻዬን አይደለሁም" (ዮሐ. 16÷32) የሚለውን ቃል እንዲዚሁም ተመሳሳይ ጥቅሶች ላይ በመመርኮዝ መንፈስ ቅዱስም ሆነ አብ አልተለየውም፤ ነገር ግን በጭንቅ ላይ ስለ ነበረ የተናገረው የፈተና ውስጥ ሆኖ ዕርዳታን የመጠየቅ ነው የሚሉ አስተማሪዎች በጥቂቱ ይገኛሉ፡፡

ሆኖም ግን መጽሐፍ ቅዱስ ክርስቶስ ኢየሱስ ከሙታን እንደ ተነሣ የሰውን ልጅ ወክሎ ከሕያዋን ምድር እንደ ተወገደ የመሥዋዕት በግ መሆኑን፣ ይህም በግ የኃጢአተኛውን እርግማን ተሸክሞና በካህኑ ዕጅ ተጭኖ ከሰፈር ውጭ እንደሚወጣ ሁሉ ክርስቶስ «የሰው ልጅ» ፍጹም ሞትን ለመቅመስ በሥጋው ከመለኮት መለየት ይኖርበታል፡፡ይህ ሁሉን ባያስማማም ብዙዎች የመጽሐፍ ቅዱስ ሊቃውንት የሚቀበሉት አስተምህሮ ነው (ገላ. 3÷13፤ 2ኛ ቆሮ. 5÷21፤ ኢሳ. 59÷2)፡፡

የእግዚብሔር ጸጋ የፈለግነውን ነገር የምናደርግበት ፈቃድ ሳይሆን፣ ዳሩ ግን ማድረግ ያለብንን ለማድረግ የሚያስችለን ኃይል ነው። የእግዚአብሔር ጸጋ በዕውነት የዳኑ ሰዎች እስከ መጨረሻው ድረስ ጸንተው የሚኖሩ መሆኑን የሚያረጋግጥ ነው። መላው ይህ አሳብ ደግሞ ቅድስና ተብሎ ይጠራል (Torrey's Topic " Sanctification" የሚለውን ተመልከት)። በዌስት ሚንስተር አጭሩ የክርስትና ትምህርት ላይ እንደ ተጠቀሰው "ሰው በሁለንተናው እየታደሰ ዕለት ዕለት ለኃጢአት እየሞተና ለጽድቅ እየኖረ ይበልጥ የሚሄድበት" የእግዚአብሔር ሥራ ነው (ሮሜ 12÷2 ማስታወሻ፤ ኤፌ. 4÷23- ማስታወሻ፤ ቈላሰ. 3÷10 ማስታወሻ፤ 2ኛ ቆሮ. 4÷16 ማስታወሻ ይመልከቱ።)

በጸጋ ከሚጀምረውና ከሚደመደመው በቀር የቀረበ ድነት የለም ... እጅግ በጣም የተቀደሰ እና ጠቃሚ የሆነ ኑሮ የኖሩቱ ሰዎች በመጨረሻው ቅጽበታቸው ልዩነት በሌለው መልኩ በነፃ የሚሰጥን ጸጋ ይፈልጋሉ ... አንድ ሰው በዚህ የአሁን ዘመን ውጊያ ሙሉ በሙሉ መዳን ካስፈለገው፣ ይህ በጸጋ ካልሆነ እንዴት ሊሆን ይችላል? በውስጡ ባደረ ኃጢአት ምክንያት በጨኸት ላይ ሳለ፣ የማይቈጠሩ ኃጢአቶቹን እና በደሎቹን እየተናዘዘ ሳለ፣ ከሚያደርጋቸው ነገሮች ሁሉ ጋር ኃጢአት እየተደባለቀ ሳለ፣ ነፃ በሆነው በእግዚአብሔር ጸጋ ካልሆነ በቀር እንዴት ሙሉ በሙሉ እንደሚድን ሊያምን ይችላል? (Excerpted from **Spurgeon's** sermon on Ephesians 2:8 [note] **All of Grace**; see also his booklet by the same title **All of Grace**)

ብዙውን ጊዜ በባቡር ሐዲድ ላይ የሚጓዙ መንገደኞች "መቼ ነው ከእንግሊዝ ወደ ስኮትላንድ የምናልፈው?" ሲሉ ይጠይቃሉ። በባቡር እንቅስቃሴ ምንም ዕረፍት የሚባል ነገር የለም። ሰፊ የሆነ ወሰንም የለም፤ ከአንዱ ወደ ሌላው ትሄዳላችሁ፣ ደግሞም ወሰኑ የት እንደሆነ የሚያውቅ እምብዛም አይገኝም። በአማኞች ውስጥ ያለው ዘላለማዊው ሕይወትም እንደዚሁ ያለ ዕረፍት ከጸጋ ወደ ክብር የሚወስድ ነው። - Barbed Arrows from the Quiver of C.H. Spurgeon.

ዉኤስት ጸጋን እንደሚከተለው ይመለከተዋል፦ በአረማውያን ግሪካውያን መካከል ባለ የቃሉ አጠቃቀም ጸጋ ማለት አንድ ግሪካዊ ለሌላኛው ግሪካዊ ከልቡ በመነጨ መልካም ፍላጎት የሚያደርገው ድጋፍ ሲሆን፣ በምትኩም ምንም ዐይነት ምላሽ አይጠበቅበትም። በአዲስ ኪዳን የቃሉ አጠቃቀም እግዚአብሔር አምላክ ከሚፈርድበት የአምላክነቱ ዙፋን ወርዶ፣የኃጢአተኞችን ሁሉ በደል እና ቅጣት ወስዶ ሰዎችን ያዳነበት መልካም ተግባሩን ያመለክታል። በግሪካውያን ልምምድ ረገድ ይህ መልካም ነገር የተደረገው ለወዳጅ ነው፤

በፍጹም ለጠላት አይደለም፡፡ እግዚአብሔር አምላክን በተመለከተ ግን በልባቸው ለእርሱ ጥልቅ ጥላቻ ላላቸው ለጠላቶቹ ነው ይህን መልካም ነገር ያደረገው፡፡ እግዚአብሔር በመስቀል ላይ ለሰው ልጆች በሠራው ሥራ ላይ የታከለ ምንም ነገር የለም፡፡ ከእግዚአብሔር ልብ በወጣ ንጹሕ ቸርነት ድነት ለሰው ልጆች ተሰጠ፡፡ የግሪኩ ቃል የሚያመለክተው ከተጠበቀው ነገር ውጭ የሆነ ተግባር ነው፤ እናም በጣም የሚያስመሰግን ነበር፡፡ በመስቀል ላይ ስለሆነው ነገር የተሰጠው እንዴት ያለው ማብራሪያ ነው! (የዌስት ቃላቶች ከግሪኩ አዲስ ኪዳን, 1940-55 ቢ. ኤድማንስ ህትመት ኩባንያ በ 1968-73)

- **ሐዋርያ**

የተላከ፣ ማለትም ካመነ በኋላ መልእክተኛ ለመሆን የተመረጠ፣ የተሾመ፣ ለላኪው እንደ አምባሳደር ሆኖ የሚያገለግል ነው፡፡

እነዚህን ተልእኮንና ለተልእኮው ብቁ የሚያደርገውን ኃይል ያጣመሩ ቃላትን ስንመለከት፣ የወንጌል ተልእኮ በወንጌሉ ማዕከል በክርስቶስ ኢየሱስ ጸጋ እና ከእርሱ በሚመጣ ጥሪ የሚከናወን መሆኑን እንረዳለን፡፡

አምባሳደር ለጌታው (ለላኪው ደስታ እንደሚኖር ሁሉ) ጳውሎስም ለላኪው ደስታ የሚኖር መሆኑን እንገነዘባለን፡፡ የላኪው ደስታ የሐዋርያው ደስታ ነው፡፡ ይህንንም ገብቶትና ተረድቶ ያደርገዋል፡፡ ደስ የሚሰኝበትን የሚለው ቃል ጉዳዩ በውል የገባው መሆኑን ያስረዳል፡፡ ይህ ደስታ ግን የሚመነጨው ለተልእኮው ብቁ ለማድረግ ከተሰጠወ ጸጋ ውስጥ መሆኑን መገንዘብ ጠቃሚ ነው፡፡ ጳውሎስም ሊያሳይ የሚወደው ይህንን ዕውነት ነው፡፡

2. ከእምነት የሚነሣ መታዘዝ

የሐዋርያነት ጸጋ ተሰጥቶት የላከው ጳውሎስ ከተልእኮው የሚጠቅበትን ውጤት የሚገልጥ ቃል ነው፡፡

በሮሜ 16÷26 ... አምነው እንዲታዘዙ የሚለውን ቃል ለማጠናከሪያ ብንመለከት፡-

መታዘዝ :- (ሁፓኮ [የቃል ጥናት] ቃሉ የመጣው ከሁለት ቃላት ነው፤**ሁፖ** ማለት ከሥር ማለት ሲሆን፣ **አኮዎ** ማለት ደግሞ ቃል በቃል ሲፈታ መስማት ማለት ነው። የሚሰማውን ነገር የማድመጥ እና ለዚያም ነገር ራስን የማስገዛት ተምሳሌታዊ መልእክትን ያስተላልፋል። ይህ ምላሽ ብዙውን ጊዜ በአድማጩ ላይየዝንባሌ ለውጥን ያመጣል። አሳቡ ተገቢውን ትኩረት በምንሰጥበት መልኩ መታዘዝን ያሳያል። ሁፓኮ የሚለው ቃል በሮሜ መጽሐፍ ውስጥ ስድስት ጊዜ ያህል ተጠቅሷል።(ጥቅም ላይ የዋሉቱ በአሥራ አምስት የአዲስ ኪዳን መጻሕፍት ውስጥ የተጠቀሱት አሥራ አራቱ ጥቅሶች ሁሉ እነሆ ቀርበዋል (ሮሜ 1፥5፤ 5፥19፤ 6፥16፤ 15፥18፤ 16፥19፤ 26፤ 2ኛ ቆሮ. 7፥15፤ 10፥5፤ 6፤ ፊልጵስዩስ 1፥21፤ ዕብ. 5፥8፤ 1ኛ ጴጥ. 1፥2፤ 14፤ 22)። (መጽሐፍ ቅዱስ ጥቅሶች የብሉይና / የአዲስ ኪዳን ግሪክ መዝገበ ቃላት፣ የቴየር ትርጉም 1989. በ ጆሴፍ ሄንሪ ቴየር፣ አስቲን ሐተታ/ በጄፍ ጋሪሰን)

ጳውሎስ በመልእክቱ ጅማሬ ላይ ተልእኮው የምሥራቹን (የክርስቶስን የማዳን ዜና) ማድረስ መሆኑን ከገለጠ በኋላ ግቡን የሰሙትን ዜና አምነው ተቀብለው በሕይወት ዘመናቸው ሁሉ እየታዘዙት እንደኖሩ ማስቻል መሆኑን ይናገራል። ይህም ማስቻል እርሱን ብቃት ከሰጠው ጸጋ የሚመነጭ ስለሆነ፣ ለዚያው ጸጋ አሳልፎ ይሰጣቸዋል።

በዚህ ክፍል ጠንከር ባለ መግለጫ የተልእኮው ውጤት ሆኖ የተገለጠውን ከእምነት የሚነሣ መታዘዝ ሰፋ አድርገን መመልከቱ አግባብነት ይኖረዋል። ስለዚህ መታዘዝ ከምን ከምን የተነሣ ሊመጣ እንደሚችል እንመልከት

መታዘዝ በሚከተሉት መንገዶች ሊመጣ ይችላል፡-

- ከፍርሃት ⟶ ኃይለኝነትን፣ ቅጣትን፣ በመፍራት መታዘዝ
- ከጥቅም ፍለጋ ⟶ ዛሬ ብታዘዝ ነገ ብዙ አገኛለሁ በማለት
- ከይሉኝታ ⟶ ከሰዎች መሞገስንና መከበርን ታዛዥ ነው መባልን በማሰብ መታዘዝ
- አማራጭ ሲጠፋ ⟶ የማያምኑበትን፣ የማይወዱትን፣ የማያከብሩትን ምርጫ ስለ ሌለ ብቻ መታዘዝ
- ከማባበል⟶ ከጉትጎታ፣ ከማባባያ ስጦታዎች የተነሣ መታዘዝ

እነዚህ ሁሉ የክርስቶስ ኢየሱስ ወንጌል ተሰብኮላቸው የነበሩ ሰዎች በሕይወታቸው እንዲፈጠርባቸው የሚፈለገውን የመታዘዝ ደረጃ አያሟሉም፡፡ የክርስቶስ ወንጌል ተሰብኮ ሰዎች ሊደርሱበት የሚገባው መታዘዝ ከእምነት የሚመነጨው መታዘዝ ወይም አንዳንድ የመጽሐፍ ቅዱስ ሊቃውንተ እንደሚያስቀምጡት የክርስትና የእምነት አቋም መታዘዝ ነውና በዚያው መሠረት መታዘዝ ይሉናል፡፡ የበለጠ ትርጉም የሚሰጠው ግን አምኖ ከእምነት በሚመነጭ መታዘዝ የሚለው ይሆናል፡፡
አስተማማኝ የሆነው እምነት በእግዚአብሔር ታማኝነት ላይ የተመሠረተው እምነት ነው፡፡ ውጤት የሚኖረውም ከዚህ እምነት በሚመነጨው መታዘዝ ነው፡፡

- ማመን የሚችሉና የሚታዘዙ ሕያዋን ናቸው (ዮሐ. 6÷27-35፤ ሮማ 10÷16)

- የእግዚአብሔር ማንነት የሚገለጥባቸው በርካታ የሕይወት ዘርፎች ቢኖሩም የእማኝነቱ ሙላት ግን የተገጠው በክርስቶስ ኢየሱስ ነው፡፡ ኢየሱስ ክርስቶስ ታማኝና እውነተኛ ተብሎ ተገልጧል (ራእይ 19÷11) እኛም ያመንነው ይህንን ታማኝ ነው፡፡ የዳንነውም በዚህ ዕውነትና ታማኝነት ነው፡፡

የዕብራውያን ጸሐፊ ይህንን የእመነታችንን መሠረት፤ «የእምነታችን ጀማሪና ፍጹም አድራጊ» በማለት ይገልጠዋል (ዕብ. 12÷2፤3፡1)፡፡ ስለዚህ እምነታችን የተጀመረው በእርሱ ነው፡፡ ወደ ሙላት የሚደርሰውና የሚፈጸመውም በእርሱ ነው፡፡ ስለ ታዘዝንም ከዚሁ እምነት በመነጨ መንገድ ነው እንጂ፤ በማባበልም ሆነ፤ በማስፈራራት መሆን የለበትም፡፡

መታዘዛችን ከፍቅር የመነጨና ለክርስቶስ ኢየሱስ ማንነት ከበሬታን የሚሰጥ ነው ማለት ነው፡፡

የመጽሐፍ ቅዱስ ጥቅስ ማውጫዎች፣ የቶሬ በርእስ የተዘጋጁ መጻሕፍት፣ በበቂ ሁኔታ፣ "ከእምነት የሚነሣ መታዘዝ" የሚለው ሐረግን አስመልክቶ በጳውሎስ (እና በእግዚአብሔር) የታሰበውን ፍቺ በማግኘት ረገድ በሆነ መልኩ አሻሚነት አለው፡፡ እግዚአብሔር አሻሚ እንዲሆን እንዳላደረገው ልብ በሉ፡፡- እርሱ ሁልጊዜም ግልጽ ነው [1ኛ ቆሮ. 14÷33] - እኛ ነን ሁሌም ቢሆን በእርሱ የታሰበን ፍች በግልጽ መረዳት የማንችለው፡፡

ቻርለስ ራይሬ አንድ ሰውይህን ሐረግ ሊተረጉም የሚችልበትን ሁለት መንገዶችን ሰብሰብ አድርጎ አስቀምጧል፡፡ ይህንንም ወደ መጀመሪያ እምነት ሊመራ የሚችል መታዘዝ (የሐዋ. 6፥7) አሊያም ከእምነት ወደ መነጬ መታዘዝ ሊመራ ይችላል የሚለውን በማብራራት አስፍረውታል፡፡

ኬኔት ውኤስት እንዲህ ብለው ጽፈዋል ... የቃላትን ትርጉም በተመለከተ፣ከእምነት የሚነሣ መታዘዝ በሚለው ረገድ ምሁራኑ የተለያዩመረዳቶች አሉዋቸው፡፡ አንዳንዶች ልክ በሐዋ. 6፥7 ላይ እንዳለው፣በርካታ ቁጥር ያላቸው ካህናት ለእምነት ታዛዥ ለሆኑበት፣ ለእምነት የሚሆን መታዘዝና ለክርስትና ዕምነት አካሄድ መታዘዝ ነው ብለዋል፡፡ ሌሎች ደግሞ መታዘዝ ማለት ከእምነት የመነጬ እና ከእምነት የተገኘ መታዘዝ ነው ብለዋል፡፡ (የዌስት ቃላቶች ከግሪኩ አዲስ ኪዳን, 1940-55 ቢ. ኤድማንስ ህትመት)

ኤ. ቲ. ሮበርትሰን እንዲህ ብሎ ጽፏል ...በመጀመሪያው የግሪኩምንባብ ውስጥ እምነት ልክ በሮሜ 16፥26 ላይ እንዳለው ሁሉ በግላዊ ተግባርነት የተመለከተውን ነገር ያንጸባርቃል፡፡ ይህም ከእምነት የመነጬ መታዘዝ ነው፡፡ (የመተባበር ድርጊት ወይም ራስን ማስገዛት).(ሮበርትሰንስ የቃል ስዕሎች በአዲስ ኪዳን, 1997, 2003 ላይ. ሮበርትሰንስ የቃል ስዕሎች በአዲስ ኪዳን. 1985 በ ብራማን ፕሬስ)

ተቀበልን፡- (ላምባኖ) የሚለው ቃልበአድራጊነት መልኩ **መውሰድ** ወይም **መያዝ** ማለት ነው፡፡ ቃሉ የፍቃደኝነት አሊያም **የነውጠኝነት ተግባራትን** ሊያመለክት ይችላል፡፡ በድርጊት ተቀባይነት መልኩ ወይ ሰዎችን አሊያም ነገሮችን፣ ለምሳሌም ያህል ሚስት ማግባት፣ ቀረጥ መሰብሰብ፣ የፍርድ ውሳኔን መቀበል፣ መንገድ መሄድ ደግሞም ተምሳሌታዊነት ባለው መልኩ **ደፋር መሆንን** ያመለክታል፡፡ በአሁኑ ዘመን ዐውድ ላምባኖ (መቀበል) የሚለው ቃል በተደራጊነት መልኩ ጥቅም ላይ የዋለ ሲሆን፣ መቀበል የሚል ትርጉም አለው፡፡ ይህ ዐይነት አጠቃቀም ደግሞ በየትኛውም የሕይወታችን ክፍል <u>**የምንቀበለውን መንፈሳዊም ሆነ ቁሳዊ ነገርን**</u>፣ ለምሳሌም ያህል ጸጋን እና ሐዋርያነትና መቀበልን ይመለከታል፡፡(መጽሐፍ ቅዱስ ጥቅሶች የብሉይና / የአዲስ ኪዳን ግሪክ መዝገበ ቃላት፣ የቴየር ትርጉም 1989. በ ጆሴፍ ሄንሪ ቴየር፣ አስቲን ሐተታ/ በጄፍ ጋሪሰን)

«ተቀበልን» መጽሐፍ ቅዱሳችንን ስናጠና በይበልጥም አዲስ ኪዳን መልእክቶችን ይህ ጸጋ (ሞገስ) ከሌለ የእግዚአብሔርን ክብር ማየት እንደማይቻል ነው፡፡ ሙሴ በሰንጠቃው

ዐለት ከብሩን እንዲያሳይ ያስቻለው የእግዚአብሔር ጸጋ (ሞገስ) በእርሱ ላይ በመሆኑ ነው (ዘጸ. 33፥12፣ 17፣ 18)።

ዮሐንስም ይህ ጸጋ ደግሞ የአንድያ ልጁን ክብር ለማየት አስቻለን ይለናል። ሐዋርያው ጳውሎስ በተመሳሳይ ያልተቀበልነው ምን ነገር እንደሌለ ይገልጣል። በጸጋ ስጦታዎች እንዲሁም በመዳን ጸጋ ይህም የጸጋው ክብር ባለጠጋዎች ለሆኑት ለቆሮንቶስ ቤተ ክርስቲያናት በመጀመሪያው መልእክቱ እግዚአብሔርን ስለ እነርሱ ስለ ተሰጠው ስጦታ ሲያመሰግን እንመለከታለን። ሐዋርያው ጳውሎስ በቆሮንቶስ 1፥4-9 ላይ ስናጠና ዋና ዋና ሃሳቦችን ያስቀምጣል።

1) ይህ ጸጋ በክርስቶስ ስላመናችሁ ነው 2) በእርሱ ባጠገች ሆናችኋል (በነገር ሁሉ-በቃል-በዕውቀት) 3) በክርስቶስ መገለጥ ሲጠባበቁ ይህ ጸጋ አይጐድልባቸውም (የእምነት ዐይኖቻችን ሞቶ በተነሣው፣ በአብ ቀኝ በተቀመጠውና ቤተ ክርስቲያንን በክብሩ ባለጠግነት በወለዳት፣ በክብር በሚገለጠውና የቤተ ክርስቲያን ራስ በሆነው ላይ ሲያርፍ 4) ጌታ እስኪገለጥ ድረስ ይህ ጸጋ ያላነቀፉ እንድንሆን ያጽናናል።

በጸጋ ላይ ጸጋ በክርስቶስ ስለተሰጠን ያለነውር ያለነቀሳ ሊያጸናን የሚችል ጸጋ መሆኑን ወደዚህ ጸጋ ለመቀበል በጸጋው ለማደግ በተከፈተልን በር በእምነት መግባትን አገኘን። በሩ መከፈቱ ብቻ (ለመቀበል ወይንም በጸጋ ለማደግ) ብቃትን ሕጋዊ መብትን የልጅነት ሥልጣን ማግኘታችን ብቻ ሳይሆን፣ ወደዚህ ጸጋ ዙፋን ገብተን (ዕብ. 4፥16) አስቀድሞ ዓለም ከመፈጠሩ በፊት ወደ ተሰጠን የጸጋው ክብር (ኤፌሶን 1፥6፣ 7) ልክ መኖር እንድንችል ወሰንን (ዮሐ. 1፥12)። የተቀበልነው ጸጋ ነው። ይህም ጸጋ በክርስቶስ ተሰጠን። ይህ እንግዲህ ምንድን ነው? ዮሐንስ በወንጌል ምዕራፍ 1 ያለውን እንመልከት። ዮሐንስ ስለ ጸጋ ያለው መገለጥ፣ እንዲሁም የሐዋርያው ጳውሎስ የምሥጢር መገለጥ በጥቂቱ እንቃኝ ... ሐዋርያው ጳውሎስ - ጌታችን ኢየሱስ ክርስቶስን ኋለኛው አዳም በማለት ይገልጠዋል። ሰው ሆኖ ወደ ምድር የመጣው ጌታ ፍጹም አምላክና ፍጹም ሰው ነው። ፍጹም ሰው በመሆኑ በፊተኛው አዳም በዔድን ገነት ያጣነውን የጸጋውን ክብር በኋለኛው አዳም አገኘነው ይለናል።

ፊተኛው አዳም በመጀመሪያ ቍርበትን ከምድር ዐፈር አበጀለት። ኋለኛው አዳም ጌታችን ኢየሱስ ክርስቶስ ከድንግል ማርያም ተወለደ። ጸጋ ተዘጋጀለት (ዕብ. 10፥5)። ኋለኛው

አዳም (ጌታችን) ኢየሱስ በክብር ከሙታን ተነሣ ጌትነትን ተቀበለ፤ ያለ ልክ አብ አከበረው፤ ከስም ሁሉ በላይ የሆነውን ስም ሰጠው (ፊልጵ. 2÷8-11፤ ዕብ. 2÷6-9)። በክርስቶስ (በሁለተኛው አዳም) ሞት እና ትንሣኤ ምክንያት እኛም ይህን ጸጋ ክብር ተካፋዮች ሆነናል (ሮሜ 5÷17፣ 21፣ 22)። ክርስቶስ ኢየሱስ ሲሞት አብረን መሞታችን እርሱ ሲነሣ አብረን መነሣታችን ዕውነት ነው (ሮማ 6÷5፤ 8፣11)።

ሐዋርያው ዮሐንስ መገለጥ ደግሞ እንዲህ ያስቀምጠዋል። ይህ በመጀመሪያ ቃል የነበረው የሰው ልጅ ሕይወት ነበር ይለናል (ዮሐ. 1÷1፣ 4)። ይህ ሕይወት የሆነው ከአብ ዘንድ የነበረውና እግዚአብሔር (መለኮት) የሆነው «ሥጋ ሆነ» ይለናል። ፍጹም ሰውም ሆነ። ጸጋን እና ዕውነትንም ተሞልቷል ይለናል።

ይህ ጸጋ የነበረው በእግዚአብሔር መስፈሪያ ቢለካ ሙሉ ነው ይለናል። ይህም ፍጹም ሰው ሆኖ ጸጋ ሙላት ቀደም ሲል ከአብ ዘንድ ያለው ዐይነት ክብር ሙላት ተመለከትን። «አንድ ልጁም ከአባቱ ዘንድ እንዳለው ክብር የሆነውን ክብሩን ዐየን» ይለናል። ይህ ማለት የጸጋው ሙላት ማለት የአብ የክብሩ ጸጋ እንደ ሆነ እያመሳሰለ ይገልጠዋል። ሐዋርያው ቀጠል አድርጎ «እኛ ሁላችን ከሙላቱ ተቀበልን÷ በጸጋ ላይ ጸጋ ተሰጥቶናል» ይላል። እንግዲህ ሐዋርያው ቅዱስ ዮሐንስ የክርስቶስ ወደ ምድር መምጣት ሰው መሆን አብ በእርሱ ውስጥ የጸጋው ክብር ሊሰጠው እኛም እንድንቀበል ያደረገው አሠራር ነው። የእግዚአብሔር ጸጋ ሰው ሆኖ ወደ ምድር በመጣው በኋለኛው አዳም ተሰጠን። ይህም ከእግዚአብሔር ጋር ወዳለ ኅብረት ውስጥ መግባትን፣ ወደ መንግሥቱ መፍለስንና በመንፈስ መመላለስን ያመለክታል። ፊተኛው አዳም መልካም እና ክፉውን ዛፍ ሲበላ የሚያስፈልገኝ ይህ ዕውቀት ነው ሲል ከማያቋርጠው የጸጋው ክብር ተወገደ።

በኋለኛው አዳም ግን ልክ በዕቅፉ እንዳለ ያለውን ክብሩን ያስፈልገኛል ብሎ ምርጫው ሆነ። ስለዚህም በእርሱ ለሚያምኑ ወደዚህ ክብር ያስገባቸው ዘንድ የኃጢአትን መታለል በመስቀል ሞት አሸንፎ ፈጽሞ ወደ ጸጋው ክብር አመጣቸው፤ አሻገራቸው፤ አኖራቸው (ዕብ. 2÷10፤ ዮሐ. 17÷24)

ሐዋርያው ጳውሎስ ስለዚህ ጸጋ ሲናገር ጸጋው የእርሱን ማንነት እንደ ለወጠውና በዚህ አዲስ ማንነት የጸጋው ጉልበት በሕይወቱ እንደ ሠራ ይገልጣል (1ኛ ቆሮ. 15÷10)፡

«ከእምነት የሚነሣ መታዘዝ» - ከማመናችን የሚመጣ የመታዘዝ ሕይወት አለ፡፡ ይህ የመታዘዝ ሕይወት ደግሞ ምንጬ-ክርስቶስ ኢየሱስ ነው፡፡

ጌታችን ኢየሱስ ክርስቶስ የእምነታችን ራስ፣ እንዲሁም ፈጻሚ ሲል የቀደመው የቀዳማዊ ኃይለ ሥላሴ ትርጒም ሲያስቀምጠው አዲሱ መደበኛ ትርጒም ሲያስቀምጠው አዲሱ መደበኛ ትርጒም ደግሞ «የእምነታችን ጀማሪና ፍጹም አድራጊ» ብሎ ይገልጠዋል (ዕብ. 12÷2)፡፡ ጌታ ኢየሱስ አብን ላይ በመታመን በእግዚአብሔር ጸጋ የኖረ የተመላለሰ፣ እንዲሁም ሞትን የቀመሰ ነበር (ዕብ. 2÷9)

«በእግዚአብሔር ጸጋ ስለ ሰው ሁሉ ሞትን ይቀምስ ዘንድ» እንዲሁም (ዕብ. 2÷13) «እኔ በእርሱ አታመናለሁ» ሲል ይናገራል፡፡ አብ ይህንን ልጁን በሸላቶቹ ፊት እንደሚታረድ በግ ወደ ሞት እንዲነዳ ያደረገው ከመናደዱና ከቊጣው የተነሣ ሳይሆን፣ ጸጋው እንደ ሆነ ያመለክታል፡፡

የእግዚአብሔር ጸጋ ይህን እንደ በግ የታረደውን ደግሞ ታላቅ ሊቀ ካህናት አድርጎ በቀኙ አስቀመጠው፡፡ ኢየሱስ የእምነታችን ጀማሪ ነው ስንል እግዚአብሔርን በመታመን የመጀመሪያው ሰው ነው ማለት ሳይሆን፣ ሙሉ በሙሉ ታምኖ ያለ ኃጢአት የተገኘ ነው ማለታችን ነው፡፡

ብዙዎች በእምነታቸው የተመሰከረላቸው ሰማዕታት ነበሩ፡፡ እርሱ ግን በፍጹም ያለ ዕንከን አብን የታመነና የታዘዘ የእምነታችን ራስ ነው፡፡ ይህ ብቻ አይደለም፤ የእምነታችን ፈጻሚ ይህም በእኛ የጀመረውን የጸጋ ክብር በመግለጥ ከክብር ወደ ክብር የሚያሸጋግረን መሆኑን ይገልጣል፡፡

ስለዚህ በእኛ የጀመረውን መልካሙን ሥራ (የእምነት ጒዞ) እርሱ መረቀልን እርሱ በክብር እንደ ጨረሰ እኛ እንድንጨርስ ወደ ተዘጋጀልንም ቅዱሳን ርስት ክብር ባለጠግነት የሚያስገባን መሆኑን ስናውቅ፣ ይህ የመታዘዝ ሕይወት በክርስቶስ ላይ በመታመን የሚመነጭም ሆነ የሚተገብር መሆኑን እናስተውላለን፡፡

እንግዲህ እምነት ሕይወት ነው፡፡ እርሱም ክርስቶስ ኢየሱስ ሲሆን፣ የመታዘዝን ዐቅምም ሆነ ከእምነት የተነሣ የሚወጣ ፍሬ ነው፡፡ የእምነት ምንጬ ወይም ዐቢይ የሆነው ፍሬ ነገር ክርስቶስ ሆነ፡፡ ኢየሱስ በውስጡ ያለ የሚታዘዝ ፍሬ ይገለጥበታል፡፡ ከወይን ግንዱ

የተጣበቀ ማፍራቱ የተረጋገጠ ነው። የሮሜ አማኞች በጸጋው አሠራር በማመናቸው መታዘዝ ፍሬ ታይቶባቸው ነበር (ሮሜ 16፥19)።

ቍጥር 5

በእርሱም ስለ ስሙ በአሕዛብ ሁሉ መካከል ከእምነት የሚነሣ መታዘዝ እንዲገኝ ጸጋንና ሐዋርያነትን ተቀበልን።

ተቀበልን

12፥3፤ 15 15፣ 16፤ ዮሐንስ 1፥16፤ 1ኛ ቆሮንቶስ 15፥10፤ 2ኛ ቆሮ. 3፥5፣ 6፤ ገላትያ 1፥15፣16፤ ኤፌሶን 3፥2-9፤ 1ኛ ጢሞ. 1፥11፣ 12

ሐዋርያነትን

የሐዋርያት ሥራ 1፥25፤ 1ኛ ቆሮ. 9፥2፤ ገላትያ 2፥8፣ 9

ለእምነት የሚሆን መታዘዝ እንዲገኝ

15፥18፣ 19፤ 16፥26፤ የሐዋርያት ሥራ 6፥7፤ 2ኛ ቆሮ. 10፥4-6፤ ዕብ. 5፥9

በ

3፥29

ስለ ስሙ

ሚልክያስ 1፥11፣ 14፤ የሐዋርያት ሥራ 15፥14፤ ኤፌሶን 1፥6፣ 12፤ 1ኛ ጴጥ. 2፥9፣ 10

1.6 በእነርሱም መካከል የኢየሱስ ክርስቶስ ልትሆኑ የተጠራችሁ እናንተ ደግሞ ናችሁ።

በእርሱም መካከል፡- ሐዋርያው ላልተገረዙት ወገን የተጠራ መሆኑን ካፈራቸው የአገልግሎት ፍሬዎች አንዱ እንደ ሆነ የሚያሳይ ክፍል ነው። ምንም እንኳ በዘመኗ በምድር ላይ ገናና በሆነችው በሮም ከተማ ቢገኙም፣ በመንፈሳዊ ዓለም ግን ከሌሎች አብያተ ክርስቲያናት ዕኩል ናቸው። ከጨለማው ዓለም ወደሚደነቀው የፍቅሩ ልጅ መንግሥት በጸጋው አሠራር በማመናቸው የፈለሱ መሆናቸው፣ ደግሞም ከሌሎች አብያተ ክርስቲያናት ጋር የጸጋ ተካፋዮች በክርስቶስ ጽድቅ ልዩነት የሌላቸው መሆኑን ያሳየናል። የኢትዮጵያ አብያተ ክርስቲያናትን ስንመለከት ብዙዎች ከአገር ውጭ ተሰድደው ወደ ውጭ አገር ፈልሰዋል። አንዳንዶች ፖለቲካው ተጽዕኖ አምጠቶባቸው። ለሌሎችም የኤኮኖሚ ለውጥ ሊያገኙ ሲሉ ከባሕር ማዶ ተሻግረዋል። እንደምናየው በደርግ ዘመን ሆነ በቀዳማዊ ኃይለ ሥላሴ ዘመን የወጡት ብዙዎች ናቸው።

ለምሳሌ የአሜሪካው የቈጠራ ቢሮ በ2011 ከግማሽ ሚሊዮን በላይ የሚጠጉ ኢትዮጵያውያን በሰሜን አሜሪካ ይኖራሉ:: 150,000 እስከ 280,000 የሚጠጉ ኢትዮጵያውያን በአሜሪካ መናኸሪያ ከተማ ይኖራሉ ተብሎ ይገመታል:: በአሁኑ ሰዓት ቊጥሩ ጨምሯል::

በቊጥር ወደ 50 የሚያህሉ የኢትዮጵያ ወንጌላውያን አብያተ ክርስቲያናት ወይም ቤተ-እምነቶች እንዳሉ ይታወቃል:: በእምነታቸው ጸንተው ክርስቶስን የሚያሳዩ ምናልባት የሁሉም አብያተ ክርስቲያናት አባል የሆነው በየጊዜው በየእሑዱ የሚሰበሰቡ 5 ሺህ በላይ አይሆኑም:: እነዚህ አብያተ ክርስቲያናት በምድራችን ከሚገኙት፣ ለምሳሌ በሐዋሳ ከተማ ካሉት አብያተ ክርስቲያናት በቊሳዊ እና በምድራዊ ብልጽግና ብናስተያያቸው መጥምቁ ዮሐንስ የጫማውን ጠፍር ልፈታ የማይገባኝ የሚለውን ያህል የተራራቁ ናቸው::

ሆኖም ግን በመንፈሳዊ ዓለም ልዩነት የለም:: ሁሉም በክርስቶስ በማመናቸው የጸጋው ተካፋዮች ሆነዋል:: ለሁሉም ክርስቶስ በእምነት የምንቀበለው የእግዚአብሔር ጽድቅ ሆኖልናል::

የክርስቶስ ልትሆኑ የተጠራችሁ

በዚህኛው ክፍል ውስጥ ሁለት ነጥቦችን መመልከቱ አግባብነት ይኖረዋል

1. **የተጠራችሁ፡-** ይህ ቃል እግዚአብሔር አብ በሉዓላዊ ማንነቱ ያከናወነውን ወይም መሻቱን የገለጠበትን ዕውነት እንጂ፣ በእኛ ማንነት ላይ ወይም የእኛ ማንነት ብቃት ኖሮት ለመጠራት የቻልን መሆኑን አያመለክትም:: ስለዚህ ቃሉ የጠሪውን በጎ ፈቃድና ውሳኔ የሚያመለክት ነው:: (ፊልጵ. 3÷14፤ ዕብ. 3÷1፤ 1ኛ ተሰ. 2÷12)

በክርስቶስ ኢየሱስ በኩል መዳን ይሆንልን ዘንድ አብ በሉዓላዊ ፍቃዱ ለእኛ የሰጠውን ጸጋም ያመለክታል::

የተጠራችሁ (ክሌቶስ የሚለው **ካሌዎ** ከሚለው ቃል የመጣ ነው:: መሠረታዊ የሆነ ትርጓሜውም መጥራት ማለት ነው:: (ከታች ያለውን ማብራሪያ ተመልከቱ፤ በተጨማሪም ክሌሲስ የሚለውን ተዛማጅ ቃል ጥናት ተመልከቱ):: ይህ ቃል “የግስ

ቅጽል" ሲሆን፣ አንዳንድ ጊዜ በግስ መልኩ ጥቅም ላይ ይውላል፡፡ አንዳንድ ጊዜ ደግሞ አማኒያንን ለማመልከት በስም መልኩ ጥቅም ላይ ይውላል፡፡ በጥሬ ትርጓሜው የተጠራ እና በመልካም ተቀባይነትን ያገኘ ማለት ሲሆን፣በመጀመሪያ ወደ አንድ ግብዣ የተጠሩ ሰዎችን ለማመልከት ጥቅም ላይ የዋለ ነው፡፡ እርግጥ ነው በ1ኛ ነገሥት 1፥41፣ 49 ክሌቶስ የሚለው ቃል በሰባ-ሊቃናት ትርጓሜ ለምሳ ወይም ለድግስ የተጋበዘን ሰውን ለማመልከት ጥቅም ላይ ይውል ነበር፡፡ በአዲስ ኪዳን የተጠራ የሚለው ቃል የተደረገለትን ጥሪ የተቀበለና ለዚያም ጥሪ ምላሽ ሰጥቶ በዕንግድነት የተገኘ ወይም የአንድ የተመረጠ ቡድን አባል የሆነ ማለት ነው፡፡ አማኞች በኢየሱስ ክርስቶስ ወንጌል ዕወጃ በመንግሥቱ ውስጥ በክርስቶስ በኩል ድነትን ለማግኘት በእግዚአብሔር ጥሪ ተደርጎላቸዋል፡፡

ዶ/ር ጄ. ቬርኖን ማክጊ ይህን ያስቀመጡብትን መንገድ እወደዋለሁ፡፡ ...ስለዚህ ወዳጄ ሆይ፣ምናልባት ስለምርጫ በፈለግኸው ነገር ሁሉ ላይ ትሟገት ይሆናል፡፡ ነገር ግን ወደ እርሱ ልትመጣ ትችላለህ፤ ወደ እርሱ ከመጣህ ደግሞ እርሱ ፈጽሞ ወደ ውጭ አውጥቶ አይጥልህም፡፡ ምናልባት አንድ ሰው እንዲህ ብሎ ይጠይቅህ ይሆናል፡-"ባልመረጥም መምጣት ትችላለህ እያልኸኝ ነው? ብሎ ይጠይቅህ ይሆናል፡፡ ወዳጄ፣ የምትመጣ ከሆነ የተመረጥህ ትሆናለህ፡፡ ይህ ምንኛ አስገራሚ ነገር ነው! ምርጫ አንዳንድ ሰዎችን ከጫወታ ውጭ ያደርጋልን? አያደርግም! የዘላለም ሕይወት ማለት ዕውነተኛውን አምላክ እና እርሱ የላከውን ኢየሱስ ክርስቶስን ማወቅ ነው፡፡

ዕውነተኛውን አምላክ እግዚአብሔርን እና ልጁን ኢየሱስ ክርስቶስን የማወቅ ፍላጎት በልብኽ ውስጥ አለ? እንግዲያውስ አንተ በሩ የተዘጋብህ ሰው አይደለህም፡፡ አንተ ከተጠሩት መካከል አንዱ መሆን አለብህ፡፡ ጥሪውን ለሰሙና በልባቸውም ለጥሪው ምላሽ ለሰጡ ለእነርሱ የዘላለም ሕይወትን ይሰጣቸዋል፡፡ በገዛ ራሳቸው ነፃ ፈቃድ ወደ ኢየሱስ ይመጣሉ (እንዲጎላ ተደርጓል)፡፡ (McGee, J V: Thru the Bible Commentary: Thomas Nelson) (Or listen to Mp3's - ሮሜ 1፥2-4፤ 1፥5፤ 1፥6-7፤ 1፥8-13፤ 1፥14-15)

ጆን ማካርተር በጣም በጥንቃቄ ማየት ያለባችሁ ማቴዎስ ስለመጠራት ሲያወራ የመጠራት ትርጓሜው በመልክት መፅሐፍት ላይ ከተቀመጠው የመመረጥ ቃል ትርጓሜ ጋር ፈፅሞ ይለያያል፡፡ በምሳሌ በሚያስተምርበት ወቅት ኢየሱስ ሲናገር በማቴ 22፡1-13፣ 14 ላይ ብዙዎች ወደ ሰርጉ ተጠርተው ነበር ነገር ግን ጥቂቶች ተመርጠዋል ብሎ

ያስቀመጠው ሃሳብ በግልፅ ስለ መጠራት ከቀረበው የቃሉ ትርጓሜ ጋር ተዛማጅ አይደለም ጥሬ እያለ ያስቀመጠው ሃሳብ ስለ መዳን ጥሪ አይደለም፡፡

ጆን ማክአርተር በማቴዎስ 22፥14 (የማቴ. 22፥1-13 ዐውድን አንብቡ)፣ የተነገረው ጥሪ ... አንዳንድ ጊዜ እንደ አጠቃላዩ ጥሪ (ወይም "ውጫዊ" ጥሪ) - በወንጌል መልእክት ውስጥ ተፈጥሮአዊ ባሕርያት የሆኑትን የንስሐ እና የእምነት ጥሪ እንደ ሆነ ተደርጎ ይታያል የሚለውን የሚያብራራ ጠቃሚ የሆነ ማስታወሻ አለው፡፡ ይህ ጥሪ ወንጌልን ለሚሰሙ ሰዎች ሁሉ የሚሆን ነው፤ ብዙዎቹ ሰምተውታል፤ የተወሰኑቱ ምላሽ ሰጥተዋል፤ ይህን ምላሽ የሰጡቱ የተመረጡቱ ናቸው፡፡ በጳውሎስ መልዕክቶች ውስጥ ጥሪ የሚለው ቃል በአብዛኛው ማንም ሊገፋው የማይችለውን የእግዚአብሔርን ምርጫ የሚያመለክት ነው (ሮሜ 8፥30 - ልብ በሉ)፡፡ ይህም "ውጤታማ ጥሪ" ወይም "ውስጣዊ ጥሪ" እንለዋለን፡፡ ውጤታማ ጥሪ ኢየሱስ በዮሐ. 6፥44 ላይ የተናገረው እግዚአብሔር አምላክ ወደ ራሱ የሚስብበት ልዕለ-ተፈጥሮአዊ መንገድ ነው፡፡

እዚህ (በማቴዎስ ወንጌል ውስጥ አጠቃላይ የሆነው ጥሪ ከግምት የሚገባ ነገር ነው፣ ደግሞም ይህ ጥሪ ወንጌልን ለሚሰሙ ሁሉ የሚደርስ ነው - ይህ ታላቅ የሆነው ወንጌልን ለመቀበል "ማንም ፈቃደኛ ቢሆን" የሚለው ነው (ራዕይ 22፥17፤ ሮሜ 10፥13 አመሳክር)፡፡ እንግዲህ እዚህ ላይ **በሰው ኀላፊነት እና በእግዚአብሔር ሉዓላዊነት** መካከል ተገቢ የሆነ ሚዛን መጠበቅ አለበት፡- ግብዣውን ያልተቀበሉ "የተጠሩቱ ሰዎች" ይህን በፈቃዳቸው አድርገውታል፤ ስለዚህም ደግሞ ከእግዚአብሔር መንግሥት ውጭ መደረጋቸው ፍትሐዊ ውሳኔ ነው፡፡ የተመረጡት ግን ወደ እግዚአብሔር መንግሥት እነርሱን የመምረጥም ሆነ የማቅረብን ሚና በተጫወተው በእግዚአብሔር ጸጋ ብቻ ይገባሉ፡፡ (ጆን. ኤፍ. ማክአርተር፡ ቺካጎ ሙዲ ፐረስ)

2. **<u>የክርስቶስ ልትሆኑ፡-</u>** ይህ ቃል የተጠራንበት ዋነኛ ዓላማ የክርስቶስ ለመሆን መሆኑን ያመለክታል፡፡ አብ የጠራን ከክርስቶስ ጋር ኅብረት እንዲኖረንና አንድ እንድንሆን ነው፡፡

- ***<u>ጥሪው፡-</u>*** የተለየ ጥሪ ነው፡፡ የተለየ የሚሆነውም የጌታ የራሱ የጸጋው ችሎታ የተገለጠበት ስለሆነ ነው፡፡ የክርስቶስ የሆንነው ከጸጋው በፈሰሰልን ብቃት ወይም የማስቻል ኃይል የተሰበከልንን ወንጌል ማመንና መታዘዝ ስለ ቻልን ነው፡፡

■ የዚህ ጥሪ ፍጻሜ ዘላለማዊ ክብርን መውረስ ነው፡፡ ይህም የሆነው ከእኛ ብቃት ሳይሆን ጌታ በራሱ ችሎት ስለ ፈጸመውና ስላከናወነው ነው፡፡ (ሮሜ 8÷30፤ 1ኛ ቆሮ. 1÷9፤ 2ኛ ጢሞ. 1÷9) ሐዋርያው ጳውሎስ የክርስቶስ ለመሆን የተጠራነውን ጥሪ ካመለከተ በኋላ የሚቀጥለው ደግሞ ቅዱሳን ለመሆን በቀጣዩ ቍጥር ያመለክታል፡፡

እናንተ ደግሞ ናችሁ፡- እግዚአብሔር በክርስቶስ ሆኖ ዓለምን ከራሱ ጋር ያስታርቅ ነበር (2ኛ ቆሮ. 5÷19)፡፡ ከእግዚአብሔር ርቆ እና የቍጣ ልጅ የነበረው የሰውን ልጅ ለማዳን ጌታችን ኢየሱስ ክርስቶስ ሥጋ ለበሰ፡፡ ፍጹም ሰው (ሁለተኛው አዳም) ሆኖ በአዳም በኩል የእግዚአብሔር ጸጋ ክብር የጐደለንን በመስቀል ሞት ሞቶ ከዘላለም የሞት ፍርድ ከእግዚአብሔርም ቍጣ አዳነን፡፡

ነቢዩ ኢሳይያስ በአምሳ ሦስተኛው ምዕራፍ ላይ እንደ ተናገረው «እርሱ ግን ስለ መተላለፋችን ቈሰለ፤ ስለ በዳላችንም ደቀቀ፤ የደኅንነታችንም ተግሣጽ በእርሱ ላይ ነበር፤ በእርሱም ቍስል እኛ ተፈውሰን፤፤ እኛ ሁላችን እንደ በጐች ተቅበዝብዘን ጠፋን፤ ከእኛ እያንዳንዱ ወደ ገዛ መንገዱ አዘነበለ፡፡ እግዚአብሔርም የሁላችንን በደል በእርሱ ላይ አኖረ" ይለናል፡፡

ኃጢአት የነፍስ የሥጋ የመንፈስ ቍስለኛ አደረገን፡፡ የክርስቶስ መሥዋዕትነት ግን የእግዚአብሔር ልጆች ጻድቃን አደረገን፡፡ ይህ ጥሪ አብ በልጁ በኩል የጠራው ጥሪ ሲሆን የራሱ ፈቃድ፣ እንዲሁም የመለኮት ምክርና ውሳኔ፣ ደግሞም ድንጋጌም ጭምር እንደ ሆነ የሚያሳየን ክፍል ነው፡፡

ይህ ጥሪ ከብርሃናት አምላክ ከሥላሴ የመጣ መሆኑን እናስተውላለን፡፡ የዕብራውያን ጸሐፊ «ከሰማያዊ ጥሪ ተካፋዮች የሆናችሁ ቅዱሳን ወንድሞቼ (ዕብ. 3÷1)፡፡ ክርስቶስ ኢየሱስ ኋለኛው (ሁለተኛው አዳም) ሆኖ ያገኘውን ክብር እኛም ማግኘታችንን ያመለክታል፡፡ በፊተኛው አዳም የሆነው የኃጢአት ባሪያ ነበር (ሮሜ 6÷20)፡፡ አሁን ግን የሆነው ክርስቶስ በአብ ክብር እንደሚኖር ሮሜ 6÷10 በጸጋው እና በጽድቅ ምክንያት የንግሥና ሕይወት (የልጅነት ሕይወት) ነው (ሮሜ 5÷17)፡፡

በእርግጥ ይህ ጥሪ አብ ጌታችን ኢየሱስን ከሙታን የጠራው ጥሪ ነው፡፡ ማለትም የእግዚአብሔር ጸጋ አሠራር ኃጢአተኞች መተላለፍ ለሞት አልፎ የተሰጠው ኢየሱስ

አባቱን ያለ ኃጢአት በመታዘዝ እስከ ሙሴ ቃል ሞት በመሄድ እነርሱን በአባቱ ዕጅ በፈቃደኝነት አሳልፎ ሰጠ፡፡ የዕብራውያን ጸሐፊ ሲተርከው፡- «እነሆ አምላኬ ሆይ ፈቃድህን ላደርግ መጥቻለሁ» ይላል (ዕብ. 10÷9)፡፡

ጌታችን ኢየሱስም የ29 ዓመት ጉልማሳ ሳለ፣ ይህን በመጥምቁ ዕጅ በዮርዳኖስ ከተጠመቀ ከሦስት ዓመት በኀላ በዮሐ. 6÷38 ላይ «ፈቃዴን ለማድረግ አይደለም እንጂ፣ የላከኝን ፈቃድ ለማድረግ ከሰማይ ወርጃለሁ» አለ፡፡ ምንም እንኳ ለኃጢአተኞች በሎጋ ሕይወቱ በመሥዋዕት ላይ እንዲፈስስ የአብ ፈቃድ ከባድ እና አስቸጋሪ ቢሆንም፣ በመስቀል ዓመት ነፍሱ እንደ ሰም ቀለጠ፤ ደሙም በአሰቃቂ ሁኔታ ፈሰሰ፡፡

ንጉሥ ዳዊት በመዝሙር 22÷11-20 በሚገርም አገላለጽ ሁለተኛው አዳም ፍጽም ሰው ሆኖ የእግዚአብሔር ተግሣፅ መቀበሉን ይተርክልናል፡፡ እንግዲህ ይህ ተግሣጽ በክርስቶስ ከተፈጸመ በኋላ አብ ክርስቶስን ከሙታን ሲያስነሣው፣ እኛንም ደግሞ አስነሣን፡፡ «ብዙ ልጆቹን ወደ ክብር ሲያመጣ ... ወንድሞቼ ብሎ ሊጠራቸው አያፍርባቸውም (ዕብ. 2÷10፤ 13፤ ሮሜ 6÷5፣ 8)፡፡

ክርስቶስ ኢየሱስ ያገኘው ክብር በአብ ቀኝ መቀመጥ ይህ ቅዱሳን የርስት ክብር ባለጠግነት ሆነልን፡፡ «አንተ ልጄ ነህ እኔ ዛሬ ወልጄሃለሁ (የሐዋ. 2÷35፤ ዕብ. 1÷5፤ ኤፌ. 1÷3፤ ኤፌ. 2÷6-7)፡፡ እንዳለው ክርስቶስ ኢየሱስን ከሙታን ሲያስነሣው የእግዚአብሔር ጽድቅ ቅዱስና ጥበብና ቤዛነት ሆነ፡፡ እኛም በእርሱ የእግዚአብሔር ጽድቅን ተቀብለን ጻድቃን ቅዱሳን ለክብሩ መገለጫ ቤዛነታችንን አገኘን (1ኛ ቆሮ. 1÷26-31)፡፡

ክርስቶስ ከሙታን እንደ በኲር መነሣቱ የአባቱን ክብር ባለጠግነት ርስት ወራሽ እንዳደረገው እንዲሁ በእግዚአብሔር አሳብና ፈቃድ በጸጋው የተጠራነው ከክርስቶስ ጋር አብረን ተነሥተን ወራሾች የሆነው ከሙታን በኲራት ሆነን አብረን በአብ ቀኝ መቀመጣችን ነው፡፡ ክርስቶስ ኢየሱስ ራስ እኛ ሙላቱ ሆነን ቤተ ክርስቲያን ተወለደች (2ኛ ተሰ. 2፡13፤ ኤፌ. 1÷22-23)፡፡

እግዚአብሔር ከዑር ከተማ አብርሃምን ሲጠራው የባዕድ አምልኮ ተከታይ ነበር፡፡ አብርሃም አመነ ጽድቅ ሆኖ ተቈጠረለት፡፡ ለአብርሃም ወንጌል ተሰበከለትም፡፡ ይህ የሆነው እግዚአብሔር በእምነት ብዙዎችን ወደ ክብር ሊያመጣቸው በልጁ ሞት የመዳናቸው ራሱ ይፈጸም ዘንድ ነበር (ገላ. 3÷8፤ ዕብ. 2÷10)፡፡

አብርሃም የተሰበከለት ወንጌል ክርስቶስ ኢየሱስ ነበር፡፡ ጌታችን ኢየሱስ ወግ አጥባቂ ለሆኑት አይሁድ ሲነግራቸው፣ «አባታችሁ አብርሃም ቀኔን ያይ ዘንድ ሐሤት አደረገ፤ አየም፤ ደስም አለው» አላቸው (ዮሐ. 8÷56)፡፡ እንግዲህ ይህ የአብርሃም ዘር በፈርዖን ዕጅ ለ 430 ዓመታት እንደ ባሪያ ሆኖ ተገዛ፡፡ ምንም እንኳ እነርሱን ፈርዖን ባሪያ ናችሁ ቢላቸውም፣ እግዚአብሔርን ግን የበኲር ልጆቼ ናቸው ሲል ከፈርዖን ጋር ትንቅንቅ አደረገ፡፡

ሙሴ በፈርዖን ፊት ሲቀርብ የ79 ዓመት ሰው ነበር፡፡ የተወለደው 1525 BC ሲሆን፣ ወደ ፈርዖን ከእግዚአብሔር በትርን ተቀብሎ የሄደው 1446 እንደ ሆነ የመጽሐፉ አስተማሪዎች ይነግሩናል፡፡ *(ኢንተርናሽናል እስታንዳርድ ባይብል ኢንሳይክሎፒዲያ እንዲሁም ዊልንግተን ጋይድ ዘ ባይብል)*

«ፈርዖንንም እግዚአብሔር እንዲህ ይላል፡- እስራኤል የበኲር ልጄ ነው÷ ይገዛልኝ ዘንድ ልጄን ልቀቅ አልሁህ፤ አንተም ትለቅቀው ዘንድ ዕንቢ አልህ፡፡ እነሆ እኔ የበኲር ልጅህን እገድላለሁ ትለዋለህ» (ዘጸ. 4÷22-23፤ መዝ. 88÷28፤ ኤር. 2÷3፤ ያዕ. 1÷18፤ ሮሜ 8÷23)፡፡

እኛ በክርስቶስ የበኲር ልጆቹ ነን፡፡ እግዚአብሔር ያከበረን ያፀደቀን ቅዱሳን ያደገን የተቤዠን ልጆቹ ነን፡፡ ይህ የእግዚአብሔር ጥሪ ነው፡፡ በሮሜ 8÷23 ላይ እንደ ተመለከትነው «የመንፈስ በኲራት ያገኘን» አዲስ ፍጥረት የሆንን በክርስቶስ ርስትን የተቀበልን ነን (ኤፌ. 1÷11)፡፡

ይህ መንፈሳዊ ሐብት በአማኙ ሕይወት ይገለጥ ዘንድ የርስታችን መያዥያ የሆነውን መንፈስ ቅዱስን ሰጠን (ኤፌ. 1÷14፤ ገላ. 4÷6-7)፡፡ እንግዲህ ልጄ ሆነህ ከተጠራህ በተሰጠኽ የልጅነት ክብር ባለጠግነት መኖር ትችል ዘንድ ነው ይላል፡፡ ሐዋርያው «በዋጋ ተባዝታችኋል÷ የሰው ባሪያዎች አትሁኑ፤ እየንዳንዱ በተጠራበት መሠረት እንደዚሁ ሆኖ በእግዚአብሔር ዘንድ ይኑር» ... «እያንዳንዱ በተጠራበት መሠረት እንደዚሁ ይኑር» (1ኛ ቆሮ. 7÷21፣ 24) ይላል፡፡

- አማኝ ሆነ አገልጋይ ከዚህ የክብር ሕይወት ከተሰጠው መስፈርት፣ እንዲሁም በኃጢአት መታለል በሚሞት ሥጋው ኃጢአትን ሲሠራ፣ ከእምነትም ወደ ኋላ ሊያፈገፍግ ይችላል፡፡ ይህ ሲሆን በአማኝ ኅብረት ሆነ በዓለማውያን ዘንድ ነቀፌታን ያመጣል፡፡ ይህን አማኝ

ወደ እግዚአብሔር ክብር እንዲገባ መንፈሳዊ የሆነ ሰው በየዋሃት መንፈስ ሊያቀኑት ይገባል (ገላ. 6፥1፤ ሉቃስ 14፥4-7፤ 22፥32፤ ዕብ. 12፥32፤ ያዕ. 5፥16፤ 1ኛ ዮሐ. 5፥16፤ ይሁዳ 22)።

- ይህንን የማቅናት የማደስ ሥራ የምንሠራው ከክብሩ የወደቀው ሰው በክርስቶስ ያለውን ወይም የሆነለትን የበኩር ልጅነት ሥፍራ በማስታወስ ነው። አስታውሱ ክርስቶስ የአማኙን ነውር በመስቀል ላይ ተሸከሞ ወንድሞች ብሎ ይጠራቸው ዘንድ ዐያፍርባቸውም (ኢሳ. 53፥3)።

ኢየሱስ «Public embracement and Shame - ሕዝባዊ ኃፍረት እና ዕፍረትን (መሸማቀቅን)» በመስቀል ተሸከሞአል። የክርስቶስ አካል በአሕዛብ ዘንድ ነቀፌታን የሚያስከትሉ አስጸያፊ ተግባራት ቢገኙባትም፣ በክርስቶስ ጽድቅ የተነሣ ቅዱሳን መሆን በክቡር በኢየሱስ ደም የተረጋገጠ ነው (ኤፌ. 1፥4፤ ሮሜ 8፥28-30) አብ ልጅን የምወደው ልጄ ብሎ እንደ ጠራው በክርስቶስ ያመኑትን እንዲሁ ጠራቸው። (ዌርዝቢ፣ ኤክስፓዚተሪ ግሪክ)

በእግዚአብሔር ለተወደዳችሁ፡- እግዚአብሔር እስራኤልን ከሌሎች አሕዛብ መርጦ የበኩር ልጁ አድርጐ በፍቅር የጠራት እንደ ሆነ ከላይ ተመልክተናል። ይህ ምርጫው መለኮታዊ ሲሆን፣ ፍቅሩም ታላቅ እንደ ሆነ የብሉይ እና የአዲስ ኪዳናትን መጻሕፍት ስናጠና እንመለከታለን። እግዚአብሔር በምርጫ አያዳላም፤ ሆኖም ግን ምርጫ ማለት ደግሞ ከሌሎች ተለይቶ ራስን መሆን ነው።

እግዚአብሔር ይመርጣል፤ ይለያል፤ ደግሞም እርሱ የራሱ ያደርጋል ማለታችን ነው። የእግዚአብሔር ምርጫ ግን ከጽድቅ፣ ከቅድስናውና ሁሉን ዐዋቂ ከሆነው ማንነቱ የሚመነጭ ወይም የሚነሣ ሲሆን፣ እኛ ሰዎች ግን ስንመርጥ እንደ እርሱ አይደለም። የእኛ ምርጫ በኃጢአት የተበከለ ከመሆኑ የተነሣ፣ ዐድሎ ያለበት፣ በራስ ወዳድነት ተነሣሽነት ላይ የተመሠረተና ኢ-ፍትሐዊ የሆነ ሲሆን፣ ይህንንም በዘር፣ በቋንቋ፣ በሀብትና በውጫዊ ገጽታ ላይ የተመረኮዘ ሆኖ እናገኘዋለን።

ስለዚህም ስለ እግዚአብሔር ምርጫ ስናስብ ጉዳዮችን በራሳችን መነጽር ስለምንዳኝም እግዚአብሔር አምላክን አንደኛ በዳይ፣ ወደ አንድ ወገን ብቻ የሚያይ ... ወዘተ አድርገን በልቦናኝ እንሥለዋለን። ይህ ዐይነቱ ዕይታ በአማኞችም ዘንድ ይኖራል። እግዚአብሔር

ባደረጌ ነገር ሁሉ ጻድቅ እንዳይደለ ከመሰላቸው ሰዎች ወይም በእግዚአብሔር ላይ ጥያቄ ከነበራቸው ሰዎች መካከል አንደኛው ኢዮብ ነበር፡፡

ለኢዮብ ክርክር ወዳጁ ኤሊሁም ሲመልስለት፣ «በዕውነት እግዚአብሔር ክፉ አይሠራም፥ ሁሉን የሚችል አምላክ ፍርድ ጠማማ አያደርግም» ይላል፡፡ አዲሱ መደበኛ ትርጒም «ፍርድን - ፍትህን አያጣምም» ይላል (ኢዮብ 24፥12)፡፡ «እርሱ አምላክ ነው፥ ባደረገውም ነገር ፍጹም ነው፥ መንገዱም ሁሉ የቀና ነው፡፡ የታመነ አምላክ ልፋትም የሌለበት እርሱ ዕውነተኛ እና ቅን ነው» (ዘዳ. 32፥4)፡፡

አዲሱ መደበኛ ትርጒም "እርሱ አለት ሥራውም ፍጹም ነው፥ መንገዱም ሁሉ ትክክል ነው፥ የማይሳሳት ታማኝ አምላክ ቀጥተኛ እና ጻድቅ አምላክም እርሱ ነው፡፡" የጌታን ትክክለኛነት በመንገዱ ሁሉ የቃኘ ማንነቱን ለመመልከት አማኝ የልቦና ዐይኖቹ ሊበሩለት ያስፈልጋል (ራእይ 3፥17-18) እኛ ሰዎች ጓደኛ ስንመርጥ ባል/ሚስት ስንመርጥ በኃጢአት በተበላሸው አእምሮአችን እንወስን ወይም ነገሮችን እናደርግ ይሆናል፡፡

የአእምሮ መታደስ ከሌለ አማኝ ከዓለማዊ ያላነሰ ብልሹ ተግባራት ያደርጋል፡፡ እግዚአብሔር አብርሃምን ሲመርጠው በፍቅር ሲጠራው እንመለከታለን፡፡ የአብርሃም መመረጥ ግን በእርሱ በኩል መሢሑ ተወልዶ ለአሕዛብ ሁሉ በረከት ይሆን ዘንድ ነው (ገላ. 3፥8)፡፡ ሆኖም ግን የአብርሃም ሆነ የእስራኤል ሕዝብ መመረጣቸው ግን በእነርሱ ዘንድ አስቀድሞ የተመለከትነው ከአሕዛብ ሁሉ የተሻለ ሕዝብም ስለሆነ እንዳልሆነ እናስተውላለን (ዘዳ. 7፥7-9)፡፡

እስራኤል በጎ ሥነ ምግባር፣ እንዲሁም እግዚአብሔር የሚፈልግ ልብ ስላላቸውም አልነበረም፡፡ እንዲሁም ልባቸውን ዕልከኛ አድርገው ይመላለሱ ነበር፡፡ ሐዋርያው ጳውሎስ በሮሜ 10፥21 «ስለ እስራአል ግን ቀኑን ሁሉ ወደ ማይታዘዝና ወደ ሚቃወም ሕዝብ ዕጆቼን ዘረጋሁ» (ሮሜ 10፥21)፡፡

እንግዲህ የአሕዛብ ተለይቶ ከአባቶች ምክንያት አስገራሚው ፍቅር ለእስራኤላውያን መጋለጥ ለአሕዛብ ትምህርት ለመስጠት ነው፡፡ እስራአልን የበኲር ልጁ አድርጐ ሲጠራት የመሢሑን መምጣት ልታበስር፣ ልታመልከውና ክብሩን ሊገልጥባት እና ካህናት እንዲሆኑ ነው፡፡ የእግዚአብሔር በጐነት፣ ምሕረት እና ቸርነት መገለጫ አደረጋቸው (ዘዳ. 19፥6)

በተጨማሪም ኃጢአት ምን እንደ ሆነ፣ ሕግጋቱን በመስጠት፣ በዓለም ሕዝብ ሁሉ ዘንድ ኃጢአት በሚያደርጉ ላይ ቅጣት እንዳለ ለማሳየትም ነው፡፡ አሕዛብ የሙሴ ሕግ አልተሰጣቸውም እና በሙሴ ሕግ በኩል ፍርድን አላገኙም፡፡ «ቃሉን ለያዕቆብ ፍርዱን ለእስራኤል ይናገራል፥ ለሌሎች አሕዛብ ሁሉ እንዲህ አላደረገም ፍርዱንም አልገለጠላቸውም» (መዝ. 147፥8-9)፡፡

"እኔ ከምድር ወገን ሁሉ እናንተን ዐውቄአችኋለሁ፥ ስለዚህ ስለ ኃጢአታችሁ እበቀላችኋለሁ» (አሞጽ 3፥2)፡፡ አዲሱ መደበኛ ትርጒም «ከምድር ወገን ሁሉ እናንተን ብቻ መረጥሁ፥ ስለዚህ ስለ ሠራችሁት ኃጢአት ሁሉ እኔ እቀጣችኋለሁ፡፡" በሕግ መተላለፍ የሚመጣው መቅሰፍት ተግሣጽ ለእስራኤል ሕዝብ የሆነ ብቻ ነው፡፡ አሕዛብ ከዚህ መቅሰፍት ነፃ ናቸው፡፡ ባል እና ሚስት በትዳር ሕግ እንደሚገዙ ሁሉ እስራኤል እና ሕጉም ያላቸው ግንኙነት እንዲያ ያለው ነበር፡፡ «ሕግን ለሚያውቁ ... ያገባች ሴት ባልዋ በሕይወት ሲኖር፣ ከእርሱ ጋር በሕግ ታስራለች ... እኔ ድሮ ያለ ሕግ ሕያው ነበርሁ፤ ትእዛዝ (ሙሴ ሕግ) በመጣች ጊዜ ግን ኃጢአት ሕያው ሆነ ኃጢአት ያለ ሕግ ሙት ነውና ... ለሕይወት የተሰጠችውን ትእዛዝ ... ኃጢአትም እንዲሆን ይገለጥ ዘንድ፡፡ (ሮሜ 7፥2፣ 8፣ 9፣ 11፣ 13)፡፡

ሕጉ በሕይወት መኖር ይችላል እስከ ተፈጸመ ድረስ፡፡ ይሁን እንጂ፣ ለእስራኤል እግዚአብሔር ሊገልጥ የፈለገው ኃጢአትን ወደ ብርሃን ማምጣት ነበር፡፡ ይህም ደግሞ የእግዚአብሔር ምሕረት ጸጋ ይቅር-ባይነት እንደሚያስፈልጋቸው፣ እርሱም የመሢሑ መመጣት ለጠፋው የሰው ልጅ ሁሉ መድኃኒት እንደ ሆነ ሊያስተምር ሲል በሕግ በኩል ኃጢአትን በመቅጣት የራሱን ቅዱስና ጻድቅ ፍርድ ገለጠው፡፡

«አባት የሚወደውን ልጅ ይቀጣል፤ ይህም ከቅዱስናው ተካፋይ ለመሆን ነው፡፡ የእግዚአብሔር አስገራሚው ፍቅር ለእስራኤል መገለጡ ከእስራኤል በጐ ሥነ ምግባር ሳይሆን፣ እግዚአብሔር ለአሕዛብ ፍቅሩንና ቸርነቱን ለመግለጥ፣ እንዲሁም ኃጢአተኛነትን ለማሳየት በኃጢአት ላይ ያለውንም የማያዳግም ፍርድ ለማሳየት እስራኤል ተጠቀመ፡፡ አብርሃም በእግዚአብሔር በመታመኑ ምክንያት የእግዚአብሔር ፍቅር ለእስራኤል ተገለጠ፡፡

አብረሃም የእግዚአብሔር ወዳጅ ተባለ፡፡ «በምርጫ በኩል ስለ አባቶች ተወዳጆች ናቸው (ሮሜ 11፥28)፡፡ ቢሆንም ግን እግዚአብሔርን ባለ መያዙ እስራኤል በተግሣጽ እና

በድንዛዜ ትገኛለች፡፡ ይህ ደግሞ መሢሒን ባለመቀበላቸው የመጣ የእግዚአብሔር ቅን ፍርድ ነው፡፡ «እንግዲህ ምንድን ነው እስራኤል የሚፈልጉትን አላገኙም፤ የተመረጡት ግን አገኙት፤ ሌሎችም ደነዘዙ፤ እንዲሁም ዐይኖቻቸው እንዳያዩ ጆሮቻቸው እንዳይሰሙ እግዚአብሔር የዕንቅልፍን መንፈስ ሰጣቸው፡፡

ዳዊትም - ማዕዳቸው ወጥመድና አሽከላ ማሰናከያም ፍጻሜ ይሁንባቸው፤ዐይኖቻቸው እንዳያዩ ይጨልሙ፥ ጀርባቸውን ዘወትር አጉብጥ (ሮሜ 11፥8-10)፡፡ ሐዋርያው እያለን ያለውን እናስተውላለን? እስራኤል የበኩር ልጅ ሆና ነገሥታት እና ካህን መሆን ሲገባት ኃጢአት ዐይኖቻቸውን አጨለመ፡፡

ይህም ኃጢአት መሢሒን አለማመን ነው፡፡ ወደ ገዛ ወገኖቹ መጣ፥ እነርሱም አልተቀበሉትም፥ ስለዚህ ለሦስት ሺህ ዓመት ወጥመድ አሽከላና ፍዳ ሆነባቸው፡፡ አሁንም የምናየው እስራኤል በዙሪያዋ ጠላቶች ሲሸምቁባት ዕረፍት አጥታ ትገኛለች፡፡ የሰላም ንጉሥ ከአገርዋ ከቤተ ሰብዋ አውጥታ ከመንደር ውጭ ሰቀለችው፡፡

የኔሮ መንግሥት እንዲሁም ሂትለር ልጆቻቸውን ወስዶ እንደ ፉርኖ አደረጋቸው፡፡ ጥቂት ለመጥቀስ ያህል በእሳት ማገዳቸው፤ ለሳሙና መሥሪያነት … ወዘተ ተጠቀመባቸው፡፡ የልዑል እግዚአብሔር ሚስት ሆኖ የታጨችው የፍቅር መገለጫ የሆነችው «ለጥቂት ጊዜ» በእግዚአብሔር ሰዓት አቆጣጠር ተግሣጽ ተወሰነባት (3 ሺህ ዓመት) (ኢሳ. 54፥4፣ 8፣ 11-14)፡፡

ቢሆንም ግን በዘላለም ፍቅር የወደዳት እግዚአብሔር ሕዝቡ ፈጽሞ እንዲወድቅ ተቈርጦም እንዲጣል አላደረገም፡፡ ምሕረቱን በቅሬታታዎቹ ላይ አደረገ፡፡ አሕዛብ በክርስቶስ ምሕረት እንደ ተማሩት እስራኤል ደግሞ ምሕረትን አገኘች፡፡ ይህ የሚሆነው የበደል ጽዋን ከጠጣች በኋላ ነው (ሮሜ 11፥11፤ 9፥29፤ 11፥29-31)፡፡ እንግዲህ እግዚአብሔር በምርጫው ዐድልዎ እንደ ሌለው ሐዋርያው ጳውሎስ ይናገራል፡፡ "የእግዚአብሔር ባለ ጠግነትና ጥበብ፣ ዕውቀቱም እንዴት ጥልቅ ነው፤ ፍርዱ እንዴት የማይመረመር ነው ለመንገዱም ፍለጋ የለውም" (ሮሜ 11፥33)፡፡

ቍጥር 6
በእነርሱም መካከል የኢየሱስ ክርስቶስ ልትሆኑ የተጠራችሁ እናንተ ደግሞ ናችሁ፡፡
እናንተ ደግሞ እንደዚሁ ናችሁ፡፡

ኤፌ. 1፥11፤ ቈላስይስ 1፥6፣ 21

የተጠሩት

8፥28-30፤ 9፥24፤ 1ኛ ቆሮ. 1፥9፤ ገላትያ 1፥6፤ 1ኛ ተሰሎንቄ 2፥12፤ 2ኛ ተሰሎንቄ 2፥14፤ 2ኛ ጢሞ. 1፥9፤ ዕብራውያን 3፥1፤ 1ኛ ጴጥሮስ 2፥9፣ 21፤ 2ኛ ጴጥሮስ 1፥10፤ ራእይ 17፥14

1.7 በእግዚአብሔር ለተወደዳችሁና ቅዱሳን ልትሆኑ ለተጠራችሁ በሮሜ ላላችሁት ሁሉ ከእግዚአብሔር ከአባታችን ከጌታም ከኢየሱስ ክርስቶስ ጸጋና ሰላም ለእናንተ ይሁን።

በእግዚአብሔር ለተወደዳችሁ

- ይህ መወደድ ከእግዚአብሔር በጎ ፈቃድና ምክንያት-የለሽ ፍቅር (አጋፔ) የመነጨ እንጂ፣ እኛ የሚወደድ ነገር ስለ ተገኘብን እንዳልሆነ እንረዳለን። ይህ መወደድ በቀራኒዮ መስቀል እግዚአብሔር በልጁ በኢየሱስ በኩል የሠራውን ግሩም አሠራሩን የሚያመለክት ነው።

ቅዱሳን

ይህ ቃል የክርስቶስ የመሆናችንን ውጤትና ትሩፋት ያመለክታል። ጌታም በጸጋው የሰጠው በረከት መሆኑን ያስረዳል (ዮሐ. 17፥14፤ የሐዋ. 26፥18)። በረከቱም ከኩነኔ፣ ከሞት፣ ከበሽታ፣ እንዲሁም ከኃጢአት መለየትን ያካትታል።

የምንኖርበት ዓለም ኃጢአት የሞላበት ከመሆኑ የተነሣ በክርስቶስ ኢየሱስ የመቤዠቱ ሥራ ተቃራኒ የሆነ ልምምድ በሕይወታችን ቢያልፍም፣ እግዚአብሔር አብ በክርስቶስ ኢየሱስ በኩል በመስቀል ላይ ባከናወነው ሥራ ተቤዥነቱን ፍጹም አድርጎ አስረግጦ አከናውኖታል።

ቅዱሳን- አማኝ ቅዱሳን የመሆናችን በክርስቶስ ሞት እና ትንሣኤ የተገኘ የእግዚአብሔር ስጦታ ነው። ሐዋርያው ለቆሮንቶስ ሰዎች በመጀመሪያው መልእክቱ «የሚመካ በእግዚአብሔር ይመካ ተብሎ እንደ ተጻፈ ይሆን ዘንድ ከእግዚአብሔር ዘንድ ጥበብና ጽድቅ፣ ቅድስናም ቤዛነትም በተደረገልን በክርስቶስ የሆናችሁ ከእርሱ ነው» (1ኛ ቆሮ. 1፥31-32)።

ከእግዚአብሔር ዘንድ አራት ትላልቅ ስጦታዎችን በክርስቶስ ሞት እና ትንሣኤ እንደ ተቀበልን ይነግረናል፡፡ ከእነዚያ ውስጥ አንደኛው «ቅድስና» ነው፡፡ ከቅድስናው ተካፋዮች አደረገን፡፡ እኛ በክርስቶስ ኢየሱስ የእግዚአብሔር ቅድስና ሆንን ማለት ነው፡፡ ክርስቶስ ኢየሱስ የእግዚአብሔር ቅዱስና ተብሎ ይጠራል፡፡

ከሰማይ ሰማያት ወርዶ በድንግል ማርያም በመንፈስ ቅዱስ ተፀንሶ በጸጋ ዐድጎ በመጥምቁ ዮሐንስ በመንፈስ ተጠምቆ የእግዚአብሔርን ፈቃድ በምድር ሕይወቱ ፈጽሞ እግዚአብሔርን አከበረ፡፡ ከዚያም ስለ ቅዱሳን ይማልድ ዘንድ ዘወትር በሕይወት ይኖራል፡፡ ጌታችን ኢየሱስ ይህን ሥራ ለማድረግ በሰማይና በምድር ያለውን ለመጠቅለል (ኤፌ. 1፥10)፡፡ አብ አስቀድሞ ያዘጋጀውን ሥራ ለመሥራት (ኤፌ. 2፥50) አካል አስፈለገው፡፡

ይህችም አካሉ ልክ ክርስቶስ ኢየሱስ ለእግዚአብሔር አሳብ እና ምክር እንደ ተለየ፣ እንዲሁ እርስዋም መለየት ነበረባት፡፡ መጽሐፍ ቅዱሳችንን ስናጠና ክርስቶስ የቤተ ክርስቲያን ራስ ነው፡፡ ቤተ ክርስቲያን ደግሞ ሁሉን በሁሉ የምትሞላ ሙላቱ እና አካሉ ነች (ኤፌ. 1፥23)፡፡ እርሱ ዕንከን የለውም፤ ኃጢአት አልተገኘበትም፡፡ ቤተ ክርስቲያንም እንዲሁ ዕንከን-የለሽ መሆን ተገባት፡፡ ስለዚህ በአዳም መተላለፍ ያለው ሰው ደግሞ ኃጢአት በዘር ሐረጉ ውስጥ ይገኛል፡፡

ይህን የኃጢአትን ዘር ግንድ ቈርጦ በክርስቶስ ግንድ አዲስ ፍጥረት ሆነው መገኘት አስፈለገን፡፡ ስለዚህም ኃጢአተኛውን በቅዱስ ደሙ መሥዋዕትነት ተቤዥቶ አዲስ ፍጥረት አደረገው፡፡ አዲስ ፍጥረት ሆነ ማለት የቀደመው የዘር ሐረግ ተነቅሎ ከኢየሱስ (ሁለተኛው አዳም) ግንድ ጋር ተጣበቀ፡፡ የኢየሱስ ባሕርይ የወረሰ ፍጥረት ሆነ፡፡ ክርስቶስን ለበሰ (ገላ. 3፥27)፤ ይህም ማለት በባሕርይ አንድ ሆነ፡፡

ይህን ያገኘው ግን በስራው ሳይሆን፣ የመለኮታዊ ባሕርይ በመካፈል ነው፡፡ በፊተኛው አዳም የኃጢአትን ባሕርይ እንደ ወሰዱ በሁለተኛው አዳም የእግዚአብሔር የቅድስናውን ባሕርይ ተካፈለ፡፡ ክርስቶስ የእግዚአብሔር ቅድስና ሲሆን፣ እኛም በእግዚአብሔር አሠራር በክርስቶስ ሞት እና ትንሣኤ የእግዚአብሔርን የቅድስና ስጦታ ተቀበልን፤ ወረስን፡፡

ይህ ያገኘነው የቅድስና ስጦታ ዓለም ከመፈጠሩ በፊት በክርስቶስ ሞት እና ትንሣኤ እንድንወርስ አብ ስለ ወሰነ ነው (ኤፌ. 1÷4)፡፡ ስለዚህም የቅዱሳን ርስት (ስጦታ) ይህም ርስት ደግሞ ተናዛዡ በማይለወጥ ቃሉን አጽንቶ አስፍሮ ከሞተ በኋላ የሚገኝ ነው (ዕብ. 6÷16)፡፡ ጌታችን ኢየሱስ ይህን የቅድስና ተስፋ ኪዳን ገባልን፡፡ በመሞቱ በመነሣቱ ለእኛ ርስት ይሆን ዘንድ ተገባን፡፡ ብቃትን አገኘን፡፡ ተካፋዮች ሆንን፤ ተቀደስን፡፡ መቀደሳችን ጐደሎና ያልተሟላ ሳይሆን፣ በክርስቶስ የተፈጸመ በመሆኑ ፍጹማን ሆነናል (ዕብ. 10÷10፣ 14)፡፡

የእኛ ቅድስና ርስት ሲሆን፣ ልጁ በመሆን ያገኘነው ውርስ (ፀጋ) ነው፡፡ ይህም የእግዚአብሔር ቅድስና ሙላት ማለት ነው፡፡ ልክ እግዚአብሔር ያለው ቅዱስ የሆነ ልጅ ኢየሱስ ክርስቶስ ያለው ቅዱስና መንፈስ ቅዱስ ያለው ቅድስና ነው፡፡ ዮሐንስ «እግዚአብሔር ብርሃን ነው÷ ጨለማ በእርሱ ዘንድ ከቶ የለም» ይለናል፡፡ ዕንከን-የለሽ ነው፡፡ (1ኛ ዮሐ. 1÷5) እንባ ቆሞ» ዐይኖችህ ክፉ እንዳይመለከቱ ንጹሐን ናቸው ጠማማነትንም ትመለከት ዘንድ አትችልም፡፡ (ዕንባቆም 1÷13)፡፡

ይህን ቅድስና ነው ለቤተ ክርስቲያን የሰጣት፡፡ አካሉ የሆነችው ቤተ ክርስቲያን ግን ይህን ባሕርይ፣ ስጦታ ወይም ርስትን በክርስቶስ አገኘች፡፡ ልጆች ስለሆንን ወራሾች ሆንን፡፡፡ «ልጆች ከሆንን ወራሾች ደግሞ ነን÷ ከክርስቶስ ጋር አብረን ወራሾች ነን» (ሮሜ 8÷17)፡፡ ልጆችም ስለሆንን ከቅድስናው (ገላ. 4÷7) ባሕርይ ተካፋዮች ስለ ሆንን በኢየሱስ ክርስቶስ ጋር በአብ ቀኝ መቀመጥን አገኘን (ራእይ 3፡21፤ ኤፌ 2÷6) ይህ ርስት ደግሞ ሐዋርያው «የቅዱስን ርስት ክብር ባጠግነት (ኤፌ. 1÷19) ወይም የጸጋው ባለጠግነት (ኤፌ. 2÷7)» ብሎ የሚሰየመው ነው፡፡

ይህ ስጦታ ለመላዕክታት አልተሰጠም፡፡ ስለሆነም ሱራፌል በተሰጠው ሁለት ክንፍ ፊቱን በሌላውም ክንፎች ዕግሮቹን ይሸፍናል (ኢሳ. 6፡1-2)፤ ምክንያቱም መልእክታት አገልጋዮች እንጂ ልጆች አይደሉምና፡፡ አገልግሎታቸው ደግሞ ምንም እንኳ የተቀደሰና ክቡር ቢሆንም፣ እንደ እግዚአብሔር ፍጹም አይደሉም፡፡

ኢዮብ ሲናገር፡- «እነሆ በባሪያዎቹ አይታመንም÷ መልአክቱም ስንፍና ይከስሳቸዋል» አዲሱ መደበኛ ትርጒም «እግዚአብሔር በአገልጋዮቹ ላይ እምነት ካልጣለ፣ መላእክቱንም ትጋት በማጣታቸው ወይም በስንፍናቸው ከወቀሰ» ኢዮብ 4÷18 እጅግ የሚገርመው መንግሥተ ሰማይ ከእግዚአብሔር ቅዱስናና ክብር ጋር ስትስተያይ ፍጹም አይደለችም

የሚልን እንድምታዊነት ያለው አሳብን እንድንይዝ እንገዳደለን፡፡ ፀሐይ ብሩህ አይደለችም፡፡ ከዋክብትም በእርሱ ዐይን ሲታዩ ከቶውንም ንጹሕ አይደሉም (ኢዮብ 15፥15-16፤ 25፥5-6)፡፡

የጌታችን የኢየሱስ ክርስቶስ ሞት እና ትንሣኤ (ደሙ) ትልቅ አስተዋጽኦ ያለው ነው፡፡ ከደሙ የተነሣ የእግዚአብሔር ቅዱስና ተካፋዮች ሆንን፡፡ ይህ ደም ደግሞ ወደ ሰማያት በዘላለም መንፈስ በመንፈስ ቅዱስ ይዞ ሲገባ ሰማያት ከቀድሞው እጅግ ነው፡፡ (ዕብ. 9፥22፣ 23)

በዚህም ምክንያት ማለትም ክርስቶስ ደሙን ይዞ የሊቀ ካህናትነት ሥራ በአብ ፊት በቅዱሳት ቅዱሳን ስለ ገባ የተለየ የቅዱስና ክብር መገለጥ ጀመረ፡፡ ቤተ ክርስቲያን በበጉ ደም ከተወለደች በኋላ የእግዚአብሔር ቅዱስናና የክብር ባለጠግነት፣ የቅዱሳን ርስት ባለጠግነት የሆነውን የአብ ክብር፣ በክርስቶስ የመማለድ ሥራ ምክንያት ይገለጥ ጀመረ (ኤፌ. 3፥10)፡፡

እግዚአብሔር በክርስቶስ ኢየሱስ በሰማያዊ ስፍራ በመንፈሳዊ ባርኮት የባረከን በክርስቶስ ደም የካህንነት ሥራ ለሰማይ መልአክትን መገለጥ ቻለ፡፡ «ይህ ዐይን ማየት የማይችለው የቅድስናው ክብር በክርስቶስ ኢየሱብ በኩል በመጋረጃው፣ ማለትም በሥጋው (በሞቱና በትንሣኤው) በኩል መታየት ቻለ (ዕብ. 10፥19-20)፡፡

በደሙ ምክንያት በድፍረት መላእክት ተሸፍነው ሲያገለግሉ፣ እኛ ግን መግባትን ክብሩን ማየት ቻልን፡፡ እንዲያውም ከክርስቶስ ጋር ተነሥተን በአብ ቀኝ ተቀመጥን፡፡ እንግዲህ ሐዋርያው ይህን የቅዱስን ርስት ክብር የሆነው የልጅነት ውርስ እግዚአብሔርን መውረስ - ቅዱስናውን መካፈል - መለኮታዊ ባሕርይውን መካፈል) አስገራሚ ስጦታችን ነው፡፡

የልቦና ዐይኖች ሲሰሩ በእርግጥ ቅዱስናውን ማክበር ሰጭውንም ማመስገን በተሰጠን ስጦታ በፍርሃት እና በመንቀጥቀጥ (በልባችን ትልቅ ስፍራ የገኙነትን ሥፍራ በመስጠት መኖር መመላለስ እንጀምራለን (ገላ. 4፡7፤ 1ኛ ቆሮ. 2፥9፣ 12 ኤፌ. 1፥17)፡፡ እግዚአብሔር ይህንን የቅድስና ስጦታ እንድንቀበል፣ ማለትም ከክርስቶስ ጋር አንድ እንድንሆን አደረገን፡፡ ከእርሱ ጋር አንድ የሆንነውም ሞቱን በሚመስል ሞት ስለ ተባበርን፣ እንዲሁም ትንሣኤውን በሚመለስ ትንሣኤ ከእርሱ ጋር ስለ ተባበርን ነው፡፡ (ሮሜ 6፥5)፡፡

መተባበር ማለት አንድ ባንድ ከቅርንጫፉ ጋር ያለውን ያልተቋረጠ ኅብረትም ያሳያል፡፡ እንዲሁ ከሙታን በኲር ሆኖ የተነሣው የአብን ክብር (የቅድስናውን ክብር) ተቀበለ፡፡ ያንን ክብር ደግሞ እኛ ቅርንጫፎች ተካፋይ አደረገን፡፡» በኲራቱ ቅዱስ ከሆነ ቡሆውም ቅዱስ ነው፤ ሥሩም ቅዱስ ከሆነ፣ ቅርንጫፉም ደግሞ ቅዱስ ነው» (ሮሜ 11÷16)፡፡

ጸጋና ሰላም

ሐዋርያው በእነዚህ ሁለት ጥምር ቃላት ከቍጥር 1-6 የጻፈውንና በዘመኑ የአይሁድና የግሪክ ማኅበረሰብ መካከል በሚደረጉ የደብዳቤ ልውውጦች የሚቀርበውን የሰላምታ አቀራረብ በመከተል ረዘም ያለ ይዘት እንዲኖረው ለማድረግ ሰፋ ያለ ማብራሪያ ይሰጥበታል፡፡ በዕብራውያን ዘንድ ሰላም (ሻሎም) የሚለው ቃል ከተለየየ ጫና፣ ከጭንቀትና ከመረበሽ ነፃ መሆንን ብቻ የሚያመለክት ሳይሆን፣ የእግዚአብሔርን ሙሉ በረከት የሚገልጽ ነው፡፡ ስለዚህም ጳውሎስ ለአንባቢዎቹ የሚገልጸው ከጥሪው የተነሣ ቅዱሳን መሆናቸውንና በእግዚአብሔር ያመኑ ሁሉ የእግዚአብሔርን የታማኝነቱን ትሩፋት (በረከት) እንደሚደርሳቸው ነው፡-

ሀ. እንደ ቤተ ክርስቲያን - የሐዋ. 26÷10
ለ. እንደ ክርስቶስ ቤተሰብ - 1ኛ ቆሮ. 1÷2
ሐ. እንደ ግለሰብ - ኤፌ 1፡18፤ ቈላስ. 1÷12 ተካፋዮች መሆናቸውን አስረግጦ ይናገራል ኤፌ. 1፡4

> **✍ ድነት እኛ ለእግዚአብሔር የምንሠራለት ሥራ ውጤት ሳይሆን፣ እግዚአብሔር በጸጋው እኛን የጠራበት የበጎ ፈቃዱ ውጤት ነው (2ኛ ተሰ. 2÷13-14)፡፡ በኢየሱስ ስናምን በጸጋው እንድናለን፤ ከዚያም አእምሮን የሚያልፈው ሰላም ሁለንተናችንን ይሞላናል፡፡**

እኛ ግን፡- "በጌታ የተወደዳችሁ ወንድሞች ሆይ፡- ሁልጊዜ ስለ እናንተ እግዚአብሔርን ልናመሰግን ግድ አለብን፡፡ እግዚአብሔር በመንፈስ መቀደስ ዕውነትንም በማመን ለመዳን እንደ በኲራት መርጦአችኋልና፤ ስለዚህም የጌታችንን የኢየሱስ ክርስቶስን ክብር ለማግኘት በወንጌላችን ጠራችሁ (2ኛ ተሰ. 2÷13-14)፡፡

ጸጋ (ካሪስ) [የቃል ጥናት] - በሥራ የማይገኝ የእግዚአብሔር ስጦታ በሚል ዘወትርይተረጐማል፡፡ ነገር ግን ይህ ብቻ ሳይሆን፣ ጸጋ ልዕለ-ተፈጥሮአዊ የሆነውን የኢየሱስን ሕይወት መኖር የሚያስችል ልዕለ-ተፈጥሮአዊ የሆነ የሚያስታጥቅ የእግዚአብሔር ሥር-ነቀል ለውጥ አምጭ ጭምር ነው፡፡ የእግዚአብሔርን ጸጋ የሚገድብ ብቸኛው ገደብ እኛ የምናስቀምጠው ገደብ ነው (ለምሳሌ ትዕቢታችን የእግዚአብሔርን ጸጋ መቀበልን ይከለክላል፡፡ - ያዕቆብ 4፥6፣ ከ2ኛ ዜና 32፥26፣ 33፥12፣ 13፤ ኢሳ. 57፥15 ጋር አዛምድ፡፡) ብርታታችን የእግዚአብሔርን ጸጋ መቀበልን ይከለክላል፡፡ - 2ኛ ቆሮ. 12፥9 - ማስታወሻ፤ ከኢሳ. 40፥28፣ 29፣ 30፣ 31 ጋር አዛምድ፡፡)

ሰላም፡- ይህ ቃል ዕረፍትን፣ ጸጥታን፣ በተሰመረለት ወይም በተዘጋጀለት ዕቅድ ላይ ያለመሰናከል መመላለስን ሲሆን፣ ተቃራኒው ሁከት መለያየት ከተወሰነለት የሕይወት ዕርከን እና ዘይቤ መሳት (ከተሰመረለት ለተፈጠረለት ዕቅድ ርቆ ወርዶ መገኘት) ነው፡፡ ይህ ሰላም ለፍጥረታቱ ሁሉ ለሚታዩት እና ለማይታዩትም የሚያስፈልግ ነው፡፡

ገና ከጀንበሩ እግዚአብሔር ቅርጽ ያጣችውን (ምስቅልቅል) ያለችውን ሰማይ እና ምድርን ሰላም እንደ ዘራባት ያስተምረናል፡፡ ዘፍጥረት አንድን ስናጠና የሰውን ልጅ ውብ በሆነችው ገነት ከማስቀመጡ በፊት በቃሉ ሥልጣን እና በመንፈስ ቅዱስ ለበርካታ ቀናት እንደ አፀዳት ወደ ተፈጠረችበት ዕቅድ ቅርጽ-የለሽ የሆነችውን ሁሉ ሥርዓት ዐልባ የሆነውን ሲያስተካክል ሲፈጥር እንመለከታለን፡፡

አዲሱ መደበኛ ትርጉም «በመጀመሪያ እግዚአብሔር (ኤሎሂም) ሰማያትን እና ምድርን ፈጠረ፡፡ ምድርም ቅርጽ-የለሽና ባዶ ነበረች» የሚለው ከዕብራይስጡ ቃል ጋር ስለሚጠጋ መርጨዋለሁ፡፡ የቀደመው የንጉሥ ነገሥቱ ዘመን የወጣው ትርጉም «‹በመጀመሪያ እግዚአብሔር ሰማይና ምድርን ፈጠረ፡፡ ምድርም ባዶ ነበረች አንዳችም አልነበረባትም›» ይላል፡፡

«ምድር ቅርጽ-የለሽ … ነበረች» የሚለውን ቃል ስናጠና የዕብራይስጡ ቃል ‹«tohuw›› (ቶሁ) ሲሆን፣ ቅርጽ የለሽ፣ ሁከት፣ ጠፍ መሬት (wasteland)፣ ገለልተኛ መሬት ወይም ብኩን ምድረ-በዳ (Solitary Places)፣ ውጥንቅጥ ቦታ (Place of chaose) እንዲሁም ከንቱ ሥፍራ (Vanity) ይሎ የኪንግ ጀምስ የግሪኩ ትርጉም ያስቀምጠዋል፡፡ በአጠቃላይ ምድር ሥርዓት-የለሽ (ሰላም የሰፈነባት) እንዳልነበረች እንመለከታለን፡፡ ትምህርታችንን እዚህ ላይ በጥልቀት እንድንመለከተው አያደርገንም፡፡ ቢሆንም ግን ጽድቅ፣ ሰላም፣ ጸጋና

ፍቅር፣ እምነት የሚሉት በተለያዩ የሮሜ ጥናት ማብራሪያዎች ውስጥ ስለሚገኙ መሠረት ጥሎ ማለፉ ጠቃሚ ይሆናል ከሚል ቅንነት ነው፡፡

በዘፍጥ 1÷1 እና ዘፍ 1÷2 መካከል ብዙ ዓመታት ምን አልባትም በሺህ ወይም በሚሊዮን ዓመታት ክፍተት ይገኛል የሚሉ ዕውቅና ያላቸው የሥነ መለኮት ጠበብት ይናገራሉ፡፡ ይህ «ጋፕ ቲዎሪ» የሚለው የሥነ-መለኮት አፈታት በአንቫንጂሊኮል የሥነ መለኮት ትምህርት ውስጥ በስፋት ይጠቀሳል፡፡ ዘፍጥረት 1÷2-2÷6 ያለው እግዚአብሔር የተፈጠረውን ዓለም ያበጀበት ሰላምን ያስፈነበት ነው ይላሉ፡፡

በኢሳያስም 45÷18 ላይ ስናጠና ምድርን በመጀመሪያ ሲፈጥራት ለከንቱነት እንዳልሆነ ነው፡፡ «ሰማያትን የፈጠረ እግዚአብሔር እርሱም ምድርን የሠራ ያደረገና ያጸናትም መኖሪያ ልትሆን እንጂ፣ ለከንቱ እንድትሆን ያልፈጠራት አምላክ እንዲህ ይላል፡- "እኔ እግዚአብሔር ነኝ÷ ከእኔም በቀር ሌላ የለም፡፡»

እንግዲህ ይህ ውብ የሆነችው ምድር በመጀመሪያ ተፈጥራ በኋላ ግን ውጥንቅጧ የወጣ፣ ነገሮች ዝብርቅርቅ ያሉባት፣ ቅርጽ-የለሽ፣ ከንቱ፣ ሁከተኛ እና ዝብርቅር እንድትሆን ያደረጋት ምድን ነው? ብለን ስናጠና የሉሲፈር ለእግዚአብሔር ዙፋን ለመጋራት ባደረገው ሙከራ ትልቅ ኪሣራ ደርሶበት በምድር ለድንጋጤ በመጣሉ ይህም ትልቅ ቍጣን አሳድሮበት የመጣ የኃጢአት ውጤት ነው፡፡

የምድር ባዶ መሆን ጨለማ በጥልቁ ላይ መስፈር የጠላት ዲያብሎስ ውጤት እንደሆነ እናስተውላለን፡፡ ይህም ደግሞ የእግዚአብሔርን ፍርድ ያመለክታል፡፡ መዝሙረኛው የእግዚአብሔር ሥራ ሲናገር፡- «የአምላኬ መንገድ ፍጹም ነው» (መዝ. 18÷30 «እርሱ አምላክ ነው ሥራውም ፍፁም ነው መንገዱም ሁሉ እውነተኛ ነው፡፡ ዘዳ. 32÷4)፡፡ «እግዚአብሔር ብርሃን ነው÷ ጨለማም በእርሱ ዘንድ ከቶ የለም» (1ኛ የሐ. 1÷5)፡፡

«የተወደዳችሁ ወንድሞች ሆይ አትሳቱ፡፡ በጐ ስጦታ ሁሉ ፍጹምም በረከት ሁሉ ከላይ ናቸው÷ መለወጥም በእርሱ ዘንድ ከሌለ ከብርሃናት አባት ይወርዳሉ" (ያዕቆብ 1÷16-17)፡፡ እንግዲህ በመልካም የተፈጠሩት በዕቅድ እና በተዘጋጀላቸው የሕይወት ዕርከን ከመመላለስ ወጥተው በሁከት ዝብርቅርቅ ዕርጋታም ሆነ ዕረፍት የሌላቸው እንደሆኑ የሚያደርጓቸው ምንጮች ዲያብሎስና ኃጢአት እንደ ሆነ እናስተውላለን፡፡

እግዚአብሔር ፍጥረትን ወደ ሰላም፣ ዕረፍትና ተዘልሎ ወደ መቀመጥ አምጥቶ የመጀመሪያውን ሰው ከዐፈር አብጀውና በዔድን ገነት አስቀመጠው፡፡ ይህም ሰላም የሰፈነበት፣ ሁከት፣ መቅበዝበዝ፣ ባዶነትና ቅርጽ-የለሽነት የጠፋበት ጊዜ ነበር፡፡ ሁላችንም እንደምናውቀው አዳም ኃጢአትን ወደ ራሱ ሕይወት ሲያስገባ ኃጢአት በሰው ልጅ ላይ ነገሠ፤ ምድር በእርግማን ውስጥ ሆነች፡፡ የእግዚአብሔር ወዳጅ የነበረው የሰው ልጅ የእግዚአብሔር ጠላት ሆነ፡፡ እንዲሁ ጌታ እግዚአብሔርም ጭምር የሰው ልጅ ወዳጅ መሆኑ ቀርቶ ኃጢአት የሰው ልጅ ምርጫ ሆነ፡፡

ሐዋርያው ጳውሎስ ለኤፌሶን ሰዎች ሲናገር፡- «ከፍጥረታችን የቍጣ ልጆች» (ኤፌ. 2÷3)፡፡ በአዳም ምክንየት ኃጢአትን ዲያብሎስን በመምረጡ ምክንያት ከእግዚአብሔር ዕቅድ ከመውጣቱ በማፈንገጡ ምክንያት እግዚአብሔር በፈጠረችው ግዑዛን ፍጥረታት ሁሉ ላይ ትልቅ ዐደጋ ሆነ፡፡ የጦርነቱን መድረክ እግዚአብሔር ከፈተው፤ መረቀው፡፡ እግዚአብሔር አስቀድሞ ወደዚህ የጥል ትንቅንቅ ራሱን አስገባ፡፡

«በአንተ እና በሴቲቱ መካከል ጠላትነትን አደርጋለሁ» ብሎ ፊሽካውን ከነፋ 6 ሺሕ ዓመት በፊት ነበር፡፡ እንስሳት ከበርካታቸው ወጡ ወደ አውሬነትም ተለወጡ ፀሐይ ተገንበውን ብርሃኑን መስጠት አቅቷል ወንዙና ውቅያኖስ ከተሰጣቸው ገደብ ማለፍ ጀመሩ፡፡ ምኑ ተቆጥሮ ተፈጠሮ ቅርጽ-የለሽ ሆነች፡፡ ይህ ሆኖ 3 ሺህ ዓመት አለፈና ይህ የሰላም ንጉሥ በግርግም ተወለደ፡፡ ይህ ሲሆን የጨለማው የሁከቱ የቅርጽ- የለሽነትና የሁከት ምንጭ ወይም አምላክ የሆነው የቀደመው ዘንዶ ይህን ሕፃን ተጣላው፡፡

ይህ በራእይ መጽሐፍ ታላቁ ዘንዶ የተባለው የቀደመው ዕባብ አዳምን እና ሔዋንን ያሳታቸው ነበሩ፡፡ «ሌላም ምልከታ በሰማይ ታየ÷ እነሆም ታላቅ ዘንዶ ሰባት ራሶች እና አሥር ቀንዶች ነበሩት፡፡ በራሶቹም ላይ ሰባት ዘውዶች ነበሩ፡፡ ጅራቱም የሰማይ ከዋከብት እየሳበ ወደ ምድር ጣላቸው (ይህ የሚያሳየው 1/3 ወይም ሲሦ መላእክትን ይዞ እንደ ወረደ፣ ወደ ምድርም እንደ ተጣለ ነው) ዘንዶውም ሴቲቱ በወለደች ጊዜ ሕፃንዋን እንዲበላ ልትወልድ ባላት ሴት ፊት ቆመ፡፡» (ራእይ 12÷1-2)

ጌታችን ኢየሱስ ሲወለድ በሞት ሊበላው ፈለገ አቃተው፡፡ በምድር ሕይወቱ ጌታችን ኢየሱስ ከዘንዶው ጋር በመጨረሻ ደም እስከ ማፍሰስ ተዋጋው አሳደደው፡፡ ሆኖም ግን ይህ የሰላም ንጉሥ የሰውን ልጅ ኃጢአት ከእግዚአብሔር ጋር የነበረው ቍጣ ጽዋ ጠጣ

«የደህነነታችን ተግሣጽ በእርሱ ላይ ነበር» አዲሱ መደበኛ ትርጒም «በእርሱ ላይ የወደቀው ቅጣት ለእኛ ሰላምን አመጣልን» (ኢሳ. 53÷5)፡፡

የሰው ልጅ አሁን ይህን ሰላም በክርስቶስ ሞት እና ትንሣኤ ተዘጋጀለት፡፡ ሆኖም ይህን ሰላም በአብ ፊት የተዘጋጀለት ቢሆንም፣ በእምነት ይህን የሰላም ስጦታ መቀበል ይኖርበታል፡፡ በዔድን ገነት እግዚአብሔር የጥሉን ዐዋጅ መርቆ ነበር፡፡ አሁን ግን ልጁን ልኮ በልጁ ደም የዕርቅና የሰላምን መንገድ መርቆ ከፈተልን፡፡

ክርስቶስ ኢየሱስ ሞቶ እንደ ተነሣ በልቡ ያመነ፣ እንዲሁም እርሱ አምላክና ጌታ እንደ ሆነ በአፉ የመሰከረ የሰላም የሕይወት ዕርከኑ፣ ማለትም ደኅንነቱ ተመርቆ ተከፍቶለታል፡፡ አብ በዔድን መርቆ ዕውን ያደረገው ነገር ቢኖር ኃጢአትን አልቀበልም እጸየፈዋለሁ የሚል ነበር፡፡ በጐልጐታ የተከፈተው መድረክ ደግሞ የሰላም ኪዳን የምሥራች ወይም የማስታረቅ ቃል ነው (ሮሜ 5÷1 ዕብ. 10÷19)፡፡

እግዚአብሔር ቍጣ በልጁ ገላ ላይ ካረፈ በኋላ የእግዚአብሔር ሰላም ለሰው ልጆች የተለቀቀ የምሥራች ዜና ነው፡፡ ባለማመንም ሆነ የልጁን ሞት እና ትንሣኤ ባለመቀበል ያሉ ሰዎች ይህ ሰላም አያገኙም፡ «ለክፉዎች ሰላም የላቸውም ይላል አምላኬ» (ኢሳ. 57÷21)፡፡ ዓለሙን መናዎቹን ወደው በልጅ የተዘጋጀውን እና የተመረቀውን የሰላም ሕይወት መድረክ ዕርከን የማይቀበሉ በቀደመው ከእግዚአብሔር ጋር የጥል፣ የግጭት፣ የቍጣ መድረክም ሆነ ዕርከን ውስጥ የሚኖሩ ይሆናሉ፡፡

«አመንዝሮች ሆይ ዓለምን መውደዱ ለእግዚአብሔር ጥል እንደ ሆነ አታውቁንም? እንግዲህ የዓለም ወዳጅ ሊሆን የሚፈቅድ የእግዚአብሔር ጠላት ሆኗል፡፡ (ያዕቆብ 4÷4)፡፡ እግዚአብሔር በጥላቻው መድረክ ለመሥራት ወገቡን ይዞ የቆመ ክፉ አምላክ ሳይሆን፣ «ለእግዚአብሔር ጥል እንደ ሆነ» የሚው ቃል እና «የእግዚአብሔር ጠላት» እግዚአብሔር የጥሉ ምንጭ አለመሆኑን ሰዎች ግን ከእግዚአብሔር ጋር በጠላትነት እና በኃጢአት ተነሳሽነት የሚመላለሱበትን ሁኔታ ያመለክታል፡፡

እግዚአብሔር በመረቀው በሰላም መድረክ ሆኖ ዓለምን ከራሱ ጋር ሊያስተርቅ የምሥራች እያወጀ ሳለ፣ ሰዎች ግን በፊተኛው አዳም በኃጢአት ምክንያት በተመሠረተው የቀደመው

የሞት ሕግ ሥርዓት በመግባት ከሰላም ዕርከን ርቀው፣ ደግሞም ከእግዚአብሔር የደኅንነት ሥርዓት ተለይተው መኖርን መረጡ፡፡

በዚህኛው የሞት የኃጢአት የሁከት ቅርጽ-የለሽ አንቱነት ሲመለሱ እግዚአብሔር ካስቀመጠላቸው እቅድ ሰላምና ዕረፍት እየተጣሉ እየተጋጩ ይገኛሉ፡፡ ኢየሱስ ሁልጊዜ ሰላም ነው፡፡ እለት ዕለትም ወደ እርሱ የሚመጡትን በደሙ ይጠብቃቸዋል፡፡ እርሱ ዋስትናቸው ነው (ዮሐ. 10፥28፤ 14፥27፤ 16፥33)፡፡

አማኝ ክርስቶስን ወደ ልቡ ሲያመጣ ከእግዚአብሔር ጋር ወዳጅ ይሆናል፡፡ አዲስ ፍጥረት ይሆናል፡፡ ሰላምን ያገኛል፡፡ ይህም የተጣሉ ወዳጆች ታርቀው አንድ እንደሚሆኑ፣ ማለትም በአንድ ላይ እንደሚበሉ፣ እንደሚጠጡና እንደሚኖሩ ዐይነቱ ኅብረትና አንድነት ነው፡፡ ከክርስቶስ ጋር ኅብረት አገኘን፡፡ የክርስቶስ መንፈስ ያለበት አሁን «አባ፣ አባት» በማለት ለመጥራት መንፈሱ ድኖአል፡፡ ሰላምን አገኝቷል፡፡

ይህ ሰላም ግን ነፍሱን ምድራዊ አካላቱን አልፎ ተርፎ በሚያደርገው የቅዱሳን ኅብረትም ሆነ በኅብረተሰቡ ውስጥ መፍሰስ ይኖርበታል፡፡ ከአማኝ ጋር በፍቅር ተባብሮ ወደሚገኝበት አንድነት ማደግ ይኖርበታል (ቈላስ. 2፥1)፡፡ በኅብረተሰቡ ዘንደ የእግዚአብሔር ሰላም መገለጫ ሊሆን ይገባል (ምሳሌ 16፥7)፡፡

ይህ እንዲሆን ግን ነፍሱ (አእምሮው - መለወጥ) ይኖርበታል (ሮሜ 12፥1)፡፡ አእምሮው የተለወጠ የእግዚአብሔር ሰላም ይገዛው ይሆናል (ፊልጵ. 4፥6-7)፡፡ ይህ ላም እንደ ወንዝ ከመንፈሱ ፈልቆ ነፍሱን ሊያጥለቀልቅ የሚችል ነው፡፡ ይህ ሰላም የመብዛት ዐቅም አለው፡፡ ሐዋርያው ጴጥሮስ በሁለተኛው መልእክቱ «ከእግዚአብሔር በጌታችን በኢየሱስ ዕውቀት ጸጋና ሰላም ይብዛላችሁ» (2ኛ ጴጥ. 2፥2) ይላል፡፡ አምፕሊፋይድ ባይብል «መንፈሳዊ ደኅንነታችሁ (ጤንነታችን) ይብዛ የሚል ፍቺን ይሰጣል፡፡ ይህ ሰላም በወንጌሉ ዕውቀት ሥር ሰድደን ስንሄድ ከውስጣችን ወደ ውጭው ዓለም የሚፈስስ ጉልበት እና ዐቅም አለው፡፡ ሐዋርያው ይህን ሰላም ይበዛላቸው፤ ይትረፈረፍላቸው፤ ይራባላቸው፤ ራሱን እያበዛ እስከ ምድር ዳርቻ ይድረስ እያለ ይባርካቸዋል፡፡

«ታዳጊህ የእስራኤል ቅዱስ እግዚአብሔር እንዲህ ይላል፡፡ እኔ የሚረባህን ነገር የማስተምርህ በምትሄድበትም መንገድ የምመራህ አምላክህ እግዚአብሔር ነኝ፡፡ ትእዛዜን

ብትሰማ ኖሮ ሰላምህ እንደ ወንዝ፥ ጽድቅህም እንደ ባሕር ሞገድ በሆነ ነበር» (ኢሳ. 8፥17-18፤ መዝ. 36፥8፤ 119፥165፤ ኢሳ. 66፥12)።

ይህ የእግዚአብሔር ሰላም የሆነው ክርስቶስ በመስቀል ላይ በሠራው ሥራ ከሰው ልጅ ጋር ሰላምን አደረገ፤ ደግሞም በክርስቶስ በሰማይና በምድር ያለውን ሙላቱ አካሉ በሆነችው በቤተ ክርስቲያን በኩል ለመጠቅለል ነው። ሲጠቀልለው፣ ማለትም ሰላምን ሲያሰፍን ወደ ራስ ወደ ሆነው ወደ ኢየሱስ እንደ ሆነ እናስተውላለን። (ቈላስ. 1፥20፤ ኤፌ. 1፥1-10)።

እንግዲህ ይህን ትልቅ ሥራ ከክርስቶስ ጋር ለመሥራት የተጠራን የሰላም ወንጌልን ለፍጥረት ሁሉ ለማወጅ ነው።» መልካሙን የምሥራች የሚያወሩ ዕግሮቻቸው እንዴት ያመሩ ናቸው? «ሮሜ 10፥1-15» በሰላም ወንጌል በመዘጋጀት ዕግሮቻችሁ ተጫምተው ቁሙ (ኤፌ. 6፥15)።

ይህን ለማድረግ ግን የሰላሙ ንጉሥ አዲስ ፍጠረት አድርጐ ቀሪውን ሥራ እኛ እንድንሠራ ዕጁን አጣምሮ የተቀመጠ ሳይሆን፣ በመንፈስ ቅዱስ አማካይነት በመንፈሳችን ነግሦ ነፍሳችንን፣ እንዲሁም ምድራዊ አካላታችን ይቀድስ ዘንድ ዘወትር ከእኛ ጋር ነው (ተሰሎንቄ 5፥23፤ 1ኛ ቆሮ. 1፥8-9)።

«ለእናንተ ይሁን» ትልቁ የአማኞች ብልጽግና የእግዚአብሔር ጸጋ እና ሰላም ለእነርሱ መሆኑ ነው። ርቆ የነበረው የእግዚአብሔር መገኘት በማደሪያው ይመለስ ዘንድ የክርስቶስ ኢየሱስ ደም ሰላምን ፈጠረ። የጸጋው ክብር ይገለጥ ዘንድ ሆነ። በደሙ የተቤዣቸው ልጆቹ ሁሉን ወራሽ ይሆኑ ዘንድ እግዚአብሔር አብ አስቀድሞ የወሰነው አሠራር ነበር። ይህ ሰላም ጸጋ በክርስቶስ ሞት እና ትንሣኤ የተከናወነ ነው። ሥጋ ለብሶ የመጣው እግዚአብሔር ወልድ ፍጹም ሰው ሆኖ የሰውን ልጅ በመወከል (ኋለኛው አዳም) ሆኖ የጥልን ግድግዳ በመስቀል ጠርቆ አፈረሰ። ነቢዩ ኢሳይያስ በአምሳ ሦስተኛው ምዕራፍ እንዳስቀመጠው «የደኅንነታችን ተግሣጽ በእርሱ ላይ ነበር" ይላል (ኢሳ. 53፥5)።

የእግዚአብሔር ቍጣ ጥል ተወግዶ ሰላም በመስቀሉ ሥራ ሆነ። እኛም በክርስቶስ (በኋኛው አዳም) የሰው ልጅ ሰላምን ጸጋን የማግኘት በር ተገኘ። ሆኖም ግን ይህን ሰላም እና ጸጋ በክርስቶስ ኢየሱስ የተዘጋጀ ቢሆንም እንኳ፣ በልጁ በኢየሱስ ክርስቶስ ሥራ

ማመን ይገባዋል፡፡ እምነት በኩል ወደዚህ ሰላም እና ጸጋ ምንጭ ወደ ሆነው ጌታ እግዚአብሔር ጋር ኅብረት ማድረግ ይቻላል፡፡

በልጁ ሞት እና ትንሣኤ በእምነት የተባበረ ሰው ሕያው ወደ ሆነው ኅብረት አንድነት ይፈልሳል፡፡ ወደ ፍቅር ልጁ መንግሥት ኅብረት የፈለሰ አማኝ ጸጋና ሰላምን ይለማመድ ዘንድ የተሰጠው የሕይወት ዕርከን ሲሆን፣ ወደዚህ የከፍታ ሕይወት (ጸጋና ሰላም) አማኝ ሁለተኛውን ይገዛ ዘንድ ሐዋርያው ቅዱሳኑን ይጋብዛል፡፡

በዚህ ከፍ እና አመንዝራ የጨለማው ዓለም ስንኖር ይህ ሰላም እና ጸጋ በደል ተጠምቆ ክርስቶስን እያበራ ተጽዕኖም እያሳደረ ሊኖር የተሰጠው የልጅነት ሕይወት ነው፡፡ ይህ የሰላም ጸጋ መገኘት በክርስቶስ ኢየሱስ ሞትና ትንሣኤ የተገኘ እንደ ሆነ አስቀድመን ተመልክተናል፡፡

ይህን ጸጋ ሰላም ለሰው ልጆች ያስገኝ ዘንድ በቅድሚያ የሰላምን ወንጌል ይዞ ለገዛ ወገኖቹ አበሰረ፡፡ ሆኖም የገዛ ወገኖቹ አልተቀበሉትም፡፡ ለተቀበሉት በስሙ ለማያምኑት የምሥራቹን በማመናቸው የበረከቱ ትሩፋት ደረሳቸው (10÷36)፡፡ ስብዕናው ይህን ያስገኘልን ሲሆን፣ በመለኮትነቱ ደግሞ እንደ እግዚአብሔር እንዲሁ ወልድ ለሰው ልጆች ያለውን ፍቅር የገለጠበት ነው፡፡

አብ ሰላምን ከሰው ልጅ ጋር እንዲያደርግ እንደ ፈቀደ፣ ወልድም በራሱ ፈቃድ ሰላምን ለማምጣት ራሱን ሊሰጥ መውደዱን ገለጠ፡፡ አማኝ ይህን ያገኝ ዘንድ ከወልድም ተሰጠው (ዮሐ. 14÷27፤ 16÷33)፡፡ በአህያይቱ ወርንጭላ ላይ የተቀመጠው የዘንባባ ዝንጣፊን እያነጠፉለት በኢየሩሳሌም በሮች ብቅ ያለው ላጀቡት ወገኖች ሁሉ እግዚአብሔር ወልድ ሰላማቸው ነበር፡፡ "ሆሳዕና በጌታ ስም የሚመጣ የተባረከ ነው፡፡ በሰማይ **ሰላም** በአርያም ክብር አሉ" «ይህን እያሉ ሲያከብሩት ሳለ እርሱ የሰላም ንጉሥ መሆኑን ከዐይናቸው የተሰወረባቸው ፈሪሳውያን ወደ እርሱ ቀርበው የእርሱ ተከታዮች የሚያደርጉትን ነገር እንዲያቆሙ እንዲያደርጋቸው አቤቱታ አቀረቡ፡፡

የሰላም ንጉሥም ሲመልስላቸውም «እነዚህም ዝም ቢሉ ድንጋዮች ይጮኸሉ» አላቸው (ሉቃስ 19÷38)፡፡ የፈሪሳዊ ዝምታ ድንጋይ ልብ ያላቸውን አሕዛብን በጸጋው ለውጦ ሥጋ ልብን ፈጥሮ የሰላምን ንጉሥ ይቀበሉትና ያመልኩት ዘንድ የማድረግ ብቃት እና የመለኮት ኃይል አለው፡፡

«ስለ እናንተ - የእናንተ ነውና» - በክርስቶስ ኢየሱስ ላመኑ ሁሉ ለእነርሱ ወደ ክብር መሸጋገሪያ ሆኖ የተሰጣቸው ነው፡፡ በመጀመሪያ ሥላሴዎች ለአማኞች ከክብር ወደ ክብር ይለወጡ ዘንድ ራሳቸውን ሰጡ፡፡ አብ ወልድ መንፈስ ቅዱስ ለክርስቶስ አካል የተሰጡ ናቸው፡፡ በዚህች ዓለም በጨለማው አገዛዝ እና ኃጢአት ተንሰራፍቶ በሚኖርበት ምድር ለምንኖር በመሞቱ ሁሉም ነገር ለእነርሱ የተሰጠ ነው፡፡

ይህ ማለት ነገርን ለበጐ በመለወጥ ለቅዱሳን ክብር ለእግዚአብሔርም ምስጋና ይሆናል ማለት ነው (1ኛ ቆሮ. 4÷21-22)፡፡ «ነገር ሁሉ የእናንተ ነውና ... ዓለምም ቢሆን ሕይወትም ቢሆን ሞትም ቢሆን ያውም ቢሆን የሚመጣውም ቢሆን ሁሉ የእናንተ ነው ...» ኢየሱስ ክርስቶስ በእግዚአብሔር ስም የመጣ (ከአብ ጋር የተማከለ) ሲሆን ጌታም ነው፡፡

ስለዚህም ሐዋርያው «ከጌታችን ከኢየሱስ ክርስቶስ» በማለት የመለኮት ጌትነቱን በጥንቃቄ አስፍሮታል «ሳላቋርጥ» ሐዋርያው የወንጌል መልእክተኛ እንደ መሆኑ መጠን ወንጌልን ለሚያደርስላቸው በዐይን ላላያቸው እማኞች ምን ያህል ሸክም እንዳለው ከሚናገረው ልናስተውል እንችላለን፡፡ ከሐዋርያው ጳውሎስ የአገልግሎት ተግባር ምሳሌ የሚሆነን በመጀመሪያ ለሚያገኛቸው አማኞች ፊት ለፊት ከመገናኘቱ በፊት በድብቅ በጸሎት ሥፍራው እነርሱን ይዞ ወደ አብ የሚቀርብ መሆኑን ነው፡፡ ለኤፌሶን አማኞች በተመሳሳዩ ባሳየው የሕይወት ዘይቤው ይህንን ልናስተውል እንችላለን፡፡

«የእግዚአብሔር ምክር ሁሉ ነግሬአችኋለሁ ... በጉባኤም በየቤታችሁም አወራሁላችሁና አስተማርኋችሁ እንጂ÷ ከሚጠቅማችሁ ነገር አንዳች አላስቀረሁባችሁም» (የሐዋ. 20÷21፣ 27)፡፡ ሐዋርያው ግብዝነት የሌለው ሕይወት የተገለጠበት ነው፡፡

ያለማቋረጥ የሚጸልየው ከሚያገለግላቸው ምን ትርፍ አገኛለሁ ሳይሆን፣ ወይም የጸጋን ስጦታን የሚያካፍላቸው ለራሱ ድሎትና ለግል መጠቀሚያነት ሳይሆን፣ ለእነርሱ መንፈሳዊ እና ሁለንተናዊ ጤንነት በመመርኮዝ እንደ ሆነ ከተናገራቸው ነገር እናስተውላለን፡፡ ይህንም ለኤፌሶን ሰዎች በተናገራቸው ላይ እናገኛለን፡፡ «ከማንም ብር ወይም ወርቅ ወይም ልብስ አልተመኘሁም÷ እነዚህ ዕጆቼ በሚያስፈልገኝ ነገር ለእኔ እና ከእኔ ጋር ላሉት እንዳገለገሉ እናንተ ታውቃላችሁ» (20÷34)፡፡

ሐዋርያው በጸጋ ስጦታ የተትረፈረፈ እንደሆነ የሐዋርያት ሥራ ስናጠና እናገኛለን፡፡ እንዲያውም የተትረፈረፈ ጸጋ በተገለጠባት በቈሮንቶስ ቤተ ክርስቲያን ሲናገር፣ በውድድር መንፈስ፣ ማለትም በመንፈሳዊ ትዕቢት የሽቅድድም ሜዳ ላሉ ሰዎች «ማንም ከሚያይ ከእኔም ከሚሰማ የምበልጥ አድርጎ እንዳይቈጥረኝ ትቼያለሁ፡፡» (2ኛ ቆሮ. 12÷6)፡፡

ይህን ተናግሮ ከማንም በራሱ የበለጠ የተትረፈረፈ ጸጋ እንዳላገኘ፣ እንዲሁም ራሱን ዝቅ ሲያደርግ ለሁለተኛው ንግግሩ መሠረትን ሲያስቀምጥ እንመለከታለን፡፡ «በመገለጥ ታላቅነት ... ሰውም ሊናገር የማይገባውን የማይነገረውን ቃል ሰማ» (2ኛ ቆሮ. 12÷4) እያለን ያለው የጸጋ ስጦታዎች ሰዎች በመንፈስ ቅዱስ አማካይነት መንፈስ ቅዱስ ስጦታዎችን በማደል ሰጥቶ ለቤተ ክርስቲያን ለአማኙ ወገን የሚገለጡ የሚነገሩ ናቸው የሚለውን መሠረታዊ የሆነ የመጽሐፍ ቅደስ ዕውነት ወይም አስተምህሮ ለማስረገጥ ነው፡፡ ሐዋርያው ግን ከዚያ ያለፈውን መነገር የሌለበትን ድንቆችን ተመለከተ፤ ይህንንም እንዳይናገር ተከለከለ፡፡ ይህን ታላቅ የሆነ የመገለጥ ተሞክሮ ወይም ጥልቅ የሆነ መንፈሳዊ ልምምድ በዚህ በሚበሰብስ ሥጋው ተሸክሞ ይዞር ነበር፡፡

ሐዋርያው ለሮሜም ሰዎች ሊነገር የሚገባውን የጸጋውን ቃል ግን እንዲጠብቁት ይህም ደግሞ የሚያስፈልጋቸው እንደ ሆነ ስላወቀ፣ ዘወትር ይጸልይላቸው ነበር፡፡ እርሱ ወደ ተለማመደው ሰማያዊ መረዳት ሊያስገባቸው የሚችለው ቃሉ እንደ ሆነ በማስረገጥ ጭምር ይናገራል፡፡

«አሁንም ለእግዚአብሔር እና ያፀናችሁ ዘንድ በቅዱስንም ሁሉ መካከል ርስትን ይሰጣችሁ ዘንድ ለሚችል ለፀጋው ቃል አደራ ሰጥቻችኋለሁ (የሐዋ. 20÷32)፡፡ እንግዲህ እነዚህን ሁሉ ብንመለከት በሐዋርያው የጸጋ ስጦታ ላይ እንዳይደገፉ፣ ይልቁንም በቅዱሳን መካከል ርስትን ሊሰጥ የማይችለው የቃሉ መገለጥ ላይ እንዲያተኩሩ ዘወር እንዲሉ ዐይናቸው ወደ ጸጋው ቃሉ ላይ ያርፍ ዘንድ ዐደራ በሰማይ በምድር እያለ ይገኛል፡፡

በአሁኑ ጊዜ አገልጋዮች በይበልጥም በጸጋ ስጦታ፣ በመንፈስ ቅዱስ ስጦታዎች የሚያገለግሉ፣ በይበልጥም የኃይል ስጦታ፣ የዕውቀትና የጥበብ ስጦታ፣ የፈውስ ስጦታ ያላቸው አማኞች በምድራችን እየበዙ ይገኛሉ፡፡ በነቢያት አገልግሎት ዙሪያ እነዚህ ስጦታዎች በሰፊው ይታያሉ፡፡ መድረኮቻችን ክርስቶስን፣ እንዲሁም ሰዎች በጸጋ ስጦታ

ላይ ሳይሆን፣ የቅዲሳን ርስት መካፈል የሚችሉበትን ወደ ጸጋው ቃል ዘወር እንዲሉ እያደረግናቸው ይሆንን?

አገልጋዩ ወደ ሌላ ሥፍራ ሲሄድ ከቤተ ክርስቲያኑ ምእመናናት 2/3 የሚያህሉቱ በዚያ ይቀራሉ፡፡ እርሱ ሲመጣ ደግሞ ከሌሎች ቤተ ክርስቲያን ያሉት እንኳ በመምጣት ሥፍረው መንደሩ ሁሉ ጭንቅንቅ ይላል፡፡ ይህ የሚያሳየው አማኙ ርስትን በሚሰጠው ወደ ጸጋው ቃል ላይ ዘወር እንዳላሉ ጸንተው እንዳልቆሙ ነው፡፡

ሐዋርያው ምንም እንኳ ከሌሎች የሚያስንቅ ድንቆች በዕጁ ቢሠራም ዘወትር እነርሱ ጋር እንደማይሆን፣ ነገር ግን ቃሉ ሁልጊዜም የሚኖር ብቻ ሳይሆን «እንደ እኔ ያለ ሌላ ነቢይ ያስነሣላችኋል» እንደሚለው ርስትን መስጠት የሚችል ኊልበት ምንጭ እንደ ሆነ ያስገነዝባቸዋል፡፡ እንግዲህ አገልጋይ በቤቱ ለምእመኑ ጤንነት እንጂ፣ ለራሱ መሞገሻ የማይቃትት፣ እንዲሁም የጸጋው ስጦታዎቹን ባካፈለ ጊዜ አማኙ ወደ ጸጋው ቃል ዘወር እንዲሉ የሚመክር ሊሆን ይገባል፡፡ ሐዋርያው የመከራቸው ይህ ነበር «የእግዚአብሔር ጸጋ ወንጌልን መመስከርም እፈጽም ዘንድ ነፍሴን በእኔ ዘንድ እንደማትከብር እንደ ከንቱ ነገር እቈጥራለሁ» (የሐዋ. 20፥24)፡፡ ይህ ዐይነቱ ጸሎት የጠላትን ካምፕ ዕረፍት የሚያሳጣ ነው፡፡ በመንፈሳዊ ዓለም ትንቅንቅ ይሆናል፡፡

የራስን ሳይሆን የእግዚአብሔርን መንግሥት ሥራ ለሚቃወም ጠላት ዕጁን አጣምሮ እንደማይቀመጥ ዕናውቃለን፡፡ ስለሆነም አገልግሎቱ እንዳይሳካ የተቻለውን ያደርጋል፡፡ ሆኖም ግን ሐዋርያው ወደ ሮም የነበረው ጉዞ በንጉሡ አግሪጳ ዘንድ ቀርቦና በወገኖቹ ተከስሶ ይግባኝ ስለ ጠየቀ ወደ ኢጣልያ በመርከብ እየሄደ ነው፡፡

የሐዋርያት ሥራ 27 ስናጠና በክረምት ወራት 61 ዓመተ ምሕረት አራተኛውን የሚሲዮናዊነት ጉዞ እየሄደ ነው፡፡ ጁሊየስ የሚባለው የአውግስጦስ ቄሣር ጭፍራ (በመቶ አለቃ) ቅዱስ ጳውሎስን ከእስረኞች ጋር አብሮ ወደ ሲዶና እየሄዱ ነበር፣ ከዚያም በከባድ ነፋስ ተጨንቀው መርከቢቱም ሆነ በውስጥዋ የነበሩ ሰዎች ተንገላትተው ሚራ ደረሱ፡፡ ወደ ጣሊያን በሚሄድ መርከብ ገብተው ቀጥታ ወደ ጣሊያን መሄድ አቅቶአቸው፣ ጥግ ጥጉን አድርገው «መልካም ወደብ» ወደሚባለው ሥፍራ ደረሱ፡፡

አዲሱ መደበኛ ትርጒም «በጭንቅ ደረስን» ሲል አስቀምጦታል (የሐዋ. 27፥5) ሐዋርያው መስከረም እና ጥቅምት ወደ ሜድትራኒያን እንዳይሄድ ጉዳቱ በመርከቡ ብቻ ሳይሆን፣

በሰው ነፍስ ላይም ጭምር እንደ ሆነ የንጉሡ ነገሥቱ የጦር አባል ለሆነው ለዩልዮስ ቢናገረውም፣ እርሱ ግን የጳውሎስን ምክር ጆሮ-ዳባ-ልበስ ብሎ የመርከቢቱን አዛዥ ሙያዊ ምክር መስማትንና በዚህም ላይ ተመሥርቶ ጉዞውን ማድረጉን ቀጠለ።

በጊዜውም ልከኛ የሆነ የደቡብ ነፋስ ሲነፍስ ተታለሉ፤ ሆኖም ግን ሰሜናዊ ምሥራቅ የተባለው ነፋስ እየተምዘገዘገ ከደሴቲቱ ተነሥቶ ቁልቁል ወደ ውኃው በመግባታቸው፣ ነፍስ-ግቢ፣ ነፍስ-ውጭ ሆነባቸው። ነፋሱ እየነዳቸው ለብዙ ቀናት ፀሐይ እና ከዋክብትን ማየት እንዳልቻሉ ሐኪሙ ሉቃስ ዘግቦታል። ይሁን እንጂ፣ ጉዞው አታካችና ተስፋ አስቈራጭ ቢሆንም፣ ብዙ ዋጋ በተከፈለበት ሁኔታ እንደ ምንም ሮም ደረሱ። ሐኪሙ ሉቃስ የሐዋርያውን አራተኛውን የሚስዮናዊነት ጉዞ ሲያትት ሐዋርያው ጳውሎስ አስቀድሞ ለአይሁድ ተናገረ፤ ወንጌልንም ደግሞ ሰበከ። «ቀን ከቀጠሩለትም በኋላ ብዙ ሆነው ወደ ማረፊያ ሥፍራ መጡ። እርሱም ከጠዋት ጀምሮ እስከ ማታ ስለ እግዚአብሔር መንግሥት እየመሰከረ ያብራራላቸው ነበር።»

በወቅቱም ይህን የተቃወሙ ሰዎች ነበሩ። ሆኖም በግዞት ቤት ሆኖ በተከራየው ቤት ሁለት ዓመት ሙሉ ወንጌልን ሰበከ። በፈቃደኝነት የሚያስተምረውንም ሆነ የሚሰብኩትን ነገር ከአፉ ለመስማት ወደ እርሱ የሚመጡ በርካታ ሰዎች ነበሩ። «ወደ እርሱ የሚመጡትን በደስታ ይቀበል ነበር። ማንም ሳይከለክለው የእግዚአብሔርን መንግሥት እየሰበከ ስለ ጌታ ኢየሱስ ክርስቶስ በፍጹም ግልጽነት ያስተምር ነበር» (የሐዋ. 28፥31)።

ለሮም ወንጌልን ለመስበክ ሳያቋርጥ የፀለየው ሐዋርያው ቀይ ምንጣፍ ተዘርግቶለት፣ የአበባ ጉንጉን በሕፃናቶች ተሰጥቶት፣ በግራ እና ቀኙ አጅበውት፣ በቀለማት በተዋቡ ሙብራቶች ብልጭ ድርግም እያለ መድረክ ተዘጋጅቶለት፣ ከዚያም አምስት ኮከብ ማረፊያ ሆቴል ወይም ሪዞርት ተስተናግዶ አልነበረም።

እነዚህ ሁሉ ነገሮች ተደርገውለት ቢሆኑ ኖሮ ደስ ይላል። ነገር ግን እነዚህ ሁሉ ባይኖሩ (በዓለም ሳላችሁ መከራ አለባችሁ) የተባለው ቃል በሕይወቱ እየተፈጸመ የመንግሥቱን ወንጌል ለመስማት የሚመጡትን በደስታ እና በሙሉ ነፍሱ ማገልገል እሰየው የሚያስብል ተግባር መሆኑን ልናስተውል ይገባል። በዕውነትም «መንገዴን እንዲያቀናልኝ» ብሎ ከሐዋርያት ሁሉ የበለጠን ጸጋ የተቀበለበት ጸሎቱ ተሰማለት፤ ተከናወነለትም።

ብዙዎቻችን የምናስበው መከናወንን፣ በአጠገባችን ያሉ ቤተ ሰቦች፣ ወንድሞች ቢያልፍም፣ እኛን አሕዛብ እሽሩሩ ብለው በጫንቃቸው ላይ እያዘሉ እንደሚወስዱን አድርገን ነው። ሆኖም ግን የሐዋርያውን ጳውሎስ፣ እንዲሁም የበጉን ሐዋርያት የአገልግሎት ዘመን ብናጠና ይህ በሕይወታቸው ዕውን የሆነ ነገር አይደለም። ገና ከስቅላቱ በፊት ጌታችን ኢየሱስ ክርስቶስ በማስጠንቀቅ የተናገረውን እናስታውስ ይሆን? «በዓለም ሳላችሁ መከራ አለባችሁ» (16÷33) አላቸው። ይህ የሆነው ደግሞ አስቀድመው ጌታችን ኢየሱስ ስለ ጠሉት ነው። ዓለም በጨለማ በክፉ እንደ ተያዘ ዕናውቃለን። /ዮሐ. 5÷19 ጌታችንን ከጠሉ፣ በእርግጥም ተከታዮቹን ይጠላሉ። «ዓለም ቢጠላችሁ ከእናንተ በፊት እኔን እንደ ጠላኝ ዕወቁ።» (ዮሐ 15÷14፣ 8)።

በዚህም ምክንያት መከራ ወንጌልን ይዞ በሚወጣ አገልጋይ ጫንቃ ላይ ያርፋል። ይህ የሚያደርገው ጠላት ይሁን እንጂ፣ እግዚአብሔር መከራ መበቀልን እንድንሸከም ይፈልጋል። ይህም ሲባል በራሳችን ላይ መከራን እንድንጠራ አይደለም። ነገር ግን ስለ ወንጌል መከራ በሚመጣበት ጊዜ መከራውን እንድንቋቋም፣ ጸጋን በማደል ለክብሩ ይጠቀምበታል።

ብዙውን ጊዜ እንዲህ ዐይነቱ መከራን እየተቀበልን ወንጌልን እንሰብካለን። ለጌታ ቀንቻለሁ በሚሉ ወንድሞቻችን ዘንድ ይህ ዘወትር ይከሰታል። ዐውቀውም ሆነ ሳያውቁት ጠላት አእምሮአቸውን የሚከራያቸው ሰዎች ይኖራሉ። ሌላው መንገድ ከፍጥረታቸው ጠላት በሆኑ ወደ ፍቅሩ መንግሥት ባልፈለሱ እንዲሁም ዳግም ባልተወለዱ የሚመጣ ስደት ነው (ማቴዎስ 10÷21-22)። ሆኖም ግን ይህ ዐይነቱ መከራ አማኙን የክርስቶስን ትዕግሥት እንዲለማመድ ያደርገዋል።

«መከራ ትዕግሥትንም» (ሮሜ 5÷3) ዮሐንስ በፍጥሞ ደሴት ሆኖ «እኔ ወንድማችሁ የሆንሁ÷ ከእናንተም ጋር አብሬ መከራውንና መንግሥቱን የኢየሱስ ክርስቶስንም ትዕግሥት የምካፈል» ሲል እርሱ የክርስቶስ የመከራው ተካፋይ እንደ ሆነ ይናገራል (ራእይ 1÷9)። ጌታችን ኢየሱስ በብዙ መከራ እንዳለፈ የወንጌል ዐርበኛውም በብዙ መከራ ያልፋል መጨረሻው ግን ክብር ነው። ከወንድሞች ቊጣ ቅንዓት ትዕቢት ከሐሰተኛ አስተማሪዎች ከፈረንሳውያን መከራ በእግዚአብሔር ክብር ጸጋን ተሞልቶ መሻገር አለ (ሉቃስ 24÷26)።

ሐዋርያው ምንም እንኳ ሳያቋርጥ ቢጸልይም ልመናውም ሆነ እርሱን ተከትሎ ያገኘው የጸሎት መልስ የተከናወለት ነው፡፡ ምናልባት በአጠገቡ ያሉ ዘባቶች ያፌዙበትም ሆነ ያንገላቱት ይሆናል፡፡ ሆኖም ግን ለወንጌል ባለው ዐደራነት በቅንዓት እና በምቀኝነት በተነሣበት በውጭ እና በውስጥ መስቀል፣ እንዲያውም አትፍሩ አትፈሩም እንዲሁም እርስ በርሳችሁ ተባበሩ ሲል ይገኛል፡፡ እንግሊዘኛው «So do not be ashamed to testify about the lord, or ashamed of me his prisones. But join with me in suffering for the gospel, by the power of God» (1ኛ ጢሞ. 1፥8፤ ሮሜ 8፥17፣ 36፤ 1ኛ ቆሮ. 4፥9)፡፡

በጊዜው እርሱ እየተናገራቸው ያለው ከሌሎች ሐዋርያት ይልቅ ብዙ ታስሬአለሁ፤ በእስራቴ ከማፈር ይልቅ እናንተም በሥጋ ባትታሰሩ በዓላማው በጽናቱ በትዕግሥቱ እኔን ምሰሉ፡፡ እንደ ታሰራችሁ ሆናችሁ አስቡ እያለ ነው (2ኛ ቆሮ. 11፥23)፡፡ ለዕብራዉያን በፃፈው ላይ «ከእነርሱ ጋር እንደሰታረ ሆናችሁ እስረኞችን አስቡ የተጨነቁትንም ራሳችሁ ደግሞ በሥጋ እንዳላችሁ ሆናችሁ አስቡ» (ዕብ. 13፥3)፡፡

ሐዋርያው ለመከረው ለመስቀሉ ሸክም መጋበዙ ብቻ ሳይሆን፣ ይመጣል እያለ ትንቢት እንደ መናገር ያህል ልክ እንደ ኢየሱስ ይናገር ነበር (1ኛ ተሰሎንቄ 3፥4)፡፡ «በዕውነት ከእናንተ ጋር ሳለን መከራ እንቀበል ዘንድ እንዳለን አስቀድመን እንነግራችሁ ነበር»፡፡ በእርግጥ «ወደ እግዚአብሔር መንግሥት በብዙ መከራ እንገባ ዘንድ ያስፈልገናል እያሉ» (የሐዋ. 14፥22)፡፡

«በዕውነትም በክርስቶስ ኢየሱስ እግዚአብሔርን እየመሰሉ ሊኖሩ የሚወዱ ሁሉ ይሰደዳሉ» (2ኛ ጢሞ. 3፥12)፡፡ እነዚህ ሁሉ መከራዎች አልጋዩ ዘወትር ለወንጌል ሥራ ሳያቋርጥ እንዲጸልይ ወይም እንደ ዕብራውያን አማኞች ከእምነት ወደ ኋላ እንዳያፈገፍግ እንዲረዳው መንፈስ ቅዱስ በቃሉ እንድናስተውል ይናገራል፡፡ወንጌልን ይዘን ስንወጣ ተቃዋሚዎች ከእኛ ወገን ከሆኑ አማኞች፣ ከአገልግሎት ቢሮ ካሉ ወንድሞች፣ እንዲሁም ካልዳኑት ቤተ ሰቦቻችንም ሆነ ከባዕድ አምልኮው ዓለም ሊመጡ ይችላሉ፡፡ ስለዚህም ደግሞ ድንግርግር ሊለን አይገባም፡፡ ከእኛ ወገን ያሉትም ቢሆኑ ፌዝንና ዋዛን ሊያመጡ ይችላል፡፡

ጌታን በማመንህ ምክንያት እንዲህ ተራቆትህ፣ ራስህንም ቤተ ሰብህን በመከራ ናዳ አስገባህ፡፡ ዝም ብለሽ ጌታ ጌታ ትያለሽ! ይኸው ምን አገኘሽ? ብልህ መሆን ነው

የሚያዋጣው ... ወዘተ የሚሉ ትችቶች ከተቃዋሚ ወገኖች ይሰነዝራሉ፡፡ እንዲያውም ለራስህ መቼ ትሮጣለህ? ራስህን ጐዳህ! የሚልም አዘኔታ የሚመስል ትችት እምነታችንን ከሚጠሉ ዓለማውያ ሰዎች ይወረወራል፡፡ልክ ኢየሱስን ፈሪሳውያን ዐይተውት “ብዙዎችን ሰዎች አዳነ፤ ራሱን ግን ሊያድን አቃተው፥ ከመስቀል ውረድ» እንዳሉት ዐይነቱ ነገር ይሆናል፡፡ አገልጋይ ግን ሳያቋርጥ የሚጸልይ፣ በአገልግሎቱ የነፍሳት መዳን ጉዳይ ግድ የሚለው፣ ቅዱሳንን በጸጋ የማነጽና በወንጌል ዕውነት ተመሥርተው የክርስቶስ ደቀ መዝሙርት እንዲሆኑ በትጋት የሚሠራና ስለ ክርስቶስ መከራን እየተቀበለ ወንጌልን በኃይል ሊሰብክ ተጠርቷል፡፡

በሌላ በኩል ደግሞ የወንጌሉን ሥራ የሚያከናውን ሰው ነው፡፡ «አስቀድማችሁ የእግዚአብሔርን መንግሥት ጽድቁንም ፈልጉ፥ ይህም ሁሉ ይጨመርላችኋል» የተባው በአገልጋዩም ሆና በአዲስ ኪዳን ካህናት ላይ (በአማኝ) ሲገለጥ፣ እግዚአብሔር አትረፍርፎ ስለ ሰጣቸው ጸጋ በቅንዓትና በጥላቻ የሚነሡ ወገኖች ከውስጣችን ብቅ ማለት ይጀምራሉ፡፡

ክርስቶስ ኢየሱስን የሰጠን እንዲያው ከእርሱ ጋር ሁሉን ሲሰጥ ሲያዩ የዕልልታ ድምፅ ከማሰማት ይልቅ፣ አገልጋዩን ለመጣል የሚያሸምቁም ሆኑ የሚያደቡ፣ ደግሞም ሴራን የሚያሴሩ፣ አልፈው ተርፈውም የውሸት ምክር አቅርበው ከየምኩራቦቻቸው በግፍ የሚያሳድዱ ወገኖችም ይገኛሉ፡፡ በዚህም ሆነ በዚያ እየመጣም ሆነ ዕውነተኛ አገልጋዮች እየተቀበሉት ያለው ነገር ስደት ነው፡፡ ሆኖም ጌታ ዓለምን አሸንፎአልና ከአጠገባቸው ይኖራል፡፡ በዚህም ደስታችን የላቀ ይሆናል፡፡

ሐዋርያው ዘወትር ለብዙ ጊዜ ሮም ይሄድ ዘንድ ጸልዮአል፡፡ በናፍቆት፡፡ «ከብዙ ዓመትም ጀምሬ ወደ እናንተ ልመጣ ናፍቆት አለኝ» ይላል (ሮሜ 15፥23)፡፡ ከጸሎቱም ውስጥ የምንረዳው በአንድ መስመር ላይ ያለ ዐረፍተ ነገር መንፈስ ቅዱሱ ገልጦልናል፡፡ ይህም «በእግዚአብሔር ፈቃድ በደስታ ወደ እናንተ መጥቼ ከእናንተ ጋር እንዳርፍ» የሚል ነው (ሮሜ 15፥31)፡፡ በእርግጥ በደስታ ከእነርሱ ጋር እንዲያሳልፍ ልመናውን ያቀረበበት ጸሎቱ ተሰማለት፡፡

ሉቃስ ዘገባውን ሲያስቀምጥ በመንፈስ ቅዱስ እየተነዳ እንዲህ ሲል ጻፈው፡- «ጳውሎስም ራሱ በተከራየው ቤት ሁለት ዓመት መሉ ተቀመጠ፥ ወደ እርሱ የሚመጡትንም ሁሉ

በደስታ ይቀበል ነበር፤ ማንም ሳይከለክለው የእግዚአብሔርን መንግሥት እየሰበከ ስለ ጌታ ኢየሱስ ክርስቶስ በፍጹም ግልጽነት ያስተምር ነበር» (የሐዋ. 28፥31)፡፡

ይህን የመሰለውን ወንጌል በኢትዮጵያ ምድር በቆላውና በደጋው ይዘው የወጡ ነበሩ፡፡ በኢትዮጵያ ተራሮችና ኮረብቶች የወንጌልን ብርሃን ይዘው ሲወጡ ከቤተ ሰቦቻቸውና ከጓደኞቻቸው ስደት የተነሣባቸው ቍጥራቸው እንደ ሰማይ ከዋከብት ብዙዎች የሆኑ ሰዎች ነበሩ፡፡ ጫማ በይኖራቸው እየተተፋባቸው፣ የተሳለቁባቸው ጴንጤ ተብሎ ስም ወጥቶባቸው በግራ በቀኝ እየተንገላቱ ከሁለተኛ ደረጃ ትምህርት ቤት ወጥተው ኮሌጅ አቋርጠው ወንጌልን ይዘው ሲወጡ ብዙ ስለ እነርሱ ተወራ፤ ብርቱ ትችትም ደረሰባቸው፡፡

ከኅብረተሰቡ ተገለሉ፤ ተራቡ፤ ተጠሙ፤ ተደበደቡ፡፡ የአገሪቱ ዜጋ መሆናቸው ተረስቶ አንዳንዶች አካለ ስንኩል እስኪሆኑ ድረስ በየእስር ቤተ ተሰቃዩ፡፡ ሁሉን እያጡ ዞሩ፤ በምድርም ላይ ተንከራተቱ፡፡ ነገር ግን በደስታ ወንጌልን ሰበኩ፡፡ ወንጌላውያኑ ኢየሱስ ጌታ ነው የሚለውን አውለበለቡ፡፡ አስተማሪዎች የደኅንነትና የደቀ መዝሙር ትምህርት አስተማሩ፡፡ እረኛው ቃሉን ይመግብ፣ በየቤቱ እየዞረ ሕዝበ-እግዚአብሔርን ወይም ምእመናንን ያጽናና ነበር፡፡

ሁሌም በነቀፌታ በሆኑም ስለ ወንጌል እሰየው ብለው በመንፈስ ቅዱስ ኃይል «የጥንቱን ሃይማኖት ስጠኝ፥ ይህ ብቻ ይበቃኛል!» እያሉ እንደ መጀመሪያዪቱ ቤተ ክርስቲያን ለዘመናት ወደ ሸመገለው፣ ወደ ልጁም ኢየሱስ ክርስቶስ፣ የምስጋናን መሥዋዕት አቀረቡ፡ ፡ ዛሬ ከ28 ሚሊዮን በላይ አማኞች አሏት ተባለ የምትታወቀው የምሥራቅ አፍሪቃ ቀንድ የሆነችው አገረ-ኢትዮጵያ ሙዝን ላጥና ዋጥ ከሚያደርጉበት ከዘመኑ ክርስትና እና የዘመኑ ክርስቲያኖች ሕይወት ወንጌልን የማዳረስ ተግባር የወጣ ሳይሆን፣ በክርስቶስ ትዕግሥትና በመከራ በጸኑ ዘወትር በጸሎት እየተጋደሉ ወንጌልን በብዙ ዋጋ ካገለገሉ የእምነት ዐርበኞች አባቶቻችን የተነሣ የተገኘ ውጤት መሆኑ ሊታወቅ ይገባል፡፡

1፡8-15 ሐዋርያው ጳውሎስ በዚህ ክፍል ስለሚጽፍላቸው ሰዎች ያለውን ትልቅ ሸክምና ፍቅር በግልጽ አስቀምጦታል፡፡ ይህንን በማድረጉም ታላቅ የሆነ የመሪነትን ብቃት የሚገልጽ ድንቅ ትምህርት አስተምሯል፡፡ የተዋጣላቸው መሪዎች የሚቀድመውን የሚያስቀድሙ፣ ነገሮች በትክክል መሠራታቸውን (ማኔጅመንት) ብቻ ሳይሆን፣

ትክክለኞቹ ነገሮች መሠራታቸውን ጭምር የሚያረጋግጡ መሆኑንም በጥቂት ቃል ገልጦ አልፏል፡፡ ባደረገው ድርጊት የመልእክቱን ዕውነትነት ገለጠው ማለት ነው፡፡

ቍጥር 7

በእግዚአብሔር ለተወደዳችሁና ቅዱሳን ልትሆኑ ለተጠራችሁ በሮሜ ላላችሁት ሁሉ፥ ከእግዚአብሔር ከአባታችን ከጌታም ከኢየሱስ ክርስቶስ ጸጋና ሰላም ለእናንተ ይሁን!

ለሁሉም

የሐዋርያት ሥራ 15፥23፤ 1ኛ ቆሮ. 1፥2፤ 2ኛ ቆሮ. 1፥1፤ ፊልጵስዩስ 1፥1፤ ቈላስይስ 1፥2፤ ያዕቆብ 1፥1፤ 1ኛ ጴጥ. 1፥1፣ 2፤ ይሁዳ 1፥1፤ የዮሐንስ ራእይ 2፥1፣ 8፣ 12፣ 18፣ 29፤ 3፥ 1፣7፣ 14፣ 22

የተወደዳችሁ

9፥25፤ ዘዳ. 33፥12፤ መዝሙር 60፥5፤ መኃልየ መኃልይ 5፥1፤ ቈላስይስ 3፥12፤ 1ኛ ጢሞቴዎስ 6፥2

የተጠራችሁ

6፤ 1ኛ ቆሮ. 1፥2፤ ቈላስይስ 3፥15፤ 1ኛ ተሰሎንቄ 4፥7፤ 1ኛ ጴጥሮስ 1፥15፤ 2ኛ ጴጥሮስ 1፥3

ጸጋ

1ኛ ቆሮ. 1፥3-9፤ 2ኛ ቆሮ. 1፥2፤ ገላትያ 1፥3፤ ኤፌሶን 1፥2፤ ፊልጵስዩስ 1፥2፤ ቈላስይስ 1፥2፤ 1ኛ ተሰሎንቄ 1፥1፤ 2ኛ ተሰሎንቄ 1፥2፤ 1ኛ ጢሞ. 1፥2፤ 2ኛ ጢሞቴዎስ 1፥2፤ ቲቶ 1፥4፤ ፊልሞና 1 3፤ 1ኛ ጴጥ 1፥2፤ 2ኛ ጴጥሮስ 1፥2፤ 2ኛ ዮሐንስ 1፥3፤ ይሁዳ 1 ፥2፤ የዮሐንስ ራእይ 1፥4፣ 5

ሰላም

5፥1

እግዚአብሔር

ማቴዎስ 5፥16፤ 6፥8፣ 9፤ ዮሐንስ 20፥17፤ ገላትያ 1፥4፤ ፊልጵስዩስ 4፥20፤1ኛ ተሰሎንቄ 1፥3፤ 2ኛ ተሰሎንቄ 1፥1፤ 1ኛ ዮሐ. 3፥1

እና ጌታ

የሐዋርያት ሥራ 7፥59፣ 60፤ 1ኛ ቆሮንቶስ 16፥23፤ 2ኛ ቆሮ. 12፥8-10፤ 13፥14፤ ገላትያ 6፥18፤ ኤፌሶን 6፥23፣ 24፤ ፊልጵስዩስ 4፥13፣ 23፤ 1ኛ ተሰሎንቄ 3፥11-13፤ 5፥28፤ 2ኛ ተሰሎንቄ 2፥16፣ 17፤ 3፥16፣ 18፤ 2ኛ ጢሞቴዎስ 4፥22፤ ፊልሞና 1፥25፤ ራእይ 22፥21

1፥8 እምነታችሁ በዓለም ሁሉ ስለ ተሰማች አስቀድሜ ስለ ሁላችሁ አምላኬን በኢየሱስ ክርስቶስ አመሰግናለሁ፡፡

እምነታችሁ

ቫንስ ሀቨነር በአንድ ወቅት እንዲህ ሲል ቀልዶ ነበር፡- በቤተ ክርስቲያን አገልግሎት ወቅት በቂ የኤሌክትሪክ ኃይል ሊኖር ይገባል፤ ይህም ደግሞ እያንዳንዱን ሰው በኃይል ለመሙላትና እንዲነዝረው ለማድረግ ነው፡፡

ኤ. ደብሊው ፒንክ ይህን ያክልበታል፡- ቤተ ክርስቲያን ወንጌልን የማታዳርስ ከሆነች፣ አጽሞችን ታከማቻለች ማለት ነው፡፡

ጆን ብላንቻርድ ሲል በትክክል ተናገረ ቤተ ክርስቲያን በማኅበረሰቡ ውስጥ በፍጹም ልትፈጥረው የማይገባት አንድ ነገር ቢኖር ልዩነትን ማምጣትን ነው፡፡

እምነት (ፒሲቲስ [የቃል ጥናት]) (ፒስቴዎ እና ፒስቶስ የሚባሉ ተዛማጅ የሆኑ ቃላትን ጥናት ተመልከቱ) መታመን ወይም ማመን ከሚለው ጋር ተመሳሳይ ነው፣ እንዲሁም ስለ የትኛውም ነገር የሚያዝ መረዳት ነው፡፡ ነገር ግን በእግዚአብሔር ቃል ውስጥ ሰው ከእግዚአብሔር ጋር ያለውን ግንኙነት እና መለኮታዊ ነገሮችን ከማክበር አኳያ በአብዛኛው ይናገራል፡፡ በአጠቃላይ አነጋገር ከእምነት የተወለደን መታመን እና ቅዱስ የሆነ መነሳሳት የያዘ አሳብ የተካተተበት እና ከእምነት ጋር የተያያዘ ነገር ነው፡፡

ይህ በፒስቲስ ላይ የተደረገ ውይይት ዳሰሳ ብቻ ነው እንጂ፣ በዚህ ታላቅ በሆነ ርእሰ-ጉዳይ ላይ የተደረገ ዝርዝር ስምምነት እንዳልሆነ ልብ በሉ፡፡ በዚህ ጉዳይ ላይ ፍላጎት ያላቸው ሰዎች የተከበሩ ወደ ሆኑቱ ወግ አጥባቂዎች መጻሕፍት እንዲያመሩ ተደርገዋል፤ ይህም ጠለቅ ላለ ውይይት የሚሆን በስልታዊ ነገረ መለኮት ላይ የተጻፉ መጻሕፍት ናቸው፡፡ (ለምሳሌ፣Dr Wayne Grudem's book Systematic Theology: An Introduction to Biblical Doctrine፣ እጅግ ማለፊያ የሆነ፣ የማያመቻምች፣ ለተርታው ሰው ያላንዳች ችግር መነበብ የሚችል መጽሐፍ ነው፡፡ በተለይም የሚያድን እምነት ምንድን ነው የሚለውን ጥያቄ ለመረዳት በሚያስችል መንገድ የሚመልሰውን ምዕራፍ 35ን ተመልከቱ፡፡) ከእነዚህ መግለጫዎች የሚበዙቱ እምነት የሚለውን ቃል አጠቃላይ ምድብ አስመልክተው የሚናገሩ ናቸው፡፡ እነዚህም (ፒስቲስ = ስም፣ ፒስቶስ = ቅጽል፣ ፒስቴዎ = ግስ) ናቸው፡፡(መጽሐፍ ቅዱስ ጥቅሶች የብሉይና / የአዲስ ኪዳን ግሪክ መዝገበ ቃላት፣ የቴየር ትርጉም 1989. በ ጆሴፍ ሄንሪ ቴየር፣ አስቲን ሐተታ/ በጄፍ ጋሪሰን)

ዋይነ ግሩደም እምነትን እንዲህ ያብራራዋል፡- እምነት የአንድን ሰው ነፍስ የሚያድን ነው፡፡የሚያድን እምነት ኢየሱስ ክርስቶስን ለኃጢአት ይቅርታ እና ከእግዚአብሔር ጋር

ዘላለማዊ ሕይወትን ለማግኘት የሚያስችል ሕያው አካል አድርጎ መታመን ነው፡፡ይህ የቃሉ መግለጫ የሚያድን እምነትን ልክ በዕውነታዎች ላይ የሆነ እምነት ሳይሆን፣ እኔን እንዲያድነኝ በግል በኢየሱስ ክርስቶስ ላይ የሚደረግ መታመን ነው፡፡

በእግዚአብሔር ቃል ውስጥ የሚያድን እምነት ይህን ግላዊ መታመንን የሚጠየቅ በመሆኑ ምክንያት፣ በዚህ ዘመን ባህል መተማመን የሚለውን ቃል መጠቀም ማመን አሊያም እምነት የሚሉትን ከመጠቀም ይልቅ የሚሻል ነው፡፡ ምክንያቱ ለአንድ ነገር ግላዊ መሰጠት ሳይኖረን ወይም በእርሱ ላይ ሳንደገፍ ዕውነት መሆኑን ማመን ስለምንችል ነው፡፡ (Grudem, W. A. Systematic Theology: An Introduction to Biblical Doctrine Zondervan)(ጉልህነት ታክሎበታል)

ዉኤስት ፒስቲስ የሚለውን ቃል እና በዚህ ቤተ ሰብ ውስጥ ያሉ መሰል ቃሎችን፣ ማለትም ፒስቴዎ እና ፒስቶስን ባጠናበት ጊዜ እንዲህ ሲል ያብራራቸዋል፡- እነዚህ ቃላት አንድ በኃጢአቱ የጠፋ ሰው ለመዳን እምነቱን በጌታ ኢየሱስ ላይ የሚያኖርበትን ሁኔታ በሚያመለክቱበት ጊዜ የሚከተሉትን አሳቦች ያካትታሉ፡- እነዚህም ባሕርይውን እና የውስጥ አሳቡን በተመለከተ ጌታ ኢየሱስን ለመታመን የሚበቃ አድርጎ የመቍጠር ተግባራት፣ አደርገዋለሁ ያለውን ነገር እንደሚያደርገው በእርሱ ላይ መተማመንን የማኖር ተግባር፣ የነፍሱን መዳን በጌታ ኢየሱስ ዕጆች ውስጥ በዐደራ የማስቀመጥ ተግባር፣ ነፍሱን የማዳንን ሥራ ለጌታ ጠባቂነትና ተንከባካቢነት አሳልፎ የመስጠት ተግባር ናቸው፡፡ ይህም አንድ ሰው የገዛ ራሱን የሚጠብቅበትን ተግባሩን በጌታ ለመጠበቅ አሳልፎ የሚሰጥበት ግልጽ የሆነ መታመን ነው፡፡(የዌስት ቃላቶች ከግሪኩ አዲስ ኪዳን, 1940-55 ቢ. ኤድማንስ ህትመት)

ከሁሉ አስቀድሜ

- ሐዋርያው በጣም የከበረ ድንቅ መልዕክት ቢኖረውም፣ የሚቀድመውን ማስቀደምና ትክክለኛ ነገር ማከናወንም አግባብ እንደ ሆነ አምኗል፡፡ ስለዚህም ሊቀድም የሚገባውን አስቀድሟል፡፡ ያም ስለሚጽፍላቸው ቅዱሳን (ስለ ቤተ ክርስቲያን) ያለውን ሸክም የሚያመለክት ነው፡፡

አምላኬ፣

ይህ ቃል ሐዋርያው ከእግዚአብሔር ጋር ያለውን ቅርብ ግንኙነት የሚያመለክት ነው፡፡ አንባቢዎቹም ከጌታ ጋር የግል ኅብረት ሊኖራቸው እንደሚገባ ይገልጻል፡፡ (2ኛ ቆሮ. 12÷21፤ ፊልጵ. 1÷3፤ 4÷19)

በኢየሱስ ክርስቶስ አመሰግናለሁ

ሐዋርያው አንባቢዎችን በማመስገን የሥራቸውም ውጤት ያመጣውን ተጽዕኖ በግልጥ በማስቀመጥ ለዚህ ሁሉ ምክንያት የሆነውንና ጸጋን የሰጣቸውን እግዚአብሔር ያመሰግናል፡፡ ምስጋናውንም የሚያቀርበው በክርስቶስ በኩል ነው፡፡ ክርስቶስ ኢየሱስ ምስጋናችን ወደ እግዚአብሔር የሚቀርብበት መካከለኛ ሲሆን፣ ለዚህም ምክንያቱ እርሱ ድነትን ያገኘንበት መካከለኛ በመሆኑ ነው፡፡

ማክአርተር ይህን ይላል... አመስጋኝ ልብ ከአንድ መንፈሳዊ አገልጋይ የሚጠበቅ ዕውነተኛ ልብ ነው፡፡ አንድ መንፈሳዊ አገልጋይ የቱንም ያህል ችግረኞች ቢሆኑ፣እግዚአብሔር ለእነርሱ ስላደረገለቸው ነገር ስለሚያገለግላቸው ሰዎች በልቡ አመስጋኝነት ከሌለው በአገልግሎቱ ደስተኛ ሊሆን አይችልም፡፡ ጳውሎስ ሁልጊዜም እግዚአብሔር ቀድሞውኑ ለሕዝቡ ያደረገውን ነገር በማሰብና እርሱንም በመጠቀም ወደፊት ሊያደርገው ያለውን ተስፋ በማድረግ ጌታን ለማክበር የማመስገኛ ምክንያቶችን መግኘት ይችል ነበር፡፡ አስመሳይ ክርስቲያኖች ጊዚያዊ ደስታና አመስጋኝነት ይታይባቸዋል፡፡ ምክንያቱም ዓለማዊ በሆኑ በራሳቸው ፍላጎቶች ላይ ብቻ የሚያተኩሩ ስለሆኑ፣ ሁልጊዜም ከአመስጋኝነት ይልቅ አጉረምራሚነት ይታይባቸዋል፡፡

ምስጋና የጐደለው ልብ ራስ ወዳድ ነው፤ ሕግ ተኮር ነው፤ ራስ ተኮርም ነው፡፡ ጳውሎስ ሁልጊዜም እግዚአብሔር በእርሱ ሕይወት እና በሌሎችም አማኞች ሕይወት ውስጥ እንዲሁም መንግሥቱን በማስፋፋት ረገድም እያደረገ ባለው ነገር ላይ ባለማቋረጥ ትኩረት የሚያደርግ በመሆኑ ምክንያት አመስጋኝ ልብ ነበረው፡፡ (ጆን. ኤፍ. ማክአርተር፡ ቺካጎ ሙዲ ፐረስ)

ቍጥር 8
እምነታችሁ በዓለም ሁሉ ስለ ተሰማች አስቀድሜ ስለ ሁላችሁ አምላኬን በኢየሱስ ክርስቶስ አመሰግናለሁ፡፡
አመሰግናለሁ
6፥17

በኩል
ኤፌሶን 3፥21፤ 5፥20፤ ፊልጵስዩስ 1፥11፤ ዕብራውያን 13፥15፤ 1ኛ ጴጥ. 2፥5፤ 4፥11
በእናንተ
16፥19፤ 1ኛ ተሰሎንቄ 1፥8፣ 9
ሁሉንም
ማቴዎስ 24፥14፤ ሉቃስ 2፥1፤ የሐዋርያት ሥራ 11፥28

1፥9-10 በልጁ ወንጌል በመንፈሴ የማገለግለው እግዚአብሔር ምስክሬ ነውና ምናልባት ብዙ ቆይቼ ወደ እንተ አሁን እንድመጣ በእግዚአብሔር ፈቃድ መንገዴን እንዲያቀናልኝ እየለመንሁ ሁልጊዜ ስጸልይ ስለ እናንተ ሳላቋርጥ አሳስባለሁ፡፡

በልጁ ወንጌል ... ሁልጊዜ ስጸልይ

ይህ ቃል በክርስቶስ ኢየሱስ መሥዋዕትነት የተገኘውን መቤዠት የሚያመለክት ነው፡፡ ጳውሎስም የሚሰብከው በልጁ በኩል የተከናወነውን ይህንኑ ወንጌል ነው፡፡ ይህ የወንጌል ዕውነት በሮሜ ሰዎች ሕይወት ውስጥ በግልጽ እንዲገባ ፍሬውም እንዲቆይ በርትቶ የሚጸልይ መሆኑንና ፍሬውንም በዐይኑ ለማየት፣ ከዚህ ቀደም በዐይን ያላያቸውን ግን የሚናፍቃቸውን ለማየት የጓጓ መሆኑንም ጭምር ይገልጣል፡፡

ይህም በሐዋርያው ውስጥ ያለውን የእረኝነት ልብ ያመለክታል፡፡ እርሱ ስለ መንጋው ግድ የሚለው በመሆኑ ያለማቋረጥ ስለ እነርሱ ያነባል፡፡ ከዚህም ከዕውነተኛ እረኝነት መንፈስ በወጣው አገልግሎት አማካይነት በሐዋርያው ጳውሎስና በሮሜ ምእመናን መካከል አስገራሚ ትስስር ፈጥሮአል፡፡ ይህንን የመሰለውን ትስስር የመሠረተውም ይኸው የክርስቶስ ወንጌል ነው፡፡

በመንፈሴ የማገለግለው እግዚአብሔር፡-

«በመንፈሴ የማገለግለው እግዚአብሔር **ምስክሬ ነውና**»፡፡ ሐዋርያው ጳውሎስ ለሚጸልይላቸው ሰዎች ማረጋገጥ የሚፈልገው ነገር እርሱም በእግዚአብሔር ፊት ዘወትር በምስጋና እንደሚቀርብ ነው፡፡

ሐዋርያው «እግዚአብሔር ምስክሬ ነው» ብሎ የመናገር ዘይቤ ይጠቀማል፡፡ የዩናይትድ ባይብል ሶሳይቲ ይህን ቃል ሲያብራራ በፍርድ ቤት ቆሞ እግዚአብሔር ምስክር እንደሚሆን ዐይነት ገለጻ ነው ያስፈረው፡፡ *"ዘ ትሪን ስፖርት ኢንግሊሽ ባይብል"* የተባለውም ሆነ *"ኒው እንግሊሽ ባይብል"* ይህንን ቃል «እግዚአብሔር ምስክሬ ነው» የሚለውን «እግዚአብሔር ያውቃል» በሚል ተርጉመውታል፡፡

የግሪኩ ቃል ‹Marta› የሚለውን የግሪክ ዕብራይስጥ መዝገበ ቃላት 2003፣ *ኒው ኤግዞዝቲቭ እስትሮንግ ኮርኮንርዳንስ ኤክስፖንድድ፡ ግሪክ ኤንድ ሂብሪው ዲክሽነሪ* «ምስክር‹ ብሎ ሲያብራራው፣ የቲየር ዲክሽነሪ ደግሞ በሦስት አሳቦች ላይ ተመርኩዞ ይገልጠዋል፡፡ ይህም 1) በሕጋዊ (በሕግ ፊት ስለ ምስክር ቃል) (ማቴ. 18÷16፣ 2)

በታሪክ ምስክር ሆኖ ያለፈ ዕውነታን የሐዋ. 10÷41 3) ሰው በራሱ ሕሊና በሥነ ምግባርነት ስሜት ሆነ በሐቀኝነት ስሜት ራሱን ሲገልጥ (በየሐ. 22÷20)፣ ሐዋርያው ብዙ ጊዜ እግዚአብሔር ምስክሬ ነው! እግዚአብሔር ያውቃል) እያለ ይናገራል፡፡ እናንተም ታውቃላችሁ ወይም ትመሰክራላችሁ የሚል አጻጻፍ ይገኝበታል፡፡ (1ኛ ተሰ. 2÷5፤ 2ኛ ቆሮ. 11÷11፣ 31፤ 12÷2-3)፡፡

ጌታችን ኢየሱስ ምስክሮቼ ትሆናላችሁ ሲል ከዕውነት የተነሣ ምስክር እንድንሆን ይሻል፡፡ ይህ በእኛ ማመኑ (ምስክር መሆን) ከዕውነት ስለ እውነት በጌታ ላይ በመደገፍ የሚነገር ስለሆነ «ዕውነት ራስዋ ትመሰክርለታለች» እንደ ተባለው ይሆናል፡፡ (3ኛ ዮሐ. 1÷12)፡፡ ፈሪሳውያኑ በውሸት መሰከሩ፤ የውሸት ምስክር በችሎት ፊት አስቀመጡ፡፡በጌታ ላይ ዐይናችን ሳይሆን፣ በእርሱ ስራ ሳንታመን እና በእኛ ሕይወት እንዲሰራ ጌትነቱን ሳናረጋግጥ የምንሰጠው ምስክርነት በውስጡ ህያው ምስክርነት ሊኖረው አይችልም፡፡ እውነት የሆነው ክርስቶስ ኢየሱስ የታመነ ምስክር ነውና!

እንዲያው ጌታችን ኢየሱስ ስለ ራሱ የመሰከረውን ዕውነት እግዚአብሔርም አብ ስለ ልጁ የመሰከረውን እንዲያውም «መንፈስ ቅዱስ ስለ እኔ ይመሰክራል» ብሎ እንደ ተናገረው በሊቀ ካህናቱ ፊት ስለ ራሱም የመሰከረው እግዚአብሔርን ተሳድቧል» በማለት ፈረዱበት (ማቴ. 26÷25፤ ዮሐ. 15÷27)፡፡

እግዚአብሔር ስለ እውነት ሆነ ስለ ልጁም እንድንመሰክር ይሻል፡፡ ሆኖም ግን የእግዚአብሔር ምስክር ከሰው ምስክር ይበልጣል (1ኛ ዮሐ. 5÷9)፡፡ ጌታም ዕውነተኛ ምስክር ስለ ዕውነት እንድንመሰክር ዘንድ ነው፡፡ በውሸት ለማሳመን የሰውን አእምሮ ለመጠምዘዝ የፈረንሳውያን ዐይነት ምስክርነትን ግን መንፈስ ቅዱስ ይጸየፈዋል፡፡

«እናንተ ግብዞች ጻፎችና ፈሪሳውያን አንድ ሰው ልታሳምኑ በበሕር እና በደረቅ ስለምትዞሩ፣ በዚህም እጥፍ የባሰ የገሃነም ልጅ ስለምታደርጉት ወዮላችሁ ... በመሠዊያ የሚምል ምንም የለበትም ትላላችሁ÷ በመባ የሚምል በመሐላው ይያዛል ትላላችሁ፡፡ እናንተ ደንቆሮች የትኛው ይበልጣል? መባው ወይስ መሠዊያው?» (ማቴ. 23÷15-22)

ጌታችን ኢየሱስ «ከቶ አትማሉ (አትመስክሩ) ብሎ ነገር ግን ቃላችሁ አዎን አዎን÷ አይደለም አይደለም የሚል ይሁን፡፡ አለዚያ ከክፉው የወጣ ነው" ብሎ የተናገረውን ልናስተውል የሚገባው እንደ ፈሪሳውያን በጉዳዩ ላይ ሰውዬውን ያመነበትን ነገር በውሸትም ሆነ በስሕተት አእምሮውን ለምንጠመዝዝበት ዓላማ እግዚአብሔርን የምናስገባ ከሆነ፣ በእርግጥም እኛ ከፍርድ አናመልጥም (ማቴ. 5÷33-37)፡፡

ሐዋርያው ያዕቆብም በመልእክቱ ይህን አስፍሮታል፡፡ (ያዕቆብ 5÷12) «ከሁሉም በፊት ወንድሞቼ ሆይ በሰማይ ቢሆን በምድርም ቢሆን በሌላ መሐላም ቢሆን በምንም አትማሉ÷ ነገር ግን ከፍርድ በታች እንዳትወድቁ ነገራችሁን አዎን አዎን ይሁን ወይም አይደለም አይደለም ይሁን» (ያዕቆብ 5÷12)፡፡

ሌላው ደግሞ በምስክርነታችን ላይ በራሳችን እንኳ መማል ከክፉው ነው፡፡ ይህም ለተናገረው ቃልም ሆነ መሐላ እኔ ዐቅም አለኝ የሚል የእግዚአብሔርን ሉዓላዊነት የሚቃረን ይሆናል፡፡ ይልቁንም እግዚአብሔር ያውቃል፤ ጌታ ይረዳኛል በማለት መናገር ግን አስተዋይነት ነው፡፡

«በራስህም አትማል አንዲቱን ጠጕርህን ነጭ ወይም ጥቁር ልታደርግ አትችልም» (ማቴ. 5÷36) «በመንፈሴ የማገለግለው» ብዙዎች ይህን አስተምህሮ በሁለት ከፍለው ያስተምሩበታል፡፡ የመጀመሪያዎቹ «በመንፈሴ የሚለው «በሙሉ ልቤ» ማለት ነው የሚሉ ሲሆን፣ ሌሎች ደግሞ ዳግም በመወለድ ከመንፈስ ቅዱስ ጋር የሚያያዝ ነው ይላሉ፡፡

ሐዋርያው የሮሜን መልዕክት አይሁድ ነን ብለው በሕግና በሥርዓት ለማያምኑ ሰዎች ጽድቅ ያለ ልብ መገረዝ የሚገኝ ሳይሆን፣ የጽድቅም ሥራ ከልብ መለወጥ ጋር የሚወጣ በእምነት የሆነም እንደ ሆነ በማስረገጥ የተናገረበት መልእክት ቢኖር የሮሜ መጽሐፍ ነው፡፡

«በግልጥ አይሁዳዊ የሆነ አይሁዳዊ አይደለም በግልጥ በሥጋ የሚደረግ መገረዝም መገረዝ አይደለምና፤ ዳሩ ግን በስውር አይሁዳዊ የሆነ አይሁዳዊ ነው፤ መገረዝም በመንፈስ የሚደረግ የልብ መገረዝ ነው» (ሮሜ 2÷19)፡፡ ስለዚህም እንደ አይሁድ አስተማሪዎች (ፈሪሳውያን) ሕጉን ማስተማር ለራስ ለውጥ ሳይኖር መናገር ቃላት እንጂ፣ ሕይወት አይሆንም፡፡

ስለዚህም ሐዋርያው በሮሜ 2÷21 «አንተ ሌላውን የምታስተምር ራስህን አታስተምርምን? አትስረቅ ብለህ የምትሰብክ ትሰርቃለህን? አታመንዝር ብለህ የምትሰብክ ታመነዝራለህን? ይላል፡፡ በተመሳሳዩ ጌታችን ኢየሱስ ክርስቶስ በማቴዎስ 23 ሙሉውን ምዕራፍ ስናጠና የፈሪሳውያኑ ችግር የሚሰብኩትን የማይኖሩበትና ዝም ብለው ለሰዎች አድርጉ ማለታቸው ነው፡፡ የሚያስተምሩትን ነገር ራሳቸው ሊተገብሩት አይወድዱም ወይም በፈቃደኝነት ቃሉን ለማድረግ የእግዚአብሔር ፍቅር በልባቸው የለም፡፡

ሌላው ደግሞ ለራሳቸው ለሥጋቸው መሻት እንዲጠቅማቸው ሕጉን ማዛነፍ ነው፡፡ ሐዋርያው ጳውሎስ ግን «በሙሉ ልቤ አገለግለዋለሁ» ሲል ይታያል፡፡ ልቡ የተወጠለትና በመንፈስ ቅዱስ ኃይል ድንጋዩ ልብ ተለውጦ ሥጋ ልብ የተሰጠው ነው (ዕብ. 8÷10፤ ሕዝ. 36÷26-27)፡፡ በመንፈስ የተገረዘ ነው (ሮሜ 8÷13-14፤ ማቴ. 5÷27-30፤ 1ኛ ቆሮ. 9÷24-27) ወደ ፍቅሩ ልጁ መንግሥት የፈለሰ፣ አዲስ ፍጥረት ሆኖ የተለወጠ፣ በውስጡ ሰውነቱ የእግዚአብሔርን ሕግ ለራሱ ለመፈጸም ደስ የሚለው፣ ለሌሎች ለማስተማር የሚተጋ ነው (ሮሜ 7÷11)፡፡

ከሕግ ከታሰረበት የፈሪሳዊ ሕይወት ወጥቶ በክርስቶስ የሕይወት ሕግ (የመንፈስ ሕግ) የሚመላለስ ነው (ሮሜ 7÷6፣ 25)፡፡ የፈሪሳውያኑ ችግር የቀደመው ድንጋዩ ልብ ማለትም ትሕትናን ሳይሆን፣ «እኔነትን ትዕቢትን ክፋትን ርኩስነትንም ሁሉ» የተሞሉ እባቦች የእፉኝን ልጆች የአባታቸውን የዲያብሎስ ልብ ያላቸው ነበሩ (ማቴ. 23÷27፣ 33)፡፡

የቀደመው ሕይወቱ ሐዋርያው ይህ ይመስል ነበር፡፡ እንደ አባቶቻቸው መስፈሪያ ይሞላ ነበር፡፡ ነቢያትን እና ጥበበኞችን እልካለሁ፥ ከእነርሱም ትገድላላችሁ ትሰቅሉማላችሁ፥ ከእነርሱም ትገርፉማላችሁ፤ ወደ ከተማ ታሳድዳላችሁም ... ከጻድቁ ከአቤል ደም ጀምሮ በቤተ መቅደስና በመሠዊያው መካከል እስከ ገደላችሁት እስከ በራክዩ ልጅ እስከ ዘካርያስ ደም ድረስ በምድር ላይ የፈሰሰው የጻድቃን ደም ... (ማቴ. 23÷34) ከትውልዱ ይፈለጋል፡፡

ሐዋርያው የጽድቅ የሕግ አገልጋይ ነኝ ሲል ያደረገው የሰማዕታትን ደም ማፍሰስ፣ የጻድቁን የእስጢፋኖስን በድንጋይ ተወግሮ እንዲሞት ማድረግ ነበር፡፡ ነገር ግን ድንጋዩ ልብ ሲለወጥ ራሱን ለቅዱሳን መሥዋዕት እስኪሆን ድረስ በመስጠት ነው፡፡ «ነገር ግን በእምነታችሁ መሥዋዕትና አገልግሎት ተጨምሬ ሕይወቴ እንኳ ቢፈስስ ደስ ብሎኛል» (ፊልጵ. 2÷17)፡፡

ለተሰሎንቄ ሰዎች ተመሳሳይ መልእክት ይናገራል «እንዲሁም እያፈቀርናችሁ የእግዚአብሔርን ወንጌል ለማካፈል ብቻ ሳይሆን፣ የገዛ ነፍሳችንን ደግሞ እናካፍላችሁ ዘንድ በጐ ፈቃዳችን ነበር፡፡ ለእኛ የተወደዳችሁ ሆናችሁ ነበርና» (1ኛ ተሰ. 2÷8)፡፡ የክርስቶስ ልብ ያለው አገልጋይ ልቡ የተለወጠ ነው፡፡ በመንፈስ ቅዱስ ከእግዚአብሔር ፍቅር ስለ ፈሰሰ ተስፋው (የእግዚአብሔር ክብር-የሆነው ክርስቶስ - ቈላስ. 1÷27)

በልቡ ስለ ነገሠ ያው የክርስቶስ መንፈስ (ሮሜ 8÷2) - የፍቅር መንፈስ (የመጽናናት መንፈስ ዮሐ. 14÷26) - የእግዚአብሔር አብ ፍቅር (ሮሜ 5÷5) - ያለበት አዲስ ፍጥረት ከአብ ፍቅር ከመንፈስ ቅዱስ ፍቅር ከወልድ ፍቅር ከሆነው አንድ አምላክ ባሕርይ የተወለደ ወንድሞቹን በፍቅር ልብ የሚያገለግል ይሆናል፡፡ «እርሱ ስለ እኛ ነፍሱን አሳልፎ ሰጥቶአልና በዚህ ፍቅርን ዐውቀናልና፥ እኛም ስለ ወንድሞቻችን ነፍሳችንን አሳልፈን እንድንሰጥ ይገባል» (1ኛ ዮሐ. 3÷16)፡፡ ሐዋርያው በመንፈሴ የማገለግለው ብሎ ሲናገር በልቡ እኔነት የሌለበት ሥር ነቀል ተሐድሶ ተፈጥሮ (አዲስ ፍጥረት ያገኘ ነው፡፡

እንደ ፈሪሳውያን ከላይ ያማረ በጥልቅ ወደ ውስጠኛው መሻታቸው ዝንባሌአቸው ሲመረመር ግን ጌታችን ኢየሱስ ክርስቶስ እንደ ተናገረው «በውስጡ ቅሚያና ስስት ሞልቶ ሳለ ... የወጭቱን የውጭ ክፍል የምታጠሩ ... በውጭ አምረው የሚታዩ በውስጥ ግን የሙታን አጥንት ርኩሰትንም ሁሉ የተሞሉ በኖራ የተለሰኑ መቃብሮች» (ማቴ. 2÷13፣ 25፣ 27) እንዳላቸው ሳይሆን፣ በመንፈስ ሸለፈቱ የተገረዘ (አዳማዊ ማንነቱ ከክርስቶስ ጋር የተሰቀለ) ስውር የሆነውን አፀያፊውን የፈሪሳውያን ሕይወት በመንፈስ ቅዱስ ተገፍፎለት ቅርፊቱ ከዐይኑ ተላቅቆ በልቡ ጽላት ላይ የሕይወት መንፈስ ሕግ ተጽፎበት በመንፈስ ቅዱሱ ታትሞ የሚያገለግል አገልጋይ መሆኑን ይገልጣል፡፡

«ነገር ግን የሚያሳፍረውን ስውር ነገር ጥለናልና በተንኮል አንመላለስም ... በክርስቶስ ፊት የእግዚአብሔር የክብሩ ዕውቀት ብርሃን እንዲሰጥ በልባችን ውስጥ ይበራ፡- በጨለማ ብርሃን ይብራ ያለ እግዚአብሔር ነውና፡፡ ነገር ግን የኃይሉ ታላቅነት ከእግዚአብሔር እንጂ ከእኛ እንዳይሆን ይህ መዝገብ በሸክላ ዕቃ ውስጥ አለን» (2ኛ ቆሮ. 4÷2፣ 6፣ 7)፡፡

እንደ ሐዋርያው እኔነት ከሚለው ርኩሰትና ድንጋይ ከሆነ ልብ የተላቀቁ ቅዱሳን ብሎ ሐዋርያው ይጠራቸዋል፡፡ እነዚህ አዲስ ፍጥረት የሆኑ አስቀድመው በፊተኛው አዳም የዘር ሐረግ ሆነው ሳለ እንደ አባታቸው አዳም እንደ ፈሪሳውያኑ ዐመፀኞችና ከፋት የሞላባቸው ግብዞች ነበሩ፡፡

አሁን ግን የታላቁ መምህር የአዳስ ኪዳን መካከኛ የእግዚአብሔር በግ ከሆነው ከጌታችን መድኃኒታችን ኢየሱስ ክርስቶስ የተማሩ ነበሩ፡፡ ይህም በመንፈስ ድሀ መሆን እና በልብ ትሑት መሆን ነው፡፡ ጌታችን ኢየሱስ ክርስቶስ በተራራው ስብከት አራት አንኳር የአመለካከት ለውጥ በአማኞች ዘንድ እንደሚሆን ገለጸ፡፡

አንደኛው አማኝ አዲስ ፍጥረት ሲሆን ስለ ራሱ ያለው አመለካከት ነው፡፡ ይህም «በመንፈስ ድሆች የሆኑ ብፁአን ናቸው መንግሥተ ሰማያት የእነርሱ ናት» ትህትና ይላበሳል፡፡ ይህም እግዚአብሔር ያስፈልገኛል ማለቱ ነው፡፡ እግዚአብሔር ቃሉ ከአዕላፋት ብር እና ወርቅ ይበልጣል፣ ከሁሉ ይበልጣል ልዑላዊ ነው ያለ እርሱ ሕይወት የለኝም ባዶ ነኝ ወደሚል መረዳት ይገሰግሳል፡፡

ከኢሳያስ «ነገር ግን ወደዚህ ወደ ትሁት መንፈሱም ወደፊት በቃሌም ወደሚንቀጠቀጥ ሰው እመለከታለሁ» ኢሳ 66፡2 አንድ አገልጋይ ሆነ አማኝ ልቡ የተለወጠ ሲሆን ትሁት ይሆናል፡፡ ሁለተኛው ደግሞ ስለ ኃጢያት ያለው አመለካከት ነው፡፡ ይህም ማቴ 5፡4-6 ሦስተኛው ከቁጥር 7-9 ያለው ስለ እግዚአብሔር ያለው አመለካከት ሲሆን የመጨረሻው አራተኛው ደግሞ ስለ ዓለም ያለው አመለካከት (ማቴ 5፡10-16) ይለወጣል፡፡

ስለዚህም አማኝ በልቡ የተለወጠ በመንፈስ (በሙሉ ልብ) የአመለካከት ለውጥ ኖሮት የማያገለግል ካህን ነው (1ኛ ጴጥ. 2÷9-10) አሮጌው ሥጋ ከክርስቶስ ጋር በማመኑ የተወጠ የሕይወት ዝንባሌው እና አቅጣጫው አረማመዱ ሁሉ አዲስ የሆነ በመንፈስ የሚመላለስ በውስጡ የእግዚአብሔርን ሕግ ለማድግ ዐቅም ወይም ኃይል የተሰጠው ያውም ክርስቶስ በልቡ የሚኖር ሲሆን፣ ሆኖም ግን አዳማዊ ማንነቱ በመስቀል የተሰቀለ አማኝ አዳማዊ ሥጋ ግን ተጽዕኖ ሊያመጣበት እንዲችል በማወቅ አሮጌውን ሥራ (ኃጢአተኛ ሥጋ) አስተሳሰብ ዕለት ዕለት መግደል ይኖርበታል፡፡ ይህን በሚቀጥሉት ምዕራፎች እንመለከታለን፡፡

ማገልገል (3000) (**ላትሬው [የቃል ጥናት]**) - በአዲስ ኪዳን ቃሉ ሁል ጊዜም ጥቅም ላይ የዋለው ሃይማኖታዊ አገልግሎትን ከመከወን ጋር ነው፤ አንዳንድ ጊዜ አምልኮ ተብሎ ተተርጉሟል፡፡
በመንፈሴ -አዲሱ መደበኛ ትርጉም በጣም ቀለል ባለ ሁኔታ (ሰብሰብ ባለ መልኩ) "በሙሉ ልቤ" በማለት ያስቀምጠዋል፡፡

በመንፈሴ -ይህ በቀላሉ በመንፈሳዊ መንገድ ማለቱ እንጂ፣ ልክ አይሁድ (ለጂሆቫ) ወይም በአረማውያን መካከል ከቶውንም አማልክት ላልሆኑ ሙት አማልክቶቻቸው እንደሚያደርጉት ያለ ለሕያው እግዚአብሔር የሚቀርብ ሥጋዊ አገልግሎት አይደለም፡፡

ጆን ማክአርተር ሁለት ጊዜ ለአረማውያን ጣዖታት ከመጠቀሱ በስተቀር ቃሉ ለእውነተኛው አምላክ የሚደረግን አገልግሎት አሊያም አምልኮን የሚያመለክት መሆኑን ልብ ብሏል፡፡ አንድ አማኝ ለእግዚአብሔር ሊያቀርብለት የሚችለው ታላቅ አምልኮ ቢኖር ንጹሕ መሰጠት ያለበትና ከልብ የሆነ አገልግሎት ነው፡፡ እግዚአብሔራዊ አገልግሎት በሙላት የሆነ፣ ያልተቆጠበ መስጠትን አስመልክቶ ጥሪ ያቀርባል፡፡ ጳውሎስ ከነፍሱ በሚፈስስ ጥልቅ ፍላጎት ከመንፈሱ በመጀመር እግዚአብሔርን ባለው ነገር ሁሉ አገልግሎታል፡፡ በ(ሮሜ 12÷1 - ማስታወሻ) ሁሉንም አማኞች የሚለምነው ነገር

በእግዚአብሔር ርኅራኄና ምሕረት ሰውነታቸውን ሕያውና ቅዱስ መሥዋዕት እንዲሁም በእግዚአብሔር ዘንድ ተቀባይነት ያለው አድርገው እንዲያቀርቡ ነው፡፡ ይህም ደግሞ መንፈሳዊ አገልግሎት የሆነው አምልኮዋቸው (ላቴሪያ) ነው፡፡ እንዲህ ዐይነቱ መንፈሳዊ መሰጠት የሚከናወነው ይህን ዓለም መምሰልን ዕምቢ በማለት፣ እንዲሁም በአእምሮ በመለወጥና በመታደስ ነው፡፡ በዚህም የእግዚአብሔር ፈቃድ፣ እርሱም መልካምና ደስ የሚሰኝ ፈጹምም የሆነ ነገር እንደ ሆነ ታረጋግጣላችሁ (ሮሜ 12፥2 ማጣቀሻን ተመልከቱ)፡፡ (ጆን. ኤፍ. ማክአርተር፡ ቺካጎ ሙዲ ፕረስ)

ኮትረል ለአንድ ሰው እግዚአብሔርን በመንፈስ ማገልገል ማለት በጣም ጥልቅና ቅን በሆነ መነሳሳት እርሱን ማገልገል ማለት ነው ሲል ይጽፋል፡፡ ጳውሎስ እያለን ያለው ለእግዚአብሔር የሚሰጠው አገልግሎቱ በቅንነትና በውስጣዊ መነሳሳት የሚደረግ መሆኑን ነው፡፡ ምንም እንኳ ጥልቅ ከሆነ ተግባር በመነሣት የሚያገለግል ቢሆንም (እኔ ባለዕዳ ነኝ ሮሜ 1፥14 KJV)፣ አገልግሎቱሥራ ብቻ አይደለም፤ ግዴታም ብቻ አይደለም፡፡ ልቡ በዚያ ውስጥ ነው ያለው፡፡ አንዳንዶች የእግዚአብሔርን ሥራ በራስ ወዳድነት ወይም የሕግ እስረኛ በሆኑበት መንፈስ ሊከውኑት ይችላሉ (ፊልጵ. 1፥15 ማስታወሻ፤ፊልጵ. 1፥17 ማስታወሻ እና 3ኛ ዮሐንስ 9 ማስታወሻን ይመልከቱ፡፡ ነገር ግን ጳውሎስ እንዲህ አይደለም፡፡ ይህን መሰል ምስክርነት ክርስቲያኖች በያሉበት ቦታ ሆነው የገዛ ራሳቸውን ልብ እንዲፈትሹ እና አገልግሎታቸውን ስለ ሚፈጸሙበት ሁኔታ የገዛ ራሳቸውን ውስጣዊ አሳብ እንዲመዝኑ ይረዳቸዋል፡፡ (Cottrell, J. Romans: Vol 1. College Press NIV commentary. College Press Pub)

ምስክርነቴ ባለማቋረጥ እናንተን እጠቅሳለሁ፡-

ምስክር - (**ማርቱስ/ማርቲስ**፤ በእንግሊዝኛ = ማርታየር) ስለ አንድ ጉዳይ መረጃ ወይም ዕውቀት ያለው ሰው ማለት ነው፣ ስለዚህም ደግሞ አንድን ነገር ወደ ብርሃን ለማምጣት ወይም ስለዚያ ነገር ማስረጃ ለማቅረብ ይችላል፡፡ ማርቱስ (ምስክር) ታዛቢነትን ሳይሆን፣ አንድን ድርጊት የሚያረጋግጥ ማለት ነው፡፡(መጽሐፍ ቅዱስ ጥቅሶች የብሉይና / የአዲስ ኪዳን ግሪክ መዝገበ ቃላት፣ የቴየር ትርጒም 1989. በ ጆሴፍ ሄንሪ ቴየር፣ አስቲን ሐተታ/ በጄፍ ጋሪሰን)

ሁልጊዜ - (ፓንቶቴ ከፓስ= ሁሉም + **ከቶቴ** = ከዚያም) በማንኛውም ጊዜ፣ ባለማቋረጥ፣ ልዩነት በሌለበት ሁኔታ፣ በሁሉም አጋጣሚ፣ በተደጋጋሚ ማለት ነው፡፡(መጽሐፍ ቅዱስ

ጥቅሶች የብሉይና / የአዲስ ኪዳን ግሪክ መዝገበ ቃላት፣ የቴየር ትርጉም 1989. በ ጆሴፍ ሄንሪ ቴየር፣ አስቲን ሐተታ/ በጁፍ ጋሪሰን)

ጸሎት (**ፕሮሴውኪ [የቃል ጥናት**] ከፕሮስ= ወደዚያው ወይም ወዲያውኑ ከኢውኮሚያ በፊት = መጸለይ ወይም ቃል መግባት) በይልጥ አጠቃላይ የሆነ ቃል ሲሆን፣ ወደ እግዚአብሔር ለመጸለይ ብቻ ጥቅም ላይ ይውላል፡፡ከቃሉ ፊት ያለው ፕሮስ የሚለው ተቀጽላ ፊጥኖ በእርሱ ፊት መሆን የሚልመልእክትን የሚያስተላልፍ ስለሆነ፣ ከዚህ የተነሣ እርሱን የማድነቅን፣ የማምለክን እና ለእርሱ ራስን የመስጠትን አሳብ ይይዛል፡፡ መሠረታዊ አሳቡ አንድን ነገር ማቅረብ ማለት ሲሆን፣ደግሞም ይህ ከጸሎት ጋር በተያያዘ የጸሎት ርእሶችን ማቅረብን ያሳያል፡፡በጥንታዊው የግሪክ ባህል አንድ ስጦታ ተቀባይነት እንዲኖረው በጸሎት ነው የሚቀርበው፡፡ቀጥሎ አሳቡ በመጠኑም ቢሆን ተሻሽሎ ወደ እግዚአብሔር የሚቀርብ ነገር ጸሎት ሆነ፡፡በኋለኛው የግሪክ ዘመን ህልዎቱ እንዲገኝ ጸሎት ወደ እግዚአብሔር ይቀርብ ነበር፡፡(መጽሐፍ ቅዱስ ጥቅሶች የብሉይና / የአዲስ ኪዳን ግሪክ መዝገበ ቃላት፣ የቴየር ትርጉም 1989. በ ጆሴፍ ሄንሪ ቴየር፣ አስቲን ሐተታ/ በጁፍ ጋሪሰን)

ማስታወቅ (**ዴአማይ** - ዴኤሲስ የሚለውን ተዛማጅ ቃል ተመልከት) በመጀመሪያ ማጣት ወይም ችግረኛ መሆን የሚልጠንካራ ቃል ሲሆን፣ ዳሩ ግን ቀስበቀስ መማለድ፣ መጠየቅ፣ መለመን፣ በዕውነኛ ዕጦት ላይ ተመሥርቶ ልመናን ማስማት፣ መማለድ (በትሕትና ልመናን ማቅረብ)፣ አስቸካይ ለሆነ ችግር ርዳታን መጠየቅ የሚል ትርጉምን ወደ መያዙ ተለወጠ፡፡ (መጽሐፍ ቅዱስ ጥቅሶች የብሉይና / የአዲስ ኪዳን ግሪክ መዝገበ ቃላት፣ የቴየር ትርጉም 1989. በ ጆሴፍ ሄንሪ ቴየር፣ አስቲን ሐተታ/ በጁፍ ጋሪሰን)

ቍጥር 9

በልጁ ወንጌል በመንፈሴ የማገለግለው እግዚአብሔር ምስክሬ ነውና፤ ምናልባት ብዙ ቆይቼ ወደ እናንተ አሁን እንድመጣ በእግዚአብሔር ፈቃድ መንገዴን እንዲያቀናልኝ እየለመንሁ ሁልጊዜ ስጸልይ ስለ እናንተ ሳላቋርጥ አሳስባለሁ፡፡

እግዚአብሔር

9፥1፤ ኢዮብ 16፥19፤ 2ኛ ቆሮ. 1፥23፤ 11፥10፣ 11፣ 31፤ ገላትያ 1፥20፤ ፊልጵስዩስ 1፥8፤ 1 ተሰሎንቄ 2፥5-10፤ 1ኛ ጢሞቴዎስ 2፥7

እርሱን

የሐዋርያት ሥራ 27፥23፤ ፊልጵስዩስ 2፥22፤ ቈላስይስ 1፥28፣ 29፤ 2ኛ ጢሞቴዎስ 1፥3

በ

ዮሐ. 4÷23፤ 24፤ የሐዋርያት ሥራ 19÷21፤ 1ኛ ቆሮ. 14÷14፣ 15፤ ፊልጵስዩስ 3÷3
ማርቆስ 1÷1፤ የሐዋርያት ሥራ 3÷26፤ 1ኛ ዮሐ. 5÷9-12

ወንጌሉ

1ኛ ሳሙኤል 12÷23፤ ሉቃስ 18÷1፤ የሐዋርያት ሥራ 12÷5፤ ኤፌሶን 6÷18፤ 1ኛ ተሰሎንቄ 3÷10፤ 5÷17፤ 2ኛ ጢሞቴዎስ 1÷3

እኔ እሠራለሁ፡፡

ኤፌሶን 1÷16-19፤ 3÷14-21፤ ፊልጵስዩስ 1÷4፣ 9-11፤ ቈላስይስ 1÷9-13፤ 1ኛ ተሰሎንቄ 1÷2፤ ፊልሞና 1÷4

ቍጥር 10

አሁንም እነሆ እኔ የእግዚአብሔርን መንግሥት እየሰበክሁ በመካከላችሁ የዞርሁ ሁላችሁ ከእንግዲህ ወዲህ ፊቴን እንዳታዩ ዐውቃለሁ፡፡ (በእግዚአብሔር ፈቃድ ወደ እናንተ ለመምጣት የበለጸገ ጒዞ ለማድረግ በእግዚአብሔር ፈቃድ ልመናዬን አቀርባለሁ)

ልመና

15÷22-24፣ 30-32፤ ፊልጵስዩስ 4÷6፤ 1ኛ ተሰሎንቄ 2:18፤ 3÷10፣ 11፤ ፊልሞና 1÷22፤ ዕብራውያን 13÷19

የበለጸገ

የሐዋርያት ሥራ 19÷21፤ 27÷1-28

በ ... ፈቃድ

የሐዋርያት ሥራ 18÷21፤ 21÷14፤ 1ኛ ቆሮ. 4÷19፤ ያዕቆብ 4÷15

1÷11 ትጸኑ ዘንድ መንፈሳዊ ስጦታ እንዳካፍላችሁ ላያችሁ እናፍቃለሁና

«ትጸኑ ዘንድ» ሐዋርያው የሮሜ አማኞች በወንጌል ዕውነት ዕውቀት ተሞልተው ሥር ሰድደውም በመንፈሳዊ ሕይወታቸው ሙሉ ሰው (ፍጹማን) ሆነው ሊያያቸው ይፈልጋል (ኤፌ. 4÷13)፡፡ ይህ የአገልግሎቱ የመጨረሻ ውጤት (ፍሬው) ነው፡፡ የሐዋርያነቱ ሥልጣን በመካከላቸው ትሕትናን ተላብሶ በፍቅር ላይ የተመሠረተ ነበር፡፡ በጌታ ጒልምሰው አጥንት መቆርጠም ሲችሉ ማየት ያስደስተው ነበር፡፡ ዐይናቸው ከሊቀ ካህናቱ ላይ እንዲያርፍ ከወይኑ ግንድ ጋርም እንዲጣበቁ ይሻል (2ኛ ቆሮ. 1÷2፤ 2ኛ ተሰ. 2÷17፤ 3÷3)፡፡

ይህም አንዱ ክርስቲያን ደህይቶ ከሌላው እንደ ለማኝ ገንዘብ ይቀበላል ማለት ሳይሆን፣ ሁሉም በክርስቶስ ኢየሱስ ከአንዱ መንፈስ እንደ ተጠመቁ እርስ በርሳቸው ጸጋን በመቀባበል የሚተናነጹ መሆናቸውን ያመለክታል፡፡ ሐዋርያው ለቈላስያስ ሰዎች

ሲጽፍላቸው አገልግሎቱ ከዘላለም ትውልዶች በፊት ተሰውሮ የነበረው ምሥጢር (ሀብት) ለቅዱሳን እንደ ተገለጠ የምሥራቹን ማወጅ ነው፡፡

ይህንን በሚገባ ሲተርከው «ለእነርሱም እግዚአብሔር በአሕዛብ ዘንድ ያለው የዚህ ምሥጢር ክብር ባለጠግነት ምን እንደ ሆነ ሊያስታውቅ ወደደ፥ ምሥጢሩም የክብር ተስፋ ያለው ክርስቶስ በእናንተ ዘንድ መሆኑ ነው» (ቈላስ. 1፥27)፡፡ በእርሱም ሆነ በእነርሱ ያለው አንዱ በሰውና በእግዚአብሔር መካከል መካከለኛ የሆነው ክርስቶስ ነው፡፡ ይህ ክርስቶስ ኢየሱስ የእግዚአብሔር ምሥጢር (ሀብት) የሆነው እንደ ተለያዩ ቀለማት ክብሩ የደመቀ ነው፡፡ በእኔ እንዲህ፣ በአንተም ደግሞ እንዲያ ባለው መልኩ ይገለጣል የሚል ትምህርት በየሥፍራው ያስተጋባል፡፡

እንደዚሁ መንፈስ ቅዱስ (የክርስቶስ መንፈስ) (ሮሜ 8፥2) የተገለጸው በአማኝ ልብ ውስጥ ተንሰራፍቶ ይገኛል፡፡ ስጦታዎቹ ግን እንደ አሠራሩ የተለያዩ ናቸው፡፡ በአንደኛው አካል እንደዚህ፣ በሌላኛው አካል ደግሞ እንደዚያ ባለው መልኩ አማኞችን ወይም ቤተ ክርስቲያንን ለማነጽ ተሰጡ፡፡ ሁሉ የአማኙ ነው፡፡ በክርስቶስ ኢየሱስ ያልተሰጠን ያልተቀበልነው ምንም ነገር የለም (1ኛ ቆሮ. 4፥7)፡፡ አገልጋዩም ስጦታውም አብ ወልድ እና መንፈስ ቅዱስ ሁሉ ለቤተ ክርስቲያን መታነጽ ማደግ መጐልመስ ለመሠረት የተሰጡ ናቸው፡፡ «ስለዚህ ሁሉ የእናንተ ነውና፥ ጳውሎስ ቢሆን አጵሎስም ቢሆን ኬፋም ቢሆን ዓለምም ቢሆን ሕይወትም ቢሆን ... ሁሉ የእናንተ ነው» (1ኛ ቆሮ. 3፥22)፡፡

መንፈሳዊ ስጦታ

ከላይ በተመለከትነው ክፍል ሐዋርያው የሮሜን ቅዱሳን ለማየት ያለውን ትልቅ ጕጕት ዐይተናል፡፡ የጕጕቱ ዋና ዓላማ በአመኑት የወንጌል እምነት እንዲጸኑ የሚያስችላቸውን መንፈሳዊ ስጦታ ለማካፈል ነው፡፡ በዚህ ክፍል ሐዋርያው ጳውሎስ የመንፈሳዊ ስጦታ ምንጭ አድርጎ ራሱን እያቀረበ አይደለም፡፡ ነገር ግን እርሱም እነርሱም በጋራ የተቀበሉትና እንዳቸው ሌላቸውን ለማነጽ፣ እርስ በርስ ለመበረታታት ከእግዚአብሔር ዘንድ የተሰጠውን፣ በፆታ የማይገደበውን የእግዚአብሔርን ስጦታ እያመለከተ ነው፡፡

ይህ ስጦታ፡-

- በፆታ የማይወሰን ነው (1ኛ ቆሮ. 7፥7)

- የመንፈስ ቅዱስን ስጦታ (Charisma) ማለትም ፈውስ፣ ተአምራት፣ በልሳን መናገርን የያዘ ነው፡፡ በሌሎች ነገሮችም ለውጥን ያመጣል (1ኛ ቆሮ. 12÷1-11)
- በክርስቶስ ኢየሱስ አዲስ ፍጥረት ለሆኑ ሁሉ የሚሰጥና ለብዙዎች የሚተርፍ ነው (2ኛ ቆሮ. 5÷17፤ ሮሜ 5÷15፤ 1ኛ ጴጥ. 4÷10-11)፡፡

ስጦታው ለቤተ ክርስቲያን የተሰጠ ነው፡፡ ይህን ስጦታ በቤተ ክርስቲያን መካከል ይገኝ እንጂ፣ ሐዋርያው በመገኘቱ ምክንያት የሚገለጥ ነው፡፡ በሐዋርያው በኩል ይገለጣል፡፡ ስለሆነም ስጦታው የእርሱ ሳይሆን፣ የቤተ ክርስቲያን ነው፡፡ እርሱም የእኔ ላይል፣ እነርሱም ያለ እርሱ መገኘት እንደ ማይቀበሉት የምናስተውለው ነገር ነው፡፡ እርሱ እንደ አሸንዳ ሆኖ ሊሠራበት በእርሱ ውስጥ መንፈስ ቅዱስ ተገልጦ የሚሠራው አሠራር ነው፡፡ በሐዋርያነቱ ቢሮ (አገልግሎት) የሚገለጥ አስደናቂ የጸጋ ስጦታ (የመንፈስ ቅዱስ ስጦታ) አለ፡፡

ሆኖም ግን እነዚህ ስጦታዎች የግለሰቡ ሳይሆኑ፣ ለቤተ ክርስቲያን የተሰጡ ናቸው፡፡ በክርስቶስ ስለ አመኑ የተሰጠ ጸጋ (ስጦታ) ነው፡፡ ለምሳሌ የቈሮንቶስ ቤተ ክርስቲያን በጸጋ ስጦታ የበለጸገች ነበረች (1ኛ ቆሮ. 1÷4፣ 7)፡፡ ሁሉም ከአንድ መንፈስ ተጠምቀዋል (1ኛ ቆሮ. 12፡7)፡፡ ነገር ግን ስጦታዎቹ በየትኛው አገልጋይ ይገለጣሉ የሚለውን የሚወስነው መንፈስ ቅዱስ ነው (1ኛ ቆሮ. 12÷5-7)፡፡

ስጦታዎቹ በመገለጡ ጌታን እናከብራለን፡፡ አገልጋዩም ክርስቶስ በእርሱ ውስጥ ዐድሮ የሚገልጠው ጸጋ እንጂ፣ ከሥራው እንዳልሆነ ሊያስተውል ይገባል (ሮሜ 15÷18፣ 19)፡፡ ይህ ጸጋ ደግሞ እንዲገለጥ አማኞች ቤተ ክርስቲያን ጸጋን በጉጉትና በእምነት የመቀበል ኀላፊነት ማቀጣጠልን እንጂ፣ በማዳፈን እንዲጠፋ ማድረግ የለባቸውም፡፡

ሌላው አስተምህሮ ደግሞ በቍጥር 11 «አብቁን እንድንጽናና» የሚለው አነጋገር የጸጋ ስጦታውን ይሆን የአገልግሎት ቢሮውን፣ ይህም በወንጌል ጸንተው የተባረከውን የጌታችንን የኢየሱስ ክርስቶስ መገለጥ ስንጠባበቅ በወንጌል አማካይነት የሚገለጠውን የእግዚአብሔር ኃይል፣ ይህም ጸንቶ ደቀ መዝሙር ሆኖ ተተክሎ መኖር (1ኛ ቆሮ. 15÷31፤ 2ኛ ሳሙኤል 15÷21) መቆምን የሚያስችለውን ማለትም ሊቀደሱ እና ለክርስቶስ ንጽሕት ድንግል ሆኖ ለመታጨት የሚያደርገውን የቅዱስና መንፈስ በመካከላቸው ተገልጦ መታየት የሚለውን ይገልጣል የሚሉ ብዙዎች ናቸው፡፡ ይናፍቃል ሲል

ዝግጁነቱንም ያመለክታል (የሐዋ. 21፥13፤ የሐዋ. 20፥24፤ ፊልጵ. 2፥17፤ 2ኛ ጢሞ. 2፥4-6፤ ሩት 1፥16)።

ቍጥር 11

ትጸኑ ዘንድ መንፈሳዊ ስጦታ እንዳካፍላች ሁላችሁን ላያችሁ እናፍቃለሁና፤ ይህንም ማለቴ በመካከላችን ባለች በእናንተና በእኔ እምነት አብረን በእናንተ እንድንጽናና ነው።

እናፍቃለሁ

15፥23፤ 32፤ ዘፍጥረት 31፥30፤ 2ኛ ሳሙኤል 13፥39፤ 23፥15፤ 2ኛ ቆሮ. 9፥14፤ ፊልጵስዩስ 1፥8፤ 2፥26፤ 4፥1

ያንን

15፥29፤ የሐዋርያት ሥራ 8፥15-19፤ 19፥6፤ 1ኛ ቆሮ. 12፥1-11፤ 2ኛ ቆሮ. 11፥4፤ ገላ 3፥2-5፤ ኤፌሶን 4፥8-12

ወደ

16፥25፤ 2ኛ ዜና መዋዕል 20፥20፤ የሐዋርያት ሥራ 16፥5፤ 2ኛ ቆሮ. 1፥21፤ 1ኛ ተሰሎንቄ 3፥2፤ 13፤ 2ኛ ተሰሎንቄ 2፥17፤ 3፥3፤ ዕብራውያን 13፥9፤ 1ኛ ጴጥ. 5፥10፤ 12፤ 2ኛ ጴጥሮስ 1፥12፤ 3፥17፤ 18

1፥12 ይህንም ማለቴ በመካከላችን ባለች በእናንተና በእኔ እምነት አብረን በእናንተ እንድንጽናና ነው

ሐዋርያው የእረኛ ልብ አለው። ከዚህ በፊት አብረው የወንጌልን ሥራ አሐዱ ብለው የጀመሩትን ሰዎች እንደ ሸንኮራ አገዳ መጥጦና ተጠቅሞባቸው ሲያበቃ የሚረሳቸው አልነበሩም። ለማየት አብሮ እንዲጽናና ይሻ ነበር። እነርሱ ዛሬም እንደ ወትሮው በጐደለው የሚሞሉ ናቸው። «በክርስቶስ አብረውኝ ለሚሠሩ ለጥርጽቅላ እና አቂላ ሰላምታ አቅርቡልኝ» (ሮሜ 16፥3) ሲል ቀድሞውኑ በቤታቸው የሚያገለግሉት የፍቅርን ቅብብሎሽ የተጫወቱ አጋር ነበሩ። ዛሬ እነዚህን ቤተ ሰብ በማግኘት እንደሚጽናና ይገልጣል። አብሮ በመሆን የሚገኘውን የእግዚአብሔርን በረከት ያስተዋለ ነበር።

ዛሬም እንደ ወትሮው ያስፈልጉታል። ጐለመስሁም አደግሁም፤ አሁን የሁለት ሠራዊት ባለቤት ነኝ፤ እናም ማንም አያስፈልገኝም የሚል ሳይሆን፣ አሁንም ያለ እናንተ ሙሉ አይደለሁም። መጽናናትን እሻለሁ የሚል ትሑት ልብ እንዳለው እናስተውላለን። አብረዋቸው በቤት የጀመሩት አገልግሎት ከፍ እያለ ወደ ዛፍ ሥር በትምህርት ቤት

በየገበያ ሥፍራውም ጭምር መሰባሰብ ሲጀመሩ ከዚህ ቀደም በደሳሳ ጐጆ አብረው ደፋ-ቀና ያሉትን የሚዘነጉ አገልጋዮች አሉ፡፡

ይህ አልፎ የአማኙ ስብስብ በዝቶ እንደ አክሱም ሐውልት ሰማይ ጠቀስ ቤተ ክርስቲያን ሕንጻ ሲያሠሩ እና አጀባው ሲበዛ፣ የቀደሙት አኢማድ የነበሩት ዛሬ በር ላይ ዕንግዳ ተቀባይ አስተናጋጅ ይሆናሉ፡፡ እየቆየ ሲመጣ እንደ ሙሴ ቀኝ እና ግራ ዕጁን ይዘው ወደ ተቀደሰው ተራራ ይወጣ ዘንድ በጸሎት፣ በፍቅር ያጽናኑት ሰዎች ከእነ-አካቴው ደብዛቸው ይጠፋል፡፡

መታሰቢያ እንደ ሌላቸው ሙታን ተረስተው በዕርጅና ዘመናቸው እንደ መስቀል ወፍ የማይጐበኙ ይኖራሉ፡፡ ይህ ግን በሐዋርያው አገልግሎት አልሆነም፡፡ ያለ እነርሱ ዛሬም መጽናናት እንደሚያገኝና እምነታቸውንም እንደሚያከብር ይገልጣል፡፡ አብሮ የጀመሩትን አብሮ ገበታ ላይ ቀርቦ በምስጋና መቊረስ እንዴት መታደል ነው? በቀዳማዊ ኃይለ ሥላሴ አገዛዝ ሥር እና በደርግ ዘመን ለወንጌል ዐደራ ተቀብለው ራሳቸውን ሰጥተው ያገለገሉትን በኢሕአዴግ ዘመነ መንግሥት የተረሱ ሥፍር-ቊጥር የላቸውም፡፡ ወጣቱ ትውልድ ስለ እነዚህ ነገሮች የሚያውቀው ምንም ነገር የለም፡፡ በቅርቡ ደስ ያለኝ ነገር ቢኖር፣ ወንድሜ ተመስገን ሳህለ የወንጌላዊ ኬዳሞ ሜቻቶን የሕይወት ታሪክ ለትውልዱ ማቅረቡ ነው፡፡ እንደዚህ ያሉቱ ጸሐፊያንና አገልጋዮች ይብዙ እንላለን፡፡

እናንተና እኔ

ሐዋርያው በዚህ ንግግሩ በክርስቶስ ኢየሱስ በመካከላቸው የተፈጠውን የጠነከረና የሚያነፋፍቅ **ኅብረት ይገልጣል፡-** ከላይ እንደ ተመለከትነው አብዛኞቹን በዐይን ዐያውቃቸውም፤ ዳሩ ግን በመካከላቸው በክርስቶስ ወንጌል ምክንያት የተፈጠረው ኅብረት ይህንን የመሰለ ቤተ ሰባዊነት ፈጥሯል፡፡

- **አብረን እንድንጽናና/ እንድንበረታ**

ሀ. አብረን፡- ሐዋርያው ይህንን ቃል ሲጠቀም በእርሱና በሚጽፍላቸው መካከል በጸጋ አማካይነት የተገኘውን ተመሳሳይ የሆነ እምነት የሚገልጽ ሲሆን፣ የአብሮነቱ ውጤት ደግሞ ከታች ተገልጧል፡፡

ለ. እንድንጽናና፦ በሌሎች ትርጉሞች እንድንበረታ ይላል በጋራ ከተቀበሉት ጸጋ በተካፈሉት እምነት እርስ በርስ መንፈሳዊ ስጦታ ሲከፋፈሉ በመካከላቸው መበረታታት ከዚህም የተነሣ ደግሞ ደስታ የሚፈጠር መሆኑን ያሳያል፡፡ ይህንን የገለጸበት ምክንያት ሐዋርያው በእነርሱ ውስጥ የሚታየው ዕድገት ደስ የሚያሰኘው ስለ ሆነ ነው (3ኛ ዮሐ. 4)፡፡

ቁጥር 12

ይህንም ማለቴ በመካከላችን ባለች በእናንተና በእኔ እምነት አብረን በእናንተ እንድንጽናና ነው፡፡

ምንባብ ከተቻለኝ

15፥24፤ 32፤ የሐዋርያት ሥራ 11፥23፤ 2ኛ ቆሮ. 2፥1-3፤ 7፥4-7፣ 13፤ 1ኛ ተሰሎንቄ 2፥17-20፤ 3፥7-10፤ 2ኛ ጢሞቴዎስ 1፥4፤ 2ኛ ዮሐንስ 1፥4፤ 3ኛ ዮሐ. 1፥3፣ 4

ከአንተ ጋር

ኤፌሶን 4፥5፤ ቲቶ 1፥4፤ 2ኛ ጴጥሮስ 1፥1፤ ይሁዳ 1፥3

1፥13 ወንድሞች ሆይ በሌሎቹ አሕዛብ ደግሞ እንደ ሆነ በእናንተም ፍሬ አገኝ ዘንድ ብዙ ጊዜ ወደ እናንተ ልመጣ እንዳሰብሁ እስከ አሁን ግን እንደ ተከለከልሁ ታውቁ ዘንድ እወዳለሁ

ብዙ ጊዜ እንደ ተከለከልሁ

ሐዋርየው በእርሱ አጀንዳ (መሻት) ብቻ ሳይሆን፣ በእግዚአብሔር ዘላለማዊ አሳብ የሚንቀሳቀስ መሆኑን ለማመልከት፣ ደግሞም እነርሱን ማየት ስላልፈለገ ወይም ከሌሎቹ አሳንሷቸው እንዳልሆነ ለማመልከት ይህንን ቃል ተጠቅሟል፡፡ ሰማያዊ (መለኮታዊ) አሠራሩ ግን በዚህ ሁኔታ እንዲከናወን እንዳደረገ ይገልጻል፡፡ ይህም በትንሿ ስያሜ የነበረው የወንጌል ሥራ መበርከት መሆኑን መገንዘብ እንችላለን፡፡

ወንድሞች

ብዙ ጊዜ ይህንን ቃል ሰዎች የፆታ ልዩነት የሚያደርግ አድርገው ይወስዱታል፡፡ በዚህ ሥፍራ የተጠቀሰው ቃል ግን ፆታን ጨርሶ የሚለይ ሳይሆን፣ የእግዚአብሔርን ቤተ ሰቦች (በክርስቶስ ያመኑትን ሁሉ) የሚያካትት ነው፡፡ ጌታም በምድር አገልግሎቱን ይህንን ቃል ሲጠቀም የፆታ ልዩነት ለመፍጠር ፈልጎ አልነበረም፡፡

ፍሬ እንዳገኝ

ፍሬ የሚለው ቃል ከመከር የሚገኘውን ውጤት የሚያመለክት ሲሆን፣ ሐዋርያው ጳውሎስ ደግሞ የአሕዛብ ሐዋርያ ሆኖ የተላከ በመሆኑና በማሳውም ላይ የተሰማራ ስለሆነ የአዝመራውን ፍሬ ማየት የሚፈልግ መሆኑን ይገልጣል (ዮሐ. 4÷36፤ ፊልጵ. 1÷22፤ ቈላስ. 1÷6፤ ሮሜ 7÷4-5)።

ቍጥር 13
ወንድሞች ሆይ፥ በሌሎቹ አሕዛብ ደግሞ እንደሆነ በእናንተም ፍሬ አገኝ ዘንድ ብዙ ጊዜ ወደ እናንተ ልመጣ እንዳሰብሁ እስከ አሁን ግን እንደ ተከለከልሁ ታውቁ ዘንድ እወድዳለሁ።
ማንም
11÷25፤ 1ኛ ቆሮ. 10÷1፤ 12÷1፤ 2ኛ ቆሮ. 1÷8፤ 1ኛ ተሰሎንቄ 4÷13
ብዙውን ጊዜ
15÷23-28፤ የሐዋርያት ሥራ 19÷21፤ 2ኛ ቆሮ. 1÷15፣ 16
ነገር ግን
15÷22፤ የሐዋርያት ሥራ 16÷6፣ 7፤ 1ኛ ተሰሎንቄ 1÷8፤ 2÷18፤ 2ኛ ተሰሎንቄ 2÷7
ማለትም እኔ
ኢሳይያስ 27÷6፤ ዮሐንስ 4÷36፤ 12÷24፤ 15÷16፤ ቈላስይስ 1÷6፤ ፊልጵስዩስ 4÷17
በመካከል ወይም በውስጣችሁ እንኳ
15÷18-20፤ የሐዋርያት ሥራ 14÷27፤ 15÷12፤ 21÷19፤ 1ኛ ቆሮ. 9÷2፤ 2ኛ ቆሮ. 2÷14፤ 10÷13-16፤ 1ኛ ተሰሎንቄ 1÷9፣ 10፤ 2÷13፣ 14፤ 2ኛ ጢሞቴዎስ 4÷17

1÷14 *ለግሪክ ሰዎችና ላልተማሩም ለጥበበኞችና ለማያስተውሉም ዕዳ አለብኝ*

ዕዳ አለብኝ

ሐዋርያው ከጌታ ከኢየሱስ የተቀበለውን ለአሕዛብ ወንጌልን የማድረስ ዐደራ ቸል ሊለው የማይችል እንደ ሆነ ለማመለከትና ለአገልግሎቱ ያለውን መስጠት ለማሳየት ይህንን ቃል ተጠቅሟል።

በዘመኑ በነበረው አመለካከት ግሪካውያን የእነርሱን ቋንቋ አጥርቶ የማይናገረውን እና ባህላቸውን የማይከተለውን ሰው የተናቀና ጥበብ የጐደለው ሰው አድርገው ያስቡ

ነበር፡፡ ስለዚህም ለእንደዚህ ዐይነቱ ሰው «ባርባርያን» የሚል ስያሜ ይሰጡ ነበር፡፡ የተናቁ፣ ንግግር የማያውቁ ማለት ነው፡፡ ሐዋርያው ግን ለጥበበኞቹ ግሪካውያንም ሆነ ላልተማሩትና ንግግር ለማያውቁትም ሁሉ ዕዳ አለብኝ ይላል፡፡

ትእዛዙን ለመፈጸም ያለውን ትጋት ለማሳየት ቢጠቀምበትም ዕዳው ወለድ ያለበት ዕዳ አይደለም፣ ማለትም ወለድ የሚከፈልበት አራጣ አይደለም፡፡ በብሉይ ኪዳን ለእስራኤል የተሰጠውን ሕግ ብንመለከትም ዕዳ ወለድ ሊጨመርበት እንደማይገባ ያመለክታል፡፡ ሆኖም ግን ሰዎች ወለድ ይጨምሩበት ነበር (ዘዳ. 22÷25፤ ዘዳ. 23÷19-20 ሕዝ. 18÷18)፡፡

«ዕዳ አለብኝ» ጤናማ ነጋዴ ዕቃ ማምጣት መሸጥ (አስመጪና ላኪ) ሆኖ ሲሠራ ከማያውቀው ሰው ጋር ሊገበያይ ይችላል፡፡ በዚህ ወቅት ሊያተርፍ ያለውን ከበሮ ጭራሹን ገበያ ለተገባየው ሰው ዕዳ ከፋይ ሊሆን ይችላል፡፡ ወደ ሐዋርያው ሕይወት ስንመጣ ጌታ ኢየሱስ የተወለትን ዕዳ በሕይወት ዘመኑም ሆነ በሚመጣው ዓለም ከፍሎ ሊጨርሰው እንደማይችል በተረዳ መጠን የተቤዥውንና ከባርነት አውጥቶ የልጅነት ሥልጣን የሰጠውን ጌታ ማመስገን ይጀምራል፡፡

አሥር ብር አካውንታችሁ ውስጥ ኖሮ ሳለ አበዳሪያችሁ ያለባችሁን ዕዳ ክፍሉ ብሎ ሲጠይቃችሁ ወይም ዕዳችሁን ልተውላችሁ ሲላችሁ፣ አይ አሁን ገንዘቡ አለን፤ ስለዚህም ልንከፍልህ እንችላለን ብላችሁ በጨዋነትና በበጐ ሥነ ምግባር ትከፍላላችሁ፡፡

ይሁንና ዕዳውን የልጅ ልጃችሁ እንኳ ከፍሎ የማይጨርሰው ከሆነ፣ ዕዳውን ልተውልህ ብሎ ሲላችሁ፣ ሰውዬውን ከማመስገን በስተቀር የምትከፍሉት ምንም ነገር የለም፡፡ ስለሆነም ዕዳችሁን ለከፈለላችሁ ሰው ባላችሁ ዐቅም ከምስጋና ጋር እርሱን ደስ የሚያሰኘውን ነገር በማወቅ ስጦታ ትሰጣላችሁ፡፡ እጅግ ብዙ የተተወላት ሴት የአልባስጥሮስ ብልቃጥ ይዛ መጥታ በለምጻሙ ስምኦን ቤት በተቀመጠው በእግዚአብሔር ልጅ በኢየሱስ ክርስቶስ ዕግር ሥር ሰበረችው፤ በራሱ ላይ አፈሰሰችው፤ በጠጒሯም በዕንባዋ ዕግሩን ታብሰው ነበር (ማር. 14÷3-9፤ ሉቃስ 7÷37-38)፡፡

ጌታችን ለእኛ መዳንን ሲሰጠን የሚያሳየው ለዓለም ሁሉ፣ ማለትም ለሰው ልጆች ሁሉ እንደ ሞተ ነው፡፡ ስለዚህ ይህ መዳን ለሰዎች ሁሉ፣ መልካቸውን ዘራቸውን፣ መኖሪያ ሥፍራቸውን ለማናውቅ ከምድር ዳር ድረስ ሌላኛው ዳር ላሉ ሁሉ ሰዎች ሁሉ ባለ

ዕዳዎች እንደ ሆንን አድርገን ማሰብ ይኖርብናል፡፡ በያዕቆብ ጕድጓድ አጠገብ ውኃ ልትቀዳ ያለችው ሳምራዊት ሴት ድንገት ጌታ ኢየሱስ ክርስቶስ ቋጠሮዋን ከፈታላት በኋላ፣ ጌትነቱን ያወቀችውንና የሕይወት ውኃ ጥሟንም ያረካላትን ማን መሆኑን መግለጽ ብቻ ሳይሆን፣ የእነርሱን ጥም ሊያረካ እንደሚችል ተረድታ የሰማሪያ ሰዎችን ወደ እርሱ ጠራች፡፡

ዮሐንስ እንዲህ ሲል አስፍሮታል፡- «የሰማሪያ ሰዎችም ወደ እርሱ በመጡ ጊዜ በእነርሱ ዘንድ እንዲኖር ለመኑት፥ በዚያም ሁለት ቀን ኖረ፡፡ ስለ ቃሉም ከፊተኞች ይልቅ ብዙ ሰዎች አመኑ ሴቲቱንም አሁን የምናምነው ስለ ቃልሽ አይደለም፡፡ እኛ ራሳችን ሰምተነዋል፥ እርሱ በዕውነት ክርስቶስ የዓለም መድኃኒት እንደ ሆነ ዐውቀናል ሲሏት ነበር» (ዮሐ. 4፥39-45)፡፡

ዘርን ጐሳን ቀለምን ያን ሆነ የኑሮ ደረጃ ሳይገድበው ወንጌልን ለሰው ልጅ ለማብሰር በውስጠኛው ሰውነቱ ተዘጋጅቻለሁ እያለ ነው፡፡ በሙሉ ነፍሱ በሙሉ ልበ ቅንነት «በመንፈሴ የማገለግለው እግዚአብሔር ምስክሬ ነውና» (ሮሜ 1፥10) እንዳለው ክርስቶስ በእርሱ ውስጥ ዐድሮ እንደሚሠራበት እምነት ነበረው፡፡ በውስጡ ሰውነቱ ክርስቶስ እንደ ተሞላም ሆነ በኃይሉም እንደ ጠነከረ (ኤፌ. 3፥17-19) እንዲሁ ወንጌልን በበሰሉት መካከልም መንፈስን እና ኃይልን በመግለጥ እንዲናገር (1ኛ ቆሮ. 2፥4) እንዲችል ታምኖ የተዘጋጀ መሆኑን ይገልጣል፡፡

እሳቡን ሰፋ አድርገን ለመመልከት፡-

ሀ. በሙሴ ሕግ መሠረት

ባለዕዳ የሆነው ሰው የሚከፍለው ቢያጣ ለመኖር አስፈላጊ የሆኑትን ቍሳቍሶች በመያዣነት እንዲሰጥ አይጠየቅም (ዘዳ. 24፥6፣ 10-13)

የእስራኤል ሰዎች ዕዳ ሳይከፍሉ ቢቀሩ ሊሸጡ ይችላሉ፡፡ ሆኖም ግን እንደ ባሪያ አይገዙም (ዘሌ. 25፥39-47፤ ኢሳ. 50፥1)፡፡

ይህ ሕግ በአግባቡ ካልተተረጐመ በሕዝቡ ላይ መርገም ያስከትላል፡፡ በዳዊት ዘመን በዚህ ጉዳይ ሰዎች ፍትሕ ፍለጋ ወደ ዳዊት ይመጡ እንደ ነበር ከቃሉ እንመለከታለን (ኤር. 15÷10፤ 1ኛ ሳሙ. 22÷12)፡፡

ለ. በአዲስ ኪዳን ትእዛዝ መሠረት፡-

እንድናገለግል ታዘናል፡፡ ሆኖም ግን በሙላት ስላላገለገልን ሲያል አንገባም፡፡ ሆኖም ግን የተሰጠንን ዐደራና ትእዛዝ በማክበር በሚፈለገው መጠን መትጋትና የተሰጠንን ዐደራ መፈጸም ይጠበቅብናል፡፡ (ማቴ. 25÷16-27፤ ዮሐ. 2÷15፤ ማቴ. 18÷21-26፡34፤ ዮሐ. 5÷24)

ሐዋርያው ጳውሎስ ዕዳ አለብኝ ብሎ የተናገረውም ቸል ሊለው የማይችል ትልቅ ዐደራ መሆኑን ለማመልከት ነው፡፡ በተጨማሪም ከእግዚአብሔር ጸጋ ተቀብሎአልና በተቀበለው ጸጋ በትጋት መሥራት እንዳለበት እያመለከተ ነው፡፡

ቍጥር 14

ለግሪክ ሰዎችና ላልተማሩም ለጥበበኞችና ለማያስተውሉም ዕዳ አለብኝ፡፡ ለጥበበኞችና ለአላዋቂዎች ዕዳ አለብኝ፡፡

ዕዳ

8÷12፤ 13÷8፤ * ጂ፡፡ የሐዋርያት ሥራ 9÷15፤ 13÷2-4፤ 22÷21፤ 26÷17፡ 18፤ 1ኛ ቆሮ. 9÷16-23፤ 2ኛ ጢሞቴዎስ 2÷10

ግሪኮች

የሐዋርያት ሥራ 28÷4፤ 1ኛ ቆሮ. 14÷11፤ ቈላስይስ 3÷11

ለሁለቱም

22፤ 11÷25፤ 12÷16፤ 16÷19፤ ማቴዎስ 11÷25፤ ሉቃስ 10÷21፤ 1ኛ ቆሮ 1÷19-22፤ 2÷13፤ 3÷18፤ 1ኛ ቆሮ. 9÷16፤ 2ኛ ቆሮ. 10÷12፤ 11÷19፤ ኤፌሶን 5÷15-17፤ ያዕቆብ 3÷17፡ 18

ለዐላዋቂዎች

ምሳሌ 1÷22፤ 8÷5፤ ኢሳይያስ 35÷8፤1ኛ ቆሮንቶስ 14÷16፡ 23፡ 24፤ ቲቶ 3÷3

1፥15 ስለዚህም በሚቻለኝ ማጠን በሮሜ ላላችሁ ለእናንተ ደግሞ ወንጌልን ልሰብክ ተዘጋጅቻለሁ

ተዘጋጅቻለሁ

አዲሱ መደበኛ ትርጉም ይህንን የሐዋርያውን የአገልግሎት ረሃብ «እጓጓለሁ» በሚል የአጽንኦት ቃል ያስቀምጠዋል፡፡ ጳውሎስ በጌታ ጸጋ የተሞላ፣ ዐደራውን የሚያውቅ ትጉኅ ሰው ነበር፡፡ የሮሜ ሰዎችንም ለማገልገል ዝግጁ ነበር፡፡ ነገር ግን በልዩ ልዩ ምክንያቶች መሄድ አልቻለም፡፡ ስለዚህ ያለውን ዝግጁነትና ናፍቆት ጠንከር አድርጎ ለመግለጽ ይህንን ቃል ተጠቅሟል፡፡ የሐዋርያው ጉጉት አገር የመጎብኘት፣ አየር የመለወጥ ጉጉት አልነበረም፤ ነገር ግን ነፍሶችን የመማረክ ጉጉት ነበር፡፡

የሮሜ ቅዱስን ይህንን ጉጉት ሲመለከቱና ለእነርሱ ያለውን ሸክም ሲረዱ እግዚአብሔር አምላክን ሐዋርያው ጳውሎስን ለእነርሱ ስለ ሰጣቸው በጣም ያመሰግኑታል፡፡

«ተዘጋጅቼአለሁ» የልብ መዘጋጀት ከሰው ነው የምላስ መልስ ግን ከእግዚአብሔር ዘንድ ምሳሌ 16፥1 ሐዋርያው ዝግጁነቱ በእግዚአብሔር ኃይል በመታመኑ ላይ ነበር፡፡ በእርሱ በኩል ለቤተ ክርስቲያን የሚገለጠው የሐዋርያነት ጸጋ እንዳለ የተረዳ ነበር፡፡ ከዚህም በተጨማሪ ይህ የክብር ጸጋ ይገለጥበት ዘንድ ራሱን ቅዱስና ሕያው መሥዋዕት አድርጎ ማቅረብ እንዳለበት የሚያውቀው ጉዳይ ነው፡፡ ይህንንም ለሮሜ ሰዎች በምዕራፍ 12፥1 ላይ ከሰጣቸው ምክር ልናስተውል እንችላለን፡፡ ይህ ጸጋ በቤተ ክርስቲያን በሙላት እንዲገለጥ የአብ ፈቃድ እንደ ሆነ በትንሣኤው አሠራር ለሮሜ አማኞች ተትረፍርፎ የሚገለጥ ስለ መሆኑ ያገኘው መንፈሳዊ መረዳትን አለው፡፡ «ወደ እናንተ ስመጣ በክርስቶስ በረከት ሙላት እንድመጣ ዐውቃለሁ» (ሮሜ 15፥29)፡፡

ሐዋርያው ለሮሜ ሰዎች በውስጡ የቀመጠውን ጸጋ በመግለጽ የጸጋው ተካፋዮች እንዲሆኑ አስቀድሞ ስለ ራሱ ይናገራል፡፡ ይህ ሐዋርያው ስለእራሱ የተናገረው ግን ክርስቶስ በእርሱ ውስጥ ተገኝቶ ሥራውን እንደሚሠራ ለመግለጽ እንጂ፣ በመንፈሳዊ ሕይወት ደረጃ ከፍታውን ለመግለጽ አልነበረም፡፡

ከመልእክቶቹ እንደምንረዳው በክርስቶስ ኢየሱስ የተፈጠሩ (አዲስ ፍጥረት) የሆኑ ሁሉ ክርስቶስ ኢየሱስ የጸጋ ሁሉ ቁንጮ (እግዚአብሔር የክብሩ ተስፋ) መሆኑን በተለያየ መልእክቶች አስፍሮ ይገኛል፡፡ ለምሳሌ ብንወስድ ለቈላስይስ ሰዎች «የክብር ተስፋ ያለው ክርስቶስ በእናንተ ዘንድ መሆኑ ነው» (ቈላስ. 1÷27)፡፡

ስለዚህም በእርሱ ዘንድ ያለው ክርስቶስ ከሌሎች ዘንድ (በአዲስ ፍጥረት ካሙኑት) የተለየ እንዳልሆነ ይህ የመገለጥ ታላቅነት በእነርሱ ውስጥ እንዳለ በተለያየ ጊዜ በግልጽ አስተምሮአቸዋል፡፡ ይሁን እንጂ፣ ይህ በእነርሱ ያለው ክርስቶስ ደግሞ በልቡና ዐይኖቹ ተገልጦለት ክርስቶስን በመምሰል ክርስቶስ ኢየሱስም በልቡ (በታደሰው አእምሮው ነፍሱ በአማኙ በዕለት ዕለት ኑሮው ይገለጥ) ዘንድ ይህ ኤፌሶን 3÷16 የሐዋርያነት ጸጋ እጅግ እንደሚያስፈልግ አበክሮ ይገልጥላቸዋል፡፡

አማኝ በክርስቶስ ኢየሱስ በማመን እና እርሱን በልቦና ዐይኖች ተገልጦለት በማወቅ ወደሚገኘው ባለጠግነት ክብር፣ በክርስቶስ ኢየሱስ አስቀድሞ ወደ ተዘጋጀለት የልጅነት ሕይወት ይኖር እና ይመላለስ ዘንድ ይህ የአገልግሎት ጸጋ ያስፈልገዋል፡፡ ያለ እነዚህ የአገልግሎት ጸጋ አማኝ በግሉ መድረስ አይችልም፡፡ ስለዚህ ለሮሜ ቤተ ክርስቲያን ከተናገረው ነገር የእግዚአብሔር ጸጋ «የመገለጥ ታላቅነት» ከቅዱሳኑ ከሐዋርያቱ ሁሉ ይበልጥ እንደ ተገለጠበት እናስተውላለን፡፡ «ፍለጋ የሌለውን የክርስቶስን ባለጠግነት ለአሕዛብ እሰብክ ዘንድ÷ ይህንንም በፈጠረው በእግዚአብሔር ከዘላለም የተሰወረው የምስጢር ሥርዓት ምን እንደ ሆነ ለሁሉ እገልጥ ዘንድ ይህ ጸጋ ከቅዱሳን ሁሉ ይልቅ ለማንስ ለእኔ ተሰጠ» (ኤፌ. 3÷8-9) ይላል፡፡

«ስለዚህ በመገለጥ ታላቅነት» 2ኛ ቆሮ. 12÷7 ሐዋርያው «የመገለጥ ታላቅነት» ብሎ ለቆሮንቶስ ሰዎችም ሆነ በተለያየ ሥፍራ ለኤፌሶን ሰዎች ደግሞ «ይህ ጸጋ» ብሎ ይናገራል (ኤፌ. 3÷8-9)፡፡ እንግዲህ ሁላችሁ፣ «ከጸጋ ላይ ጸጋ» (ዮሐ. 1÷16)፡፡ እንዲሁም ሁላችን የመንግሥተ ሰማያትን ምሥጢር ማወቅ ተሰጥቶናል (ኤፌ 1÷17፤ ማቴ. 13÷11)፡፡ ይህ የሆነው ክርስቶስ ኢየሱስን ጌታ እንደሆነ በአፋችን በመመስከር፣ እንዲሁም እግዚአብሔር ከሙታን እንዳስነሣው ከልብ በማመን ነው፡፡ ጌታችን ኢየሱስ በምድር በነበረበት ጊዜ በምሳሌ ብዙ ይናገር ነበር፡፡ የአይሁድ መምህር የሆነው ኒቆድሞስ እንኳ «አንተ የእስራኤል መምህር ስትሆን ይህን አታውቅምን? አለው፡፡ ስለዚህ በአይሁድ ዘንድ በብዙ ምሳሌ ይናገር ነበር፡፡ምንም እንኳ ጌታችን ኢየሱስ በዮርዳኖስ ወንዝ በመጥምቁ ዮሐንስ ተጠምቆ በመንፈስ ቅዱስ ተቀብቶ» «የጌታ የእግዚአብሔር መንፈስ በእኔ ላይ ነው÷

ለድሆች ወንጌልን እሰብክ ዘንድ እግዚአብሔር ቀብቶኛል» ብሎ መጽሐፉን ጠቅልሎ ዛሬ ይህ ቃል በመካከላችሁ ተፈጸመ ብሎ በታላቅ ጸጋና ሞገስ ቢናገርና እነርሱም በንግግሩ ቢደነቁም፣ መንፈስ ቅዱስ ምሥጢር ግን ለማወቅ የተሰጣቸው ለሐዋርያቱና ለደቀ መዛምርቱ ብቻ ነበሩ (ማቴ. 13፥11፤ ማቴ. 11፥25፤ ማቴ. 16፥17፤ ማር. 4፥11)።

ጌታችን ኢየሱስ ክርስቶስ ሞቶ ከተነሣ ግን ቤተ ክርስቲያን ተወለደች፤ አማኝ አዲስ ፍጥረት ሆነ። መንፈስ ቅዱስ ድንጋዩን ልብ ለወጠው (የልብ መገረዝን አደረገ)። ልባቸውም ደግሞ ተነካ (የሐዋ. 2፥37-42)። ስለዚህም አማኝ ዛሬ ይህን የእግዚአብሔርን ምሥጢር ለማወቅ በውስጡ የተቀመጠ ቅባት (መንፈስ ቅዱስ) እንዳለው መገንዘብ ይኖርብናል።እንዲሁም ወደ መረዳት ባለጠግነት ክርስቶስን ያውቅ ዘንድ መንፈስ ቅዱስ በክርስቶስ ተሰጥቶታል። ይህ ወደ ዕውነት የሚመራው መንፈስ በአማኙ ውስጥ ይገኛል። ወደ ዕውነት ይመራል፤ ዕውነት ኢየሱስ ክርስቶስ ነው። ይህን ዕውነት የሆነውን ጌታ ለማወቅ አስተማሪ አያስፈልግም። ዮሐንስ በመልእክቱ «ዕውነትን ዐውቃችኋል» ይላል። የተለየ ቅባትም ቢሆን፣ አያስፈልገንም። ክርስቶስ የእግዚአብሔር ልጅ እንደ ሆነና በሥጋም መገለጡ አምነን በልባችን የታተመ ጉዳይ ነው። (1ኛ ዮሐ. 2፥20፣ 21፣ 27)።

«እናንተም ከቅዱሱ ቅባት ተቀብላችኋል ሁሉንም ታውቃላችሁ። ዕውነትን የምታውቁ ስለ ሆናችሁ ... እናንተስ ከእርሱ የተቀበላችሁት ቅባት በእናንተ ይኖራል፥ ... የእርሱ ቅባት ስለ ሁሉ እንደሚያስተምራችሁ ... እናንተም እንዳስተማራችሁ በእርሱ ኑሩ። (1ኛ ዮሐ. 1፥20፣ 21፣ 27)።እዚህ ላይ አንዳንድ ነጥቦች ማየት አስፈላጊ ይሆናል። «ሁሉን ታውቃላችሁ ... ማንም ሊያስተምራችሁ አያስፈልግም ... ስለ ሁሉ እንደሚያስተምራችሁ ...» እንዳስተማራችሁ ኑሩ። በመጀመሪያ «ሁሉን ታውቃላችሁ» ሲል ዛሬ ክርስቶስን ለመምሰል ክርስቶስን ለመግለጥ የሚያስፈልጋችሁ ነገር ሁሉ ከመንፈስ ቅዱስ ጋር ኅብረት በማድረግ የምታገኙት ነው።

ሙሉ ስለ ሆናችሁ ወንጌልን ለጨለማው ዓለም ሆነ ለአማኝ የመጽናናትን ቃል ለመስጠት ሙሉ ናችሁ። ሁለተኛው «ማንም ሊያስተምራችሁ አያስፈልግም» ሲል ሁልጊዜ ከእናንተ ጋር ስለሚኖር ወደዚህ ተራራ ልውጣ የሚባለው የብሉይ ኪዳን አስተዳደር ዐይነት ኪዳን ውስጥ አይደላችሁም።ነገር ግን «ሕጌን በልቡናችሁ አኖራለሁ» እንዳለው ታላቁ አስተማሪ በሄዳችሁበት ሁሉ ይገኛል። ሦስተኛው «ስለ ሁሉ እንደሚያስተምራችሁ» ሲል

በማንኛው የዕለት ተዕለት ኑሮ ሁሉ በሁሉ የሆነውን ክርስቶስን እንዴት ማሳየት እንዲገባችሁ ይመራችኋል፤ ያግዛችኋል፤ ይንከባከባችኋል ማለቱ ነው፡፡
የመጨረሻው «እንዳስተማራችሁ ኑሩ» ሲል ይህ ትምህርት የሚጠናቀቅ ሳይሆን፣ ጌታን ስንቀበል የተጀመረ እየቀጠለ የሚሄድ እንደ ሆነ ይገልጣል፡፡ ሐዋርያው ለኤፌሶን ሰዎች በተመሳሳዩ ይህ ዕውነት (ዕውቀት) (ክርስቶስ ኢየሱስ) በእርሱ ውስጥ ያለው የዕውነት መንፈስ ቅዱስ እንዳለ በመረዳት አማኞች የልቡና ዓይኖቻቸው በርተው ወደ ማስተዋል ባጠግነት እንዲሄዱ ይጸልያል፡፡

«የክብር አባት የጌታችን የኢየሱስ ክርስቶስ አምላክ እርሱን በማወቅ የጥበብ እና የመገለጥ መንፈስ እንዲሰጣቸው» ይጸልያል (ኤፌ. 1÷18-19)፡፡

በእርግጥም ይህ የእግዚአብሔር መንፈስ ባይኖራቸው ሰማያዊ ምሥጢር እርሱንም ክርስቶስ ማወቅ ከቶ የማይቻል ነገር መሆኑን በ1ኛ ቆሮንቶስ መልእክት ላይ ለቤተ ክርስቲያን ከገለጠላት ማስተዋል እንችላለን፡፡ «ለፍጥረታዊ ሰው የእግዚአብሔር መንፈስ <u>ነገር</u> (ክርስቶስ) ሞኝነት ነውና አይቀበለውም በመንፈስ የሚመረመር ስለሆነ ሊያውቀው አይችልም፡፡» (1ኛ ቆሮ. 2÷14)፡፡

የመስቀሉ ቃሉ በእርግጥ ለማያምነው ሞኝነት ሲሆን ለሚያምነው ግን የእግዚአብሔር ጥበብና ሐይል ነው (1ኛ ቆሮ. 1÷18፣ 31)፡፡ ሐዋርያው ለሮሜ ሰዎች ተመሳሳይ መልእክት አለው፡፡ የሮም አማኞች ወደ መገለጥ ባለጠግነት ይደርሱ ዘንድ ክርስቶስ በሙላት ይገለጥባቸው ይሻል፡፡ ስለሆነም የልቡናው ዐይኖቹ የበራለት ይህም የመገለጥ ብርሃን (ባለጠግነቱ ምሥጢር ማስተዋል ጥልቀት) ከሌሎቹ የበለጠ እንደ ሆነ ይናገራል፡፡ ሐዋርያው ይህን በግልጥነት ይናገራል፡፡

በሮሜ 1÷8 ላይ ስለ ራሱ እግዚአብሔርን ያመሰግናል፡፡ በሮሜ 1÷9 ላይ የእግዚአብሔር ባሪያ እንደ ሆነ ስለ ራሱ ይናገራል፡፡ በመጨረሻ የጸሎት ሰው እንደ ሆነ በቊጥር ዘጠኝ ላይ ይናገራል፡፡ ሐዋርያው በእምነታቸው የቆሙ የበሰሉ ክርስቲያኖች እንደ ሆኑ ይመሰክርላቸዋል፡፡ «እኔም ራሴ ደግሞ ወንድሞቼ ሆይ በበጐነት ራሳችሁ እንደ ተሞላችሁ ዕውቀትም ሁሉ እንደ ሞላባችሁ እርስ በርሳችሁም ደግሞ ልትገሠጹ እንዲቻላችሁ ስለ እናንተ ተረድቻለሁ»ሮሜ 1÷5፣ 14 ይሁን እንጂ፣ የበሰሉ ክርስቲያኖች በሌሎች ጸጋ ወደ እግዚአብሔር መንግሥት የርስት ክብር ባለጠግነት እርሱን ወደማወቅ ወደ ሙላቱ ይደርሱ ዘንድ የሐዋርያ ጸጋ እጅግ አስፈላጊ ነበር፡፡ በተመሳሳዩ የቈሮንቶስ

ቤተክርስቲያን በጸጋ ስጦታ የተትረፈረፉ ነበሩ፡፡ «በነገር ሁሉ በቃልም ሁሉ በዕውቀትም ሁሉ በእርሱ ባለጠጎች እንድትሆኑ ተደርጋችኋልና፡፡» (1ኛ ቆሮ. 1÷6)፡፡

ይሁን እንጂ፣ በበሰሉት መካከል ልክ የሌለውን ክርስቶስን ሊገልጥላቸው በጥበብ መንፈስ ተሞልቶ ወንጌልን ይገልጥ ዘንድ አስፈላጊ ነበር፡፡ «በበሰሉት መካከል ጥበብን እንናገራለን፡፡ ነገር ግን የዚህችን ዓለም ጥበብ አይደለም÷ ነገር ግን እግዚአብሔር አስቀድሞ ከዘመናት በፊት ለክብራችን የወሰነውን ተሰውሮም የነበረውን የእግዚአብሔርን ጥበብ በምሥጢር እንናገራለን፡፡»1ኛ ቆሮ. 2÷6-8 ሐዋርያው በድፍረት ለሮሜ ሰዎች በክርስቶስ ያገኘውን የመረዳት ባለጠግነት ያለመሸማቀቅም እንዲናገር ያስቻለው የተሰጠው ጸጋ እንደ ሆነ ነው፡፡

የእነርሱ ሕይወት ወደ ከፍተኛ መገለጥ ክብር ይሸጋገር ዘንድ በእርሱ ውስጥ የተቀመጠው የጸጋ አገልግሎት እጅግ አስፈላጊ እንደ ሆነ እንዲረዱት ያስፈልጋል፡፡ይህ ሲሆን የሮሜ አማኞች በእምነት ይቀደሱ ዘንድ (1÷8)፣ የእግዚአብሔር ፈቃድ ለማካፈል (1÷11)፣ አካሉን ለማነጽ (1÷11) ሲሆን፣ ለማድረግ ድብቅ የሆነ የሸንገላ ስውር ኃጢአት (ትዕቢት) የጣለው ነገር ነው፡፡ «ነገር ግን የሚያሳፍረውን ስውር ነገር ጥለናልና» (2ኛ ቆሮ. 4÷2)፡፡ስለዚህም ሐዋርያው ለቆሮንቶስ ሰዎች አስቀድሞ እንደ ተናገረ፣ በትሕትና በቅዱስ ፍርሃት መንቀጥቀጥ እንደ መጣ እንደ መሰከረ ሁሉ፣ እንዲሁ ለሮሜ ሰዎች በሙሉ ልቡ (በልጁ ወንጌል በመንፈሴ የማገለግለው) ብሎ በመናገር ሙሉ ዝግጅት አድርጎ ወደ እነርሱ እንደሚመጣ ይነግራቸዋል (1ኛ ቆሮ 2÷12፤ ሮሜ 1÷9)

ይህ ደግሞ አማኞችን በክርስቶስ የትንሣኤው ኃይል ይታመኑ ዘንድ አደረገ፡፡ ራሱን ለእግዚአብሔር ማዘጋጀቱ ለእነርሱም ጥቅም እንደ ሆነ ያስተውሉት ዘንድ ይናገራል፡፡ «እምነታችሁ በእግዚአብሔር ኃይል እንጂ፣ በሰው ጥበብ እንዳይሆን (1ኛ ቆሮ. 2÷4) የአገልግሎት ቢሮዎች ሆነ የጸጋ ስጦታዎችን ማወዳደር አይቻልም፡፡ በዚህም ምክንያት ስጦታዎቹ ጠቀሜታቸው በሚያስፈልግበት ሥፍራና ጊዜ መገለጥ የሚያስፈልገው ያ ብቻ ስለሆነ፣ ጠቀሜታው ለውድድር ሊቀርብ አይችልም፡፡ ለምሳሌ በባልና በሚስት መካከል ለሚኖረው ግጭት ለእነዚህ ባለ ትዳር ለሆኑት የሚያስፈልጋቸው የምክር አገልግሎት እንጂ፣ በመላክት ቋንቋ ተናግሮ የመተርጐም ስጦታ አይደለም፡፡

ሁሉም በሚያስፈልጉበት ሥፍራ እና ጊዜ ጠቀሜታቸው እንደዚያው የጐላ ስለሆነ ነው፡፡ የስሕተት ትምህርት ሐሰተኛ ነቢያቶች በሚገኙበት ሥፍራ የአስተማሪዎች

አገልግሎት ሐሰተኛ ነቢያቶች በሚገኙበት ሥፍራ የአስተማሪዎች አገልግሎት እና የመለየት ጸጋ እንጂ፣ የድንቅ እና የተኣምራት ስጦታ አያስፈልግም፡፡ ይህ ማለት ግን ድንቅ እና ተኣምራት የሚያደርጉ ስጦታዎች አያስፈልጉንም ማለት አይደለም፡፡ ለምሳሌ ብንወስድ ፊሊጶስ ብዙ ድንቅ እና ተአምራትን ያደርግ ነበር፡፡ ሆኖም ሐዋርያት ዕጃቸውን ሲጭኑ ፊልጶስ ወንጌልን የመሰከረላቸው ሰዎች በመንፈስ ቅዱስ ተሞሉ፡፡

ይህ የሚያሳየው የወንጌላዊው ጸጋ እንደ ሐዋርያቱ ጸጋ የራሱ ድርሻ እንዳለው ነው (የሐዋ. 8÷4-8)፡፡ በሰማርያ ከተማ የፊሊጶስ አገልግሎት ደስታን አመጣ፡፡ ሲቀጥል በአማኞች ዘንድ የመንፈስ ቅዱስ ስጦታ በመታደሉ ምክንያት ከፍተኛ ሐሤት ሆነ (የሐዋ. 8÷14-17)፡፡

ቤተ-እስራኤል የመሢሑን በግርግም መወለድ ጀምሮ እስከ መስቀል ሞት ድረስ ለማመን ተቸግረዋል፡፡ ገና ከጠዋቱ አወላለዱ ጥያቄ ነበረው፡፡ ወንድን ሳታውቅ ድንግል ሴት ትወልዳለች የሚል እምነት አልነበራቸውም፡፡ ሐዋርያው ጳውሎስ ለቆሮንቶስ ሰዎች የአይሁድን መሻት ሲናገር «መቼም አይሁድ ምልክትን ይሻሉ» (1ኛ ቆሮ. 1÷22)፡፡ሆኖም ምልክት ተሰጥቶአቸው ነበር፡፡ ሰብዓሰገል የተወለደውን የአይሁድ ንጉሥ ይመለከቱ ዘንድ ኮከቡን በምሥራቅ ዐይተው እየተነዱ ወደ ኢየሩሳሌም መጥተው የካህናት አለቆች የሕዝብን ጸፎች ሰብስበው መወያየት አደረጉ፡፡ እነዚህ ሕዝብ «አንቺ ቤተልሔም ...» (ማቴ. 1÷5-6) ሲሉ ለሄሮድስ ነገሩት፡፡

እነርሱ የተረዱት ምልከታ ከቃሉ ትርጓሜ እንዳስተዋሉ እናያለን፡፡ በዚያ የሚኖረው ትውልድ የሚሹትን ተኣምራት ጠግበዋል፡፡ ያ ሕዝብ ግን የኢየሱስ ክርስቶስ አመጣጥ ከሌሎቹ ለየት ያለ እና «እኔ ነኝ» ብሎ ስለመጣ ጥርጣሬአቸው አየለ፡፡ ጸጋና ኃይል በብዙ ምሳሌ ቢናገራቸውም፣ በመካከላቸውም ብዙ ድንቅና ተኣምራትን በመሥራት ቢመጣም ልባቸው ከማመን ዘገየ (ማቴ. 11÷16-19)፡፡

የአይሁድ አለቆች ስለ መሢሑ መምጣት የተናገራቸው መጥምቁ ዮሐንስ ኃጢአታቸውን ገሃድ እያወጣ ንስሐ ግቡ÷ አለዚያ ምሳር በዛፎች ሥር ተቀምጧል ሲል ያቀረበውን ዐዋጅ ዕንቢ ሲሉ «ዋይ ዋይ» ሊሉ ይገባ ነበር፡፡ አይ፣ ተሳስተሃል «እልል» ማለት ነው የሚገባን አሉ፡፡ ትንሽ ሳይቆይ የእስራኤል በኵር በዮርዳኖስ ተጠምቆ «የእግዚአብሔር መንግሥት በመካከላችሁ ናት» እያለ የምሥራች ይዞ ሲመጣ «እልል» ሊሉ ሲገባ፣ የአይሁድ መሪዎች ግን «ዋይ ዋይ» ማለት ይገባል በማለት ተቃወሙት፡፡ሙሽራዋ መጥቶ የዘንባባ አንጥፈው

«ሆሳዕና» ሲሉት ሊቀበሉት አልወደዱም፤ እንዲያውም በእንጨት ላይ ሰቅለው ገደሉት። የእግዚአብሔር ኃይል ድንቅ እና ተአምራት ሲያደርግ ብዙዎች ይጋፉት ነበር።

እንዲያውም ለሆዳቸው ሲሉ የመጡ ነበሩ። ሆኖም የእግዚአብሔር ኃይል የሆነው ክርስቶስ ኢየሱስ «እኔ የሕይወት እንጀራ ነኝ" ሲል መልእክቱን ሊቃወሙ ጀመሩ።ይህ የእግዚአብሔር ኃይል የሆነው ግን በሞቱ በትንሣኤው ያመኑ የዘላለም ሕይወት ያገኛሉ የሚለው ፈጽሞ ሊያጣጥሙት አልቻሉም። ምንም እንኳ በእርሱ አገልግሎት ብዙ ቢጠቀሙም፣ መልእክቱ ግን ሊቀበሉት ዕንቢ አሉ። ይህ ጌታ ሰዎች የሚድኑበት ኃይል እንደ ሆነ ይመሰክራል። በዚያን ዘመን ለሚኖሩ ከአይሁድ ወገን የሆኑ አማኞች በይበልጥም በሮም ለሚገኙት አማኞች ይህን ያስረግጥላቸው ይገባል።

የተሰጣቸው የመጨረሻው ተአምራት የወልድ ሞቶ መነሣት ሆነ። ይህንን ተአምራት በልቡናው ያየ ከአይሁድ ወገን የሆነ ሰው ሐዋርያው ቅዱስ ጳውሎስ ነበር (ማቴ. 13÷38-39)። በተአምራት ያመኑ ዘንድ ልባቸው ዘገየ (ዮሐ 4÷48)። በመጨረሻም የተአምራት ሁሉ መደምደሚያ ጌታችን መድኃኒታችን ኢየሱስ ክርስቶስ ሆኖ ተገኘ።ጌታችን ኢየሱስ በምድር በነበረበት ወቅት «ከእንግዲህ በኋላ አታዩኝም፥ እኔ ወደምሄድበት ልትመጡ አትችሉም» እንዳላቸው በአለማመናቸው ምክንያት የመስቀል ሞት ቢያደርጉትም፣ በእግዚአብሔር ትንሣኤ ተነሥቶ ለአመኑት ታያቸው። በአመኑት ሰዎች ልብ የመዳን ወንጌል ሆኖ ነገሠ። ሐዋርያው በወንጌል አላፍርም ሲል አይሁድ ባለማመን የተሰቀሉት ጌታ የእግዚአብሔር ኃይል ሆኖ መዳንን አመጣላቸው።

ይህም ሞቱ እና ትንሣኤው በመተባበር (ከወይኑ ግንድ) ጋር መጣበቅ ኅብረት ነው። ሐዋርያው በወንጌል እንደሚያፍር መናገር ብቻ ሳይሆን፣ ስለ ወንጌል ስለ ደረሰበትም መከራ እንዳያፍሩ ለአማኞች በተለያየ ሥፍራ ይነግራቸው ነበር (ሮሜ 10÷11፤ 2ኛ ጢሞ. 11÷12፣ 8፤ ፊልጵ. 1÷20፤ 1ኛ ጴጥ. 4÷16፤ 1ኛ ዮሐ. 2÷28)።

«አስቀድሞ» የሚለው የሐዋርያው ጳውሎስ ለሮሜ የጻፈላቸውም ሆነ በሌሎች ቅዱሳት መጻሕፍት ያሉት ምሥጢር ያለ ጥርጥር ታላቅ ነው። በሮሜ መጽሐፈ ላይ ይህ የተጻፈው ቃል «አስቀድሞ»፣ «አስቀድማችሁ»፣ «በመጀመሪያ»፣ «በቅድሚያ» የሚሉ ቃላቶች በአስተምህሮ ውስጥ በቀላሉ መታየት የለበትም። እግዚአብሔር ለአይሁዳውያን አስቀድሞ የምሥራቹን ወንጌል ማብሰሩ በመልኩና በምሳሌው ለተፈጠረው የሰው ዘር ዐድሎ ለማሳየት እንዳልሆነ ልናስተውል ይገባናል።ለምሳሌ ብንመለከት ምዕራፍ ሁለት

ለአይሁድ የሚያተኩር ሲሆን፣ በምዕራፍ አንድ እና ሦስት ደግሞ በአሕዛብ ላይ ይናገራል። ምዕራፍ ሦስት መጨረሻ ላይ ግን አሕዛብም ሆነ በሪያና ጨዋ በእግዚአብሔር ፊት ኃጢአተኛ እንደ ሆነ ሥጋ የለበሰ ሰው ሁሉ በፊተኛው አዳም የተኰነነ እንደ ሆነ ያስተምረናል። እግዚአብሔር የአይሁድ አምላክ ብቻ አይደለም፤ እርሱ ጭምር አምላክ ነው።

ስለሆነም እርሱን እንደ አምላክነቱ ስላላመለኩት ፍርድ እንደ ተወሰነባቸው ይናገራል። «ወይስ እግዚአብሔር የአይሁድ ብቻ አምላክ ነውን? የአሕዛብስ ደግሞ አምላክ አይደለምን?» (ሮሜ 3÷29)። ስለዚህ ሕግና ነቢያት የተሰፋ ቃል የተሰጣቸው ሆነ። አምላክነትን በፍጥረታት ገልጦ በሕሊናቸው እያወቁት እንደ እግዚአብሔርነቱ መጠን ላላከበሩትና ላላመሰገኑት (ሮሜ 1፡21)፣ ከፍርድ ሊያመልጡ አልቻሉም (ዘጸ. 10÷17፤ ኢዮብ 34÷19፤ሮሜ 2÷11)።

እግዚአብሔር የሰውን ልጅ ለማዳን አስቀድሞ ከሕዝብ አንድ ሰው መምረጥ አስፈለገው። ይህ ሰው ባዕድ አምልኮ የሚያመልክ እንደ ነበር ይታወቃል። የአይሁድ አባት የሆነው አብርሃም ከዳዊት ዑር በሚባል ሥፍራ የተወለደ የባዕድ አምላኩ ነበር። መጽሐፍ ቅዱሳችን በግልጥ ይህ ሰው ከአገሩ ከቤተ ሰቡ ተለይቶ እግዚአብሔር ወደሚያሳየው ምድር እንዲሄዱ አደረገው፤ ባረከው። ከእርሱም በኩል የልጅ ልጆቹ እንዲባረኩ እግዚአብሔር «አስቀድሞ» የወሰነው ነው።ይህ ውሳኔ ግን አሕዛብን የበታች እንዲሆኑ አላደረጋቸውም። እርሱም በመጀመሪያ አሕዛብ ነበርና።

ነገር ግን ጊዜው ሲደርስ ከአብርሃም ዘር የተወለደው የኢሴይ ልጅ ዳዊት ልጅ ኢየሱስ ክርስቶስ ለአሕዛብ ወንጌልን እንደሚያበስር እግዚአብሔር «አስቀድሞ ዐይቶ» ነበር። ሐዋርያው ለገላትያ ሰዎች ሲጽፍላቸው እንዲህ አለ፡- መጽሐፍም እግዚአብሔርም አሕዛብን በእምነት እንዲያጸድቅ **<u>አስቀድሞ ዐይቶ</u>**፡- በአንተ አሕዛብ ሁሉ ይባረካሉ ብሎ ወንጌልን ለአብርሃም አስቀድሞ ሰበከ (ገላ. 3÷8)።ይህ እግዚአብሔር» አስቀድሞ «ዓለም ከመፈጠሩ የሰውን ልጅ ለመቤዠት ከአብርሃም በኩል በሚወጣው ሥጋ ለብሶ በመጣው በልጅ ሊያደርገው ያለውን ሥራ በዘላለም ዕቅድ ውሳኔው ያለውን ሥራ ይገልጥልናል። «በበጐ በፈቃድ እንደ ወደደ በኢየሱስ ሥራ ለእርሱ ልጆች ልንሆን አስቀድሞ ወሰነን» (ኤፌ. 1÷5)።

እግዚአብሔር በመጀመሪያ አስቀድሞ አብርሃምን ጠርቶ አይሁድ የኪዳኑ ልጆች እንዳደረጋቸው ከዚያም በእምነት በኩል አሕዛብ እንዲድኑ የዘላለም ዕቅዱ ሆኖ ሳለ የአይሁድ አለቆች እና ፈሪሳውያን ግን ይህ ለራሳቸው እንደ ተሰጠ ብቻ አድርገው ወስደውት ነበር፡፡ የሚመኩበት አብርሃምም ሆነ ሕጉ ግን ሁሉም ወደ ኢየሱስ የሚያመለክቱ ነበሩ፡፡«ትምክህት እንግዲህ ወዴት ነው? እርሱ ቀርቷል፡፡ በየትኛው ሕግ ነው? በሥራ ሕግ ነውን? አይደለም፡፡ በእምነት ሕግ ነው እንጂ (ሮሜ 3÷27) የአብርሃም ልጆች ነን ይሉ ነበር፡፡ ነገር ግን የአብርሃምን ሥራ ማድረግ ግን አልፈለጉም፡፡

አብርሃም አመነ÷ ጽድቅ ሆኖ ተቈጠረለት፡፡ እነርሱ ግን በእምነት መኖርን አልፈለጉም፤ ለራሳቸው ብዙ ትእዛዛትን በሰዎች ጫንቃ ላይ አስቀምጠው ዋናውን ጥለውት ነበር፡፡ «መልሰውም፡- አባታችንስ አብርሃም ነው አሉት፡፡ ኢየሱስም፡- የአብርሃም ልጆች ብትሆኑ የአብርሃምን ሥራ ባደረጋችሁ ነበር» (የሐ. 8÷39)፡፡ ምሕረት፣ ፍርድ እና ታማኝነት የሕግ ዋናው ዕምብርት ሲሆን፣ እነርሱ ግን አሥራትን ቁም-ነገር አድርገው ከአዝሙድ፣ ከእንስላልና ከከሙንም እንዲሰጡ ያደርጉ ነበር (ማቴ. 23÷23)፡፡ እንግዲህ የኪዳን ልጆች ሆነን ያለው አይሁድ ሕዝብ ሕጉን ባለመፈጸማቸውም ከሌሎች አሕዛብ በሕሊና ሕግ ከተከሰሱት የሚለያቸው የለም፡፡

ሮሜ 2÷12፤ 3÷9 ወንጌል ግን አስቀድሞ የጨዋ ልጅ ነኝ ብለው ለማያምኑት በአባታቸው አብርሃም በኩል መጣላቸው አሁን ደግሞ በክርስቶስ ኢየሱስ ለአይሁድም ሆነ ለአሕዛብ ይደርስ ዘንድ እግዚአብሔር ዘመኑ ሲደርስ ከሴት እንዲወለድ አደረገ (ገላ. 4÷4)፡፡ የብላቴናው መወለድ ደግሞ ለአይሁድ ሆነ ለአሕዛብ ይባርካቸው ዘንድ ነው፡፡ አስቀድሞ ለአይሁድ ወንጌል ደረሳቸው፡፡ ጌታችን ኢየሱስ ክርስቶስ «የእርሱ ወደ ሆነው መጣ የገዛ ወገኖቹ አልተቀበሉትም» (የሐ. 1÷12) በመጨረሻም ሰቀሉት፡፡ ያም ሆኖ ከሙታን ሲነሣ የሰው ዘር ኃጢአት የትእዛዛትን የተጻፈውን የዕዳ ጽሕፈት (መርገም - ሞት ፍርድን) በመስቀል ጠርቆ ከመንገድ አስወግዶ፣ የምሥራቹ ወንጌል በሐዋርያት ዕጅ በጴንጤቆስጤ ቀን ተሰበከ፡፡ያመኑት በቀበሉትም ይህ ዕድል ለአሕዛብ የተለቀቀ ሆነ፡፡ በአመኑት አሕዛብ ላይም መንፈስ ቅዱስ ወረዳባቸው፡፡

በቅድስተ ቅዱሳን በመጋረጃው የተከለለው የእግዚአብሔር በረከት (ክብር) ለአይሁድ ብቻ ሳይሆን፣ ለአመኑት አሕዛብም ጭምር እንደ ሆነ ጴጥሮስ ወደ ቆርኔሊዎስ ቤት ገብቶ ከተናገረው እናስተውላለን፡፡ «አይሁዳዊ ሰው ከሌላ ወገን ጋር ይተባበር ወይም ይቃረብ ዘንድ እንዳለተፈቀደ እናንተ ታውቃላችሁ÷ እኔ ግን እግዚአብሔር ማንንም ሰው ርኩስና

የሚያጸይፍ ነው እንዳልል አሳየኝ፡፡»የሐዋ. 10፥28 - ግሪኮች አይሁድን ጥበብ የሌላቸው ብለው ይንቋቸዋል፡፡ አይሁድ ግሪኮችን ያልተገረዙ ብለው ይንቋቸዋል፡፡ አይሁድ አሕዛብን ሳምራውያንን ውሾች ርኩሶች ብለው ስም አውጥተውላቸው ነበር፡፡ ኢየሱስም ጋኔን ለያዘባት ከነዓናዊት ሴት በጢሮስ እና በሲዶና አገር እየሄደ ሳለ ለጠየቀችው መልስ ሲሰጥ «የልጆችን እንጀራ ይዞ ለቡችሎች መጣል አይገባም አለ» (ማቴ. 15፥26)

የዘመኑን አነጋገር በአሕዛብ እና በሳምራውያን ወንጌል ድርሻ ጊዜው እንዳልሆነ ቢገልጥም፣ የእምነት ሕይወት ግን የልጇን ፈውስ እንድታገኝ አደረጋት፡፡ ይህ የሚያሳየው አስቀድሞ ለአይሁድ ወንጌል ለማዳን ቢመጣም፣ በእምነት ጽድቅ በሚገኘው በደሙ የተደረገ ቤዛነት ላይ የተመሠረተ መሆኑን ነው፡፡አይሁድ ሕግ አለን፤ ግሪኮችም የተማርን ነን ማለታቸው መዳንን አላመጣም፡፡ ከእምነት የሆኑት ግን መዳንን ያገኛሉ፡፡ ለአይሁድ አስቀድሞ የተሰጣቸው ሕግ አገልግሎት ነበረው፡፡ ይህም ሕግ ቢያደርጉት ለሕይወት ነበር፡፡ ይሁን እንጂ፣ ኃጢአት ሕጉን ምክንያት አድርጎ ይህም ሕጉን ተላልፈሃል ብሎ ለፍርድ እንዲሆኑ አደረጋቸው፡፡ (ሮሜ 7፥10)፡፡በእርግጥ ኃጢአት ፍርድ አለው፡፡ ከፍርድ በታች እንደ ሆኑ ኃጢአተኝነታቸውን እንደ መስታወት የሚያሳያቸው የሙሴ ሕግ ተሰጥቷቸዋል፡፡ ይሁን እንጂ፣ ሕጉ ቅዱስ ነው (ሮሜ 7፥7፣ 12)፡፡

አብርሃም ግን አመነ፡፡ ጽድቅን ያገኘውም ሕግን መሠረት በማድረግ ሳይሆን፣ ኃጢአተኛውን በሚያጸድቅ በእግዚአብሔር መታመኑ በሚቀጥሉት ምዕራፎች የምንመለከታቸው ይሆናል፡፡ ለአሁኑ ግን እግዚአብሔር «አስቀድሞ» ለአይሁድ በአብርሃም በኩል በእምነት ሕግ እንዲባረኩ ወንጌልን ሰበከለት፡፡ አብርሃም ይህን ሥራ (የእምነት ሕግ) አደረገ ወይም አመነ፡፡ ከኃጢአተኝነቱ ሊያድነው የሚችለው ኃይል የወንጌል ኃይል ወንጌል ራሱ መሆኑን ሐዋርያው አስረግጦ ይናገራል፡፡

ስለዚህ ሁልጊዜ «አንዲት ቃል» ለምሳሌ «አስቀድሞ» አስቀድማችሁ «በመጀመሪያ» የሚሉት ቃላት በውስጡ ብዙ የመረዳት ባለጠግነት አለውና በአትኩሮት መመልከት አስፈላጊ ነው፡፡ ወይ የነገር ጥላ አለው ወይም ደግሞ የወንጌል መልእክት ይሆናል፡፡ ስለሆነም የብሉይ ኪዳን ሕግጋትን ማጥናት ሆነ በአዲስ ኪዳን ያሉትን የቃሉን ፍች በጥልቀት ማየት እጅግ አስፈላጊ ይሆናል፡፡ እግረ-መንገዳችን ለምሳሌ ስናይ «በመጀመሪያ» አስቀድሞ «አስቀድማችሁ» የሚሉ በእግዚአብሔር የመለኮት አሠራር ውስጥ ዐይነተኛ የሆኑ ቊልፍ ቃላት ናቸው፡፡

1) ስለ ንስሐ «በዚያ መሠዊያ ፊት መባህን ትተህ ሂድ **<u>አስቀድመህ</u>** ከወንድምህ ጋር ታረቅ መጥተህ መባህን አቅርብ (ማቴ. 5÷24)፡፡ ከአገልግሎት በፊት የወንድማማች መዋደድ ይበልጣል፡፡

2) ስለ ንስሐ «አንተ ግብዝ **<u>አስቀድመህ</u>** ከዐይንህ ምሦሦውን አውጣ፥ ከዚያ በኋላ ከወንድምህ ዐይን ጉድፉን ታወጣ ዘንድ አጥርተህ ታያለህ (ማቴ. 7÷5)፡፡ ወንጌልን ጉልበት ኖሮት መንፈሳዊ ዐይኖች የልቡና ዐይኖች ጠርተው እንዲከፈቱልህ ስለ ሌሎች ለማገልገል ከመጸለይህ በፊት አስቀድመህ በአንተ ሕይወት የንስሐ ፍሬ ይኑርህ፡፡ይህ ይሆን ዘንድ የእግዚአብሔር አንድ ጸጋ ቅባት ለአንተ መጥቶልሃል፡፡ አለዚያ እሳት ቅባት ስጦታዎቹ ተገልጠው ነፍሳት ወደ እግዚአብሔር መንግሥት ይጐርፍ ዘንድ ዐይን ከፋቹ መንፈስ ቅዱስ አይሠራም (አጥርተህ ማየት) - የልቡና ዐይኖች ይበሩ ዘንድ አይችልም፡፡

3) በቅድሚያ የእግዚአብሔር ሥራ አስቀድም፡- «ጌታ ሆይ አስቀድሜ እንድሄድ አባቴን እንድቀብር ፍቀድልኝ፡፡ ኢየሱስም ተከተለኝ ሙታናቸውንም እንዲቀብሩ ሙታንን ተዋቸው አለው» (ማቴ. 8÷21)፡፡ አባት እናቱን ጡሮ እስኪሞቱ ድረስ እነርሱን እየተንካባከቡ መቆየት መልካም ነገር ቢሆንም፣ አንተ የምትሠራው የእግዚአብሔር መንግሥት ሥራ የነፍሳት መዳንና የቤተ ክርስቲያን አካላትን የመገንባት ጉዳይ **<u>ቀደምትነት</u>** አለው ማለቱ ነበር፡፡»

4) እንዴት ማገልገል እንደሚገባ **<u>በቅድሚያ</u>** መደረግ ያለበትን ሲናገር፡- «ወይስ ሰው አስቀድሞ ኃይለኛውን ሳያስር ወደ ኃይለኛው ቤት ገብቶ ዕቃውን ሊነጥቅ ይችላል? (ማቴ. 12÷29) እያለ ያለው አስቀድመን ነፍሳትን ለማጥመድ ከመውጣታችን ወይም ለመድረኩ አገልግሎት ተገፋፍተን ከመታየት በፊት በመንፈሳዊ ዓለም ዕንታይ፤ ዕውቅና ይኑረን፡ ፡ይህም ዕውቅና ኃይለኛውን በማሰር ይታወቅ፡፡ የጉልበት ዕርምጃ በመንፈሳዊ ዓለም ምርኮን መማረክ ይሰጠናል፡፡ በጉዑዙ ዓለም ተገልጦ የሰዎች ቋጠሮ ተፈትቶ ወንጌልን ይሰሙ ዘንድ ልባቸው እንዲከፈት ያደርጋል፡፡ በልባቸው የታሰረው የሚፈታ ጌታ ኃይልን ለአማኞች ሰጥቷል፡

፡ ዘወትር የሚጸልይ ስለሆነ፣ ጳውሎስ ወንጌልን ሲሰብክ ኃይል ይገለጥበት ነበር (1ኛ ቆሮ. 2÷4፤ የሐዋ. 16÷14)፡፡

5) የምናገለግላቸው ሰዎች **በመጀመሪያ** ይዘነው የምንሄደው ወንጌል ነው፡፡ «ወደምትገቡበት ቤት አስቀድማችሁ፡- ሰላም ለዚህ ቤት ይሁን» በሉ (ሉቃስ 10÷5)፡፡ በወንጌል ውስጥ ተግሣጽ ቅጣት (አባት የሚወደውን ልጁን ይገልጻል (ዕብ. 12÷5) እንዲሁም ለትምህርት ልብንም ለማቅናት በጽድቅ ላለው ምክር (2ኛ ጢሞ. 3÷17) ቢሆንም፣ **ቅድሚያ** ግን ሰላም (ይህ ሰላም በክርስቶስ ኢየሱስ_ከእግዚአብሔር ጋር ሰላምን እንደ ያዝን የሚነገር ዐዋጅ ነው (ሮሜ 5፡1፤ 2ኛ ቆሮ. 5÷18-19)፡፡

6) በመጀመሪያ ወንጌል የሰዎችን ልብ ሲነካ ሰዎች ለወንጌል ራሳቸውን ይሰጣሉ፡፡ «አስቀድመውም በእግዚአብሔር ፈቃድ ራሳቸውን ለጌታ ለእኛ ሰጡ እንጂ» 2ኛ ቆሮ. 8÷5 የፈሪሳውያኑ አገልግሎት ሕዝቡ ለእነርሱ እንጂ፣ ለጌታ ስላልሆነ ፍላጐታቸው ከአዝሙድ እና ከእንስላል ከከሙንም አሥራትን እንዲያወጡ ነበር፡፡

የሐዋርያቱ አገልግሎት ግን ነፍሳትን ለክርስቶስ ንጽሕት ድንግል አድርጐ ማዘጋጀት ነው፡፡ «በእግዚአብሔር ቅንዓት አቀናላችኋለሁና እንደ ንጽሕት ድንግል እናንተን ለክርስቶስ ላቀርብ» 2ኛ ቆሮ. 11÷2 «ስጦታውን ፈላጊ አይደለሁም» ፊልጵ. 4÷17 «ከምንም ብር ወይም ወርቅ ወይም ልብስ አልተመኘሁም» (የሐዋ. 20÷33)፡፡

«ሌሎች በእናንተ ላይ ይህን መብት የሚካፈሉ ከሆነ እኛማ ይልቁን እንዴታ? ነገር ግን የክርስቶስ ወንጌል እንዳንከለክል በሁሉ እንታገሣለን እንጂ፣ በዚህ መብት አልተጠቀምንም» (1ኛ ቆሮ. 9÷12)፡፡ «እንደምታውቁት እያቆላመጥን ከቶ አልተናገርንም፡፡ እግዚአብሔር እንደሚመሰክር እያመካኘን በመጐምጀት አልሠራንም» (1ኛ ተሰ. 2÷5)፡፡ እንደ በልዓም ሦስት በተሞላ ልብ የሚመኝ የማያገለግሉ አልነበሩም (2ኛ ጢሞ. 2÷14፣ 15፤ ይሁዳ 11)፡፡

እንዲህ ያሉ ብዙ ነገሮችን መጥቀስ ይቻላል፡፡ ነገር ግን «**አስቀድሞ**» **በመጀመሪያ** መደረግ ያለበትን ማወቅ ከፍርድና ከእግዚአብሔር ቍጣ ሲያተርፈን የጽድቅ ፍሬ እንድናፈራ ያደርገናል፡፡ በመጀመሪያ በራስ ዙሪያ ንስሐ ማድረግ፣ ከወንድምህ ጋር ኅብረትን

ማጠንከር፣ ቂምን መተውና ልብን በነፍሳት ላይ ማተኰር ... ወዘተ በጥቂቱ ዋነኛ መልእክት ናቸው፡፡

ይህ እግረ-መንገዳችን የምናየው አሳብ ይሆናል፡፡ ወንጌል በመጀመሪያ የሚሠራው ሥራ ሲሆን፣ አማኙ በእምነት በክርስቶስ ጽድቅ የሚለማመደው ሕይወት ነው፡፡ መጽሐፉ «አስቀድሞ ... ለሚያምኑ ሁሉ የእግዚአብሔር ኃይል ለማዳን ነውና፡፡» የነፍሳት መዳን መንፈሳዊ ባርኮት በክርስቶስ ሞት እና ትንሣኤ የተገኘ የዘላለም ሕይወት እንደ ሆነ ይህ በቀደምትነት (የኃጢአት ይቅርታ ከእግዚአብሔር ጋር መታረቅ) ሲሆን፣ ከዚያ ጋር የሰዎች ከሕግ እርግማን (ከደኅንነት ከሥጋ በሽታ ... ወዘተ) መዳን ደግሞ በቀጣይነት የሚታይ ይሆናል፡፡ በክርስቶስ ኢየሱስ ጽድቅ ምክንያት ይህ የመዳን ሥራ ተጠናቅቆ ለአመኑት አንድም ሳይጐድልባቸው የልጅነትን ሕይወት ይኖሩ ዘንድ ይህም (የንግሥና ሕይወት) በዚህች ምድር ይመላለሱ ዘንድ ነው፡፡

«በአንድ ሞት በአንዱ በኩል ከነገሠ ይልቁንም የፀጋ ብዛትና የጽድቅ ስጦታ ብዛት የሚቀበሉ በአንድ በኢየሱስ ክርስቶስ በኩል በሕይወት ይነግሣሉ» (ሮሜ 5፥17)፡፡ ጌታችን ኢየሱስ ሞት ምክንያት ትልቁ ስጦታ ጽድቅ እንደ ሆነ ይናገራል፡፡ ከዚህ የጽድቅ ስጦታ አስከትሎ ግን ሌሎች ስጦታዎች ተሰጠን፡፡ አስቀድሞ ግን ጽድቅ ነው፡፡ ክርስቶስ ኢየሱስ ጽድቃችን ሆነ (1ኛ ቆሮ. 1፥31)፡፡ በደሙ ጸደቅን - የጸጸቱ ተካፋዮች በሞቱ ትንሣኤው በመተባበራችን አገኘን (ሮሜ 6፥5)፡፡

ከአብ ጋር ታረቅን፤ የኃጢአት ሥርዓት ማግኘት ብቻ ሳይሆን፣ በልጁ ሞት እና ትንሣኤ በደሙ ጸደቅን (ሮሜ 5፥8)፡፡ደሙ ሕያው እንደሆነ በጽድቁ ሕያዋን ነን፡፡ እግዚአብሔር «የሕያዋን አምላክ» የተባለው ተፈጸመ፡፡ ምንም እንኳ ክርስቲያን በከፍታ በዝቅታ በኃጢአት ውድቀት አንዳንዴ ቢመላለስም ግን፣ የደሙ ኃይል ጽድቁን በሕይወት ዘመኑ እንዲኖረው ያደርገዋል፡፡ ኃጢአት ሞት ላይለየው ጽድቅ ስጦታ በዛለት፡፡ «በሕይወት ይነግሣሉ» ያለውን የክብር ሕይወት ሊኖር መንፈሳዊ ዐቅምን አገኘ፡፡

ከኩነኔ ወጥቶ ሊኖር ጽድቅ አማኙን የንግሥና ማለትም የትንሣኤውን ሕይወት እንዲኖር አደረገው፡፡ ይህ ሲሆን የጸጋ ብዛት እና የጽድቅ ስጦታ ብዛት (ሮሜ 5፥17) ስላለን ኃጢአትን እንደ ፈለግን ጨልጠን እንጠጣ ማለት ሳይሆን፣ አስቀድሞ በሕግ በኩል የሚመኩት አይሁድም ሆኑ በሕሊና ሕግ ያሉት አሕዛብ በራስ ጥረት በኃጢአት ላይ ሊጫማ ያስቻሉት የሰው ዘር (አይሁድ ሆኑ አሕዛብ) በክርስቶስ ሞት እና ትንሣኤ

የእግዚአብሔርን ሕይወት፣ ማለትም የልጅነት ሕይወትን ለመኖር ይችሉ ዘንድ የተሰጣቸው የጽድቅ ስጦታ በደሙ የተገኘም እንደ ሆነ ያስተምረናል፡፡

ስለዚህ እግዚአብሔር የሕያዋን አምላክ ነው (ማር. 12÷27)፡፡የእግዚአብሔር ኃይል የሆነው ወንጌል በኋለኛው አዳም አለመታዘዝ ምክንያት በዲያብሎስ ብቻ የተወሰደ ሲሆን፣ ይህ ደግሞ በአዳም በኩል የጠፋውን የሰው ልጅ ወደ ነበረበት የልጅነት ሕይወት መመለስ ብቻ ሳይሆን፣ በአዳም አለመታዘዝ በሰማይ በምድር ከምድር በታች በመላው በፍጥረት ላይ በመጣው ቀውስ የእግዚአብሔር ኃይል የሆነው ወንጌል በኋለኛው አዳም በፈጣሪው ላይ ባደረገው ዐመፅ ምክንያት በክብሩ እንዳይገለጥ ያደረገው ዋነኛው የልጅነት ሕይወት ማጣት ነበር፡፡

ይህ ወንጌል ግን በኃጢአት እና በአለመታዘዝ ምክንያት የጠፋውን የሰውን ልጅ ከኃጢአት ኃይል እና ከዲያብሎስ ገዥነት ማላቀቅ፣ እንዲሁም የልጅነት ሕይወት (የጽድቅ ንግሥና) ማኖር ብቻ ሳይሆን፣ ከዚያም ባለፈ በሰማይ በምድር እና ከምድር በታች ባሉት የእግዚአብሔር የዕጅ ሥራ ላይ የጽድቁ ክብር እንዳይገለጥ፣ ቀውስ እንዲሆን፣ የሥልጣን መዛባት እና የፍጥረት ማርጀት አምጥቶአል፡፡

የእግዚአብሔር ኃይል የገሃነው የጽድቀ ወንጌል ነው፡፡ ይህ የእግዚአብሔር ጽድቅ (ኃይል) ደግሞ ዕጆቹ ሁሉ ላይ በሾመው በሰው ልጅ አማካይነት ለፍጥረት ሁሉ ይገለጥ ዘንድ የእግዚአብሔር ፈቃድ ነበር፡፡ የዕብራዊው ጸሐፊ እንደሚነግረን «ታስበው ዘንድ ምንድር ነው ወይስ ትጐበኘው ዘንድ የሰው ልጅ ምንድር ነው ... በዕጆችህ ሥራ ላይ ሾመኸው» (ዕብ. 2÷7) ሲል ፍጥረት ሁሉ በዚህ በመልኩና በአምሳሉ በፈጠረው ሰው በር በጽድቅ እየተዳደረ ይኖር ነበር፡፡አዳም በአጠገቡ ያሉትን እንዲያስተዳድር ብቻ ሳይሆን፣ በዕጆቹ ሥራ ሁሉ በሰማይ በምድር ያሉትንም ነበር፡፡ ይህ ደግሞ የእግዚአብሔር መንግሥት በንጉሣዊው እና በሉዓላዊ አስተዳደር ሥር በዐደራ ሆኖ ሁሉን ከዕግሩ በታች ሆኖለት የእግዚአብሔር የጽድቅ ፀዳል በፍጥረታቱ ሁሉ ያበራ ዘንድ ነበር (መዝ. 8÷6)፡፡

በአዳም ምክንያት የታጣው እግዚአብሔር የጽድቅ ክብር ሰማያትን እና ምድርን ከመሙላት ይልቅ ኃጢአት በአንድ ሰው በኩል ገብቶ ሞት ነገሠ (ሮሜ 5÷12)፡፡ ኢየሱስ ክርስቶስ ይህ የእግዚአብሔር መንግሥት ወንጌል ሰበከ፡፡ ማርቆስ ሲናገር በመጥምቁ ዮሐንስ ዕጅ በዮርዳኖስ ተጠምቆ ለ40 ቀን እና ሌሊት ሊፈተን ወደ ምድረ- በዳ ሄደ፤ ከዚያም ሲመለስ «እግዚአብሔርን መንግሥት ወንጌል እየሰበከና እና - ዘመኑ ተፈጸመ፥

የእግዚአብሔር መንግሥት ቀርባለችና ንስሐ ግቡ በወንጌልም እመኑ» (ማር. 1÷14) እያለ መስበክ ጀመረ፡፡

የአዳም አለመታዘዝ የእግዚአብሔር የመንግሥቱ ወንጌል (የእግዚአብሔር መንግሥት) በሰው ልጅ በኩል ሊገለጥ ያለው የጽድቁ ክብር ፀዳል በክርስቶስ ኢየሱስ በኩል ለአባቱ በመታዘዙ የተወሰደው የልጅነትም ሥልጣን ሲመለስ በኋለኛው አዳም በኩል የወንጌል ኃይል ማብራት ጀመረ፡፡ ክርስቶስ ሞቶ ሲነሣ ከቤተ ክርስቲያን (የአካሉ) መወለድ ባሻገር በሰማይ በምድር ከምድር በታች የእግዚአብሔር መንግሥት በሚታዩት እና በማይታዩት ዓለማት በዕጀቹ ሥራ ሁሉ ላይ ድምቀቷ በዛ (ማቴ. 28÷18)፡፡

ኢየሱስ ክርስቶስ «ሥልጣን ሁሉ በሰማይና በምድር ተሰጠኝ» ሲል ለመጀመሪያ ጊዜ የእግዚአብሔር መንግሥት በክርስቶስ ሥልጣን ሕጋዊነት አግኝታ በሰማይኛው ክልል (የመጀመሪያው ሰማይ)፣ ማለትም ከፉ የአየሩ አለቃ ያለበትን፣ ሁለተኛ ሰማይ (ህዋዎቹን) እንዲሁም በምድር እና በሲኦል) - የምድርን ልብን ጨምሮ የእግዚአብሔር መንግሥት መግዛት የክብሩን ፀዳል በማፈንጠቅ የበላይነትን ያዘች፡፡

ይህን ለማስፈጸም ደግሞ የክርስቶስ አካል ቤተ ክርስቲያን ወኪልና (ኪዳን) ተሰጥቶአል፡፡ እንደ ክርስቶስ አካል መልካሙን ሥራ ትሠራ ዘንድ በጴንጤቆስጤ ቀን ተወለደች፡፡ የክርስቶስ አካል የሆነችው ይህች ቤተ ክርስቲያን የእግዚአብሔርን መንግሥት አጀንዳን ለመፈጸም ዛሬ በምድር ትገኛለች፡፡ ሥልጣንዋ አስተዳደርዋ ዜግነትዋ በሰማያዊ ሥፍራ ቢሆንም፣ በአካል ግን በምድር ላይ ትገኛለች (ራእይ 12÷6፤ ሉቃስ 17÷21)፡፡

የወንጌል ስደት ለቤተ ክርስቲያን በአየሩ አለቃ አማካይነት የሚመጣባት ቢሆንም፣ ወንጌል ግን በእግዚአብሔር ኃይል ያሸንፋል (ራእይ 12÷14)፡፡ የመንግሥቱ ወንጌል ቤተ ክርስቲያን ራስዋን ከመመገብ፣ እንዲሁም ከመታነጽም በላይ በፍጥረት ሁሉ ላይ የእግዚአብሔር ጽድቅ ይገለጽ ዘንድ ተጽዕኖ ማድረግ ነው፡፡ ይህ ማለት የእግዚአብሔር የጽድቅ ፀዳል፡፡ በሰማይ እና በምድር ተጽዕኖ እንዲፈጥር አብሮ ሠራተኛ መሆን (ኤፌ. 2÷10)፣ ክብሩ ምድሪቱን ይሞላ ዘንድ ብቻ ሳይሆን፣ በፍጥረታቱ ላይ ያንጸባርቅ ዘንድ ነው፡፡ የኢየሱስ ክርስቶስ በሰማይና በምድር ሥልጣንን ማግኘት እርሱ «ሁሉን ይሞላ ዘንድ ነው» (ኤፌ. 4÷9፤ 1÷24)፡፡

አካሉ የሆነችው የእርሱ ሙላቱ ነች፡፡ የእርሱ የጽድቅ ክብር ሞልቶ በእርሷ በኩል ተትረፍርፎ ለፍጥረት መቃተት መልስ ወደሚሆነው የልጅነት ሕይወት እንድንደርስ ነው፡፡ እግዚአብሔር በፍጥረታቱ ሁሉ የጽድቁን ክብር ፀዳል ያበራ ዘንድ የክርስቶስ ጽድቅ አስፈለገን፡፡ ይህ ጽድቅ ፀሐይ በጨለማው ፍጥረታቱ ላይ ያበራ ዘንድ ኢየሱስ ክርስቶስ ኋለኛው አዳም አስፈለገ፡፡

የጽድቅ ፀሐይ የሆነው ክርስቶስ ተወለደ፡፡ በጨለማ የሚኖረው ሕዝብ ብርሃን ወጣለት (ሚል. 4፡2፤ ኤፌ. 2÷10)፡፡ የክብሩ ፀዳል በቤተ ክርስቲያን በኩል በፍጥረታት ሁሉ ላይ ተጽዕኖ ማድረግ ቻለች፡፡ ‹ብርሃንሽ ወጥቶአልና የእግዚአብሔርም ክብር ወጥቶልሻልና ተነሺ አብሪ፡፡ እነሆ ጨለማ ምድርን፥ ጽድቅን ጨለማም አሕዛብን ይሸፍናል፤ ነገር ግን በአንቺ ላይ ብርሃን ይወጣል፥ ክብሬም በአንቺ ላይ ይታያል› (ኢሳ. 60÷2)፡፡በክርስቶስ የጽድቅ ክብር የተነሣ (ኤፌ. 2÷10) ክብር ከእርሷ ላይ ከማወጣው የጽድቅ ክብር የተነሣ (ኤፌ. 2÷10) መንግሥት ወንጌል በአካሉ በኩል ይወጣል ይሠራል ይከናወናልም፡፡ ምንም እንኳ ሁሉ ነገር በጠላት ቁጥጥር ያለ እስኪመስል ድረስ በቤተ ክርስቲያን እግር ሥር እንዳለ ባይታይም በሰማያት በደመና በአብ ቀኝ የተቀመጠ የቤተ ክርስቲያን ራስ አለ (ዕብ. 2÷8-9)፡፡

ሆኖም ግን በጽድቅ ክብር በምድር ላይ የተተከለችው የእግዚአብሔር መንግሥት ከወንጌል ኃይል (የምሥራቹ ቃል) የተነሣ ማደግም ግዛትዋ በሰማይ እንደ ሆነች በፍጥረታቱ ሁሉ ላይ መሆኑ አይቀርም፡፡ ምናልባት የሰናፍጭ ቅንጣት ያህል አይረቡም፤ አልተማሩም በተባሉ ዓሣ አጥማጆች ዕጅ የተላከ ሊሆን ይችላል፡፡በፈላስፎቹ እና በጠበብቶቹ ዘንድ ደካማ ሊመስል ይችል ይሆናል፡፡ ሲያፈራ ግን ይህች የሰናፍጭ ቅንጦት እስከ ሰማይ ደረሰች፡፡ የሰማይ ፍጡራን ሁሉ ተጠለሉባት (ማቴ. 13÷31)፡፡ ሐዋርያው ጳውሎስ እንዳለው ገናና በሆነችው በሮም ግዛት ለምትገኘው ቤተ ክርስቲያን በወንጌል አላፍርም ሲላት እንመለከታለን፡፡ በዘመንዋ የነበረችው የሮም መንግሥት ገናናነት የሚገልጽ አርማ ሁለት ክንፍ ያላት የንስር ክንፍ ነበር፡፡

በራዕይ ላይ እንደ ተገለጸው ቤተ ክርስቲያን ደግሞ ዕውነተኛ የንስር ክንፍ አላት (የወንጌል ኃይል) (ራእይ 12÷14)፡፡ እንግዲህ ከዚህ ምን እንማራለን? ወንጌል አማኞች የሆንን በገናናዋ በአሜሪካ በበለጸጉ አገሮች በስደት የምንኖር (የዲያስፖራ ማኅበርሰብ) የራሳችን መሰብሰቢያ አዳራሽ ከማሽብረቅ ወጣ ብለን የመንግሥቱን ወንጌል ዕጅ በዕጅ ተያይዘን ለፍጥረት ሁሉ ለመድረስ መረባረብ ነው፡፡

ተጽዕኖ ፈጣሪ መሆን ያቃተን የእግዚአብሔር መንግሥት የሚለውን ኃይል ያለበትን ወንጌል አለመረዳታችን ይሆን? የቤተ ክርስቲያን ዕድገት ማለት የእግዚአብሔርን መንግሥት አጀንዳ መፈጸም ማለት እንጂ፣ በራሳችን ዙሪያ «በዚህም ተራራ ለአርባ ዓመት መሽከርከር ይብቃችሁ» እንዳለው ሊሆንብን አይገባም፡፡ «ተነሺ አብሪ» ብሎ ኢሳይያስ እንደ ተናገረው በኢትዮጵያ፣ ኤርትራ ምድር አልፈን፣ ደግሞም በአጐራባች አገሮች ሱዳን፣ ኬንያ፣ ግብፅ፣ ሱማሌ፣ ጂቡቲ ከዚያ ምሥራቅ አፍሪካ፣ እንዲሁም ወደ አፍሪካ ተዘርግተን ተጽዕኖ ፈጣሪ መሆን ይኖርብናል፡፡ የጽድቁ ፀዳል ምድርን ሁሉ የመሙላት ዐቅም አለው፡፡ በአሁኑ ጊዜ የሚታየው የቤተ ክርስቲያን አንድነት ግን ይህን የማያንጸባርቅ አይደለም፡፡ በአንዳንድ ሥፍራ በእርግጥ ዕንቅስቃሴዎች ይታያሉ፤ ቢሆንም ዕጅ የሚያከል ደመና ያህላል፡፡

አብያተ ክርስቲያናት እና መንፈሳዊ አገልግሎት ሰጭ ተቋማት (ሚኒስቲሪዎች) አንድ ላይ ዕጅ ለዕጅ ሆነው የእግዚአብሔር መንግሥት ወንገል ሥራ እንሥራ የማለቱና የመተግበሩ ጉዳይ የሚቀጥል ይመስላል፡፡ ተጽዕኖአችን ከእኛ አልፎ በአገራችን ኢኮኖሚ ፖለቲካ ተጽዕኖ ማምጣት አልቻለም፡፡ በራሳችን አጀንዳዎች ላይ እያንዣበብን ተመቻችተን እና ተደላድሎ መኖርን የመረጥንበት ጊዜ ነው ብንል ማጋነን አይሆንብኝም፡፡

ሐዋርያው ግን ወንጌልን ለመስበክ ዝግጁ ነኝ ይላል፡፡ ይህም የእግዚአብሔር መንግሥት ወንጌል ሥራ እንጂ፣ በራስ ላይ ያጠነጠነ አልነበረም፡፡ በሕይወቱ መጨረሻ በሮም ግዛት በወንድሞች ተፈርዶበት በነበረበት በተከራየው ቤት ሲያውጀው የነበረው ብዙ ያስተምረናል፡፡ «ጳውሎስም በተከራየው ቤት ሁለት ዓመት ሙሉ ተቀመጠ፡፡ ወደ እርሱም የሚመጡትን ሁሉ ይቀበል ነበር ማንም ሳይከለክለው **የእግዚአብሔርን መንግሥት እየሰበከ** ስለ ጌታ ስለ ኢየሱስ ክርስቶስ እጅግ ገልጣ ያስተምር ነበር (የሐዋ. 28፥31፤ ሮሜ 14፥17፤ 1ኛ ቆሮ. 4፥20)፡፡ ይህን የመንግሥት ወንጌል እንድንሰብክ የክርስቶስ አካል ተጠርታለች፡፡

ይህ የእግዚአብሔር መንግሥት ወንጌል የሆነው ክርስቶስ ኢየሱስ ነው፡፡ እኛ ወደዚህ መንግሥት ነው የመጣነው፡፡ የዚህ መንግሥት አስተዳዳሪ ክርስቶስ ኢየሱስ ነው፡፡ ጳውሎስ ለቈላስያስ ሰዎች እንደ ገለጸው «‹እርሱ ከጨለማው ሥልጣን አዳነን፥ ቤዛነቱንም እርሱንም የኃጢአት ስርየት ወደ አገኘንበት ወደ ፍቅሩ ልጁ መንግሥት አፈለሰን (ቈላስ. 1፥13-14፤ 2ኛ ጢሞ. 4፥1)፡፡

ወደ ፍቅሩ ልጁ መንግሥት ያመጣን እግዚአብሔር አብ ነው፡፡ የመጣነውም የመንግሥቱን ወንጌል ለመሥራት ነው፡፡ (1ኛ ተሰሎ. 2÷12)፡፡ ክርስቶስ ራስ የሆነባት ይህች ቤተ ክርስቲያን ግን ተልዕኮዋ የእግዚአብሔር መንግሥት ወንጌል ለፍጥረት ሁሉ (እግዚአብሔር ዕጆች የፈጠራቸው) ማስተዳደር የምትጨርስበት ጊዜ ይመጣል፡፡ ይህም ከሺህ ዓመት በኋላ ይሆናል፡፡ ያን ጊዜ ሁሉ በክርስቶስ ዕጅ ከተጠቀለለ፣ ማለትም **<u>በሰማይና</u>** በምድር ያለውን ሁሉ (ኤፌ. 1÷10)፡፡

ያም ያለው የሚመጣው ልዩ ፍጠረት ጉዑዛን የሰማይ አእዋፋት የምድር አራዊቶች በውኃ ውስጥ የሚንቀሳቀሱ ሕያዋን ሁሉ ጨምሮ በክርስቶስ መንግሥት ሥር ሲጠቃለሉ፣ መንግሥቱ በሰላም መግዛት ስትጀምር ምድር ወደ ገነት ስትለወጥ የአንበሳ ደቦል ከግልገል ጋር በሰላም ሲቀመጥ፣ ያን ጊዜ ጌታችን ኢየሱስ መንግሥትን ለአብ ይሰጣል፤ የቤተ ክርስቲያን ተልእኮ ያበቃል፡፡

‹‹‹በኋላም መንግሥቱን ለእግዚአብሔር ለአባቱ አሳልፎ በሰጠ ጊዜ አለቅነትንም ሁሉና ሥልጣንን ሁሉ ኃይልንም በሻረ ጊዜ ፍጻሜ ይሆናል›› (1ኛ ቆሮ. 15÷24)፡፡ በግሪኮች ጥበብ የተናቀው ወንጌል በአይሁድ ዘንድ መዘባበቻ ፋዝ የሆነው እንደ ምናምንቴ የሆነው ክርስቶስ የመስቀሉ ወንጌል የመንግሥት ወንጌል ነው፡፡ ለዚህ የመንግሥት ወንጌል የተጠራ ሁሉ ሊያፍር አይገባውም (1ኛ ቆሮ. 1÷26-31)፡፡

የአጥቢያ ቤተ ክርስቲያን የአገልግሎት ድርሻም ሆነ የሚኒስቴሪዎች ኀላፊነት የእግዚአብሔርን መንግሥት ወንጌል ከማስፋት አንፃር ዕኩል ድርሻ ኖሮአቸው ዕጅ ለዕጅ ተያይዘው በኅብረተሰቡ ውስጥ ተጽዕኖ ፈጣሪ መሆን ይገባናል፡፡ በአገራችን ላለው የዘር መለያየት ጐጠኝነት በኢትዮጵየ የሚገኙት አብያተ ክርስቲያናት እና የእምነት ወይም የመንፈሳዊ ተቋማት (ሚኒስቲሪዎች) የራስን ኢምፓየር እንደ አክሱም ሐውልት ማቆም ሳይሆን፣ በፍቅር በመያያዝ የእግዚአብሔር መንግሥት ተጽዕኖ የሆነውን የሰላምን የምሥራች ማብሰር መሆን ይኖርበታል፡፡

እንደ ብዛታችን ተጽዕኖ ማድረግ ያልቻልነው ከራሳችን ለራሳችን ዙሪያ ያለመዋቅር አስተምህሮ ተኰር ስለሆነ ነው፡፡ ሁላችን የአንድ መንግሥት ሠራተኞች መሆናችን ከተረዳን ግን ብዙ ድካም አይኖርም፡፡ የወንጌል ኃይል ይገለጣል፡፡ ይህ ማለት ከሥጋ ፈውስ በልባን ከመናገር፣ እንዲሁም ያለፈ ይሆናል፡፡ አገራዊ፣ አኅጉራዊ ተጽዕኖአችን

የጽድቅ ፀዳል ሥራ በኢትዮጵያ ተራሮችና ኮረብቶች ለመላው የአፍሪካ አኅጉራት አልፎ ተርፎ ለአውሮጳና ለአሜሪካም ይታያል፡፡

ቍጥር 15

ስለዚህም በሚቻለኝ መጠን በሮሜ ላላችሁ ለእናንተ ደግሞ ወንጌልን ልሰብክ ተዘጋጅቼአለሁ፡፡

ስለዚህ

12፥18፤ 1ኛ ነገሥት 8፥18፤ ማርቆስ 14፥8፤ 2ኛ ቆሮ. 8፥12

እኔ

ኢሳይያስ 6፥8፤ ማቴዎስ 9፥38፤ ዮሐንስ 4፥34፤ የሐዋርያት ሥራ 21፥13፤ 1ኛ ቆሮ. 9፥17፤ 2ኛ ቆሮ. 10፥15፣ 16

1፥16 በወንጌል አላፍርምና አስቀድሞ ለአይሁዳዊ ደግሞም ለግሪክ ሰው ለሚያምኑ ሁሉ የእግዚአብሔር ኃይል ለማዳን ነውና፡፡

ሐዋርያው በዚህ ክፍል ስለ ዕፍረት ያነሣበት ምክንያት ይኖረዋል፡፡ የሚሰብከው ወንጌል የተቆራኘው ከአንድ ድሀ የአይሁድ አናጢ ጋር ነው፡፡ ሮማውያን ደግሞ አይሁዳውያንን በጣም ይንቁ ነበር፡፡ በስቅላት መሞት ደግሞ ከሁሉ የከፋና የተዋረደ ሞት ነው፡፡ ምኞታቸውን በዚህ የተናቀና የውርደትን ሞት በሞተ ሰው ላይ እንዲያደርጉ ማወጅ ቀላል ነገር አይደለም፡፡ ሮም በዘመኑ እጅግ የገነነች ከተማ ናት፡፡ ወንጌል ደግሞ ከሮም ግዛቶች ሁሉ አነስተኛ ከሆነችው አገር ከኢየሩሳሌም የወጣ ነው፡፡ ይህንን ትልቅነት ይዞ ከሞት ተነሥቷል ብሎ ስለሚነገርለት ሰው መስማትና ማመን ለእነርሱ ቀላል አይደለም፡፡ ለጳውሎስም አሳፋሪ ይመስላል፡፡ እርሱ ግን በወንጌል አላፍርም አለ (2ኛ ጢሞ 1፥8-12፤ ማር. 8፥38)፡፡ እርሱ አለማፈሩ ብቻ ሳይሆን፣ ሌሎቹንም ምንባቦች ስንመለከት ከእርሱ ጋር አብረው የወንጌሉ ባልደረባ የሆኑት ሁሉ ዕፍረት እንዳይሰማቸው በብርቱ ያሳስባል፡፡

በፊልጵስዩስ ታስሯል፤ በተሰሎንቄ ከከተማ ተባርሯል፤ በኤፌሶን መሳለቂያ ሆኗል፡፡ ከአውሬም ጋር ታግሏል፣ በቆሮንቶስ ሞኝ ተብሏል፤ ይህም ሁሉ ሆና ግን በወንጌል አያፍርበትም! (ሮማ 5፥2፤ ፊልጵ. 3፥7፤ የሐዋ. 17፥32፤ 1ኛ ቆሮ. 1፥18፣ 23) የማያፍርበትንም ምክንያት በጭብጥ ማስረጃ ያስቀምጠዋል፡፡

ሐዋርያው በወንጌል አላፍርም ያለባቸው ምክንያቶች እጅግ ብዙ ቢሆኑም፣ ጥቂቶቹን መመልከቱ ይጠቅማል፡፡

ሀ. የወንጌል ምንጩ ኢየሱስ ክርስቶስ መሆኑ፡-

በጳውሎስ ዘመን ከቄሣር የሚወጣ ደብዳቤ የሁሉንም ሰዎች ትኩረት ይስባል፡፡ ጳውሎስ የሚሰብከው ወንጌል ደግሞ ስለ ሕያው እግዚአብሔር ልጅ የሚተርክ ነው፡፡ ለዚህ ነው ጳውሎስ ገና በመግቢያው ላይ ለእግዚአብሔር ወንጌል የሚለውን ቃል የገለጸው፡፡ ስለዚህ ከእግዚአብሔር የወጣና ማዕከሉም ክርስቶስ ኢየሱስ የሆነው ወንጌል አያሳፍርም ይላል፡፡

ለ. የሚያንቀሳቅሰው የእግዚአብሔር ኃይል መሆኑ

ኃይል-Dinamo ብርቱ ጉልበት ያለው የሚፈነዳ ኃይል፡፡ (1ኛ ቆሮ. 2÷4፤ 4÷20፤ 1ኛ ተሰ. 1÷5)

የሮሜ መንግሥት ከሚመካባቸው አንዱ የጦር ሠራዊቱ ኃይል ነው፡፡ በየቦታው ጉልበታቸውን የሚገልጡ ኃይላት አሉዋቸው፡፡ ሐዋርያውም ይህንን የታወቀ ገሃድ ዕውነት በመንተራስ ወንጌል ደግሞ የእግዚአብሔር ኃይል ነው፡፡ ይህም ኃይል የሰዎችን ሕይወት የመለወጥ ብቃት አለው፡፡ ብዙ ክፋት የሞላባቸውን የቆሮንቶስና የኤፌሶን ከተማ እንደ ለወጠ ሁሉ የሮማንም ከተማ እንደሚለውጥ እምነት አለው፡፡ ስለዚህ ይህንን የሚለውጥ ኃይል ይዤ አላፍርም እያለ ነው፡፡

ሐ. የመጨረሻ ውጤቱም ሰዎችን ማዳን መሆኑ

የእግዚአብሔር ኃይል የሆነው ወንጌል የሚያድነው፡-

- ከአግዚአብሔር ቍጣ (ሮሜ 5÷9)
- ከጥል (ኤፌ. 2÷12)
- ከኃጢአት (ማቴ. 1÷21)
- ከጥፋት (ሉቃስ 19÷10)
- ከከንቱ ኑሮ (1ኛ ጴጥ. 1÷18)
- ከባርነት (ገላ. 5÷1)

ይህን የማዳን ሥራ (የድነት ሥራ)

1. የሆነ ነው (ኤፌ. 2፥5)
2. እየሆነ ያለ ነው (1ኛ ቆሮ. 1፥18፤ 2ኛ ቆሮ. 2፥15)
3. ለወደፊት የሚሆን ነው (ሮሜ 13፥11፤ 1ኛ ቆሮ. 5፥5፤ 2ኛ ጢሞ. 4፥18)

ሶቴሪያን (ድነት)፣ ዩዋንጌሊዮን (ወንጌል)፣ አፖግሉቴታይ (ተገልጿል)፣ ዲያአካይኡሱኔ ቴዎ (የእግዚአብሔር ጽድቅ)፣ ፒስቲስ (እምነት) እና ፒስቱዌንታይ (ማመን)፡፡ እርሱ ዐቋሙን በዕንባቆም 2፥4 ላይ መሥርቷል፡፡ (በገላትያ 3፥11 ላይም ተጠቅሷል)፡፡ "ጽድቅ" በሚለው ጳውሎስ መጽደቅንም ሆነ መቀደስን አስመልክቶ እንደ ተናገረ ልንመለከት ይገባል፡፡

እዚህ ላይ ጳውሎስ ዲያካይኡሱኔን ስለ ተጠቀመበት ሁኔታ ግልጽ የሆነ አሳብን ማግኘት አስፈላጊ ነው፡፡ ምክንያቱም በመላው መልእክቱ ውስጥ ያለን አሳብ የሚቆጣጠር ነውና፡፡ ኢየሱስ ፈሪሳውያንና ሰዱቃውያን ከሚያስቡት ይልቅ ከፍ ያለ የጽድቅ መጠን-ልኬታዊ ደረጃ በተራራው ስብከት ውስጥ አኑሯል (ማቴ. 5፥20)፡፡ ደግሞም በልዩ ልዩ አባባሎች አረጋግጦታል፡፡ (ኤ.ቲ. ሮበርትሰን: በአዲሱ ኪዳን ውስጥ የቃላት ስዕላዊ መግለጫ-ሐተታ, 1997, 2003, 2005, 2006.)

ድነት የሰው ዘር ሁሉ ዋነኛ ፍላጎት ነው (ሮሜ 10፥፣9-10)፡፡ ይህም ድነት ከኃጢአትና በዚህ ዓለም በሰው ሕይወት ከሚከሰተው ምግባረ-ብልሹነት የመውጫ ጕልበትና የአሸናፊነትን ኃይል ማግኘትን የሚያካትት ብቻ ሳይሆን፣ በመጨረሻውም ዘመን ከእግዚአብሔር ዘላለማዊ ቍጣና ፍርድ ማምለጥ የሚያስችል ነው፡፡ ወንጌል ደግሞ በራሱ ሰዎችን ሊያድን፣ በድነትም ሊጠብቃቸው፣ በመጨረሻም ወደ ክብር ሊያደርሳቸው የሚችል ሙሉ ኃይል አለው፡፡

ቍጥር 16

በክርስቶስም በማመን ያለው ጽድቅ ማለት በእምነት ከእግዚአብሔር ዘንድ ያለው ጽድቅ እንጂ፣ ከሕግ ለእኔ ያለው ጽድቅ ሳይሆንልኝ፣ በእርሱ እገኝ ዘንድ ሁሉን እንደ ጕድፍ እቈጥራለሁ፤ አስቀድሞ ለአይሁዳዊ ደግሞም ለግሪክ ሰው፡፡

እኔ ነኝ

መዝሙር 40፥9፣ 10፤ 71፥15፣ 16፤ 119፥46፤ ማርቆስ 8፥38፤ ሉቃስ 9፥26፤ 1ኛ ቆሮ. 2፥2፤ 2ኛ ጢሞ. 1፥8፣ 12፣ 16፤ 1ኛ ጴጥሮስ 4፥16

ወንጌል

15፥19፤ 29፤ ሉቃስ 2፥10፣ 11፤ 1ኛ ቆሮ. 9፥12፣ 18፤ 2ኛ ቆሮ. 2፥12፤ 4፥4፤ * ጄ. 2ኛ ቆሮ. 9፥13፤ ገላትያ 1፥7፤ 1ኛ ጢሞ. 1፥11

ምክንያቱም ይህ

10፥17፤ መዝሙር 110፥2፤ ኢሳይያስ 53፥1፤ ኤርምያስ 23፥29፤ 1ኛ ቆሮ. 1፥18-24፤ 2:4፥ 14፥24፣ 25፤ 1 ቆሮ. 15፥2፤ 2ኛ ቆሮ. 2፥14-16፤ 10፥4፣ 5፤ ቈላስይስ 1፥5፣ 6፤ 1ኛ ተሰሎንቄ 1፥5፣ 6፤ 2፥13፤ ዕብራውያን 4፥12

ለእያንዳንዱ

4፥11

ለአይሁድ

2፥9

1፥17 ጻድቅ በእምነት ይኖራል ተብሎ እንደ ተጻፈ የእግዚአብሔር ጽድቅ ከእምነት ወደ እምነት በእርሱ ይገለጣልና

የእግዚአብሔር ጽድቅ

ሐዋርያው በዚህ ክፍል እያመለከተ ያለው እግዚአብሔር በሰው ልጅ ላይ ያፈሰሰውን ጽድቅ ነው፡፡ ከእግዚአብሔር በእምነት ጽድቅን የተቀበለው ሰው በእግዚአብሔር ፊት የሚኖረውን ሁኔታ የሚገልጥ ነው፡፡ ወደፊት ገፋ ስናደርግ በምዕ. 3፥5 የምንመለከተው ጽድቅ የእግዚአብሔር የባሕርይው መገለጫ የሆነውን ነው፡፡ በዚህኛው ቍጥር የተገጠው ግን በወንጌል ለሰው ልጆች የገለጠውን፣ ለሰው ልጆች ያካፈለውን፣ እኛም የተቀበልነውን ከሥራችን ሳይሆን፣ ከጌታ ሥራ የተነሣ ያገኘነውን የሚያስረዳ ነው፡፡

ጽድቅ የሚለው ቃል በዚህ መጽሐፍ በአንድም ሆነ በሌላ መንገድ ስድሳ ጊዜ ተጠቅሷል፡፡ ይህ የእግዚአብሔር ጽድቅ በክርስቶስ ኢየሱስ ሞት ምክንያት እግዚአብሔር ኃጢአትን በመቅጣቱ ተገልጧል፡፡ ጽድቁንም ለኃጢአተኛው ድነት በመስጠት ገልጦአል፡፡

ሆኖም ግን ጻድቁ እግዚአብሔር ኃጢአተኛውን በማጽደቅ እንዴት ፍትሐዊ ሊሆን ቻለ? በሚል ጥያቄ መነሣቱ አይቀርም፡፡ እግዚአብሔር ግን በልጁ ሞት ኃጢአትን በመቅጣት በትንሣኤው ደግሞ ለሟቹ ኃጢአተኛ ሕይወትን በመስጠት ጻድቅነቱንና ማጽደቁን በጣምራ አረጋግጧል (ሮሜ 3፥26)፡፡

ወንጌል በእምነት የሆነ ጽድቅን ይገልጻል፡፡ በብሉይ ኪዳን ጽድቅ በሕግ የሚገኝ ነው፡፡ ዳሩ ግን ኃጢአተኞች የእግዚአብሔርን ሕግ መታዘዝና የጽድቅ ፍላጎቶችን ማሟላት እንደማይችሉ ይረዳሉ፡፡ እዚህ ላይ ጳውሎስ ዕን. 2፥4ን "ጻድቅ በእምነት ይኖራል" በማለት ይጠቅሳል፡፡

ይህ ምንባብ በአዲስ ኪዳን ውስጥ ሦስት ጊዜ ተጠቅሷል (ሮሜ 1፥17፤ ገላ. 3፥11፤ ዕብ. 1፥38)፡፡ ሮሜ "ጻድቅ" የሚለውን ገላትያ "ሊኖር" የሚለውን፣ ዕብራውያን ደግሞ "እምነት" የሚለውን ያብራራሉ፡፡ በሮሜ መጽሐፍ ውስጥ ከ 60 በላይ እምነት ወይም አለማመን የሚሉት ቃላት ተጠቅሰዋል፡፡ (ኤክስፖዚተርስ የመጽሐፍ ቅዱስ ኮሜንተሪ, ህትመት 1989.)

"እግዚአብሔር በእርሱ የሚያምኑትን ሁሉ ለማዳን ያዘጋጀው ታላቅ እቅድ በትልቅ ኩራት የማውጀው መልእከት ነው፤ ማዳኑም ከአይሁድ ይጀምርና ቀጥሎ ለሁሉም ዓይነት ሕዝብ ነው! እግዚአብሔር ሰዎችን የሚያጸድቅበት መንገድ በእምነት ድርጊቶች ውስጥ ይገለጣል፤ በዚህም መጽሐፍ እንዲህ በማለት አስቀድሞ የተናገረውን ያረጋግጣል፡- "በእግዚአብሔር ፊት ጻድቅ ሆኖ የቆመ ሰው እግዚአብሔርን እያመነ የእውነት በሕይወት ይኖራል።" ሮሜ 1:16-17 (ዘሜሴጅ)

ጽድቅ ፡- በዕብራይስጥ *ጸደቃህ* እንዲሁም በግሪክ *ዲያካይኦሱኔ* ተብለው ከሚጠሩት ይልቅ ቅዱስ በሚባሉ ቋንቋዎች ውስጥ ይበልጥ የተለያዩ የተቀባይነት ደረጃዎች ያሉዋቸው ቃላት አሉ፡፡ የእንግሊዝኛው ቃላችን በመጀመሪያ ጽድቅ የሚል ሲሆን፣ "ፍትሕ፣ ትክክል" ለሚለው ከአንግሎ ሳክሶን የተወሰደ ነው፡፡ በተጨማሪም ደግሞ "ማወቅ" ለሚለው ከአንግሎ ሳክሶን የተወሰደ ነው፡፡ ስለዚህም ደግሞ ጻድቅ የሆነ ሰው ፍትሕንና ትክክለኛውን ነገር እንደሚረዳው የሚናገር ሰው ነው፡፡ ይህ ሰው እነርሱን በማወቅ እነርሱ በሚያስተምሩበት መንገድ መኖር አለበት፡፡ እንዲህ ያለው ሰው ጥልቅ በሆነ መልኩ ጠቢብ ነው፡፡ ይህ ሰው ምርጥ የሆነውን ሰው በተሻለ ዘዴ በመጠቀም ፍጻሜው ማለፊያ የሆነ ነገርን ለማግኘት ያልማል፡፡

ይህ የጥበብ ዕውነተኛው መገለጫ /ፍቺ/ ነው፡፡ ጻድቅ ሰው ብዙ ነገሮችን የሚያውቅና ምርጡን ነገር የሚያደርግ ነው፡፡ የዕብራይስጡ ጽድቅ አሳባዊ በሆነ ትርጓሜው ዕርጋታ ባለው መልኩ የሚዛንን ወይም መለኪያን አሳብ ይይዛል፡፡ ይህን እኛ ሚዛን ብለን እንጠራዋለን፡፡ ደግሞም ፍትሕ ሰብዓዊነትን ተላብሳ መቅረብዋ በጥንትም ሆነ

በዘመናዊው ዓለም በሚገባ የሚታወቅ ነገር ነው፡፡ በዐይኖችዋ ላይ ዐይነ-ርግብ ያደረገችን ውብ ሴት ትመስላለች፤ በዕጆችዋ ሚዛንን ወይም መለኪያን ይዛለች፤ ዕጅግ ፍጹም በሆነ መልኩ የረጋች ከመሆንዋ የተነሣ ከሁሉ የበለጠችም ሆነ ተግባርዋን የምትጨርስ አትሆንም፡፡

ዲካይኦሱኔ የሚለው የግሪኩ ቃል ዲያካዞ ከሚለው ቃል የተገኘ ሲሆን፣ ማካፈል የሚል ትርጉም አለው፡፡ ስለዚህም ደግሞ ዲኬ ማለት ፍትሕ ማለት ነው፤ ምክንያቱም ለእያንዳንዱ ሰው የሚገባውን ነገር ማካፈል የዚህ ባሕርይ ንብረት ነውና፡፡ ዲካይኦሱኔ የሚለው ስምና ዲያካዮ የሚለው ግስ ሁለቱም በአዲስ ኪዳን ውስጥ ትልቅ የሆነ የትርጉም ልዩነት ያላቸው ናቸው፤ ዳሩ ግን ሁሉም ወደዚህ የመጀመሪያ አሳብ እንዲመጡ መደረግ የሚችሉ ናቸው፡- ይህም ለፍትሕ ወይም ለትክክለኝነት በሚሆን መልኩ የሚተገበር ነው፡፡ በዚህ ክፍል ላይ ተቀባይነት ያላቸው ዋና ዋናዎቹን ነገሮች ማስታወስ ተገቢ ያልሆነ ነገር ሊሆን አይችልም፡፡ (አዳም ክላርክ፡ ኮሜንተሪ)

“ይህ ወንጌል የእግዚአብሔርን ጽድቅ በቀጣይነት ይገልጣል - ማለትም እኛ ስናምን የሚሰጠንን ፍጹም ጽድቅ።(ሀ) ደግሞም ሕይወትን በእምነት ከመቀበል በሕይወት ኃይል ወደ መኖር ያሸጋግረናል።(ለ) ቃሉ “ሕይወት በሚሰጥ እምነት አማካኝነት በእግዚአብሔር ፊት ጻድቀናል” ሲል ይህነኑ ማለቱ ነው።(መ)

የግርጌ ማስታወሻ፡-

ለ. የጥንት የመጽሐፍ ቅዱስ አስተማሪዎች በፊት ካመንነው እምነት ለጽድቅ በእግዚአብሔር ብቻ ወደ ማመን እንሸጋገራለን ብለው ያስተምሩ ነበር። ለአይሁድ በሕጉ መጻሐፍት ቃል እና መልካም ሥራ በመስራት ከማመን ሕያው ቃል በሆነውና እርሱ ብቻ ወደ መዳን ኃይል ሊያመጣን በሚችለው በየሹዋ (በኢየሱስ) ሥራ ወደ ማመን መሸጋገር ነው። በሌሎች ሐይማኖቶች ውስጥ ላሉ ሰዎች ሙት ከሆነ እምነት እንደ ዳይናማይት አይነት ኃይል ወዳለው የክርስቶስ ወንጌል እምነት መሸጋገር ማለት ነው። ሮሜ 1፡17 (ዘፓሽን ትራንስሌይሽን)

“በእርሱ (በወንጌል) ውስጥ ሰዎች ፅድቅን ለማካፈል (ለማስረጽ) የሚሆን የእግዚአብሔርን ዕቅድ ዐያለሁ፡፡ ይህም በእምነታቸው የሚጀምርና ቀጣይነት የሚኖረው ሂደት ነው፡፡ የእግዚአብሔር ቃል “ጻድቅ በእምነት ይኖራል” ይላልና፡፡ (ሮሜ 1፥17 ጄ.ፊ. ፊሊፕስ ኒው ቴሳታመንት)

"መልካም የምሥራች [ወንጌል] እግዚአብሔር ሰዎችን ከእርሱ ጋር የተስተካከሉ ግንኙነት ወይም [የእግዚአብሔር ጽድቅ የሆነ ባሕርይ፤ የእግዚአብሔር/ከእግዚአብሔር የሆነ ጽድቅ] እንዴት እንዲኖራቸው እንደሚያደርግ ያሳያል። - ይህም በእምነት ጀምሮ በእምነት የሚፈጸም ጽድቅ ነው። (ወይም ያ ከአንዱ አማኝ ሰው ወደ ሌላው የሚሸጋገር፤ አሊያም ያ በእግዚአብሔር ታማኝነት ይጀምርና በሰዎች ውስጥ እምነትን የማምጣት ውጤት ይኖረዋል [ከእምነት ወደ እምነት]። ልክ የእግዚአብሔር ቃል ዳሩ ግን ከእግዚአብሔር ጋር ትክክለኛ ግንኙነት ያላቸው ሰዎች በእምነት ይኖራሉ [ወይም ጻድቅ የተደረጉ ሰዎች በእምነት ይኖራሉ (ለዘላለም)፤ ዕብ. 2÷4]"። (ሮሜ 1÷17 ኤክስፓንድድ ባይብል፡ ኢ.ኤክስ.ቢ)

■ *ከእምነት ወደ እምነት፡*

በወንጌል የተገለጠው ጽድቅ የሚገኘው በእምነት ነው። በብሉይ ኪዳን ጽድቅ የሚገኘው በሥራ ነበር። ኃጢአተኞቹ ግን በሥራቸው የእግዚአብሔርን የጽድቅ ደረጃ ማሟላት እንደማይችሉ ይረዱ ነበር። ለዚህ ነው ሐዋርያው ጳውሎስ በዕንባቆም 2÷4 የተጠቀሰውን *"ጻድቅ ግን በእምነት ይኖራል"* የሚለውን በመጥቀስ የጽድቅ መገኛው መንገዱ እምነት መሆኑን በብርቱ ገልጧል። የእምነት ሕይወት ከመጀመሪያ እስከ መጨረሻ የሚዘልቅ እንደ ሆነም ያሳያል።

ጽድቁም፡- ለዘላለም የሚኖር፣ ሕያው በሆነ እምነት ውስጥም የሚገኝ ነው። ስለዚህ ሰዎች በመዳን የተገኘውን ሕይወት እስከ ዘለቄታው መኖር የሚችሉት በጽድቁ ምክንያት በእምነት እንጂ፣ በሥራ አይደለም።

ሐዋርያው ይህንን ነጥቡን ለማብራራት ሰፊ ሽፋን ሰጥቶ አስቀምጦታል። የመጀመሪያዎቹን ስምንት ምዕራፎች ስንመለከትም፡-

ሀ. ከሮሜ 1-4 በእግዚአብሔር ታማኝነት በመታመን ጽድቁን በመቀበል በዚያው በተቀበልነው ጽድቅ ምክንያት በመዳናችን ያገኘነውን ሕይወት መኖር እንደምንችል ሲገልጽ

ለ. ከሮሜ 5-8 ያለው ክፍል ደግሞ በዚህ የድነት ሕይወት እንዴት መኖር እንደሚገባን ያመለክታል። ይህ ማለት እኛ አሁን የምንኖረው ኑሮ ሕይወትን ለማግኘት የሚደረግ

ጥረት ሳይሆን፣ ሕይወትን ስለ ተቀበልን በሕያውነት የምንኖረውን የሕይወት አቅጣጫ፣ ዝንባሌንና አካሄድን የሚገልጽ ነው፡፡ ይህንን ሕይወት እንኖረው ዘንድ ከፍርድና ከኩነኔ ነፃ ሆነናል፡፡ ስለዚህ የሕይወቱ ፍሬ የሚገለጠው በዚሁ በጸጋው ባገኘነው ሕይወት በመኖር ነው፡፡

በአጭር አገላለጽ ሕያው የሆነ ዛፍ ፍሬ ማፍራቱ ተፈጥሮአዊ ባሕርዩ ነው እንደ ማለት ነው፡፡

"እምነትን ለመግለጽ ከእምነት የሚወጣ" እንደዚህ ያለው እምነት ሙሉ በሙሉ በሰዎች ጥረት የሚገኝ አይደለም፡፡ ይህ ጽድቅ የእግዚአብሔር ግላዊ ችሎታ አይደለም፡፡ **እርሱ የማያጋራው ልዑላዊ ባህሪው አይደለም ይልቁንም በእምነት በኩል ለሰው የሚካፍለው ባህሪው ነው፡፡** ይሁን እንጂ፣ ከእግዚአብሔር የመጣ በመሆኑ ምክንያት ከእርሱ ባሕርይና መጠነ-ልኬታዊ ደረጃ ጋር አብሮ የሚሄድ ነው፡፡ ሮበርትሰን "የእግዚአብሔር ዐይነቱ ጽድቅ" ሲል በደስታ ይጠራዋል፡፡ (ኤ.ቲ. ሮበርትሰን፡ በአዲሱ ኪዳን ውስጥ የቃላት ስዕላዊ መግለጫ-ሐተታ, 1997, 2003, 2005, 2006.)

ለእምነት በሚሆን ምላሽነት ይህ ጽድቅ በመጽደቅ በእግዚአብሔር አማካይነት በውስጣችን ይመጣል፤ እንዲሁም በውስጣችን ይቀመጣል፤ ደግሞም በዳግም ልደትና በቅድስና ቀስ በቀስ በውስጣችን ይሰርጻል፤ ፍጻሜውም ያለን ይዞታችን እና ነባራዊ ሁኔታችን አንድ ዐይነት በሚሆንበት በመክበር የሚደመደም ይሆናል፡፡ "ጽድቅ" እና "ማጽደቅ" በእንግሊዝኛ ዝምድና የሌላቸው መስለው ቢታዩም፣ በግሪኩ ግንኙነት አላቸው፡፡ ጽድቅ- ዲካይኦሱኔ ሲሆን፣ ማጽደቅ ደግሞ ዲያካዮ ይባላል፡፡ ጳውሎስ በስም መልክ ያለውን ቃል በመልእክቶቹ ውስጥ ብዙ ጊዜ ተጠቅሞበታል፡፡ ይህም በሮሜ ውስጥ 28 ጊዜ የተጠቀመበትን ሁኔታ ያካትታል (1፥17፤ 3፥21-22፣ 25-26፤ 4፥3፣ 5-6፣ 9፣ 11፣ 13፣ 22፤ 5፥17፣ 21፤ 6፥13፣ 16፣ 18፣ 20፤ 8፥10፤ 9፥30፤ 10፥3፣ 6) [በቍጥር 3 ሁለቴ] 10፣ 14፣ 17)

በተጨማሪም ጳውሎስ የግሪኩን ግስ 15 ጊዜ ተጠቅሞበታል (2፥13፤ 3፥20፣ 24፣ 26፣ 28፣ 30፤ 4፥2፣ 5፤ 5፥1፣ 9፤ 6፥7፤ 8፥30 [ሁለቴ]፣ 33)፡፡ አንድን ሰው ማጽደቅ እርሱን በሕግ አግባብ ጻድቅ /ትክክል/ ነው ብሎ ማወጅ ነው፡፡ አዲሱ መደበኛ ትርጉም ጻድቅ ሆኖ የታወጀ በሚል በሮሜ 2፥13 እና 3፥20 ተተርጉሟል፡፡ ነፃ መደረግ የሚለው በአዲሱ

መደበኛ ትርጉም በ6፥7 ላይ ጥቅም ላይ ውሏል። (ባይብል ኖውሌጅ አዲስ ኪዳን / ብሉይ ኪዳን ኮሜንትሪ)

ይገላጣል

በብሉይ ኪዳን (እና በሙት ባሕር ጥቅሎች ውስጥ)፣ የእግዚአብሔር ጽድቅ የእግዚአብሔር የራሱ ባሕርይ ሲሆን፣ በዚህ መሠረት እነርሱ ለእርሱ ትክክለኞች መሆናቸውን ያበስራል፤ እንደዚሁም ታማኝነታቸውን ያሳያል። ስለሆነም ይህ በቀጥታ ከመጽደቅ ጋር ወይም ሕጋዊ ከመሆንና ነፃ ከመሆን ጋር ይገናኛል። (በሮሜ ውስጥ ብዙዎቹ የእንግሊዝኛ ትርጓሜዎች ይህንኑ አንዱን የግሪክ ቃል ጽድቅና መጽደቅ በሚል በሁለቱም ይተረጉሟቸዋል)።

የዕብ. 2፥4 የዕብራይስጥና የግሪክ ትርጓሜዎች በተውላጠ ስም ይለያያሉ፤ ይህም ጳውሎስ የተወዉ ነው። (እያደረገው ለነበረው መከራከሪያ የተደረገበት ነገር የሚጠቅም ባለመሆኑ ነው ይህን ያደረገው)። በዕብ. 2፥4 ዐውድ ውስጥ ጻድቃን እምነት ያላቸው በመሆናቸው ከፍርድ ያመለጡ ናቸው። (ይህም ማለት እነርሱ ለእግዚአብሔር ታማኞች ናቸው ማለት ነው።

መጽሐፍ ቅዱሳዊ የሆነ የሚያድን እምነት ተቀባዩ ሰው በንቃት የማይሳተፍበት አይደለም። ዳሩ ግን የሆኑላችሁ ነገሮች ናቸው ብሎ እግዚአብሔር በሚናገራቸው ነገሮች ላይ ንቁ የሆነ ተሳትፎን ያደርጋል። በአንድ ሰው የሕይወት ዘይቤ ላይ ተጽዕኖ ለማሳደር በቂ በሆነ መልኩ እርግጠኝነት ያለው ነው (ከሮሜ 15 ጋር አመሳክሩ)። ጳውሎስ ይህን ምንባብ በክርስቶስ ለሚታመኑ፣ ስለዚህም ደግሞ ከመጨረሻው ፍርድ ለዳኑ ሰዎች ጥቅም ላይ ያውለዋል። ይህም የጊዜው አንባቢዎቹ ይህን ተግባራዊ ማድረግን ይረዱ ዘንድ ነው። ይህም በሙት ባሕር ጥቅሎች ውስጥ 24 ተመሳሳይ የሆነ የሕይወት ትግበራ ያለው መሆኑ ግልጽ ተደርጓል። (ከአይ.ቪ.ፒ. የመጽሐፍ ቅዱስ ታሪክ ባግራውንድ ሐተታ-አዲስ ኪዳን በክሬግ ኤስ ኪኔር .1993)

ምንም እንኳ የዚህ "የእግዚአብሔር ጽድቅ" የሚለው ትልቅ ቃል በዚህ መልእክት ላይ ክርክራችንን ስንቀጥል ለእኛ ክፍት የሚሆንልን ቢሆንም፣ እዚህ ላይ ግን የምንረዳውን ነገር ማተት ተገቢ ይሆናል። በመጀመሪያ እንደ ሐዋርያዊ ችሎታው ወይም የምግባራዊ አስተዳደሩ ገላጭ የሆነ ባሕርይ የእግዚአብሔር ማስተካከያዎች ወይም ርኅራኄ

አይደለም፡፡ (ከአባቶች መካከል ከሊመንት እና ዮሐንስ አፍወርቅ አነስተኛ ማስተካከያ በማድረግ የተሐድሶ አራማጁ አሴንደር፣ ደግሞም በእኛ ዘመን ሆፍማን ሽሪፍትቤዌስ በሚል ሥራው እንደሚቀበሉት) ስለዚህ ጽድቅ የተነገረ ነገር ሁሉ የሐዋርያው መከራከሪያ እየገፉ በሄደ መጠን እንዲህ ያለው ዕሳቤ ትክክለኛ አለመሆኑን ያረጋግጣል፡፡

ስለዚህም ደግሞ እግዚአብሔር ለሰዎች የሰጠው ጽድቅ ወይም በሰዎች ላይ ያደረገው ጽድቅ ወይም በሰዎች ውስጥ ያረጋገጠው ጽድቅ የሚል ሊሆን ይገባል፡፡ እነዚህ አሳቦች በራሳቸው የተለዩ ቢሆኑም፣ በአሁኑ ጉዳይ ላይ አንዳቸው ሌላውን ይደግፋሉ፡፡ ይሁንና ገዥ የሆነው አሳብ በመለኮት የተዘጋጀና በመለኮት የተሰጠው ጽድቅ የሚለው ላይሆን ይችላል፡፡ (ይህም ልክ ቤዛ እና ሌሎች እንደ ወሰዱቱ) በመለኮት የተረጋገጠና በመለኮት ተቀባይነት ያለው ጽድቅ የሚለው ነው፡፡ (ሉተር፣ ካልቪንና ፍሪዝቼ፣ ቶላክ ... ወዘተ እንዲሁ ይላሉ)፡፡

ለምሳሌ ሮሜ 3÷20 "በእርሱ ፊት የጸደቀ" ገላ. 3÷11 (በእግዚአብሔር ፊት የጸደቁ) ሮሜ 2÷13 (በእግዚአብሔር ፊት ብቻ)፣ እንዲሁም 2ኛ ቆሮ. 5÷21 (እኛ በእርሱ የእግዚአብሔር ጽድቆች እንሆን ዘንድ ኃጢአትን ያላወቀውን እርሱን ስለ እኛ ኃጢአት አደረገው፡፡)" የሚሉትን ተመልከቱ፡፡

በሁለተኛነት በሰዎች ውስጥ በመለኮታዊ ጸጋ እንዲሠራ በእግዚአብሔር የተተከለ ወይም ሰርጸ እንዲገባ የተደረገ ጽድቅ ነው ማለት አይደለም፡፡ ይህ የሮም ቤተ ክርስቲያን ታስተምረው የነበረ ነገር ነው፡፡ (Canon. et Deoret. Conc. Trid.: Decr. 'De Justificatione,' vi. 7)፤ ምንም እንኳ ኢስቲዮስ በጣም የተለየን አስተምህሮ በሮሜ 2÷12 ቢገልጽም፣ ቶሪቶ በበግሮቲየስና በፍማንስትራንት (ወይም በከፊል ፔላውጊያን) ቡድን አባላት ዘንድ በደች ቤተ ክርስቲያን አባላት ዘንድ የተያዘ ዐቋም ይህ ነው፤ ደግሞም በአሁኑ ጊዜ በእንግሊዝ ቤተ ክርስቲያን ባለ አንድ ቡድን የተያዘ ዐቋም ነው፡፡ ይህ ቡድን በዶ/ር ፑሰይ የሚመራ ነው፡፡

ይህን የገዛ ራሳቸው ቤተ ክርስቲያን አስተምህሮም ሆነ የሮሜ ቤተ ክርስቲያን አስተምህሮ አድርገው ጭምር ይወስዱታል፡፡ ሌሎች ጤናማ የሆነ የፕሮቴስታንት ቤተ እምነት ተከታዮች በዚህ ላይ ከእነርሱ ጋር አብረው የሚሄዱ ሆነው ሳሉ የፕሮቴስታንት እምነትን የሚጠብቁ አካላት ናቸው፡፡

እነዚህን ሁሉ አመለካከቶች በቀጥታ በመቃወም የዚህ ትልቅ መርኅ አስተምህሮ የእግዚአብሔር ጽድቅ የሚቈጠር ጽድቅ ወይም ወደ ውስጣችን እንዲሰርጽ የተደረገ ጽድቅ ነው፤ ክርስቶስ በሥጋ በሠራቸው ሥራዎች ላይ የተመሠረተ ነው ወይም "እስከ ሞት ያደረገው መታዘዝ፣ እስከ መስቀል ሞት እንኳ የደረሰ መታዘዝ ያስገኘው ጽድቅ" ነው የሚለውን ወጥነት ባለው መልኩ ያትተዋል፡፡

የላይኛው ቊጥር ተጠቅሷል - "እኛ በእርሱ የእግዚአብሔር ጽድቆች እንሆን ዘንድ ኃጢአት ያላወቀውን እርሱን ስለ እኛ ኃጢአት አደረገው" (2ኛ ቆሮ. 5÷21)፡፡ - የሚለው ኃጢአት-ዐልባውን ስለ እኛ ኃጢአት አደረገው፡፡ ይህም ደግሞ ለእኛ ለምናምን ሰዎች በእግዚአብሔር ፊት የጻድቅነት ሥፍራን ሰጠን ከማለት ያለፈ ምንም ትርጒም ሊኖረው አይችልም፡፡ ክርስቶስ ለእኛ የሆነው ኃጢአት፣ የእርሱ የሆነ ኃጢአት አለበት ማለት አይደለም፤ ወይም ኃጢአት ወደ ውስጡ ሰረጸ ማለት አይደለም፡፡ ዳሩ ግን ኃጢአት በእርሱ ላይ ተቈጠረ ማለት ነው፡፡

አማኙ በእርሱ ጻድቅ የተደረገበት የእግዚአብሔር ጽድቅ የገዛ ራሱ የሆነ ግላዊ ጽድቅ፣ ወይም በውስጡ ሰርጾ የገባ ወይም በውስጡ የሚሠራ የእግዚአብሔር ጽድቅ ሊሆን ከቶ አይችልም፤ ዳሩ ግን ለእርሱ የተቈጠረ ጽድቅ ነው ማለት ብቻ ነው፡፡ ለእኛ በተቈጠረበት መልኩም እንኳ ቢሆን፣ አሁንም ጻድቅ የሆንነው በእርሱ ነው፡፡ ይህ ዕውነት ነው፡፡ - ደግሞም ዕውነቱ መሠረታዊ ነገር ነው፡፡

ይህም በአማኝና በክርስቶስ መካከል ያለ አንድነት ዕውነትና ታላቅ ነው፡፡ ይህም አንድ መንፈስ ያደርጋቸዋል (1ኛ ቆሮ. 6÷17)፡፡ ይህ አንድነት ከተመሠረተ ቅጽበት ጀምሮ በግሉ እና ተፈጥሮአዊ በሆነ መልኩ ጻድቅ ከመሆን ወይም በዕውነተኛው መልኩ ቅዱስ ከመሆን ውጭ መሆን ከቶ አይቻልም፡፡ ዳሩ ግን ይህ እርሱን የሚያጸድቀውም ጽድቅ የሚይዝ አይደለም፡፡ እርሱን የጸደቀ የሚያደርገው ይህ አይደለም፡፡ ነገር ግን ሐዋርያው መከራከሪያ የሚያደርገውን ክርክር እየተከታተልን ስንሄድ ይህ ሁሉ ለእኛ ግልጽ ይሆንልናል፡፡

እንግዲህ የእግዚአብሔር ጽድቅ የሚለው የመልእክቱ ዋና ነጥብ እንደ ሆነ እንረዳለን፡፡ ዳሩ ግን እርሱ በቀጣይነት እንዲህ ተገልጿል፡፡ ከእምነት ወደ እምነት [ኤክ ፒስቲስ ኤይስ ፒስቲን] ከብዙዎች ስሜት ሰጭ ነገሮች መካከል አንዳንዶቹ ይህን አስቸጋሪ የሆነ ሐረግ (ኢትረስ በጥንቃቀቄ መዘርዘር) ልብ ሳይባሉ የጠፉ ሊሆኑ ይችላሉ፡- ለምሳሌ ያህል

“በሕጉ ላይ ከሚሆን እምነት በአዲስ ኪዳን ላይ የሚሆን እምነት፣ በወንጌል ላይ ወደሚሆነን እምነት ወይም በብሉይ ኪዳን ላይ ከሚሆን እምነት በአዲስ ኪዳን ወደሚሆን እምነት፣ በወንጌል ላይ ከሚሆን አጠቃላይ እምነት ለአንድ ሰው በወንጌል ላይ ወደሚሆን ተገቢ እምነት፣ ከሰባኪው እምነት ወደ አድማጮቹ እምነት፣ ተስፋ በሰጠው በእግዚአብሔር ላይ ከሚደረግ እምነት ወደ የአማኙ ሰው እምነት” የሚሉት ይጠቀሳሉ፡፡ ዳሩ ግን ብዙ ትኩረትን እንደሚሹ የሚነገርላቸው ሦስት አመለካከቶች አሉ፡፡

የመጀመሪያው ከአንድ የእምነት ደረጃ ወደ ሌላው - ይህም “ከደካማው ወደ ጠንካራው፣ ከየበታቹ ወደ የበላዩ” የሚል ነው፡፡ (እጅግ የሚበዙቱ አባቶች፣ እንዲሁም ዘመናውያኑ፣ ኢራስመስ፣ ሉተር፣ ሜላንክተን፣ ካልቪን፣ ቤዛ፣ ግሮቲየስ፣ ኤስቲየስ፣ ሜየር ... ወዘተ) ይህን ይቀበላሉ፡፡ ነገር ግን ወደ ሐዋርያው መከራከሪያ ዕንግዳ የሆነ ነገርን እያመጣን በመሆናችን እንደምናስበው ይህ ዐደገኛ ነገር ነው፡፡ ይህም እያመጣነው ያለ መከራከሪያ እያደገ ከሚሄድ የእምነት ደረጃ ጋር ምንም ዐይነት ግንኙነት የሌለው ነው፤ ነገር ግን ከእምነት ጋር ብቻ የሚገናኝ ነው፤ ይህም የእግዚአብሔር ጸጋ መቀበያ የተመረጠ መንገድ ከመሆኑ አንጻር ነው፡፡

ሁለተኛው “ልክ በእምነት እንደሚጀምረው እንዲሁ በእምነት ይጨርሳል፤ በሌላ አነጋገር የሚናገረው ሁሉ ስለ እምነት ነው፡፡ (የአባቶች ስምምነትም ሆነ የዘመናውያኑ፣ ቤንግል፣ አልፎርድ፣ ሆጅ፣ ወርድስወርዝ አሳብም ይኸው ነው፡፡) ነገር ግን ይህ ሐዋርያው እየተናገረው ያለ አንድ ዐረፍተ ነገር ከልብ የሆነ ይመስላል፤ ደግሞም ጻድቅ እና እምነት የሚሉት ቃላት ተያይዘዋል፤ ይህም ደግሞ ሐዋርያው እንዳይያያዙ አድርጎ ያቀረበ የሚመስልበት ሆኖ ሳለ የሆነ ነው፡፡

ሦስተኛው ደግሞ ይህ ያለ ምንም ማመንታት ጉዲፈቻ ነው እንላለን፡- “ከእምነት የሚመጣ” የሚሉት ቃላት እዚህ ላይ (ኤክ ፒን ፒስቶስ) ልብ ተብለው ሊታዩ ይገባል፡፡ በዚህ መልእክት በየትኛውም ሥፍራ ይከሰቱ ትርጕማቸው “በ” ወይም “በእምነት በኩል” የሚል ነው፡፡ በዚህ ቍጥር ተከታታይ ክፍል ውስጥ በራሳቸው በተርጓማዎቹ እንዲገቡ የተደረጉ ናቸው፡፡ - ልክ እንደ ተጻፈው ጻድቅ በእምነት ይኖራል፡፡” በሮሜ 3፥30፤ 4፥16ም እንዲሁ (“በ” ወይም “በእምነት”)፤ በ5፥19፥30፣ 32 (“ከእምነት -ከእምነት”)፤ 10፥16 የሚል ነው፡፡ ይህ ለእኛ ስለሆነም የሚለውን ሐረግ ማስተጋባትን በመደገፍ

መታለል ነው፡- የእግዚአብሔር ጽድቅ ተገልጿል [ለመሆን ወይም "በእምነት፣ በእምነት በኩል የሚል ነው።

ዳሩ ግን በእምነት በኩል ምን ማለት ነው? "ለእነዚያ ለሚያምኑ ሰዎች [ኤስ ቱስ ፒስቱአንታስ] የሚል ሲሆን፣ ይህንንም ቶሎክ፣ ኮኒበር እና ፊሊፒ ይደግፉታል፤ ወይም (እኛ ይበልጥ የምንመርጠው) "ለእምነት እንዲሆን" የሚለው [ኤስ ፔስቱዬታናይ ወይም ፒስቴው ሳይ ኔማስ] በዚሁ ምዕራፍ በሮሜ 1፥5 ተመሳሳይ እንዲሁም በሮሜ 6፥16፣ 19፤ 8፡15፤ 10፥10፤13፥14 ተመሳሳይ አያያዝ ተሰጥቷል።

ዴዌቴ፣ አልሃውሰን፣ ፍራኸሾ (ያደመቁባቸው ጉዳዮች በተለየ መልኩ ልብ ሊባሉ የሚገባቸው ናቸው)። ስቱዋርት፣ ስኮፊልድ፣ ብሎምፊልድ፣ ጀዌት ሁሉ ይህን የሚቀበሉ ናቸው። ይህ አነስተኛ ነጥብ ያለው ከሆነ፣ (ስማቸው በስተመጨረሻ የተጻፉ ሃያሲያን እንዲህ ይላሉ፡- ከቀዳሚዎቹ ማብራሪያዎች ይልቅ ከጳውሎስ የአጻጻፍ ስልት ጋር አብሮ የሚሄድ ነው። ምናልባትም ደግሞ ይህ ከዕንባቆም በተጠቀሰው ጥቅስ ሊመከት ይችላል። ይህም የምንባቡ ዕውነተኛው ችግር ለእምነት የሚለው አይደለም፤ ነገር ግን "ከ" እና "በእምነት" የሚለው ነው። (ጃሚሰን, ፋሳቴ እና ብራውን ኮሜንተሪ, 1997, 2003, 2005, 2006)

ቍጥር 17

ጻድቅ በእምነት ይኖራል ተብሎ እንደ ተጻፈ የእግዚአብሔር ጽድቅ ከእምነት ወደ እምነት በእርሱ ይገለጣልና።

ምክንያቱም በዚያ ውስጥ

3፥21

ከእምነት

3፥3

ጻድቅ

ዕንባቆም 2፥4፤ ዮሐንስ 3፥36፤ ገላትያ 3፥11፤ ፊልጵስዩስ 3፥9፤ ዕብራውያን 10፥38፤ 11፥6፣ 7

1፥18-19 ዕውነትን በዓመፃ በሚከለከሉ ሰዎች በኃጢአተኝነታቸውና በዓመፃቸው ሁሉ ላይ የእግዚአብሔር ቍጣ ከሰማየ ይገለጣልና እግዚአብሔር ስለ ገለጠላቸው ስለ እግዚአብሔር ሊታወቅ የሚቻለው በእነርሱ ዘንድ ግልጥ ነውና

«ዕውነትን ስለሚከለክሉ» - ዕውነት አዎንታዊ የሆነ ተጽዕኖ እንዳይመጣ፣ የዕውነት ዕውቀት ብርሃን እንዳይገለጥ፣ የዚህ ዓለም ገዥ የአየሩ አለቃ ጋር አብረው ሠራተኛ ይሆናሉ (2ኛ ቆሮ. 4፥4-6፤ ኤፌ. 2፥2)፡፡ ስለዚህም ዛሬ በምዕራባውያን አገር ይህ ዕውነት የሆነው ክርስቶስ በትምህርት ቤት፣ በሕገ-መንግሥታቸው በይፋ እንዲወጣ ከተደረገ 50 ዓመት ሆኖታል፡፡

እንዲያውም የወንጌል ዕውነት ታሪክ ከሚነገር ይልቅ ኒው ኤጅ፣ ቡድሃ፣ እስልምና፣ ሌሎችም እምነቶች ቢነገሩ፣ ተቃውሞ የለበትም፡፡ እንዲያውም በአንዳንድ የአውሮጳ አገሮችም ሆነ በካናዳ እና አውስትራሊያ ግብረ ሰዶም ኃጢአት ነው ማለት ለፍርድ የሚያቀርብና ለእስር የሚዳርግ ሲሆን፣ አልፎ ተርፎ ካህኑ እና ቄሱ እነዚህን ተመሳሳይ ፆታ ያላለቸው ሰዎች ካላጋባ ማገልገል እንዳይችል ከሚታገድበት ሁኔታ ላይ የደረስንበት ጊዜ ነው፡፡

ይህ ዐይነቱ የእምነት ተቃውሞ በተለያዩ የአውሮጳ እና የአሜሪካ መንግሥታት ለአፍሪካውያን ኅብረተሰብ ተጽዕኖ እያመጣ የለበት ጊዜ ደርሶናል፡፡ የተመሳሳይ ፆታ ማጋባት በሕገ-መንግሥታችሁ እና በእምነት ተቃውሞቻችሁ ካላደረጋችሁ ዕርዳታችንን አንሰጥም የተባሉ አገሮች እንዳሉም ይታወቃል፡፡ «በማይታዘዙ ልጆች ላይ አሁን ለሚሠራው መንፈስ አለቃ እንደ ሆነው በአየር ላይ ሥልጣን እንዳለው አለቃ ፈቃድ ተመላለሳችሁ» ይላል ቃሉ (ኤፌ. 2፥1)፡፡

ሐዋርያው ኩልል አድርጐ እንዳስቀመጠው እነዚህ በጠላት እየተገፉ ሕገ መንግሥቱን እንደሚመቻቸው ለፍትወት መቃጠል መጋለብ እንዲችሉ የሚያደረጉ ፖሊሲዎችን አውጠተዋል፡፡ በዚህም ምክንያት ዕውነት እንደሚገባው በሠለጠኑት አገሮች ሊገለጥ አቅቶታል፡፡ የዐመፃ ልጅ በድብቅ የሚሠራበት እየታየም ይገኛል፡፡

ታዲያ በጨለማው መንግሥት ያሉትን በወንጌል ለመማረክ እና የወንገል ሥራ በተራሮች ላይ እንዲያበራ የእግዚአብሔር ቃል ያለ መከልከል እያደገ ፍሬ እንደሚያፈራ ቤተ ክርስቲያን እርስ በርስ በትናንሽ ጉዳዮች በቅንዓት በግል ጥቅም ሥልጣን ምኞት ከመጣላት እና ከመነታረክ ወጥታ መንግሥታት አገራትን ትውልድን እንድንወርስ ፈሪሀ - እግዚአብሔር ያላቸውን ሰዎች በመንግሥት ቢሮዎች ገብተው ተጽዕኖም እንዲያደርጉ እንደቀደሙት ክርስቲያን መጸለይ ይኖርባቸዋል፡፡ (2ኛ ተሰ. 3፥1፤ የሐዋ. 6፥7፤ 12፥24፤ 1፥31-49፤ 19፥1-20፤ መዝ. 147፥15)፡፡

ወንጌልን ለማያምኑ የእግዚአብሔር ቍጣ ይገለጣል

1. በዚህ ክፍል የተገለጠው ቍጣ ስሜታዊ የሆነውን ቍጣ የሚያመለክት ሳይሆን፣ በቍጥር 17 እንደ ተመለከትነው ጽድቁ የመገለጡን ያህል ቍጣውን የሚገለጥ መሆኑን የሚገልጽና መለኮታዊ የሆነ ባሕርይውን የሚያሳይ ነው (ኤፌ. 4፥31፤ ቈላስ. 3፥8፤ ዮሐ. 3፥36፤ ዕብ. 3፥11፤ 4፥3)፡፡

- እግዚአብሔር ወልድ ይህ ባሕርይ አለው(ራእይ 6፥16)

- እግዚአብሔር መንፈስ ቅዱስም ይህ ባሕርይ አለው - (ዘዳ. 32፥9-10፤ መዝ. 78፥16-18፤ 95፥8-10፤ 106፥20-23፤ ዕብ. 3፥7)

2. ቍጣው የሚገለጥባቸው ሰዎች፡-

ሀ. የተገለጠውን ዕውነት የሚያፍኑ፣ ወደ ኋላ ቸል ብለው የሚያስቀሩትና የሚያደርጉ ሁሉ፡፡ በሚከለክሉ ተብሎ የተገለጠው ይህንን ያመለክታል፡፡

ለ. በእግዚአብሔርና በሰዎች ዘንድ ኃጢአትን በሚያደርጉና ለዐመፃ ራሳቸውን በሰጡ ሁሉ ላይ ነው፡፡

ሁለቱን ስናዋህዳቸው፡- ዕውነትን አፍነውና ደብቀው፣ ዕውነቱን ዕያወቁና ዕውነት በሕይዋታቸው እንዳይሠራ በመከልከል ወደ ኋላ በመጣል ኃጢአትን የሚያደርጉትን ዓመፃን የሚለማመዱትን ያመለክታል፡፡

3. **ዕውነትን፡-** ሲል በወንጌል የተገለጠላቸውን የልጁን ሞትና ትንሣኤ መገለጥ ሳይሆን፣ በግዑዛን ፍጥረቱ ላይ በገሃድ የተገጠውን መለኮታዊ ባሕርዩን ያመለከታል (መዝ. 19፥1)፡፡

«ዕውነትን እያወቀ» - እግዚአብሔር ለአሕዛብ ዕውነትን በተፈጥሮ በፍጥረታቱ እንዲያውቁ የሕሊናን ደውል አሰምቶአል ይላል፡፡ ይህ የዕውነት ብርሃን የሰማይ አእዋፋትን፣ የምድር እንስሶችንና ፕላኔቶችን በመመልከት ኪዳን የሌለው አሕዛብ እግዚአብሔርን ያከብር ዘንድ ብቃት አለው፡፡

ምንም እንኳ ኢየሱስ ክርስቶስ ያድናል የሚለውን የመስቀሉ ወንጌል ባይረዱትም፣ በተፈጥሮ ውስጥ ግን እግዚአብሔርነቱ፣ መለኮታዊ ባሕይው አሻራ ይገኛል፡፡ አሕዛብ እንደ አይሁድ ወንጌል አልተሰበከልንም ማለት አይችሉም፡፡ በቍጥር 23 «የእግዚአብሔር ክብር» ይህም መለኮታዊ ባሕርይውን የሚያወጁትን ፍጠረታቱን ማምለክ ጀመረ፡፡ ይህን የደረጉት ዕውነትን ስላላወቁ ሳይሆን፣ ዕውነትን እያወቀ ከፈጣሪ ፋንታ ተፈጣሪውን ለማክበር ዐመፃን ስላደረጉ ነው ይለናል፡፡

ይህ ብቻ አይደለም የእግዚአብሔር አሳብ የተገለጠባቸው ሰዎች በወንድሙ ዕጅ ተገድሎ በቅንዓት ከሞተው ከአቤል ጀምሮ ሰዶምና ገሞራ የአሳት ዲን ከሰማይ ወርዶ ካቃጠላቸው እንኳ የወንጌልን ዕውነት አሕዛብ ያውቁ ነበር፡፡ ኖኅ ምንም እንኳ ቤተ ሰቡን ብቻ ያተረፈ ቢሆንም፣ ለአሕዛብ ሁሉ ሰበከ፡፡

ኖኅ ከመወለዱ ማለትም ከ 420 ዓመት በፊት የተወለደው የማቱሳላ አባት ሔኖስ በእግዚአብሔር ክብር ለማይሰጡ የእግዚአብሔር ቍጣ እንደሚመጣባቸው በነበሩት መንፈስ ተናግሮ እንደ ነበረ ይህን በጻፈው ላይ ማየት እንችላለን፡፡ ይህ ማለት ሔኖስ ይህን የተነበየበት ቀጥታ ቀኑ ባይታወቅም፣ የተወለደው ግን ክርስቶስ ከመወለዱ በፊት 3 ሺህ ዓመተ ዓለም ነው፡፡ ይህም ደግሞ የተጻፈው ኢየሱስ ከተወለደ ከ 68 ዓመት በኋላ እንደ ሆነ ይታመናል፡፡ አብርሃም እግዚአብሔር ተገልጦለት በዚህች ምድር መጻተኛ ሆኖ ሲኖር እስከ ግብፅ ድረስ ተጓዟል፡፡

የፍልስጥኤምን ምድር (ጌራራ) ዳስሶአል፡፡ እስከ (ዳን) ዛሬ ደማስቆ እስከምትባለው አገር ድረስ የሄደ ነው፡፡ ስሙና ዝናው ወጣ፡፡ በየሄደበት ሁሉ መሥዋዕትነትን እያሳረገ ዕውነትን የገለጠ እንደ ሆነ መጽሐፍ ቅዱሳችን ይገልጥልናል፡፡ ብዙም ሳይቆይ ሙሴ

በዘመኑ ገናና ለነበረችው መንግሥት ግብፅ የእግዚአብሔርን ክብር ገለጠ። ጌታ ተጠቀመበት። ሙሴ የተስፋዪቱን ምድር በሞዓብ ተራራ ተመልክቶ ለኢየሱስ አገልግሎቱን ካስተላለፈ በኋላ በኢያሪኮ ያሉ አሕዛብ ይህን ፈጣሪ ሰምተው ነበር።

ይህንንም ጋለሞታዪቱ ረዓብ ከተናገረችው እናስተውላለን። ኢያሱ 2÷8-11 በመሳፍንት ዘመን እነ ሶምሶን በፍልስጥኤማውያንን ላይ የእግዚአብሔርን ኃይል ያስተጋቡ ነበር። እነ ዲቦራ፣ ሩት ነቢያቱ በአሕዛብ መካከል የእግዚአብሔር ስም ለአሕዛብ ይሰማ ነበር። ንዕማን የሶርያ ንጉሥ የጦር አዛዥ ሰምቶ ነበር (2ኛ ነገሥት 5÷1)።

የሰሎሞን መቅደስ ታላቅነት ንግሥተ-ሳባ ሰማች። በእነ-ዳንኤል በመላው የባቢሎን ግዛት የእግዚአብሔር ስም ተጠራ። ሲድረቅ፣ ሚሳቅና አብደናጎ ጦያቱ ተገርስሶ የእነርሱ አምላክ ይመለክ የሚል ዐዋጅ እስኪወጣ ድረስ እግዚአብሔር እስራኤላውያን እንዲጠቀሙ ያደረገም ሆነ የዕውነትን ብርሃን ያበራላቸው ነበር። እነ አስቴር በፐርሺያ ንግሥት በመሆን በአርጤክሲስ ዘመን አይሁድ የእግዚአብሔርን ዕውነት ብርሃን አሳይተዋል (ኢሳ. 49÷6፤ 66÷19)።

እንግዲህ እግዚአብሔር ለአሕዛብ በሁለት መንገድ ዕውነትን ገልጦላቸው ነበር። የመጀመሪያው ተፈጥሮ ራስዋ የእግዚአብሔርን ባሕርይ ክብር በማውራት ሲሆን፣ ሁለተኛው በእስራኤል በኩል ነው። ሐዋርያው የመጀመሪያውን አሳብ በተፈጥሮ ሲገልጥ የሁለተኛው አሳብ ደግሞ ከምዕራፍ 11÷11 ላይ እስራኤል በበደላም ጊዜ ለአሕዛብ ምክንያት እንደ ነበሩ ይገልጣል።ሆኖም ግን የአሕዛብ የዕውነት ዕውቀት ብርሃን በተፈጥሮ ውስጥ ይገኛል የሚለው በዚህ ክፍል የተናገረው ነው።

በእርግጥ ግዑዛን ተፈጥሮ እንደ ሰዎች እና እንስሳት ምላስ ባይኖራቸውም፣ የሚያስተጋቡትን ድምፅ በሕሊና ደወል ልንሰማው፣ ልንመለከተውና ልናስተውል እንችላለን። ኢየሱስ አስደናቂ ቃል ለወዳጆቹ ይሰነዝራል። «አሁን ግን እንስሶችን ጠይቅ ያስተምሩህማል፥ የሰማይ ወፎችን ጠይቅ ይነግሩህማል። ወይም ለምድር ተናገር፥ እርሷም ታስተምርሃለች፥ የባሕር ዓሣዎች ይነግሩሃል።

የእግዚአብሔር ዕጅ ይህን እንዳደረገ እነዚህን የማያውቅ ማን ነው? ... ምላስ መብልን እንደሚቀምስ ጆሮ ቃልን የሚለይ አይደለም? (ኢዮብ 12÷7-10)። «አንተ ታካች ወደ ገብረ ጉንዳን ሂድ፥ መንገዱዋንም ተመልክተህ ጠቢብ ሁን» (ምሳሌ 6÷6)።

እግዚአብሔር የፈጠራቸው ግዑዛን ልሳን፣ ቋንቋም ሆነ ምላስ የሌላቸው ይሆናሉ:: ሆኖም ግን እግዚአብሔርን የማመስገን ለፈጣሪነቱ በራሳቸው የሚያስተጋቡት ድምፅ አለ:: ያ ድምፅ ደግሞ ወደ ምድር ይጮኸል:: ልቡን ለከፈተ እና የሕሊናውን ደውል ላዳመጠ በፈሪሀ-እግዚአብሔር እንዲሄድ ያደርገዋል::

ንጉሥ ዳዊት ይህ ነገር ገብቶት (መዝ. 19÷1-4፤ 148÷1-6፤ ኢሳ. 55÷12) ኢየሱስ በለሲቱን ያናገራት:: መጥምቁ ዮሐንስ እናንተ ዝም ብትሉ፣ እግዚአብሔር ድንጋዩን ያናግረዋል ያለው ምን ይሆን? እግዚአብሔር በአንድም ሆነ በሌላም መንገድ ይናገራል ማለቱ እነዚህን ያካትታል ልንል ይቃጣናል (መዝ. 33፡6-8፤ መዝ. 148፡2-13፤ ራእይ 5÷13፤ 148÷10፤ መዝ. 150÷6):: እስትንፋስ ያላቸው ተንቀሳቃሽ ፍጥረታትስ ሁሉ እግዚአብሔርን የሚያከብሩበት ቋንቋ ይኖራቸዋል ወይ? «የእግዚአብሔር ቍጣ ይገለጣል በብሉይ ኪዳን ዘመን የእግዚአብሔር ቍጣ በብዛት ሲገለጥ እንመለከታለን:: በአዲስ ኪዳን ግን ሐዋርያውም ሆነ የበጉ ሐዋርያት እንደ ጳውሎስ የቅጣቱ ዐይነት እና ደረጃ ለየት ብሎ እንመለከተዋለን:: ግበረ-ሰዶም በሚያደርጉ ላይ እሳት ዲነ እንደ ወረደ እንደ ለመኑት “ኤልያስ ደግሞ እንዳደረገ እሳት ከሰማይ ወርዶ ያጥፋቸው እንል ዘንድ ትወድዳለህ?” አሉት::

እርሱ ግን ዘወር ብሎ ገሠጻቸው እና ምን ዐይነት መንፈስ እንደ ሆነላችሁ ዐታውቁም÷ የሰው ልጅ የሰውን ነፍስ ሊያድን እንጂ ሊያጠፋ አልመጣም (ሉቃስ 9÷54):: የመዳን ቀን ወይም የጸጋ ዘመን እንደ ሆነ እናስተውላለን:: ሆኖም ግን ይህን የመዳን ጸጋ ዘመን እንደ ሆነ እናስተውላለን:: ሆኖም ግን ይህን የመዳን ጸጋ ዘመን ቸል የሚሉትን የጸጋው መንፈስ ይቃወማቸዋል::

ይህ የሚያሳየው የእግዚአብሔር ቍጣ በክርስቶስ ጀርባ መውረዱን ነው:: ኢሳይያስ ሲተነብይ «እርሱ ግን ስለ መተላለፋችን ቈሰለ÷ ስለ በደላችንም ደቀቀ÷ የደኅንነታችን ተግሣጽ በእርሱ ነበር» (ኢሳ. 53÷5):: እግዚአብሔር ለኃጢአተኛው የሰው ዘር ዐመፃ ልጅን የቍጣ ጅራፉን እንዲወስድ አደረገው:: ከዚህ ምክንያት ያዕቆብ «እግዚአብሔር ትዕቢተኞችን ይቃወማል÷ ለትሑታን ጸጋን ይሰጣል» ሲል ይናገራል (ያዕቆብ 4÷6):: በዚህ በጸጋ ዘመን ሰዎች የዘሩትን በራሳቸው እንዲያጭዱ በገላትያ (ገላ. 6÷8):: ሆነ በዚሁ በሮሜ 1÷24 አልተገለጸም:: ለፍትወትም ወደ ርኩሰት አሳልፎ ሰጣቸው:: ይህም ራሳቸው መቆጣጠር እስካይችሉ ክብራቸው ነውራቸው ሆኖ እንዲገለጥ ለጨለማው

አለቃ የኃጢአት ባሪያዎች ይሆኑ ዘንድ አሳልፎ ሰጣቸው፡፡ ለዚህም ነበር ሐዋርያው ስለ ክፉዎች ሲነግረው ከክፋታቸው ይቀጥላሉ ያለው (2ኛ ጢሞ. 2፥16፤ 3፥13)፡፡

አንዳንድ ጊዜ እግዚአብሔር ጣልቃ እየገባ ሰዎችን በሞት ይቀጣ ነበር፡፡ የዐይኖቻቸው ጀምበር እስከ ምትጠልቅ ድረስም ይጠፋባቸው ነበር፡፡ ይሁን እንጂ፣ በዚህ የጸጋ ዘመን ዓለም ከጨለማ ወደ ድቅድቅ ጨለማ እንድትሄድ ፍርዱ ሆነ፡፡ ሰዎች የዕውነትን ብርሃን ዕውቀትን ዕንቢ ሲሉ፣ መራራ በሆነ በክፋት ዝቅጠት ውስጥ መነከር ወይም መዋኘት፣ ተመልሰውም ራስን ወደ መግዛት መምጣት ወደማይችሉበት ደረጃ አሊያም የሕይወት ዕርከን ይገባሉ፡፡ ይህ ብቻ አይደለም፤ ሠለጠንን ብለው የእግዚአብሔርን የከብሩ ዕውቀት ብርሃን በሕይወታቸው ዕውን ከመሆን መከልከል ይጀምራሉ፡፡

የሰው ልጅ ታሪክ እግዚአብሔር በቅርበት በማምለክ፣ ከእርሱ ጋር በቅርብ ወዳጅነት በመኖርና ድምፁን በመስማት ይጀምራል፡፡ ነገር ግን አሳዛኝ በሆነ ሁኔታ ይህ ትልቅ ከፍታና ማዕረግ በኃጢአት (የእግዚአብሔርን ድንበር በመተላለፍ) ምክንያት ወደ ውርደት ይለወጣል፡፡ እግዚአብሔር በፍጥረቱ በኩል በይፋ የገለጠውንም የፈጣሪነት ባሕርዩንና ብቃቱንም በመካድ ፈጣሪን ትቶ የተፈጠሩትን ወደ ማምለክ ዘወር ይላል፡፡ ይህ እንግዲህ በፍጥረቱ በኩል የገለጠውን የእግዚአብሔርን መለኮታዊ ባሕርይ ዕውነት መካድ ነው፡፡

ቊጥር 18

ዕውነትን በዓመፃ በሚከለክሉ ሰዎች በኃጢአተኝነታቸውና በዓመፃቸው ሁሉ ላይ የእግዚአብሔር ቊጣ ከሰማይ ይገለጣልና፡፡

ቊጣ

4፥15

ዐመፅ

5፥6

ኃጢአተኝነት

6፥13

የሚይዙት

19፤ 28፤ 32፤ 2፥3፤ 15-23፤ ሉቃስ 12፥46፤ 47፤ ዮሐንስ 3፥19-21፤ የሐዋርያት ሥራ 24፥ 24፤ 25፤ 2ኛ ተሰሎንቄ 2፥10፤ 1ኛ ጢሞቴዎስ 4፥1፤ 2

ቊጥር 19

እግዚአብሔር ስለ ገለጠላቸው ስለ እግዚአብሔር ሊታወቅ ያለው ነገር አለ ግልጥ ነውና፡፡

ይህም ማለት

20፤ መዝ. 19፥1-6፤ ኢሳይያስ 40፥26፤ ኤርምያስ 10፥10-13፤ የሐዋርያት ሥራ 14፥16፤ 17፥23-30

በውስጣቸው

ወይም ለእነርሱ እግዚአብሔር

ዮሐንስ 1፥9

1፥20-21 የማይታየው ባሕርይ እርሱም የዘላለም ኃይሉ ደግሞም አምላክነቱ ከዓለም ፍጥረት ጀምሮ ከተሠሩት ታውቆ ግልጥ ሆኖ ይታያልና፤ ስለዚህም እግዚአብሔርን ዕያወቁ እንደ እግዚአብሔርነቱ መጠን ስላላከበሩትና ስላላመሰገኑት የሚያመካኙት አጡ፤ ነገር ግን በአሳባቸው ከንቱ ሆኑ የማያስተውለውም ልባቸው ጨለመ።

ምንም እንኳ የሰው ልጅ በኃጢአት ምክንያት በጨለማ ውስጥ ቢገባም፣ እግዚአብሔር ግን ሲፈጥረው በስሜት ሕዋሳት (መስማት፣ መዳሰስ፣ ማየትና መስማት) ሊገደብ በማይችል መንገድ ክብሩን በፍጥረቱ ውስጥ አስቀምጦታል። ይህም ክብሩ ወይም አምላካዊ ባሕርዩ ግን በፍጥረታቱ ውስጥ ዐውቆና ግልጥ ሆኖ ይታያል።

የሰው ልጅ ግን ይህን የሚታየውን አምላካዊ ባሕርይ ወይም ገሃድ ዕውነት እንዳላወቀ በመሆን ራሱን በጨለማ ውስጥ ከተተ። ከሁሉ አስገራሚ የሆነውን የሰው ልጅ የውድቀቱ ክስተት በአንደ ዐረፍተ ነገር ማስቀመጥ ይቻላል። ከእግዚአብሔር የተሰጡትን ተፈጥሮአዊ ስጦታዎች ለመጠቀም የሚፈልገውና በውስጡ ያሉትን የተፈጥሮ ስጦታዎች የሚያውቀው የሰው ልጅ ስጦታዎቹን በውስጡ ያስቀመጠውን እግዚአብሔርን ለማወቅ አለ መፈለጉና ስለ ሰጠው ስጦታ ለማመስገን ዕምቢ ማለቱ አሳዛኝ የክህደት ቁልቁለትን ያመለክታል።

ስለዚህ የሰው ልጅ በተፈጥሮ ለተገለጠው የእግዚአብሔር ዕውነት (ኢዮብ 38፥3) ዕውቅና አልሰጥ ሲል ማለትም በነፍስና በአዕምሮው መረዳት ሳይፈልግ ሲቀር ለእግዚአብሔር ምስጋና ማቅረብ አልቻለም፤ አልወደደምም። ስለዚህ አሳባቸው ከንቱ ሆነ፥ ልባቸውም ጨለመ። ስለዚህም አምላካዊ ፍርዱ ይህን ጨለማቸውን ወደ ብርሃን በማውጣት ተገለጠ። «እንግዲህ እንደ ሰው ወገብህን ታጠቅ እጠይቅሃለሁም፥ አንተም ተናገረኝ» (ኢዮብ 38፥3)።

«የማይታየው ባሕርይ» ፍጥረታቱ ሁሉ የዕጆቹ ሥራ ናቸው ብሎ ንጉሥ ዳዊት ሲናገር (የእግዚአብሔር ዕጅ-ባሕርይ)፡፡ (የእግዚአብሔር ዕጅ-ባሕርይ) መገለጫዎች ናቸው ማለቱ ነው፡፡ ፍጥረት ሁሉ ግዑዛን እና ተንቀሳቃሽ (እስትንፋስ ያላቸው) ሁሉ የእግዚአብሔርን ባሕርይ የሚገልጡ ለክብሩ የተፈጠሩ ናቸው፡፡

ለእርሱ ክብር ለውሉ በጥበቡ እና በማስተዋሉ ባለጠግነት ወደ መኖር መጡ፡፡ ባሕርይው ሰላም ስለሆነ ፍጥረት ሁሉ ያለ ሁከት ይኖር ዘንድ ነበር፡፡ ይህን ደግሞ በዔድን ገነት እንመለከታለን፡፡ ሁሉም ያማረ በጐ እጅግ መልካም (ውብ) ነበረ፡፡ የማይታየው አምላክ ባሕርይ በፍጥረታቱ ተገልጦ «ተራሮች እና ኮረብቶች ዕልል ሲሉ የሜዳ አበቦች ሲያጨበጭቡ» (መዝ. 55÷12)፡፡ «ወንዞችም በአንድነት በዕጅ ያጨብጭቡ» (መዝ. 98÷8)፡፡

የነበሩትን ሁሉ መልካም አድርጐ በመልኩና በአምሳሉ ሊፈጠርለት ለአዳም አቀረበለት፡፡ አዳም ለሁሉም ስም አወጣላቸው፡፡ ለተንቀሳቃሽ ፍጥረታት ስም አወጣላቸው፡፡ ለግዑዛን አይልም (ዘፍ. 2÷19)፡፡ እግዚአብሔር በፍጠረታቱ ላይ ያስተዳድር ዘንድ እያለማመደው ይመስላል፡፡

ሆኖም አዳም የእግዚአብሔርን ክብር እንደ መስተወት የሚያሳይ ከመልአከቱም በላይ (ከሌሎች ፍጥረታት በተለየ መንገድ ክብረን የሚገልጥ) መዝ. 8÷5 የተለየ ፍጡር ነበር፡፡ ሰው «በመልኩና በምሳሌው የተፈጠረ» ነው (2ኛ ቆሮ. 3÷18)፡፡ ይሁን እንጂ፣ «የማይታየው የከፋት ባሕርይ» ያለው ሥልጣን እንዲገለጥበት ፈቀደ፡፡
ያን ጊዜ ፍጥረት የዲያብሎስን ባሕርይ በመጠኑም ያንጸባርቅ ጀመረ፡፡ በምጥ በመቃተት ይገኛል (ሮሜ 8÷22)፡፡ ሆኖም ግን ፍጥረታቱ ዛሬም በእግዚአብሔር ሉአላዊ እጅ ሥር ናቸው (መዝ. 104÷24፣ 25፣ 27፣ 28)፡፡

ቍጥር 20
የማይታየው ባሕርይ እርሱም የዘላለም ኃይሉ ደግሞም አምላክነቱ ከዓለም ፍጥረት ጀምሮ ከተሠሩት ታውቆ ግልጥ ሆኖ ይታያልና፡፡ ስለዚህም እግዚአብሔርን ዕያወቁ እንደ እግዚአብሔርነቱ መጠን ስላላከበሩትና ስላላመሰገኑት የሚያመካኙት አጡ፡፡ ነገር ግን በአሳባቸው ከንቱ ሆኑ የማያስተውለውም ልባቸው ጨለመ፥ ስለዚህም የሚያመካኙት ነገር የለም፡፡
ምክንያቱም
ዮሐንስ 1÷18፤ ቈላስይስ 1÷15፤ 1ኛ ጢሞ. 1÷17፤ 6÷16፤ ዕብራውያን 11÷27
ከ ...

19፤ ዘዳግም 4፥19፤ ኢዮብ 31፥26-28፤ መዝሙር 8፥3፤ 33፥6-9፤ 104፥5፣ 31፤ 119፥ 90፤ 139፥13፤ መዝሙር 148፥8-12፤ ማቴዎስ 5፥45

የእርሱን እንኳ

16፥26፤ ዘፍጥረት 21፥33፤ ዘዳ. 33፥27፤ መዝሙረ ዳዊት 90፥2፤ ኢሳይያስ 9፥6፤ 26፥4፤ 40፥26፤ 1ኛ ጢሞ. 1፥17፤ ዕብራውያን 9፥14

ከበበ ሥላሴ

የሐዋርያት ሥራ 17፥29፤ ቆላስይስ 2፥9

ስለዚህም እነርሱ ... ናቸው

2፥1፣ 15፤ ዮሐንስ 15፥22

ያለ

የሐዋርያት ሥራ 22፥1፤ * ጂ፡፡

ቊጥር 21

እግዚአብሔርን ቢያውቁም እንኳ፣ እንደ አምላክነቱ አላከበሩትም፤ ምስጋናም አላቀረቡለትም፤ ነገር ግን ሐሳባቸው ፍሬ ቢስ ሆነ፤ የማያስተውል ልባቸው ጨለመ።

ባወቁ ጊዜ

19፣ 28፤ ዮሐንስ 3፥19

ከብረዋል

15፥9፤ መዝሙር 50፥23፤ 86፥9፤ ሆሴዕ 2፥8፤ ዕንባቆም 1፥15፣ 16፤ ሉቃስ 17፥15-18፤ 2ኛ ጢሞቴዎስ 3፥2፤ የዮሐንስ ራእይ 14፥7፤ 15፥4

ዳሩ ግን ... ሆነዋል

ዘፍጥረት 6፥5፤ 8፥21፤ 2ኛ ነገሥት 17፥15፤ መዝሙር 81፥12፤ መክብብ 7፥29፤ ኢሳይያስ 44፥9-20፤ ኤርምያስ 2፥5፤ ኤርምያስ 10፥3-8፣ 14፣ 15፤ 16 19፤ ኤፌሶን 4፥ 17፣ 18፤ 1ኛ ጴጥሮስ 1፥18

የእነርሱ ሞኝነት

11፥10፤ ዘዳ. 28፥29፤ ኢሳይያስ 60፥2፤ የሐዋርያት ሥራ 26፥18፤ 1ኛ ጴጥሮስ 2፥9

1፥22-23 ጥበበኞች ነን ሲሉ ደንቆሮ ሆኑ፥ የማይጠፋውንም የእግዚአብሔርን ክብር በሚጠፋ ሰውና በወፎች አራት እግሮች ባላቸውም በሚንቀሳቀሱትም መልክ መሰለው ለወጡ፡፡

ጥበበኞች ... ሞኞች ... ምውት ሰው ... በእንስሳት... ለወጡ

በዚህ ክፍል ሐዋርያው ጠንከር አድርጎ የሚሰጠው አሳብ ሰው ስለ ራሱ ያለው አመለካከት እንኳ የተዛባ የሚል ዐይነቱን ነው፡፡ ማለትም ጥበበኞች ነን ሲሉ ጌታ ሲያያቸው ግን ደንቆሮዎች ሆነው ተገኙ፡፡ ይህም ደግሞ ሞኝነትንና ስንፍናን

ያመለክታል፡፡ (መዝ. 14፥1፤ ኤር. 2፥5፤ የሐዋ. 14፥15) የሰው ልጅ በእግዚአብሔር አምሳል ተፈጠረ፤ ተፈጣሪውንም አመለከ፡፡

ራሱን ለኃጢአት ሲያስገዛ ግን አምላኪ የነበረው ሰው ፈላስፋ ሆነ፤ በፍልስፍናውም ጥበበኛ የሆነ ሲመስለው ወደ ድንቁርና ራሱን ዝቅ አደረገና ፍጥረታትን ማምለክ ጀመረ፡፡ ይህም ውድቀት ሐዋርያው በሚቀጥለው ቍጥር የሚያነሣውን ምግባረ-ብልሹነት (በኃጢአት መዘፈቅን አመጣ)፡፡

ቍጥር 22

ጥበበኞች ነን ሲሉ ደንቆሮ ሆኑ፡፡

11፥25፤ ምሳሌ 25፥14፤ 26፥12፤ ኢሳይያስ 47፥10፤ ኤርምያስ 8፥8፤ 9፤ 10፥14፤ ማቴዎስ 6፥23፤ 1ኛ ቆሮ. 1፥19-21፥ 3፥18፤19

ቍጥር 23

የማይጠፋውንም የእግዚአብሔር ክብር በሚጠፋ ሰውና በወፎች አራት እግር ባላቸውም በሚንቀሳቀሱትም መልክ መሰለው ለወጡ፡፡

ተለውጧል

25፤ መዝሙር 106፥20፤ ኤርምያስ 2፥11

ምስል

ዘዳ. 4፥15-18፤ 5፥8፤ መዝሙር 115፥5-8፤ 135፥15-18፤ ኢሳይያስ 40፥18፤ 26፤ 44፥13፤ ሕዝቅኤል 8:10፤ የሐዋርያት ሥራ 17፥29፤ 1ኛ ቆሮ. 12፥2፤ 1ኛ ጴጥሮስ 4፥3፤ ራእይ 9፥20

1፥24 ስለዚህ እርስ በርሳቸው ሥጋቸውን ሊያዋርዱ እግዚአብሔር በልባቸው ፍትወት ወደ ርኩሰነት አሳልፎ ሰጣቸው

አሳልፎ ሰጣቸው

እግዚአብሔር እያወቁ ስላላከበሩትና ስላላመሰገኑት አስከፊ የሆነውን ኃጢአት እንዲለማመዱ ለከንቱነት አሳልፎ ሰጣቸው፤ የኃጢአታቸውንም ፍሬ በሉ፡፡ በመሠረቱ እግዚአብሔር በባሕርዩ መሐሪ ነው፡፡ ምሕረት ማድረግንም እጅግ ይወድዳል፡፡ ሆኖም ግን የእግዚአብሔርን ዕውነት ዕያወቁ አንፈልግህም ያሉትን ግን አምልኩኝ ብሎ አያስገድድም፤ ነገር ግን ለምኞታቸው አሳልፎ ይሰጣቸዋል፡፡ ምኞታቸውም የሚወልድባቸው የኃጢአትን ፍሬ እንዲበሉም ያደርጋል፡፡ ይህንንም የማያደርገው ሰው

የኃጢአትን ፍሬ ከቀመሰ በኋላ እግዚአብሔር ምሕረቱን በመግለጥ ጽድቁን ያሳይ ዘንድ ነው (ኤፌ. 4፥19፤ ሮሜ 11፥32)፡፡

ሐዋርያው በቍጥር 18 የእግዚአብሔር ቍጣ ከሰማይ ይገለጣል ብሎ ያስቀመጠው አሳብ በእነዚህ ቍጥሮች ተብራርቷል፡፡ የመጀመሪያ ቍጣው በልባቸው ፍትወት (የጋለ ምኞት) በመቃጠል ለርኩሰት አልፈው እንዲሰጡ ማድረጉ ነው፡፡ ሁለተኛው ደግሞ ሥጋቸውን ለውርደት አሳልፈው እንዲሰጡ ማድረግ ነው፡፡ ሥጋቸውን አዋረዱ የሚለው ቃል ክቡር የሆነው ሰው እጅግ ዝቅተኛ በሆነው አገዛዝ ሥር እንዲወድቅ መደረጉን ያመለክታል፡፡ ይህ ግለሰባዊና ማኅበረሰባዊ በሆነው ኃጢአት ሥር የመውደቃቸውን አሳዛኝ ገጽታ የሚያመለክት ነው (ሮሜ 1፥24-27)፡፡

ቍጥር 24

ስለዚህ እርስ በርሳቸው ሥጋቸውን ሊያዋርዱ እግዚአብሔር በልባቸው ፍትወት ወደ ርኵስነት አሳልፎ ሰጣቸው፡፡

እግዚአብሔር

መዝሙር 81፥11፣ 12፤ ሆሴዕ 4፥17፣ 18፤ ማቴዎስ 15፥14፤ የሐዋርያት ሥራ 7፥42፤ 14፥16፤ 17፥29፣ 30፤ ኤፌሶን 4፥18፤ 2ኛ ተሰሎንቄ 2፥10-12

በከፉ ምኞት

6፥12

ለማዋረድ

1ኛ ቆሮ. 6፥13፣ 18፤ 1ኛ ተሰሎንቄ 4፥4፤ 2ኛ ጢሞቴዎስ 2፥20-22

መካከል

27፤ ዘሌዋውያን 18፥22

1፥25 ይህም የእግዚአብሔር ዕውነት በውሸት ስለ ለወጡ በፈጣሪም ፈንታ የተፈጠረውን ስላመለኩና ስላገለገሉ ነው፥ እርሱም ለዘላለም የተባረከ ነው፡፡ አሜን፡፡

ዕውነትን በሐሰት ለወጡ

ዕውነቱን መቀበል አልፈለጉም፤ ስለዚህም ዋሹ፡፡ ዕውነትን አለ መቀበላቸው ግን የእግዚአብሔር ጽድቅ እንዳይገለጥ አይከለክለውም፡፡ እግዚአብሔር ውሸታቸውን እንኳ

እንደ መንገድ ተጠቅሞበት ጽድቁን ይገልጥበታል (ሮሜ 3፥7፤ ኤፌ. 4፥21፣ 24፤ 5፥8-10)፡፡

ዕውነት እንዲገለጥ ሁልጊዜ ውሸት መኖር አለበት በሚል እግዚአብሔር አሠራሩን በዚያ መንገድ አላደረገውም፡፡ ዕውነት በጽድቅ ይገለጣልና፡፡ ሰዎች ዕውነቱን ላለመቀበል ፈቅደው የመረጡት ውሸት የእግዚአብሔርን ዕውነት ለመግለጥ መንገድ ሆኖ አገልግሏል፡፡ *«ነገር ግን ኃይሌን እገልጥብህ ዘንድ ስሜም በምድር ሁሉ ላይ ይነገር ዘንድ ስለዚህ አስነሥቼሃለሁ» (ዘጸ. 9፥16)*፡፡ ብዙ ጊዜ ሰው በኃጢአት ሲዘፈቅ፣ በኃጢአትም ላይ የእግዚአብሔር ቁጣ ሲገለጽ ሰው ከእግዚአብሔር ቁጣ ለመሸሽ በቶሎ ንስሐ ገብቶ ይመለሳል ብለን ነው የምናስበው፡፡ በዚህ ምዕራፍ ተገልጦ እንደምናነብበው ግን የሆነው ተቃራኒው ነው፡፡ ከቁጥር 26-28 ያሉት ቁጥሮች ይህንን አስከፊ ገጽታ ያመለክቱናል፡፡

ቁጥር 25

እርሱም ፍጥረት ለከንቱነት ተገዝቶአልና፥ በተስፋ ስላስገዛው ነው እንጂ በፈቃዱ አይደለም፡፡ አሜን!

ዕውነቱ ተለውጧል

18፤ 1ኛ ተሰሎንቄ 1፥9፤ 1ኛ ዮሐ. 5፥20

በውሸት

ኢሳይያስ 44፥20፤ ኤርምያስ 10፥14፣ 15፤ 13፥25፣ 16፥19፤ አሞጽ 2፥4፤ ዮሐንስ 2፥8፤ ዕንባቆም 2፥18

ፍጡሩ

23፤ ማቴዎስ 6፥24፤ 10፥37፤ 2ኛ ጢሞቴዎስ 3፥4፤ 1ኛ ዮሐ. 2፥15፣ 16

በይበልጥም

ወይም ይልቁንስ እርሱ የሆነውን

9፥5፤ መዝሙር 72፥19፤ 145፥1፥2፤ 2ኛ ቆሮ. 11፥31፤ ኤፌሶን 3፥21፤ 1ኛ ጢሞ. 1፥11፣ 17

1፥26 ስለዚህ እግዚአብሔር ለሚያስነውር ምኞት አሳልፎ ሰጣቸው፥ ሴቶቻቸውም ለባሕርያቸው የሚገባውን ሥራ ለባሕርያቸው በማይገባው ለወጡ

ለሚያስነውር ምኞት

ለበጎ ነገር ሊገዛና ሊገራ ለማይችለው ከንቱ ምኞት አስነዋሪ ለሆነ ነገር አሳልፎ እንደ ሰጣቸው ያመለክታል፡፡

ቍጥር 26
ስለዚህ እግዚአብሔር ለሚያስነውር ምኞት አሳልፎ ሰጣቸው፥ ሴቶቻቸውም ለባሕርያቸው የሚገባውን ሥራ ለባሕርያቸው በማይገባው ለወጡ።

ሰጣቸው

ለከንቱ

ዘፍጥረት 19፥5፤ ዘሌዋውያን 18፥22-28፥ ዘዳግም 23፥17፤ 18፤ መሳፍንት 19፥22፤ 1ኛ ቆሮ. 6፥9፤ ኤፌሶን 4፥19፤ ኤፌሶን 5፥12፤ 1ኛ ጢሞ. 1፥10፤ ይሁዳ 1፥7፤ 10

1፥27 እንዲሁም ወንዶች ደግሞ ለባሕርያቸው የሚገባውን ሴቶችን መገናኘት ትተው እርስ በርሳቸው በፍትወታቸው ተቃጠሉ፥ ወንዶችም በወንዶች ነውር አድርገው በስሕተታቸው የሚገባውን ብድራት በራሳቸው ተቀበሉ።

በፍትወታቸው ተቃጠሉ

በዚህ ክፍል የተገለጠው ፍትወት፣ ልቅ የሆነውን ሥርዓት ያልጠበቀውን ከተመሳሳይ ፆታ ጋር የግብረ ሥጋ ግንኙነት ማድረጋቸውን ያመለክታል።

እግዚአብሔር ይህንን የመሰለውን ጥፋት ማድረጋቸውን በቸልታ ስለማይመለከተው ለጥፋታቸው ተገቢውን ብድራት ይቀበላሉ። ሆኖም ግን መከራውን በራሳቸው ላይ ያመጡት ራሳቸው ናቸው።

ቍጥር 27
እንዲሁም ወንዶች ደግሞ ለባሕርያቸው የሚገባውን ሴቶችን መገናኘት ትተው እርስ በርሳቸው በፍትወታቸው ተቃጠሉ። ወንዶችም በወንዶች ነውር አድርገው በስሕተታቸው የሚገባውን ብድራት በራሳቸው ተቀበሉ። ወንዶችም በወንዶች ነውር አድርገው በስሕተታቸው የሚገባውን ብድራት በራሳቸው ተቀበሉ።

ያም የሚመጥን ነው

23፥24

1፥28 እግዚአብሔርን ለማወቅ ባልወደዱት መጠን እግዚአብሔር የማይገባውን ያደረጉ ዘንድ ለማይረባ አእምሮ አሳልፎ ሰጣቸው

ለማይረባ አእምሮ አሳልፎ ሰጣቸው

አእምሮአቸው ቅን የሆነውን ምግባራዊ (ሞራላዊ) የሕይወት መርኅን ወደማይቀበልበት፤ የተስተካከለ የሕሊና ፍርድ ሊሰጥ ወደማይችልበት ደረጃ ዘቀጡ (አልፈው ተሰጡ)፡፡

ቊጥር 28

በዕውቀታቸውም እግዚአብሔርን ለመያዝ ባለመፈለግ ባስቸገርም እንኳን ወደ ተገለጠ አእምሮ እግዚአብሔር የማይገባቸውን ያደርጉ ዘንድ እንዲመራቸው አሳልፎ ሰጣቸው፡፡

ልክ እንዳደረጉት

18፤ 21፤ ኢዮብ 21÷14፣ 15፤ ምሳሌ 1÷7፣ 22፣ 29፤ 5÷12፣ 13፤ 17÷16፤ ኤርምያስ 4÷22፤ ኤፌ. 9÷6፤ ሆሴዕ 4÷6፤ የሐዋርያት ሥራ 17÷23፣ 32፤ ሮሜ 8÷7፣ 8፤ 1ኛ ቆሮ. 15÷34፤ 2ኛ ቆሮ. 4÷4-6፤ 10÷5፤ 2ኛ ተሰሎንቄ 1÷8፤ 2÷10-12፤ 2ኛ ጴጥሮስ 3÷5

መያዝ

ወይም ዕውቅና መስጠት፡፡ የተሳሳተ አእምሮ ወይም አእምሮ ያጐደለው ፍርድ፡፡

ኤርምያስ 6÷30፤ 2ኛ ቆሮ. 13÷5-7፤ 2ኛ ጢሞቴዎስ 3÷8፤ ቲቶ 1÷16

ተስማሚ አይደለም

ኤፌሶን 5÷4፤ ፊልሞና 1÷8

1÷29 ዓመፃ ሁሉ ግፍ መመኘት ክፋት ሞላባቸው ፥ቅናትን ነፍስ መግደልን ክርክርን ተንኰልን ክፉ ጠባይን ተሞሉ

ይህኛው ቊጥር አእምሮአቸው የተዛባውን አመለካከት ስለ ያዘና እግዚአብሔርን ማወቅ አይጠቅምም በማለታቸው በምድር ላይ ያለው ክፋት ሁሉ የሞላባቸው መሆኑን ያመለክታል፡፡ ስለዚህም ጐጅ ለሆነው የሥጋ ምኞትና ባሕርይ ተገዥ ሆኑ (ሮሜ 13÷13፤ 1ኛ ቆሮ. 5÷10-11፤ 2ኛ ቆሮ. 12÷20፤ ገላ. 5÷19-21)፡፡

ቊጥር 29

ዓመፃ ሁሉ ግፍ፣ መመኘት፣ ክፋት ሞላባቸው፡፡ ቅንዓትን፣ ነፍስ መግደልን፣ ክርክርን፣ ተንኰልን፣ ክፉ ጠባይን ተሞሉ፡፡ የሚያሾከሹኩ፣ ሐሰተኛ አስተማሪዎች

ተሞልቷል

3÷10

በሹክሹክታ ተነገረ

መዝሙር 41÷7፤ ምሳሌ 16÷28፤ 26÷20፤ 2ኛ ቆሮንቶስ 12÷20

፥30-33 የሚያሾከሹኩ ሐሜተኞች አምላክን የሚጠሉ የሚያንገላቱ ትዕቢተኞች ትምክህተኞች ክፋትን የሚፈላለጉ ለወላጆቻቸው የማይታዘዙ የማያስተውሉ ውል የሚያፈርሱ ፍቅር የሌላቸው ምሕረት ያጡ ናቸው። እንደነዚህ ለሚያደርጉት ሞት ይገባቸዋል የሚለውን የእግዚአብሔርን ሕግ ዕያወቁ እነዚህን ከሚያደርጉ ጋር ይስማማሉ እንጂ፣ አድራጊዎች ብቻ አይደሉም።

በዚህ ምዕራፍ አንድ መደምደሚያ ላይ የተገለጡት ቊጥሮች የሚያመለክቱት ከእነዚህ ሁሉ ከንቱ ድርጊቶች የተነሣ ከእግዚአብሔር ሕይወት የራቁ መሆኑን ነው። ከዚህ ዕውነት በመነሣት የእግዚአብሔርን ሕግ የሚጥሉ ሁሉ የሚጠብቃቸው ዕጣ-ፈንታ ከእግዚአብሔር መለየት ጨርሶም የተጣሉ መሆን ነው የሚለውን መደምደሚያ መስጠት እንችላለን።

ልጅ ውድቀት ውጤት የሆኑትን ጥፋቶች ይገልጻል። ከሁሉ የሚያስገርመው ግን የሰው ልጅ እነዚህን ኃጢአቶች መለማመድ ብቻ ሳይሆን፣ ሌሎች እንዲለማመዱዋቸው ማበረታቱ ነው። በዚህ ብቻ ቢያበቃ መልካም ነው። ሆኖም ግን ሰው እግዚአብሔርን ማምለክ ትቶ ጣዖት አምላኪ ሆነ። የእግዚአብሔር ፍጡር ሁሉ የበላይ የነበረው ሰው፣ ወደ ክፉ አውሬነት ተለወጠ። በዚህም ለእግዚአብሔር ቊጣ ራሱን አሳልፎ ሰጠ።

ሰዎች ይህንን ከመሰለው አስከፊ አዘቅት ሊወጡና ሊድኑ የሚችሉበት ብቸኛ መንገድ ወንጌል ስለሆነ፣ ወንጌልን ለሰው ሁሉ ለመስበክ ከመቼውም ጊዜ ይልቅ ልንነሣ የሚገባን አሁን ነው። ይህ በተመለከት የሮሜ መጽሐፍ የመጀመሪያ ምዕራፍ ይህንኑ አጉልቶ የሚያሳይ ነው።

ቊጥር 30

ሐሜተኞች፣ እግዚአብሔርን የሚጠሉ፣ ክፉዎች፣ ትምክህተኞች፣ ክፋትን የሚፈላለጉ ለወላጆቻቸው የማይታዘዙ፣ የማያስተውሉ፣ ውል የሚያፈርሱ፣ ፍቅር የሌላቸው።

ሐሜተኞች

ምሳሌ 25፥23

በጥላቻ የተሞሉ

8፥7፤ 8፤ ዘኍልቊ 10፥35፤ ዘዳግም 7፥10፤ 2ኛ ዜና መዋዕል 19፥2፤ መዝሙር 81፥15፤ ምሳሌ 8፥36፤ ዮሐንስ 7፥7፤ ዮሐንስ 15፥23፤ 24፤ ቲቶ 3፥3

ትምክህተኞች

2፥17፣ 23፤ 3፥27፤ 1ኛ ነገሥት 20፥11፤ 2ኛ ዜና መዋዕል 25፥19፤ መዝሙር 10፥3፤ 49፥6፤ 52፥1፤ 94፥4፤ 97፥7፤ የሐዋርያት ሥራ 5፥36፤ 2ኛ ቆሮ. 10፥15፤ 2ኛ ተሰሎንቄ 2፥4፤ ያዕቆብ 3፥5፤ 4፥16፤ 2ኛ ጴጥሮስ 2፥18፤ ይሁዳ 1፥16

ከፋትን የሚፈላልጉ

መዝሙር 99፥8፤ 106፥ 39፤ መክብብ 7፥29

የማይታዘዙ

ዘዳ. 21፥18-21፤ 27፥16፤ ምሳሌ 30፥17፤ ሕዝቅኤል 22፥7፤ ማቴዎስ 16፥21፤ 15፥4፤ ሉቃስ 21፥16፤ 2ኛ ጢሞቴዎስ 3፥2

ቍጥር 31

ቅድስና የሌላቸው፣ ፍቅር የሌላቸው፣ ዕርቅን የማይሰሙ፣ ሐሜተኞች፣ ራሳቸውን የማይገዙ፣ ጨካኞች፣ መልካም የሆነውን የማይወድዱ፤

ከመረዳት ውጭ የሆኑ

20፣ 21፤ 3፥11፤ ምሳሌ 18፥2፤ ኢሳይያስ 27፥11፤ ኤርምያስ 4፥22፤ ማቴዎስ 15፥16

ቃል ኪዳን አፍራሾች

2ኛ ነገሥት 18፥14-37፤ ኢሳይያስ 33፥8፤ 2ኛ ጢሞቴዎስ 3፥3

ተፈጥሯዊ ፍቅር የሌላቸው

ወይም ደግሞ ተቻጋሪ አይደለም።

ቍጥር 32

እንዲህ ያሉትን ነገሮች የሚፈጽሙ እንደ ዲያቢሎስ ፍርድን የሚያውቁና የሚሠሩትንም የሚያውቁ እንዲድኑ ነው። ይህን የሚያደርጉ ሁሉ እነርሱ ራሳቸው ሞትን ይፈልጋሉ። ከዚህ ይልቅ እንዲህ የሚያደርጉ ከሆነ ደስ ይላቸዋል።

የሚያውቁ

18፣ 21፤ 2፥1-5፣ 21-23

ብቁ የሆኑ

6፥21

በእነርሱ ደስ የሚላቸው

ወይም፣ ከእነርሱ ጋር ተስማምተዋል።

መዝሙር 50፥18፤ ሆሴዕ 7፥3፤ ማርቆስ 14፥10፣ 11

የርሜ መጽሐፍ ፕሬዝ ስንድ

ምዕራፍ ሁለት

አስተማሪ ሆይ፣ ራስህን አስተምር!

የዚህ ምዕራፍ የመጀመሪያ ቍጥሮች በመጽሐፍ ቅዱስ ምሁራን ዘንድ የተለያዩ አመለካከቶች የሚንጸባረቁበት ነው፡፡ ማለትም አንዳንዶቹ ይህ የጳውሎስ ጽሑፍ የሚመለከተው አይሁዳውያንን ነው ሲሉ፣ ሌሎች ደግሞ አይደለም በምዕራፍ 1÷18-2 የተገለጹትን ኃጢአት የሚያደርጉትን አሕዛብን ነው ይላሉ፡፡ ምዕራፉን ዕያየን ወደፊት ስንገፋ ግን ሕግ ስለ ተሰጣቸው ሰዎች የሚናገር መሆኑን እናገኛለን፡፡ እንዲያውም በቍጥር 17 በግልጽ «አንተ አይሁድ ነኝ» ካልህ በሚል በግልጽ ያስቀምጠዋል፡፡ ስለዚህ ለአይሁዳውያን መልእክቱን በግልጽ ያስቀመጠ መሆኑን ያመለክተናል፡፡

ስለዚህ ሐዋርያው እራኤላውያንን ኃጢአት ሠርታችኋል ብሎ መግለጽ የሚያስከፍለውን ዋጋ ዕያወቀ በብዙ ማስረጃ ኃጢአት መሥራታቸውን ሊገልጽ ይጀምራል፡፡ ሐዋርያው ያስተላለፈ ያለው መልእክት የብሉይ ኪዳን ነቢያትን ለመከራና ለስደት ዳርጓቸዋል፡፡ ኢየሱስንም የሰቀሉት በተመሳሳይ ምክንያት ነው፡፡

*ዋረን **ዌንድል** ዌርዝቢ* የመጀመሪያው ክፍል የያዘውን ትርጕም ሲያብራራ እንዲህ ይላል፡ - የመጽሐፍ ቅዱስ ምሁራን በዚህ በሮሜ 2÷1-16 ክፍል ላይ ጳውሎስ እነ-ማንን እየተናገረ እንደ ሆነ አይስማሙም፡፡ አንዳንዶች በዚህ ቦታ ላይ እየተናገረ ያለው በምዕራፍ 1÷18-

32 የዘረዘራቸውን የምግባር ሕይወት ውድቀቶች ያልፈጸሙና በሥነ ምግባር ዝቅጠት ውስጥ ያልገቡ ያላመኑ ሰዎችን ነው ሲሉ፣ እኔ ግን ጳውሎስ እዚህም ቦታ ላይ ጭምር እየተናገረ ያለው ለአይሁድ አድማጮቹ እንደሆነ ይሰማኛል፡፡

በዚህ በሮሜ 2÷12-16 ክፍል ላይ የተዘረዘሩት ነገሮች ከአሕዛብ ይልቅ ለአይሁድ ሰዎች የተሻለ ትርጉም የሚሰጥ ነው፡፡ በሮሜ 2÷17 ላይ በግልጽ ስለ አይሁድ ይናገራል፡፡ ይህ አቀራረብ የመጀመሪያው ክፍል ላይ ያሉት ለአሕዛብ የተጻፈ ከሆነ፣ ያልተለመደ ነው የሚሆነው፡፡ እዚህ ላይ አይሁድን ጥፋተኛ አድርጎ መግለጽ አስቸጋሪ ነው፤ ምክንያቱም እነርሱ ሊያሳዩት ከማይፈልጉዋቸው ክፍተቶታቸው መካከል አንዱ ለእግዚአብሔር አለመታዘዛቸውን ነው፡፡

የብሉይ ኪዳን ነቢያት የተሰቃዩት እስራኤልን ስለ ኃጢአቷ ስለ ወቀሷት ነበር፡፡ ኢየሱስም የተሰቀለው በተመሳሳይ ነገርን ነው፡፡ ጳውሎስ የአይሁድ ሕዝብን ጥፋተኝነት ለማሳየት አራት ማስረጃዎችን ያቀርባል፤ አሕዛብን (ሮሜ 2÷1-3) የእግዚአብሔርን በረከት (ሮሜ 2÷4-11) የእግዚአብሔርን ሕግ (ሮሜ 2÷12-24) ግርዛትን (ሮሜ 2÷25-29)፡፡(ዋረን. ዊ. ዊረንስቢ, የመጽሐፍ ቅዱስ ንቃተ-ገፅ ማብራሪያ)

ሆጅ በዚህ መልክ ያብራራዋል፤ የሐዋርያውን በዚህና በሚቀጥለው ቁጥር ላይ የሚያስቀምጠውን አመክንዮ ብርታት ለመረዳት አይሁድ በእግዚአብሔር ፊት ተቀባይነት እንዲያገኙ የሚያደርጋቸው ዋና ነገር ከአባታቸው ከአብርሃም ጋር የተገባው ቃል ኪዳን መሆኑን ማወቅ አስፈላጊ ነው፡፡ ለአብርሃም የተሰጠው የተስፋ ቃል ወደ ልጅ ልጆቹ የሚተላለፍ ነበርና፡፡

አይሁድም የሚያምኑት ነገር ድነትን ለማግኘት ሕግን መፈጸምንና ግርዛትን እንደ አብርሃም ትእዛዝ መፈጸም እንዳለባቸው ነው፡፡ ስለዚህ እነርሱ መታየት የሚፈልጉት በግለሰብ ደረጃ ሳይሆን፣ የድነት ቃል ኪዳን እንደ ተገባለት እንደ ሕዝብ ነው፡፡

ጳውሎስም ነገሩን ማስረዳት የሚጀምረው ራቅ ብሎ ጀምሮ የተቀበሉትን ቃል ሊጠብቁ እንዳልቻሉ በማስረዳት ሲሆን፣ ቀስ እያለ እርሱ ማንሳት ወደ ፈለገው አሳብ ያወርዳቸዋል፡፡ እዚህ ጋር አይሁድ የተነገራቸው ነገር ከጠቅላላ አሳብ እስከ መሠረታዊ አሳብ ድረስ ነበር፡፡ ይህ ዐይነቱ ምዕራፉን የምናይበት መንገድ በብዙ የመጽሐፍ ቅዱስ አተረጓጐሞች የተለመደ ሆኗል፡፡ ነገር ግን ቀደምት ትርጓሜዎች ይህ የትኛውን ሕዝብ

እያመለከተ እንደሚናገር አይታወቅም፡፡ የማያምኑ ግን በምዕራፍ 1 ውስጥ በተዘረዘረው ኃጢአት ውስጥ ያልተገኙ አሕዛብንም ሊሆን ይችላል ይላሉ፡ (ሆጅ ኮሜንተሪ)

ዊሊያም ባርክሌይ ጳውሎስ እየተናገረ ያለው አይሁድን ነው ብሎ ያምናል፡፡ በቀጣይ ክፍሎች ላይ ጳውሎስ በእግዚአብሔር ቍጣ ውስጥ ስላለች ምድር ያወራል፡፡ በዚያ የቍጣ ቃል ደግሞ አይሁድ ይስማማሉ፤ ነገር ግን ማንም በእንዲህ ዐይነት ቍጣ ውስጥ እንደ ሆነ አያምንም፡፡ እነርሱ የሚያስቡት የተሻለ ቦታ እንዳላቸው ነው፡፡ እግዚአብሔር የቍጣ ፍርድ ሰጭ ሊሆን ይችላል፤ ለአይሁድ ግን ልዩ ጠባቂያቸው ነው፡፡

እዚህ ጋር ጳውሎስ እያላቸው ያለው እርሱ ልክ እንደ አሕዛብ ኃጢአተኛ ሲሆን፣ አሕዛብን በሚኰንንበት ኲነኔ እርሱም በዚያ ውስጥ እንደሚገኝ እና ራሱንም ጭምር እንደሚኰንን ነው፡፡ ማንም የሚመዘነው በዘር ሐረጉ ሳይሆን፣ በኖረው ሕይወት ነው ይላቸዋል፡፡ አይሁድ ሁልጊዜ ራሳቸውን በእግዚአብሔር ፊት የተሻለ ቦታ እንዳላቸው አድርገው ነው የሚቈጥሩት፡፡ እግዚአብሔር በምድር ካለ ሕዝብ በተለየ እስራኤልን ይወዳል ይላሉ፡፡ እግዚአብሔር አሕዛብን እና እስራኤልን የሚመዝነው በተለያየ ሚዛን እንደ ሆነ ይናገራሉ፡፡ በሚመጣው ዓለም ላይ ሁሉም እስራኤላዊ ተካፋይ ይሆናል፡፡ አብርሃም በሲዖል ደጃፍ ላይ ተቀምጦ ማንም እስራኤላዊ ወደ እርሱ እንዳይገባ ይከለክላል ብለው ያምናሉ፡፡

ዴኔይ፡- ሐዋርያው አሁን የእግዚአብሔር ጽድቅ ለአሕዛብ እንደሚያስፈልገው ለአይሁድም እንደሚያስፈልግ ሊያስረዳ ነው፣ በዚህ ቦታም ላይ እየተነገራቸው ያሉት አይሁድ ናቸው፡፡ (ዘ ኤክስፖዚተርስ ግሪክ አዲስ ኪዳን)

1. በሰው ላይ የሚፈርዱ ሰዎች ከዕውነተኛው ከእግዚአብሔር ፍርድ አያመልጡም! የሚለው የመጀመሪያው ዐቢይ አሳብ ሆኖ እናገኘዋለን፡፡
2. እግዚአብሔር አምላክ ለበጎ አድራጊውም ሆነ ለክፉ አድራጊው ለእያንዳንዱ እንደ ሥራው ያስረክበዋል! የሚለውም እንደዚሁ ራሱን የቻለ የምዕራፉ ዐቢይ አሳብ ሆኖ ሰፍሯል!
3. ያለ ሕግ ኃጢአትን ያደረጉም ሆኑ ሕግ ተሰጥቷቸው ሳሉ ኃጢአትን ያደረጉ ሰዎች ሁለቱም ይጠፋሉ! የሚለውም አሳብ እንደዚሁ ራሱ ችሎ የቆመ አሳብ ሆኖ በዚህ ምዕራፍ ውስጥ እናገኘዋለን፡፡

4. አሕዛብ ራሳቸው በሕሊና የተጻፈ ሕግ እንዳላቸውና (ሕገ-ልቡና ተብሎ የሚጠራው ሕግ እንዳላቸውና) በዚህ አግባብም እንደሚፈረድባቸው የሚናገረው አሳብ በእርግጥም ገዥ የሆነ ዐቢይ አሳብ እንደ ሆነ በቀላሉ ልንመለከት እንችላለን፡፡
5. አሕዛብ ከፍጥረት ሥራዎቹ የእግዚአብሔርን መኖር እና ታላቅነት እንዲሁም ታላቁን ኃይሉን በግልጽ የሚመለከቱበት አግባብ መኖሩ (General Revlation) በራሱ በሮሜ መጽሐፍ ወይም በዚህ በምዕራፍ ውስጥ የሰፈረ ታላቅ ነጥብ ወይም አስተምህሮ ሆኖ እናገኘዋለን፡፡
6. ምንም እንኳ አሕዛብ እግዚአብሔርንም ሆነ ታላቁን ኃይሉን ከፍጥረት ሥራዎቹ ቢያውቁም እርሱን እንደ እግዚአብሔርነቱ መጠን ስላላመለኩትና ስላላገለገሉት፣ ደግሞም አራት ዕግሮች ያሉዋቸውን እንስሳትንም ሆነ ወፎችን እንዲሁም ሰዎችን ስላመለኩና ስላገለገሉ ለማይረባ አእምሮ ታልፈው በተሰጡበት መለኮታዊ ፍርድ ሥር መውደቃቸውን የሚናገረው አሳብ በሮሜ መጽሐፍ ውስጥ የተገለጠ ምሥጢራዊነት ያለው ዕውነት እንደ ሆነ ወደ መገንዘቡ እንመጣለን፡፡
7. ከዚህ ለማይረባ አእምሮ ታልፎ ከሚሰጡበት መለኮታዊ ፍርድ ጋር በተያያዘ መልኩ ስለ ገብረ-ሰዶማዊነትም ሆነ ግብረ-ሌዚቢያዊነት የሚናገረው ክፍል - ማለትም ወንዶች ለተፈጥሮአዊ ባሕርያቸው የሚገቡ ሴቶችን በፍትወት መገናኘት ትተው፣ እርስ በርሳቸው ፍትወታዊ ግንኙነትን የፈጸሙበት፣ በተመሳሳይ መልኩም ሴቶች ለተፈጥሮአዊ ባሕርያቸው የሚገቡ ወንዶችን በወሲብ መገናኘት ትተው እርስ በርሳቸው በፍትወት መቀጣጠላቸው መነገሩ እነዚህ ሁለት ክፉ ልምምዶች በእርግጥም ኃጢአትና ከእግዚአብሔር ፍርድ በታች መውደቅን፣ ብሎም ለማይረባ አእምሮ ታልፎ መሰጠትን የሚያመለመክቱ መሆኑን የሚያስተምረው ትምህርት ለመጀመሪያ ጊዜ በአዲስ ኪዳን ውስጥ በጥልቀትም ሆነ በሙላት የተሰጠ መሆኑን እንመለከታለን፡፡

እንግዲህ ከላይ ከተጠቀሱት ሰባት ነጥቦች አንጻር ነገሩን ስንመረምር የሮሜ መጽሐፍ የተጻፈባቸው ምክንያቶች ወይም መነሣሻዎቹ በመግቢያው ጽሑፍ ጅማሮ ላይ የተጠቀሱቱ ሁለቱ ብቻ እንዳልሆኑ፣ ይልቁንም ሐዋርያው ስለ ነገረ ድነትም ሆነ ስለ በርካታ ጉዳዮች ሰፋ ያለ ትምህርት ወይም መሠረት የሚያስይዝ ምሪትና ዕውቀት ለመስጠት፣ ብሎም አንዳንድ መገለጣዊ ዕውነቶችንም ጭምር ለማስጨበጥ ጊዜ ወስዶና ዐቅዶ የጻፈው እንደ ሆነ ወደ መረዳቱ እንመጣለን፡፡

ለነገሩ እንደ ምሳሌ አድርገን ሮሜ ምዕራፍ 2ን ተመለከትን እንጂ፣ ከሁሉም ምዕራፎች ውስጥ በርከት ያሉ ትምህርቶችን እና መገለጦችን ብሎም አንኳር የሆኑ ርእሰ-ጉዳዮችን

ነቅሰን ማውጣትም ሆነ በጥልቀት መመልከት እንችላለን፡፡ ይህንንም ደግሞ ከዚህ በመቀጠል የተወሰነኑትን ምዕራፎች ብቻ በመውሰድ አጭር ዳሰሳ በማድረግ የምንፈጽመው ይሆናል፡፡

2፥1 ስለዚህ አንተ የምትፈርድ ሰው ሁሉ ሆይ የምታመካኘው የለህም፥ በሌላው በምትፈርድበት ነገር ራስህን ትኰንናለህና አንተው ፈራጁ እነዚያን ታደርጋለህና፡፡

መቼም ስለ ፍርድ፣ እንዲሁም ክርስቲያን በሌሎች ላይ ስለ መፍረድ አልፎ ተርፎ የጸጋ ዘመን ስለሆነ፣ ፍቅር ብቻ ነው እንጂ፣ ከእነአካቴው ፍርድ የሚባል ነገር የለም ተብሎ የሚሰሙ በመሠረታዊው የእግዚአብሔር ቃል ላይ ያልተመረኮዘ አንዳንድ ጊዜም ከቃሉ ያፈነገጠ ሲቀጥልም ፈጽሞ ከሕያው ቃሉ ጋር የሚቃረኑ አስተምህሮች በውጭው ዓለም ባሉ አብያተ ክርስቲያናት ብቻ ሳይሆን፣ በአገራችን መድረኮችም ጭምር አልፎ አልፎ እየተነገሩ ይገኛሉ፡፡ይህ ዐይነቱ አስተምህሮዎች ምዕራባውያንን እያጥለቀለቀ ይገኛል፡፡ በውጭም በውስጥም ባለነው የኢትዮጵያና የኤርትራ ሕዝቦች ላይ ደግሞ በለው የመገናኛ ብዙኀን ምክንያት ተጽዕኖ እያስገኘ ያለበት ወቅት ነው፡፡ ወንጌል ከምዕራባውያን አልመጣም ወይም ደግሞ ከአይሁድ ብንል እንስሳትም፡፡

ምክንያቱም ጌታችን ኢየሱስ ክርስቶስ ለአይሁድ መንፈሳዊ አባቶች «እኛ የአብርሃም ልጆች ነን› ብለው ለመለሱለት ጥያቄ «እኔ ከአባቴ ዘንድ መጥቻለሁ፡፡ እናንተ ከታች ናችሁ እኔ ከላይ ነኝ» በሚል ወንጌሉ እርሱ ከላይ የመጣ እንደ ሆነ አስረግጦ ይናገራል፡፡ ስለሆነም የእግዚአብሔር ቃልን በቃሉ ልክ እንጂ በምዕራባውያን የእምነት ልምምድ እና የሕይወት ዘይቤ መወሰን አይኖርብንም፡፡አንዳንዶች በምንኖርበት በዚህ የምዕራባዊው ዓለም የቤተ ክህነት ካባ ለብሰው ዳጐስ ያለ መጽሐፍ ቅዱስ ይዘው እግዚአብሔር ፍቅር ስለሆነ፣ ተመሳሳይ ፆታዎች ቢጋቡ አብረው ቢኖሩ፣ እርስ በርሳቸው ፍቅርን ተለዋወጡ እንጂ ሌላ ምንም ከፉ ድርጊትን አልፈጸሙም» በማለት የሚያስተምሩ ይገኛሉ፡፡ ለማለት የተፈለገው እግዚአብሔር ፍቅር ነው፤ ሆኖም የእርሱ ፍቅር ግን ቅድስናው ልክ መጠን ነው፡፡

የፍቅር ባሕርይው በቅድስናው ባሕርይ ልክ እንደሆነ መዘንጋት አይኖርብንም፡፡ በእርግጥ ይህ ዐይነቱ አመለካከት በጣም ያፈነገጠ ይሁን እንጂ፣ በእግዚአብሔር ቃል የሚደገፍ አይደለም፡፡

ለዚህ አንተ የምትፈርድ ሰው ሁሉ ሆይ

ሥር ባለ መሰደድ ደግሞ የሚመጣው አንዳንድ ትምህርቶች ደግሞ የተሳሳተ መረዳት፣ አለ መብሰል፣ በቃሉ ሥር አለመደሰት ምክንያት ነው፡፡ ለምሳሌ ብንወስድ «አትፍረድ ይፈረድብሃል» የሚለው የጌታችን የኢየሱስ ክርስቶስ ትምህርት ብዙውን ጊዜ ባልበሰሉት አማኞች ዘንድ ያለ ቦታው ሲጠቀስ እንመለከታለን፡፡

ለዚህም ትልቅ ምሳሌ የሆናቸው ንጉሥ ዳዊት የኬጢያዊውን የኦርዮን ሚስት ገላዋን ስትታጠብ ዐየቶ ጋሻ ጃግሬዎቹን አስልኮ አስመጥቶ ከእርሷ ጋር ዝሙትን እንደ ፈጸመ ከዚያም ባረገዘች ጊዜ ነውሩን ለመደበቅ ባልዋን ኦርዮንን ገድሎ (አስገድሎ) ማለትም ቀምቶ እንደ ወሰዳት ባለበት ጊዜ ነቢዩ ናታንን እግዚአብሔር ወደ ንጉሥ ላከው፡፡ ናታንም መልእክቱን ለንጉሡ በምሳሌ ተናገረው፡፡
በምሳሌውም አንድ ባለጠጋ ብዙ በጎች ነበሩት ሌላው ደሐ ደግሞ አንድ በግ ነበረችው … የድሀውን በግ ወስዶ አረዳት፡፡ ገና ንግግሩን ሳይጨርስ ቸኩሎ ንጉሡ መልስ ሰጠ፡፡ «ሕያው እግዚአብሔርን ይህን ያደገ የሙት ልጅ ነው» አለ፡፡ ነቢዩም በእርግጥ «ያ ሰው አንተ ነህ!» አለው (2ኛ ሳሙኤል 11፥12)፡፡ ሌላው ብዙ ጊዜ በተመሳሳዩ የሚነገረው ቃል ጌታችን ኢየሱስ ክርስቶስ ዕግር ሥር አምጥተው የጣልዋት አመንዝራ ሴት ታሪክ ነው፡፡

ፈሪሳውያንና ሰዱቃውያን እርሱን «ሙሴም እንደ እነዚህ ያሉት እንዲወገሩ በሕግ አዘዘን አንተስ ስለእርሷ ምን ትላለህ?» በማለት እንዴት ያለውን ፍርድ እንደሚፈርድ ለማየት ሲፈትኑት የጌታችንም መልስ፡- «ከእናንተ ኃጢአት የሌለበት አስቀድሞ በድንጋይ ይውገራት» አላቸው (ዮሐ. 8፥1-7)፡፡ የመጨረሻው ብዙ ጊዜ የምንመለከተው ቃል «በወንድምህ ዐይን ያለውን ጉድፍ ስለ ምን ታያለህ? በዐይንህ ግን ያለውን ምሠሦ ስለ ምን አትመለከትም?» (ማቴ. 7፥2) የሚሉት ይገኛሉ፡፡

በመጀመሪያ ማወቅ የሚኖርብን መፍረድ የሚለውን ቃል ነው፡፡ ክሪኖ «Krino» የሚለው የግሪኩ ቃል «Kree'no» የእንግሊዝኛው ቃል determine, define, properly distinguish, discover, find out diagnose, verify, conferm. ማለትም «ጉዳዩ ምን እንደ ሆነ መፈለግ፣ መመርመር፣ ማጥናት፣ መለየት፣ ስለ ጉዳዩ የተስካከለ ዕይታ ማግኘት፣ ማረጋገጥ፣ ከዚያ በመነሣት ስለ ዕውነታው መናገር መወሰን ማጽደቅ» የሚሉ አሳቦች ይገኙበታል፡፡

ጌታችን ኢየሱስ ክርስቶስ ለአይሁድ መሪዎች እና ለተከታዮቹ ያለውን መመልከት ተገቢ ይሆናል፡፡ ለአይሁድ መሪዎች አትፍረዱ አላላቸውም፡፡ ነገር ግን በሙሴ ፍርድ ወንበር ተቀምጠው ዐድሎ የሌለው ትክክል ፍርድ እንዲያደርጉ ይነግራቸዋል፡፡ «ቅን ፍርድ ፍረዱ እንጂ፥ በመልክ አትፍረዱ» (ዮሐ. 7፥24)፡፡

ለአማኞች ደግሞ በማቴዎስ 7 ላይ የተራራው ስብከት ሲሆን፣ እያስተማራቸው ያለው በሕግ ያለህ ዕይታ የተዛባ ነው፡፡ ሕጉ መጀመሪያ አንተን እንደ መስታወት ሊያሳይህ ይገባል፡፡ ሕጉ አጉልቶ እንደሚያሳይ መነጽር ለአንተ የተሰጠህ ሲሆን፣ ሌሎችን በሕጉ በኩል ለማየት የተሰጠህ ዐቅም ግን በከፊሉ ነው፡፡ ስለዚህም ዋናው ሕጉ የተሰጠህ የአንተን ኃጢአተኛነት ሊያሳይህ ነው፡፡

ይሁን እንጂ፣ በጥቂቱ ደግሞ በወንደምህ ያለውን ለማየት ትችላለህ፡፡ ይህ የሆነበት ምክንያት ማናችንም ቃሉን ዐይተን በራሳችን ልብ ውስጥ ያለውን ማየት ስለምንችል በተጨማሪም በራሳችን ልብ ያለውን ማወቅ የሚችል ራሳችን እና ጌታ ብቻ ስለሆነ ነው፡፡ የወንድሞቻችንን ልብ ለማወቅ አንችልምና፡፡

ለዚህም ነው ሐዋርያው ለቆሮንቶስ ሰዎች «በውስጡ ካለው ከራሱ መንፈስ በስተቀር ከሰው መካከል የአንድን ሰው አሳብ የሚያውቅ ማን አለ?» አዲሱ መደበኛ ትርጉም (1ኛ ቆሮ. 2፥1) «የሰው ልብ አሳብ እንደ ጥልቅ ውኃ ነው» (ምሳሌ 20፥5) ሰውዬው ብቻ ይቀዳዋል፡፡በዚህ ምክንያት አንድ የአይሁድ መሪ ስለ ሰዎች ለመፍረድ በሙሴ የፍርድ ወንበር ሲቀመጥ ሆነ አንድ አማኝ በሌሎች ወንድሞቹ ጉዳይ ላይ የደረሰበትን ዕይታ ውሳኔ ከፉ ከሆነም፣ ለወንጀል ሲመጣ ቅድመ ሁኔታውን በጥንቃቄ ማየት ማመዛዘን ወይም መመርመር ይኖርበታል፡፡ ክርስቲያን እንዳየነው ሊፈርድ የሚችልባቸው ጉዳዮች እንዳሉ ቀደም ሲል ዐይተናል፡፡

እንዲሁም የአይሁድ አለቆች በብሉይ ሊፈርድ ሲቀመጡ በመረጃ የተደገፉ በጉዳዩ ላይ አጥርተው ማየት (ዐይኖቻቸው) የበራ ሊሆን ይገባል፡፡ ጠማማ ልብ እንዲያኖራቸው ፍርዳቸው ሚዛናዊ እንዳይሆን ዐይናቸውን ከሚያሳውር ተግባር መረቅ ይገባቸዋል (ዘዳ. 16፥19)፡፡

በተጨማሪም ከችኰላ መቆጠብ ይኖርባቸዋል፡፡ ይህም የሚያሳየው በሥጋ ሆኖ መፍረድ ሊያጋጥም ስለሚችል፣ ይልቁንም ጊዜ መስጠት የእግዚአብሔር አፍ መልእክተኛ እንደ

መሆኑ መጠን ጉዳዩን በማዳመጥ ከእግዚአብሔር ጥበብን ተቀብሎ መበየንን ይጨምራል፡፡

ንጉሥ ሰሎሞን ጥበብን ስላገኘ በማስተዋል ጉዳዩን የትኛው ወገን ዕውነተኛ መናገሩን ለመለየት ሰማያዊ መረዳትን አገኘ (1ኛ ነገሥት 3÷16-18)፣ አለመቸኮል (ማቴ. 7÷1፤ ኤፌ. 4÷2) ትዕግሥት ሙሴም ለሕዝቡ አለቆች ያለው ይህ ነበር (ዘዳ 1÷16-17)፡፡ ለክርስቲያኖችም ተመሳሳይ ነው፡፡ «የክርስቶስ አእምሮ» አለን ይለንና «መንፈሳዊ ሰው ግን ሁሉን ይመረምራል» (1ኛ ቆሮ. 2÷16) ይላል፡፡

መንፈሳዊ ሰው ስንሆን፣ ማለትም መንፈስ ቅዱስ እኛን ሲገዛን የእኛ ብቻ ሳይሆን፣ የፍጥረታዊውን ሰው ልብ አሳብ ይገለጥልናል፡፡ ከዚያ አልፎ በእግዚአብሔር ልብ ያለውን ጥልቅ ነገር እንኳ ይመረምራል፡፡ ለእኛም በመንፈሱ በኩል ይገልጥልናል፡፡ 1ኛ ቆሮ. 2÷10 ክርስቲያኖች የመፍረድ እንጂ፣ የመኮነን ሥልጣን አልተሰጠንም፡፡ የምንፈርድባቸውን እና የማንፈርድባቸውንም ለይተን ማወቅ ይኖርብናል፡፡ለምሳሌ የሰዎችን የሕይወት ፍሬ ዐይተን ልንለይ ልናመዛዝን ልንወስን እንችላለን፡፡ «ዛፍ ከፍሬዋ ትታወቃለችና» (ማቴ. 12÷33) የከፋ ኃጢአት በጉባኤው መካከል ሲገኝ ወይም ወንድማችን ሌላውን ወንድም መበደሉን ሲረጋገጥ (ማቴ. 18÷15-17)፡፡

እዚህ ቦታ ብዙ ትንታኔ መስጠት አያስፈልግም፤ ሆኖም ግን ሐዋርያው ለሮሜ ሰዎች አይሁድ ፍርድን ሲሰጡ የሚፈጽሙዋቸውን መዛባት ስላመለከተ በጥቂቱ ማየት ተገቢ ይሆናል፡፡ በክርስቲያኖች መካከል እንኳ ግጭቶች መወነጃጀል (ማማት) ሌላው ገጽታ መፍረድ ይኖራል፡፡ ሆኖም ግን አማኞች ልባቸውን ንጹሕ ሆኖ ጉዳዩን አጥርተው መወሰን ይኖርባቸዋል፡፡ ስለዚህ ብዙ የጻፈው ሐዋርያው ያዕቆብ ነው፡፡ «በክፉ አሳብ የተያዛችሁ ዳኞች» ብሎ ክርስቲያኖችን ወቀሳ ያቀርባል (ያዕቆብ 2÷4)፡፡

ክርስቲያኖች «መንፈሳውያን ሰዎች» ሆነው በመንፈስ ቅዱስ ተገዝተው የሳተውን ሰው ሕይወት መልሶ እንዲፈውስ፣ የተናጋው አጥንት ወደ ቦታው እንዲመለስ፣ እንዲጠገን፣ ተገቢውን ቅጣት ካገኘ በኋላ ተሐድሶ እንዲያገኝ፣ በየዋህነት መንፈስ በማስተዋል ማቅናት ይኖርባቸዋል (ገላ. 5÷1፤ ዕብ. 12÷12-13)፡፡

የዓለምን መወደድ ባሕርይ (መንፈሳዊ ዝሙት) የደረጉ ሰዎች (ሮሜ 7÷4፤ ሕዝ. 23÷1፤ ሆሴዕ 11÷1፤ ኤር. 3÷1-5) እንደ ዲቃላዎች ሳይሆኑ፣ ልጆች ይሆኑ ዘንድ (ዕብ. 12÷7-8)

በዓለም በሚገኘው የአባት ወላፈን (ከዓለም ጋር መፈረድ) ያገኛቸዋል (1ኛ ቆሮ. 11÷32) እነዚህ ዐይነት ሰዎች በእሳት ወላፈን ወጥተው የመዳን ያህል ይሆናል፡፡

ይሁን እንጂ፣ መዳን (ፈውስ - ጤንነት - ብልጽግና - ከእግዚአብሔር ጋር ሰላም መሆን - የልጅነት ሕይወት መመላለስ - ተመልሶ ማገልገል) ይሆንላቸዋል (2ኛ ቆሮ. 2÷11፤ ሉቃስ 15÷17፤ 1ኛ ቆሮ. 15÷34)፡፡ እንግዲህ ክርስቲያኖችን የሚያጣላቸው ጉዳዮች በብዛት ያሉት ያዕቆብ ላይ ይገኛሉ፡፡ ይህም የሚሆነው ኃጢአተኛ ሥጋ (ያዕቆብ 4÷1) እና ዲያብሎስ በኃጢአት ምክንያት ሥፍራውን በአማኙ አእምሮ ምሽግ ስለሚይዝ ነው (ያዕ. 4÷6-7)፡፡

ክርስቲያን ግን ለእግዚአብሔር ሲገዛ (ለኃጢአት መሞቱን ለእግዚአብሔር መኖሩን) ሥፍራውን ሲይዝ ለእግዚአብሔር መገዛት ይጀምራል (የእግዚአብሔር ሕይወት ልቡን ይገዛል)፡፡ ጉዳዩ በሥፍራህ ቆመሃል ወይ? ልባቸው ከአመንዝራነት (ዓለማዊ ምኞት) እያለ በብርቱ ወደ እግዚአብሔር መጮኽ መለመን መመኘት ሱባኤ መግባት ይቻላል፡፡ ይህ ሁሉ ግን ድርጊት በሥጋ (በክፉ ልብ አእምሮ) ከመሆኑ የመጣ እንዳይሆን ራስን መፈተሽ የወንድምን ጉድፍ ከማየት በፊት አስፈላጊ ነው፡፡ ለይሁዳም ጋለሞታ መስላ ታየችው (ዘፍ. 38÷24)፡፡ እስራኤል የባሰ የሠራች አልመሰላትም (ሕዝ. 16÷52)፡፡

ያዕቆብ በአማኞች ዘንድ የሚመጡ ግጭቶች መወነጃጀል ሲተነትን፡- 1) ከራሳችን ጋር ሰላም አይኖረንም (ያዕቆብ 4÷1-3፣ 2) ከወንድሞቻችን ጋር ግጭት ያዕቆብ 4÷11-12 3) በቤተ ክርስቲያን መንፈሳዊ ሥፍራ ለመውሰድ (ያዕቆብ 1÷19-20፣ 4) በቤተ ክርስቲያን ውስጥ የደረጃ ልዩነት ባለጠጋው ሥፍራ ሲሰጠው ያዕቆብ 2÷1-9 5) ከአለቆቻችን ጋር ያዕቆብ 5÷1-6 እነዚህን ስናጠና ቤተ ክርስቲያን የክርስቶስ ልብ ካላት እየመረመረች ጉዳዩን እያጠናች እና እየመዘነች መልስ መስጠት (መፍረድ) ይኖርባታል (1ኛ ጢሞ. 2÷1፤ 3÷16፤ 2ኛ ጢሞ. 2÷25)፡፡

ሌላው ሐሰተኛ ትምህርት ላይ ልንፈርግ ተሰጥቶናል፡፡ ክርስቲያን ሊፈርድ የማይችለው ግን የሰዎችን ልብ (መሻት ምኞት) ይህ ነው ብሎ ለመናገር አልተሰጠውም፡፡ ይህን ማድረግ የሚችል ጌታችን ኢየሱስ ሲሆን፣ አንዳንድ ጊዜ ግን የክርስቶስ አካል በመጋለጥ የሰዎችን ልብ የማየት ችሎታ ይኖራታል (የሐዋ. 8÷20-23)፡፡

የምታመካኘው የለህም

ይህ ቃል የሕግ ዐዋቂዎች የሚጠቀሙበት ቃል ሲሆን፣ አንድ ሰው በሠራው ጥፋት ክስ ቀርቦበት ተገቢ ምላሽ ወይም አይመለከተኝም ማለት የሚችልበትን በቂ ማስረጃ ማቅረብ አለመቻሉን የሚያመለክት ነው፡፡ እንደዚህ ዐይነቱ ጥያቄም የሚቀርበው በዳኛው ፈቃድ ከዳኛው ወገን ነው እንጂ፣ ከተከሳሹ ወገን ወይም ከጠበቃው አይደለም (2ኛ ሳሙ. 12፥1-6)፡፡

ተከሳሹ እኔን አይመለከተኝም ያለባቸውን ተመሳሳይ ድርጊቶች አልፈጸመ ይሆናል፡፡ ሆኖም ለእርሱ ለራሱ የተሰጠውን ወይም የሚጠበቅበትን ግን አላደረገም፡፡ ይህ አገላለጽ ለአይሁዳውያን በጣም ግልጽ ነው፡፡ ማለትም ከሕግ አንዱን ማጒደል ሁሉን እንደማጒደል ነው፡፡ ውጤቱም ከኃጢአት በታች መውደቅ ነው፡፡

ቍጥር 1

ስለዚህ አንተ የምትፈርድ ሰው ሁሉ ሆይ የምታመካኘው የለህም፤ በሌላው በምትፈርድበት ነገር ራስህን ትኰንናለህና፡ አንተው ፈራጁ እነዚያን ታደርጋለችሁና፡፡

ስለዚህ

1፥18-20

አንተ ሰው ሆይ

3፤ 9፥20፤ 1ኛ ቆሮ. 7፥16፤ ያዕቆብ 2፥20

የቱም ሰው ቢሆን

26፤ 27፤ 2ኛ ሳሙኤል 12፥5-7፤ መዝሙር 50፥16-20፤ ማቴዎስ 7፥1-5፤ 23፥29-31፤ ሉቃስ 6፥37፤ 19፥22፤ ዮሐንስ 8፥7-9፤ ያዕቆብ 4፥11

ምክንያቱም አንተ ያንን

3፥21-23

2፥2 እንደዚህም በሚያደርጉት ላይ የእግዚአብሔር ፍርድ ዕውነተኛ እንደ ሆነ ዕናውቃለን፡፡

እግዚአብሔር መለኮታዊ ባሕርይው ፍቅር እንደ ሆነ ይታወቃል፡፡ በይበልጥም በክርስቶስ ቤተ ክርስቲያን ፍቅር እንደ ሆነ ይታወቃል፡፡ ይህ በእርግጥም ዕውነት ነው፡፡ እንደዚሁ ደግሞ ቅዱስ መሆኑ በአማኙ ዘንድ ሥር ሰደደ በልቡ መሳል የሚገባው ነው፡፡ እግዚአብሔር ቅዱስ ስለሆነ፣ በቅድስናው የሚኖር ነው፡፡

ፍጥረታቱ በቅድስና እንዲኖሩ ይፈልጋል፤ ይጠብቃልም፡፡ በራሱ መልክ አምሳያ የፈጠረው በቅድስናው ግዛት በቅድስና ይኖር ዘንድ አስቀድሞ ያዘጋጀው ነው፡፡ (ኤፌ. 1÷4)፡፡ ይህ የቅድስና ንጉሥ መንግሥቱ በቅድስና ሲገዛ በሰማይ ይኖራል፡፡ የቅድስናው ዙፋን እንዳለው በቅድስናው ይሄድ ዘንድ «የቅድስና ክብር» ለሰው ልጅ ተሰጥቶት ነበር፡፡

ይህ ሰው በዔድን ገነት በዐመፃው የቅድስናው ክብር ከእርሱ እንዲሸሽ ሆነበት፡፡ ዙፋኑን ከሰማይ ሰማያት በላይ በከፍታ ያስቀመጠው እግዚአብሔር ይህን የሰው ልጅ ወደ ቅድስናው ጽድቅ ሕይወት ይመለስ ዘንድ በመሢሑ መምጣት ከቅድስናው ተካፍለው ይኖሩ ዘንድ በጽድቅ ኃጢአተኛውን ይፈርድበት ዘንድ ይገባል፡፡

በኃጢአት የወደቀው የሰው ዘር ምን ያህል በዝተው ምድርን ቢሞሉም እንኳ፣ ከእርሱ ሉዓላዊ ግዛት ያመለጡ አይደለም፡፡ አሕዛብ ነገሥታት ሕዝቦች ሁሉ ከፈጣሪው የቅድስና ዙፋን በታች ናቸው (መዝ. 47÷7-8)፡፡ እግዚአብሔር በሰዎች በደል መተላለፍ ምክንያት በቅድስናውን ፍርድ ዙፋን ተቀምጦ እንዳይፈርድ የሚያደርገው ምንም ነገር የለም (መዝ. 93÷1-2፤ መዝ. 103÷91፤ 45÷6)፡፡ ብዙ ጊዜ በአማኞች ዘንድ «አዳም ኃጢአት ስለ ሠራ በእግዚአብሔር የተሰጠውን ንግሥናውን በምድርም አጥቶአል» የሚል ግማሽ ዕውነት አለ፡፡ አይደለም፡፡ እግዚአብሔር በሉዓላዊነቱ በቅድስናው ዙፋን በሰማይ፣ በምድር፣ ከምድር በታች ባሉት ግዑዛን እና ተንቀሳቃሽ በማያየው በማይታየው ዓለም ላይ ገዥ ነው (መዝ. 9÷7-8፤ ሰቆ. 5÷11)፡፡

እግዚአብሔር ግን ፍጥረታቱ (የሰው ልጅ) ምድርን ያስተዳድርና የዐደራነት ገዥነት ተሰጥቶት ነበር፡፡ ይህ ሰው ግን በልዑል ቅዱስ እግዚአብሔር ላይ በደልን አደረገ፡፡ ይህ ደግሞ በእግዚአብሔር መንግሥት ሉዓላዊነት ቀውስን አመጣ፡፡ በፈቃዱ አዳም ዐመፃን ጻዲቅና ፈራጅ በሆነው እግዚአብሔር ላይ በመፈጸሙ ማስተዳደር አልቻለም፡፡

ይህም ኃጢአት በፍጥረታቱ ዘንድ መርገምን ቢያመጣም፣ እግዚአብሔር አስቀድሞ በሚያውቅ ችሎታው በፊተኛው አዳም የተወሰደበትን አስተዳደር ሥልጣን ግዛት በማይነገር ልክ በኋለኛው አዳም ተካው፡፡ በእግዚአብሔር መንግሥት ሉዓላዊ አስተዳደሩ ውስጥ ኋለኛው አዳም በሰማይ እና በምድር ሊያስተዳድር ግዛትን ሥልጣንን መንግሥትን ተሰጠው፡፡ ለዚህም ነው በክርስቶስ ያመንነውን (ኋለኛው አዳም) በክርስቶስ በኩል ወደ ፍቅሩ ልጅ መንግሥት ያፈለሰን (ቆላስ. 1÷13-14)፡፡

በዚህም የፍቅሩ ልጅ መንግሥት ሥር ቤተ ክርስቲያን ለእግዚአብሔር ሉዓላዊ መንግሥት መልካሙን ሥራ ማድረግ ከጀመረች ሁለት ሺህ ዓመት ሆነ፡፡ ይህች በሉዓላዊ የእግዚአብሔር መንግሥት የምትኖረው የፍቅሩ ልጅ መንግሥት (ቤተ ክርስቲያን) በኩል እግዚአብሔር አጠቃልሎ ገዥ ሆነ (ኤፌ. 1÷10)፡፡

በመጨረሻም ኋለኛው አዳም (ቤተ ክርስቲያን አካሉም) ይህችን የፍቅርን መንግሥት አገልግሎት ይጠናቀቃል፡፡ ከሙታን በኲር የሆነው ክርስቶስ ከቤተ ክርስቲያን ጋር የአብን ፈቃድ ይፈጽማል፡፡ አሁን ግን በአብ ቀኝ ይገኛል፡፡ ሁሉ አንደ ተገዛለትም ዐናይም (1ኛ ቆሮ. 15÷20-28)፡፡

በክርስቶስ የፍቅሩ ልጅ መንግሥት እግዚአብሔር አብ ወልድን በምሕረት ዙፋን እንዲቀመጥ አደረገው፡፡ ስለዚህም በፍቅሩ ልጅ መንግሥት ውስጥ ያሉ በእምነት ገብተው ጸጋንና ምሕረትን ይቀበሉ ዘንድ የተከፈተ በር በደሙ ሰጥቶአል» (ዕብ. 4÷15-16፤ 10÷19-20)፡፡ ይህ ግን የሰው ዘር አሕዛብ አይሁድ በፈጣሪ (በእግዚአብሔር አብ) ፊት በሉዓላዊው የቅድስናው ዙፋን መቅረባቸውን አያስቀርም (ራእይ 20÷11፤ ይሁዳ 15)፡፡

በሚያደርጉት

ድርጊታቸው በእግዚአብሔር ፊት የተገለጠ መሆኑን ያመለክታል፡፡ በእግዚአብሔር ፊት ሲመዘንም ከባድ ከመሆኑ የተነሣ ከእግዚአብሔር ዘንድ ፍርድ የሚያመጣባቸው መሆኑን ይገልጻል (ማቴ. 5÷22)፡፡

በአይሁድ ላይ የእግዚአብሔር ቍጣ እንዲወርድባቸው ካደረጋቸው ምክንያቶች አንድ ሁለቱን ማየት ተገቢ ይሆናል፡፡ ታላቁ መምህር ጌታችን ኢየሱስ በብዙ ምሳሌዎች ይሰጣቸው ከነበረው ማስጠንቀቂያ ውስጥ አንደኛው ገንዘብን መወደዳቸው ነው፡፡ በይበልጥ በሃይማኖት መሪዎች ላይ የታየው ከእነርሱም አሳልፎ በሕዝቡ በግልጥ የሚታየው ገንዘብን ከእግዚአብሔር ይልቅ ስለ ወደዱትና ስላመለኩት ይህንን ተከትሎ የመጣ የኃጢአት መርዝ ያስገኘው መዘዝ ነው፡፡

ለገንዘብ መወደድ ራሳቸውን አሳልፈው ሰጥተው ነበር፡፡ ሐዋርያው እንዳለው አሕዛብ ለፍትወት ለርኩሰት እንዲሰጡ አይሁድ ለገንዘብ መወደድ ራሳቸውን ሰጥተው እንደ ነበረ እናስተውላለን፡፡ ሮሜ 1 ቀደም ሲል እንዳየነው አሕዛብ ለፍትወት ለማይገባ ርኩሰት

ራሳቸውን እንደ ሰጡ ሁሉ አይሁድ ለገንዘብ ምኞት ራሳቸውን ከዚያ ጣዖት ሥር እንደ ጣሉ ጌታችን ኢየሱስ ተናገረ፡፡ «ለሁለት ጌቶች መገዛት የሚቻለው ማንም የለም÷ ወይም አንዱን ይጠላል፤ ሁለተኛውንም ይጠላል÷ ወይም ሁለተኛውንም ይወዳል ወይም ወደ አንዱ ይጠጋል፤ ሁለተኛውንም ይንቃል (ማቴ. 6÷24)፡፡

ገንዘብ ሲል ከሀብትና ብልጭልጭ ነገር ጋር ተያይዞ ጥሪት ማካበት፣ ማከማቸት፣ መሰብሰብ፣ በጥንት ቋንቋ ወይም አነጋገር በጐተራ ማከማቸት ሲሆን፣ በዘመንኛው (በእኛ ትውልድ) ደግሞ የገንዘብ ልውውጥ በሚደረግበት እስቶክ ማርኬት ወይም ባንክ አጉሮ ማስቀመጥ የሚል አሳብን ይይዛል፡፡ ጌታችን ኢየሱስ ክርስቶስ ይህን ለምን ያደርጋሉ? ብሎ ሰያስተምር በዚህ ምድር በመንፈሳዊ ዓለም ሁለት ጌቶች እንዳሉ ሁለቱን እያስተያየ እየተናገረን ነው፡፡ እግዚአብሔር ወይም የጨለማው ጌታ የሆነው የሚገለጥበት ዋናው «የገንዘብ መወደድ» ጣዖት (ጌታ) ከሁለቱ ለአንዱ መገዛት እንዳለ ነው፡፡

እንደ አይሁድ ይህ ምርጫ ከአይሁድ ነገድ ለሆነው ሥጋ ለብሶ የመጣው ፍጹም አምሳል የሆነው ፍጹም ሰው የሆነው የሰው ልጅ ጌታችን ኢየሱስ ተመሳሳይ ምርጫ እንዲያደርግ ፈተና ቀርቦለት ነበር፡፡ ይህ የሆነው በመጥምቁ ዮሐንስ በዮርዳኖስ ወንዝ ከተጠመቀ በኋላ በሰይጣን ሊፈተን ወደ በረሃ በመንፈስ ቅዱስ ተነድቶ ሄደ (ማር. 1÷12)፡፡ በዚያም እያለ ሦስት ፈተና ደረሰው፡፡ የመጨረሻው ፈተና ከባድ እና ከፉ እንደሆነ እናንስተውላለን፡፡ ፈተናው መልኩን እየለዋወጡ ከአንድ ምንጭ ከሆነው ከቀደመው እባብ የመጣ ቢሆንም እንኳ፣ የፈተናው ደረጃ ከፍ እያለና እየጠጠረ የመጣበት ጊዜ ነበር፡፡

መጽሐፍ እንደሚል "እጅግ ረጅም ወደሆነ ተራራ ወስደው የዓለምን መንግሥታት ሁሉ ከብራቸውንም አሳይቶ፡- ወድቀህ ብትሰግድልኝ ይህን ሁሉ እሰጥሃለሁ አለው" (ማቴ. 4÷8)፡፡ ከዚህ የምናስተውለው ምንድን ነው? የተማረው ያልተማረው ጨዋ ሆነ ባሪያ፣ አይሁድ ሆነ አሕዛብ፣ አለቆች ሆኑ ነገሥታት፣ ድሀውም ሆነ ሀብታሙ በሁሉም ዘንድ ጌትነቱን ያንሰራፋው የቀደመው እባብ÷ የዘንዶው መገለጫ «ገንዘብ መወደድ» የሚባል የጣዖታት ሁሉ ቁንጮ (ራስ) የሆነው መንፈስ ነው፡፡ በአየሩ ላይ ያለው መንፈስ አለቃ በምድሪቱ ከፍታዎች እና በምድር ልብ በታችኛው ክፍል የሚገኘውን የሳጥናኤል መገለጫ መሆኑ ነው፡፡

ዲያብሎስ በበዙ መንገድ ይገለጣል፡፡ ለምሳሌ በዝሙት መንፈስ (ጣዖት-ጌታ) ተብላ የምትጠራው ሴቲቱ ታላቂቱ ባቢሎን ናት፡፡ ራእይ ላይ ሲነገርላት "የአጋንንት ማደሪያ ሆነች፥ የርኩሳን መናፍስት ሁሉ መጠጊያ ... አሕዛብ ሁሉ ከዝሙትዋ ቍጣ ወይን ጠጅ የተነሣ ወድቀዋል፡፡ የምድር ነገሥታት ከእርሷ ጋር ሴሰኑ፥ የምድርም ነጋዴዎች ከቅምጥልነትዎ ኃይል የተነሣ ባለጠጐች ሆኑ" ይላል፡፡ ሌላው ትልቁ በተመሳሳይ (እንደ ዝሙት ጣዖት) አውጥተው የሚገለጥበት «የቅንዓት ጣዖት» ነው፡፡ ይህም ጣዖት (ጌታ) ትዕቢት ራስን ከመውደድ ጋር ተያይዞ ዕጅ ለዕጅ ተያይዞ የሚመጣ የዘንዶው መግለጫ ነው፡፡

የሕዝቅኤልን መጽሐፍ ስናጠና እግዚአብሔር መንፈሳዊ ዐይኖቹን አብርቶለት ያሳየው ዕውነት «ዕጅ መሳይንም ዘረጋ፥ በራሴ ጠጕሬም ያዘኝ፥ መንፈስ (መንፈስ ቅዱስ) በምድር እና በሰማይ መካከል አነሣኝ፡፡በእግዚአብሔርም ራእይ ወደ ኢየሩሳሌም ወደ ሰሜን ወደሚመለከተው ወደ ውስጠኛው ዐደባባይ በር መግቢያ አመጣኝ፡፡ በዚያም ቅንዓትን የሚያነሳሳ የቅንዓት ጣዖት ነበር፡፡ (ሕዝ. 8፥3)፡፡

የገዛ ወንድሙንና ወደ ሜዳ እንሂድ እንጫወት ብሎ በቅንዓት ተነድፎ አታልሎ ወስዶ ከወደቀበት ከአቤል ደም ጀምሮ የብዙ እልፍ አልላፋት የንጹሐን ደም በተመሳሳዩ እንደ ፈሰሰ የአይሁድ አለቆች ከአባቶቻቸውም ዕጅ እንደሚጠይቅ ጌታችን ኢየሱስ ተናገረ፡፡ «እናንተ ፈሪሳውያን የነቢያት መቃብር ስለምትሠሩ የጻድቃንን መቃብር ስለምታስጌጡ፡ - በአባቶቻችን ዘመን ኖረን ቢሆንስ፣ በነቢያት ደም ባልተባበርናቸው ነበር ስለምትሉ ወዮላችሁ (መንፈሱ ቅንዓት - በእናንተ እየሠራም ነው ወዮ!) እያላቸው ነው፡፡ እናንተ እባቦች የእፉኝት ልጆች ከገሃነም ፍርድ እንዴት ታመልጣላችሁ?

ስለዚህ እነሆ ነቢያትን እና ጥበበኞችን ጻፎችንንም ወደ እናንተ እልካለሁ፡፡ ከእነርሱም ትገድላላችሁ፥ ትሰቅሉማላችሁ፡፡ ከከተማ ወደ ከተማም ታሳድዳላችሁ፥ ከእነርሱ በመኰራቦች ትገርፋላችሁ፡፡ ከጻድቁ ከአቤል ደም ጀምሮ በቤተ መቅደስ እና በመሠዊያው መካከል እስከ ገደላችሁት እስከ ዘካርያስ ደም ድረስ በምድር ላይ የፈሰሰው የጻድቅ ደም ሁሉ ይደርስባችሁ ዘንድ" (ማቴ. 23፥29-36)፡፡ ጨመቅ አድርገን ብንመለከተው በቅንዓት ተይዘው ካሉበት «እኔነታቸው» ጋር የሚጣረስባቸው ሰዎች ሁሉ እርሱን ያስወግዱታል፡፡ ይህም ቅንዓት በሚባለው አባባል (ጣዖት) ይገደላል፤ ከሕያዋን ምድር ይወገዳል፡፡ ይህ ሰው የእግዚአብሔርን ፈቃድ ሳይፈጽም ገና በሎጋ ሕይወቱ

ይቀጠፋል፡፡ ሲሞት ደግሞ በአማረ የሬሣ ሳጥን አድርገው ወደ መቅደሳቸው ደረት እየመቱ ይወስዱታል፡፡

ካህናቱ ጥቁር ልብ ለብሰው እንደ አዞ ዕንባቸውን እያፈሰሱ ያለቅሱለታል፡፡ ያማረ የቀብር ሥነ ሥርዓት ያደርጉለታል፡፡ በስብከታቸውም «እኛ ይህን አላደረግንም፥ ከአባቶቻችንም ጋር በዚህ አልተባበርንም» ብለው ያመካኛሉ፡፡ ነገር ግን የዚያን ነቢይ ጻድቅ ሕይወት በሎጋነተ እንዲቀጠፍ ያደረጉና ራእዩን ሰርቀው የገደሉት ራሳቸው ናቸው፡፡ቅንዓት ያደረገው በገዛ ወንድሙ ላይ ለመነሣት መሥዋዕትን ለእግዚአብሔርን በማቅረቡ ብቻ በቂ ነው፡፡ ስለዚህም ከሕያውን ምድር ወተትና ማር በምታፈስሰው የአብርሃም ልጅ ተዘልሎ ሊቀመጥ ሲገባው ከስፈር ውጭ እየተገረፈ፣ እየተሰደበና መሳለቂያ ሆኖ ለስቅላት አቀረቡት፡፡ ይህ በተመሳሳይ በጌታችን ኢየሱስ ሕይወትም ላይ ተፈጽሞአል፡፡ «ወራሹ ይሄ ነው፡- ኑ እንግደለው ርስቱንም እናግኝ ተባባሉ» (ማቴ. 21÷38)፡፡ ጠለቅ ብለን ስናጠና ርስቱን ለማግኘት የገንዘብ ጣዖት በልቡናቸው የነገሠ ሲሆን ቅንዓትም በወንድሙ ስለሆነ፣ በቅንዓት ተነሥተውም ገደሉት፡፡

እንግዲህ መቼም በቅዱሳን መጻሕፍት የአውሬው መገለጫ ብዙ መልክ ቢኖረውም፣ እነዚህ ያየናቸው ግን ቀኝ ዕጁ ናቸው «ከሁሉም ግን» የገንዘብ ማከማቸት ጌታ የተባለው የሁሉም ቁንጮ ነው፡፡ ይህን ያልንበት ምክንያት ጌታችን ኢየሱስ በምድር ሕይወቱ በምሳሌ ካስተማራቸው ከ38 ትምህርቶች ውስጥ በገንዘብ ዙሪያ የተናገረው 16ቱን ነው፡፡በሌላ አነጋገር ከተናገራቸው 500 ጥቅሶች ውስጥ 288 በገንዘብ ዙሪያ ተኩሮ የሚያንፀባብብ መሠረታዊ አስተምህሮ ነው፡፡ ስለዚህም በዚህ ዙሪያ ማጠንጠን አስፈላጊ ነው፡፡ ይህንን ምሳሌዎቹ ለአይሁድ የተሰጠ እንደ ሆነ ሁሉ በብሉይም አይሁድ የሚከሰሱበት ዋነኛ ጉዳይ ነበር፡፡

በሮሜ 2÷21 «አንተ ሌላውን የምታስተምር ራስህን አታስተምርምን? አትስረቅ ብለህ የምትሰብክ ትሰርቃለህ? አታመንዝር የምትል ታመነዝራለህ? ጣዖትን የምትጸየፍ ቤተ መቅደስን ትዘርፋለህ? ይላል፡፡ አይሁድን በሦስት ነገር ይከስሳቸዋል፡፡ ከሦስቱ ሁለቱ በገንዘብ ዙሪያ የተነካኩ ሲሆኑ፣ አንዱ ብቻ ዝሙትን በማስመርኮዝ የሚናገር ነው፡፡ልክ እስራኤል ከግብፅ ወጥተው በበረሃማው አገር እየተጓዙ እያለ ሙሴ በእግዚአብሔር እጅግ የተጻፈውን ፅላቱን ይዞ ለመምጣት ወደ ሲና ተራራ ሲሄድ እስራኤል ግን ከተራራው በታች ተቀምጣ ነበር፡፡ ሕዝቡ በፍትወት ተቃጥለው አሮንን የወርቅ ጥጃ እንዲሠራላቸው አስገደዱት፡፡የገንዘብ ጌታ የሆነውን የወርቁን ጥጃ ማምለክ ነበር፡፡

እያንዳንዱ ያለውን ወርቅ ሰጥተው ጥጃዋ ከፍ ብላ ቆመች፡፡ ራሳቸውንም እያዋረዱ በዝሙት እና በሥጋ እየሴሰኑ በዚያ ጥጃ ሥር ተጋድመው ነበር፡፡ ይህን ያደረጉበት ዋነኛ ምክንያት በግብፅ ሽንኩርት የሚመሰለው የቀድሞ ሕይወታቸው ትዝታ ነው፡፡ በመሠረቱ ሽንኩርቱን ቀምሰውት ዐያውቁም፡፡ጡብ ሲሠሩ ነው የኖሩት፡፡ የልባቸው ምኞት እንጂ፣ ደልቶአቸው ፈርዖን አቅምሶአቸው ዐያውቅም፡፡ በዐይን መጕምጀት የወደቁትን ዛሬ ጥጃ በመሥራት ሊረኩ ሕዝቡ ሁሉ ተሰበሰቡ፡፡ በተመሳሳዩ አይሁድ በውስጣቸው ቅድሚያ እና ስስት የለመደ ልቡና አላቸው (ማቴ. 25÷25)፡፡በአሳባቸው ከንቱነት በልቦናቸውም ከፋት ተሞልተው እንደሆነ ያሳያል፡፡ የመበለቲቱን ቤት ለመዝረፍ በየብስ በባሕር ተሻግረው በመንገድ መተላለፊያ ላይ ይቆሙ ነበር (ማቴ. 23÷15)፡፡

አለዚያ በማስገደደ ይወስዱ ነበር (ማቴ. 22÷23)፡፡ አለዚያ ኃይልን በመጠቀም ደም እስከ ማፍሰስ ይደርሳሉ፡፡ ይህ የአይሁድ ሕይወት ታሪክ ነው፡፡ስለዚህም «የባሰ ፍርድ ተቀብላችኋል» ይላቸዋል፡፡ «በእግዚአብሔር የቍጣ ቀን ቍጣን በራስ ላይ ታከማቻለህ» ይላል፡፡ እግዚአብሔር ለእስራኤል፣ ለአይሁድ የቸርነቱን የበጐነቱን መዛግብት ከሰማይ ከፍቶ የበረከት ዝርዝር እንዳፈሰሰላቸው (ዘዳ. 28÷12) እንዲሁ በተቃራኒው ደግሞ በቤተ መቅደሱ ቅድሚያ እና ዝርፊያ በማድረግ (ለገንዘብ ለዝሙት ለቅንዓት ጣዖታት) በማስተናገድ የጸሎት ቤት መሆን ይገባው ነበር፡፡ነገር ግን ቤቱን የወንበዴዎች ዋሻ በማድረግ ስሙ ይነቀፍ ዘንድ ያስቈጡትን ሰዎች ከሰማይ የቍጣውን ጐተራ (መዛግብት) ከፍቶ እንደሚያፈስስ ይነግረናል (ዘዳ. 32÷34-35፤ ኢዮብ 14÷17፤ ሆሴዕ 13÷12፤ ራእይ 20÷12-13)፡፡ ስለዚህም የባሰ ፍርድ ትቀበላላችሁ ይላቸዋል፡፡ የእግዚአብሔር ቍጣ ፍርድ በተከማቸው በእያንዳንዱ ሥራ ልክ ይጋለጣል (ማቴ. 11÷20-23 - ሉቃስ 12÷47፤ 48፤ ዮሐ. 19÷11)፡፡

ማድረግ (**prasso/ፕራሶ**) ማለት አንድን ነገር በተደጋጋሚ ማድረግ ማለት ነው፡፡ ፕራሶ የሕይወት ዘይቤን መሆን የሚያሳይ ነው፡፡(መጽሐፍ ቅዱስ ጥቅሶች የብሉይና / የአዲስ ኪዳን ግሪክ መዝገበ ቃላት፣ የቴየር ትርጒም 1989. በ ጆሴፍ ሄንሪ ቴየር፣ አስቲን ሐተታ/ በጄፍ ጋሪሰን)

ብርያን ቤል፡- የእግዚአብሔር ፍርድ በሶስት መለኮታዊ መለኪያዎች ላይ የተመሠረተ ነው፡፡ ዕውነት (ሮሜ 2÷2-4)፣ አድልዎ አልባነት (ሮሜ 2÷5-11) እና ራሱ ኢየሱስ ክርስቶስ (ሮሜ 2÷12-16) ናቸው፡፡ እነዚህ ፍጹምና ሁሉንም ሰው የሚነኩ ናቸው፡፡ አንዳንድ አይሁድ እኔ እንደ አንዳንዶች ከፉ አይደለሁም ብለው ያስባሉ፡፡ ነገር ግን መልሱ

አዎን አንድ ዐይነት ነህ፤ በምትሠራው ኃጢአት መንገድ ብቻ ነው አንተ ከአሕዛብ የምትለየው። አንዳንድ አሕዛብ ደግሞ እኔ መጠየቅ ያለብኝ ችላ በማለቴ ብቻ ነው ብለው ያስባሉ።

- ***የእግዚአብሔር ፍርድ***

ለተገለጠው ድርጊት ምላሽ ይሆን ዘንድ ጥያቄውን የሚያቀርበውና የማይዛባ ፍርድን የሚሰጠውም እግዚአብሔር መሆኑንና ፍርዱም ዕውነተኛ መሆኑን ያመለክታል።

ፍርድ (**krima /ክሪማ** ከ **krino /ክሪኖ** = መፍረድ + መድረሻ ሰዋሰው – **ma/ማ** = የአንድ ነገር ውጤት) የሚያሳየው የፍርድ ውሳኔን የመስጠት ሂደትን ነው። የሚያሳየው ፍርድ የሚሰጡበትን ያንኑ ነገር ለሚያደርጉ ሰዎች እግዚአብሔር ያለውን ውሳኔ ነው። በዚህ ቦታ ላይ ክሪማ ማለት ለተሠራ ስሕተት የማይመችን ውሳኔ ወይም ፍርድ ማስተላለፍ ነው። (መጽሐፍ ቅዱስ ጥቅሶች የብሉይና / የአዲስ ኪዳን ግሪክ መዝገበ ቃላት፣ የቴየር ትርጉም 1989. በ ጆሴፍ ሄንሪ ቴየር፣ አስቲን ሐተታ/ በጂፍ ጋሪሰን)

ትክክለኛ /ዕውነተኛ የሁለት ቃላት ውህደት ሲሆን (" **kata/ካታ** = በዚህ መሠረት + **aletheia /አሌቴዥያ** = ዕውነት") ይህ ማለት በቀጥታ ዕውነታውን መሠረት ማድረግ እንደ ማለት ነው። (መጽሐፍ ቅዱስ ጥቅሶች የብሉይና / የአዲስ ኪዳን ግሪክ መዝገበ ቃላት፣ የቴየር ትርጉም 1989. በ ጆሴፍ ሄንሪ ቴየር፣ አስቲን ሐተታ/ በጂፍ ጋሪሰን)

ሊዮን ሞሪስ አስተያየት ሲሰጥ የእግዚአብሔር ፍርድ በዚህ ምዕራፍ ከቍጥር 3 ውጭ በሌላ ቦታ የማይገኝ ነው። ነገር ግን አገላለጹ በብዙ ቦታ የሚገኝ ባይሆንም፣ ፍርዱ የእግዚአብሔር ነው ውሳኔው ደግሞ ዕውነትን መሠረት አድርጎ የሚሰጥ ነው የሚል ገለጻዎች አሉ። እናም ይህንን ዕውነት የትኛውም ኃጢአተኛ በድፍረት የሚጋፈጠው ሊሆን አይችልም። የእግዚአብሔር ፍርድ እንደ ዕውነት መሠረት ነው። እናም ጳውሎስ የሚያወራቸውን ኃጢአት የሚፈጽሙት ሁሉ ይጋፈጡታል። በፍርድ ወቅትም ከግምት የሚገባው *ሥራ* እንጂ፣ ዘር ወይም ልዩ ምርጫ አይደለም። (ሞሪስ ፣ ኤል. የሮማውያን መልእክት. ደብሊው ቢ.)

■ *ዕናውቃለን*

ሐዋርያው ጳውሎስ በመልእክቶቹ ውስጥ የሚጠቀምባቸው ተመሳሳይ ቃላት አሉ፡፡ ከእነዚህም አንዱ ይህ ዕናውቃለን የሚለው ቃል ነው፡፡ ይህ አነጋገር አንባቢዎቹ እንዲሳተፉ የሚያደርግ ቢሆንም፣ ቃሉ ብቻውን ሙሉ ሥልጣን አለው፡፡ መለኮታዊ ኃይልም አለው፡፡ በሰዎች ሕይወት ይሠራ ዘንድ ግን የሰዎችን ፈቃድ ይጠይቃል (1ኛቆሮ. 10፥15)፡፡

ተደጋጋሚ ንግግሮቹን ለመጥቀስ ያህል፡-

ሀ. ዕናውቃለን - 6፥6፤ 7፥14፤ 8፥22፣ 28
ለ. ዕያወቅን - 5፥3፤ 6፥9፤ 13፥11
ሐ. አታውቁምን - 6፥3፤ 16፤ 7፥1፤ 11፥2

ማወቅ፡- (**eido /ኢይዶ /oida /ኦይዳ**) የሚወክለው ጥልቅ ዕውቀትን ሲሆን፣ ከጥርጥር ያለፈ ዕውቀትን ያሳያል፡፡ *ኦይዳ* እርግጥ የሆነን አሳብ የሚያመለክት ነው፡፡ (መጽሐፍ ቅዱስ ጥቅሶች የብሉይና / የአዲስ ኪዳን ግሪክ መዝገበ ቃላት፣ የቴየር ትርጉም 1989. በ ጆሴፍ ሄንሪ ቴየር፣ አስቲን ሐተታ/ በጂፍ ጋሪሰን)

ሊዮን ሞሪስ ሲናገር ጳውሎስ በተደጋጋሚ የአንባቢያኑን ዕውቀት እያመላከተ ይናገራል፡፡ ይህ ሁሉ አቀራረብ ደግሞ ጣፋጭ ምክንያታዊነትን የሚያሳይ ነው፡፡ ልክ ቦታው እንደዚያ ያለን ነገር ይፈልጋል ብሎ ሲያስብ ደግሞ በሥልጣንና በእምነት ትእዛዝ ይናገራል፡፡ በአብዛኛው ቦታ ላይ ግን ነገሩን ለራሳቸው ለማብራራት የአንባቢዎቹን ዕውቀት የተሞላ ትብብር ይጠቀማል፡፡ (ሞሪስ ፣ ኤል. የሮማውያን መልእክት. ደብሊው ቢ.) የእግዚአብሔር ፍርድ፡- የሚገርመው ነገር ይህ ቀጥተኛ አገላለጽ በአዲስ ኪዳን 3 ጊዜ ብቻ የሚገኝ ሲሆን፣ ሁሉም ደግሞ በሮሜ 2 ላይ ነው የሚገኘው (ሮሜ 2፥2-5)፡፡

ቍጥር 2
እንደዚህም በሚያደርጉት ላይ የእግዚአብሔር ፍርድ ዕውነተኛ እንደ ሆነ ዕናውቃለን፡፡
ፍርድ
5፤ 3፥4፣ 5፤ 9፥14፤ ዘፍጥረት 18፥25፤ ኢዮብ 34፥17-19፣ 23፤ መዝሙር 9፥4፣ 7፣ 8፤ 11፥5-7፤ 36፥ 5፣ 6፤ መዝሙር 96፥13፤ 98፥9፤ 145፥17፤ ኢሳይያስ 45፥19፣ 21፤ ኤርምያስ 12፥1፤ ሕዝቅኤል

18፥25፣29፤ ዳንኤል 4፥37፤ ሶፎንያስ 3፥5፤ የሐዋርያት ሥራ 17፥31፤ 2ኛ ተሰሎንቄ 1፥5-10፤ የዮሐንስ ራእይ 15፥3፤ 4፤ 16፥5፤ 19፥2

2፥3-5 አንተም እንደዚህ በሚያደርጉ የምትፈርድ ያንም የምታደርግ ሰው ሆይ አንተ ከእግዚአብሔር ፍርድ የምታመልጥ ይመስልሃልን? ወይስ የእግዚአብሔር ቸርነት ወደ ንስሐ እንዲመራህ ሳታውቅ የቸርነቱንና የመቻሉን የትዕግሥቱንም ባለጠግነት ትንቀለህን? ነገር ግን እንደ ጥንካሬህና ንስሐ እንደማይገባ ልብህ የእግዚአብሔር ቅን ፍርድ በሚገለጥበት በቍጣ ቀን ቍጣን በራስህ ላይ ታከማቻለህ።

ፈራጁ ሰው

ሀ. ራሱ መተላለፍን ያደርጋል

ለ. የእግዚአብሔርን መቻልና ትዕግሥት ይንቃል። ስለዚህ በሌላው ላይ የሚፈርድ ሰው የራሱን ማስተዋል የማይችል፣ የጌታን ቸርነትና ምሕረት በሙላት ያልተረዳ ሰው ነው።

- ጌታ ቻይነቱ = ቶሎ አለመፍረዱንና ለንስሐ ዕድል መስጠቱን ያመለክታል።
- ጌታ ትዕግሥቱ = ቍጣውን ማዘግየቱንና መቆጣጠሩን ያመለክታል

እግዚአብሔር ይቆጣል ይገሥጻል፣ በጨረሻም ሊገልጥ የሚፈልገው ባሕርዩ ቸርነቱን ነው። መቻሉና ትዕግሥቱም ይህንኑ የሚገልጡ ናቸው። ይህ ማለት ግን ለኃጢአት ፍርድ አልተወሰነለትም ማለት አይደለም (ሆሴዕ 6፥5፤ መክ. 8፥11) የሚፈረደው ከቸርነቱ የተነሣ ነው። (ኢሳ. 27፥4)

አይሁድ ግን ይህን ቸርነቱንና ትዕግሥቱን ዕያወቁ፤ ቸርነቱም ወደ ንስሐ ለመምራት መሆኑን እንጂ፣ በዐመፃቸው እንዲገፉ አለመሆኑን ዕያወቁ ያጠፉሉ። ከዚህም የተነሣ የዐዋቂ አጥፊ በመሆን የእግዚአብሔርን ፍርድ በራሳቸው ላይ ያከማቻሉ (ኤር. 31፥3፤ ሆሴዕ 2፥14)።

አንተ ከእግዚአብሔር ፍርድ የምታመልጥ ይመስልሃልን?

ማምለጥ (**ekpheugo /ኢክፌዩጎ** ከ **ek /ኢክ** = ውጭ + **pheugo /ፌጎ** = ከአንድ ቦታ ወይም ሁኔታ በፍጥነት መሸሽና ማምለጥ) ማለት ከአንድ ቦታ በፍጥነት ሸሽቶ ማምለጥ ነው፡፡ አሳቡ አንድን አደጋ ለማምለጥና ደኅና ለመሆን መሸሽን የሚያሳይ ነው፡፡ (መጽሐፍ ቅዱስ ጥቅሶች የብሉይና / የአዲስ ኪዳን ግሪክ መዝገበ ቃላት፣ የቴየር ትርጉም 1989. በ ጆሴፍ ሄንሪ ቴየር፣ አስቲን ሐተታ/ በጄፍ ጋሪሰን)

ማክዶናልድ እንደሚናገረው የእግዚአብሔር ፍርድ ሰዎች ራሳቸው እያደረጉት ሌሎች ግን ይህን ስሕተት ሲሠሩ ለመፍረድ ለሚቸኩሉት የማይቀር ነው፡፡ ይህ እነርሱን ኩነኔ ይጨምረዋል፡፡ የእግዚአብሔር ፍርድ ንስሐ እስካልገባንና እስካልተናዘዝን ድረስ አይቀሬ ነው፡፡(ቢሊቨረስ ባይብል ኮሜንተሪ)

ሆጅ ሲጽፍ ቲዮፊልክት እንደሚለው የራሱን ፍርድ ሰው ማለፍ እስካልቻለ ድረስ እንዴት የእግዚአብሔርን ፍርድ ማለፍ ይችላል፡፡ ራሳችንን የምንኰንን ከሆነ፣ ቅዱሱማ እንዴት እጅግ አብልጦ ይኰንነ ይሆን!(ሆጅ ፣ ሲ ለሮማውያን መልእክት አስተያየት ፣ 1835)

በአንድ ወቅት አይሁድ ከእግዚአብሔር ፍርድ ማምለጥ የሚችሉ መስሎአቸው ነበር፡፡ የአይሁድ መሪዎች ከእግዚአብሔር ፍርድ ማምለጥ ይቻላል ብለው ዐይናቸው በኃጢአት ተደፍኖ ነበር፡፡ ኃጢአት እግዚአብሔር ቅዱስ ነው፡፡ በጽድቅ ይፈርዳል የሚለው የዘነጉበት ጊዜ ብዙ ጊዜ ነበር፡፡

በጸናች ክንድ በበረታች ዕጅ ከምድረ ግብፅ የወጡት ሕዝብ ብዙ ሳይቆይ በእሳት በእሳት የተገለጠውን እግዚአብሔርን ራሱ አንዳንዶች ዕጅ-ዕግራቸው ወደ ጽዮን ተራራ ይሂድ እንጂ፣ ልባቸው ወደ ኋላ ግብፅ ባለው ጣዖታቸው ላይ ነበር፡፡ እግዚአብሔርም በቅድስናው ዙፋን ሆኖ ተመለከተ፤ በእርግጥም ያ ትውልድ ወደ ዕረፍቴ አይገቡም ብሎ ማለ፡፡

እንዳለው ጻድቅ እግዚአብሔር በበረሃ አሳደዳቸው በቅዱሱ ቍጣው በደረቅ መሬት ሳሉ አሳድዶ ያዛቸው ብዙዎች በመቅሰፍት ሌሎችም ዕባብ ነድፏቸው በሕመም በቸነፈር አለቁ፡፡ ሌላው ምሳሌ የሚሆነው በነቢዩ ኤርሚያስ ዘመን ነበር፡፡ እስራኤል ስለ በደለ በናብከደናዶር (ባቢሎን) ለ70 ዓመት እግዚአብሔር ፈረደ፡፡ በ 597 ዓ.ዓ ኢየሩሳሌም

ተማረከች፡፡ ይህን ፍርድ እግዚአብሔር አሳቡን ቀይሮ እንደ ሆነ ከአሥር ዓመት በኋላ የነበሩ ቅሬታዎች ለኤርሚያስ ጠየቁት፡፡ እርሱም ወደ እግዚአብሔር ጸለየ፡፡

ከአሥር ቀን በኋላ ከልዑል ዙፋን ዘንድ ድምፅ መጣለት፡፡ መልሱም ወደ ባቢሎን ሂዱ የሚል ነበር (ኤር 42፥3፣ 10)፡፡ የአይሁድ መሪዎች ውሸት ነው ብለው የግብፅ ሽንኩርት አማራቸው፡፡ ወደ ግብፅ ሄዱ፡፡ ኮበለሉ፤ አንዳቸውም አልተመለሱም (ኤር. 44፥12-13)፡፡ ዛሬም ዐይኖቹ የበሩለት ልዑሉንም በቅድስናው ዙፋን የተመለከተው ከቢንያም ነገድ የሆነው ዕብራዊው በደማስቆ በክብሩ የተገናኘው ለአይሁድ ሕዝቦች በዕውነት ከእግዚአብሔር ፍርድ ማምለጥ ይቻል ይሆንን? ብሎ የአይሁድን ቀሳውስት ይጠይቃል፡፡ የሰጣቸው ምላሽም በፍጹም የሚል ነበር፡፡

ጆን ማከአርተር ስለ እግዚአብሔር ፍርድ የሚሰጠው ቆንጆ ማብራርያ አለ፡፡ አርብቶ አደሮች በአንድ ወቅት የአሜሪካ ህንዶች ሰሜን አሜሪካን ይዘው እንደ ነበር እንደዚያው እነዚህ አርብቶ አደሮች ሩስያ ሰፍረው ነበር፡፡ እናም በተፈጥሮ ሀብት የታደለችውን ግዛት የያዘው ጎሳ ይመራ የነበረው በአንድ በሳል መሪ ነበር፡፡ ይህ ሰው መሪ የሆነው በአካላዊ ጥንካሬው ብቻ አልነበረም፡፡ ይልቅ በፍትሐዊነቱና አድልዎ ባለመፈጸሙም ጭምር ነው እንጂ፡፡

በአንድ ወቅትም ሌቦች እያስቸገሩ ሲመጡ ይህ መሪ ሌባው ከተያዘ በጎሳው ጠንካራ መሪ 10 ግርፋት እንደሚቀጣ አስታወቀ፡፡ ሆኖም ሌብነቱ ግን ቀጠለ፤ በኋላም ቅጣቱን ከ10 ወደ 40 ግርፋት አሳደገው፡፡ እናም ሁሉም ሰው ይህን ቅጣት ከእርሱ ውጭ ማንም ቢደርስበት እንደ ማይቋቋመው ያውቁ ነበር፡፡ በመጨረሻም ሲያስቸግር የነበረው ሌባ የዚያ ጎሳ አሮጊት መሪ እናት ሆና ተገኘች፡፡ እናም በዚህ ወቅት ቅጣቱን ያስተላልፍባት ወይስ አያስተላልፍባትም የሚል ጉርምርምታ መነሣት ጀመረ፡፡

ያወጣውን ሕግ በመሻር ለእርሷ ያለውን ፍቅር ያሳያል ወይስ እሷ ሞት የሚያደርሰውን ቅጣቱን በመተግበር ለሕጉ ያለውን ታማኝነት ያሳያል የሚለው መነጋገርያ ሆነ፤ በመጨረሻም ለማንነቱ ታማኝ በመሆን ቅጣቱ ተግባራዊ እንዲሆን ወሰነ፡፡ 40 ግርፋት እንዲፈጸም በተመሳሳይም ለእርሷ ያለውን ፍቅር ዕውነተኛነትም ምስጋና ይግባውና በእርሱዋ ላይ የሚደርሰውን ግርፋት እርሱ ለመገረፍና ቅጣቷን ሊቀጣላት ወሰነ፡፡ ክርስቶስ በሰው ልጆች ላያ ያለውን ቅጣት የተቀበለው ከዚህ በሚመልጥ መንገድ ነው፡፡ (ጆን. ኤፍ. ማከአርተር፡ ቺካጎ ሙዲ ፐረስ)ሊዮን ሞሪስ እንደሚያስታውሰን ይህን

መልእክት ማስተማር አስፈላጊው የሆነው እግዚአብሔር የምሕረት አምላክ መሆኑን ስለሚያሳይ ነው፡፡ ዓላማው ሁሌም የምሕረት ዓላማ ነው፡፡ አንዳንድ ጊዜ ወደ ኃጢአተኛው ባተኰረ መልከ ፍርድ የሚሰጥ ይመስላል፡፡ ነገር ግን የእግዚአብሔር ፍርድ ራሱ መታየት ያለበት ከምሕረት አንጻር ነው፡፡ ሰዎችን ወደ ንስሐና ይቅርታ የሚመሩ ናቸውና፡፡ እግዚአብሔር ሲቀጣ ታሳቢ የሚያደርገው ሁልጊዜ መቅጣት አይደለም፡፡ ይልቁንም፣ በዋነኝነት የሚናገረው ሰዎችን ወደ ንስሐ ስለ መምራት ነው፡፡ (ደብዳቤው ለሮማውያን። ወ.ቢ. ኤርድማንስ ፣ ኢንተር ቫርስቲ ፕሬስ)

ኮንስታብል፡- እግዚአብሔር ፍርድ ሊፈርድባቸው ያለመቸኮሉን ራሳቸውን ኃጢአት የሌለበት አድርገው እንዲቈጥሩ እንዳያደርጋቸው ይላል፡፡ እግዚአብሔር የንስሐን ዕድል እየሰጣት እንደ ሆነ ማወቅ አለባቸው (2ኛ ጴጥ. 3÷9) *(የቶም ኮንስታብል ማስታወሻዎች በመጽሐፍ ቅዱስ ላይ)*

ማሰብ /መምሰል/ ይመስልሃልን? (**kataphroneo** /ካታፍሮኒዮ ከ **kata /ካታ** = ሥር + **phroneo /ፍሮኒዮ** =ማሰብ፣ መረዳት<> **phren** /ፍሬን= አእምሮ፣ የማሰብና ማሰላሰያ ቦታ) ማለት በደንብ ያለ ማሰብ ያለ ማስተዋል ማለት ነው፡፡ በትንሹ አሳንሶ ማየትና ማሰብ፡፡ አንድን ነገር የሚገባውን ያህል ትኲረት ሳይሰጡ አሳንሶ ማየት ነው፡፡ (መጽሐፍ ቅዱስ ጥቅሶች የብሉይና / የአዲስ ኪዳን ግሪክ መዝገበ ቃላት፣ የቴየር ትርጒም 1989. በ ጆሴፍ ሄንሪ ቴየር፣ አስቲን ሐተታ/ በጆፍ ጋሪሰን)

ሆጅ አስተያየት ሲሰጥ አለማስተዋል ላይ፤ የእግዚአብሔርን መልካምነት ዝቅ አድርጎ ማየትና አለማስተዋል ለኃጢአት ፈቃድ የማግኘትን ዐይነት የተሳሳተ አሳብ ያመጣል፡፡ እግዚአብሔር እንደማይቀጣ ማሰብ፣ ማለትም ከመጠን በላይ ታጋሽ እንደ ሆነ መቊጠር ወይም እርሱ ለእኛ እጅግ መልካም ስለሆነ፣ እኛን አይቀጣንም ብሎ ማሰብ ማለት ነው፡፡(ሆጅ ፣ ሲ. ለሮማውያን መልእክት አስተያየት ፣ 1835)

ወይስ የእግዚአብሔር ቸርነት ወደ ንስሐ

[**ንስሐ**] የአሳብና የዓለማ እንዲሁም የሕይወት ለውጥ ነው፡፡ እዚህ ላይ ቃሉ ኀዘን ብቻ የሚል አለመሆኑ ዕውን ሆኗል፡፡ ነገር ግን ኃጢአትን መተው፣ እና ከኃጢአት መመለስ ማለት ነው፡፡ የእግዚአብሔር መልካምነትና ሰዎችን ወደ ንስሐ ለመምራት የሚሸከምበት ዝንባሌው በሚከተሉት መንገዶች ተገልጿል፡-

(1) እንዲህ ባለው መልካም እና ምሕረት የተሞላ አካል ላይ ሲፈጸም የመተላለፍን ከፉነት ያሳያል፡፡

(2) ልብን የሚያቀልጥና የሚያለሰልስ ሆኖ ቀርቧል፡፡ ፍርድ ዘወትር የኃጢአተኛውን ልብ ያጠነክረዋል፡፡ ደግሞም ዕልከኛ ያደርገዋል፡፡ ዳሩ ግን ከፉን እያደረገ ሳለ በቋሚነት መልካምን ያደርግለታል፡፡ ሰውዬው ዐመፀኛ ሆኖ ሳለ፣ የእግዚአብሔር ትዕግሥት ከዓመት ዓመት የሚታይ ከሆነ፣ ልብን የሚያቀልጥና ለእርሱ የሚያስገዛ ያደርጋል፡፡

(3) በዚህ ውስጥ ያለ ታላቅ የእግዚአብሔር ጸጋ ዘወትር ለሰዎች አስገራሚ ሆኖ ይቀርባል፡፡ ልክ በዚሁ መልኩ የሚመለከቱት ከሆኑ፣ - ለሁሉም ሰዎች የሚሆንላቸው እንዲሁ ነው፡፡ እግዚአብሔር ሰዎችን ከልጅነት እስከ ወጣትነት ይሸከማል፤ ከወጣትነት እስከ ሙሉ ሰውነት ይሸከማል፤ ከሙሉ ሰውነት እስከ ሽምግልና ድረስ ይሸከማል፡፡ ዘወትር እያንዳንዱን ሕግ እየጣሱ ምሕረቱን እያጣጣሉ፣ ሰውን እየሰደቡ፣ እንዲሁም ዙሪያቸውን እያወራዱ እየሄዱ ሳሉ፣ እናም ኃጢአተኛው ይኖራል፤ እንዲሁም በእግዚአብሔር ጠቋሚነት ብጥብጥ ድል ይደረጋል፡፡ የሰውን ልብ ሊነካ የሚችል አንድ ነገር ካለ ይህ ብቻ ነው፡፡ ደግሞም መራራ በሆነ ኀዘን ያሽመደምደዋል፡፡

(4) የእግዚአብሔር ምሕረትና ተሸካሚነት ዘለቄታዊነት ያላቸው ነገሮች ናቸው፡፡ መልካምነቱ ተገልጦ የሚታይበት ሁኔታ በእያንዳንዱ መልክ የሚመጣ ነገር ነው፡፡ በፀሐይና በብርሃን፣ እንዲሁም በአየር፣ በዝናብ ውስጥ እንዲሁም በማንኛውም ጠብታ ውስጥ፣ በምግብ ውስጥ በአልባሳት እና በቤት፣ በጓደኞች እና በነፃነት፣ ደግሞም በጥበቃ፣ በጤና እና በሰላም ደግሞም በክርስቶስ ወንጌል ውስጥ እንዲሁም ሕይወት በምትሰጣቸው ነገሮች፣ ደግሞም በእነዚህ መንገዶች ሁሉ ውስጥ በየቅጽበቱ ለፍጡራኑ የሚሠራላቸው ይሆናል፤ እንዲሁም ከፊታቸው አመስጋኝ ያለመሆንን ከፋት ያስወግዳል፡፡ ደግሞም እንዲመለሱና እንዲኖሩ ይለምናቸዋል፡፡ (የበርኔስ ማስታወሻዎች, 1997, 2003, 2005.)

ብሉይ ኪዳን እና የአይሁድ እምነት የእግዚአብሔር ጸጋ ብቻ ንስሐ መግባትን የሚቻል ነገር እንዲሆን እንዳደረገው ይስማማሉ፡፡ (ለምሳሌ ዘዳ. 30፥6) ይህ መርኅ አንድ ሰው ጸጋ ከተሰጠው በኋላ ምላሽ የመስጠት ኀላፊነት መሆኑን የሚክድ አይደለም (ለምሳሌ ዘዳ. 5፥29፤ 10፥16፡፡ (ከአይ.ቪ.ፒ. የመጽሐፍ ቅዱስ ታሪክ ባግራውንድ ሐተታ-አዲስ ኪዳን በክሬግ ኤስ ኪኔር .1993.)

በግሪኩ ምንባብ ይህም ቍጥር እንዲሁ ጥያቄ የሚያስነሣ ነው፡፡ እዚህ ላይ ቲ.ኢ.ቪ. ዐረፍተ ነገሩን በሁለት ይከፍላል፡፡ ማጣጣል የሚለው ግስ "ማቃለል" ወይም አቅልሎ ማየት የሚል ትርጓሜም ጭምር ያለው ነው፡፡ ታላቅ መልካምነቱ ቃል በቃል "የመልካምነት ባለጠግነቱ" ይሰኛል፡፡ እዚህ ላይ ብቻና በሮሜ 6÷23 ውስጥ (በግሪክ አዲስ ኪዳን ውስጥ) በዝምታ መቀበል የሚሉት ቃላት ይገኛሉ፤ ደግሞም ትዕግሥት ተመሳሳይ ትርጉም ያለው ነው፡፡ በትርጉም ረገድ የቱም የተለየ ነገር መፈለግ ካለበት፣ የመጀመሪያ የሚሆነው እግዚአብሔር ቅባቱን የሚመልስበት ተግባር ሲሆን፣ ሁለተኛው ደግሞ ሰው እርሱን አልቀበልም ማለቱን እግዚአብሔር በፈቃደኝነት የሚቀበል መሆኑ ነው፡፡ (ከዩ.ቢ.ኤስ. አዲስ ኪዳን የእጅ መጽሐፍ ተከታታይ. 1961-1997 ፣ በተባበሩት የመጽሐፍ ቅዱስ ማኅበራት)

ንስሐ (**metanoia /ሜታኖያ**) ማለት አእምሮን መቀየር ማለት ሲሆን፣ እርሱን ተከትሎ ከሚከሰት የባሕርይ ለውጥ ጋርም ይያያዛል፡፡(መጽሐፍ ቅዱስ ጥቅሶች የብሉይና / የአዲስ ኪዳን ግሪክ መዝገበ ቃላት፣ የቴየር ትርጉም 1989. በ ጆሴፍ ሄንሪ ቴየር፣ኦስቲን ሐተታ/ በጄፍ ጋሪሰን)

ንስሐ ጸጸት አይደለም፤ ያለፉ ስሕተቶችን እያሰቡ መረበሽም አይደለም፡፡ ንስሐ ስሕተትን የሚያሳይ ቃል ብቻ አይደለም፤ ነገር ግን አዲስ ወደ ሆነው የክርስቶስ ሕይወት መመለስንም ጭምር ነው እንጂ፤ እግዚአብሔርን ወደሚያገለግል ሕይወት መምጣት፡፡

ቶዘር፡- ንስሐ የሌለበት የድነት አስተምህሮ የቤተ ክርስቲያንን የግብረ ገብ ደረጃ ሲያወርድ፣ እንዲሁም እጅግ የበዙ በመራርነትና በእስራት ውስጥ ሆነው ሳለ እንኳ እንደ ዳኑ የሚያስቡ የሃይማኖት ምሁራንን አፍርታለች፡፡ እግዚአብሔር ወደ እኛ አሥር ዕርምጃ ይጠጋል፤ እስረኛውን ግን በፍጹም አይሄድም፤ እኛን ወደ ንስሐ ይመራናል፤ ነገር ግን ለእኛ ንስሐ አይገባልንም፡፡

ጆን ትራፕ፡- ንስሐ ሰው ላይ ፈቃድን መለወጥ ሲሆን፣ ንስሐ እግዚአብሔር ጋር ደግሞ መለወጥን መፍቀድ ነው፡፡

ቶማስ ማንተን፡- ንስሐ ለመግባት የሚዘገይ ማንም ነፍሱን በሰይጣን ዕጅ እያቆያት ነው፡፡ ንስሐውን በማዘግየት ኃጢአት ትበረታለች፤ ልብም ይደነድናል፡፡ በረዶ ብዙ በቀዘቀዘ ቁጥር ለመሰበር አስቸጋሪ ይሆናል፡፡

ቶማስ ፉለር፡- ንስሐ ለመግባት ፈጠንኩ ልትል አትችልም፤ ምክንያቱም የትኛው ሰዓት ላይ የንስሐው ሰዓት እንደሚያልፍ አታውቅምና፡፡

ቶማስ ብሩክስ፡- ዕውነተኛ ንስሐ መቼም ዘግይቶ አልፎበታል ባይባልም፤ ንስሐን ማዘግየት ግን ብዙ ጊዜ ልክ አይሆንም፡፡

ንስሐ ውሳኔ ነው፡- እግዚአብሔር ለአንተ መልካም ስለሆነ ልብህን ቀይረህ መኖር እንደ ቻልክ ባትረዳም ማለት ነው (ሮሜ 2፥4)፡፡ ዕውነተኛ ንስሐ እንደ ገባ ሰው ደስተኛ መሆን የሚችል የለም፡፡ ንስሐ ከራስ ወዳድ ፍላጎት ዞር ማለትና እግዚአብሔርን መፈለግ ነው፡፡ ያጠፋነውን ነገር አምነን እርምጃ የምንወስድበት ዕውነተኛ ውሳኔ ነው፡፡ በውጫዊ እርምጃ የሚገለጥ ውስጣዊ ውሳኔ ነው፡፡ የእግዚአብሔርን ፍቅር ታየውና እንዲህ እንደ ወደደህ ማመን ይከብድሃል፤ እናም ሕይወትህን እንድትለውጥ ይህ ለውሳኔ ይገፋፋሃል፡፡ ይህ ነው *ማክስ ሉካዶ* ከአዳኙ ጋር መጓዝ በሚለው ጽሑፉ ላይ እንዳሰፈረው የንስሐ ተፈጥሮዋዊ ባሕርይ የሚባለው፡፡

እንዲመራህ ሳታውቅ

መምራት (ago) ማለት መውሰድ፣ መምራት የሚል ነው፡፡ ይህ አእምሮ ላይ ተጽዕኖ የሚያደርስ ኃይልን ሲያሳይ በሮሜ 2፥4 ላይ ያለው ይህ ዐይነቱ ኃይል ኃጢያተኛን ወደ ንስሐ የሚመራው ነው፡፡ ይህ ድንቅ ጸጋ ነው ይህን የሚያደርገው፡፡ ወደ ንስሐ የሚያመጣው የሰው ጥፋት መጠን ሳይሆን፣ የእግዚአብሔር ቸርነት ነው፡፡ የእግዚአብሔርን ብዙ በረከት እንደ ተራ ነገር ቈጥረሬ ይሆን? (መጽሐፍ ቅዱስ ጥቅሶች የብሉይና / የአዲስ ኪዳን ግሪክ መዝገበ ቃላት፣ የቴየር ትርጉም 1989. በ ጆሴፍ ሄንሪ ቴየር፣ አስቲን ሐተታ/ በጀፍ ጋሪሰን)

ሳታውቅ (agnoeo /አግኒዮ ከ a/ኤ = አለመሆን + noéo/ኒዮ = ማወቅ/ መረዳት) ማለት ዕውቀት ሳይኖረን መቅረት ወይም ችላ ማለት ነው፡፡ አንድን ነገር አትኩሮት ሰጥቶ ለማሰብ ፈቃደኛ አለመሆንንም ያሳያል፡፡ ሰው የእግዚአብሔርን ህልውና በተፈጥሮ

መገለጥ ውስጥ ይረዳል (ሮሜ 1÷19-21፤ ሮሜ 1÷28) ነገር ግን የቸርነቱን አላማ አይረዳም። ለምንድን ነው ሰው የእግዚአብሔርን ዓላማ ለመረዳት ቸልተኛ የሚሆነው? ጳውሎስ በሚቀጥለው ቍጥር ውስጥ ያብራራል

ሞሪስ አግኖ የሚለው ቃል ላይ ሲጽፍ የእነዚህ ሰዎች ቸልታ መወቀስ የሚገባው ነው፤ ምክንያቱም ሰዎች ይህን ማወቅ ይችሉ ነበርና ይላል። ቃሉ ሰዎቹ ካሉበት የተመቻቸ ኑሮ፣ እንዲሁም የኃጢአት ሕይወት መውጣት እንደማይፈልጉ ነው።
ሆጅ ሳታውቅ የሚለውን ቃል ጠቅሶ ሲናገር ዕውነተኛው ተፍጥሮውንና ዓላማውን አለመረዳት ነው። ሰው ቸርነቱን በአግባቡ ያልተጠቀመው በትክክል ስላልተረዳው ነው። ይህ ለመቅጣት ዓላማ ይዞ ከመቅረብ ይልቅ ኃጢአታቸውን እንዲተዉ ታሳቢ ያደረገ ነው። የእግዚአብሔር ቸርነት ወደ ንስሐ ይመራናል። ምክንያቱም መሆን የሚገባንን ነገር ተስፋ በመስጠት ያሳየናል፤ በምን ሁኔታ እንደሚቀበለንም ያሳየናል። የእግዚአብሔር ቸርነት የሚመራን ልክ *ሮበርትሰን* እንደሚናገረው ወደ ትክክለኛ የአእምሮና የአመለካከት ለውጥ ነው እንጂ፣ በዘርና በመመረጥ ወደ መኩራት አይደለም።

የቸርነቱንና የመቻሉን የትዕግሥቱንም ባለጠግነት ትንቀለህን?

ቸርነት (**chrestotes/ክሬስሮቲስ** ከ **chrestos /ክሬስቶስ**= ጠቃሚ፣ የሚያስፈልገውን የሚሰጥ) የሚያሳየው እጅግ የሚያስፈልግን ነገር መስጠትን ነው። ለሌሎች ከሚያዝንና ከሚራራ ልብ የሚወጣ በጎ አሳብን ነው የሚያሳን። ቃሉ እግዚአብሔር ለሁሉም ዕኩል የሰጠውን ጸጋ ያሳያል (ማቴ. 5÷4፤ የሐዋ. 14÷15-17) ።

ሊዮን ሞሪስ፡- የክርስቶስ መሠረታዊ አሳብ መልካምነት ነው። ይህም መልካምነት የልብ መልካምነት ነው። ጳውሎስ እያሰበ የጻፈው የእግዚአብሔርን መልካምነት ሲሆን፣ ይህም የታየው ለሕዝቡ ባደረገው ቸርነት መሆኑን ያሳየናል።

ማክአርተር ሲጨምር በሚገርም ሁኔታ ብዙ ሰዎች እግዚአብሔርን እንደ መልካም አያዩትም፤ የእርሱን መልካምነት፣ ስጦታ፣ በጎነት እና ምህረት ከማየት ይልቅ አንዳንድ ነገሮች እንዲከሰቱ በመፍቀዱ እንደማያዝንና ፍቅር እንደሌለው ሲቆጥሩት ይስተዋላል። እንዴት እግዚአብሔር ሕፃን ልጅ እንዲሞት ይፈቅዳል? ሲሉ ይጠይቃሉ። መልካም ሰው መልካም ነገር የተገባው ሆኖ ሳለ፣ ለምን በድህነትና በስቃይ ውስጥ ያልፋል? ይላሉ፤

እንዲህ ዐይነት ሰዎች እግዚአብሔርን ሊረዱት የሚሞክሩት ከጠባብና ሙሉ ካልሆነ የሰው ዕይታ አንጻር ነው፡፡ እንደ እግዚአብሔር ቸርነት ባይሆን ኖሮ አንድም የሰው ልጅ በሕይወት መኖር የሌለበት መሆኑን ከግምት አያስገቡም፡፡ እስትንፋስ እንድናገኝና እንድንተነፍስ ያደረገን የእርሱ ጸጋ ብቻ ነው (ኢዮብ 12÷10)፡፡ (ጆን. ኤፍ. ማክአርተር፡ ቺካጎ ሙዲ ፕረስ)

ዊሊያም ኔውል የሰው ልጅ በሕይወት ሲኖር የሚገለጥለትን የእግዚአብሕር ቸርነት በደረጃ ያስቀምጣል፡፡ በመጀመሪያ የዕለት ተዕለት ዕንቅስቃሴውን እንዲመራ ያስቻለው የሰጠውና የጠበቀው የእርሱ መልካምነት ነው፡፡ ሁለተኛ የመለኮት መልካምነትም በእርሱ ታይቷል፡፡ የእግዚአብሔር ትዕግሥት በመረዳት እግዚአብሔር የማያመሰግንን ሰው ወዲያው አይቀጣም፡፡ ይልቁንም መልካምነቱን ያበዛል እንጂ፤ በእርሱ ላይ የሚመጣን ቍጣ እንደ በሽታ፣ ዐደጋ ካለ ነገር ይከልለዋል፡፡ በሦስተኛ ደረጃ ምንም እንኳ የእግዚአብሔር መልካምነትና ትዕግሥትን ቻላ ቢሉም፣ የእግዚአብሔር ቍጣ ግን ይዘገያል፡፡(Ro 9:22-note) (Romans 2)

ኤ.ቲ ፒርሰን ሲናገር በሮሜ 2÷4 ላይ ያለው የእግዚአብሔር ቸርነት ወደ ንስሐ እንደሚመራህ ሳታውቅ ሲል በዚህ ቦታ ላይ በጣም ጠቃሚ የሆኑ ትላልቅ አሳቦች አሉት፡፡ እግዚአብሔር በኃጢአት ውስጥ ያሉ ሰዎችን ለመመለስ እና ለማንቃት ሁልጊዜ የሚጠቀመው ቸርነቱን ብቻ ላይሆን ይችላል የሚለው መታየት አለበት፡፡ ልክ ወላጆች ያጠፉ ልጆቻቸውን ተቈጥተው እንደሚመልሱት ማለት ነው፡፡ ፍቅር ያሰቡትን ነገር ማምጣት ሳይችል ሲቀር ወደ ቍጣ ይገባሉ፡፡ ሁለተኛ ደግሞ ይህ አሳብ የእግዚአብሔር ቸርነት ዓላማውን አልተረዱትም የሚል ነው፡፡ የእግዚአብሔር መቻል አንዳንዶች እየቈጠሩት ያሉት እንደ አለመቻል እና ዐቅም ማጣት ነው፡፡

መቻል (ትዕግሥት) (**anoche /አኖከ** ከ **anecho/ኤንኮ** = **ድካምን ወይንም ስሕተትን መታገሥ መቻል**) የሚያብራራው ራስን መግዛት፣ መቆም ወይም ከማያስማማ ነገር ራቅ የሚለውን ነው፡፡ መቻል ማለት አንድ ትክክል የሆነን ነገር በግድ ከማስፈጸም ወይም ተግባራዊ ከማድረግ መታቀብ ነው፡፡(መጽሐፍ ቅዱስ ጥቅሶች የብሉይና / የአዲስ ኪዳን ግሪክ መዝገበ ቃላት፣ የቴየር ትርጕም 1989. በ ጆሴፍ ሄንሪ ቴየር፣ አስቲን ሐተታ/ በጆፍ ጋሪሰን)

ሊዮን ሞሪስ ሲጨምር ለኖክ ስለሚለው ቃል እንዲህ ይላል፡፡ ይህ ቃል እግዚአብሔር ኃጢአት የሚሠራውን ወዲያው አይቀጣም የሚል አሳብ ነው ያለው ይላል፡፡ ፍርዱን ያዘገይና ለኃጢአተኛው የሚናዘዝበትንና የሚመለስበትን ዕድል ይሰጠዋል፡፡ ዓለም የምትፈልገው ለእያንዳንዱ ስሕተት በፍጥነት ምላሽ መስጠትን ነው የእግዚአብሔር መቻል ወይም ትዕግሥት ግን ድንቅ ነው፤ ሰዎችን ወደ ንስሐ ይመራል፡፡

ትዕግሥት (3115) (makrothumia /ማክሮቱሚያ ከ macros /ማክሮስ =ረጅም + thumos /ቱሞስ = ስሜት) ማለት በአጭሩ የቊጣ ስሜቱን ቶሎ አለመግለጽ ማለት ነው አጭር ስሜት ያላቸው ሰዎች ቶሎ ራሳቸውን መግዛት ስለማይችሉ ውሳኔን በፍጥነት ሲወስኑ ይታያሉ፡፡(መጽሐፍ ቅዱስ ጥቅሶች የብሉይና / የአዲስ ኪዳን ግሪክ መዝገበ ቃላት፣ የቴየር ትርጉም 1989. በ ጆሴፍ ሄንሪ ቴየር፣ አስቲን ሐተታ/ በጄፍ ጋሪሰን)

ይህ በሚያሳዝን ወይም ስሜትን በሚጭር ሁኔታ መካከል ስሜትን መግዛት መቻል ማለት ነው፡፡ እግዚአብሔር ሰዎች እርሱን በሚፈታተኑበት ወቅት እንኳን ለቊጣ የማይቸኩል አምላክ ነው፡፡ ይህ ስሕተትን ቶሎ አለመቅጣቱ የሚያሳየን የእርሱን መልካምነትና ቸርነት ነው፡፡

እግዚአብሔር ታጋሽ ነው፡፡ ለትዕግሥቱም ወደር የለውም፡፡ አስገራሚ የሚሆነው እዚህ ላይ ነው፡፡ የሰማይ የምድር ፈጣሪ በውስጧ ያሉት ሁሉ በዕጅ ስንዝር የሚለካ አሕዛብ በገንቦ ጠብታ የሆኑት የክብሩ ውበት መገለጫ የሆነው መለኮታዊ ባሕርይው ትዕግሥት ይባላል፡፡ እጅግ ውብ የሆነው የእግዚአብሔር ክብር ሲገለጥ ያ! ደመና በሙሴ ፊት ሲቆም እግዚአብሔር ማንነቱን ገለጠ (ዘጸ. 34÷4-6)፡፡

እግዚአብሔር የሚያስፈራውን ክብር ይህ ሕዝብ ያያል ሲል በቸርነቱ እና ታጋሽ በመሆኑ እንጂ፣ ኃጢአተኛ ልብ እንዳላቸው ያውቃል፡፡ ሙሴም በዚያ ክብር ውስጥ ሆኖ የተረዳው ዕውነት ይህ ነበር (ዘጸ. 34÷8-9፣ 10)፡፡ ይህ ማለት ግን እግዚአብሔር ከኃጢአት ጋር ይተባበር ይሆናል ማለት አይደለም፡፡

በዐመፅ እግሮቻቸው ኃጢአት ለማድረግ ሲቸኩል በብሩህ ቀን ሲፈጽሙት ዝም ሲላቸው፣ ኃጢአተኛ ጉባኤ እስኪመለስ የአይሁድ መሪዎች መቅደሱን ሲያረክሱት፣ ልጆቻቸውም ለጣዖታት በየኮረብታው ዕጣን ሲያጤሱ፣ ሴቶች ልጆቻቸው በጣዖቶቻቸው ሥር ሲጉለምቱ የአብርሃም ልጅ የኪዳን ልጅ ነን ፤ ግዝረትን እና ሕግን የተቀበልን እኛ

ነን እያልን የእግዚአብሔርን ትዕግሥት እስከ ሺህ ትውልድ ማድረጉ ረሱት (መዝ. 50÷21)፡፡

እየነደደው ባለው የቁጥቋጦው እሳት ውስጥ ሆኖ «እኔ እኔ ነኝ» «ያለ እና የምኖር» ብሎ ሲናገር፣ ሁሌም ያው የማይለዋወጥ እንደ ሆነ መናገሩ ነበር፡፡ እግዚአብሔር አምላክ እጅግ ቅዱስ ስለሆነ፣ ከሰማያት ቅዱሳን መላእክት ካሉበት እንኳ ከፍ ብሎ በተቀደሰው ተራራ የሚኖር አምላክ ነው (ኢሳ. 6÷1፤ 57÷15፤ ዕብ. 12÷22)፡፡

የአይሁድ መሪዎች ከሕዝቡ ይልቅ ሕጉን ያውቃሉ የሚል እምነት ኖሮት ቢመጣም፣ እነርሱም በድንዛዜ ውስጥ ነበሩ (መዝ. 5÷4-6)፡፡ ሕግ እንደ መስታወት ተሰጥቶአቸው ነበር፡፡ የሕሊናቸው ደወል ሊያዳምጥ ወደማይችልበት ደረጃ ልባቸው ደንድኖ ነበር፡፡ እንደ አሕዛብ «ሁልጊዜ በልባቸው ይስታሉ» ብሎ ሲናገር የአይሁድ አለቆች የሕይወት ታሪክ ሆነ፡፡ ደግሞም የሕዝቡም ልብ ኮበለለ፡፡

እግዚአብሔር ይህን ሕዝብ በፀናች ክንድ ከግብፅ ቢያወጣቸውም፣ ቀን በደመና ሌሊት ደግሞ በእሳት ዓምድ አብሮአቸው በክብሩ ተገልጦና በንስር ክንፍ አዝሎአቸው፣ ተሸክሞአቸው አብሮአቸው በጭንቀታቸው እየተጨነቀ ቢሄድም “ይህ ሕዝብ እስከ መቼ ይንቀኛል?” ሲል በምሬት ለሙሴ መናገሩ አልቀረም ነበር፡፡

እንዲሁም መሢሑ በሥጋ ተገልጦ በነበረበት ዘመን የበጉ ሐዋርያት ይህ ዐይነት ተመሳሳይ በደል በፈጣሪያቸው ላይ ማድረግ ታይቶባቸው ነበር፡፡ ቅዱስ ጳውሎስም «እንደ ቀድሞው አባቶቻችሁ» እናንተም ያው ባሕርይ ይታይባቸዋል ሲል ክርክሩን ያቀርባል፡፡ የአባቶቻቸውን የአርባውን ዓመት ጉዞ ሥናጠና እግዚአብሔር የበኵር ልጅ ናችሁ ብሎ በዕቅፉ አስገብቶና አዝሎ እየመገባቸውና እየተንከባከባቸው ሳለ፣ እነርሱ ግን በጣዖቶት አምልኮ እያነከሱ ይመላለሱ ነበር፡፡

የግብፅ ሽንኩርትን እየናፈቁና የወርቅ ጥጃን እያመለኩ በደንዳናነታቸው ቢታገሣቸውም፣ ከትናንት ዛሬ ወደ ልባቸው ይመለሳሉ ብሎ ተማምኖባቸው ነበር፡፡ ነገር ግን ትዕግሥቱን ከምንም ሳያቆጥሩ እርሱን በልባቸው ወደ መናቁ መጡ፡፡ አሁንም ታሪክ ራሷን ደገመች፡፡ አዳማዊ ባሕርይ ፍሬ መሆኑን እናስተውላለን፡፡

ትዕግሥት ግን ሰዎች ይድኑ ዘንድ የሚበጃቸውን ሊያመለክታቸው፣ በራሳቸው ላይ ካደረጉት አስጠያፊ ሥራ ተናዝዘው ወደ ዕረፍቱ ይገባሉ የሚል ተስፋ ሳይቈርጥ የተመለከተው ቢሆንም፣ አሁንም ለአይሁድ መሪዎች የእግዚአብሔር ትዕግሥት አላለቀም፤ ወንጌልን ተቀበሉ ይላቸዋል።

እግዚአብሔር ለአይሁድ ሆነ ለአሕዛብ ይህን ያህል ትዕግሥት ቢኖረውም እንኳ በኃጢአተኝነታቸው እንደማያመልጡ፣ ከልዑል ዙፋን ፍርድ እንደማያመልጡ ብቻ በመናገር ፍርድ እንደ ተወሰነ አስረግጦ ይነግራቸዋል። ይህም ሆኖ የእግዚአብሔር ጽዋ ሞልቶ መሢሑ በመስቀል ላይ የቊጣውን ጽዋ ጨልጦ ቢጠጣውም፣ ያላመነ ግን ጽኑ ቊጣው ከኃጢአተኛው ጫንቃ ላይ የማይወርድ እንደ ሆነ ያሳስባል።

ትዕግሥቱ ኃጢአተኛውን ከፍርድ ሊያስመልጠው በኃጢአት ላይ እንዲፋንን አያደርገውም፥ በእርግጥ ፈራጅ በደጅ አለ።

ዊሊያም በርክሌይ ሲጨምር ማክሮቱምያ በሰዎች ውስጥ ያለ ትዕግሥትን የሚገልጽ ቃል ነው። ክሪስቶሞስ ሲተረጕመው ይህ ሰው ውስጥ ያለ ለመበቀል የሚያስችል ዐቅም ሲሆን፣ ግን ይህ ሰው ዐቅሙን ሳይጠቀምበት ሲቀር ያሳየናል። ጳውሎስም ለአይሁዳውያን እያላቸው ያለው እግዚአብሔር አልቀጣችሁም ማለት ሊቀጣችሁ አይችልም ማለት አይደለም፤ የእርሱ ቅጣት ኃጢአትን ተከትሎ ወዲያው አለመምጣቱ የሚያሳየን ነገር ዐቅም እንደ ሌለው ሳይሆን፣ የታጋሽነቱን መጠን ነው የሚያሳየው።

የአንተ ሕይወት የተመሠረተው በእግዚአብሔር ታጋሽነት ላይ ነው፤ ሁሉም ሰው ማለት ይቻላል። ሊገለጽ የማይችል ቅጣት ተሰርዞለት ነው ተስፋ ያገኘው። ይህ በእኔ ሊሆን አይችልም የሚልን ተስፋ አግኝተናል። አይሁድ ግን ከዚህም አልፈው ከእግዚአብሔር ፍርድ ውጭ እንደ ሆኑ በድፍረት ይናገራሉ። በምሕረቱ ላይ ይነግዳሉ። አሁንም ድረስ እንዲህ የሚያደርጉ ብዙዎች አሉ። ይህ ቃል ትዕግሥትን ከነገሮች አንጻር ሳይሆን፣ ከሰዎች አንጻር ነው የሚያስቀምጠው።

የዚህ የሮሜ ክፍል የእግዚአብሔርን ለሁሉም የሰጠውን ጸጋውን ነው የሚያሳየን። ሰው ብዙ ጊዜ የእግዚአብሔርን ትዕግሥትና መቻል እንደ ድካም ሲያየው ይታያል። እንዲህ የሚሉን ሰዎችም ብዙ ሰምተናል፡- "እግዚአብሔር በሰማይ ካለ እስቲ እኔን አሁን እስከ ሞት ይምታኝ" እና ይህ በማይሆንበት ወቅት በፍጥነት የሚደመድሙት ነገር "እየህ

እግዚአብሔር የለም ብዬህ ነበር እኮ?" ይላሉ፡፡ ሰው በኃጢአት ተታሎ የእግዚአብሔርን ትዕግሥትና መቻል እንደ የኃጢአት ማጽደቂያ ያየዋል፡፡ ከዕውነት ግን ምንም ነገር ሊጨመር አይችልም፡፡

ባለጠግነት (**ploutos/ፕሎቶስ ከ** pletho /ፕሌቶ = መሙላት) የሚያሳየው ሙላትን፣ መትረፍን ሲሆን፣ በቀጥታ ትርጉሙ የቁሳ ሀብትን የሚያሳይ ቃል ነው በዘር እና በመሬቱ ምሳሌ ላይ እንደ ተጠቀሰው (ማቴ. 13÷22፤ ማር. 4÷19፤ ሉቃስ 8÷14፤ ኤፌ. 3÷8)፡፡ በእርግጥ ይህ ቃል በመንፈሳዊ ነገር ባለጠጋ ሆኑና በምድራዊ ነገር ግን ድሀ የሆኑ ሰዎችንም ለመግለጽ ያገለግላል፡፡(መጽሐፍ ቅዱስ ጥቅሶች የብሉይና / የአዲስ ኪዳን ግሪክ መዝገበ ቃላት፣ የቴየር ትርጉም 1989. በ ጆሴፍ ሄንሪ ቴየር፣ አስቲን ሐተታ/ በጆፍ ጋሪሰን)

ሺንሰንት፡- ባለጠግነት ጳውሎስ መለኮታዊ ነገርን እና ስጦታን ለማብራራት ከሚመርጣቸውና ከሚወደው ቃል ውስጥ አንዱ ነው (2ኛ ቆሮ. 8÷9፤ ኤፌ. 1÷7፣ 18፤ 2÷4፣ 7፤ 3÷8፣ 16፤ ፊልጵ. 4÷19፤ ቈላስ. 1÷27)፡፡

ሎው እና ኒዳ ስለ ፕሎቶስ ሲጽፉ ይህ ከሚኖሩበት ማኅበረሰብ ልምድ ባለፈ የተከማቸ ሀብት ሲሆን፣ ብዙውን ጊዜ መልካም ያልሆነ ትርጓሜን ያሰጣል (Louw, J. P., & Nida, E. A. Greek-English Lexicon of the New Testament: Based on Semantic Domains. United Bible societies)

የኬንሲያን ኢኮኖሚክስ አባት የሆኑት ጆ.አም.ኬይንስ (1883-1946) ሲናገሩ የዘመናችን የሞራል ውድቀት የሚያያዘው ከገንዘብ ፍቅር ጋር ነው፤ በቀንም ብዙዎች ከሚሠሩት ሥራ ከ10 ዕጅ 9 እጅ ያህሉ ገንዘብን ታሳቢ በማድረግ ነው፡፡

ሶቅራጥስ (470-399 አ.አ) ስለ ብልጥግና ሲናገር ሀብታም ሰው በብልጥግናው የሚኩራ ከሆነ እንዴት እንደሚጠቀምበት እስከሚታይ ድረስ ሊመሰገን አይገባውም ይላል፡፡

ዴትዝለር ሲጽፍ በጥንታዊ የግሪክ ጽሑፍ የምድራዊ ብልጥግና ከመንፈሳዊ ብልጥግና ጋር በተቃራኒ ነበር የሚታየው፡፡ በሚታይ ነገር በልጥጎ በማይታየው ድሀ መሆን እንደ ድካም ነበር የሚቈጠረው፡፡ በሚያሳዝን መልከ ግን ብዙዎች አሁንም መንፈሳዊ ብልጥግናቸውን

በገንዘብ ባለጠግነት ሲለውጡት ይታያሉ፡፡ (Wayne A Detzler. New Testament Words in Today's Language)

ሃልዴን ሲያብራራ ጳውሎስ 3 የእግዚአብሔር ባሕርያትን ያሳያል እንዲህ ሲል የቸርነቱን፣ የመቻሉንና የትዕግሥቱን ባለጠግነት እያለ የከፍታቸውን መጠን ያመለክታል፡፡ እግዚአብሔር ለፈጠራቸው ፍጥረታት የሚያስፈልጋቸውን ሁሉ ያደረገ አምላክ ነው፡፡ ይህ አገላለጽ ሌላው ዓላማው አንዳንዶች እግዚአብሔር የለም ወይም ካለ ደግሞ በዚህ ዓለም ላይ የሚሠራበት ምንም ዐቅም የለውም፤ ምክንያቱን በጥፋተኞች ላይ በፍጥነት ምንም ሲያደርግ አይታይም ብለው ለሚያቀርቡት የተሳሳተ ትንታኔ መልስም የሚሰጥ ነው፡፡ እግዚአብሔር በቸርነቱ ባለጠጋ ነው ለዚያም ነው ኃጢአትን ወዲያው በቅጽበት የማይቀጣው ይላል ደግሞም ኃጢአተኞች በኃጢአታቸው ቢጸኑና በእርሱ ቢኖሩ፣ ይህ የእግዚአብሔር መርኅ ነው ማለት አይደለም፡፡(Haldane, R. An Exposition of Romans).

ጆን ፓይፐር በቸርነቱ ባለጠግነት ላይ ሲጽፍ፤ አዎ በቍጣ መካከል ቸርነት አለው ይላል፡፡ እግዚአብሔር ሁልጊዜ ከአንድ ነገር በላይ የሚሠራ ነው፤ ኢየሱስ ሲናገር "ፀሐይን በክፉዎችና በመልካም ሰዎች ላይ ያወጣል፥ ዝናብም በጻድቅና በኃጥአን ላይ ያዘንባል (ማቴ. 5፥45) ብሏል፡፡ ጳውሎስም በልስጥራን ላሉ ኢአማኒያን ሲናገር "ከዚህም ሁሉ ጋር መልካም ሥራ እየሠራ ከሰማይ ዝናብን ፍሬ የሚሆንበትንም ወራት ሲሰጥን፥ ልባችንንም በመብልና በደስታ ሲሞላው ራሱን ያለ ምስክር አልተወም" ይላል (የሐዋ. 14፥17)፡፡

እርሱ ይህን እያለ የነበረው ከእግዚአብሔር ቍጣ የተነሣ እየሞቱና እየተሰቃዩ ለነበሩ ሕዝቦች ነው፡፡ "እግዚአብሔር በቍጣው ያስጠነቅቃል፥ በቸርነቱ ደግሞ ያቀርባል፡፡ እርሱ ሁለቱንም ቋንቋዎች ይናገራል፤ እነዚህም ቸርነትን እና ቍጣ ናቸው፡፡ ኢየሱስ የመጥምቁ ዮሐንስንና የራሱን አገልግሎት እያነጻጸረ የገለጸበትን ቦታ ማስታወስም አስፈላጊ ነው (ማቴ. 11፥17)፡፡ ወንጌል በሁለቱም ቋንቋዎች ነው የቀረበው፤ ነገር ግን አልሰሙትም፡፡ የማታምኑ ሆይ፥ እግዚአብሔር በችግሮቻችሁ በኩል እያስጠነቀቀ በምቾቶቻችሁ በኩል ደግሞ እየራራላችሁ ነው፤ እና የእግዚአብሔርን ድምፅ ያልተገባ ትንታኔ አትስጡት፡፡

እግዚአብሔር ቅን ፍርድ በሚዝለጥበት በቍጣ ቀን ቍጣን በራስህ ላይ ታከማቻለህ፡

እግዚአብሔር የጽድቅ ፍርድ (ቍጣ) ኃጢአተኛውን የሰውን ዘር ወደ ንስሐ ያመጣል ማለት አይቻልም፡፡ ይህንንም ከእስራኤል ታሪክ ልናስተውል እንችላለን፡፡ እግዚአብሔር ኃጢአትን እንደሚቀጣ ለአሕዛብ ስሙ ገናና ይሆን ይገልጣል እንጂ፣ የንስሐ ፍሬ ሊያመጣላቸው አልቻለም፡፡ የእግዚአብሔር መቅሰፍት (ቍጣ) አይሁድን ከሕያውን ምድር እንዲወገዱ ከተስፋው እንዲርቁ አደረጋቸው፡፡

ወተትና ማር ከምታፈስሰው ምድር መራቃቸው፣ ታቦቱ በፍልስጥኤም መማረኩ፣ ተሰድደው በባቢሎን ግዛት መኖርና በዚያም እያጕረመረሙ ማስንቆአቸውን በዛፍ ላይ መስቀላቸውን እንጂ፣ የበፍታ ቀሚስ ለብሰው ሰማያዊው ዘይት ከራሳቸው እየተንጠባጠበ የእግዚአብሔር ክብር ደመና መልካሙ መዓዛ ሲያውዳቸው አንድም ጊዜ አናነብብም (ኤር. 5÷3፤ ኢሳ. 48÷4፤ ዘካ. 7÷11-12፤ ዘዳ. 26÷23-24)፡፡

ሌላው ገጽታ ደግሞ የእግዚአብሔር ትዕግሥት ለኃጢአታቸው ኃይል መታደስ ማንሰራፋት ምክንያት ሆኖባቸው ነበር፡፡ ትዕግሥቱ ቸርነቱ በመግለጥ ወደ ንስሐ ሊያመጣቸው ሲገባ፣ እነርሱ ግን በትዕግሥቱ የተገለጠው መልካምነት በብልቶቻቸው ላለው ሴሰኝነት ያጠቃው ፍትወት መሠረት ሆነ፡፡

በእግዚአብሔር ፊት ያደረገችው በማፈር ትመለሳለችም የሚለው በእነርሱ ዘንድ ለሥጋ ብልቶቻቸው በር ከፈተ (ዘዳ. 32÷13-19)፡፡ ስለዚህም እግዚአብሔር የመልካምነቱን ፊት ሰወረ፡፡ የቅድስናው ቍጣ ገለጠ፡፡ እነርሱም ከቍጣው እሳት ወላፈን የተነሣ ጮኹ፤ እግዚአብሔርም የራሱን ምላሽ ሰጠ፡፡

ይሁን እንጂ፣ ተመልሰው የኃጢአትን ጽዋ ይጨልጡት ነበር፡፡ ይህ የሚያሳየው ቍጣው ወደ እስራኤል አምላክም እንዲጮኹ ቢያደርገውም ወደ ዕውነተኛ ንስሐ ግን ሊያመጣ አልቻለም፡፡ መዝሙረኛው 107ኛው ምዕራፍ ስናጠና፡- «በተጨነቁ ጊዜ ወደ እግዚአብሔር ጮኹ» ሲል ከ7 ጊዜ በላይ ይናገራል፡፡ ይህም ነገሩ ሁሉ ውኃ-ቅዳ - ውኃ-መልስ የሆነ ይመስላል፡፡ የእግዚአብሔር ትዕግሥት ቸርነቱን እንዲገለጥ ያደርገዋል፤ ቸርነቱ ደግሞ ወደ ንስሐ ሰዎችን ይመራል፡፡

እግዚአብሔር በባሕርይው ጽድቅ ፈረጅ ነው፡፡ እግዚአብሔር ይታገሣል፤ ቸርነት ያደርጋል፤ ነገር ግን ዐመፃን ይጸየፈዋል፡፡ ከግርግም የተወለደው ቅዱሱ የእግዚአብሔር ልጅን አስመልክቶ «ዐመፃን ጠላሀ፥ ጽድቅን ወደድሀ» ብሎ የዕብራውያን ጸሐፊ እንደ ተናገረለት በክርስቶስ ኢየሱስ በኩል የአብርሃም ባሕርይ በሙላት ተገልጦአል፡፡ ጌታችን ኢየሱስ ክርስቶስ የሕግን ትእዛዝ በመፈጸም ይህ ነገር ዕውነት መሆኑን ቢያሳያቸውም፣ የእርሱን ፈለግ ግን አይሁድ ሊከተሉ አልፈለጉም፡፡

ልባቸው የበለጠ ደነደነ፤ ጻድቁን በእንጨት ላይ ሰቅለው ገደሉት፡፡ በአፉ ተንኮል ያልተገኘበት የዋህ እና ትሑት ሆና በመካከላቸው ቢመላለስም፣ እነርሱ ግን ኃጢአተኝነታቸውን ከማየት ይልቅ ልባቸው ደነደነ፡፡ ጆሮአቸውን ደፈኑ፤ ዐይናቸውንም ጨፍነው በቍጣ እየተነዱ በአለቆች መካከል ለፍርድ አስቀመጡት፡፡ እንደ ሙሴ ሕግ በቅን ሊፈርዱ ሲገባ፣ በራሳቸው ክፋት ተነሳስተው ፈረዱበት፡፡
እርሱ ግን በነቢያቱ እንደ ተነገረለት ከሙታን ተነሥቶ በአብ ቀኝ ተቀምጦአል፡፡ አነርሱም (ሐዋርያቱ) ጌታችን ኢየሱስ ክርስቶስ ለሰው ልጆች ኃጢአት ከፍሎአል እያሉ ያውጁ ነበር፡፡ ከኃጢአታችሁ ተመለሱ እያሉ በዱር በከተማ የሚናገሩበት ወቅት ነበር፡፡ እነርሱ ግን ልባቸው ዝግጁ አልነበረም፡፡ በእርግጥ ሊያሳያቸው የፈለገው በሙሴ ሕግ መሠረት ጽድቅን ተከትሎ ያደረገ ኢየሱስ ክርስቶስ ብቻ መሆኑን ነው፤ ሌሎቻችን ሁላችንም አሕዛብም ሆንን አይሁድ ብንሆን ፍርድ ተወስኖብናል፡፡

በኃጢአታችን ያልጠፋነው የእግዚአብሔር ቸርነትና ትዕግሥት ስለ በዛልን ብቻ ነው፡፡ እግዚአብሔር የሰውን ልብ ይፈትናል (ዘዳ. 8፥2)፡፡ የሰውን ልብ ይመረምራል (ኤር. 17፥10)፤ የሰውን ልብ ይመዝናል (ምሳሌ 16፥2፤ 21፥2)፡፡ ይህን በዋነኝነት ልናስተውለው ይገባል፡፡ በጌታ ያለነውም ሆነ በብሉይ ሕግ ሥር ያሉ አይሁድም ሆነ ቀሪው ከአሕዛብ ወገን የሆነው ሕዝብ ሁላችን አንድ አምላክ ያለን ነን፡፡

በእርግጥ ለአይሁድ የኪዳን አምላካቸው ሲሆን፣ ሌሎች ግን «በእግዚአብሔር መልክ እና አምሳል የተፈጠሩ» ስለሆነ ነው፡፡ ይህን በሮሜ የመጀመሪያ ምዕራፍ ላይ ዐይተነዋል፡፡ ይህ እንዳለ ሆኖም በፍጥረታቱ ሥነ ምግባር ማለት ከልባቸው በመነጨው ያደረጉትን ሥራ እንደ ቅድስናው በጽድቅ ይፈርዳል፡፡

ይህ ደግሞ ያመኑትን ሆነ ያላመኑትን ሁሉ ይጨምራል፡፡ ያላመኑት ፍጥረታቱ ማለትም በልጁ ሞት እና ትንሣኤ ያልተባበሩ (ሮሜ 2፥6) አይሁድም ፍርድ ሲያገኙ፣ ያመንን

ደግሞ፣ ማለትም የክርስቶስ ጽድቅ ተካፋዮች የሆንንም እንዲሁ የሥራችን ፍሬ ይመዘናል፡፡ ከመጀመሪያው የምድር አፈር ተበጅቶ የሕይወት እስትንፋስ እፍ ብሎበት ሕያው ነፍስ ከሆነው በዔድን ገነት ከነበረው ከአባታችን አዳም ጀምሮ እስከ ኢየሱስ ክርስቶስ ተመልሶ መጥቶ ሺህ ዓመት ካለፈ በኋላ ያለነውም ሁሉም ወደዚህ ፍርድ ይቀርባሉ፡፡ የሠራነው ልባችን ተፈትኖ ወደ ብርሃን ይወጣል፡፡ የፍጥረታቱ ተግባር ከልባችን ዝንባሌ ጋር ተመዝኖ ለመዘመናት ወደ ሸመገለው የሚሰበከበት ጊዜ ሩቅ አይደለም (ሮሜ 14፥12፤ 2ኛ ቆሮ. 5፥10)፡፡

በብዙዎቻችን አመለካከት የጸጋ ልጆች ከጸደቅን በኋላ በጐ ሥራም ሆነ መልካም ሥነ ምግባር በከፍተኛነት የምንወስደው አይደለም፡፡ በይበልጥም አሁን አሁን «ትባረካለህ፥ ትሻገራለህ!» የሚለው በብዛት በመድረኮቻችን ስለሚያስተጋባ «እምነት ያለ ሥራ ሙት ነው» የሚለው የክርስትና መሠረት አስተምህሮ የተዘነጋ ይመስላል፡፡

የእምነት አባት የሆነው አብርሃም ጽድቅ በእምነት ተቈጥሮአለት የእግዚአብሔር ወዳጅ ተባለ፡፡ አብርሃም ግን «እግዚአብሔር ታዘዘ!» የሚለው ቃል ከዐይኖቻችን የተሰወረብን ይመስለኛል፡፡ እምነቱን በመታዘዝ በሰፊ አሳይቶአል፡፡ የእግዚአብሔር የጽድቅ ዛፎች የተባሉት በደሙ የተዋጁት «የጽድቅ ፍሬ» እንዲገኝባቸው ይፈለጋል፡፡

የጽድቅ ዛፎች መሆናችን ከወይን ግንዱ ጋር እንድንጣበቅ ሲሆን፣ ይህም ፍሬን በማፍራታችን ጌታ አምላክ እግዚአብሔር እንዲከብር ነው (ዮሐ. 14፥1-4)፡፡ በእርግጥም ያመንነው እኛ በፍቅሩ መኖራች በፍሬአችን ምንነት ይወሰናል (ዮሐ. 6፥28፣ 29፤ 1ኛ ዮሐ. 3፥23፤ ማቴ. 22፥37)፡፡ የጽድቅ ፍሬ የዘላለም ሕይወት ነው፡፡ የጸጋው ክብር በእግዚአብሔር ፊት ደስ የሚያሰኘውን፣ በመጨረሻም በሰማይ የጽድቅ አሠራር የሚያስገኝ ሥራ እንድንሠራ ብቃትን ሰጥቶናል፡፡

ይህ ብቃት በጸጋ በእምነት የምንቀበለው ሲሆን፣ ኃጢአተኝነትን፣ ዓለማዊነትን ትተንና ከደን የተባረከውን ተስፋ ክብር ለመውረስ ያስችለናል፡፡ የጽድቅ ችሎታው፣ የቅድስናው፣ የጸጋው ክብር የዘላለም ሕይወት (ሕያው ፍሬ በእኛ እንዲገለጥ) የሚችል አቅም አለው፡፡ እርሱም ክርስቶስ ጽድቃችን ሆኖ በእኛ ሕይወት የሚያንጸባርቀው የሚገለጥበት ሕይወት (የዘላለም ሕይወት - የክብር ሕይወት - የልጅነት ሕይወት) ሲሆን፣ ፍሬውም ሕያው ነው (ሮሜ 6፥23)፡፡ ሁሉም ሁላችን የሥራችን ፍሬ ይመዘናል፤ ይፈተናል፡፡ የአመነውና ያላመነው፣ አይሁዳዊውና አሕዛቡ፣ ጨዋውና ባሪያው የሚጠይቅበት ነው፡፡

እግዚአብሔር የሰውን ልብ ሳይመለከትና ሳይፈትን ደግሞም ሳይመዝን ድርጊቱን ብቻ ዐይቶ አይበይንም፡፡ ሆኖም የጽድቅ ፍሬንም ሆነ የፀመፃ ፍሬ በእግዚአብሔር ፊት ዕርቃኑን ይገለጣል (ኢዮብ 26፥6፤ 34፥21፤ መዝ. 1፥4 33፥13፤ 139፥1-4፤ ምሳሌ 5፥21፤ 20፥27፤ ዳን. 2፥22፤ ዕብ. 4፥13)፡፡

ቍጥር 3

አንተም እንደዚህ በሚያደርጉ የምትፈርድ ያንም የምታደርግ ሰው ሆይ፥ አንተ ከእግዚአብሔር ፍርድ የምታመልጥ ይመስልሃልን?

የምታስብ

2ኛ ሳሙኤል 10፥3፤ ኢዮብ 35፥2፤ መዝሙር 50፥21፤ ማቴዎስ 26፥53

አንተ ሰው ሆይ

1፤ ዳንኤል 10፥19፤ ሉቃስ 12፥14፤ 22፥58፤ 60

አንተ የምታመልጥ ይመስልሃልን

1፥32፤ መዝሙር 56፥7፤ ምሳሌ 11፥21፤ 16፥5፤ ሕዝቅኤል 17፥15፤ 18፤ ማቴዎስ 23፥33፤ 1ኛ ተሰሎንቄ 5፥3፤ ዕብራውያን 2፥3፤ 12፥25

ቍጥር 4

ወይስ የእግዚአብሔር ቸርነት ወደ ንስሐ እንዲመራህ ሳታውቅ የቸርነቱንና የመቻሉን የትዕግሥቱንም ባለጠግነት ትንቃለህን? የእግዚአብሔር ቸርነት ወደ ንስሐ እንዲመራህ ሳታውቅ ትገዳዋለህ፡፡

የምትንቅ

6፥1፤ 15፤ መዝሙር 10፥11፤ መክብብ 8፥11፤ ኤርምያስ 7፥10፤ ሕዝቅኤል 12፥22፤ 23፤ ማቴዎስ 24፥48፤ 49፤ 2ኛ ጴጥሮስ 3፥3

ባለጠግነቱን

9፥23፤ 10፥12፤ 11፥33፤ መዝሙር 86፥5፤ 104፥24፤ ኤፌሶን 1፥7፤ 18፤ 2፥ 4፤ 7፤3 8፤ 16፤ ፊልጵስዩስ 4፥19፤ ቈላስይስ 1፥27፤ 2:2፤ 1ኛ ጢሞቴዎስ 6፥17፤ ቲቶ 3፥4-6

መታገሥን

3፥25፤ 9፥22፤ ዘጸአት 34፥6፤ ዘኍልቍ 14፥18፤ መዝሙር 78፥38፤ 86፥15፤ ኢሳይያስ 30፥18፤ 63፥7-10፤ ዮናስ 4፥2፤ 1ኛ ጢሞ. 1፥16፤ 1ኛ ጴጥሮስ

መልካምነት

ኢዮብ 33፥27-30፤ መዝሙረ ዳዊት 130፥3፤ 4፤ ኢሳይያስ 30፥18፤ ኤርምያስ 3፥ 12፤ 13፤ 22፤ 23፤ ሕዝቅኤል 16፥63፤ ሆሴዕ 3፥5፤ ሉቃስ 15፥17-19፤ 19፥5-8፤ 2ኛ ጴጥሮስ 3፥ 9፤ 15፤ ራእይ 3፥20

ቍጥር 5

ነገር ግን እንደ ጥንካሬህና ንስሐ እንደማይገባ ልብህ የእግዚአብሔር ቅን ፍርድ በሚገለጥበት በቍጣ ቀን ቍጣን በራስህ ላይ ታከማቻለህ፡፡

በኋላ ግን

11፥25፤ * marg፡፡ ዘጸአት 8፥15፤ 14፥17፤ ዘዳግም 2፥30፤ ኢያሱ 11፥20፤ 1ኛ ሳሙኤል 6፥ 6፤ 2ኛ ዜና መዋዕል 30፥8፤ 36፥13፤ መዝሙር 95፥8፤ ምሳሌ 29፥1፤ ኢሳይያስ 48፥4፤ ሕዝቅኤል 3፥7፤ ዳንኤል 5፥20፤ ዘካርያስ 7፥11፣ 12፤ ዕብ. 3፥13፣ 15፤ 4፥7

የከበሩ ነገሮች

9፥22፤ ዘዳግም 32፥34፤ አሞጽ 3፥10፤ ያዕቆብ 5፥3

በዚያ ቀን

ኢዮብ 21፥30፤ ምሳሌ 11፥4፤ 2ኛ ጴጥሮስ 2፥9፤ 3፥7፤ ራእይ 6፥17

መገለጥ

2፤ 3፤ 1፥18፤ መክብብ 12፥14

2.6 እርሱ ለእያንዳንዱ እንደ ሥራው ያስረክበዋል

ለእያንዳንዱ እንደ ሥራው

በዚህ ክፍል ሥራ ተብሎ የተጠቀሰው ቃል ከልብ ዝንባሌ የመነጨን ተግባር ያመለክታል፡፡ ጌታ ደግሞ ልብን የመመርመር ብቃት ስላለው የሠራውን እንዳልሠራ አድርጎ ሰው ሊያታልለው አይችልም፡፡ ስለዚህ ሁሉን በማወቅ ባሕርዩና ችሎታው የእያንዳንዱን ሥራ መዝኖ ለሥራው ዋጋውን ይሰጠዋል፡፡ (ምሳሌ 24፥12፤ ኤር. 17፥10)

ቁጥር 6

እርሱ ለእያንዳንዱ እንደ ሥራው ያስረክበዋል፡፡

14፥22፤ ኢዮብ 34፥11፤ መዝሙር 62፥12፤ ምሳሌ 24፥2፤ ኢሳይያስ 3፥10፣ 11፤ ኤርምያስ 17፥10፤ 32፥19፤ ሕዝቅኤል 18፥30፤ ማቴዎስ 16፥27፤ 25፥34-46፤ 1ኛ ቆሮ. 3፥8፤ 4፥5፤ 2ኛ ቆሮ. 5፥10፤ ገላ. 6፥7፣ 8፤ የዮሐንስ ራእይ 2፥23፤ 20፥12፤ 22፥12

2፥7 ለበጎ ሥራ በመጽናት ምስጋናንና ክብርን የማይጠፋንም ሕይወት ለሚፈልጉ የዘላለምን ሕይወት ይሰጣቸዋል፡፡

በጎ የሆነውን ጸንቶ በማድረግ

ጸንቶ የሚለው ቃል በጎ የሆነውን የሚቃወም ከፉ አሠራር ባለበት ዘመን በጎ ለማድረግና በመከራ ለመጽናት የጨከኑ (ውሳኔ ያደረጉ) ሰዎች የሚኖራቸውን የሕይወት አቋም

ሲገልጽ፣ ብድራታቸውም የዘላለም ሕይወት ስጦታ መሆኑን ያመለክታል። የዘላለም ሕይወት ደግሞ በእግዚአብሔር መገኘት (PRESENCE) ውስጥ የሚገኝ ነው። በሌላ አገላለጽ ደግሞ ይህ ጉዳይ በእግዚአብሔር ውስጥ መኖር ማለት ነው።

በበጐ ሥራ ለመጽናት ማለት የአማኙ ሕይወት ሲጀመር እስከ መጨረሻው ድረስ በበጐ ሥራ የተሸለመ እንዲሆን ማለት ነው። በበጐ ሥራ ለመጽናት አይሁድ ይህን ክብሩ ሕይወት ይገልጡት ዘንድ በበጐነት የተሞላው እግዚአብሔር ከእነርሱ ጋር በኪዳኑ ጉልበት ነበር።

በእርግጥ ሕጉ ኃጢአተኛነታቸውን እንደ መስታወት ቢያሳያቸው፣ በብሉይ ኪዳን የእግዚአብሔር የበጐነቱ ጸጋ ይገለጥ ዘንድ በሙሉ ልባቸው ይፈለጉት ይመኙት ዘንድ ይገባ ነበር። በጐ ሥራ ማለት መልካም ሥራ ማለት ነው። ይህም መልካም በጐ ከሆነው ከብርሃናት አምላክ ከጌታ ኢየሱስም ጋር ከመጣበቅ የሚመጣ ነው።

ከእርሱ ጋር ተጣብቆ የመልካም ሥራ ባሕርይ ይገለጥብን ዘንድ በእርሱ ጌትነት ሥር መሆን ያስፈልጋል። ይህም መልካም ሥራ ውጤት የሚገኘው የአማኙ ከእግዚአብሔር ጸጋ የመጣበቁ እና በልቡ አምላኩን ማክበሩ ነው። በአይሁድ መካከል ከአምላካቸው ጋር የተጣበቁ የእምነት አባቶች ሁሉ በክርስቶስ ኢየሱስ በኩል የዘላለምን ሕይወትን አግኝተዋል።

ለምሳሌ፡- አብርሃም በእምነት ከመጽደቁ ጋር በእምነት መታዘዝ መልካምን ሥራ (በጐ ሥራ) በእግዚአብሔር ፊት አሳይቶአል። በእምነትም በልጁ በኢየሱስ በኩል የዘላለም ሕይወት ወራሽ ሆነ። በእምነት ጸደቀ። ለአብርሃም አስቀድሞ ወንጌል ተሰብኮለት ነበር። እንደ እርሱ የበጐ ሥራ ፍሬ ያፈሩ መልካሙን የእግዚአብሔር ጽድቅ በእምነት አሠራር በማመናቸው እና እርሱንም በመደገፋቸው አገኙ። ጌታችን ኢየሱስ በሉቃስ 8፥15 «በመልካም መሬት» ብሎ እንደ ተናገረው በእምነት በኩል በእነርሱ የቃሉ ጉልበት ማፍራት ቻለ።

አይሁድ ከዚህ የመልካም መሬት ከመሆን መራቃቸው (በልባቸው እግዚአብሔር ባለመፈለጋቸው)፣ ይልቁንም በራሳቸው ወግ በመጽናታቸው በበጐ ሥራ ፍሬ ሊያፈሩ አልቻሉም። አባቶቻቸው መካከል የነበሩት የእምነት ጽድቅን የተቀበሉ በእግዚአብሔር በመደገፋቸው እግዚአብሔር ልባቸውን አራሰው። መልካም መሬት ይሆኑም ዘንድ

ኃይልን ከእግዚአብሔር አገኙ፡፡ በመጨረሻም የተከናወነ ሕይወትና ፍሬ በእነርሱ ዘንድ ተገኘ፡፡ የጽድቅ ፍሬ ከወግ አጥባቂነት ወጥቶ ከመልካሙ እግዚአብሔር ጋር በመጣበቅ የሚገኝ ነገር ነው (መዝ. 119፥25፥ 9፥57)፡፡

ምስጋናንና ክብርን የማይጠፋንም ሕይወት ለሚፈልጉ

መፈለግ (**zeteo /ዜቲዮ**) የሚያሳየው አንድን ነገር ለማግኘት ትኩረትና ቅድሚያ በመስጠት ይህን ነገር መፈለግን ነው፡፡(መጽሐፍ ቅዱስ ጥቅሶች የብሉይና / የአዲስ ኪዳን ግሪክ መዝገበ ቃላት፣ የቴየር ትርጒም 1989. በ ጆሴፍ ሄንሪ ቴየር፣ አስቲን ሐተታ/ በጄፍ ጋሪሰን)

ማክአርተር ክብርን ስለመፈለግ ሲናገር፡- የአማኝ ከፍተኛውና ድንቅ የሚባለው ፍላጎቱ ክብር ነው፡፡ በውስጡ እንዲህ ዐይነት ጥማት የሌለው ሰው ዕውነተኛ አማኝ ነው ሊባል አይችልም (1ኛ ቆሮ. 10፥31)፡፡ የእግዚአብሔርን ክብር መኖር ማለት የእርሱ መሣርያ ሆኖ የእግዚአብሔርን ማንነት ሲሠራ ማሳየት ማለት ነው፡፡ አማኝ ለራሱ ክብርን ይፈልጋል፤ ይህ ግን በዓለም እንደ ተለመደው የራስን ነገር በማሰብ ሥጋዊ በሆነ ራስ ወዳድነት የሚታየው ዐይነት ሳይሆን፣ አንድ ቀን ድነቱ ፍጻሜን ሲያገኝ ከእግዚአብሔር የሚጋራውን የክብር መጠን እያሰበ ነው (ሮሜ 8፥21፣ 30፤ 2ኛ ተሰ. 2፥14፤ መዝ. 17፥15፤ 2ኛ ቆሮ. 4፥17፤ ቈላስ. 3፥4)፡፡

ቍጥር 7

በበጎ ሥራ በመጽናት ምስጋናንና ክብርን የማይጠፋንም ሕይወት ለሚፈልጉ የዘላለምን ሕይወት ይሰጣቸዋል፡፡

ትዕግሥት

8፥24፣ 25፤ ኢዮብ 17፥9፣ መዝሙር 27፥14፤ 37፥3፣ 34፤ ሰቆቃወ ኤርምያስ 3፥25፣ 26፤ ማቴዎስ 24፥12፣ 13፤ ሉቃስ 8፥15፤ ዮሐንስ 6፥66-69፤ 1ኛ ቆሮ. 15፥58፤ ገላትያ 6፥ 9፤ 2ኛ ጢሞ. 4፥7፣ 8፤ ዕብ. 6፥12፤ 15፤ ዕብ. 10፥35፣ 36፤ ያዕቆብ 5፥7፣ 8፤ የዮሐንስ ራእይ 2፥10፣ 11

ክብር

8፥18፤ 9፥23፤ ዮሐንስ 5፥44፤ 2ኛ ቆሮ. 4፥16-18፤ ቈላስይስ 1፥27፤ 1ኛ ጴጥሮስ 1፥7፣ 8፥ 4፥ 13፣ 14

አለ መሞት

1ኛ ቆሮ.. 15፥53፣ 54፤ 2ኛ ጢሞቴዎስ 1፥10

ዘላለማዊ

6፥23፤ 1ኛ ዮሐንስ 2፥25

2፥8-11 ለዓመፃ በሚታዘዙ እንጂ ለዕውነት በማይታዘዙትና በኢድመኞች ላይ ግን ቍጣና መቅሰፍት ይሆንባቸዋል። ክፉውን በሚያደርግ ሰው ነፍስ ሁሉ መከራና ጭንቀት ይሆንበታል። አስቀድሞ በአይሁዳዊ ደግሞም በግሪክ ሰው ነገር ግን በጎ ሥራ ለሚያደርጉ ሁሉ ምስጋናና ክብር ሰላምም ይሆንላቸዋል። አስቀድሞ ለአይሁዳዊ ደግሞ ለግሪክ ሰው፤ እግዚአብሔር ለሰው ፊት አያደላምና።

በአይሁድ ከዚያም በአሕዛብ

በእነዚህ ተከታታይ ቍጥሮች ውስጥ የተገለጠው ዕውነት እግዚአብሔር ለሰው ፊት የማያዳላ መሆኑንና አይሁድም ሆኑ አሕዛብ የሥራቸውን ፍሬ የሚሰጥበት፣ ማለትም፣ ዕውነትን ትተው ክፋትን ለተከተሉ ቍጣው፣ በጎ ለሚሠራው ደግሞ ክብር ሞገስና ሰላም የሚሆንበት መሆኑን የሚያስረዳ ነው።

የዕውነት ብርሃን ለአሕዛብ በሕሊናቸው በኩል ጭላንጭሉ ቢገለጥላቸውም፣ ነገር ግን አይሁድ እንደዚያ አልነበረም። በነቢያቱ በኩል ተገልጦላቸው ነበር። የዚህን የዕውነት ብርሃን ዕውቀት የተቃወሙ አይሁድ ግን በዚህ ብርሃን ሊመላለሱ አልፈለጉም። በአለመታዘዛቸውም የእግዚአብሔር ክብር ከቤተ መቅደሱ ከዚያ ከአገራቸው እንዲለቅቅ አደረጉ። ይህ የሆነው የሕግ አስተማሪዎች በጣዖቶቻቸው መኖር ስለ ፈቀዱ ነው። በነቢዩ ሕዝቅኤል እንደ ተጻፈው የእግዚአብሔር ክብር ከቤተ መቅደሱ አባረሩት ከዚያም ከኮረብታማው ስፍራ ተቀምጦ ተመልሶ ወደ ክብሩ ይገባ ዘንድ በትዕግሥት ይጠባበቅ ነበር። በዚያም በኮረብታማው ሥፍራ እያለም ፈጽመው አንፈልግህም፤ ከሰፈራችን ከአገራችን ለቅቀህ ሂድ ሲሉ ድምፃቸውን በአንድ ላይ አሰሙ።

እርሱም በክብር መልእክቶቹ በመንኮራኮሩ ታጅቦ ወደ ሰማየ-ሰማያት ከፍታ አረገ (ሕዝ. 10፥18፤ 11፥23)። ጌታችን ኢየሱስ ክርስቶስ ወደ ምድር ሲመጣ እስራኤል ድቅድቅ ጨለማ ውጧት ነበር። ነቢዩ ሲናገር፣ «በጨለማ የሚኖር ሕዝብ ብርሃን ዐየ፥ ሲል ወቅቱ ጨለማው እንደ ድፎ ዳቦ መቈረስ የሚችል ነበር። ያ ወቅት የአይሁድ አስተማሪዎች የእግዚአብሔርን ሕግ የማይፈልጉበት፣ በቤተ መቅደሱ ንግድ የተጣጧፈበት በራሳቸው ሕግ የሚተዳደሩ ከሮማውያን መሪዎቿ አብረው ተቀምጠው የሚኖሩበት ጊዜ የድንዛዜ ዘመን እንደ ነበር እናስተውላለን።

የእግዚአብሔርን ዕውነትን ባለመታዘዝ በከፍታቸው የሚገሰግሰው በጐዳናው የእግዚአብሔር ቍጣ ይገናኘዋል፡፡ ሕግጋቱን ባለመቀበል ልባቸውን በማደንደን በክፋት ሥራቸው እየጨመሩ ሲመጡ የእግዚአብሔርን አምላክነቱን ባልተቀበሉት ሁሉ ላይ ድቅድቅ ጨለማ ይሆንባቸዋል፡፡ አሕዛብ በልባቸው ከንቱነት ዕውነትን ተቃወሙ፡፡ አይሁድ እንደዚሁ አንፈልግህም አሉት፡፡ ከታሪክ መጻሕፍት ስናጠና ከቅዱሳት መጻሕፍትም ተደጋግሞ እንደ ሰፈረው የምናየው ዕውነት ነው፡፡

በመጀመሪያው ሆነ ሁለተኛ የዓለም ጦርነት ሰው ፈጣሪውን የዘነጋበት ጊዜ ነበር፡፡ በሚሊዮኖች የሚቈጠሩ ሕዝቦች ደም ከሕፃናት ጀምሮ እስከ አዛውንቱ አሮጊቷ እና ሽማግለው ለዚህ መቅሰፍት የተጋለጡ ሆኑ፡፡ እንደ ሂትለር የመሰለ መሪ የእግዚአብሔር ምርጦችን በእሳት ይማግድ ነበር፡፡ ወንድም በወንድሙ ላይ ተጨካከነ፡፡ ፈሪሀ-እግዚአብሔር በሰዎች ዘንድ ሲለይ መሪ በጭቆና ሲገኝ፣ በዕጁም ያለውን ማጭድ ለሰይፍ ይጠቀምበታል፡፡ የሕሊና ፍርድ ከጀርመን ሕዝብ የተወገደበት ጊዜ ነበር፡፡ የሰው ልጅ የዱር አራዊትን እስኪመስል፣ ያገኘውን ነገር ሁሉ ሳይለይ እንደሚያድን አውሬ ሰይፉን በትልቅ በትንሹ ላይ ዘረጋው፡፡ በሕፃናት አንገት ላይ ዐረፈ፡፡ የእርጉዞች ሆድ ላይ ወደቀ፡፡ ይህ በአገራችን የተከሰተ ነበር፡፡

በኢትዮጵያ፣ በኤርትራ የአብዮት ዕንቅስቃሴ ይካሄድ ነበር፡፡ እግዚአብሔር ይቅደም ሳይሆን፣ እኛ ዕንቅደም የሚለው መፈክር ይዘው ሆ! ብለው የወጡ ሥፍር-ቁጥር የላቸውም ነበር፡፡ "አብዮት ልጅዋን ትበላለች» የሚለው መፈክር የሐቀኝነት መለኪያ ስለሆነ ልጅ በአባቱ ላይ በሰይፍ ተነሣ፡፡ ታናሹ ወንድሙ በታላቁ ወንድሙ ላይ ጠብ-መንጃውን ደገነ፡፡ በገዛ ወገኑ መካከል የጥይት ቅብብሎሽ እንደ ብይ ጨዋታ ተለዋወጡ፡፡ የሰው ሁሉ ጉልበት ቀለጠ፡፡ ምድሪቱ በደም ታጠበች፡፡ በየመንደሩ የንጹሐን ሕይወት ተቀጠፈ፡፡

እግዚአብሔር የሰው ፊት አይቶ አይፈርድም አያዳላም ስንል የሰውን ልጅ በፊቱ የተራቆተ ስለሆነ የልቡ አሳብ ምን እንደ ሆነ ይመለከታል፡፡ የሰውን የውስጥ አሳቡን ልቡን ኵላሊቱን በመፈተሽ በመመዘን ጽድቅ የሆነውን ፍርድ ይበይናል፡፡ የሰውየው ውስጣዊው ማንነቱ ስንል የሰውዬው ዘር፣ ትምህርት ደረጃው፣ ሀብት፣ የሚያጋፉት የሰዎች ብዛት፣ ሥልጣን ... ወዘተ ማለታችን ነው፡፡እግዚአብሔር ግን የሰውዬው የጠለቀውን የልቡን ከረጢት ኮሮጆዋን ያያል፡፡ አይሁድ የዘነጉት ይህ ነበር፡፡ የሚኵሩባቸው ውስጥ

የአብርሃም ዘር መሆናቸው፣ የኪዳን ልጅ መሆናቸው፣ የተገረዘ ... ወዘተ ነበር፡፡ እነዚህ ሁሉ ከእግዚአብሔር የተሰጣቸው ስጦታ ሲሆን፣ የእነርሱን ማንነት አይገልጥም፡፡ በፈቃዳቸው ለእግዚአብሔር በልቦናቸው የመውደዱ በጐ ሥራ የጽድቅን ፍሬ ማፍራት የእነርሱን ማንነት የሚገልጡ ናቸው፡፡

2፥8-11 ያለ ሕግ ኃጢአት ያደረጉ ሁሉ ያለ ሕግ ደግሞ ይጠፋሉና፡፡ ሕግም ሳላቸው ኃጢአት ያደጉ ሁሉ በሕግ ይፈረድባቸዋል

ሕግ ሳይኖራቸው ... ሕግ ያላቸው

አይሁዳውያን ሕጉን በመቀበላቸውና አሕዛብ ደግሞ ሕግ ስለ ሌላቸው በአሕዛብ ላይ በጣም ይመካሉ፡፡ አሕዛብንም ጣዖት በማምለካቸው በጨለማ ያሉና ያልበሰሉ ሞኞች ናቸው ይሏቸዋል፡፡ ሐዋርያው ጳውሎስ ግን ነገሩን በይፋ በመግለጥ ጉዳዩ ሕግ መቀበሉ ሳይሆን፣ ሕግን መፈጸሙ ወይም መታዘዙ ነው፡፡ ሕግ ኖሮአቸው ካልታዘዙት ሕጉ ራሱ ይፈርድባቸዋል በማለት ያሉበትን ዐደገኛ ሁኔታ ያሳያቸዋል፡፡

አሕዛብም ደግሞ ሕግ አልተሰጠንምና አይፈረድብንም ቢሉ ሊያመልጡ አይችሉም፡፡ ወደፊት ሐዋርያው በዚህ ላይ ማብራሪያ ይሰጥበታል፡፡ እዚህ ቦታ ላይ ግን ያለ ሕግ ይጠፋሉ በሚል ገልጾታል፡፡ ማለትም በተሰጣቸው ተፈጥሮአዊ የሕሊና ብርሃን የተፈጥሮ ሕግ ውስጣቸው አለ፤ በዚያ ሕግ ይፈረድባቸዋል፡፡ እግዚአብሔር በሕሊናቸው በኩል ትእዛዝን ቢያስተላልፍም፣ ትእዛዙን ለመፈጸም የግል ፈቃደኝነት ይጠበቅባቸዋል፡፡

ቍጥር 8

ለዓመፃ በሚታዘዙ እንጂ ለዕውነት በማይታዘዙትና በአድመኞች ላይ ግን ቍጣና መቅሠፍት ይሆንባቸዋል፡፡

የማይታዘዙ

ምሳሌ 13፥10፤ 1ኛ ቆሮ. 11፥16፤ 1ኛ ጢሞ. 6፥3፣ 4፤ ቲቶ 3፥9

ለማያደርጉ

1፥18፤ 6፥17፤ 10፥16፤ 15፥18፤ ኢዮብ 24፥13፤ ኢሳይያስ 50፥10፤ 2ኛ ተሰሎንቄ 1፥8፤ ዕብራውያን 5፥9፤ 11፥8፤ 1ኛ ጴጥሮስ 3፥1፤ 4፥17

ዳሩ ግን ለሚታዘዙ

ዮሐንስ 3፥18-21፤ 2ኛ ተሰሎንቄ 2:10-12፤ ዕብ. 3፥12፤ 13

መቅሠፍት

9፥22፤ መዝሙር 90፥11፤ ናሆም 1፥6፤ ዕብራውያን 10፥27፤ ራእይ 14፥10፤ 16፥19

ቍጥር 9

ከፉውን በሚያደርግ ሰው ነፍስ ሁሉ መከራና ጭንቀት ይሆንበታል። አስቀድሞ በአይሁዳዊ ደግሞም በግሪክ ሰው።

መከራ

ምሳሌ 1፥27፣ 28፤ 2ኛ ተሰሎንቄ 1፥6

ነፍስ

ሕዝቅኤል 18፥4፤ ማቴዎስ 16፥26

የአይሁዳዊ

10፤ 1፥16፤ 3፥29፣ 30፤ 4፥9-12፤ 9፥24፤ 10፥12፤ 15፥8፣ 9፤ አሞጽ 3፥2፤ ማቴዎስ 11፥20-24፤ ሉቃስ 2፥30-32፤ 12፥47፣ 48፤ 24፥47፤ የሐዋርያት ሥራ 3፥26፤ 11፥18፤ 13 26፣ 46፣ 47፤ 18፥5፣ 6፤ የሐዋርያት ሥራ 20፥21፤ 26፥20፤ 28፥7፣ 28፤ ገላትያ 2፥15፣ 16፤ 3፥28፤ ኤፌሶን 2፥11-17፤ ቈላስይስ 3፥11፤ 1ኛ ጴጥሮስ 4፥17

አሕዛብ

የግሪክ ሰዋሰው።

ቍጥር 10

ነገር ግን በጎ ሥራ ለሚያደርጉ ሁሉ ምስጋናና ክብር ሰላምም ይሆንላቸዋል። አስቀድሞ ለአይሁዳዊ ደግሞም ለግሪክ ሰው።

ክብር

7፤ 9፥21፣23፤ 1ኛ ሳሙኤል 2፥30፤ መዝሙር 112፥6-9፤ ምሳሌ 3፥16፣ 17፤ 4፥7-9፤ 8፥18፤ ሉቃስ 9፥48፤ ሉቃስ 12፥37፤ ዮሐንስ 12፥26፤ 1ኛ ጴጥ. 1፥7፤ 5፥4

እና ሰላም

5፥1፤ 8፥6፤ 14፥17፤ 15፥13፤ ዘኁልቍ 6፥26፤ ኢዮብ 22፥21፤ መዝሙር 29፥11፤ 37፥37፤ ኢሳይያስ 26፥12፤ ኢሳይያስ 32፥17፤ 48፥18፣ 22፤ 55፥12፤ 57፥19፤ ኤርምያስ 33፥6፤ ማቴዎስ 10፥13፤ ሉቃስ 1፥79፤ 22፥14፤ ሉቃስ 19፥42፤ ዮሐንስ 14፥27፤ 16፥33፤ ገላትያ 5:22፤ ፊልጵስዩስ 4፥7

ለእያንዳንዱ

መዝሙር 15፥2፤ ምሳሌ 11፥18፤ ኢሳይያስ 32፥17፤ የሐዋርያት ሥራ 10፥35፤ ገላትያ 5፥6፤ ያዕቆብ 2፥22፤ 3፥13

አሕዛብ

የግሪክ ሰዋሰው።

ቍጥር 11

እግዚአብሔር ለሰው ፊት አያዳላምና።

ዘዳግም 10፥17፤ 16፥19፤ 2ኛ ዜና መዋዕል 19፥7፤ ኢዮብ 34፥19፤ ምሳሌ 24፥23፣ 24፤ ማቴዎስ 22፥16፤ ሉቃስ 20፥21፤ የሐዋርያት ሥራ 10፥34፤ ገላትያ 2፥6፤ 6፥7, 8፤ ኤፌሶን 6፥9፤ ቈላስይስ 3፥25፤ 1ኛ ጴጥሮስ 1፥17

2፥9-12 ክፉውን በሚያደርግ ሰው ነፍስ ሁሉ መከራና ጭንቀት ይሆንበታል፥ አስቀድሞ በአይሁዳዊ ደግሞም በግሪክ ሰው፤ ነገር ግን በጎ ሥራ ለሚያደርጉ ሁሉ ምስጋናና ክብር ሰላምም ይሆንላቸዋል፥ አስቀድሞ ለአይሁዳዊ ደግሞም ለግሪክ ሰው እግዚአብሔር ለሰው ፊት አያዳላምና። ያለ ሕግ ኃጢአት ያደረጉ ሁሉ ያለ ሕግ ደግሞ ይጠፋሉና፤ ሕግም ሳላቸው ኃጢአት ያደረጉ ሁሉ በሕግ ይፈረድባቸዋል፤

ሕግ የሌላቸው በሕግ ሊፈረድባቸው አይችልም፡፡ ሌላው የዚያ አገር ሕግ መንግሥት የሚሠራው በሕገ-መንግሥቱ በር ላሉት ዜጎች ብቻ ነው፡፡ ኢትዮጵያ እየኖርንና በኬንያ ሕገ-መንግሥት ሥር ልንሆን አንችልም፡፡ አሕዛብ በእስራኤል መንግሥት ሥር አልነበሩም (ኤፌ. 2፥12)፡፡

የሕጉ ዕውቀት ብርሃን አልተሰጣቸውም፡፡ ይሁን እንጂ፣ የእግዚአብሔር መለኮታዊነቱ በሕሊናቸው በኩል ሌላ ሕግ ተሰጥቶአቸው ነበር፡፡ በተጨማሪም የአይሁድ አምላክ ዝና በአሕዛብ ምድር በየዘመናቱ ይደርስላቸው ነበር፡፡ ፍርድ ለአይሁድም በሕግ በኩል ሆኖባቸዋል፡፡ በእርግጥ የአይሁድ የፍርድ አሰጣጥ እንደ አሕዛብ ላይሆን ይችላል፡፡ በይበልጥም የእግዚአብሔር ክብር ብርሃን ዕውቀት የሆነው ልጅ ኢየሱስ ክርስቶስ በመካከላቸው ተገኝቶ የአብን ሙሉ ክብሩን ስለ ገለጠላቸው ቅጣቱ ከፍተኛ፣ እንዲሁም የሚያመካኙት የለም፡፡ ሕግ በሙሴ ተሰጥቷቸው በመጨረሻ የጸጋው ሕግ (የሕይወት መንፈስ ሕግ ሮሜ 8፥2) ተሰጥቷቸው ዕንቢ ያሉ ከሆነ፣ በእርግጥም ቅጣቱን በራሳቸው አከማችቷል (ማቴ. 11፥22፤ ሉቃስ 21፥20-24፤ ዮሐ. 15፥22፤ ሕዝ. 2፥5፤ ሕዝ. 33፥31-33፤ ሉቃስ 12፥46፤ ዮሐ. 19፥11)፡፡

መከራ (**thlipsis /ትሊፕሲስ ከ thlibo /ትሊቦ** = **መጨምደድ፣ አንድ ላይ ማሰር ከthláo /ታሎ** = መስበር) የሚያሳየው በሰው ልጅ ላይ የሚደርስን ጫና ነው፡፡ ከተጫነበት ክብደት የተነሣ ዐቅም አጥቶ መሰበር ነው፡፡ በጥንታዊው የእንግሊዝ ሥርዓት መሠረት አንድ ጥፋቱን ሊናገር ፈቃደኛ ያልሆነን ሰው የሚቀጡት በደረት ላይ ከባድ ነገር በመጫን እና በማሳረፍ ሰውነቱን ሰብሮ እንዲገድለው በማድረግ ነበር፤ ይህ ነው ትሊፕሲስ ማለት፡፡ (መጽሐፍ ቅዱስ ጥቅሶች የብሉይና / የአዲስ ኪዳን ግሪክ መዝገበ ቃላት፣ የቴየር ትርጒም 1989. በ ጆሴፍ ሄንሪ ቴየር፣ አስቲን ሐተታ/ በጀፍ ጋሪሰን)

ጭንቀት (**stenochoria /ስቴኖኮርያ** ከ **stenos /ስቴኖስ**= ማጥበብ + **chora /ኮራ**= ቦታ) ማለት ጠባብ ቦታ ወይም የተጨናነቀ ቦታ ማለት ነው እና ይህን መጥበብ ተከትሎ የሚመጣ ሕመምን ያሳያል፡፡ *ቪንሰንት* እንደሚለው የዚህ ቃል ዋና አሳብ መጨናነቅ ነው፡፡ *ስቴኖኮርያ* ራስን በተጣበበ ሁኔታ ውስጥ መከተትን የሚያሳይ ነው ለመውጣትና ለማምለጥ የሚያስችል ክፍተት በሌለው ሁኔታ ውስጥ፡፡

ክፉ (**kakos/ካኮስ**) ይህ መልካምነት ማጣትን፣ መጥፎ ማንነትን የሚያሳይ ነው፡፡ ይህ *አጋቶስ* ከሚለው መልካምነትን ከሚያሳየው ቃል በተቃራኒ የሚታይ ነው፡፡ (መጽሐፍ ቅዱስ ጥቅሶች የብሉይና / የአዲስ ኪዳን ግሪክ መዝገበ ቃላት፣ የቴየር ትርጉም 1989. በ ጆሴፍ ሄንሪ ቴየር፣ አስቲን ሐተታ/ በጄፍ ጋሪሰን)

ላሪ ሪቻርድስ ሲያብራራ በሰው ልጆች የተደረገውን *ካኮስ* ለማብራራት አንድ በቂ ሆነ የሮሜ ምዕራፍ አለ መልካም ምን እንደ ሆነና ማን ሊያደርገው እንደሚፈልግ የሚናገር (ሮሜ 7÷7-25)፡፡ ጳውሎስ ራሱ ከኃጢአት ጋር ስለሚያደርገው ትግል የሚያወሳ ነው፡፡ በዚህ ቦታ ጳውሎስ በትእዛዛቱ የተገለጸውን የእግዚአብሕርን ሕግና በሰውነቱ የሚሠራውን ሌላውን ሕግ እያነጻጸረ ይናገራል፡፡ ጳውሎስ ከቃሉ ውስጥ የጽድቅን መለኮታዊ መገለጥ ዐየና የእግዚአብሔር ፈቃድ ትክክለኛና ያማረ ነው አለ፡፡
ነገር ግን ጳውሎስ ይህን መገለጥ ሊያብራራው ሲሞክር እንደዛ ማድረግ እንደማችል ዐወቀ፡፡ በሮሜ 7÷18 ላይም ኑዛዜውን ያስቀምጣል፤ እንዲሁም በሮሜ 7÷19-21፡፡ ይህ ጳውሎስ ሰው ልጅ የግብረ-ገብ ደረጃ ብሎ በሚያስቀምጠው ነገርና በሚተገብረው ነገር መካከል ያለውን ልዩነት በግልጽ ያሳየበት ነው፡፡ ችግሩ ኃጢአት የሰውን ልጅ ማንነት ማበላሸቱ ላይ ነው፡፡ *ካኮስ* በእኔ ውስጥ አለ ይላል፡፡ መሆን ከምንፈልገውና ከምንችለው ነገር ላይ እንዳንደርስ የሚያደርገን ነገር በውስጣችን አለ፡፡(የመጽሐፍ ቅዱስ ቃላት ጠንካራ ሽፋን ኤክስፖዚተሪ ዲክሽነሪ - ጥር 1 ቀን 1985 በሎረንስ አ. ሪቻርድስ)

ክብር (**doxa /ዶክሳ ከ dokeo /ዶኪዮ** = ማሰብ) ማለት የአንድን ነገር የሚገባውን ትክክለኛ ተመን ወይም አስተያየት መስጠት ማለት ነው፡፡ የእግዚአብሔር ክብር የሚያሳየን እርሱ በተፈጥሮውና በማንነቱ የሆነውን ነገር ነው፡፡ *ዶክሳ* በጥንታዊ መጽሐፍ በተደጋጋሚ የእግዚአብሔርን ክብር ለማሳየት ተጠቅሶ ይታያል፡፡ (መጽሐፍ ቅዱስ ጥቅሶች የብሉይና / የአዲስ ኪዳን ግሪክ መዝገበ ቃላት፣ የቴየር ትርጉም 1989. በ ጆሴፍ ሄንሪ ቴየር፣ አስቲን ሐተታ/ በጄፍ ጋሪሰን)

ምስጋና (**time /ታይም** ከ **tío /ቲዮ** = **ምስጋናን ወይም ክብርን መስጠት**) ይህም አንድ ነገር ሚገባውን ትክክለኛውን ተመን መስጠት ነው። ይህ ከፍ ያለ ደረጃን የሚያሳይ ነው፤ ክብር ግን አማኞች ወደ ፊት የሚጋሩት የኢየሱስ ክርስቶስ ነጸብራቅ ነው። (መጽሐፍ ቅዱስ ጥቅሶች የብሉይና / የአዲስ ኪዳን ግሪክ መዝገበ ቃላት፣ የቴየር ትርጉም 1989. በ ጆሴፍ ሄንሪ ቴየር፣ አስቲን ሐተታ/ በጄፍ ጋሪሰን)

ሰላም (**eirene/ኢሬኔ ከ eiro /ኢሮ** = ተለያይቶ የነበረን ነገር መልሶ አንድ ላይ መቀላቀል ወይም ማያያዝ ማለጽ ነው።) ይህ ተለያይቶ ለብቻ የነበረን ነገር መልሶ አንድ ወደ መሆን ማምጣት ነው። ሰላም የመከፋፈል ተቃራኒ ነው። ሰላም የጦርነት ተቃራኒ ሲሆን፣ መረጋጋትን የሚያሳይ ነው። ዕብራውያን ሰላምታ ለመለዋወጥ የሚጠቀሙት ሻሎም የሚለውም ቃል ትርጉሙ ሰላም ለአንተ የሚል ነው።(መጽሐፍ ቅዱስ ጥቅሶች የብሉይና / የአዲስ ኪዳን ግሪክ መዝገበ ቃላት፣ የቴየር ትርጉም 1989. በ ጆሴፍ ሄንሪ ቴየር፣ አስቲን ሐተታ/ በጄፍ ጋሪሰን)

ማድረግ (**ergazomai /ኢርጋዞማይ** ከ **ergon/ኢርጎን** = *ሥራ*) ማለት ጒልበትን ወይንም ኃይልን መጠቀምን በሚጠይቅ ዕንቅስቃሴ ውስጥ ተሳታፊ መሆን ማለት ነው። እነዚህም ሰዎች ልክ ከዚህ በፊት እንደ ተጠቀሱት ሰዎች ፍጹም ያልሆኑ የራሳቸው ድካም ያለባቸው ሲሆኑ፣ ግን ሊካድ የማይችል ጽድቅ በሕይወታቸው ይታያል (ያዕ. 2፡14-26) ። የሰው ልጅ የዕለት ተዕለት ዕንቅስቃሴ እና ተግባር መልካምም ሆነ ከፉ የልብን ሁኔታ ያሳያል። (መጽሐፍ ቅዱስ ጥቅሶች የብሉይና / የአዲስ ኪዳን ግሪክ መዝገበ ቃላት፣ የቴየር ትርጉም 1989. በ ጆሴፍ ሄንሪ ቴየር፣ አስቲን ሐተታ/ በጄፍ ጋሪሰን)

ዐድልዎ (**prosopolepsia / ፕሮሶፖሌፕሲያ** ወይም prosopolempsia / ፕሮሶፖሌምፕሲያ -- ከ **prósopon / ፕሮሶፖን** = **ፊት** + **lambáno / ላምባኖ** = *መቀበል*) ማለት ፊትን ማየት እና አንድን ሰው መቀበል ነው። አሳቡ አንድ ሰው እንዴት ማስተናገድ እንዳለብን ከመወሰናችን በፊት ማን እንደ ሆነ ማወቅ ነው። ዕውነተኛ ችሎታና መስፈርትን ከመጠቀም ይልቅ በውጭ በሚታዩ ነገር ላይ ተመሥርቶ መከፋፈል ነው። (መጽሐፍ ቅዱስ ጥቅሶች የብሉይና / የአዲስ ኪዳን ግሪክ መዝገበ ቃላት፣ የቴየር ትርጉም 1989. በ ጆሴፍ ሄንሪ ቴየር፣ አስቲን ሐተታ/ በጄፍ ጋሪሰን)

ኃጢአት (**hamartano /ሀማርታኖ**) ማለት ዒላማን መሳት፣ ከዕውነታው ፈቀቅ ማለት ወይም ከእግዚአብሔር ፈቃድ በተቃራኒው ማድረግ ማለት ነው። ሀማርታኖ ማለት

መሳሳት ማለት ነው ከትክክለኛው መስመር መውጣት እና ትክክለኛውን ነገር መሳት ማለት ነው:: መሳት ትክክለኛን መንገድ ማጣት ነው:: መሳት ከፈቃዱና ከትእዛዛቱ ማፈንገጥ ነው:: በአጭሩ ሀማርታኖ ማለት የእግዚአብሔርን ፍጹም መስፈርት ሳያሟሉ መቅረት ማለት ነው:: (መጽሐፍ ቅዱስ ጥቅሶች የብሉይና / የአዲስ ኪዳን ግሪክ መዝገበ ቃላት፣ የቴየር ትርጉም 1989. በ ጆሴፍ ሄንሪ ቴየር፣ አስቲን ሐተታ/ በጂፍ ጋሪሰን)

ኔዌል ኃጢአትን አድርዋል ላይ አስተያየት ሲሰጥ ኃጢአት አድረገዋል የሚለው ግስ ኃጢአት መፈጸማቸውን ብቻ አይደለም የሚያሳየው፤ ሁሉም ኃጢአትን ሠርተዋልና፤ ኃጢአትን ሠርተዋል የሚለው ቃል የሚያሳየው ከጽድቅና ከቅድስና መንገድ የኃጢአትን መንገድ መምረጥን አመልካች ነው::

ስለዚህ የኃጢአት ሕይወት ምርጫ ብለን ተርጉመነዋል፤ ምክንያቱም እዚህ ጋር ሙሉ የሕይወት ዕንቅስቃሴው እንደ አንድ ከፍል ተደርጎ ነው የቀረበውና:: ይህም ሕይወት የኃጢአት ምርጫ ነው:: ይህም ሕግ በሌላቸው በአሕዛብም ሆነ ሕግ ባላቸው በአይሁድም ዘንድ አንድ ነው:: አስታውሱ በሚያሳስተው የሰው ልጅ ልብ ውስጥ የከፉ ተግባር ባሕርይና ቅጣት የሚቀጡ ቢሆንም፣ በዚያ የማይወቀሱ ደግሞ ያመልጣሉ የሚል ማሳሳቻ ደግሞ ይሰጠዋል፡፡ ነገር ግን ሮሜ 2፥12 በግልጽ እንደሚለው ብዙዎች ያለ ሕግ እንኳ እየኖሩ ኃጢአትን መርጠዋልና:: ያለ ሕግ ይጠፋሉ የሚል ማሳሰቢያን ያስቀምጣል::

አውግስቲን ሲጽፍ ኃጢያት የሚመጣው ፍጹም ምድራዊ የሆነ ፍላጎትንና መሻትን ያለ እግዚአብሔር ለማሟላት ስንጥር ነው:: ይህ ኃጢአት ብቻ አይደለም:: ፈጣሪ በውስጣችን ያስቀመጠውን ምሳሌውን መደምሰስ ጭምር ነው:: እነዚህ መልካም ነገሮችና ጥበቃ ሁሉ በትክክል የሚገኘው በእርሱ ውስጥ ብቻ ነው::

ቍጥር 12

ያለ ሕግ ኃጢአት ያደረጉ ሁሉ ያለ ሕግ ደግሞ ይጠፋሉና፤ ሕግም ሳላቸው ኃጢአት ያደረጉ ሁሉ በሕግ ይፈረድባቸዋል::

ምክንያቱም

14፣ 15፤ 1፥18-21፣ 32፤ ሕዝቅኤል 16፥49፣ 50፤ ማቴዎስ 11፥22፣ 24፤ ሉቃስ 10፥ 12-15፤ 12፥47፣ 48፤ ዮሐንስ 19፥11፤ የሐዋርያት ሥራ 17፥30፣ 31

በሕጉ ላይ

16፤ 3 19፤ 20፤ 4፥15፤ 7፥7-11፤ 8፥3፤ ዘዳግም 27፥26፤ 2ኛ ቆሮ 3፥7-9፤ ገላትያ 2፥ 16-19፤ ገላትያ 3፥10፤ 22፤ ያዕቆብ 2፥10፤ የዮሐንስ ራእይ 20፥12-15

2፥13 በእግዚአብሔር ፊት ሕግን የሚያደርጉት ይጸድቃሉ እንጂ፣ ሕግን በሚሰሙ ጸድቃን አይደሉምና፡፡

የሕግጋቱን ከቅዱሳኑ እግር ሥር ተቀምጦ መስማት በሙሴ እና በኢያሱ በሌሎችም ነቢያት የተሰጣቸው ትእዛዝ ነበር (ዘዳ. 33፥3)፡፡ ይህ እንደ ወግ የያዙት ነበር፡፡ በኢየሱስ ዘመንም ይህን ያደርጉ ነበር፡፡ ከአጋንንት የተፈታው ሰው በኢየሱስ ዕግሮች ሥር ተቀምጦ ሲያዳምጥ የአይሁድ አለቆች አገኙት፡፡

አጋንቱም እርያዎቹን እያጣዳፉ ባሕር ውስጥ ጣሏቸው፡፡ በዚህም ምክንያት ተቈጥተው ወደ ኢየሱስ ወጡ፡፡ ይሁን እንጂ፣ ሕያው ምስክር የሆነው የተፈወሰው ሰው በኢየሱስ ዕግሮች ሥር ነበር ደግሞም ኢየሱስን ምንም ቢሉት ሊከስሱት አልቻሉም፡፡ ሲሆን በእግሮቹ ሥር ተቀምጠው ባዳመጡት ነበር፡፡ ሐዋርያው ጳውሎስ በገማልያ ዕግሮች ሥር ተቀምጦ ተማረ (የሐዋ. 22፥3) እንዲሁም ማርያም ከጌታችን ዕግሮች ሥር ተቀምጣ ቃሉን ትማር ነበር (ሉቃስ 10፥39)፡፡

አይሁድ የእግዚአብሔርን ቃል መስማት ብቻ ሳይሆን፣ ሌት እና ቀን እንዲያሰላስሉት፣ በአንገታቸው እንደ ክታብ፣ በቤታቸው መቃን በመጨረሻም በዐይኖቻቸው መካከል እንዲያስቀምጡት ታዝዘዋል፡፡ ይህ ማለት የሚያደርጉትን ሁሉ በቃሉ መስታወት መመልከት ይገባቸዋል ማለት ነው፡፡

የአይሁድ ችግር መስማት ሳይሆን፣ የሰሙትን ተቀብለው በልባቸው አኑረው በተግባር መፈጸም ነው፡፡ ከሰሙት በኋላ ግን መነገጃ ይሆንላቸው ዘንድ ከራሳቸው ወግና ሥርዓት ጋር አቀላቀሉት፡፡ አንዳንድ ጊዜም የወጉ ሥርዓት ሕግ ከሙሴ ሕግ በላይ አድርገው ያስተምሩም ነበር፡፡

ሐዋርያት ዕጅ ሳይታጠቡ በሉ የሚለው ሕግ ከሙሴ ሕግ ጋር የተካከለ እስኪመስል ድረስ ይታይ ነበር (ማቴ. 23፥16-22፤ ማቴ. 7፥2-5)፡፡ ስለ አባቶች ወግ እጅግ የሚቀናው ጳውሎስ ዛሬ የዕውነት ብርሃን ክርስቶስ ለአይሁድ ያስተምራል (ገላ. 1፥14፤ ቈላስ. 2፥8)፡፡

ጌታችን ኢየሱስ ይህን ወግ ማድረጋቸው ሳይሆን፣ ወጉ ይቀድሳል የሚለውን አመለካከት ግን ነቅፎታል (ማቴ. 15÷20፤ ሉቃስ 11÷38)፡፡ የልብ መንጻት የልብ ሸለፈት መገረዝ በመንፈስ የሚሆን እግዚአብሔር በምሕረቱ የሚያደርገው እንደሆነ ሰፍሮ ቢገኝም፣ ዋናውን ጉዳይ ትተው በሰው ወግ እንዲተበተቡ ትልቅ ጫና አድርገውባቸው ነበር (ማቴ. 23÷4፣ 23)፡፡ ስለዚህም እግዚአብሔርን ናቁት! ሐዋርያው «የእግዚአብሔርን ባለጠግነት ትንቃለህ?» (ሮሜ 2÷5) ያለው ያስተምረናል፡፡ ሐዋርያው ለአይሁድ የልባቸው ዕልከኛነትን አስመልክቶ «ዘወትር በልባቸው ሕጌን ይስታሉ» ያለውን ወደ ብርሃን እያወጣላቸው ነው፡፡

መስማት

ሐዋርያው በዚህ ስፍራ አጠንክሮ ማስረዳት የፈለገው «ጻድቅ የሚያደርገው ሕጉን መስማት ሳይሆን፣ ሕጉ የሚያውን መፈጸም ነው» የሚለውን ዕውነት ነው፡፡ ሕጉን በብዙው ሰሙ፤ ዳሩ ግን አልታዘዙም፡፡ ስለዚህ ጽድቅ አይሆንላቸውም፡፡ የሰሙትን ቢታዘዙ ግን፣ ጽድቅን ያገኙ ነበር፡፡ ይህ ግን ከቶ ሊሆን አልቻለም!

ቍጥር 13

በእግዚአብሔር ፊት ሕግን የሚያደርጉት ይጸድቃሉ እንጂ፣ ሕግን የሚሰሙ ጻድቃን አይደሉምና፡፡

አይደለም

25፤ ዘዳ. 4÷1፤ 5÷1፤ 6÷3፤ 30÷12-14፤ ሕዝቅኤል 20÷11፤ 33÷30-33፤ ማቴዎስ 7÷21-27፤ ሉቃስ 8÷21፤ ያዕቆብ 1÷22-25፤ 1ኛ ዮሐንስ 2÷29፤ 3÷7

ነገር ግን

3÷20፣ 23፤ 10÷5፤ ሉቃስ 10÷25-29፤ ገላትያ 3÷11፣ 12

የጸደቁቱ

3÷30፤ 4÷2-5፤ መዝሙር 143÷2፤ ሉቃስ 18÷14፤ የሐዋርያት ሥራ 13÷39፤ ገላትያ 2÷16፤ 5÷4፤ ያዕቆብ 2÷21-25

2፥14-15 ሕግ የሌላቸው አሕዛብ ከባሕርያቸው የሕግን ትእዛዝ ሲያደርጉ እነዚያ ሕግ ባይኖራቸው እንኳ ለራሳቸው ሕግ ናቸውና። እነርሱም ሕሊናቸው ሲመሰክርላቸው አሳባቸውም እርስ በርሳቸው ሲካሰስ ወይም ሲያመካኝ በልባቸው የተጻፈውን የሕግ ሥራ ያሳያሉ።

አሕዛብ የሙሴ ሕግጋት የነብያት ቃል ባይኖራቸው በህሊናቸው በኩል የእግዚአብሔር ትልቅነት ይደውላል። ተፈጥሮ ድምፅዋን ታሰማላቸዋለች። ከሰው የላቀ በጥበቡ ወደር የሌለው ፈጣሪ እንዳለ ልዑሉን እግዚአብሔርን የሚፈሩበት በበጐ ሥነ-ምግባር እንዲመላለሱ ያስቻላቸው በልባቸው ተቀምጦላቸዋል።በሄዱበት ሥፍራ ከዱር አራዊት ተለይተው በባሕርይ በጠባይ ተቻችለው የመኖር ዐቅም አላቸው። በአገራችን ዕራቁታቸውን ልብስ ሳይለብሱ የሚኖሩ ወንጌል ያልደረሳቸው አሉ። እነርሱን እንኳ ጠጋ ብለን ስናይ በጐ ሥነ-ምግባር ባህል ፈሪሀ-እግዚአብሔር አላቸው። አንድ አምላክ አለ ብለው ለማያውቁት ይሰግዳሉ። ሕሊናቸው ያልተበከለ ንጹሕ ነው።

ብዙ ጊዜ ሕሊና የሚቆሽሸው ሰዎች የተሰጣቸውን ሕግ በመተላለፍ የሚመጣ ነው። የአይሁድ ልብም ሆነ ሕሊና ደንድኖ ጨካኝ ያደረገው ለኃጢአት ከአሕዛብ ይልቅ በር በመከፈታቸው ነው። ኃጢአት ደግሞ በሕግ ይታወቃል። በኃጢአት መሆኑን እያወቁ ኃጢአትን ማድረግ ሕሊናንም ሆነ ልብን የበለጠ እንዲጨልም ያደርገዋል (ሮሜ 7፥7፤ 3፥20)። ሕሊና ክፉ ደጉን የመለየት ዐቅም ከፈጣሪው የተሰጠው ነው። ክፉ እና ደጉን እስከሚያውቅ ድረስ ሕሊና ነጭ ወረቀት ማለት ነው። የሕሊና ደወል የጀመረው በዔድን ገነት አዳም ኃጢአት ሲሠራ ነው። ክፉ እና ደጉን የምታስታውቀውን ዛፍ ሲበላ ያን ጊዜ የእግዚአብሔር ክብር ከእርሱ ዘንድ ሄደ።

እግዚአብሔርም ወዲያውኑ ከዔድን ገነት ካስወጣው በኋላ «እነሆ አዳም መልካም እና ክፉ ለማወቅ ከእኛ እንደ አንዱ ሆነ» (ዘፍ. 3፥22)። በገነት ሲኖር የሚመራው በውስጣዊ ሰውነቱ ባለው በቅዱሱ በእግዚአብሔር መንፈስ ነበር። የእግዚአብሔር ክብር ይመራው ነበር። ከሕሊናው ከሚወጣው ከልቡ ውስጥ የነገሠው የእግዚአብሔር ክብር ነበር። ሕሊና ያለው ፍጡር ቢሆንም፣ መንፈሱ ከእግዚአብሔር መንፈስ ጋር የሆነ ስለ ነበረ በመንፈሱ የሚሄድ የሚኖር የሚመላለስ ነበር።

ኃጢአት ሲሠራ ግን ክብሩ ሄደ መንፈሳዊ ዐይኖቹ ታወሩ፤ በሕሊናው ደወል ክፉ እና ደጉን እየለየ መኖር ጀመረ። ይህ በእንዲህ እያለ ኃጢአት ንጹሑን ሕሊናውን እያቆሸሸ፣ እያዳከመ፣ እንዲሁም በሰውዬው ለኃጢአት በፈቀደለት ልክ እና መጠን የሕሊናው ደወል እየጠፋ እየደነዘዘ በሕሊናው መልካም እና ክፉ እንኳ መለየት እስከማይችል ድረስ ሊሄድ ይችላል።

ወደ ክርስቶስ ኢየሱስ ስንመጣ ደግሞ አማኝ ነፍሱ ስትድን መንፈሱ ሕያው ይሆናል (ዮሐ. 14÷19)። የእግዚአብሔር ክብር የሆነው ክርስቶስ (ቈላስ. 1÷27) ወይም የክርስቶስ መንፈስ የሆነው መንፈስ ቅዱስ (ሮሜ 8÷2፤ ዮሐ. 14÷15-17) በውስጡ ሆኖ ሊመራው ሊያስተምረው ሊያሳየው ይገኛል።

ሕሊናው ሆነ ልቡ አስተሳሰቡን በእግዚአብሔር ቃል እና በመንፈሱ ያድሳል። አለዚያ ሕሊና ደካማ ይሆናል (1ኛ ቆሮ 8÷7፣ 10፣ 12)። ሕሊና በኃጢአት ምክንያት ለቆሸሸ ንጽሕናውን ሊያይ ይችላል። ስለዚህ በክርስቶስ ደም መታጠብ ይኖርበታል (ዕብ. 9÷14)።

ሐዋርያው ብዙ ጊዜ ንጹሕ ሕሊና እንዳለው ይናገራል። ሆኖም ቅዱሳን ይጸልዩለት ዘንድ ይጋብዛል (1ኛ ጢሞ 3÷9፤ 2ኛ ጢሞ. 1÷3፤ ዕብ. 13÷18፤ የሐዋ. 24÷16)። እርሱም ክርስቶስ ኢየሱስ በመንፈሳችን ሆኖ መንፈስ ቅዱስ ይመራናል (ሮሜ 8÷14-16)። ከሕሊናችን በላይ የሚመራን ክርስቶስ ኢየሱስ ወይም የክርስቶስ አእምሮ፣ ማለትም መንፈስ ቅዱስ አለን።

ይህ ደግሞ መልካም እና ክፉ ከማወቅ በላይ የእግዚአብሔርን ሐሳብ ምሥጢርን ከመረዳት ጋር በዚያ እንድንመላለስ የሚረዳንንም ጸጋ የሚሰጠን የሕይወት ዕርከን ነው። ሕሊና ከሚፈርደው ከተረዳነው ካወቅነው በላይ ነው። ከልባችንም በላይ ታላቅ ነው (1ኛ ቆሮ. 2÷9-12፣ 16፤ 1ኛ ዮሐ. 3÷19-20)።

እንግዲህ አሕዛብ ሆነ አይሁድ ሕሊናቸውን ሙሉ ለሙሉ ለመጠቀም ሕሊናቸውን በኃጢአት ምክንያት እንዳይቆሸሽ ደወሉን በደንብ እየደወለ ከመሳት እና ወደ ርኩሰት እንዳይወስዳቸው ሕግን ሰጣቸው። ለአሕዛብ በልባቸው ውስጥ ሕግ አስቀመጠ። ለአይሁድ ደግሞ ኃጢአት የሰዎችን ሕሊና ማቆሸሽ ብቻ ሳይሆን፣ ሕሊናችን

እንዳይወቅሰን፣ እንዳይፈርድብን፣ በመጨረሻም ከዱር አራዊት የማንሻል እንድንሆን ባሕርያችንን ወይም በጠባያችንን ላይ የማድረግ ዐቅም አለው፡፡

ምንም እንኳ አሕዛብም ሆኑ አይሁድ የእግዚአብሔርን ሕግ ቢተላለፉም፣ ኃጢአት ያን ያህል የሰውን ሕሊና እንዳይሠለጥንበት እግዚአብሔር ጣልቃ እየገባ ይገኛል፡፡ አንዳንድ ጊዜ የጨለማው ኃይል ለጥቂት ጊዜ አይሎ ለጥቂት ጊዜ ሰው አውሬ የመሰለበት ጊዜ ነበር፡፡

ሰው ሰውን የበላበት፣ በእሳት ማግዶ ለሳሙና የተጠቀመበት አሰቃቂ የሆኑ ጦርነቶች የእነ ሩዋንዳ ሂትለር ሞሶሎኒ የመሳሰሉት ያስታውሱናል፡፡ እግዚአብሔር የፍጥረታቱ ሁሉ አምላክ ስለሆነ፣ ግድ ይለዋል፡፡ ስለዚህም ለሁሉም ዳኛ እንደ ሆነ እንዲሁ ለሁሉ ጠበቃም ጭምር ነው፡፡ በዐመፃም በኰበለለው ኃጢአትም እየነዳው ከፋም ለሚሠራው ይራራል፡፡ «የሁሉም ዐይኖች አንተን ተስፋ ያደርጋሉ፥ አንተም በጊዜው ምግባቸውን ትሰጣቸዋለህ (ማቴ. 5፥44-45)፡፡

በእርግጥም የሰዎች ሕሊና በክፋትና በዐመፃ በሄደ ጊዜ ሕሊናው ሊከስሰው ወደ ማይችልበት ደረጃ እንዲደርስ ይሆናል፡፡ ሆኖም ግን ኃጢአት ሕሊናውን ተቆጣጥሮ በሙላት ተገልጦ ወደ አውሬ ባሕርይ እንዳይደርስ ግን እግዚአብሔር ገደብ አድርጎለታል፡፡

ስለሆነም የሕሊና ክስ የመስማት ዐቅም እንዲኖረው ተወስኗል፡፡ በእግዚአብሔር መልክ እና ምሳሌ መፈጠሩን እንዲጠፋ የቱን ያህል አውሬው፣ የቀደመው ዘንዶ በኃጢአት በኩል በሰዎች ሊገልጥ ቢፈልግም አልተሰጠውም፡፡ ይህ ማለት ግን የኃጢአት ሕግ በፊተኛው አዳም በኩል ተጽዕኖ አያመጣበትም ማለት አይደለም (ቲቶ 1፥5)፡፡

ይሁን እንጂ፣ አሕዛብ ወደዚህ ደረጃ (አውሬውን ዘንዶውን) ወደ መምሰል ባሕርይ ወይም ጠባይ እንዳይሻገሩ ገደብ አስቀምጦአል፡፡ አውሬው ይህን ሊያደርግ ፈልጎ ከመላእክቱ ጋር ወርዶ ነበር፡፡ እግዚአብሔር ግን ያንን ዘር በውኃ ጥፋት አጠፋው፡፡ የዐመፃ ልጅ ወይም ሐሰተኛው ክርስቶስ እስከሚገለጥ ድረስ ተጠብቆ ባለበት ሁኔታ ውስጥ አለ (2ኛ ተሰ. 2፥6-7)፡፡ አሕዛብ ሕግ ባይኖራቸውም፣ በሕሊናቸው መልካምና ክፉ የትኛው እንደ ሆነ የሚለዩበት ሕግ አላቸው፡፡ ለምሳሌ ብንወስድ የአብርሃምን ሚስት የወሰደ ንጉሥ የተጻጸተው የሙሴ ሕግ ስላለው ሳይሆን፣ በልቡ ያለው ሕግ ሕሊናውን ስለ ወቀሰው ነው (ዘፍ. 20፥5)፡፡

ሕግ የሌላቸው - ለራሳቸው ሕግ ናቸው

በዚህ ክፍል ሐዋርያው ያልደነዘዘውና ለማይረባ አእምሮ አሳልፎ ሳይሰጥ በፊት ያለው ሕሊና በሰው ሕይወት ውስጥ ያለውን ትልቅ ድርሻና የሚያከናውነውን ትልቅ ሥራ ነው፡ ፡ «ሕሊናችሁ ሲመሰክርላችሁ» ሕሊና የራሱ የሆነ ምስክርነት አለው፡፡ ሕሊናን ስናስብ በሕሊናችን ተጠቅመን ነገሮችን እናመዛዝናለን፤ ሆኖም ግን እኛን ሊገዛን አይገባም፡፡ ሕሊና የመደንዘዝ ምልክት ሊያሳይ ይችላል (1ኛ ቆሮ 8÷7፤ 10÷25፤ 2ኛ ቆሮ. 5÷11)፡፡

ቍጥር 14

ሕግ የሌላቸው አሕዛብ ከባሕርያቸው የሕግን ትእዛዝ ሲያደርጉ እነዚያ ሕግ ባይኖራቸው እንኳ ለራሳቸው ሕግ ናቸውና፡፡

እነርሱ

12፤ 3÷1፣ 2፤ ዘዳ. 4÷7፤ መዝ. 147÷19፣ 20፤ የሐዋርያት ሥራ 14÷16፤ 17÷30፤ ኤፌሶን 2÷12

በማድረግ

27፤ 1÷19፣ 20፤ 1ኛ ቆሮ. 11÷14፤ ፊልጵስዩስ 4÷8

ሕጎች ናቸው

12፤ 1÷32

ቍጥር 15

እነርሱም ሕሊናቸው ሲመሰክርላቸው አሳባቸውም እርስ በርሳቸው ሲካሰስ ወይም ሲያመካኝ በልባቸው የተጻፈውን የሕግ ሥራ ያሳያሉ፡፡

የተጻፈ

1÷18፣ 19

ሕሊናቸው ወዘተ

9÷1፤ ዮሐንስ 8÷9፤ የሐዋርያት ሥራ 23÷1፤ 24÷16፤ 2ኛ ቆሮ 1÷12፤ 5÷11፤ 1ኛ ጢሞ. 4÷2፤ ቲቶ 1÷15

በእርሱ አማካይነት

ዘፍጥረት 3÷8-11፤ 20÷5፤ 42÷21፣ 22፤ 1ኛ ነገሥት 2÷44፤ ኢዮብ 27÷6፤ መክብብ 7÷22፤ 1ኛ ዮሐ. 3÷19-21

2፥16 ይህም እግዚአብሔር በኢየሱስ ክርስቶስ እኔ በወንጌል እንዳስተማርሁ በሰው ዘንድ የተሰወረውን በሚፈርድበት ቀን ይሆናል

ሐዋርያው ጳውሎስ አስረግጦ ለመናገር የፈለገው፡- የተሰወረውን የውስጠኛ ክፍል የሆነውን ልብና ኩላሊት የሚባለው የአካላችን ክፍል ከሰውዬው የቀን ተቀን ሥራ በስተጀርባ የሚንቀሳቀስበትን የሰውን ውስጠኛ ምኞት፣ መሻት እና የልብ አሳብ ያመለክታል፡፡ በእግዚአብሔር እና በሰይጣን፣ በዳነው አማኝ እና ባልዳነው ሰው መካከል ያለውን ልዩነት መረዳት አስፈላጊ ነው፡፡

«እግዚአብሔር ልብን ያያል» ብሎ ሲናገር፣ ይህ የሰው ልጅ የሚሄድበትን የሕይወቱ መርኅ አድርጐ የያዘው ከእግዚአብሔር ጋር ተቃራኒ ከሆነው ከሰይጣን ጋር ወዳጅ መሆኑን ያሳያል፡፡ «ሰው ግን ፊትን ያያል» ሲል ፊት የሚለው ቃል ለጠላት መጠቀሚያ ሆኖ እንዳገለገለ እናስተውላለን፡፡ ከአዳም ኃጢአት በኋላ የእግዚአብሔር ክብር ከእርሱ ከተለየም በኋላ መንፈሳዊ ዓይኑ ጨለመ፤ በሌላ አነጋገር ዐይኖቹ በጨለማው ኃይል ተዋጡ፡፡

መንፈሳዊ ፍጡር ነው፤ ነገር ግን መንፈሱ ከእግዚአብሔር መንፈስ ጋር ኅብረት ማድረጉ ተቋረጠ፡፡ ስለዚህም «በበላህ ቀን ሞትን ትሞታለህ» እንዳለው በመንፈስ ሙት ሆነ፡፡ እንግዲህ በመንፈሳዊ ዕይታ ክልል መኖር የማይቻል ነገር ሆነ፡፡ ብርሃን ከእርሱ ተወገደ፤ ማለት መንፈሳዊ ዓይኖቹ በርተው በብርሃን የሚመላለስበት የሕይወት ክልል ተወገደ ማለት ነው፡፡

ከብርሃን ይልቅ ጨለማን ስለ ወደደ ጨለማው ክልል ውስጥ በመገኘት ያገኘውን «የኃጢአት ሕግ» ወይም «የሥጋ ሰውነት» ሕግ መሠረት ሕይወቱን መምራት ጀመረ፤ ከዚያን ጊዜ ጀምሮ ከዕውነተኛው የእግዚአብሔር ባሕርይ (ዕውነት፣ ዕውቀት፣ ብርሃን) ወጥቶ (የውሸት ዕውቀት ጨለማ) በሥጋ ሕግ-ተብሎ በሚጠራው የኃጢአት ሕግ በመኖር ኃጢአትን ማንጸባረቅ ግድ ሆነበት፡፡ ዛፍ ሁሉ ከፍሬው ይታወቃል፡፡

የተዘራው ዘር የፍሬው መገለጫ እንደ ሆነ ሁሉ በኃጢአት ሕግ ክልል እየኖሩ የጽድቅ ፍሬ ማፍራት አይቻልም፡፡ ውሸት ከውሸት አባት ይመጣል፡፡ ዘሩ ዲያብሎስ ኃጢአት

ነው፤ ዐመፀኛው ሰው ይህን ኃጢአት ይፀንሰዋል፤ ዐድጎም የኃጢአትን ፍሬ ይወልዳል (ያዕቆብ 1፥14-15)።

አህዛብ እውነትን እያወቁ ውሸትን ወደዱ፤ በአሳባቸው ምኞት (ምኞት ተፀነሰ) የማይረባ አእምሮ ለከፋት (ከፋትን ወለዱ) መጨረሻው የተወለደለት ልጅ ሞት ሆኖ ተገኘ። ከእግዚአብሔር ጋር የተጣላ የሚቃረን ሕይወት ያለው ሆነ። ለአይሁድም እንደዚሁ፦ ሕጉ ዕውነትን ሊያሳያቸው፣ የእርሱን ኃጢአት ሊያመለክታቸው ተሰጥቶአቸው ነበር፤ ነገር ግን አልወደዱም።

የልባቸው ምኞት በጨለማ መመላለስ ነበር። አዳማዊ አሠራር በበኃጢአት ሕግ (በሥጋ) ሕግ ሲኖሩ፣ "ላይህን አጽዳ እንጂ፣ የውስጡ ቢጠራም ባይጠራም ችግር የለም" የሚል ነው። ከላይ እንደ ተነጋገርነው «ሰው ፊትን ያያል» የሚለው መርኅ በኃጢአት ዐመፃ የሚመላለስ ሰው የሚኖርበት ነው። ሕሊናህን አታዳምጥ፤ የልብህ ምኞት መሻት ላይ አይደለም ቁም-ነገሩ፤ ብቻ የውጭውን አጥራ። አለባበስህ፣ የአገኘኸው ዲግሪ፣ ሀብትህ፣ እነዚህ ዋነኛ ነገሮች ናቸው፤ ብቻ አንተ ለብሰህና አምሮብህ ታይ" የሚል ድምፅ የሚሰማው በኃጢአት ሕግ ክልል በሚኖር ሰው ዘንድ ነው።

የአይሁድ አለቆችም ይህን ያስተምሩና ያስተጋቡም ነበር። ልቡ ከፉ ቅሚያ እና ዘረፋ፣ እንዲሁም ግድያን እያሰበ ቃየን ወንድሙን አቤልን በምላሱና የወንድማማች ጨባጥቤ እንጫወት እያለ ወስዶ የገደለው። መንግሥታት ሊያጠፉአቸው ያሉትን ሌሎች አገሮች ጋር የዕርቅና የሰላም ኪዳን ካገቡ በኋላ በጀርባ ዋና አጀንዳቸውን ይፈጽማሉ። ፈሪሳውያኑ «ከእግዚአብሔር የተላከህ መሆንህን እናውቃለን» ሲሉ ነገር ግን በሌሊት ሸምቀው ሊገድሉት ይሻሉ። ሕይወታቸው በውጭ በኖራ የተለሰነ የሚያምር ነው፤ ነገር ግን ውስጡ የበሰበሰ የከረፋ ችሎት የወረሱት አጽም ይገኛል። ሰው ፊትን የማየት ዐቅም ብቻ ስላለው ፊት ፊቱን ማሳመር የሚባለው መርኅ ሲሠራ ይታያል።

ብዙ ጥሩ ጥሩ የሆኑ ነገሮችን በሰው ፊት ያደርጋሉ። ሆኖም የአይሁድ አስተማሪዎች ይህን ያደረጉት ከልባቸው ለድሀው በጽድቅ ሊፈርዱለት ወይም መበለቲቱን ለመርዳት ወይም ለመንጋው ራሳቸውን ሰጥተው ለማገልገል ሳይሆን፣ እንደ ወጥመድ በዕጃቸው ውስጥ ለማስገባት፣ ለማታለል የሚጠቀሙበት ነበር።

ጥሩንባ በዕደባባይ እየነፉ ብራቸውን በወጭቱ ውስጥ ሲያስገቡ የሚያምረውን ዘርፋፋ ቀሚስ በመልበስ ነበር፡፡ ጸሎታቸው አስረዝመው በዕደባባይ ይጸልያሉ፡፡

ቲያትር በየመድረኮቻቸው አለ፤ ይህን የሚያርጉት ማስተዋሉ የተወሰደበት የአዳም ልጅ በመንፈስ መርምሮ ማየት ስለማይችል «ሰው ፊትን ስለሚያይ» በሥጋ የሚታየውን በመስጠት ማታለል እንደሚቻል ስለሚያውቁ ነው፡፡ሐዋርያው አይሁድን እያለ ያለው የተሰወረው ማንነታችሁን እግዚአብሔር ያየዋል፡፡ ይፈርዳልም፡፡ ጌታችን ኢየሱስ ክርስቶስ አስቀድሞ ለአይሁድ በውስጣችሁ የእባብ መርዝ አለ እንዳለው፣ ሐዋርያውም እግዚአብሔር ልብን ያያል (ማቴ. 3፥14)፤ እነዚህ የአይሁድ አስተማሪዎች ግብዞች ስለ ነበሩ በዕግር-በፈረስ ብለው የሚያገኙአቸውን ሁሉ እንደ ራሳቸው አድርገው ይመለምሉአቸዋል፡፡ ያሠለጥኗቸውም ነበር፡፡

ስለሆነም ጌታችን ኢየሱስ ሕዝቡ የእነርሱን ትምህርት እና ተግባር እየተከተለ የባሰ የገሃነም ልጆች (ግብዝነቱ፣ ውጫዊነቱ የጠለቀ የረቀቀ) አድርጎአቸዋል ቢል የሕዝቡ ውስጥ ያለው ገጽታ እጅግ ከወትሮው ይልቅ የከፋ እንደ ሆነ ያመለክታል፡፡ በውጫዊ ገጽታ ሁሉም ያማረ ነው፡፡ እያማረ መጥቷል፡፡ የተለሰነው ኖራ እየታደሰ እያብረቀረቀ በተለያዩ ቀለማት እያሸበረቀ መጣ፡፡ ውስጡ ግን እየባሰበት ሄደ ይላቸዋል፡፡(ማቴ. 23፥15)፡፡ በሌላ ሥፍራም «ይህ ሕዝብ በከንፈሩ ያመልከኛል፥ ልቡ ግን ከእኔ የራቀ ነው» ይላል፡፡

ከእግዚአብሔር የፍቅር ሕግ በላይ የሰው ወግ አስተዳደር የበላይ ሆኖ የሚሠራበት ነበር፡፡ ስለዚህ በውስጣዊው መልካም ገጽታ ካለው «የእግዚአብሔር ወዳጅ ነው» ተብሎ ይነገርለታል፡፡ አሕዛብ ሆነ አይሁዳውያን በዚህ ተግባራቸው አንድ ሆነው ተገኝተዋል፡፡ አይሁድ የሙሴ ሕግ እና ነቢያቱ አላቸው፡፡ ነገር ግን በልባቸው የሚከተሉት የሥጋን ሕግ የሰውን ወግ ነው፡፡

አይሁድ ይመቻቸው ዘንድ ሕዝቡን ከእግዚአብሔር ሕግ እና ከነቢያት ትምህርት ፈቀቅ አድርገውት ነበር (ማር. 7፥7፤ ዘዳ. 12፥32፤ ቈላስ. 2፥22)፡፡ እነዚህ ሕጎች (ወግ) ከመሠረታዊ አስተምህሮ የእግዚአብሔር ቃል ጋር አብረው የሚሄዱ ሕጎች አልነበሩም (1ኛ ጢሞ. 4፥7)፡፡ ከእግዚአብሔር ሕግ ላይ የተጨመሩ ናቸው (ራእይ 22፥18)፡፡ ዕጅ መታጠብ ሕግ የመሳሰሉት ሕጎች ከንቱ ናቸው፡፡ መንፈሳዊ ነገሮች አይደለም (1ኛ ቆሮ. 2፥15፤ 3፥18፤ 1ኛ ጴጥ. 1፥18-19፤ ማቴ. 15፥2-3፤ 17፥15-22)፡፡

የሰው ወግ ከእግዚአብሔር ወግ ይለያያል፡፡ ወግ በመሠረቱ ልምድ ማለት ነው፡፡ ለምሳሌ ዕጆችን ወደ ላይ ዘርግቶ ማምለክ ልምድ ሊሆን ይችላል ወይም ሰዎች በእግዚአብሔር መንፈስ ተመርተው የሚያደርጉት ሊሆን ይችላል፡፡ ማሽብሸብ መንበርከክ (2ኛ ተሰ. 2፥15) አይሁድ ሕግን መረዳት በሕግ በኩል ያለውን ትልቁን መልእክት ለማየት አልቻሉም፡፡ በድንዛዜ ውስጥ ነበሩ፡፡ ሕግ እና ነቢያቱ ግን የዕውነት ዕውቀት ብርሃን ነበራቸው፤ ልባቸው ደንዝዞ ነበር፡፡

እግዚአብሔር ልባቸውን እንዲከፍት ልባቸውን በወንጌል እሳት አንኳኩቶ እንዲቃጠል ማድረግ የሚችለው ሐዋርያው «ወንጌሌ» ብሎ የሚጠራው ኢየሱስ ክርስቶስ ተልኮላቸዋል (ማቴ. 5፥38፤ ሉቃስ 24፥27፤ ሮሜ 16፥65)፡፡ «ያችን ነቢይ የማትሰማ ነፍስ ከሕዝቡ መካከል ተለይታ ትጥፋ» ብሎ እንደ ተናገረ፡፡ በምላሳቸው እያመለኩ በልባቸው ግን ከፈሪሀ-እግዚአብሔር በራቁ ሰዎች ላይ የሚመጣ ፍርድ አለ በማለት ይናገራል (ማቴ. 15፥8)፡፡ እነርሱ ምንም ቢሸፍኑት በኖራ ለስነው ቢያሸበርቁት ወደ ብርሃን ያወጣዋል፡፡ ከንቱ የኑሮ ዘይቤአቸውም በእግዚአብሔር ዘንድ የታወቀ ነው፤ ስለዚህ ወደ ወንጌል ተመለሱ ብሎ ሐዋርያው አይሁድን አሕዛብንም በወንጌል ይጣራል (1ኛ ጴጥ. 1፥18)

ቍጥር 16

ይህም እግዚአብሔር በኢየሱስ ክርስቶስ እኔ በወንጌል እንዳስተማርሁ በሰው ዘንድ የተሰወረውን በሚፈርድበት ቀን ይሆናል፡፡

እግዚአብሔር

5፤ 3፥6፤ 14፥10-12፤ ዘፍጥረት 18፥25፤ መዝሙረ ዳዊት 9፡፥7፣ 8፤ 50፥6፤ 96፥13፤ 98፥9፤ መክብብ 3፥17፤ 11፥9፤ መክብብ 12፥14፤ ማቴዎስ 16፥27፤ 25፥31-46፤ ሉቃስ 8፥17፤ ዮሐንስ 12፥48፤ 1ኛ ቆሮ 4፥5፤ 2ኛ ቆሮ. 5፥10፤ ዕብራውያን 9፥27፤ 1ኛ ጴጥ. 4፥5፤ 2ኛ ጴጥሮስ 2፥9፤ የዮሐንስ ራእይ 20፥11-15

በኢየሱስ

ዮሐንስ 5፥22-29፤ የሐዋርያት ሥራ 10፥42፤ 17፥31፤ 2ኛ ጢሞ 4፥1፣ 8

መሠረት

16፥25፤ 1ኛ ጢሞ. 1፥11፤ 2ኛ ጢሞቴዎስ 2፥8

| 2፥17 አንተ ግን አይሁዳዊ ብትባል በሕግም ብትደገፍ በእግዚአብሔርም ብትመካ |

አይሁድ ባላቸው ሕግ ከእግዚአብሔር ጋር ካላቸው ግንኙነት የተነሣ ያለ ልክ ይመካሉ፡፡ ሆኖም ግን ይህ ድርጊት በእግዚአብሔር ዘንድ አስጸያፊ ሆነባቸው (ኤር. 9፥24፤ ሚክ. 3፥11፤ አሞጽ 3፥2)፡፡

ልንመካ የሚገባው፡-

1. በእግዚአብሔር - 5፥11
2. በክርስቶስ - 15፥7፤ ፊልጵ. 3፥3
3. በመስቀሉ - ገላ. 6፥14
4. በመከራችን - 5፥3
5. በድካማችን - 1ኛ ቆሮ. 11፥30፤ 12፥5፡9
6. ሰዎች ዳግም ሲወለዱና የሕይወት ለውጥ ሲያሳዩ - 1ኛ ተሰ. 2፥19
7. በክርስቶስ ባገኘነው ግንኙነት - 2ኛ ቆሮ. 1፥14፤ 7፥4፤ 14፤ 9፥2-3

እኛ በመንፈስ እግዚአብሔርን የምናመልክ በክርስቶስ ኢየሱስ የምንመካ፤ በሥጋም የማንታመን እኛ የተገረዝን ነንና (ፊልጵ. 3፥3)፡፡

ቁጥር 17
አንተ ግን አይሁዳዊ ብትባል በሕግም ብትደገፍ በእግዚአብሔርም ብትመካ
ብትባል
28፤ 29፤ 9፥4-7፤ መዝሙር 135፥4፤ ኢሳ. 48፥1፤ 2፤ ማቴዎስ 3፥9፤ 8፥11፤ 12፤ ዮሐንስ 8፥33፤ 2ኛ ቆሮ. 11፥22፤ ገላትያ 2፥15፤ ኤፌሶን 2፥11፤ ፊልጵስዩስ 3፥3-7፤ ራእይ 2፥9፤ 3፥1፤ 9
ብትደገፍ
23፤ 9፥4፤ 32፤ ኤርምያስ 7፥4-10፤ ሶፎንያስ 3፥11፤ ሉቃስ 10፥28፤ ዮሐንስ 5፥45፤ 7፥19፤ 9፥28፤ 29
ብትመካ
ኢሳይያስ 45፥25፤ 48፥2፤ ሚክያስ 3፥11፤ ዮሐንስ 8፥41

2፥18 ፈቃዱንም ብታውቅ ከሕግም ተምረህ የሚሻለውን ፈትነህ ብትወድ

ፈቃዱን ዐውቀህ

ጌታ ሕግን ለአይሁድ ሲሰጥ ዓላማው ፈቃዱን ዐውቀው፣ በሕይወታቸውም ከፍተኛ ሥፍራ ሰጥተውት በተግባር የእርሱ መሆናቸውን እንዲያሳዩ ነበር፡፡ (ፊልጵ. 1፥10) «የሚሻለውን ፈትናችሁ ትወድዱ ዘንድ» ለእኛም የተሰጠን ይኸው መመሪያ ነው፡፡ የሚሻለውን ዐውቆ በፍቅር መታዘዝ፡፡

ለእግዚአብሔር ክብርና ምስጋና ከኢየሱስ ክርስቶስ የሚገኝ የጽድቅ ፍሬ ሞለቶባችሁ ለክርስቶስ ቀን ተዘጋጅታችሁ ቅኖችና ያለ ነውር እንድትሆኑ የሚሻለውን ነገር ፈትናችሁ ትወዱ ዘንድ ፍቅራችሁ በዕውቀትና በማስተዋል ሁሉ ከፊት ይልቅ ዕያደገ እንደ በዛ ይህን እጸልያለሁ (ፊልጵ. 1፥10)፡፡

ቍጥር 18

ፈቃዱንም ብታወቅ ከሕግም ተምረህ የሚሻለውን ፈትነህ ብትወድ

ብታውቅ

ዘዳግም 4፥8፤ ነህምያ 9፣ 13፣ 14፤ መዝ. 147፥19፣ 20፤ ሉቃስ 12፥47፤ ዮሐንስ 13 17፤ 1ኛ ቆሮ. 8፥1፣ 2፤ ያዕቆብ 4፥17

ይበልጥ ማለፊያ የሆነውን ነገር ያጸድቃሉ

ፊልጵስዩስ 1፥10፤ * marg፡፡ 1ኛ ተሰሎንቄ 5፥21፤ ዕብራውያን 5፥14

የተማረክ ነህ

15፥4፤ መዝሙረ ዳዊት 19፥8፤ 119፥98-100፣ 104፣ 105፣ 130፤ ምሳሌ 6፥23፤ 2ኛ ጢሞቴዎስ 3፥15-17

2፥19-20 በሕግም የዕውቀትና የዕውነት መልክ ስላለህ የዕውሮች መሪ በጨለማም ላሉ ብርሃን የሰነፎችም አስተማሪ የሕፃናትም መምህር እንደ ሆንህ በራስ ብትታመን

ሐዋርያው በዚህ ክፍል አይሁድ ስለ ራሳቸው ያላቸውን አመለካከት በማንሣት የሚጠበቅባቸውን፣ ዳሩ ግን እነርሱ ሊሆኑት ያቃታቸውን ያሳያቸዋል፡፡

በሕግ የዕውቀት የዕውነት መልክ ሲል የአይሁድ አስተማሪዎች የዕውነት ማንነታቸው ሳይሆን፣ ከውጭ የሚታይ አስመሳይ አታላይ መልክ እንዳላቸው ያመለከተናል። ሐዋርያው በመንፈስ ልጅ ለሆነው ለጢሞቴዎስ እንደ ገለጸው «የሃይማኖት መልክ አላቸው፥ ኃይሉን ግን ክደዋል» (2ኛ ጢሞ. 3፥5)።

በእግዚአብሔር ኃይል ከመታመን ይልቅ በሰው ወግና ሥርዓት መደገፍን መረጡ። የማያባብለውን፣ ነገር ግን መፍትሔ ሊያመጣ የማይችለውን፣ የሰውን ሕይወት ውስጠኛውን እስራት ሊበጥስ የማይችለውን እና አንድ ዕርምጃ እልፍ አድርጐ የሕይወት ለውጥ ሊያመጣ የማይችለውን መረጡ። ሐዋርያው ግን እኔ የእግዚአብሔርን ኃይል እንደመረጥሁ እናንተም የፈሪሳዊነት መልክን ከመላበስ ወጥታችሁ ትክክለኛውን ነገር ምረጡ ይላቸዋል (1ኛ ቆሮ. 2፥4-5)።

ሕጉን ያወቁ ይመስላቸው ነበር፤ ነገር ግን ዐላዋቂ ነበሩ። የኤማሁስ መንገደኞች ሉቃስ 24፥24 ኒቆዲሞስ ዮሐ. 3፥10 የልብ ሸለፈት ማስወገድ መገረዝ ማለት አዲስ ፍጥረት መሆን ማለት ነው። ዳሩ ግን የአይሁድ ጠበብቱ «ትልቁ ዳቦ ሊጥ ሆነ» ተብሎ እንደ ተጻፈ ያልበሰሉ የአይሁድ ሊቃውንት ነበሩ (ዘዳ. 10፥16፤ ዘዳ. 30፥6፤ መዝ. 51፥10፤ 73፥1፤ ኤር. 33፥39 ሕዝ. 11፥19)።

አይሁድ ስለ ራሳቸው ያላቸው አመለካከት፦

- መሪ
- በጨለማ ላሉት ብርሃን
- መካሪ
- አስተማሪ

እነዚህ ሁሉ ድርጊቶች ግን ከትሕትና የሚመነጩ ነበሩ። (ኢሳ. 9፥2፤ 49፥6፤ 60፥3) ስለዚህ ዕውነተኛ ዕውቀት አልነበራቸውም። ምክንያቱም የእግዚአብሔር ቃል ተሰጥቷቸው ሳለ ኃይሉን ክደው የሃይማኖትን መልክ ብቻ በመያዛቸው ክብሩ በሕይወታቸው ሊንጸባረቅ አልቻለም (2ኛ ጢሞ. 3፥5) የእግዚአብሔርን አሳብ በማወቅ ቀዳሚነት ነበራቸው፤ ሆኖም ግን አልተጠቀሙበትም።

ቻርልስ ሆጅ፦ መቼም ቢሆን ዕውነተኛ ሃይማኖት ሲወድቅ እርሱን ለማስተካከል ውጫዊ የሆነ ልምምድ ጫና መፍጠሩ አይቀርም። አይሁድ መንፈሳዊነታቸውን ሲጥሉ መገረዝ

እነርሱን የማዳን ዐቅም እንዳለው ማሰብ ጀመሩ፡፡ የእምነት ክህደት ሁልጊዜ አትኩሮትን ከውስጥ ወደ ውጭ ለማውጣት ይሞክራል፡፡ ከትሑት መታዘዝ ወደ ባዶ ሥርዓት ያመጣል፡፡ መታዘዝ ከመሥዋዕት እንደሚበልጥ እናስታውስ (1ኛ ሳሙ. 15÷22-23)፡፡

መሪ (**paideutes /ፔዲዩትስ** ከ **paideuo /ፔይዲዮ** = ማዘዝ፣ ማስተካከል ከ **pais /ፓይስ** = ልጅ) ይህ በመቅጣት ወይንም ትእዛዘዝን በመስጠት የሚያስተካክል ወይም የሚያርምን አካል የሚያሳይ ነው፡፡ ዓላማውም ትክክለኛ ባሕርይን ለማምጣት ያለመ ነው፡፡ አሳቡ አስተማሪ፣ አሠልጣኝና ቀጭን ያመለክታል፡፡ የልጆች አስተዳደግ ላይ የሚደረግን መንገድ ማስያዝንም ያሳያል፡፡ (መጽሐፍ ቅዱስ ጥቅሶች የብሉይና / የአዲስ ኪዳን ግሪክ መዝገበ ቃላት፣ የቴየር ትርጕም 1989. በ ጆሴፍ ሄንሪ ቴየር፣ አስቲን ሐተታ/ በጄፍ ጋሪሰን)

ዌስት ሲጨምር ፔይዲየትስ በግሪኮች ልጆችን ትምህርት ቤት መውሰድና መመለስ፣ እንዲሁም ማሳደግ ኀለፊነት የተጣለበት ባሪያን ለማመልከት ይገባል፡፡ የግብረ-ገብና የሥነ-መግባር ክትትል ያደርግለታል፡፡ ፔዳጎጂ "pedagogue" የሚለው የእንግሊዝኛ ቃልም ጭምር የመጣው ከዚህ ቃል ነው (ዕብ. 12÷9)፡፡ (ዌስት, ኬ. ኤስ. የግሪክ አዲስ ኪዳን ቃል. ጥናት: ኢርድማንስ)

ማስተማር (**didaskalos /ዲዳስካሎስ ከ didasko /ዲዳስኮ** = **አንድን አካል በተማረው መሠረት እንዲኖር ማስተማር**) ይህ አስተማሪ ወይም መሪን የሚወክል ቃል ነው፡፡ የመጽሐፍ ቅዱሱ የማስተማር አሳብ ከዓለማዊው የግሪክ የማስተማር አሳብ በዓላማው የሚለይ ነው፡፡ ለግሪኮች ማስተማር ዕውቀትና ችሎታን ማሸጋገር ሲሆን፣ ለአይሁድ ግን ማስተማር የሙሉ ሕይወት ለውጥ ላይ መሥራትን አመላካች ነው፡፡ ስለዚህ በብሉይ ኪዳን የአስተማሪነት አገልግሎት የሚያተኩረው በሰው መላ ማንነትና ጥልቅ ስሜት ድረስ ነው፡፡ ዕውቀትን የሚያካትት ቢሆንም፣ የፍጻሜ ግቡ ግን ፈቃድን መቀየር ነው፡፡ በአዲስ ኪዳን ያለው 58 ገለጻ ውስጥ 41 ጊዜ ያህሉ የሚያመለክተው ኢየሱስን ነው፡፡(መጽሐፍ ቅዱስ ጥቅሶች የብሉይና / የአዲስ ኪዳን ግሪክ መዝገበ ቃላት፣ የቴየር ትርጕም 1989. በ ጆሴፍ ሄንሪ ቴየር፣ አስቲን ሐተታ/ በጄፍ ጋሪሰን)

ጆን ማክአርተር ዲዳስኮ ላይ ሲጽፍ ይህ ሁል ግዜም ባይሆን፣ መረጃን ማስተላለፍ ነው፡፡ በግሪኮች ዘንድ የተለመደ እንደ ሆነው አሳብን እያነሱ እዚያ ላይ መከራከር እና መወያየት ሳይሆን፣ የሚያተኩረው ዕውነትን በመግለጥ ላይ ነው (የሐዋ. 17÷21)፡፡ የመቅደስ ትምህርት ልክ ኢየሱስ ያደርግ እንደ ነበረው በአብዛኛው ጊዜ መተንተንና

ማብራራት ላይ ነው የሚያተኩረው። የመጽሐፍ ቅዱስ ክፍል ከፈትና ክፍል በክፍል፣ ቍጥርም በቍጥር ይብራራል። verse by verse. (ጆን. ኤፍ. ማክአርተር፡ ቺካጎ ሙዲ ፕረስ)

ሰነፎች /ያልበሰሉ (**nepios /ኔፒዮስ** ከ **nê /ኔ** = ተቃራኒ + **epos /ኢፖስ** = **ማውራት አለመቻል**) ማለት በመጀመሪያ ማውራት አለመቻል እና ከጨቅላ ሕፃንነት ያለፈ ግን ከ 3 ወይም ከ 4 ዓመት ዕድሜው ያላለፈ ሕፃንን ያሳያል።

በዚህ ቦታ እንዳለው ደግሞ በተምሳሌታዊ ገለጻው ልምድ የሌለው፣ በፈተና ያላለፈ ወይም ችላ የሚል ሰውን ለመግለጽ የሚገባ ነው።

ኔፒዮስ ጳውሎስ አዲስ አማኝ የሆኑ አሕዛብን ለመግለጽ የሚጠቀምበት ቃል። ጳውሎስ ሕጋዊ ወራሽነት ዕድሜ ላይ ያልደረሰን ልጅ ለመግለጽም ይጠቀምበታል (ገላ. 4፥1) የዕብራውያን ጸሐፊም መንፈሳዊ ብስለት ላይ ያልደረሱትን ለመግለጽም ይጠቀሙበታል (ዕብ. 5፥13) ልክ እንደ ጳውሎስ (1ኛ ቆሮ. 3፥1) ምክንያቱም ጠንካራ ምግብ (መንፈሳዊ ገለጻ ነው) መብላት አልጀመሩምና።

ቄስት በዕብራውያን 5፥13 ላይ ስላለው *ኔፒዮስ* አስተያየት ሲሰጥ ትርጕሙ ጨቅላ ሕፃን፣ ትንሽ ልጅ ዕድሜው ያልደረሰ እና በሥዕላዊ ገለጻው ደግሞ ያልተማረና ያልበሰለ ማለት ነው። በቃሉ ውስጥ አለመብሰልን የሚያሳይ ነገር ሲኖር፣ ይህ አለመብሰል ደግሞ የአእምሮም ሊሆን ይችላል። መንፈሳዊ ሕይወትም ሊሆን ይችላል። ጳውሎስ ሕፃን ብሎ የገለጸውን ቃል ራሱ ሲተረጕም በጽድቅ ቃል ያልሠለጠነ ይለዋል። መንፈሳዊ አለመብሰል ሕፃንነት በሚል ቃል ተገልጾ ይታያል። እንደ ዐዋቂ የሚታዩት ደግሞ መንፈሳዊ ብስለት ላይ የደረሱት ናቸው።

ዴትዝለር ስለ *ኔፒዮስ* ሲጽፍ ትርጕሙ ጨቅላ ሕፃን ማለት ነው። ጨቅላ ሕፃን ማለጽ ጡት ያልጣለ ልጅ ማለት ነው። ጨቅላ ሕፃን ማለጽ በራሱ ዐቅም የሌለውና ለእያንዳንዱ ዕንቅስቃሴው የወላጆቹን ወይም የአሳዳጊዎቹን ዕርዳታ የሚፈልግ ነው።

ሊዮ ብሩክ ሲናገር እንደ ሕፃን ነው የምተኛው የሚሉ ሰዎች ብዙ ጊዜ ልጅ የሌላቸው ናቸው መንፈሳዊ ትይዩውን ስናስቀምጠው ያልበሰለ መንፈሳዊ ሕፃን ወደ እግዚአብሔር

ቤት ሲመጣ ትኩረት ይፈልጋል፡፡ ልክ ሕፃንን ልጅ ባዶውን ትተን እንደ ማንለቅቀው እንዲሁ መንፈሳዊ ሕፃናትም ክትትልን ይሻሉ፡፡

ቢሊ ግርሃም ሲናገር በክርስቶስ ሕፃናት የሆኑትን የማብሰል ጉዳይ ላይ፤ ክርስቲያን መሆን ከቅጽበታዊ ለውጥ ያለፈ ነው፡፡ ይህ ክርስቶስን የምንመስልበት የዕለት ተዕለት ዕንቅስቃሴ ነው፡፡

መስበክ (**kerusso /ከሩሶ ወይም kerysso /ከሪሶ** ከ **kerux /ከሩክስ/keryx /ከሪክስ** = መልካም ዜና ወይንም የአንድ ሥልጣንን ወክሎ ዐዋጅ ማወጅ; **kerugma** /ኬሩግማ= የሚነገረው መልእክት) እንደ ዐዋጅ ነጋሪ ሆኖ መልእክትን ማስተላለፍ፡፡

ቍጥር 19

አንተም ዕውር እንደ ሆንህ የሚያውቁት ሊያመሰግኑህ አይገባም፡፡

እርግጠኛ ብትሆን

ምሳሌ 26÷12፤ ኢሳይያስ 5÷21፤ 56÷10፤ ማቴዎስ 6÷23፤ 15÷14፤ 23÷16-26፤ ማርቆስ 10÷15፤ ዮሐንስ 7÷46-49፤ 9÷34፣ 40፣ 41፤ 1ኛ ቆሮንቶስ 3÷18፤ 4÷10፤ 8÷1፣ 2፤ የዮሐንስ ራእይ 3÷17፣ 18

ብርሃን

ኢሳይያስ 49÷6፣ 9፣ 10፤ ማቴዎስ 4÷16፤ 5÷14፤ ሉቃስ 1÷79፤ የሐዋርያት ሥራ 26÷18፤ ፊልጵስዩስ 2÷15

ቍጥር 20

የሰነፎችም አስተማሪ የሕፃናትም መምህር እንደ ሆንህ በራስህ ብትታመን

አስተማሪ

ማቴዎስ 11÷25፤ 1ኛ ቆሮ. 3÷1፤ ዕብራውያን 5÷13፤ 1ኛ ጴጥሮስ 2÷2

ቅርጽ

6÷17፤ 2ኛ ጢሞቴዎስ 1÷13፤ 3÷5፤ ቲቶ 1÷16

2÷21 እንግዲህ አንተ ሌላውን የምታስተምር ራስህን አታስተምርምን? አትስረቅ ብለህ የምትሰብክ ትሰርቃለህን?

ራስህን አታስተምርምን?

አይሁድ ሌሎችን ለማስተማር ብቃት አለን እያሉ ራሳቸውን ማስተማር አቃታቸው፡፡ ሌሎችን አታድርጉ ይላሉ ራሳቸው ግን ያደርጋሉ፡፡ አሕዛብን ጣዖት በማምለካቸው ይንቋቸዋል፤ ነገር ግን እነርሱ ቤተ መቅደሱን ይዘርፋሉ፡፡

የሚሰብኩትን አለመኖር በጣም ዐደገኛና ፍጻሜውም የእግዚአብሔርን ስም ማሰደብ ይሆናል፡፡

አትሰረቅ ብለህ የምትሰብክ ትሰርቃለህን?

መስረቅ፡- ሐዋርያው አገልግሎቱን ከመጀመሩ አሥር ዓመታት በፊት ጌታችን ኢየሱስ ቅዱስ ቅንዓት በቍጣ ተሞልቶ ቤተ መቅደሱ ውስጥ ንግድ ሲጧጧፍ በማየቱ «ቤቴ የጸሎት ቤት ነው፥ እናንተ ግን የወንበዴዎች ዋሻ አደረጋችሁት» አላቸው፡፡ ያን ጊዜ ከ300 ሺህ እስከ 400 ሺህ የሚያህሉ ሰዎች የፋሲካን በዓል ለማክበር ከየነገዱ ይሰበሰቡ ነበር፡፡

የአይሁድ አለቆች በቤተ መቅደሱ ሰዎች እንደ ነገዱ ከንግዱ ደግሞ ትርፍ እንዲያገኙ ያስችላቸው ነበር፡፡ በዚህም ምክንያት ሰዎች ፈሪሀ-እግዚአብሔር ሞልቶባቸው እግዚአብሔርን ሊከብሩ ሲገባ የንግድ ማዕከል ሆኖ ምን ያህል አትርፍሁ የሚል በሰው ልብ የሚገሰግስ ምኞት የሚስተናገድበት ወቅት ነው፡፡ ጌታችን ኢየሱስ ይህን ሁለት ጊዜ አድርጐአል ሲሉ የሚያስተምሩ የመጽሐፉ ቅዱስ አስተማሪዎች ይገኛሉ (ማቴ. 21፥12-17፤ ማር. 11፥15-19፤ ሉቃስ 19፥45-48፤ ዮሐ. 2፥13-16)፡፡

ያ ሥፍራ ለአምልኮ መለዋወጫ ይሆን ዘንድ አቅም የሌላቸው አዛውንት ለመሥዋዕት የሚሆነውን ዋኖስ ሆነ በግ የእህል ዘርን ለመግዛት የሚለዋወጡበት ነበር (ዘዳ. 14፥24-26)፡፡ ከዚያም በተጨማሪ በመልካም የንግድ ልውውጥ አሕዛብ ተደንቀው እግዚአብሔርን ያከብሩ ዘንድ ከቤተ መቅደሱ ውጭ ያለ የቤተ መቅደሱ አስተዳደር ሥር ያለ ሥፍራ ነበር፡፡

ሆኖም ግን ዓላማውን ስቶ የመበለቲቱን ገንዘብ የሚዘርፉበት ድሀውን ከዐቅሙ በላይ ተገድዶ የሚገዛበት የሚያጭበረብሩበት መናኸሪያ አደረጉት፡፡ ጌታችን ኢየሱስ አገልግሎቱን ሲጀምር ዮሐ. 2፥13-16 ሥራቸውን አጋለጠ፡፡ በመጨረሻም ሆሳዕና በእግዚአብሔር ስም የሚመጣ የተባረከ ነው ብለው የዘንባባ ዝንጣፊ ሊያቀርቡለት

ለኃጢአተኛው የሰው ዘር የመሥዋዕቱ በግ ሆኖ ከመሠዋቱ በፊት በተመሳሳይ አደረገው፡፡ ሙሴ እንደ እኔ ያለ ነቢይ እግዚአብሔር ከወንድሞቻችሁ መካከል ያስነሳላችኋል እንዳለ፣ ይህ ነቢይ በቤተ መቅደሱ ሲገባ በኤልያስ መንፈስ ተነሥቶ የማጥራት ዘመቻን አደረገ፡፡

የአይሁድ አለቆች ሁሉ ሰላም ነው ብለው ሳለ፣ በድንገት ደረሰባቸው"፡ የእግዚአብሔር ቊጣ በራሳቸው ላይ እንዳከማቹ ነገራቸው፡፡ አይሁዶች አለቆችን መምህራን ከሮማውያን ዘንድ በዚህ አፀያፊ ሥራ እንደሠሩ ሥልጣንን ተሰጥቶአቸው ነበር፡፡ የተለያየ የሰው ወግን ጨምረው ሌሎችን ትምህርት አብሮ ከሙሴ ሕግ ጋር ጐን ለጐን አድርገው ያስተምሩ፣ እንዲሁም ያስተማሩትን ነገር ሰዎች እንዲያደርጉት ያስገድዱ ነበር፡፡

እነዚህ ሕጐች ለነፃነት እንጂ፣ ለባርነት ላልተጠራው የአብርሃም ልጆች (የመንግሥት ልጆች) ቀንበር ሆኖባቸዋል፡፡ አለቆቹ ከትርፉ በሌብነት (በወንበዴነት) ያገኙት ጫንቃቸው ስብ አውጥቶ ተደላድለው ሲገኙ፣ ተራው ሕዝብ ግን የሕግ እና የወግ ቀንበር አጉብጦት ነበር (ማቴ 23÷3-4፤ 21÷13፤ ዮሐ. 2÷16)፡፡ ይህ የመስረቅ ባሕርይ የዲያብሎስ ሲሆን፣ ስልትንም ቀይሶ በሃይማኖት ሥር ቆላልፎ በግዞት ሥር እንደሚያስቀምጡ፣ ለዚህም ሥራ የተካኑ እንዲሆኑ (ማቴ. 23÷2)፣ አድርጓቸዋል፡፡ ይህን የአብርሃም ልጅ ነፃ ሊያወጣ ቢመጣም፣ ዕውነትን ለማወቅ አልፈለጉም፡፡

በኃጢአት ባርነት ውስጥ መሆናቸውን ቢያሳውቃቸው ከኃጢአት የሚገኘው ስብ ሕሊናቸውን ጋርዶት ነበር እናም እኛ ኃጢአት የለብንም አሉ (ዮሐ. 8÷33-36)፡፡ ይሁን እንጂ፣ የአይሁድ ዘር በሌብነታቸው ሸክም በጫንቃቸው ሆኖ ከሕሊና ክስ ጋር የሚጨነቅ ሕዝብ ነበር፡፡ ጌታም ዘወር ብሎ «እናንተ ሸክማችሁ የከበደ ወደ እኔ ኑ፥ እኔም አሳርፋችኋለሁ» አላቸው (ማቴ. 11÷27)፡፡

እረኛ እንደ ሌላቸው በጐች በእስራኤላውያን በኮረብቶች እና በቆላው ምድር ሲቅበዘበዙ ያለ ዕውነት ዕውቀት ብርሃን ሲንከራተት ዐይቶ አዘነላቸው (ኢሳ. 1÷3)፡፡ ነፃ የሚያወጣውን ወንጌል ለሕዝቡ አበሰሩ፡፡ እንዲሁም ደቀ መዛምርቱም ይህ የሰው ወግ የተቀላቀለበት የሕግጋት ሸክም በመጀመሪያይቱ ቤተ ክርስቲያን ላይ ተጽዕኖ አሳድሮ ብዙ የተወያዩበት ጉዳይ ነበር (የሐዋ. 15÷10፣ 28፤ ገላ. 2÷14፤ 5÷1)፡፡

ቍጥር 21
እንግዲህ አንተ ሌላውን የምታስተምር ራስህን አታስተምርምን? አንተ እንደዚህ የምታደርገው አይገድህም? አርነት ልትወጣ ቢቻልህ ግን አርነትን ተቀበል፡፡

ስለዚህ

መዝሙር 50፥16-21፤ ማቴዎስ 23፥3-12፤ ሉቃስ 4፥23፤ 11፥46፤ 12፥47፤ 19፥22፤ 1ኛ ቆሮ. 9፥27፤ ገላትያ 6፥13፤ ቲቶ 2፥1-7

ትሰርቃለህን?

ኢሳይያስ 56፥11፤ ሕዝቅኤል 22፥12፤ 13፤ 27፤ አሞጽ 8፥4-6፤ ሚክያስ 3፥11፤ ማቴዎስ 21፥13፤ 23፥14

2፥22 አታመንዝር የምትል ታመነዝራለህን? ጣዖትን የምትጸየፍ ቤተ መቅደስን ትዘርፋለህን?

አሕዛብ ዝሙትን ይሠራሉ ይለማመዱ ነበር፡፡ የዝሙቱ ዐይነት የተለያየ ነበር፡፡ ወንድ ከወንድ ጋር፣ ከእንስሳ ጋር፣ ከዘመዱ ጋር ከእናቱ ጋር፣ ከወንድሟ ጋር ... ወዘተ ይህ በአሕዛብ ዘንድ የሚደረግ ነበር፡፡ ይህን ማድረግ ስሕተት እንደ ሆነ እግዚአብሔር ይናገራል፡፡ ይህን በማድረጋቸው በራሳቸው ሰውነት ላይ ብቻ ሳይሆን፣ ምድሪቱ ላይ መርገም እንደሚመጣ ይህንን ኃጢአት ምድሪቱ ዐውቃ የምትተፋቸው እንደ ሆነ አስጠንቅቆአል (ዘሌ. 18፥6-30)፡፡

ብዙውን ጊዜ አይሁድ እንዲህ ዐይነት ዝሙት ውስጥ የሚገቡት በራሳቸው ውበት እና ዝና ሲያምኑ ወይም ድሎቱ ወደ ሰማይ ጣሪያ ሲደርስባቸውና ይህን ሁሉ በራሳቸው ያገኙት ሲመስላቸው ነው (ሕዝ. 16፥15)፡፡ አይሁድ በአሕዛብ አለመገረዝ ምክንያት ራሳቸውን ከፍ አድርገው ኃጢአት የለብንም ብለው ቢናገሩም እንኳ፣ «የእግዚአብሔር የተለየህ ቅዱስ ሕዝብ» ነህ የሚለውን «ከመካከላቸው ውጡ፥ ከፉውን አትንኩ» ያላቸውን ዋነኛ ቃል የዘነጉት የልቡናቸው ዐይን የታወረ በመሆኑ ነው (2ኛ ቆሮ. 6፥17-18፤ ኢሳ. 52፥11)፡፡

በሐዋርያቱ ዘመን የሚኖሩ የዳኑ አይሁድ በበዓለ ኀምሳ ቀን ሐዋርያው ጴጥሮስ እንደዚህ ከመሰለው አኗኗር ራሳቸውን እንዲያገልሉ ይመክራቸው ነበር፡፡ ምክንያቱም በአይሁድ ዘንድ የሚተገበሩት ስለሆነ ነው፡፡ «ከዚህ ጠማማ ትውልድ ዳኑ» ብሎ መከራቸው (የሐዋ. 2፥40)፡፡ ሐዋርያው ጳውሎስም ለቆሮንቶስ ሰዎች "እናንተም ድሮ እንደዚህ

ነበራችሁ፥ አሁን ግን በጌታችን በኢየሱስ ክርስቶስ ስም በአምላካችንም መንፈስ ታጥባችኋል፥ ተቀድሳችኋል፥ ጸድቃችኋል" ይላል (1ኛ ቆሮ. 6፥11)፡፡

በተመሳሳዩ አማኝ ከዚህ አፀያፊ ዝሙት ሥራ ንስሐ በመግባት ራሱን ሊያነፃ ይገባዋል፡፡ «እንግዲህ ወዳጆች ሆይ የዚህ ተስፋ ቃል ካለን (ማለትም፡- 2ኛ ቆሮ. 6፥16-18)፣ በእግዚአብሔር ፍርሃት ቅድስናን ፍጽም እያደረግን ሥጋንና መንፈስን ከሚያረክስ ሁሉ ራሳችንን እናንጻ» (2ኛ ቆሮ. 7፥1) እያለን ያለው ይህ ዐይነቱን የዝሙት ተግባር በአማኞች ዘንድ ሊኖር ይችላል (አዳማዊ ባሕርይ - የሥጋ ሰውነት - ኃጢአተኛ ሥጋ) በሌላ አነጋገር ጌታን ሳትቀበሉ በብልቶቻችን (ዕቃ መሣሪያዎች የምስበው (በአእምሮአችን)፣ እንዲሁም የምንተገበረው አሁን ፈጽሞ አልሞተም፡፡

አማኝ ሆነህ ሊፈትንህ ልትወድቅበት ትችላለህ፡፡ ነገር ግን ንስሐ ግባ ተመልሰህ ይህን አስከፊ ዝሙት አታድርግ፥ እኔ በእግዚአብሔር ቅዱስ ነኝ፥ እናም አንተም ተቀደስ፤ ቅድስናህ ወደ ፍጹምና (ከትናንት ከሠራኸው ዛሬ ካደረግኸው በንስሐ የተጀመረው ሕይወት የቅድስና ሙላተ) ተመላለስ፤ በቅድስናው ዕደግ እያለ ይገኛል፡፡

ትናንት ሲሰክር የነበረ የተለያዩ ዝሙት ሲያደርግ የነበረ፣ ስዘፍን የነበረ ዛሬ ጌታን ሲቀበል ምናልባት እንደ ቀድሞው ሁሉንም ነገር እርግፍ አድርጐ ትቶት ላይሆን ይችላል፡፡ ነገር ግን «ርኲሱን ነገር አለመንካት» ማለት ዛሬ ሙዚቃ ቤት አዘውትሮ ባይሄድም ነገ ግን ይህን ነገር ሊያቆመው ይችላል፡፡ ከነገ ወዲያ ደግሞ ዘፈን መስማትን ከቤቱ ሊያቆም ነው፡፡ ከሳምንታትም ሆነ ከወራት በኋላ ምናልባትም ለአንዳንዶች ከዓመታት በኋላ ዘፈን የሚለው ስሜቱ ስንኙ ግጥሙ ዜማው ከደምና ከአሳባቸው ንቅል ብሎ ይጠፋል፡፡ ያን ጊዜ ዘፈን ቢሰማም ባይሰማም በአጋጣሚ ሲዘፍኑ ሲያይ አሻንጉሊት ውር ውር የሚል እንደ ሆነ አድርጎ ሊረዳው ወይም ነገሩ በዚህ መልኩ ሊገባው የሚችል የወፎች ቋንቋ ይሆንበታል ማለት ነው፡፡

ወደ እኛ ሕይወትና ኑሮም ብንመጣ «አገራችን የክርስቲያን ደሴት ናት» ተብሎ ይወራላታል፡፡ የአባታቶቻችን ወግና እምነት ይዛ ከቆየችም በሺህ የሚቆጠሩ ዓመታትን አሳልፋለች፡፡ ክርስትና በአገራችን እንዲቆይ የደም ዋጋና የሕይወት መሥዋዕትነት ከፍለው ከባዕድ አምልኮ ጋር ትንቅንቅ አድርገውና ሕይወታቸውን ሰውተው ዛሬ «የአብ የወልድ የመንፈስ ቅዱስ ስም» በምድሪቱ ከፀሐይ መውጪያ እስከ መግቢያ ድረስ እንዲዳርስና እንዲሰማ የሃይማኖት ነፃነትን ያስከበሩ በመሆናቸው አከብሮት ልንሰጣቸው ይገባል፡፡

ይህ ብርቱ ጒን እንዳለ ሆኖ ደካማ ጐንም ጭምር አለ፡፡ መቼም በሁሉም ጒራ ደካማ ጐን አለ፡፡ ስለዚህ የአንዱ ደካማ ጐን ከሌላው ደካማ ጐን ይበልጣል ወይም ያንሳል ብሎ ማወዳደር ተቢ አይደለም፡፡ እኛ እንደ አይሁድ ራሳችንን ከሌሎች ጋር ማስተያየት አይገባንም፡፡ በዚህም ምክንያት ከእግዚአብሔ ጽድቅ ወደቁ (ሉቃስ 18÷10፣ ሮሜ 10÷3)፡፡

በተጨማሪም መጽሐፍ ቅዱስ ስለ ወንድሞቻችን ልንጸልይ እንጂ፣ ድካማቸውን ዐደባባይ አውጥተን ለሰው እና ለመላእክት መዘባበቻ ልናደርጋቸው አልተጠራንም፡፡ ይልቁንም «ፍቅር የኃጢአትን ብዛት ይሸፍናል» እናም እኛ እነርሱን ልንወዳቸውና ልናከብራቸው፣ ደግሞም ልንንከባከባቸውና በጐደላቸው ነገር ላይ ዘብ ሆነን ከጠላት በጸሎት ልንጋርዳቸው ይገባል፡፡ ስለሆነም ዕውነትን በፍቅር እየኖርንም ሆነ በተግባር እያሳየን ምሳሌ ልንሆን ይገባል፡፡

በወንድሞቻችን ጒዳይ ራሳቸው ሊፈቱ የሚችሉበትን መንገድ ማመልከት እንጂ፣ በእነርሱ ጒዳይ ገብተን ራሳችንን ማጠላለፍ አይኖርብንም፡፡ ይህም ማለት መጋጨትና ያለ ጊዜው መናገር አስፈላጊ አይደለም፡፡ መጽሐፍ ቅዱሳችን በጊዜው የሚነገር ቃል በወርቅ ላይ እንዳለ «የወርቅ እንኮይ፥ በብር ፃህል ላይ፥ የጊዜው ቃልም እንዲሁ ነው» (ምሳሌ 25÷11፤ 15÷23፤ ኢሳ. 50÷4)፡፡ ስለዚህ በከባድ ጥንቃቄ በማስተዋል ሊደረግ ይገባዋል፡፡ ይልቁንም በራሳችን በረት ውስጥ ያሉትን ጒዳዮች መሸከም፣ በራሳችንም ዙሪያ ያለውን ድካም ማየት ጠቃሚ ነው ሲል ጸሐፊው ያስተጋባል (ገላ 6÷4)፡፡ ይህንን መሠረት ከጣልን ዘንዳ እንደ እነዚህ የአይሁድ አለቆች በወንድሞቻችን ዙሪያ ተመሳሳይ ተግባሮች ሲታይ ኖሮአል፡፡

በይበልጥም በሰሜኑ አገራት ዝሙት የአባቶች ተግባር ነው፡፡ አገር ያወቃቸው ጨዋ የተባሉ ሰዎች በየክፍለ አገሩ ቅምጥ ማኖር የተጀመረው ዛሬ አይደለም፡፡ ከዘመድ ጋር መዳራት፣ ዝሙት ማድረግ፣ ከቤት ሠራተኛ ጋር መማገጥ፣ ማስረገዝ፣ ማስወረድ፣ ጥንትም የነበረ መሆኑን እናስተውላለን፡፡

ከሥጋ ዘመድ ጋር ወሲብ መፈጸም ውስጥ ውስጡን የሚደረግ ተግባር ነው፡፡ በወንድ እና በሴት ቤተ ሰብ በአንድ ወገን የአባት ልጆች መካከል የሚደረግ ዝሙት አልፎ አልፎ ይታያል፡፡ ሆኖም ግን ተመሳሳይ ፆታ የሚባለው ግን የለም፡፡ አሁን አሁን ግን የተመሳሳይ ፆታ ወሲብ መፈጸም እጅግ ሥር የሰደደ ነገር እየሆነ በመሄድ ላይ ነው፡፡ ከ25-50 ሺህ

የሚያህሉ ተመሳሳይ ፆታ ባላቸው ሰዎች መካከል የሚደረግ ፍትወት የአገራችን መናኸሪያ በሆነችው አዲስ አበባ አለ ተብሎ ይገመታል፡፡

በእርግጥ እነዚህ ተግባሮች በቤተ እምነቶች በከፍተኛ ደረጃ የሚወገዙ ቢሆኑም፣ ሰዎችን በንስሐ እንዲመለሱ ለማድረግ የሚደረገው ጥረት አነስተኛ ከመሆኑም ባሻገር፣ ብናገር እኔን ይቃወሙኛል ወይም ገለልተኛ ያደርጉኛል ከማለት ፈጽሞ ጉዳይ የሚሸፋፈንበትና ሰዎቹም በዚያው ተግባራቸው የሚቀጥሉበት ሁኔታ ነው ያለው፡፡

እንደ እነዚህ የመሰሉ ሰዎች ወንጌል በእኛ በኩል ይሰማሉ፡፡ የሚሰበከው ይማርካቸዋል፡፡ «የክርስቶስ ደም ከኃጢያት ሁሉ ያነጻል» ብለን ስለምንጠራቸው አጠቃላይ የንስሐ ጸሎት አድርገው እኛው በረት ውስጥ ይቀላቀላሉ፡፡ ነገር ግን ከመጡ በኋላ ይህ ተግባር በአንድ ጊዜ ስለማይቋረጥ አንዳንዶችን ከወራት ባለፈ ሲወድቁ ሲነሡ ይገኛሉ፡፡ በቅድስና ወደ ፍጹምና እንዴት እንደሚሄዱ የአስተማሪዎችንም ሆነ የእረኞችን አገልግሎት ስለማያገኙ ኃይልን ያጣሉ፡፡

አንዳንዶች በመዘመር አገልግሎት በመስበክ አገልግሎት ሆነው እንኳ በዚህ ጉዳይ የሚሰቃዩ የአገልግሎታችንን በር ያንኳኩ ይገኛሉ፡፡ እርግጥ ዝሙት ኃጢአት መሆኑን ማስረገጥ ቢኖርብንም፣ በድካማቸው እንድንፈርድ ሳይሆን፣ በድካማቸው ገብተን የዛለውን ጉልበት ማበርታት፣ ማቅናት፣ የላሉትን ዕጆችና የሰለሉትንም ጉልበቶች ማቅናት፣ ያነከሰውም እንዲፈውስ እንጂ፣ እንዳይናጋ አገልግሎት መስጠት ነው (ዕብ. 12÷12)፡፡

አንዳንድ መሪዎች እንደ ወንድሞቻችን ማውገዝ ማግለል ከኅብረተሰቡ አርቆ ማስቀመጥ የግድያ የቀኀጣ ቃል መሰንዘር ሲያደርጉ እናያለን፡፡ በመሠረቱ የአይሁድ መሪዎች አንዲት አመንዝራ ሴት ወደ ኢየሱስ አምጥተው በድንጋይ ሊወግሯት ጠየቁት፡፡ እርሱ ያለውን ካስተዋልን «ኃጢአት ያላደረጋችሁ አላለም፤ ኃጢአት የሌለበት ሲል ተናገረ፡፡

እኛ ጐራ ያሉ የእምነት አባቶች ብዙ ጊዜ በዝሙት ሲወድቁ ዐናይም፡፡ ነገር ግን ከዚያ በከፋ ኃጢአት «በቅንዓት፣ ትዕቢት፣ ስስት፣ ገንዘብን በመውደድ፣ በማማትም ጭምር ወንድሞቻቸውን ሲያሳድዱ ይገኛሉ፡፡ በመሠረቱ የዝሙት ኃጢአት ለቆሮንቶስ ቤተ ክርስቲያን ችግር የሚያመጣ ነገር መስሎ አልታያትም፡፡ ይሁንና ጳውሎስ በእርግጥ «ጥቂት እርሾ ሊጡን ሁሉ ያቦካል» ብሎ የአባቱን ሚስት ያገባ በመካከላቸው በሚገኝ

ሰው ላይ በቶሎ ዕርምጃ እንዲወሰድ አደረገ፡፡ ሰውዬው በየዋህነትና በጥንቃቄ ተቀጣ (1ኛ ቆሮ. 5፥6፤ ገላ. 6፥1)፡፡ ሰውዬውም በንስሐ ራሱን አስተካከለ፡፡ ቤተ ክርስቲያን አለቀሰች፤ በታላቅ ቅንዓትም በክርስቶስ ፍቅር ተቀበሉት (2ኛ ቆሮ. 7፥7)፡፡ ይህ የሆነው ለጥቂት ጊዜ ነበር እንጂ፣ ሰውዬው፤ ተስፋ ቈርጦና ኮብልሎ እንዲጠፋ አልነበረም (2ኛ ቆሮ. 7፥8)፡፡ ኀዘናቸው እና ጸጸታቸው ዓለማዊ ፍርድን የተሞላ የአይሁድ አለቆች ዐይነት አልነበረም (2ኛ ቆሮ. 7፥10)፡፡

ስለሆነም ፍሬው እግዚአብሔርን መፍራት ለጌታ ሥራ መቅናት (ሰዎችን እንደዚህ ባለው መልኩ በሆነ ችግር የተያዙትን ነጥቆ ማውጣት) እንዴት ያለ በቀል (በጠላት ላይ፡- ይህም ሰውዬው ለክርስቶስ ንጹሕት ድንግል እንዲሆን ማድረግ) ይቻላል? በመጨረሻም እንዴት ለሚለው የሚሆነው መልስ (እግዚአብሔር ሰዎች ንስሐ ገብተው ታድሰው በእግዚአብሔር ክብር የልጅነት ሕይወት መኖር) የሚለው መልስ ነው (1ኛ ቆሮ. 7፥11)፡፡ እነዚህ ሁሉ በጥቂት ጊዜያት የተፈፀሙ ፋይላቸው አልቆ የተዘጋ ሲሆን፣ ሐዋርያውን እና የእግዚአብሔርን መንግሥት (ቤተ ክርስቲያንን) የሚያምስ የነበረው 1) ትዕቢት «እኛ ባለጠጐች ነን (1ኛ ቆሮ. 4፥8፤ 8፥12፤ 2) መንፈሳዊ ያልሆነ ቅንዓት 2ኛ ቆሮ. 11፥1-2፥3) የውድድር መንፈስ ከቅዱስ ጳውሎስ የበጐ ሐዋርያ 4) በደካማው እምነት ላይ መፍረድ 5) ይህኛው የአካል ብልት ከሌላው ይበልጣል ወዘተ.

ቊጥር 22

አንተ ሰው ነህ፤ ምንዝርና ትፈጽማለህን? ጣዖትን የምትጸየፍ ቤተ መቅደስን ትዘርፋለህን?

ዝሙት

ኤርምያስ 5፥7፤ 7፥9፣ 10፤ 9፥2፤ ሕዝቅኤል 22፥11፤ ማቴዎስ 12፥39፤ 16፥4፤ ያዕቆብ 4፥4

መርከስ

ሚልክያስ 1፥8፣ 14፤ 3፥8፤ ማርቆስ 11፥17

2፥23 በሕግ የምትመካ ሕግን በመተላለፍ እግዚአብሔርን ታፍራለህን?

እግዚአብሔርን ታዋርዳለህን? (ታሳፍራላህን?)

በአማርኛችን ይህ ቃል ጠንከር ያለ መልእክት አለው፡፡ አንድ ሰው እንደ ተጠበቀው ሆኖ በማይገኝበት መልኩ ቢተይ የእኔ ነው ያለው ሰው በጣም ያፍርበታል፡፡ እግዚአብሔርም

የእኔ ብሎ በመረጠው በእስራኤል ይህንኑ የመሰለ ኃፍረት ወይም ውርደት ነው የደረሰበት፡፡ ሁኔታው በዕውነትም አሳፋሪ ነው፡፡

ቍጥር 23

23 በሕግ የምትመካ ሕግን በመተላለፍ እግዚአብሔርን ታሳፍራለህን?

የሚያደርግ

17፤ 3÷2፤ 9÷4፤ ኤርምያስ 8÷8፣ 9፤ ማቴዎስ 19÷17-20፤ ሉቃስ 10÷26-29፤ 18÷11፤ ዮሐንስ 5÷45፤ ዮሐ 9÷28፣ 29፤ ያዕቆብ 1÷22-27፤ 4÷16፣ 17

2÷24 በእናንተ ሰበብ የእግዚአብሔር ስም በአሕዛብ መካከል ይሰደባልና ተብሎ እንደ ተጻፈ፡፡

እግዚአብሔር ክብሩን ለማንም አሳልፎ አይሰጥም ስንል ገናና የሆነው ስሙ በአይሁድ ተገልጦ ለአሕዛብም እንዲያይ ይህ የእግዚአብሔር ዕቅድ ነበር፡፡ በሙሴ ዘመን የእግዚአብሔር ስም ያለ ልክ ከፍ ብሎ ገንኖ ነበር፡፡ ኢያሱ አገልግሎት ሲረከብ ጋለሞታዋ ረዓብ ኢያሪኮ የነበሩ አሕዛብ ዝናውን ፈርተው ነበር፡፡፡ በካህኑ ዔሊ ዘመን በካህናቱ ዘንድ ሌብነት የተንሰራፋበት ወቅት ነበር፡፡ የእግዚአብሔር ታቦት ተማረከች፤ የፊንሐስ ሚስትም የወለደችውን ልጅ የእግዚአብሔር ክብር ተወገደ ስትል ኢ-ካቦድ ብላ ጠራችው፡፡ ይህን የተናገረችው በመውለጃ ሰዓት ሳለች ሲሆን፣ ይህንንም እንደ ተናገረች ሞተች፡፡ እስራኤል በየኮረብታው መስገጃ ሠርታ፥ ከአሕዛብ ጋር ዝሙት ትፈጽም ነበር፡፡ በዚህም የእግዚአብሔር ስም ተሰደበ (ሕዝ. 22÷26)፡፡

ይሰደባል

የአይሁድ ድርጊት እግዚአብሔርን በማሳፈር ብቻ የሚያቆም ሳይሆን፣ በአሕዛብ ዘንድ ስሙን የሚያሰድብ ነበር፡፡ ይህ ስድብ የሚለው ቃል ከፍተኛ የሆነን ክስ ያመለክታል፡፡

መሰደብ (**blasphemeo /ብላስፌሚዮ ከ bláx /ብላክስ** = የፈዘዘ ወይም የዘገመ፣ ደካማ + **phéme /ፌም** = ሹክሹክታ፣ ዝና) ወይም ከዚህ በተመሳሳይ (ከ **blápto /ብላፕቶ** = መጉዳት፣ ዐደጋ ማድረስ + **phéme** /ፌም ከ **phemí /ፌሚ** = መናገር) ማለት ጉዳት የሚያመጣ ቃል መናገር እና ዝናን ማጉደፍ ነው፡፡ ስምንና ያለን ዝናን የሚያበላሽና ዝቅ የሚያደርግ ንግግር፣ እንዲሁም መጨረሻው ላይ ጉዳትን የሚያመጣ ቃል ነው፡፡

(መጽሐፍ ቅዱስ ጥቅሶች የብሉይና / የአዲስ ኪዳን ግሪክ መዝገበ ቃላት፣ የቴየር ትርጒም 1989. በ ጆሴፍ ሄንሪ ቴየር፣ ኦስቲን ሐተታ/ በጄፍ ጋሪሰን)

ክስሱ የሚቀርበው በአላመኑ ሰዎች ነው:: ለእነርሱ ክስ የአባታቸው የዲያቢሎስ ባሕርይ ስለሆነ፣ በባሕርያቸው ያደርጉታል:: ዐደጋው ግን ለክሱ መነሻ ምክንያት ሆኖ የሚገኘው የእግዚአብሔር ወገኖች ስሕተት ሆኖ መገኘቱ ነው::

ቍጥር 24

በእናንተ ሰበብ የእግዚአብሔር ስም በአሕዛብ መካከል ይሰደባልና ተብሎ እንደ ተጻፈ::

ስሙ

ኢሳይያስ 52÷5፤ ሰቆቃወ ኤርምያስ 2÷15፣ 16፤ ሕዝቅኤል 36÷20-23፤ ማቴዎስ 18÷7፤ 1ኛ ጢሞቴዎስ 5÷14፤ 6÷1፤ ቲቶ 2÷5፣ 8

ልክ እንደ ተጻፈው

2ኛ ሳሙኤል 12÷14

2÷25 ሕግን ብታደርግ መገረዝስ ይጠቅማል፥ ሕግን ተላላፊ ብትሆን ግን መገረዝህ አለመገረዝ ሆኖአል::

መገረዝ ጥቅም አለው:: የሚኖረውም ሕግን እስከፈጸሙ ድረስ ነው:: መጽሐፈ ቅዱሳችንን ስናጠና አይሁድ የመገረዝን ሥርዓት ሁልጊዜ ይፈጽማሉ:: የታቦቱ በእነርሱ መካከል መኖሩ ሙሉነት ይሰማቸው ነበር:: ለዚህም ነው በኤሊ ዘመን ታቦቱን ይዘው የእልልታ ድምፅ አሰሙ:: ከድምፃቸው የተነሣ ምድሪቱ አስተጋባች፤ ይሁን እንጂ፣ ሰማያትን ሊያነቃንቅ አልቻለም::

በሰማያት በከፍታው በጽዮን ተራራ ብቻውን የተቀመጠው የእስራኤል ንጉሥ ጆሮ ሳይደርስ በመንደራቸው ብቻ ድምፅ ጫጫታ ሆኖ ቀረ:: በዚህም ምክንያቱ ታቦቱ ተማረከ:: የእስራኤል በፍልስጥኤማውያን ዕጅ ወደቁ:: አንድ የበግ እረኛ ግን ጥቂት ጠጠሮች በኮሮጆዋቹ ይዞ የታላቁን የፍልስጥኤም ጭፍራ አለቃ ጎልያድን ዘረረው:: ይህ ያልተገረዘ ፍልስጥኤማዊ ሲል፣ ዳዊት በመንፈስ የተገረዘ፣ በሕግ የተገረዘ መሆኑን እናስተውላለን::

ሕግን መተላለፍ ... እንዳልተገረዙ መሆን

ሕግን ጠቅሶ ሕግን መተላለፍ ከሕጉ ጋር ተያይዘው ከሚመጡ በረከቶች ያጐድላል፡፡ ሕግን የሚተላለፍ አይሁዳዊ መገረዙ አለመገረዝ ይሆንበታል፡፡ (ፊልጵ. 3፥3)መገረዝ የሚጠቅመው ሕጉ እስከ ተጠበቀ ድረስ ብቻ ነው (ገላ. 6፥15፤ 5፥3)፡፡ እንግዲህ የሚጠቅመው ሕግን መያዙ ሳይሆን፣ አዲስ ፍጥረት መሆኑ ነው፡፡ ወደ እኛም ዕውነት ስናመጣው በሕይወት ላይ ለውጥ የሚያመጣው ቃል ኪዳን በመግባት ብቻ ሳይሆን፣ በገባነው ቃል ኪዳን መሠረት ለመኖር ራሳችንን በመስጠት ነው፡፡

ቍጥር 25

ሕግን ብታደርግ መገረዝስ ይጠቅማል፤ ሕግን ተላላፊ ብትሆን ግን፣ መገረዝህ አለመገረዝ ሆኖአል፡፡

ግርዘት

28፤ 29፤ 3፥1፣ 2፤ 4፥11፣ 12፤ ዘዳግም 30፥6፤ ኤርምያስ 4፥4፤ ገላትያ 5፥3-6፤ 6፥15፤ ኤፌሶን 2፥11፣ 12

ዳሩ ግን ... ከሆነ

23፤ ኤርምያስ 9፥25፣ 26፤ የሐዋርያት ሥራ 7፥51

2፥26 እንግዲህ ያልተገረዘ ሰው የሕግን ሥርዓት ቢጠብቅ አለመገረዙ እንደመገረዝ ሆኖ አይቈጠርለትምን?

የሕግ ትእዛዝ ከተጠበቀ - አለመገረዙ እንደ መገረዝ ይቈጠራል

ከፍቅር በመነጨ መንገድ ስንታዘዝ ጌታ የመታዘዝን በረከት ይሰጠናል፡፡ (እንደ መገረዝ ይቈጠርልናል)፡፡ ይህም የሆነበት ምክንያት ዳግም ስንወለድ ጌታ በመንፈሱ የልባችንን ሸለፈት ስለ ገረዘው ነው (ቈላስ. 2፥11፤ የሐዋ. 10፥34-35)፡፡

ቍጥር 26

እንግዲህ ያልተገረዘ ሰው የሕግን ሥርዓት ቢጠብቅ አለመገረዙ እንደ መገረዝ ሆኖ አይቈጠርለትምን?

ኢሳይያስ 56፥6፣ 7፤ ማቴዎስ 8፥11፣ 12፤ 15፥28፤ የሐዋርያት ሥራ 10፥2-4፣ 34፣ 35፤ 11፥ 3-18፤ 1ኛ ቆሮ. 7፥18፣ 19፤ ፊልጵስዩስ 3፥3፤ ቈላስይስ 2፥11

2፥27 ከፍጥረቱም ያልተገረዘ ሕግን የሚፈጽም ሰው የሕግ መጽሐፍና መገረዝ ሳለህ ሕግን በምትተላለፈው በአንተ ይፈርድብሃል።

ሐዋርያው በዚህ ቍጥር ላይ የመታዘዝንና ያለ መታዘዝን ግልጽ ውጤት ያስቀምጣል።

- ያልተገረዘው አሕዛብ ከጌታ በፍጥረቱ በተቀበለው የሕሊና ሕግ መሠረት ሕግን ሲፈጽም
- ሕግ የተቀበሉት አይሁዳውያን ሕግን ባለመፈጸማቸው ሕጉ ራሱ ይፈርድባቸዋል።

እንዲያውም በማይታዘዙት ላይ ይፈርዳል።

ቍጥር 27

ከፍጥረቱም ያልተገረዘ ሕግን የሚፈጽም ሰው የሕግ መጽሐፍና መገረዝ ሳለህ ሕግን በምትተላለፈው በአንተ ይፈርድብሃል።

ነገር ግን የሚፈጽም ከሆነ

8፥4፤ 13፥10፤ ማቴዎስ 3፥15፤ 5፥17-20፤ የሐዋርያት ሥራ 13፥22፤ ገላትያ 5፥14

ዳኛ

ሕዝቅኤል 16፥48-52፤ ማቴዎስ 12፥41፤ 42፤ ዕብራውያን 11፥3

በ

20፤ 29፤ 7፥6-8፤ 2ኛ ቆሮ. 3፥6

2፥28-29 በእርግጥ አይሁዳዊ የሆነ አይሁዳዊ አይደለምና በግልጥ በሥጋ የሚደረግ መገረዝም መገረዝ አይደለምና፥ ዳሩ ግን በስውር አይሁዳዊ የሆነ አይሁዳዊ ነው፤ መገረዝም በመንፈስ የሚደረግ የልብ መገረዝ ነው እንጂ፣ በመጽሐፍ አይደለም፥ የእርሱ ምስጋና ከእግዚአብሔር ነው እንጂ፣ ከሰው አይደለም።

ዕውነተኛ ግዝረትም ውጫዊና ሥጋዊ አይደለም . . በመንፈስ የልብ ግዝረት ሲኖር የሚፈጸም መንፈሳዊ ድርጊት ነው። በውጫዊ ሥርዓት አይሁዳዊ መሆን አይቻልም።

አይሁዳዊ የሚሆነው በውስጣዊ ማንነቱ አይሁዳዊ ሆኖ ሲገኝ ነው፡፡ ይህም የሚገኘው የልብ ግዝረት በመንፈስ አማካይነት ሲከናወን ነው፡፡ «አይሁድ» የሚለው ቃል «ይሁዳ» ከሚለው የነገድ ስም የተወሰደ ሲሆን፣ ትርጓሜውም ምስጋና ማለት ነው፡፡

በመጻሕፍት፡- አይሁዶች በመጽሐፍ በመመርመር ሕይወት ያላቸው ይምስላቸዋል፡፡ ኢየሱስ እነዚህን በከንቱ መድከማቸውን እየተናገረ ብዙ ጊዜ ይነቅፋቸው ነበር፡፡ ቅዱሳን መጻሕፍትን የነቢያቱን መጻሕፍትንም ማጥናት በእግዚአብሔር የተሰጠ የጌታን ልብ ደስ የሚያሰኝ ሲሆን፣ ከልብ መዘጋጀት እና በሙሉ ልቦና ማጥናት ካልሆነ፣ ለአዳማዊ ባሕርይ መቀስቀሻ (ለትዕቢት) ምክንያት ይሆናል፡፡

በሌላ አነጋገር የሐጢያተኛ ሥጋ (በክርስቶስ ሳይሆን በነበረው የእኔነት) ማግነኛ ይሆናል፡፡ ይህም ማለት ራስን በሰው ዘንድ ከፍ ከፍ የማድረግ አውቃለሁ» የሚልን ሕይወት እንዲገለጥብን ያደርጋል፡፡ እውቀት ያስተብያል የሚባለው ለዚህ ነው ቃሉ በሰውየው ልቦና ህያው ሰይፍ ሆኖ ነፍስን አጥንትን እና ጅማትን እስኪለያይ ድረስ እስካወጣው በተቃራኒው የሚሆነው ይህን ያህል ተምሬአለሁ አዋቂ ነኝ አስተማሪ ነኝ ወደማለት የትዕቢት ጐዳና እየነዳን ጭልጥ ብለን በእኔነት እንድንመላለስ ያደርገናል (ዘዳ. 11÷18፤ ኢያሱ 1÷8፤ መዝ. 119÷11)፡፡

ቃሉን ያወቁት ፈላስፋ ለመሆን ማጥናት አንድ ነገር ሲሆን፣ ሌላው ግን ቃሉ የሕይወት መርኅ፣ ለሕይወት መንገዳችን ብርሃን እንዲሆን በሙሉ የአገዛዝ ሥልጣኑ ሥር ሆነን በቃሉ ዐቅምና ጉልበት ተደግፈን ተጠልለን መኖሪያ አድርገነው መመላለስ ነው (መሳ. 6÷23)፡፡ ይህ ይሆን ዘንድ ማለትም ሕያው እና ዐቅም ያለው ቃሉ አጥንተን፣ አሰላስለነው በእምነት በሕይወታችን ይዋሐድ ዘንድ (ሮሜ 10÷17፤ ዕብ. 4÷2) በልባችን እንዲሠራ መንፈሳዊ ግርዘትን የሚሰጠን እግዚአብሔር መሆኑን ዐውቀን ከኃይለኛው ከእግዚአብሔር ዕጅ፣ ከጸጋው ዙፋን ሥር መቅረብ አስፈላጊ ነው፡፡

ይህ ልባችን (በአስተሳሰባችን፣ በምኞታችን - በውስጣዊ ማንነታችን) ለውጥ እንዲያመጣ የእግዚአብሔር ጣት ተገልጣ መሥራትዋ አስፈላጊ ነው፡፡ የእግዚአብሔር ፈቃድ ለማድረግ እርሱም እርሱ የሚደሰትበትን በልባችን በአሳባችን በውስጣዊው ማንነታችን ይገዛ ዘንድ የሚመራን የሚረዳን የሚገርዘን (ልባችንን የሚያቀናው) ቃሉ እና መንፈስ ናቸው (2ኛ ተሰ. 3፡5፤ 1ኛ ነገሥት 8፡58፤ 1ኛ ዜና 29÷18፤ መዝ. 119÷5፣ 36፤ ኤር. 10÷23)፡፡ አይሁድ በመገረዛቸው የአብርሃም ልጆች ታቦቱና ሕግጋቱ ስለ ተሰጣቸው ወደ

እግዚአብሔር ሊመጡ አልወደዱም፤ የእግዚአብሔር ጣት ግን ነበረች (መኃ. 5÷4፤ ኢሳ. 50÷5፤ ሉቃስ 24÷32፤ 45፤ ዮሐ. 6÷44-45፤ የሐዋ. 11÷21፤ ኤፌ. 1÷17፤ የሐዋ. 16÷14፤ ኢዮብ 36÷10፤ ማቴ. 16÷11፤ ኢዮብ 32÷8፤ መዝ. 94፡12)።

«በመንፈስ» የሚለው አንዳንዶች የሰውዬውን የውስጣዊ ሰው (መንፈሱ) ሌሎች ደግሞ የሰው ልብ የሆነው አስተሳሰቡ አእምሮው «ልብና ኩላሊት» ተብሎ የሚጠራው ነው የሚሉ ሲገኙ፣ አንዳንዶች ደግሞ ከሥላሴ አንዱ የሆነው መንፈስ ቅዱስን ይናገራል ይላሉ (ቆላስ. 2÷11)።

በፍጹም ልብ እግዚአብሔርን እንዲያመልኩ የሚያደርጋቸውን ብቃት የሚሰጣቸውን የተስፋው ቃል ከሙሉ ሕግ ጋር ተሰጥቶአቸው ነበር። በእርግጥ አዲስ ፍጥረት መሆን የሚቻለው በአዲስ ኪዳን ቢሆንም በሙሉ ልብ ለማገልገል ካህናቱና ነቢያቱ ሊያደርጉ የሚችሉት ዐቅም ጸጋ በየዘመናቱ ተገልጦላቸው ነበር። እግዚአብሔር የልባቸውን ሸለፈት ገርዞ ኃጢአተኛነታቸውን እያዩ በንስሐ ወደ እግዚአብሔር ተራራ የወጡ የእምነት አባቶች ነበሩ። ንጉሥ ዳዊት «እንደ ልቤ የሆነውን የእሴይን ልጅ አገኘሁት የተባለው በብሉይ ኪዳን ዘመን እንደ ሆነ እናስተውላለን (1ኛ ሳሙ. 13÷14)።

ቍጥር 28

በግልጥ አይሁዳዊ የሆነ አይሁዳዊ አይደለምና። በግልጥ በሥጋ የሚደረግ መገረዝም መገረዝ አይደለምና። በሥጋ በዕጅ የተገረዙ በተባሉት ያልተገረዙ የተባላችሁ ይህን አስቡ።

ምክንያቱም እርሱ

9÷6-8፤ መዝሙር 73÷1፤ ኢሳይያስ 1÷9-15፤ 48፤ 1፤ 2፤ ሆሴዕ 1÷6-9፤ ማቴዎስ 3÷9፤ ዮሐንስ 1÷47፤ ዮሐንስ 8÷37-39፤ ገላትያ 6÷15፤ ራእይ 2÷9

ወይ

ኤርምያስ 9÷26፤ ሮሜ 4:10-12፤ 1ኛ ጴጥሮስ 3÷21

ቍጥር 29

ዳሩ ግን በስውር አይሁዳዊ የሆነ አይሁዳዊ ነው። መገረዝም በመንፈስ የሚደረግ የልብ መገረዝ ነው እንጂ በመጽሐፍ አይደለም። የእርሱ ምስጋና ከእግዚአብሔር ነው እንጂ ከሰው አይደለም።

ይህም

1ኛ ሳሙኤል 16÷7፤ 1ኛ ዜና መዋዕል 29÷17፤ መዝሙር 45÷13፤ ኤርምያስ 4÷14፤ማቴዎስ 23÷25-28÷ ሉቃስ 11÷39፤ ሉቃስ 17÷21፤ ዮሐንስ 4÷23፤ 1ኛ ጴጥሮስ 3÷4

ግርዘት

ዘዳግም 10÷16፤ 30÷6፤ ኤርምያስ 4÷4፤ ቆላስይስ 2÷11፤ 12

መንፈስ
27፤ 7÷6፤ 14÷17፤ ዮሐንስ 3÷5-8፤ 2ኛ ቆሮ. 3÷6፤ ፊልጵስዩስ 3÷3
ከ
ዮሐንስ 5÷44፤ 12÷43፤ 1ኛ ቆሮ. 4÷5፤ 2ኛ ቆሮ. 10÷18፤ 1ኛ ተሰሎንቄ 2÷4፤ 1ኛ ጴጥሮስ 3÷4

ምዕራፍ ሦስት

ሁሉ ኃጢአትን ሠርተዋል

የሮሜ መጽሐፍ ዋነኛ መልእክት (ማዕከላዊ አሳቡ) የእግዚአብሔር ጽድቅ ነው፡፡ የእግዚአብሔር ጽድቅ ለመግለጥ ሐዋርያው ጳውሎስ የመረጠውና የተጠቀመበት ዘዴ የሰውን ልጅ ኃጢአተኛነት፣ ከጽድቅ መጕደሉንና የረከሰ መሆኑን በመግለጥ መጀመርን ነው፡፡ ስለዚህ በሁለቱ ምዕራፎች እንደ ተመለከትነው በተለይ ከምዕራፍ 1÷18 ጀምሮ አሁን በዝርዝር እስከ ምንመለከተው ምዕራፍ 3÷20 ድረስ ሐዋርያው በደለኛ የሆነውን ሰው በሕግ ፊት አቅርቦ እንደሚሟገት ዐቃቤ-ሕግ የመከራከሪያ ነጥቡን ያቀርባል፡፡ ነጥቦቹን አያይዘን አሁን ያለንበትን ክፍል ለማጕላት ይረዳን ዘንድ ሐዋርያው ጳውሎስ ደረጃ በደረጃ የሄደባቸውን መንገዶች እንመልከት፡፡

አሕዛብ በድለዋል ሮሜ 1÷18-23

ሐዋርያው በዚህ ክፍል ስለ ሰው ልጅ ከፋትና በደል ያቀረበው ማስረጃ በጣም ከባድና አስጸያፊ ነው፡፡ በአጠቃላይ የሚያመለክተውም ሰው በክብር ጀምሮ ወደ ውርደት መዝቀጡን ነው፡፡ ለዚህ አሳቡ ሐዋርያው ጳውሎስ ማስረጃውን ሲያቀርብ፡-

ከቊ. 18-20- የከበረው ነገር ተገልጦላቸው ነበር ሊታወቅ የሚቻለው፤ ዕውቀቱ ነበራቸው፡፡ በእነርሱ ዘንድ ግልፖ ነበር፡፡

ከቊ. 21-23- ያወቁ ነበር፣ ዳሩ ግን ለዚህ ዕውቅና ሊሰጡት ወይም ሊያከብሩት አልፈለጉም፡፡

ከቊ. 24-27 - በልባቸው ፍትወት ተቃጥለው ራሳቸውን ለአስነዋሪ ድርጊት አሳልፈው ሰጡ

ከቊ. 28-32- ለማይረባ አእምሮ አልፈው ተሰጥተዋል፡፡ ስለዚህ ራሳቸው ክፉ አድራጊ ብቻ ሳይሆኑ፣ ክፉዎችን ያበረታታሉ፤ ይተባበራሉም፡፡

በእነዚህ ሁሉ ፍጹም የመከራከሪያ መልስ ሊያቀርቡ በማይችሉባቸው ጥፋቶች አሕዛብ በድለዋል!

የጳውሎስ የሙግት ማጠቃለያ!

እግዚአብሔርን የማወቅ ዕውቀት ተሰጥቷቸው ሳለ ዐውቀው ሊያከብሩት ስላልፈለጉ፣ ይልቁን በልባቸው ፍትወት በመቃጠል ራሳቸውን ለሥጋዊ ምኞታቸው አሳልፈው ስለ ሰጡና አስነዋሪ ድርጊት ስለ ፈጸሙ እግዚአብሔር ለማይረባ አእምሮ አሳልፎ ሰጥቷቸዋል፡፡ ስለዚህ አሕዛብ በድለዋል፡፡ ክቡር ፍርድ ቤቱ የነገሩን ግራና ቀኝ ተመልክቶ የሞት ፍርድ! ይበይንልኝ ዘንድ በአክብሮት እጠይቃለሁ!

አይሁድ በድለዋል (ሮሜ 2፡1-3፡8)

ሐዋርያው ጳውሎስ በዚህ ሥፍራ የሚያቀርበው የመከራከሪያ ነጥብ በጣም ዐደገኛ ነው፡፡ ምክንያቱም አይሁድ በድለዋል ብሎ መናገር በራሱ ለሞት የሚያበቃ መሆኑ ነው፡፡ እግዚአብሔርን አለመታዘዝ በራሱ ኃጢአት ቢሆንም፣ አይሁድ ግን ይህንን ኃጢአት እግዚአብሔርን በድለናል ብለው በግልጽ አልተናዘዙትም፡፡ የብሉይ ኪዳን ነቢያት መከራን የተቀበሉት፣ በድላችኋል ብለው አይሁድን በመናገራቸው ነበር፡፡

ይህም ሀሉ ሆኖ ግን ሐዋርያው ጳውሎስ አይሁድን በድለዋል ብሎ ለማለት የሚያቀርበው የራሱ ማስረጃ አለው፡፡ ማስረጃዎቹም፡-

3፥1-3= ለሕዛብን በሚነቅፉበት ነገር ራሳቸው ተላላፊ ሆነው መገኘታቸው

3፥4-11= ከእግዚአብሔር የተሰጣቸው ቸርነት ወደ ንስሐ ሊመራቸው ሲገባ እነርሱ ግን በዐመፃቸው ስለ ቀጠሉ ይህም እግዚአብሔርን ያለመታዘዛቸው ግልጽ ማስረጃ መሆኑ

3፥12-24= ከእግዚአብሔር የተቀበሉትን ሕግ ከመፈጸም ይልቅ ሕጉ ለእነርሱ በመሰጠቱ ብቻ ከአሕዛብ የተሻለ እንደ ሆኑ በመቁጠር ሕግ ተላላፊዎች መሆናቸው፡፡

3፥25-29= ውጫዊ ሰውነታቸውን በመገረዝ በልባቸው ግን የእግዚአብሔርን ሕግ ማፍረሳቸው

በእነዚህ ምክንያቶች አይሁድ እግዚአብሔርን በድለዋል፤ ስለዚህ አሁንም ፍርድ ቤቱ ግራና ቀኝ ተመልክቶ ፍርድ ይሰጥልኝ ዘንድ በአክብሮት እጠይቃለሁ፡፡

እነዚህ መሠረታዊ ነጥቦች መነሻ በማድረግ ሐዋርያው ጳውሎስ በምዕራፍ ሦስት ውስጥ የሚያነሣቸውን ዋና ዋና አሳቦች መመልከት እንችላለን፡፡

ሐዋርያው ምዕራፍ ሦስትን ሲጀምር ሊቀርቡ ይችላሉ ብሎ ያሰባቸውን የመሟገቻ ጥያቄዎች በማንሣት ይጀምራል፡፡ «አይሁድ በድለዋል የምትል ከሆነ፣ ታዲያ የአይሁዳዊ ብልጫው ምንድን ነው?» በማለት ተቃዋሚዎቹ የሚያቀርቡትን ጥያቄ በማንሣት ይጀምራል፡፡ እስኪ ይህን ነገር ነጥብ በነጥብ እንመልከተው፡-

3፥1 የአይሁዳዊ ብልጫው ምንድን ነው? የመገረዝስ ጥቅሙ ምንድን ነው?

አይሁድ አባታቸው አብርሃም ኪዳን ከእግዚአብሔር ጋር ገብቶ ነበር፡፡ ይህ በረከት ለመቀበል ይችሉ ዘንድ እግዚአብሔር በኪዳኑ መሥዋዕት መካከል ብቻውን ገባ፡፡ ቃል ኪዳኑን በመሐላ አጸናው (ዘፍ 15፥17-18)፡፡ ይህን ኪዳን ሲያደርግ ጌታችን እየሱስ ክርስቶስ ከመወለዱ ከሁለት ሺህ ሰማንያ አንድ ዓመት በፊት ነበር፡፡ በዚያን ወቅት ነበር

የአብርሃም ዘር ወደ ሰው አገር ተሰድደው 400 ዓመት በመጨነቅ እንደሚገዙ ከኪዳኑ ጋር አስታውቆታል፡፡

ተስፋው እንደ ተናገረው የአብርሃም ቃል ዘርያዎች እየበዙ ሄዱ፡፡ እግዚአብሔር ለአብርሃም የበረከትን ቃል በመሠዊያው በሰማይና በምድር መካከል አዋጁን ካጸደቀ ከሁለት መቶ አሥር ስምንት ዓመታት በኋላ የእስራኤል እናት መንታ በመወለድ ታውቀዋል፡፡ በአጭሩ ተቀጭቶ የሚሞት እንዳልነበረ ከቍጥራቸው እናስተውላለን፡፡ ስድስት መቶ ሺህ ሲደርሱ ይህም ሴቶች፣ ልጆች እና ሽማሌዎች ሆነ አሮጊቶች ሳይቈጠሩ መሆኑ ይታወቃል፡፡ በዘጸአት ምዕራፍ አንድ ቍጥር ሰባት እና ቍጥር ስምንት መካከል አንድ መቶ ዓመታት አልፎአል፤ ትንቢቱ ተፈጸመ፡፡

እግዚአብሔር በመከራ ያለፉትን የአብርሃም ልጆችን በጸናች ከንዱ ከግብፅ ጭቀና አስወጥቶ በረሃማው አገር እንዲጓዙ ቢያደርጋቸውም፣ ከእነርሱ አልተለየም፡፡ ነቢይ አስነሣላቸው፡፡ እርሱም ሙሴ ነበር፡፡ በሙሴ በኩል በበርሃ ሆነው ድምፁን ሊያሰማቸው እንዲባርካቸው የመገናኛ ድንኳን እንዲሠራ አዘዘው፡፡

የሕዝቡ ኃጢአት እንዲመለከቱ እና ወደ እርሱ መጥተው በረከትን የኃጢአትን ይቅርታን እንዲያገኙ ሕግጋቱን እና መቅደስ ሥርዓት ሰጣቸው፡፡ ሕግጋቱ ቅድስት ሲሆኑ፣ የመቅደሱ ሥርዓት የተሰጣቸው ብፁዓን የሆነ ሕዝብ ለሆነ ነው፡፡ እግዚአብሔር ንጉሣቸው አባታቸው ስለ ነበር ሕግን ሰጣቸው (ኢሳ. 33፥22)፡፡ እግዚአብሔር በፊቱ የከበረውን ውድ ስጦታውን ክርስቶስ ከመወለዱ ከአንድ ሺህ አራት መቶ አርባ ስድስት ዓመት በፊት ሆነ፡፡

ስጦታው በቅድሚያ በሲና ተራራ በነጐድጓዱ በክብር (ዕብ. 12፥19፤ ዘጸ. 32፥2፤ መዝ. 147፥19-20) ሰጣቸው፡፡ ይህም ስጦታ እንደ ሞግዚት ሕዝብን መርቶ ወተትና ማር ወደምታፈልቀው ምድር አስገባቸው፡፡ ዕረፍትን ሰጣቸው፡፡ ለአንድ ሺህ አምስት መቶ ዓመት የሚያህል ጊዜም በየዘመናቱ በተለያየ መንገድ እና ጐዳና እየባረካቸው፣ በመጨረሻም በጽዮን ተራራ ልጁን በክብር ከሞት አስነሥቶ ለአይሁድ በእምነት ሰጣቸው፤ ቀጥሎም ደግሞ ለአሕዛብ በጽዮን ተራራ የሕይወት ሕግን ሰጣቸው፡፡

እርሱም ክርስቶስ ኢየሱስ ወደ ገዛ ወገኖቹ መጥቶ ስለ ኢየሩሳሌም ዐነባ፡፡ በመጨረሻም ከሞቶ ተነሥቶ በአብ ቀኝ ተቀመጠ (ዕብ. 12፥22-24)፡፡ በሲና ተራራ የገለጸው የሙሴ

ኪዳን ያለበት ትእዛዛት (ሕጉ) ሕይወት (አሁንም ሕያው ነው) – (መዝ. 111÷7፤ 8 ያለበት ነበር የሐዋ. 7÷38)፡፡

ይህ ለሚታዘዙት የሕይወት ሽታ ሲሆን ለማይታዘዙት የሞት ሽታ ሆኖባቸው ለ1500 ዓመት ሲሠራ ቆየ፡፡ ኢየሱስ ክርስቶስ ሞት ከተነሣ በኋላም የእስራኤል ራስ እንጂ ጅረት አለመሆን የምናየው ዕውነት ነው፡፡ በድንዛዜ ውስጥ ተገኝተው ቢቀመጡም እንኳ፣ ለዓለም ባለጠግነት ሆነዋል (ሮሜ 11÷12፤ ቢቀጡም ኢሳ. 27÷6)፡፡ እንግዲህ የአብርሃም ልጆች በመሆናቸው ብልጣቸው እና ጥቅማቸው ለአሕዛብም ተረፈ፡፡ በመጨረሻ ጌታችን በጽዮን ተራራ ዳግመኛ ሲታይ የእስራኤልን መንግሥት ይመልሳል፡፡ ከዚያም ሆኖ 1000 ሺህ ዓመት ይገዛል፡፡

የመገረዝ ምልክቱ ስለ እግዚአብሔር የተለየ ሕዝብ መሆናቸውን ያመለክታል፡፡ ኪዳኑን ያሳየናል፡፡ የአሕዛብ እና የአይሁድ ሙላት ለእግዚአብሔር ክብር ይሆን ዘንድ አስቀድሞ የተወሰነ ነበር (ኤፌ. 2÷29)፡፡ የመገረዛቸው ምልክት «ሕጉን ለመፈጸማቸው» ምልክት በመሆን አገልግሎአል፡፡ በክርስቶስ የሆኑት የተገረዙ ናቸው፡፡ ይህም የሥጋን (የዓለማዊ ሕይወት) ከማያደርጉበት የኃጢአት ግዛት ወጥተው በጸጋው እና በትንሣኤው በእምነት በኩል በመተባበራቸው ክርስቶስ በውስጣቸው ነግሦ የሕይወትን መንፈስ ሕግ የሆነውን የፍቅርን ትእዛዝ ወደ ሚፈጽሙበት ዕርከን መሻገራቸው እና መመላለሳቸው ነው (ሮሜ 8÷9፤ ፊልጵ. 3÷3፤ ዘዳ. 10÷16፤ 30÷6፤ ቈላስ. 2÷11)፡፡

የአይሁዳዊ ብልጫው ምንድን ነው?

የጳውሎስ መልስ ብልጫቸው በሁሉ ነገር ነው የሚል ነው፡፡ ይህንን መልሱን ስንመለከተው በመንፈስ መገረዝ ከእግዚአብሔር ዘንድ ምስጋናን የሚያስገኝ ከሆነ በሥጋ መገረዝ ደግሞ ለአይሁድ ብልጫው በሁሉ ነገር ነው፡፡ በሁሉ ነገር የሚለው መግለጫ በቀጣዩ ቍጥር በግልጥ ተብራርቶ ተቀምጧል፡፡

ብልጫ (**perissos /ፔሪሶስ**) ማለት አንድን ነገር የሚከብን ነገር የሚያሳይ ነው፡፡ በተጨማሪም ከመጠን በላይ በሆነ ሁኔታ ያለ፣ ትርፍ የሚል አሳብን ይይዛል፡፡ በመጠን ሊሆን ይችላል ወይም በጥራት ከመጠን በላይ የሆነን ነገር ያሳያል፡፡ እዚህ ቦታ የሚናገረው አይሁዳዊ መሆን የበለጠ የሚያደርገው ምንድን ነው? የሚል ሲሆን፣ ሲብራራ ደግሞ አይሁዳዊ ከአሕዛብ በምንድን ነው የሚበልጠው?

ዶ/ር ጀምስ ስቲፈር ሲጠይቅ፡- "መገረዝ በራሱ ጽድቅን ካላመጣ፣ አለመገረዝም ጽድቅን ካላሳጣ ታዲያ ምንድን ነው? በእርሱ ውስጥ ያለው ጥቅም? እግዚአብሔር በሰዎች መካከል ያስቀመጠው ልዩነት የተሰጠን አንድ ዐይነት ነገር አይደለም ማለት ነው፡፡"

ይህ ጥቅም-ዐልባ ተቃውሞ አልነበረም፡፡ ዛሬ ይህን ጥያቄ በተለየ መልክ ልናቀርበው እንችላለን፡- "ከእግዚአብሔር ሕዝብ ጋር በጥምቀትና በቤተ ክርስቲያን ኅብረት አንድነት መካፈል የማያድነን ከሆነ፣ የእግዚአብሔርን ቃል ማወቃችን፣ ድነታችንን ወይም መጽደቃችንን የማያረጋግጥ ከሆነ፣ ታድያ በቤተ ክርስቲያን እና በክርስትና ጥላ ሥር መሆኑ ምንድን ነው ጥቅሙ?"

ደን ሲናገር የአይሁድ ልቅሶ የነበረው ከራስ ማንነት ጥያቄ ጋር በተያያዘ ግራ በተጋባ ሁኔታ እንዲህ ይላሉ፡፡ በምዕራፍ ሁለት ላይ ላለው ትምህርት ላይ ተቃውሞዋቸውን ሲገልጹ በፍርድ ቀን አይሁዳዊ መሆናችን ምንም የተለየ ጥቅም የማይሰጠን ከሆነ ታዲያ አይሁዳዊ መሆኑ ምን ጥቅም አለው? ባለፉት 2000 ዓመታት በከንቱ ነበር ብዙ ነገር ያደረግነው፡፡ ኪዳኑና የኪዳኑ ምልክት የሆነው ግርዛት ታዲያ የእግዚአብሔር መቀለጃ ምልክት ናቸው ወይስ እግዚአብሔር አሁን ስለ አይሁዳዊ ያለውን አመለካከት ቀይሮ ነው ቃሉን አጥፎ ታዲያ አይሁዳዊ መሆን ጥቅሙ ምንድን ነው?

ጄ ቬርኖን ማክ ጊ ሲናገርም ይህ ዐይነት ተመሳሳይ ጥያቄን ነው ዛሬም የምንሰማው፡፡ ያገኘሁትን ይህን የምሰብከውን ወንጌል አስመልክቼ ስናገር የየትኛውም ቤተ ክርስቲያን አባል መሆን ወይም የትኛውም ዐይነት መንፈሳዊ ልምምድ ለድነት የተሻለ አስተዋጽኦ አያደርግም፤ ምክንያቱም እግዚአብሔር በመስቀሉ ሁሉን ፈጽሞታልና፡፡(ማክጊ ፣ ጄ ቪ- በመጽሐፍ ቅዱስ ሐተታ ናሽቪል ቶማስ ኔልሰን)

የመገረዝስ ጥቅሙ ምንድን ነው?

ጥቅም (**opheleia/ ኦፌልያ** ከ **opheleo/ኦፌልዮ** = ማትረፍ ከ **ophéllo /ኦፌሎ** = ወደ ላይ ማንሣት) መጀመሪያ የሚያሳየው ዕርዳታን ሲሆን፣ ቀጥሎ ግን የውርስ ጥቅም ማግኘትን ይጠቁማል፡፡ ፈላስፋዎች የአንድን አሳብ ዋጋ ሲመዝኑ የዚህን ነገር ጥቅሙን ነው የሚወስኑት፡፡(መጽሐፍ ቅዱስ ጥቅሶች የብሉይና / የአዲስ ኪዳን ግሪክ መዝገበ ቃላት፣ የቴየር ትርጉም 1989. በ ጆሴፍ ሄንሪ ቴየር፣ አስቲን ሐተታ/ በጂፍ ጋሪሰን)

መገረዝ (**peritome /ፐሪቶሜ** ከ **peri/ፐሪ** = ዙርያ + **témno /ቴምኖ** = መቍረጥ)፡- ይህ ቃል በቃል የሚያሳየው ከላይ ያለን ቆዳ መግፈፍና ማንሣትን ነው (ሮሜ 2፥27-29፤ 2ኛ ቆሮ. 3፥6)፡፡ (መጽሐፍ ቅዱስ ጥቅሶች የብሉይና / የአዲስ ኪዳን ግሪክ መዝገበ ቃላት፣ የቴየር ትርጒም 1989. በ ጆሴፍ ሄንሪ ቴየር፣ አስቲን ሐተታ/ በጄፍ ጋሪሰን)

የኮሌጅ አሳታሚ ማብራርያ ይህንን ክፍል ጥሩ በሆነ ማጠቃለያ ያስቀምጠዋል፡፡ ውይይቱ የሚጀምረው አይሁዳዊ በእግዚአብሔር ዓላማ ውስጥ የሚኖረውን ሚና በማንሣት ሲሆን (ሮሜ 3፥1-2) በመቀጠል በፍጥነት ወደ እግዚአብሔር የግል ባሕርይ ይገባል (ሮሜ 3፥3-4)፡፡ እዚህ ጋር አሳቡ ጳውሎስ በምዕራፍ ሁለት ላይ ስለ አይሁድ ያነሣው አሳብ አይሁዳውያን ከአብርሃም ዘመን ጀምሮ እንዳገኙት የሚቈጥሩትን የተለየ መመረጥ የሚያከስም ነው፡፡ ከዚያ ወዲያው ይህ ደግሞ የእግዚአብሔር ታማኝነት ላይ ጥያቄ ያስነሣል፡፡ ጳውሎስ በመቀጠል የሚያቀርባቸው አሳቦች አይሁድ ያላቸውን አመለካከት እና ራስን የማጽደቅ ልምድ ጥያቄ ውስጥ እንዲወድቅ የሚያደርግ ነው (ሮሜ 3፡5-8)፡፡ (የኮሌጅ ፕሬስ አዲሱ መደበኛ ትረጉም ኮሜንተሪ)

ጳውሎስ፡- በምንም መንገድ
ተቃዋሚ፡- እንደዚያ ከሆነ ታዲያ ልዩነቱ ምንድን ነው?

ጳውሎስ፡- አንድ ነገር ይህም አይሁድ አሕዛብ የሌላቸውን የእግዚአብሔር ትእዛዛት ተቀብለዋል፡፡

ተቃዋሚ፡- መታደል፤ ግን የተወሰኑ አይሁድ ይህንን ትእዛዛት ከተላለፉትስ እና ለእግዚአብሔር ታማኝ መሆን ሳይችሉ፣ በእግዚአብሔር ቍጣ ውስጥ ቢወድቁስ? እንደ ነገርኸን እግዚአብሔር ለአይሁድ የተለየ ቦታና ቃል ኪዳን ገብቶላቸዋል፡፡ አሁን ደግሞ መልሰህ አንዳንዶቹ በእግዚአብሔር ኵነኔ ውስጥ ናቸው ትለናለህ፤ ታድያ ይህ ማለት እግዚአብሔር ቃል ኪዳኑን አላጠፈም እናም ራሱን የማይታመን አላደረገም?

ጳውሎስ፡- በፍጹም እንደዛ አይደለም፤ ይህ የሚያሳየው ነገር ቢኖር እግዚአብሔር ፊት ምንም ዐይነት አድልዎ እንደ ሌለና ኃጢአትን የትም ቦታ ቢሆን የሚቀጣ ነው፡፡ ያልታመኑ የሆኑ አይሁድን መኰነኑ የሚያሳየን፣ እንዲያውም እርሱ እግዚአብሔር ፍጹም ፍትሐዊ አምላክ መሆኑን ነው፡፡ እርሱ ልዩ ያላቸውን ሕዝቦቹን ኃጢአት ሲያደርጉ እንዳላየ መሸፈን ይችል ይሆናል፡፡ ዳሩ ግን እርሱ በፍጹም እንደዚያ አያደርግም፡፡

ተቃዋሚ፡- እሺ እንደዚያ ከሆነ፣ እያልከኝ ያለህው ነገር የእኔ አለመታዘዝ የእግዚአብሔርን ጽድቅ ለመሳየት ዕድል ፈጥሯል ነው፡፡ የእኔ አለመታመን እግዚአብሔርን ታማኝ መሆኑን የሚያሳይበት ድንቅ ዕድል እንደ ሰጠው ነው፡፡ ስለዚህ የእኔ ኃጢአት እግዚአብሔር ምን ያህል መልካም መሆኑን ለማሳየት ዕድል የሚፈጥር ድንቅ ነገር ነው፡፡ እኔ ክፉ ነገርን ሠርቼ ሊሆን ይችላል፡፡ እግዚአብሔር ግን ለመልካም አደርጎ ተጠቀመበት፡፡ እንደዚያ ከሆነ ሰው ለእግዚአብሔር መልካምነቱን የሚያሳይበትን ዕድል በመፍጠሩ ልትከስሰው አትችልም፡፡

ጳውሎስ፡- እንዲህ ዐይነቱ አሳብ እጅግ ደካማ ነው፤ ይልቅ ምን ያህል ለኃጢአት ትዕግሥት እንደ ሌለው ለማሳየት መጠቀሙ ነው የሚሻለው፡፡

ይህንን ምዕራፍ በዚህ መልክ በመከፋፈል በውስጡ ጳውሎስ ስለ አይሁድ ያስቀመጠው ዋና አሳቡን ማየት እንችላለን፡፡

i. በቀኑ መጨረሻ አይሁድ በእግዚአብሔር ዘንድ ተለየ ቦታ እንደሚያገኙ፡፡ ይህ በእርግጥ ራሳቸው አይሁድም የሚያምኑት ነገር ነው፡፡ ልዩነቱ ጳውሎስ ይህ ልዩ ቦታ ልዩ ኀላፊነት እንደ ሆነ ሲያምን እነርሱ ደግሞ ይህ ልዩ ቦታ ልዩ የጥቅም ቦታ መሆኑን ማመናቸው ነው፡፡ ጳውሎስ አይሁድ ታማኝ ተደርገው ተቈጥረው ተሰጥቶዋቸዋል ያለው ነገር የሚለው የእግዚአብሔርን ቃል ነው፡፡ እንደዚያ ሲል ምን ማለቱ ነው? የተጠቀመው ሊጂያ የሚለውን ግሪኮች በብሉይ ኪዳን ላይ የእግዚአብሔርን ልዩ ንግግር ለመግለጽ የሚጠቀሙበትን ቃል ነው፡፡ እዚህ ቦታ ደግሞ አሥርቱ ትእዛዛትን ያሳያል፡፡ እግዚአብሔር አይሁድን ያመናቸው በትእዛዛቱ ነው እንጂ፣ በተለየ ጥቅም አይደለም፡፡ እንዲህ አላቸው "እናንተ ልዩ ሕዝቦች ናችሁ፥ ስለዚህ በተለየ መንገድ መኖር አለባችሁ፡፡" እንዲህ ግን አላላቸውም "እናንተ ልዩ ሕዝቦች ናችሁ፥ ስለዚህ ማድረግ የምትፈልጉትን ሁሉ ማድረግ ትችላላችሁ፡፡" እርሱ ያላቸው "እናንተ የተለያችሁ ሕዝቦች ናችሁ፥ ስለዚህ እኔ የምወደውን ነገር ማድረግ አለባችሁ፡፡" አይሁድ የእግዚአብሔር ልዩ ምርጫ ለልዩ ሥራ መሆኑን አስበውት ዐያውቁም፡፡

ii. በጽሑፎቹ ሁሉ ጳውሎስ ስለ አይሁድ የሚያስበው 3 መሠረታውያን ዕውነታዎች አሉ፡፡ ጳውሎስ ሁሉንም አይሁዳውያን በአንድ ኵነኔ ውስጥ

እንዳላስቀመጣቸው ግን ማስተዋል አለብን። ከእነርሱ መካከል የተወሰኑት ያልታመኑ ከሆኑ ነው ያለው።

ሀ) እግዚአብሔር አይሁድን በመኰነኑ ጻድቅነቱ እንደሚታይ እርግጠኛ ነበር። እነርሱ የተለየ ቃል ኪዳንና የተለየ ቦታ አላቸው ይህም ነው ኵነኔያቸውን የበለጠ ያደረገው። ኀላፊነት ሁሌም ከበጎ ስጦታ ይበልጣል። ሰው ትክክለኛ ነገር የመሥራት ብዙ ዕድል በኖረው ቍጥር ስሕተት ሲሠራ የሚያጋጥመው ኵነኔም ይጨምራል።

ለ) ሁሉም አይሁድ ደግሞ ያልታመኑ አልነበሩም። ጳውሎስ መቼም ታማኝ ቅሬታዎችን ረስቶ ዐያውቅም፤ ደግሞም ምንም እንኳ እነዚያ ታማኝ ቅሬታዎች በቍጥር ትንሽ ቢሆኑ ዕውነተኛ አይሁድ እነርሱ እንደ ሆኑም ይመሰክራል። ሌሎቹ መልካም ዕድላቸውን ጥለውት በኵነኔ ውስጥ ነው ያሉት። ከአሁን በኋላ አይሁድ አይደሉም። ቅሬታዎቹ ዕውነተኛ የአይሁድ ሕዝብና አገር ናቸው።

ሐ) ጳውሎስ የእግዚአብሔር እስራኤልን መቃወምና መግፋት የመጨረሻም እንዳልሆነ ያውቃል። በዚህ እነርሱ ላይ በደረሰው መገፋት ለአሕዛብ በር ሊከፈት ቻለ፤ በመጨረሻም አይሁድ አሕዛብን ወደ ነበሩበት ይመልሱዋቸውና ሁለቱም በክርስቶስ አንድ ይሆናሉ። ለአይሁድ አሳዛኙ ነገር ዓለምን በወንጌል የመድረስ ጥሪው ከእነርሱ ተወስዶ ለአሕዛብ መሰጠቱ ነው። ይሁን እንጂ፣ የእግዚአብሔር መጀመሪያ ዕቅዱ እንዲህ እንዲሆን አልነበረም፤ አሕዛብን በወንጌል ለመድረስ የመጀመሪያ እድል የተሰጣቸው አይሁድ ነበሩ፤ ዳሩ ግን እነርሱ ይህን የተሰጣቸውን ዕድል ሳይጠቀሙበት ሲቀሩ ለአሕዛብ ተላልፎ ተሰጠ።

በተጨማሪም ይህ ምዕራፍ ሁለት ዓለም አቀፍ የሆኑ የሰብአዊ መብቶችን ይዟል፡-

1. የሁሉም ኃጢአት ሥር አለመታዘዝ ነው። የአይሁድ የኃጢአት ሥር ምክንያት ለእግዚአብሔር ሕግ አለመታዘዝ ነው። ልክ ሚልተን እንደ ጻፈው የሰውን ልጅ ከዔድን ገነትም ያስወጣው አለመታዘዙ ነው። ራስ ወዳድነት የራስ ፈቃድን ከእግዚአብሔር ፈቃድ በላይ በሚያደርግበት ወቅት ኃጢአት ይከሰታል። አለመታዘዝ ባይኖር ኃጢአት ባልኖረ ነበር።

2. የሰው ልጅ አንድ ጊዜ በኃጢአት ከወደቀ በኋላ ኃጢአቱን ትክክል ለማስመሰል የሚያስገርም የማንነት ቀውስ ውስጥ ገባ፡፡ እዚህ ጋር ሁልጊዜ የሚነሣ አሳብ አለ፡፡ ኃጢአት ለእግዚአብሕር ምሕረት እንደሚያደርግና ፍትሐዊ አምላክ መሆኑን የሚያሳይበት ዕድልን ስለ ሰጠው ኃጢያት ጥሩ ነው የሚል፡፡ ይህ የተወሳሰበ አሳብ ነው፡፡ ሌላ ሰው ለዚህ እንዲህ ማለት ይችላል፡፡ እንዲህ ከሆነ የሰውን ልብ በኀዘን መስበር ጥሩ ነው፡፡ ምን ያህል እንደሚወድህ የሚያሳይበትን ዕድል ይሰጠዋልና፡፡ ሰው ኃጢአት ሲሠራ የሚያስፈልገው ይህን ኃጢአት ትክክል የሚያደርግለትን ምክንያት በመደርደር ማንነትን ማጣት ሳይሆን፣ በንስሐ ለመናዘዝ የሚሆን ትሕትና ነው የሚያስፈልገው፡፡(ሮሜ 3 - ዊሊያም ባርክሌይ ዕለታዊ ጥናት መጽሐፍ ቅዱስ)

በሁሉ ነገር ብዙ ነው፡፡ አስቀድሞ የእግዚአብሔር ቃላት ዐደራ ተሰጡዋቸው፡፡ሮሜ 3፥3፤ 11፥1፣ 2፣ 15፣ 16፣ 17፣ 18፣ 19፣ 20፣ 21፣ 22፣ 23፣ 28፣ 29)

ትልቅ (**polus /ፖለስ**) የሚያወራው በቊጥር መብዛትን፣ በመጠን ትልቅ መሆንን ነው፡፡ (መጽሐፍ ቅዱስ ጥቅሶች የብሉይና / የአዲስ ኪዳን ግሪክ መዝገበ ቃላት፣ የቴየር ትርጕም 1989. በ ጆሴፍ ሄንሪ ቴየር፣ አስቲን ሐተታ/ በጂፍ ጋሪሰን)

በሁሉ ነገር (**pas /ፓስ**) ማለት የሚያሰየው ከፍተኛ ደረጃን ነው፡፡(መጽሐፍ ቅዱስ ጥቅሶች የብሉይና / የአዲስ ኪዳን ግሪክ መዝገበ ቃላት፣ የቴየር ትርጕም 1989. በ ጆሴፍ ሄንሪ ቴየር፣ አስቲን ሐተታ/ በጂፍ ጋሪሰን)

ቊጥር 1
እንግዲህ የአይሁዳዊ ብልጫው ምንድር ነው? ወይስ የመገረዝ ጥቅሙ ምንድር ነው? በሁሉ ነገር ብዙ ነው፡፡
ጥቅም
2፥25-29፤ ዘፍጥረት 25፥32፤ መክብብ 6፥8፤ 11፤ ኢሳይያስ 1፥11-15፤ ሚልክያስ 3፥14፤ 1ኛ ቆሮ. 15፥32፤ ዕብራውያን 13፥9

3÷2 አስቀድሞ የእግዚአብሔር ቃላት ዐደራ ተሰጡአቸው

አስቀድሞ እግዚአብሔር የእስራኤልን ሕዝብ መውደድን ከአባታቸው አብርሃም ጋር በገባው ኪዳን እንመለከታለን። አብርሃም የባዕድ አምልኮ በሚያመልክበት ጊዜ በፍቅሩ ጠራው፤ ባረከው፤ አብርሃምም የእግዚአብሔር ወዳጅ ተባለ። አሁን ደግሞ እግዚአብሔር በሙሴ - በሲና ኪዳን አማካይነት መወደድን ገለጠላቸው።

ሙሴ በዘፍጥረት ስለ ሦስተኛው ምዕራፍ የሚነግረን ይህንኑ ነው። በክብር ተገለጠላቸው፤ ከአእላፋት መላእክት ጋር ወረደ፤ በእሳት የተጻፈውን ሕግ ይዞ በዚያች ተራራ ላይ ወረደ። ሕዝቡም በእግዚአብሔር የተወደደ ስለ ነበሩ ሕጉን ሰሙ፤ ተቀበሉትም (ዘፍ. 33÷2-3)። እስራኤል በቁልምጫ ስም ጠራት። «ይሽሩን» በማለትም ንጉሥ በሰማይና በምድር ይህንን ዐወጀ (ሮሜ 11÷28፤ ዘፍ. 33÷26-27)።

ይህ መውደድ ግን በእነርሱ የጽድቅ ተግባር ላይ የተመሠረተ አልነበረም (ዘዳ.9÷5)። አስቀድሞ ለአባታቸው ለአብርሃም በመሐላው መካከል ገብቶ ኪዳኑን ቢያጸናም በእርግጥም የፍቅሩን ግብዣ በመናቅ ለአርባ ዓመት በማዞር ያንን ትውልድ ተቈጥቶ አንዳንዶቹን በሞት ቢቀጣቸውና እና በሞት መካከል ቢያሳልፋቸውም ቅሬታዎቹን ያለ ተስፋ አልተዋቸውም (ዘዳ. 1÷35፤ ዘኁ. 14÷23፣ 28)።

ያንን ሕዝብ በፍልስጥኤማውያን ቢወስዳቸውም፣ የወደዳቸው የእስራኤል ጋሻ ሕዝቡን ተመልሰው ሊያፈገፍጉ ይችላሉ በማለት በሲና በረሃ መራቸው (ዘጸ. 13÷17)። እግዚአብሔር ለሕዝቡ ያለውን ፍቅር በእምነት ለማቆም ሕጉን እንደ ሞግዚት አድርጎ ሰጣቸው። እግዚአብሔር በእርሱ እና በእነርሱ መካከል ያለው የአባት እና የልጅነት ኪዳን (የአብርሃም ኪዳን) እንዳይቋረጥ በየዘመናቱ ተፈላጊውን ዕርምጃ እየወሰደ (ኪዳናችን እየገባ) ከጥላው በታች ሸሽጎአቸው በትዕግሥት እና በቸርነቱ የመሢሑ ትውልድ ደርቦ በተስፋ ቃል ጠብቆአቸዋል። ሁልጊዜ ኪዳኑን ያስታውስም ነበር። ሎጥን ከእሳት ያዳነው ለአብርሃም የገባለት ኪዳን አብርሃምን ስላሰበ ነበር። አስቀድሞ ስለ ሰጠው ኪዳናት ሁልጊዜ እንደሚያስብላቸው በነቢያቱ በአባቶች በኩል ይናገራቸው ነበር (ዘፍ. 19÷29፤ መዝ. 105÷42)።

ሕዝቡ በሥነ ምግባር ውድቀት ተዘፍቀው ሳሉ እንኳ የጽድቁ ዕጆቹ ይዞአቸው ከረግረጉ እና ከድጡ ያወጣቸው ነበር (መዝ. 136፥23)፡፡ «እኛን በመዋረዳችን አሰቦናል፥ ምሕረቱ ለዘላለም ነውና» ሲል ዳዊት ይናገራል፡፡ እግዚአብሔር ለደካሞች እና በእርሱ ለሚታመኑ ኃይልን ጉልበትን በመስጠት ስለሚታወቅ ነው፡፡ እንጂ! እስረኛው በፊቱ የተወደደ የሆነው ስለ ብርታቱ አልነበረም፡፡

ይህ ኃይል ሞገስ አስቀድሞ ተዘጋጅቶላቸው ነበር፡፡ እስራኤል በሙሴ ዕጅ ሲመራቸው የበኩር ልጆቹ ነበሩ፡፡ ለእነርሱ ቃሉ ጉልበታቸው እንዲሆን ተሰጥቶአቸው ነበር፡፡ ልጅ ሆነው መኖር መመላለስ ስለ ቻሉ ከአባታቸው ርቀው ልባቸው በዐመፃ ተሞልቶ እንደ ነበረ በሮሜ ምዕራፍ ሁለት ተመልክተናል፡፡ ይህም ሆኖ በንስር ክንፍ ወስዶአቸው ወተት እና ማር ወደምታፈሰው እንዲፈልሱ አድርጐአቸው መውደዱ እንደማይለወጥ ትዕግሥቱም የበዛ እንደ ሆነ አሳያቸው፡፡ ነቢዩ ኢሳይያስ «ዕውሮችን በሚያውቁት መንገድ እመራቸዋለሁ» እንዳለ እንዲሁም ለነቢዩ ዮናስ «ግራ ቀኛቸውን የማያውቅ» ብሎ እንደ ተናገረው በእርግጥም በክብር ተሸክሞ ተስፋውን ፈጸመላቸው፡፡ (ኢሳ. 42፥16፤ 30፥21፤ ዮናስ 4፥2-3፤ 10)፡፡

«ይሽሩን» በቀን በደመና ሌሊት በእሳት አምድ የወሰዳቸው መንፈሳዊ መረጃቸው የመጠቀ እና ፈቃድን ስለ ፈጸሙ ሳይሆን፣ ኪዳኑን ለአብርሃም ስለ ሰጠ እና በትዕግሥቱ ቍጣውን አዘግይቶ ቸርነት በማድረግ ነበር፡፡ ይህም መሢሑ ሲመጣ ይሰሙታል የሚል እምነት ስለ ነበረው ነው፡፡ ሐዋርያው ሊያስረዳቸው የሚፈልገውም ይህ ነበር (ሮሜ 2፥4 ማቴ. 21፥37) ልጅ እስከሚመጣ ድረስ ኪዳኑን የያዘ ታቦት በመካከላቸው እንዲኖር አደረገ (ኢያሱ 3፥4፤ ኢሳ. 41፥3)፡፡ እንዲያውም በኃጢአት ልባቸው ከድቶ በየኮረብታው ከውሽሞችዋ ጋር ነውርን በእርሱ ፊት ስትፈጽም እየቀጣት ወደ ተፈለገው «የቅድስና ጐዳና» ያመጣት ዘንድ ዙሪያዋን የእሾህ አጥር በማድረግ ፍቅሩን ይገልጥላት ነበር፡፡ (ሆሴዕ 2፥6፤ ኢዮብ 19፥8፤ 33፥17፤ ኤር. 36፥3)፡፡

ይህ አባታዊና የመለኮቱ ፍቅር መገለጫ የሆነ አሠራሩ ነበር፡፡ በየጊዜው ለበአድ ሕዝብ እና መንግሥታት አሳልፎ ቢሰጣቸው እግዚአብሔር የዋጣቸው ሞገድ «መልሰህ አምጣ» እያለው ወደ ተስፋይቱ ምድር አስገብቶአቸዋል (1ኛ ዜና 16፥16-20፤ መዝ. 105፥8)፡፡ ለአይሁድ የተሰጣቸው የተስፋ ቃል እንዲሁ በቀላሉ የሚታይ አይደለም፡፡ በተመሳሳዩ በአዲስ ልደት ያገኘው «ታላቅ መዳን» የሆነው አዲሱ ኪዳን በኩል በደሙ እንደሚፈጽመው የተረጋገጠው ተስፋ ቃል በራሳችን ጽድቅ የመጣ አይደለም፡፡ (ቲቶ

3፥5)፡፡ በቅድስናው ከብር ተስፋ እንድንኖር ያደረገን፣ አሁንም የጽድቅ ፍሬ እንድናፈራ የሚያደርገን ዐቅምና ችሎታ ያለው የተስፋው ቃል እና ኪዳኑ ከክርስቶስ ጋር ሞተን ተነሥተን ወራሽ አደረገን (2ኛ ጴጥ. 1፥3-4)

አስቀድሞ *- የእግዚአብሔር አሳብ ወደ አሕዛብ ከመምጣቱ በፊት በቀዳሚነት የተቀበሉ መሆኑን ያመለክታል፡፡ ይህም አንዱ የብልጫ ምልክት ነው፡፡*

በመጀመሪያ (**protos /ፕሮቶስ**) የሚያሳየው በቅደም ተከተል ውስጥ ቀዳሚ መሆንን ነው፡፡ አንዳንድ ጊዜ ይህ ቃል በአስፈላጊነት ከሌሎች የተሻለ ሆኖ አንደኛ መሆንንም የሚያሳይበት ቦታ አለ፡፡(መጽሐፍ ቅዱስ ጥቅሶች የብሉይና / የአዲስ ኪዳን ግሪክ መዝገበ ቃላት፣ የቴየር ትርጉም 1989. በ ጆሴፍ ሄንሪ ቴየር፣ ኦስቲን ሐተታ/ በጄፍ ጋሪሰን)

ለአይሁድ እግዚአብሔር በጽሑፍ መልክ ራሱን መግለጹ የተለየ ዕድል መሆኑን ስናስብ በአሁን ጊዜ ላለነው አማኞችም ዕውነት እንደ ሆነ ማወቅ አለብን፡፡ ያገኘነውን ዕድል በአክብሮትና በደስታ እየተጠቀምንበት ነው ወይስ መጽሐፍ ቅዱሳችንን መደርደሪያ ላይ አድርገነው አቧራ ብቻ እየሰበሰበ ነው፡፡ የእግዚአብሔር ቃል ለእኛ ትልቅ ዕድል ነው፤ ምክንያቱም የእግዚአብሔርን ዘላለማዊ ማንነት በጽሑፍ መልክ ይገልጽልናል፤ እንዲሁም ዓለምን ያቆመ ኃያል አምላክ መሆኑን ያስተምረናል፡፡ ቃሉ ፍጹም ቅድስናውን፣ ጽድቁን፣ ፍቅሩንና ፍትሐዊነቱን ይገልጻል፡፡ የመጽሐፍ ቅዱሱ እግዚአብሔር ኃያል እና ከመረዳት የሚያልፍ ነው፤ ቢሆንም ራሱን በመጽሐፍ ውስጥ ማንነቱን ገለጸልን፡፡ ከምንም በላይ የሆነው የእግዚአብሔር ቃል ጥቅም ደግሞ ለጠፋው ሰው ድነት ያለውን ዘላለማዊ አሳብ ይገልጹልናል (ይህ በብሉይ ኪዳንም ይገኛል ለአብርሃም ዘፍጥረት 15፥6)፤ የእግዚአብሔር ቃል የእግዚአብሔርን ትልቅ ዕቅድ ዕይነትና ዓላማ ይገልጽልናል፡፡ ይህ ደግሞ በእኛ በአእምሮዋችን ልንደርስበት የማንችለው ነበር፡፡

በታሪክ ውስጥ አይሁድ ያገኙት ብዙ ጥቅምም ነበር ምንም እንኳ የእግዚአብሔርን ዕውነተኛ ዓላማና ሕጉን ለምን እንደ ሰጣቸው ሳይረዱት ቢቀሩና ከእርሱ ጋር ቢተላለፉም እና ሕጉን በመጠበቅ የሚመጣውን በረከት ባያተርፉም ማለት ነው፡፡ ለምሳሌ ያህል በአንድ ወቅት በአውሮጳ ተከስቶ የነበረውና በአማካይ ከሦስት ሰው አንድ ሰው ገድሎ ያለፈው ወረርሽኝ የአይሁድን ሕዝብ ምንም አልነካም ነበር፤ ለዚህም ምክንያቱ ምንድን ነው? ብላችሁ ከጠየቃችሁ የመጀመሪያው ምክንያት ሕጉን በመጠበቅ አይሁድ ከወረርሽኙ የተረፉት በሕጉ ውስጥ ባለው ንጽሕና እና የአመጋገብ ሥርዓት ምክንያት

ነው። የእግዚአብሕር ሕግ ለጤንነታችን ጥሩ ነው። በሥጋም በመንፈሳዊውም ማለት ነው። አይሁድ የመጀመሪያውን ጥቅም ሲያገኙት በጣም አስፈላጊ ከሆነው ከሁለተኛው ግን ተላለፉ። ሌላ ምሳሌ እንጨምር ካልን በታሪክ ማህደር ውስጥ አይሁድ ለምን በገንዘብ ረገድ ጥሩ ሆኑ ብለን ከጠየቅን ምክንያቱ የሚሆነው በእግዚአብሕር ሕግ ውስጥ ያለው መርኅ ወደ ጌታ ቀርበው ለሚኖሩትም ወደ እርሱ ላልቀረቡትም የሚሠራ ስለሆነ ነው።

የእግዚአብሔር ቃላት *- ለአይሁድ የተሰጠውን የብሉይ ኪዳን መጻሕፍትን ያመለክታል (ቲቶ 1÷3)*

ዐደራ *- ዐደራ የሚሰጠው ለሚታመን ሰው ነው። እግዚአብሔር ሲያምናቸው ታማኝ ሆነው አለመገኘታቸው ለራሳቸው ብዙ በረከት ቢቀርባቸውም፣ እግዚአብሔር ግን አምኖ ዐደራ ሰጥቷቸው ነበር። (1ኛ ቆሮ. 9÷17፤ 1ኛ ተሰ. 2÷4፤ ገላ. 2÷7)*

ሐዋርያው የእነርሱ አለማመን (ታማኝ ሆኖ አለመገኘት) የእግዚአብሔርን ታማኝነት ሊቀይረው እንደማይችል በቀጣዩ ቍጥር ያስረዳል ይህንንም በመከራከሪያ ጥያቄ መልስ ያቀርበዋል።

ዐደራ (**pisteuo /ፒስቲዮ**) በዚህ ምዕራፍ ውስጥ ይህ ቃል የሚወክለው አንድን ነገር ለአንድ ሰው ታማኝ እንደ ሆነ በመቍጥር ዐደራ መስጠትን ነው (ሉቃስ 16÷11)። (መጽሐፍ ቅዱስ ጥቅሶች የብሉይና / የአዲስ ኪዳን ግሪክ መዝገበ ቃላት፣ የቴየር ትርጉም 1989. በ ጆሴፍ ሄንሪ ቴየር፣ አስቲን ሐተታ/ በጄፍ ጋሪሰን)

የእግዚአብሔር ቃል (**logion /ሎጊዮን** ከ **lógios /ሎጊዮስ** = ተናጋሪ) ማለት ንግግር፣ ዐዋጅ የሚለውን ቃል ሲያሳይ በጥንታዊ ግሪክ ደግሞ የአማልክት ንግግርን የሚገልጽ ቃል ነበር።(መጽሐፍ ቅዱስ ጥቅሶች የብሉይና / የአዲስ ኪዳን ግሪክ መዝገበ ቃላት፣ የቴየር ትርጉም 1989. በ ጆሴፍ ሄንሪ ቴየር፣ አስቲን ሐተታ/ በጄፍ ጋሪሰን)

ማክአርተር ሲጽፍ፡- ሎግዮን የሚለው ቃል ሎጎስ ወይም ቃል ብለን ከምንተረጕመው ቃል በትንሽ ብቻ የሚያንስ አሳብ ያለው ነው። ሎግዮን በአብዛኛው ጊዜ መለኮታዊ የሆኑ መልእክቶችን ወይም ንግግሮችን ጠቋሚ ነው። በዚያን ወቅት በነበሩ አሕዛብን አማልክት ያመልኩ በነበሩት ዘንድ ከመናፍስቱ ዓለም ድምፅ እየሰሙ መልእክት ያስተላልፉ ነበር።

የዓሣዎችን ዕንቅስቃሴ በማጤን፣ እባቦችን፣ የወፎችን ጥሪ በመስማት በመሳሰሉት መተተኞች የወደፊቱን ነገር ለመተንበይ ይጠቀሙበት ነበር፡፡ ይህ አጠቃቀም ጳውሎስ በዚህ ቦታ ላይ ሎግዮን የሚለውን ቃል ከተጠቀመበት አንጻር ብዙም የራቀ አይደለም፡፡ (ጆን. ኤፍ. ማክአርተር፡ ቺካጎ ሙዲ ፐረስ)

ጳውሎስ ሎግዮን የሚለውን ቃል መጽሐፍ ቅዱስ ከሚለው ቃል ጋር በተስተካከለ ሁኔታ ሲጠቀምበት ይታያል፡፡ ይህ ቃል በአዲስ ኪዳን ላይም 4 ጊዜ ያህል አገልግሎት ሰጥቷል፡፡ (የሐዋ. 7÷38፤ ሮሜ 3÷2፤ ዕብ. 5÷12 እና 1ኛ ጴጥ. 4÷11) ላይ፡፡

እነዚህ ለአይሁድ የተሰጡት የእግዚአብርሔር ቃላት አሁን ለእኛ ብሉይ ኪዳን ተብለው ተሰጥተውናል፡፡

ይህ ቃል በብሉይ ኪዳንም 32 ጊዜ ያህል አገልግሏል፡፡

ሎጊያ አስፈላጊ መልእክት ነው፤ በተለይ የመለኮት መልእክት ሲሆን፡፡ በዚህ ጥቅስ ላይ ጳውሎስ ሙሉ ብሉይ ኪዳንን በመወከል ነው ይህን ቃል የተጠቀመው፡፡ ጳውሎስ እየተናገራቸው ያለው አይሁድ በሎግዮን የተቀበሉት የሕያው አምላክን ሕያው ቃል ነው፡፡ አይሁድ የብሉይ ኪዳን መጻሕፍት ስላሉዋቸው ባለ ብዙ ጥቅም ናቸው፤ ምክንያቱም እነዚህ መጻሕፍት የዕውነተኛ ድነትን መንገድ ያሳያሉና፤ ጳውሎስም ሲጽፍ ይህንን ይላል በገላትያ 3÷8 ላይ፡፡

አይሁድም አሕዛብም ሁለቱም ዕኩል ጥፋተኛ የሚሆኑን የሚጠየቁ ከሆነ፣ ታዲያ አይሁድ የመሆን ልዩ ጥቅሙ ምንድን ነው? ጳውሎስ የይሁዲነት ብዙ ጥቅሞችን ቢዘረዝርም፣ አንዱን ዐቢይ ጥቅም ግን አጉልቶ ይናገራል፡፡ አይሁድ የእግዚአብሔር ቃል ጠባቂዎች ናቸው፡፡ ባለቤትም ናቸው፡፡ ብዙ መጽሐፍ ቅዱስ የአይሁድ ጥቅም ብሎ ከዘረዘራቸው ውስጥ ጳውሎስ አጽንኦት ሰጥቶ የሚጠቅሰው ይህንን የእግዚአብሔር ቃል ተሰቷቸዋል የሚለውን ነው፡፡

ጳውሎስ በኋላ ላይ የአይሁድነት ጥቅምን በስፋት ሲዘረዝር በሮሜ 9÷4-5 ላይ እስራኤል የእግዚአብሔር ልጅነትን ያገኘች፣ የከበረች፣ ኪዳን እና ሕግ ያላት የእግዚአብሔር አገልጋይ፣ እንዲሁም ተስፋ ያላት እያለ ይናገራል፡፡ ይህ ደግሞ በኤፌሶን መልእክቱ ላይ

ስለ አሕዛብ ከሰጠው ዝርዝር ጉዳይ ጋር ብናነጻጽረው አሕዛብ እነዚህ ለእስራኤል የሆኑ ነገሮች እንደ ሌሏቸው በቀላሉ መረዳት እንችላለን፡፡

በእርግጥ እነዚህ ለአይሁድ ብለን የዘረዘርናቸው ጥቅሞች በአብዛኛው ክርስቶስ ሥጋ ለብሶ ከመጣና በሐዋርያት ሥራ 2 ላይ ቤተ ክርስቲያን ከተመሠረተች ጀምሮ በእምነት በኩል በጸጋው ወደ አዲሱ ኪዳን የሚገቡ ሁሉ የሚያገኙት እንደ ሆነ መረዳት ይቻላል፡፡ፊል 3፥4-6 ባለው ክፍል ላይ፣ ጳውሎስ አይሁዳዊ የመሆንን 7 ጥቅሞች ይዘረዝራል፡፡ እነዚህ ጥቅሞች ጳውሎስ አይሁዳዊ ከመሆኑ የተነሣ ያገኛቸው ጥቅሞች ሲሆኑ፣ በመንፈስ ግን ዐይኑ ሲበራለት እና ኢየሱስ ነፃ ሲያወጣው ጳውሎስ በደስታ እነዚህ ጥቅም ብሎ የመዘገባቸውን ነገሮች ወደ ማጣት ዝርዝር ውስጥ ይከታቸዋል (ፊልጵ. 3፥7-8)፡፡

የሮሜ 3፥2 አሳብ የአይሁዶችን ጥቅም ሲዘረዝር እኛን ደግሞ ለእግዚአብሔር ቃል ዐደራ ተቀባይነት መመረጥ ምን ያህል መታደል መሆኑን እንድናስብ ሊያደርገን ይገባል፡፡ እዚህ ጋር ጳውሎስ ለአይሁድ ወንድሞቹ እያደረገ ያለው ምንም ቢሆን፣ የእግዚአብሔርን ጽድቅ መስፈርት እናሟላለን የሚለውን የተሳሳተ አስተሳሰብ እያፈረሰ ነው፡፡ስለዚህ በዚህ ከመጽሐፍ ቅዱስ ለመረዳት አስቸጋሪ ከሆኑ ክፍሎች አንዱ በሆነው በሮሜ 3፥1-8 ባለው አሳብ መጀመሪያ የምንረዳው ነገር የእግዚአብሔር ቃል መጽሐፍ ዐደራ መቀበል ትልቅ ነገር እንደ ሆነ ነው፡፡ (**ሮሜ 3፥3 የማያምኑ ቢኖሩ፤ አለማመናቸው የእግዚአብሔርን ታማኝነት ያስቀረዋልን?** የማያምኑ ቢኖሩ (ሮሜ 9፥6፤ 10፥16፤ 11፥1፣ 2፣ 3፣ 4፣ 5፣ 6፣ 7፤ ዕብ 4፥2)

ጳውሎስ አንዳንድ አይሁድ የታመኑ ካልሆኑ ወይም የማያምኑ ከሆኑ እንግዲያውስ እግዚአብሔር ታማኝ አለመሆኑን ነው የሚያሳየው የሚለውን አስተሳሰብ ይቃወማል፡፡ እንደዚያ አይሁን! ይህን አስተሳሰብንም አስወግዱ፤ የእግዚአብሔር ታማኝ አለመሆን የማይታሰብ ነገር ነው (ሮሜ 3፥4)፡፡

ቍጥር 2

አስቀድሞ የእግዚአብሔር ቃላት ዐደራ ተሰጡአቸው፡፡ ታዲያ ምንድር ነው?

ብዙ

3፤ 11፥1፣ 2፣ 15-23፣ 28፣ 29

ምክንያቱም

2፥18፤ 9፥4፤ ዘዳ 4፥7፣ 8፤ ነህምያ 9፣ 13፣ 14፤ መዝሙር 78፥4-7፤ 147፥19፣ 20፤ ኢሳይያስ 8፥20፤ ሕዝቅኤል 20፥11፣ 12፤ ሉቃስ 16፥29-31፤ ዮሐንስ 5፥39፤ 2ኛ ጢሞቴዎስ 3፥15-17፤ 2ኛ ጴጥ. 1፥19-21፤ ራእይ 19፥10

ተሰጡ

1ኛ ቆሮ. 9፥17፤ 2ኛ ቆሮ. 5፥19፤ ገላትያ 2፥7፤ 1ኛ ጢሞቴዎስ 6፥20

ቃላቶች

1፥2፤ መዝሙር 119፥140፤ ዳንኤል 10፥21፤ የሐዋርያት ሥራ 7፥38፤ 2ኛ ጢሞቴዎስ 3፥15፣ 16፤ ዕብራውያን 5፥12፤ 1ኛ ጴጥሮስ 4፥11፤ 2ኛ ጴጥሮስ 1፥20፣ 21፤ ራእይ 22፥6

3፥3 አለማመናቸው የእግዚአብሔርን ታማኝነት ያስቀራልን?

«አለማመናቸው/ የማያምኑ ሲኖሩ» የግሪኩ ቃል «tapeinosis» የሚለው ሁሉንም ሳይሆን፣ ከጥቂት «ከቅሬታው» በስተቀር ማለቱ ነው፡፡ የእግዚአብሔር ታማኝነት እየደመቀ መጥቶ በዘመን መጨረሻ መሢሑ ተወልዶአል፡፡ ንጉሥ ዳዊት በመንፈስ ተረድቶ በሲና የመጣው የሕግ የክብር አገልግሎት (ሞግዚት) ወደ ሙሉ ክብር ወደሚገኝበት ወደ ጽዮን ተራራ አመጣቸው (መዝ. 84፥7)፡፡

እግዚአብሔር በተለያየ ጐዳና በብዙ መንገድ ለአባቶቻቸው በእርግጥ እየተናገረ ሙሉ ቀን እስኪሆን ድረስ ጽድቁ እያበረ መጥቶ እውነተኛ ብርሃን በቤተልሔም በግርግም ተወልዶ፡፡ ሕፃኑም በእግዚአብሔር ጸጋ ዐደገ፡፡ በመጥምቁ ዕጅ በዮርዳኖስ ተጠምቶ በጽዮን ተራራ ስለሚሆነው የቅዱሳን ርስት ክብር ባለጠግነት በይሁዳ በ塊ኢየሩሳሌም የምሥራችን በበኩላቸው፡፡ በመጨረሻም በሞቱ እና በትንሣኤው የታመኑትን በጽዮን ተራራ አዲሱን ኪዳን በደሙ መርቀ ሕያውና አዲስ መንገድን መርቆ ያመኑትን ወደ ክብር አስገባቸው፡፡ በብሉይ ጸጋ ተገልጦ ነበር፤ አሁን ደግሞ በሲና እጥፍ ድርብ ጸጋ «በጸጋ ላይ ጸጋ ተሰጠን» (ኤር. 31፥6፤ ሚኪ. 4፥2፤ ዮሐ. 1፥16፤ ዕብ. 2፥10፤ 12፥22)፡፡

በተመሳሳዩ ለአይሁድ ዘወትር ታማኝነቱን እንደ ጠበቀ በክርስቶስ ላሉት እንዲሁ ታማኝነቱን እንዲሁ በስፋት በጥልቀት ያደርገዋል፡፡ ይህም ሕዝቡን በክርስቶስ ስለወደዳቸው ነው፡፡ ሐዋርያው ለልጁ ለጢሞቴዎስ እንደ ገለጠለት የእግዚአብሔር ባሕርይ የማይለዋወጥ ዘወትር ያው እንደ ሆነ በማስረገጥ ይነግረዋል (2ኛ ጢሞ. 2፥13፤ ያዕ. 1፥17-18፤ ኢሳ. 25፥1፤ 2ኛ ተሰ. 3፥3፤ መዝ. 111፥7-8)፡፡ ለዚህ የመከራከሪያ ነጥብ

የጳውሎስ ምላሽ ቍርጥ ያለና የማያወላውል ነው፡፡ «በፍጹም!» የሚለው እንዲያውም ታማኝነቱን የበለጠ ያጸናዋል፡፡

ታማኝነቱንም በሁለት መንገድ የበለጠ ያጸናዋል፡-

- ለኃጢአተኛው የኃጢአቱን ዋጋ በመስጠት
- ለሚወዱት ደግሞ በረከትን በመስጠት

እንግዲያውስ እግዚአብሔር በታማኝነቱ እንደ ጸና ይኖራል፤ በፍርዱም ደግሞ ጻድቅ (ትክክል) ነው፡፡

የማያምኑ (**apisteo /አፒስቲዮ ከ a/ኤ** = ውጭ + **pistós /ፒስቶስ** = የሚያምን፣ ታማኝ) ማለት ከእምነት ውጭ መሆን ማለት ነው፡፡ ማመንን ዕምቢ ብለው የማይታመኑ ሆኑ፡፡ አለማመን ለእግዚአብሔር በእምነት ምላሽ አለመስጠትና በልብ ምንም ዐይነት ጥርጣሬና ተቃውሞ አለማሳየት ማለት ነው፡፡(መጽሐፍ ቅዱስ ጥቅሶች የብሉይና / የአዲስ ኪዳን ግሪክ መዝገበ ቃላት፣ የቴየር ትርጉም 1989. በ ጆሴፍ ሄንሪ ቴየር፣ አስቲን ሐተታ/ በጄፍ ጋሪሰን)

ቫይን ሲናገር አለማመን ማለት የማያምነው ሰው ሊጠቀምበት የሚችል ሙሉ የሆነ ወደ እምነት የሚመጣበት ዕድል እያለው እርሱን ወደ ጎን ሲገፋ የሚከሰት ነገር ነው፡፡ ቫይን, የቫይን ኤክስ.ሲ.ኢ.ሲ.ኤ. የመጽሐፍ ቅዱስ መዝገበ-ቃላት. 1999

አፒስቲዮ በአዲስ ኪዳን 6 ጊዜ ያህል ተጠቅሶ ይታያል (ማር. 16÷11፤ ማር. 16÷16፤ ሉቃስ 24÷11፤ ሐዋ. 28÷24፤ ሮሜ 3፡3፤ 2፤ ቲቶ 2÷13)፡፡ ይህ ዐይነቱ የጳውሎስ ንግግር ለአሁኗ ቤተክርስቲያን ዐዋጅ ነጋሪዋና ተጠራጣሪ ለሆነችው ዘመናዊ እንድምታ አለው፡፡ ዛሬ ብዙ ሰዎች የእግዚአብሔርን ቃል አለመቀበላቸውና በሳይንስ እንኳ ውድቅ እንደ ሆነ ተረጋግጧል ማለታቸው ምንም ዐይነት ትርጉም የሌለው ነገር ነው፡፡

የእግዚአብሔር ቃል ለዘላለም በሰማይ ያለና የሚኖር ነው፡፡ (መዝ. 119÷89- Spurgeon's note, መዝ. 119÷160- Spurgeon's note) ይህ የአሁኑ ዓለም ካለፈ በኋላ እንኳ ይህ ቃል የሚኖር ነው፡፡ የእግዚአብሔር የተገለጠው ቃል ፍጹም የሆነ ዕውነት ነው፡፡

በመጨረሻውም ቀን በሚክዱት ሰዎች ላይ ይፈርዳል (ራእይ 20÷12፤ ራእይ 22÷18፣ 19)።

ጳውሎስም በዚህ ቦታ አለመታመናቸውን ለመግለጽ የተጠቀመው *አፒስትዮ* የሚለውን ቃል ነው። በምንም ቢሆን ግን እግዚአብሔር ለቃል ኪዳኑ ታማኝ ነው። በዚህ ጥቅስ ላይ አይሁድ ሁለተኛውን ተቃውሞ ያነሣሉ። እግዚአብሔር ለአብርሃም ቃል ኪዳን ገባለት፤ ይህም ደግሞ ለእርሱና ለዘሩ ሁሉ አምላክ እንደሚሆናቸው ነው፡- "የእስራኤል አብዛኛው ክፍል የአብርሃምን ለዓለም ሁሉ በረከት የሚሆንበትን የእግዚአብሔርን የተስፋ ቃል ባለማመኑ ምክንያት የእግዚአብሔር ታማኝነት ትርጒም- ዐልባ ይሆናል እንዴ? ቃሉ ይታጠፋል ወይ?"

ኬንት ሂዩስ ሲናገር ጳውሎስን ሲገጥመው የነበረው ጠንካራ ተቃውሞ "አንተ በአንድ በኩል እንዴት እኛን አይሁድን የነበራችሁን በጎ ዕድል አጥታችሁኋ እያልከን፣ በሌላ በኩል መልሰህ እናንተ የታደላችሁ ሰዎች ናችሁ ትለናለህ? ልክ አንተ እንዳልከው የነበረንን ዕድል ከተላለፍን የእግዚአብሔር ቃል ኃይል-ዐልባና የማይታመን ነው ማለት ነው። (ሆጅ ፣ ሲ ለሮማውያን መልእክት አስተያየት ፣ 1835)

"አለማመናቸው የእግዚአብሔርን ታማኝነት ያስቀራልን**?**

(ሮሜ 11:29፤ ዘኁ. 23:19፤ 1ኛ ሳሙ. 15:29፤ 1ኛ ሳሙ. 54:9፣ 10፤ 55:11፤65:15፣ 16፤ ኤር. 33:24, 25, 26፤ ማቴ. 24:35፣ 2ኛ ጢሞ. 2:13፤ ዕብ. 6:13, 14, 15, 16, 17, 18) (የእግዚአብሔር ታማኝነት - መዝ 84:7፤ ዮሐ. 1:16፤ 2ኛ ቆሮ 3:18፤ 2ኛ ተሰ. 1:3፤ ቲቶ 1:1፣ 2)

አለማመን (**apistia /አፒስቲያ ከ a/ኤ** = ውጭ + **pistós /ፒስቶስ** = ማመን፣ የሚታመን) ማለት ቀጥታ ማመን አለመቻል ወይም እምነት-ዐልባ መሆን ማለት ነው። ራስን ለሌላ አካል አሳልፎ በቍርጠኝነት አለመስጠትን ነው የሚያሳየው።(መጽሐፍ ቅዱስ ጥቅሶች የብሉይና / የአዲስ ኪዳን ግሪክ መዝገበ ቃላት፣ የቴየር ትርጒም 1989. በ ጆሴፍ ሄንሪ ቴየር፣ አስቲን ሐተታ/ በጆፍ ጋሪሰን)

አፒስታያ በአዲስ ኪዳን 11 ጊዜ ያህል ተጠቅሷል (ማቴ. 13፡58፤ ማር. 6፡6፤ 9፡24፤ 16፡14፤ ሮሜ 3፡3፤ 4፡20፤ 11፡20፣23፤ 1ኛ ጢሞ. 1፡13፤ ዕብ. 3፡12፣19)።

“ያስቀራልን” (**katargeo /ካታርጊዮ ከ kata /ካታ** = አጉዪ ቃል + **argeo /አርጊዮ** = የማይሠራ ወይም የማይንቀሳቀስ መሆን ከ **argos /አርጎስ** = የማይሠራ፣ የማይንቀሳቀስ ከ **a/ኤ**= ውጭ + **érgon /ኤርጎን** = *ሥራ*) ማለት በአጭሩ *ሥራ* ወደ ማቆም መመለስ ማለት ነው፡፡ ይህ ቃል አሳቡ የአንድን ነገር ኃይል ወይም ዐቅም ትርጒም-ዐልባ ማድረግና ተግባር መፈጸም የማይችል ማድረግ ነው፡፡(መጽሐፍ ቅዱስ ጥቅሶች የብሉይና / የአዲስ ኪዳን ግሪክ መዝገበ ቃላት፣ የቴየር ትርጒም 1989. በ ጆሴፍ ሄንሪ ቴየር፣ አስቲን ሐተታ/ በጂፍ ጋሪሰን)

ካታርጊዮ በአዲስ ኪዳን 27 ጊዜ ያህል ተጠቅሷል (ሉቃስ 13፡7፤ ሮሜ 3፡3፣ 31፤ 4፡14፤ 6፡6፤ 7፡2፣6፤ 1ኛ ቆሮ 1፡28፤ 2፡6፤ 6፡13፤ 13፡8፤ 10፣11፤ 15፡24፣ 26፤ 2ኛ ቆሮ. 3፡7፣ 11፣ 13፣ 14፤ ገላ. 3፡17፤ 5፡4፣11፤ ኤፌ. 2፡15፤ 2ኛ ተሰ. 2፡8፤ 2ኛ ጢሞ. 1፡10፤ ዕብ 2፡ 14)፡፡

የካታርጊዮ ዋና አሳብ አንድን ነገር ጥቅም የሌለው ማድረግ ነው፡፡ ካታርጊዮ ሁልጊዜ የሚወክለው አካላዊ ያልሆነ የበላይ ኃይል ከዚህ በፊት የነበረውን ሲተካው ነው፡፡ ይህም ልክ ብርሃን ጨለማን እንደሚያጠፋ ያለው ነው፡፡

ቫይን ሲያብራራ *ካታርጊዮ* ማለት ሙሉ ለሙሉ ማቆም ማለት አይደለም፡፡ የቃሉ ዋና አሳብ አንድን ነገር ማድረግ የሚችለውን ነገር ዐቅሙን ማሳነስ ነው፡፡ ይህ የሚያሳየው ሙሉ ነገርን ማጣት ሳይሆን ዐቅምንና ደኅንነትን ማጣት ነው፡፡ ቫይን, የቫይን ኤክስ.ሲ.ኢ.ሲ.ኤ. የመጽሐፍ ቅዱስ መዝገበ-ቃላት. 1999

ታማኝነት (**pistis/ፒስቲስ**) ማለት እምነትን የሚያመጣ ነገር ሲሆን በዚህ ቦታ ደግሞ እምነት የምንጥልበት እግዚአብሔርን የሚወክል ነው፡፡ የእግዚአብሔርን ታማኝነት፣ ዕውነተኛነት እና ትጉህነት የሚያሳይ ነው፡፡(መጽሐፍ ቅዱስ ጥቅሶች የብሉይና / የአዲስ ኪዳን ግሪክ መዝገበ ቃላት፣ የቴየር ትርጒም 1989. በ ጆሴፍ ሄንሪ ቴየር፣ አስቲን ሐተታ/ በጂፍ ጋሪሰን)

በዚህ ቦታ ላይ የተቀመጠው ተቃርኖን የሚያሳየው ቃል የሚጠብቀው ምላሽ ተቃራኒ ነው፡፡ በሌላ አባባልም የአይሁድ አለመታመን የእግዚአብሔርን ታማኝነት ሊያስቀረው አይችልም፡፡ ምንም እንኳ አይሁዳዊ ሆኑ ግለሰቦች ካለማመናቸው የተነሣ ሊቀበሉትና

ሊደርሳቸው ባይችልም፣ እግዚአብሔር ሕዝብ የገባውን ቃል ኪዳን ግን ሳይፈጽም አይቀርም።

ጳውሎስ አይሁድ አንባቢዎቹ እያንዳንዱ በሥጋ የአብርሃም ዘር የሆነ ግለሰብ ሁሉ ይህንን እንደሚቀበል ማረጋገጫ አልሰጠም የሚለውን ንግግሩን እንደሚቃወሙት ይገምታል። ይህ ትምህርት እግዚአብሔር በብሉይ ኪዳን ውስጥ ለአይሁድ የገባውን ተስፋ ቃላት ሁሉ ያጠፋል ብለው ይከራከራሉ። ነገር ግን የእርሱ መልስ የብሉይ ኪዳንን ውጫዊም ውስጣዊም አስተምህሮ የሚያንጸባርቅ ነው፤ የትኛውም አይሁድ የዘር ሐረጉ ምንም ይሁን ምን የተስፋውን ቃል ለመውረስ ወደ ንስሐና እምነት መምጣት አለበት (ሮሜ 9፥6-7፤ ኢሳ. 55፥6-7)።

የአይሁድ ሕዝብ በአጠቃላይ የክርስቶስን ወንጌል አልተቀበለውም ማለት የእግዚአብሔር ለእነርሱ ያለው ታማኝነት ከንቱ ነው ማለት አይደለም። ሥራውም ትርጉም-ዐልባ ነው ማለትም አይደለም።

ጆን ማክአርተር ሲጽፍ በመቀጠል ጳውሎስ የሚጠብቀውና መልስ የሚሰጥበት ተቃውሞ ትምህርቱ እግዚአብሔር ለእስራኤል የሰጠውን ተስፋዎች የሚያጠፋ ነው የሚል ይሆናል። ሁሉም የብሉይ ኪዳን ተማሪ በግልጽ እንደሚረዳው እግዚአብሔር ለመረጣቸው ሕዝቦቹ የገባው ቃል ኪዳን ብዙ ነው። ስለዚህ ታዲያ ለጳውሎስ እንዴት ነው ለአይሁድ በተስፋው ላይ ያላቸው መታመን ሁልጊዜ እርግጥ ላይሆን እንደሚችል የሚያሳያቸው? (ጆን. ኤፍ. ማክአርተር፡ ቺካጎ ሙዲ ፕረስ)

የጳውሎስ መልስ የአይሁድ የራሳቸው መጻሕፍት በዚህ ረገድ የሚሉትን ግልጽም ሆነ ግልጽ ያልሆነ መልእክት በደንብ የሚያንጸባርቅ ነው። እግዚአብሔር በየትኛውም ክፍል ላይ የትኛውም ሰው ለአብርሃምም ሆነ ለማንኛውም ጻድቅ ሰው ባለው ንጹሕ የዘር ሐረግ ግንኙነት ብቻ በእግዚአብሔር ላይ ባለው ከልብ የሆነ መታዘዝ ከግምት ሳይገባ የተስፋውን ቃል ይወርሳል ብሎ አልተናገረም (ኢሳ. 55፥6-7)። ወደዚህ መታዘዝ የሞላበት እምነት መምጣት ላይ ጥሩ መግለጫ ይሰጣል።

አሞጽ 3፥2 ላይ አይነት ያሉ የመጽሐፍ ቅዱስ ምዕራፎች የሚያሳዩን ነገር የእግዚአብሔር ትላልቅ የተስፋ ቃሎች ከከባድ ማስጠንቀቂያ ጋር ነው ተያይዘው የቀረቡት። አብዛኞቹ የተስፋ ቃሎች ደግሞ በሕዝቡ እምነትና መታዘዝ ላይ የሚመሠረቱ ናቸው። የተወሰኑት

ያለ ምንም ቅድመ መስፈርት የተሰጡት የተስፋ ቃሎችም አይሁዳዊ ለሆኑ ግለሰቦች ሳይሆን፣ በአጠቃላይ ለእስራኤል ሕዝብ ነው፡፡

ለምሳሌ ዘፍ. 12፥3፤ ኢሳ. 44፥1-5፤ ዘካ. 12፥10 መመልከት ይቻላል፡፡ እስራኤል እንደ ሕዝብ መዳኑ የእግዚአብሔር ቃል የማይታጠፍ ከመሆኑ የተነሣ አይቀሬ ቢሆንም፣ ነገር ግን የወደፊቱ እርግጠኝነት ለአይሁዳውያን አሁን ላይ ከማያምኑ አሕዛብ የተሻለ የመዳን ዕድል እንዳላቸው አያረጋግጥላቸውም፡፡

የጳውሎስ ከሳሾች የሠሩት ስሕተት ቢኖር የእግዚአብሔር ለእስራኤል ያለ ምንም ቅድመ መስፈርት የገባው የተስፋ ቃል ለሁሉም አይሁዳዊ በሁሉም ዐይነት ቦታ የሚሠራ ነው ብለው ማመናቸው ነው (ሮሜ 9፥6-8)፡፡

እነዚህ ከሳሾች እግዚአብሔር ቃሉን አያጥፍም በማለታቸው ልክ ናቸው፤ የተስፋው ቃል በረከት አካል ለብሶ ካላዩት ሕዝቡ የተስፋውን ቃል ትእዛዝ ስላልሰሙና ስላልታዘዙት ነው፡፡ ነገር ግን የእነርሱ አለማመን እግዚአብሔር ለሕዝቡ በመጨረሻ የሚያመጣውን ድነት ከማምጣት አያግደውም፡፡ ይሁን እንጂ፣ ከዚያ የጠለቀው ዕውነት ብዙ አይሁዳውያን ከሚያስቡት በተቃራኒ ድነት ከእግዚአብሔር ዘንድ በዘር፣ በበአላት፣ በመልካም ሥራ ወይም በማንኛውም ከእምነት በተለየ መስፈርት እንደማይሰጥ ነው፡፡ ጳውሎስም መልሶ እንዲህ ሲል ይጠይቃቸዋል፡- “አይሁድ ባለማመናቸው ምክንያት የነበራቸውን የእግዚአብሔር የተስፋ ባለከት ቢያጡ፣ እንዲሁም የእግዚአብሔርን መንግሥት ከመውረስ ቢቀሩ ይህ የእግዚአብሔርን ታማኝነት ያስቀራልን?”

ማዳኑ ለእስራኤል አንድ ቀን ይመጣል፤ ሁሉም እስራኤላውያን በሚድኑበት ጊዜ ነው፡፡

ሮሜ 3፥4 እንዲህ አይሁን፤ በቃልህ ትጸድቅ ዘንድ ወደ ፍርድም በገባህ ጊዜ ትረታ ዘንድ ተብሎ እንደ ተጻፈ ሰው ሁሉ ውሸተኛ ከሆነ እግዚአብሔር ዕውነተኛ ይሁን፡፡

ቍጥር 3

9 የማያምኑ ቢኖሩ አለማመናቸው የእግዚአብሔርን ታማኝነት ያስቀራልን? የማያምኑ ቢኖሩ አለማመናቸው የእግዚአብሔርን ታማኝነት ያስቀራልን?

ምናልባት አንዳንዶች

9፥6፤ 10፥16፤ 11፥1-7፤ ዕብራውያን 4፥2

እንዲሆን ሊያደርግ

11÷29፤ ዘኁልቍ 23÷19፤ 1ኛ ሳሙኤል 15÷29፤ ኢሳይያስ 54÷9፣ 10፤ 55÷11፤ 65÷15፣ 16፤ ኤርምያስ 33÷24-26፤ ማቴዎስ 24÷35፤ 2ኛ ጢሞቴዎስ 2÷13፤ ዕብራውያን 6÷13-18

እምነት

መዝሙር 84÷7፤ ዮሐንስ 1÷16፤ 2ኛ ቆሮንቶስ 3÷18፤ 2ኛ ተሰሎንቄ 1÷3፤ ቲቶ 1÷1፣ 2

3፥4 እንዲህ አይሁን፤ በቃልህ ትጸድቅ ዘንድ ወደ ፍርድ በገባህም ጊዜ ትረታ ዘንድ ተብሎ እንደ ተጻፈ፥ ሰው ሁሉ ውሸተኛ ከሆን እግዚአብሔር እውነተኛ ይሁን።

እግዚአብሔር ዕውነተኛ ነው ስንል ባሕርዩን መግለጻችን ነው፤ ማለትም ይህ ዕውነት ነው:: ባሕርዩ ራሱ ዕውነት ስለሆነ፣ ድርጊቱና ንግግሩም ዕውነት ነው::

እግዚአብሔር ሁልጊዜ ለሚሠራው ሥራ የሚመዝነው በቃሉ ነው:: እግዚአብሔር በቃሉ ይሠራል ይህም ለሚያምኑ እና ለሚታዘዙት የምሕረቱን ክብር የጸናችውን ክንዱን የተዘረጋውን ዕጅ ከቃሉ በኋላ በማድረግ ይተጋል:: እንዲሁ ለማይታዘዙት ቍጣውን ይገልጣል:: ይህ የሚያደርገው ግን አባት ልጁን ለመቅጣት እንደሚያደርገው ሲሆን፣ ይህ የመለኮት አሠራር ለጊዜው የሚመርርና የሚያሳዝን ሲሆን፣ ሥራውን ሲፈጽም የቅድስና ፍሬ ያፈራል:: ይህን ብዙውን ጊዜ ሥራው ሲከናወን እና ነገር ለበጐ ሲሆን፣ የምናስተውለው ሲጠናቀቅ ነው:: በመጨረሻም የምስጋና ዕጣን ወደ እርሱ ይቀርባል (ኤር. 30÷24፤ ዕብ. 12÷11):: አይሁድም ሆነ አሕዛብ የተሰጣቸውን ትእዛዝ ባለ መፈጸም ከእግዚአብሔር ፍርድ በታች ናቸው:: በዚህም የኃጢአትን ተግሣጽ ተቀብለዋል:: ሆኖም ግን የሰውን ልጅ ለመጐብኘት በሰው ዘንድ የተገኘው ጽደቅ የመርገም ጨርቅ ሆኖ ቢገኝም፣ እግዚአብሔር የራሱን ጽድቅ አዘጋጀ (ዕብ. 2÷6 ሮሜ 2÷12፤ 11÷32)::

ጽድቃቸውን ይዘው እግዚአብሔርን ከተሟገቱት ብዙዎች መካከል አንዱ ኢዮብ ነበር:: እግዚአብሔር ጻድቁን እና ኃጢአተኛውን አንድ ላይ ያጠፋቸዋል የሚል አመለካከት ይዞ ቀርቦ ነበር (ኢዮብ 9÷22):: እግዚአብሔር የከሱን ወረቀት ይዞ በደመናው ተገለጠለት:: ከፍጥረት ጀምሮ በሥራው የታመነ እንደ ሆነ ገለጠለት:: የመጨረሻው የአባታችን ኢዮብ መልስ ሁላችን የምናውቀው ነው (ኢዮብ 40÷2፣ 4):: እንዲሁ የሰው ልጆች ተመሳሳይ ክርክር ያደጉበት ጊዜ አንድ ጊዜ ብቻ አይደለም:: የመጀመሪያው ዐፈር በዔድን የድፍረት ኃጢአት ክርስቶስ እግዚአብሔርን ከከሰሰበት ጊዜ ጀምሮ ከምድር የይግባኝ ወረቀት ወደ ፍትሐ-ብሔር ችሎቱ ያርጋል:: ሁሉም በቀነ ቀጠሮው የክስ ወረቀቱን ይዞ ሲቀርብ አፍ ሁሉ ዝም የማያስብል ፍርድ ከእግዚአብሔር ዘንድ ከሆነው

የፍትሐ-ብሔር ችሎት ወጣ:: ይህም ሰው ሁሉ በእግዚአብሔር ፊት ጻድቅ ሊሆን አይችልም» የሚል ነበር (ሮሜ 3፥19)::

የእግዚአብሔር ፍትሐዊ ችሎት የሰዎችን ፊት ሆነ የውጭ በጎ ሥነ ምግባር ላይ በመመሥረት የሚበይን አይደለም:: ወይም «ሐቅ» እንደምንለው የሰው ዐይን ሆነ የምርመራ ችሎቱ ባመጣው መረጃ ላይ ተመሥርቶ በሚሆን ምስክርነትና ማስረጃ አይደለም:: ይልቁንም የእግዚአብሔር ሕግ (ቃሉ) የሰዎችን ልብ እና ኩላሊት ይመረምራል (ዕብ. 4፥12-13)::

ብዙዎች በጎ ሥነ ምግባራቸው ታይቶላቸው የልባቸው ዝንባሌ እና ጥንስስ ማለትም የውስጥ አሳባቸው ሳይታወቅ ብዙ መልካም ነገር ያደርጋሉ:: ሆኖም ግን ከፍቅርም ሆነ እግዚአብሔር ከማወቅ እና ከመፍራት ስላልሆነ፣ የጽድቅ ፍሬ ሆኖ በአብ ፊት መቅረብ አልቻለም:: የባዕድ የጣዖት አምልኮ ይዘው ሰብዓዊ ዕርዳታ የሚፈጽሙ ሰዎች ይገኛሉ:: የሰማይ ፍትሐ-ብሔር እነዚህንም ከቶ አልሞታችሁም ይላቸዋል::

ሥራቸው መልካም ሆኖ ሳለ የሚያደርጉት ሥራ ግን በሰዎች ፊት ሞገስ እንዲያሰጣቸው እንጂ፣ ሕዝቡን ለመውደድ ከመራራት አይደለም:: ይልቁንም መልሰው ሕዝቡ እንዲጉነበስ እንዲያደገድግ ኪሱን ለመበዝበዝ እና የራሳቸው ደቀ መዝሙር (ጋንግስተር) ለማድረግ ነው:: የፈሪሳውያኑ ሆነ በዓለም ያለው የፖለቲካ መድረኮች ብዙዎቹ በዚህ ሥር በሰደደ እና በእግዚአብሔር ፊት አስጸያፊ በሆነ ከእባቡ በተፀነሰ ዐሳብ የተነደፈ ነው (1ኛ ቆሮ. 13፥3፤ ማቴ. 6፥1-4፤ 23፥5)::

ኢየሱስ ክርስቶስ እንደነዚህ ላሉ ሰዎች ስሕተታቸውን በሕዝብ ፊት ሊገልጥ ስለ ፈለገ እንዲህ ያለው ይመስላል፡- «ያለህን ሳይሆን ወይም ከብዛትህ ቆንጥረህ ሳይሆን በእርግጥ ጽድቅ (እግዚአብሔር የምትወደድ የምትፈራ ከሆንህ ያለህን ሁሉ ስጥ፥ በእርሱ ተማመን፥ ለድሆች ስጥ ተከተለኝ» ያለው መልእክት ያዘለ ነው:: (ሉቃስ 18፥22)::

ከአላቸው ነገር ላይ እንዲያካፍሉ የጌታ ፈቃድ ነው:: የብዙዎች ኃጢአት ካላቸው ጥቂቱን ማካፈል በዐደባባይ ይሆንላቸዋል:: ይሁን እንጂ፣ በዐደባባይ ሳይሆን፣ በድብቅ ወደ ተቸገረው እና ወደ አዘነው ቤት ገብተው ጥቂት ነገርን በማድረግ ድጋፉ ቸውን መስጠት አይፈልጉም:: ለዚህም ነበር የእናንተን ጽደቅ የምትሉትን በዐደባባይ አጋልጠዋልሁ ያለው:: ምክንያቱም እነዚህ ከትርፋቸው ሰጡ:: ከነፍሳቸው ከተጣበቀው የገንዘብ

ዋስትና ጋር ሳይሆን፣ ብሰጥ የእኔን ማንነት አይነካም፤ እንዲያውም ትርፉን ለእኔ ክብር ሊሰጠኝ ከሚችለው አደርጋለሁ» የሚሉ ናቸው፡፡

ለብዙ ዘመን ለልጅ ልጅ የሚደርስ ብራቸው ሳይነካ «የስማቸው መጠሪያ ማንነት» ሳይጐዳ የማያደርጉት ነው፡፡ ይህ ደግሞ በእግዚአብሔር ፊት የማይጠቅም የማይረባ ነው (ኢሳ. 57፥12፤ ማር. 12፥44፤ ዘዳ. 24፥6)፡፡ ያልገባቸው ግን እግዚአብሔር የእነርሱን ብር ፈልጐ ሳይሆን፣ ገንዘብን መወደዳቸው እንደ ጣዖት አድርገው የታመኑበት ስለሆነ ነው፡፡

ገንዘብ አትርፎ የሚሰጥ ራሱ ጌታ ብሩ እና ወርቅ ባለቤት ነው (ማቴ. 6፥24)፡፡ ብር እና ወርቅ ኃጢአት ቢሆንም፣ ለምን እግዚአብሔር ራሱ በግምጃ ቤቱ አስቀመጠው? (ምሳሌ 3፥16፤ መዝ. 50፥10፤ ሐጌ 2፥8)፡፡ ሰዎች ይህን ሀብት ቢይዙ ይደሰታል እንጂ፣ አይከፋውም፡፡

ሆኖም ግን የዚህ ዓለም ገዥ አለባቸው ስለ መረዘ በእግዚአብሔር ከማታምኑ ይልቅ ባላቸው ብር እንዲያምኑ አእምሮአቸውን በክፉ አሳብ በከለ፡፡ ስለሆነም የዓለምን አስተዳደር በማበላሸት የዚህ ዓለም ገዥ ብሩንና ወርቁን መጋራት ቻለ እንጂ፣ አንድም ነገር የለውም፡፡ ስለሆነም ገለባ ተባለ፡፡ የሰውን ልብ በመበከል የስርቆትን ተግባር በተንኮል አሠራሩ በማድረግ ለራሱ በዐመድ በተሠራ ዙፋን ላይ ቁጢጥ አለ፡፡ አስቀድሞ ሀብት እና ወርቅ የእርሱ ልብስ ነበር፡፡ አሁን ግን ትቢያ ልብሱ ሆኖአል (ሕዝ. 28፥13)፡፡ እንደ እግር እሣት እንደሚፈጅ የቀደመውን ብልጥግናው እየበላው አለ፡፡

የምድር ነገሥታትን ሀብት እና ብልጥግና ለመውረስ ተንኮሉን ተጠቀመ፤ ወሰደባቸው፡፡ ሆኖም ሌባ ስለሆነ፣ እርሱም ከዕጁ ተወስዶ ወደ እሣት ባሕር ለመወርወር ጥቂት ጊዜ አለው (ሕዝ. 28፥17-19)፡፡ በእግዚአብሔር ያልተማመነ በሀብቱ እና በወርቁ የሚታመን ሁሉ በተመሳሳይ የታመነበት ነገር ከእግዚአብሔር ቍጣ ሊያድነው አይችልም፤ እንዲሁም ያከማቸው ብር እና ወርቅ እንደ እግር እሣት ሥጋውን ሲበላ ነፍሱ በጨለማ ተንኮል አሠራር ሥር ተይዞ በጨለማ ይሰቃያል፡፡

ገንዘቡን በተንኮል በክፋት እንዲያከማቹ ከእግዚአብሔር የተሰጣቸውን ጥበብ ለጨለማው አሠራር እንዲያውሉት ያደርጋቸዋል (ሕዝ. 28፥4፤ 7፥19፤ ያዕ. 5፥3)፡፡ ይህ ክፉ ወረርሽኝ (ገንዘብ መወደድ) የኃጢአት ሁሉ ሥር ስለሆነ፣ ፈሪሀ-እግዚአብሔር ያላቸውን የጐዳ ነው፡፡ ትልቅ መንፈሳዊ ሰው ነው የምንለውን የሚያሳንስ

የእግዚአብሔርን ክብር ተቀናቅሮ ዙፋኑን ተከትሎ የሚገዳደር የኃጢአት እና የክፋት መገለጫ ነው (2ኛ ጢሞ. 6፥9)።

በጌታችን በኢየሱስ ክርስቶስ አፍ የተተረከልን የጠፋው ልጅ ታሪክ ይህ ነው። የጠፋው ልጅ ከዐመፃ ልጆች የሚለው ገንዘ የአባቱ መሆኑን መናገሩ ዕውቅና መስጠቱ ብቻ እንጂ፣ የእርሱ የሆነውን ድርሻ አባቱ ከሰጠው በኋላ በገንዘቡ ለዘላለም መኖር የሚችል መስሎት ነበር (ሉቃስ 15፥12)። በቤቱም የነበረው ያንገበገበው ይህ የገንዘብ ስለት እንጂ የአባት ልብ የሚናፍቀው የአባት እና የልጅ ፍቅር መድማት አልነበረም (ሉቃስ 15፥30)።

ሰው በወርቅ እና በብር ሲታመን ራሱን ከእግዚአብሔር ክብር እና ከወሰነለት የልጅነት ዕርከን ይወርዳል። ገንዘብ ገዥው ሊሆን ሳይሆን፣ ገንዘብን ሊገዛ ሊያስተዳድር በተገቢው ሊጠቀምበት ተሰጥቶታል። እርሱ ራሱ ብር እና ወርቅ ሆኖ በከበረው ደም መቤዠትን ያገኘ መሆኑንና ውድ መሆኑን ባለማወቁ ለብር እና ለወርቅ ተገዥ ሆነ።

እግዚአብሔር ግን ከልባቸው ያለውን «ብር እና ወርቅ አለኝ» ከሚለው መታመን እና መርዝ ልባቸውን ገርዞ፣ እነርሱ ከብርና ከወርቅ የበለጡ ውድ የክብሩ መገለጫዎቹ እንዲሆኑ ያደርጋቸዋል (ዘካ. 13፥9)። ልባቸው በእግዚአብሔር የቅድስናው እሳት የተገረዙ ሰዎች ያለኸኝ አንተ ብቻ ነህ ይላሉ (የሐዋ. 3፥6፤ 1ኛ ዜና 29፡11)።

የደጉ ሳምራዊ ትረካ የማያስተምረን ይሁንኑ ነው፤ ምክንያቱም ኃጢአት መስሎ የማይታይ የሰውን ልብ መርዞ የእግዚአብሔር ልብ የሚሰብር ቢኖር፣ ዛሬ በቤተ መቅደሱ ጣዖቱን ያስቀመጠ ይህ ጉዳይ ነው። በአገራችን ከእኔ ቢጤ ድሀ የሚነገር ሰማሁ። የአገሬ የወገኔ ልጅ ብር ለመለመን በየኦርቶዶክስ አብያተ ክርስቲያናት ቅጥር ግቢ በር ላይ ቆመውና አንጥፈው ተቀምጠው ስለ ማሪያምና ስለ ገብርኤል ...ወዘተ እያሉ ይገኛሉ። ነገር ግን በወንጌላውያን ማምለኪያ ሥፍራዎች አካባቢ እነዚህ ወገኖች አይገኙም ብለው ነገሩኝ።

እኔም ለምን ይሆን እነዚህ ሰዎች ወደ እነዚህ ሥፍራዎች የማይሄዱት? ብዬ ጠየቅኋቸው። እነርሱም ለጥያቄዬ ሲመልሱልኝ ፕሮቴስታንቱ በእምነት እንደ ጸደቀ ስለሚቈጥር ለድሆች መስጠት ላይ ብዙም ትኩረት አያደርግም። ደግሞም ድሆችን አለማሰብ በእግዚአብሔር እንደሚያስጠይቅ አልተረዱትም የሚል ነበር። በብሉይ ኪዳን ዘመን እግዚአብሔር ጻድቅ ፍትሕ ብሎ የተናገረውን ነገር ክርስቶስ ከቶ ያልለወጠው መሆኑን መገንዘብ ተገቢነት አለው። ለዚያ በወንበዴ ለተደበደበው ሰው ደጉ ሳምራዊ

ለእርሱ ወዳጅ እንደ ሆነ አንብበን ይሆናል፡፡ ምሥጢሩ ይህ ነው፤ ለዚህ ለቈሰለው ሰው ማድረግ ለክርስቶስ እንደማድረግ ነው፡፡ አለዚያ ከቶ አላውቃችሁም ከሚለው ወገን ያደርገን ይሆንን? (ማቴ. 25፥41-46) ትእዛዝ እንጂ፣ በሰው ፊት ለመታየት የምናደርገው ሳይሆን፣ ቀኝ ዕጃችን የሚያደርገው ግራ ሳያውቀው የሚደረግ ሊሆን ይገባል፡፡

በሥነ መለኮት ትምህርት "ሲን ኦፍ አሚሽን" ወይም የተሰወረ ኃጢአት ይባላል፡፡ (ምሳሌ 3፥28) ጽድቃችን ከፈሪሳውያኑ በልጦ ለጠላቶቻችን ዕጃችን እንዲዘረጋም ይጠይቀናል፡፡ የጽድቅ ፍሬ ልኮ ኢየሱስ ክርስቶስ ነው፡፡ ይህም «ለዐመፀኞች ሞተ፤ ማለደ» የሚለው ነው፡፡ ጠላትህ አንተን ለመጉዳት ሲመጣ አንተ ደግሞ ቀኝህ በጥፊ እንዲመታህ እድል መስጠት ነው፡፡ ይህን የምታደርገው በሞኝነት ሳይሆን በቀል የእኔ ነው የሚለውን ልዑል እግዚአብሔርን ስለምንታመን ነው፡፡ ጠላት ሁል ግዜ የሚመጣው ሲሆንለት ቀኝህን ሰይሆንለት ግራህን ሊመታህ ነው፡፡ ነገር ግን እግዚአብሔር በዕጅህ አሳልፎ ሲሰጥህ አንተም ደግሞ እንጀራ ውኃ ስትሰጠው ይህ ማለት ግራህን በጥፊ እንደ መታ ነው፡፡ ይህን እንድናደርግ ተጠርተናል (ማቴ. 5፥39፤ 43-48 ሮሜ 12፥14፣ 20፣ 21)፡፡

ዕውነት የሥላሴ ባሕርይ ነው፡፡

- እግዚአብሔር አብ ዕውነተኛ ነው (ዮሐ. 3፥33)
- እግዚአብሔር ወልድ ዕውነተኛ ነው (ማቴ. 22፥16፫፤ ዮሐ. 7፥18)
- እግዚአብሔር መንፈስ ቅዱስ ዕውነተኛ ነው (ዮሐ. 14፥17)

ስለዚህ የሰው ውሸት ይህንን ባሕርዩን ሊያስለውጠው አይችልም፡፡ እርሱ ዘላለም ዕውነተኛ ሆኖ ይኖራል፡፡

እንዲህ አይሁን፡- ይህ አገላለጽ በግሪኩ ተቃርኖንና አለመሆንን የሚያሳይ ጠንካራ አገላለጽ ነው፡፡ ጳውሎስ እግዚአብሔር በተስፋ ቃሉም ሆነ በሌላ በምንም መንገድ የማይታመን ሊሆን አይችልም ይላቸዋል፡፡ ይህ ቃል በአማርኛው ቋንቋ አጠቃቀም "ይህ ሊሆን አይችልም" ወይም "አታስበውም" የሚልን አገላለጽ ያሳያል፡፡

የጳውሎስ ተከራካሪዎች ስለ ቍጣና ፍርድ አስተምህሮም በሮሜ 2 ላይ ያለው አሳቡን ይቃወማሉ፤ እንደ እነርሱ አባባል እግዚአብሔር ለፍጥረቶቹ ፍጹም ታማኝ ከሆነ ሁሉንም

ማዳን አለበት ማለት ነው፤ እንዲሁም አይሁድን ሕዝቦቹ እንዲሆኑ ከመረጠ እያንዳንዱ አይሁዳዊን ለምርጫው ታማኝ ለመሆን ማዳን አለበት ይላሉ፡፡

ጳውሎስ ግን ትክክል እንዳልሆኑ ያሳያቸዋል፡፡ አይሁዳውያን በኩራት በእግዚአብሔር ዘንድ ስላላቸው ሥፍራ ማውራት ቢችሉም፣ ያለባቸውን ኀላፊነት ግን ወደ ጎን በማድረግ ችላ ማለት አይችሉም (አሞጽ 3፥2)፡፡ እግዚአብሔር የድነትን መንገድ ለማዘጋጀት ቸር ነው፡፡ ማንም ሰው ድነት ሚገባው አልነበረም፣ ድነት ይገባኛል ብሎም መጠየቅ አይችልም፤ እንዲሁም እግዚአብሔርንም ድነትን ስላልሰጠው ታማኝ እንዳልሆነ መክሰስ አይችልም፡፡

እግዚአብሔር ወደ ፍቅሩ ለመምጣትም እርሱን ለመግፋትም ነፃነትን ሰጥቶናል፡፡ ፍቅሩን ስንገፋው ልክ እንደ ብዙዎቻችን ማለት ነው፡፡ ያኔ ቍጣ ይገባናል፡፡ ለዓላማው ያለው ታማኝነት ቍጣውን እንድንለማመድ ይተወን ዘንድ ያስገድደዋል፤ ከተቀበልነው ደግሞ ድነትን የመስጠት ጸጋው ከቍጣው ማምለጫ ይሆነናል፡፡

ሁሉ ሰው ውሸተኛ ከሆነ እግዚአብሔር ዕውነተኛ ይሁን፡(ዘዳ. 32:4፤ ኢዮብ 40:8፤ መዝ. 100:5፤ 119:160፤ 138:2፤ ሚኪ. 7:20፤ ዮሐ. 3:33፤ 2ኛ ቆሮ. 1:18፤ ቲቶ 1:2፤ ዕብ. 6:18፤ 1ኛ ዮሐ.5:10፣ 20፤ ራእይ 3:7) (መዝ. 62:9፤ 116:11)፡፡

"ይሁን"፡- ጳውሎስ ትእዛዝ የሚሰጥ ነው የሚመስለው፡፡ እዚህ ጋር ጳውሎስ የሚሰጠው ምላሽ በመጽሐፍ ቅዱስ ውስጥ ካሉ በጣም የሚያበረታቱ መርኆች አንዱ ነው፤ የእግዚአብሔር የተስፋ ቃል የሰው ታማኝነት ላይ የተመሠረተ አይደለም፡፡ በራሱ ታማኝነት ላይ እንጂ፣ ስለዚህ የእግዚአብሔር ተስፋ ቃል በእኛ አለመታመን አይከለከልም፡፡ ነገር ግን ከዚህ ቀደም እንዳየነው አብዛኞዎቹ የተስፋ ቃሎች መታዘዝ ላይ የተመሠረቱ መሆናቸውን ማስታወስ ተገቢ ነው፡፡

ዕውነት (**alethes /አሌትስ ከ a/ኤ** = ውጭ + **letho /ሌቶ** = ድብቅ) ማለት ቃል በቃል ድብቅ ያልሆነ እና የተገለጠ ከዕውነታውም ጋር አብሮ የሚሄድ ማለት ነው፡፡(መጽሐፍ ቅዱስ ጥቅሶች የብሉይና / የአዲስ ኪዳን ግሪክ መዝገበ ቃላት፣ የቴየር ትርጕም 1989. በ ጆሴፍ ሄንሪ ቴየር፣ አስቲን ሐተታ/ በጄፍ ጋሪሰን)

ውሸት (**pseustes /ሲዩስተስ ከ pseudomai /ሲዩዶማይ** = መዋሸት) ማለት ውሸትን የሚናገር፣ ዕውነት ያልሆነ እና ማታለል የሚሞክር። ታየር ሲጨምር ሲዩስተስ አንድ እምነትን የሚያጐድል፣ ውሸታምና እምነት-ዐልባ ሰውን ያሳያል።(መጽሐፍ ቅዱስ ጥቅሶች የብሉይና / የአዲስ ኪዳን ግሪክ መዝገበ ቃላት፣ የቴየር ትርጉም 1989. በ ጆሴፍ ሄንሪ ቴየር፣ ኦስቲን ሐተታ/ በጄፍ ጋሪሰን)

በአዲስ ኪዳን ሲዩስተስ 10 ጊዜ ያህል አገልግሏል (ዮሐ. 8÷44፤ ዮሐ. 8÷55፤ ሮሜ 3÷4፤ 1ኛ ጢሞ. 1÷10፤ ቲቶ 1÷12፤ 1ኛ ዮሐ. 1÷10፤ 1ኛ ዮሐ. 2÷4፤ 1ኛ ዮሐ. 2÷22፤ 1ኛ ዮሐ. 4÷20፣ 1ኛ ዮሐ. 5፡10)። በብሉይ ኪዳን ደግሞ 2 ጊዜ ተጠቅሷል (መዝ 116÷11 እና ምሳ 19÷22)።

ሁሉም የሰው ልጅ እግዚአብሔር ለቃል ኪዳኑ ታማኝ እንዳልሆነ ቢስማማ ይህ የሚያሳየን ሁሉም ውሸተኞች እግዚአብሔር ግን ዕውነተኛ እንደ ሆነ ነው። (ቲቶ 1÷1)

በምድር ላይ የኖረ የሰው ዘር በሙሉ እግዚአብሔር የማይታመን እንደ ሆነ ቢያውጅ፣ እግዚአብሔር አሁንም ዕውነተኛ ሆኖ ይገኛል ደግሞም በእርሱ ላይ የመሰከሩ እያንዳንዳቸው ውሸተኞች ሆነው ይገኛሉ።

"እንደ ተጻፈው" **kathos gegraptai /ካቶስ ጊግራፕታይ** (ኢዮብ 36÷3፤ መዝ. 51÷4፤ ማቴ. 11÷19)

አሁን ጳውሎስ እግዚአብሔር አሕዛብን ብቻ ሳይሆን፣ አይሁድ ላይም እንኳ የሚፈርድ ቢሆን እንደ ማይታመን ተደርጎ መቈጠር የለበትም የሚለውን ክርክሩን እንዲያስረዳለት ለመደገፍ ወደ ብሉይ ኪዳን ይዞራል።

ጳውሎስ መዝ. 51÷4ን ይጠቅሳል። በዚህ ክፍል ላይ ዲዊት ራሱን በሰማያዊው የፍርድ ዙፋን ፊት እንደ ቆመ በመሳል የራሱን ጥፋተኝነት እየገለጸ እግዚአብሔር በእርሱ ላይ በሚናገረውና በሚፈርደው ትክክል እንደ ሆነ ያወራል።

ስፐርጀን በመዝሙር 51÷4 ላይ አስተያየት ሲሰጥ፡- አንተን ብቻ በደልሁ። የኃጢአት መርዝ ያለው እግዚአብሔርን በመጋፋቱ ላይ ነው፤ የመዝሙረኛው ኃጢአት በሌሎች ላይ

ቢመስልም እርሱ ግን በእግዚአብሔር ላይ እንደ ተደረገ ዐወቀ፡፡ ሁሉም ስሕተቱ ያጠነጠነው፣ እንዲሁም ጫፍ ድረስ የወጣው በእግዚአብሔር ዙፋን ፊት ነው፡፡

ባልንጀራችንን መጕዳት ኀጢአት ነው፤ ምክንያቱም እንደዚያ በማድረጋችን የእግዚአብሔርን ሕግ እንተላለፋለን፡፡ የሚመለስ ልብ የተሞላው በጌታ በራሱ ላይ ስሕተት እንደ ሰራ በማሰብ ነው ሌሎቹ ንስሐዎች በአጠቃላይ በተሰበረ ልብ ይህንን ዕውቅና በመስጠት ነው፡፡

በፊትህም ክፋትን አደረግሁ፡ በንጉሱ የፍርድ ዙፋን ፊትና በአይኖቹ ፊት ቆሞ ክህደት መፈጸም በእርግጥ ለዚያ ንጉሥ ክብር ማጣት ነው፡፡ ዳዊትም የተሰማው ነገር ስሕተቱን የፈጸመው ፈጣሪ እራሱ እያየ እንደ ሆነ ነው፡፡ ስለ እግዚአብሔር ዐይኖች የሚጨነቀው የእግዚአብሔር ልጅ ብቻ ነው፡፡ ነገር ግን በነፍስ ውስጥ ጸጋ ሲኖር ለእያንዳንዱ ክፉ ተግባር በፍርሃት የተሞላ ጥፋተኝነት ስሜት ያሳያል፡፡ ይህም ይህን ስሕተት ስንፈጽም ያሳዘንነው እግዚአብሔር እያየ መሆኑን ስናውቅ ነው፡፡

"በነገርህም ትጸድቅ ዘንድ በፍርድህም ንጹሕ ትሆን ዘንድ" እርሱን መኰነንና መቅጣት ቢጀምር እንኳን ዳዊት በመለኮታዊ ፍትሕ ላይ የሚያመጣው ክርክር አልነበረውም፡፡ የእርሱ የራሱ መናዘዝ፣ እንዲሁም የድርጊቱን ሁሉ መፈጸም ዳኛው በዐይኖቹ ማየቱ መተላለፉን ከክርክር ውጭ እንዲሆን አድርጎታል፡፡ የተፈጸመው ግፍ ግልጽ ስሕተት መሆኑ የፍትሕ ሂደቱ ግልጽ እና ከጭቅጭቅ ውጭ እንዲሆን አድርጎታል፡፡

ተጻፈ (**grapho /ግራፎ ከ graph** /ግራፍ= ማለት በአንድ ቀርጽ ላይ መሳል ወይም ጽሑፍን መጻፍ መልእክትን ማስተላለፍ ነው) ይህ በእንጨት ላይ ወይም በብረት ወይም በድንጋይ ላይ እንዲሁም በተለያየ ነገር ላይ ቅርጽ መቅረጽ፣ መጻፍ፣ እንዲሁም መልእክትን ማስተላለፍ ነው፡፡(መጽሐፍ ቅዱስ ጥቅሶች የብሉይና / የአዲስ ኪዳን ግሪክ መዝገበ ቃላት፣ የቴየር ትርጕም 1989. በ ጆሴፍ ሄንሪ ቴየር፣ ኦስቲን ሐተታ/ በጄፍ ጋሪሰን)

እንደ ተጻፈ የሚለው ቃል በብሉይ ኪዳን 76 ጊዜ ተጠቅሷል፡፡ ልጅ እያለን ወላጆቻችን አንድ ነገር እንድናደርግ ሲነግሩን፣ እኛም ለምን ብለን ስንጠይቅ፣ ለዚህ ጥያቄ የሚኖረው መልስ፣ ምክንያቱም "እኔ ስላዘዝሁህ" የሚል ነው፡፡ በተመሳሳይም ለምንድን ነው ቅዱስ እንድንሆን የታዘዝነው? ለሚለው ጥያቄ መልሱ፣ ምክንያቱም እግዚአብሔር መቀደሳችንን

ስላዘዘ ነው የሚል ነው፡፡ ይህም "ልክ እግዚአብሔር አለ፤ እኔም አመንሁት፤ ያኔም ተረጋጋሁ!" እንደሚባለው አባባል ማለት ነው፡፡

"ቢቃልህ ትጸድቅ ዘንድ"፦

የጳውሎስ ጥቅስ የሚያረጋግጠው እግዚአብሔር የዳዊትን ዘማዊነትና ግድያ መቅጣቱ ፍትሐዊነቱን የሚያሳይ ነው፡፡ ዋናው አሳብ እግዚአብሔር ፍርድ ሲሰት ፍትሐዊ ነው፡፡ በዚህ ቃል ብርሃን ጳውሎስ በሮሜ 3÷3-4 ላይ እግዚአብሔር በሁሉም ረገድ ለእስራኤል ያለውን ታማኝነት ነው የሚያሳያቸው እናም ይህ ቃል የሚያሳየው ለመታዘዝ በረከትን ላለመታዝ ደግሞ ፍርድን ነው (ዘዳ. 28÷1፤ ዘዳ. 30÷11-20)፡፡

በአጭሩ እግዚአብሔር ለመባረከም ለመርገምም ታማኝ ነው (ገላ. 6÷7-8፤ ሆሴዕ 8÷7፤ 10÷12)፡፡ ሁላችንም የመጀመሪያውን ነው የምንፈልገው ከዚያው ይልቅ ግን ሁለተኛው ባይደርስብን የተሻለ ይሆንልናል፡፡ በዚህ ቦታ ጳውሎስ እያላቸው ያለው ነገር የእግዚአብሔር ለቃሉ ያለው ታማኝነት አይሁድን በኃጢአታቸው ከመቀጣታቸው እንደማያድናቸው ነው፡፡

መጽደቅ (**dikaioo /ዲካዮ h dike /ዳይክ** = ትክክል የሆነ፣ የሚጠበቅ ባሕርይ፣ እንደ ራስ መስፈርት ያልሆነ፣ ነገር ግን እንደሚጠበቅበት ደረጃ የሆነ) ማለት አንድ ነገር ላይ ያለ ትክክልነትን ነው የሚያሳየው፡፡(መጽሐፍ ቅዱስ ጥቅሶች የብሉይና / የአዲስ ኪዳን ግሪክ መዝገበ ቃላት፣ የቴየር ትርጕም 1989. በ ጆሴፍ ሄንሪ ቴየር፣ አስቲን ሐተታ/ በጄፍ ጋሪሰን)

ጳውሎስ በሌላ የሮሜ ክፍሎችም እንደ ተጠቀመበት ዲካዮ በመጀመሪያ የህግ ቃል ነው አንድ አካል ተመርምሮ ነፃ መሆኑን የሚያሳይ እና ይህ አዋጅ ሂደትን ሳይሆን፣ አንድ ድርጊትን ነው የሚያሳየው፡፡ ጽድቅ ሰው ንስሐ በሚገባበትና በክርስቶስ በሚያምንበት ሰዓት እግዚአብሔር የሚያደርገው ተግባር ነው እና ይህን ጳውሎስ በምዕራፍ 3 ላይ በጥልቀት ያነሳዋል፡፡

እግዚአብሔር ኃጥኡን በጊዜ ሂደት አያጸድቅም፤ ነገር ግን በአንድ ቅጽበት ኃጥኡን ያጸድቃል፡፡ ጽድቅ ድጋሚ መከሰት የማያስፈልገው ለአንዴና ለሁልጊዜ የሚከሰት ክስተት ነው፡፡ ተመልሶም ሊፋቅ የሚችልም አይደለም፡፡ ፃድቅ ሰው ከእግዚአብሔር ጋር

በኃጢአቱ ምክንያት አጥቶት የነበረውን ግንኙነት የሚያስተካክል ክስተት ነው፡፡ ከወቀሳና ከጥፋተኝነት ስሜት ወደ ተቀባይነት ስሜት መተላለፍ ነው፡፡ ከዚህ በፊት እንዳልነው ጽድቅ በክርስቶስ በማመን ብቻ ከሥራ ባልተያያዘ የሚገኝ ነገር ነው፡፡

ያዕቆብ *ዲካዮ* የሚለውን ቃል የሚጠቀመው በሥራ ጽድቅን ስለማሳየት ሲያወራ ነው፡፡

ያዕቆብ 2÷21 አባታችን አብርሃም ልጁን ይስሐቅን በመሰዊያው ባቀረበ ጊዜ በሥራ የጸደቀ አልነበረምን?

ማስታወሻ፡- ይህን ቃል በታሳሳተ መልክ እንዳትረዱት፤ እዚህ ጋር ያዕቆብ አብርሃም ጻድቅ ሆነ አይደለም ያለው ነገር ግን የሚወደውን ልጁን ይስሐቅን ለመሥዋዕት በማቅረብ በሥራው ጻድቅ መሆኑን አሳየ እንጂ፣ (ዘፍ. 22÷1-14)፣ ይህ ሥራው አብርሃም ከዚህ ተግባሩ በፊት በአንድ ቦታ ላይ ከሥራው የተነሣ ሳይሆን፣ ከእምነቱ የተነሣ ጽድቅን እንዳገኘ የሚያሳይ ማሳያ ነው፡፡

ይህ ጥቅስ አንድ ሰው የግሪክ ቃልን ሲያብራራ ጥንቃቄ ማድረግ እንዳለበት አመልካች ነው፡፡ ብዙ ሰዎች የያዕቆብን 3 ምዕራፎች አንብበው ከላይ ባወራነው ግን በዚህ ቦታ ባላገለገለው የዲካዮ ትርጉም ወስደውት ግራ ሲጋቡ ይታያል (ያዕ. 2÷24-25)፡፡

በጥቅሉ *ዲካዮ* በያዕቆብም በዚህ ባነሣነው በሮሜም ክፍል ትክክል መሆን ወይም መጽደቅን የሚያሳይ ነው፡፡ እግዚአብሔር የሰው ልጅ በሚያስፈልገው መልኩ መጽደቅ አያስፈልገውም፡፡ ሌሎች ይህን አሳብ የሚያሳዩ የአዲስ ኪዳን ክፍሎች (ማቴ. 11÷19 እና ሉቃስ 7÷35) ይገኙበታል፡፡

አብርሃምን ብናየው ልጁን ይስሐቅን ለመሥዋዕት ለማቅረብ በመፍቀዱ ጻድቅ መሆኑ ታየ፡፡ አብርሃም በእምነትና በሥራ አይደለም፤ የዳነው በሚሠራ እምነት ነው እንጂ፡፡ ረዓብ የአይሁድ ሰላዮችን በመቀበልና እነርሱን በመጠበቅ ጻድቅ መሆኑዋን አሳየች፡፡ በተመሳሳይ እግዚአብሔርም የዳዊትን ኃጢአት ኃጢአት ብሎ በመጥራት ጻድቅነቱን አሳይቷል (መዝ. 51÷4)፡፡

ጆን ፓይፐር ይንን ክፍል ሲያጠቃልል ስለዚህ የጳውሎስ የእስካሁኑ መልስ አዎ አይሁድ የተሻለ ጥቅም አላቸው፡፡ ልክ የእግዚብሔር ቃል በዐደራ መልክ በመቀበል ባለቤት

በመሆን፡፡ ነገር ግን ካላመኑ ይፈረድባቸዋል፡፡ ይህ ግን የእግዚአብሔርን ታማኝነት ወይም ጽድቅ ጥያቄ ውስጥ የሚገባ አይደለም፡፡ ይልቁንም የሚፈርድባቸው ኃጢአት የእግዚአብሔርን ፍርድ ሰጭነት ያሳያል፡፡ የእስራኤል ኃጢአት እግዚአብሔር በፍርድ ጻድቅ እንደ ሆነ የሚያሳይ ነገር ነው፡፡ (Let God Be True Though Every Man a Liar)

"ወደ ፍርድም በገባህ ጊዜ ትረታ ዘንድ"

"ትረታ ዘንድ" (**nikao /ኒካኦ** ከ **nike /ናይከ** = ማሸነፍ፣ የስኬትን መንገድ መናገር) ማለት በፈተና ጊዜ ገጥሞ ማሸነፍ መቻል፡፡ በዚህ በሮሜ 3 ላይ ጳውሎስ የሚያወራው እግዚአብሔር በእርሱ ላይ የሚቀርቡ የሕግ ክስሶችን ስለ ማሸነፍም ነው፡፡(መጽሐፍ ቅዱስ ጥቅሶች የብሉይና / የአዲስ ኪዳን ግሪክ መዝገበ ቃላት፣ የቴየር ትርጉም 1989. በ ጆሴፍ ሄንሪ ቴየር፣ አስቲን ሐተታ/ በጄፍ ጋሪሰን)

እግዚአብሔር ፍጹም ስለ ሆነና እርሱ ራሱ የመልካምነትና የዕውነት ሁሉ መለኪያ ስለሆነ ቃሉ የራሱ ማንነት መግለጫ፣ ፍርዱም ጽድቁን ማሳያ ናቸው፡፡ የሰማይና የምድሩ ጌታ ከኃጢአተኛ ጋር በፍርድ አይረታም ብሎ ማሰብ ሞኝነት ነው፡፡

"ወደ ፍርድም በገባህ ጊዜ" ይህ የሚያሳየን እግዚአብሔር ስለ ፍርዱ መንገድና ሁኔታ በኃጢአተኛ ሰው ፍርድ እንደሚቀርብበት ሲሆን፣ ጳውሎስም የሚለው ወዮልን! ምክንያቱም እግዚአብሔር በሁሉ መንገድ ድል ያደርጋልና የሚል ነው፡፡

ፍርድ (**krino /ክሪኖ**) በመጀመሪያ የሚያሳየው መለየትን ሲሆን፣ ከዚያም ምንም ዐይነት መልካም ያልሆነ ውሳኔ ሳያስተላልፉ በመልካምና በክፉ መካከል መለየትን ነው፡፡ *ክሪኖ* መረጃዎችን በማሰባሰብ መመርመርን ያሳየናል፡፡ *ክሪኖ* በአሁን ገለጻው ደግሞ ሃጢያተኛ ሰው ያለማቋረጥ በእግዚአብሔር ላይ የፍርድን ቃል ሲያወጣ ነው (ራእይ 16÷6፣ 21)፡፡ (መጽሐፍ ቅዱስ ጥቅሶች የብሉይና / የአዲስ ኪዳን ግሪክ መዝገበ ቃላት፣ የቴየር ትርጉም 1989. በ ጆሴፍ ሄንሪ ቴየር፣ አስቲን ሐተታ/ በጄፍ ጋሪሰን)

በመዝሙር 51 ላይ ዳዊት ኃጢአቱን ለመከላከል ምንም ዐይነት ምክንያት አላቀረበም፡፡ የእርሱ ኃጢአት የእግዚአብሔርን ጽድቅ ለማሳየት ብቻ ነው የሆነው፡፡ እግዚአብሔር በዳዊት ኃጢአት ላይ ቃል በማውጣት ፍጹም ጻድቅነቱን ዐሳየ፡፡ እግዚአብሔር ፍርድን

ሲያወጣ የእርሱ ሕግ ድል ትነሣለች። የዳዊት ብቸኛ ተስፋ የእግዚአብሔር ታማኝነት ነበር።

የራሱን ከዚህ በፊት ያደረጋቸውን ወይም ከአሁን በኋላ የሚያደርጋቸውን መልካም ነገሮች አልዘረዘረም። ሕጉ እርሱ ለፈጸመው ኃጢአት የይቅርታ መንገድ እንኳ አላዘጋጀም። በተጨማሪ ሕጉ ከመርቀቁ በፊት እንኳ እግዚአብሔር የሰውን ደም የሚያፈስስ ሁሉ ደሙ ይፈስሳል ብሎ ተናግሯልና ዳዊት በእርግጥ ሞት ይገባዋል።

ነገር ግን በእግዚአብሔር ታማኝነት ታላቅ ምሕረትና ርኅራኄ ዳዊትን የተስፋ ምክንያት ሰጠው፤ ዳዊትም ለንስሐና ለመታደስ ወደ እግዚአብሔር ማለደ ይህ ግን በሕግ ተደግፎ ሳይሆን፣ በእግዚአብሔር ባሕርይ በመደገፍ ነበር።

ቊጥር 4

እንዲህ አይሁን፤ በቃልህ ትጸድቅ ዘንድ ወደ ፍርድ በገባህም ጊዜ ትረታ ዘንድ ተብሎ እንደ ተጻፈ፡ ሰው ሁሉ ውሸተኛ ከሆነ እግዚአብሔር ዕውነተኛ ይሁን። ራሳችሁ ደግሞ ትምክህታችሁ መንፈስ ቅዱስን ሁሉ እንዲቀበሉ ሁሉን ዐውቃለሁ።

እግዚአብሔር ከልክሎአል

6፤ 31፤ 6፥2፤ 15፤ 7፥7፤ 13፤ 9፥14፤ 11፥1፤ 11፤ ሉቃስ 20፥16፤ 1ኛ ቆሮ. 6፥15፤ ገላትያ 2፥17፤ 2፥21፤ ገላትያ 6፥14

እግዚአብሔር ይፍቀድ

ዘዳግም 32፥4፤ ኢዮብ 40፥8፤ መዝሙር 100፥5፤ 119፥160፤ 138፥2፤ ሚኪያስ 7፥20፤ ዮሐንስ 3፥33፤ 2ኛ ቆሮ. 1፥18፤ ቲቶ 1፥2፤ ዕብ. 6፥18፤ 1ኛ ዮሐ. 5፥10፤ 20፤ ራእይ 3፥7

ነገር ግን እያንዳንዱ

መዝሙር 62፥9፤ 116፥11

ይህም አንተ

ኢዮብ 36፥3፤ መዝሙር 51፥4፤ ማቴዎስ 11፥19

3፥5-8 ነገር ግን ዓመፃችን የእግዚአብሔርን ጽድቅ የሚያስረዳ ከሆነ ምን እንላለን? ቊጣን የሚያመጣ እግዚአብሔር ዓመፀኛ ነውን? እንደ ሰው ልማድ እላለሁ። እንዲህ አይሁን እንዲህ ቢሆን እግዚአብሔር በዓለም እንዴት ይፈርዳል? በእኔ ውሸት ግን የእግዚአብሔር እውነት ለክብሩ ከላቀ ስለ ምን በእኔ ደግሞ እንደ ኃጢአተኛ ገና ይፈረድብኛል? ስለ ምንስ መልካም እንዲመጣ ክፉ አናደርግም? እንዲሁ ይሰድቡናልና አንዳንዱም እንዲሁ እንድንል ይናገሩሉና። የእነርሱም ፍርድ ቅን ነው።

ዓመፃችን የእግዚአብሔርን ጽድቅ የሚያስረዳ ከሆነ ስለ ምን መልካም እንዲመጣ ክፉ እናድርግ?

ሦስተኛውና አይሁድ የመከራከሪያ አሳብ አድርገው ያቀርቡታል ብሎ ጳውሎስ ይህንን ጥያቄ ያነሣል፡- ይህም «ኃጢአታችን የእርሱን ጽድቅ የሚገልጠው ከሆነ፣ ታዲያ እርሱ እንዴት በእኛ ላይ ይፈርድብናል?» የሚል ዐይነት ነው፡፡

ሐዋርያው ለዚህ ጥያቄ የሚሰጠው ምላሽ "መልካምን ነገር ከውስጡ ለማግኘት ክፉ መሥራት የለብንም፤ ዐውቀን የምንሠራ ከሆነ ግን፣ እግዚአብሔር በጽድቁ ይፈርዳል" በማለት ፍርዱ ራሱ የማይዛባ መሆኑን በአጽንኦት ይገልጣል፡፡ ይህን አሳብ በሚገባ ለመረዳት ትንሽ ተንተን አድርጎ መመልከት ያስፈልጋል፡፡

ሀ. የአዳም ዘር ኃጢአት ከመሥራቱ በፊት እግዚአብሔር ክብሩን ገልጦለት ነበር፡፡ ይህም የሆነው ጌታ በማንነቱ ለፈጠረው ሰው ክብሩን መግለጥ ስለ ፈለገ ከራሱ ከማንነቱ ከጽድቁ የወጣ ነበር እንጂ፣ ሰው ይህንን ለማምጣት የሚያስችል ብቃት ስላለው አልነበረም፡፡

ለ. የሰው ልጅ (የአዳም ዘር) ኃጢአት ካደረገ በኋላ ደግሞ እግዚአብሔር በድካሙ ጣልቃ በመግባትና በማገዝ ክብሩን ገልጧል፡፡

- እግዚአብሔር በሁለቱም መንገድ ጽድቁን ገልጧል፡፡
- አዳምና ሔዋን የወሰዱትን ዕርምጃ ሲወስዱ የነበራቸው አሳብ የሰው ክብር ላቅ ያለ ሆኖ ይገኛል የሚል ነበር፡፡ ሆኖም ግን ወደ ውርደት የሚያዘቅጥ ሆነ፡፡ እግዚአብሔር ግን በድካማቸው ጣልቃ በመግባት፣ ከተደበቁበት በማውጣትና በጸጋ ልብስን በማልበስ ክብሩን ገለጠ፡፡ ከድካማቸው ለማውጣት በሠራው የጽድቁ ሥራ ክብሩን ይበልጥ ገለጠ፡፡

«መልካም እንደ ሆነ ዐየች» የሚለው ቃል ለአዳምና ለሔዋን በራሳቸው አመለካከት ዘራቸውን ወደ ክብር ለማምጣት የመረጡት የራሳቸው «የእኔ መልካም» እንደ ነበር ያመለክታል፡፡ ጌታ ግን በጸጋው የእነርሱን መልካም አስወገደና የእነርሱን መልካምነት ገለጠ፡፡

ይህንን ስንል ግን እግዚአብሔር የሰውን ልጆች ኃጢአት እንዲሠሩ በመገፋፋት የእርሱን ቸርነትና ክብር ይገልጣል ማለታችን አይደለም፡፡ አይሁድ ግን ያሰቡት ይህንን ይመስላል፡፡

የእግዚአብሔር ዕውነተኛነት (የመልካምነቱም ሆነ የፍርዱ) ያለ ኃጢአት ሁልጊዜ ህልውናው ታውቆ ግልጽ ሆኖ ይኖራል፡፡ እግዚአብሔር በመልካምነቱ በሠራቸው ሥራዎቹ ራሱን ገልጧል፤ ዘወትርም ይገልጣል፡፡ ስለዚህ ክብሩና መልካምነቱ እንዲገለጥ የኃጢአት ድጋፍ አያስፈልገውም፡፡ (ያዕ. 1÷17)በጎ ስጦታ ሁሉ ፍጹምም በረከት ሁሉ ከላይ ናቸው፡- መለወጥም በእርሱ ዘንድ ከሌለ በመዞርም የተደረገ ጥላ በእርሱ ዘንድ ከሌለ ከብርሃናት አባት ይወርዳሉ (ያዕ. 1÷17)፡፡
እግዚአብሔር ጽድቅን ያሳይ ዘንድ የእኛ በሥራ በኩል አለመጽደቅ ለማሳየት አስቀድሞ ያዘጋጀው እና የሰው ልጆች ኃጢአት መውደቅ እንዲታይ የሚያበረታታው እርሱ ራሱ ነው የሚል ክርክር ወደ ሰማይ ለክስ ዐረገ (ወጣ)፡፡ ይህም በፍትሐብሔር ችሎቱ ፋይል ተይዞለት መልስ የሚሰጥበት ጉዳይ ሆነ፡፡

ይህ ክስ የምኝ ሰዎች ጥያቄ አልነበረም ነገር ግን መንፈሳዊ መረዳት የሌላቸው የእግዚአብሔርን የሕጉን እና የጸጋውን አሠራር ባልተረዱ የኪዳን ሰዎች፣ በይበልጥም አስተማሪዎች ነን ብለው በተቀመጡ የቀረበ የመከራከሪያ ነጥብ ነበር፡፡ ይህ ጥያቄ ወደ እግዚአብሔር ጆሮ የተሰማ ቢሆንም፣ ለቅዱስ ጳውሎስ ደግሞ ስደትን ያመጣ ጉዳይ ነበር፡፡

ሐዋርያው ይህን ወደ ብርሃን ለማምጣት ሲጥር (ሲያስተምር) የሕይወት ዘመኑን አሳልፎአል፡፡ ይህን ጥሪ ከቤተ ክርስቲያን የሕይወት ራስ ከሆነው ከመሢሑ በደማስቆ መንገድ ላይ ሆኖ ወደቀበት ዐረፈበትም (የሐዋ. 26÷17-18)፡፡ ሰነፍ በልቡ እግዚአብሔር የለም ብሎ ደምድሞ የርሱን መወርወሪያ ቀርቅሮ ሕዝቡን በግዞት ይዞ አስቀምጦአል፡፡

በሙሴ ወንበር የነበሩት በሕዝቡ መካከል ሆነው የራሳቸውን ጽድቅ እንደ አክሱም ሐውልት ሰማይ ጠቀስ አድርገው በሕዝቡ መካከል የከበሬታ ቦታ ይዘው ዙፋናቸውን ለራሳቸው አብጅተው ተንሰራፍተው ተቀምጠዋል (ሮሜ 10÷3)፡፡ ሐዋርያው በመካከላቸው ሆኖ በመጀመሪያ የሰው ልጅ በደለኝነቱን በእግዚአብሔር ፊት የሰው የጽድቅ ሥራ የመርገም ጨርቅ ያህል ሆኖ የሚታይ እንደ ሆነ ወደ ብርሃን ማውጣት ነበር (ኢዮብ 32÷2፤ 35÷2፤ ሕዝ. 18÷29፤ 33÷17)፡፡

ሁለተኛው ደግሞ የሰው ልጅ በደለኛነት የጽድቁና የቅድስና መገለጫ ቢሆንም፣ በፈጠረው የሰው ልጅ ይህን መለኮታዊ ክብሩን (ጽድቁን ቅድስናውን) ለመግለጥ የሰው ልጅ ኃጢአት መሥራቱን የማይሻ ወይም ዕርዳታ የሚጠይቅ እንዳልሆነ ለማስረዳት ሐዋርያው ጳውሎስ አጽንዖ ደከምአል፡፡ (ዘዳ. 32፥4፤ መዝ. 119፥137፤ 145፥17)፡፡ የኃጢአተኛው የሰው ዘር ከእግዚአብሔር ጸጋ የተነሣ በልጁ ሞት እና ትንሣኤ ተገልጧል፡፡ ውድ ልጁም ሥጋ ለብሶ (ፍጹም ሰው) ሆኖ ያለ ኃጢአት የእግዚአብሔርን ጽድቅ እና ቅድስና ክብሩን የተላበሰ መሆኑን ለመግለጥ ሐዋርያው በተሰጠው ጸጋ ለሚወዳቸው እና ነፍሱን ሊሰጥ ቈርጦ በወሰነላቸው የአይሁድ ወንድሞቹ መካከል በትጋት አስተማረ (ሮሜ 3፥20-21፣ 25-26)፡፡

ሆኖም ግን እግዚአብሔር የሰው ልጅ ከዔድን ገነት ከወጣበት ጊዜ ጀምሮ በምሕረቱ ጣልቃ እየገባ ጽድቅን ቅድስናውን እየገለጸ የሠራው አሁንም እየሠራ ያለበት ጉዳይ ነው፡፡ ይህ የሁለተኛው ክርክር መደምደሚያ ሆኗል፡፡ አሁንም እግዚአብሔር የቅድስናውን በመለካት ይህን የተገለጠውን አስቀድሞም የነበረውን የቅድስናውን ልክ ለማይቀበሉ «ቍጣን የሚያመጣ» እንደ ሆነ ሐዋርያው ይናገራል፡፡

«የሚያመጣ» የሚለው ቃል «epiphero» ትናንት አስቀድሞ የነበረ እና አሁንም ድርጊቱ የማያቋርጥ እንደ ሆነ ያሳያል፡፡ አሁንም እግዚአብሔር ፍትሐብሔር ችሎቱ በዙፋኑ ላይ ይገኛል፡፡ የሁሉም ዳኛ ነው፡፡ በሲና ተራራ በዳኝነቱ ዙፋን በሙሴ ሕግ እንደ ተቀመጠ እንዲሁ በጽዮን ተራራ በክርስቶስ ዳኝነት ወንበር ተቀምጦ ሁሉን ያያል፤ ይመዝናል (ዕብ. 12፥23፤ ያዕቆብ 4፥12፤ ኢሳ. 33፥22፤ ሮሜ 2፥3፤ 1ኛ ጢሞ. 5፥24-25)፡፡

የማያምኑት በልባቸው ሕግ ሲፈርድባቸው ሕግ የተሰጣቸው በተሰጣቸው የሕይወት መንፈስ ሕግ እንደሚገባ ባለመመላለሳቸው ይፈርድባቸዋል፡፡ ሎጋ የሆነ ዕድሜውን ሰጥቶ ስለ እኛ ራሱን አሳልፎ የሰጠው ከሙታን ተነሥቶ ስለ እነርሱ በእግዚአብሔር ፊት ደሙን ይዞ የማለደው ጌታ እየሱስ ራሱ በአመኑና በማያምኑ፣ በበጐችና እና በፍየሎች፣ በጻድቁ እና በኃጥኡ መካከል ይፈርዳል (2ኛ ቆሮ. 5፥10፤ የሐዋ. 10፥42፤ 17፥31፤ ማቴ. 19፥28)፡፡

ለኃጢአተኛው በሚያሳየው ቸርነት ጸጋው ይገለጣል፡፡ ከዚህም ዕውነት በመነሣት የጌታ ዘላለማዊ ዓላማ በጸጋው ፍጹማን ባደረጋቸው የክርስቶስ አካል ብልቶች ክብሩን መግለጥ ነው ማለት እንችላለን፡፡ ጌታ ይፈርዳል ስንል የጌታ የልቡ መሻት ነው (ፈቃዱ ነው) ማለታችን አይደለም፡፡ ነገር ግን የሰው ልጆች ኃጢአት በሚያደርጉበት ጊዜ ይህንን

ባሕርዩን ይገልጣል፡፡ ምክንያቱም ኃጢአትን መቅጣት የጽድቁ መገለጫ ነውና፡፡ ሐዋርያው ከዚህ ቀጥሎ የሚያነሣው የመከራከሪያ ነጥብ፡- አሕዛብ ከበደሉ፣ እንግዲያው ዓለም ሁሉ በድሏል፡፡ ስለዚህ በዓለም ሁሉ ላይ ፍርድ ቤቱ ግራና ቀኙን መርምሮና ተመልክቶ ፍርድ ይስጥልኝ! የሚል ነው፡፡

ዴኒይ ሲያብራራ እዚህም ጋር ሮሜ 2ን ለማጠቃለል ሌላ ሙከራ ያደርጋል፡ ማለትም አይሁድ ልክ እንደ አሕዛብ በሥራቸው መጠን ይፈረድባቸዋል የሚለውን (በሮሜ 3÷3) በተመለከተ ያሰፈረው መከራከሪያ ትክክል ከሆነ፣ የአይሁድ ታማኝ አለመሆን የእግዚአብሔርን ታማኝነት ለማሳየት ያገለግላል ማለት ነው፤ እንግዲህ ጉዳዩ እንዲህ ከሆነ፣ ታዲያ ታማኝነቱን ለማሳየት የረዱትን ለምን ይፈርድባቸዋል? ይህ አሳብ በሮሜ 3÷5 ላይ ይጠቃለልና በሮሜ 3÷6 ላይ መልስ የሚያገኝ ይሆናል፡፡

"ዐመፃ" **(adikia /አዲኪያ [የቃል ጥናት]** ከ **a/ኤ** = ውጭ + **dike /ዳይክ** = ትክክል የሆነ) ይህ ከእግዚአብሔር ዘንድ በሆነ መለኮታዊ መለኪያ ወይም በሰው ዘንድ በሆነ አእምሮዋዊ መለኪያ ትክክል ያልሆነ ነገርን ነው የሚያሳየው፡፡

ባርክሌይ ሲጽፍ "*አዲኪያ* የዲካዮሱን (ጽድቅ) ቀጥተኛ ተቃራኒ ነው፤ ማለትም ጽድቅ ፍትሕን የሚያሳይና ለሰውም ለእግዚአብሔርም የሚገባቸውን ሥፍራ መስጠትን የሚያሳየን ነው፡፡ ክፉ ሰው ማለት ለሰውም ሆነ ለእግዚአብሔር የሚገባቸውን ነገር የሚነፍግ ማለት ነው፡፡ እንዲህ ዐይነቱ ሰው ሰውንና እግዚአብሔርን ከሕይወቱ አውጥቶ ራሱን በከፍታ ሰቅሎ የሚያመልከው ራሱን ነው" ይላል፡፡(ዊሊያም ባርክሌይ፡ ኮሜንተሪ)

ሌሪ ሪቻርድስ ሲጽፍ *አዲኪያ* ማለት ስሕተት መሥራት፣ ማመፅ ወይም ፍትሐዊ ያልሆነ ነገር ማድረግ ነው፡፡ ትኩረቱ የመለኮት መለኪያዎችን በሚተላለፍ ሰው ላይ ጉዳት የሚያደርስ ነገር ማድረግን ነው፡፡(ሪቻርድስ ፣ ኤል አ የመጽሐፍ ቅዱስ ቃላት ኤክስፖዚተሪ ዲክሽነሪ Regency)

ማስረዳት **(sunistemi/ሱኒስቴሚ/sunistao /ሱኒስታኦ [የቃል ጥናት]** ከ **sún /ሱን** = አብሮ በጋራ + **hístemi /ሂስቴሚ** = መቆም፣ መሆን) ይህ አብሮ መቆምን የሚያሳይ ቃል ነው፡፡ አንድን ሰው ከሌላ ሰው ጋር ስለ እርሱ በመንገር አብሮ እንዲቆም ማድረግ መቻል ነው፡፡(መጽሐፍ ቅዱስ ጥቅሶች የብሉይና / የአዲስ ኪዳን ግሪክ መዝገበ ቃላት፣ የቴየር ትርጉም 1989. በ ጆሴፍ ሄንሪ ቴየር፣ አስቲን ሐተታ/ በጄፍ ጋሪሰን)

ሌዊስ ጆንሰን የእግዚአብሔር ጽድቅ የሚለውን ቃል ሲያብራራ፣ ይህ እግዚአብሔር ሰውን ለማጽደቅ ለሰው የሰጠውን ጽድቅ የሚያሳይ ሳይሆን፣ የእግዚአብሔር የራሱን መለኮታዊ ማንነት የሚያሳየውንና ታማኝነት የተካተተበትን ጽድቅ የሚገልጽ ነው ይላል፡፡

ጽድቅ (**dikaiosune /ዲካዮሱን** ከ **dikaios /ዲካዮስ [የቃል ጥናት]** = ይህ ሙሉ ለሙሉ እግዚአብሔር እንደሚፈልገው መሆንና ትክክል መሆን ነው)፡፡ ይህ በትክክል መቆምን የሚያሳይ ሲሆን፣ በቀላሉ *ዲካዮሱን* በመጽሐፍ ቅዱስ ላይ እግዚአብሔር ባስቀመጠው የቅድስና እና ፍጽምና መስመር መስማማትን እና በዚያ መዳዝን አመልካች ነው፡፡ በዚህ አገላለጽ ጽድቅ ሀማርቲያ (ኃጢአት) የሚለውና ከእግዚአብሔር ዓላማ መሳትን የሚያሳየው ቃል ተቃራኒ ነው፡፡(መጽሐፍ ቅዱስ ጥቅሶች የብሉይና / የአዲስ ኪዳን ግሪክ መዝገበ ቃላት፣ የቴየር ትርጉም 1989. በ ጆሴፍ ሄንሪ ቴየር፣ ኦስቲን ሐተታ/ በጄፍ ጋሪሰን)

ከዚህ በተለየ ደግሞ *ሊዲ ዲካዮሱኔ* ስለሚለው ቃል ሲጽፍ ይህ ቃል በኤፌሶን መጽሐፍ ላይ 4 ጊዜ ሲያገለግል የሚያሳየው አዲሱ ሰው የተባለውን ሰው በሁሉም አቅጣጫ የሚመራውን የግብረገብ /ሞራል መመሪያ የሚያሳይ ነው፡፡ ከትልቁና ከፍተኛው መስፈርት ጋር መስማማትና መስተካከል ብቻ አይደለም፡፡

ይልቁንም ተከታዮቹን በምድር ዙርያ ያለ ፍጥረት ሁሉ እንዴት መንቀሳቀስ እንዳለበት የሚያሳየንም ነው፡፡ በእነዚህ ጥቅሶች ላይ የተወገዙት ክፉ ድርጊቶች (ኤፌ. 4÷25-31)፣ ይህን ጽድቅ የመተላለፊያ መገለጫዎች ናቸው፡፡ በሁሉም ሁኔታ ትክክለኛ የሆነን ነገር ይከተላል፤ ትክክለኛ ነገርንም ያደርጋል፡፡

ዊሊያም ከኒንግሃም ጽድቅ የሚለውን ቃል ሲያብራራ እንዲህ ይላል፡፡ ሕግ በነበረበት ወቅት እግዚአብሔር ጽድቅን ከሰው ይጠብቅ ነበር በጸጋ ዘመን ደግሞ እርሱ ራሱ ለሰው ልጅ ጽድቅን ሰጠው፡፡ የእግዚአብሔር ጽድቅ ማለት የእርሱ የራሱ ጽድቅ እንዲፈልግ የሚያስገድደው ጽድቅ ማለት ነው፡፡

ቻርልስ ሆጅ ሲናገር ይህ ጽድቅ እግዚአብሔር ራሱ ደራሲው የሆነ በፊቱ ያለ እና የእርሱ ህልውና ወይም ማንነት ማረጋገጫ ያገኘ ነው፡፡

ሊዊስ ቤርከሆፍ ሲናገር የጽድቅ መሰረት የሚገኘው ፍጹም በሆነው በኢየሱስ ክርስቶስ ጽድቅ ላይ ብቻ ነው::

ሄንሪ ስሚዝ ሲጽፍ ክርስቶስ ዐመፃችንን በእርሱ ጽድቅ ሸፈነው፣ አለመታዘዛችንንም በእርሱ መታዘዝ ሸፈነው፣ የእኛን ሞት በእርሱ ሞት እንደ ጥላ አሳለፈው፤ በዚህም የእግዚአብሔር ቍጣ ሳያገኘን ቀረ::

የኪንግ ጀምስ መጽሐፍ ቅዱስ ማብራርያ ይህን ክፍል ሲያብራራው፤ ይህ ጥሩ የሆነ ግን ምክንያታዊ ያልሆነ ክርክር ነው:: ይህ የእግዚአብሔርን ቃል ውስጡን መልካም ላልሆነ አሳብ መልካም አስመስሎ መጠምዘዝ ነው::
አንድ ሰው እንዲህ በሚል ጳውሎስ ሲናገር የሰማው ይመስላል "የእኔ አለመታመን እግዚአብሔር ታማኝነትን ይበልጥ የሚያሳይ ከሆነ፣ ታዲያ የእኔ ኃጢአት ለዓለም የእግዚአብሔርን ፍጹም ቅዱስነትና ታማኝነት እያሳየ አይደለም::" (Dobson, E G, Charles Feinberg, E Hindson, Woodrow Kroll, H L. Wilmington: KJV Bible Commentary: Nelson)

ማምጣት (**epiphero /ኢፊይሮ** ከ **epi /ኢፒ** = ወደ + **phéro /ፌሮ** = ማምጣት) ማለት አንድን ነገር ማምጣት ሲሆን፣ በዚህ ቦታ እንዳለው ደግሞ ቍጣን ማምጣት ማለት ነው:: ይህ አገላለጽ የእግዚአብሔር ቀጣይነት ያለው አሳብን አይደለም የሚያሳየው:: (መጽሐፍ ቅዱስ ጥቅሶች የብሉይና / የአዲስ ኪዳን ግሪክ መዝገበ ቃላት፣ የቴየር ትርጉም 1989. በ ጆሴፍ ሄንሪ ቴየር፣ አስቲን ሐተታ/ በጄፍ ጋሪሰን)

ቍጣ (**orge /ኦርጌ** ከ **orgaô /ኦርጋኦ** = መሞላት፣ ማበጥ) ይህ በጊዜ ሂደት ውስጥ እያበጠ ሄዶ የሚፈነዳን ነገር የሚያሳይ ነው እና ከአንድ ከተረጋጋ ማንነት ውስጥ በጊዜ ሂደት የሚወጣ ቍጣን ያሳያል:: ይህ ጥልቅ ሆኖ የገባና በኋላ ላይ የወጣ ንዴትን የሚያሳይ ነው::(መጽሐፍ ቅዱስ ጥቅሶች የብሉይና / የአዲስ ኪዳን ግሪክ መዝገበ ቃላት፣ የቴየር ትርጉም 1989. በ ጆሴፍ ሄንሪ ቴየር፣ አስቲን ሐተታ/ በጄፍ ጋሪሰን)

በአጭሩ የእግዚአብሔር ቍጣ የእርሱ የማያቋርጥ እና አንድ ዐይነት ሆኖ የሚቀጥል በኃጢአት ላይ ያለ ተቃርኖ መገለጫ ነው:: ይህ ማለት የእርሱ ቅድስና ከኃጢአት ጋር አብሮ መሆንን እንደ ማያስችለው ነው:: የእግዚአብሔር ቍጣ ማለት ቅዱስ ባልሆኑ ነገሮች ሁሉ ላይ የሚገለጥ ጥላቻ ነው::

ጀምስ ዴኒ ሲያብራራ በዚህ ቃል አጠቃቀም ላይ ሁልጊዜ መልስ መስጠት ይታያል፤ ሰዎች ይህን ሁኔታ ሲያብራሩ በሰው ልጅና በእግዚአብሔር መካከል ያለውን ልዩነት ይዘነጋሉ እናም እግዚአብሔር ጻድቅ አይደለም ማለት ነው ይላሉ፡፡ ዳሩ ግን ይህ ከልብ የሚደረግ ንግግር ሊሆን አይችልም፡፡ ጳውሎስም ሰዎች በአፋቸው እንዲህ ዐይነት ነገር እንደሚሉ ስለ ሰማ ይህ ነገር ከምታስቡት በላይ አስፍታችሁ እንዳትወስዱት ይላቸዋል፡፡

ሰው (**anthropos /አንትሮፖስ** ከ **aner /አነር** = ሰው + **ops /ኦፕስ** = የሰው ልጅ መገለጫ) ይህ የሰው ልጅን የሚወክል ቃል ነው ከአማልክትና ከእንስሳት በተለየ ሰው የሚጠራበት ስያሜ ነው፡፡(መጽሐፍ ቅዱስ ጥቅሶች የብሉይና / የአዲስ ኪዳን ግሪክ መዝገበ ቃላት፣ የቴየር ትርጉም 1989. በ ጆሴፍ ሄንሪ ቴየር፣ አስቲን ሐተታ/ በጄፍ ጋሪሰን)

የኪንግ ጀምስ መጽሐፍ ቅዱስ ማብራርያ ሲጨምር እዚህ ላይ ጥሩ ነገር ያወራል፡፡ “እንደ ሰው ልማድ እላለሁ” ሲል ጳውሎስ የመለኮት እስትንፋስ እንደ ሌለበት ቃል ተደርጎ መወሰድ አይኖርበትም፡፡ ይልቁንም ይህን የሰው ምሳሌ ጳውሎስ የተጠቀመው የእግዚአብሔርን ዕውነት ለመግለጽ ነው፡፡ የእግዚአብሔር ፍትሐዊነት ጥያቄ ውስጥ የሚገባ ካለመሆኑ የተነሣ ጳውሎስ ይህንን ነገር ሊያስብ የሚችለው ቂልነት ያጠቃው የሰው አመክንዮ ነው ይለናል፡፡

ምሪሰን በትክክል እንደሚያስቀምጠው እኔ ቊጣን ያመጣ ዘንድ ዐመፀኛ ነው እንዴ የሚልን ጥያቄ ስጠይቅ የውስጠኛው ማንነቴ ግን እየተጠቀምኩበት ያለው ቋንቋ ራሱ ለእግዚአብሔር ተገቢ ያልሆነ እንደ ሆነ ያሳስበኛል፡፡ ይሁን እንጂ፣ ከሰው ልጅ የአገላለጽ ድካም የተነሣ ለሰው ብቻ የሚመጥነውን ቃላት እጠቀማለሁ፡፡

ሊዊስ ጆንሰን ሲጽፍ የእግዚአብሔር ፍትሐዊነት ጥያቄ ውስጥ ሊገባ የሚችል እንዳልሆነ ግልጽ ነው ይህን ማድረግ ሚሞከረው የሰው ልጅ አስተሳሰብና ንግግር ብቻ ነው፡፡ የቊጥር 5 የመጨረሻ አሳብም የጳውሎስ ሰዎች ለሚያቀርቡት ምክንያት የሚሰጠውን ገለጻ የሚያሳይ ነው፡፡ ጳውሎስ እንደ ኃጢአተኛ አገላለጽ እላለሁ አላለም፤ ዳሩ ግን እንደ ሰው ልማድ እናገራለሁ ነው ያለው፡፡

ልክ *ካልቪን* እንደሚለው የሰው አመክንዮ የሚጮኸው እርሱ በማይረዳውና ሊረዳው በማይችለው መልክ ከእግዚአብሔር ዕውነት በተቃራኒ ነው፡፡ አመክንዮዎቻችንን ለእግዚአብሔር መንፈስ ስናስገዛ ብቻ ነው የእርሱን ምሥጢር መረዳት የምንችለው፡፡

እንዲህ ኢይሁን እንዲህ ቢሆን እግዚአብሔር በዓለም እንዴት ይፈርዳል?

መፍረድ (**krino /ክሪኖ**) በመጀመሪያ የሚያሳየው መለየትን ሲሆን፣ ከዚያም ምንም ዐይነት መልካም ያልሆነ ውሳኔ ሳያስተላልፉ በመልካምና በክፉ መካከል መለየትን ነው፡፡

የኔልሰን መጽሐፍ ቅዱስ ማጥኛ ሲናገር ጳውሎስ የራሱን በቍጥር 5 ላይ ያነሣውን ጥያቄ በሌላ ጥያቄ መልስ ይሰጣል፡፡ እግዚአብሔር ዐመፅን የማይቀጣ ከሆነ፣ እርሱ ፍትሐዊ አይደለም፡፡ የፍርድ ቀን የሚባልም ቀን የለም ማለት ነው፡፡ በአመክንዮው ቅደም ተከተል እንደምንረዳው የእግዚአብሔር ፍትሕ ዐመፅ ላይ እንዲፈርድ ያስገድደዋል፡፡ እግዚአብሔር ስለሚፈርድ ጻድቅ አይደለም ብሎ ማለት የሞኝ ንግግር ነው፡፡ (ኔልሰን የጥናት መጽሐፍ ቅዱስ-ኒው ኪንግ ጀምስ ቨርዥን)

ዓለም (Kosmos /ኮስሞስ) የሚወክለው ይህን ክፉና በሰይጣን ሥር የሚተዳደረውን ከእግዚአብሔር የራቀ፣ እርሱንም የሚቃወመውንና ሰውን ያማከለውን የዓለም ሥርዓት ነው፡፡ ይህን ቃል ሲጠቀም ጳውሎስ ሁሉንም የሰው ዘር ለመግለጽ እንደ ፈለገ ግልጽ ነው፡፡(መጽሐፍ ቅዱስ ጥቅሶች የብሉይና / የአዲስ ኪዳን ግሪክ መዝገበ ቃላት፣ የቴየር ትርጒም 1989. በ ጆሴፍ ሄንሪ ቴየር፣ አስቲን ሐተታ/ በጄፍ ጋሪሰን)

የዊክሊፍ መጽሐፍ ቅዱስ ማብራርያ እንደሚለው የመለኮታዊ ጽድቅ ጨለማ ከጀርባው ባጠላበት የሰው ልጅ ዐመፅ ላይ ብርሃንን ማብራቱ ከጌታ ጽድቅና ከሚመጣው የኵነኔ ጊዜ ጋር የሚያገናኘው ነገር የለም፡፡ እግዚአብሔር ቅዱስ ስለ ሆነ ይፈርዳል፣ ይወቅሳል፤ እንዲሁም ይቀጣል፡፡ እንደ ቅዱስ ማንነቱ ቅዱስ ላልሆኑ ነገሮች ሁላ ቅጣትን ማስተላለፍ አለበት፡፡ ጳውሎስ እዚህ ጋር ለምን የሚለው ምክንያት ውስጥ ሳይገባ መሆን ያለበትን ነገር ያስቀምጣል፡፡

በእኔ ውሸት ግን የእግዚአብሔር እውነት ለክብሩ ከላቀ ስለ ምን በእኔ ደግሞ እንደ ኃጢአተኛ ገና ይፈረድብኛል?

እግዚአብሔር ውሸትን በመቅጣት መለኮታዊ ፈራጅነቱን፣ ትዕግሥቱን እና ክብሩን ከገለጸበት፣ ታዲያ አስቀድሞውኑ ይህ ስሙ ይገንን ዘንድ በዚህ መልክ ሠርተናል አበጅቶናል ማለት ነው የሚሉ በአይሁድ በራሳቸው ጽድቅ በሥራ ለመተማመን ይገኝ ዘንድ የሚቀርብ የመከራከሪያ ነጥብ ይገኛል፡፡ ይህ ብቻ አይደለም፤ አይሁዳዊ ሆነው በክርስቶስ ኢየሱስ አዳኝነት ያመኑ በኢየሩሳሌም የሚገኙ አብያተ ክርስቲያናትም ሆኑ አማኞች ዘንድ ይህ አሳብ ይገኝ ነበር፡፡ እግዚአብሔር ፈርዖንን ለዚህ አስነሥቼሃለሁ እንዳለው የሚናገሩ ተገኝተዋል (ሮሜ 9፥17)፡፡

ይህ ደግሞ በየዘመናቱ የታየ ነው፡፡ በንጉሥ ናቡኩደናፆር ዘመን (ኢሳ. 7፥6-7) እንዲሁም በቂሮስ ዘመን መንግሥት (ኢሳ. 45፥11) በተመሳሳዩ ቤተ እስራኤልን የያዕቆብ ዝርያዎችን በሸክላ ሠሪ ዕጅ ውስጥ እንዳለ ሸክላ ያበጃት ዘንድ እነዚህን ባዕድ ነገሥታት ተጠቅሞአል፡፡ ምናልባት በኃጢአት ወድቀን በዚያም የቍጣውን ችሎታ፣ ዐቅም እና ጉልበት ከዚያ ምሕረቱን ለምርጦቹ በማሳየት ገናናነቱን አስመሰከረ የሚል ጭላንጭል የሆነ የዕውነት ብርሃን በልባቸው በማያምኑት መከከል ነበር፡፡ ክብሩ በሕዝቡ እና በባዕድ አገር ባሉት ሁሉ ታወቀች፡፡ ስለሆነም ቀድሞውኑ መሰናከል በእግዚአብሔር ዕቅድ የነበረ ይሆንን የሚል ነበራቸው፡፡ በእኛም ዘመን በአንዳንዶች ዘንድ በይበልጥም ወግ አጥባቂ በሆነችው ቤተ ክርስቲያን እና አማኞች ዘንድ ይህ ተመሳሳይ አነጋገር ሲነገር ይስተዋላል፡፡

«እግዚአብሔር ለፍዳ ነው የፈጠረን፡፡ በለሲቱን በዔድን ገነት ማስቀመጡ እና እንድንበላው መፍቀዱ በዚህ ምክንያት ራሱን የበላይነቱን እና ጽድቁን ለማሳየት አድርጎታል» የሚል የመከራከሪያ ነጥብ ያቀርባሉ፡፡ በአንዳንዶች ይህን በመድረክ ላይ ያስተምሩታል፡፡ ይህም የመንፈሳዊ መረዳታቸው የሰማያዊ አባታቸው የፍቅሩ ስፋት ጥልቀት እና ርዝመት የሆነውን ኢየሱስ ክርስቶስን ባለማወቃቸው ያሉበትን ሥፍራ ያመለክታል እንጂ፣ እነርሱ ፈሪሀ-እግዚአብሔር ያላቸው ሕዝብና ወንድሞቻችን ናቸው፡፡

ፊሊጶስ ለኢትዮጵያው ጃንደረባ መልእክተኛ እንደ ሆነላቸው ለእነርሱም መልእክተኛ ካልተላከላቸው እና ወንጌልን ይዘው በተራሮች ላይ ዕግሮቻቸው ተጫምተው ካልቆሙ

በቀር ከቶውንም ይህን ሊረዱት የሚችሉት አይደለም፡፡ ሐዋርያው የራሱን ሩጫ ፈጽሞ በነበረችው ቤተ ክርስቲያን በብዙ ድጋፍ የመጸለይ ተግባሩን ፈጸመ፡፡ እኛ አሁን ያለችው ቤተ ክርስቲያን አጀንዳዊ ዕውነትን የሚገልጡ አስተማሪዎች በኢትዮጵያ ተራሮች ላይ ዕግሮቻቸው ተጫምተው እንዲቆሙ በሚያስፈልጋቸው ነገር ሁሉ እየረዳች ወንጌላውያኑን እያስተማረችና እያሠለጠነች ነው ወይስ ለራሳቸው ጽድቅን መጣጥፍ ለሚያነብበ ሰው የሰጠው ጥያቄ ይሆናል እንጂ እኛ በማንም ላይ ደፍረን ለመናገር አልተጠራንም፡፡ ቅዱስ ጳውሎስ ለሮሜ ሰዎችም ይህን ይናገራቸዋል (ሮሜ 10÷14-15፤ 1ኛ ቆሮ. 4÷1፣ 4)፡፡

ውሸት (**pseúsma /ሰዩማ** ከ **pseúdomai /ሱዮዶማይ** = መዋሸት) ይህ በዚህ ጥቅስ ላይ ብቻ የሚገኝ ቃል ነው እና ትክክለኛ ያልሆነ ንግግርን የሚገልጽ ቃል ነው፡፡(መጽሐፍ ቅዱስ ጥቅሶች የብሉይና / የአዲስ ኪዳን ግሪክ መዝገበ ቃላት፣ የቴየር ትርጉም 1989. በ ጆሴፍ ሄንሪ ቴየር፣ አስቲን ሐተታ/ በጄፍ ጋሪሰን)

ሊዊስ ጆንሰን ሲጽፍ ጳውሎስ በተለየ አትኩሮት እስካሁን ሲያወራ እንደ ነበረው የእግዚአብሔርን በሰው ልጅ አለመታዘዝና ኃጢአት ውስጥ እንኳ ቃሉን ለመፈጸም ያለውን ቊርጠኝነት ማስረዳት ይቀጥላል፤ በኃጢአተኞች አንደበት ሆኖ "በእኔ ውሸት ግን የእግዚአብሔር ዕውነት ከላቀ ስለምን በእኔ ደግሞ እንደ ኃጢአተኛ ገና ይፈረድብኛል? ስለ ምንስ መልካም እንዲመጣ ክፉ አላደርግም?" ጳውሎስ በዚህ በሁለተኛው ጥያቄው ላይ ከእርሱ ጋር ይህንን የዕውነት መንገድ ለሚከተሉትና በትምህርቱ ለሚያምኑት እኔ እንደዚህ እየተከሰስሁ ነውና "በቃ ኑ መልካም እንዲመጣ ክፉ እናድርግ" የሚል እንደምታ ያለው ዐይነት አሳብ ነው የሚሰነዝረው፡፡

መላቅ (**perisseuo /ፔርሲዮ** [**የቃል ጥናት**] ከ **perissós /ፔሪሶስ** = በብዙ መጠን የሚገኝ ከ **peri/ፔሪ** = ከመጠን በላይ መገኘት) ማለት ከመጠን በላይ መኖር፣ መትረፍረፍ ወይም መብዛት ነው፡፡

ጎጄት አስተያየት ሲሰጥ እዚህ ጋር ጳውሎስ የሚያወራው በሰው ድካም ወቅት የሚገለጸውን የእግዚአብሐር ከባሕርይ ፍጽምናው የሚወጣውን የተትረፈረፈ ክብርን ነው፡፡

ኃጢአተኛ (**hamartolos /ሃማርቶሎስ [የቃል ጥናት]** ከ **hamartáno /ሀማርታኖ** = ከመስመር መውጣት፣ ዓላማን መሳት፣ ኃጢአት መሥራት) ማለት ከመንገድ መሳት ማለት ነው፡፡(መጽሐፍ ቅዱስ ጥቅሶች የብሉይና / የአዲስ ኪዳን ግሪክ መዝገበ ቃላት፣ የቴየር ትርጉም 1989. በ ጆሴፍ ሄንሪ ቴየር፣ አስቲን ሐተታ/ በጀፍ ጋሪሰን)

የሚድል ታውን መጽሐፍ ቅዱስ እንዲህ ዐይነት ማብራርያ ይሰጣል፤ ዕውነት ነው እግዚአብሔር ኃጢአትንና የሰው ድካምና ቍጣን ለስሙ ክብር ለማምጣት ሊጠቀምበት ይችላል፡፡ ደንዳና ልብ ያለው የተባለለት ፈርዖን እንኳ ለእግዚአብሔር ክብርን አምጥቷል፡፡ እዚህ ሮሜ ላይ ባየነው አመክንዮ መሠረት ፈርዖንም "ጌታ ሆይ፥ አንተ በእኔ ላይ ልትፈርድ ምን መብት ነው ያለህ? እኔ መልካም አገልግሎት ነው የሰጠሁህ፣ ለስምህም ክብር እንድታመጣ ነው የረዳሁህ፤ እያንዳንዱን ሰው በምን ዐይነት መከራ ውስጥ እንዳሳለፍከኝ ኃይልህንም ለመሳየት ረዳሁህ፤ እኔ ባልገዳደርህ ኖሮ እነዚያን ሁሉ ኃያል ሥራዎች በግብፅ ምድር ልታደርግ አትችልም ነበር" ሊለው ይችላል፡፡

የሰው ኃጢአት ለእግዚአብሔር ክብር ሊያመጣ ይችላል፡፡ ይህ ግን ይህን ሰው ከፍርድ አያስጥለውም፡፡ ዊሊያም ኔውል ለአሁን ዘመን የቤተ ክርስቲያን አባላት ማስጠንቀቂያ ለመስጠት እንዲህ ይላል፡፡ ይህን ምዕራፍ ከአይሁዳውያን ጋር ብቻ ካያያዝነው እኛም ተመሳሳይ ወጥመድ ውስጥ እንገባለን፡፡

አብዛኛው አማኝ በአሁን ዘመን በአንድ የእምነት ጣሪያ ሥር በመጠለሉ ነው ተረጋግቶ ያለው እና ይህ ደግሞ ጳውሎስ እዚህ ጋር የሚያወራውን መሰረታዊ አስተምህሮ ያሳያል፡፡ አብዛኛው የቤተ ክርስቲያን አባላት የሚባሉት ሰዎች ትክክለኛ በሆነ የኃጢአተኝነት ስሜትና ወቀሳ እና የዐደጋ ፍርሃት ኖሮባቸው አያውቅም፡፡ ነገር ግን ልክ ጳውሎስ እንዳደረገው አንድ ሰው መጥቶ እንዲህ ዐይነት ዐደጋ ከፊት ለፊታቸው እንደ ተጋረጠ ሲነግራቸው ንዴት ውስጥ ይገባሉ፡፡

እግዚአብሔር ወልድ ለእንዲህ ዐይነቱ የአይሁድ ጥያቄ እርሱ እራሱ አይሁድ ሆኖ ሳለ ምንም ትኩረት ካልሰጠው ለእኛ መጥምቃውያን፣ ፕሪስቤተርያን፣ ኢፒስኮፓሊያን ወይም ሜቶዲስት ተብለን ላለነው ትኩረት ሊሰጠን አይችልም፡፡ ሁሉም ኃጢአትን ሠርቷልና፤ በአንድነትም ኃጢአተኛ ሆነዋል፡፡

በቅዱሱ እግዚአብሔር ፊት ኃጢአተኞች ጠርተውት ሊድኑበት ሚችሉት ምን አይነት የተለየ የእምነት ስም አለ? የሮሜ መጽሐፍን ለአይሁዳውያን ወይም ለሞርሞናውያን ብቻ አድርገን ከወሰድነው ለእኔና ለአንተ ሊጠቅመን አይችልም። (ዊሊያም አር ኔዌል)

ስለ ምንስ መልካም እንዲመጣ ክፉ አናደርግም? እንዲሁ ይሰድቡናልና አንዳንዱም እንዲሁ እንድንል ይናገራሉና። የእነርሱም ፍርድ ቅን ነው።

የአይሁድ አለቆችም ሆኑ የእስራኤል መምህራን ጻዲቁና ሰማዕታቱ ቅዱስ ጳውሎስ የሚናገረው ወንጌል እግዚአብሔር ከሙሴ ጋር በሲና ተራራ ከተቀበለው ጽድቅ ቃል ጋር አይስማማም ይሉ ነበር። አልፈው ተርፈውም «እግዚአብሔርን መሳደብ» ነው ብሎ ታፔላ አድርገውለት ነበር። በዚህም ሐዋርያው የክርስቶስን ጽድቅ ባወጀ ጊዜ ዘወትር በገዛ ወንድሞቹ ለሞት አልፎ ተሰጥቶ ከሞት አፋፍ ያመለጠባቸው ወቅቶች ነበሩ። የሚችሉትን በቃል ናዳ ካወረዱበት በኋላ በመጨረሻም ይህን ሐዋርያ በድንጋይ ወግረውት ነበር (የሐዋ. 14፥19)።

ሐዋርያው የሕይወቱን ታሪክ እንዴት እንደነበረ ሲናገር «ዘወትር ለሞት አልፈን እንሰጣለን» (2ኛ ቆሮ. 4፥11) «ስለ አንተ ቀኑን ሁሉ እንገደላለን እንደሚታረዱ በጎች ተቈጠርን» (ሮሜ 8፥36)። የሚመሳሰሉ ከባባድ ቃሎች ሲናገር ስንመለከት አነጋገሩ ከገጾች አይደሉም። ሆኖም መልእክቶቹ ከሰው ጭንቅላት ዕውቀት የመጠቁ ነበሩ። ይህ በእርሱ በመጀመሪያ ክርስቲያን አማኞች በሥጋቸው ላይ እንደ ማኅተም ሆኖ የሚታይ ነበር። የሙሴ ሕግ ጽድቁን ልክ ሳይሆን፣ በመገረዝ ብቻ የራሳቸው ጽድቅ ያቆሙ ወንድሞች ከባድ ስደት ቢያገኙም፣ ዕውነትን ወደ ብርሃን አውጥተው አልፈዋል። ብርሃናቸው በድሮ ዘመን ከአውሬ ጋር በመታገላቸውና መዘበቻ በመሆን የወንጌሉ ችቦ በግ ብሎ በራ (ገላ. 6፥12፤ 17፤ ዕብ. 10፥32-33)።

ሙሴን ሆነ አብርሃም አባታቸውን ጋር ቢስማሙ ኖሮ የሰነፎች የዕውሮች አስተማሪዎች ባልሆኑ ነበር። (ሮሜ 2፥19-20፤ ዕብ. 5፥11፣ 13)። እነርሱ የእግዚአብሔር ጽድቅ በሙሴ በአብርሃም ያወቁትን ሊያደርጉ አልፈለጉም (የሐዋ. 6፥11፤ ዮሐ. 8፥40)። የአባቶች ለዚህ ዕውነት ለሆነው የምሥራቹ ቃል (የጽድቅ ቃል) በብዙ ጭንቅ አልፈዋል። ሐዋርያው ከብዙ ሞት መትረፉ ቢታወቅም፣ ቀኑ ወይም ቀጠሮው ሳይደርስ ሕይወቱ እንደማታልፍ ያውቅ ነበር። ደግሞም ስለዚህ የጸጋ ወንጌል «ነፍሴን በእኔ ዘንድ እንደማትከብር» ዐውቆና በእርግጥም በልቡና ዐይኖቹ ተረድቶት ይህን ሰናገር ከመሸማቀቅ ሳይሆን፣

በክርስቶስ ጽድቅ የሆነውን ማንነቱን በመረዳት ነበር (ፊልጵ. 3÷9፤ የሐዋ. 20÷24)፡፡ በብዙ መከረ በእምነት በኩል ወደ እግዚአብሔር መንግስት የቅዱሳን ድርሻ እንደሆነ ያውቃል (የሐዋ. 14÷22፤ ቈላስ 1÷24)፡፡

የፀጋውን ወንጌል የክርስቶስን ጽድቅ የምሥራች በማወጅ እና በማብሰራቸው በገዛ ወንድሞቻቸው መከራ ስቃይ እና ፈተና እንደሚመጣባቸው አስቀድሞ ያመለከታቸው የቤተ ክርስቲያን ራስ እና ቁንጮው በመካከላቸው ፊቱ እንደ ፀሐይ በርቶ ልብሱ እንደ በረዶ ነጭ ሆኖ ሙሴ እና ኤልያስ በመካከላቸው ሆነው ሲናገሩት የነበረው ጌታቸውና ንጉሣቸው መሢሑ ኢየሱስ ክርስቶስ ነበር (ማቴ. 10÷ 21፣ 22፤ 16÷24፤ ዮሐ. 12÷25፤ 16÷1፤ 16÷33)፡፡

እግዚአብሔር ሰድባችኋል ተብለው የተከሰቱት በግሪኩ «blasphemes» ሲሆን፣ የቃሉ ፍቺ ተገቢውን ክብር አለመስጠት ማለት ነው፡፡ ይህ ክስ በጌታችን በመድኃኒታችን በኢየሱስ ላይ ከአይሁድ ሸንጎ ቀርቦለት ነበር፡፡ በቀያፋ ፊት «እግዚአብሔርን አላከበርህም÷ ይልቁም ተሳድበሃል!" ብለው ለነፍስ ገዳዮች ለሮም መንግሥት አሳልፈው ሰጥተውትና ብዙ አንገላትተው የመስቀል ሞት እንዲሞት ከማድረጋቸውም ባሻገር፣ ሞቱንም እንዲሁ ከከፉዎች ጋር አደረጉ፡፡ በእርግጥም ከሰፈር ውጭ ከወንበዴዎች ጋር የሞትን ጣር እንዲካፈል አደረጉት (ኢሳ. 53÷9፤ ዕብ. 13÷12)፡፡

«ይህ ቅን ፍርድ ነው ወይ? በእርግጥም ይህ ጥያቄ በሰው ዘንድ የሚገኝ መሆኑን ይናገራል፡፡ የአይሁድ መሪዎች ጆሮአቸው ከመስማት የደነዘዙ ዐይኖቻቸውም ከማየት እንደ ፈዘዘ እንደዚሁ ሕዝቡም ልባቸው የነቢያትን ድምፅ ሆነ የአባቶችን የኪዳን ቃል ለማመን የዘገየ ነበር፡፡ የመሢሑን መምጣት የተረዱት ጌታችን ከተወለደ በኋላ ነበር፡፡ የክርስቶስ ኢየሱስ ጽድቅ ለአማኙ በእምነት በኩል መቈጠር ለመረዳት አለመቻላቸው ገና የእምነት ኃይል (ከክርስቶስ ሞት መነሣት መተባበር) በእነርሱ ዘንድ አጥንትን እንደ መቆርጠም ሆኖባቸዋል፡፡ የጽድቅን ቃል ለማወቅ አልቻሉም፡፡ ወተት የሆነው የድነትን አገልግሎት አለተወጡም ነበር (ዕብ. 5÷13)፡፡ በተጨማሪ ይህ የጸጋ ወንጌል (ጽድቅ) በክርስቶስ መገኘቱ ኃጢአትን ያባብላል፡፡ ሰዎች ሙሴን እንዲቃወሙ እና ጽድቅን እንዳያደርጉ ያበረታታል በሚል ሕዝቡ በጥያቄ እንዲሞላም ሆነ ግራ-እንዲጋባ አድርገውት ነበር፡፡ የአይሁድ ሕዝብ በጠማማ መሪዎች ምክንያት ወደ መንግሥተ ሰማይ መግቢያ ደጁን ይዘው ሕዝቡን በትምህርታቸው ያቄሰሉት ነበር፡፡

እነርሱም ወደ ጸጋው ግብዣ ተጠርተው ነበር፡፡ እነርሱ ግን ውስጥ ገብተው ከጸጋው ገበታ ሊካፈሉ ሲገባ ውጭ መቆምን መረጡ (መኃ. 5÷7፤ ማቴ. 23÷13)፡፡ በዚህም ምክንያቱ በጊዜ የሚመግባቸው ስላልነበረና መሪዎችዋ ራሳቸው በሥጋ ጉዳይ (በራሳቸው ጽድቅ) የተጠላለፈ ስለ ነበሩ ሕዝቡ የእግዚአብሔር የጽድቅ ዕውቀት ከማጣቱ የተነሣ ኮሰመኑ፡፡ እንደ ደረቁቱ አጥንቶች ሆነዋል፡፡

እንደ ግብጽ ፒራሚድ በሰው ዘንድ ሲታዩ ያሸበረቁ ናቸው፡፡ በውስጧ ያሉት የሞተ ቀሚስ በውድ ሽቶና ቅባት በከበሩ መሸፈኛዎች ተገንዘው ይገኙበታል፡፡ «የእነርሱ ፍርድ ቅን ነው» የሚለው ቃል «endikas» አመላካች ቃል ሲሆን፣ «ጸጋ እንዲገለጥ ኃጢአት እንሥራ» የሚለው አመለካከታቸውን የሚደግፍ ሆኖ ይገኛል፡፡ መልሱ ፈጽሞ አይደለም የሚለው፡፡

እንዲሁ ይሰድቡናልና _**(blasphemeo /ብላስፌሞ [የቃል ጥናት] ከ bláptо /ብላፕቶ** = መጉዳት + **phéme /ፌሚ** ከ **phemí /ፌሚ =** መናገር) ማለት ጉዳት ለማድረስ ታሳቢ ያደረገ ንግግርን መናገር እና ስምን ማጕደፍ ማለት ነው፡፡(መጽሐፍ ቅዱስ ጥቅሶች የብሉይና / የአዲስ ኪዳን ግሪክ መዝገበ ቃላት፣ የቴየር ትርጉም 1989. በ ጆሴፍ ሄንሪ ቴየር፣ አስቲን ሐተታ/ በጄፍ ጋሪሰን)

በሚያሳዝን ሁኔታ የሐዋርያው ድነት በእምነት ብቻ በሚገኝ ጸጋ ነው የሚለው ትምህርቱ በተቃዋሚዎቹ ይህ ዐይነቱ አስተምህሮ ለኃጢአት ፍቃድን እንደ መስጠት ነው፡፡ ኃጢአትንም ያበረታታል የሚል ተቃውሞ ሲያመጣበት ነበር (ሮሜ 5÷20፤ ሮሜ 6÷1-2)፡፡

ይናገራሉ (claim) (phemi /ፌሚ) ማለት አንድን አሳብ በመግለጽ እንዲታወቅ ማድረግ እና ወደ ብርሃን ማምጣት፡፡(መጽሐፍ ቅዱስ ጥቅሶች የብሉይና / የአዲስ ኪዳን ግሪክ መዝገበ ቃላት፣ የቴየር ትርጉም 1989. በ ጆሴፍ ሄንሪ ቴየር፣ አስቲን ሐተታ/ በጄፍ ጋሪሰን)

ክፉ **(kakos/ካኮስ**) ይህ በቅድሚያ የአንድ ነገር መጉደልን የሚያሳይ ቃል ሲሆን፣ ብሎም ጉዳት የሚያመጣ ወይም ጐጂ የሚል አሳብም አለው፡፡ ክፉ አሳብ የወለደው ጉዳት፡፡ ካኮስ ማለት ክፉ፣ አጥፊ፣ ጐጂ፣ ፍትሐዊ ያልሆነ ማለት ነው፡፡(መጽሐፍ ቅዱስ ጥቅሶች

የብሉይና / የአዲስ ኪዳን ግሪክ መዝገበ ቃላት፣ የቴየር ትርጉም 1989. በ ጆሴፍ ሄንሪ ቴየር፣ አስቲን ሐተታ/ በጄፍ ጋሪሰን)

መልካም (**agathos /አጋቶስ [የቃል ጥናት]**) ማለት በውስጡ ነገሩ መልካም መሆን፣ በጥራት ደረጃ ጥሩ የሆነ፣ እንዲሁም አትራፊ የሆነ፣ ጠቃሚ፣ ሌሎችን የሚጠቅም ማለት ነው።

ሌዊስ ጆንሰን ሲጽፍ የጳውሎስ ተቃዋሚዎች ያመጡት መከራከሪያ አሳብ፣ ማለትም "ኃጢአት መሥራት የእግዚአብሔርን ክብር ይጨምራል" የሚለው መከራከሪያቸው ከወደፊቱ ፍርድ ጋር የሚጋጭ ብቻ ሳይሆን፣ ሁሉንም ዐይነት ግብረ-ገብ የሚያበላሽ ነው። ይህ የተቃዋሚዎቹ አመክንዮ መልካም እንዲመጣ ክፉ እናድርግ ወደሚል ድምዳሜ ስለሚወደስድ ለሐዋርያውና ለተከታዮቹ መሰደቢያ ምክንያት ሆኗል። ጳውሎስ ግን በአጭርና ጠንካራ አነጋገር አሳቡንም አሳቡን ያመነጩትን ይቃወማል።

ማክአርተር ሲጽፍ የጳውሎስ ተቃዋሚዎች የእርሱ የድነት ወንጌል በእምነት በሆነ ጸጋ ብቻ ማለቱ የእግዚአብሔርን ሕግ ዝቅ ማድረግ ብቻ ሳይሆን፣ ለኃጢአትም ፈቃድ እንደ መስጠት ነው የሚቈጠረው። በጥቅሉ "በእግዚአብሔር ዐይን ኃጢአት እንደ ጽድቅ ይታያል ብለሃል" ብለው ነው የሚከስሱት።
ኔዌል ሲናገር በጸጋ ወንጌል ላይ የሚቀርብ ስድብ፣ አሁንም እንደ ቀጠለ ነው። ጌታ በጽድቅ ተመልሶ እስኪመጣ ድረስም ይቀጥላል። *ምውል* ሲናገርም ያለ ሥራ የሆነ ጽድቅ ትምህርት ለኃጢአተኞች ትችትና ለተቃርኖ ተጋላጭ ነው። "መልካም እንዲመጣ ክፉ እናድርግ!" የሚለው አባባል ሁልጊዜ ስለ ነፃ የኃጢአት ይቅርታ በተነካ ወቅት ተያይዞ የሚመጣ መቃወሚያ ነው። አባባሉም ትክክል ከሆነ ታዲያ ለምን እንደ ፈለግን አንኖርም፣ በኃጢአት ጭምልቅልቅ ያለውን ሰው፣ ለምን ካህን አድርገን አናስቀምጠውም?

ዴኒይ ሲናገር ፍርድ ለእግዚአብሔር ክብር ሲባል በተሠራ ኃጢአት መፋቅ ቢችል ኖሮማ ጳውሎስና ተከታዮቹ እንደሚሰደቡበት ባለው መልኩ በመጓዝ መልካምን እያመጡ በኖሩ ነበር። ተሳዳቢዎቹ አይሁዳውያን መሆናቸው አይገርምም፤ ጽድቅ የእግዚአብሔር ስጦታ ነው። በሥራ አይመጣም፤ ነገር ግን በኢየሱስ ክርስቶስ ላይ ባለ እምነት ብቻ ነው የሚገኘው የሚለው ትምህርት እንደ ቅዠት ነበር የተቈጠረው። ኃጢአት ሲጨምር ጸጋ ይጨምራል። ጳውሎስ ግን ይህን አሳብ ማብራራት አላቆመም። በእንደዚህ ዐይነት አመክንዮ ሁሉንም ፍርድ ሊያመልጡ በሚፈልጉ ላይ የሚመጣው ፍርድ ፍትሐዊና ጻድቅ

ነው:: ይህንን ነው ጳውሎስ በአጭሩ የሚነግራቸውም:: (Expositor's Greek Testament)

ፍርድ (**krima /ክሪማ ከ krino /ክሪኖ** = መፍረድ፣ቀዳሚ ገላጭ ቃል **–ma /ማ** የፍርድን ውጤት የሚያሳይ ቃል ይህም ማለት ውሳኔ የመስጠት ውጤትን የሚያሳይ ነው::) ከበላይ አካል የሚስተላለፍ የፍርድ ውሳኔን ያሳያል:: አንድ ትክክል መሆንና አለመሆንን ለይቶ ሕጋዊ ውሳኔን የሚወስን አካልን ሲያሳይ፣ በዚህም የተከሰሰው አካል ንጹሕ መሆንና አለመሆኑን በመለየት ትክክለኛ ውሳኔን ማስተላለፍን ያመለክታል::(መጽሐፍ ቅዱስ ጥቅሶች የብሉይና / የአዲስ ኪዳን ግሪክ መዝገበ ቃላት፣ የቴየር ትርጉም 1989. በ ጆሴፍ ሄንሪ ቴየር፣ አስቲን ሐተታ/ በጁፍ ጋሪሰን)
ቅን _(**endikos /ኢንዲኮስ ከ en /ኢን** = ውስጥ + **dike /ዳይክ** = ትክክል) ማለት ትክክል መሆን፣ ሚዛናዊ ውሳኔ ነው::(መጽሐፍ ቅዱስ ጥቅሶች የብሉይና / የአዲስ ኪዳን ግሪክ መዝገበ ቃላት፣ የቴየር ትርጉም 1989. በ ጆሴፍ ሄንሪ ቴየር፣ አስቲን ሐተታ/ በጁፍ ጋሪሰን)

ጆን ፓይፐር ሲጠይቅ ፍርዳቸው ቅን ነው የተባሉት እነማን ናቸው? በእግዚአብሔር ቃል የሚጫወቱት ናቸው፤ በተለይ ደግሞ በእግዚአብሔር ቃል ላይ ሊክዱት የማይችሉትን ዕውነት ለዩት:: ለእነርሱ በአንድ በኩል እግዚአብሔር ታማኝ ነው፣ ጻድቅ ነው፣ ለክብሩ ዕውነተኛ ነው እንዲሁም በሌላ በኩል ደግሞ እግዚአብሔር የራሱን ሕዝቦች ላይ እንኳ ልክ በአሕዛብ ላይ እንደሚያደርገው ይፈርዳል::

ይህ እውነት ሊለውጡት የማይችሉት ዕውነት ነው:: ስለዚህ ታዲያ አይሁድ ያላቸው ጥቅም ምንድን ነው? ስለዚህ ከእነዚህ ከሁለቱ አንዱን ዕውነት መግፋት ሞከሩ እና ውጤቱም ዕውነት የሚመስል የውሸት አመክንዮ ማቅረብ ነው:: ለዚህም ነው ጳውሎስ ፍርዳቸው ቅን ነው ያለው:: እናም የእኔም የመዝጊያ ማበረታቻ በእግዚአብሔር ቃል አትጫወቱ የሚል ነው::

የእግዚአብሔርን ቃል በምትይዙበት መንገድ ላይ በተቻላችሁ መጠን ጠንቃቃ ሁኑ:: አንድን ዕውነት ከሌላ ዕውነት ጋር ማስታረቅ ሳትችሉ ስትቀሩ ደግሞ ታግሣችሁ በጸሎት ጌታን ፈልጉት:: በትክክለኛው ሰዓት ሁለቱ ዕውነቶች ይታረቃሉ:: (ሰው ሁሉ ውሸተኛ ይሁን. ዲዛየሪንግ ጎድ ድህረገፅ)

ሌዊስ ጆንሰን ስለዚህ ነገር ሲጽፍ ቆንጆ ማጠቃለያ ያስቀምጣል፤ እምነት እንጂ *ሥራ* ለድነት አስፈላጊ አይደለም የሚለው ቃል (antinomianism) ብዙ ጊዜ ማርቲን ሉተርን ከረጅም ጊዜ ጓደኛው *ከጆን አግሪኮላ* ጋር ያከራክራቸው ነበር፡፡ *አግሪኮላ* የሚለው ክርስቲያኖች ከክርስቶስ የመስቀል *ሥራ* የተነሣ ከሙሴ ሕግጋት ነፃ ወተዋል፡፡

ስለዚህ ከዚህ በኋላ አሥርቱ ትእዛዛትን እንዲጠብቁ መስበክ እንደማያስፈልጋቸው ይናገራል፡፡ የእርሱ ፍርሃት ሕጉ ከተሰበከ በእምነት መጽደቅ በ*ሥራ* ከመጽደቅ ጋር ይምታታል፡፡ ንስሐ እንደ እርሱ አባባል የሚመጣው በ*ሥራ* ሳይሆን፣ በወንጌል ነው፡፡ አሁን የሉተር የቀድሞ አመለካከቱ አከራካሪ ቢሆንም፣ ሕጉን መስበክን ግን በተለያዩ ምክንያት ይደግፍ እንደ ነበር ይታመናል፡፡

የመጀመሪያው ምክንያት ይህ ሕግ ለማያምኑ ሰዎች ቢሰበክ ስለ ኃጢአት ያላቸውን አመላካከት ያበራና ልባቸውን ለወንጌል እንዲያዘጋጁ ሊያደርግ ይችላል፡፡ ሁለተኛው ምክንያት ደግሞ ሕጉ የዳኑትን ሰዎች መልካም *ሥራ* እንዲሠሩ የማነሳሳት ዐቅም አለው የሚል ነው፡፡

ሉተር የሕጉን መሰበክ ከላይ ካነሣናቸው ምክንያቶች በተጨማሪ ላላመኑት ሰዎች *ሥነ-ምግባር* እርምት እንዲጠቅም መሰበኩን ያበረታታል፡፡ ይህ ነበር *በሉተርና በሜላንክተን* የተያዘው አስተሳሰብና *በአርጊኮላ* መካከል ልዩነት የፈጠረው፤ ደግሞም *ለአንቲኖሚያን* ክርክር መነሻ የሆነው፤ይህ ክርክር ለረጅም ጊዜ ተረስቶ የቆየ ነው፡፡

ይህ አንቲኖሚያን (ፀረ-ሕግ) የሚለው የእንግሊዝኛ ቃል ግን አሁንም ያለ ሲሆን፣ የሚወክለውም አማኞች በእግዚአብሔር ጸጋ ስለሆነ የዳኑት፣ ከአሁን በኋላ በእግዚአብሔር ሕግና *ሥርዓት* መኖር አይጠበቅባቸውም፤ ማለትም ቅድስና አይጠበቅባቸውም የሚል ነው፡፡ እናም ይህ አሁንም ወንጌልን የሚያገለግል ሰውን የሚገጥመው ክርክር ነው፡፡ በዚህ ውስጥ የራስ ወንጌል ነው የሚታየው እንጂ፣ የጳውሎስ ወንጌል ይህን አልነበረም የሚሰብከው፡፡

የጳውሎስ ሙሉ መልስ በዚህ በምዕራፍ 3 ላይ አይታይም፡፡ ከዚህ ይዘልልና ለምዕራፍ 6 ከቍጥር 1 እስከ 23 ያለው ጋር ያነሣና ያወራዋል፡፡ *ባሬት* በትክክል እንደሚናገረው "እዚህ ጋር እርሱን ሊያነሣ አይችልም፡፡ ምክንያቱም በእምነት የመጽደቅ አስተምህሮን ተከትሎ ነው መምጣት ያለበት፡፡ እርሱን ደግሞ አሁን ገና አላነሣውም፡፡" እዚህ ምዕራፍ

ላይ ዋናው አሳብ የአይሁድን ከእግዚአብሔር ሕግ ብንተላለፍና ባንጠብቀው እንኳ ከፍርድ እናመልጣለን የሚለው አሳብ ላይ በር ለመዝጋት ነው፡፡ ከሳሾቹን ትክክል እንዳልሆኑ እዚህ ድንገት የተነሣ አሳብ ነው፡፡

በመጀመሪያው ጥናታችን እንዳየነው በምዕራፍ 1 ላይ አሕዛብን በኃጢያትና በጥፋተኝነት ከከሰሳቸው በኋላ (ሮሜ 1፥18-31)፣ ጳውሎስ ወደ አይሁድ ይሄዳል፡፡ ከሮሜ 1፥8 እስከ 3፥8 ባለው ሰፊ ክፍል የያዕቆብ ልጆች ጥፋት ይገለጻል፡፡ ሐዋርያው የተጠቀመበት መንገድ መጀመሪያ የእግዚአብሔርን የፍርድ መርህ ማብራራት ከዛ በመቀጠል ይህን ያብራራውን መርኅ በአይሁድ ላይና በኪዳናቸው ቦታ ተግብሮ ማሳየት ነው (ሮሜ 2፥17-29)፡፡

በመጨረሻም በሮሜ 3፥1-8 ባለው ክፍል ላይ ጳውሎስ የአይሁድን የመልስ ጥያቄ ላይ መልስ ይሰጣል፡፡ የመጀመሪያው በአጭሩ እግዚአብሔር በመጀመሪያ በአይሁድና በአሕዛብ መካከል አድርጎት የነበረው መከፋፈል አሁን ቀርቷል የሚል ነው፡፡ ይህም የጳውሎስ ትምህርት አይሁድን ከአሕዛብ ደረጃ ጋር ያተካክላቸዋል (ሮሜ 3፥1)፡፡

ሐዋርያዊው መልሱ ደግሞ የብሉይ ኪዳን እግዚአብሔር ለእስራኤል የገባው ኪዳን ግን አሁንም ይሠራል የሚል ነው (ሮሜ 3፥2)፡፡ በምናብ ዕየያ ለሚቃወሙት የሚሰጠው ማብራርያ ደግሞ እነርሱ ጳውሎስ እስራኤል ወዳለመታዘዝና የተስፋውን ቃል ወደ መግፋት ሄዳለች (ሮሜ 3፥3) ይላል፡፡

ይህ ሲባል ግን ሐዋርያዊው መልስ እግዚአብሔር ግን ቃሉን ይጠብቃል የሚል ነው፡፡ ለአብርሃም የተገባው የተስፋ ቃል መፈጸም በእግዚአብሔር ዕውነተኛነት ነው የሚወሰነው (ሮሜ 3፥4)፡፡ ይህም ልክ ብሉይ ኪዳን እንደሚጠቁመን ማለት ነው (መዝ. 51፥4)፡፡ ይህ የመጽሐፍ ቅዱስ ክፍል ነው በመጨረሻ በዚህ ምዕራፍ ማጠቃለያ ላይ የሚቀመጠው፡፡

ቁጥር 5

ነገር ግን ዓመፃችን የእግዚአብሔርን ጽድቅ የሚያስረዳ ከሆነ ምን እንላለን? ቍጣን የሚያመጣ እግዚአብሔር ዓመፀኛ ነውን? (እንደ ሰው እናገራለሁ)

ነገር ግን የሚሆን ከሆነ፣

7፣ 25፣ 26፤ 8፥20፣ 21

ምን ሊደረግ ይገባል

4፥1፤ 6፥1፤ 7፥7፤ 9፥13፤ 14

እግዚአብሔር

2፡5፤ 3፥19፤ 9፤ 18-20፤ 12፥19፤ ዘዳግም 32፥39-43፤ መዝሙር 58፥10፤ 11፤ 94፥1፤ 2፤ ናሆም 1፥2፤ 6-8፤ 2ኛ ተሰሎንቄ 1፥6-9፤ የዮሐንስ ራእይ 15፥3፤ 16፥5-7፤ 18፥20

እኔ እናገራለሁ

6፥19፤ 1ኛ ቆሮ. 9፥8፤ ገላትያ 3፥15

ቍጥር 6

6 እንዲህ አይሁን፤ እንዲህ ቢሆን እግዚአብሔር በዓለም እንዴት ይፈርዳል?

እግዚአብሔር ይከለክላል

እንግዲያውስ

ዘፍጥረት 18፥25፤ ኢዮብ 8፥3፤ 34፥17-19፤ መዝሙር 9፥8፤ 11፥5-7፤ 50፥6፤ 96፥13፤ 98፥9፤ የሐዋርያት ሥራ 17፥31

ቍጥር 7

በእኔ ውሸት ግን የእግዚአብሔር ዕውነት ለክብሩ ከላቀ ስለምን በእኔ ደግሞ እንደ ኃጢአተኛ ገና ይፈርድብኛል? እኔ እንዴት ያለ ኃጢአተኛ ነኝ?

ዕውነት ከሆነ

ዘፍጥረት 37፥8፤ 9፤ 20፤ 44፥1-14፤ 50፥18-20፤ ዘጸአት 3፥19፤ 14፥5፤ 30፤ 1ኛ ነገሥት 13፥17፤ 18፤ 26-32፤ 2ኛ ነገሥት 8፥10-15፤ ማቴዎስ 26፥34፤ 69-75

ስለምን ገና

9፥19፤ 20፤ ኢሳይያስ 10፥6፤ 7፤ የሐዋርያት ሥራ 2፥23፤ 13፥27-29

ቍጥር 8

ስለ ምንስ መልካም እንዲመጣ ክፉ አናደርግም? እንዲሁ ይሰድቡናልና አንዳንዱም እንዲሁ እንድንል ይናገራሉና፡፡ የእነርሱም ፍርድ ቅን ነው፡፡

እኛ እንድንሆን

ማቴዎስ 5፥11፤ 1ኛ ጴጥሮስ 3፥16፤ 17

እናድርግ

5፥20፤ 6፥1፤ 15፤ 7፥7፤ ይሁዳ 1፥4

3፥9 ከሰ ሰናቸዋል . . . የሚያስተውል የለም

"ከእነርሱ እንበልጣለንን" (**proechomai /ፕሮይኮማይ /proecho /ፕሮይኮ** ከ **pró /ፕሮ** = ወደፊት + **echo /ኢኮ** = መሆን) ማለት አንድን ነገር ለመከላከል ወይም ለምክንያት ከፊት ለፊት ማድረግ ማለት ነው። ጳውሎስ መብለጥን ወይም የተሻለ መሆንን በመግለጽ ነው የሚያሳየው። የተሻለ ቦታ ላይ መገኘት ነው።(መጽሐፍ ቅዱስ ጥቅሶች የብሉይና / የአዲስ ኪዳን ግሪክ መዝገበ ቃላት፣ የቴየር ትርጉም 1989. በ ጆሴፍ ሄንሪ ቴየር፣ አስቲን ሐተታ/ በጄፍ ጋሪሰን)

ሞውል ይህንን ገለጻ ይወደዋል፤ ዳሩ ግን ይህንን አጠያየቅ ከባድነትም ያነሣል። እኛ የሚለው ማንን ነው? እነርሱ የሚለውስ ማንን ነው? ለዚህ መከራከሪያ ሁለት መልስ እንዳለው ያምናል።

እኛ የሚለው አይሁድን ይሆናል ወይም ደግሞ እኛ ክርስቲያኖችንም ሊሆን ይችላል። ይህም ደግሞ ካላመኑት ጋር በማስተያየት ማለት ነው። ልክ ጳውሎስ እንዲህ እንደሚል አስቡት፡- "እኔ ወይም በክርስቶስ ለሆኑት ጓደኞቼ ከዓለም ወይም ከአይሁድ ወይም ከአሕዛብ የተሻልን ጻድቃን እንደ ሆንን እንዳታስቡ ከውጭ ሆነን ሳይሆን፣ የምናወራው ከውስጥ ሆነን ነው።

ሰላማችንና ሕይወታችን ከሆነው ከክርስቶስ ውጭ እኛም በኩነኔ ውስጥ ያለን ነን። ደግሞም እኛ እንደዚያ ስለሆንን ነው እናንተን "እግዚአብሔርን አትፈሩትም ወይ? ብለን የምንናገራችሁ!" እንደሚል ያለው ዐይነቱ ጉዳይ ነው። ይህ ነው የክፍሉ ዋና አሳብ ነው። (ሞውል ፣ ኤች. የሮሜ መልእክት)

ከኃጢአት በታች እንደ ሆኑ

በታች (**hupo /ሁፖ**) ይህ ከአንድ ኃይል፣ ሥልጣን ወይም አካል ቁጥጥር ሥር በታች መሆንን የሚያሳይ ነው። ስለዚህ እዚህ ጋር ጳውሎስ ሁሉም ሰዎች ከኃጢአት ኃይል በታች ናቸው ይልና፣ ኃጢአትን እንደ ጨቋኝ አለቃ አድርጎ ይስለዋል። ጳውሎስ ሁፖ

የሚለውን ቃል ባርነትን ለመግለጽ ነው የሚጠቀምበት፡፡(መጽሐፍ ቅዱስ ጥቅሶች የብሉይና / የአዲስ ኪዳን ግሪክ መዝገበ ቃላት፣ የቴየር ትርጉም 1989. በ ጆሴፍ ሄንሪ ቴየር፣ አስቲን ሐተታ/ በጄፍ ጋሪሰን)

ኃጢአት (**hamartia /ሀማርቲያ**) መጀመሪያ በዔድን ወቅት ዒላማ መሳትን የሚወክል ቃል ሲሆን፣ ቀጥሎም ዋና ግብን ወይም ዓላማን መሳትን የሚያሳይ ቃል ሆኖ ያገለግላል፡፡ ስለዚህ ኃጢአትን ስንፈጽም እግዚአብሔርን ለእኛ ያለውን ዋና ዓላማ እንስታለን፡፡ በዚህ ቦታ ላይ ኃጢአት የሚወክለው የሰው ልጅ ተፈጥሮአዊ ማንነቱ አካል የሆነውን የግብረ-ገብ ማንነት እና የሰውን ልጅ ከፉ ተግባር እንዲፈጽም የሚገፋው ክፍልን ነው፡፡(መጽሐፍ ቅዱስ ጥቅሶች የብሉይና / የአዲስ ኪዳን ግሪክ መዝገበ ቃላት፣ የቴየር ትርጉም 1989. በ ጆሴፍ ሄንሪ ቴየር፣ አስቲን ሐተታ/ በጄፍ ጋሪሰን)

ጀሪ ብሪጅስ ሲጠይቅ ኃጢአት ምንድን ነው? ይልና ብዙ ጊዜ አንድ ዒላማን መሳት ተደርጎ ይነገራል፤ ማለትም የእግዚአብሔርን በክብር የተሞላ የሕይወት ደረጃ ሳያሟሉ መቅረት ነው፡፡ ነገር ግን መጽሐፍ ቅዱስ ከዚያም በላይ እንደ ሆነ ነው የሚነግረን፡፡ በዘሌዋውያን 16÷21 ላይ ኃጢአት የተብራራው መተላለፍ፣ ሥልጣን ላይ ማመጽ ተደርጎ ነው፡፡

ነቢዩ ናታን የዳዊትን መተላለፍ በገሠጸበት ክፍል ላይ የእርሱ ዝሙትና ነፍስ ማጥፋት "የእግዚአብሔርንም ሕግ፣ እግዚአብሔርንም ጭምር መጥላት ተደርጎ ነው የተገለጸው" (2ኛ ሳሙ. 12÷9-10)፡፡ በዘኁ. 15÷30-31 ባለው ክፊል ላይ ደግሞ ሙሴ ኃጢአትን የገለጸበት አገላለጽ ኃጢአተኞች ዕጃቸውን በሰማይ ላይ ለዐመፅ እንደሚዘረጉ አድርጎ ነው፡፡ ስለዚህ መደምደም የምንችለው ነገር ኃጢአት በእግዚአብሔር ሉዓላዊነት ላይ ማመፅ፣ ቃሉን እና ማንነቱን መጥላት፣ እንዲሁም እርሱን መቃወም ማለት እንደ ሆነ ነው፡፡

ጳውሎስ ከኃጢአታችን የተነሣ በፍጥረታችን የቍጣ ልጆች ነበርን ብሎ ቢጽፍ የሚገርምም ሊሆን አይችልም (ኤፌ. 2÷3)፡፡ አሳቡ እንደ አማኝ እንዲህ ዐይነቱ አገላለጽ በእኛ ላይ አይሠራም የሚል ይሆናል፡፡ በዙርያችን ያለው ማኅበረሰብ የሚፈጽማቸውን መተላለፎች ተመልክተንም ኃጢአትን ከዚያ አንጻር እንተረጉመው ይሆናል፡፡

ነገር ግን የእኛ ፍርሃት፣ እግዚአብሔርን አለማክበር፣ ኩራት፣ ራስ ወዳድነት፣ ለሌሎች ላይ ያለን ፈራጅ ዕይታ፣ ሐሜታችን፣ ስለ ሌሎች ያለን ትሑት ያልሆነ ንግግር፣ በዚህ ዓለም ነገር መጠመዳችን፣ እንዲሁም ሌሎች የማይታዩ ኃጢአቶቻችን በእግዚአብሔር ላይ የማመፃችን እና እርሱንና ቃሉን የመጥላታችን ማሳያ መሆኑን እንረሳለን፡፡

ዕውነታው ግን በጣም በስለዋል የሚባሉት ሰዎች እንኳ ሳይቀር በአሳብ፣ በቃል፣ በሥራ፣ እንዲሁም በውስጥ መሻት ኃጢአትን ይሠራሉ፡፡ ጳውሎስ በገላትያ 5÷17 ላይ እንደሚያወራው በውስጣችን ያልተቋረጠ ውጊያ ይካሄዳል ለዚያም ነው ሐዋርያው ጴጥሮስ ከሚዋጋችሁ ከሥጋዊ ምኞት ትርቁ ዘንድ እያለ የሚያሳስበው (1ኛ ጴጥ. 2፥11) ፡፡ ስለዚህ ስለ ኃጢአት የሚሰጥ ትምህርት እንደሚያሳየንም ከአዳም የተነሣ ሁላችንም የሰው ዘሮች የቀኣጣ ልጆች ሆነን ወደዚህ ምድር እንመጣለን፤ በመቀጠልም ይህ ማንነታችንን የሚታዩ እና የማይታዩ ከግምትም የማናስገባቸውን ኃጢአቶች በመፈጸም እናባብሰዋለን፡፡

የጳውሎስንም ቃል መረዳት ያለብን ከዚህ ትርጓሜ አንጻር ነው፡፡ በዚህ ትርጓሜ ዕይታ ነው ክርስቶስ ስለ ኃጢአታችን ሞተ የሚለውን (1ኛ ቆሮ. 15÷3)፣ እንዲሁም መልአኩ ለዮሴፍ ሕዝቡን ከኃጢአታቸው ያድናቸዋል (ማቴ. 1÷21) የሚለውን መልእክት መረዳት ያለብን ከዚህ አኳያ ነው፡፡ ክርስቶስ ስለ ኃጢአታችን ሞተ የሚለው ቃል ሁለት አሳብ ያለው ነው፡፡ መተካትና መሥዋዕት መሆን፡፡

ክርስቶስ እኛን ተክቶ ስለ ኃጢአታችን ተሠዋ፤ ይህም ልክ አዳም የሰውን ልጅ የሚወክል እንደ ነበር እንዲሁ ኢየሱስ የሰውን ልጅ ይወክላል፡፡ (ታላቁ ልውውጥ- የእኔ ኃጢአት ለጽድቅነቱ - ጄሪ ድልድዮች ፣ ቦብ ቤቪንግተን)

ቻርልስ ስፐርጀን ሲናገር "ኃጢአት የክፋት እናትና ተንከባካቢ ነው፤ የስሕተት ዕንቁላል እና የመራርነት ሁሉ መገለጫ እና የጥፋት ሁሉ ሥር ነው" ይላል፡፡

አውግስጢኖስ በኑዛዜው መጽሐፍ ላይ እንዳለው ኃጢአት የሚመጣው የሥጋ ፍላጎትንና መሻትን ከእግዚአብሔር ፈቃድ እና ዕገዛ ውጭ ለማሟላት ስንጥር ነው፡፡ ይህ ደግሞ ኃጢአት ብቻ ሳይሆን፣ በእኛ ላይ ያለውን የፈጣሪያችንን መልክ ማበላሸት ነው፡፡ የምንፈልጋቸው መልካም ነገሮች ሁሉ ደኅንነታችንም ጭምር በጠቅላላ ያለው በእርሱ በፈጣሪያችን ዘንድ ብቻ ስለሆነ ነው፡፡

ጀ. ቬሮን ማክ ጊ፣ በዚህ ጥቅስ ላይ ቆንጆ ማጠቃለያ ያስቀምጣል፡፡ ከኃጢአት በታች መሆን ማለት ምን ማለት እንደ ሆነ መረዳት በጣም አስፈላጊ ነው፡፡ ሰው በ4 የተለያዩ ምክንያት ኃጢአተኛ ነው፡፡ 1ኛ ሰው በተግባሩ ኃጢአተኛ ነው፡፡ 2ኛ በተፈጥሮው ኃጢአተኛ ነው፡፡ ኃጢአት መሥራት ኃጢአተኛ አያደርገንም፡፡ ኃጢአት የምንሠራውም ኃጢአተኞች ስለ ሆንን ነው፡፡ 3ኛ የሰው ልጅ በማመካኘት ኃጢአተኛ ነው፡፡ 4ኛ የሰው ሁኔታ ሁሉ ከኃጢአት በታች ነው፤ ይህም ሙሉ የሰው ዘርን የሚወክል ነው፡፡

ከሰናቸዋል

ከሰናቸዋል የሚለው ቃል የክስሱን ቃል ማስረዳት እንችላለን፣ ዐይተናል ገብቶናል ተረድተናል ማለት ነው፡፡

መከሰስ (proaitiaomai /ፕሮአቲአማይ ከ **pró /ፕሮ** = በፊት + **aitiáomai /አቲአማይ** = መውቀስ ከ **aitía /ኤይታ** = ክስ) ማለት ቀድሞ መክሰስ ማለት ነው፡፡(መጽሐፍ ቅዱስ ጥቅሶች የብሉይና / የአዲስ ኪዳን ግሪክ መዝገበ ቃላት፣ የቴየር ትርጉም 1989. በ ጆሴፍ ሄንሪ ቴየር፣ አስቲን ሐተታ/ በጄፍ ጋሪሰን)

የክሱ ምክንያት ደግሞ፡-

ሀ. የሚያስተውሉ አለመሆናቸው፡ ይህ ግድፈት በአእምሮ የበሩትን ኃጢአት ያመለክታል፡፡

ለ. ጌታን የሚፈልግ ልብ የሌላቸው መሆኑ

ሐ. ፈቃዳቸው የእግዚአብሔርን ፈቃድ ማስፈጸሚያ እንዲሆን አለመፍቀዳቸው ይህ ግድፈት መልካም ነገር ለማድረግ ፈቅዶ አለመፈለጉን (ዕምቢተኝነት በተግባር) የሚገልጽ ነው፡፡

እንግዲህ ኃጢአተኛው ሰው እግዚአብሔርን መፈለግ ካልቻለ የቀረው ምርጫ እግዚአብሔር ኃጢአተኛውን ፍለጋ መምጣቱ ብቻ ነበር፡፡ ወደ ኃጢአተኛው ሲመጣ ግን ኃጢአተኛው፣ ኃጢአትን ዕምቢ የሚልበትን ዐቅምና ኍልበት የሚያገኝበትን ጸጋ ይዞ ነው የመጣው፡፡ ይህ ጸጋ ኃጢአተኝነትንና ዓለማዊ ምኞትን የሚያስክድ ነው (ቲቶ 2÷

11-12)፡፡ ስለዚህ የእግዚአብሔር ጺጋ ዘወትር የሚሻው ኃጢአተኛው ከኃጢአት ርቆ ማየትን ነው፡፡

ሐዋርያው ጳውሎስ በዚሁ መጽሐፍ ከቊ. 13-18 ድረስ ለፍርድ ቤቱ የኤክስሬ ምርመራ ውጤት የሚያቀርብ ዐይነት ይመስላል፡፡ በቊ. 13-14 የተገለጸው አሳብ የሰውን የንግግር አካላት የሚያመለክት ነው፡፡ እነርሱም አንደበት፣ ጉሮሮ፣ ከንፈር ናቸው፡፡

ቊጥር 9

እንግዲህ ምንድር ነው? እኛ ከእነርሱ የተሻልን ነን? ከእነርሱ እንበልጣለንን? ከቶ አይደለም! አይሁድም የግሪክ ሰዎችም ሁሉ ከኃጢአት በታች እንደሆኑ አስቀድመን ከሰናቸዋልና፤ እንዲህ ተብሎ እንደ ተጻፈ፡፡

እንግዲያውስ ምን ይሁን?

5፤ 6፥15፤ 11፥7፤ 1ኛ ቆሮ. 10፥19፤ 14፥15፤ ፊልጵስዩስ 1፥18

እኛ ነን

22፤ 23፤ ኢሳይያስ 65፥5፤ ሉቃስ 7፥39፤ 18፥9-14፤ 1ኛ ቆሮ. 4፥7

ተረጋግጧል

ስለ ሰው ከስ ተመሥርቷል ይላል፡፡

1፥28-32፤ 2፥1-16

ይህም እነርሱ

ገላትያ 3፥10፤ 22

ሮሜ 3፥10-11 እንዲህ ተብሎ እንደ ተጻፈ። ጻድቅ የለም አንድ ስንኳ፤ አስተዋይም የለም፤ እግዚአብሔርንም የሚፈልግ የለም፤ ሁሉ ተሳስተዋል፥

ኒዌል ሮሜ 3፥10-18 ያለውን ክፍል ርእስ ሲሰጠው 14 ስለ ሰው ልጅ ሁሉ የተሰጡ አስፈሪ ገለጻዎች ይለዋል፡፡ እግዚአብሔርንም በዚህ ክፍል ላይ የምናየው እንደ ዳኛ (ሮሜ 3፥10-12)፣ እንደ ሐኪም (ሮሜ 3፥13-15)፣ እንደ መለኮታዊ የታሪክ ዐዋቂ (ሮሜ 3፡16-18) ተገልጾ ይታያል፡፡ እነዚህ 14 ገለጻዎች ከብሉይ ኪዳን የተወሰዱ ቢሆኑም እንኳ፣ ሙሉ የሰው ልጅን የሚወክሉ ናቸው፡፡

ስለዚህ በወንጌል ካመንንና ከክርስቶስ የተነሳ በእግዚአብሔር ፊት ከጸደቅን እነዚህን ዕውነታዎች የምናጠናበት ድርብ ምክንያት ነው ያለን ማለት ነው፡፡ የመጀመሪያው ልክ እግዚአብሔር የሰውን ልጅ እንደሚያየው ሆነን ሰው ማለት ምን እንደ ሆነ ትክክለኛ ዕውቀት እንዲኖረን፣ ይህም ያላመኑ ሰዎች ሊኖራቸው የማይችል ዕይታ ሲሆን፣

ሁለተኛው ደግሞ በእንዲህ ዐይነት ሁኔታ ውስጥ ሆነን የተገለጸውን የእግዚአብሔርን የማይላካ ጸጋ እያሰብን ምስጋናን እንድንሰጠው ያደርገናል፡፡

እንደ ተጻፈ (**grapho /ግራፎ** ከሥርወ-ቃሉ **graph/ግራፍ**- = ማለት የቃሉ አሳብ በመጀመሪያ በድንጋይ ላይ ወይም በወረቀት ላይ መቅረጽ ወይም መጻፍ ማለት ነው)፡፡

“ጻድቅ የለም አንድስ እንኳ“ የሚለው አሳብ ከእግዚአብር ጽድቅ አንጻር የተለካ ነው፡፡ በሰዎች ውስጥ አንጻራዊ የሆነ መልካምነት ሊገኝ እንደሚችል ግልጽ ነው፡፡ ሰዎች በሌሎች ሊደነቁ የሚችሉባቸውን በርካታ መልካም ነገሮችን ያደርጋሉ፡፡ ነገር ግን አንድም ሰው የሚያደርገው የመልካምነት መጠን በእግዚአብሔር ፊት ድነትን ለማግኘት የሚያስችለው አይደለም፡፡

አንድስ እንኳ (ou /አው) ይህ ሙሉ ተቃርኖን የሚገልጽ ቃል ነው፡፡ ጳውሎስም በተደጋጋሚ ይህንን ቃል በዚህ ምዕራፉ ላይ ሲጠቀምበት ይታያል፡፡(መጽሐፍ ቅዱስ ጥቅሶች የብሉይና / የአዲስ ኪዳን ግሪክ መዝገበ ቃላት፣ የቴየር ትርጉም 1989. በ ጆሴፍ ሄንሪ ቴየር፣ አስቲን ሐተታ/ በጄፍ ጋሪሰን)
ጻድቅ (dikaios /ዲካዮስ ከ dike/ዳይክ = ትክክል፣ ጽድቅ) ይህ በተቀመጠው ደረጃ መሰረት መሄድን የሚያሳይ አሳብ ያለው ቃል ነው፡፡(መጽሐፍ ቅዱስ ጥቅሶች የብሉይና / የአዲስ ኪዳን ግሪክ መዝገበ ቃላት፣ የቴየር ትርጉም 1989. በ ጆሴፍ ሄንሪ ቴየር፣ አስቲን ሐተታ/ በጄፍ ጋሪሰን)

የፕሮቸር ማብራርያ ሲጽፍ የሰው ልጅ እግዚአብሔርን አለማስተዋሉ የሚያመጣው ውጤት ብዙ ነው፤ ካለምንም ልዩነት የሁሉም ሰው የዕሳቤ ሂደት በኃጢአት ተጽዕኖ ደርሶበታል እናም ዕውነትን ለመረዳት በሚያደርጉት ሂድት ውስጥ የተወሰነ ጉድለት ያሳያሉ፡፡ ይህም የፍጻሜው ዕውነት ያለው እግዚአብሔር ዘንድ ከመሆኑ አንጻር እንደ ሆነ ልብ እንድንል ግድ የሚል ነው፡፡

ይህ ሂደት ደግሞ በተፈጥሮ ሁሉንም ነገር ይነካል፤ ምክንያቱም ሁሉም ነገሮች በእግዚአብሔር በራሱ ዘንድ ትርጉም ያላቸው ናቸውና፡፡ ስለ እግዚአብሔር ትክክለኛ ዕይታ የሌለው ፖለቲከኛ እግዚአብሔር ስለ ፈጠረው ዓለምም ትክክለኛ ዕይታ ሊኖረው አይችልም፤ ይህ ደግሞ ወደ ተዛባ የዓለም ዕይታና ወደ ተዛባ ውሳኔ ይመራዋል፡፡

እግዚአብሔርን በትክክል መረዳት የማይችል የማኅበረሰብ (ሶሾሎጂ) ባለሙያ የእግዚአብሔር ዕጅ ሥራ ስለ ሆነው የሰው ልጅ ትክክለኛ ዕይታ ሊኖረው አይችልም፡፡ እናም በማኅበረሰብ ጥናቱ ላይ ለስሕተት ይጋለጣል፡፡ ልክ አሁን እንደ ጠቀስናቸው ዐይነት ነገሮች በሁሉም የሰውን ልጅ በሚነኩ ጥናቶች ዙርያ ሁሉ ይታያል፡፡ ይህም ደግሞ እግዚአብሔርን በትክክል ካለመረዳት የተነሣ የሚመጣ ነገር ነው፡፡ (ብሪስኮ ፣ ዲ ኤስ እና ኦጊቪ ፣ ኤል ጄ የሰባኪው የሰጠው አስተያየት ተከታታይነት ፣ አዲስ ኪዳን ፡፡ 2003 ፣ ቶማስ ኔልሰን)

መፈለግ (ekzeteo /ኢክዜቶ ከ ek /ኢክ = ውጭ የሚል ወይም አብሮት ያለውን ቃል የሚያጎላ + **zeteo /ዜቲዮ** = መፈለግ) ማለት መፈለግ፣ መሻት፣ የጠፋን ነገር በትጋት መፈለግ፡፡ ቃሉ የሚፈልገው ሰው አንድን ነገር ለመማር ትልቅ ጥረትን እንዳሳየ የሚያመለክትም ጭምር ነው፡፡(መጽሐፍ ቅዱስ ጥቅሶች የብሉይና / የአዲስ ኪዳን ግሪክ መዝገበ ቃላት፣ የቴየር ትርጉም 1989. በ ጆሴፍ ሄንሪ ቴየር፣ አስቲን ሐተታ/ በጄፍ ጋሪሰን)

ስፐርጀን፣ ጳውሎስ የተጠቀመበትን በመዝሙር 14፥2 ላይ ያለውን ቃል አስመልክቶ አስተያየቱን ሲጽፍ፣ “ልክ እንደ ጠባቂ ጌታ የሰውን ልጅ በትጋት እንደ ፈለገው ነው፡፡ እርሱ ሳያይ አይፈርድም፤ ልክ አምባገነን መሪ አሉባልታን በመስማት ብቻ በሥልጣኑ ላይ የተነሡ የመሰሉትን እንደሚቀጣ አይደለም፡፡

እግዚአብሔር እየፈለገ የነበረው ሀብታም ሰው፣ ታላቅ ሰው ወይም የተማረን ሰው አልነበረም፤ ምክንያቱም እነዚህ ሁሉ የታላቅ መሪን መስፈርት አያሟሉምና፤ ደግሞም እጅግ የተሳካላቸውንም ሰዎች አልነበረም ሲፈልግ የነበረው፡፡ እርሱ ሲፈልግ የነበረው ራሳቸውን፣ ፍጻሜያቸውን እና ደስታቸውን የተረዱ፣ እንዲሁም እግዚአብሔርን የሚፈልጉትን፣ እግዚአብሔር ካለ እርሱን ለማግኘት እጅግ የሚጓጉትን ነው፡፡

ይህ ለማሟላት የሚከብድ ትልቅ መስፈርት አልነበረም፣ ሰው እግዚአብሔርን ካላወቀው እርሱን ለማግኘት ፈቃደኛ መሆን ይጠበቅበታልና፡፡ ነገር ግን ይህ ትንሽ እርሱን የመፈለግ መልካምነት ግን ሊገኝ አልተቻለም፡፡ ያውም በእርሱ ሁሉንም በሚያየው አምላክ ዐይን ፊት ነው ይህ ማለፊያ የሆነ ነገር የታጣው፡፡ ይልቁንም ሰዎች የእግዚአብሔር ተጻራሪ ነገርን ነበር የሚፈልጉት፡፡ የሕይወታቸው ብርሃን ለሆነው ለፈጣሪያቸውም ጀርባቸውን

ሰጡት፤ ቀጥሎም ወደ አለማመን ጎዳና ነጎዱ። ይህም ያለ ምንም ትእዛዝ ብርሃኑ ጨለማ ወደ ሆነበትና ሞት ወዳለበት መንገድ አደረሳቸው።

ስፐርጀን በመዝሙር 53÷3 ላይ ያለው ተያያዥ አሳብ ላይም ሲጽፍ እግዚአብሔር ከሰዎች ዘንድ የሚፈልገው ትልቅና የተጋነነ ነገር አልነበረም። ትንሽ ቅንነትና እርሱን መፈለግ ብቻ ነበር እርሱ ከሰዎች የሚሻው። ነገር ግን ይህንን ከቶም ሊያገኘው አልቻለም። እርሱ ሁሉንም የሰውን አሳብና ልብ ተመለከተ። እንደዚያ ዐይነት ትንሽ ቅንነትና እርሱን መፈለግ ግን ዛሬም ድረስ የሚያደርገው ነገር ነው። የእግዚአብሔር ዐይኖች ምንም ዐይነት ምልክት ካላዩ አንድም እንኳ እንደ ሌላ እርግጠኛ መሆን እንችላለን።

አንድስ እንኳ አስተዋይ የለም፡- የእግዚአብሔር ማስተዋል (ዕውቀት) ዓለም ከምታደንቀውና ከምታስተጋባው የተፈጥሮ ዕውቀት የተለየ ነው። ምድራዊ ዕውቀቶች አስፈላጊ ቢሆኑም፣ በመንፈሳዊ ዓለም ባለው አገዛዝ እና አሠራር ፋይዳ የለውም። ለግብርና ለኤኮኖሚ ሆነ ለፖለቲካውና ለጤና ተጓዳኝ ጉዳዮች ትልቅ አስተዋጽኦ ያድርግ እንጂ፣ የሰው ልጅን ከኃጢአት ባርነት ነፃ ለማውጣት ምንም ጥቅም አይሰጥም።

የመንፈሳዊ ዓለም በሚታየው ዓለም ላይ የሚያደርገው ተጽዕኖ ከፍተኛ ስለሆነ፣ የቱንም ያህል የተፈጥሮ (ምድራዊ) ዕውቀቶች ቢመጥቁም፣ ምድር በመቃተት ከወትሮው ዛሬ ምጥ እንደ ያዛት ሴት ጭንቀት እየተነፈሰች ነው። በማታየው ዓለም የኃጢአት መገለጥ (ፍሬ) በቸሩ ፈጣሪ ስለ ተያዘ ነው እንጂ፣ የዓለማችን ምጥና ስቃይማ እየጨመረ መጥቷል። የጨለማው ገዥ የኃጢአትን መገለጥ እየሠራ ያለበት ወቅት ከትናንቱ ዛሬ እየጨመረ መጥቷል (ራእይ 12÷12፤ ኢሳ. 20÷2፤ ሮሜ 8÷22)። ሰዎች ከእግዚአብሔር ሰማያዊ ዕውቀት (የዕውቀት ብርሃን) ሲቀሩ እየሸሹ ሲመጡ የጨለማው ድባብ እየጨመረ ይመጣል። የእግዚአብሔር ዕውቀት እና ጥበብ የሆነው ጌታችን ኢየሱስ ክርስቶስ ነው (ዮሐ. 17÷3፤ ቈላስ 2÷3)።

ሃይማኖተኛው፣ ፈላስፋው፣ ምሁሩም ሆነ ሳይንቲስቱ ለዓለም ሙሉ መፍትሔ ነው ብለው የዓለም ነገሥታት እጅግ አእምሮን በሚያሳምን (በሚያባብል) ዕውቀት ቢመጡ ውሸት እንደሆነ ማስተዋል ይገባናል (ቈላስ. 2÷4)። መጽሐፍ ቅዱሳችን ስናጠና የኃጢአተኛው ሰው ባሕርይ በመጀመሪያ ኃጢአተኛነቱን መሸሽ ሲሆን፣ ኃጢአቱን ላለማስታወስ

መሸፈን መደበቅ በቻለው ጉድጓድ ቆፍሮ በጉድጓድ የመቅበር ያህል መረጃዎችን መደምሰስ ነው (ኢዮብ 31፥33፤ ዘፍ. 3፥11)።

ይህ በእናቱ ማህፀን ጀምሮ በኃጢአት ተፀንሶ ዐመፃ በዕጅ ላይ ያለበት ከተጠያቂነት ካደረገው ኃጢአት በራሱ ለመንጻት መሞከሩ እና ኀላፊነትን አለመውሰዱ ነው። ይሁን እንጂ፣ ኃጢአትን ሲያደርጉ በድፍረት ይሆናል። ነገር ግን የኃጢአት ፍሬ የሚታጨድበት ሰብሉ ሲፈካ ቡቃያው ሲያቆጠቁጥ «እኔ አደረግሁት» ማለት አይፈልግም (ማቴ. 27፥24-25፤ ዘፍ. 3፥12፤ ዘጸ. 32፥22)። በክርስቶስ ያመኑ ይህ እግዚአብሔር መፍራት ዕውቀት ስላለን ኃጢአትን መናዘዝ የዕለት እንጀራችን ነው።

እግዚአብሔር መፍራት የጥበብ መጀመሪያ መሆኑን ስለምናስተውል ኃጢአትን ስንሠራ በቀላሉ የምናየው ጉዳይ አይደለም (ምሳሌ 28፥13፤ 1ኛ ዮሐ. 1፥6፣ 8-9)። አሮን ለሙሴ የሰጠው ምሳሌ ይሆነናል። ለምን ይህን የከፋ ነገር አደረግህ? ሲለው «ሕዝቡ ወርቅና ጌጡን ሰጠኝ እና በእሳት ላይ ጣልሁት፥ ይህም ጥጃ ወጣ» አለ። በዕጅ አገላብጦ ለውሶ በዕጁ አብጅቶ እንዳልሠራው ዐይነት ንግግር ተናገረ። ሙሴ ይህ በእግዚአብሔር ፊት ከባድ ኃጢአት እንደ ሠሩ በማወቁ በቀጥታ ከበድ ያለ ዕርምጃ ወሰደ። «የእናንተ ሰው ሁሉ ወንድሙን ወዳጁንም ጐረቤቱንም ይግደል» ... እናንተ ታላቅ ኃጢአት ሠርታችኋል፥ አሁንም ወደ እግዚአብሔር እወጣለሁ። ምናልባት ኃጢአታችሁን አስተሰርይላችኋለሁ» አለ።

ጌታችንም ሆነ ሐዋርያቱ ኃጢአትን አለመናዘዝ እግዚአብሔር ከመፍራት ጋር ከፍርድ ጋር አብረው ያስተምሩት ነበር (1ኛ ቆሮ. 11፥31፤ ማቴ. 5፥29-30)። ዳሩ ግን ይህ የእግዚአብሔር ይቅርታ ማድረግ፣ እንዲሁም ምሕረቱን ይቀንሳል ማለት አይደለም። የሚወደንን ከመውደድ የተሻገረ ጠላቶቻችን መውደድ የተጠየቅነው እርሱ ራሱ በመስቀል ላይ ስለ ኃጢአተኞች በመሞት ፍቅሩ ወሰን የሌለው መሆኑን በማሳየት ነው።ማቴ. 5፥46 - 48 ሮሜ 5፥8

የፊተኛው አዳም በዔድን ገነት ብሔራዊ ኃጢአትን (የሰውን ልጅ በመወከል) ሊሠራ ወዲያውኑ ንስሐ ሲገባ አንመለከትም። ይልቁንም በሔዋን ሲያሳብብ እንመለከታለን። ይህች አጥንት ከአጥንቴ ናት «ብሎ ሲያሞግሳት የነበረች ውብ ሚስቱን ኃጢአት የልቡና ዐይኖቹን ሲያጨልምበት» ይህች ሴት በማለት ሲናገር እንመለከታለን።የኃጢአተኛው ሰው ልብ የእግዚአብሔር ዕውቀት ብርሃን የለውም። በዐይኖቻቸው (በልቡናቸው)

እግዚአብሔርን መፍራት ማስተዋል የላቸውም፡፡ ለቅዱሳን ግን የማስተዋል ባለ ጠግነት ለሚያምነው የርስቱ ባለጠግነት ነው፡፡ በወንጌል ዕውነት በመስማት የሚመጣ የእግዚአብሔር ዕውቀት ነው፡፡

ይህ ዕውቀት ደግሞ የእግዚአብሔር መፍራትና በፈሪሃ እግዚአብሔር ሕይወት መመላለስ ነው፡፡ የእግዚአብሔር ዕውቀት ብርሃን በልባችን ሲወለድ ሲፈጠር (ከመለኮታዊ ባሕርዩ) ተካፋዮች ስንሆን፣ ይህ የእግዚአብሔር ዕውቀት ማስተዋል የሆነው ክርስቶስ በእኛ ውስጥ በእምነት መኖር (ራሱን መግለጥ) ይጀምራል፡፡ በቈላስይያ ሐዋርያው በምዕራፍ አንድ ላይ እንደ ጻፈላቸው «በወንጌል የዕውነት ቃል አስቀድማችሁ ሰማችሁ (1÷5) ... የእግዚአብሔርንም ጸጋ በዕውነት (በዕውነት ቃል) ከሰማችሁበትና ካወቃችሁበት ቀን ጀምሮ ... ያፈራል፤ ያድግማል (1÷6)... የፈቃዱ ዕውቀት (1÷9) ... በእግዚአብሔርም ዕውቀት እያደጋችሁ (1÷11)» እያለ እንደ ሰንሰለት የሚናገረው ይህ የእግዚአብሔር ዕውቀት የሆነው የዕውነት ቃል (ጌታችን ኢየሱስ ክርስቶስ) ነው፡፡

በመጨረሻም ይህ ጌታ ንጉሥ ነው፡፡ እኛም ከጨለማው ግዛት ወጥተን ወደሚደነቅ የዕውቀት ብርሃን ወደ ክብሩ ብርሃን መፍለሳችንን ይተርካል (ቈላስ. 1÷13-14)፡፡ በእርግጥ ለነፍስ የዕውቀት እንጀራ የሆነ ለመንፈሳችንም ሕይወት የሆነው ይህ የእግዚአብሔር ዕውቀት የሆነው ክርስቶስ ኢየሱስ ነው፡፡

ሰዎች ሁሉ ወደዚህ ዕውቀት ጠልቀው ኅብረት እንዲያደርጉ ይጋብዙናል፡፡ ሐዋርያው በመቀጠል ምዕራፍ ሁለት ላይ «በማስተዋል ወደሚገኝበት ወደ መረዳት ባለጠግነት ሁሉ እንዲደርሱ ... የተሰወረ ... መዝገብ» ብሎ ይገልጥማል (ቈላስ 3÷2-3)፤ ኃጢአተኛው ሰው ወደዚህ ዕውቀት ሊደርሱ አልፈለጉምም፡፡ሆኖም ግን ይህ የመዳን ዕውቀት ከሰማይ ቈፍረው ሊያመጡት ወደ ተራራ ወጡ የተባሉት የሚፍጨረጨሩበት የሚጥሩበት አይደለም (ሮሜ 1÷18-19)፡፡ ለአሕዛብ በሕሊናቸው የበራ ሲሆን፣ ለአይሁድ ደግሞ በነቢያቱ መጻሕፍት ውስጥ ይገኝ ነበር፡፡

ሁለቱም ወገን ወደዚህ ዕውቀት ሊደርሱ አልፈለጉም፡፡ ቅድሚያ ስለ አሕዛብ እንናገር፡፡ «የሚታየው ባሕርይው **እርሱም የዘላለም ኃይሉ ደግሞም አምላክነቱ** ከዓለም ፍጥረት ጀምሮ ከተሠሩት **ታውቆ ግልጥ** ሆኖ ይታያልና፡፡ስለዚህም **እግዚአብሔርን እያወቁ** እንደ እግዚአብሔርን ስላላከበሩት ስላላመሰገኑት **የሚያሞካኙት አጡ**፡፡ ነገር በአባባላቸው

የሮሜ መጽሐፍ ጥራዝ ስንድ 497

ከንቱ ሆኑ **የሚያስተውለው ልባቸው ጨለመ** (ሮሜ 1÷20-20)፡፡ እዚህ ላይ የምንማረው ዕውነት አሕዛብ የእግዚአብሔርን ዕውቀት መጠን ተሰጥቶአቸዋል፡፡

ይህም በፍጥረታቱ የእግዚአብሔር አምላክነቱ የበላይነቱን የማስተዋል ብቃት ነበራቸው፡፡ ባወቁቱ በፈሪሀ-እግዚአብሔር ሊኖሩ ሊመላለሱ (እግዚአብሔርን በማክበር) ይችሉ ነበር፡፡ ነገር ግን በችሎቱ ፊት ቀርበው ለኃጢአታቸው ምንም ምክንያት ቢሰጡ አሁን ግን ከእግዚአብሔር ዘንድ ቀርበው ምክንያታቸው ከንቱ ሆነ፡፡ የማያመካኙት አጡ፡፡ ሆኖም ንስሐ በመግባት ወደ እግዚአብሔር ሊመጡ አልፈለጉም፡፡ እንዲያውም ዕውነትን ወደ ማወቅ ለሚሹ ሰዎች ዕውነትን መከላከል ምርጫቸው ነው፡፡ ስለሆነም የሚያስተው ልቦናቸው ጨለመ፤ የእግዚአብሔር ቊጣ ተገለጠ፡፡ በአሳባቸው ከንቱነት ተሞልቶ አሳባቸውን (የልቡናቸው ዐይን ከዕውቀቱ ብርሃን እየሸሸ) ቢመጣም፣ ቅጣት አገኙ፤ እርሱም ደግሞ ለማይገባ አእምሮ ለሚያስነውር ምኞት አሳልፎ ሰጣቸው፡፡ (ሮሜ 1÷18፣ 26)፡፡

እንደ እነዚህ ዐይነት ሰዎች ወደ ዕውነት ዕውቀት ብርሃን **ሊደርሱ** ወደ ማይችሉበት ዕርከን ይሻገራሉ፡፡ በዚያም የጨለማው ዓለም ተጽዕኖ ሙሉ ቁጥጥር ሥር ይሆናሉ፡፡ እንደ እነዚህ ባሉ ሰዎች ዘንድ 2ኛ ቆሮ. 4÷4 በዓለም እንደምናምንቴ የተናቀ ሆኖ ስለ ተቀጠረ ፈጽመው መንፈሳዊ ነገር ማወቅ እና ሕይወት ሊሆንላቸው አይችልም፡፡ የሚሉት የዕውነት ዕውቀትን ሳይሆን፣ ዓለማዊውን መረጡ (1ኛ ቆሮ. 1÷28፣ 20፤ 1ኛ ቆሮ. 2÷14)፡፡

ሁለተኛው ወገን አይሁድ ናቸው፡፡ ነቢያትም ሆነ ሙሴ እያመለከቱ ያሉት ጌታችን ኢየሱስ ክርስቶስ (የእግዚአብሔር የዕውቀቱ ብርሃን) ተሰጥቶአቸው ነበር፡፡ የጽድቁ ፀዳል የሆነው መሢሑ መምጣት አልፈለጉም፡፡ አብርሃም ግን አስቀድሞ ዐየ፤ አስተዋለውም፡፡ በእግዚአብሔር ደስታ ውስጥ ገባ (ዮሐ. 8÷56)፡፡

ቃሉም ሙሴ ነቢያቱም ወደ እየሱስ ሕጉም እንደ ሞግዚት ሆኖ ወደ መሢሑ ሊያመጣቸው የሰሙት ቃል በሕይወት ይገለጥ በእምነት ሊዋሃድ ይገባው ነበር (ዮሐ. 1÷46፤ ሉቃስ 24÷25-27)፡፡ እነርሱ ወደዚህ ማስተዋል ከመምጣት ይልቅ የራሳቸውን ጽድቅ ለማቆም አድርግ አታድርግ የሚለውን መመርመር ቀጠሉ (ዮሐ. 5÷39)፡፡

ለእርሱም ሆነ ይህ የእግዚአብሔር ዕውቀት ብርሃን የሆነው ተቀብለው የዘላለም ሕይወት እያገኙ ሲኖሩ፣ ሌሎች እንኳ በኃጢአታቸው መሞት ጐዳና ሽመጠጡ፡፡ ወደ እርሱ ሊደርሱ አልፈለጉምና (ዮሐ. 8÷24፤ 2ኛ ጢሞ. 3÷7)፡፡ ለአይሁድ ሆነ ለአሕዛብም ወደ ዕውነት ዕውቀት እንዲመጡ እግዚአብሔር ይፈልጋል፡፡ ማስተዋል እየጨለመ ሲመጣ ልብ ዕልከኛ እና ከመስማት ዐመፀኛ ሲሆን፣ ከዚህ ታላቅ መዳን እየራቀ ይሄዳል (1ኛ ጢሞ. 2÷4፤ ዕብ. 2÷3፣ 8-9፣ 12፣ 15)፡፡

ቊጥር 10

እንዲህ ተብሎ እንደ ተጻፈ፣ ጻድቅ የለም አንድ ስንኳ፡፡

ልክ እንደ

4፤ 11÷8፤ 15÷3፣ 4፤ ኢሳይያስ 8:20፤ 1ኛ ጴጥሮስ 1÷16

በዚያ

መዝ. 14÷1-3፤ 53÷1-3

ማንም

23፤ ኢዮብ 14÷4፤ 15÷14፣ 16፤ 25÷4፤ ኤርምያስ 17:9፤ ማቴዎስ 15÷19፤ ማር. 7፤ 21፣ 22፤ ማርቆስ 10? 18፤ 1ኛ ቆሮ. 6÷9፣ 10፤ ገላትያ 5÷19-21፤ ኤፌ. 2÷1-3፤ 5÷3-6፤ ቈላስይስ 3: 5-9፤ 1ኛ ጢሞ. 1÷9፣ 10፤ 2ኛ ጢሞቴዎስ 3 ÷2-5፤ ቲቶ 3÷3፤ 1ኛ ዮሐ. 1÷8-10፤ ራእይ 21÷8፤ 22÷15

ቊጥር 11

ጻድቅ የለም አንድ ስንኳ÷ አስተዋይም የለም÷ እግዚአብሔርንም የሚፈልግ የለም፡፡ ሁሉ ተሳስተዋል፡፡

የሚያስተውል የለም

1 22፣ 28፤ መዝ. 14÷2-4፤ 53÷2፣ 4፤ 94÷8፣ ምሳሌ 1÷7፣ 22፣ 29፣ 30፤ ኢሳይያስ 27÷11፤ ኤርምያስ 4÷22፤ ኤፌ. ሆሴዕ 4÷6፤ ማቴዎስ 13÷13፣ 14፣ 19፤ ቲቶ 3÷3፤ 1ኛ ዮሐ. 5÷20

የሚፈልግ

8÷7፤ ኢዮብ 21÷15፣ 16፤ ኢሳይያስ 9÷13፤ 31÷1፤ 55÷6፤ 65÷1፤ ሆሴዕ 7÷10

ሮሜ 3፥12-13 በአንድነትም የማይጠቅሙ ሆነዋል፤ ቸርነት የሚያደርግ የለም፥ አንድ ስንኳ የለም። ጉሮሮአቸው እንደ ተከፈተ መቃብር ነው፥ በመላሳቸውም ሸንግለዋል፤ የእባብ መርዝ ከከንፈሮቻቸው በታች አለ፤ ጉሮሮአቸው እንደ ተከፈተ መቃብር ነው፥ በመላሳቸውም ሸንግለዋል፤ የእባብ መርዝ ከከንፈሮቻቸው በታች አለ፤

ኪንግ ጀምስ መጽሐፍ ቅዱስ ማብራርያ፡ ሰው ዓላማውን ብቻ አይደለም የሳተው፤ መንገድ ጭምርም ነው የቀየረው፡፡ በዚህ ከብሉይ ኪዳን የመዝሙር መጽሐፍ 14÷3 እና 53÷4 ላይ በተወሰደው ክፍል መሠረት በረሃ በማቋረጥ ላይ ያለ ግመል ወደ ትክክለኛው መንገድ እንዳይመለስ ሆኖ ከመንገድ መውጣቱን የሚያሳየን አገላለጽ ነው ጥቅም ላይ ውሎ የምንመለከተው፡፡ በተመሳሳይ ሰውም እግዚአብሔር ካዘዘው የጽድቅ መንገድ ወጥቶ መንገድን ስቷል፡፡ (ዶብሰን ፣ ኢ. ጂ ፣ ቻርለስ ፌይንበርግ ፣ ኢ. ሂንደንሰን ፣ ውድሮው ክሮል ፣ ኤች ኤል ዊልሚንግተን የኪጄ ቪ. መጽሐፍ ቅዱስ አስተያየት ኔልሰን)

መመለስ (**ekklino /ኢክሊኖ ከ ek /ኢክ** = ውጭ ከ + **klino /ክሊኖ** = መታጠፍ ፣ መዞር፣ አቅጣጫ መቀየር) ማለት በተሳሳተ አቅጣጫ መሄድ፣ ከትክክለኛው መስመር መውጣት ወይም መታጠፍ ነው (ሚልክያስ 2÷8 እና ዘሌ. 5÷32)፡፡ (መጽሐፍ ቅዱስ ጥቅሶች የብሉይና / የአዲስ ኪዳን ግሪክ መዝገበ ቃላት፣ የቴየር ትርጉም 1989. በ ጆሴፍ ሄንሪ ቴየር፣ ኦስቲን ሐተታ/ በጂፍ ጋሪሰን)

የማይጠቅሙ (**achreioo /አክርዮ ከ achreios /አክርዮስ** = የማይጠቅም፣ የማያተርፍ ከ**a /ኤ** = ውጭ + **chreia /ኬርያ** = መገልገያ፣ ጠቃሚነት) ማለት ሊጠቅም የማይችል ወይም የማያተርፍ ማድረግ ማለት ነው፡፡ የተበላሸ እና ትክክለኛ ማንነቱን ያጣ መሆን፡፡ (መጽሐፍ ቅዱስ ጥቅሶች የብሉይና / የአዲስ ኪዳን ግሪክ መዝገበ ቃላት፣ የቴየር ትርጉም 1989. በ ጆሴፍ ሄንሪ ቴየር፣ ኦስቲን ሐተታ/ በጂፍ ጋሪሰን)

ስፐርጀን በመዝሙር 14÷3 ላይ ደስ የሚል ማብራርያ አለው፡፡ ይህም ልክ እንደ ተበላሸ እርሾ ጎምዟዋል ወይም አንዳንዶች እንደሚያስቀምጡት መጥፎ ጠረን አምጥቷል፤ ነገር ግን ይህንን ጠረን መቀየርና መበላሸት ልናስተውለው ያልቻልንበት ምክንያት ቢኖር ነገሩን ስለ ለመድነው መሆኑ ነው፡፡ ግን መዝሙረኛው ታዲያ ሁሉ ኃጢአተኛ አይደለም ይልና፣ አዎን ብሎ ደግሞ ምላሽ ይሰጣል፡፡

ስፐርጀን በመዝሙር 53፥3 ላይም ማብራርያ ሲሰጥ እንዲህ ይጨምራል ከፋ እርሾ ሙሉ ነገሩን አበላሽቶታል፡፡ ስለዚህ በእግዚአብሔር ዕይታ እርሱን የማይፈልገው ማንነታችን ይቅርታን የሚያገኝ አይደለም፤ በእግዚአብሔር ፊት የተሠራው ስሕተት አንዳንዶች እንደሚያስቡት ቀላል በሽታ አይደለም፡፡ ይልቁንም ጸያፍ ከፋ ድርጊት ነው፡፡

መልካም /ቸርነት (**chrestotes /ክርስቶቴስ** ከ **chrestos /ክሬስቶስ** = ጠቃሚ፣ አትራፊ **ከ-chraomai /ቻራኦማይ** = የሚያስፈልግን ነገር መስጠት ከ **chráo /ቻራኦ** = መስጠት) የሚያሳየው መጥቀም የሚችል መሆንን፣ ክርስቶስ ዕውነተኛ የሆነ የልብ መልካምነትን የሚያሳይ ቃል ነው፡፡(መጽሐፍ ቅዱስ ጥቅሶች የብሉይና / የአዲስ ኪዳን ግሪክ መዝገበ ቃላት፣ የቴየር ትርጉም 1989. በ ጆሴፍ ሄንሪ ቴየር፣ ኦስቲን ሐተታ/ በጄፍ ጋሪሰን)

ዋረን ዌንድል ዌርዝቢ ሮሜ 3፥13-18 ያለውን ክፍል ለጠፋ ኃጢአተኛ ከራስ እስከ ዕግር የተደረገ የራጅ ምርመራ ነው ብሎ ይገልጸዋል፡፡

ዊሊያም ኔዌል ሲናገር በዚህ ክፍል ላይ እግዚአብሔር በጳውሎስ በኩል እንደ ጠቢብ ሐኪም መርማሪ ነው የሚያወራው፡፡ አፋቸው እንደ ተከፈተ መቃብር ነው፡፡ ሐኪሞች ሁልጊዜ ምርመራቸውን የሚጀምሩት አፋችንን ከፍተው ጉሮሮዎችንን በመመልከት ነው፡፡ ይህም ጉሮሮዎችን የጤንነታችን ሁኔታን አመላካች ስለሆነ ነው፡፡

ሬይ ፕሪትቻርድ ሲያብራራ ንግግራችን የሞት ሽታ ብቻ ነው ያለው፡፡ ምክንያቱም በውስጣችን ያለው ሌላ ነገር ሳይሆን፣ ሞት ስለሆነ ነው፡፡ ለዚህ ይሆን ቆሻሻ ቀልዶችና ጸያፍ ንግግሮችን የምናበዛው? አጋጣሚ ይሆን እንዴ አብዛኛው ቆሻሻ ንግግራችን የሚያተኩረው ስለ ርኩሰትና ቆሻሻ የሆነው? በሰው ልብ ውስጥ ያለ የመበስበስ ነጸብራቅ አይደለም? ለምን ይሆን ቆሻሻ ወሬዎችን የምንወደው?

ልጆችስ ለምንድን ነው መልካም ያልሆኑ ንግግሮችን የሚወዱት? ምክንያቱም በልባችን ውስጥ ያለው የቆሸሸ ነገር ስለሆነ፣ ከውስጣችን ወደ ውጭ የሚወጣውም እንደዚያው ያለው ነገር ስለሚሆን ነው፡፡ የሰው ልጅ አንደበት በእርግማንና በመራርነት የተሞላ መሆኑን ትጠራጠራለህ? እንደዚያ ከሆነ፣ ይህችን አጭር ድርጊት ሞክራት፤ ወደ ጎዳና ውጣና ጊዜ ጀምር ደግሞም በመጀመሪያ የምታገኘውን ሰው አፍንጫው ምታው! ከዚያም ከአፉ የሚወጣውን ነገር ከልብ አድምጠው (ሮሜ 3: 9-20: መስታወት ያለው ሰው)

በመላሳቸውም ሸንግለዋል

መሸንገል (dolioo /ዶሊዮ ከ **dolos /ዶሎስ** = የማይታመን ከ **délō /ዴሎ** = ማታለል ወይም መታመን አለመቻል) ማለት ትክክለኛ ያልሆነ ነገርን በማሳየት አንድን ነገር ማታለል እና ከዐደጋው ማምለጥ ማለት ነው። ዓሣ አጥማጆች ማጥመጃው ላይ ምግብ ያደርጉና ዓሣው ምግብ የሚበላ መስሎት ወጥመድ ውስጥ እንዲገባ፣ በዚህም ዓሣው ራሱ ምግብ እንዲሆን ያደርጉታል። ዋናው አሳብ እነዚህ ዓሣ አጥማጆች ዓሣውን በመሸንገል የወጥመዳቸው ሲሳይ ያደርጉታል ማለት ነው። ሐሰተኛ መረጃን በመስጠት ያሳስቱታል።(መጽሐፍ ቅዱስ ጥቅሶች የብሉይና / የአዲስ ኪዳን ግሪክ መዝገበ ቃላት፣ የቴየር ትርጉም 1989. በ ጆሴፍ ሄንሪ ቴየር፣ አስቲን ሐተታ/ በጄፍ ጋሪሰን)

ቫንስ ሃቭነር በአንድ ወቅት ሲናገር፣ "ልጅ እያለሁኝ የአገሪቷ ትልቅ ሐኪም ሊያየኝ ሲመጣ በዕጁ መሣሪያውን ይይዝና "እስቲ ምላስህን ልየው" ብሎኝ ይጀምራል። እናም በተመሳሳይ መልኩ የክርስቲያኖችን ባሕርይ ለመገምገም የሚያወሩትን መስማት ጥሩ ማሳያ መንገድ ነው። ንግግራችን ያጋልጠናል።

ጉሮሮአቸው የተከፈተ መቃብር ነው

መጽሐፍ ቅዱስ በማቴ. 12÷34 በልብ ሞልቶ ከተረፈው አፍ ይናገራል ይለናል። ምክንያቱ ምንድነው? ብለን ስንል፣ ኃጢአተኛው በመንፈሱ ሙት ነው። ስለዚህም ከአንደበቱ የሚወጣው የሞት ቃል ነው።

የተከፈተ መቃብር የሚጠብቀውም ሙት አካል ነው፤ ክፍት አድርጋችሁ ከተዋችሁትም የሚያወጣው የሞት ሽታ ነው።

የእባብ መርዝ በአንደበታቸው አለ

ሐዋርያው ጳውሎስ ይህንን ቃል ሲጠቀም በተምሳሌትነት ሊገልጥ የወደደው እባብ የሚነድፍበትን መርዙን ከሚደብቅበት ከምላሱ ስር ከተሸጎጠው ከረጢት ጋር በማመሳሰል ነው። በከንፈሮቻቸው ሥር መርዝን የተሞላ ነገር አለ። ሁኔታ ሲያመች

ያወጡታል፣ ይነድፉበታል፡፡ ከዚህም የተነሣ ሰዎች ከአንደበታቸው በሚወጡ መርዛማ ቃሎች ይነደፋሉ፡፡ ይሞታሉም፡፡

ያዕቆብም አንደበት በጣም ትንሽ የሰውነት ክፍል ሆኖ ሳለ ትልቅ ጫካን እንደሚያቃጥለው ትንሽ እሳት ዐይነት አጥፊነቷ የከፋ መሆኑን በመልእክቱ 3÷5-6 ጠቅሷል፡፡

ጳውሎስም ይህንኑ በማጠናከር የምላስን ዐደገኝነት ከእባብ መርዝ ጋር በማያያዝ ጠቅሶታል፡፡

መርዝ (**ios /አዮስ h hiemi /ሄይኤሚ** = መላክ) ማለት አንድ የተላከ ነገርን የሚያሳይ ሲሆን፣ ይህም ደግሞ በግሪክ የተወረወረ ቀስትን ያመለክታል፡፡(መጽሐፍ ቅዱስ ጥቅሶች የብሉይና / የአዲስ ኪዳን ግሪክ መዝገበ ቃላት፣ የቴየር ትርጒም 1989. በ ጆሴፍ ሄንሪ ቴየር፣ ኦስቲን ሐተታ/ በጆፍ ጋሪሰን)

ቫይን ሲጽፍ ትንሽ የሆነ ዕባብ እንኳ ንድፊያው በጣም ጒጂና ገዳይም ነው፡፡ እርሱን ለመከላከል የተጐዳውን ክፍል ቈርጦ መጣል ግዴታ ይሆናል፡፡ ማለትም ይህ በተምሳሌታዊ ገለጻው ከፉ ነገርን ማስወገድን ያሳያል፡፡

ከንፈር (cheilos /ኪሎስ) ይህ በአፋችን ላይ የሚገኘውን የአካል ክፍል ገላጭ ቃል ነው፡፡ አንዳንዴ ደግሞ የንግግር ቋንቋን የሚወክልበትም ጊዜ ይታያል፡፡(መጽሐፍ ቅዱስ ጥቅሶች የብሉይና / የአዲስ ኪዳን ግሪክ መዝገበ ቃላት፣ የቴየር ትርጒም 1989. በ ጆሴፍ ሄንሪ ቴየር፣ ኦስቲን ሐተታ/ በጆፍ ጋሪሰን)

ስፖርጆን በመዝሙር 140÷3 ላይ ማብራርያ ሲሰጥ "የዕባብ ምላስ ፈጣን ዕንቅስቃሴ ማሾሉን ሲጠቁመን በዚህ የምላስ ዕንቅስቃሴ ውስጥ ወደ አንድ ነገር እያነጣጠረ መሆኑን በውል መገንዘብ ይኖርብናል፡፡ ዕባብ መርዙን በምላሱ ላይ የሚረጭ መሆኑ የሚታወቅ ነው፡፡ ዳሩ ግን ይህ ለተምሳሌታዊና ግጥማዊ አቀራረብ ያገልግል እንጂ፣ እባብ የሚናደፈው በምላሱ ሳይሆን፣ በጥርሱ አማካይነት ነው መርዙን ግን በምላሱ ላይ ይረጨዋል፡፡
ሬይ ስቲድማን ሲናገር ከከንፈር በታች ያለ መርዝ ማለት የሚገልጸው በሰው ልብ ውስጥ መርዝን ለመርጨት የሚዘረጋን ምላስ ነው፡፡ የተሾለ፣ ዘልቆ የሚገባ፣ ሌላውን ሊሰብር

የሚችልና ስብዕናን የሚያዋርድ፡፡ ሁላችንም ጥፋተኞች ነን፣ በልባችን ያለው ይህ ነውና፡፡ እግዚአብሔርም በዐይኖቹ በውስጣችን ያለው ይህ ነውና፡፡

ሬይ ስቲድማን እንደሚለው ሰው ፈቃዱን ለእግዚአብሔር ማስገዛት ዕምቢ ሲል አንደበቱን ተጽዕኖ ያደርግበታል፡፡ በንግግሩ ዐይነት፣ በሚመርጣቸው ቃላት፣ በሚያደርጋቸው የፌዝ ንግግሮች፣ በእርግማኑና በመራርነቱ፣ በተደጋጋሚ በሚሠራቸው የአንደበት ስሕተቶች፣ እንዲሁም በሚታይ ቅንዓት ያለበት ማንነት መለየት ትችላለህ፡፡

ቍጥር 12

በአንድነትም የማይጠቅሙ ሆነዋል፤ ቸርነት የሚያደርግ የለም፤ አንድ ስንኳ የለም፡፡ ቸርነት የሚያደርግ የለም፡ አንድ ስንኳ የለም፡፡

እነርሱ ናቸው

ዘጸአት 32፥8፤ መዝሙር 14፥3፤ መክብብ 7፥29፤ ኢሳይያስ 53፥6፤ 59፥8፤ ኤርምያስ 2፥13፤ ኤፌሶን 2፥3፤ 1ኛ ጴጥሮስ 2፥25

ሆነዋል

ዘፍጥረት 1፥31፤ 6፥6፣ 7፤ ማቴዎስ 25፥30፤ ፊልሞና 1፥11

ማንም የለም

መዝሙር 53፥1፤ መክብብ 7፥20፤ ኢሳይያስ 64፥6፤ ኤፌሶን 2፥8-10፤ ፊልጵስዩስ 2፥12፣ 13፤ ቲቶ 2፥13፣ 14፤ ያዕቆብ 1፥16፣ 17

ቍጥር 13

ጉሮሯቸው የተከፈተ መቃብር ነው፤ በአፋቸውም ውሸት ይናገራሉ፤ ጉሮሮአቸው እንደ ተከፈተ መቃብር ነው፡፡ በመላሳቸውም ሸንግለዋል፡፡

ጉሮሮ

መዝሙር 5፥9፤ ኤርምያስ 5፥16፤ ማቴዎስ 23፥27፣ 28

የእነርሱ በሆነ

4; መዝሙር 5: 9; 12: 3,4; 36: 3; 52 2; 57: 4; ኢሳይያስ 59: 3; ኤርምያስ 9: 3-5; ሕዝቅኤል 13 7; ማቴዎስ 12 34,35; ያዕቆብ 3: 5-8

መርዝ

ዘዳግም 32፥33፤ ኢዮብ 20፥14-16፤ መዝሙር 140፥3

ሮሜ 3፥14-16 አፋቸውም እርግማንና መራርነት ሞልቶበታል፤ እግሮቻቸው ደምን ለማፍሰስ ፈጣኖች ናቸው፤ ጥፋትና ጉስቁልና በመንገዳቸው ይገኛል፥ አፋቸው እርግማንና ምሬት ሞልቶበታል

ሐዋርያው በዚህ ክፍል የገለጠው አሳብ እነዚህ ሰዎች የሚታይባቸው ባሕርይ አልፎ አልፎ በአንዳንድ ሁኔታዎች የሚከሰቱ የምሬት ቃላቶችን የማውጣት ሳይሆን፣ አዘውትረው ማድረግን ልማድ ያደረጉና አፋቸውም ይህንን ዘወትር ለማድረግ ያለ ጥረት ሙሉ ሆኖ የሚገኝ መሆኑን ነው።

እስኪ ወገኖች ቆም ብላችሁ አስቡ ከአንደበቱ የሚወጣው ነገር እርግማንና ምሬት ከሆነ፣ ሰው ጋር ምን ያህል ደቂቃ ታግሣችሁ መቆየት ትችላላችሁ? ይህ እጅግ አስቸጋሪ ነገር ነው።

ዓለማችን ከትናንት ዛሬ እንደ ድሮ ዳቦ ተጋግሮ መቈረስ እንደሚችል ይህ ጨለማው በየብሱ በውቃው በጠፈሩ ሰፍፎ ይገኛል። እኛም የጌታን መምጣት የምንጠባበቅ ክርስቶስ የቤተ ክርስቲያን ሙሽራ በደጅ እንደ ቆመ እናስተውላለን። በአባቶች ዘመን ሳይሆን፣ ሙሉ ሰው ሆነን ወደ ሕይወት ዕድሜ የደረስን ሰዎች እንኳ ላለፉት 30 ዓመት ያለውን ለውጥ ለመናገር እንችላለን።

እኔ የተወለድሁት በቀዳማዊ ኃይለ ሥላሴ አገዛዝ ሥር ሲሆን፣ ደም በማፍሰስ በትረ-መንግሥቱን የወሰደው የደርግ መንግሥት በምድሪቱ ላይ ድንኳኑን› ተክሎ ሲሰፍር የስድስት ዓመት ልጅ ነበርሁ። የመጀመሪያ የትምህርት ደረጃ ሆነ ሁለተኛ የትምህርት ደረዳ ስገባ ወጣቱ አንደበቱን በጥቂቱ የሚገታ ነበር። ይህ ደግሞ በምዕራባዊ ዓለም በተመሳሳዩ ያው ነው።

አሁን ግን «F-word» መናገር ከተማሪዎች አልፎ አስተማሪዎችም ሆነ የአገር መሪዎችና የሕክምና ባለሞያዎች፣ ብሎም ሳይንቲስቶች ... ወዘተ የሚናገሩት ቃል ሆኗል። ኮሜዲያኑ የሰዎችን ልብ የሚሰርቁበት የዘመኑ ቃል ሆኗል። ይህ ቃል ታላቂቱ ባቢሎን የነገሠችበትና ዝሙትን እንደማስተዋወቅ ሆኖ ያገለግላል።

በእርግጥ የመልካም አንደበት ጥንትም ነበር አዳማዊ ባህሪ ስለሆነ በጥቂቱ መገለጡ የማይቀር ነው (2ኛ ሳሙ. 16÷5)፡፡ በመጨረሻው ዘመን ጽድቅና ጨለማ እየሆነ በመምጣቱ ሰዎች ከአንደበታቸው ምስጋና (ፈሪሀ-እግዚአብሔር) የዕውቀቱ ብርሃን ከመናገር ከማወጅ ይልቅ የጨለማውን አሳብ፤ አሳባቸው የተበላሸበትን የጨለማን ስንፍና የሚያንጸባርቁበት ጊዜ ሆኗል፡፡ «ሰነፍ በልቡ እግዚአብሔር የለም ይላል» ማለት እግዚአብሔርን የማያስከብር ነገር ከጨለመውና ከማያስተውለው ልብ ይወጣል ማለት ነው (ሉቃስ 6÷45)፡፡

ዛሬ ዛሬ ጊዜ በሁለት አፍ መናገር ሊቆጠብበት መሆን የደረስንበት ደረጃ እናገኛለን፡፡ ፖለቲከኞች በሁለት አፍ ተናግረው ሕዝብ ያጨበጭብላቸዋል፡፡ ኬክ ሲቆርሱ እልል ተብለው መድፍ ይተኮስላቸዋል፡፡ ይህ ዐይነት አንደበት በዐደባባይ ሰላም ነው እወዳችኋለሁ የሚል የፈገግታ ፊት የታጀቡት ሆኖ ደማችን ሰጥተን እናንተ እናገለግላለን ይላሉ፡፡

ካሜራው መቅዳቱ ሲያቆም የመቅረጫው አምፖል ሲጠፋ በፓሊት ቢሮአቸው ተሰብስበ ሌላው ማንነታቸው ይገለጣል፡፡ ሰዎችን በአንደበታቸው ሲረግሙ፣ ጠፍረው ሲያስሩ፣ ገንዘው በመቃብር ሊያዘጋጁች ፉከራ የተሞላበት አንደበት ይወጣል፡፡ ከዚያ በጽሑፍ ረቂቅ ይቀመጣል፡፡ ሕዝብ ሊያገለግሉበት ባለባቸው የደኅንነት ቢሮዎች በድብቅ ይላካል፡፡

የከፉውን ድርጊት በልባቸው እንዳለ በአፉቸው እንዲመሰክሩ እንዲሁ በተግባር ያደርጉታል፡፡ ከጥቂቶች በስተቀር ዓለም በዚህ ቀውስ ውስጥ ተውጣ ትገኛለች፡፡ (መዝ. 12÷4)፡፡ ይህ እየከፋ ሲመጣ ሐሰተኛው ክርስቶስ ሲገለጥ በድብቅ መናገሩ ይቀርና በዐደባባይ ይናገሩታል፤ በዐደባባይ ሕግና ደንብ ወጥቶለት ይፈጽሙታል (ራእይ 13÷5 ዳን. 7÷8፣ 25፤ 11÷36)፡፡

ይህ ጨለማውን ዓለማችንን የገጓዳ ብቻ ሳይሆን፣ አብያተ ክርስቲያናት መካከል ገብቷል፡፡ ቅዱሳኑ ውሸት መናገር መሸነጋገል የመረጠበት ጊዜ እንገኛለን፡፡ የጸጋ የሚያነሳ ቃል የደከመውን እና የተሰናከለውን ሰው በክርስቶስ ዕውቀት ብርሃን ከማንሣት ይልቅ ሕገኞች ሆነ እንደ ፈሪሳውያን በወንድማማች ላይ ዕጅ መጠቆምና መፍረድን ዕናውቅበታለን፡፡ወንድሞቻችን ከሰፈር አስወጥተን ከዐመፀኞች መንደር ዕርቃናቸውን አውጥተን በመስቀል ክርስቶስን ልብ እንዳቈሰልን ደግመን ክርስቶስን የመስቀል ያህል

እናሳድደዋለን (ኤፌ. 4፥25፤ 1ኛ ቆሮ. 8፥12፤ ማቴ. 12፥49-50፤ 18፥10-11)፡፡ ይህ አስከፊ በወንድሞቻችን ፈጽመን መሥዋዕት ለማሳረግ ዕግሮቻችን ይፈጥናል (ማቴ. 5፥24)፡፡

ያዕቆብ እያለን ያለው በአድመኛነት ወንድምህን የፍርድ ክስ ወረቀት እያቀረብህ በመቅደሱ የምስጋና መሥዋዕት ማቅረብ አትችልም (ያዕ. 3፥9-12)፡፡ በብሉይ ኪዳን በወንድሞች መካከል ጠብም ሆነ አለመግባባት ሊፈታ የሚችለው እግዚአብሔር ነበር፡፡ ይህ ግን እግዚአብሔር ፍርድ እንዲወርድ ያደርገዋል፡፡

ወደ አዲስ ኪዳን ስንመጣ ይህ ወንድም የክርስቶስ አካል ሆነ፡፡ በዚህም የጠነከረ መሆኑን እናስተውላለን (1ኛ ሳሙ. 2፥25፤ 1ኛ ቆሮ. 12፥12፤ የሐዋ. 9፥4-5)፡፡ ከዚያ አልፎ መሪዎችዋ መካከል በዚህ የተበከሉ ይገኛሉ፡፡ በዐደባባይ መድረኮቻቸው ለእግዚአብሔር ምስጋና እናደርጋለን ብለው በጸሎት ይጀምራል፡፡ ሙዚቃው አምልኮው የሚወጣለት የለም፡፡ ከ ሀ እስከ ፐ ድረስ የሚያስደንቅ ነው፡፡ ስብከቱም «እርስ በርሳችን እንዋደድ» የሚል ነው፡፡ ሆኖም በመሪዎች ስብሰባ ወንድሞችን የመሾም የመሻር የመኰነንና የማገድ ፋይል ተይዞ ይቀመጣል፡፡ በወንድሞቻቸው ላይ የሚያነሱት የክስ አጀንዳ ብዙውን ግዜ ውሐ ቀጠነ የሚል ይመስላል፡፡ ለምሳሌ ለማንሳት «ከእኛ ህብረት ሄደህ ወደ ሌላው ቤተክርስቲያን ገብተህ አመለከህ አገልገልህ» የሚል ነው፡፡ አጠገባቸው ለአመታት እያለ የአገልግሎት በር ሳይከፍቱለት ዛሬ ከመካከላቸው ሲሄድ እንደ ትልቅ ነገር ቆጥረውት አድማ ያስመቱበታል፡፡ በዚህም «የቤተክርስቲያን አሰራር ነው ብለው» ለመናገር አንጀቱ አላቸው፡፡ በዚህም በወንድማቸው ላይ የሚያመጡት ጉዳት ከምንም ጋር አይወዳደርም፡፡ በአንድ ቤተ እምነት ስር ሆነው ከአንዱ የቤት ጥናት ለቅቀው ወደ ሌላ ህብረት ሲደባለቁ የሚያንተከትካቸው ይገኛሉ፡፡ ለምሳሌ ያህል እነዚህን አነሳን እንጂ የጨለማውን ስራ ለማጋነን አይደለም፡፡

እንደ አባት እግዚአብሔርን ወክለው የየዋህነት መንፈስ ማቅናት ሲገባቸው አንድ ልጅ ተወልዶ ዐድጐ ለአቅመ-አዳም እስኪደርስ ድረስ በገዥዎች ግዞት ቤት እንደ ነቢዩ ኤርሚያስን አስረውት ይቅር ለማለት፣ ለመራራት ልብ የሌላቸው እንዳሉ ከወትሮ አሁን እየበዛ እንደ መጣ እናስተውላለን፡፡ በልባቸው ያለውንም በአንደበታቸው ይናገሩታል፡፡ በጽሑፍ በስብሰባ ይፀድቃል በድርጊት ይገልጡታል፡፡ ለዚህ የተካኑ ናቸው፡፡ ድርጊቱን ከፈጸሙ በኋላ እንዴት በተንኮል ለሕዝቡ እንደሚያስረዱ ያውቁበታል፡፡ ይህ ተጽዕኖ ግን የመጣው ፍቅር በመቀዝቀዙ እንደ ሆነም ከህያው ቃሉ እንረዳለን (ማቴ. 24፥12፤ 2ኛ ጢሞ. 3፥1፣ 5፤ ዕብ. 12፥12-13፤ ገላ. 6፥1)፡፡

በቍ. 15-16 የተገለጸው አሳብ የሰውን አረማመድ የሚያመለክት ነው

ዕግሮቻቸው ደም ለማፍሰስ ፈጣኖች ናቸው። የአንድ ሰው አንደበቱ ክፋትን የተሞላ ከሆነ፣ ድርጊቱ ደግሞ አፍራሽና አጥፊ ነው። በመሠረቱ የክርስቲያኖች ዕግር ወንጌልን መጫሚያው ያደረገ ነው (ኤፌ. 6÷15)። ይህም ወንጌል የሰላም ወንጌል ነው። ሰላም የሚመጣውም ከሰላሙ ንጉሥ ጋር ከሚኖር የጠበቀ ኅብረትና ቊርኝት ነው። የኃጢአተኞች ዕግር ግን ለክፋትና ለጥፋት ፈጣን ነው።

የሚሄዱበትም ጎዳና ይህንኑ ጥፋት ያለ ከልካይ ለመፈጸም እጅግ ሰፊ ነው (ማቴ. 7÷13-14)። ስለዚህ የሰላምን መንገድ ዐያውቁም (ቍ. 17)። ሐዋርያው በዚህ ሥፍራ ጫን ብሎ ማሳወቅ የፈለገው ነጥብ የእነዚህ ሰዎች ክፋት በአእምሮ ውስጥ ካለ የጥፋት ዐቋም አልፎ በድፍረት በተግባር የሚገለጥ ክፋት ነው። ስለዚህ ከሰላም መንገድ በጣም የራቁና የጥፋት መንገድ የተመቻቸው ናቸው የሚል ብርቱ አሳብ ነው።

የሰው ልብ በክፋት ሲሞላ ዕጅ እና ዕግር ሆነ የሰውነት ብልት የጽድቅ መሣሪያ ከመሆን የተነሣ ለዐመፃ ሲዘጋጅ ነው ሮሜ 6÷19 የሚጀምረው። ነፍስ በምን ዕውቀት ተሞልታለች? ክርስቶስን በማወቅ ከሆነ ሰዎችን የማንሣት ድርጊት ይፈጸማል። ሰውን በክርስቶስ ማወቅ የተሞላች ነፍስ የምትንቀሳቀሰው በትንሣኤው ሃይል ስለሆነ፣ ሰዎችን ለማንሣት ዐቅምና ጒልበት ይኖራታል።

ክርስቶስን ማወቅ ማለት ከክርስቶስ ጋር በሞቱ መተባበር ከእርሱም ጋር በትንሣኤው ኃይል ለእግዚአብሔር ክብር መኖር ማለት ነው። ስለሆነም በወንድሞቻችን ሕይወት ድካም ብናይ ለክርስቶስ ክብር እንዲቆም ለባልዋ እንደ ተዘጋች ሙሽራ ዕድፋሙን ልብስ አውልቀን፣ ክርስቶስን እየለበሰ እንዲሞሽር እናደርገዋለን ማለት ነው።

የቲዎሎጂ መምህር የሆነ ሊቅ መሆን አያስፈልግም። ወንድምህ ለክርስቶስ እንደሚኖር ማወቅ ይገባል (ሮሜ 6÷3፣ 6፣ 9)። በእርግጥ ይህን ዕናውቃለን፤ ይህን ማወቅ ተሰጥቶናል፤ ከዚያ በኋላ ደግሞ እንቈጥራለን (ሮሜ 6÷11)። በመጨረሻ ብልቶቻችን እናቀርባለን (ሮሜ 6÷19)።

ደምን ለማፍሰስ የሚችል ዕግር ከልብ (በአእምሮ) በመላው ከንቱ አሳብ የተነሣ የሚሆን ተግባር ነው፡፡ የልብ መጨለም የማያወጣው ፍሬ ነው፡፡ ነፍስ ይህን የመዳን ዕውነት የሆነውን የዕውቀት ብርሃን ተቀብላ የሕይወት መርኅ ማድረግ ካልቻለች፣ ነፍስ በክፉ ዕውቀት ትሞላለች (ኤፌ. 4÷18)፡፡

ሲቀጥል ሥጋዊ ብልቶቻቸውን እንደ ዐመፃ መሣሪያ አድርገው በማቅረባቸው ይፈጽሙታል (ኤፌ. 4÷19)፡፡ ልቡ የጨለመበት ሰው በዚህ በኃጢአት ምኞት እየተታለለ ይፈጽመዋል (ኤፌ. 4÷21)፡፡ አማኝ ግን የተማረው ይህ አይደለም፡፡ የተማረው ሕይወት ትንሣኤ (ከክርስቶስ መሞቱ ከክርስቶስ መነሣቱ እና ለ እግዚአብሔር ክብር መኖር) ነው (ኤፌ. 4÷20)፡፡

ከጌታ ጋር የተባበረ የተጣበቀ ይህ ዕውቀት በእምነት በኲል ሕይወት ሆኖለት፡፡ አዲስ ፍጥረት የሆነ በዚህ ዕውቀት ሊኖር በኅብረቱ እየጠነከረ የትንሣኤው ኃይል እርሱም ክርስቶስ በእርሱ እየተገለጠ ለወንድሞቹ መነሣት (በወንድሞቹ ክርስቶስ እንዲገለጥ) በሕይወቱ ምሳሌ ይሆናል፡፡ ይህ የዳነ ሰው የተፈጠረበት ማንነቱ ይህ የወንጌል ዕውቀት ብርሃን በማወቅ እያደገ ለመምጣት ነው (ቈላስ. 3÷10)፡፡

ስለሆነም «ዕውቀትን ለማግኘት» ማለትም የክርስቶስ የክብሩ ዕውቀት ብርሃን ልቡናውን (አእምሮውን) በማደስ ለእግዚአብሔር ደስ የማያሰኘውን አገልግሎት ለመስጠት ብልቶቹን ለጽድቅ ተግባር ማቅረብ ይችል ዘንድ ዐቅም ይኖረዋል (ሮሜ 12÷ 1-2)፡፡

ሐዋርያው በዚሁ በሮሜ መጽሐፍ በምዕራፍ አሥራ ሁለት እንዳቀረበው «ሰውነታችሁን ... አቅርቡ ... ለአእምሮ የሚመች ... የእግዚአብሔር ... የሆነውን ... ታውቁ ዘንድ ... በልባችሁ መታደስ ተለወጡ ...» የሚለውን ቃል ስናጠና ሰውነት የጽድቅ ዕቃ ጦር ሆኖ እንዲቀርብ ነፍስ የእግዚአብሔር የሆነው (ክርስቶስ) በማወቅ ሲታደስ ወይም በውስጣዊ ሰውነት መታደስን ስታገኝ ብቻ ነው (ሮሜ 12÷1-2)፡፡

ይህ ካልሆነ ሐጥኡ እንዳደረገው አማኝ የሆነ ሰው በዚህ የከፋ ድርጊት ሊገኝ ይችላል ማለት ነው፡፡ ሳኦል ዳዊትን በመጀመሪያ ጦርን አልወረወረበትም፡፡ ቃሉ እንደሚያስተምረን ዳዊትን ለመግደል በሳኦል ልብ መርዙን ረጨበት (1ኛ ሳሙ. 19÷15)፡፡

ይህ ክፉ አሳብ ልቡን ሲቆጣጠረው (ነፍሱን) ሲገዛ የተቀባው ሰው በመጀመሪያ በዕጅ ባለው ጦር ዕርምጃ ወሰደ፡፡ ሲቀጥል ቤተ መንግሥቱን ከኢየሩሳሌም አውጥቶ በድንኳን መንግሥቱን እያሳደረ ዳዊትን ያሳድደው ቀጠለ፡፡ ዳዊትን ፈልገው ሲያጡ ያረፈበትን መንደር ሳይሆን፤ ከተማ ሊያጠፋ ፈለገ፡፡ ሳኦል በዚህ ጊዜ ብቻውን አይደለም፡፡ በአካባቢ የነበሩትን ሁሉ በዚህ ዕኩይ ተግባር እንደ ተባበሩ አደረገ (1ኛ ሳሙ. 23÷10፤ ምሳሌ 6÷18፤ ኢሳ. 59÷7፤ ኤር. 41÷7)፡፡

በሙሴ ወንበር የተቀመጡት የአብርሃም ልጆች ነበሩ፡፡ ነቢያቶችን የገደሉ ደም ያፈሰሱ ነበሩ፡፡ ስለዚህ አእምሮ (ነፍስ) በክፉ ቢያዝ በክርስቶስ ያመነ ሰው ደም ማፍሰስ የቤትን ክብረ ንጽሕና መድፈር የአባቱን ሚስት ማግባት ከወንድ ጋር ዝሙት ማድረግ የመሳሰለ ድርጊት ሊያደርግ ይችላል፡፡

ሐዋርያው በመልእክቱ ይህን አታድርጉ እያለ ያስጠነቅቃቸዋል፡፡ በመጨረሻ ፍርድ ያመጣል እያለ ከወዲሁ ይናገራል፡፡ የምድራዊ ሕግ ይዞአቸው ነው እንጂ፤ አንዳንድ ወንድሞቻችን እስከዚያ ተሻግረው ባደረጉት ነበር፡፡ ሆኖም ከዚያ ያልተናነሰ ድርጊት ሲፈጽሙ ይገኛሉ፡፡

ዳዊት ኦርዮን በገዛ ዕጁ ደሙን በፍልስጥኤም ምድር እንዲፈስስ አላደረገም፡፡ ሆኖም በስልቱ እና በአሠራሩ የወንድሙ ደም በዕጁ ላይ ነበር፡፡ ንጹሕ ልብህ (የታደሰ ልብ) እንዲኖረው ከልብ በመሰበር እግዚአብሔርን ጠየቀ፡፡ ይህን ታላቅ ኃጢአት በደሉን ይቅር ሊለው የሚችለው እግዚአብሔርን ብቻ መሆኑን ዐወቀ (መዝ. 51÷14፤ 10)፡፡

ዛሬ እግዚአብሔር የሰጣቸውን የመንግሥተ ሰማይ ቊልፍ ሰዎችን ወደ መንግሥቱ ለማስገባት ሊጠቀሙበት ሲገባ በዐደራ የተሰጣቸውን የሚያሰቃዩ የሚገድሉ ስንት ይሆኑ? እኔ እሆንን? ሉቃስ 12÷45 ወንድሞቼን ከስሕተታቸው ካሉበት ዐደራ ለማዳን ምን ድርሻ ተወጥቼ ይሆን? ይህም ሰውን ደምከ ማፍሰስ ያልተናነሰ ጕዳይ ነው (ሕዝ. 33÷8)፡፡ እንዲያውም ከተነጋገርን ላይቀር እንደ ደጉ ሳምራዊ ሳይሆን፤ ወንድምህ በሞት እና በሕይወት መካከል ዝም ብሎ ዐይቶ ማለፍ ወንበዴዎች ደብድበው ከፈጸሙት በደል ያልተናነሰ ነው (ምሳሌ 3÷28-29)፡፡

በቤተ ክርስቲያን ጣሪያ ሽሽተው ለመጡ ምሕረት የሚያደርጉ አሳልፈው ወደ ውጭ አውጥተው ለአውሬ እንዲሰጡ የሚያደርጉት ያላወቁት ነገር የአውሬው መንፈስ

ነፍሳቸውን እየተቆጣጠረው ልቡናቸውን እያጨለመ እየሄደ ልብ ዕልከኛ ወደ መሆን ደረጃ እንዲሸጋገር ያደርገዋል:: በዚያ መልክ የሚመላለሱ ከሆነ፣ ብዙዎችን በመድረኮቻቸው የቀብር ሥነ ሥርዓት አድርገው እንደሚቀብሩ ነው::

ኃጢአተኛ ሰው ይህን በፊተኛው አዳም አድርጎ ይፈጽመዋል:: የዳነው ሰው ግን አሮጌውን ሰው ማስወገድ ሲኖርበት፣ አእምሮውን ተቆጣጥሮት ከፋትን ይተገብረዋል (ኤፌ. 4÷22-23):: እነዚህ ድርጊቶች በአማኙ እንዴት ይጀምራሉ? ሐዋርያው መልስ ይሰጣል በመጀመሪያ መራራነት ወደ ንዴት ሲቀጥል ቁጣ ደግሞ ወደ ጩኸት ከዚያ መሳደብ ሲሆን የመጨረሻው ክፋት ነው (ኤፌ. 4÷31)::

በተመሳሳዩ (ቈላስ. 3÷8-9) ሐዋርያው እነዚህ ሁሉ ወደ ብርሃን አውጥተን ከቅዱሳኑ መካከል ተወግዶ በእውነተኛ ፍቅር በመተሳሰር በእምነት በኩል ወደ ክርስቶስ እንድናድግ ይመክረናል (ኤፌ. 5÷11):: ለመልካም ክርስቶስን ለመምሰል በክርስቶስ ዕውቀት የምናድግ ለከፋት ግን ሕፃናት (የማናውቅ)፣ ማለትም ልቡናችን በክርስቶስ ፍቅር ዕውቀት የተሞላ እንዲሆን ያስፈልጋል (1ኛ ቆሮ. 14÷20):: አለዚያ አማኝ በይበልጥም አገልጋይ እንደ ቃየን ሳአል ዳዊት የወንድሙ ደም በዕጁ መገኘቱ አይቀርም (1ኛ ዮሐ. 3÷12፣ 15):: ሐዋርያው ቅዱስ ጳውሎስ በሰው ልብ ያለውን የሚገልጥ አስገራሚ ቃላቶችን በዚሁ በሮሜ ምዕራፍ ሦስት ከቍጥር አሥራ ሦስት እስከ አሥራ ሰባት ይገልጣል:: ቍጥር አሥራ ሦስት እና አሥራ አራት ስለ ሰው ልጆች አንደበት የተናገሩትን ለመሥራት ዕግሮቻቸው መፍጠኑን ይገልጣል::

ቍጥር አሥራ ሰባት ላይ ግን የከፉዎች አእምሮ ምን እንደሚመስል ያስተምረናል:: ይህ የሚያመለክተው የአዳም ዘር በአሳባችን በንግግራችን (በአንደበታችን) ሆነ በድርጊታችን እግዚአብሔርን መፍራት እንደ ሌለ ነው ጨለማው እየጨለመ እንደ ደመና ሲያንዣብብ የአገር መሪዎች ሳይቀሩ አስጸያፊ ነገር ያደርጋሉ::
የኢየሱስ ክርስቶስን መወለድ የሰማው ሄሮድስ ከሁለት ዓመት በታች ያሉት እንዲገደሉ በዐደባባይ ትእዛዝ ሲሰጥ ፈርዖን ወንድ ልጅ እንደ ተወለደ እንዲገደል ዐዋጅ ተናግሮ የእስራኤልን ወንድ ልጆች ገና ዕትብታቸው ሳይደርቅ በሰይፍ ሲገደሉ የሰዎች ልብ ምን ያህል የጨለመ መሆኑን እናስተውላለን::

ይህን ሲያደርጉ የትኛውም ሕዝብ ፓርላማ ወይንም የሕዝ ምክር ቤት ሲቃወማቸው አንመለከትም:: ብዙ መጥቀስ ይቻላል:: በኔሮ ዘመን ሰዎች ሰብአዊ መብታቸው ተገፍፎ

የሮሜ መጽሐፍ ጥራዝ ስንድ 511

ለአውሬ መጫወቻ በመሆን በመንግሥታት መዘባበቻ ሲሆኑ፣ ሂትለር 28 ሚሊዮን የሚቈጠሩ ሕዝብ፣ ሕፃናት እና እናት አዛውንቶች ሳይቀሩ በእሳት ማገዶ እንደ አብን አምቆ ሲያቃጥል፣ አውሮጳ ሁሉ ዓለም በክፉ እንደ ተያዘች ማለት ልባቸው በክፉ እንደ ተነደፈ ያመለክተናል፡፡ የዐመፃ ሥራ ሲገለጥማ ምን ያህል የከፋ ይሆን? የሮም መንግሥት አሠራር እንደገና ያቈጠቍጣል (ዳን. 7÷16-24፤ 2ኛ ተሰ. 2÷6-7) እንዲህ ሲሆን፣ እግዚአብሔር ዝም ብሎ ለምን ይመለከታል? እንላለን፡፡

እግዚአብሔር በሥራ ላይ መሆኑን በዚሁ ምዕራፍ ማየት እንችላለን፡፡ በቅድሚያ እግዚአብሔር እንደ ዳኛ ከቍጥር 10 - 12 ከዚያ እንደ ሐኪምም ቍጥር 13 - 15 መጨረሻ የእግዚአብሔር ክብር መፍትሔ ሆኖ ክርስቶስ ይህ ክብር በመስጠት እንደ ተቤዠን ይህም ደግሞ የእግዚአብሔር ጣልቃ-ገብነትን እንድናስተውል ያደርገናል፡፡

ኃጢአተኛ የእግዚአብሔርን ዕውነት ማወቅም መቀበልም አይፈልግም፡፡ ይልቁንም የሰይጣንን ውሸት መቀበል ይቀልለዋል፡፡ ይህም ዐቋሙ እግዚአብሔርን ከመፍራት ይልቅ በትዕቢት በገዛ መንገዱ መሄድን ምርጫው እንዲያደርግ ይገፋፋዋል፡፡ ጳውሎስም ይህንኑ መግለጫ በማጠናከርና በመዝ. 36÷1 የተጠቀሰውን «እግዚአብሔርን መፍራት በዐይናቸው ፊት የለም» የሚለውን በመንተራስ እግዚአብሔርን መፍራት ከሌለ ደግሞ ጥበብና ማስተዋል የሌለ መሆኑን በአጽንኦት ይገልጣል፡፡

ሞልቶታል (gemo /ጌሞ) ማለት በአንድ ነገር መሞላት ማለት ነው፡፡ በዚህ ቦታ ላይ ደግሞ በእርግማን የተሞሉ መሆናቸውን ገላጭ ቃል ነው፡፡(መጽሐፍ ቅዱስ ጥቅሶች የብሉይና / የአዲስ ኪዳን ግሪክ መዝገበ ቃላት፣ የቴየር ትርጒም 1989. በ ጆሴፍ ሄንሪ ቴየር፣ አስቲን ሐተታ/ በጄፍ ጋሪሰን)

እርግማን _(**ara /አራ**) ይህ ቃል በመጀመሪያ የነበረው አሳብ ምኞት ወይም ጸሎት የሚል ሲሆን፣ ከሆሜር ጊዜ በኋላ ግን በአንድ አካል ላይ ክፉ ነገር እንዲከሰት የሚደረግ ጸሎትና መሻትን አመላካች ነው፡፡ ይህም የሚመጣው ክፉ ነገር ከመለኮት ዘንድ የሚመጣ ክፉ ነገር ነው፡፡ በግሪክ ጥንታዊ እምነት አራ የጥፋት ወይም የበቀል አምላክ ተደርጎ ነው የሚወሰደው፡፡ እርግማን ለአንድ ሰው ላይ በዐደባባይ ወይም በገሃድ የሚታይ ክፉ ነገር እንዲከሰትበት መመኘት ነው፡፡(መጽሐፍ ቅዱስ ጥቅሶች የብሉይና / የአዲስ ኪዳን ግሪክ መዝገበ ቃላት፣ የቴየር ትርጒም 1989. በ ጆሴፍ ሄንሪ ቴየር፣ አስቲን ሐተታ/ በጄፍ ጋሪሰን)

የፐሪቸር መጽሐፍ ቅዱስ ማብራርያ እንዲህ ይላል፡- "በአዲስ ኪዳን ላይ እርግማን እንደምናስበው የተሳለ ቁራጭ ቃል ብቻ አይደለም፡፡ የታሰበውን ጥፋትና ጉዳት ሊያመጣ የሚችል ቃልም ጭምር ነው፡፡ ከክፉ ልብ የሚወጣ ቃል ሲሆን፣ በሰዎች ልብ ውስጥ ገብቶ ሊሰብር እስከ ሞት የሚደርስ ጉዳትም ሊያመጣ የሚችል ቃል ነው፡፡ (ዘ ፐርቸር ኮሜንተሪ)

ጆዌል ሲናገር ይህንን ለማረጋገጥ በጐዳና ላይ ወጥተህ የአንድ መንገደኛ አፍን ምታው፤ በተመሳሳይ የትላትሎችን ቤትም አፍርስባቸው፡፡ ሰዎች እንዴት ሌሎችን እንደሚረግሙ ታያለህ፡፡ መራርነት በደጅ ነው፡፡ ይህ ደግሞ በጌታ ኢየሱስ ድኛለሁ ለሚሉና በሰማይ አብረን እንሆናለን በሚሉ ወንድማማቾች መካከል ሲከሰት ምን ያህል አስፈሪ ነው!

መራርነት _(**pikria /ፒክሪያ ከ pikrós /ፒክሮስ ከ pik /ፒክ**- = መቍረጥ፣ ክፍተት መፍጠር) ማለት ሹል ሆኖ የተሳለ መሆንን የሚያሳይ ሲሆን፤ ሹል ሆኖ ወደ ውስጥ ሊገባ የሚችልን ነገር አመልካች ነው፡፡ ስሜትን ሊጐዳ የሚችል መልካም ጠረን የሌለው ንግግርን የሚጠቁምም ነው፡፡(መጽሐፍ ቅዱስ ጥቅሶች የብሉይና / የአዲስ ኪዳን ግሪክ መዝገበ ቃላት፣ የቴየር ትርጉም 1989. በ ጆሴፍ ሄንሪ ቴየር፣ አስቲን ሐተታ/ በጄፍ ጋሪሰን)

ሊዴ ሲናገር ፒክሪያ ማለት አንድን ሰው በጥላቻ ስሜት ውስጥ የሚከት ሃሳብ ነው፡፡ ይህ አሳብ ይህን ሰው ሊጐዳውና ለሰዎች ምሕረት-ዐልባ እንዲሆን ያደርጋል በአንደበቱም መርዝ እንዲኖርበት ያደርገዋል፡፡

ዌርዝቢ መራርነት ላይ አስተያየት ይሰጣል፤ ደግሞም በዚህ ውስጥ አማኞች እንኳ ይካተታሉ፡፡ ይቅርታ የማያደርግ ክርስቲያን ለሰይጣን መጫወቻ ሜዳ ነው፡፡ አንድ ሰው በዕውቀትም ይሁን ሳያውቅም ጉዳትን ሲያደርስብን እና ይቅርታ ሳናደርግለት ስንቀር በውስጣችን መራርነትን መፍጠር እንጀምራለን፡፡ይህ ደግሞ ልባችንን ያደነድነዋል፡፡ ስስ ልብ ያለንና ትሑት መሆን ሲገባን፣ ደንዳና እና መራር እንሆናለን፡፡ ዕውነታው በዚህ ሂደት ውስጥ የጐዳንን ሰው ሳይሆን፣ የምንጐዳው ራሳችንን መሆኑ ነው፡፡ በልባችን መራርነት ሲኖር እነዚን ሰዎች ሰይጣን በሚያስብበት መልክ ማሰብ እንጀምራለን፡፡ መሆን የነበረበት ግን እግዚአብሔር እነርሱን በሚያይበት መልክ ነበር ማየት የሚጠበቅብን፡፡

እግዚአብሔር በቸርነቱ ይቅር ብሎናል፤ እናም እኛ ደግሞ በፈንታችን ሌሎችን ይቅር ማለት ይጠበቅብናል፡፡ ይቅር የምንለው ለእኛና ለእነርሱም ስንል ብቻም አይደለም፤ ዳሩ ግን ስለ ጌታችን መድኃኒታችን ኢየሱስ ክርስቶስ ስንል ጭምር ነው፡፡ የደስተኛ ክርስትና ሕይወት አንዱ ምሥጢር እንዴት ይቅርታ ማድርግና በደልን መርሳት እንዳለብን መማር ነው፡፡ (ዋረን. ዌንደል. ዊርስቢ፡ መጽሐፍ ቅዱስ ኤክስፖሲሽን ኮሜንተሪ)

ማክአርተር ሲጽፍ በዚህ ክፍል መሠረት የመራርነት ሥር የሚወክለው ከላዩ ባለው ገጽታ እንደ እግዚአብሔር ሕዝብ የሚቈጠርንና ወደ አለማመን የተመለሰን ሰው ነው፤ ይህ እንደ ሌሎቹ ዐይነት ከሃዲ አይደለም፡፡ እግዚአብሔርን በተመለከት ትምክህተኛና ተቃዋሚ ነው፡፡ በእግዚአብሔር ላይ ያንጓጥጣል፡፡ ለእንዲህ ዐይነቱ ትምክህተኛ ከሃዲ እግዚአብሔር የሚሰጠው ምላሽ ከባድና የመጨረሻ ነው (ዘዳ. 29÷20) (ጆን. ኤፍ. ማክአርተር፡ ቺካጎ ሙዲ ፕረስ)

ዕግራቸው (**pous /ፖውስ** = ይህ ለመራመድ የምንጠቀምበትን የሰውነት ክፍል አመልካች ቃል ነው) መጽሐፍ ቅዱስ በተደጋጋሚ የእግር መንገድ አቅጣጫን የሕይወት ዕይታ መገለጫ አድርጎ ያስቀምጠዋል፡፡ *ጎጆት* እንደሚለው ዕግር የእርምጃ አርማ ሆኖ ሙሉ ባሕርይን ይወክላል፡፡(መጽሐፍ ቅዱስ ጥቅሶች የብሉይና / የአዲስ ኪዳን ግሪክ መዝገበ ቃላት፣ የቴየር ትርጉም 1989. በ ጆሴፍ ሄንሪ ቴየር፣ አስቲን ሐተታ/ በጇፍ ጋሪሰን)

ፈጣን _(oxús /ኦክሰስ) ሁለት መሠረታዊ ትርጒም ሲኖረው፣ ኦክሰስ ደግሞ የስለታም ነገር ጫፍን የሚወክልና ሹል መሆንን የሚያሳይ ነው፡፡ በራእይ መጽሐፍም ላይ በሙሉ የተቀመጠው በዚህ ትርጒሙ ነው፡፡(መጽሐፍ ቅዱስ ጥቅሶች የብሉይና / የአዲስ ኪዳን ግሪክ መዝገበ ቃላት፣ የቴየር ትርጉም 1989. በ ጆሴፍ ሄንሪ ቴየር፣ አስቲን ሐተታ/ በጇፍ ጋሪሰን)

በዚህ ቦታ እንደ ተቀመጠው ደግሞ አክሰስ በጒዞ ፈጣን መሆንን የሚያሳይ ቃል ነው፡፡

ማፍሰስ _(ekcheo /ኤኬቼኦ ከ ek /ኤከ = ውጭ + **chéo /ቼኦ** = መፍሰስ) ማለት አንድ ነገር ወደ ውጭ መፍሰስን የሚያሳይ ነው፡፡(መጽሐፍ ቅዱስ ጥቅሶች የብሉይና / የአዲስ ኪዳን ግሪክ መዝገበ ቃላት፣ የቴየር ትርጉም 1989. በ ጆሴፍ ሄንሪ ቴየር፣ አስቲን ሐተታ/ በጇፍ ጋሪሰን)

ደም _(**haima /ሄይማ**) ይህ በሰውነት ክፍል ውስጥ ያለ ሕይወትን የሚወስንን ፈሳሽ ደም አመልካች ነው፡፡ ደም ማፍሰስ የሚለው ቃል ወንጀል የመሥራት ቃልን አመልካች ነው፡፡(መጽሐፍ ቅዱስ ጥቅሶች የብሉይና / የአዲስ ኪዳን ግሪክ መዝገበ ቃላት፣ የቴየር ትርጒም 1989. በ ጆሴፍ ሄንሪ ቴየር፣ አስቲን ሐተታ/ በጂፍ ጋሪሰን)

ማክአርተር ሲጽፍ የክርስትና ምድር ናት በምትባለው በአሜሪካ እንኳ ሳይቀር በ20ኛው መቶ ክፍለ ዘመን በግድያ የሞቱት ዜጎቿ በታከ ውስጥ በጦርነት ከሞቱባት ሕዝቧ ሁለት ዕጥፍ ይበልጣል፡፡ እንደ ጥናት አድራጊ፣ አርኖልድ ባርኔት ገለጻ በአሜሪካ ካሉ ትላልቅ 50 ከተሞች ውስጥ የሚወለዱ ሕፃናት ከ50 ዕጅ 1 ዕጅ የሚሆኑቱ በሰው ተገድለው የሚሞቱበት ዕድል አላቸው፡፡

ዶ/ር ባርኔት ሲናገር በ1980ዎቹ በአሜሪካ የሚወለድ ሕፃን በሁለተኛው ዓለም ጦርነት ከሚሳተፍ ወታደር ይልቅ በሰው ዕጅ የመገደል ዕድል ይዞ ነው የሚወለደው፡፡ (ጆን. ኤፍ. ማክአርተር፡ ቺካጎ ሙዲ ፕረስ)

ዋይን ባርበር ሲያስታውሰን የጠፋው የሰው ልጅ ውድቀቶች የሚያስገርሙ ናቸው፡፡ በብዙ ቦታ እናየዋለን በህጻናት ልጆች ላይ እንኳን ሳይቀር፤ አንድ ሕፃን የሌላውን አሻንጉሊት በሚወስድበት ሰአት ይመለከተውና "እጠላሃለሁ፣ እጠላሃለሁ፣ አሻንጉሊቴን ወሰድህብኝ! ብትሞት ደስ ይለኝ ነበር!" ይለዋል፤ ለመሆኑ እንደዚህ ያለው ነገር ከየት ይሆን የመጣው? ከትምህርት ቤት ነው የተማረው? ወይስ ከቤት ነው የተማረው?

መልሱ ከየትም የተማረው አይደለም የሚል ነው፡፡ ዕውነታው ከአዳም ኃጢአት የተነሣ ደካሞች ሆነን በመፈጠራችን ነው የሚል ነው፡፡ በሕፃናት ውስጥ የምናየው ይህ ዐይነቱ ማንነት የሚያሳየን ሰው በውስጡ ምንም መልካም ነገር የሌለበት መሆኑን ነው፡፡ ይህን አሳብ መረዳት ካቃተህ ወንጌሉ ለምን መልካም ዜና እንደሆነ እንኳ ገና አልተረዳህም ማለት ነው፡፡ (Barber, Wayne. Notes on Romans)

ኬንት ሂዩስ ሲያብራራ የሰው ልጅ ውድቀት የሚታየው ጥፋት ለማጥፋት መፍጠኑ ላይ ነው፡፡ *ዊል ዱራንት* ከታሪክ መዝገብ ላይ እንደ ጻፈው ከባለፉት ከተመዘገቡት 3421 ዓመታት የምድር የዕድሜ ቆይታ 268 ዓመታት ብቻ ናቸው ጦርነት ያላስተናገዱቱ ዓመታት፡፡ ይገርመኛል! አሁን ትላልቅ አገራት ምን ያህል ጦርነት ላይ ገንዘብ እያፈሰሱ

እንደ ሆነ ሳይ፣ የሰው ልጅ ጥፋት እና ግጭት ይወዳል ከሚል መደምደሚያ ላይ እደርሳለሁ:: (ሂዩዝ ፣ አር ኬ. ሮማውያን-ከሰማይ የመጣ ጽድቅ፡ ዊተን)

ጥፋት (**suntrimma /ሱንትሪማ ከ suntribo /ሱንትሪቦ** = ትናንሽ አድርጎ መሰባበር፣ ሙሉ ለሙሉ ማጥፋት) የሚያሳየው ትናንሽ ሆኖ መሰባበርንና መጥፋትን ነው:: የተሰበረ አጥንትን ለመግለጽም ያገለግላል::(መጽሐፍ ቅዱስ ጥቅሶች የብሉይና / የአዲስ ኪዳን ግሪክ መዝገበ ቃላት፣ የቴየር ትርጉም 1989. በ ጆሴፍ ሄንሪ ቴየር፣ ኦስቲን ሐተታ/ በጄፍ ጋሪሰን)

ጉስቁልና (**talaiporia /ታላይፖርያ ከ talaiporos /ታላይፖሮስ** [ሮሜ 7:24፤ ራእይ 3÷17] = መጎሳቆል፣ መበለሻሸት፣ ጭንቀት የሚፈጥር ሁኔታ ውስጥ መግባት ከ **tálas /ታላስ** = መሰቃየትና መጎሳቆል የሚሉ ፍቺዎችን ይሰጣል):: ይህ አንድ ሰው በሌላ ሰው ላይ ጉዳት በሚያደርስበት ወቅት የሚከሰት ውጤት ነው:: የሚያደርሰው ጥፋት ዘላቂ የሆነን ቍስልና ጠባሳ ትቶ ያልፋል::(መጽሐፍ ቅዱስ ጥቅሶች የብሉይና / የአዲስ ኪዳን ግሪክ መዝገበ ቃላት፣ የቴየር ትርጉም 1989. በ ጆሴፍ ሄንሪ ቴየር፣ ኦስቲን ሐተታ/ በጄፍ ጋሪሰን)

ኔዌል እንደሚያስቀምጠው ጥፋትና ጉስቁልና የሰው ልጅ ታሪክ መገለጫዎች ናቸው:: እንደሚነገረው *ሆሜር* የሚያዜምለት ትልቁ ሐውልት ከተማ የተገነባው ቀድሞ በነበረ ሐውልት ከተማ ፍርስራሽ ላይ ነው:: እነርሱም የተገነባው እንደዛው በፈረሱ ሰባት ሌሎች ከተሞች ላይ ነው::

የሰው ልጅ ከዕለት ዕለት እየተሻሻለ ነው የመጣው ብለው የሚሉ ሰዎች ጭፍን አሳሳቾች ናቸው፣ ለታሪክና ለአሁን ክስተት ዐይናቸውን ያሳወሩ እየጨመረ ያለውንም የሰው ልጅ ጥፋተኛ ማንነት ማየት የተሣናቸው ናቸው:: ልክ በኖኅ ዘመን እንደ ነበረው እስከ ሰው ልጅ መምጣት ድረስ ይላል ጌታችን ሲናገር፣ በኖህ ዘመን ምድር በጥፋት የተሞላች ነበረች (ዘፍ. 6÷11)::

ዋይን ባርበር፡- ዘወር ብላችሁ የሰውን ልጅ ታሪክ ተመልከቱ! እስቲ እና ምንድን ነው የምታዩት? በሌላ ሰው የፈረሱ የከተማ ፍርስራሾች ነው የምትመለከቱት፤ *ሆሜርም* ስለዚያች ከተማ ሲያዜም በፈረሱ ሌሎች ሰባት ከተሞች ላይ የተገነባች እንደ ሆነች

ይናገራል፡፡ አሁን እናንተ እኔ ማንንም አልገደልኩም ማንም ላይም አልተኮስሁም፤ እኔ ጨዋ ሰው ነኝ ትሉ ይሆናል፡፡

ዳሩ ግን ዕውነታው ይህ አይደለም፤ ሽፍናችሁት ነው፡፡ ልክ ከላይ ማር በማስቀመጥ መርዙን ከውስጥ እንደሚያደርጉት ዐይነቱ ማለት ነው፡፡ በቅርብ ጊዜ ጌታ ቤተ ክርስቲያንን ከዚህች ምድር ይወስዳታል እናም ደግሞ ያን ጊዜ ዓለም ትክክለኛ የሰውን ልጅ ልብ ዝቅጠትና ጥፋት የወለደው እጣ-ፈንታዋን ትጋፈጣለች፡፡

ለዚህ የቍጣ ጊዜ እግዚአብሔር ስላልመደበን እናመሰግነዋለን፡፡ በጉን ስለ ተቀበልን፣ እግዚአብሔርን እናመሰግነዋለን፡፡ የሰው ልጅ አጥፊነት አንድ ቀን በሙሉ ኃይሉ ተገልጦ ይታያል፡፡ አሁን ያ ነገር እንዳይከሰት ያደረገው ብቸኛ ነገር የመንፈስ ቅዱስ በዚህ ምድር ላይ መኖሩ ነው፡፡ (Barber, Wayne. Notes on Romans)

ጎዴት እንደሚለው ሰው ወንድሙ ላይ ጥፋት ያደርስና (*ሰንትሪማ*) ሕይወቱ በጉስቁልና *(ታሊያፖርያ)* ትሞላለች፣ ስለዚህ የእንዲህ ዐይነት ጉዞ የተሞላው በሌሎች ዕንባ ነው፡፡ እንዲህ ዐይነቱ መጎሳቆልና ስቃይ የመጣው ሕይወት ላይ ካለ ክፍተት የተነሣ ነው፡፡ ይህ ክፍተት ልብን በእግዚአብሔር ፍርሃት ካለመሙላት የመጣ ክፍተት ነው፡፡ (Godet, F. Commentary on Romans).

ሬይ ስቲድማን፡- "ሰው በሄደበት ሁሉ ጥፋት ይከተለዋል፡፡ ስለዚያ ነገር ዛሬ መዝገብ ማገላበጥ ይጠበቅብናል? ከተሞች ሁልጊዜ የተጎሳቆሉ መንደሮች የሚኖሩዋቸው ለምንድን ነው? ቆንጆ ተራራዎቻችንና ገጽታዎቻችን የሚበከሉት ለምንድን ነው? ይህ ከሰዎች የተነሣ የሚከሰት ነገር ነው" ይላል፡፡

አልበርት ባርነስ፡- "የሰው ልጅ ባሕርይ የሚያጋድለው የተገናኙትን የሌላውን ሰው ዕድል፣ ደስታና ሰላም ወደ ማበላሸት ነው" ይላል፡፡

ቍጥር 14

አፋቸውም እርግማንና መራርነት ሞልቶበታል፡፡

መዝሙር 10፥7፤ 59፥12፤ 109፥17፣ 18፤ ያዕቆብ 3፥10

ቍጥር 15

ዕግሮቻቸው ደምን ለማፍሰስ ፈጣኖች ናቸው፡፡

ምሳሌ 1፥16፤ 6፥18፤ ኢሳ. 59፥7፣ 8

ሮሜ 3፥17-18 የሰላምንም መንገድ አያውቁም። በዓይኖቻቸው ፊት እግዚአብሔርን መፍራት የለም

መንገድ (**hodos /ሆዶስ**) ይህ በቀጥታ የሚያሳየን ከቦታ ቦታ አንድ ሰው የሚንቀሳቀስበትን መንገድ ነው (ኢሳ. 35፥8፤ ኢሳ. 42፥16፤ ዮሐ. 14፥6፤ ዕብ. 10፥20)፡፡ (መጽሐፍ ቅዱስ ጥቅሶች የብሉይና / የአዲስ ኪዳን ግሪክ መዝገበ ቃላት፣ የቴየር ትርጉም 1989. በ ጆሴፍ ሄንሪ ቴየር፣ አስቲን ሐተታ/ በጄፍ ጋሪሰን)

ሰላም (eirene /ኢሬኔ) ይህ ኤይሮ (**eiro**) ከሚለው ግስ የመጣ ቃል ሲሆን፣ ትርጉሙም አንድ የተሰባበረን ነገር አብሮ አንድ ላይ እንዲሆን ማጣበቅ ነው፡፡ ይህም መልሶ አንድ ማድረግን ያሳያል፡፡ በዚህ ቦታ ላይ ጳውሎስ ኢሬኔ ሲል እየተናገረ ያለው የውስጥ ወይም ከእግዚአብሔር ጋር ያለ ግንኙነት በማጣት የሚመጣ ሰላም ማጣትን አይደለም፡፡ (መጽሐፍ ቅዱስ ጥቅሶች የብሉይና / የአዲስ ኪዳን ግሪክ መዝገበ ቃላት፣ የቴየር ትርጉም 1989. በ ጆሴፍ ሄንሪ ቴየር፣ አስቲን ሐተታ/ በጄፍ ጋሪሰን)

ምክንያቱም ይህ እግዚአብሔርን የማያውቁ ሰዎች መገለጫ ነውና ይልቅ ጳውሎስ የሰው ልጅ ከወንድሙ ጋር ከሰላም ይልቅ ወደ አለመግባባት የማዘንበል ነገሩን የሚያሳይ ነው፡፡ ይህ ዕውነት መሆኑን ትጠራጠራላችሁ? እንደዚያ ከሆነ የኦሽዌትዝ ፍርስራሾችን መጎብኘት ይጠበቅባቹሃል፤ የካምፑ መታጠቢያ ክፍል የእሳት ጋዝ መጋዘን የነበረበት፣ ማሞቂያው ደግሞ የሰውን ልጅ ለመቀቀል ይጠቀሙበት የነበረ፣ በአጠቃላይ ይህ አስቃቂ ቦታ ነው፡፡

ዐያውቁም (**ouk /ኦውክ**) ይህ ፍጹም ተቃርኖን የሚያሳይ ቃል ነው፡፡ የሰላምን መንገድ ዐያውቁም፡፡(መጽሐፍ ቅዱስ ጥቅሶች የብሉይና / የአዲስ ኪዳን ግሪክ መዝገበ ቃላት፣ የቴየር ትርጉም 1989. በ ጆሴፍ ሄንሪ ቴየር፣ አስቲን ሐተታ/ በጄፍ ጋሪሰን)

የሚድል ታውን መጽሐፍ ቅዱስ ማብራርያ ሲሰጥ፡ በየዘመናትና በየትውልዱ የተካሄደውን የሰውን ልጅ የጦርነት ታሪክ እስቲ አጥኑት፤ ማለትም ቃየን አቤልን ከገደለበት ጊዜ ጀምራችሁ፤ በለንደን የሚገኘው የዓለም አቀፍ ሕግ ማኅበረሰብ በአንድ ወቅት ይፋ ባደረገው ጥናታዊ መረጃው ካለፉት የሰው ልጅ 4000 ዓመታት የታሪክ ጉዞ

ውስጥ 286 ዓመታት ብቻ ጦርነት ያላስተናገዱት ጊዜያት ሲሆኑ፣ በእነዚህ ጊዜያት ውስጥ ከ8000 በላይ የሰላም ስምምነቶች ተፈርመዋል፡፡

ባለፉት 300 ዓመታት ብቻ በአውሮጳ ውስጥ 286 የሚያህሉ ትላልቅና መጠናቸው ዝቅተኛ የሆኑ ጦርነቶች ተስተናግደዋል፤ በአጠቃላይ የሰው ልጅ ታሪክ የጦርነት ታሪክ ሲሆን፣ ነገሮችም እያደር እየተሻሻሉ ሳይሆን፣ እየተባባሱ በመሄድ ላይ ናቸው፡፡ አሁን በዓለም ላይ ምን ዐይነት ጦርነት እየተካሄደ ነው? የሰው ልጅ ከእግዚአብሔር ጋር ሰላም ካልሆነ፣ ከጎረቤቱ ጋር ጦርነት ላይ ነው ያለው ማለት ነው፡፡

ማወቅ (ginosko /ጊኖስኮ) ማለት በጭንቅላት ብቻ ሳይሆን፣ በተግባርም ጭምር እግዚአብሔርን ማወቅ ነው፡፡ ኢየሱስን ማወቅ ሰላምን ማወቅ ነው፤ ኢየሱስ ከሌለ፣ ሰላም የለም ማለት ነው፡፡(መጽሐፍ ቅዱስ ጥቅሶች የብሉይና / የአዲስ ኪዳን ግሪክ መዝገበ ቃላት፣ የቴየር ትርጉም 1989. በ ጆሴፍ ሄንሪ ቴየር፣ አስቲን ሐተታ/ በጄፍ ጋሪሰን)

ዋይን ባርበር እንደሚለን "ጳውሎስ እየተናገረ ያለው ማንም ሰው ኢየሱስ ክርስቶስ ከሌለው ተመሳሳይ የሆነ የዘቀጠ ልብ ነው የሚኖረው፡፡" ቅዱስ ዕሳቤ ኖሮት ዐያውቅም፡፡ እግዚአብሔርን አልተረዳም፤ በገዛ ድካሙ ይወድቃል፤ ከእግዚአብሔርም ዕርቆ ይኖራል፡፡ ዛሬ ዓለማችን ያለችበት ሁኔታ ይህ ነው፡፡ (Barber, Wayne. Notes on Romans)

ጎጄት ሲያብራራ እግዚአብሔርን መፍራት በብሉይ ኪዳን ወቅት የመንፈሳዊ ሕይወት መደበኛ መገለጫው ነው፡፡ የሰው ልጅ በልቡ ውስጥ የተቀመጠው አሳብ ይህ ነበር፡፡ የእግዚአብሔር ፈቃድና ፍርድ፡፡ በዐይናቸው ፊት መልካም መስሎ እንደ ታያቸው የሚለው ቃል የሚያሳየን ሰው በውስጡ እግዚአብሔር ያስቀመጠውን ፈቃድ ማውጣትም ማፈንም እንደሚችል ነው፡፡ በመዝሙር 36፥1 ላይም ይህ አሳብ አለ፡፡ እናም በእስራኤል ዘንድ ለእግዚአብሔር ታማኝ በሆኑትና ባልሆኑት መካከል የሚለየው መለያ ይህ ነው፡፡

ሬይ ስቲድማን ሲጨምር በአሁን ዘመን አገላለጽ እናስቀምጠው ካልን ሰው እግዚአብሔር ስለ እርሱ ስለሚያስበው ነገር ግድ ላይሰጠው አይችልም፡፡ ይህ ነው እንግዲህ የሰው ልጅ

ችግር ሥሩ እግዚአብሔር ስለ ሰው ሕይወት ለሚያስበው ነገር ግድ እንደማይለው መንቀሳቀስ።"

ሮበርት ሃልዴን አለመፍራት ላይ አስተያየት ሲሰጥ የእርሱ ልጅ የጥበብ መጀመሪያ የሆነውን እግዚአብሔርን መፍራት፣ ከክፋት መራቅ፣ እርሱን መታዘዝና ማክበር የሚሉትንና የመሳሰሉትን የመጽሐፍ ቅዱስ አሳቦች ትቷቸዋል። ከዚህ ይልቅ ሰው ከአምላክ ሥልጣንና አሳብ ውጭ መመላለስን መርጧል። ሰው እግዚአብሔር እንዳለ ዕያወቀ፣ እርሱን ደስ በማያሰኝ ጎዳና መጓዝ መምረጡ የሚገርም ነገር ነው።

ይህ ግን ባሕርያቸው ነው። እንደ እነርሱ ከዐፈር የተገኘውንና በዐፈር ውስጥ የሚመላለስን ትላትል ይፈራሉ። ትልቁን አምላክ ግን አይፈሩትም (ኢሳ. 51÷12፤ 18)። ከእግዚአብሔር ይልቅ ሰውን እና የሰውን ቊጣ ይፈራሉ። ሰውን መፍራት ብዙ ነገር እንደያደርጉ ያግዳቸዋል። እግዚአብሔርን መፍራት ከማያግዳቸው ነገር (ምሳሌ 29÷25) የአዲሱ ኪዳን መለያ ባሕርያት ከሆኑት መካከል አንዱ ሲሆን፣ ይህም እግዚአብሔር በሕዝቡ ውስጥ እርሱን መፍራት ማስቀመጡ ነው። ይህ ግን በዚህ ክፍል ላይ አይታይም። (Haldane, R. An Exposition of Romans)

ዊሊያም ኔዌል ሲጽፍ ይህ በሮሜ 3÷9-18 ያለው ድንቅ ምዕራፍ በዚህ እግዚአብሔርን ማሰብ በሞተበት ዘመን ሁሌ ሊታወስ፣ ሊጸለይበት፣ በደንብ ሊታመን እና ሁልጊዜ ሊሰበክ ይገባዋል። ለአንድ ወንጀለኛ ይቅርታ ካልጠየቀ በስተቀር፣ የሚደርስበትን የቅጣት መጠን አለመናገርና መደበቅ ትሕትና ሳይሆን፣ ትልቅ ስሕተት ነው የሚሆነው። አንድ ሐኪም ተቈርጦ ካልወጣ ሊገድለው የሚችል የካንሰር ህመምን ከበሽተኛው መደበቅም፣ እንዲሁ ከባድ ስሕተት ነው።

በተመሳሳይም አንድ ሰው እየሄደበት ያለው ጎዳና የሚያመጣበትን የዐደጋ መጠን እያወቁ አለማሳሰብ ከፍተኛ ስሕተት ነው የሚሆነው።

ፊት _**(apénanti /አፔናንቲ ከ apó /አፖ** = ከ + **énanti /ኢናንቲ** = በፊት፣ መሪ በመሆን) ማለት ከአንድ ነገር ፊት ለፊት መሆን ወይም መጋፈጥ የሚል ትርጒም ያለው ነው። (መጽሐፍ ቅዱስ ጥቅሶች የብሉይና / የአዲስ ኪዳን ግሪክ መዝገበ ቃላት፣ የቴየር ትርጒም 1989. በ ጆሴፍ ሄንሪ ቴየር፣ አስቲን ሐተታ/ በጄፍ ጋሪሰን)

ክራንፊልድ በዐይኖቻቸው ፊት የሚለው ቃል ላይ አስተያየት ሲሰጥ ሰው በዐይኖቹ መንገዱን ይመራል፡፡ ስለዚህ በዐይኖቻቸው ፊት እግዚአብሔርን መፍራት የለም ሲል በተምሳሌት እያለን ያለው የመንገድ ምርጫዎቻቸው ላይ እግዚአብሔርን መፍራት ምንም ድርሻ የለውም የሚለውን ነው፤ ከዕሳቤው ውስጥ እግዚአብሔር ወጥቷል በዚህም በሕይወት መርህ ደረጃ እንኳ የእግዚአብሔርን መኖር ባይክድ በተግባሩ ግን እግዚአብሔር እንደ ሌለ ነው የሚመሰክረው፡፡

ዋረን ዌንድል ዌርዝቢ ሲጨምር ተጽዕኖው ሙሉ ነው፡፡ ምክንያቱም ሙሉ ማንነትን የሚያዳክም በመሆኑ ነው፡፡ በዚህ ክፍል ላይ የተጠቀሱትን የተለያዩ የሰውነት ክፍሎችን ተመልከቱ፡- ጉሮሮ፣ ምላስ፣ ከንፈር (ሮሜ 3፥13)፣ አፍ (14)፣ ዕግር (15)፣ ዐይን (18)፡፡ ይህ ዝርዝር የሚያሳየን የሥነ መለኮት ምሁራን ሙሉ የሆነ ዝቅጠት ብለው የሚጠሩትን ነው፡፡ ሰው በማንነቱ አይደለም ክፉ የሆነው፡፡ ይልቁንም መላ ሕይወቱ በኃጢአት ስለ ተበከለ ነው እንጂ፡፡ ሙሉ ተፈጥሮው በዚያ ተይዟል፡፡ (ዋረን. ዌንደል. ዊርስቢ፡ መጽሐፍ ቅዱስ ኤክስፖሲሽን ኮሜንተሪ)

ዊልያም ባርክሌይ ይህን ጠቅለል አድርጎ ሲያቀርበው ክፍሉን ጳውሎስ የሰውን ልጅ ኃጢአትም የኢየሱስ ክርስቶስ የመቤዥት ዐቅምንም ዝቅ አድርጎ አላየም" ይላል፡፡ በአንድ ወቅት *ዊልያም ሮቢ* ወጣት ልጅ በነበረበት ወቅት *በማልቨርን* ይሰብክ ነበር፡፡ ስኬት በሌለው መንገድ ውስጥ ማለፉ ግን ወደ መሰላቸቱ ስለ ከተተው *ሥራውን* ለመልቀቅ ፈለገ፡፡
በዚህ ወቅት ነበር ሙዲ የተባለ ሰው እንዲህ ሲል የጠየቀው፡- "መዳንም ታዲያ ከፉ ውጤት አለው ማለት ነው?" እናም ይህ ከባድ የፈተና ጥያቄ ዊልያምን ወደ *ሥራው* መለሰው፡፡ ጳውሎስ ያለ ክርስቶስ መሆን መጥፎ መሆኑን ሲያምን፣ ከክርስቶስ ጋር መሆን መጥፎ ውጤት ሊኖረው ይችላል የሚል ትምህርት ግን የለውም፡፡ ክርስቶስ ለእርሱ የሠራለትን ነገር ለሌላ ለማንኛውም ሰው እንደሚሠራለትም እርግጠኛ ነበር፡፡ (Barclay, W: The Daily Study Bible Series, Rev. ed. Philadelphia: The Westminster Press)

ቍጥር 17
የሰላምንም መንገድ ዐያውቁም፡፡
5፥1፤ ኢሳይያስ 57፥21፤ 59፥8፤ ማቴዎስ 7፥14፤ ሉቃስ 1፥79

ቍጥር 18
በዐይኖቻቸው ፊት እግዚአብሔርን መፍራት የለም፡፡

ዘፍጥረት 20፥11፤ መዝሙር 36፥1፤ ምሳሌ 8፥13፤ 16፥6፤ 23፥17፤ ሉቃስ 23፥40፤ የዮሐንስ ራእይ 19፥5

3፥19 አፍም ሁሉ ይዘጋ ዘንድ ዓለምም ሁሉ ከእግዚአብሔር ፍርድ በታች ይሆን ዘንድ ሕግ የሚናገረው ሁሉ ከሕግ በታች ላሉት እንዲናገር ዕናውቃለን፤

አፍም ሁሉ ይዘጋ ዘንድ

መዘጋት (phrasso /**ፍራሶ** ከ phragmos /**ፍራግሞስ** = ግድግዳ) ማለት ግድግዳ፣ በአጥር መዝጋት፣ ግንብ መሥራት እና እንዳይከፈት ማድረግን አመልካች ቃል ነው፡፡(ዋረን. ዌንደል. ዊርስቢ፡ መጽሐፍ ቅዱስ ኤክስፖሲሽን ኮሜንትሪ)

ሬይ ስቲድማን ሲናገር "አንድ ሰው መልሶ መከራከር እና መልስ መስጠት ሲያቆም ክርስቲያን እየሆነ ነው እንላለን፡፡ ራሳቸውን የሚያጸድቁ ሰዎች ሁልጊዜ የሚሉት ነገር ቢኖር፣ "ግን ይህ ... አዎ ግን ደግሞ ይህን አድርጌያለሁ... ይህን አድርጌያለሁ" የሚሉ ናቸው፡፡ ሁልጊዜ ይከራከራሉ፡፡ ነር ግን የሕጉን ዕውነተኛ ትርጉም ሲገባቸው አፋቸውን ይዘጋሉ፡፡ እንዲህ ዐይነት ዐርፍተ ነገር በምናነብበት ወቅት ሌላ ልንለው የምንችል ነገር አይቀርልንም፡፡

ሃልዴን "አፍም ሁሉ ይዘጋ ዘንድ" ስለሚለው ቃል ሲናገር፣ ይህ አገላለጽ በጥንቃቄ መታየት አለበት፡፡ ሰው ሕጉን ከፈጸመ በፍርድ ፊት ስለሚቀርብበት ነገር መልስ መስጠት ይችላል፡፡ ነገር ግን ጥፋተኛ ሆኖ ከተገኘ ምንም መልስ ሊሰጥ አይችልም፡፡ ሊያደርገው የሚችለው ነገር ዝም ማለት ብቻ ነው፡፡ በሚቀርብበት ክስ ላይ ሊመልሰው የሚችል ነገር እስከ ሌላ ድረስ ዝም ብቻ ነው የሚለው፡፡ ይህ ዝምታ የመሸነፍ እና ዕጅ የመስጠት ዝምታ ነው፡፡ (Haldane, R: An Exposition of Romans)

ዌርዝቢ ሲጽፍ የሰው ልጅ ስኬት ከእግዚአብሔር ፍላጎት ጋር ሲመዘን ሰው ምንም የሚኰራበት ነገር አይኖረውም፤ የሚያደርገው ነገር ቢኖር ዝም ማለትና ጥፋተኝነትን ማመን ብቻ ነው፡፡ በመጽሐፍ ቅዱስ ላይ የምናያቸው ብዙዎቹ ፍርዶች ከሚያሳዩን ነገር ዋነኛው የሚፈረድባቸውን ሰዎች ዝምታ ነው፡፡ (ዋረን. ዌንደል. ዊርስቢ፡ መጽሐፍ ቅዱስ ኤክስፖሲሽን ኮሜንትሪ)

ሄንደሪክሰን ሲጽፍ እዚህ ቦታ ላይ የምናየው አጻጻፍ ድራማዊ፣ ፍርሃትን የሚጭር እና የማይረሳ ነው፡፡ ሁሉም ሰው በዳኛው በእግዚአብሔር ፊት ይቆማል፡፡ ክሱ ይነበባል፤ እናም ተከሳሹ የሚቀርብበት ክስ ላይ አንድ በአንድ መልስ እንዲሰጥ ዕድል ይሰጠዋል፡፡ ይሁን እንጂ፣ ጥፋታቸው ተጋልጧል፤ መልስም አይኖራቸውም፡፡ አፋቸው ዝም ብሏል፡፡ (ሄንድሪክሰን, ደብሊው., እና ኪስትሜከር, ኤስ.ጄ. አዲስ ኪዳን ኮሜንተሪ ፡ ግራንድ ራፒድስ: ቤከር መጽሐፍ ቤት)

ዶ/ር ማርቲን ሊዮድ ጆንስ እንደሚሉት "አፍህ መዘጋት እና ምንም የመናገር ዐቅም የሌለህ የመሆን ደረጃ ላይ ካልደረስክ ክርስቲያን መሆን አልጀመርህም" ማለት ነው፡፡ ክርክርህን ታቆማለህ አለኝ፤ የምትለውን ጽደቅ ታሳያለህ፤ ሕጉም ያወራል እናም ያለህን ሁሉ ባዶ ያረገዋል እና ቆሻሻ መሆንህን ታያለህ ከዛ በኋላ ምንም የምትለው ነገር አይኖርህም ማለት ነው፡፡

ጄ ቬርኖን ማክ ጊ ሲጽፍ "የሰው ልጅ በሙሴ ሕግ ጽድቅን ማግኘት አይችልም፡፡ ይህ በዕውነቱ በዝቅጠት ውስጥ ያለ ሰው ከሚሰምጥበት ነገር ለመውጣት በማሰብ ሕጉን እንደ መያዝ ያለው ዐይነቱ ተግባር ማለት ነው፤ ሕጉ ደግሞ እርሱን ከቶውንም ቢሆን አያወጣውም፤ እንደውም የተቃራኒውን ነው የሚያደርገው፡፡

ሕጉን መያዝ ማለት ልክ ከአውሮፕላን የሚዘል ሰው ፓራሹት እንደመዘርጋት በዛ ምትክ ሲሚንቶ ቢሸከም የሚከሰተውን ማሰብ ነው፤ እመኑኝ ህጉ ይዞት ይሰምጣል፡፡ ህጉ ሰውን ይከሳል የሞትም አገልጋይ ነው፡፡(ማክጊ ፣ ጄ ቪ-በመጽሐፍ ቅዱስ ሐተታ ናሽቪል ቶማስ ኔልሰን)

ዓለም በሙሉ

ይህ የሐዋርያው ጳውሎስ መግለጫ ከላይ የዘረዘራቸውን ማስጃዎች በሙሉ ወደ መደምደሚያ ሊያመጣቸውና ዓለም ሁሉ በድሏል! ብሎ በችሎቱ ፊት ያቀረበውን መከራከሪያ ነጥብ ጭብጥ ሊያደርገው እንዳሰበ እንዳደረገውም ያመለክታል፡፡

አይሁድ ሕግ አለን ሲሉ ሕጉን በማፍረሳቸው፣ አሕዛብም የጥፋትንና የሞትን መንገድ በመምረጣቸው ሁሉም የሚናገሩት አሉ፡፡ አፋቸው ተዘጋ . . . ጻድቅ ነኝ ብሎ በፊቱ የሚቆምም ጠፋ፡፡ ሁሉ በደለኞች ሆኑ፡፡

ዓለም (**kosmos /ኮስሞስ**) በዚህ ቦታ የሰውን ልጅ በአጠቃላይ የሚወክል አገላለጽ ነው፡፡(መጽሐፍ ቅዱስ ጥቅሶች የብሉይና / የአዲስ ኪዳን ግሪክ መዝገበ ቃላት፣ የቴየር ትርጉም 1989. በ ጆሴፍ ሄንሪ ቴየር፣ አስቲን ሐተታ/ በጄፍ ጋሪሰን)

ከእግዚአብሔር ፍርድ በታች ይሆን ዘንድ

በታች (en /ኤን) ማለት በአንድ ነገር ወስጥ ወይም ስር መሆንን ነው፡፡ ልክ በክብ ውስጥ ያለችን አንድ ነጥብ መሳል ትችላላችሁ፡፡ በዚህ ቦታ ላይ ህጉን የሰሙት ሰዎች እንደ ነጥቧ ሲሆኑ ህጉ ደግሞ ክቡ ይሆናል፡፡ በሌላ አገላለጽ ከህግ በታች ያሉት ማለት በህግ ተጠያቂነት ውስጥ ያሉት ማለት ነው፡፡(መጽሐፍ ቅዱስ ጥቅሶች የብሉይና / የአዲስ ኪዳን ግሪክ መዝገበ ቃላት፣ የቴየር ትርጉም 1989. በ ጆሴፍ ሄንሪ ቴየር፣ አስቲን ሐተታ/ በጄፍ ጋሪሰን)

የኤክስፖዚተሪ መጽሐፍ ቅዱስ ማብራርያ ከሕግ በታች ሲል በሕግ ውስጥ ማለት ነው፡፡ ይህ በሕግ ውስጥ መሆንን የሚያሳይ ክፍል ሲሆን፣ ሕጉ ግን ከእነርሱ በላይ ሥልጣን ይዞ ተጭኖ ያለ አይደለም፡፡

ሕግ የሚናገረው ሁሉ ከሕግ በታች ላሉት እንዲናገር ዕናውቃለን፤

ሕግ _(**nomos /ኖሞስ**) ይህ ቃል ከታሪካዊ ዕይታው አንጻር ያለው ትርጉም ከአንድ መሬት ላይ ተቈርሶ የተወሰደን አገልግሎት የሚሰጥ አካልን የሚያሳይ ነው፡፡ ኖሞስ የሚለው ቃል በዕብራውያን *ቶራህ* ከሚለው ቃል ጋር አቻ ነው፡፡ ይህም የሚያስተምሩት ወይም የሚነግሩት ሕግን ያመለክታል፡፡(መጽሐፍ ቅዱስ ጥቅሶች የብሉይና / የአዲስ ኪዳን ግሪክ መዝገበ ቃላት፣ የቴየር ትርጉም 1989. በ ጆሴፍ ሄንሪ ቴየር፣ አስቲን ሐተታ/ በጄፍ ጋሪሰን)

ሕንጻ ግንባታ ላይ ውኃ ልክ የሚያስፈልገው ሕንጻውን ቀጥ ለማድረግ አይደለም፡፡ ነገር ግን ምን ያህል ወጣ ገባ እንዳለው ለማየትና የቱ ጋር ማስተካከያ እንደሚፈልግ ለማየት ነው፡፡ ሕግም የተሰጠን እኛን ለማስተማርና መለኪያ ይሆነን ዘንድ፣ እንዲሁም ጽድቅን ለማለማመድና ለማስተማር ይረዳን ዘንድ ነው፡፡

ቫይን ምክንያቱን ሲያስቀምጥ እነዚህ ቀድመው የገቡት ጥቅሶች ከመዝሙርና ከኢሳይያስ መጽሐፍ ላይ የተወሰዱ ሲሆን፣ ሕጉም ከብሉይ ኪዳን አንጻር ነው መታየት ያለበት፡፡ Vine, W. Collected writings of W. E. Vine. Nashville: Thomas Nelson)

ሄንድሪክሰን ሲጨምር በእነዚህ በተጠቀሱት ክፍሎች ላይ ሐዋርያው አንዴም ከአሥርቱ ትእዛዛትና ከሙሴ ሕግ አለመጥቀሱ ይልቅ ከመዝሙር ከነቢያትና ከመጻሕፍት መጥቀሱ የሚያሳየን ሕግ የሚለው ቃል ብሉይ ኪዳንን ሙሉውን የሚወክል ቃል እንደ ሆነ ነው፡፡ (ሄንድሪክሰን, ደብሊው., እና ኪስትሜከር, ኤስ.ጄ. አዲስ ኪዳን ኮሜንተሪ ፡ ግራንድ ራፒድስ: ቤከር መጽሐፍ ቤት)

የሚነገር **(lego /ሌጎ**) ማለት መናገር፣ ማውራት የሚልና የሚነገረው ነገር አሳብ ላይ የሚያተኩር ቃል ነው፡፡ የተነገረው ነገር ትርጉም ወይም መልእክት ላይ የሚያተኩር ነው፡፡ ጳውሎስ እዚህ ጋር ሕጉን ነው የሚጠቅሰው ይህም መጽሐፍ ቅዱስን የሕያውና ዕውነተኛ የሆነ አምላክ ቃል መሆኑን አመላካችም ነው፡፡(መጽሐፍ ቅዱስ ጥቅሶች የብሉይና / የአዲስ ኪዳን ግሪክ መዝገበ ቃላት፣ የቴየር ትርጉም 1989. በ ጆሴፍ ሄንሪ ቴየር፣ አስቲን ሐተታ/ በጂፍ ጋሪሰን)
መናገር (laleo /ላሊዮ) ይህ የሚወክለው መልእክቱን ወይም ቃሉን የማስተላለፍ ጥበብን ነው፡፡ ከላይ ያለው ሌጎ የሚለው ቃል የሚነገረው መልእክት ላይ ሲያተኩር ላሊዮ ደግሞ የሚነገርበት የንግግር ጥበብ ወይም መንገድ ላይ ያተኩራል፡፡(መጽሐፍ ቅዱስ ጥቅሶች የብሉይና / የአዲስ ኪዳን ግሪክ መዝገበ ቃላት፣ የቴየር ትርጉም 1989. በ ጆሴፍ ሄንሪ ቴየር፣ አስቲን ሐተታ/ በጂፍ ጋሪሰን)

ዴኒ ሕግ የሚናገረው ሁሉ ስለሚለው ቃል ሲያብራራ ጳውሎስ በዚህ ቦታ ላይ እያወራ ያለው ቀደም ብሎ ስለ ጠቀሳቸው የብሉይ ኪዳን ክፍሎች ነው፡፡ ይህ ቃል እንግዲህ ሕጉ በተሰጣቸው በራሳቸው በአይሁድ ሊፋቅ አይቻለውም፤ መንፈሳዊ መኖሪያቸውም ነውና፡፡ በዚህ ቦታ ሕግ የሚለው የሚያሳየን የብሉይ ኪዳን አጠቃላይ መገለጦችን ነው እንጂ፣ የተወሰነ ክፍልን ብቻ አይደለም፡፡ (ዘ ኤክስፖዚተርስ ግሪክ አዲስ ኪዳን)

ዕናውቃለን **(eido /ኢይዶ**) ማለት በመረዳት ማወቅ ማለት ሲሆን፣ እርግጠኛ የሆነ ዕውቀትን የሚያሳይ ነው፡፡ ይህ መለኮታዊ ዕውቀትንም የሰው ዕውቀትን ጭምር የሚወክል ቃል ነው፡፡(መጽሐፍ ቅዱስ ጥቅሶች የብሉይና / የአዲስ ኪዳን ግሪክ መዝገበ ቃላት፣ የቴየር ትርጉም 1989. በ ጆሴፍ ሄንሪ ቴየር፣ አስቲን ሐተታ/ በጂፍ ጋሪሰን)

ተጠያቂ መሆን/ በታች _(hupodikos /ሁፖዲኮስ ከ hupó /ሁፖ = ሥር + dike /ዳይክ = ፍትሕ፣ ትክክለኛ የሆነ የሕግ ውሳኔ፣ ፍርድ) ማለት ከሕግ በታች ወይም ከፍርድ ሥር መሆን ማለት ነው፡፡ በዚህ ቦታ ደግሞ ለእግዚአብሔር ምላሽ ለመስጠት መዘጋጀት ማለት ነው (ሮሜ 3፥19)፡፡ የዚህ ቃል የመጽሐፍ ቅዱስ ብቸኛ ማገልገያ ቦታ ነው፡፡(መጽሐፍ ቅዱስ ጥቅሶች የብሉይና / የአዲስ ኪዳን ግሪክ መዝገበ ቃላት፣ የቴየር ትርጒም 1989. በ ጆሴፍ ሄንሪ ቴየር፣ አስቲን ሐተታ/ በጄፍ ጋሪሰን)

ቫይን አስተያየት ሲሰጥ ለኃጢአት ይቅርታን የማይጠይቅ ሰው ከእግዚአብሔር ዘንድ ለሆነ ቅጣት ተጋላጭ ይሆናል፡፡ በመለኮታዊ ብርሃን መገለጥ፣ ማለትም በፍጥረት ወይም በሕሊና ወይም ደግሞ በተጻፈ ሕግ ጥፋቱ ይገለጣል (ሮሜ 1፥20፤ ሮሜ 2፥14-15) (ቫይን, የቫይን ኤክስ.ሲ.ኢ.ሲ.ኤ. የመጽሐፍ ቅዱስ መዝገበ-ቃላት. 1999)

TDNT ሲናገር ሮሜ 3፥19 በታች የሚለው ለሁሉም ሰው ያገለግላል፡፡ በእነርሱ ላይ ለሚቀርበው ክስ መከላከያ ማቅረብ ላልቻሉ ይህ ለሁሉም የሚሠራ ነው፡፡ አይሁድም ከአሕዛብ ባልተሻለ በዚህ ቦታ ስለሚገኙ ሁሉም በእግዚአብሔር ቍጣ ሥር ይወድቃሉ፡፡ ይህም እግዚአብሔር በክርስቶስ ኢየሱስ ባመጣው አዲስ መብት ከሚጠቀሙት ውጭ ያሉት ማለት ነው፡፡ (ኪትል ፣ ጂ ፣ ፍሬድሪች ፣ ጂ እና ብሮሚሊ ፣ ጂ ደብሊው ቲኦሎጂካል ዲክሽነሪ ኦቭ ኒው ቴስታመንት) ኤርድማንስ)

ቪንሰንት አስተያየት ሲሰጥ ከፍርድ በታች መሆን የሚለው አሳብ እግዚአብሔርን እንደ ዳኛ ነው የሚያቀርበው፡፡ ነገር ግን እርሱ ይልቅ መቈጠር ያለበት እንደ ዳኛ ሳይሆን፣ እንደ ተጐጂ አካል ነው፡፡ የእግዚአብሔር ፍርዱ ሳይሆን፣ መብቶቹ ናቸው በዚህ ቦታ የተቀመጡት፡፡

ጎዴት ሲናገር *ሁፖዲኮስ* ማለት ከሕግ ቅጣት ሥር መሆን ማለት ሲሆን፣ ይህም ደግሞ ልክ ዳኛው ጥፋተኛ ብሎ እንደ ወሰነበት እና ለተላለፈው ሕግ ማስተሰረያ ማቅረብ የሚገባው ዐይነቱ ግለሰብ ማለት ነው፡፡ ይህ ቃል በጥንት ጊዜ ለሕግ አገልግሎት በተደጋጋሚ የሚውል ቃል ነው፡፡ (Godet, F. Commentary on Romans)

ሃልዴን ከእግዚአብሔር የሚለው ቃል ላይ አስተያየቱን ሲሰጥ ይህ ጥያቄ በሰው ፊት የሚቀርብ ጥያቄ ቢሆን ኖሮ ሰዎች ብዙ የማምለጫ መንገዶችን ያገኙ ነበር፡፡ ይህም ሰዎች የሠሩትን በመካድ ወይም ትክክል የሆነውን ነገር በመቃወቅ የሚፈጽሙት ነው፡፡

እንዲሁም ራስን በመውደድ ብዙ ነገርን በማዛባት ለራሳቸው ምክንያት አቅርበው ክስሱን ያሳስቱ ነበር፡፡

ነገር ግን ከእነዚህ ነገሮች የትኞቹም ቢሆኑ በእግዚአብሔር ፊት ተቀባይነት አይኖራቸውም፤ አይሁድ እንኳ የቱንም ያህል ራሳቸውን ለማጽደቅ ቢያስቡም፣ እንዲሁም ሰዎች ሁሉ ራሳቸውን ለማታለል ቢሞክሩም፣ በፍርድ ቀን ግን ነገሮች የሚኖራቸው መልክ እንደዚያ ያለው ዐይነቱ አይደለም፡፡ በዚያ ቀን ምንም ምክንያት፣ ምንም ጥበብ፣ ምንም ማምለጫ መንገድ ወይም ቦታ አያገኝም፡፡

ዕውቀቱ ገደብ የሌለው ነው፤ ዕጆቹ ሁሉን ማድረግ ይችላሉ፤ ፍትሑ አድልዎ የሌለበት ነው፡፡ ከፊቱም ምንም ነገር ሊደበቅ አይችልም፡፡ ስለዚህ በፊቱ ምላስ ሁሉ ዝም ይላል፡፡ ዓለሙም ሁሉ ራሱን ጥፋተኛ ያደርጋል፡፡

ሆጅ "የሐዋርያው አመክንዮ ማሳረጊያ የሚሆነው በልምድና በመጽሐፍ ቅዱስ ቃል መሠረት ሰው በእግዚአብሔር ዐይኖች ፊት ጥፋተኛ ነው፤ ጥፋተኛ ከሆነ ደግሞ በግል ባሕርይው መሠረት ሊጽድቅ አይችልም፡፡ መጽደቅ ማለት ጥፋተኛ አይደለህም መባል ነው፡፡ ስለዚህም ነው ጥፋተኛ የሆነ ሰው በባሕርይው ምክንያት የማይጸድቀው" ይላል፡፡

በእግዚአብሔር በሙሉ የሰው ዘር ላይ በሚያቀርበው የጥፋት ክስ ፊት የቱም ሰው ቢሆን ምንም ዐይነት መከላከያ ማቅረብ አይችልም፡፡ አይሁዳዊም ቢሆን ከአሕዛብ ወገን የሆነ ሰው ቢሆኑ ምክንያት ለማቅረብ የሚያስችል መሠረት የላቸውም፤ ማንም በእግዚአብሔር ፊት ነፃ መሆኑን መናገር ሚችል የለም፤ ሁሉም ጠፍተዋል፡፡

ባርነስ "በሁፖዲኮስ ውስጥ ያለው አሳብ ቅጣት ቢሆንም፣ ቅጣቱ ግን ይህ ሰው ስለሚገባው የሚፈረድበት ነው፡፡ ራሱን ከቀረበበት ክስ መከላከል ስላልቻለ እንጂ፣ ዝም ብሎ ያለ ምክንያት መቀጣትን የሚያሳይ ቃል አይደለም፡፡ ይህ አካል ለጥፋቱ ስለሚገባው የሚሰጥ የፍርድ ውሳኔን የሚያሳየን ቃል ነው" ይላል፡፡

ጆጄት "ሐዋርየው ይህን ሥዕል ከመዝሙራትና ከነቢያት ላይ ወስዶ ሲስልልን እነዚህ ሁሉ ባሕርያቶች በሁሉም ሰው ውስጥ በዕኩል ደረጃ ተገልጠው ይታያሉ ማለቱም አይደለም፡፡ እንደውም አንዳንዶቹ በብዙ ሰው ውስጥ ድብቅ ናቸው፡፡ ነገር ግን ሁሉም

በሰው ራስ ወዳድ ማንነት ውስጥ ተቀምጠው የሚገኙና ለመገለጥ ሁኔታን የሚጠብቁ ናቸው፡፡ ይህም የሚሆነው እግዚአብሔርን መፍራት ልባቸውን በማይገዛበት ወቅት ነው፡፡ ይህ ነው እንግዲህ በሰው ዘር ሁሉ ላይ የተላለፈው ቊጣ መሠረታዊ የሆነው ምክንያቱ" ይላል፡፡ (Romans Commentary on 3:9-20)

ጶዌል ጠቅልሎ አድርጎ ሲያስቀምጠው በቊጥር 19 ላይ ጳውሎስ ይዞርና ለአይሁድ ብሎም ለአሕዛብ አፋቸውን ዝም እንዲያሰኙ ያሳስባቸዋል፡፡ ከቊጥር 9 ላይ በመጀመር የሰው አፍ የራሱን መልካምነት ወይም የሰውን ክፉነት ያወራል ወይም ሁለቱንም ያወራል፡፡ ለምሳሌ በሉቃስ 18፥9-14 ያለውን ክፍል ማየት እንችላለን፡፡ ነገር ግን በሮሜ ምዕራፍ 1 ላይ የተዘረዘረው የሰው ልጅ የግብረ-ገብ ታሪክ፤ በምዕራፍ 2 ላይ ያለው የእግዚአብሔር ፍርድ አሰጣጥ ይህም ሰው ስለ ራሱ ያለውን ከፍተኛ አመለካከትም ሆነ የእምነት ትምክህቱን ከግምት የማያስገባው፣ እንዲሁም አሁን በምዕራፍ 3 ላይ የሚያቀርባቸው 14 የሚያህሉ የሰውን ልጅ ጥፋቶች የሚዘረዝሩ ተግባራት ሁሉንም የሰው ልጅ ጥፋተኛ አድርገው ያቀርባሉ፡፡

በተለይ ግን አይሁድ ጥፋቱ ዕጥፍ-ድርብ ይሆንባቸዋል፡፡ ምክንያቱም እንደ ጥፋተኛ የሚታዩ ብቻ ሳይሆን፣ ሕግ ተሰጥቶዋቸው ሳለ፣ ሕግ እንደ ሌለው መኖራቸውም ተጠያቂ ያደርጋቸዋል፡፡ እነዚህ ነገሮች ሁሉ ነው እንግዲህ ሰውን ዝም የሚያስብሉት፡፡ በዳኛው ፊት ሲቀርቡና ፍርዳቸው ከፊት እንዳለ ሲያውቁ ዝም ማለት ነው የሚችሉት፡፡

ፍርዳቸውን ለመቀበል ብቻ አይደለም ዝም የሚሉት፡፡ እግዚአብሔር አስደናቂ ነገርንም ሲገልጥ ዝም ብለው ነው የሚያዩት፡፡ እርሱ ራሱ ይህንን ኃጢአት ልጁን በማቅረብ ተጋፍጦት ነበረና፡፡ ይህም ኢየሱስ በቅርብ የምናየው ነው፡፡ እርሱንም በአሕዛብም በአይሁድም ፊት የጽድቅና የኃጢአት መለኪያ አድርጎታል፡፡ በደሙ የመቤዠት ዐቅምም የጽድቅ መሠረት ሆኖ ይታያል፡፡

ቊጥር 19

19 አፍም ሁሉ ይዘጋ ዘንድ ዓለምም ሁሉ ከእግዚአብሔር ፍርድ በታች ይሆን ዘንድ ሕግ የሚናገረው ሁሉ ከሕግ በታች ላሉት እንዲናገር ዕናውቃለን፡፡

የትኞቹ ነገሮች

2፤ 2፥12-18፤ ዮሐንስ 10፥34፣ 35፤ 15፥25፤ 1ኛ ቆሮ. 9፥20፣ 21፤ ገላትያ 3፥23፤ 4፥ 5፣21፤ 5፥18

ይህም

4፤ 1÷20፤ 2÷1፤ 1ኛ ሳሙኤል 2÷9፤ ኢዮብ 5÷16፤ 9÷2፤ 3፤ መዝሙር 107÷ 42፤ሕዝቅኤል16÷63፤ ማቴዎስ 22÷12፤ 13፤ ዮሐንስ 8÷9፤ 1ኛ ቆሮ. 1÷29

እና ሁሉም

9፤ 23፤ 2÷1፤ 2፤ ገላትያ 3÷10፤ 22

በእግዚአብሔር ፊት የሆነ በደለኝነት ወይም ለፍርድ ፍርድ የተጋለጡ መሆን

3÷20 ይህም የሕግን ሥራ በመሥራት ሥጋ የለበሰ ሁሉ በእርሱ ፊት ስለ ማይጸድቅ ነው፥ ኃጢአት በሕግ ይታወቃልና።።

ሰዎች ሁሉ (አሕዛብ - አይሁድ) በእግዚአብሔር ፊት ኃጢአተኛ መሆናቸውን ያውቃሉ።። ይህ ደግሞ ምናልባት በሰው ፊት በደለኛ አይደለሁም ብለው ለመሸፈን ከምንሞክረው ባሻገር ነው።። ዕውነቱ ግን እኛ ሁላችን በሕሊናችን የሚደወለው ደወል ችላ ልንለው ብንችልም፣ በውስጠኛው ማንነታችን ድምፅ መሰማቱ የማይቀር ነው።። ኃጢአተኛ እና የጽድቅን ልክ አለመድረሳችን የሚሰማው ድምፅ ምናልባት ከሰው የልብ ድንዳኔ የተነሣ ቀንሶ ላይሰማን ይችል ይሆናል።። ሆኖም ግን የሰው ልጅ ከዚህ ድምፅ ከመስማት አያመልጥም።። አይሁድም ይህ ድምፅ እንዲሰማቸው እና ወደ መሢሑ እንዲመጡ ሕጉ ሞግዚት ሆኖ አገልግሎአቸዋል።።

ብዙዎች ይህ ድምፅ ላለማዳመጥ እና ከዕውነቱ ለመሸሽ ሲሉ ራሳቸውን በተለያየ በጐ ሥነ ምግባር ሲያጠላልፉ፣ ሌሎች ደግሞ በዐመፃቸው ፍትወታዊ ለሆነ ለማይረባ አሳብ ተገዥ ሆነው ተጠምደዋል።። አባታችን አዳም በዔድን ገነት በእግዚአብሔር ፊት ዐመፃን አደረገ።። ከዚያም የእግዚአብሔርን ድምፅ በገነት ሲመላለስ ሰማ እና ተሸሸገ።። ዕራቁትነቱን እንደ ሆነ ዐወቀ።። እግዚአብሔርም «ዕራቁትነትን እንደ ሆንህ ማን ነገረህ? አለው (ዘፍ. 3÷11)።። ዕራቁት መሆኑን የሕሊናው ደውል አስተጋብቶ ነበርና።። እግዚአብሔር ኃጢአት ማድረጉን ያውቃል።። ሐዋርያውም ለአይሁድ እየተናገረ ያለው ይህ ነው።። ሕግጋቱን በሙሴ በኩል ሲሰጣቸው፣ አስቀድሞ እስራኤል በበደል እንደ ሆነ ያውቃል።። ሆኖም ግን የአብርሃም ዘሮች ኃጢአት በደል ዐመፅ እንዳለባቸው ራሳቸው እንዲያውቁ ሕጉ ተሰጣቸው እያለ ቅዱስ ጳውሎስ ያስተምራቸዋል።።

የሰው ኃጢአተኛ ባሕርይ ብዙ ጊዜ እኔ አልተሳሳትሁም የሚል ነው።። ሰው ሁሉ በፊቱ ቅን ነው የሚለውን ነገር ያደርጋል (ምሳሌ 21÷2፤ 16÷2)።። ይህ እንኳ ምርጦቹን እና ቅዱስ ቅባት ያላቸውን አእምሮ (ዕይታ) ያጨፈነ ጉዳይ ነው (ኤር. 2÷22-23፤ ሉቃስ

18÷9-11)፡፡ በሰው ዕይታ ያለው ሚዛን እጅግ የተበላሸ ነው፡፡ የእግዚአብሔር ጻድቅ መስመሩ (ውኃ ልኩ) እንኳ ምን እንደ ሆነ በመንፈስ ቅዱስ የተቀቡ ነቢያቶቹ እንኳ የሚስቱበት ጉዳይ ነው፡፡»

ለምሳሌ ብንወስድ ሳሙኤል በሚገርም የመንፈስ ቅዱስ ቅባት የተቀባ ነቢይ ነበር (1ኛ ሳሙ. 3÷19-20)፡፡ ይህ ሰው ግን ኤልያብን ሊቀባ በማሰብ የተናገረው ቃል እንዲሁ በቀላሉ የሚታይ አይደለም፡፡ እግዚአብሔር በመካከል ነቢዩን «ተው» ባይለው የእስራኤል ሕዝብ ሁሉ በእርሱ ተሰሚነት (Creadibility) እና ተአማኒነት የተነሣ ከምድሪቱ ጫፍ እስከ ጫፍ በሳቁ ነበር (1ኛ ሳሙ. 16÷6)፡፡ሌላው ደግሞ ለእስራኤል ትልቅ ሽንፈት ያመጣው ዛሬም በቤተ ክርስቲያን ብዙዎችን እያሳተ ያለው ጉዳይ የቤተ ሰብ አባል የሆነ ሰው ያለ እግዚአብሔር ጥሪ በአገልግሎት በአመራር ሥፍራ ላይ ማስቀመጥ ነው፡፡ ሳሙኤል ይህን ተግባር ፈጸመው፡፡ ሆኖም ግን በእግዚአብሔር ፊት መልካም አልነበረም (1ኛ ሳሙኤል 8÷1-3)፡፡

የኢዮብን ታሪክ ስናጠና ወንድማችን ኢዮብ ራሱን ጻድቅ አድርጐ እንደ ነበረ እንመለከታለን፡፡ እግዚአብሔር ስሕተተኛ ነው ብሎ አልተናገረም፡፡ ይሁን እንጂ፣ «በጽድቅ እፈርዳለሁ እያለ ለምን ዝም አለ?» ይል ነበር፡፡ በከፋታቸው እና በዐመፀኝነታቸው እየተመላለሱ በደስታ ተዘልለው ይኖራሉ እንጂ፣ በእግዚአብሔር መለኮታዊነት ላይ አልተጠራጠሩም «ሰነፍ በልቡ እግዚአብሔር የለም ይላል፡፡»

ይሁን እንጂ የትኛውም ሰው ቀነ ቀጠሮው ሲደርስ በእግዚአብሔር ፊት ኃጢአኛነቱን የማያውቅ አይኖርም፡፡ የተሰወረው ወደ ብርሃን ይገለጣል፡፡ የደነዘዘው ሕሊና የጽድቁ ብርሃን ሲበራለት ኃጢአተኛው በልዑል ፊት ኃጢአት መሥራቱን ይገነዘባል፤ ያስተውላልም፡፡

ትናንተ የሠራነውን የማስተዋል ብቃት አሁን በኃጢአት ምክንያት ሊኖረን ይችላል፡፡ ነገር ግን በሕያዋን እና በሙታን በሚፈርደው በክርስቶስ ፊት ስንቀርብ እናስተውለዋለን፡፡ የጌታ መንፈስ ያላቸው እንኳ በጸጋው መልካም ማድረጋቸውን ላያስታውሱ ይችላሉ፤ ነገር ግን እርሱ የሚያስታውሳቸው ይሆናል፡፡

በበጐች እና በፍየሎች የተናገረው ምሳሌ ይህ ነው፡፡ የአመኑ መልካም ሥራቸው ከራሳቸውም እስኪሰወር ድረስ በእርሱ ጽድቅ የታመኑ ስለሆነ እና የሠሩት ሥራ ሁሉ

በጸጋው የተመሠረተ መሆኑን በመዝገብ አጠራቅመው ይህን አደረግሁልህ አይሉም፡፡ ይልቁንም ይህን ያደረገው ጸጋው ነው የሚሉ ይሆናሉ፡፡ የማንጠቅም ባሪያዎች ነን እንዲሉ ሆነዋልና፡፡

ከጌታ እየሱስ አፍ ምሳሌ የምናጠናው ይህ ነው፡፡ እርሱ «የአባቴ ብሩካን ... ተርቤ አብልታችሁኛል ተጠምቼ አጠጥታችሁኛል ታስሬ ወደ እኔ መጥታችኋል» ይላቸዋል፡፡ እነርሱም «ተርበህ ዐይተን መቼ? ... ተጠምተህ ዐይተን መቼ? ... ዕንግዳ ሆነህ ዐይተን መቼ? ... ታርዘህ ዐይተን መቼ? ... ታስረህ ዐይተን መቼ» (ማቴ. 25÷34-39)

እነዚህ ኃጢአት የለብንም ብንል ራሳችንን እናስታለን፡፡ ነገር ግን በእምነት በኩል የጽድቅ ፍሬ የምናፈራ በጸጋው ንጉሣዊ አገዛዝ ሥር የምንገኝ ነን ብለው የሚያምኑ ናቸው፡፡ በሕግ በኩል ግን ኃጢአት ይታወቃል፡፡ ከእግዚአብሔር ዘንድ የሚገኘውን የጽድቅ ስጦታ የሚያምኑት አይሁድም ሆኑ ከአይሁድ ወገን የሆኑት አስቀድመው የጸጋውን ወንጌል ያልተቀበሉ ነቢያቶችን እና አባቶች ደም በዕጃቸው የነበረ ኢየሱስ ክርስቶስ ነው፡፡

ጌታችን እየሱስ አይሁዶችን ሆነ አሕዛብን (የሰው ዘር) በሙሉ ወደገዛ መንገድ አምርቶ በእንጨት ላይ ብንሰቅለውም፣ ይህን ይቅር ሊለን የገዛ ደሙን ይዞ ወደ ቅድስተ ቅዱሳን ገብቶአል፡፡ ነገር ግን የጸጋውን ሥራ ባለመቀበል የጽድቅን ስጦታ የዘላለም ሕይወትን አለመቀበል ግን ክርስቶስን እንደ ገና መስቀልና ቅዱስ ደሙንም መርገጥ ይሆናል (ኢሳ. 53÷2-6)፡፡

አይሁድ በቀራንዮ ተቃውመው ሰቀሉት፤ ከዚያ በኋላ ደግሞ ምንም የንስሐ ጊዜ ቢሰጣቸው፣ ንስሐ ሊገቡና በእምነት ወደ እግዚአብሔር ሊመጡ አልፈልግም ያሉ ብዙዎች ናቸው፡፡ እንዲሁም ወንጌልን ሰምተው የዘላለም ሕይወት አግኝተው በዚህ የጸጋ ጽድቅ ሕይወት ምንም ምክንያት ማፍራት የሚያደርጉ፣ ነገር ግን የአባታቸውን የዲያብሎስ ሥራ የሚያደርጉ የዘላለም ፍርድ ያገኛቸዋል (ማቴ. 25÷41 – 47፤ ዮሐ. 8÷38፣ 44)፡፡

አይሁድ የከህነት አገልግሎት በማድረግ (የመቅደስ የመሥዋዕት ስርየት) ሥርዓት በማድረግ የተካኑ ነበሩ፡፡ ነገር ግን የግብረ-ገብ ሕጉን ከማድረግ ፊታቸውን ያዞሩ እና ከተሠመረው የምግባር ሕይወት ልክ የወረደ፣ የዘቀጠ ሕይወት የሚኖሩ ነበሩ፡፡ የቤተ መቅዱሱ ሥርዓተ ደንብ በማስከበር ነቀፌታ የሌለባቸው ነበሩ፡፡

ሐዋርያው ጳውሎስ «ያለነቀፋ ነበርሁ» እንዳለ፣ ፈሪሳውያኑ እንዲሁ በተመሳሳዩ ሕግና ወግን በመጠበቅ የሚታወቁ ባለማዕረግ ነበሩ፡፡ ሐዋርያው «ስለ ሕግ ብትጠይቁኝ ያለነቀፋ ነኝ» ቢልም፣ በበኃጢአት ንጉሣዊ አገዛዝ ሥር ሆኖ የኃጢአት ባሪያ መሆኑን በውል ያስተዋለው ዕውነት ነበር፡፡ ሥጋ የለበሰ ሁሉ የኃጢአት ደመና ጥላሸት የከበበው የወረሰው ዕራቁቱን ሆኖ ያለ መሆኑን፣ በዚሁ ምዕራፍ ቍጥር ሃያ ሦስት ላይ ይናገራል፡፡ሆኖም ይህ በኃጢአት ንጉሣዊ አምባገነን አገዛዝ ሥር የሚገኘው የሰው ዘር ወደ እግዚአብሔር ክብር የጸጋው አገዛዝ ሥር ለመግባት የጽድቅን ስጦታ በእምነት በኩል መቀበል ይኖርበታል፡፡ ይህም ኃጢአትን በሥጋው በመስቀል ላይ በመሸከም በእግዚአብሔር ፊት የነበረው የዕዳን ጽሕፈት ተደምስሶ በአብ ፊት ሊያቆመው የሚችለው የጌታችን ኢየሱስ ደም ማስተሰሪያው ሆኖ በሊቀ ካህናቱ ዕጅ መቅረብ ያስፈልግ ነበር፡፡

በሕግ በኩል ኃጢአት ሲያውቅ በጸጋ በኩል የጽድቅ ስጦታ የሆነው ክርስቶስ ታወቀ፡፡ ጻድቃን ወደ መሆን በክርስቶስ አልመጣንም ወይም በልምምዳችን ሆነ በጐ ሥነ ምግባራችን ይህን የጽድቅ ስጦታ አላገኘውም፡፡ ይልቁንም እኛ ጻድቃን ተብለን ተጠራን፡፡ ይህም የሁሉ ዳኛ የሆነው እግዚአብሔር በጽዮን ተራራ ሲገባ፣ የክርስቶስን ጽድቅ አለበሰን፡፡ በፊተኛው አዳም የእግዚአብሔርን ክብር አጣን፤ ዕራቁታችንን ሆንን፡፡ በሙሴ በሲና ተራራ ኃጢአተኛነታችን ታወቀ፡፡ ኃጢአታችን በፍየሎች እና በኮርማዎች ደም ተሸፍኖ መሢሑ እስኪገለጥ እና ስለ ሰው ልጆች ደሙን እስኪያፈስስ በዚያ በሕግ በኩል (ሕግ ሞግዚት ሆኖ) ተጠብቀን ቆየን፡፡ በእምነት በኩል የጸጋውን ክብር እንድንለብስ ክርስቶስ ሞተ ተነሣ፡፡ የገዛ ደሙን ይዞ አሁን በጽዮን ተራራ በደስታ ወደ ተሰበሰቡት ወደ ጻድቃን መንፈሶች ስለ እኛ ዘወትር ይታይ ዘንድ ገባ፡፡

በሲና ተራራ ብዙ ኃጢአተኛነታችን ታወቀ፤ በዛ (ሮሜ 5፥20)፡፡ የክርስቶስ በሆነው ሲና ደግሞ የጸጋው ክብር የሆነው ክርስቶስን ለበስነው፡፡ አዲስ ፍጠረት ሆነን፤ በትንሣኤው ኃይል እንድንኖር በገዛ ደሙ ወደ ቅድስተ ቅዱሳን ገባ፡፡ እኛም በክርስቶስ ታወቅን (ኤፌ. 1፥5-6)፡፡የክርስቶስ ሕይወት መንፈስ ሕግ (ከክርስቶስ) በስተቀር የትኛውም ሕግ ይህን አላመጣም፡፡ «ያለ ሕግ» ሲል የትኛውም ሕግን ያመለክታል (ሮሜ 3፥21፣ 28፣ 31 እና 4፥13)፡፡

ሕግን በማጠበቅ

ሕጉን በሙላት የፈጸመ ሊጸድቅ ይችላል፡፡ ነገር ግን ማንም ሰው ሕግን መፈጸም አልቻለም፤ ስለዚህ ማንም ጻድቅ የለም፡፡

1. ሕጉ ኃጢአትን ያሳውቀናል
2. በኃጢአት ተሸንፈን ለፍርድ የተጠበቅን መሆናችንን ያሳውቀናል

ስለዚህ በሙሴ ሕግ ሥር ያሉ አይጸድቁም፡፡ ምክንያቱም ሊፈጽሙት አልቻሉምና፡፡ ዐቅምም አልነበራቸውምና፡፡ ሐዋርያው ጳውሎስ ከዚህ በኋላ የሚያነሣው ነጥብ፣ እንግዲያው ዓለም ሁሉ በደለኛ ከሆነና በራሱ ሥራ ሊጸድቅ ካልቻለ እግዚአብሔር ይህንን ኃጢአተኛ ሰው ሊያድን የሚችልበትን መንገድ መቀየስ ነበረበት፡፡ ይህንንም በዘላለም አሳቡ ፈጽሞታል ወደሚለው ወሳኝ አሳብ የሚያሸጋግር ብርቱ ነጥብ ነው፡፡

ሕግ (**nomos /ኖሞስ**) ይህ ቃል ትርጉሙ ከአንድ ንብረት ላይ ተቈርሶ የተወሰደን አገልግሎት የሚሰጥ ነገርን የሚያሳይ ነው፡፡ *ኖሞስ* የሚለው ቃል በዕብራውያን *ቶራህ* ከሚለው ቃል ጋር አቻ ነው ይህም የሚያስተምሩት ወይም የሚነግሩት ሕግን ያመለክታል፡፡ (መጽሐፍ ቅዱስ ጥቅሶች የብሉይና / የአዲስ ኪዳን ግሪክ መዝገበ ቃላት፣ የቴየር ትርጉም 1989. በ ጆሴፍ ሄንሪ ቴየር፣ አስቲን ሐተታ/ በጄፍ ጋሪሰን)

የኤክስፖዚተር መጽሐፍ ቅዱስ ማብራሪያ ሲደመድም ሕግ ላይ አተኩሮ መሥራት የመጨረሻ ውጤቱ የሚሆነው ስለ ኃጢአት ንቁ መሆንን ነው (ሮሜ 5፥20፤ ሮሜ 7፥7-11)፡፡ ሰው ከክርስቶስ ተለይቶ የሚደርስበት ከፍተኛ የሚባለው መገለጥ የእርሱን ኃጢአተኝነት የሚያስረዳው ብቻ መሆኑ ነው፡፡ (ጋቤሌን ፣ ኤፍ ፣ አርታኢ-የኤጋዥ መጽሐፍ ቅዱስ ሐተታ 6-ጥራዝ አዲስ ኪዳን ፡፡)

ኃጢአት በሕግ ይታወቃልና

ኃጢአት (**hamartia /ሃማርቲያ**) መጀመሪያ በዔድን ወቅት ዒላማ መሳትን የሚወክል ቃል ሲሆን፣ ቀጥሎም ዋና ግብን ወይንም ዓላማን መሳትን የሚያሳይ ቃል ሆኖ ያገለግላል፡፡ስለዚህ ኃጢአት ስንፈጽም የእግዚአብሔርን ለእኛ ያለውን ዋና ዓላማ እንስታለን፡፡ በዚህ ቦታ ላይ ኃጢአት የሚወክለው የሰው ልጅ ተፈጥሮአዊ ማንነቱ አካል

የሆነውን የግብረገብ ማንነትና የሰውን ልጅ ከፉ ተግባር እንዲፈጽም የሚገፋው ከፍልን ነው፡፡(መጽሐፍ ቅዱስ ጥቅሶች የብሉይና / የአዲስ ኪዳን ግሪክ መዝገበ ቃላት፣ የቴየር ትርጉም 1989. በ ጆሴፍ ሄንሪ ቴየር፣ አስቲን ሐተታ/ በጄፍ ጋሪሰን)

የሚድታውን መጽሐፍ ቅዱስ አስተያየት ሲሰጥ ሕጉ ሊያደርጋቸው የማይችልና ሊያደርገው የሚችል የተለዩ ነገሮች አሉ፡፡ በዚህ ጥቅስ መሠረት ሕጉ ሊያደርግ የማይችለው ነገር ምንድን ነው? ኃጢአተኛን ሰው ማጽደቅ አይችልም፡፡ ይህ እራሱ ጥቅስ ደግሞ መልሶ ሕጉ ለሰው ስለ ኃጢአት ዕውቀት ሊሰጠው እንደሚችልም ያወራል፡፡ የሕጉ ጥቅም እንደ መስታወት ሊወሰድ ይችላል፡፡ በቀን የስራ ዕንቅስቀሴዬ ውስጥ ቆሻሻ ሊነካኝ እና ላላስተውለው እችላለሁ መስታወቱ የቆሸሸ ፊት እንዳለኝ ግን ያሳየኛል፡፡ ችግር እንዳለብኝ ይነግረኛል፡፡

ነገር ግን መስታወቱ ሊያጥበኝ አይችልም፡፡ በተመሳሳይም የእግዚአብሔር ቅዱስ ሕግ ኃጢአተኛ እንደ ሆንኩ ይነግረኛል፡፡ ነገር ግን ሊያድነኝ አይችልም፡፡ ይወቅሰኝና አዳኝ እንደሚያስፈልገኝ ብቻ ይነግረኛል፡፡ ልክ መስታወቱ ወደ ሳሙናና ውኃ ሊመራን እንደሚገባ ሕጉም ወደ ታረደውና ሊያድነን ኃጢአታችንንም ሊያስወግድ ወደሚችለው የእግዚአብሔር በግ ይመራናል፡፡

ዕውቀት (**epignosis /ኢፒግኖሲስ**) ማለት ግልጽና ትክክለኛ ዕውቀት ማለት ነው፡፡ (መጽሐፍ ቅዱስ ጥቅሶች የብሉይና / የአዲስ ኪዳን ግሪክ መዝገበ ቃላት፣ የቴየር ትርጉም 1989. በ ጆሴፍ ሄንሪ ቴየር፣ አስቲን ሐተታ/ በጄፍ ጋሪሰን)

ቪንሰንት ሲናገር "ኢፒኖሲስ በአብዛኛው ጊዜ መንፈሳዊ ሕይወትን የመንካት ከፍተኛ ዐቅም ያለው ዕውቀትን ያሳያል" ይላል፡፡ ይህ ባሕርይን ሳይለውጥ ዕውቀትን ብቻ የሚሰጥ ዐይነት ዕውቀትን ሳይሆን፣ ከዚያ የጠለቀውንና ባሕርይ ላይ ተጽዕኖ የሚፈጥረውን ዕውቀት የሚያሳይ ነው፡፡ እዚህ ጋር ያለውም የኃጢአት ዕውቀት መረዳት ብቻ ሳይሆን፣ ወደ ንስሐ እምነትና ቅድስና የሚመራን ነው፡፡ የቪንሰንት የግሪክ ቃል ጥናቶች በአዲስ ኪዳን, 1997, 2003, 2005.

ቁጥር 20

ይህም የሕግን ሥራ በመሥራት ሥጋ የለበሰ ሁሉ በእርሱ ፊት ስለማይጸድቅ ነው፡፡ ኃጢአት በሕግ ይታወቃልና፡፡

ስለዚህ

28፤ 2፥13፤ 4፥13፤ 9፥32፤ የሐዋርያት ሥራ 13፥39፤ ገላትያ 2፥16፣ 19፤ 3፥10-13፤ 5፥4፤ ኤፌሶን 2:8፣ 9፤ ቲቶ 3፥5-7፤ ያዕቆብ 2፥9፣ 10

ሥጋ የለበሰ ሁሉ

ኢዮብ 25፥4፤ መዝሙር 130፥3፤ 143፥2፤ ያዕቆብ 2፥20-26

በእርሱ ፊት

ኢዮብ 15፥15፤ 25፥5

በዚህ ነገር

7፥7-9፤ ገላትያ 2፥19

3፥21 አሁን ግን በሕግና በነቢያት የተመሰከረለት የእግዚአብሔር ጽድቅ ያለ ሕግ ተገልጦአል

አሁን ግን

"አሁን" ወይም በግሪኩ "ኑኒ" የሚለው "ጊዜን አመልካች አባባል ሳይሆን፣ አመክንዮታዊ ነው" ይላል *ቪንሰንት*፡፡ ጉዳዩን በዚህ መልኩ በዘረዘረበት ሁኔታ የሁለት ግንኙነቶችን ተቃርኖ እየገለጸ ነው፡፡ ያለ ሕግ የሚለውን ሐረግ *ቪንሰንት* ሕጉ በዚህ ኑሩ ይህን አድርጉ ብሎ ከሚናገረው በተለየ መልኩ ያብራራዋል፡፡

ይህም ይህን አድርጉ፤ በዚህ ኑሩ የሚል ትእዛዛትን እንደሚሰጠን ነገር ግን ዕግሮችንም ሆነ ዕጆችን እንደማይሰጠን ያስታውሰናል፡፡ ይህም ደግሞ ወንጌል ያመጣው የተሻለ ቃል ነው፡፡ እንድንበርር ያስገድደናል፤ ደግሞም ክንፎችን ይሰጠናል፡፡ "ጽድቅ" ገላጭ ፊደል (መስተአምር) የለውም፡፡ ይህ የእግዚአብሔር ጽድቅ ነው፡፡(ዌስት፣ ኬ. ኤስ. የግሪክ አዲስ ኪዳን ጥናት)

ሕግና ነቢያት የመሰከሩለት . . . ተገልጧል፡፡

1) **ሕግና ነቢያት፡-** እግዚአብሔር ለበደለኛው ዓለም ያዘጋጀው የጽድቅ መንገድ በሕግና በነቢያት ውስጥ የተቀመጠ መሆኑን በግልጥ ለማሳየት ሐዋርያው ይህንን መግለጫ ተጠቅሟል (ማቴ. 5፥17፤ 22፥1-40፤ ሉቃስ 24፥27)፡፡

ነቢያት (4396) (prophetes /ፕሮፌተስ ከ pró/ፕሮ = በፊት፣ ቀድሞ + phemi /ፌሚ = መናገር) ማለት ቃል በቃል ወደ ፊት የሚሆን ነገርን የሚናገሩ ማለት ነው፡፡ በብሉይ

ኪዳን በእስትንፋሰ-መለኮት ይናገሩ ነበር (2ኛ ጴጥ. 1፥20-21)፡፡ በዚህ ክፍል ላይ ነቢያት የሚወክለው በብሉይ ኪዳን ዘመን የተነገሩ የነቢያት መጻሕፍትን ነው (ማቴ. 26፥56)፡፡

2) **የመሰከሩለት፡-** እግዚአብሔር በአዲስ ኪዳን የገለጠው የምሕረትና የጸጋ ዕውነት በሕግ ውስጥ ተነግሮ ነበር፡፡ ይህም ዕውነት በብሉይ ኪዳን ቤተ መቅደስ ውስጥ መሥዋዕት ይቀርብ በነበረበት ጊዜ በግልጽ ይታይ ነበር፡፡ ሆኖም ግን የእግዚአብሔር አሳብና አይሁዳውያን የተላለፉት የቱ ጋር ነበር? ብለን ስንጠይቅ በግልጽ የተሳሳቱበትን መስመር እንመለከታለን፡፡

እግዚአብሔር ሕግን የሰጣቸው ኃጢአታቸውን እንዲያዩበትና በምሕረቱና በጸጋው እንዲታመኑና እርሱን ተስፋ እንዲያደርጉ ነበር፡፡ እነርሱ ግን ጌታን ትተው በሕጉ መመካትና ሕጉን ተስፋ ማድረግ ጀመሩ፡፡ ስለዚህም ከእግዚአብሔር አሳብ ጨርሶ ራቁ፡፡

ስለዚህ ሐዋርያው የእግዚአብሔር ምሕረትና ጸጋ በሕጉም ሆነ በነቢያት ቃል የተነገረ ነው፡፡ እናም ለእርሱ ተመስክሮለታል በማለት ማብራሪያውን ያስቀምጣል፡፡

የተመሰከረለት (**martureo /ማርቱርዮ ከ martus /ማርተስ**= ምስክር) ማለት መመስከር፣ ማረጋገጫ መስጠት፣ መመዝገብ፣ አንድ ሰው አንድ ነገር ሲከሰት ለማየቱ ማረጋገጫ ማስረጃ መስጠት ማለት ነው፡፡ (መጽሐፍ ቅዱስ ጥቅሶች የብሉይና / የአዲስ ኪዳን ግሪክ መዝገበ ቃላት፣ የቴየር ትርጒም 1989. በ ጆሴፍ ሄንሪ ቴየር፣ አስቲን ሐተታ/ በጄፍ ጋሪሰን)

ምሪስ እንደሚናገረው ይህ ምስክርነት የሚጠቁመው እግዚአብሔር ሰው ጻድቅ እንዲሆን ያደረገውን መንገድ ነው፡፡ በመጽሐፍ ቅዱስ አንድ ክፍል ውስጥ ብቻ የተቀመጠ ቀላል ዕውነት አይደለም፡፡ ይልቅ በሕግም በነቢያትም የተነገረለት ጭምር ነው፡፡ “የተመሰከረለት” የሚለው ቃል በብሉይ ኪዳን የጀመረው ምስክርነት አሁንም እንደ ቀጠለ ነው፡፡

3) **ተገልጧል፡-** ይህ ቃል ከላይ የተሰጠውን ማስረጃ በአራት ነጥብ የሚያሳርፍ ውብ መደምደሚያ ነው፡፡ አሳቡም በሕግና በነቢያት የተመሰከረለት የእግዚአብሔር ምሕረትና ጸጋ አሁን ተገልጧል፡፡ የሚል ኃጢአተኞችን ሁሉ

ከሰበብና በራስ ጽድቅ ከመመካት፣ ከማመካኘትና ከከንቱ ተስፋ ወጥተው ወደዚህ ወደ ተገለጸው ጸጋ እንዲቸኩሉ የሚያደርግ የማረጋገጫ ዕውነት ነው።

ከዚህ በኋላ ሐዋርያው ጳውሎስ የሚሻገረው ወደ መልእክቱ ሁለተኛ ዋና አሳብ ነው። የሚያተኩረውም ዓለም ሁሉ በደለኛ ከሆነ ዓለም ሁሉ ደግሞ መዳን ይገባዋል። ለመዳን ደግሞ እግዚአብሔር መንገድን አዘጋጅቷል የሚል ነው።

"ተገልጿል" የሚለው በጊዜ ረገድ የሩቅ ኀላፊ ጊዜን አመልካች ነው። ቃል በቃል ስንመለከተውም ተገልጿል ይላል፤ ደግሞም ለተለያዩ አመላካከቶች በሩን ክፍት አድርጓል (*ቪ ንሰንት*)። "ማኒፌስትድ - ተገልጿል" የሚለው ፋኖሮኤ የሚሰኝ ሲሆን፣ ግልጽ እንዲሆን ማድረግ ማለት ነው።

"ተገልጿል" የሚለው በጊዜ ረገድ የሩቅ ኀላፊ ጊዜን አመልካች ነው። ቃል በቃል ስንመለከተውም ተገልጿል ይላል፤ ደግሞም ለተለያዩ አመላካከቶች በሩን ክፍት አድርጓል (*ቪ ንሰንት*)። "ማኒፌስትድ - ተገልጿል" የሚለው ፋኖሮኤ የሚሰኝ ሲሆን፣ ግልጽ እንዲሆን ማድረግ ማለት ነው።(ዌስት፣ ኬ. ኤስ. የግሪክ አዲስ ኪዳን ጥናት)

ተመስክሮአል - አሁን ላይ ድርጊቱ በተደራጊነት በሚፈጸምበት የቃሉ አገባብ *ማርቱሬኦ* የሚባል ሲሆን፣ ቃል በቃል ለእርሱ የሚሆን ምስክርነትን ይዟል ወይም በሕጉና በነቢያት ተፈትኖአል ማለት ነው። "በክርስቶስ የሆነ እምነት" የሚለው በኢየሱስ ክርስቶስ ላይ ያለ እምነት የሚል የተለመደ ቅኔነት ያለው አባባል ነው። በ (by) ለሚለው የግሪኩ ዲያ መካከለኛ ጥቅም ላይ የሚውል በሩቅ ኀላፊ መልኩ የተቀመጠ ቀዳሚ አያያዥ (ፕሪፖዚሽናል ኤሪስት) ነው። ትርጓሜውም በእርሱ አማካይነት ይህ ጽድቅ ይሰጣል ማለት ነው።

ተመስክሮአል - አሁን ላይ ድርጊቱ በተደራጊነት በሚፈጸምበት የቃሉ አገባብ *ማርቱሬኦ* የሚባል ሲሆን፣ ቃል በቃል ለእርሱ የሚሆን ምስክርነትን ይዟል ወይም በሕጉና በነቢያት ተፈትኖአል ማለት ነው። "በክርስቶስ የሆነ እምነት" የሚለው በኢየሱስ ክርስቶስ ላይ ያለ እምነት የሚል የተለመደ ቅኔነት ያለው አባባል ነው። በ (by) ለሚለው የግሪኩ ዲያ መካከለኛ ጥቅም ላይ የሚውል በሩቅ ኀላፊ መልኩ የተቀመጠ ቀዳሚ አያያዥ

(ፕሪፖዚሽናል ኤሪስት) ነው። ትርጓሜውም በእርሱ አማካይነት ይህ ጽድቅ ይሰጣል ማለት ነው። (ዌስት፣ ኬ. ኤስ. የግሪክ አዲስ ኪዳን ጥናት)

ሐዋርያው ጳውሎስ በዚህ የእግዚአብሔር ጽድቅ መገለጥ የመጀመሪያ ክፍል ውስጥ ማለትም (ሮሜ 3÷21-31) ባለው ክፍል ጽድቅን እንዲህ ያብራራዋል። ጽድቅ የተገለጠው፡

- ከሕግ ውጭ ነው (ቍ. 21)
- በክርስቶስ በማመን ነው (ቍ. 22(ሀ))
- ለሰው ሁሉ ነው (22 (ለ) - 23)
- በጸጋ ነው (24)
- እግዚአብሔር ትልቅ ዋጋ ከፍሎበት ነው (24 (ለ) 25)
- በፍጹም ፍትሐዊነት ነው (25 (ሀ) -26)

ሕጉን ዋጋ-ቢስ ለማድረግ ሳይሆን፣ ለማጽናት ነው (27-31)

ከሕግ ውጭ የሆነ

ሐዋርያው በዚህ ቃል መግለጥ የፈለገው በክርስቶስ የጽድቅ ሥራ አልቆና ተጠናቅቆ ሰው ልጅ የተገለጠው ጽድቅ የሰው ድርሻ የሌለበት መሆኑን ነው። ምክንያቱም በብሉይ ዘመን ጽድቅ የሚገኘው በሰው በጎ ምግባር ነበር (ሕጉን በመጠበቅ)። በመሠረቱ ሕጉ የሚገልጠው የእግዚአብሔር ጽድቅ ነው። ሕጉ በራሱም ፍጹምና ንጹሕ ነው። ሰው ግን ይህንን ንጹሕ ነገር በራሱ ሊፈጽመው አልቻለም።

ቍጥር 21

አሁን ግን በሕግና በነቢያት የተመሰከረለት የእግዚአብሔር ጽድቅ ያለ ሕግ ተገልጦአል።

ጽድቅ

1 17፤ 5÷19፣ 21፤ 10÷3፣ 4፤ ዘፍጥረት 15÷6፤ ኢሳይያስ 45÷24፣ 25፤ 46÷13፤ 51÷8፤ 54÷17፤ ኢሳይያስ 61÷10፤ ኤርምያስ 23÷5፣ 6፤ 33÷16፤ ዳንኤል 9÷24፤ የሐዋርያት ሥራ 15÷11፤ 1ኛ ቆሮ. 1÷30፤ 2ኛ ቆሮ. 5÷21፤ ገላትያ 5÷5፤ ፊልጵስዩስ 3÷9፤ ዕብራውያን 11÷4-40፤ 2ኛ ጴጥሮስ 1÷1

መሆን

ዘዳ. 18÷15-19፤ ሉቃስ 24÷44፤ ዮሐንስ 1÷45፤ 3÷4፣ 15፤ 5÷46፣ 47፤ የሐዋርያት ሥራ 26÷22፤ ዕብ. 10÷1-14

ደግሞም ይህ

3፥22 እርሱም፥ ለሚያምኑ ሁሉ የሆነ፥ በኢየሱስ ክርስቶስ በማመን የሚገኘው የእግዚአብሔር ጽድቅ ነው፤ ልዩነት የለምና፤

የሆነ የሚለው ቃል ገና የሚሆንን ሳይሆን፣ ተደርጎ ያለቀን ነገር የሚያመለክት ነው:: ሌላው ይህ ቃል የሚያመለክተን ነገር እምነት ከመድኃኒቱ ጋር በምናገኝበት መንገድ እንጂ፣ ራሱ መድኃኒቱ አለመሆኑ ነው:: በእምነት በኩል ሄደን መድኃኒታችን የሆነውን ክርስቶስን እናገኘዋለን::

«በእምነት በኩል» የሚለውን ቃል በሚገባ ለመረዳት ወደ ቀድሞው አዳማዊ ማንነታችንና ድካማችን መመልከቱ ተገቢ ነው:: የቀድሞው አዳማዊ ማንነታችን አለማመን ዋነኛ ባሕርያችን ነበር:: በዚህም ምክንያት ወደ ጌታ ሊያመጣን የሚችል አንድም ከራሳችን የሆነ በጎ ነገር አልነበረንም፤ የለንምም:: አሁን ግን በክርስቶስ ከተገለጠው የሕይወት መንፈስ የተነሣ የሚያምን ልብ ተሰጠን (አዲስ ፍጥረት ሆነን):: ይህም የእምነት ስጦታ በእኛ ውስጥ እንዲሠራ ያደረገው ጌታ ነው:: የጀመረው እርሱ ነው፤ ወደ ፍጻሜ የሚያደርሰውም እርሱ ነው::

በኢየሱስ ክርስቶስ በማመን

የጽድቁ መገለጥ የተገኘው በክርስቶስ በማመን መሆኑን የሚያሳይ ሲሆን፣ ሥራው የክርስቶስ ታማኝነት ውጤት ነው::

እምነት **(pistis /ፒስቲስ**) ይህ ማመን ከሚለው ቃል የሚመሳሰል ቃል ሲሆን፣ አንድ ዕውነትን ማመንን ያሳየናል:: በመጽሐፍ ቅዱስ ፒስቲስ ሰው ከእግዚአብሔር ጋር እና ከመለኮታዊ ነገር ጋር ያለውን ግንኙነት የሚናገር ሲሆን፣ ጠንካራ መተሳሰርና ማመንን ያሳያል::(መጽሐፍ ቅዱስ ጥቅሶች የብሉይና / የአዲስ ኪዳን ግሪክ መዝገበ ቃላት፣ የቴየር ትርጉም 1989. በ ጆሴፍ ሄንሪ ቴየር፣ አስቲን ሐተታ/ በጄፍ ጋሪሰን)

ማክዶናልድ ሲናገር በዚህ ቦታ ላይ እምነት ማለት በሕያው ጌታ ኢየሱስ ክርስቶስ ላይ እንደ ብቸኛ የኃጢአት መዳኛ እና የሰማይ ተስፋ መቀኀጠር ነው:: እምነት ድነት

ለሚገባቸው ሰዎች የሚሰጥ ስጦታ አይደለም፡፡ ሰው ጌታን ስላመነ ሊኩራራ አይገባውም፤ ምክንያቱን እርሱን የማያምን ሞኝ ሊሆን ይችል ነበርና፡፡ እምነት ድነትን ለማግኘት የሚደረግ ሙከራ አይደለም፤ ነገር ግን እግዚአብሔር እንደ ነፃ ስጦታ የሚሰጠውን ድነት መቀበል ብቻ ነው፡፡

ዋይን ግሩደም ነፍስን ስለሚያድን እምነት ሲናገር የሚያድን እምነት ማለት በኢየሱስ ክርስቶስ ላይ ለኃጢአት ስርየትና ከእግዚአብሔር ጋር ላለ ዘላለማዊ ሕይወት መንገድ አድርጎ ማመን ነው፡፡ ይህ ትርጉም እንደሚያሳየን የሚያድን እምነት መረጃዎችን ተቀብሎ ማመን አይደለም፡፡ ይልቁንም ኢየሱስ እኔን ያድነኛል ብሎ በእርሱ የሚታመን የግል እምነት ነው፡፡ (ግሩደም ፣ ደብልዩ ኤ. ስልታዊ ሥነ-መለኮታዊ-የመጽሐፍ ቅዱስ ትምህርት መግቢያ ዞንደርቫን)

ጆን ማክአርተር አሳቡን ሲገልጽ "ዕውነተኛ ያልሆነ እምነት ምናልባት በመልካም ሥራ ማመን፣ በሃይማኖታዊ ሥርዓት ማመን፣ በልምምድ ማመን፣ በራስ መልካምነት ማመን ወይም በዘመናችን እንደ ለመድናቸው ያሉ ለመረዳት የሚከብዱት ዐይነት እምነቶችን ነው፡፡ ሰው የሚድነው በሌላ በምንም ነገር ሳይሆን፣ በክርስቶስ ኢየሱስ ብቻ ነው፡፡ መጽሐፍ ቅዱስ ግን ግልጽ እንደሚያደርግልን የሚያድን እምነት በአንደበት ብቻ እርሱን ማመንን ከመናገር ብዙ የሚያልፍ ነው፡፡

ማመን (**pisteuo /ፒስቲዮ ከ pistis /ፒስቲስ** = እምነት፣ ማመን ማለት ነው) ይህ ቃል በመጽሐፍ ቅዱስ አገልግሎቱ መረጃ ላይ የተመሠረቱ ዕውነታዎችን ከመቀበልም የዘለለ ነው፡፡ መጽሐፍ ቅዱሳዊው ማመን ራስን ሙሉ ለሙሉ በመስጠት ወይም በማመን ዕውነት የሆነው ጌታ ኢየሱስ ክርስቶስን መደገፍ ነው፡፡ ይህ ተግባር የራስን አእምሮ ፈቃድ ሲጠይቅ ግን በተጨማሪም የሚያመነው ሰው ልብንና ፈቃድንም የሚጠይቅ ነገር ነው፡፡ (መጽሐፍ ቅዱስ ጥቅሶች የብሉይና / የአዲስ ኪዳን ግሪክ መዝገበ ቃላት፣ የቴየር ትርጉም 1989. በ ጆሴፍ ሄንሪ ቴየር፣ አስቲን ሐተታ/ በጀፍ ጋሪሰን)

ኤክስፖዚተር የመጽሐፍ ቅዱስ ማብራርያ "በእግዚአብሔር ቃል ውስጥ በአንድም ቦታ ላይ ሰው በክርስቶስ ላይ ያለው እምነቱ ከግምት ገብቶ ዳነ የሚል ነገር አታዩም፡፡ ይህ እምነት ለመዳናችን የራሱን አስተዋጽኦ አድርጓል ወደሚለው አሳብ ያመጣልና፡፡ በተቃራኒው ግን እምነት በቀላሉ የልብ ዕጅ ነው፡፡ እግዚአብሔር የሰጠውን ይቀበላል፤ ዳሩ ግን ከእርሱ ላይ ምንም የሚጨምረው ነገር የለም፡፡ ሁሉም ድነትን የተቀበሉ እስከ

እምነት ድረስ ዝም ብለዋል፡፡ ልዩነት የለምና፤ ይህም ደግሞ ልክ በሮሜ 3፥9 ላይ እንዳየነው ነው፡፡ (ጋቤሌይን ፣ ኤፍ ፣ አርታኢ-የአጋላጭ መጽሐፍ ቅዱስ አስተያየት) ልክ ቻርለስ ሲሞን እንደሚያስቀምጠው ከዚህ ጽድቅ ላይ ድርሻ ሊኖረን ይገባል፡፡ ይህ ግን በሥራ ሳይሆን፣ በክርስቶስ በማመን ነው፡፡ በሥራችን ልናገኘው መሞከር የለብንም፤ በሥራችን ልንጨምርበት አንሞክርም፡፡ ከገዛነውም የምንገዛው ያለ ገንዘብና ያለ ዋጋ ነው (ኢሳ. 55፥1)፡፡

እንዴት ነው ይህ ጽድቅ የእኛ የሆነው? እምነት ይህን የምናገኝበት ብቸኛ መንገድ ነው፡፡ ክርስቶስ ጋር እንደሚጠፉ ኃጢአተኛ ሆነን እንመጣለን፤ ደግሞም በሙሉም በከፊልም የራሳችንን ጽድቅ ልንመሠርት ሳንሞክር፣ በእርሱ ብቻ ለመዳን ራሳችንን መስጠት አለብን (ሮሜ 10፥3)፡፡ የእርሱ ጽድቅ ያለ እኛ ሥራ ወደ እኛ እንደ መጣ መቀበል አለብን (ሮሜ 4፥6፡፡)

በተጨማሪም የእርሱን መታዘዝ የተስፋችን ብቸኛ መሠረት አድርጎ መውሰድ (ሮሜ 5፥19)፡፡ ክርስቶስን ብቻ ጽድቃቸው አድርገው የሚቈጥሩት እነርሱ ናቸው በትክክል አምነዋል የሚባሉት፡፡ እኛም እንደዚያ ስናምን ነው የእግዚአብሔርን ጽድቅ በእኛ አደረገ የሚባለው (1ኛ ቆሮ. 1፥30)፡፡

ጽድቅ ለእኛ የተሰጠን በእግዚአብሔር በራሱ በነፃ ነው፡፡ እርሱ ጽድቅን እንደ ልብስ አለበሰን እንጂ፣ የተወሰነ ነገር ቈርሶ አልሰጠንም፡፡ በዚህ ዕይታ ነው በጌታችን በራሱ የተመከርነው (ራእይ 3፥18)፡፡ ያለ እርሱ የተራቆትን እና ለዕፍረት የተጋለጥን ነን፡፡ ይህም ደግሞ ልክ የመጀመሪያው ወላጆቻችን ኃጢአት በሠሩ ጊዜ እንደ ሆኑት እና ራሳቸው የሰዋቸውን ቆዳ ገፍፈው እንዲለብሱ ከእግዚአብሔር ዘንድ እንደሆነው (ዘፍ. 3፥7፣ 21) እኛም ራሳችንን በጌታ ኢየሱስ ላይ በመስጠት ነው የምንድነው (ሮሜ 13፥14)፡፡ እናም በዚህ ጽድቅ ስንሸፈን እርሱ ራሱ በእኛ ላይ ነቀፌታ አይተውም (ኤፌ. 5፥27)፡፡ ቤተ ክርስቲያንም በማይነገር ሐሤት ውስጥ በመሆን (ኢሳ. 61፥10) የሰማይ ሙሽራዋን ትቀበላለች (ራእይ 19፥8)፡፡ (Horae Homileticae Vol. 15:Romans)

ቻርልስ ኮልሰን፡ ወንጌል የምሥራች ዜና ነው፡፡ ነገር ግን ኢየሱስ ቀላል ዜና ነው ብሎ ግን አልተናገረም፡፡ የመስቀሉ ማዕከለኛ ዕውነት ከሕይወት በፊት ሞት፣ ከሽልማት በፊት ንስሐ የሚል ነው፡፡ የእርሱ ወንጌል የመቤዠት መልካም የምሥራች ዜና ከመሆኑ በፊት ኃጢአተኛነትን የሚያስረዳ ደስ የማይል ዜና መሆን ነበረበት፡፡

የሚገኝ (ተገኝቷል)

ይህ ቃል እኛ ደክመን ቧጠን የምናመጣው ሳይሆን፣ በራሱ በተወሰነለት ሥፍራ የሚገኝ መሆኑን ያመለክታል፡፡ ማለትም መገለጡ ወደ እኛ ከመጣ ዘንዳ እኛ መገለጡን አላመጣነውም ማለት ነው፡፡ ዐይናችንን ሲከፍተው በሥፍራው ሆኖ አገኘነው፡፡

ተገልጧል (**phaneroo /ፋሬኖ** [የቃል ጥናት] ከ **phanerós /ፋኔሮስ** = መገለጥ፣ መታየት ከ **phaino /ፋይኖ** = ብርሃንን መስጠት፣ የሚታይ መሆን ከ **phos /ፎስ** = ብርሃን) ማለት ለሁሉም የሚታይ ሆኖ በውጫዊ ገጽታ መገለጥ ነው፡፡ መጀመሪያ ተሸፍኖ የነበረን ነገር እንዲታይ ማድረግ ማለት ለስሜት ህዋሳት በሚገባ መልክ መታየት ማለት ነው፡፡ የሚታይ እንዲሆን ማድረግ ማለት ነው፡፡ (መጽሐፍ ቅዱስ ጥቅሶች የብሉይና / የአዲስ ኪዳን ግሪክ መዝገበ ቃላት፣ የቴየር ትርጉም 1989. በ ጆሴፍ ሄንሪ ቴየር፣ አስቲን ሐተታ/ በጄፍ ጋሪሰን)

ሀልዴን ሲጽፍ መገለጥ የሚይዘው አሳብ በግልጽ የሚታይ መሆን ወይም በሙሉ ማረጋገጫ የሚቀርብበት መሆንን ነው፡፡ በሕጉ በጨለማ ውስጥ ሲገለጥ፣ በነቢያት ጽሑፍ ደግሞ ከዚያ በተሻለ ተገልጧል፡፡ አሁን ግን ሙሉ ለሙሉ ተፈጽሞ ተገልጧል፡፡ በኢየሱስ ክርስቶስ ሕይወት፣ ሞት እና ትንሣኤ ውስጥ በገልጽ በእግዚአብሔር ተገልጧል፡፡

የእግዚአብሔር በሥጋ መገለጥ በሆነው በእርሱ ተገልጧል በምድር እያለም ተጽፏል፡፡ እርሱ ጽድቅን ሁሉ ፈጽሟል፡፡ ከሕግ አንዲት ነጥብ እንኳ አልተላለፈም፤ ዳሩ ግን ሁሉን ፈጸመ፤ ይህም ጽድቅ የሆነው መንፈስ ቅዱስ ወደ ዓለም ሲመጣ ዓለምን ይወቅሳል (ዮሐ. 16÷8)፡፡

ባርንሃውስ ሲናገር መገለጥ ከሁለት የላቲን ቃላት የተገኘ ሲሆን፣ ዕጅ እና መምታት የሚል ትርጉም ያላቸው ናቸው፡፡ አንድ ሰው ስለ ክርስትና መጽሐፍ ምን እንደሚል ቢጠይቀኝ፣ በአንድ ምዕራፍ የምነግረው መጽሐፍ ቅዱስ ማለት እግዚአብሔር ኃጢአተኛውን ወስዶ የሚያነጻበት እና ፍጹም ወደ ሆነው ወደ ራሱ ሰማይ፣ የራሱንም የመንግሥቱንም ቅድስና ሳያጎድፍ የሚወስድበት ዕቅድ የተጻፈበት መሠረት ነው እለዋለሁ፡፡ ከሕግ የተለየ ጽድቅ፡፡ ከሰው ሥራ የተለየ ጽድቅ፡፡

ሰው ከሚገባው ነገር የተለየ ጽድቅ፡፡ ለማይገባቸው ሰዎች በነፃ የተሰጠ ጽድቅ ነው፡፡ ከእግዚአብሔር ዘንድ ከማንነቱ የተነሣ የሚወጣ ጽድቅ ነው፡፡ ይህ ነው የእግዚአብሔር ቃል ዋና መፈክር፡፡ (ዘ ኤክስፖዚተርስ ግሪክ አዲስ ኪዳን)

ሊዮን ሞሪስ፡ ይህ ጳውሎስ ሕግ ድነትን እንደማያመጣ ለማስረዳት የሄደበት መንገድ ነው፡፡ ሕግ ችግርን ማሳየት ይችላል፤ ሁሉም ኃጢአተኞች እንደሆኑ ግልጽ አድርጎ ማሳየት ይችላል፡፡ ነገር ግን ከዚያ በላይ ምንም ማድረግ አይችልም፡፡ ሕግ የሚለው ቃል ጠቅል አድርጎ የሚገልጽ ሲሆን፣ ለአይሁድ ሕግ ዕውነት የሆነው ነገር ሁሉ ለሌሎች ሕጎችም ይሠራል፡፡

ወደ እግዚአብሔር የሚወስደው መንገድ የሕግ መንገድ አይደለም፡፡ ማንም ሰው በሕግ መጠለል አይችልም፡፡ እንደ ጠበቀው ማሰብም አይችልም፡፡ ይህ ከሰው ልብ የሚወጣ ግኝት አይደለም፡፡ ጳውሎስም ለዚህ ነገር ራሱን ይህን መንፈሳዊ ሕግ ስለ ገለጥህ እንኳን ደስ ያለህ! አይለውም፡፡ ይህ መገለጥ ሲሆን፣ የተሸፈነን ነገር ግልጽ ከማድረግም ያልፋል፡፡
ይህ ከጥንትም በእግዚአብሔር ምክር ውስጥ የነበረ አሳብ ነው (ኤፌ. 1÷4-5)፡፡ ምንም እንኳ ሁልጊዜም ዕውነት የነበረ ቢሆንም፣ የተገለጠው ግን አሁን ነው፡፡ ጳውሎስ መንገድ የፈለገውም ወንጌል ድንገት የሆነ አሳብ እንዳልሆነ ነው፡፡ እግዚአብሔር ሰውን በጸጋ ለማዳን ጥንትም ቢሆን አስቧል፡፡ አሁን ጳውሎስ የሚገልጠው ይህንን የነበረ ዕውነት ነው፡፡

ባርንሃውስ፡ ለምንድን ነው "የእግዚአብሔር ጽድቅ" የተባለው? ለዚህ ጥያቄ ብዙ መልስ ሊኖር ይችላል፡፡ እናም ሁሉም ዕውነት ከመሆናቸው አንጻር እርሱን በምንመስልበት ወቅት ከሚገለጥልን ዕውነት የተከፋፈሉ መረዳቶች ነው የሚሆኑት፡፡ የእግዚአብሔር ጽድቅ የእርሱ የሆነው ከማንነቱ አንጻር ነው፡፡ እርሱ በማንነቱ ጻድቅ የሆነ ነው፡፡

የእርሱ ጽድቅ ስለሆነም ከእኛም ይጠብቀዋል፡፡ የእርሱ የሆነው ጽድቅ በዙርያው ያሉትም ጻድቃን መሆን አለባቸው፡፡ ስለዚህ እርሱ ሁላችንን የእርሱን የሚያህል ጽድቅ እንዲኖረን ግድ ይለናል፡፡ ነገር ግን ማናችንም ይህንን ጽድቅ በራሳችን ልናገኘው ስላልቻልን እርሱ ለእኛ በነፃ የሰጠው ጽድቅ ከመሆኑ አንጻር የእግዚአብሔር ጽድቅ መባሉ ተገቢ ነው፡፡

የሮሜ መልእክት መሪ ርዕስም የእግዚአብሔር ጽድቅ የሚል ነው፡፡ የጽድቅ ማዕከሉ እግዚአብሔር ነው፡፡ የጽድቅ ምንጩም ዳግሞ እንዲሁ ጌታ እግዚአብሔር አምላካችን ነው፡፡ የዚህ ጽድቅ መገለጫው መንገድም እግዚአብሔር ነው፡፡ እግዚአብሔር ጻድቅ ነው፡፡ እግዚአብሔር ጽድቅን ይጠይቃል ደግሞም እግዚአብሔር ጽድቅን ይሰጣል፡፡ እነዚህ ሦስት ነገሮችን መረዳት ከተቻለ ወንጌልን መረዳት ይቻላል፡፡

እነዚህን ሦስት ነገሮችን መረዳት ካልተቻለ ግን ወንጌልን በፍጹም መረዳት አይቻልም፡፡ ከህደት ባለበት በየትም ቦታ ሰዎች እግዚአብሔር ጻድቅ ነው፤ ስለዚህም ከፍጥረቱ ሁላ ጽድቅን ይፈልጋል፤ እንዲሁም ማንም ከእርሱ ውጭ ይህን ጽድቅ ሊያገኝ ስለማይችልና እርሱ ፍቅር ስለሆነ፣ በዚህ መንገድ ራሱ ጽድቅን ይሰጠዋል ከሚለው አሳብ ይወጣሉ፡፡ (ዘ ኤክስፖዚተርስ ግሪክ አዲስ ኪዳን)

ቤከር የወንጌላውያን መዝገበ ቃላት "እግዚአብሔር አብ ጻድቅ ነው፤ ልጁ ኢየሱስ ክርስቶስ ጻድቅ ነው፤ አብ በልጁ በመንፈስ ቅዱስ በኩል ደግሞ ንስሐ ለሚገቡ ኃጢአተኞች የጽድቅን ስጦታ ይሰጣል፡፡ እነዚህ ኃጢአተኛ የነበሩ አማኞች አብ በልጁ በኩል በውስጣቸው በሚሰራው መንፈስ ቅዱስ ጻድቅ ተባሉ በሚመጣው ዘመንም ጻድቃን ሆነው ይኖራሉ፡፡ እነርሱ የጸጋ ሁሉና የምሕረት አምላክ ከሆነውና በእነርሱ የጀመረውን ሥራ ስለ ክርስቶስ ጻድቃን በማድረግ ወደ ፍጻሜ ከሚያመጣው ከሕያው እግዚአብሔር ጋር በዘላለም ኪዳን ውስጥ ስላሉ ጻድቅ ናቸው ወደ ፊትም ይሆናሉ፡፡

የእግዚአብሔር ጽድቅ ነው

ጽድቅ _(**dikaiosune /ዲካዮሱን [የቃል ጥናት]** ከ **dikaios /ዲካዮስ [የቃል ጥናት]** = ትክክል መሆን ወይም እግዚአብሔር ከሚፈልገውና ካስቀመጠው መስፈርት አንጻር ትክክል መሆን) ይህ ትክክለኛነትን የሚያሳይ ቃል ነው፡፡ *ዲካዮሱን* በቀላል አገላለጽ ከአንድ መስፈርት ጋር በተስማማ መልክ *መሥራትን* የሚያሳየን ነው፡፡ ይህ *ሃማርቲያ* ከሚለው እግዚአብሔር ያስቀመጠውን ግብ መሳት የሚል ትርጉም ካለው ቃል ተቃራኒ አሳብ ያለው ቃል ነው፡፡ *ዲካዮሱን* በእግዚአብሔር ፊት ያለ የባሕርይ ትክክለኛነት፣ እንዲሁም በሰው ፊት ያለ የተግባር ትክክለኛነት ነው፡፡ (መጽሐፍ ቅዱስ ጥቅሶች የብሉይና / የአዲስ ኪዳን ግሪክ መዝገበ ቃላት፣ የቴየር ትርጒም 1989. በ ጆሴፍ ሄንሪ ቴየር፣ አስቲን ሐተታ/ በጂፍ ጋሪሰን)

ልዩነት የለምና፤

ልዩነት (choris /ኮሪስ ከ choros /ኮሮስ = ከብት የሚሰማራበትን ቦታ ወይም መሬት የሚያሳይ ነው) ማለት ቦታን የሚያሳይ ሲሆን፣ ከአንድ ቦታ መለየትን ያሳያል፡፡ እዚህም ጋር የሚስለው ሥዕል ከሕግ ሙሉ ለሙሉ በተለየ መልኩ የሰው ልጅ ጽድቅን በክርስቶስ ኢየሱስ በማመን ያገኛል የሚል ነው፡፡(መጽሐፍ ቅዱስ ጥቅሶች የብሉይና / የአዲስ ኪዳን ግሪክ መዝገበ ቃላት፣ የቴየር ትርጒም 1989. በ ጆሴፍ ሄንሪ ቴየር፣ አስቲን ሐተታ/ በጆፍ ጋሪሰን)

"ልዩነት" የሚለው በግሪኩ *ዲያስቶል* ይሰኛል፡፡ በግስ መልኩ ሲቀመጥ *ዲያስቶሌኦ* የሚባል ሲሆን፣ ቃል በቃል በሁለት መንገዶች መላክ ማለት ነው፡፡ "ስለሆነም" "መከፈያን መሣል፣ መከፈል፣ መለየት" ማለት ነው፡፡ ፍሬ አሳቡም ልዩነት የለም ማለት ነው፡፡(ዌስት፣ ኬ. ኤስ. የግሪክ አዲስ ኪዳን ጥናት)

ሮበርት ሀልዳኔ ሲጽፍ በቀጣይ በሮሜ 3÷20 ላይ ጳውሎስ ለሕግ ባለው መታዘዝ ማንም ሰው ሊጸድቅ አይችልም ይለናል፡፡ በሮሜ 3÷28 እና በሮሜ 4÷5 ላይም ተመሳሳይ ዕውነትን ያወራል፡፡ ተመሳሳይ አሳባችን በገላትያ 3÷21 ላይም ያጸናል፡፡ እዚህ ጋር ሐዋርያው እያለ ያለው የትኛውን ሕግ ነው?

የሞራል (የምግባር) ሕጉን ነው ወይስ የሥርዓቱን ነው የሚለው አሳብ ላይ መከራከር አስፈላጊ አይሆንም፡፡ ይህ የተጻፈውንም ሆነ ያልተጻፈውንም የእግዚአብሔርን ሕግ ያጠቃልላል፡፡ እነዚህ ሁሉ ሕጎች በእግዚአብሔር ሕግ ፍጹማን ሆነዋል (ማቴ 3÷15)፡፡

ባርንሃውስ ሲጽፍ ከሕጉ የተለየ ጽድቅ ከሰው ባሕርይ የተለየ ጽድቅ ነው፡፡ እንዲጸድቅ የሚደረገው አካልን ጽድቅም ከግምት ያስገባ አይደለም፡፡ ከእግዚአብሔር ዘንድ እንደ እግዚአብሔር አሳብ ለማይኖረው ሰው የተሰጠ ጽድቅ ነው፡፡ ሌባውን በመስቀል ላይ እያለ ያጸደቀ ጽድቅ ነው (ሉቃስ 23÷42)፡፡ለአንተ የተዘጋጀ ጽድቅ፡፡ በራስህ አመጣዋለሁ ብለህ ያሰብኸውን ጽድቅ ሁሉ ትተህ በመቀበል መርጠህ የምታገኘው ጽድቅ፡፡ የእግዚአብሔር የራሱ ጽድቅ፤ እንዲሁም በአንተ ውስጥ ተግባራዊ የሆነ ጽድቅን ሊያመጣ የሚችል ብቸኛው ጽድቅ፡፡(ዘ ኤክስፖዚተርስ ግሪክ አዲስ ኪዳን)

ቍጥር 22

እርሱም ለሚያምኑ ሁሉ የሆነ በኢየሱስ ክርስቶስ በማመን የሚገኘው የእግዚአብሔር ጽድቅ ነው፤ ልዩነት የለምና፡፡

ይህም ማለት

4፥3-13፣ 20-22፤ 5፥1-11፤ 8፥1፤ ፊልጵስዩስ 3፥9

ለሁሉም

4፥6፣ 11፣ 22፤ ገላትያ 2፥16፤ 3፥6፤ ያዕቆብ 2፥23

ደግሞም በሁሉም ላይ

ኢሳይያስ 61፥10፤ ማቴዎስ 22፥11፣ 12፤ ሉቃስ 15፥22፤ ገላትያ 3፥7-9

በእዚያ

2፥1፤ 10፥12፤ የሐዋርያት ሥራ 15፥9፤ 1ኛ ቆሮ. 4፥7፤ ገላትያ 3፥28፤ ቈላስይስ 3፥11

3፥23 ሁሉ ኃጢአትን ሠርተዋልና የእግዚአብሔርም ክብር ጎድሎአቸዋል፤

ሕግ አለን የሚሉት አይሁድም ሆኑ፣ ያለ ሕግ የሆኑት አሕዛብ ሁሉም በእግዚአብሔር የፍርድ ችሎት ፊት ኃጢአተኞች ሆነው መገኘታቸውንና ፍርድ የሚገባቸው ሆነው መገኘታቸውን ተመልክተናል፡፡ ሐዋርያው አሁን ደግሞ ወደሚቀጥለው የድነት ስጦታ ሊሻገር ስለሆነ፣ ለሁሉ ይህ ስጦታ የሚያስፈልግ መሆኑን ለመጥቀስ ይህንን አባባል ተጠቅሟል፡፡

ይህንንም ያደገው ሁሉ ኃጢአትን ከሠሩ ሁሉም ፍርድ ተመድቦባቸዋል ማለት ከፍርድ ለማምለጥ ደግሞ ብቸኛው መንገድ እግዚአብሔር ያዘጋጀውን የድነት ስጦታ አይሁድ ወይም የግሪክ ሰው ሳይባል ሊቀበል እንደሚገባው ማሳየት ስላለበት ነው፡፡ ስናጠቃልለውም ሁሉም ሰው በፊተኛው በአዳም ምክንያት የተኰነነ መሆኑን ይህ ቃል ያመለክታል፡፡

ሁሉ ኃጢአትን ሠርተዋልና

[ሁሉ ኃጢአት የሠራና ከደመቀው የእግዚአብሔር ክብር በመጉደሉ (የሚገባው የሌለ በመሆኑ [ወይም የደመቀ ሀልዎቱ፤ ክብር] ፣ (ሮሜ 3፥23 ኤክስፓንድድ ባይብል፡ ኢ.ኤክስ.ቢ)

ኃጢአት መሥራት (hamartano / *ሃማርታኖ*) ዓላማ መሳት፣ ከጽድቅ መንገድ መውጣት፣ የእግዚአብሔርን ሕግ መተላለፍ ወይም ኃጢአት መሥራት ማለት ነው።።(መጽሐፍ ቅዱስ ጥቅሶች የብሉይና / የአዲስ ኪዳን ግሪክ መዝገበ ቃላት፣ የቴየር ትርጉም 1989. በ ጆሴፍ ሄንሪ ቴየር፣ አስቲን ሐተታ/ በጂፍ ጋሪሰን)

"ኃጢአት ተሠርቷል" የሰው ልጆች ኃጢአትን ከመፈጸም ያለፈ ምንም ነገር የላቸውም በሚል *ነፃ* አመለካከትን የሚያቀርብ *ነፃ በሆነ* መልኩ በኀላፊ ጊዜ ድርጊት ተፈጻሚነት የሚቀርቡበት ነው።። ቃሉ *ሀማርታኔአ* የሚል ሲሆን፣ ምልክቱን መሳት፤ ገደብን መጣስ የሚል ትርጉም ያለው ነው።። ስለሆነም ሕጉን በመተላለፍ መውደቅ የሚል ትርጉምን ይዟል።።(ዌስት፣ ኬ. ኤስ. የግሪክ አዲስ ኪዳን ጥናት)

ማክዶናልድ ሲጽፍ የቃሉ ግስ የሚያሳየን ሁሉም ከአዳም የተነሣ ኃጢአት እንደ ሠሩ ነው።። እርሱ ኃጢአት በሠራበት ወቅት፣ አዳም ከእርሱ በኋላ ለሚመጣው የሰው ዘር ሁሉ እንደ ተወካይ ሆኗልና።። ነገር ግን ሰው በፍጥረቱ ብቻ አይደለም።። ኃጢአተኛ የሆነው በተግባርም ኃጢአተኛ ነው።።

ሊዮን ሞሪስ ሲጽፍ ሠርተዋል የሚለው ግስ የተጠናቀቀና ያለፈ ነገርን የሚያሳይ ቢሆንም፣ ኃጢአት ግን ስላለፈ ነገር ብቻ ነው ማለት አይደለም።። ምክንያቱም በአሁን ገለጻ የእግዚአብሔርም ክብር ጐድሏቸዋል ይላልና።። ሌላ ቦታ በሮሜ ላይ ይህ ክብር ወደ ፊት የሚመጣ ሲሆን (ሮሜ 2÷7፣ 10፤ 5÷2 ፤ 8÷18፤ ዮሐ. 17÷22)፣ የአሁን ክብርም ግን አለ (2ኛ ቆሮ. 4፡6፤ 2ኛ ቆሮ. 3÷18፤ ዮሐ. 17÷22)።። ይህ ግን ክርስቶስ በአማኞች ውስጥ የሚሠራው ነገር ነው።። ኃጢአተኞች ከዚህ ክብር ጐድለዋል።። ሁሉም ኃጢአት ያለፈ አይደለም፤ አሁንም ያለማቋረጥ ከዚያ የእግዚአብሔር ክብር ይጐድላሉ።።

ቪንሰንት ሲጽፍ ያለፈ ገለጻው ኃጢአት የመጣበትን ታሪካዊ ሂደት የሚያሳይ ነው።።

ማክዶናልድ ሲጨምር ኃጢያት ከእግዚአብሔር የቅድስና ደረጃና ፍጽምና የወረደ ማንኛውም ሃሳብ፣ ቃል እና ድርጊት ነው።። ግብን ሳያሳኩ መቅረት ነው።። ቀስት ወርውሮ ያሰበውን ነገር ሳይመታ የቀረ አንድ ህንዳዊ ኃጢያት ሰራሁ ሲል ይሰማል።። በእነርሱ ቋንቋ ኃጢያት መስራትና ያሰቡትን ነገር ሳያሳኩ መቅረት አንድ አይነት ነውና።።

ኃጢያት ህግ አለማክበር ነው (1ዩሃ 3፡4) የፍጡራን ፈቃድ ከፈጣሪ ፈቃድ ውጪ ሲሆን፡፡ ኃጢያት ትክክል ያልሆነን ነገር መስራት ብቻ አይደለም ትክክል የሆነን ነገር አለማድረግም ጭምር እንጂ (ያእ 4፡17) ፡፡ ያለ እምነት የሆነ ነገር ሁሉ ኃጢያት ነው (ሮሜ 14፡23)፡፡ ይህ ማለት አንደ ሰው የሚጠራጠርበት ነገርን ማድረግ ኃጢያት ነው፡፡

ስለሚያደርገው ነገር ንጹህ ህሊና ሳይኖረው አንድን ነገር ሄዶ የሚያደርገው እርሱ ኃጢያትን ያደርጋል፡፡ ጽድቅ የሌለበት ነገር ሁሉ ኃጢያት ነው፡፡ ከንቱ ሃሳብ ሁሉ ኃጢያት ነው (ምሳ 24፡9) ፡፡ ኃጢያት ከጭንቅላት ነው የሚጀምረው፡፡ ሲበረታታና ብዙ ስናስበው ወደ ተግባር ይመጣል ይሃ ደግሞ ሞትን ይወልዳል፡፡ ኃጢያት መጀመሪያ ሲታሰብ የሚስብ ነው በውስጡ ግን መርዝ የሞላበት ነው፡፡

ጳውሎስ ስህተት (sins) እና ኃጢያት (sin) የሚባሉትን ነገሮች ለይቶ ሲያስቀምጥ ይታያል፡፡ ስህተት ማለት የሰራነው የተሳሳተ ነገር ሲሆን ኃጢያት ደግሞ ክፉ ማንነታችን የሚወክል ነው፤ እንደዛ ነንና፡፡ ማንነታችን እስካሁን ከሰራነው ነገር እጅግ የከፋ ነው፡፡ ክርስቶስ ግን ለክፉ ማንነታችንም ለክፉ ስራችንም ሞተ፡፡

እግዚአብሔር ሃጢያታችንን ይቅር አለ ሲል መጽሃፍ ቅዱስ ሃጢያተኛ ማንነታችንን ይቅር እያለ ነው ግን አይለንም፤ ይልቅ በስጋችን ያለውን ኃጢያት ይወቅሳል ይፈርዳልም (ሮሜ 8፡3)፡፡ በኃጢአትና በመተላለፍ መካከልም ልዩነት አለ፡፡ መተላለፍ የሚባለው የሚታወቅ ሕግን መጣስ ነው፡፡ መስረቅ ኃጢአት ነው፡፡ በራሱ ስሕተት ስለሆነ፣ ነገር ግን አትስረቅ የሚል የሚከለክል ሕግ ከመኖሩም አንጻር መተላለፍም ነው፡፡ ሕግ ከሌለ መተላለፍ የለም (ሮሜ 4÷15) (ማክዶናልድ ፣ ወ እና ፋርስታድ ፣ የኤ አማኝ መጽሐፍ ቅዱስ ሐተታ ቶማስ ኔልሰን)

የእግዚአብሔር ክብር ጐድሏቸዋል

ሁሉ ሰው ኃጢአትን ስለሠራ፣ ራሱም ደግሞ ኃጢአትን ስለ ሠራ በሕይወቱ የተፈጸመው አሳዛኝ ክስተት ከእግዚአብሔር ክብር መጕደል የመጣ ነው፡፡ የሰው ልጅ በኃጢአት ምክንያት ከእግዚአብሔር ውብ የባሕርይ ተካፋይነትና ከእርሱ ጋር ኅብረት ከሚያደርግበት ቁርኝነት ውስጥ ወጣ፡፡ ከክብርም ደግሞ ጐደለ፡፡

ክብር _(**doxa /ዶክሳ**) ስለ አንድ ነገር ወይም ስለ አንድ ግለሰብ ተገቢ የሆነውን ዕይታ መስጠት ነው፡፡ የእግዚአብሔር ክብርም ማለት እግዚአብሔር በማንነቱ የሆነው ነገር ማለት ነው፡፡ የእግዚአብሔር ክብር እግዚአብሔር በውጫዊ መገለጫዎቹ የሚታየውን የከብሩን ነጸብራቅንም ያካትታል፡፡ አንድ ቀን ለዘላለም የምናየው ነገር ይሆናል፡፡ (መጽሐፍ ቅዱስ ጥቅሶች የብሉይና / የአዲስ ኪዳን ግሪክ መዝገበ ቃላት፣ የቴየር ትርጉም 1989. በ ጆሴፍ ሄንሪ ቴየር፣ አስቲን ሐተታ/ በጄፍ ጋሪሰን)

ዊሊያም ኔዌል በኀዘን እንደሚለው የእኛ መኊደል ምን ያህል አሳዛኝና መጥፎ ነው ከዚያ በኋላ ደግሞ ያለው የሰው ሁኔታ እንዴት የሚያሳዝን ነው ይላል፡፡

አስቡት እስቲ ለምሳሌ በአሜሪካ ኒውዮርክ ከተማ ሰዎችን ሰብስቤ "ሁላችንም እንግዲህ ከፊታችን ያለውን ውቅያኖስ ዘልለን እንግሊዝ እንገባለን" ብላቸው አንዳንድ ጠንካራ ወጣት ወንዶች እስከ 20 ጫማ ያህል ይዘልሉ ይሆናል፡፡ አንዳንድ አሮጊት እናቶች ደግሞ አንድ ጫማ ያህል ይዘልሉ ይሆናል፡፡ ነገር ግን ሁሉም ከእንግሊዝ ደሴት ሳይደርሱ ይጐድላሉ፡፡

ከዚያም አልፎ እሩቅ የዘለሉት ሰዎች በውኃው ውስጥ በጥልቅ የሚሰምጡትና የሚኊዱት እነርሱ ናቸው፡፡ ጳውሎስ ከኃጢአተኞች ቀና የነበረው ወደ ጽድቅ ለመድረስ ረጅም ርቀት ነበር የዘለለው፡፡ መጨረሻው ግን እያለቀሰ "እኔ ምንኛ ጎስቋላ ሰው ነኝ!" ወደ ማለቱም ሆነ እምነቱንም በክርስቶስ ላይ ብቻ ወደ ማድረጉ መጣ፡፡

የፐሪቸር ማብራርያ ሲናገር ጳውሎስ አሳቡን ለማስረዳት ሁለት የስፖርት ውድድር አገላለጾችን ይጠቀማል፡፡ *ሃማርታኖ* ወይም ኃጢአትን መሥራት የሚለው አንድ ቀስት ወርውሮ ግብን ሳይመቱ መቅረትን የሚያሳይ ሲሆን፣ *ሁስቴሮ* ወይም መኊደል የሚለው ቃል ደግሞ በሩጫ ከኋላ መቅረትን የሚያሳይ ነው፡፡በሩጫ ከኋላ በመቅረትም ሆነ ወርውሮ በመሳት የተገለጸው የሰውን ልጅ ከእግዚአብሔር ክብር ጋር ስላለው ግንኙነት ለማሳየት ነው፡፡

በሰው ልጅ ታሪክ ውስጥ የሰው ልጅ ግብ ማውጣትን ልምዱ አድርጎት ይታያል፤ የመኖር እቅድ፣ የግል ነፃነት ግብ፣ የአለም ሰላም፣ ወይም 35 ዓመት ሳይሞላው 1 ሚሊዮን ብር ማግኘትን ግብ ሊያደርግ ይችላል፡፡ ይሁን እንጂ፣ የሰው የከበሩ የተባሉ ግቦቹ ከእግዚአብሔር ለሰው ከሰጠው ግብ አንጻር ባዶ ናቸው የእግዚአብሔር ግብ

እግዚአብሔርን ክብር በሕይወት ማሳየት ነውና (ማቴ. 5፥16፤ 1ኛ ቆሮ. 6፥20፤ 1ኛ ጴጥ. 2፥12) እንዲሁም ከሞት በኋላ እርሱን ለዘላለም ማክበር ነው። (ብሪስኮ ፣ ዲ ኤስ እና ኦጊቪቪ ፣ ኤል ጄ ፣ ኤዲተር. የሰባኪው ሐተታ ፣ ብሉይ ኪዳን)

የኤክስፖዚተር መጽሐፍ ቅዱስ ማብራርያ እንደሚለው የእግዚአብሔር ክብር ለሚለው የተሻለ ትርጓሜ የሚሆነው የሰው ልጅ በፍጥረት መጀመሪያ የነበረው የመለኮት አብርሆትና ቀጥተኛ የሆነ ከእግዚአብሔር ጋር ያለ ግንኙነት ነው። ይህ እስካሁን ያለ መጕደል በመገናኛው ድንኳን ውስጥ ሰዎች ወደ ውስጥ እንዳይገቡ በመከልከላቸውና ግንኙነታቸው ሊቀ ካህናቱ በዓመት አንድ ጊዜ ወደ ውስጥ በመግባት ብቻ መወሰኑን ማየት ይቻላል። የእግዚአብሔር ክብር የቅድስና ማንነቱ በአካል መገኘት ነው። ኃጢአት ያደረሰው ትልቅ ጉዳት ቢኖር ከዚህ ኅብረት ማጕደል ነው።

ሊዮን ሞሪስም እንደዚሁ ተመሳሳይ አሳብን ይሰጣል። የእግዚአብሔር ክብር ከሰው ልጅ ኃጢአት ጋር ያለው ተዛምዶ የሚገርም ነው። እግዚአብሔር ሰዎች ክብሩን እንዲጋሩት ይፈልግ እንደ ነበር ያሳያል። ልክ በዔድን ገነት ታሪክ እንደምናየው ኃጢአት አዳምን ከዚያ ክብርና ኅብረት ቈረጠው፤ እስካሁንም ድረስ ኃጢአት የአዳም ዘር ሐረግን ከዚያ ክብር አጕድሏል። (ሞሪስ ፣ ኤል. የሮማውያን መልእክት. ደብልዩ ቢ.)

የኪንግ ጀምስ መጽሐፍ ቅዱስ ማብራርያ የእግዚአብሔር ክብር ስለሚለው አሳብ ጥሩ ማብራርያ ይሰጣል፡ እስጢፋኖስ በሚወገርበት ወቅት ወደ ሰማይ አትኵሮ አየና የእግዚአብሔርን ክብር ተመለከተ። እንደውም ኢየሱስን በአብ ቀኝ ሆኖ ዐየው (የሐዋ. 7፥55)። የእግዚአብሔር ክብር ዕውቀት ያለው በኢየሱስ ክርስቶስ ፊት ላይ ነው (2ኛ ቆሮ. 4፥6)።ጳውሎስም የእግዚአብሔር ክብር ጐድሎናል ሲል ከኢየሱስ ክርስቶስ ኃጢአት አልባነት ጋር አንነጻጸርም ማለቱ ነው። ኢየሱስ ክርስቶስ ከመመጣቱ በፊት የሙሴ ሕግ የእግዚአብሔር ጽድቅ መለኪያ ተደርጎ ይወሰድ ነበር። ነገር ግን ኢየሱስ ክርስቶስ ስለ እኛ እርግማን ሲሆን፣ ከሕግ ዕርግማን ነፃ አወጣን (ገላ. 3፥19፤ ሮሜ 10፥4)። ስለዚህ ዛሬ የእግዚአብሔር ጽድቅ መለኪያው የብሉይ ኪዳን ሕግ ሳይሆን፣ ኢየሱስ ክርስቶስ ራሱ ነው።

የኪንግ ጀምስ መጽሐፍ ቅዱስ ማብራርያ የእግዚአብሔር ክብርን በዚህ መልክ ያብራራዋል። የእግዚአብሔር ክብር ምንድን ነው? መጽሐፍ ቅዱስ በተደጋጋሚ የእግዚአብሔር ክብርን እስራኤልን በመራው በደመና ዓምድ ይመስላል (ዘጸ. 16፥7-10)፣

በሰሎሞን መቅደስ (1ኛ ነገ. 1÷14)፣ በኢየሩሳሌም ተራራ (ሕዝ. 11÷23) በመሳሰሉት፡፡ አሁን ግን የእግዚአብሔር ክብር የሚያርፈው በኢየሱስ ክርስቶስ ላይ ነው (ዮሐ. 1÷14)፡፡

ሮበርት ምርጋን በምድር ታሪክ ውስጥ 3 ሰዎች ብቻ ፍጹም ኃጢአት-ዐልባ ነበሩ፡፡ ከእነርሱም ሁለቱ ይህንን ማንነታቸውን ጠብቀው መቆየት አልቻሉም፡፡ እነዚህም አዳምና ሔዋን ናቸው፡፡ ሦስተኛውና ጽድቁን ጠብቆ የሄደው ኢየሱስ ክርስቶስ ነው፡፡ ማንም ከአሁን በኋላ በራሱ ጽድቅ የእግዚአብሔርን መንግሥት ይወርስ ዘንድ ዐቅም የለውም፡፡

ሁላችንም ኃጢአት ሠርተናል፤ እግዚአብሔር ከሚፈልገው መስፈርትም ጐድለናል፡፡ ከአሁን በኋላ መልካም ሕይወትን በመኖር ከእግዚአብሔር ልንታረቅ አንችልም፡፡ በውስጣችን ኃጢአት አለና፤ ምንም ዐይነት ኃጢአት ደግሞ ከእግዚአብሔር ቅድስናና ፍጹምነት ጋር ሊኖር አይችልም፡፡ ይህንን ስንረዳ ብቻ ነው ኢየሱስ ለእኛ የሠራው ነገር የሚገባንና የምናመሰግነው፡፡

የሰው ልጅ በፊተኛው አዳም ውስጥ ሆኖ ሊቀበለው አይችልም፤ በሌላ መንገድም ሰው በኃጢአት ውስጥ ሆኖ የጽድቁን ባሕርይ ሊያሳይና ሊያንጸባርቅ አይችልም፡፡

ይህንን አሳብ በተብራራ ሁኔታ ለመመልከት አሳቦቹን በነጥብ ማስቀመጡ ይጠቅማል፡፡

ሀ. ሰው ሁሉ ኃጢአትን ሠርቷል - በፊተኛው አዳም፣ በራሳችንም ሥራ
ለ. በፊተኛው አዳም ውስጥ ባለንበት ዘመን ሁሉ አንዱ ከሌላው የሚሻል አልነበረም - 2ኛ ቆሮ. 10÷12

ሐ. ሁላችንም ክብር ጐድሎናል

ጐደለዋል **(hustereo /ሁስቴሪዮ** [የቃል ጥናት] ከ **hústeros /ሁስቴሮስ** = መጨረሻ፣ ጥግ፣ በኋላ ያለ) ዋና አሳቡ መጨረሻ መምጣት የሚል ሲሆን፣ የአንድ ነገር ሳይሳካ መቅረት ወይም የታሰበው ጥግ ላይ አለመድረስ ማለት ነው፡፡ *ሁስቴሪዮ* መጨረሻ ወይም ከሥር መሆን የሚል ዋና አሳብ ያለው ቃል ነው፡፡ በውድድር ላይ ከኋላ መቅረት እና ግቡ ጋር ሳይደርሱ መቅረትን የሚያሳይ ነው፡፡(መጽሐፍ ቅዱስ ጥቅሶች የብሉይና /

የአዲስ ኪዳን ግሪክ መዝገበ ቃላት፣ የቴየር ትርጉም 1989. በ ጆሴፍ ሄንሪ ቴየር፣ አስቲን ሐተታ/ በጄፍ ጋሪሰን)

ቪንሰንት ሲጨምር *ሁስቴርዮ* በዚህ ክፍል ከሚፈለግባቸው ነገር አንጻር ሳያሳኩ መጉደላቸውን ነው፡፡ የአሁን ገለጻ ግሱ የሚያሳየው የሰውን ልጅ ያለ ማቋረጥ ከእግዚአብሔር ክብር መጉደል ሲያሳይ ጳውሎስም የሚለው ማንም ቢሆን በራሱ አቅም ወይም መልካም ስራ የእግዚአብሔር መንግሥት ላይ እንደማይደርስ ነው፡፡

አለመቻል - “መውደቅ” የሚለው የአሁን ጊዜ ነው - “አሁኑኑ ወድቀዋል” የሚል ፍቺ አለው፡፡ ግሱ *አስትራአ* የሚሰኝ ሲሆን፣ በሩጫ ውድድር ከኋላ መቅረት እናም ደግሞ ግብን ማሳካት አለመቻል፣ እስከ መጨረሻው ድረስ ለመጓዝ አለመቻል፣ ወይም የሆነን ነገር ማጣት ማለት ነው፡፡

ትርጉም፡፡ ነገር ግን የእግዚአብሔር ጸጋ አሁን ያለ ሕግ ለእኛ በግልጽ እንዲታይ ተደርጓል፡፡ ይህም ስለ እርሱ በሕግና በነቢያት በግልጽ በተመሰከረለት መልኩ_የሆነ ነው፡፡ በእርግጥም የእግዚአብሔር ጽድቅ ለሚያምኑ ሁሉ በኢየሱስ ክርስቶስ በሆነ እምነት በኩል መጥቷል፡፡ ልዩነት የለምና፤ ሁሉ ኃጢአትን ሠርተዋልና፤ የእግዚአብሔርም ክብር ጐድሎአቸዋል (3፥24-26)፡፡ (ዌስት፣ ኬ. ኤስ. የግሪክ አዲስ ኪዳን ጥናት)

ቍጥር 23

ሁሉ ኃጢአትን ሠርተዋልና የእግዚአብሔርም ክብር ጐድሎአቸዋል፡፡

ሁሉም

9፣ 19፤ 1፥28-32፤ 2፥1-16፤ 11፥32፤ መክብብ 7፥20፤ ገላትያ 3፥22፤ 1ኛ ዮሐ. 1፥8-10

ሠርተዋል

ዕብራውያን 4፥1

የ

5፥2፤ 1ኛ ተሰሎንቄ 2፥12፤ 2ኛ ተሰሎንቄ 2፥14፤ 1ኛ ጴጥሮስ 4፥13፤ 5፥1፣ 10

3፥24 በኢየሱስ ክርስቶስም በሆነው ቤዛነት በኩል እንዲያው በጸጋው ይጸድቃሉ።

ሐዋርያው ይህንን ቃል ሲጠቀም ማመልከት የፈለገው አንድ ዋነኛ ነገር ኃጢአት የሠራውና ከእግዚአብሔር ክብር የጐደለው ሰው ወደ እግዚአብሔር የክብር ተስፋ

ሙላትና ፍጻሜ ሊደርስ የሚችልበትን ብቸኛ መንገድ ነው፡፡ ማለትም «ጻድቃን ናችሁ» ተብሎ የታወጀበትን ምክንያት የሚያመለክት ነው፡፡

- ጥቂት እልፍ ብለን በምዕራፍ 5፥2 ላይ ያለውን አሳብ ስንመለከት እግዚአብሔር ወደ ክብሩ የመመለስ ተስፋን የሰጠ መሆኑን ያመለክታል፡፡

- ይህ ተስፋ የተፈጸመው ግን በክርስቶስ ኢየሱስ ታማኝነት ምክንያት ነው (2ኛ ቆሮ. 4፥6፤ 2ኛ ቆሮ. 3፥18፤ 2ኛ ተሰ. 2፥14)

- አሁን በክርስቶስ ያለን ሁላችን ወደ ክብሩ ገብተናል ማለትም መንግሥቱ ይገዛናል፡፡ (ከጸጋውና ከተስፋው ክብር የተነሳ ወደ ክብሩ ሙላት እንገባለን) (ሮሜ 8፥18፣ 29፤ ፊልጵ. 3፥21)

ቤዛነት

ቤዛ የሚለው ቃል ቀጥተኛ የአማርኛ ፍቺው «ቀድሞ የራስ የነበረን በአንድ ወቅት ደግሞ በሌላ ወገን የተወሰደን ውድ ነገር ዋጋ ከፍሎ ማስመለስንና የራስ ማድረግ» የሚል ነው፡፡ በዚህ ፍቺ መሠረት የኃጢአት ባሪያ የሆነው ሰው በክርስቶስ ኢየሱስ ደም መፍሰስ ምክንያት ዋጋ ተከፍሎ መገዛቱን በክብሩ ውስጥ ለመኖር ብቃት ማግኘቱን እንመለከታለን፡፡

መቤዠት _(**apolutrosis /አፖሉቱሮሲስ ከ apo /አፖ** = የልዩነት ቦታ ማለት ነው + **lutroo /ሉትሮ** = መቤዠት <> ከ **lútron /ሉትሮን** = ዋስትና <> ከ **lúo /ሉዎ** = የታሰረን ነገር ማስለቀቅ) ይህ አንድን የታገተ ወይም በእስር ያለ አካልን ለማስለቀቅ የሚከፈልን ገንዘብ ወይም ከአንድ አካል አንድን ሰው ማስለቀቅን የሚያሳይ ቃል ነው፡፡ አንድ ራሱን ነፃ ማውጣት የማይችልን ዐቅም የሌለውን አካል ነፃ እንዲወጣ ማድረግ ነው፡፡ (መጽሐፍ ቅዱስ ጥቅሶች የብሉይና / የአዲስ ኪዳን ግሪክ መዝገበ ቃላት፣ የቴየር ትርጒም 1989. በ ጆሴፍ ሄንሪ ቴየር፣ አስቲን ሐተታ/ በጄፍ ጋሪሰን)

ራይትሜር በትክክል እንደሚያስቀምጠው የመቤዠት መጽሐፍ ቅዱሳዊ ዋና አሳቡ እግዚአብሔር ራሳቸውን ለመርዳት ዐቅም የሌላቸው እነርሱን በርኅራኄ ለማየት መሥራቱን የሚያሳይ ነው፡፡ አዲስ ኪዳን ግልጽ እንደሚያደርግልን መለኮታዊ መቤዠት

እግዚአብሔርን ፈቅዶ የሰውን ልጅ ነፃ ለማውጣት ሥጋ ለብሶ በመታዘዙ፣ በስቃይ፣ በመሞትና በትንሣኤ ነፃ የማውጣቱን ሂደት ነው፡፡

ጳውሎስ "በኢየሱስ ክርስቶስ በሆነው መቤዠት አማካይነት አማኝ የሆነ ኃጢአተኛ እንዲኖር ይህ ጸጋ አስችሏል፡፡ መቤዠት *አፖሉቱሮኤሲአስ* የሚሰኝ ሲሆን፣ በግስ መልኩ *አፖሉትሪኦ* ይሰኛል፡፡ *ሉትሮን* ዋጋን በመክፈል መቤዠት (ዳግመኛ የራስ ማድረግ) ማለት ነው ይላል፡፡ "ማቤዠት አጎሪዞኤ - "ከባሪያ ገበያ መግዛት" የሚሉ ሦስት የተተረጐሙ ቃላት አሉት (1ኛ ቆሮ. 6፥20፤ 7፥23፤ 2ኛ ጴጥ. 2፥1)፡፡

ክርስቶስ ከዚህ የኃጢአት ገበያ በገዛ ራሱ ደም ገዛን፤ አማኞች ከእርሱ ጋር አብረው ሠራተኞች የሆኑ ባሪያዎች ናቸው፡፡ *ኤክሳጎራዞ* - "ከባሪያ ገበያ መግዛት" ማለት ነው (ገላ. 3፥13፤ 4፥5)፡፡ መቤዠትን ያገኙ ሰዎች ከዚህ በኋላ በፍጹም በባሪያ ገበያ እንዲቀመጡ አይደረጉም፡፡

ደግሞም *ሉትሮኤ* - "ዋጋ በመክፈል ነፃ ማድረግ" ማለት ነው (ቲቶ 2፥14፤ 1ኛ ጴጥ. 1፥18)፡፡አማኙ ከኃጢአት ነፃ ተደርጓል፤ ደግሞም በመንፈስ ቅዱስ ኃይል አማካይነት እግዚአብሔርን የሚያስደስት ሕይወትን ለመኖር ነፃ ነው፡፡ የመቤዠት ዋጋ የሆነው ውድ የሆነው የከበረው የኢየሱስ ደም ዕርካታ በተገኘበት ፍትሕ መሠረት ጻድቅ የሆነውን እግዚአብሔርን ኃጢአተኛ የሆነውን አማኝ ለማጽደቅ አስችሎታል፡፡ በዚህ መልኩ ጳውሎስ ቀጣዩን ሁለት ቁጥሮች ወደ ማብራራቱ እንዲያመራ አድርጎታል፡፡(ዌስት፣ ኬ. ኤስ. የግሪክ አዲስ ኪዳን ጥናት)

እንዲያው

እንዲያው የሚለው ቃል ያለ ምክንያት የሚለውን ፍቺ ያመለክታል፡፡ ጌታ ኢየሱስ በዮሐ. 15፥25 ላይ ይህንን ተጠቅሟል፡፡ ለድነታችን እኛ የከፈለነው ዋጋ የለም፡፡ ቢሆንም ግን የተከፈለው ዋጋ ቀላል ዋጋ አልነበረም፡፡ **እንዲያው** ሲባል ምንም የተከፈለ ዋጋ የለም ማለት አለመሆኑን ልብ ማለት ይገባል፡፡

ለምሳሌ ሁላችንም ወደ ረጃጅም ፎቆች ውስጥ ስንገባ በቀጥታ ወደምንፈልገው ፎቅ ሊያደርሰን ከሚችለው ሊፍት በር ላይ ቆመን የመከፈቻ ቊልፎችን ተጭነን እንጠብቃለን፡፡ ሊፍቱም ካለበት ቦታ እኛ ጋ ሲደርስ በሩን ከፍቶ ያስገባናል፤ ወደ

ፈለግነውም ያደርሰናል፡፡ ይህንን አገልግሎት ለማግኘት እኛ የተጠየቅነው ዋጋ የለም፤ ሆኖም ግን የፎቁ ባለቤት ያንን ሊፍት ለማስገጠም እጅግ ብዙ ዋጋ ከፍሏል፡፡ እኛ በነፃ ተገለገልንበት እንጂ ፣ ዋጋው በጣም ውድ ነበር፡፡ እኛ እንድንጠቀምበት ባለቤቱ ውድን ዋጋ ከፈለ፡፡ ይህም ሕንጻውን ሊሠራ ሲያስብ ባስቀመጠው ዕቅድ መሠረት ያከናወነው ነው፡፡ የድነትታችንም ነገር እንዲዚሁ በእግዚአብሔር የዘላለም ዕቅድ ውስጥ የነበረና የተፈጸመ ጉዳይ ነው፡

ስጦታ **(dorean /ዶርያን ከ dorea /ዶርያ** = "ስጦታ፣ በነፃ የሚሰጥ ነገር፣ ዋጋ ያልተከፈለበት" ማለት ነው (ዮሐ. 4፡10፤ የሐዋ 2፡38፤ 2ኛ ቆሮ. 9፡15)፡፡ እግዚአብሔር ሁልጊዜ ስጦታን የሚሰጥ አምላክ ነው፡፡) ይህ ያለ ዋጋ የሚል አሳብን የያዘ ቃል ነው፡፡ በነፃ መሰጠት፣ ያለ ክፍያ መደረግ ወይም በነፃ ማድረግ የሚል አሳብን የያዘ ነው፡፡ (መጽሐፍ ቅዱስ ጥቅሶች የብሉይና / የአዲስ ኪዳን ግሪክ መዝገበ ቃላት፣ የቴየር ትርጉም 1989. በ ጆሴፍ ሄንሪ ቴየር፣ አስቲን ሐተታ/ በጄፍ ጋሪሰን)

"በነፃ" የሚለውን ግሪኩ *ዶሪያ* የሚለው ሲሆን፣ በነፃ ምንም ሳይከፈልበት፣ ያለ ክፍያ፣ በቸርነት፣ ያለ ምንም ምክንያት" ይለዋል፡፡(ዌስት፣ ኬ. ኤስ. የግሪክ አዲስ ኪዳን ጥናት)

ጉዚክ ነፃ የሚለው ቃል በግሪክ *ዶርያን* የሚል ነው፡፡ ይህ ቃል በሌላ የአዲስ ኪዳን ክፍሎች ያገለገለበትን ትርጉም ስናይ ቃሉን ለመረዳት ያግዘናል (ማቴ. 10÷8፤ ራእይ 22÷17)፡፡ የሚያሳዩን ቃሉ በነፃ የሚል ትርጓሜ ያለው መሆኑን ነው፡፡ ይሁን እንጂ፣ እርካሽ የሚል ትርጉም ግን አይደለም የያዘው፡፡ በጣም የሚገርመው የዚህ ቃል ጥንታዊ የግሪክ አገልግሎትን የምናየው ግን በዮሐ. 15÷25 ላይ ነው፡፡

ያለ ምክንያት *(ዶርያን)* ጠሉኝ ይላል፡፡ ኢየሱስ እንዲጠላ የሚያደርገው ምንም ነገር እንደ ሌለው እኛም ደግሞ እንድንጸድቅ የሚያደርገን ምንም ምክንያት አልነበረንም፤ የሁሉም ነገር ምክንያት እግዚአብሔር ነው፡፡

ማክ ጊ ይህን አሳብ አትኩሮ ሲጽፍ በነፃ ማለት *ዶርያን* የሚለው የግሪክ ቃል ትርጓሜ ሲሆን በዮሐ 15፡25 ላይ የሚገኘው ትርጓሜውም ያለ ምክንያት የሚል ነው፡፡ ጌታችን ኢየሱስ እርሱን ያለ ምክንያት በነፃ እንደ ጠሉት ይናገራል፡፡ ለዚያ ምንም መነሻ ምክንያት የላቸውም፡፡ አሁን ጳውሎስ ደግሞ እያለ ያለው በነፃ ጸድቀናል ያለ ምክንያት፡፡

ከእኛ ዘንድ ምንም አይነት ማብራርያ ሊኖር አይችልም፡፡ እግዚአብሔር እነዚህ ድንቅ ሕዝቦች ናቸው፡፡ ለእነርሱ ሆነ ነገር ማድረግ አለብኝ አላለም፡፡ ከዚህ ቀደም እንዳየነው ከመፈለጋችን በዘለለ ከእኛ ዘንድ የእግዚአብሔርን ጸጋ የሚጠራ አንዳች ነገር አልነበረም፡፡ ያለ ምድራዊ ምክንያት ነው የጸደቅነው፡፡ በጸጋው ማለትም ከእኛ ምንም አስተዋጽኦ ሳይኖርበት፡፡ ጸጋ ምንም ነገርን ምክንያት ያላደረገ ስጦታ ነው፡፡ ይህም ፍቅር በሥራ ሲገለጥ ማለት ነው፡፡(ማከኒ ፣ ጀ ቪ-በመጽሐፍ ቅዱስ ሐተታ ናሽቪል ቶማስ ኔልሰን)

ልክ *ዊሊያም ነዌል* እንደሚለው እኛ የጸደቅነው በነፃ ነው፣ እንዲሁ በሆነ ስጦታ ከእኛ ዘንድ ምንም ምክንያት ሳይኖር፡፡ ይህ ትልቅ ዕውነት በዚህ ሰዓት አንድን በውስጡ፣ በስሜቱ ወይም በጸሎቱ የሰላምን ምክንያት ለሚፈልግ ሰው ዕረፍት ሊሆነው ይገባል፡፡

ባርንሃውስ ስለዚህ ነገር የሚናገረው ነገር አለው፤ ይህን *ዶርያን* የሚለውን ቃል በትክክል ስንረዳ የድነታችንን ዕውነተኛ መሠረት ማየት እንችላለን፡፡ ሰው በእግዚአበሔር ዘንድ እንዲታይ የሚያደርገው አንዳች ነገር እንኳ በውስጡ የለም፡፡ እግዚአብሔር በሰማይ ተቀምጦ ወደ ታች እያየ ከሰው ልጅ ውስጥ የሚመርጠውን ነገር እየፈለገ አልነበረም፡፡

ድነትን የሰጠው የገሃነም ፍርድ ለሚገባቸው ሰዎች ነው፡፡ ከኢየሱስ ክርስቶስ በቀር ማንም በመንግሥተ ሰማይ ይህ ሥፍራ የተገባው ስለሆነ አይገኝም፡፡ እርሱ ብቻ ነው ለመንግሥተ ሰማይ የሚመጥነው፡፡ የሚገርመው ግን ብዙ የገሃነም እሳት የሚገባቸው ሰዎች በመንግሥተ ሰማይ ሊሆኑ ነው፡፡ ይህም ደግሞ የእግዚአብሔር ጸጋ እዚያ እንዲሆኑ ስለ ወሰነላቸው ብቻ ሊገኙ የሚችሉበት አግባብ ነው፡፡ (God's Remedy: Romans 3:21-4:1-25)

በጸጋው

ይህም ማለት የእግዚአብሔር ነፃ ስጦታ ማለት ነው፡፡ በሌላ አገላለጽም በጎ ፈቃዱንና አሠራሩን መግለጡን እኛም ወደ ክብሩ ለመመለስ ብቃት ያገኘንበት አሠራር ያሳያል፡፡

ጸጋ (**charis /ቻሪስ፡ በእንግሊዝኛው፡** charity) ይህ የሚቀበለውን አካል ከግምት ያላስገባ መልካም *ሥራን መሥራት* ነው የሚደረግለት ሰው የሚገባውም ቢሆንም ባይሆንም፣ ይህን በጎ ነገር ሊዚያ ሰው ማድረግ ማለት ነው፡፡ የጸጋ ትክክለኛ ትርጓሜ እግዚአብሔር ለሰው ልጅ ያለው ዐድልዎ-ዐልባ ቸርነት የሚል ነው፡፡(መጽሐፍ ቅዱስ

ጥቅሶች የብሉይና / የአዲስ ኪዳን ግሪክ መዝገበ ቃላት፣ የቴየር ትርጉም 1989. በ ጆሴፍ ሄንሪ ቴየር፣ አስቲን ሐተታ/ በጂፍ ጋሪሰን)

“ጸጋ” የሚለው *ካሪዝ* የሚሰኝ ሲሆን፣ በጥንታዊ ግሪኮ ሮማን ጸሐፊያን ዘንድ በምላሹ ምንም ነገር ሳይጠብቅ ከልብ የሚወጣ የቸርነት ድርጊት ነው የሚል ጉልህነት ያለው መረዳትን ይይዛል፡፡በእርግጥም ይህ ድጋፍ ከቶም ለጠላት የሚደረግ ሳይሆን፣ ነገር ግን ለወዳጅ የሚደረግ ነው፡፡ ዳሩ ግን *ካሪዝ* የሚለው ቃል በአዲስ ኪዳን ውስጥ ጥቅም ላይ ለመዋል ሲመጣ፣ ወደፊት ገደብ የሌለው ርምጃን አድርጓል፡፡ እግዚአብሔር በቀራኒዮ ያደረገው የቸርነት ተግባር ለጠላቶቹ የተደረገ ነበርና፡፡ ይህ በምላሹ ምንም ነገር በማይጠበቅበት ሁኔታ እግዚአብሔር ካለ ምክንያት በፍቅር ልቡ ያደረገው ቸርነት ነው፡፡ ከጸጋ ጋር የተያያዙ ተለጣጭ ሸቦዎች የሉም፡፡ ዶሪያን በቸርነት ተሰጥቷል፡፡

በእርግጥም በድነት መልኩ ጸጋ ተቀባዩ የሆነ ሰው ሕያው እግዚአብሔርን ለማገልገል ከኃጢአት መመለስን እና ቅዱስ የሆነ ኑሮን መኖርን ጠቅልሎ በያዘበት መልኩ የሚሠራ ነው፤ ምክንያቱም የጽድቅን መሰጠት ብቻ አይደለም፡፡ነገር ግን በውስጣችን ያለ ኃጢአት የሚሠበርበትን ኃይል የያዘ ውስጣዊ መለወጥ እና አስገዳጅ ከሆነ የኃጢአት ኃይል አማኙን ነፃ የሚያደርግ፣ ደግሞም ኃጢአትን እንዲጠላ፣ ቅድስናን እንዲወድድ የሚያደርግ፣ ብሎም የእግዚአብሔርን ቃል ለመታዘዝ ለአማኙ ኃይልን የሚሰጥ ነገርንም ጭምር ያካትታል፡፡ (ዌስት፣ ኬ. ኤስ. የግሪክ አዲስ ኪዳን ጥናት)

ኔዌል ሲጽፍ ቻሪቲ የሚለው የእንግሊዝኛ ቃል እያደር እያጠበብነው ለአንድ ችግረኛ ልጅ አሻንጉሊት መስጠት ብቻ እንዲመስል አድርገነዋል፡፡ እግዚአብሔር እንደ ተጠቀመበት ግን ይህ ጸጋ (ቻሪስ) ማለት በሁሉን ቻይ ፍቅሩ ገደብ በሌለው ውቅያኖስ ውስጥ መሄድ ነው፡፡
ይህም ደግሞ አንድያ ልጁን እስኪሰጥ ድረስ ዓለሙን እንዲሁ ወዷልና እንደሚለው ነው፡፡ የእግዚአብሔር ጸጋ በማይቈጠር መልክ የሚገለጽ የማይቈጠር ፍቅር ነው፡፡ የክርስቶስ መሥዋዕትነት እና ገደብ- ዐልባው ነፃነት አሁን በጊዜያዊ ሕጎች ተደብቋል፡፡

ማክአርተር ሕጉ የእግዚአብሔርን ጻድቅነትና የሰውን ጽድቅ-ዐልባነት ሲገልጥ ጸጋ ደግሞ በሌላ መልክ የእግዚአብሔርን ጻድቅነት ብቻ በመግለጥ ልጁን ለአመኑት ለእነርሱ የእግዚአብሔርን ጽድቅ ይሰጣል፡፡

ታያንደል የመጽሐፍ ቅዱስ መዝገበ ቃላት "ጸጋ ማለት የመለኮታዊ ዕንቅስቃሴ መገለጫ ሲሆን፣ እግዚአብሔርን ሰውን ያለ ልዩነት እንዲይና ያለ ገደብ ይቅር ለማለትና ለመባረክ የሚያስችለው ነው" ይላል፡፡

ጸጋ አንተ ከሌላ ሰው ምንም ነገር ሳያስከፍልህ የምታገኘው መልካም ነገር ነው፡፡ ስለዚህ ጳውሎስ እንዲሁ በጸጋው ስጦታ ጸድቀናል ሲለን ለጽድቅ *መሥራት* አንችልም ማለቱ ነው፡፡ ስጦታ ማለት የማትከፍልበት ማለት ነው፤ በጸጋው ማለት ደግሞ የማትሠራበት ማለት ነው፡፡

ይጸድቃሉ

መጽደቅ _**(dikaioo /ዲካዮ ከ dike /ዳይክ** = ትክክል፣ ከሚጠበቅ ባሕርይ ጋር የተስማማ መሆን፣ እንደ ራስ መስፈርት ሳይሆን፣ ሌላ አካል እንዳስቀመጠውና ከተላለፍነው ሊቀጣን እንደሚችለው አካል የሆነ መስፈርት መሆን፡፡(መጽሐፍ ቅዱስ ጥቅሶች የብሉይና / የአዲስ ኪዳን ግሪክ መዝገበ ቃላት፣ የቴየር ትርጉም 1989. በ ጆሴፍ ሄንሪ ቴየር፣ አስቲን ሐተታ/ በጄፍ ጋሪሰን)

የኤክስፖዚተሪ መጽሐፍ ቅዱስ ማብራሪያ ሲያብራራ ዲካዮ በጥንታዊ ግሪክ ለአንድ ሰው ፍትሐዊ የሆነውን ነገር በመወሰን ትክክል መፍረድ የሚያሳይ ነው፡፡ ይህ አንዳንድ ጊዜ ጥፋተኛን መኰነንንም ያካትታል፡፡ በመጽሐፍ ቅዱስ ግን ከዚህ በተቃራኒ ባለው አሳብ ነው የተጻፈው፡፡ እና ነፃ ማውጣትን ነው የሚያሳየው (ዘጸ. 23÷7፤ ዘዳ. 25÷1)፡፡

በብሉይ ኪዳንም በአዲስ ኪዳንም ግልጽ የሆነው ነገር ግን ዲካዮ የወንጀል ምርመራና የፍርድ ቤት ቃል ነው፡፡ ስለዚህ የዚህ ቃል ትርጉም ነፃ ማውጣት ብቻ ነው ማለት ምንም እንኳ አስፈላጊው ክፍልን የሚይዝ ቢሆንም፣ ሙሉ ግን አይደለም (የሐዋ. 13÷39)፡፡ በአዲስ ኪዳን ደግሞ የተለመደ የሆነ በጎ የሆነ ትርጓሜ ያለው አገልግሎትም በተደጋጋሚ ይሰጣል፡፡

ይህም ጻድቅ አድርጎ መቍጠር የሚል ትርጓሜ ነው፡፡ ቃል ጻድቅ ማድረግ የሚል ማለትም ባሕርይን መቀየር የሚያስችል ትርጉም የለውም፡፡ ምክንያቱም እግዚአብሔር ጻደቅ አድርጎ የቈጠራቸው ደካማ የሆኑትን እና በኃጢአት ውስጥ የሚኖሩትን ነው፡፡

ጽድቅ ድርጊት ሳይሆን፣ ማንነት ነው። (ጋቤሌይን ፣ ኤፍ ፣ አርታኢ-የአጋላጭ መጽሐፍ ቅዱስ አስተያየት)

ቫይን ሲናገር ዲካዮ ማለት ትክክል መሆንን ማሳየት ወይም ማወጅ ነው። በአዲስ ኪዳን በአብዛኛው የሚያሳየው በእግዚአብሔር ፊት አንድን ሰው ጻድቅ እንደ ሆነ ማወጅን ነው። (የቫይን የመጽሐፍ ቅዱስ ቃላቶች, 1985, ቶማስ ኔልሰን)

ዌርዝቢ መጽደቅን ከመቀደስ ግራ አምታትተውታል። መቀደስ እግዚአብሔር አንድን አማኝ ዕለት ዕለት ክርስቶስን እንዲመስል የሚያደርግበት ሂደት ነው። ቅድስና ከዕለት ዕለት ሊለያይ ይችላል። መጽደቅ ግን የሚለወጥ ነገር አይደለም። ኃጢአተኛ ክርስቶስን ሲያምን፣ እግዚአብሔር እርሱን ጻድቅ እንደ ሆነ ያውጃል እናም ይህ ዐዋጅ መቼም ሊሻር የሚችል አይደለም።(ዋረን. ዌንደል. ዊርስቢ፡ መጽሐፍ ቅዱስ ኤክስፖሲሽን ኮሜንተሪ)

ጊንግሪች መጽደቅ የሚለውን ቃል ትርጓሜ ሲያብራራ እንደሚያተኩረው ይህ ምሕረት ማድረግ አይደለም ወይም ደግሞ ጻድቅ የማድረግ ኃይልን የማሳየት ጉዳይም አይደለም።

ነገር ግን ይህ ጸጋ ነው በቃ ጻድቅ ነህ ብሎ ማወጅ ነው። ምሕረት ማድረግ ማለት ቅጣትን በይቅርታ መተው ሲሆን፣ የኩነኔ ሥርን ግን አያነጻም። መቀደስ ደግሞ ቅዱስ እና መልካም በማድረግ የባሕርይ ለውጥ ማምጣት ነው። መጽደቅ ማለት "ጻድቅ ነህ ብሎ ማወጅ፣ ጽድቅን መስጠት፣ አንድን ሰው ከቅዱስ እግዚአብሔር ጋር ትክክለኛ ግንኙነት እንዳለው መናገር፣ የፍትሕ መስፈርቱ እንደ ተሟላ መናገር፣ ከዚህ በኋላ ለኩነኔ የሚሆን መሠረት እንደ ሌለና ቅጣት ሊጣል እንደማይችል መናገር" ማለት ነው።

ምሕረት የማድረግ ተቃራኒው መቅጣት፣ የቅድስና ተቃራኒው ደግሞ መርከስ ሲሆን፣ የጽድቅ ተቃራኒ ኩነኔ ነው (ምሳሌ 17፥15፤ ኢሳ. 5፥23፤ ሮሜ 2፥13፤ ሮሜ 3፥4)። የሚያሳየን መጽደቅ ምሕረት ማድረግ ወይም መቀደስ አይደለም። ይልቁንም በፍርድ ከኩነኔ ነፃ መሆንን ማወጅ ነው። (Gingrich, R. E. The Book of Romans)

ቍጥር 24

በኢየሱስ ክርስቶስም በሆነው ቤዛነት በኩል እንዲያው በጸጋው ይጸድቃሉ።

ጸድቀዋል

4፥16፤ 5፥16-19፤ 1ኛ ቆሮ. 6፥11፤ ኤፌሶን 2፥7-10፤ ቲቶ 3፥5-7

በኩል

5፥9፤ ኢሳይያስ 53፥11፤ ማቴዎስ 20፥28፤ ኤፌሶን 1፥6፣ 7፤ ቆላስይስ 1፥14፤ 1ኛ ጢሞ. 2፥6፤ ቲቶ 2፥14፤ ዕብ. 9፥2-14፤ 1ኛ ጴጥሮስ 1፥18፣ 19፤ የዮሐንስ ራእይ 5፥9፤ 7፥14

3፥25 እርሱንም እግዚአብሔር በእምነት የሚገኝ በደሙም የሆነ ማስተሰሪያ አድርጎ አቆመው፤ ይህም በፊት የተደረገውን ኃጢአት በእግዚአብሔር ችሎታ ስለ መተው ጽድቁን ያሳይ ዘንድ ነው፥

እርሱንም

በእርሱ (**dia/ዲያ**) ይህ አንድ ነገር የሚከወንበትን መሣሪያ የሚያመለክት ነው:: በዚህ መንገድ እንደ ማለት ነው:: የክርስቶስ መሥዋዕትነት የሚያገለግለው በእርሱ ላይ ባለ እምነት ነው::(መጽሐፍ ቅዱስ ጥቅሶች የብሉይና / የአዲስ ኪዳን ግሪክ መዝገበ ቃላት፣ የቴየር ትርጒም 1989. በ ጆሴፍ ሄንሪ ቴየር፣ አስቲን ሐተታ/ በጀፍ ጋሪሰን)

በእምነት የሚገኝ

እምነት _(**pistis /ፒስቲስ**) ይህ ማመን ከሚለው ቃል የሚመሳሰል ቃል ሲሆን፣ አንድ ዕውነትን ማመንን ያሳየናል:: በመጽሐፍ ቅዱስ *ፒስቲስ* ሰው ከእግዚአብሔር ጋር እና ከመለኮታዊ ነገር ጋር ያለውን ግንኙነት የሚናገር ሲሆን፣ ጠንካራ መተሳሰርና ማመንን ያሳያል::(መጽሐፍ ቅዱስ ጥቅሶች የብሉይና / የአዲስ ኪዳን ግሪክ መዝገበ ቃላት፣ የቴየር ትርጒም 1989. በ ጆሴፍ ሄንሪ ቴየር፣ አስቲን ሐተታ/ በጀፍ ጋሪሰን)

ዋይን ግሩደም ነፍስን ስለሚያድን እምነት ሲናገር "የሚያድን እምነት ማለት በኢየሱስ ክርስቶስ ላይ ለኃጢአት ስርየትና ከእግዚአብሔር ጋር ላለ ዘላለማዊ ሕይወት መንገድ አድርጎ ማመን ነው:: ይህ ትርጒም እንደሚያሳየን የሚያድን እምነት መረጃዎችን ተቀብሎ ማመን አይደለም:: ይልቁንም ኢየሱስ እኔን ያድነኛል ብሎ ያለ የግል እምነት ነው:: (ግሩደም ፣ ደብልዩ ኤ. ስልታዊ ሥነ-መለኮታዊ-የመጽሐፍ ቅዱስ ትምህርት መግቢያ ዞንደርቫን)

ቢደሙም የሆነ

ደም (**haima /ሄይማ**) ይህ የሰው ሕይወት መሠረት ነው፡፡ በሰው ልጅ ልብ፣ ደም ሥር ውስጥ በመመላለስ ምግብ እና ኦክስጅን እየወሰደ ከተለያየ የሰውነት ክፍል ደግሞ ቆሻሻ ነገርን ሰብስቦ እያስወገደ የሚያገለግል ነው፡፡ ደም ወደ ሁሉም የሰውነት ክፍል ሕይወትን የሚስቀጥል ንጥረ-ነገር ያደርሳል፡፡ ስለዚህ የሕይወት መሠረትን ይወከላል፡፡ በተቃራኒው ደግሞ ደም ማፍሰስ ሕይወትን እንደ ማፍሰስ (ሞት) ይቈጠራል፡፡ እዚህ ጋር ደም የሚለው ቃል ግፍ የተሞላበት ሞትን የሚያሳይ ነው፡፡ (መጽሐፍ ቅዱስ ጥቅሶች የብሉይና / የአዲስ ኪዳን ግሪክ መዝገበ ቃላት፣ የቴየር ትርጒም 1989. በ ጆሴፍ ሄንሪ ቴየር፣ ኦስቲን ሐተታ/ በጇፍ ጋሪሰን)

ማስተሰርያ

እግዚአብሔር በባሕርዩ በኃጢአት ላይ ይቈጣል፤ ኃጢአተኛውንም ይቀጣል፡፡ ይህም ፍትሐዊነቱን ያሳያል፡፡ ነገር ግን የሰውን ልጅ ለማደን ባለው የዘላለም ዕቅድ መሠረት ይህ ባሕርዩ ቍጣው ሳይገለጽ ሊያድነው ስለ ወደደ የልጁን ደም ማካካሻ አድርጎ ማቅረቡን ያመለክታል፡፡

ሂላስትርዮን ሂላሳምስ የሚባለው የማርኪያው ሥፍራ ነው (1ኛ ዮሐንስ 2፥2፤ 4፥10)፤ ይህም መተላለፍ ለተፈጸመበቱ ሕግ የሚሆን ዕርካታ ነው፡፡ ስለሆነም የተባረከው ጌታችን የምሕረት ዙፋንም ሆነ ቀዳሚውን ነገር ከፍርድ ዙፋንነት ወደ ምሕረት ዙፋንነት ፍትሕ በሰፈነበት መልኩ የለወጠ መሥዋዕት ነው፡፡እግዚአብሔር ጌታ ኢየሱስን ለኃጢአታችን ዐርኪ በሆነበት መሥዋዕትነት መልኩ የተወገደ እንዲሆን አድርጎታል፡፡ ነገር ግን ጳውሎስ የዚያ መሥዋዕት ጥቅም ለአንድ ሰው የሚሆንለት በዚያ ደም ውጤታማነት ላይ እምነቱን በሚያኖር ጊዜ ብቻ ነው ይላል፡፡ እግዚአብሔር ጌታችን በመጀመሪያው ክፍለ-ዘመን "በእግዚአብሔር አስቀድሞ መሸከም መቻል አማካይነት ያለፉ ኃጢአቶች መወገዳቸውን የሚያበስር ጽድቁን እንዲያውጅ አደረገው፡፡"(ዌስት፣ ኬ. ኤስ. የግሪክ አዲስ ኪዳን ጥናት)

ማስተሰረይ _(**hilasterion /ሂስቴርዮን ከ hilaskomai /ሂላስኮማይ** = ማስተሰረይ፣ ማብረድ <> ከ **hileos /ሂሊዮስ** = ቍጣን ማብረድ፣ ምሕረት ማድረግ) ቍጣን ማበረድና

መለሳለስ ማለት ነው፡፡ (መጽሐፍ ቅዱስ ጥቅሶች የብሉይና / የአዲስ ኪዳን ግሪክ መዝገበ ቃላት፣ የቴየር ትርጒም 1989. በ ጆሴፍ ሄንሪ ቴየር፣ አስቲን ሐተታ/ በጄፍ ጋሪሰን)

ማክዶናልድ ይህ ማለት ለእኛ በመሞት ከኃጢአት ኩነኔ ነፃ አወጣን፡፡ የሚያስፈልገውንም ነገር በመክፈል ግንኙነታችን ላይ የቆመውን ግድግዳ በማፍረስ ከእግዚአብሔር ጋር የነበረንን ኅብረት መለሰልን፡፡ እግዚአብሔር ለእኛ ምሕረትን ያሳየናል፡፡ ምክንያቱም ክርስቶስ ሚያስፈልገውን የፍትሕ ዋጋ ከፍሏልና፡፡ ጠበቃ ለደንበኛው ጥፋት ሲከፍል የተለመደ አይደለም፡፡ ዳሩ ግን ጌታችን ያደረገልን እንደዚያ ነው፡፡ ከሁሉም የሚገርም ደግሞ ዋጋውን የከፈለው ራሱን መሥዋዕት በማድረግ መሆኑ ነው፡፡ (ማክዶናልድ ፣ ወ እና ፋርስታድ ፣ የኤ አማኝ መጽሐፍ ቅዱስ ሐተታ ቶማስ ኔልሰን)

ኮንስታብል የስርየት ወይም የስርየት መሥዋዕት ሁለት ትርጓሜዎች ሊኖሩት ይችላሉ፡፡ የመጀመሪያው አንድ ኃይል የሚገለጥበት ቦታ የሚል ነው፡፡ ይህም ኢየሱስ ክርስቶስን እግዚአብሔር በኃጢአት ላይ ያለውን ቍጣ የገለጠበትና ኃጢአታችንን ያስወገደበት ቦታ አድርጎ ይወስደዋል፡፡

የግሪኩ ትርጓሜ በኪዳኑ ፊት ያለውን የምሕረት ዙፋን በዚህ መልክ ነው የሚተረጒመው (ዘጸ. 25÷17፤ ዕብ. 9÷5)፡፡ ይሁን እንጂ፣ በሌላ መልክ ሂላስቴሪዮን የሚለውን ቃል ኢየሱስ ክርስቶስን እንደ የኃጢአት ቍጣ እንደ በረደበትና ኃጢአታችን ይቅርታ እንዳገኘበት እንደ መሥዋዕቱም ይተረጐማል፡፡ ኢየሱስ ክርስቶስ መሥዋዕታችን ሲሆን፣ እግዚአብሔር መሥዋዕቱን የተቀበለው ደግሞ በመስቀል ላይ ነው፡፡

ቫይን ሂላስኮማይ ላይ ሲናገር ይህ ቃል በግሪኮችም ዘንድ ለጣዖቶቻቸው ይቅርታን ያገኙና ቍጣን ያበርዱ ዘንድ የሚያቀርቡትን መሥዋዕት የሚገልጹበት ቃል ነው፡፡ የዚህ ዐይነቱ ቃል አጠቃቀም ለግሪኩ የመጽሐፍ ቅዱስ ትርጓሜ ባዕድ ነው፡፡ በብሉይ ኪዳንም በአዲስ ኪዳንም በየትም ቦታ ሰው ባደረገው ነገር እግዚአብሔርን እንዲያዝንለት አሳብ የሚያስቀይር ሥራ ሠርቶ አያውቅም፡፡

ይህ ቃል እርሱንም አይገልጽም፡፡ እግዚአብሔር ራሱ ነው እንጂ፣ ካቀረበው መሥዋዕት የተነሣ ልጁን ክርስቶስን መሥዋዕት በማድረግ ለሚያምን ኃጢአተኛ የኃጢአትን ስርየት ያደረገለት፡፡ (ቫይን, የቫይን ኤክስ.ሲ.ኢ.ሲ.ኤ. የመጽሐፍ ቅዱስ መዝገበ-ቃላት. 1999)

አቆመው - ይህ ቃል ቀጥተኛ ፍቺው፡- በሕዝቡ ሁሉ ፊት ገለጠው፤ ይፋ አደረገው፣ ማለት ነው፡፡

የክርስቶስ ኢየሱስ ደም ለኃጢአተኞች የመፍሰሱና የማስተስሪያው ሂደት ይፋ መሆኑ እጅግ መልካምና ከፍቅር የመነጨ ነገር ለሰው መደረጉን እንጂ፣ ሰው መልካም ከማድረጉ የተነሣ የተደረገለት መሆኑን አያመለክትም (1ኛ ዮሐ. 2÷2፤ 4÷10)፡፡

የክርስቶስ ኢየሱስ መከራ መቀበልና ደሙን ማፍሰሱ ሁለት ገጽታ አለው፡፡

ሀ/ የጌታን ፍርድ (ዕውነቱንና ጽድቁን)
ለ/ የጌታን ፍቅር (ጸጋውንና ምሕረቱን)

እነዚህ ሁለቱ ተጣምረው በመስቀል ላይ ተገለጡ፤ በኢየሱስ በኩል ማለት ነው (መዝ. 85÷10፤ ኢሳ. 45÷21፤ ዘካ. 9÷9)፡፡ ልጁን በመስቀል እንዲሞት በመፍቀድ ጽድቁን ገለጠ፤ ይህም ፍትሐዊነቱን ማለት ነው፡፡ ከልጁ ሥራና ከከፈለው ዋጋ የተነሣ ደግሞ ሞት ለተገባው ኃጢአተኛ ሕይወትን ተሰጠ፡፡

ይህንን ድንቅ ሥራ ስንመለከት እግዚአብሔር ግን ይህንን ሁሉ ለምን ማድረግ አስፈለገው? የሚል ጥያቄ ሊነሣ ይችላል፡፡ የሚቀጥለው አሳብ ይህንን ያብራራልናል፡፡

አቆመው **(protithemai /ፕሮቲቴማይ ከ pró /ፕሮ** = በፊት፣ ቀድሞ + **títhemi /ቲቴሚ** = ቦታ) ማለት ከራስ በፊት ማድረግ፣ ማስቀደም፣ ለዕይታ ከፍት ማድረግ፣ እንዲሁም ለሕዝብ በሚታይ መልክ ከፍት ማድረግ ማለት ነው፡(መጽሐፍ ቅዱስ ጥቅሶች የብሉይና / የአዲስ ኪዳን ግሪክ መዝገበ ቃላት፣ የቴየር ትርጒም 1989. በ ጆሴፍ ሄንሪ ቴየር፣ አስቲን ሐተታ/ በጂፍ ጋሪሰን) ፡

"አቆመው/ሥፍራውን ይዞአል /ተገልጧል/" የሚለው *ፕሮቲቴሚይ* የሚሰኝ ሲሆን፣ "አስቀድሞ *ሥፍራ* መያዝ፣ ለመታየት *ሥፍራ* መያዝ፣ ለሕዝብ ዕይታ (አመለካከት) መጋለጥ" ማለት ነው፡፡ ቪንሰንት እንደዚህ ይላል፡- "በሕዝብ ፊት በገሃድ ከማወጅ ጋር በአንድነት የተዛመደ ነው፡፡ እርሱን ወደ ፊት አደረገው፤ ደግሞም በሕዝቡ ፊት አኖረው፡፡ ቤንግል... "በሁሉም ሰዎች ዐይኖች ፊት ማስቀመጥ ሲለው ይህም ሊቀ ካህናቱ

ብቻ ሊከፍተውና ሊቀበለው ከሚችለው ከቃል ኪዳኑ ታቦት ጋር አብሮ በማይሄድ መልኩ የሆነ ነው ይላል፡፡"(ዌስት፣ ኬ. ኤስ. የግሪክ አዲስ ኪዳን ጥናት)

ሮበርትሰን፡- እግዚአብሔር ከፊት አደረገውና ለዓለም ሁሉ እንዲታይ ሆነ፡፡

ቪንሰንት ሲናገር "ይህ ቃል በግልጽ፣ በሚታይ ሁኔታ ወይም ደግሞ በዐዋጅ ማለት ሲሆን፤ እርሱ ወደ ፊት አምጥቶ ለአለም እንዲታይ አደረገው፡፡ ሊቀ ካህናት ብቻ እንደሚየው እንደ ኪዳኑ ታቦት ሳይሆን፣ በሁሉም እንዲታይ አደረገው (ማር. 2፥26፤ ሮሜ 1፥13)፡፡ ተያያዥ አገልግሎት የሰጠባቸው ቦታዎች ናቸው፡፡ እዚህ ቦታ ላይ በተለየ መልኩ ይህ *ፕሮቲቴማይ* የሚለው ቃል ዐዋጅ ከሚል ትርጓሜ ጋር ተያይዞ ነው ያለው፡፡

ይህም በፊት የተደረገውን ኃጢአት

ኃጢአት (**hamartema /ሃማርቴማ ከ hamartano /ሃማርታኖ** = ኃጢአት መሥራት ማለት ነው፡፡) ይህ ለመለኮታዊ ሕግ አለመታዘዝ፣ መሳሳት፣ ስሕተት መሥራት፣ መተላለፍ ነው፡፡ አንድ አካል የእግዚአብሔርን ሕግና ፈቃድ መተላለፉን የሚያሳይ ነው፡፡ (መጽሐፍ ቅዱስ ጥቅሶች የብሉይና / የአዲስ ኪዳን ግሪክ መዝገበ ቃላት፣ የቴየር ትርጕም 1989. በ ጆሴፍ ሄንሪ ቴየር፣ አስቲን ሐተታ/ በጄፍ ጋሪሰን)

ቪንሰንት ሲናገር *ሀማርቴማ* የተለየ የአለመታዘዝ ተግባር ሲሆን፣ *ሀማርቲያ* ግን የኃጢአተኝነት ዕይታን ነው የሚያሳየው፡፡

ጊንግሪክ ከመስቀሉ በፊት በነበሩት ዘመናት እግዚአብሔር በእንስሳት መሥዋዕት የሰዎችን ኃጢአት ይሸፍን ነበር ደግሞም በእነርሱ ላይ አይፈርድም ነበር፡፡ እግዚአብሔር ታዲያ በእነርሱ ላይ ባለመፍረዱ ኢ-ፍትሕዊ መሆኑ አይደለም ወይ? አይደለም፤ እነዚህ ኃጢአቶች ተሸፍነው ቆይተው በመስቀሉ የክርስቶስ ሞት ታጥበዋል (ዕብ. 9፥15)፡፡ የኢየሱስ ሞት በእግዚአብሔር ላይ የሚነሡ የትኛውንም ዐይነት የኢ-ፍትሐዊነት ጥያቄ ደምስሶታል፡፡ በክርስቶስ ሞት ያለፈው ዘመን ኃጢአት በሙሉ ቅጣት አግኝቷል፡፡ (Gingrich, R. E.. The Book of Romans)

በፊት የተደረገ (**proginomai /ፕሮጂኖማይ ከ pro /ፕሮ** = በፊት + **ginomai /ጂኖማይ** = ወደ መኖር መምጣት፣ መከሰት) ማለት ከዚህ ቀደም የሆነ ወይም የተከሰተ ነገር፣ ቀድሞ የሆነ ነገር ማለት ነው:: ይህ ቃል በአዲስ ኪዳን በዚህ ክፍል ብቻ ነው ያገለገለው:: (መጽሐፍ ቅዱስ ጥቅሶች የብሉይና / የአዲስ ኪዳን ግሪክ መዝገበ ቃላት፣ የቴየር ትርጉም 1989. በ ጆሴፍ ሄንሪ ቴየር፣ አስቲን ሐተታ/ በጄፍ ጋሪሰን)

ኔዌል እንደሚለው በቤተ ክርስቲያን ታሪክ ውስጥ በተከሰቱ ትላልቅ ተሐድሶዎች ሁሉ ልክ እንደ ብሉይ ኪዳን ዐይነት ወደ አእምሮ መመለስና ጥፋተኝነትና የጠፋ ኃጢአተና መሆንን ማስታወስ እንዲሁም በፈሰሰው የሚቤዠን ደም ላይ መደገፍ አለ:: ዓለም የኃጢአተኛነትን ኑሮ ወደ ሕሊና መመለስንና ማስታወስ በመሐሪው በእግዚአብሔርና በመስቀሉ ፊት ካልቻለች በቀር በውል የሚቀርላት ነገር ቢኖር ፍርድ ብቻ ነው::

[በእግዚአብሔር ችሎታ ስለ መተው ጽድቁን ያሳይ ዘንድ] – [ትዕግሥት በማሳለፍ (በመተው) ጽድቁን ለማሳየት]

እስከ አሁን የተሰጡት ትንታኔዎች ሁሉ በዚህ የቍጥሩ ማሰሪያ ሆኖ በተቀመጠው አሳብ ውስጥ ተቋጥረው ተደምድመዋል:: በፊተኛው አዳም የተሠራው ኃጢአት፣ እኛም የሠራነው ኃጢአት በአንድነት በእግዚአብሔር ፊት ነበሩ:: ከዚህም የተነሣ እግዚአብሔር እንዳይባርከንና ከክብሩ እንዳንጠግብ ግርዶሽ ሠርተውብን ነበር::

መቻል (**anoche /አኖኽ ከ anécho /አኔኮ** = ከባድ ነገር ሲመጣ መታገሥ ወይም ድካምን መታገሥ መቻል፤ ራስን ማቀብ መቻል ነው::) ማለት ራስን መገደብ፣ መታገሥ፣ ወደ ኋላ ማለት ወይንም መለኮታዊ ቅጣትን ማዘግየት ማለት ነው:: (መጽሐፍ ቅዱስ ጥቅሶች የብሉይና / የአዲስ ኪዳን ግሪክ መዝገበ ቃላት፣ የቴየር ትርጉም 1989. በ ጆሴፍ ሄንሪ ቴየር፣ አስቲን ሐተታ/ በጄፍ ጋሪሰን)

ጌታ በትዕግሥቱ (በገዛ ፈቃዱና በባሕርዩ) መድኃኒት አመጣልን፤ ከፍቅሩም የተነሣ ጋርዶን የነበረውን ኃጢአት አስወገደና በረከቱን ሰጠን:: መልሼ ገዛኋቸው ብሎ ተቤዠን፤ ባረከንም:: ስለዚህ እግዚአብሔር ይህንን ሁሉ ዕርምጃ የወሰደው ከፍቅሩ፣ ከምሕረቱና ከጽድቁ የተነሣ ነው ማለት ነው::

መተው (**paresis /ፓሬሲስ ከ pariemi /ፓሬማይ** = ማሳለፍ፣ ችላ ማለት፣ መተው <> **pará/ፓራ** = ጎን + **hiemi** = መላክ) ማለት ሆነ ብሎ አንድን ነገር ወይም ስለ አንድ ክስተት አለማሰብ እና አለመጨነቅ ነው፡፡ ለጊዜው ችላ ማለት ወይም ሆነ ብሎ አለመቀጣር ነው፡፡(መጽሐፍ ቅዱስ ጥቅሶች የብሉይና / የአዲስ ኪዳን ግሪክ መዝገበ ቃላት፣ የቴየር ትርጉም 1989. በ ጆሴፍ ሄንሪ ቴየር፣ አስቲን ሐተታ/ በጄፍ ጋሪሰን)

"**መተው / ስርየት**" *ፓሬሲን* የሚለው የኤ. ቪ. ትርጉም ነው፡፡ በትርጉም ረገድ የተቀራረቡ ሁለት ቃላት አሉ፡- እነርሱም *አፌሲስ* እና *ፓሬሲስ* ይሰኛሉ፡፡ የመጀመሪያው ቃል በቃል "ማጥፋት ወይም ማስወገድ" ማለት ነው፤ ደግሞም እንደ ማቴ. 26÷28፤ ኤፌ. 1÷7፤ ቈላስ. 1÷14፤ ዕብ. 9÷22 ባሉ ቦታዎች ውስጥ ጥቅም ላይ ውለዋል፡፡ ደግሞም ሰው በሚል በትክክል ተተርጕመዋል፡፡(ዌስት፣ ኬ. ኤስ. የግሪክ አዲስ ኪዳን ጥናት)

ፓሬሲስ የሚለው በአዲስ ኪዳን ውስጥ ብቻ ጥቅም ላይ የዋለ ሲሆን፣ "ማሳለፍ፣ እንዲያልፍ ማድረግ" የሚል ትርጉም አለው፡፡ ደግሞ ቀድሞ ወደነበሩበት ሥፍራ መመለስ (ኃጢአት እንዲወገድ ማድረግ) በሚል መተርጐም አለበት፡፡ ትሬንች በዚህ ዐውድ ውስጥ ያለን የቃሉን አጠቃቀም እንደሚከተለው ገልጾታል፤ ደግሞም አብራርቶታል፡፡ "ፕሪተርሚሽን ወይም ኃጢአትን እንዲያልፍ ማድረግ በሙላት ለማስተሰረይ ወይም በቂ በሆነ መልኩ እነዚህን ኃጢአቶች ለመቅጣት ክፍት አድርጎ መተው ሲሆን፣ አንዱንም ሆነ ሌላውን ለማድረግ ኃይሉና ሥልጣኑ ያለው፣ ለእርሱ ደስ የሚለውን ነገር የሚያደርግበት ነው፡፡

በዚህ ኃጢአትን በማሳለፍ ተግባር እግዚአብሔር ያመኑ ኃጢአተኞችን የኃጢአታቸውን ክፍያ ሳይከፍል አድኗቸዋል በሚለው ስሜት የቀረበ ሲሆን፣ በመሆኑም ፍትሕ ባልሰፈነበት መልኩ ጸጋውን ሰጥቷል የሚል በመሆኑ በሰው ልጅ አስተሳሰብ ውስጥ ኃጢአትን በቸልታ ያልፋል በሚል እግዚአብሔርን ያቀርበዋል፡፡ ጉዳዩ ሁልጊዜ በእግዚአብሔር ዐይኖች ፊት ትክክል ነው፤ ምክንያቱም የተጣሰ ሕግ በመስቀሉ ላይ ዐርኪ የሆነ ምላሽ መስጠቱን ወደፊት አሻግሮ ይመለከታልና፡፡በእግዚአብሔር የመቍጠር አሠራር (አንድን ያልሆነ ነገርን እንደ ሆነ አድርጎ የመውሰድ አሠራር) ላይ መስቀሉ ዘላለማዊ የሆነ ዕውነታ ነው፡፡ በእርግጥም መስቀሉ ተገቢ ወደ ሆነ ሥፍራው ሊመጣ ይገባል፡፡ ጻድቅ ለሆነ አምላክ ኃጢአትን ማለፍ የማይቻል ነገር ነው፡፡

ዳሩ ግን የኃጢአት ዋጋ መከፈሉ ግድ ነው፡፡ ፍትሕ ዐርኪ በሆነ መልኩ መስፈን አለባት፤ ደግሞም አገዛዝ ጸንቶ መኖር አለበት፡፡መስቀሉ የስቅለት ተግባር ከመፈጸሙ በፊት ኃጢአትን ከሚያልፍበት ነቀፋ እግዚአብሔርን ነፃ ያደረገ (በነፃ ያሰናበተ) ብቻ ሳይሆን፣ አማኝ የሆነ ኃጢአተኛ ጻድቅ እንደ ሆነ በሚያውጅ ጊዜ፣ እርሱ ሁልጊዜም ጽድቁን የሚጠብቅ እንደ ሆነም ጭምር በተግባር ያሳያል፡፡ኃጢአተኛን ማዳን ለእግዚአብሔር የጻድቅነት፣ እንዲሁም ደግሞ የመሐሪነት ተግባር በአንድነት የመወጣት ተግባር ነው፡፡ ምክንያቱም ምሕረት የሚሰጠው የፍትሕ ጥያቄ ዐርኪ በሆነ መልኩ በሚመለስበት ሁኔታ ነው፡፡

የተጣሰው ሕግ ፍላጎቶች ተሟልተዋል፡፡ የኃጢአት ቅጣት ተከፍሏል እንጂ፣ አልተተወም፡፡ ስለሆነም አማኝ የሆነ ኃጢአተኛ በእግዚአብሔር ምሕረት ብቻ የዳነ አይደለም፤ ዳሩ ግን እርሱ በእግዚአብሔር ጽድቅም ጭምር የዳነ ነው፡፡ ምክንያቱም ድነቱ የኃጢአቱ ዋጋ በተከፈለበት እና ፍትሕ በሰፈነበት መሠረት ላይ የተመረኮዘ ነውና፡፡ ስለዚህም እግዚአብሔር ጻድቅ ነው፤ ደግሞም ይህ ዕውን በሚሆንበት በተመሳሳዩ ጊዜ አማኝ የሆነውን ኃጢአተኛ የሚያጸድቅ ነው፡፡(ዌስት፣ ኬ. ኤስ. የግሪክ አዲስ ኪዳን ጥናት)

ፍሪበርግ ሲጽፍ *ፓሬሲስ* ማለት መተው፣ ችላ ማለት ወይንም ኃጢአትን ሳይቀጡ መተው የሚል ነው፡፡ በብሉይ ኪዳን ወቅት ለተፈጸሙ ኃጢአቶች ሲቀርቡ የነበሩት የኃጢአት ማስተሰሪያዎች ምልክት ብቻ የሆኑና ክርስቶስ መጥቶ ለኃጢአት ሁሉ በቂ መሥዋዕት ባቀረበ ጊዜ ዕልባት ማግኘቱን የሚያሳይም ነው፡፡ አፌሲስ ከፓሬሲስ ይለያል አሳቡም ለተሠራው ኃጢአት በቂ የማስተሰረይ ዐቅም ያለው ነገር አቅርቦ ምሕረት ማግኘትን ነው የሚያሳየው፡፡ (ፍሪበርግ ፣ ቲ ፣ ፍሪበርግ ፣ ቢ ፣ እና ሚለር ፣ ኤን ኤፍ የግሪክ አዲስ ኪዳን ትንታኔያዊ መዝገበ ቃላት ፡፡ ቤከር አካዳሚክ)

ቶማስ ኮንስታብል "መተው ወይም ሳያልቅ መተው" ይቅርታ ከማግኘት ጋር አንድ ዐይነት አይደለም፡፡ ይህንን የሚያሳዩ ሁለት የግሪክ ቃላቶች *ፓሬሲስ* እና *አፌሲስ* ናቸው፡፡ እግዚአብሔር የብሉይ ኪዳን ኃጢአቶችን ኢየሱስ ክርስቶስ መቶ መሥዋዕት እስከሚሆን ድረስ ሙሉ ለሙሉ ይቅር አላለም ነበር፡፡

በአይሁድ ዘንድ ይቀርብ ነበረው የእንስሳ መስዋእት ኃጢአትን መሸፈን ብቻ ነበር የሚችለው እና ኢየሱስ እስኪሞት ድረስ እግዚአብሔር ለኃጢአት ሙሉ ቅጣቱን

አላስተላለፈም ነበር፡፡ ስለዚህ እንደ ሙሴ ሥርዓት የእንስሳትን መሥዋዕት ያቀርቡ የነበሩ አይሁዳውያን ወደ ፊት ሙሉ ለሙሉ የሚከፈል ሂሳብን ነበር የሚያስቀምጡት፡፡ እግዚአብሔር እነዚያን መሥዋዕቶች እንደ ጊዜያዊ ክፍያዎች ነበር የሚቈጥራቸው፡፡ ይሁን እንጂ፣ ትክክለኛው ሂሳብ በጊዜው መጣና ኢየሱስ ክርስቶስ ሙሉውን ከፈለው፡፡ (የቶም ኮንስታብል ኤክስፖዚተሪ ማስታወሻዎች)

ፌሰት በጣም የሚቀራረቡ ሁለት ቃላት አሉ፤ እነዚህም አፌሲስ እና ፓሬሲስ ይሰኛሉ፡፡ የመጀመሪያው ማለት ማስወገድ ማለት ነው (ማቴ. 26፥28፤ ቈላስ. 1፥14፤ ዕብ 9፥22)፡፡ ሲተረጐምም መሰረዝ ተብሎ ነው፡፡ *ፓሬሲስ* በአዲስ ኪዳን በዚህ ቦታ ብቻ ሲሆን፣ ተገለጸው ትርጓሜውም መተው የሚል ነው፡፡

በዚህ መተው አማካይነት ነበር እግዚአብሔር ከመስቀል መሥዋዕት በፊት ለሰዎች ይቅርታን ሲሰጥ የነበረው፡፡ ይህም ኃጢአታቸው ገና ትክክለኛውን ክፍያ ሳያገኝ ማለት ነው፡፡ ይህ ነገር በሰው ዕይታ ምንም እንኳ ጥያቄ የሚያስነሣና እንዴት እግዚአብሔር ኃጢአትን በማይታገሥ ማንነቱ ሸፍኖ ብቻ ይቅር ይላል ሊባል ይችላል፡፡ ነገር ግን በእግዚአብሔር የወደፊቱን በሚያይ አምላክ እይታ ነገሩ ትክክል ይሆናል ይህም ቀድሞ በመስቀል ላይ የሚከፈለውን ዋጋ ዐይቷልና ነው፡፡

ሰዎችን እግዚአብሔር ከመስቀል በፊት ነው ያዳነው ወይስ ከመስቀል በኋላ ነው? የሚለው ብዙም ልዩነት የሚፈጥር አይደለም፡፡ በእግዚአብሔር የጊዜ ዕይታ ውስጥ መስቀሉ ዘላለማዊ ዕውነታ ነው፡፡ እርግጥ ነው እግዚአብሔር ጻድቅ አምላክ ነውና የመስቀሉ መሥዋዕት መምጣትና የኃጢአት ዋጋ መከፈል አለበት፡፡ በእርሱም የእርሱ ፍትሕ ይረካል፤ መንግሥቱም ትጸናለች፡፡ ዌስት, ኬ. ኤስ. የግሪክ አዲስ ኪዳን ቃል. ጥናት: ኢርድማንስ

ጉዚክ ሲያብራራ እግዚአብሔር በመቻሉ የብሉይ ኪዳን ካህናትን ኃጢአት ይተው ነበር ይህም በመሢሑ መምጣት በመታመናቸው ነው፡፡ በመስቀሉ ግን እነዚያ ኃጢአቶች ሁሉ ዋጋ ይከፈልባቸዋል እንጂ፣ አይተዉም፡፡ አሳቡ በብሉይ ኪዳን የእንስሳ መሥዋዕት በኩል የመሢሑን መምጣት በእምነት የሚጠብቁት ኃጢአታቸው ተከደነላቸው (የሐዋ. 17፥30)፡፡

ጊዜያዊ መሸፈኑ በመስቀል ለሚከፈለው ሙሉ ዋጋ እየተጠበቀ ነው፡፡ በመስቀል ላይ ኢየሱስ የፈጸመው ተግባር እግዚአብሔር ከመስቀሉ በፊት ተዋቸውን ኃጢአቶች በሙሉ ነፃ እንዲሆን አድርጓል፡፡ ለተወሰነ ጊዜ ተትተው ነበር፤ በመጨረሻ ግን ዋጋቸው ተከፈለ፡፡

ጽድቅ (**dikaiosune /ዲያካዮሱኔ [የቃል ጥናት]** ከ **dikaios/ዲያካዮስ [የቃል ጥናት]** = ትክክል መሆን ወይም እግዚአብሔር ከሚፈልገው ነገር ጋር በተስማማ መልክ መጓዝ ማለት ነው) በአጭሩ ዲያካዮሱኔ ከተቀመጠ መስፈርት ጋር በተስማማ መንገድ መጓዝ ማለት ነው፡፡ በመጽሐፍ ቅዱስ አገላለጽ ከእግዚአብሔር ቅዱስ ማንነት ጋር በተስማማ መልክ መሄድ ነው፡፡(መጽሐፍ ቅዱስ ጥቅሶች የብሉይና / የአዲስ ኪዳን ግሪክ መዝገበ ቃላት፣ የቴየር ትርጉም 1989. በ ጆሴፍ ሄንሪ ቴየር፣ ኦስቲን ሐተታ/ በጄፍ ጋሪሰን)

ማሳየት _(**endeixis /ኤንዴክሲስ ከ endeiknumi /ኤንዴክኑማይ** = ማሳየት <> **en /ኤን** = ውስጥ + **deiknumi/ ዴክኑማይ** = ለዐይን የሚታይ መሆን፣ ማስረጃ መስጠት፣ በስሜት ህዋስ የምንገነዘበው መሆን) ማለት በጣት መጠቆም ነው፡፡ አንድን ነገር ለማሳየት የሚጠቁም ነገርን ሲያሳይ እንደ ምልክት፣ አርማ ወይም ማሳያ የሚል ትርጋሜ አለው፡፡ አንድ አካል አንድ ዕውነትን የሚያውቅበት መንገድ ነው፡፡ በአእምሮም በስሜትም የአንድን ነገር ትክክለኛነት እንድንቀበል የሚያደርገን ነገር ነው፡፡ (መጽሐፍ ቅዱስ ጥቅሶች የብሉይና / የአዲስ ኪዳን ግሪክ መዝገበ ቃላት፣ የቴየር ትርጉም 1989. በ ጆሴፍ ሄንሪ ቴየር፣ ኦስቲን ሐተታ/ በጄፍ ጋሪሰን)

ሀማርቲያ አንድ ነገርን ኢላማ አድርጎ መሳት ወይም የእግዚአብሔርን ግብ ሳያሳኩ መቅረት የሚል ትርጉም ነው ያለው፡፡ ዲያካዮሱኔ በእግዚአብሔር ፊት ያለ የባሕርይ ትክክለኛነት፣ እንዲሁም በሰው ፊት ያለ የተጋባር ትክክለኛነት ነው፡፡

ሮበርትሰን እንደሚለው “ጽድቁን ያሳይ ዘንድ” ማለት የእግዚአብሔርን ዐይነት የሆነ ጽድቅን ያሳይ ዘንድ ማለት ነው፡፡ እግዚአብሔር ኃጢአትን እንዲሁ አይተወውም፡፡ እግዚአብሔር ለእርሱ የሚሆን ማስተሰርያ ይፈልጋል፤ እርሱንም አቅርቧል፡፡

ዋይን ግሩደም እንደሚስማማው “እግዚአብሔር ባለፉት ትውልዶች ዘንድ ኃጢአትን በቀላሉ ይቅር ይልና ይተው የነበረበት አግባብ አልነበረም፡፡ ኃጢአትን ይቅር ይልና በእነዚያ ኃጢአቶች ላይ ያለውን ቊጣ ያጠራቅም ነበር፡፡ በመስቀሉ ላይ ግን

የእግዚአብሔር የተጠራቀመ ቍጣ ሁሉ በልጁ በረደ። (ግሩደም ፣ ደብልዩ ኤ. ስልታዊ ሥነ-መለኮታዊ-የመጽሐፍ ቅዱስ ትምህርት መግቢያ ዞንደርቫን)

ትርጕም፡፡ በኢየሱስ ክርስቶስ በሆነ መቤዠት በኩል በእርሱ ጸጋ በቸርነት መጽደቅ፣ እንዲጸድቁ መደረግ፣ በደሙ ላይ ባለ እምነት አማካይነት ዐርኪ የሆነ ምትካዊ መሥዋዕት አድርጎ በሁሉም ዐይኖች ፊት ባኖረው፣ ቀድሞ የተሠራን ኃጢአት ለተወበት ጽድቁ ማስረጃ አድርጎ በማቅረብ፣ ይህም መተው በእግዚአብሔር ችሎታ ላይ የሚደረግ ሲሆን፣ በአሁኑ ዘመን የጻድቅነት ማረጋገጫ ሆኖ የቀረበ ሲሆን፣ ይህም የእርሱን ጻድቅነት እና እምነታቸውን በኢየሱስ ክርስቶስ ላይ ያደረጉ ሰዎችን እርሱ የሚያጸድቅ መሆኑን የሚመለከት ዕይታን የያዘ ነው።(ዌስት፣ ኬ. ኤስ. የግሪክ አዲስ ኪዳን ጥናት)

ቍጥር 25

እርሱንም እግዚአብሔር በእምነት የሚገኝ በደሙም የሆነ ማስተስረያ አድርጎ አቆመው። ይህም በፊት የተደረገውን ኃጢአት በእግዚአብሔር ችሎታ ስለ መተው ጽድቁን ያሳይ ዘንድ ነው።

የቆመው ወይም አስቀድሞ የተወሰነው

የሐዋርያት ሥራ 2:23፤ 3፥18፤ 4፥28፤ 15፥18፤ 1ኛ ጴጥ. 1፥18-20፤ ራእይ 13፥8

መሆን

ዘጸአት ምዕራፍ 25 ከቍጥር 17 እስከ 22፤ ዘሌዋውያን 16፥15፤ ዕብራውያን 9፥5፤ * ጂ፡፡ 1ኛ ዮሐንስ 2፥2፤ 4፥10

በኩል

5፥1፤ 9፤ 11፤ ኢሳይያስ 53፥11፤ ዮሐንስ 6፥47፤ 53-58፤ ቈላስይስ 1፥20-23፥ ዕብ 10፥19፤ 20

ለማወጅ

26፤ መዝሙር 22፥31፤ 40፥10፤ 50፥6፤ 97፥6፤ 119፥142፤ 1ኛ ዮሐ. 1፥10

ስርየትን ወይም መታለፍን

23፤ 24፤ 4፥1-8፤ የሐዋርያት ሥራ 13፥38፤ 39፤ 17፥30፤ 1ኛ ጢሞ. 1፥15፤ ዕብ. 9፥15-22፤ 25፤ 26፤ 10፥4፤ ዕብ. 11፥7፤ 14፤ 17፤ 39፤ 40፤ የዮሐንስ ራእይ 5፥9፤ 13፥8፤ 20፥15

3፥26 ራሱም ጻድቅ እንዲሆን በኢየሱስም የሚያምነውን እንዲያጸድቅ አሁን በዚህ ዘመን ጽድቁን ያሳይ ዘንድ ነው።

ራሱም ጻድቅ እንዲሆን

*ጻድቅ*_**(dikaios /ዲያካዮስ**) ይህ ከዋናው መርኅ ጋር የተስማማ መሆንን ነው የሚያሳየው ወይም ከእግዚአብሔር ደረጃ ጋር የተስማማ መሆን ነው፡፡ ደግሞም ቀጥ ያለ፣ ጻድቅ መሆን ነው፡፡ የቀደመው ኃጢአት ሳይቀጣ የሚቀር እንዳይሆን በማድረግ በክርስቶስ ላይ በማድረግ እግዚአብሔር በዚህ ውስጥ እርሱ በፊትም ዛሬም ለዘላለምም ጻድቅ እንደሆነ ዐሳየ፡፡ ከክርስቶስ ሞት የተነሣም እግዚአብሔር በኢየሱስ የሚያምኑትን ጻድቅ ሲላቸውም እርሱ ጻድቅ ሆኖ ይኖራል፡፡ (መጽሐፍ ቅዱስ ጥቅሶች የብሉይና / የአዲስ ኪዳን ግሪክ መዝገበ ቃላት፣ የቴየር ትርጉም 1989. በ ጆሴፍ ሄንሪ ቴየር፣ ኦስቲን ሐተታ/ በጄፍ ጋሪሰን)

በኢየሱስም የሚያምነውን

የሚያምነውን በሚለው ላይ ዴኔይ ሲጽፍ ጳውሎስ እዚህ ጋር እያብራራ ያለው በኢየሱስ ክርስቶስ አማኝ ናቸው ተብለው የተጠሩ ሁሉንም ነው፡፡ ሞሪስ ሲጽፍ የሚያምነውን የሚለው ንግግር የሚያመለክተው ኢየሱስን ማመንን ብቻ አይደለም፡፡ በባሕርይውና በማንነቱ ኢየሱስ ላይ ያለው እምነቱ የሚንጸባረቅበትን ሰው ነው፡፡ ጳውሎስ እምነትና ሕግን መደባለቅ ለሚፈልጉ ሰዎች ምንም ዐይነት ትዕግሥት የለውም፡፡ የሚያምኑ ተብለው የተጠሩት የዳኑት ናቸው፡፡

እምነት (pistis /ፒስቲስ) ማለት "በአንድ ዕውነት ወይም ታማኝነት ላይ ያለ የጸና መታመን፣ መደገፍ" ነው፡፡ የሚያድን እምነት ማለት በአእምሮ ያለ ማመን ብቻ አይደለም፤ ነገር ግን የጸና መታመንና ራስን ማስገዛት ጭምር ያለበት ሲሆን፣ ራስን ከማስገዛት የተነሣ የሚመጣውን ባሕርይንም ጭምር ያካትታል፡፡ በአጠቃላይ እምነት ራሱን የሚገልጠው ዕውነተኛ በሆነ በተለወጠ ሕይወት ነው፡፡ (መጽሐፍ ቅዱስ ጥቅሶች የብሉይና / የአዲስ ኪዳን ግሪክ መዝገበ ቃላት፣ የቴየር ትርጉም 1989. በ ጆሴፍ ሄንሪ ቴየር፣ ኦስቲን ሐተታ/ በጄፍ ጋሪሰን)

እንዲያጸድቅ

እንዲያጸድቅ (**dikaioo /ዲያካዮ ከ dike/ዲያክ** = ይህ ከሚጠበቅ ባሕርይ ጋር መስማማት፣ እንደራስ መስፈርት ሳይሆን፣ ሥርዓቱን መታላለፍ ቅጣትን ሊያመጣ በሚችል አካል የወጣን ሕግ አክብሮ እንደዚያ መሆን) የአንድ ነገር ወይም አንድ ግለሰብን ትክክለኛነት ማወጅ ነው፡፡ በዚህ ምዕራፍ ላይ እንደ ተጻፈው እግዚአብሔር ኃጢአተኞችን ጻድቅ እንደሚል የሚያሳይ ነው፡፡(መጽሐፍ ቅዱስ ጥቅሶች የብሉይና / የአዲስ ኪዳን ግሪክ መዝገበ ቃላት፣ የቴየር ትርጒም 1989. በ ጆሴፍ ሄንሪ ቴየር፣ አስቲን ሐተታ/ በጂፍ ጋሪሰን)

ቫይን እነዚህ ጻድቅ እና የሚያጸድቅ የሚሉ ሁለት ቃላት የሚገልጹት መጀመሪያ የእግዚአብሔርን ባሕርይ እንደ ዳኛ ከዚያም የእርሱን ከባሕርይው ጋር የሚሄደውን ቋሚ ፍርድ ነው፡፡ እርሱ የሚለው ገላጭ ቃልም ይህንን አሳብ አጽንኦት ለመስጠት የገባ ነው፡፡ ኃጢአተኛውን እንደማጽደቅ ከዚያ የተሻለ የእግዚአብሔርን ጻድቅነት የሚያሳይ ተግባር የለም፡፡ ቫይን, የቫይን ኤክስ.ሲ.ኢ.ሲ.ኤ. የመጽሐፍ ቅዱስ መዝገበ-ቃላት. 1999)

ምሪስ እግዚአብሔር ጻድቅም የሚያጸድቅም የመሆኑ ምሥጢር ፍቺ የሚያገኘው በኢየሱስ ብቻ ነው፡፡ በእግዚአብሔር ዘንድ ጽድቅን ያገኘነው ክርስቶስን በእምነት በመቀበል በእርሱ ጽድቅ እንጂ፣ የጸደቅነው በእኛ አይደለምና፡፡

ሮበርትሰን ኃጢአተኛውን ጻድቅ ነህ ብሎ መቍጠር በራሱ ፍትሃዊ አይደለም (ሮሜ 4÷5)፡፡ የእግዚአብሔር ምሕረት ሰውን በነበረበት እንዲቀር አላደረገውም፡፡ የእግዚአብሔር ፍትሕ ለኃጢአት ቅጣትን ይፈልጋል፡፡ አንዳንዶችን ለማዳን ያለው ብቸኛ መንገድ ክርስቶስን መሥዋዕት አድርጎ ማቅረብና ሰዎች ደግሞ እንዲያምኑ ጥሪ ማድረግ ነው፡፡

ጄሚሰን ሲጽፍ እግዚአብሔር ጻድቅም የሚያጸድቅም ነበር፡፡ ይህ ደግሞ ድንቅ ትስስር ነው፡፡ ኃጢአትን በመቅጣቱ ጻድቅ ሲሆን፣ እንዲሁም ይቅር በማለት ምሕረት የተሞላ መሆኑን አሳየን የሚለው ሰው ሊረዳው ቀላል ሲሆን፣ በማጽደቅ ጽድቁን ዐሳየን የሚለውን ግን ለመረዳት አስቸጋሪ ነው፡፡ በክርስቶስ ደም ላይ ያለ እምነት የሚያመጣው የኃጢአት ቍጣ መብረድ እነዚህን የሚገናኙ የማይመስሉ ሁለት አሳቦች አገናኛቸው፡፡

ስለዚህም ነው ኃጢአት የማያውቀውን አንድ ልጁን ስለ እኛ ኃጢአት ያደረገው፤ ፍትሕ ሙሉ ለሙሉ ምላሽ አገኘ፤ በዚያም እኛ የእግዚአብሔር ጽድቅ ተደረግን፡፡

ዌስት ሲያብራራ ከመስቀሉ ሥራ በፊት እግዚአብሔር የአመኑ ኃጢአተኞችን ያድን ነበር ማለት ይህ ኃጢአትን ሸፍኖ የመተው ሂደትን ነው የሚያሳየው፤ እግዚአብሔር ኃጢአትን ይቅር የማለቱ ሂደት ኃጢአትን ከመቅጣቱ ጋር የተስማማ ሆኖ ለሰው መታየት አለበት፡፡ ነገሩ ለእግዚአብሔር ሁልጊዜ ትክክል ነው፡፡ ምክንያቱም እርሱ ሁልጊዜ ወደ ፊት መስቀሉን ነበርና የሚያየው፡፡

እግዚአብሔር ከመስቀሉ በፊት ይቅር ማለቱና ከመስቀሉ በኋላ ይቅር ማለቱ ለእርሱ ምንም ልዩነት የለውም፡፡ በእግዚአብሔር ዕይታ መስቀሉ ዘላለማዊ ምልከታ ያለው ነገር ነው፡፡ ጻድቁ ጌታ ፍትሐዊ ይሆን ዘንድ ግድ ስለሆነም ወደ መስቀል መምጣቱ ግዴታ ነው፡፡ ይህም የኃጢአት ዋጋ ይከፈል ዘንድ ነው፡፡ መንግሥቱ ትጸና ዘንድ እርሱ ፍትሐዊነቱን መጠበቅ ይገባዋል፡፡ (ዌስት, ኬ. ኤስ. የግሪክ አዲስ ኪዳን ቃል. ጥናት: ኢርድማንስ)

አሁን

ኣሁን (**nun /ኑን**) ይህ የአሁን ጊዜን የሚያሳይ ነው፡፡ (መጽሐፍ ቅዱስ ጥቅሶች የብሉይና / የአዲስ ኪዳን ግሪክ መዝገበ ቃላት፣ የቴየር ትርጒም 1989. በ ጆሴፍ ሄንሪ ቴየር፣ ኦስቲን ሐተታ/ በጄፍ ጋሪሰን)

ሊዮን ሞሪስ ሲናገር በአሁን ዘመን የሚለው አብሮ ትይዩ ላይ ያለው ከዚህ በፊት ከተፈጸሙ ኃጢአቶች ጋር ነው፡፡ ኃጢአቱ የተፈጸመው ቀደም ባለው ጊዜ ሲሆን፣ የእግዚአብሔር ጽድቅ ግን የታየሁ አሁን ነው፡፡ ጳውሎስ ሲናገር የድነት ሥራው ለማሳያ የተደረገ ነው፡፡ የእግዚአብሔር ጽድቅ የተገለጠው፣ እርሱ ጻድቅና የሚያጸድቅ መሆኑ እንዲታይ ነው፡፡ የእግዚአብሔር ትሕትና ምሕረት መካከል ተቃርኖ የለም፡፡፡

ጳውሎስ እያለ ያለው ነገር ቢኖር፣ እግዚአብሔር ይቅር ማለቱ ብቻ አይደለም፡፡ የእርሱን ፍትሐዊነት የሚያሳየው እንዲያውም እርሱ ብቻ ከሆነ፣ የፍትሐዊነት ጥያቄን ያስነሣል፡፡ *ባርክሌይ* እንደሚለው የሚባለው ትክክለኛ ንግግር ወይም ተፈጥሮአዊ ገላጻ ቢኖር፣ እግዚአብሔር ፍትሐዊ ነው ስለዚህ ወንጀለኛን ይወቅሳል፡፡

እግዚአብሔር ኃጢአተኛን ቢቀጣና ቢተው ፍትሐዊነቱ ላይ ጥያቄ ላያስነሣ ይችል ይሆናል፡፡ ነገር ግን መጽሐፍ ቅዱስ ፍትሐዊና ምሕረት አድራጊም ነው፡፡ ስለሚለን ስለ ምሕረቱ ጥያቄ እንድናነሣ ያደርገናል፡፡ ጳውሎስ የሚለን ነገር መስቀሉ ሁለቱንም ነገር ያሳያል ነው፡፡

ዕውነታው እግዚአብሔር ለኃጢአት ፍጻሜን በሚያደርግበት በመስቀሉ ላይ ምሕረትን ያደርጋል የሚል ነው፡፡ ጸጋና ፍትሕ በዚህ ትስስር ነው አብረው የሚቀርቡት (መዝ. 85÷10፤ ኢሳ. 45÷21፤ ዘካ. 9÷9)፡፡ እግዚአብሔር ትክክለኛና ጠንካራ በሆነ መንገድ ያድናል፡፡ የፍትሕም የምሕረትም ጥያቄ መልስ ያገኛል፡፡ (Morris, L. The Epistle to the Romans. Page 183. Grand Rapids, Mich.; Leicester, England: W. B. Eerdmans; Inter-Varsity Press)

ኃጢአት በአሮጌው አዳም ተጀምሮ ጌታ መጥቶ ለኃጢአት ዋጋ እስከ ከፈለበት ዘመን ድረስ ነበር፡፡ ሆኖም ግን ጌታ ታግሦ ቆየ፡፡ ታግሦ ማለት ግን ረሳ ማለት አይደለም፡፡ ስለዚህ የኃጢአትን ዋጋ በዚያ ዘመን ከፈለው፡፡

በዚህ ዘመን

ዘመን (**kairos/ካይሮስ**) ማለት አንድ ጊዜን የሚያሳይ ቃል ነው፡፡ ይህ ቅደም ተከተል ላይ የማያተኩር ቃል ነው ይልቅ አንድ ጊዜን አመልካች ነው፡፡ ተገቢና ትክክለኛ ጊዜን የሚያሳይ ቃል ነው፡፡(መጽሐፍ ቅዱስ ጥቅሶች የብሉይና / የአዲስ ኪዳን ግሪክ መዝገበ ቃላት፣ የቴየር ትርጉም 1989. በ ጆሴፍ ሄንሪ ቴየር፣ አስቲን ሐተታ/ በጂፍ ጋሪሰን)

በዚህ ዘመን ማለት በሌላ አገላለጽ በዚህ ወቅት እንደ ማለት ነው፡፡ በዚህ ቦታ አገልግሎቱ መሠረት ደግሞ በዚህ የጸጋ ዘመን የሚል ትርጓሜን ይይዛል፡፡ ይህን ዘመን አንዳንዶች የቤተ ክርስቲያን ዘመን ብለውም ይጠሩታል፡፡ ይህም የመሢሑን መንግሥት ቀድሞ የሚመጣው ነው ይህ የመሢሑ መንገድት ኢየሱስ ክርስቶስ ንጉሥ ሆኖ ከቅድስቲቷ ከተማ ከኢየሩሳሌም ሆኖ የሚነግሥበት ነው፡፡

ፅዌል ሲጨምር ጳውሎስ በዚህ ዘመን ሲለን ወደ ኋላ መለስ ብለን መስቀሉን በአትኩሮት እንድንመለከት ነው፤ ይህም ክርስቶስ ስለ እኛ ሲል የተፈረደበትና የተሰቀለበት ነው። በዚህም በምሕረቱ ሁሉን የሚሸፍን ነገርን ያቀረበበት ነው።

የብሉይ ኪዳን አማኞች ወደ ፊት ዕያዩ በታሳቢነት ምሕረትን አግኝተዋል። በአሁኑ ዘመን ያለን ግን ከእነርሱ የተሻልን ነን። እግዚአብሔር ኃጢአታችንን በመስቀል ላይ በመፍረድ ጽድቁን አሳይቷል። ይህም እግዚአብሔር የሚያምኑትን ሁሉ የሚያጸድቅ ፈራጅ እንደሆነ ያሳየናል።

ያሳይ ዘንድ

ይህም ማለት ጽድቁን ይገልጠው ዘንድ ማለት ነው ።

"ማወጅ" ኢንዴክሲስ ይሰኛል፤ ኢንዴክኑሚ ከተሰኘው ግስም የመጣ ቃል ነው። ትርጓሜውም ማሳየት፣ በተግባር ማቅረብ፣ ማረጋገጥ የሚል ነው። በስም መልኩ ያለው ትርጉምም "በተግባር ማሳያ፣ ማረጋገጫ" የሚል ነው። ለሰው ዘር በመስቀሉ ፊት እግዚአብሔር የኃጢአት ስርየትን በማድረጉ ላይ ጻድቅ መሆኑን፣ ማለትም እነርሱ በዕውነተኛው መልኩ ክፍያውን ከመፈጸማቸው በፊት ይህን ማድረጉን የሚያሳይ ነው። እዚህ ላይ ጽድቅ የሚለው ከኃጢአት ጋር ባለው ተቃርኖ የእግዚአብሔር ጽድቅ የሞላበት ባሕርይ ነው። (ዌስት፣ ኬ. ኤስ. የግሪክ አዲስ ኪዳን ጥናት)

ጽድቁን የገለጠውም፡-

በክርስቶስ ያመኑትን «ጻድቃን» ብሎ በማወጅ
«ክርስቶስ ጽድቃችሁ ነው» ብሎ ለዓለም ሁሉ ይናገር ዘንድ ነው።

ቁጥር 26
ራሱም ጻድቅ እንዲሆን በኢየሱስም የሚያምነውን እንዲያጸድቅ አሁን በዚህ ዘመን ጽድቁን ያሳይ ዘንድ ነው።

ይህም እርሱ

ዘዳግም 32፥4፤ መዝሙር 85፥10፣ 11፤ ኢሳይያስ 42፥21፤ 45፥21፤ ሶፎንያስ 3፥5፣ 15፤ ዘካርያስ 9:9፤ የሐዋርያት ሥራ 13፥38፣ 39፤ የዮሐንስ ራእይ 15፥3

ደግሞም

30፤ 4÷5፤ 8÷33፤ ገላትያ 3÷8-14

3÷27 ትምክህት እንግዲህ ወዴት ነው? እርሱ ቀርቶአል። በየትኛው ሕግ ነው? በሥራ ሕግ ነውን? አይደለም፥ በእምነት ሕግ ነው እንጂ።

ትምክህት እንግዲህ ወዴት ነው? እርሱ ቀርቶአል

ሰው ሁሉ ኃጢአተኛ ከሆነ ፣ለኃጢአት ዋጋ የከፈለው ክርስቶስ ከሆነና ይህም የእግዚአብሔር የዘላለም ዕቅድ፣ የፍቅሩና የትዕግሥቱ መግለጫ ከሆነ ሰው የሚመካበትን ነገር ሊያገኝ አይችልም፡፡

ጸጋን ጸጋ የሚያደርገው ሁሉ በእርሱና ለእርሱ መሆኑ ነው፤ የሰው ድርሻ የሌለበት መሆኑ ነው፡፡

ትምክህት (kauchesis /ካውቼሲስ) የሚያሳየው ስለ አንድ ነገር ያለ መመካትን ነው፡፡ በቂ በሆነ ወይም በቂ ባልሆነ ምክንያት ራስን ስኬታማ አድርጎ መቁጠር ነው፡፡ ቄርዝቢ ሲያብራራ ድነት በሕግ ቢሆን ኖሮ ሰው መመካት ይችል ነበር፤ ነገረ ግን የእምነት መርኅ ሰውን መመካት እንዳይችል አደረገው፡፡ እየዋኘ ያለ ሰው ከመስመጥ ሲሰድን የሕይወት አድን ዋናተኛውን ስላመነው ሊመካ አይችልም፡፡ አንድ ኃጢአተኛ የነበረ ሰውም አምኖ ሲድን በእምነቱ ሊመካ አይችልም፡፡ ነገር ግን አስገራሚ በሆነ መልኩ በአዳኙ መመካት ይችላል፡፡ (መጽሐፍ ቅዱስ ጥቅሶች የብሉይና / የአዲስ ኪዳን ግሪክ መዝገበ ቃላት፣ የቴየር ትርጉም 1989. በ ጆሴፍ ሄንሪ ቴየር፣ አስቲን ሐተታ/ በጄፍ ጋሪሰን)

"መመካት" የሚለው በግሪኩ *ካውቻሲስ* ይሰኛል፡፡ ራስን ማክበር የሚል ትርጓሜም አለው፡፡ ቪንሰንት በዚህ ላይ ሲያደምቅበት እንዲህ ይላል፣ "እዚህ ጋር የተጠቀሰው አንድ አይሁድን የማክበር ጉዳይ ነው (2ኛ ዜና 2÷17)፡፡ የገዛ ራሱን መልካምነት በማወጅና ሥርዓት መጠበቅ የሚሰጡትን ጥቅም ማወጅ ነው፡፡ ይህ እንዳይካተት ተደርጓል የሚለው በኀላፊ ጊዜ የተቀመጠ ነው፡፡ "እንዳይካተት ተደርጎ ነበር" የሚል ፍቺ አለው፡፡ ቪንሰንት እንደዚህ ይላል፣ "ጽድቅ በእምነት የሚለው መገለጥ በመምጣቱ ምክንያት

እንዲወገድ ተደርጎ ነበር። "በምን ሕግ?" የሚለው ሕግ "በምን ዐይነቱ ሕግ" በሚለው በትክክል ይገለጻል።

ጥያቄው አግላይ የሆነውን የሕግ ባሕርይ የሚመለከት ነው (ቪንሰንት)። ገላጩ ከሥራዎች በፊት የታየ ሲሆን፣ ቃል በቃልም አይሁድ አብዝተው የሚሠሩዋቸው ሥራዎች ናቸው። እነዚህን ሥራዎች የሚያያይዝ ሕግ ነው ወይ? አይደለም። ነገር ግን እምነትን የሚያያይዝ ሕግ ነው። ጳውሎስ ሁለት ሕጎችን አቅርቦ አንዱን እንድንመርጥ እየጠየቀ አይደለም።ዳሩ ግን አንድ መለኮታዊ የሆነ ሕግን መስጠት አለ። ብቃቱን በተመለከተ የአይሁድን ሥራዎች በማያያዝ ፈንታ፣ እምነትን የሚያያይዝ ነው። የአሮጌውና አዲሱ ሃይማኖታዊ ሕይወት ዐይነቶች አንድ በሆነ የሕጉ ፅንሰ-አሳብ ሥር የመጡ ናቸው" *(ቪንሰንት)።(ዌስት፣ ኬ. ኤስ. የግሪክ አዲስ ኪዳን ጥናት)*

ኔዌል በሚስብ መልከ ሲያብራራው "የምሕረት ግብዣ ተዘጋጅቶ በበር ላይ ጸጋ ቆሞ እያስገባ ነው እንግዶቹን ሁሉም ሰው የሚታደመው በምሕረቱ ታሳቢነት ብቻ መሆኑን እያየ፤ በድንገት አንድ ሽምገል ያለ ትምክህት ባማረ አለባበስ ወደ ምሕረት ግብዣው ለመታደም ወደ በሩ ተጠጋ። ጸጋም በዚህ ወቅት በሩን በፍጥነት በመዝጋት ይቅርታ እዚህ ግብዣ ላይ ለአንተ ቦታ የለም አለው፤ ሰዎች እዚህ ግብዣ ላይ እየታደሙ ያሉት በእግዚአብሔር ነፃ ስጦታ ብቻ ነው። ስለዚህ ትምክህተኛው ከግብዣው ሰው ተባረረ።"

ቀርቷል _**(ekkleio /ኢክሌዮ ከ ek/ኢከ** = ውጭ + **kleío /ክለዮ** = መዝጋት) ማለት በቀላሉ በውጭ አውጥቶ መዝጋት ማለት ነው። በግሪክ ይህን ቃል ከከተማ ውጭ መጣል ወይም ከሕንጻው በር ውጭ መደረግ የሚል አሳብ ይዞ እናገኘዋለን። *ኢክሊዮ* ማለት አንድን ነገር ማስወገድ፣ አለመፍቀድ ነው። በዚህ ቦታ ደግሞ *ኢክሊዮ* አንድን ነገር የማይቻል ማድረግ የሚል አሳብን ይዞ ነው የገባው።(መጽሐፍ ቅዱስ ጥቅሶች የብሉይና / የአዲስ ኪዳን ግሪክ መዝገበ ቃላት፣ የቴየር ትርጉም 1989. በ ጆሴፍ ሄንሪ ቴየር፣ አስቲን ሐተታ/ በጀፍ ጋሪሰን)

ቪንሰንት ሲጽፍ "በእምነት ብቻ የመጽደቅ አገልግሎት ከመምጣቱ የተነሣ ትምክህት ቀርቷል። ጳውሎስ እያለ ያለው ስለ ድነታችን መመካት ቀርቷል፤ ምክንያቱም ድነት ከጅማሬ እስከ ፍጻሜው ለመዳን ያልቻሉ ሰዎችን ተክቶ እግዚአብሔር ብቻውን የሠራው ሥራ ነውና።

ከእግዚአብሔር ጋር እንኳ መጫወት ትሞክራላችሁ፤ ይህም ደግሞ ከእርሱ አንዳች ነገር ለማግኘት በሚል ተስፋ? በስውር መልካም ሥራዎችህን ትመዘግባለህ፡፡ አንድ ቀን እግዚአብሔር ይህን ነገር የመሸለም ግዴታ ውስጥ ይገባል በሚል? እግዚአብሔር ጤና፣ ብልጽግና እና ደስታ እንደ ሰጠህ ማመን አቁመሃል? እንግዲያውስ ተጠንቀቅ! ምክንያቱም ለአንተ የሚገባ ነገር ቢኖር የእግዚአብሔር ቍጣ ነበርና፡፡

ጎጀት ሲጽፍ "ሰው ራሱን በማጽደቅ የሚያመጣው ትምክህት፣ እንዲሁም ሕጉም ይሰጥ የነበረው ነገር አሁን ቀርቷል፡፡ ይህ የሆነው ታዲያ በምንድን ነው? በሕግ ሥራ? በፍጹም አይደለም፤ ይህ ሕግ ሥራ የሆነ አይደለም፤ በእርግጥም የሕግ ሥራ እንዲያውም ትምክህትን ያባብሳል፤ ነገር ግን የቀረው በእምነት ነው (ሮሜ 3÷26)፡፡ ሐዋርያው እዚህ ጋር የሚገርም ውጤት ላይ ይደርሳል፡፡ የሕግ ሥራ ከሕግም ጋር ይጻረራል፤ ከእርሱ ጋር የሚያስማማው የእምነት ሕግ ነው፡፡

ካልቪን ሲጽፍ "ጳውሎስ እዚህ ጋር እያፈረሰ ያለው ሥርዓትንና የውጭ ሥራዎችን ብቻ አይደለም በሁሉም ዐይነትና ደረጃ ያሉ ሥራዎችን ጭምር እንጂ፡፡ ትምክህት ያለ ምንም ጥርጥር ቀርቷል፤ ይህም እኛ ከእግዚአብሔር ዘንድ ምሕረትን የሚያስገኝ ምንም ነገር አላደረግንምና ነው፡፡ እዚህ ጋር እያለን ያለውም ስለ ሥራ እጥረት አይደለም፡፡ ከእርሱ ምኑንም አልፈለገምና፡፡

እምነት ትምክህትን ከሰው ከወሰደ ከሁሉም ሰው ላይ ክብርንም ይወስዳል ማለት ነው፤ ስለ ሁሉም ክብርና ኃይል ምስጋና ለእግዚአብሔር ነው የሚቀርበው፤ ይህም ጽድቅን ለማግኘት ምንም ሥራ ቦታ እንደ ሌለው ያሳየናል፡፡ (Romans 3: Commentary)

ኬንት ሂዩስ ሲጽፍ "በዚህ ክፍል ላይ ጳውሎስ ትሕትና እንደሚያስፈልግ ጥሪ እያቀረበ ነው፡፡ ይህ ትሕትና የተበላሸውን ሰውን ልብ ወደ ማስተካከል ዐቅም ወዳለው ጸጋ ይመራንና ሕይወትን ይሰጠናል፡፡

ዊልያም ኔዌል ሲጽፍ "በዚህ በወንጌሉ አዲስ መገለጥ፣ ማለትም ክርስቶስ ኢየሱስ በሥጋ ሆኖ ባጠናቀቀው ሥራና በእግዚአብሔር ቀጠሮ ሁሉም ነገር የእግዚአብሔር ነው፤ ምንም የሰው የሆነ ነገር የለም፡፡ ስለዚህ ሕጉ የተሰጣቸው አይሁድ እንኳ ሳይቀሩ አፋቸውን

ዘግተዋል፤ ምክንያቱም ምንም የተሠራ ሥራ ከሌለ ለትምክህት የሚሆን ምንም ምክንያት የለምና ነው።

በሥራ ሕግ?

መልሱ አይደለም የሚል ነው። ምክንያቱም ሕጉ ተሟላ የሚባለው ሁሉም ያለ መዛነፍ ሲፈጸም ብቻ ነው። በሕግ ሊኖሩ የሚፈልጉ ሁሉንም መፈጸም ይጠበቅባቸዋል። ስለዚህም አይቻልም። ስለዚህ በሕግ ሊመኩ አልቻሉም፤ አይችሉምም። ጐድለው ተገኝተዋልና። እንግዲያውስ?

ሕግ (**nomos /ኖሞስ**) ይህ በተምሳሌት ተቈርሶ የተሰጠን ነገር ያሳያል። ለምሳሌ ንብረት ሊሆን ይችላል። በዚህ ቦታ ሕግ የሚለው የሙሴን ሕግ ለማመልከት ሳይሆን፣ መርኅን ለማመልከት ነው።(መጽሐፍ ቅዱስ ጥቅሶች የብሉይና / የአዲስ ኪዳን ግሪክ መዝገበ ቃላት፣ የቴየር ትርጉም 1989. በ ጆሴፍ ሄንሪ ቴየር፣ አስቲን ሐተታ/ በጄፍ ጋሪሰን)

ጎጄት ሕግ የሚለውን ቃል ሲያብራራ እንዲህ ይላል፤ በዚህ በሁለት ጥያቄ ውስጥ ሕግ በጠቅላላው አሳብ ነው የተወሰደው። ይህ ቃል በጳውሎስ በአብዛኛው ሲጠቀስ፣ የሚያመለክተው ለአንድ አካል ራሱን ካስገዛለት ነገር የተሰጠን መተዳደርያ ሥርዓት ነው። በእንዲህ መልክ ስናየው ይህን ቃል በተለያየ ቦታዎች ላይ ያለው አገልግሎቱን መረዳት እንችላለን።

ይህ ቃል በመልካምም መልካም ባልሆነም መልክ አገልግሎት ይሰጣልና (ሮሜ 8÷2 እና ሮሜ 7÷23ን) መመልከት ይቻላል። በሮሜ 7÷21 ላይ ደግሞ መልካም በሆነም መልካም ባልሆነም ትርጓሜ አብሮ ተያይዞ ይታያል። *ባውር* እንደሚለውም በአጠቃላይ ይህ ቃል በእግዚአብሔርና በሰዎች መካከል ያለውን መስተጋብር አመላካች ሆኖ ይታያል።

ሥራ _(**ergon /ኤርጎን**) ማለት ዕንቅስቀሴንና መሥራትን የሚያሳይ ሲሆን፣ ያለ ዕንቅስቃሴ ከመሆን በተቃራኒ የሚታይ ነው። አንድ አካል አንድን ነገር ለማከናወን የሚያወጣውን ጉልበት ወይም ተግባር ያሳየናል። *ሥራ* የድነት ውጤት ነው እንጂ፣ የድነት መንገድ አይደለም። (መጽሐፍ ቅዱስ ጥቅሶች የብሉይና / የአዲስ ኪዳን ግሪክ መዝገበ ቃላት፣ የቴየር ትርጉም 1989. በ ጆሴፍ ሄንሪ ቴየር፣ አስቲን ሐተታ/ በጄፍ ጋሪሰን)

በእምነት ሕግ

ክርስቶስ ኢየሱስ አባቱን ፈጽሞ በመታዘዝ ሁሉን መፈጸሙን በማመን በጸጋው አማካይነት ጽድቅን የተቀበልን መሆኑን ያመለክታል፡፡

እምነት (**pistis /ፒስቲስ**) ይህ ከማመን ጋር ተመሳሳይ ትርጉም ያለው ቃል ነው እና አንድ ዕውነትን ማመንን ያሳያል፡፡ በመጽሐፍ ቅዱስ ሰው ከእግዚአብሔርና ከመለኮታዊ ነገሮች ጋር ያለውን ግንኙነት የሚያሳይ ነው፡፡(መጽሐፍ ቅዱስ ጥቅሶች የብሉይና / የአዲስ ኪዳን ግሪክ መዝገበ ቃላት፣ የቴየር ትርጉም 1989. በ ጆሴፍ ሄንሪ ቴየር፣ አስቲን ሐተታ/ በጂፍ ጋሪሰን)

የእምነት ሕግ ይህ የእምነት መርኅ የሚለው ሌላ አገላለጽ ነው፡፡ በሌላ አባባል እግዚአብሔር ሰውን ሕግን በመጠበቅና ባለመጠበቅ የተግባር ልዩነት መሠረት አላስቀመጠውም፡፡ ይልቁንም በእምነት ነው እንጂ፣ እናም የጽድቅ መሠረቱ በቀላሉ ለማይገባን ኃጢአተኞች ያደረገውን ነገር በማመን ነው፡፡ ይህ ምሕረትን የተሞላ ጸጋን መሠረት ያደረገ ዕውነት ያለ ልዩነት በሁሉም ሰው ላይ የትምክህትን በር ዘግቷል፡፡

ጆን ማክአርተር ሲናገር የአለም ትልቁ ውሸትና ሁሉም የስሕተት እምነቶችና ልምምዶች የጋራ ውሸት የሆነ ነገር ቢኖር ሰዎች እነርሱ በሚሠሩት ሥራ ከእግዚአብሔር ዘንድ ተቀባይነትን ማግኘት እንደሚችሉ ነው፡፡ በዚያ ማመን ትልቅ ስሕተት የሚሆነው ነገሩ ድንገት እንኳን ልክ ሊሆን የሚችልበት ዕድል ባለመኖሩ ነው፡፡ ከዚያም የከፋው ትልቁ የዚህ ውሸት ከፋት የእግዚአብሔርን ክብር መስረቁ ነው፡፡ (ጆን. ኤፍ. ማክአርተር፡ ቺካጎ ሙዲ ፕረስ)

ዊሊያም ኔዌል በዚህ ቦታ ላይ ሕጉ የሚያሳየው መመሪያው ወይም ዕቅድን ነው፡፡ የእምነት ሕግ ወይንም መርኅ ለጽድቅ ብቻ አይደለም፡፡ የሚያገለግለው ለሁሉም ነገር ነው (ይሁዳ 1፥20-21፤ ገላ. 2፥20)፡፡

ቀርቶ አለ

ይህ አሳብ በሕግ ለመጽደቅ የሚሮጥበት የሩጫው መድረክ በሩ መዘጋቱን የማያመለክት ነው (ገላ. 4፥17፤ 6፥22)፡፡ ስለዚህ ዛሬ ትምክህታችን ጌታ ራሱ ብቻ ሆኗል ማለት ነው

(ምሳሌ 7፥2፤ ሕዝ. 16፥63)፡፡ ይህም ጌታ ኢየሱስ በሠራው ሥራ የጸደቅን መሆኑን ሳናፍር የምንናገርበትን ዕውነት ያመለክታል፡፡

ቍጥር 27

ትምክህት እንግዲህ ወዴት ነው? እርሱ አልተገለጸም፤ በየትኛው ሕግ ነው? በሥራ? አይደለም፡፡ በእምነት ሕግ ነው እንጂ፡፡

የት አለ

19፤ 2፥17፣ 23፤ 4፥2፤ ሕዝቅኤል 16፥62፣ 63፤ 36፥31፣ 32፤ ሶፎንያስ 3፥11፤ ሉቃስ 18፥9-14፤ 1ኛ ቆሮ. 1፥29-31፤ 4፥7፤ ኤፌ. 2፥8-1

የሥራዎች

9፥11፣ 32፤ 10፥5፤ 11፥6፤ ገላትያ 2፥16

ነገር ግን በ

7፥21፣ 23፣ 25፤ 8፥2፤ ማርቆስ 16፥16፤ ዮሐንስ 3፥36፤ ገላትያ 3፥22፤ 1ኛ ዮሐ. 5፥11፣ 12

3፥28 ሰው ያለ ሕግ ሥራ በእምነት እንዲጸድቅ እንቆጥራለንና።

ሰው

ሰው (anthropos /አንትሮፖስ) የሚወክለው ሁሉንም የሰው ዘር ነው እንጂ፣ የተመረጠን ሰው አይደለም፡፡ አይሁድ ሊሆን ይችላል አሕዛብ፣ ወንድ ወይም ሴት፣ ምንም ዜግነት ያለው ሁሉንም ያጠቃልላል፡፡ (መጽሐፍ ቅዱስ ጥቅሶች የብሉይና / የአዲስ ኪዳን ግሪክ መዝገበ ቃላት፣ የቴየር ትርጉም 1989. በ ጆሴፍ ሄንሪ ቴየር፣ ኦስቲን ሐተታ/ በጀፍ ጋሪሰን)

ያለ ሕግ ሥራ

ያለ /ተለይቶ (choris /ኮሪስ ከ chora /ኮራ = ክፍል፣ የድንበር መለያ ክፍተት) ማለት የተለየ ክፍተት ወይም ክፍል ማለት ነው፡፡ *ኮሪስ* የልዩነት ማሳያ ቦታ ነው፡፡ አንድ ነገር ከአንድ ነገር የሚለይበትን ግልጽ ነገር ያሳየናል፡፡ በዚህ ቦታ ደግሞ ጽድቅን በተመለከተ እምነትና ሥራ ያላቸውን ልዩነት አመልካች ነው፡፡(መጽሐፍ ቅዱስ ጥቅሶች የብሉይና / የአዲስ ኪዳን ግሪክ መዝገበ ቃላት፣ የቴየር ትርጉም 1989. በ ጆሴፍ ሄንሪ ቴየር፣ ኦስቲን ሐተታ/ በጀፍ ጋሪሰን)

ሥራ **(ergon /ኤርጎን**) የሚወክለው አንድ ድርጊትና *ሥራ*ን ነው፡፡ መልካም ድርጊት በእግዚአብሔር ዘንድ ተቀባይነትን የሚያገኘው አንድን ልብ በሚያንቀሳቅስ የእግዚአብሔር ጸጋ ሲሆንና ሁልጊዜ የድነት ውጤት እንጂ፣ የመዳኛ መንገድ ሳይሆን፣ ሲቀርብ ነው፡፡ እምነት የሌለው ሰው፣ በክፉ *ሥራ*ው ከእግዚአብሔር የተለየ መሆኑን ያሳያል፡፡(መጽሐፍ ቅዱስ ጥቅሶች የብሉይና / የአዲስ ኪዳን ግሪክ መዝገበ ቃላት፣ የቴየር ትርጉም 1989. በ ጆሴፍ ሄንሪ ቴየር፣ አስቲን ሐተታ/ በጄፍ ጋሪሰን)

በእምነት እንዲጸድቅ

እምነት _(pistis /ፒስቲስ) ማለት በአንድ ዕውነት ወይም ታማኝነት ላይ ያለ የጸና መታመን፣ መደገፍ ነው፡፡ የሚያድን እምነት ማለት በአእምሮ ያለ ማመን ብቻ አይደለም፡፡ ነገር ግን የጸና መታመንና ራስን ማስገዛት ጭምር ያለበት ሲሆን፣ ራስን ከማስገዛት የተነሣ የሚመጣውን ባሕርይንም ያካትታል፡፡ በአጠቃላይ እምነት ራሱን የሚገልጠው ዕውነተኛ በሆነ በተለወጠ ሕይወት ነው፡፡

ጆን ማክአርተር እንደሚለው እምነት እንደ ጸጋ ነው የሚቆም አይደለም፡፡ የሚያድን እምነት መረጃን በአእምሮ አጋናዝቦ ከመቀበል የሚያልፍ እንደምታ ያለው ነው፡፡ የሚያድንን እምነት ከንስሐ፣ ከመገዛት እና ለመታዘዝ ካለ መለኮታዊ ናፍቆት መለየት አይቻልም፡፡ ከእነዚህ ነገሮች አንዱም የሰው *ሥራ* ተደርጎ አይቈጠርም፡፡ (The Gospel According to Jesus)

የኪንግ ጀምስ መጽሐፍ ቅዱስ ማብራርያ ሲጽፍ ከ*ሥራ* በተለየ እምነት መጽደቅ ማለት ወደ *ማርቲን ሉተር* የመጣው እና የፕሮቴስታንት ተሐድሶን ያስከሰተው አሳብ ነው፡፡ ይህ አሳብ ልባችንን በሚሞላበት ወቅት እኛም የምንደርስበት ድምዳሜ ቢኖር ድነት በጸጋ ብቻ፣ በእምነት በኩል ብቻ ለእግዚአብሔር ክብር ብቻ የሚል ነው፡፡

እምነትና የሕግ *ሥራ* እንደ ጽድቅ መሠረት ሲታይ ለየብቻ ያሉና የማይገናኙ ናቸው፡፡ ጳውሎስ ለገላትያ ሰዎች እንደሚለው ሰው በክርስቶስ ኢየሱስ በሆነ እምነት እንጂ፣ በሕግ *ሥራ* እንደ ጸደቀ ዐናውቅምና፡፡ በሕግ *ሥራ* ሳይሆን፣ በእምነት ልንጸድቅ በክርስቶስ ኢየሱስ አምነናልና፡፡ የሕግ *ሥራ* *ሥጋ*ን አያጸድቅምና (ገላ. 2፥16)፡፡

አስተያየት ሞሪስ ሲናገር አንዳንዶች ያዕቆብ በዚህ ነገር ላይ ከጳውሎስ ጋር አይስማማም ይላሉ፤ ሲናገሩም አብርሃምና ረዓብ ለምሳሌ በሥራ ጸድቀዋልና ይላሉ (ያዕ. 2÷21-25)። ነገር ግን እነዚህ ሰዎች በሕግ ሥራ አልጸደቁም። አብርሃም የኖረው እግዚአብሕር ሕግ ከመስጠቱ በፊት ሲሆን፣ ረዓብ ደግሞ የኖረችው ጭራሽ ስለ ሕግ በማያውቅ ሕዝብ ውስጥ ነው። እነዚህ ሰዎች በእግዚአብሔር ዐይን በእምነት ሲጸድቁ (ያዕቆብ 2÷23፤ ዕብ. 11÷31) በሰው እይታ ግን በስራ ጸድቀዋል (ያዕ. 2÷18)።

በሌላ አባባል ሥራቸው በእምነት ጸድቀው እንደ ነበር ማሳያ ነው። በዚህ ክፍል ምንም ዐይነት ተቃርኖ የለም። ዕውነተኛ የሚድን እምነት በሰዎች ፊት በሥራ ይገለጣልና (ቲቶ 3÷5፤ ኤፌ. 2÷8-9፣ ኤፌ. 2÷10)። በየትኛውም ምክንያት ግን ጳውሎስ ለገላትያ ሰዎችም ሆነ ለእኛም ግልጽ የሚያደርግልን ነገር ቢኖር፣ ማንም ሕጉን በመጠበቅ የማይጸድቅ መሆኑ ነው። ያዕቆብም ራሱ ማንም ሕጉን ሙሉውን መጠበቅ እንደማይችል ግልጽ አድርጎልናል (ያዕ. 2÷10)። (ሞሪስ, ሄንሪ:. ተሟጋቾች ጥናት መጽሐፍ ቅዱስ የዓለም ህትመት)

መጽደቅ (dikaioo /ዲካዮ [የቃል ጥናት] ከ dike /ዳይከ = ከሚጠበቅ ባሕርይ ጋር መስማማት፣ አንድ ቅጣትን ሊያስተላልፍ የሚችል አካል ካወጣው ሥርዓት ጋር በተስማማ መልክ መሄድ ማለት ነው።)(መጽሐፍ ቅዱስ ጥቅሶች የብሉይና / የአዲስ ኪዳን ግሪክ መዝገበ ቃላት፣ የቴየር ትርጉም 1989. በ ጆሴፍ ሄንሪ ቴየር፣ አስቲን ሐተታ/ በጂፍ ጋሪሰን)

እንቆጥራለንና

ይህ ቃል ከላይ የተነገረው ዕውነት የእኛ የሕይወት ዐቋም መሆኑን አስረግጠን ያለማወላወል የምናውጀው መሆኑን የሚገልጽ ቃል ነው። ይህም ማለት በአሳቡ ወይም በድርጊቱ ሙሉ በሙሉ ተውጦ በአእምሮ አስተውሎና አመዛዝኖ ማረጋገጥ ማለት ነው (ፊልጵ. 4÷8፤ ዕብ. 11÷19፤ ዮሐ. 11÷50፤ 2ኛ ቆሮ. 10÷11)።

እንቈጥራለን (logizomai /ሎጊዞማይ ከ logos /ሎጎስ ትርጉሙ ምክንያት የሚል ነው) *ዌስት* ይህ ቃል በምክንያት የምናስቀምጠው ድምዳሜ ነው ይላል። እርግጠኛነት ያለው አሳብን ያሳያል። ጳውሎስ በእርግጠኛነት ኃጢአተኞች ጻድቅ ተደርገው የሚቈጠሩት በአንድ መንገድ ነው እርሱም በእምነት ነው ይላል።(መጽሐፍ ቅዱስ ጥቅሶች የብሉይና

/ የአዲስ ኪዳን ግሪክ መዝገበ ቃላት፣ የቴየር ትርጉም 1989. በ ጆሴፍ ሄንሪ ቴየር፣ ኦስቲን ሐተታ/ በጄፍ ጋሪሰን)

“**እንቈጥራለን** / መዝጋት” የሚለው በግሪኩ ሎጊዞማይ የሚሰኝ ሲሆን፣ “መቍጠር፣ መፎካከር፣ ማስላት፣ ተጠያቂ ማድረግ፣ ምክንያቶችን ሁሉ በመቍጠር፣ መሰብሰብ ወይም መረዳት የሚል ፍቺ አለው፡፡ ቃሉ ምክንያታዊ ወደ ሆነ መደምደሚያ መምጣት ማለትን ያመለክታል፡፡(ዌስት፣ ኬ. ኤስ. የግሪክ አዲስ ኪዳን ጥናት)

ትርጕም፡፡ እንግዲህ ትምክህት ወዴት አለ? ትምክህት ለአንዴ እና ለመጨረሻ ጊዜ ተወግዷል፡፡ በምን ዐይነት ሕግ ነው የተወገደው? አስቀድመው በተጠቀሱት ሥራዎች ነው ወይ? ከቶውንም አይደለም፤ ዳሩ ግን በእምነት ሕግ አማካይነት ነው፡፡ ምክንያቱም ሰው በተለየ ሁኔታ በሕጉ ከሚሆን ሥራ ውጭ በእምነት ጸድቋል ወደሚል ምክንያታዊ መድምደሚያ መጥተናል፡፡(ዌስት፣ ኬ. ኤስ. የግሪክ አዲስ ኪዳን ጥናት)

ቊጥር 28

ሰው ያለ ሕግ ሥራ በእምነት እንዲጸድቅ እንቈጥራለንና፡፡

20-22፣ 26፤ 4÷5፤ 5÷1፤ 8÷3፤ የሐንስ 3÷14-18፤ 5÷24፤ 6÷40፤ የሐዋርያት ሥራ 13÷38፤ 39፤ 1ኛ ቆሮ. 6÷11፤ ገላትያ 2÷16፤ 3÷8፤ 11-14፤ 24፤ ፊልጵስዩስ 3÷9፤ ቲቶ 3÷7

3÷29-30 ወይስ እግዚአብሔር የአይሁድ ብቻ አምላክ ነውን? የአሕዛብስ ደግሞ አምላክ አይደለምን? አዎን፥ የተገረዘን ስለ እምነት ያልተገረዘንም በእምነት የሚያጸድቅ አምላክ አንድ ስለ ሆነ የአሕዛብ ደግሞ አምላክ ነው።

አምላክ ሰንል

መለኮታዊ፣ የማይቀያየር፣ የተለየ፣ የማይሞት፣ የማይጠፋ እና ዘላለማዊ ማለታችን ነው፡፡

ሐዋርያው ይህን ቃል ሲጠቀም መግለጥ የፈለገው የእግዚአብሔርን አምላክነት ለአይሁድ ብቻ ያደረገው ማን ነው? የሚል የመከራከሪያ አሳብ በማንሣት የአሕዛብም አምላክ መሆኑን ለማመልከት ነው፡፡ (ዘፍ. 18÷25፤ መዝ. 96÷7-8፤ 97÷5፤ 98÷2-3፤ 100÷1-2፤ ኤር. 10÷7)

ይህ አምላክ የተገረዘውን አይሁዳዊ በእምነት፣ ያልተገረዘውን አሕዛብ በእምነት ያጸድቃል፡፡ እግዚአብሔር አንድ አምላክ ነው የሰውን ልጅም ወደ ጽድቅ የሚያደርሰው በአንድ መንገድ ነው፡፡ ይኸውም በልጁ ሥራ በማመን ብቻ ነው፡፡ ይህ ዕውነት የእግዚአብሔር የታማኝነቱና ዐድልዎ የሌለበት አሠራሩ ማረጋገጫ ነው፡፡

የተገረዘን ስለ እምነት ያልተገረዘንም በእምነት የሚያጸድቅ

የተገረዘ (**peritome /ፔሪቶም ከ perí /ፔሪ** = ዙርያ + **témno /ቴምኖ** = መቁረጥ) ማለት በአጭሩ ከላይ ያለ የቆዳ ክፍልን ቈርጦ ማውጣት ነው፡፡ የዕብራውያን ሰዎች በመገረዝ ልምምዳቸው በጣም ነው የሚኰሩት እና የመንፈሳዊና ብሔራዊ የበላይነት መገለጫም ሆኖ ይቈጠራል፡፡ እዚህ ጋር ጳውሎስ የተገረዙ የሚለው አይሁድን ለመግለጽ ነው፡፡ (መጽሐፍ ቅዱስ ጥቅሶች የብሉይና / የአዲስ ኪዳን ግሪክ መዝገበ ቃላት፣ የቴየር ትርጉም 1989. በ ጆሴፍ ሄንሪ ቴየር፣ ኦስቲን ሐተታ/ በጀፍ ጋሪሰን)

ያልተገረዙ (**akrobustia /አክሮቡስቲያ ከ ákron /አክሮን** = ጥግጫፍ + **búo** = ሽፋን) ይህ አለመገረዝ ማለት ሲሆን፣ ከላይ ያለ ቆዳ መኖሩን አመልካች ነው፡፡(መጽሐፍ ቅዱስ ጥቅሶች የብሉይና / የአዲስ ኪዳን ግሪክ መዝገበ ቃላት፣ የቴየር ትርጉም 1989. በ ጆሴፍ ሄንሪ ቴየር፣ ኦስቲን ሐተታ/ በጀፍ ጋሪሰን)

እምነት (**pistis /ፒስቲስ**) ማለት "በአንድ ዕውነት ወይም ታማኝነት ላይ ያለ የጸና መታመን፣ መደገፍ" ነው፡፡ የሚያድን እምነት ማለት በአእምሮ ያለ ማመን ብቻ አይደለም፣ ነገር ግን የጸና መታመንና እራስን ማስገዛት ጭምር ያለበት ሲሆን እራስን ከማስገዛት የተነሳ የሚመጣውን ባህርይንም ያካትታል፡፡ በአጠቃላይ እምነት እራሱን የሚገልጠው እውነተኛ በሆነ በተለወጠ ህይወት ነው፡፡(መጽሐፍ ቅዱስ ጥቅሶች የብሉይና / የአዲስ ኪዳን ግሪክ መዝገበ ቃላት፣ የቴየር ትርጉም 1989. በ ጆሴፍ ሄንሪ ቴየር፣ ኦስቲን ሐተታ/ በጀፍ ጋሪሰን)

በእምነት የሚለው *ኤክስፔስቴዎስ* የሚሰኝ ሲሆን፣ "በእምነት ከሆነ ምንጭ"፣ "በእምነት አማካይነት የሚሉ ትርጓሜዎች አሉት፡፡ *ዲያፒስቴዎስ*፣ "በእምነት የመካከለኛነት መሣሪያነት በኩል" የሚል ፍቺ አለው፡፡ ዴኑስ እንዲህ ይላል፣ "በአገላለጽ ረገድ ያለ ልዩነት መግለጫውን በተለያየ መልኩ ከማስቀመጥ ባለፈ ምንም የተለየ ዓላማ የለውም፡፡(ዌስት፣ ኬ. ኤስ. የግሪክ አዲስ ኪዳን ጥናት)

አንድ ሰለ ሆነ

አንድ _(**heis/ሄይስ**) ይህ በመቁጠሪያ የቁጥር ሂደት የመጀመሪያውን ቁጥር አመልካች ቃል ሲሆን የሚያሳየውም የተከፋፈለ ነገር ሳይሆን አንድ የሆነ ነገርን ነው፡፡ አንድ አምላክ ብቻ ነው ያለው፡፡ ለአይሁድ አንድ ለአህዛብ ደግሞ ሌላ አንድ አምላክ አይደለም ያለው፡፡ የጳውሎስ በእምነት በኩል የሆነ ጽድቅ ማለት ሁላችንም በእኩል መለኪያ ውስጥ ነን ማለት ነው፡፡ ለአይሁድ ሌላ የድነት መንገድ ለአህዛብ ደግሞ የተለየ የድነት መንገድ የለም፡፡ ለሁለቱም ቡድኖች የድነት እቅዱ አንድ አይነት ነው፡፡ ለዚህ ትልቅ እውነት እኛ አህዛቦች እጅግ ልናመሰግን ይገባናል፡፡(መጽሐፍ ቅዱስ ጥቅሶች የብሉይና / የአዲስ ኪዳን ግሪክ መዝገበ ቃላት፣ የቴየር ትርጉም 1989. በ ጆሴፍ ሄንሪ ቴየር፣ አስቲን ሐተታ/ በጄፍ ጋሪሰን)

ቫይን ሲጽፍ እምነት እንደ ህግ ወይንም መርህ ነው የሚታየው የሰውን ክብር ሙሉ ለሙሉ ያስወገደ፡፡ ስራ እንደ ጽድቅ መንገድ ሆኖ የሚያገለግልበትን ሁሉንም አይነት መንገድ ነው የዘጋው (ሮሜ 3፡27-28) ፡፡ በእምነት ረገድ አህዛብ እንደ አይሁድ አንድ አይነት መሰረት ላይ ናቸው፤ የዚህም ማረጋገጫ የሚያርፈው እግዚአብሔር አንድ ነው የሚለው ላይ ይሆናል ይህም ማለት ለአይሁድ አንድ አምላክ ለአህዛብ ደግሞ ሌላ አምላክ የለም ማለት ነው፡፡ (ቫይን, የቫይን ኤክስ.ሲ.ኢ.ሲ.ኤ. የመጽሐፍ ቅዱስ መዝገበ-ቃላት. 1999)

ማክአርተር እንደሚያብራራውም ድነት በእምነት በኩል በሆነ ጸጋ ብቻ ነው ሲባል ህግ ጥቅም የለውም ማለት አይደለም ይልቅ ትክክለኛ ጥቅሙን ያሳየናል (1) ሞትን ለመቅጣት የሚሆን ክፍያ በማዘጋጀት ይህም ህጉን ሊጠብቁ ላልቻሉት (2) የመጀመሪያ የተሰጠበትን አላማ በማገልገል ይህም ሰዎች የእግዚአብሔርን የጽድቅ ፍላጎት የማሟላት አቅም እንደሌላቸው ማሳየትና ወደ ክርስቶስ መምራት (ገላ 3፡24) እና (3) በእምነት የሆነ ጸጋ ሰዎች ህጉን እንዲጠብቁ በማስቻል ረገድ (ሮሜ 8፡3-4) (MacArthur, J.: The MacArthur Study Bible Nashville: Word Pub)

ቍጥር 29

ወይስ እግዚአብሔር የአይሁድ ብቻ አምላክ ነውን? የአሕዛብስ ደግሞ አምላክ አይደለምን? አዎን ከአሕዛብ በተጨማሪ፡፡

1፥16፤ 9፥24-26፤ 11፥12፣ 13፤ 15፥9-13፣ 16፤ ዘፍጥረት 17፥7፣ 8፣18፤ መዝሙረዳዊት 22፥7፤ 67፥2፤ መዝሙር 72፥17፤ ኢሳይያስ 19፥23-25፤ 54፥5፤ ኤርምያስ 16፥19፤ 31፥33፤ ሆሴዕ 1፥10፤ ዘካርያስ

2፥11፤ ዘካርያስ 8፥20-23፤ ሚልክያስ 1፡11፤ ማቴዎስ 22፥32፤ 28፥19፤ ማርቆስ 16፥15፣ 16፤ ሉቃስ 24፥46፣ 47፤ የሐዋርያት ሥራ 9፥15፤ 22፥21፤ 26፥17፤ ገላትያ 3፥14፣ 25-29፤ ኤፌሶን 3፥6፤ ቈላስይስ 3፥11

ቍጥር 30
አንድ ጌታ የሆነ ክርስቶስ ኢየሱስ ነው፡፡ መገረዝም በመንፈስ የሚደረግ ትምህርት ነው እንጂ፣ በሕግ የማይበገር አይሆንም፡፡
28፤ 4፥11፣12፤ 10 12፣13፤ ገላትያ 2፥14-16፤ 3፥8፣ 20፣ 28፤ 5፥6፤ 6፥15፤ ፊልጵስዩስ 3፥3፤ ቈላስይስ 2፥10፥11

3፥31 እንግዲህ ሕግን በእምነት እንሽራለንን? አይደለም፤ ሕግን እናጸናለን እንጂ።

እንግዲህ በዚህ እምነት አማካኝነት ሕጉን ዋጋ ቢስ እናደርገዋለን [ሕጉን አቅመቢስ እናደርገዋለን? እንሽረዋለን!] በፍጹም! በተቃራኒው ሕጉን እናጸናዋለን፤ እንደግፈዋለን [ለሁላችንም ሐጥአተኝነታችንን ስለሚያጋልጥልንና መዳን እንደሚያስፈልገን ስለሚያሳየን]። ሮሜ 3፡31 (አምፕሊፋይድ)

የክርስቶስ ጽድቅ ከየትኛው ሕግ የመጣ ነው፡፡ ራሱ የሕይወት መንፈስ ሕግ ነው፡፡ የትኛውም ሕግ ቢሆን፣ የእርሱ ሕግ በመሆን፣ የጽድቅም ሆነ የቅድስና ልብን የሚተካከል የለም፡፡ ሕጉም ነቢያቱም ሁሉ ወደ እርሱ ያመለክታሉ፡፡ እርሱ ሕግ ሰጭያችን ነው (ኢሳ. 33፥22)፡፡ ክርስቶስ ኢየሱስ የሕግ ፍጻሜ ነው (ሮሜ 10፥4፤ ገላ. 6፥2)፡፡ ሕግን በመፈጸም ያለ ኃጢአት የተገኘ ነው (ዕብ. 4፥15)፡፡

ሐዋርያው ቅዱስ ጳውሎስ ይህ መገለጥ ገብቶት ይህን ምሥጢር ለቤተ ክርስቲያን ይገልጥ ዘንድ አስገራሚ ጸጋ የተቀበለ ነው፡፡ የእግዚአብሔር ሕግ የሆነው ክርስቶስ ራሱ ሲሆን፣ «የክርስቶስ ሕግ» በመባል ይታወቃል (1ኛ ቆሮ. 9፥21)፡፡ ኢየሱስ ክርስቶስ ከሙሴ ሕግ ይበልጣል፡፡

እርሱ «የእግዚአብሔር ቃል» በመባል ይታወቃል፡፡ ይህ ማለት ደግሞ ክብሩን ያመለክታል፡፡ እንግዲህ የሕግ ሁሉ መለኪያው የሆነው ራሱ የእግዚአብሔር ክብር

ነው፡፡ ይህ የእግዚአብሔር የሰውን ልጅ ዕራቁትን እንዳይኖር፣ ነገር ግን ሕይወት የሚሰጠውን የጸጋው ክብር የሆነው ክርስቶስ ያስፈልገዋል ማለት ነው፡፡

ነቢያቱ ሙሴ የአይሁድ አዛውንቶች ይህ የተናገሩት መሢሑ ከእግዚአብሔር የተሰጠን ከሕግ ሁሉ የበላይ የሆነው መድኃኒታችን እየሱስ ክርስቶስ (አማኑኤል) ሕይወታችን ሆነ፡፡ እርሱ ኃጢአታችን አንጽቶ ሕይወቱንና ክብሩን በሞቱ እና በትንሣኤው ተባብረን እንድንወርስ አደረገን፡፡ የቅዱሳን ርስት ክብር የሆነው የእግዚአብሔር ጽድቅ፣ ቅድስና፣ ጥበብና ቤዛነት ሆነ፡፡

ሕይወት የሆነው ጌታችን ኢየሱስ ክርስቶስ ነው (ዕብ. 1÷3) ይህ ሕግ ደግሞ ከሌሎች የሚለየው ይህን ክብራችን (ሕይወታችን) የሆነውን ክርስቶስ በእኛ ኖሮ፣ እርሱ በሕይወታችን ሕያው ሆኖ ራሱን እንዳይገልጥ የማያደርገው ኩነኔ እና የዕዳ ጽሕፈት ከመንገዳችን አስወግዶ በፊታችን ሕያውና አዲስ መንገድ በደሙ መርቆ፣ ደግሞም አሮጌውን ሰው (ድንጋዩን ልብ) በመንፈሱ በመንፈስ ቅዱስ ገርዞ፣ በእርሱ ፊት በድፍረት እንድንመላለስ የማድረግ ብቃትን መስጠቱ ነው (ሮሜ 8÷1-2፤ ዕብ. 10÷19-22፤ ኢሳ. 54÷14)፡፡

የትኛውም የዓለም ዕውቀት ያወጣው ሕግ ሆነ ሕገ-መንግሥት በእግዚአብሔር ዘላለማዊ አሳብ እና ዕውቀት ላይ የሚገለጥ ጥበብ፣ ጉልበት፣ ኃይል ጨምሮ እግዚአብሔር ሞኝነት ያደረገበት ሕግ ይህኛው የክርስቶስ ሕግ ነው፡፡ ሥልጣናችን ኃይል የገፈፈው የሞት እና የሲዖል በዕጁ የያዘ ጌታችን ኢየሱስ ክርስቶስ የእግዚአብሔር ሕግ አንዱ እና ብቸኛ መንግሥቱ በተራሮች በላይ ከፍ ብሎ የቆመ በጽዮን ተራራ የተመሠረተ ነው፡፡ የጸጋው ንግሥና የሕይወት መንፈስ ሕግ አሸንፎ ይኖራል (ዘካ. 4÷7፤ ኢሳ. 40÷4፤ 2ኛ ቆሮ. 10÷4-5፤ መዝ. 89÷16፤ 1ኛ ቆሮ. 13÷22)፡፡

ለሚያምኑ ሁሉ የሆነ - በእምነት በኩል ተሠርቶ ያለቀ የተጠናቀሰ ስጦታ እንዳለ ያመለክታል፡፡ ይህ «የሆነ» ነገር የእግዚአብሔር መልካም ሥራ (ጸጋ) የፈጸመው ነው፡፡ ይህ የሆነ ነገር በሰው ልብ ሊታሰብ በልቡና ዐይን ያልተስተዋለ፣ እንዲሁም በልቡና ጆሮዎች ሊሰማ ያልተቻለ ነገር ነው፡፡ ፍጥረታዊ ሰው ሊያገኘው የልቡ ዝንባሌ አልነበረም (1ኛ ቆሮ. 2÷8-9፣ 14)፡፡

አይሁድም ቢሆኑ ታአምራቱን እንጂ፣ ይህን ሰማያዊ ጥበብ ለማወቅ አልፈለጉም ነበር። በዓለም ያሉ ጠቢባን በሌላው ወገን ምድራዊ ስኬት፣ ጥበብ እና ፍልስፍናን መረጡ። ስለዚህም እርሱ በአይሁድ ዘንድ የተናቀ ድንጋይ ሆነ። ለአሕዛብ ደግሞ እንደ ምናምንቴና ደካማ የተናቀ ሆኖ ተቈጠረ (ሉቃስ 20÷17፤ ማቴ. 21÷42፤ 1ኛ ቆሮ. 1÷22፣ 27፣ 28)።

እግዚአብሔር ይህንን ጥበብ ለመግለጥ አስቀድሞ ወንጌልን ለአብርሃም ቢሰብከለት እና ለነቢያት ቢናገርም፣ ሕዝቡ ግን ይህን የእግዚአብሔር ምሥጢር (ጥበብ) የሆነው ጌታ ለማወቅ አልፈለጉም (ምሳሌ 1÷20)። ይህ በእምነት በኩል የተገኘው «የሆነ» መልካም ነገር ክርስቶስ ኢየሱስ ነው።

እርሱ ቅድስናችን፣ ጥበባችን እና ቤዛነታችን ሆነ (1ኛ ቆሮ. 1÷31)። እኛም በክርስቶስ በኩል (በሞቱ እና በትንሳኤው በመተባበራችን እና በመካፈላችን) የእግዚአብሔር ጽድቅና ቅዱስና «ሆንን።» የእግዚአብሔር ክብር መገለጫ (ክርስቶስ ተቤዥ ሆኖ የሚገለጥብን) ሆንን (ሮሜ 6÷5፣ 11)።

አሁን እኔ አይደለሁም የምኖረው። «እኔ» አሮጌው ሰው በኃጢአት አገዛዝ ሥር ያለው አይደለም። አሁን ያለው ማንነታችን በክርስቶስ ሞት እና ትንሣኤ የተሰወረው እና በአብ ፊት ጽድቅ ሆኖ የታየው የክርስቶስ ማንነት ነው። ስለዚህ በክርስቶስ ሕይወት (ጸጋ) የሆንሁትን ሆኜአለሁ (1ኛ ቆሮ. 15÷10)።

የክርስቶስ ክብር የእኔ ክብር ሆነ። እኔ የእግዚአብሔር የርስቱ ክብር ነኝ። ከክርስቶስ ጋር በሞቱ በትንሣኤው በእምነት በኩል ተባብሬ አንድ ሆኛለሁ። የወይኑ ግንድ ከቅርንጫፉ እንደማይለያይ፣ እንዲሁ ከክርስቶስ ፍቅር (መንፈስ) በመንፈስ ቅዱስ አሠራረ አንድ ሆኛለሁ ማለት ነው (ገላ. 2÷20፤ ቈላስ. 3÷2-3፤ 1ኛ ቆሮ. 6÷1-17)።

«የሆነው» መልካም ነገር ይህ ነው። በእርሱ መሥዋዕትነት እና ሊቀ ካህናትነት በእርግጥ የወረስነው የልጅነት ክብርን ነው። ይህም ልጅ አባቱን በባሕርይው የሚመስልበት ማለት ነው። የመለኮታዊ ባሕርይ ውርስን የርስቱ ክብር ባለጠግነት «ሆንን።» ከክርስቶስ ጋር አብረን ሞተን ተነሥተን የእግዚአብሔር ክብር ተገለጠብን።

ገላትያ ላይ ሐዋርያው በጸጋው ክርስቶስ እንደሚኖር ራሱን እንደሚገልጥ (2÷20) ከተናገረ በኋላ አማኝ ይህ ሕይወት (ወንጌል) 3÷8 እንዳይገለጥ ያደረገው ኃጢአት ከመንገድ

የሮሜ መጽሐፍ ጥራዝ አንድ 589

እንዳስወገደው፣ ይህም የሕግ እርግማን መሆኑን ይገልጣል (3፥11፣ 13፣ 14)፡፡እንግዲህ ሕግ መግዛት ሆኖ የልጆቹ መከበር ለማምጣት መምጣቱን ያስታውቀናል (3፥23)፡፡ በዚህም ጊዜ ሕፃኑ ይህን የልጅነት ክብር ለመውሰድ በሕግ በኩል ትምህርት እየተሰጠው ቢሆንም፣ ለአቅመ-አዳም ደርሶ ንግሥናን አክሏል፤ ዳሩ ግን አክሊል ለመድፋት አልቻለም፡፡

ስለዚህ ክርስቶስ እስከ መጣ ድረስ እንደ ባሪያ ይኖር ነበር፡፡ ከሕፃንነቱ አውጥቶ ልጅ የሚያደርገው እምነት (ጸጋ) አልተገለጠም (ገላ. 4፥1፣ 2)፡፡ ይሁን እንጂ፣ ጊዜው ሲደርስ የልጅነት መንፈስ (የክርስቶስ ሕይወት መንፈስ ሕግ - የክርስቶስ መንፈስ የሆነው መንፈስ ቅዱስ ክርስቶስን በአማኙ ልብ ሲያበራ) ልጁ ይህን ሕይወት (የጸጋ ትምህርት) ይመግባል፡፡ አሁን እንደ ልጅ በክብሩ ተገኘ፤ ክብሩን ለበሰ፡፡ እርሱም ክርስቶስ ኢየሱስ ነው (ገላ. 4፡7፤ ኤፌ. 1፥6፣ 7፣ 11፤ ቈላስ. 1፥27፤ 2፥10፤ ሮሜ 8፥2)፡፡ እንግዲህ ያለ ሕግ የሆነው የእግዚአብሔር ጽድቅ ለእኛ ተገለጠልን፡፡

በክርስቶስ ኢየሱስ በማመን የሚገኘው የመጀመሪያው ዕውነት በክርስቶስ ታማኝነት ምክንያት የተገኘው የጽድቅ ስጦታ ነው፡፡ ጌታችን ኢየሱስ እኛን ወክሎ ሕግ የሚጠይቅበትን ሁሉ መፈጸሙ ኋለኛው አዳም ሆኖ እንደ እኛ ሰው ሆኖ እግዚአብሔርን መታዘዝ እና እግዚአብሔርን መፍራቱ ነው (ዕብ. 5፥6)፡፡

ይህ ብቻ አይደለም፤ ዳሩ ግን እኛን ወክሎ በአብ ፊት መታየቱ ሊቀ ካህናታችንና የአዲስ ኪዳን መካከለኛ እና ዋስ እንደ ሆነ እንረዳለን (ዕብ. 2፥17፤ 5፥1፣ 10፤ 3፥1፤ 7፥22)፡፡ ዳሩ ግን እኛ እንኳ በእምነት ብንደክም፣ እርሱ የእምነታችን ጀማሪና ፈጻሚ ሆኖ በደሙ እንዳጸደቀን በእርሱ አገልግሎት እና ሕይወት መዳንን እናገኛለን፡፡ ሐዋርያው ለሮሜ ሰዎች የተገለጠው የእግዚአብሔር ስጦታ በእኛ ውስጥ ኖሮ በዚህ የክብር ሕይወት እንድንመላለስ አድርጐ በመጨረሻ ወደ ተዘጋጀው ወደ ዘላለም ክብር አስገብቶ ማኖር የሚችል ነው እያለን ነው (ሮሜ 5፥9 - 11)፡፡

አሁን ግን በዚህ ዓለም ስንኖር ከጸጋው (ከተሰጠን ሕይወት) እርሱም ክርስቶስ ስላለን በእምነት በመከራ በትዕግሥት ፈተና በመቀበል ሊገለጥ ያለ ደግሞ የክብር ተስፋ እንዳለ በማወቅ በእግዚአብሔር ክብር በሆነው በክርስቶስ በመመካት ወይም እርሱ በእኛ የጀመረውን ሥራ ይፈጽመዋል ብለን በእርሱ ሥራ በመደገፍ በደስታ እንመላለስ ይለናል (ሮሜ 5፥2-4)፡፡

የክርስቶስ ታማኝነት የጸና ነው፡፡ ስለሆነም ጻድቅ በእምነት በዚህ የክብር ሕይወት ይኖራል (ገላ. 2÷16፤ ቈላስ. 2÷12፤ 2ኛ ተሰ. 2÷13፤ ኤፌ. 3÷12)፡፡ አማኝ ክርስቶስ ኢየሱስ ስለ እርሱ መሞቱን እና ዘወትርም በአብ ፊት የሚታይ መሆኑን ሲያውቅ፣ እንዲሁም በውድ ዋጋ የተገዛ የክብሩ መገለጫ ልጅ መሆኑን በተረዳ መጠን ከኃጢአት አገዛዝ መታለል 2ኛ ጢሞ. 2÷1 ወጥቶ ለዓለም አሠራር ራሱን ሲያጠላልፍ በክርስቶስ በመታመን ከድካሙ ይበረታል፤ በእምነት ይጐለምሳል፤ በጸጋ ሥር ይሰደዳል፣ እንዲሁም ስፋቱ እና ጥልቀቱ ርዝመቱ ወሰን በሌለው በፍቅር ጒልበት ይዘረጋል (መዝ. 26÷3)፡፡ ሕግ በትእዛዝ በኩል በዚህም ኃጢአት ይህን ምክንያት አግኝቶ ከመታለል እና በኃጢአት የአምባገነናዊ አገዛዝ ሥር አስሮን ካስቀመጠን ትብታብ፣ «የርስቱ ክብር ባለጠግነት የሚገለጥብን ልጅ ነኝ» ብለን በእምነት አሸንፈን ለመውጣት ኃይል ይሆነናል (ሮሜ 6÷14፣ 22፤ 7÷11)፡፡

አሁን ኃጢአት የእኔ ናችሁ ሊለን አይችልም፡፡ አኰስሶ በኲነኔ ሥር አስቀምጦ በባርነት ቀንበር ሊያስቀምጠን አይሆንለትም፡፡ ስንሞትም ሆነ በሕይወት ብንኖር ብንደከምም ሆነ ብንበረታ፣ እኛ የክርስቶስ ነን (2ኛ ቆሮ. 5÷15፤ ዮሐ. 5÷24)፡፡ በዓለም በጠቢባን ዘንድ ደካማ የተባለ ሰው በእግዚአብሔር የትንሣኤው ኃይል ግን ኃይለኛ ነው (መዝ. 88÷14፤ 2ኛ ቆሮ. 13÷4-5)፡፡

እንግዲህ የመጀመሪያው «በክርስቶስ በማመን የሚገኘው ማለት በክርስቶስ ታማኝነት፣ ማለትም አብ ከአብርሃም ከዘሩ ጋር ያደረገውን ኪዳን መታመን የሚል አሳብን የያዘ ነው፡፡ ክርስቶስ ስለ እኛ ጽድቅን መፈጸሙ፣ መታዘዙ እና በአብ ቀኝ ሆኖ መታየቱ፣ ደግሞም የእምነታችን ራስ፣ ጀማሪ እና ፈጻሚ መሆኑን ያመለክታል፡፡

ሁለተኛው ደግሞ በክርስቶስ ሥራ መታመንን አማኙ በተሰጠው ጸጋ ራሱን ለክርስቶስ (ለጸጋው) እያስገዛ መኖሩን ያመለክታል፡፡ ክርስቶስ ጽድቃችን እንደ ሆነ ሁሉ፣ እንዲሁ እርሱ ቅድስናችን መሆኑን በማወቅ በእምነት በኩል የልጅነት ሕይወት (የጽድቅ ልብስ) የመልበስ መኖር እንደሚያስፈልገን ያስረዳናል (ቈላስ. 3÷13)፡፡ይኸኛው የጽድቅ መልበስ የክርስቶስ ፍቅርና ኃይል በውስጣችን ስለ ፈሰሰ በእምነት በኩል ክርስቶስ እንዲገለጥ የምንመላለስበትን ወደ እርሱ የምንገሰግስበትን በተከፈተውና በተመረቀው መንገድ ወደ ቅድስተ ቅዱሳን ገብተን ምሕረት እና የሚያስፈልገንን ጸጋ የምንቀበልበትን ያመለክታል፡፡ እነዚህ ሁሉ በእምነት የሚገኙ በደሙ በሆነ መንጻት የቆሙ የተገለጡ ስጦታዎች ናቸው (3÷22፣ 25)፡፡

እንሽራለን?

መሻር (**katargeo /ካታርጊዮ** ከ **kata /ካታ** = ትርጉምን የሚያጎላ + **argeo /አርጊዮ** = ሥራ የሌለው መሆን ከ **argos /አርጎስ** = የማይሠራ፣ ዕንቅስቃሴ ያቆመ ከ **a/ኤ** = ውጭ + **érgon /ኤርጎን** = ጭራ) በአጭሩ ዕንቅስቀሴ ወደሚያቆምበት ደረጃ መውረድ:: አሳቡ የአንድ ነገር ዐቅምን ማሳጣትና ዕንቅስቃሴ ወይም ሥራ ወደሚያቆምበት ደረጃ ማድረስ ነው:: ከጥቅም ውጭ መሆን:: አንድን ነገር ወደ ፍጻሜ ማምጣት ወይም ከመከሰት ማስቀረት:: ሥራ ፈት ማድረግ፣ እንዲሁም በፊት ከነበረው ሥራ ወይም ግንኙነት ውጭ ማድረግ::(መጽሐፍ ቅዱስ ጥቅሶች የብሉይና / የአዲስ ኪዳን ግሪክ መዝገበ ቃላት፣ የቴየር ትርጉም 1989. በ ጆሴፍ ሄንሪ ቴየር፣ አስቲን ሐተታ/ በጂፍ ጋሪሰን) "ማስወገድ" የሚለው ካታርጌኦ የሚሰኝ ሲሆን፣ "ውጤት-ዐልባ ማድረግ" ማለት ነው:: ጳውሎስ የእግዚአብሔርን ሕግ ውጤት-ዐልባ ከማድረግ ይልቅ፣ እምነት በትክክለኛ ሥፍራ ላይ እንዲቀመጥ ያደርገዋል ይላል::

ዴኒስ እንዲህ ይላል፣ "ሕግ ዋስትና ባለው ማረፊያ ላይ ተመሥርቷል:: ለመጀመሪያ ጊዜም መብቶቹን አግኝቷል::" ይህን ማረጋገጥ በአዲሱ ቃል ኪዳን ውስጥ በሐዋርያቱ ጀርባ ላይ ከወደቁት ተግባራት መካከል አንዱ ነው:: በምዕራፍ 4 ውስጥ አንድ የማረጋገጫ ዘር የተሰጠ ሲሆን፣ ይህም እንደ አብርሃም ያሉትን የብሉይ ኪዳን ቅዱሳን ሰዎች በአምነት መጽደቅ ባሳየበት ጊዜ ያደረገው ነው:: ያም እስከ አሁን ድረስ መለኮታዊ የሆነ የአሠራር ሥርዓት ነው፤ ደግሞም በወንጌል ሥር ካሉ ከየትኞቹም ነገሮች ሁሉ ይልቅ ዋስትና ያለው ነገር ነው::ከምዕራፍ 6-8 ሌላ ዐይነት ማረጋገጫ የተሰጠ ሲሆን፣ ይህም የክርስቲያኖች አዲስ ሕይወት እንዲታወቅ ማድረግን የሚመለከት ነው:: ደግሞም ፍትሕ የሰፈነባቸው የእግዚአብሔር ፍላጎቶች በአማኞች እና በአማኞች ብቻ የሚፈጸሙ መሆናቸውን የሚያሳይ ነው:: እዚህ ላይ ስለ ዕውነትነቱ ሐዋርያው እየተናገረለት እና በእነዚህ ሁለት ምንባቦች እያጸናው ያለ አሳብ በጌታችን ቃሎች ውስጥ ካሉት ጋር አንድ ዐይነት ናቸው: - "እኔ ሕግንና ነቢያትን ልፈጽም እንጂ፣ ለመሻር አልመጣሁም::"

ፊሊፕስ ሲያብራራ "ሕግ እምነት ላይ በመደገፉ ሕግን እናጣጥለዋለን ማለት ነው?" ጳውሎስ ያለ ምንም ጥርጥር ከሕግ ተቃራኒ በመሆን በሚል ክስ እንደሚከሰስ እርግጠኛ ነበር:: ሰው ሕግን ከመጠበቅ ውጭ ይጸድቃል በማለቱ:: ተቃዋሚዎቹ "ሰው በእግዚአብሔር ላይ ባለ እምነት እንጂ፣ በሕግ የማይጸድቅ ከሆነ፣ አሁን ሕግ የማይጠቅም ሆኗል ማለት ሳይሆን፣ በፊትም አይጠቅምም ነበር" ይላሉ:: ችግሩ ግን እነዚህ የጳውሎስ

ተቃዋሚዎች ሕጉ የተሰጠበት ዓላማ በመጀመሪያም ያልተረዱ በመሆናቸው ነው:: መጀመሪያም ሕጉ ሊያድነን አልነበረም ድነት እንደሚያስፈልገን ሊያሳየን እንጂ::

ጆን ፓይፐር አስተያየት ሲሰጥ "ይህ አሳብ በመለኮታዊ አስተምህሮ ውይይት ጊዜ ምን ያህል ብዙ ቀናት ተነሥቷል፤ አንድ ዕውነት ላይ ዐቋም ትይዙና አንድ ሰው ተነሥቶ "ግን እርሱን ካመናችሁ ይህን ማመን አትችሉም፤ ያኛውን ዕውነት ለመያዝ ይህንን ዕውነት እየሻራችሁ ነው" ይላሉ:: አንድ ሰው ደግሞ በእግዚአብሔር ሉዓላዊነት ካመንህ ሰው ተጠያቂነት አለበት የምትለውን እየሻርክ ነው" ይላል::

ስለዚህ እነርሱ የሚሉት "የሰውን ተጠያቂነት እየሻርክ ነው" ወይም ደግሞ በሁሉም ነገር ላይ እግዚአብሔርን መደገፍ አለባችሁ:: ከጠጉራችሁ ቀለም ጥቁር ወይም ነጭ ሆኖ መቀየር ጀምሮ እስከ ወፎች ከሰማይ መውደቅ ድረስ ካልክ አንድ ሰው መልሶ "ስለዚህ ጸሎትን እየሻርክ ነው:: እግዚአብሔር ሁሉን ነገር የሚገዛ ከሆነ፣ ለምን እጸልያለው" ይልሃል::

ነገር ግን አንድ ሰው እነዚህ ሁለት ዕውነታዎች እንዴት እንደሚጋጠሙ ዐያውቅም ማለት አይጋጠሙም ማለት አይደለም:: ስለዚህ በዚህ ክፍልም አንድ ሰው ጳውሎስን "ሕጉን እየሻርህ ነው የምታስተምረው? የእግዚአብሔርን ሕግ ታጠፋለህ?" ቢለው ጳውሎስ በዚህ አይስማማም::

አይደለም

በፍጹም፣ ከዚህ በተቃራኒ _(alla /አላ) ይህ አያያዥ ሲሆን፣ የሚያሳየው የሚቃረኑ አሳቦችን ማያያዝ ነው::(የመጽሐፍ ቅዱስ ጥቅሶች የብሉይና / የአዲስ ኪዳን ግሪክ መዝገበ ቃላት፣ የቴየር ትርጉም 1989. በ ጆሴፍ ሄንሪ ቴየር፣ አስቲን ሐተታ/ በጄፍ ጋሪሰን)

ሕግን እናጸናለን - የጽድቅ አገሊጋይ ሆነ

በእምነት የመጽደቅ አስተምህሮ በምንም መንገድ የሕግ ተጻራሪ አይደለም:: ነገር ግን ሕግ ያጸናል:: ጥቂት ስናብራራውም:-

- ጌታችን ኢየሱስ ክርስቶስ ሕግን ለመፈጸምም መምጣቱን ገለጸልን ማቴ. 5÷17

- ይህንንም እኛን ወክሎ ፈጸመው (እኛ ያቃተንን እርሱ ፈጸመው) ሕግን አንሽረውም፤ ነገር ግን የመኖሪያ መለኪያችን ወይም ደረጃችን አይሆንም፡፡

- ክርስቶስ በእምነት ሕግ ይገዛናል፡፡ ማለትም በእኛ ኖሮ ይለውጠናል፤ ከሕግ በላይ የሆነውን የሕይወት ደረጃ አሟልተን እንድንኖር ያስችለናል፡፡

ስለ ሕግ መስጠት ስናስብ እግዚአብሔር ኃጢአትን ምን ያህል የሚጠየፈው እንደ ሆነ እንረዳለን፡፡ እግዚአብሔር ኃጢአትን የሚጠየፈውና ቸል ብሎ የማይመለከተው ለምንድን ነው? ብለን ስንል የሚከተሉትን ምላሾች እናገኛለን፡-

ሀ/ አስተሳሰባችንን ስለሚያጨልም (ሮሜ 1÷21፤ ኤፌ. 4÷17-18)

ለ/ አካልን ያረክሳል (ያሳድፋል) (ሮሜ 6÷19፤ 7÷23)

ሐ/ ባሪያ ስለሚያደርግ (ሮሜ 5÷21፤ 6÷20፤ 7÷14፣ 23፣25)

መ/ መልካምን የወደደን ከፉ ስለሚያሠራን (ሮሜ 7÷21)

ሠ/ ወደ ሞት ስለሚያደርስ (ስለሚገድል) (ሮሜ 5÷21፤ 6÷23፤ 8÷10፤ 1ኛ ቆሮ. 15÷56፤ ሮሜ 7÷11)

ረ/ ከአሮጌው ሥራ ጋር ኅብረት ስላለው (ሮሜ 7÷25)

ስለዚህም እግዚአብሔር በኃጢአት ላይ ፍርድን አስተላለፈ ይህንንም ተግባራዊ ለማድረግ

ሀ/ ክርስቶስ ስለ ኃጢአታችን ሞተ (1ኛ ቆሮ. 15÷3፤ ገላ. 1÷4)

ለ/ ኃጢአትን ያላወቀውን ኃጢአት አደረገው (2ኛ ቆሮ. 5÷21)

ሐ/ የመግዛት ጉልበቱን አሳጣው (ሮሜ 6÷12-14)

መ/ ከክርስቶስ የተነሣ አማኞች ነፃነትን እንዲያገኙና ነፃ ሕይወት እንዲኖሩ አደረገ (ሮሜ 6÷18፣ 22፤ 8÷2)

ሠ/ ለአንዴና ለመጨረሻ ጊዜ አስወግደው (በክርስቶስ ሞት) (ሮሜ 6÷10፤ 1ኛ ቆሮ. 15÷3፤ ገላ. 1÷4)

ሐዋርያው ጳውሎስ በመስቀሉ ላይ የተሠራውን ሥራና መስቀሉ በኃጢአት ላይ ያስገኘውን ውጤትና ድል ከታች በሚከተሉት ሁኔታዎች ገልጦታል፡፡

ከመስቀሉ ሥራ የተነሣ፡-

ሀ/ ሕግ የሚጠይቀው ሁሉ በመንፈስ በሚመላለሱ ተፈጸመ (ሮሜ 8÷4)

ለ/ አማኞች አዲስ ፍጥረት ሆንን (2ኛ ቆሮ. 5÷17፤ ቈላስ. 3÷10-11)

ሐ/ ለቀድሞው ሕይወት ሙት ለመሆንና ለአዲሱ ሕይወት ሕያዋን ለመሆን በቃን (ሮሜ 6÷2-11)

መ/ አእምሮአችን ታድሶ ወደ ፍቅሩ ልጅ መንግሥት ፈለስን (ሮሜ 12÷2፤ ቈላስ. 1÷13)

ሠ/ በሥጋችን ክርስቶስን ማክበር ቻልን (1ኛ ቆሮ. 6÷19-20) ደካማው ሥጋ ከደሙ የተነሣ ክብር ተዘጋጀለት

ረ/ ለዳንነው ለእኛ መስቀሉ የእግዚአብሔር ኃይል ሆነልን (1ኛ ቆሮ. 1÷23-24)

እናጸናለን (**histemi /ሂስቴሚ**) ማለት እንዲቆም ማድረግ ነው፡፡(መጽሐፍ ቅዱስ ጥቅሶች የብሉይና / የአዲስ ኪዳን ግሪክ መዝገበ ቃላት፣ የቴየር ትርጕም 1989. በ ጆሴፍ ሄንሪ ቴየር፣ አስቲን ሐተታ/ በጆፍ ጋሪሰን)

ጆን ፓይፐር አስተያየት ሲሰጥ "ይህ ድንቅ ነው፡፡ ጳውሎስ ክርክሩን የሚያሸከረክርበት መንገድ እንዴት የሚገርም ነው! እንዲህ ይላቸዋል በእምነት በኩል ብቻ የሆነ ጽድቅን ስናስተምር ሕጉን አንሽርም ብቻ ሳይሆን፣ እንደያውም ይህን ትምህርት ስናስተምር ሕጉን

እናጸናለን፡፡ ከሕግ ሥራ በተለየ በእምነት ብቻ የሆነ ጽድቅ ሕጉን የሚጥል አይደለም፡፡ ይልቁንም ሕጉን የሚያጸና ነው፡፡

በእምነት ከእግዚአብሔር ጋር መስማማት ማለት ሕጉን ማጽናት ማለት ነው፡፡ ይህ ታዲያ ምን ማለት ነው? እንደሚመስለኝ እግዚአብሔር ከእኛ የሚጠብቀው የሥነ ምግባር ሕግን የምናደርገው እንደ ጻደቀ ሰው በእምነት ስንቀበለው ነው እንጂ፣ ለመጽደቅ እንደሚሠራ ስንሆን አይደለም፡፡

በእምነት ብቻ ከእግዚአብሔር ጋር ቀድመን ከተስማማን እና በዚያ የፍቅርና ተቀባይነት ነፃነት ውስጥ ከኖርን ከውስጣችን ወደ ውጭ እንለወጣለን፡፡ ሕጉም አስቀድሞ ከእኛ የሚፈልገውን ነገር መሆን እንችላለን፤ ይህ ግን በሥራ ለመጠቀም አይደለም እንደ እምነትና መንፈስ ፍሬ ነው እንጂ (1ኛ ተሰ. 1÷3፤ 2ኛ ተሰ. 1÷11)፡፡

ጆን ማክአርተር የህጉን ጥቅም እያብራራ ሲጽፍ ድነትን በተመለከተ ወንጌል ህጉን አልተካውም ምክንያቱም ህጉ መጀመሪያውንም የድነት መንገድ አልነበረምና፡፡ ህጉ የተሰጠው ለሰው ልጅ የእግዚአብሔርን ፍጹም የጽድቅ ደረጃ ለማሳየት እና ሰው በራሱ ሃይል ይህን ማሳካት እንደማይችል እንዲረዳው ነው፡፡

የሕጉ ዓላማ ሰውን በእግዚአብሔር እንዲያምን መምራት ነው፡፡ በተራራው ስብከት ኢየሱስ ጮኽ ብሎ ሲያውጅ የነበረው የእግዚአብሔር ፍጹም መስፈርት ከብሉይ ኪዳንም ከፍ ያሉ ነበሩ፡፡ ሰው የእግዚአብሔርን ሕግ የሚተላለፈው ሲጠላም ጭምር እንጂ፣ ሲገድል ብቻ አይደለም (ማቴ. 5÷21-22)፡፡ ዝሙት ሲሠራም ብቻ አይደለም፤ ዳሩ ግን በአሳቡም ሲመኝ ጭምር እንጂ (ማቴ. 5÷27-28)፡፡ የሙሴን ሕግ በሙሉ መፈጸም የማይቻል ነው፡፡ ከዚያም በላይ ግን ኢየሱስ በምድር አገልግሎቱ ያስቀመጣቸውን ሕጎች መጠበቅ እንዴት ከባድ ነው!

መስቀሉ ሕጉን በሦስት መንገድ ያጸናዋል፡- አንደኛ የሞትን ቅጣት በመክፈል ሕጉን ያጸናል፡፡ ይህም ሕጉ እንደሚያስቀምጠው ፍጹም የጽደቅ መስፈርትን ለማሟላት ነው፡፡ ኢየሱስም ሕግንና ነቢያትን ልፈጽም እንጂ ልሽር አይደለም የመጣሁት ሲል (ማቴ. 5÷17) ኃጢአት -ዐልባው የምድር ዕንቅስቃሴውን ብቻ እያወራ አይደለም፡፡ ኃጢአት ተሸክሞ መስቀል ላይ የሚሞትበትን ጭምር ነው፡፡

ሁለተኛ መስቀሉ ሕጉ የሚያስቀምጠውን ሰውን በኢየሱስ ወደ ማመን የማምጣት ዓላማን ይፈጽማል፤ በዚህም ሕጉን ያጸናል። ጳውሎስ ቀድሞ እንዳለው የሕግ ሥራን በመሥራት ሥጋ የለበሰ ሁሉ ስለማይጸድቅ ነው (ሮሜ 3፥20)። ያዕቆብም ሕግን ሁሉ የሚጠብቅ፣ ነገር ግን በአንዱ የሚሰናከል ማንም ቢኖር በሁሉ በደለኛ ሆኗል (ያዕ. 2፥10)።

ጳውሎስም ለገላትያ ሰዎች ሕግ ወደ ክርስቶስ የሚያመጣ ሞግዚታችን ሆኗል ይላቸዋል (ገላ. 3፥24)። ሦስተኛ መስቀሉ ሕጉን ያጸናው አማኞች ሕጉን የሚጠብቁበት ዐቅምን በመስጠት ነው (ሮሜ 8፥3-4)። (ጆን. ኤፍ. ማክአርተር፡ ቺካጎ ሙዲ ፕረስ)

ትርጉም፡፡ ወይስ እርሱ የአይሁድ ብቻ አምላክ ነውን? የአሕዛብ አምላክስ ጭምር አይደለምን? አዎን፣ እርሱ የአሕዛብም አምላክ ነው። በእርግጥም ግዝረትን ከእምነት ምንጭነት አንጻር የሚያጸድቅ፣ እንዲሁም አለመገረዝን በእምነት የመካከለኝነት መሣሪያነት አማካይነት የሚያጸድቅ አንድ አምላክ አለ። እንግዲያውስ በዚህ አስቀድመን በጠቀስነው እምነት አማካይነት ሕጉን ተጽዕኖ-ዐልባ እያደረግነው ነው። እንዲህ ላለው ነገር ሥፍራ አይሰጥ። በእርግጥም እኛ ሕግን እናጸናለን።

የምዕራፍ ሦስት ማጠቃለያ

ከኃጢአት ድነናል፤ ሆኖም ግን በቅድስና ለመኖር ገና ብርቱ ጦርነት ይጠብቀናል። በዚህ ብርቱ ጦርነት ውስጥ ስናልፍም ሁልጊዜ ኃጢአት መረታትና ድል መደረግ ይገባዋል። ኃጢአት ደግሞ መሸነፉን አምኖ ዐያውቅም። ዛሬም እኛን ለማታለል ይሞክራል። ሆኖም ግን እኛ በክርስቶስ አሸናፊ መሆናችን የተረጋገጠ ነው። ሁሉን እርሱ አሸንፏልና ስለዚህም ዘወትር በአሸናፊነት እንኖራለን (ሮማ 8፥18-30)። ይህንንም የክርስቶስ አሸናፊነት ሐዋርያው ጳውሎስ ከዚህ በኋላ በምንመለከታቸው ምዕራፎች፣ ማለትም ከምዕ. 4-8 ድረስ ታላቅ የሆነው የእግዚአብሔር የድነት ዕቅድ ከብሉይ ኪዳን መጻሕፍት ጋር ያለ አንዳች ዕንከን በመስማማት የተፈጸመ መሆኑን አብራርቶ ያሳየናል።

ቊጥር 31
እንግዲህ ሕግን በእምነት እንሽራለንን? አይደለም፤ ሕግን እናጸናለን እንጂ።
እናደርገዋለን
4፥14፤ መዝሙረ ዳዊት 119፥126፤ ኤርምያስ 8፥8፣ 9፤ ማቴዎስ 5፥17፤ 15፥6፤ ገላትያ 2፥21፤ 3፥17-19
እግዚአብሔር
[ሜ ጌኒቶ] በጥሬ ትርጉሙ አይሁን ማለት ነው ደግሞም በተቃውሞ መልኩ ጥቅም ላይ የሚውልበት ሁኔታ አነስተኛ ነው፤ በምንም መልኩ ከዚህ የራቀ ነው።

7፥7-14፣ 22፣ 25፤ 8፥4፤ 10፥4፤ 13፥8-10፤ መዝሙር 40፥8፤ ኢሳይያስ 42፥21፤ ኤርምያስ 31፥33፣ 34፤ ማቴዎስ 3፥15፤ 5፥20፤ 1ኛ ቆሮ. 9፥21፤ ገላትያ 2፥19፤ 5፥18-23፤ ዕብ. 10፥15፣ 16፤ ያዕቆብ 2፥8-12

ሐዋርያው ቅዱስ ጳውሎስ ልክ በምዕራፍ 2 ላይ በርካታ ዐይነተኛ የሆኑና ራሳቸውን ችለው የቆመሙ ርእሰ-ጉዳዮችን ወይም አሳቦችን እንዳነሣ ሁሉ፣ በተመሳሳይ መልኩም በምዕራፍ 3 ላይ እንዲህ ያሉትን አስገራሚ ትምህርቶችና ማለፊያ የሆኑ ነገረ-መለኮታዊ አሳቦችን ሲያነሣ እንመለከተዋለን፡፡ ለአብነትም ያህል የሚከተሉትን ቊልፍ የሆኑ ጉዳዮችና አሳባች ከዚህ በመቀጠል እንመለከታለን፡፡

1. የመጀመሪያው ነጥብ አይሁድም ሆኑ የግሪክ ሰዎች ከእግዚአብሔር ፍርድ በታች የሆኑ ኃጢአተኞች መሆናቸውና በዚህም ኃጢአተኝነታቸው መከሰሳቸውን ከመጽሐፍ ቅዱሳችን በድምቀት የምንመለከትበት ምንባብ በዚህ በምዕራፍ 3 ውስጥ የሚገኝ እንደ ሆነ እንመለከታለን፡፡

2. ይህ አይሁድም ሆኑ አሕዛብ የተከሰሱበት ክስ ዕውነተኛም ሆነ የቅዱሳት መጻሕፍት ሥር-መሠረት ያለው መሆኑን ምዕራፍ ሦስት ከብሉይ ኪዳን በመጥቀስ ያረጋገጠበትም አግባብ እንዲሁ የሮሜን መጽሐፍ ዐይነተኝነትም ሆነ ልዩ ልዩ የሆኑ መሠረት የሚያስይዙ ትምህርቶችንም ጭምር ለማስተላለፍ ሐዋርያው ጊዜ ወስዶ በሚገባም ዐቅዶና ተዘጋጅቶበት የጻፈው እንደ ሆነ ያመለክተናል፡፡ ከዚህም ደግሞ ሐዋርያውን ለጽሑፉ ያነሣሡ ዐበይት ምክንያቶች በርካቶች እንደ ሆኑ በቀላሉ መመልከት እንችላለን፡፡

ለመሆኑ ይህ ከብሉይ ኪዳን የተወሰደው ማሳያ፣ ማለትም የአይሁድንም ሆነ የአሕዛብን ኃጢአተኝነት የሚያረጋግጥና ሁለቱንም ለመክሰስ መነሻ የሆነው ብሉይ ኪዳናዊ ምንባብ ምን የሚል ነው ብሎ መጠየቅ ተገቢነት አለው፡፡ ወደ መልሱም ስንመጣ “ጻድቅ የለም አንድ ስንኳ፤ አስተዋይም የለም፤ እግዚአብሔርንም የሚፈልግ የለም፤ ሁሉ ተሳስተዋል፥ በአንድነትም የማይጠቅሙ ሆነዋል፤ ቸርነት የሚያደርግ የለም፥ አንድ ስንኳ የለም” (ሮሜ 3፥11-12) የሚል ሆኖ እናገኘዋለን፡፡

3. ኃጢአትም ሆነ ኃጢአተኝነት ዓለም አቀፋዊ፣ ይበልጥ ግልጽ ለማድረግም ያህል የሰው ልጆችን ሁሉ በአጠቃላይ (አይሁድን ጭምር) የሚያካትት ትልቅ ክስተት (Jiant Phenomena) መሆኑን፣ ይህ ጥቅስ ወይም ምንባብ ያሳየበት መንገድ በእርግጥም የሮሜ

የሮሜ መጽሐፍ ጥራዝ አንድ

መጽሐፍ ስለ ነገረ-ኃጢአት (ሀማርቲዮሎጂ) ሰፊም ሆነ ጥልቅ የሆኑ ትምህርቶችንም ጭምር ለመስጠት የታለመ መጽሐፍ መሆኑን በውል ያሳየናል፡፡

4. የሕግን ሥራ በመሥራት ሥጋ የለበሰ ሁሉ በእግዚአብሔር ፊት ሊጸድቅ አይችልም የሚለውና ኃጢአት በሕግ ይታወቃልና የሚለው ሁለቱ ገዥ አሳቦች ዐይነተኝነት ያላቸው መሆናቸው በእርግጥም የሮሜ መጽሐፍ ገና ከመነሻው በርካታ ጉዳዮችን ለመዳሰስ ወይም ብዙ ጠቃሚ የሆኑ ትምህርቶችን ለማስጨበጥ ታልሞ የተጻፈ እንደ ሆነ በውል እንድንመለከት ያደርጉናል፡፡

5. አሁን ግን በሕግና በነቢያት የተመከረለት እግዚአብሔር ጽድቅ ያለ ሕግ ተገልጿል የሚለው ዐቢይ አሳብም እንደዚሁ በሮሜ መጽሐፍ ውስጥ በተለይም በዚህ በምዕራፍ 3 ምንባብ ውስጥ የምናገኘው ልዩ ትምህርት ነው፡፡ አዎን ሰዎች ወይም ሥጋ የለበሰ ሁሉ በሕግ ሥራ በእግዚብሔር ፊት ሊጸድቅ አለመቻሉና የሰዎች ጽድቅ በእግዚአብሔር ፊት የመርገም ጨርቅ መሆኑ (አስጸያፊ እንደ ሆነው ጥቅም ላይ እንደ ዋለው በወር አበባ ወቅት እንደሚጠቀሙበት የሴቶች ንጽሕና መጠበቂያ ዐይነቱ መሆኑ) ሌላ ወይም የእግዚአብሔር የራሱ ጽድቅ እንዲገለጥ ምክንያት ሆኖአል፡፡ ይህ በእርግጥም ታላቅ የሆነ መገለጥ ነው፡፡ ከዚህ አንጻር ስንመለከተውም የሮሜ መጽሐፍ በርካታ መገለጦች ለሰው ልጆች ሁሉ የተሰጡበት መጽሐፍ እንደ ሆነና ይህንን ሁሉ ለማስተላለፍ ታልሞ የተዘጋጀ እንደ ሆነ በቀላሉ መረዳት እንችላለን፡፡
6. ሁሉ ኃጢአትን መሥራታቸው እና ከእግዚአብሔርም ክብር መጒደላቸው፣ በዚህም ምክንያት በኢየሱስ ክርስቶስ ቤዛነት በኩል እንዲያው በጸጋው የሚጸድቁ መሆናቸውም እንደዚሁ ጽድቅ የሚገኘው በእርግጥም እንዴት ነው? ሰዎች ጽድቅ የሚገኝበትን መንገድ በተመለከተ ምን ያስባሉ? እግዚአብሔር አምላክስ ጽድቅ ስለሚገኝበት መንገድ ምን ያስባል? የሚሉትን መሠረታውያን የሰው ልጆች ጥያቄዎች ምንም ዐይነት ውስብስብነት በሌለበት መልኩ እና በግልጽ የሚመልስ ሆኖ እናገኘዋለን፡፡ ስለዚህም ጳውሎስ በሮሜም ሆነ በገላትያ እንዲሁም በሌሎችም ሥፍራዎች በአማኞች ልብና አሳብ ውስጥ የሚመላለሱ መሠረታውያን ጥያቄዎችን ለመመለስ ጭምር በቂ ዝግጅት አድርጎም ሆነ በርካታ ርእሰ-ጒዳዮችን በዚህ ሥራው ለማካተት ዐቅዶና ፈልጎ የሮሜ መልእክቱን እንደ ጻፈው እንመለከታለን፡፡

7. እግዚአብሔር አምላክ ጌታችን መድኃኒታችን ኢየሱስ ክርስቶስን በደሙ የሚገኝ ማስተስሪያ አድርጎ ማቆሙ፣ ይህም ደግሞ በፊት የተሠራውን ኃጢአት በእግዚአብሔር

ችሎታ ላይ ስለ መተው ጽድቁን ያሳይ ዘንድ የተደረገ ነው የሚሉቱ እነዚህ ሁለት ገዥ አሳቦችም እንዲሁ በምዕራፍ 3 ውስጥ የተገለጡ መለኮታዊ ምሥጢራት ሆነው እናገኛቸዋለን፡፡ ከዚህም ደግሞ መጽሐፉ በበርካታ መነሣሽያ ምክንያቶች ነው የተጻፈው ወደሚል መደምደሚያ ለመምጣት እንገደዳለን፡፡

8. እግዚአብሔር አምላክ ይህንን ያደረገው የገዛ ራሱን ጽድቅ ለማሳየት መሆኑና ይህም ከሰው ልጆች ሕይወት፣ አስተሳሰብም ሆነ ንግግር ሁሉ ላይ የትምክህትን ቀንበር ለመስበር መሆኑ፣ ደግሞም በዚህ ተግባሩ የትምክህትን ቀንበር ለአንዴና ለመጨረሻ ጊዜ ማስጣሉ የዚህ ምዕራፍ አንዱ ውበቱም ሆነ ድምቀቱ ሆኖ እናገኘዋለን፡፡

ጽድቅ የሚገኘው በእምነት ነው ወይስ እምነትና ሥራ ሲደመር በሚለው ላይ ተጨማሪ ማብራሪያን ለማግኘት (ሀሮልድ ራውሊንግስ፣ መሠረታውያን የባፕቲስት እምነቶች፡- ቊልፍ የሆኑ መጽሐፍ ቅዱሳዊ አስተምህሮዎች ማብራሪያ፣ ተርጓሚና አርታዒ፡- ዳንኤል ተሾመ፣ (ቀራኒዮ ባፕቲስት ቤተ ክርስቲያን፣ 2010 ዓ.ም፣ ገጽ 182-187፣ ይመልከቱ)

ለ. የምዕራፍ 3 ቅኝት ማጠቃለያ

ከዘህም ደግሞ የሮሜ መጽሐፍ የተዘጋጀው በበርካታ ምክንያቶችና ሥፍር ቊጥር የሌላቸውን መለኮታዊ መረዳቶችና መገለጦች ጭምር ለአማኞች ለማስተላለፍ እንደ ሆነ በቀላሉ መመልከት እንችላለን፡፡ ስለዚህም ለአንድና ለሁለት ዐበይት ዓላማዎች መጽሐፉ ተጽፏል የሚለው የአንዳንድ ምሁራን አመለካከት ነገሮችን በተጋነነ መልኩ በጥቅሉ ለማየት ከመነጨ ፍላጎት የተነሣ ብቻ እንጂ፣ መሠረታዊ የሆነ ዕውነትነት እንደ ሌለው ልንረዳ ይገባል፡፡

ምዕራፍ አራት

ሐዋርያው ጳውሎስ በሮሜ መልእክቱ በምዕራፍ 4 ውስጥ በብሉይ ኪዳን የነበሩ በነቢዩነታቸውም ሆነ ከእግዚአብሔር ጋር ባለ ወዳጅነታቸው የሚታወቁና ዛሬም ድረስ ለበርካታ ትውልዶች ምሳሌ በሆኑቱ እንደ አብርሃም እና እንደ ዳዊት ያሉቱ ሰዎች በሥራ ሳይሆን፣ በእምነት የጸደቁ ሙኖናቻን በግልጽ ከብሉይ ኪዳን ማስረጃ እያቀረበ ያሳያል፡፡ ለምሳሌ "አብርሃም በእግዚአብሔር አመነ፤ ጽድቅም ሆኖ ተቈጠረለት" የሚለውና "ዓመፃቸው የተሰረየላቸው ኃጢአታቸውም የተከደነላቸው ብፁዓን ናቸው፡፡ ጌታ ኃጢአቱን የማይቈጥርበት ሰው ብፁዕ ነው" በማለት ስለ አብርሃም የነገረው ነገር እና ዘማሪው ዳዊት የተናገረው ነገር በእርግጥም በአንድነት በመስማማት ይህ የጽድቅ አስተምህሮ ዕውነትነት ከጥንት እስከ ዛሬ ድረስ የዘለቀ እና ወጥነት ያለው መሆኑን በግልጽ የሚያስረዱ ሆነው እናገኛቸዋለን፡፡

ከዚህ አንጻር የሮሜ መጽሐፍ ስለ ድነት ጉዳይ ሰፊ ትምህርት የሚሰጥ፣ እንዲሁም የሰዎች ጽድቅ በእግዚአብሔር ፊት ተቀባይነት የሌለው እና ማንንም ቢሆን ለድነት ሊያበቃው የማይችል መሆኑን፣ ዳሩ ግን ጽድቅ ጥንት በብሉይ ኪዳን ዘመንም ቢሆን በእምነት እንጂ፣ ከቶም ቢሆ ከሰዎች ሥራ ጋር ያልተያያዘ እንደ ሆኑ የተለያዩ መከራከሪያ ነጥቦችን እና አስረጅ የሚሆኑ ብሉይ ኪዳናዊ ማስረጃዎችን ወይም ምሳሌዎችን የሚያቀርብ እንደ ሆነ እንገነዘባለን፡፡

በተጨማሪም ሐዋርያው ጳውሎስ አብርሃም መገረዝን ከመቀበሉ በፊት እንደ ጻደቀ እና በእርግጥም ጽድቅ ከጥንትም ጀምሮ ከእምነት ጋር እንጂ፣ በምንም መልኩ ቢሆን ከሥራ ጋር የተያያዘ እንዳልነበረ ወይም እንዳልተሳሰረ፣ ደግሞም ዛሬም ቢሆን በምንም መልኩ ከሥራ ወይም ሕግን ከመፈጸም ጋር ሊተሳሰር እንደማይችል አበክሮ ይናገራል፡፡

በዚህም ደግሞ በመግቢያው አሳቡ ማለትም በምዕራፍ 1 ላይ እንዳሰፈረው ከእምነት የሚነሣው መታዘዝ ወይም የእምነታች የሥራ ገጽታ አሊያም ክፍል የእምነት ውጤት እንደ ሆነም ጭምር ያሳስበናል፡፡ በዚህም ሐዋርያው እየታገለው ያለው የአንድን ነገር ውጤት ነገሩ ራሱ አድርገን ከምንወስድበት ስሕተት እንድንቆጠብና ድነት የእግዚብሔር ብቻ የግሉ ሥራ መሆኑን እኛ የሰው ልጆች በማወቅና በምንም መልኩ ቢሆን የሰው ልጆች ፍላጎትና ዕቅድ፣ እንዲሁም ፈቃድ ባልተጠየቀበት መልኩ ከእነርሱ ውጭ የተሠራ ሥራ መሆኑን በውል ማስገንዘብ ነው፡፡

ይህንንም ደግሞ በግርዘት (ሥራ አሊያም ሕግን መጠበቅ) ጽድቅን ለመቀበላችን የሚሆን ማሳያ ምልክት ተደርጎ መሰጠቱን ሐዋርያው ምሳሌ አድርጎ ከብሉይ ኪዳን በጠቀሰው በአብርሃም ሕይወት እና ኑሮ አማካይነት ያሳያል፡፡ ቃሉም፡- "ሳይገረዝም በነበረው እምነት ያገኘው የጽድቅ ማኅተም የሆነ የመገረዝን ምልክት ተቀበለ" የሚል ነው፡፡ በእርግጥም ደግሞ ይህ አካሄድ ወይም የእምነት መንገድ ለአብርሃም ብቻ በተለየ መልኩ የተሰጠው ወይም የሠራለት ሳይሆን፣ ይልቁንም የእርሱን የእምነትም ሆነ የሕይወት ፈለግ ለሚከተሉቱ ሰዎች ሁሉ የሚሠራላቸው እንደ ሆነ ሮሜ ምዕራፍ 4 ይናገራል፡፡ ቃሉም፡- "ይህም እነርሱ ደግሞ ጻድቃን ሆነው ይቆጠሩ ዘንድ ሳይገረዙ ለሚያምኑ ሁሉ አባት ይሆን ዘንድ ነው" የሚል ነው፡፡

ከዚህም ደግሞ የእምነት አባትም ሆነ የእግዚብሔር ወዳጅ ተብሎ ከሚጠራው ከአብርሃምና ከዚያን ዘመን ጀምሮ እስከ ዛሬ ድረስ የሰው ልጆች ከእግዚአብሔር ጋር የሚኖራቸው ግንኙነትም ሆነ የቱም ዐይነቱ ወዳጅነት መሠረቱን በእምነት እና በእምነት ላይ ብቻ ማድረጉን እንመለከታለን፡፡ ጳውሎስ በዚህ መልኩ የነገረ ድነት አስተምህሮውን ጠንከር ባለና በብዙ ማስረጃዎች ባኀለበተበት እና የትኞቹንም ተቃራኒ የሆኑ መከራከሪያዎችና ክርክሮች ድል በሚነሣብ አግባብ አኀልብቶ ማለፊያ የሆነና ለቀሪው ትውልድም ጭምር (እስከ ዛሬው የእኛ ዘመን እና እስከ ወደፊቱም) የሚያገለግል ትምህርታዊነት ያለው መልእክቱን በቂ ጊዜና ተገቢውን ትኩረትና ዝግጅት አድርጎ በሮሜ መጽሐፉ ውስጥ ማካተቱን እንመለከታለን፡፡

ሐዋርያው ጳውሎስ በዚህ በምዕራፍ 4 ውስጥ ካነሣቸውና ጥቅም ላይ እንዲውሉ ካደረጋቸው ቃላት መካከል በዋነኝነት የምናገኛቸው ሁለት ቃላት ያሉ ሲሆን፣ እነርሱም ጽድቅ (የእግዚአብሔር ጽድቅ) እና ተቈጠረለት የሚሰኙ ናቸው፡፡ እነዚህንም ቃላት ጳውሎስ በተደጋጋሚነት የተጠቀመባቸው በበቂ በምክንያት ነው፡፡

ይኸውም ጽድቅ የሚገኘው በእምነት ነው፤ ይህ ጽድቅም ቢሆን ከራሱ ከእግዚአብሔር የሚገኝ የእግዚአብሔር ጽድቅ ነው፡፡ ደግሞም ይህ ጽድቅ የእግዚአብሔር ሲሆን፣ በእርሱ በማመናችን ምክንያት የእኛ ተደርጎ የሚቈጠርልን ነው … ወዘተ የሚሉትን አሳቦች በድምቀት አጉልቶ ለማሳየት ነው፡፡

ለመሆኑ ከዚህ የጳውሎስ የቃላት አጠቃቀም ምን ልንማር እንችላለን? እንደ ዕውነቱ ከሆነ ጳውሎስ የጽድቅ ምንጭ እግዚአብሔር ራሱ መሆኑን ሊነግረን ነው በቀዳሚነት የፈለገው፡፡ በእርግጥም የጽድቅ ምንጭ ሐዋርያው እንደሚለው እግዚአብሔር ከሆነ፣ እንግዲያውስ ሌላ የጽድቅ ምንጭም ሆነ መገኛ የሆነ መንገድ እንደ ሌለ ወደ መረዳቱ ልንመጣና ይህንን ጽድቅ ከእግዚአብሔር ዘንድ ባገኘነውም ጊዜ ከልባችን አጥብቀን ልንይዘው ይገባል፡፡ ይህንን የተከበረ ነገር ከሌሎች በርካታ የተዋረዱ ነገሮችም ጭምር በትጋት ልንጠብቀው ይገባል የሚልን እንድምታዊነት ያለው መልእክት ያስተላልፋል፡፡

ይህም ደግሞ በዋነኝነትም ሆነ በቀዳሚነት የሰውን ጽድቅ፣ ማለትም ሰው ሕግን እንደ መጠበቅ፣ መልካም ሥራዎችን እንደ መሥራት፣ እንዲሁም ማለፊያ የሆነ የምግባር ሕይወትን በመምራትና ልዩ ልዩ እንደ ግርዘትና ሃይማኖታዊ የሆኑ ሥነ-ሥርዓቶችን በመጠበቅ ያገኘዋል ከሚባል ጽድቅ ራስን መጠበቅን የሚመለከት ጉዳይ ነው፡፡ ምክንያቱም ይህ ጽድቅ የቱንም ያህል በሰው ፊት ያማረና ደስ የሚያሰኝ ቢሆንም፣ በእግዚአብሔር በአምላክ ፊት ሲታይ ግን ያለው ሥፍራ ጥቅመ-ቢስና አሉታዊነትን ብቻ የተሞላ ነው፡፡ ይህንንመ ገና ጥንትም ጀምሮ በዘመነ ኦሪት ነቢዩ ኢሳይያስ "ጽድቃችን የመርገም ጨርቅ ነው" (ኢሳ.) ወይም ጥቅም ላይ የዋለ ሞዴስ ነው ሲል አረጋግጦታል፡፡

እናም ነገሮች እኛ በሥጋዊ ዐይን ስንመለከታቸውና እግዚአብሔር አምላክ በብርሃኑ ሲመለከታቸው በመካከል ሰፊ የሆነ ወይም የሰማይና የምድር ያህል ልዩነት መኖሩን በሚገባ ልንመለከት ይገባናል፡፡

የሰው ልጆች ሥነ ልቡና አንድን ነገር በአንድ መንገድ ከማግኘት ይልቅ በሁለትም ሆኑ ከዚያ በላይ ባሉ መንገዶች ማግኘትን ይበልጥ የሚሻ እንደ ሆነ ከዕለት ተዕለት ሕይወትም ሆነ ከበርካታ ሰዎች ተሞክሮ እንመለከታለን።

ይሁንና ድነት የሚገኝበት መንገድ አንድ ነው። ይኸውም በክርስቶስ መሥዋዕታዊ ሞት አማካይነት በተገኘው የመቤዥቱ ተግባር ነው። እንደ ዕውነቱ ከሆነ ይህ ድነት በክርስቶስ ቀድሞውኑ የተሠራ ስለሆነ፣ በመሠረቱ ሰዎች ገና አሁን ተነሥተው ሊሠሩት የሚችሉት ነገር አይደለም።ይሁንና የቱንም ያህል ይህንን ድነት በእምነት እንደሚያገኙት ቢረዱም፣ ከእምነት ጋር ሥራ መሥራት ያስፈልጋል ወይም እምነታችንን በያዝንበት መልኩ ሥራን ብንሠራ ምን ችግር አለው? ወደሚል መንታነት ያለው ልብና አሳብ የማዘመም ወይም የማዘንበል ባሕርይ ዘወትር ይታይባቸዋል።

በአንጻሩ ግን ሐዋርያው ጳውሎስ እንዲህ ካለው መንትኤነት ካለው አስተሳሰብ የሰው ልጆች ሁሉ ሙሉ በሙሉ እንዲወጡ ከፍተኛ መሥዋዕትነትን የከፈለ አገልጋይ ሆኖ እናገኘዋለን። ምክንያቱም ይህም አንድን ነገር በአንድ መንገድ ብቻ ለማግኘት ከመፈልግ ይልቅ ከአንድ በላይ በሆኑ መንገዶች የመፈለጉ አዝማሚያ ወይም ዝንባሌ የቱንም ያህል በሰዎች ዘንድ ሲታይ ግሩም ቢመስልም፣ ዳሩ ግን ነገሩን በመለኮት ዕይታ ስንመለከተው የዐውዳሚነት ሚና ያለው ክፉ ነገር ወይም ዝንባሌ መሆኑን በውል ወደ ማስተዋሉ በመምጣቱ ምክንያት የከፈለው ታላቅ መሥዋዕትነት ነው።

አዎን የወንጌልን ብርሃን እንዲህ መሰሉ ትንሽ የሚመስል ጨለማ አሁን ላይ በከፍተኛ መጠን ሊያደበዝዘው፣ በጊዜ ሂደት ደግሞ ፈጽሞ ሊያጠፋውም ሆነ ሊውጠው እንደሚች ጳውሎስ ከየትኞቹም ሐዋርያት ይለቅ በውል ተገንዝቧል። ስለሆነም የወንጌልን ዕውነት ለአንድ ሰዓት እንኳ ሳያስደፍር የቆየበትን ታላቅ የሆነ የመንፈሳዊ ዓርበኝነት ተግባር ለመወጣት ችሏል።

አዎን መልካም ሥራን ከእምነት ጋር አጣምሮ መያዝ በራሱ መልካም እና መጽሐፍ ቅዱሳዊ የሆነ መሠረት ያለው ነገር ነው። ዳሩ ግን መልካምን ሥራ ከእምነት ጋር አጣምረን የምንይዝበት ልባዊ ፍላጎታችን /መሻታችን/ አሊያም ደግሞ ውስጣዊ መነሣሺያችን በትክክል መጽሐፍ ቅዱሳዊ ሊሆን እንደሚገባ መገንዘብ ይኖርብናል። በእርግጥም ይህ ውስጣዊ መነሣሺያችን በዕውነት ላይ የተመሠረተ እስከ ሆነ ድረስ ምንም ዐይነት ችግርን በእኛ ላይ ሊያመጣ አይችልም። ዳሩ ግን ይህ መነሣሺያችን በዕውነት ላይ ያልተመሠረተ

ከሆነ፣ ከፊታችን እናገኘዋለን ወይም ይገጥመናል ብለን የምናስበው ነገር በረከት መሆኑ ይቀርና የእርሱ ተቃራኒ ወይም መርገም ይሆናል፡፡ አዎን መንፈሳዊ አዘቅት ውስጥ መግባት ዕጣ-ፈንታችን ይሆናል፡፡

1. አዎንታዊነት ያለው የመልካም ሥራ መነሣሺያ

ሐዋርያው ጳውሎስ እምነት እና ሥራን እንዴት ባለው መልኩ በአንድነት በውስጣችን መያዝ እንዳለብን ሲያመለክት "ከእምነት የሚነሣ መታዘዝ" የሚለውን ሐረግ በዚሁ በሮሜ መጽሐፉ በምዕራፍ አንድ መግቢያው ውስጥ ተጠቅሞበት እና በቀጣዮቹም ምዕራፎች ውስጥ አበልጽጎት እንመለከተዋለን፡፡

አዎን ክርስቲያናዊው ወይም መጽሐፍ ቅዱሳዊው እምነት (ዳግም ልደትን ዕውን ያደረገውና እርሱን ተንተርሶ በዘላቂነት በአማኞች ሕይወት እና ኑሮ ውስጥ የሚሠራውና የሚገለጠው እምነት በእርግጥም መታዘዝን በፍሬነት ወይም በውጤትነት መልኩ ያስከትላል፡፡ እንደ ዕውነቱ ከሆነ ዕውነተኛ እምነት ተግባራዊ ሕይወትን ዕውን ያደርጋል፡፡ አዎን ዕውነተኛ የሆነው እምነት በሕይወታችንም ሆነ በአገልግሎታችን፣ ደግሞም በዕለት ተዕለት ኑሮዋችን እና የሕይወት ትግሎቻችን ውስጥ በገሃድ፣ ማለትም በሚታይም ሆነ ተጨባጭነት ባለው መልኩ ተገልጾ ይታያል የሚል አስተምህሮን ያዳበረበትን ሁኔታ በግልጽ የምንመለከትበት ነው፡፡

ጌታችን መድኃኒታችን ኢየሱስ ክርስቶስ ሥራን ከእምነት ጋር አስተሳስረን ልንይዝበት የሚገባበትን ዕውነተኛውንም ሆነ ትክክለኛውን መነሣሺያ አስመልክቶ ሲናገር፡- "መልካሙን ሥራችሁን ዐይተው የሰማዩ አባታችሁን አሕዛብ እንዲያከብሩ ብርሃናችሁ በሰው ሁሉ ፊት ይብራ!" ብሏል፡፡ ከዚህም ደግሞ ለመልካም ሥራ እኛን ሊያነሣሣን የሚገባው መነሣሺያችን ድነትን ወይም ዘላለማዊ ሕይወትን የማግኘት ፍላጎት ሊሆን እንደማይገባው፣ ይልቁንም በዚህ ሥራችን ምክንያት አሕዛብ እንኳ እግዚአብሔርን ወደ ማወቅም ሆነ እርሱን ወደ ማመስገኑ እንዲመጡ ማድረግ፣ ሰብሰብ ባለ ወይም እጥር-ምጥን ባለ መልኩ ደግሞ ነገሩን ስንገልጸው ለእግዚአብሔር አምላካችን ክብር እንዲሆንለት ማሰብ ሊሆን እንደሚገባ በቀላሉ እንረዳለን፡፡

2. አሉታዊነት ያለው የመልካም ሥራ መነሣሺያ

እንደ ዕውነቱ ከሆነ መልካም ሥራዎችን የምንሠራበት ውስጣዊ መነሣሺያችን መጽሐፍ ቅዱሳዊም ሆነ ትክክለኛ ካልሆነ በእኛ ላይ የሚያስከትለው ብርቱ ዐደጋ መኖሩን ልንገነዘብ ይገባል፡፡ ሰዎች ድነትን ለማግኘት መልካም ሥራን ለመሥራት የሚፈልጉና ይህንንም የመልካም ሥራ መነሣሺያቸው ለማድረግ ሲፈልጉ ከባድም ሆነ ትልቅ ከሚባለው ስሕተት ውስጥ ይወድቃሉ፡፡ ምክንያቱም "ማዳን የእግዚአብሔር ነው!" እንደሚል ቃሉ የእግዚአብሔር ብቻ በሆነ ሥራ ውስጥ ይገባሉ፤ የእግዚአብሔርን ሥራ ለራሳቸው ይወስዳሉ፤ ከቶ ሊሠሩት የማይችሉትን የእግዚአብሔርን ሥራ ፈጽመው እንደሚሠሩት ያስባሉ ወይም ያስመስላሉ፡፡ እነዚህ ነገሮች በሙሉ በእርግጥም ከቶ የማይቻሉና ኃጢአትም ጭምር ናቸው፡፡

በተጨማሪም በክርስቶስ ተሠርቶ ያለቀውን ድነት እግዚአብሔር ባዘጋጀው የመቀበያ መንገድ (በእምነት) ተቀብለው በደስታ በማጣጣም ፈንታ ለዚህ ሥራው ዕውቅና መስጠትንም ሆነ ስለዚህ ማለፊያ ሥራው ለእርሱ የሚገባውን ምስጋና እና ክብር ከመስጠት ይቆጠባሉ፡፡ ይባስ ብለውም የእርሱን ክብር ለመውሰድ አሊያም ለመጋራት ወደሚሹበት ጎዳና ያመራሉ፡፡በመሠረቱ እንዲህ ያለው ነገር የእግዚአብሔርን ክብር የሚነካ ስለሆነ ቁጣውን በላያችን እንደ መጋበዝ ነው ሊቈጠር የሚገባው፡፡ ስለሆነም እኛኑ እንዲህ ዐይነቱን ነገር የምናስበውንም ሆነ የምንለማመደውን ሰዎች ዐደገኛ ነገር ውስጥ የሚጨምረን ይሆናል እንጂ፣ በምንም መልኩ ቢሆን ሊረዳን ወይም ሊጠቅመን እንደሚችል ነገር አድርገን ልንመለከተው አይገባንም፡፡

በእርግጥም እንደዚህ ያለው ነገር ጐጅና አፍራሽ እንጂ፣ ከቶም ቢሆን ገንቢና የሚያንጽ ነገር አለመሆኑን በውል ማስተዋል ይገባል፡፡ እንደ ዕውነቱ ከሆነ ይህንን ዐደጋ በውል ማጤን የሚቻለው በሰው ዐይኖች ሳይሆን፣ በእግዚአብሔር ዐይኖች መሆኑን ቀድሞውኑ ልናውቅ ይገባል፡፡ አዎን ይህን ሊመጣ ያለን ብርቱና ዐውዳሚ ዐደጋ በመለኮት ዐይኖች በመመልከቱም ሐዋርያው ጳውሎስ ለገላትያ አብያተ ክርስቲያናት በጻፈው መልእክቱ ሁለት ዐበይት ማስጠንቀቂያዎችን ያዘሉ ምክሮችን ሰጥቷል፡፡ እነዚህን ማስጠንቀቂያዎች ከዚህ በታች እንደሚከተለው እንመለከታቸዋለን፡፡

የመጀመሪያው ማስጠንቀቂያ "ጽድቅስ በሕግ በኩል ከሆነ፣ እንኪያስ ክርስቶስ በከንቱ ሞተ!" (ገላ. 2፥21) የሚል ሲሆን፣ በሕግም ይሁን በሥራ ስለ መጽደቅ ማሰብ

በምንጀምርበት ጊዜ ወይም ይበልጥ ግልጽ ለማድረግ ያህል በዚያው ቅጽበት የክርስቶስን መሥዋዕታዊ ሞት ወይም የእግዚአብሔርን ጽድቅ ከንቱ ወደ ማድረጉ የምንመጣበትን አለመታዘዝ እና ዐመፅ ያለበትን ክፉ መንገዳችንን እና አስተሳሰባችንን የሚያሳይና ከዚህ ዐይነቱ የክርስቶስን መሥዋዕትነት ገደል ከሚከትት አስተሳሰብ እንድንርቅ የሚረዳ ምክር ነው፡፡

ሁለተኛው ማስጠንቀቂያ ደግሞ "በሕግ ልትጸድቁ የምትፈልጉ ከክርስቶስ ተለይታችሁ ከጸጋው ወድቃችኋል" (ገላ. 5÷4) በሚለው ቃለ-እግዚአብሔር አማካይነት የተነገረ ሲሆን፣ ይህም ደግሞ በሕግ፣ መልካም ሥራዎችን በመሥራት፣ እንዲሁም ማለፊያ የሆነ የምግባር ሕይወትን በማምራት ለመጽደቅ ወይም ለመዳን አሊያም ዘላለማዊ ሕይወትን ለማግኘት መጣር በሰዎች ዕይታና መረዳት እንደሚታሰበው ተጨማሪ የሆነ የድነትን በረከት የሚያቋድስ መንገድ ሳይሆን፣ ይልቁንም ቀድሞውኑ በእምነት አግኝተውት የነበረን ድነት መልሰው እንዲያጡት የሚያደርግ መርገምን የሚያስከትል ነገር እንደ ሆነ የሚያመለክት ነው፡፡

በመሆኑም እንዲህ ባለው መልኩ በእምነታቸው ላይ ሌላ ሥራን ለመጨመር የሚፈልጉ ሰዎች ሁሉ ሁለት ዐበይት ችግሮች እንደሚገጥሙዋቸው ልንረዳ ይገባል፡፡ አንደኛው መሠረታዊ ችግር እነዚህ ሰዎች ሥራን ተጨማሪ የመዳኛ መንገድ አድርገው ማሰብም ሆነ መቊጠር በሚጀምሩበት በዚያው ወቅት ወይም ቅጽበት ከክርስቶስ የሚለዩ መሆናቸው ነው፡፡

በሌላ አነጋገር ይህ በክርስቶስ የተሠራውን ድነት በቂ አይደለም ብሎ እንደ ማሰብም ሆነ መቊጠር ነው፡፡ ስለሆነም በዚህ በክርስቶስ የማዳን ሥራ ላይ ያላቸውን እምነት በዚያው ቅጽበት ከውስጣቸው የሚያጡት በመሆኑ ምክንያት በዚህ እምነት-የለሽነታቸው ከክርስቶስ ጋር የነበረ ቊርኝታቸው ይበጠሳል ማለት ነው፡፡

ሁለተኛው ዐደጋ ወይም ችግር ደግሞ እነዚህ ሰዎች የቀደመውን በክርስቶስ ላይ ያለውን እምነታቸውን (ሙሉ መተማመናቸውን) በጣሉበት ቅጽበት ከክርስቶስ በመለየታቸው ሳቢያ ከጸጋው የሚወድቁ መሆናቸው ነው፡፡ በእርግጥም የእግዚአብሔር ጸጋን የምንቀበለውም ሆነ ዕለት ተዕለት እየበዛልን የሚሄደው በክርስቶስ እንደ ሆነ፣ ነገር ግን ከክርስቶስ ጋር ያለን ትስስር ከተበጠሰ በምንም መልኩ ቢሆን ጸጋውን ልናገኝም ሆነ በሕይወታችን በደስታ ልናጣጥመው እንደማንችል መረዳት ይገባል፡፡

3. ሊጠየቅ የሚገባው አመክንዮአዊ ጥያቄ

እንደ ዕውነቱ ከሆነ አንድ አመክንዮአዊ ጥያቄን እዚህ ጋር ማንሣት ተገቢ ነው፡፡ ለመሆኑ ይህ ጥያቄ ምን የሚል ነው? በእርግጥም ጥያቄው "ከክርስቶስ ከተለየን እና ከጸጋው ከወደቅን ማለፊያ እንደ ሆኑ የምናስባቸውን ሥራዎቻችንንስ ሆነ ግሩም የሆነው ጽድቃችንን ከምን ጋር ልንደምረው እንችላለን (ከየትኛው እምነታችን ጋር ልንደምረውና በሰውስ ሆነ በእግዚአብሔር ፊት አግዝፈን ልቀርበው እንፈችላለን?" የሚለው ነው፡፡

4. ተግባራዊው እና ገሃዳዊው ደግሞም መጽሐፍ ቅዱሳዊው መልስ

እንደ ዕውነቱ ከሆነ ለዚህ ጥያቄ ሊኖረን የሚችለው መልስ መልካም የተባሉትን ሥራዎቻችንን ወይም ጽድቆቻችንን ከየትኛውም የእግዚአብሔር ከሆነ ነገር ጋር ልንደምረው ስለማንችል በስተመጨረሻ በሥጋችን ጉልበትና ኃይል፣ እንዲሁም ሙት በሆነው ሥጋዊ ማንነታችን በተላበስነው ጥበብ ሠርተን አገኘነው የምንላቸውን ሥራዎቻችንን እና ጽድቃችንን ለድነት ይበቃናል በሚል ለብቻቸው ወይም የክርስቶስ መሥዋዕታዊ ሞትና ጸጋው በሌለበት መልኩ ለማቅረብ ከምንገደድበት ሁኔታ ውስጥ እንገባለን፡፡

በውጤቱም እነዚህ ሥራዎቻችን እና ሰብዓዊ ጽድቃችን በእግዚአብሔር ፊት ቀርቦ ሲታይ የመርገም ጨርቅ ስለሆነ፣ ማለቱም ጥቅም ላይ በዋለ የሴቶች ንጽሕና መጠቂያ መልኩ ስለሚታይ እንኳንስ እኛ ልንላበሰው የምንሻውን ድነት ሊያስገኝልን ቀርቶ የእግዚአብሔር ቍጣ በላያችን ላይ እንዲነድድ የሚያደርግ ነገር ነው የሚሆነው፡፡

እስከ አሁን ድረስ በስፋትም ሆነ በጥልቀት እየተመለከትናቸው ካሉ ነጥቦች መካከል በእርግጥም የሐዋርያው ጳውሎስ ጭንቀት አስተምህሮ-ድነት በአብያተ ክርስቲያናት ሁሉ ዘንድ በግልጽ እንዲታወቅም ሆነ ዘወትር እንዲታወጅ፣ ደግሞም ይህ የደመቀ ዕውነት ከአንድ ትውልድ ወደ ሌላው በትክክለኛው ይዘቱና ምንነቱ እንዲተላለፍ፣ በዚህም መልኩ የነገረ-ድነት አስተምህሮ የመንፈሳዊው ዓለም ብርሃን እንደ መሆኑ በጥንቃቄ ሊያዝና ከልዩ ልዩ የስሕተት አስተሳሰቦች፣ አስተምህሮዎችም ሆነ ልምምዶች (ከጨለማ) እንዲጠበቅ ጽኑ ፍላጎት ያለው፣ ለዚህም በግንባር ቀደምትነት የተፋለመና ለዚህ ፍልሚያ የፋና-ወጊነትን ተግባር የተወጣ ሐዋርያ እንደ ነበረ እንመለከታለን፡፡

ለመሆኑ ሐዋርያው እንዲህ ያለውን ትግልና ክርክር፣ ደግሞም ብርቱ ፍልሚያ ያደረው ለምንድን ነው? ብለን ብንጠይቅ፣ ደግሞም ለዚህ ጥያቄያችን ትክክለኛውን ወይም መጽሐፍ ቅዱሳዊውን መልስ ልናገኝ ያስፈልጋል፡፡

እንደ ዕውነቱ ከሆነ መጽሐፍ ቅዱሳችን ይህ የድነት ብርሃን በሁለት መሠረታውያን ምክንያቶች ሊጠፋና በዚህም ምክንያት ይህ የደመቀ ዕውነት ተቀብሮ ሊቀር እንደሚችል ያስተምረናል፡፡ የመጀመሪያው መሠረታዊ ምክንያትን አስመልክቶ ጌታችን መድኃኒታችን ኢየሱስ ክርስቶስ ሲናገር “የሰውን ሥርዓት እያስተማሩ በከንቱ ያመልኩኛል!” ብሏል፡፡ ይህም ደግሞ ሰዎች በየጊዜውም ሆነ በየዘመኑ የገዛ ራሳቸውን ሥርዓትና ወግ እንደ እግዚአብሔር ቃልና እንደ ዘላለማዊ ዕውነት እያደረጉ የሚያስተምሩ መሆናቸውን፣ በዚህም ደግሞ ሰው ሠራሽ የሆኑ ትምህርቶችንም ሆነ ልምምዶችን እየተገበሩ በመኖር ዕውነቱ ተቀብሮ የሚኖር መሆኑን በውል እንረዳለን፡፡

ይህ በእርግጥም የእግዚአብሔር ዕውነት የሚሸቃቀጥበት፣ ዕውነት በሐሰት እንዲሁም ብርሃን በጨለማ እንደሚሸፈን፣ ከዚህ የተሣም ዘላለማዊው ዕውነት ተድብዝብዞ የሚቀርና በስተመጨረሻም የሚረሳና እንዳላስፈላጊ ነገር ተደርጎ የሚጣልበት ደረጃ ላይ የሚደረስ መሆኑን እንመለከታለን፡፡ ይህም ደግሞ ሰዎች ዕውነትን ማወቅ እንዲሣናቸው ያደርጋል፡፡

ሁለተኛው ይህ ብርሃን እየደበዘዘም ሆነ በጊዜ ሂደት ውስጥ ፈጽሞ እየጠፋ የሚሄድበት መንገድ የዲያብሎስ አሳሳችነት ተግባር የሚፈጸምበት ልዩና በዕቅድ የሚሠራ ሥራ ነው፡፡ ሐዋርያው ጳውሎስ ይህንን ዕውነት በትክክል ተረድቶታል፡፡

ይህንንም ደግሞ ሐዋርያው “መንፈስ ግን በግልጽ በኋለኛው ዘመን አንዳንዶች በውሸተኞች ግብዝነት የሚሰጠውን የአጋንንትን ትምህርት እያደመጡ ሃይማኖትን ይክዳሉ ይላል” በሚል ቃል አስፍሮታል፡፡ ይህም ደግሞ የእግዚአብሔርን ብርሃን የሚያጠፋ ትምህርት የሚያመጡና የደመቀው ዕውነቱ እንዲቀበር የሚያደርጉቱ የሰው ልጆች ብቻ ሳይሆኑ፣ ክፉ መናፍስት የሆኑቱ አጋንንትም ጭምር እንደ ሆኑ በውል የሚያሳየን ነው፡፡

V. ማጠቃለያ

እንግዲህ በዚህ የሮሜ መግቢያ ጽሑፍ ውስጥ እንደ ተመለከትነው ሐዋርያው ጳውሎስ የሮሜ መልእክትን የጻፈባቸው ብዙ ምክንያቶችም ብዙ ምክንያትም ሆነ በርካታ ዓላማዎች እንደ ነበሩት ለመረዳት የሚያስችሉ ዐበይት አሳቦችን ስንመለከት ቆይተናል፡፡

እናም በስተመጨረሻው ነገራችንን ሰብስብ አድርገን ለመቋጨት የሚያስችሉትን ምክንያቶች እና ዓላማዎች ወደ ማስታወስ እናመራለን፡፡ እነዚህም፡-

1. የወንጌል ምንነት በግልጽ ማሳየት
2. የወንጌል መልእክተኝነት ጥሪን፣ ጸጋን እና ሐዋርያነትን ጭምር የሚሻ ታላቅም ሆነ የላቀ ተግባር መሆኑን ማስገንዘብ
3. በድነት ውስጥ ያለን የሰዎች ድርሻ በትክክል ማሳየት (ጸጋው ያስገኘውን ድነት በእምነት መቀበል ብቻ መሆኑን በውል ማስረዳት)
4. በድነት ውስጥ ያለን የእግዚአብሔርን ድርሻ በትክክል ማሳየት (ድነት የተሠራው በክርስቶስ መሆኑን፣ የሚያድነው የእግዚአብሔር ጸጋ ብቻ መሆኑን፣ በእርግጥም ማዳን የእግዚአብሔር መሆኑን ማስገንዘብ)
5. የሰው ጽድቅ ለድነት ምንም ዐይነት ፋይዳ የሌለውና ከእምነት የሚነሣ መታዘዝ ብቻ መሆኑን ማሳየት
6. ያለ ሕግ የሚሠራ የእግዚአብሔር ጽድቅ መገለጡን ማሳየት
7. ይህ የእግዚአብሔር ጽድቅ ወጥነት ባለው መልኩ ከብሉያት እስከ አዲሳት ድረስ እየሠራ የነበረም ሆነ የኖረ መሆኑን ማስገንዘብ
8. እንደ አብርሃምና ዳዊት ያሉትም ሰዎች ሕይወትና አገልግሎት፣ እንዲሁም ምስክርነት ጭምር ይህንን የእግዚአብሔርን አጽዳቂነት ብቻ የሚመለከት መሆኑን ማሳየት ናቸው፡፡ ከዚህም ሐዋርያው በጊዜው የነበረው ትውልድም ሆነ መጭውን ትውልድ የሚጠቅሙ ዐበይት አስተምህሮዎችን ለማስተማር ዕቅዶና ጊዜ ወስዶና ተዘጋጅቶ የሮሜ መልእክትን በሮሜ ላለች ቤተ ክርስቲያን እና በእርስዋም አማካይነት መልእክቱ ሊደርሳቸው ለሚገባቸው አብያተ ክርስቲያናት ሁሉ፣ ደግሞም ለመጭው ትውልድም ጭምር መጻፉን እንመለከታለን፡፡ ክብር ለእግዚአብሔር ለአምላካችን ይሁን! አሜን!

አብርሃምም አመነ...

የጳውሎስን «በጽድቅ በእምነት» የሚል አስተምህሮ የሚያነብቡት በሮም የሚገኙ አይሁዳውያን «ጋሼ ጳውሎስ ይህ አስተምህሮህ ለመሆኑ ከእኛ ታሪክ ጋር እንዴት

ይሄዳል? ይህን አስተምህሮ ሕግና ነቢያት አረጋግጠውታል ብለሃል፡፡ ዳሩ ግን አባታችን አብርሃምስ? የሚል ጥያቄ ማንሣታቸው አይቀርም፡፡»

ጳውሎስም ይህንን ጥያቄ በመቀበል ማብራሪያ ይሰጣል፡፡ ጳውሎስ የሚሰጠው መብራሪያ ግን ከኋላ የተናገራቸውን ነገሮች በሚያጸና መልኩ መሆኑን ልብ ማለት ይገባል፡፡ ባለፈው ምዕራፍ ሁሉም በድለዋል፡፡ ስለዚህ ድነት (መዳን) ለሁሉም ያስፈልጋል ብሎ ነበር፡፡ እንዲሁ አሁንም አብርሃምን አስመልክቶ ሲጽፍም ይህንኑ ይጠቀማል፡፡

አብርሃም ለአይሁድ በሥጋ አባታቸው ነው፡፡ እንዲሁም ደግሞ «ለአመኑት ሁሉ» አባት ነው፡፡ ማለትም በክርስቶስ ለአመኑ ሁሉ ማለት ነው (ገላ. 3፥1-18)፡፡ ይህንን ዕውነት በማንሣት የቀድሞ አባቶች እንደ አሁኖቹ አማኞች ሁሉ የጸኑት በእምነት ነው በማለት ብርቱ ማስረጃውን ያቀርባል፡፡ ይህም ማስረጃው አብርሃም በእምነት የጸደቀባቸውን ሦስት ዕውነታዎች ያካተተ ነው፡፡

1. አብርሃም የጸደቀው በእምነት እንጂ በሥራ አይደለም (ከቊ. 1-8)
2. አብርሃም የጸደቀው በጸጋ እንጂ፣ በሕግ አይደለም (ከቊ. 9-17)
3. አብርሃም የጸደቀው በትንሣኤው ኃይል እንጂ፣ በሰው ጥረት (ብርታት) አይደለም (ከቊ. 18-25)

4፥1 እንግዲህ በሥጋ አባታችን የሆነ አብርሃም ምን አገኘ እንላለን?

እንግዲህ . . . አገኘ . . .

እንግዲህ የሚለው ቃል በአይሁዳውያን ዘንድ ስለ አብርሃም የነበረውን አመለካከትና ቀደም ባሉት ምዕራፎች እርሱ ያነሳውን አሳብ ለማገናኘትና ማስረጃውን (ጭብጡን) በይፋ ለማስቀመጥ የተንደረደረ መሆኑን የሚያመለክት ነው፡፡

አገኘ

አብርሃም ከእግዚአብሔር ዘንድ ያገኘውን ዋጋ የሚያመለክት ሲሆን፣ አብርሃም ዋጋውን ያገኘበትን ምክንያት አስመልክቶ በአይሁድና በአብርሃም መካከል በጣም ሰፊ ልዩነት አለ፡፡

አይሁድ አብርሃም ጽድቅን ያገኘው በሥራው ነው ብለው ሲያምኑ፣ ጳውሎስ ግን ምንም ሥራ ሳይሠራና የትኛውንም ሃይማኖታዊ ወግ ሳይፈጽም በጸጋና ከእግዚአብሔር ሞገስ የተነሣ ያገኘ መሆኑን በብርቱ ያምናል፡፡

በዘፍ. 18፥3 «አግኝቼ ከሆነ» ብሎ አብርሃም ያቀረበው ጥያቄ ፍጹም ትሕትና የሞላበት እንጂ፣ ከሥራዬ የተነሣ፣ ከሆነ ከዕልሀ የተነሣ የይገባኛል ጥያቄ እንዳልሆነ የመጽሐፍ ቅዱስ አስተማሪዎች ይስማማሉ፡፡ ይህም ማለት መንገድህንና አካሄድህን ዐውቄው ከሆነ፣ ተረድቼውና ገብቶኝ ከሆነ፣ የጸጋህን ፍለጋ ተከትዬ ከሆነ፣ ባይገባኝም አንተው ሞገሴ ነህና አንተው የሰጠኸኝን ሞገስ ዐይተህ ማለቱ ነው፡፡

"እንግዲህ ምን አገኘ እንላለን? ሐዋርያው ጳውሎስ እንደ ተለመደው አጻጻፉ ጉዳዩን (መከራከሪያውን) እየቋጨና እያስረዳ ይመጣል፡፡ የመጨረሻው ንግግሩ (3፥31) ላይ «ሕግን በእምነት እንሽራለንን? አይደለም፤ ሕግን እናጸናለን እንጂ» የሚል ነበር (6፥1፤ 7፥7፤ 8፥31)፡፡ ሕግን በእምነት በኩል ሕያው ነው እንጂ፣ አልተሻረም የሚለው አነጋገር ለአይሁድ ግማሽ መልስ እንደ ሆነ ወይም የቀረ ሌላ ነገር እንዳለ ያመለክታል፡፡

በእምነት በኩል ሕግ የፈጸመው ጌታችን ኢየሱስ ክርስቶስ ነው (ገላ. 4፥4፤ ማቴ. 3፥15፤ 5፥7)፡፡ ጌታችን ኢየሱስ የአይሁድን ሕዝብ ከሕግ በታች ሆኖ ሕግን በመፈጸም አገልግሏቸዋል፡፡ ይህን ሲያደርግ ራሱን በመግለጥ (ጸጋ) በመግለጥ ተመላልሶአል (ሮሜ 15፥8)፡፡ በመጨረሻ ሕጉ የጠየቀው የሰዎችን በደልና መርገም በእግዚአብሔር ፊት ያለውን የዕዳ ጽሕፈትና ከስ መከፈል ነበረበት፡፡ እርሱ በእንጨት ላይ በመሰቀል ከሕግ እርግማን ዋጀን (ገላ. 3፥13፤ ቈላስ. 2፥14)፡፡

አብርሃም ... አገኘ የሚለው ቃል አንድ ያልታወቀ ነገር ከጊዜ በኋላ የተረዳው ዕውነት ወይም የደረሰበት ዕውቀት እና የተገነዘበው ማለት ነው፡፡ የአብርሃም እምነት የመጣው ከእግዚአብሔር መሆኑን ያመለክታል፡፡ እግዚአብሔር የገለጠለት ያሳየው ዕውነት ነበር፡፡ እግዚአብሔር የልቡና ዐይኖቹን ሲያበራለት ከእግዚአብሔር የሆነውን ጽድቅ በእምነት በኩል ማግኘቱን ዐወቀ፡፡

አብርሃም ጒዞውን በእምነት ጀመረ፡፡ ከሐገር ከቤተ ሰብህ ተለይተህ ውጣ ሲለው ጌታችን ኢየሱስ ክርስቶስ ከመወለዱ ከሁለት ሺህ ዘጠና አንድ ዓመት በፊት የሰባ አምስት ዓመት

ጐልማሳ ነበር፡፡ ይህ የመጀመሪያ ቃል ኪዳን የተቀበለበት ጊዜ ነበር (ዘፍ. 12÷1-3)፡፡ አብርሃም እግዚአብሔር ከካራን ወጥቶ ወደ ከንዓን ሲሄድና በዚያም ሲደርስ እንደገና የተስፋ ቃሉን አስረገጠለት (ዘፍ. 12÷7)፡፡

አብርሃም ከንዓን ሳይቀመጥ ከነዓንን ተመልክቶ ብዙ ሳይቀመጥ ወደ ግብፅ ተመለሰ (ዘፍ. 13÷1-4)፡፡ የከነዓን ምድር አሥራ ስድስት ዓመት ብቻ ተቀምጦ ርሃብ ስለሆነ ወደ ግብፅ ተመልሶአል፡፡ ክርስቶስ ከመወለዱ በፊት ከሁለት ሺህ ሰማንያ አምስት (ዓመተ ዓለም) ተመልሶ ግብፅ ኖረ፡፡ በዚህ ወቅት ሎጥን ማርኮ መልከ-ጼድቅን አግኝቶአል (ዘፍ. 14)፡፡ ይህ የሆነው እግዚአብሔር ለሁለተኛ ጊዜ ቃል ኪዳኑን ሊገባለት አንድ ዓመት በፊት ነበር ይህም ክርስቶስ ኢየሱስ ከመወለዱ ከሁለት ሺህ ሰማንያ አራት ዓመት በፊት ነው፡፡ አንድ ዓመት ከቆየ በኋላ እግዚአብሔር ሁለተኛውን ቃል ኪዳን ሲገባለት እንመለከታለን (ዘፍ 15) ያን ጊዜ አብርሃም ሰማንያ ስድስት ዓመት ሰው ነበር (ዘፍ 15÷6)፡፡

የመጨረሻው ኪዳኑ ያጸናለት እና በእምነት ይህ በቃን በማያዳግም የተቀበለው እና ኪዳኑ ፈጽሞ የጸናው በምዕራፍ 22 ላይ ነው (ዘፍ. 22÷16)፡፡ ይህ የሆነው ክርስቶስ ኢየሱስ ከመወለዱ ከሁለት ሺህ አምሳ አራት ዓመተ ዓለም ነበር፡፡ በዚህ ጊዜ ይስሐቅ የአሥራ አምስት ዓመት ወጣት ልጅ ይሆናል የሚሉ ሲገኙ ብዙዎች ግን ከሃያ ዓመት እስከ 33 ዓመት ይሆነዋል ይላሉ፡፡

የጌታችን የኢየሱስ ክርስቶስ መሥዋዕት በ33 ዓመት ዕድሜው እንደ ሆነ፡፡ አብርሃም የመቶ ሰላሳ ሰባት ዓመት እንደ ሆነ ይገመታል፡፡ አብርሃም በ75 ዓመት ሰው እያለ የተጠራው ለ25 ዓመት ጠብቆ ይስሐቅን አገኘ፡፡ ከዚያ ይስሐቅን ወደ ሞሪያ ተራራ ሊሠዋ ሲሄድ ወደ ሰላሳ ዓመት ይሆነዋል ብንል፣ አብርሃም የተስፋ ኪዳኑን ይስሐቅን ሙሉ ለሙሉ በእምነት ሊወርስ 55 ዓመት ፈጅቶበት፣ ከዚያ አርባ ዓመት ዕድሜ ኖሮት በመቶ ሰባ አምስት ዓመት ከዚህ ዓለም በሞት ተለይቶ በገነት ጻድቃኖች ወደ ተሰበሰቡት ወደ ጽዮን ተራራ ተሸጋግሮአል፡፡

አብርሃም ይከተለው የነበረው እና ያገኘው የእግዚአብሔር ጽድቅ ስጦታ በእምነት ነው፡፡ ይህ እምነት ግን ከጊዜ ጊዜ እየቀጠለ ተስፋውን እንዲያገኝ አድርጐታል፡፡ ሐዋርያው ለሮሜ ሰዎች እንደ ገለጸው «የእግዚአብሔር ጽድቅ ከእምነት ወደ እምነት ይገለጣል» (ሮሜ 1÷17) እንዳለው አባታችን የእምነትን ሕይወት የገለጠበት ነው፡፡

የልቡና ዐይኖቹ በርተው በሙሉ መረዳት ውስጥ ሆኖ ይስሐቅን በማየት በመሠዊያው ላይ በማጋደም፣ እንዲሁም ከሞት መነሣት ያህል በእምነት ተቀበለ፡፡ ያን ጊዜ እግዚአብሔር በራሱ ማለ! (ዘፍ. 22÷16-17፤ ዕብ. 6÷13 - 15፤ ዮሐ. 8÷56)፡፡ አብርሃም የሠራቸው ሥራ ሁሉ በእምነት በተወለደና ከእግዚአብሔር በተገለጠ ኃይል እንደ ሆነ እናስተውላለን፡፡ ከልቡ በበራው ፍቅር፣ ማለትም (ኃይል) የመነጨ እንደ ሆነ መጽሐፍ ቅዱስ ይነግረናል፡፡ በእርግጥ ከልቡ እግዚአብሔርን መውደድ እንደ እሳት በልቡ የፈሰሰ የተፍለቀለቀም ነገር ነበር (ዘፍ. 22÷12)፡፡ መፍራት ማለት መታመን ማለት ሲሆን፣ ከፍቅር የሚወጣ አክብሮትንና መታዘዝን ይገልጣል፡፡

ኤክስፓንድድ ባይብል ፡- ገላ. 5÷6 በፍቅር በኩል እምነት ይኖራል፡፡ ይህም ፍቅር እምነትን ወደ ሕይወት አምጥቶ ወደ ፍፅምና ያመጣዋል ማለት ነው፡፡ የፓሼን መጽሐፍ ቅዱስ - ገላትያ 5÷6 ያለውን ...» ይለዋል፡፡ ዘ ቮይስ ... ፡፡ አምፐሊፋይድ ... አባታችን እንግዲህ ይህን እምነት ከፍቅር ግፊት የፈጸመው ሲሆን፣ በዕድሜው የፍቅር ዕውቀት በእምነት በኩል ሕያው ሆኖ (ተለማምዶት) የተረዳው የተገነዘበው ነገር ነው፡፡

አብርሃም ይስሐቅን እስከ መሠዋት ድረስ ያደረሰው ጭካኔ (ቍርጥ ውሳኔ ያደገው) የተረዳው ዕውነት ልቡን አብርቶት በፍቅሩ ስለ ተነደፈ ነው፡፡ አብርሃም የእግዚአብሔር ወዳጅ የሆነው ልቡ በፍቅር ስለ ታሰረ ነበር፡፡ ስለሆነም በተረዳው ዕውነት ቍርጥ ውሳኔን በተግባር ፈጸመው (መኃ. 8÷6-7፤ 2ኛ ቆሮ. 5÷14)፡፡

«የሚያነሳሳን እንደ ነዳጅ ለአገልግሎት ኃይልንና የጋለ ፍላጎትን የሚሞላን የክርስቶስ ፍቅር ነው፤(ሀ) ምክንያቱም ነፍሱን ስለ ሁላችንም እንደሰጠ በሙሉ ልብ እናምናለንና። ይህም ደግሞ ሁሉ ከእርሱ ጋር ሞተዋል ማለት ነው፤

የግርጌ ማስታወሻ፡-

ሀ. ጳውሎስ የተጠቀመው "ሳይኔኮ" የሚለውን የግሪክ ቃል ነው፤ ("ሳይን" ማለት "አብሮ" ማለት ሲሆን "ኤኮ" ደግሞ የእንግሊዘኛው "echo" የሚለው ቃል ስር ነው። ትርጕሙም "መያዝ" "ግድ ማለት" "ማጣደፍ" "መቆጣጠር" "ወይም ሙሉ ለሙሉ አሸንፎ መግዛት" የሚል ነው። ጳውሎስ በሕይወት እየጣመው እንዲቀጥል ምክንያት የሆነው ልቡን የሞላው የክርስቶስ ፍቅር እንደሆነና ይህም ፍቅር ያለውን ነገር ሁሉ ለእግዚአብሔር እንዲተው እንዳስገደደው መናገሩ ነው። ጳውሎስ ሕይወታችንን እንመራባቸው ዘንድ ሰባት ኃይል ሰጭዎችን ጠቁሞናል፡- 1ኛ. መንፈስ ቅዱስ ቁ. 5 2ኛ. እምነት ቁ. 7 3ኛ. በሰማይ የሚጠብቀን አዲስ የማይሞት አካል እንዳለን በደስታ ማመን ቁ. 8 4ኛ. በጋለ

ስሜት ለክርስቶስ መኖርን የሕይወት ግብ ማድረግ ቁ. 9 5ኛ. በክርስቶስ ፊት የምንቆምበት ቀን እንደሚመጣ ማወቅ ቁ. 10 6. ቅዱስ የሆነ ፈሪሃ እግዚአብሔር ቁ. 11 7. ክርስቶስ ለእኛ ያለው የማያልቅ ፍቅር ቁጥር 14። 2ኛ ቆሮንቶስ 5፡14 (ዘፓሽን ትራንስሌይሽን)

«እንደ እብድ ብሆን ለእግዚአብሔር ብዬ ነው፤ አብዝቼ በአእምሮ እንደበሰለ ሰው ብሆን ደግሞ ለእናንተ ብዬ ነው። የክርስቶስ ፍቅር ይህን ያህል ነው ራሴን እንድሰጥ ያደረገኝ። በምንሰራው ሥራ ሁሉ የመጀመሪያውን ፈቃድ የመጨረሻውንም ውሳኔ የሚያደርገው የእርሱ ፍቅር ነው»። 2ኛ ቆሮንቶስ 5፡14 (ዘሜሴጅ መፅሐፍ ቅዱስ)

[ምክንያቱም] የክርስቶስ ፍቅር እኛን ይቆጣጠረናል [ያስገድደናል፤ ያንቀሳቅሰናል]፣ ምክንያቱም አንዱ ስለ ሁሉ እንደ ሞተ፣ ስለዚህም ደግሞ ሁሉም እንደ ሞቱ [እኛ በመንፈስ ከክርስቶስ ጋር ሞተናል፤ ይህም ስለ ኃጢአታችን የሆነ ቅጣት ነው] ዕናውቃለን [ተረድተናል፤ ደምድመናል፡፡ (2ኛ ቆሮንቶስ 5÷14 ኤክስፓንድድ ባይብል. ኢ.ኤክስ.ቢ) የተግባራታችን መንቀሳቀሻ የክርስቶስ ፍቅር ነው፡፡ (2ኛ ቆሮንቶስ 5÷14 ጄ.ፊ. ፊሊፕስ ኒው ቴስታመንት)

«አባታችን ይህን ቆራጥነት (ብርታትን) ከየት አገኘ? ለአንድ ልጁ እስኪጨክን ድረስ እንዲህ ዐይነት ከየት አገኘ? ሐዋርያው ለሮሜ ሰዎች በዚሁ ምዕራፍ አስገራሚ ምሥጢር ይጽፍላቸዋል (4÷21)፡፡ ይህም በእምነት ውስጥ እንደ ነበረ ከዚያ ብርታትን (ቍረጥ ውሳኔን ማድረግ) የሚችልበት ኃይል አገኘ፡፡ - ይህም እምነቱ ደግሞ እግዚአብሔር የተናገረውን ይፈጽማል ከሚለው ኪዳኑ የተገኘ ነው፡፡

ስለሆነም አብርሃም ጽድቅን ያገኘው በሥጋ ኃይል አልነበረም፡፡ ወይም ከምድራዊ ዕውቀት ጥበብ አይደለም፡፡ የምድራዊ ብልቶቹን የጽድቅ መሣሪያ አድርጎ እንዲያቀርብ እግዚአብሔር ከመውደድ እና የሰጠውን ተስፋ (የጽድቅ ጽጦታ) እንደሚፈጽመው አጥብቆ በመረዳት ከጊዜ ወደ ጊዜ በምድራዊ ሁኔታ እየጨመረ ቢመጣም፣ በትዕግሥት፣ በእምነት ኃይልንና ብርታት በማግኘት በእግዚአብሔር ጊዜ ተስፋውን (ይስሐቅን) አገኘ፡፡

አይሁድም ሆኑ የአይሁድ አስተማሪዎች የአብርሃምን በእምነት በኩል የጽድቅን ስጦታ መቀበል ማግኘት ሳይገባቸው ለምን ቀረ፣ ደግሞስ እነርሱ በዚህ ነገር ለምን ሳቱ?

«አብርሃም ... አገኘ» የሚለው ቃል ኀላፊ የሆነ ብቻ ሳይሆን፣ አሁንም ለዘሩ የሆነ የተስፋ ቃል መሆኑን ያመለክታል። እግዚአብሔር ወደ አብርሃም እንዲመለከቱ እንዲያውቁት፣ ከእርሱም ጋር በእምነት ተካፋዮች እንዲሆኑ፣ አስቀድሞ ለአብርሃም ወንጌልን እንደ ሰበከ ለእነርሱም በየዘመናቱ በነቢያቱም ሆነ በሕግ በኩል አመልክቶአቸው ነበር።

እግዚአብሔር ስለ አብርሃም ወራሽነት በሥራ ሳይሆን በእምነት በኩል እንዲሆን ከመናገር አላቆመም (ኢሳ. 51፥2፤ 41፥8)። አይሁድ ግን አብርሃም በሕግ ሥራ ያገኘው ነገር እንደ ሆነ አድርገው ይወስዱ ነበር። ስለ እርሱም ሆነ ስለ ራሳቸው ያለው አመለካከት እግዚአብሔር ስለ እነርሱም ሆነ ስለ አብርሃም ከተናገረው ፈጽሞ የሚለይ ነው (ማቴ. 3፥9፤ ሉቃስ 3፥8)።

አብርሃም አለን እያሉ ወደዘላለም ሞት መሄድ አለ ይላቸዋል። አብርሃም ምንም የሚመኩበት የለውም። አብርሃም ከማንም ከምን የሚሻል ሰው ሆኖ አይደለም። ሆኖም ግን አብርሃም ያለው የእግዚአብሔር ኪዳን መሐላ የተስፋ ቃል ሲሆን ከአብርሃም እምነት ሲሆን በፍቅር ጉልበት ኃይልን አግኝቶ የእምነትን መታዘዝ መግለጥ ነበር። አብርሃም በሕይወቱ ይህን አድርጐ አሳይቶአል።

ነቢያቱም አባቶችም ሕጉ የሚያመለክተውን ለመስማት ዕንቢ አሉ። ይህ ዐቋማቸውን ይዘው በኃጢአታቸው እንደሚሞቱ ከወዲሁ ታላቁ መምህር ነግሮአቸው ነበር (ዮሐ. 8፥24)። በእምነት በኩል የጽድቅ ስጦታ እንደሚገኝ የአብርሃምን ኮቴ ተከትለው ከሄዱት የአይሁድ ቅሬታዎች በስተቀር ብዙዎች ይህን ወንጌል ዕንቢ ብለው እንደ ዐቋማቸው በሲኦል እንደሚገቡ ከእምነት ይልቅ በሥራ ሆነ በተኣምራት ላይ የተደገፈ መሆኑን በምሳሌ ይነግራቸዋል (ማር. 8፥11፤ ማቴ. 12፥38፤ ዮሐ. 2፥18)።

አብርሃም ምንም ተኣምራት ሳያይ በእምነት በኩል አመነ። ተኣምራት የታየው በሕግ በኩል ነበር። ስለዚህም ጌታችን ኢየሱስ አስቀድሞ ነቀፋቸው (ዮሐ. 4፥8)። የሀብታሙ ሰው እና የአልዓዛር ግለ ታሪክን ስናጠና የምናስተውለው ዕውነት ነው።

ይህ ሰው በሕግ በኩል እንደ ፈሪሳውያን ዐዋቂ ሲሆን፣ የተደላደለ ሰው ነበር። ይሁን እንጂ፣ «ባልንጀራህን እንደ ራስህ ውደድ» የሚለውን በሕግ በኩል የተነገረውን ትእዛዝ፣ አስቀድሞ የነበረውን የወንጌል ዕውነት የማይቀበል፣ በመመጻደቅ ውስጥ ከሚገኙ ወገኖች

መካከል የሚመደብ ነበር፡፡ እንደ ሕጉ የአብርሃም ልጅ በደጁ ከውሾች የሚተርፈውን ፍርፋሪ ሊመገብ ባልተገባውም ነበር፡፡

አብርሃም ራሱን ለሎጥ ነፍሱን የሰጠ ስለ ሰዶም እንኳ የማለደ የፍቅር ሰው ነበር (ማቴ. 19÷21)፡፡ የሙሴ ሕግ የአብርሃም ራስ እንጂ ጅራት እንዲሆን አይፈቅድም፡፡ ነብያቱም ሕጉም ሕዝቡን ለመንከባከብ ለማክበር የተሰጠ እንጂ ባሪያ እንዲሆን አልጠራቸውም (1ኛ ሳሙ. 2÷8፤ መዝ. 37÷25)፡፡ ይህ ሰው ግን አልዓዛር ከደጁ ትርፍራፊ እንዲበላ አድርጎታል፡፡ እርሱ እና እርሱን የመሰሉት በኃጢአታቸው ሞቱ፤ ለሰይጣንና ለመእክቱም ወደ ተዘጋጀላቸው ወደ ሲዖል ወረዱ፡፡

እንደ ዐቋማቸው ወደ ጥልቁ ተሸጋገሩ፡፡ ታላቁ መምህር ሲያስተምረን የፈለገው ምንድን ነው? በዚያም ውስጥ ሆነው አብርሃምን ከሩቅ ዐዩት፡፡ እንዲህም አሉት፡- «አብርሃም ሆይ÷ ማረኝ» ... ይሉታል፡፡ ይህ የመጀመሪያ ንግግራቸው ነበር፡፡ ነገር ግን ምሕረት በእምነት በኩል የሚገኝ ነበር እንጂ፣ በሥጋ የአብርሃም ልጅ በመሆን የሚገኝ አይደለም፡፡ በምድር መልካም ነገሮችን እንደ አገኙና በእነርሱም ደስ እንደ ተሰኙ ገለጠላቸው፡፡

ይህ የእግዚአብሔር መልካምነት (ምሕረት) በእምነት በኩል የሚገኝ ነበር፡፡ ሁለተኛው ጥያቄው አምስት ወንድሞች አሉኝ፤ እነርሱ ወደዚህ እንዳይመጡ ማስጠንቀቂያ ይሰጣቸው ሲል ይጠይቀዋል፡፡ መጽሐፍ ቅዱሳችን ስናጠና አምስት ቍጥር የእግዚአብሔር ጸጋ የሚገልጥ ነው፡፡ ይህ ሰው በእርግጥም በአብርሃም በኩል ጸጋን የተቀበለ ሰው ነው፡፡

ይሁን እንጂ፣ በእምነት በኩል የእግዚአብሔር ጸጋ ወራሽ ሊሆን ሲገባው፣ በወንጌል በኩል የሚገኘውን ጸጋ ወደ ዕረፍት ያስገባ ሰው ነው፡፡ ወደዚህ ዕረፍት የሚገባው በእምነት በኩል ነበር (ዕብ. 4÷8-9)፡፡ ሦስተኛው ጥያቄ የዚህ ክፍለ እምብርት ነው፡፡ «ከሙታን አንዱ ቢሄድላቸው ንስሐ ይገባሉ» የሚል ነው፡፡

የትምህርቱ ክፍል በሉቃስ 16÷30 ላይ ይገኛል፡፡ ለአብርሃም የተሰጠ አንድ ተኣምራት ነበር፡፡ እርሱም የይስሐቅ መወለድ፣ መሞትና መነሣት ነበር፡፡ ለዚህ ትውልድ የተሰጠው አንድ ምልክት ነው (ማቴ. 16÷4፤ 12÷39)፡፡ ጌታችን ኢየሱስ አንዴ ታየ፤ ሞቶ ተነሣ፤ በመጨረሻም ዐረገ (1 ጢሞ. 3÷16)፡፡

እርሱ አይታይም በእምነት በኩል ግን ያዩታል እርሱ የእምነት ራስ እና ምንጭ እንዲሁም ጀማሪ እና ፈፃሚ ስለሆነ በእርግጥ ለሕይወት በሕይወትም ይኖሩ ዘንድ ነው፡ ዮሐ. 14፥19)። እንግዲህ አይሁድ በእስር ቤት እንዳሉ እናስተውላለን (ዮሐ. 8፥33፤ ሕዝ. 3፥24)።

የቀደመውን የአብርሃምን ፈለግ ለመከተል አልፈለጉም። ትልቁ ችግራቸው በሥራ ሊያከብሩት ፈለጉ እርሱ እሳት እና ልጅ (እስራኤል የበኩር ልጅ) ሆኖ ከፍቅር የወጣ አምልኮ መታመን ከሚገኘው የእምነት ኃይል እንዲመላለሱ ጠርቶአቸው ነበር። እርሱ እየሰራ እነርሱ በድንኳኑ ዘወትር በመቅረብ ኃጢአታቸውን በካህኑ በሚፈስሰው ደም እየተሸፈነ በሕግ በኩል ተጠብቀው መሢሑ እስከሚመጣ ድረስ ዐይናቸውን በምሕረቱና በቸርነቱ ላይ ሆኖ እንዲመላለስ ነበር (ኤር. 7፥22-28፤ 31፥34፤ ኢሳ. 54፥5-7)።
ይልቁንም ለወንጌል ተቃዋሚ የሆኑ ብዙዎች ሆኖዋል። ገና ከልጅነታቸው አባቶቻቸው በበርሃ በእግዚአብሔር ላይ ዐመፁ (ሕዝ. 23፥3፤ 22፥21፤ ዘዳ. 9፥7)።ሲቀጥልም በአለማመን ልባቸው እየደነደነ መጥቶ ነቢያትንና ሕግንም ጭምር መቃወም ቀጠሉ። በመጀመሪያ ነቢያትን ገደሉ (ማቴ. 23፥34)። ከዚያ መሢሑን ገደሉ። በመጨረሻም ሠራተኞች (የወንጌል መልእክተኛ) የሆኑትን አሰቃዩ። በአሁን ጊዜ ሚስዮናውያንን ወደ ዓለም ሁሉ መላክ የሚገባት እስራኤል ልትሆን ሲገባት፣ እርሷ ግን በሯን ዘግታለች (ኤር. 25፥4)። ከጥቂቶች በስተቀር ለእምነት ተቃዋሚ ሆነዋል።

ቊጥር 1

እንግዲህ በሥጋ አባታችን የሆነ አብርሃም ምን አገኘ እንላለን?

ምንድን

6፥1፤ 7፣7፤ 8፥31

አብርሃም

ኢሳይያስ 51፥2፤ ማቴዎስ 3፥9፤ ሉቃስ 3፥8፤ 16፥24፣ 25፣ 29-31፤ ዮሐንስ 8፥33፣37-41፣ 53፣ 56፤ የሐዋርያት ሥራ 13፥26፤ 2ኛ ቆሮንቶስ 11፥22

በሥጋ

16፤ ዕብራውያን 12፥9

4፥2 አብርሃም በሥራ ጸድቆ ቢሆን የሚመካበት አለውና፥ ነገር ግን በእግዚአብሔር ዘንድ አይደለም።

የአብርሃም መፅደቅ ለአይሁዶች ዋና ቁም-ነገር ነው፡፡ በሕግ በኩል ማለትም ሕግን በመፈጸም (አድርግ፣ አታድርግ) በሚለው ሰው የሚያገኘው የሥራ ውጤት የሆነው ጽድቅ አለ፡፡ ይህ ጽድቅ በሰውየው ተግባር ላይ የሚከናወንና በሕግ ፊት የሚጠይቀውን ብቻ በመፈጸም ላይ የተመሠረተ ነው፡፡ ይህ የሰውዬውን ተግባር የሚያንጸባርቅ እና ሰውዬውን ራሱን የሚያስመካ ነው፡፡ በማንም ስም ሆነ ድጋፍ የሚደረግ አይደለም፡፡

«ራሴ ጉልበቴ ይህችን አደረገች» ብሎ የሚመካበት የሥራው ውጤት ነው፡፡ በሌላ አነጋገር «እኔ» የሚለውን ቃል አጋንኖ የሚቆም ሲሆን፣ ብቸኛ መሆኑን የሚያረጋግጥበት ነው፡፡ ሰው በራሴ ይህን እፈጽመዋለሁ ብሎ በዐቅሙ በችሎቱ እፈጽመዋለሁ ብሎ የሚለው በመጨረሻም ጀብዴ ነው ብሎ የሚፎክርበት እና የሚያኲራራባት ነው፡፡ ሌላው ጽድቅ ደግሞ «የጽድቅ ስጦታ» የሚባለው ነው፡፡

ይህ ጽድቅ እግዚአብሔር በሰውዬው መዝገብ የሚታሰብለት ስጦታ ሲሆን፣ ይህም ስጦታ እግዚአብሔር የሚከብርበት (ለክብሩ ምስጋና) የማሆነው ነው፡፡ ይህ ስጦታ በእግዚአብሔር ዕጅ ተዘጋጅቶ ለሚያምኑት ርስት ክብር ባለጠግነት ሆኖ የተሰጠ ነው፡፡ ይህን ርስት ክብር ባለጠግነት መውረስ የሚያስችል ብቃት የሚሆነው ራሱ እግዚአብሔር ነው፡፡

ይህ ብቃት ደግሞ እግዚአብሔር ይህን ውርስ እንዲወርስ እንዲችል ብቁ (ልጅ) በማድረግ የተሠራ የመለኮት አሠራር ነው፡፡ እግዚአብሔር ይህን በኃጢአት ሥር የሚኖረው «እኔ ራሴ ጉልበቴ ይህችን አድርጋለች - ኃጢአተኛ ሥጋ» ያልዳነውን ሰው በራሱ አሠራር (በክርስቶስ ሞት እና ትንሣኤ) በእምነት በኩል ከልጁ ጋር እንዲተባበር አድርጎት ከኃጢአት ግዛት አውጥቶት ወደ ጸጋው ንጉሣዊ አገዛዝ በማፍለስ ክብሩን እንዲቀበል በማድረግ ነው መለኮታዊ ብቃቱን በይፋ ገለጠ፡፡

ይህም ሰውዬው ከራሱ በሥጋው ከመመካካት አወጥቶት በእግዚአብሔር እንዲመካ ያደርገዋል፡፡ በእግዚአብሔር እንዲመካ የሚያደርገው ይህ ሰው በክርስቶስ ኢየሱስ ሞት እና ትንሣኤ መተባበሩ (በክርስቶስ ውስጥ መገኘቱ) ነው (ፊልጵ. 3፥9)፡፡ እንግዲህ ይህ

ሰው በሥጋው በኃጢአት አምባገነንነት (የኃጢአት ባሪያ) ሆኖ «እኔ» እያለ ሊመካ የሚችል ሲሆን፣ በዚያም የጽድቅን ሥራ ሠርቶ የጽድቅን ፍሬ ማግኘት እንደማይችል ነው፡፡

አለዚያ በክርስቶስ ሞት እና ትንሣኤ ተባብሮ (በክርስቶስ ውስጥ ተዳኝ) ኃጢአተኛ ሥጋ ወይም አሮጌው ማንነቱ ተወግዶ ተሰቅሎ ይህም ከኃጢአት አገዛዝ ወጥቶ ወደ ፍቅር ልጅ መንግሥት በመፍለስ የጸጋ ልጅ (በጸጋው ሕይወት በመንገሥ -የዘላለም ሕይወት) አግኝቶ የእግዚአብሔር ክብር ባለጠግነት ነው፡፡ የአይሁድ ትልቁ ችግር ይህ ነበር፡፡ በሕግ ሥራ በኃጢአት ሥር ሆነው የዘላለምን ሕይወት (ክብር) ሊያገኙ የአብርሃምን በረከት እርሱንም የጽድቅ ክብር ዕርከን ሊደርሱና ሊመላለሱ ይፈልጋሉ፡፡

የአብርሃም ልጅ መሆን የሚቻለው በእምነት በኩል የሚገኘው የጽድቅ ስጦታ በእግዚአብሔር አስቀድሞ የተዘጋጀውን በመውረስ ነው፡፡ አብርሃም ከየት እንደ ተጠራ እንደ መጣ ያውቃሉ፡፡ ሆኖም ግን እነርሱ ከየት እንደ መጡ ሊያውቁ ማስተዋል አልፈለጉም (ዘሌ. 19፥34፤ ሉቃስ 16፥15)፡፡

ስለሆነም ሕግን በመፈጸም ሊያገኙ የሚችሉት መሰላቸው (ሉቃስ 10፥29)፡፡ ራስን ከፍ በማድረግ በኃጢአተኛ ሥጋ (በኃጢአት ባሪያነት ሥር ሆኖ ባለው ማንነት) ይህንና ያንን አገኛለሁ ብለው መሮጣቸው ነው፡፡ ይህም ሆነ ያ አለኝ ብለው በእግዚአብሔር ፊት ባዶ ሆኑ (መዝ. 10፥3፤ 49፥13)፡፡ ይህ እኔ የሚለው ማንነታቸው ራሳቸውን ከፍ ከፍ የሚያደርግ፣ እነርሱንም የሚተባበሩአቸው ሰዎች አንዳቸው ሌላውን ሲያሞካሹ ይታያል (መዝ. 49፥18)፡፡

ይህ ደግሞ በእግዚአብሔር ፊት ባዶ ብቻ ሳይሆን፣ መታበይ ነው፡፡ ስለሆነም ቅጣት አለው፡፡ እግዚአብሔር የመቅደስ ሥርዓትም በማድረግ ትጸድቃላችሁ አላላቸውም፡፡ ወይም ከእምነት ወጥተው በድርጊት ላይ በእግዚአብሔር ፊት ሊያቆማቸው የሚችል ጽድቅ አለ ብሎ ተናግሮአቸው ዐያውቅም፡፡ ሆኖም ግን አይሁድ በሰው እና በራሳቸው የሚከበሩበትን መረጡ (ምሳሌ 16፥5፤ አሞጽ 5፥21-22፤ ኤር. 9፥23-24፤ ገላ. 6፥13)፡፡

በሥራ ጻድቅ ቢሆን ኖሮ . . .

አይሁድ አብርሃም የጸደቀው በሥራ ነው ብለው ያምኑ ነበርና እንደሱማ ቢሆን ኖሮ ... በማለት የሚከተለውን ወይም በአብርሃም ሕይወት ሊታይ የሚችለውን ነገር ይገልጥላቸዋል፡፡

የሚመካበት ነበረው

የጸደቀው በሥራው ቢሆን ኖሮ ባስመዘገበው የሥራ ውጤት ይመካ ነበር ማለቱ ነው፡፡ ጳውሎስ ይህንን ነጥቡን ቀድሞ ካነሳውና «ትምክህት የት አለ?» በማለት ካቀረበው ጋር አያይዞ አጠናክሮ ይገልጠዋል፡፡

አይሁድ አብርሃም ሕግን በመፈጸም ነው የጸደቀው ብለው ሲሉ፡-

- ሕግ ከመኖሩ በፊት ሕግን ፈጽመዋል ማለታቸው መሆኑን እንዴት ዘነጉት? ጳውሎስም በዚህ ትልቅ ስሕተታቸው ፊት ለፊት ተጋፍጦ «ጽድቅ በእምነት» ወደሚለው አስተምህሮው ሊያመጣቸው በብርቱ ይጥራል፡፡

ቍጥር 2
አብርሃም በሥራ ጻድቅ ቢሆን የሚመካበት አለውና፡፡ ነገር ግን በእግዚአብሔር ዘንድ አይደለም፡፡
ነገር ግን በእግዚአብሔር ዘንድ አይደለም፡፡

አብርሃም
3፥20-28፤ ፊልጵስዩስ 3፥9

እርሱ አለው
3፥27፤ 15 17፤ ሕዝቅኤል 8፥9፤ ኤርምያስ 9፥23፣ 24፤ 1ኛ ቆሮ. 9፥16፤ 2ኛ ቆሮ. 5፥12፤ 11፥12፣ 30፤ 2ኛ ቆሮ. 12፥1-9፤ ገላትያ 6፥13፣ 14፤ ኤፌሶን 2፥9

ነገር ግን
ዘፍጥረት 12፥12፣ 13፣ 18፣ 20፤ 20፥9-13፤ ኢያሱ 24፥2፤ 1ኛ ቆሮንቶስ 1፥29፤ 4፥7፤ገላትያ 3፥22

4፥3 መጽሐፍስ ምን አለ? አብርሃምም እግዚአብሔርን አመነ ጽድቅም ሆኖ ተቈጠረለት።

ሐዋርያው ጳውሎስ አስተምህሮው በእግዚአብሔር ቃል (በብሉይ) የተረጋገጠና የተደገፈ መሆኑን ለማሳሰብ የተጠቀመበት ነው፡፡

«መጽሐፍ ምን አለ» በመጀመሪያ መጻሕፍት ከእግዚአብሔር መንፈስ ተነድቶ የተጻፉ ናቸው፡፡ መጽሐፉ በመጀመሪያ የእግዚአብሔር ሉዓላዊ ሕግ መሆኑን መረዳት ይኖርብናል፡፡ የራሱ የሆነ አሠራር አለው፡፡ እግዚአብሔር ንጉሣችን ስለሆነ የሰጠን ቃላት የተስፋ ቃሉን የሙሴ ሕግ ሉዓላዊ መሆናቸውን ማስታወስ ይገባናል፡፡

የንጉሥ ቃል በግዛቱ ሁሉ ለተለያዩ ሥራዎች የሚሰጡ ናቸው፡፡ የተስፋ ቃሉ የእርሱ ማንነት (ሕያው ቃሉ) መለኮታዊነቱን የሚገልጹባቸው የሚያምነው ሕይወት የሚሆን ነው (ያዕቆብ 1፥18፤ 1ኛ ጴጥ. 1፥23)፡፡ ይህ የተስፋ ቃል የእርሱን ሕይወት እንድንጋራ አደረገን፡፡ እርሱም ኢየሱስ ክርስቶስ የእግዚአብሔር ቃል ነው፡፡

ሌላው የንጉሥ ሕግ ይህ የዘላለም ሕይወት ቃል እንዲገለጥ ሆኖ ሞግዚት ሆኖ እንዲያገለግል የሙሴን ሕግ ልዑል እግዚአብሔር (ንጉሥ) ሰጠን፡፡ ይህም መልካም በጐ ቅድስት ናት (ሮሜ 7፥12)፡፡ ይህ የሙሴ ሕግ ለእርግማን ሳይሆን፣ ሰው ኃጢአተኛነቱን በማወቅ ወደ መሢሑ እንዲመጡ የሚያመለክት በንስሐ ኃጢአታቸው በመቅደስ ሥርዓት በእንስሳት ደም ተሸፍኖ ወደ ልጅ እንዲደርሱ ያገለግላል፡፡ በዚህም የሕይወት ሕግ ተብሎ ይታወቃል (የሐዋ. 7፥38)፡፡

ሕግም ሆኖ በነቢያት በኩል የተሰጡን ሁሉ ሕይወት ይሆኑልን ዘንድ የተሰጡን ናቸው፡፡ የነቢያቱ ሕግስ ስለ ክርስቶስ (ስለ ሕይወት ቃል) የሚናገሩ ናቸውና (ሉቃስ 24፥27)፡፡ ስለ መጻሕፍት ያለን አመለካከት ከፍተኛ ሊሆን ይገባል፡፡ ከንጉሡ አፍ የተሰጠን ነውና (መክ. 8፥4)፡፡

በእርግጥ መጻሕፍትን በመጀመሪያ መመርመር ማንበብ አስፈላጊ ነው፡፡ ወደ ክርስቶስ የሚያደርሱን ናቸውና (የሐዋ. 18፥25-26፤ 17፥11)፡፡ ስለዚህ የመጻሕፍቱን ቃል መጠበቅ፣

ቃሉን ማንበብና መብላት ግዴታችን ነው፡፡ ማለትም የዕለት እንጀራችን ነው፡፡ ለዚህም የሚላኩ የሚያስተምሩ ሰዎች ያስፈልጋሉ (2ኛ ጢሞ. 2÷2፤ ሮሜ 10÷15)፡፡

በእግዚአብሔር አመነ፡- አብርሃም ያመነው የምሥራች ነው፡፡ እግዚአብሔር ለአብርሃም በየጊዜው እየተገለጠ በእርሱ ሥራ ላይ እንዲደገፍ የሰጠውን ተስፋ እንደሚፈጽም እያስተማረው ነበር፡፡ አብርሃም ሆይ÷ እመነኝ እኔ ይህን በገዛ ዕጄ እፈጽመዋለሁ የሚል የምሥራች ቃል ነበር (ገላ. 3÷8)፡፡

አብርሃም በተረዳው እና በልቡ በበራለት መገለጥ ደስ እያለው እግዚአብሔርን እያመሰገነ የሰጠውንም ተስፋ እንደሚፈጸም ከእምነት ወደ እምነት እያደገ በትዕግሥት ይኖር ነበር፡፡ እግዚአብሔር በሥጋ የማይቻለውን ጸጋውን ለመግለጥ የሌለውን እንዳለ የመቍጠር ያህል (በእምነት በኩል-በክርስቶስ ሞት እና ትንሣኤ) የሚገኘውን ጽድቅ ወራሾች እንደሚያደርግ አመነ፡፡

ይህም እየሱስ ክርስቶስ የእግዚአብሔር ጽድቅ ሆኖ ለኃጢአተኛው ሰው ስጦታ አድርጐ ማዘጋጀቱ አብርሃም አመነ፡፡ አብርሃም እግዚአብሔርን የሚሠራውን ዐየ፡፡ ለአብርሃም ትልቁ ሥራ ማየት ብቻ ነበር፡፡ (ዮሐ. 8÷56)፡፡ ለእርሱም ትልቁ በር እምነት ነው (ዮሐ. 6÷29-29)፡፡ የእግዚአብሔር ሥራ የሚፈፀመው በእምነት በኩል ነው (ፊልጵ. 1÷6)፡፡

እግዚአብሔርን አመነ

ይህ ቃል ከብሉይ የተወሰደ ሲሆን (ዘፍ. 15÷6) የብሉይም ፍቺውም በእግዚአብሔር አመነ የሚል ነው፡፡ ይህም እምነት በእግዚአብሔር ታማኝነት ላይ ማረፍንና ሙሉ በሙሉ በእርሱ ብቻ መደገፍን የሚያመለክት ነው፡፡

አብርሃምም በእግዚአብሔር አመነ÷ ጽድቅም ሆኖ ተቈጠረለት (በዘፍ. 15÷6)፡፡

ተቈጠረለት

ከአንድ ሰው አካውንት ውስጥ ማስቀመጥ የሚል የግሪክ ቃል ነው፡፡ ይህው አንድ ዐይነት የሆነ ቃል በምዕራፉ ውስጥ አሥራ አንድ ጊዜ ጥቅም ላይ ውሏል፡፡ “ተቈጠረ” (ሮሜ 4÷4፣ 9-10)፣ እንዲሁም “ተሰጠው” (ሮሜ 4÷6፣ 8፣ 11፣ 21-24) በሚል

ተተርጉሟል፡፡ በተጨማሪም “ተወሰደ” በሚል ተተርጉሟል፡፡ አንድ ሰው በሚሠራ ጊዜ ደመወዝ ያገኛል፤ ደግሞም ይህ ገንዘብ በአካውንቱ ይቀመጣል፡፡ ዳሩ ግን አብርሃም ለድነቱ አልሠራም፡፡ እርሱ ዝም ብሎ በእግዚአብሔር ቃል አመነ፡፡ በመስቀሉ ላይ የሞተው ኢየሱስ ክርስቶስ ነበር፤ ደግሞም የእርሱ ጽድቅ በአብርሃም አካውንት ውስጥ ተቀመጠ፡፡ (ዘ ኤክስፖዚተርስ ግሪክ አዲስ ኪዳን)

አይሁድ አብርሃም ጽድቅን ያገኘው በመታዘዙ ነው፡፡ ስለዚህም የሥራው ውጤት ነው ይላሉ፡፡ ጳውሎስ ግን ከሥራ ቢሆን ኖሮ የሚገባው ደመወዝ ተከፈለው ይባል ነበር እንጂ፣ ተቈጠረለት አይባልም በማለት ማስረጃውን ግልጽ ያደርገዋል፡፡

- *ሥራ ደመወዝ አለው፤ የይገባኛል ጥያቄም ማንሣት ይቻላል፡፡*
- እምነት ግን ምንም ሥራ ስለ ሌለበት ደመወዝ የለውም፥ ስጦታ ግን ይቀበላል፡፡ አብርሃምም አመነና ስጦታውን ተቀበለ፡፡

«ተቈጠረለት» የሚለውን ቃል በባንክ የአሠራር ሕግ ብንመለከተው፣ አንድ ሀብታም በራሱ አካውንት የነበረን አንድ ትልቅ ሀብት ምንም ለሌለው ምስኪን በእኔ አካውንት የነበረውን ሂሳብ በእርሱ ውስጥ አስቀምጡልኝ ብሎ ትእዛዝ መስጠቱንና ሰውዬውም ያንን ነፃ ስጦታ፣ አሜን እሺ ብሎ አምኖ መቀበሉን ያመለክታል፡፡

በዚህም መሠረት እግዚአብሔር የራሱን ንብረት በአብርሃም መዝገብ ውስጥ አስገባለት ማለት ነው፡፡ ስለዚህ በአብርሃም ውስጥ የተገኘው ጽድቅ የጌታ ንብረት እንጂ፣ የአብርሃም የልፋቱ ውጤት አይደለም፡፡

ቍጥር 3

መጽሐፍስ ምን አለ? አብርሃምም እግዚአብሔርን አመነ ጽድቅም ሆኖ ተቈጠረለት፡፡

ምንድን

9፥17፤ 10፥11፤ 11፥2፤ ኢሳይያስ 8፥20፤ ማርቆስ 12፥10፤ ያዕቆብ 4፥5፤ 2ኛ ጴጥ. 1፥20፣ 21

አብርሃም

ዘፍጥረት 15፥6፤ ገላትያ 3፥6-8፤ ያዕቆብ 2፥23

ተቈጠረ

5፣ 9፣ 11፤ 22-25፤ መዝሙር 106፥31

4፥4 ለሚሠራ ደመወዝ እንደ ዕዳ ነው እንጂ እንደ ጸጋ አይቈጠርለትም፤

በሥራ በኩል ምስጋና የሚሰጠው ለሚሠራው ይታወቃል፡፡ የሥራው ተመጣጣኝ ደመወዝ ከምስጋና ጋር ይሰጠዋል፡፡ ሆኖም ደመወዙ የድካሙ ውጤት መካካሻ ስለሆነ፣ ያለ ምስጋና ሊቀበለው ይችላል፡፡ ስለሆነም ደመወዙ የሚመሰገንበት ብቻ ሊሆን ይችላል፡፡ በሥራ በኩል የሚያገኘው ማዕረግ ሰውዬውን የሚያከብርና የሚያሞግስ ይሆናል፡፡

በኅብረተሰቡ መካከል ሆነ የጣር የሥራ ክፍል በሚገባ ግዳጅን የጨረሰ አለቃ ሆነ፤ ኮኔሬል ወይም ጀኔራል ሊሆን ሲችል፣ ማዕረጉ የእርሱ የላቡ ውጤት ነው፡፡ በእግዚአብሔር ዘንድ የሚገኘው እንዲህ አይደለም፡፡ እግዚአብሔር በሠራው አሠራር በእምነት በኩል በውርስ በኩል የሚሰጠው ነው፡፡ ይህን ውርስ እግዚአብሔር ሊሰጠን በሞት በኑዛዜ መፈጸም ይኖርበታል፡፡

ስለዚህም ልጁን ልኮ በእኛ ኃጢአት ሞቶ የእግዚአብሔርን ክብር እንድንወርስ አደረገን (ዕብ. 9፥16)፡፡
እንግዲህ ይህን በክርስቶስ የተገኘውን ርስት ለመውረስ በእምነት የኑዛዜውን ቃል በመታመን በመጽናናት መመላለስ ይገባዋል፡፡ ከእግዚአብሔርን የሆነውን ነፃ ስጦታ በእምነት ለሚፈልግ (በእምነት ለማመላለስ፣ የእምነትን ሕይወት የሚኖር) ከእምነት በኩል የሚገኘውን የእግዚአብሔር ርስት የሆነውን ክርስቶስን (ክርስቶስ ሕይወታችንን) እንዲዋጋ ሆኖ ተሰጠን፡፡ ክርስቶስን አገኝ ዘንድ በክርስቶስም በማመን ጽድቅ ማለት ከእግዚአብሔር ዘንድ ያለው ጽድቅ (ፊልጵ. 3፥9)፡፡ የእምነትን ፍሊጋ አስቀድሞ ርስትን አዘጋጅቶ ይህን በእምነት በኩል እንድንፈልግ በውስጣችን የፍቅር ጥማት አስቀምጦ ከእምነት ወደ እምነት (የእምነት ሕይወት) እንድንኖር የመለኮት አሠራር ያዘጋጀ እግዚአብሔር ነው (ኢሳ. 55፥1፤ ዕብ. 11፥6)፡፡

ከዚህ በተስፋ ቃሉ የተገኘው የእግዚአብሔር ጽድቅ ምክንያት የሞተው የክርስቶስ ሕይወት አግኝቶ የሕይወት መንፈስ በእግዚአብሔር ፍቅር በማውጣት እና በተገኘ እምነት የተነሣ በቅድስና እንዲኖር ብቃት ሰጥቶታል፡፡ ከኃጢአት ግዛት ወጥቶ ወደ ደጋው መንግሥት ፈልሶ እንደ ልጅ የዘላለም ሕይወት (ክብር) አግኝቶ በዚያ በተሰጠው የጸጋ ብቃት የጽድቅ ፍሬ አለው፡፡ ይህም የመንፈስ ፍሬ በእምነት በኩል እየበዛ

ለእግዚአብሔር ክብር ይውላል፡፡ ስለሆነም በእምነት በኩል የዘላለም ሕይወት እንደ ጸጋ የተሰጠው እንደ ሆነ ሁሉ በእምነት በእግዚአብሔር ክብር መኖር መመላለስ እንደ ጸጋ የተሰጠው ነው፡፡ በመጨረሻም ከዚህ ቍርበት (ድንኳን) ተለይቶ ወደ ዘላለም ክብሩ የሚሸጋገረው በጸጋው ጉልበት በእምነት ይህም በክርስቶስ በመታመን ነው፡፡

በሌላ አነጋገር ክርስቶስ የሕይወቱ ጀማሪ፣ እንዲሁም በሕይወቱ ያለ የመጨረሻ መከበር በእርሱ ውስጥ ሆኖ ክብሩን የሚገልጥ የእግዚአብሔር ጸጋ ሆኖ የተሰጠን ነው፡፡ አንዳንድ ጊዜ በታላቅ መከራ ወንጌልን ያደረሱ ከፍተኛ ድርሻ አላቸው በማለት በሕግ በኩል እንደሚገኝ ደመወዝ የማየት ነገር በጸጋ አገዛዝ ሥር ሆነን ልንይዝ እንችላለን፡፡ ለታላቁ መምህር ግን ሁሉ በጸጋ የተገኘ ውጤት ነበር፡፡

ሐዋርያው ጳውሎስ ሲጀምር ጸጋውን አመሰገነ፡፡ ሲቀጥል በጸጋው እንኖራለን አለ፡፡ በመጨረሻም ከሁሉም ይልቅ ብዙ የደከምሁት እና የሠራሁት እንኳ በጸጋው ነው አለ፡፡ ይህም አንድ ሰው በእምነት በኩል የሠራው የጽድቅ ሥራ ፍሬ ከሌላው አይለይም ማለት አይደለም (ማቴ. 20÷11-12፣ 15፤ 1ኛ ቆሮ. 15÷10፤ ሉቃስ 17÷10)፡፡

አብርሃም አባታችን በእርግጥ እምነቱ በእምነትም በኩል በእርሱ የተገለጠው የሚገርም ነው፡፡ ሆኖም አብርሃም ከእምነት ውጭ የሚመካበት አልነበረውም ይልቁንም ለእግዚአብሔር ክብር እየሰጠ በእምነት በረታ (ሮሜ 4÷20-21)፡፡ ከእርሱ ጋር በመከራ ባንሠራ የማንቀበለው እንዳለ ሆኖ ብናውቅም እንኳ በመከራው ውስጥ ጽናትን የሚሰጠን ጸጋው ነው፡፡

በመጨረሻ መኖራችንም ሆነ ስለስሙ የምናደርገው ከፍቅር የወጣ ሕያው እምነት ስላለ እና የጸጋው ጉልበት በእኛ ውስጥ ተገልጦ የሚሠራው መሆኑን በማወቅ እንደ አብርሃም ለእግዚአብሔር ክብር እንድንውል መጽሐፍ የሚለውን ማወቅ አስፈላጊ ነው (2ኛ ጢሞ 2፡12፤ 1ኛ ጴጥ. 4÷10-11፤ ኤፌ. 1÷6)፡፡

ጳውሎስ ይህንን ግልጽ አሳብ ያነሣው

ፈሪሳውያንና ሰዱቃውያን እምነቱንና መታዘዙን እንደ ሥራ ይቈጥሩት ስለ ነበር ገልጦ ሊያሳያቸው ነው፡፡ ሥራ ከሆነ ደግሞ ለአብርሃም የልፋቱን ዋጋ ነው የሚሰጠው ስለዚህ ለእግዚአብሔር እንደ ዕዳ ነው የሚቈጠረው ብሎ ለማስረዳት ተጠቅሞበታል፡፡ስጦታ

ሰጭው ይመሰገንበታል፤ ደመወዝ ግን ሠራተኛው ይከፈልበታል፡፡ አብርሃም በሥራ ጻድቅ ቢሆን ኖሮ፣ የጸጋው ትሩፋት አይደርሰውም ነበር፡፡ አብርሃም ግን አመነ ስለዚህም የጽድቅ ትሩፋት ደረሰው «**ጸደቀ**»፡፡

መቆጠር (logizomai /ሎጊዞማይ ከ from logos /ሎጎስ = ምክንያት፣ ቃል) ማለት የአንድ የሌላ አካል ንብረትን መውሰድና ወደ ሌላ አካል መቁጠር፡፡

ጸጋ (charis /ካሪዝ) በዚህ ክፍል ላይ አሳቡ ያልተገባ ስጦታን መስጠት ነው፡፡ ከሠራ ይህን ያገኛዋል፡፡ ነገር ግን ይህ ቀመር በባርነት ላለ ሰው አይሠራም፡፡

ዕዳ (3783) (opheilema /ኦፊሎሌማ ከ opheilo /ኦፊሎሎ = ብድር መውሰድ ወይንም ጠንካራ የሆነ የሞራል ግዴታ እና ኀላፊነት ውስጥ መውደቅ ነው) ማለት የተወሰደ ወይም ገና የሚቀር ብድር እንደማለት ነው፡፡

ኬኔት ዌስት ሲያብራራ "ጳውሎስ እዚህ ጋር የሚጠቀምበት የማብራርያ መንገድ ከሰው ልማድ ጋር አያይዞ ነው፡፡ በትኩረት የሚናገረው አንድ ቀጣሪ ቀጥሮ ላሠራው አካል ደመወዝ ሲከፍለው እንደ ጸጋ ሳይሆን፣ የሚገባው በሕግም ጭምር የተወሰነለትን ክፍያ እንደ ሰጠው ነው የሚቈጠረው፡፡ ይህ አሠሪው ከሠራተኛው የወሰደው የዕዳ ብድር ነው፡፡

ሠራተኛው አሠሪውን ሊያመሰግነው ይችል ይሆናል፡፡ ዳሩ ግን ይህን የሚያረገው ከቅንነት እንጂ ሕግ ስለሚያስገድደው አይደለም፡፡ ክፍያውን ያገኘው ስለሚገባው ነው፡፡ ኃጢአተኛ በመልካም ሥራው ቢሆን ድህነትን ያገኘው እግዚአብሔር ከኃጢአተኛው ሥራ የተነሣ ባለ ዕዳ ይሆንና ድነትን ይሰጠው ዘንድ ይገደዳል፡፡ እንደዚያ ቢሆን እግዚአብሔር ለሰው ልጅ የሰጠው ጸጋ አይባልም ነበር፡፡ ሰውም ስላገኘው ነገር እግዚአብሔርን ማመስገንና ማክበር አይገደድም ነበር፡፡"

ቍጥር 4
ለሚሠራ ደመወዝ እንደ ዕዳ ነው እንጂ እንደ ጸጋ አይቈጠርለትም፡፡
9፥32፤ 11 6፥35፤ ማቴዎስ 20፥1-16

4፥5 ነገር ግን ለማይሠራ፥ ኃጢአተኛውንም በሚያደድቅ ለሚያምን ሰው እምነቱ ጽድቅ ሆኖ ይቆጠርለታል።

ይህ ቃል የሙሴን ሕግ የተቀበሉ፣ ነገር ግን ጽድቅ የሚገኘው ሕግን በመጠበቅ ሳይሆን፣ በጸጋ ነው ብለው በጸጋው የሚታመኑ ሰዎችን ለማመልከት የገባ ነው፡፡

ለማይሠራ፡- የማይሠራ ማለት ሕይወት ዕንቅስቃሴ የሌለው ማለት ነው፡፡ ሙታን የሆነ ነገር ማለት ነው፡፡ ሕይወት ሳይገባበት ሕያው ሆኖ የሚንቀሳቀስ እንደ ሌለ ሁሉ በእምነት በኩል ኃጢአተኛውን በማጽደቅ የጽድቅ ሕይወት (ጽድቅ ፍሬ) በእግዚአብሔር ሕይወት መኖር አይቻልም፡፡
የጽድቅ ሥራ ሳይገኝበት ይልቁንም የኃጢአት ባሪያ ሆኖ ሙታን የሆነውን ነው የጽድቅ ስጦታ የሆነውን ክርስቶስን ሰጥቶ በክርስቶስ ሞት እና ትንሣኤ በመተባበር በእግዚአብሔር ሕይወት (ክብር) እንዲኖር አደረገው፡፡ ቀድሞውኑ ሙታን የሆነ የሚሠራው ሥራ ቢኖረውም፣ በእግዚአብሔር ፊት የመርገም ጨርቅ የሆነ ጽድቅን የሚያቀርብበትና ባዶ ሆኖ የሚንቀሳቀስበት ሕይወት የሚኖር ሰው ነው፡፡

ከእግዚአብሔር ጋር ጥል የሆነ ስለ ተፈረደበት የማይሠራ (ኃጢአተኛ) መሆኑ አንድም ጻድቅ እንደ ሌለ አስቀድመን ከሰሰናቸዋል (ሮሜ 3፥11፤ ሮሜ 8፥7-8፤ 6፥21)፡፡ ክፉ ሥራችሁን በማድረግ በአሳባችሁ ጠላቶች የነበራችሁን (ቈላስ. 1፥21፤ ቲቶ 3፥3)፡፡

አብርሃም በእግዚአብሔር ሥራ በመታመኑ (ይህም የክርስቶስ ሞት እና ትንሣኤ) በተገኘው የእግዚአብሔር አሠራር በመደገፉ ጽድቅን ተቀበሎ ጻድቅ ሆነ፡፡ እንግዲህ እምነት ጽድቅን እንዲቀበል አደረገው፡፡ ይህም ከኃጢአት ወጥቶ በእግዚአብሔር ሆኖ ለበረከት እንዲሆን አስችሎታል፡፡ እግዚአብሔርም ለአብርሃም ወንጌልን ሰበከለት፡፡ አብርሃምም አመነ፡፡ ወንጌል ደግሞ አብርሃምን ተባርኮ ለበረከት እንዲሆን አደረገው፡፡

ኃጢአተኛውን በሚያጸድቅ

ዐመፀኛውንና ክፉውን በሚያጸድቅ በእግዚአብሔር ኃጢአተኛው ሰው «ጻድቅ» ተብሎ የተነገረበትን አሠራር ያመለክታል፡፡ ይህ ቃል ለአይሁድ ትልቅ ትርጕም የሚሰጥ ነው ምክንያቱም፡-

ሀ/ በብሉይ የተሰጠው ሕግ ምህረት አያደርግም ነበር (ዘጸ. 23÷7)። ይህ ደግሞ የጌታ ባሕርይ ነው።

ለ/ ከሕግ አንዱን ያፈረሰ ሁሉንም እንዳፈረሰ ይቈጠርበታል። ስለዚህም ሰው ሕግን በመጠበቅ ሊጸድቅ አይችልም። እንግዲያው ኃጢአተኛውን ከሚያጸድቅ ከጻድቁ ከእግዚአብሔር እንጂ፣ ጽድቅ ከሰው ሊገኝ አይችልም።

አሁንም ዘፍጥረት 15÷6ን እያብራራነው ነው የምንገኘው፤ እዚህ ላይ ጳውሎስ አብርሃምን ይጠቅሰዋል። የሚቈጠር ጽድቅ አንድ ሰው በሕግ ችሎት ፊት ከሚኖረው ትክክለኛነት ጋር የሚወዳደር ዐይነቱ ነው። - ይህ በደለኛ ተደርጎ ካለመቈጠር ጋር አንድ ነው። ዳሩ ግን ይህ አሳብ የይቅርታ ዐዋጅ ከሆነ ነገር ጋር ብቻ አብሮ ዘልቆ ይጓዛል። ደግሞም የቱም ጥንታዊ የሆነ አይሁዳዊ አንባቢ የእግዚአብሔርን የትክክለኝነት መግለጫ ዐዋጅ ሕጋዊ በሆኑ ቃሎች ብቻ አይወስነውም፡- እግዚአብሔር በሚናገርበት ጊዜ አዲስ የሆነ ዕውነታን ይፈጥራል (ዘፍ. 1÷3)፤ (ተመልከቱ ሮሜ 6÷1-11)። (አይ.ቪ.ፒ. የመጽሐፍ ቅዱስ ታሪክ ባግራውንድ ሐተታ-አዲስ ኪዳን በክሬግ ኤስ ኪኔር .1993)

ቍጥር 5

ነገር ግን ለማይሠራ ኃጢአተኛውንም በሚያደድቅ ለሚያምን ሰው እምነቱ ጽድቅ ሆኖ ይቈጠርለታል።

ነገር ግን

24፤ 25፤ 3÷22፤ 5÷1፣ 2፤ 10÷3፣ 9፣ 10፤ የሐዋርያት ሥራ 13÷38፣ 39፤ ገላትያ 2:16፣ 17፤ 3÷9-14፤ ፊልጵስዩስ 3÷9

ለሚያምን

24፤ 3÷26-30፤ 8:30-34፤ ዮሐንስ 5÷24፤ ገላትያ 3÷8

ኃጢአተኛው

1÷17፣ 18፤ 5÷6-8፤ ኢያሱ 24÷2፤ ዘካርያስ 3÷3፣4፤ 1ኛ ቆሮ 6÷9-11፤ 1ኛ ጢሞ. 1÷13-15፤ ቲቶ 3÷3-7

የእርሱ እምነት

3፤ ዕንባቆም 2÷4

4÷6-8 እንደዚሁ ዳዊት ደግሞ እግዚአብሔር ያለ ሥራ ጽድቅን ስለሚቆጥርለት ስለ ሰው ብፅዕና ይናገራል እንዲህ ሲል፡-ዓመፃቸው የተሰረየላቸው ኃጢአታቸውም የተከደነላቸው ብፁዓን ናቸው፤ ጌታ ኃጢአቱን የማይቆጥርበት ሰው ብፁዕ ነው።

እንደዚሁ ዳዊት ደግሞ እግዚአብሔር ያለ ሥራ ጽድቅን ስለሚቆጥርለት ስለ ሰው ብፅዕና ይናገራል እንዲህ ሲል

ለአብርሃም የተሰበከለት ለዳዊት ይህ ወንጌል ተሰብኮለታል፡፡ ይህም የወንጌሉ ዋና መልእክተኛ የሆነው መሢሑ እንደ ሆነ ዳዊት በልቡናው ዐይኖቹ የተመለከተው ነው፡፡ ሐዋርያውም ጳውሎስ ለዚህ ወንጌል እንደ ተለየ ይናገራል (ሮሜ 1÷3-4)፡፡

ዳዊት የምሥራቹን ወንጌል በጥንቃቄ የሚያውቅ ነው፡፡ ስለ ክርቶስ መከራ (መዝ. 22÷ 1፣ 6-17)፣ ስለ ክርስቶስ መክበር (መዝ. 110÷1)፣ ዳዊት የሰው መጐብኘት በራሱ በጐ ሥነ ምግባር የመጣ ስለሆነ ሳይሆን፣ በእግዚአብሔር ምህረት በክርስቶስ በኩል መጐብኘት እንደ ሆነ የተረዳው ያስተዋለው እምነት የሆነለትም ይህ የዕውቀት ብርሃን ነው (መዝ 8፡ 4-6)፡፡ ልጁም ከአባቱ የተረዳው ዕውነት ይህ ነበር (1ኛ ነገሥት 8÷32)፡፡

ሕጉ ኃጢአተኛውን አያጸድቅም (ዘጸ. 23÷7)፡፡ ጽድቅን ያደረገውን ሰው በደለኛውን ኮንኖ ከእርግማን በታች ለማድረግ የሙሴ ሕግ ተሰጥቶናል (ዘዳ. 25÷1)፡፡ ስለሆነም ዳዊት እንደ ተረዳው፡- ኃጢአት በክርስቶስ ባይታሰብ ዋጋ ሳይከፈል ጽድቅ ለሰው ልጆች እንደ ስጦታ ሊቆም ሊታይ እንደማይችል የተረዳው ነው፡፡ ስለሆነም የመሢሑ መሞት የኃጢአት ዋጋ ሕግ በታች በመሆኑ መሢሑ መከራ እንደሚቀበል ተመለከተ፡፡

ከእርሱ ጋር በሞቱ የተባበሩ፣ ማለትም ክርስቶስ ለኃጢአት ሞቶ ለእነርሱ ጽድቅን ስጦታ ለማካፈል እንደሚችል ለሚታመኑ ጽድቃቸው ሆኖ በአብ ፊት ሊቆም እንደቻለ ተናገረ፡፡ ስለሆነም ከክርስቶስ ከሞትን በኋላ ኃጢአት ይገባኛል የሚል ክስ ይዞ በአብ ፊት ሊቀርብ እንዳይችል ዕዳው ተደመሰሰ፡፡

አሁን የክርስቶስን ጽድቅ ተቀብለን በእግዚአብሔር ክብር ሆነ ከእግዚአብሔር ፍቅር ሊለየን እንደማይችል፣ ይልቁንም ስለእኛ የሞተው በአብ ፊት የሚታየው (ጽድቃችን ሆኖ)

የሚማለድልን ኢየሱስ ክርስቶስ ነው (ሮሜ 8፥33-34)፡፡ ያለ ሥራ መፍጨርጨር የተሰጠን የክርስቶስ ሕይወት (የእግዚአብሔር ክብር) እንደ ጸጋ ሆነልን፡፡

ከውድ ልጁ ጋር በሞቱ እና በትንሣኤው እስከ ተባበርን ድረስ ኃጢአት በእኛ ላይ ሥልጣንም ሆነ ኃይል አይኖረውም (1ኛ ዮሐ. 1፥5-7)፡፡ በእርግጥ ሰው የእግዚአብሔር ክብር የሚገለጥበት መሆኑን ያሳየናል (የሐዋ. 26፥18)፡፡

ያለ ሥራ . . . ብፅዕና

ጳውሎስ በዚህ ሥፍራ ነጥቡን በአስተማማኝ መሠረት ላይ ለማሳረፍ የዳዊትን ሕይወት ምሳሌ በማድረግ ግሩም ማስረጃ ያቀርባል (መዝ. 32፥1-2)፡፡ ይህ አሳብ ዳዊት ከቤርሳቤህ ጋር ኃጢአት ከሠራ በኋላ በዘመረው መዝሙር ውስጥ የተጠቀሰ ሲሆን፣ ሁለት ዋና ዋና ነጥቦችን ዳዊት አስቀምጧል፡፡

1/ እግዚአብሔር ኃጢአትን ይቅር ይላል፤ የሰው የልፋት ውጤት ያልሆነውንም ጽድቅ ለሰው ይሰጣል፡፡

2/ ኃጢአትን አይቈጥርም - ክርስቲያኖች በኃጢአት ልንወድቅ እንችላለን፡፡ በሠራነው ኃጢአትም ንስሐ መግባት አለብን፡፡ ነገር ግን እግዚአብሔር ኃጢአታችንን አይቈጥርም፡፡ መልካም ሥራችንን ይመዘግብልናል እንጂ፣ ኃጢአታችንን አይመዘግብብንም፡፡ ንስሐ ስንገባ ጨርሶ ያነጻናል፡፡

ሐዋርያው ይህንን ብርቱ ማስረጃ በማንሣት ብፅዕናው ከሰውዬው መልካምነት ጋር ያልተገናኘ፣ ነገር ግን እግዚአብሔር በመስቀሉ በኩል ባደረገው ቤዛነት ከእግዚአብሔር የተገኘ ነው፡፡

ብጽዕና (makarismos /ማካሪስሞስ ከ makarízo /ማካሪዞ = የተባረከ ተደርጎ መቀጠር /ብፁዕ መሆን) የሚያወራው ከውጫዊ ተጽዕኖ ውጭ የሆነ ደስተኝነትን ነው፡፡ በዚህ ክፍል በረከቱ /ብፅዕናው የክርስቶስ ፍጹም ጽድቅ ለእኛ መቈጠሩ ነው፡፡ እኛ ባለ ዕዳዎች ነበርን፡፡ በዚህም የባለ ዕዳ እስር ቤት /ሲዖል ለዘላለም መጣል ነበረብን፡፡ ልንከፍለው የማንችለው ዕዳ ነበረብን፡፡ ክርስቶስ ግን ያልወሰደውን ዕዳ ከፈለ፡፡(መጽሐፍ ቅዱስ

ጥቅሶች የብሉይና / የአዲስ ኪዳን ግሪክ መዝገበ ቃላት፣ የቴየር ትርጉም 1989. በ ጆሴፍ ሄንሪ ቴየር፣ አስቲን ሐተታ/ በጄፍ ጋሪሰን)

“የተባረኩ መሆን” የሚለው በግሪኩ ማካሪስሞስ የሚሰኝ ሲሆን፣ የተባከ የመሆን ዐዋጅ ነው፡፡ ማካሪስሞስ ምሁራኑ በሚጠቀሙበት ግሪክ “መበልጸግ” ማለት ነው፡፡ በአዲስ ኪዳን “በመንፈስ የበለጸገ” ማለት ነው፡፡ “ዳዊት እግዚአብሔር በእርሱ በኩል በተሠራ በየትኛውም መልካም ሥራ አማካይነት ሳይሆን፣ በውስጡ ጽድቅን ስላስቀመጠበት በመንፈስ ስለ በለጸገ ሁኔታ ያውጃል፡፡” “በውስጡ ማኖር” የሚለው ሎጊዞማይ የሚሰኝ ሲሆን፣ “በአካውንቱ ላይ ማስቀመጥ፣ ለእርሱ ማስቀመጥ፣ ክምችትን ማኖር” የሚል ፍቺ አለው፡፡ “የተባከ” (ቁ. 7) የሚለው ማካሪዮስ የሚሰኝ ሲሆን፣ “በመንፈስ የበለጸገ” ማለት ነው፡፡ መተላለፍ ሕግ-ዐልባ ማለት ሲሆን፣ አኖሚያ ከሚለው የተገኘ ነው፡፡ ሕግን መናቅ ወይም መጣስ የሚል ትርጉም አለው፡፡ ይቅር ተብለዋል የሚለው አፊማይ የሚሰኝ ሲሆን፣ በመስቀሉ ላይ በፍርድ ቤት የአነጋገር ዘዬ “ማስወገድ” የሚል ትርጉም አለው፡፡ (ዌስት፣ ኬ. ኤስ. የግሪክ አዲስ ኪዳን ጥናት)

ከክርስቶስ ደም የተነሣ

ኃጢአቱ ይቅር የተባለለት
ኃጢአቱ የተከደነለት
ኃጢአቱ የማይቈጠርበት ሰው ብፁዕ ነው፡፡

የእግዚአብሔርን በረከትና የተትረፈረፈ ደስታ በማግኘት ይኖር ዘንድ ከክርስቶስ ደም የተነሣ ብቃትን አግኝቷል፡፡

ዓመፃቸው የተሰረየላቸው ኃጢአታቸውም የተከደነላቸው ብፁዓን ናቸው

ሕጉ ዐመፃን በሚያደርጉም ሆነ በኃጢአት ዕግሮቻቸው ፈጥኖ ለሚሄዱ ከፍተኛ ቅጣት እንደሚኖራቸው ይገልጣል፡፡ ጌታችን ኢየሱስ ከዐመፀኞች እና ከኃጢአተኞች ጋር ተቈጥሮ የእኛን ዐመፃ እና ኃጢአት ቅጣት ወሰደ፡፡ ሕጉ በእርግጥ መቅሰፍት ያደርጋል፡፡ ይህ መቅሰፍት የሆነው የሕግ እርግማን ኢየሱስ ክርስቶስ በመስቀል ላይ ወስደው የዕዳን ጽሕፈት አስወገደ፡፡

ጌታችን ኢየሱስ ከሕግ በታች በመሆን ሕግ የሚናገረውን ሁሉ ቢፈጽም በሕግ በኩል ወደ ብርሃን ወጥቶ በአብ ፊት ያመጣውን ቁጣ በማወቅ በመረዳት ወደ ሞት እንደ በግ ተነዳ፡፡ በሸላቶቹ ፊት ዝም እንደሚል በግ የሚያልፍበትን መራራ ጉዞ እና ጽዋ እያወቀ ጠጣው (ሮሜ 3÷20፤ 4÷15፤ ኢሳ. 53÷5፤ ገላ. 3÷13፤ ቈላስ. 2÷14)፡፡

በተቀደሰው ተራራ ከውሽሞቿዋ ጋር በመተኛት ስሙን ያረከሰችው ከፍተኛ ቅጣት እንዳለባት ዐወቀ፡፡ ጌታችን ኢየሱስ በማስጨነቅና በፍርድ ተወስዶ ከግቢ ውጭ መስቀሉን ተሸክሞ ከሕያዋን ምድር እንዲወገድ ሆኖአል፡፡ በተቀደሰው ተራራ በቤተ መቅደሱ ዐመፅን ፈጸሙ (ኤር. 32÷34)፡፡ ለዚህም መስሁ ዋጋ ከፈለ፡፡

ለአብርሃም የሰጠው ኪዳን ይፈጸም ዘንድ ክርስቶስ ለማያምኑት ሁሉ መልካም ማድረግን አላቆመም፡፡ እዚያው ምዕራፍ ነቢዩ ኤርሚያስ አስቀድሞ ለአብርሃም ተገልጦ የምሥራች እንደ ሰበከ ሥራውን ይፈጽማል ይላል (ኤር. 32÷40)፡፡

ዓመፃቸው የተሰረየላቸው

መሰረይ (aphiemi /አፌይሚ ከ apo /አፖ = መለያየትን የሚያሳይ ቅድመ ገላጭ + hiemi /ሄይሚ = ዕንቅስቃሴ ላይ መሆን፤ aphesis /አፌሲስ የሚለውን ስም ገላጭ ቃል ተመልከቱ) ማለት አንድ መለያየትን፣ መነጣጠልን፣ መርሳትን ወይም መተውን የሚያስከስት ተግባርን ነው የሚያሳየው፡፡ መጀመሪያ ከነበረ ቦታ፣ ከነበረ ማንነት ሙሉ ለሙሉ መነጣጠልን የሚያስከስት ተግባር ነው፡፡ ከራስ ማሸሽ ነው፡፡ አንድን ነገር ወደ ጎን አድርጎ ችላ ማለት ወይም ማራቅ የሚል ትርጉም ያለው ነው፡፡ በግሪክ አለማዊ ጽሑፍ ውስጥ አፌይሚ አንድን ነገር መጣል ወይም መወርወር ነው፤ ለምሳሌ ማስሮውን ጣለው፡፡ ከዚህ አገላለጽ ነው ቃሉ ለዘላለም መተውን የሚገልጽ ሆኖ የተወሰደው፡፡ (መጽሐፍ ቅዱስ ጥቅሶች የብሉይና / የአዲስ ኪዳን ግሪክ መዝገበ ቃላት፣ የቴየር ትርጉም 1989. በ ጆሴፍ ሄንሪ ቴየር፣ አስቲን ሐተታ/ በጄፍ ጋሪሰን)

አፌይሚ/ aphiemi/ አንድን ነገር ወደ ጎን ገሸሽ በማድረግ ከመስመር ማውጣትን የሚገልጽ ቃል ሲሆን፣ በዚህ ክፍል መሠረት እግዚአብሔር እኛ በእርሱ ጽድቅ ላይ ከሠራነው ኃጢአት የተነሣ የነበረብንን ግዴታ ወደ ጎን አደረገው ማለት ነው፡፡ ይህ ማለት ልክ አንድ ሰው የገንዘብ ዕዳ ኖሮበት ሳለ፣ ይህንን ነገር ሳይከፍል ሲተውለት ማለት

ነው፡፡ ይህን ቃል የሚገልጸው የእንግሊዝኛው *ፎርጊቭ* "forgive" የሚለው ቃል በትክክል የግሪኩን ቃል አቻ ትርጉም ማምጣት አልቻለም፡፡

በጥንታዊው የግሪክ ጽሑፎች ላይ *አፌይሚ* አንድን ዕቃ ወይም ሰው መላክን / ወደ ጎን ማድረግን የሚያመለክት ዋና ገላጭ ቃል ነበር፡፡ *አፌይሚ* አንድን በሕግ ጭምር በሚደገፍ ማስረጃ በእስር ሊወድቅ የሚገባውን ሰው በፈቃድ በነፃ መልቀቅ ነው፡፡ *አፌሲስ* (aphesis) የሚለው ስም ገላጭ ቃል ነፃ መውጣት የሚል ትርጉም ያለው ነው፡፡ በኋላም ይህ ቃል አንድን በትዳር የታሰረን/ ብድር ያለበትን ወይም መንፈሳዊ መሐላ ያለበትን ሰው ካለበት ግዴት ነፃ መውጣቱን ለመግለጽ ማገልገል ጀመረ፡፡ በመጨረሻ ገለጻው ከጥፋት ቅጣት ነፃ መውጣትን የሚያሳይ ቃል ሆነ፡፡

ኮሊን ብራውን እዚህ አሳብ ላይ ሲጨምር *አፌይሚ* ማለት የራስ የሆነን ንብረት መጣል፣ ከሴት አንጻር መፍታት፣ ስብሰባን መሰረዝ ወይም ማቆም ሲሆን፣ ማቆም የሚሉትን አሳቦች የያዘ ነው፡፡ ሕጋዊ አገልግሎቱ እጅግ ጠቃሚ ነው፡፡ ከእስራት መልቀቅ፣ ክስን ማቋረጥ፣ መሰረዝ ወይም ምሕረት ማድረግ ነው፡፡ (ብራውን ፣ ኮሊን ፣ ኒው ኢንተርናሽናል ዲክሽነሪ የአኪ ቲኦሎጂ. 1986. ዞንደርቫን)

ሪቻርድስ ሲጽፍ "*አፌይሚ* በአዲስ ኪዳን 146 ጊዜ ያህል የተጠቀሰ ጥቅስ ሲሆን፣ ከተጠቀሰው 49 ጊዜ ውስጥ ማስተሰረይ /ይቅር ማለት የሚል አሳብ ያለው ነው እናም ከዚህ ውስጥ ደግሞ 44 ጊዜ ያህሉ በወንጌላት ላይ ነው የሚገኘው፤ ነገር ግን በዚህ ትርጉም የተጠቀሰው በጳውሎስ ጽሑፍ ውስጥ ብቻ ነው" ይላል (ሮሜ 4፥7)፡፡

የኃጢአት፣ የብድር ወይም የወንጀል ይቅርታ ማግኘትን የሚያሳይ አሳብ ያለው ነው፡፡ *አፌይሚ* የሚለው ቃል አብዛኛው የገባበት አሳብ ይቅር ማለት ከሚል የተለየ አሳብን ይዞ ነው፡፡ ይህም መተው፣ መልቀቅ ወይም ችላ ማለት የሚሉ አሳቦችን ነው የያዘው፡፡ (ሪቻርድስ ፣ ላሪ. የመጽሐፍ ቅዱስ ቃላት ኤክስፖዚተሪ ዲክሽነሪ. 1985. ዞንደርቫን)

ኢስተን የመጽሐፍ ቅዱስ መዝገበ ቃላት ስለ ኃጢአት ስርየት አጭርና ግልጽ ማብራርያ ይሰጣል እንዲህ ሲል፣ የመጽደቅ አንድ አካል ይህ ነው፡፡ ኃጢአትን ይቅር በማለት እግዚአብሔር ኃጢአተኛን በክርስቶስ *ሥራ* ምክንያት፣ ከኃጢአት ኩነኔ ነፃ አውጥቶታል፡፡ ይህም ማለት የኃጢአትን ክስ ወይም ኃጢአተኛው ከሠራው ኃጢአት የተነሣ ሊያገኘው ከሚገባው ዘላለማዊ ቍጣ ነፃ አድርጎታል፡፡

ሁሉም ኃጢአት በነፃ ነው ስርየት ያገኘው (የሐዋ. 5፥31፤ 13፥38፤ 1ኛ ዮሐ. 1፥6-9)፡፡ ኃጢአተኛው በዚህ የጸጋ ስጦታ ለዘላለም ከኃጢአት ቅጣት ነፃ ወጣ፡፡ ይህ ከእግዚአብሔር ዘንድ የሆነ ስጦታ ብቻ ነው (መዝ 130፥4፤ ማር. 2፥5)፡፡ በወንጌላት ለሁሉም የቀረበ ስጦታ ነው፡፡

ስርየት

እንደ ዕውነቱ ከሆነ አምስት ዐይነት መጽሐፍ ቅዱሳዊ ስርየቶች አሉ፡-

1. የሕግ ስርየት 2. የወላጅ ስርየት 3. የግል ስርየት 4. የማኅበረሰብ ስርየት 5. የቤተ ክርስቲያን ስርየት

ዋይን ግሩደም "ነፍስን የሚያድን እምነትን" ሲተረጉመው፣ "የሚያድን እምነት ሰው የሆነውን ኢየሱስ ክርስቶስን ለኃጢአት ስርየትና ከእግዚአብሔር አብ ጋር ላለ ዘላለማዊ ሕይወት ማመን ነው ይላል፡፡ ትርጉሙ የሚያሳየን የሚያድን እምነት በመረጃዎች ላይ የሚኖረን መታመን ብቻ አይደለም፡፡ ነገር ግን በኢየሱስ ላይ ያድነኛል የሚል የግል እምነትን ማሳደር ነው፡፡

ትርጉሙ፡፡ በኢየሱስ ላይ የግል እምነት ማሳደር እንጂ፣ ስለ ኢየሱስ መረጃዎችን አጠራቅሞ ማመን አይደለም፡፡ አንድን ነገር ልክ መሆኑን ዐውቀን ላንታመንበት እንችላለን፡፡ ለዚያም ነው የሚያድን እምነት ስለ ኢየሱስ ያሉ የተሰባሰቡ መረጃዎችን ማመን አይደለም የሚለው፡፡ (ግሩደም ፣ ደብልዩ ኤ. ስልታዊ *ሥነ-መለኮታዊ-የመጽሐፍ* ቅዱስ ትምህርት መግቢያ ዞንደርቫን)

ጌታ ኃጢአቱን የማይቆጥርበት ሰው ብፁዕ ነው

ኃጢአቱን የማይቈጥርበት ሕጉ ሰው ኃጢአተኛ መሆኑን በእግዚአብሔር ፊት መበደሉን ከማሳየት ባሻገር የኃጢአት መተላለፍ የዘላለም ሞት እንደሚያመጣ ፍርዱም ፍትሕ እና የማይቀር መሆኑን ለማጽናት በመልአክት በኩል ሙሴ በሲና ተራራ በታላቅ ክብር የተቀበለው ነው፡፡ የኃጢአት ዋጋ በክርስቶስ ተከፈለ፤ ስለሆነም ኃጢአተኛው ሰው በራሱ ተቈጥሮበት መከፈል አይገባውም፡፡ አሁን በሕግ ፊት ሲቀርብ ሕግ የጠየቀውን ክርስቶስ

በመስቀል ፈጽሞታል፡፡ ስለሆነም ኃጢአት ሳይሆን፣ የክርስቶስ ጽድቅ ይቈጠርለታል (2ኛ ቆሮ. 5፥19-21፤ 1ኛ ጴጥ. 2፥24)፡፡

ቊጥር 6

እንደዚህ ዳዊት ደግሞ እግዚአብሔር ያለ ሥራ ጽድቅን ስለሚቈጥርለት ስለ ሰው ብፅዕና ይናገራል፥ እንዲህ ሲል፡-

ብፁዕ መሆን

9፤ ዘዳ. 33፥29፤ መዝሙረዳዊት 1፥1-3፤ 112፥1፤ 146፥5፣ 6፤ ማቴዎስ 5፥3-12፤ ገላትያ 3፥8፣ 9፣ 14፤ 4፥15፤ ኤፌሶን 1፥3

ስለሚሰጠው

11፣ 24፤ 1፥17፤ 3፥22፤ 5 18፣ 19፤ ኢሳይያስ 45፥24፣ 25፤ 54፥17፤ ኤርምያስ 22፥ 6፤ 33፥16፤ ዳንኤል 9፥24፤ 1ኛ ቆሮ. 1፥30፤ 2ኛ ቆሮ. 5፥21፤ ፊልጵስዩስ 3፥9፤ 2ኛ ጴጥሮስ 1፥1

ያለ

3፥20፣ 21፣ 27፤ ኤፌሶን 2፥8-10፤ 2ኛ ጢሞቴዎስ 1፥9

ቊጥር 7

ዓመፃቸው የተሰረየላቸው ኃጢአታቸውም የተከደነላቸው ብፁዓን ናቸው፡፡

መዝሙር 32፥1፣ 2፤ 51፥8፣ 9፤ 85፥2፤ 130፥3፣ 4፤ ኢሳ 40፥1፣ 2፤ ኤርምያስ 33፥8፣ 9፤ ኤር. ሚክያስ 7፥18-20፤ ማቴዎስ 9:2፤ ሉቃስ 7፥47-50

ቊጥር 8

ጌታ ኃጢአቱን የማይቈጥርበት ሰው ብፁዕ ነው፡፡

ለእርሱ

ኢሳይያስ 53፥10-12፤ 2ኛ ቆሮ. 5፥19-20፤ ፊልሞና 1፥18፣ 19፤ 1ኛ ጴጥሮስ 2፥24፤ 3፥18

4፥9-10 እንግዲህ ይህ ብፅዕና ስለ መገረዝ ተነገረ? ወይስ ደግሞ ስለ አለመገረዝ? እምነቱ ለአብርሃም ጽድቅ ሆኖ ተቈጠረለት እንላለንና። እንዴት ተቈጠረለት? ተገርዞ ሳለ ነውን? ወይስ ሳይገረዝ? ተገርዞስ አይደለም፥ ሳይገረዝ ነበር እንጂ

ብፅዕና ስለ መገረዝ ተነገረን?እምነቱ ለአብርሃም ጽድቅ ሆኖ ተቈጠረለት እንላለንና

በእነዚህ ሁለት ቊጥሮች ሐዋርያው ነገሩን የበለጠ ግልጽ በማድረግ መገረዝ የብፅዕና ምልክት አለመሆኑን ለማሳየት በአብርሃም መገረዝና ጽድቅን በማግኘቱ መካከል ያለውን የጊዜ ገደብ (ቅደም ተከተል) በማንሣት ማስረጃውን ያጠናክራል፡፡ ለአብርሃም እምነቱ

ጽድቅ ሆኖ የተቈጠረለት ከመገረዙ በፊት ስለሆነ፣ ብፅዕናውም ከመገረዙ ጋር የተገናኘ አይደለም።

አይሁድ የመገረዝ ሥርዓት እንደ ምልክት ሆኖ የሰጣቸው ማን እንደ ሆነ ለምን እንደ ተሰጣቸው የመረዳት ደረጃቸው የወረደ ነበር። «በሕግም የዕውቀት መልክ» ነበራቸው እንጂ፣ ሕጉም ሆነ ዕውነተኛ መረዳት የላቸውም። የአምልኮ መልክ ነበራቸው፤ ዳሩ ግን የሚያመልኩት እና የሚኖሩለትን ሕይወት አያንጸባርቁም ነበር (ዮሐ. 7÷22፤ ዘሌ. 12÷3፤ የሐዋ. 7÷8)።

ልክ የመገረዝን ሥርዓት ምሥጢር እንዳልተረዱት የሰንበትን ሕግ ማን እንደ ሰጣቸው ለምን ተሰጣቸው? የሰንበት ጌታ እና መጻሕፍት ምን ይላል? የሚል መመርመር የሚችል ሰፊ ልብ አልነበራቸው። ይህ የሆነው ድምፁን ሲሰሙ ልባቸውን ዕልከኛ ስላደረጉ ነበር። የራሳቸውን ጽድቅ ለማቆም ሲሉ ከእግዚአብሔር ጽድቅ ጋር መጋጨት ቀጠሉ። ሐዋርያው በዚህ የሮሜ መጽሐፍ እግዚአብሔርን ያስቸገረው ኃጢአት ሳይሆን፣ የጽድቅን ስጦታ በእምነት መቀበል ነው። አብርሃም ጽድቅን አገኘ፤ የአብርሃም ልጆች ግን በኃጢአታቸው ሞቱ። ኃጢአታቸው ደግሞ በልጁ አለማመን ነው። በእምነት ሕይወት አለመመላለስ ይህም ክርስቶስ የእነርሱ ጽድቅ ሆኖ በውስጣቸው የሕይወት መንፈስ ሕግ፣ እንዲሁም የሙሴ ሕግ ፍጻሜ መሆኑን ማመን ነው። አብርሃም የሠራው ሥራ የለም። ነገር ግን አመነ፤ ጽድቅ ሆኖ ተቈጠረለት። ስለማመኑ እና በእምነት በኩል መዳኑ (መጽደቁ) ምልክት ይሆን ዘንድ መገረዝ ሥርዓት ተሰጠው።

ቍጥር 9

እንግዲህ ይህ ብፅዕና ስለ መገረዝ ተነገረ? ወይስ ደግሞ ስለ አለመገረዝ? እምነቱ ለአብርሃም ጽድቅ ሆኖ ተቈጠረለት እንላለንና።

ተነገረ

3፤ 29፣ 30፤ 9÷23፣ 24፤ 10÷12፣13፤ 15÷8-19፤ ኢሳይያስ 49÷6፤ ሉቃስ 2÷32፤ ገላትያ 3÷14፣ 26-28፤ ኤፌሶን 2÷11-13፤ 3÷8፤ ቈላስይስ 3÷11

ምክንያቱም እኛ

ቍጥር 10

ታዲያ እንዴት ተቈጠረለት? ተገርዞ ሳለ ነውን? ወይስ ሳይገረዝ? ተገርዞስ አይደለም፤ ሳይገረዝ ነበር እንጂ።

ተገርዞስ አይደለም

"ለአብርሃም ጽድቅ ሆኖ ተቆጠረለት"፤ ከመገረዙ በፊት ቢያንስ 14 ዓመታት ነበሩ። እስማኤል ከመወለዱ ጥቂት ቀደም ብሎ በ 86 ዓመቱ ሲሆን፣ እስማኤል ደግሞ 13 ዓመቱ እና አብርሃምም 99 ዓመቱ ነበር።

ዘፍጥረት 15፥5፣ 6፣ 16፤ 16፥1-3፤ 17፥1፣ 10፣ 23-27፤ 1ኛ ቆሮ. 7፥18፣ 19፤ ገላትያ 5፥6፤ 6፥15

4፥11 ሳይገረዝም በነበረው እምነት ያገኘው የጽድቅ ማኅተም የሆነ የመገረዝን ምልክት ተቀበለ፤ ይህም እነርሱ ደግሞ ጻድቃን ሆነው ይቆጠሩ ዘንድ ሳይገረዙ ለሚያምኑ ሁሉ አባት እንዲሆን ነው፥

መገረዝ ማለት መንፈሳዊ ትርጒም ሸለፈትን ወይም ኃጢአት (ኃጢአተኛ ሥጋ) ልብን መገረዝ ማለት ነው። እስራኤላውያን የእግዚአብሔር ክብር ከመገለጡ በፊት ተገረዙ (ዘኍ. 9፥5፤ ዘጸ. 12፥48)። ከነዓን ከመግባታቸው በፊት ተገረዙ (ኢያሱ 5፥2)። አንድ አማኝ በእግዚአብሔር ክብር ሕይወት ከመመላለሱ በፊት ከኃጢአት በክርስቶስ አሠራር (በክርስቶስ ሞት በመተባበሩ) እንደ ጥምቀት የሞት ያህል ለመለየት የሚሆን የልብ ግርዛት ነው። ይህ ግርዛት እግዚአብሔር በመንፈስ ቅዱስ በአማኙ ሕይወት የሚሠራው የመለኮት ጣት የምትፈጽመው ናት (የሐዋ. 15፥9)።

ሳይገረዝ በነበረው እምነት

ሀ. በዘፍ. 15፥6 ጻድቅ ተባለ
ለ. በዘፍ. 16፥16 እስማኤል ተወለደ (ጻድቅ ከተባለ ሰማኒያ ስድስት ዓመት ሆኖ ነበር)
ሐ. በዘፍ. 17፥24 አብርሃም 99 ዓመት ሆነው ያን ጊዜ ተገረዘ

ምልክት

ግርዘት ለአብርሃምና ለዘሩ በሙሉ ከእግዚአብሔር ጋር የተለየ ቃል ኪዳን እንዳላቸው ለምልክትነት የተሰጠ ውጫዊ ማረጋገጫ ነው። አይሁድ ግን ይህ ምልክት ስላላቸው ብቻ ጻድቃን የሆኑ ወይም ለመጽደቃቸው አስፈላጊ እንደ ሆነ ያስቡ ነበር። ስለዚህ ጳውሎስ እግዚአብሔር አብርሃምን እኮ ከመገረዙ ወይም ከምልክቱ በፊት ተቀብሎታል። በማለት እምነቱና በእምነቱ ምክንያት መጽደቁ ከምልክቱ ይቀድማል በማለት ጽድቁን ያመጣው፣ ምልክቱ ሳይሆን ምልክቱ የመጽደቁ ማኅተም ነው ብሎ ያስረዳቸዋል።

እነርሱ ደግሞ ጻድቃን ሆነው ይቆጠሩ ዘንድ፡- ይህ ቃል በቀጥታ አሕዛብን ያመለክታል፡፡ ለሚያምኑ ሁሉ አባት እንዲሆን ብሎ ሲጠቅስ ለተገረዙት ብቻ ሳይሆን፣ ተገርዘው ላመኑት፣ ሳይገረዙም፣ ላመኑት አባት እንዲሆን ማለቱ ነው፡፡

ቍጥር 11

ሳይገረዝም በነበረው እምነት ያገኘው የጽድቅ ማኅተም የሆነ የመገረዝን ምልክት ተቀበለ፡፡ ይህም እነርሱ ደግሞ ጻድቃን ሆነው ይቆጠሩ ዘንድ ሳይገረዙ ለሚያምኑ ሁሉ አባት እንዲሆን ነው፤ ጽድቅ ይሆንላቸዋል፡፡

ምልክቱ

ዘፍጥረት 17÷10፤ ዘጸአት 12÷13፤ 31÷13፣ 17፤ ሕዝቅኤል 20÷12፣ 20

ማኅተሙ

2÷28፣29፤ ዘዳግም 30÷6፤ 2ኛ ቆሮ. 1:22፤ ኤፌሶን 1:13÷ 4:30÷ የዮሐንስ ራእይ 9÷4

ጽድቅ

13፤ 3÷22፤ 9÷30፤ 10÷6፤ ገላትያ 5÷5፤ ፊልጵስዩስ 3÷9፤ ዕብራውያን 11÷7፤ 2ኛ ጴጥሮስ 1÷1

አባት

12,16-18፤ 3÷22፣ 26፤ 9÷6፣ 33፤ 10÷4፣ 11፤ ማቴዎስ 8÷11፤ 16÷16፤ ሉቃስ 19÷ 9፤ ዮሐንስ 3÷15፣ 16፤ 36፤ 6÷35፣ 40፤ 40፣ 47፤ 7÷38፣ 39፤ 8÷33፤ 11÷25፣ 26፤ ገላትያ 3÷7፣ 22፣ 29፤ 6÷16

4÷12 ለተገረዙትም አባት እንዲሆን ነው፤ ይኸውም ለተገረዙት ብቻ አይደለም ነገር ግን አባታችን አብርሃም ሳይገረዝ የነበረውን የእምነቱን ፍለጋ ደግሞ ለሚከተሉ ነው።

የእምነት ፍለጋ ልጅ የአባቱን ውርስ ለመከተል የአባቱን አሠራር በሚገባ ተረድቶ አባቱን በድርጊቱ ሊመስለው ይገባል፡፡ የጽድቁን ፍለጋ መከተል የእግዚአብሔር አሠራር በእነርሱ በኩል በእምነት በኩል ያደረገውን ሥራ እንድናስተውል ያደርጋል (ምሳሌ 2÷20፡ ቲቶ 1÷4)፡፡ ስለመጣሱ የመጀመሪያ ኃላፊነት በጐቹን ከሚያሰማሩ እግር እግር ሥር ተከትላ መሄድ ነበረባት (መኃ. 1÷8)፡፡

በዚህ ሂደት ግን የሚመረትን የሕይወት ምንጭ የሆነውን ፍቅረኛዋን አገኘች፡፡ የአብርሃም ፍለጋ መከተል አስፈላጊ ነው፡፡ ይህም «አብርሃምም አመነ» የሚለው ቃል ነው፡፡ አብርሃም ተስፋውን በእምነት ይዞ በእምነት እየበረታ፣ ለእግዚአብሔር ክብር እየሰጠ መምጣቱ፣ ተስፋውን እንዲጨብጥ አድርጎታል፡፡

የሌላውን እንዳለ አድርጐ በሚጠራው በእግዚአብሔር ፊት በእምነት በኩል ይስሐቅን በመሠዊያው ሲያጋድመው በእርግጥ እግዚአብሔርን መፍራቱን «አሁን ዐወቅሁ» ብሎ እግዚአብሔር በሌላ ሊምል ስላልቻለ በራሱ ማለ። አብርሃም ተስፋ ይዞ አመነ። በባዕድ አገር ታላቂቱን ከተማ እየተመለከተ፣ በዚህ ምድር ጌታውን እያከበረ እንደ መፃተኛ ተቀመጠ።

በአጠገቡ የነበሩት የከብቶች ጋጋታ እና ጩኸት ሐብት ቢኖረውም እንኳ፣ የዘላለም ቤቱ ስለ ሆነው ሰማያዊ መደሪያው ጽዮንን በእምነት ተመለከተ። በምስጋና ሕይወት የተመላለሰ የእምነት ሰው ነበር። ምንም እንኳ በምድራዊ በረከት ይስሐቅን በዕቅፉ ቢይዝም፣ በእምነት በኩል በክርስቶስ ኢየሱስ የሚያገኛቸውን ልጆች እየተመለከተ በእምነት የኖረ ነበር።

የእምነቱን ፍለጋ

የአብርሃምን የእምነቱን ፍለጋ የተከተልን ሁሉ ጽድቅንና ብፅዕናን ማግኘታችንን ያመለክታል። ይህንን እውነት ሰፋ አድርጎ ለመመልከት ምልክቱና ማኅተሙ ያላቸው ግንኙነት መመልከቱ ከዚያም ከእኛ ጋር ያለውን ትስስር ማወቅ ይጠቅማል።

መገረዝ እንደ ማኅተም

እግዚአብሔር ተስፋ እንደ ሰጠውና ተስፋውንም እንደሚፈጽም የሚያስታውሰው ነው።

ተመሳሳይ በሆነ መንገድም በዚህ ዘመን የምንኖር አማኞች በመንፈስ ቅዱስ ማኅተም ታትመናል (ኤፌ. 1፥13-14)። ከዚህም የተነሣ የልብ መገረዝን ተቀብለዋል (ቈላስ. 2፥10-12)። ይህ ደርጊት መለስተኛ የሆነ አካላዊ ቀዶ ጥገና ሳይሆን፣ አሮጌውን ሰው በሞት የማስወገድንና አዲሱን ሰው ለብሶ በትንሣኤ ሕይወት ለመመላለስ መብቃትን የሚያመለክት ነው።

ቍጥር 12
ለተገረዙትም አባት እንዲሆን ነው፤ ይኸውም ለተገረዙት ብቻ አይደለም ነገር ግን አባታችን አብርሃም ሳይገረዝ የነበረውን የእምነቱን ፍለጋ ደግሞ ለሚከተሉ ነው።
ለእነርሱ

9፥6፣ 7፤ ማቴዎስ 3፥9፤ ሉቃስ 16፥23-31፤ ዮሐንስ 8፥39፣ 40፤ ገላትያ 4፥22-31

ፍሊጋውን

ኢዮብ 33፥11፤ ምሳሌ 2:20፤ መኃልየ መኃልይ 1፥8፤ 2ኛ ቆሮ. 12፥18፤ 1ኛ ጴጥሮስ 2፥21

4፥13 የዓለምም ወራሽ እንዲሆን ለአብርሃምና ለዘሩ የተሰጠው የተስፋ ቃል በእምነት ጽድቅ ነው እንጂ፣ በሕግ አይደለም።

ለዘሩ የተባለለት በሥጋ ዘሩ የሆኑትንና ሕግን የተቀበሉትን ብቻ ሳይሆን፣ በኢየሱስ ክርስቶስ በኩል የእምነቱን ፍለጋ የተከተልን ሁሉ ነን (ገላ. 3፥16፤ ዘፍ. 18፥18፤ 22፥18-19)።

አብርሃም ለዘሩ የተሰጠው ዘሩ የሚለው ከእርሱ የሚወለደውን መሢሑን ያመለክታል። በዘሩ በእምነት በኩል እንደ ሰማይ ከዋክብት እና እንደ ምድር አሸዋ (ትቢያ) የሚሆኑ ያለ ሕግ ሥራ በእምነት ግን ጽድቅን ስጦታ የሚቀበሉ እና በእግዚአብሔር ክብር የሚኖሩ ልጆች እንዳሉ ይናገራል። አዲሱ ትርጒም «እንደ ምድር ትቢያ» ይለዋል።

«Ophar» ማለት ደቃቅ አሸዋ ያለፈ በጣም የደቀቀ አፈርን ያመለክታል (ዘፍ. 13፥16፤ 22፥12)። አብርሃም እነዚህ ሁሉ በእምነት በኩል ያገኛቸው ነበር። አብርሃም የሚመካበት ነገር የለውም ከእግዚአብሔር በስተቀር። ስለዚህም ለእግዚአብሔር ክብር መስጠት በእምነት በኩል ብርታት ሆነለት። የተሰጠውን በተረዳ ባወቀ መጠን እግዚአብሔርን ያከብራል። ይህ መረዳቱ ደግሞ የዋህ እንዲሆን አድርጐታል። የዋህ ማለት እንግሊዝኛው (made gentle spirit) ማለት።

የየዋህነት ባሕርይ እግዚአብሔር ያደርገዋል ብለው በችሎታ የሚታመኑ እና በትዕግሥት የሚጠባበቁ ማለት ነው (መዝ. 37፥5፣ 9)። የግሪከኛው ቃል «Praus» - 'Prah-oos' ይህ ቃል ለፈረስ የሚሰጥ ነው። ለጦርነት የተዘጋጀ። ኃይሉን ጒልበቱን ለጌታው ያስገዛ ጒልበቱን መጠቀም በሚያስፈልግ ጊዜ ጦር ነበልባል ሳይፈራ በተራራ ጫፍ የሚቆም ወንዝ የሚሻገር ማለት ነው።

አብርሃም በእምነት ኃይልን ያገኘ እግዚአብሔር ከእርሱ ጋር ሆኖ በእምነት በጌታ ጒልበት የኖረ የተመላለሰ ሰው ነበር። ያደረሳቸውን ሁሉ ስናይ የምድር በረከቱን ሁሉ የተቀናጀቻቸውን ድል ስንመለከት በእምነት በኩል የተገኘ ነበር። ሎጥን ከምርኮ ሲያመጣ ለባዕድ ነገሥታት ከመለሰው የምናስተውለው ዕውነት ይህ ነው። (ዘፍ 14፥23፣ 24)።

አብርሃም በእምነት በኩል እንጂ፣ በሕግ በኩል ያገኘው አልነበረም፡፡ አብርሃም 7 ዕርምጃዎች በእምነት በኩል አድርጎአል፡፡ 1) በእምነት በረከትን ተቀብሎ ከዑር-ከጣዖት ራቀ፡፡ 2) ከተወለደበት *ሥፍራ* ወጣ (ዘፍ. 12÷1-4)፡፡ አባቱ እስኪሞት ድረስ በካራን ተቀመጠ (የሐዋ. 7÷4፤ ዘፍ. 11÷31፡፡ 3) *መሥዋዕት* በማድረግ እግዚአብሔርን አመለከ (ዘፍ. 12÷7፣ 8)፡፡ 4) ምርጫውን ከእግዚአብሔር ጋር አደረገ፡፡

ሎጥም የራሱን በዐይኑ መልካም የሆነውን መረጠ (ዘፍ. 13÷5)፡፡ በእምነት ነገሥታትን ተዋግቶ አሸነፈ፡፡ 6) የዓለም ብልጽግና ሳይማርከው ሳያታልለው የሚበልጠው እና ዘላለማዊ መንፈሳዊ በረከትን ከመልከ-ጻዴቅ ለማግኘት መረጠ (ዘፍ. 14÷7)፡፡ ዘር እንደሚሰጠው አመነ (ዘፍ. 15)፡፡ ይህን ሁሉ ስናጠና እግዚአብሔር የተናገረውን ነገር ይፈጽማል የሚል እምነት ነበረው፡፡

ዓለም (kosmos /ኮስሞስ ከ komeo /ኮሚዮ = መታጠፍ፣ መንከባከብ) ይህ በትክክል *ሥርዓት ይዞ መቀመጥን የሚያሳይ ነው፡፡ ኮስሞስ* በትክክል መቀመጥን ሲያመላክት የእንግሊዝኛው *ኮስሜቲክ* የሚለውን ቃልም ይወልዳል ትርጕሙም አንድ የተበላሸ ነገርን በሌላ በሚያስተካክል ነገር መተካት ነው፡፡(መጽሐፍ ቅዱስ ጥቅሶች የብሉይና / የአዲስ ኪዳን ግሪክ መዝገበ ቃላት፣ የቴየር ትርጉም 1989. በ ጆሴፍ ሄንሪ ቴየር፣ አስቲን ሐተታ/ በጄፍ ጋሪሰን)

በግሪክ ቋንቋ *ቻኦስ* (chaos) የሚል ቃል አለ በእንግሊዝኛውም ቀጥታ ነው የተወሰደው እናም ኢ-አማኒ የሆኑት ፈላስፋዎች ይህንን ቃል የተመሰቃቀለውን የዓለምን የቀደመ መልክ ለመግለጽ ነው የሚጠቀሙበት፡፡ ቃሉ በትክክል ያልተቀመጠ ነገር የሚል ትርጕም ይይዛል፡፡

ጨለማን፣ ምስቅልቅልንና የመሳሰሉትን አሳቦች የያዘ ነው፡፡ መጽሐፍ ቅዱስ ግን ዓለም በፍጥረቷ የነበረችበትን ሁኔታ ሲገልጽ ድንቅ በሆነ ሁኔታ የተቀመጠች *ኮስሞስ* ብሎ እንጂ፣ *ቻኦስ* ብሎ አልነበረም፡፡ እግዚአብሔር የዓለም የማዕዘን ድንጋይን ሲጥል ስለ እግዚአብሔር ልጆች፣ ስለ መላእክት ዕልል ብለው የደስታ ድምፅ አሰምተዋል (ኢዮብ 38÷6-7)፡፡ ቅዱስ መላእክት ለተመሰቃቀለ ዓለም የደስታ ጩኸትን አያሰሙም፡፡

ዋይን ግሩደም "ነፍስን የሚያድን እምነትን" ሲተረጕመው የሚያድን እምነት ሰው የሆነውን ኢየሱስ ክርስቶስን ለኃጢአት ስርየትና ከእግዚአብሔር አብ ጋር ላለ ዘላለማዊ

ሕይወት ማመን ነው፡፡ ትርጒሙ የሚያሳየን የሚያድን እምነት በመረጃዎች ላይ የሚኖረን መታመን ብቻ አይደለም፡፡ ነገር ግን በኢየሱስ ላይ ያድነኛል የሚል የግል እምነትን ማሳደር ነው፡፡
በጌታ ኢየሱስ ላይ የግል እምነት ማሳደር እንጂ፣ ስለ ኢየሱስ መረጃዎችን አጠራቅሞ ማመን አይደለም፡፡ አንድን ነገር ልክ መሆኑን ዐውቀን ላንታመንበት እንችላለን ለዚያም ነው፡፡ የሚያስን (ትንሽ) እምነት ማለት ስለ ኢየሱስ ያሉ የተሰባሰቡ መረጃዎችን ማመን ነው፡፡ (ግሩደም ፣ ደብልዩ ኤ. ስልታዊ ሥነ-መለኮታዊ-የመጽሐፍ ቅዱስ ትምህርት መግቢያ ዞንደርቫን)

ፊል ኒውተን ስለዚህ እምነት ምንድን ነው? እምነት ለጽድቅ በክርስቶስ ላይ ብቻ መደገፍ ነው፡፡ በክርስቶስ ሞት ላይ ያለ መታመን ነው፡፡ እርሱ በእኛ ፈንታ ለዘላለማዊ ፍትሕ ጣልቃ ገብቷል ብሎ ማመን፡፡ ኃጢአተኛን በእግዚአብሔር ፊት ጻድቅ ነህ ብሎ በማወጅ ሂደት ውስጥ በእያንዳንዷ ነገር ላይ የክርስቶስን ታማኝነት ማመን፡፡የእግዚአብሔር የተስፋ ቃል ለመልካም ምግባራችን የተሰጠ ክፍያ ሳይሆን፣ ኢየሱስ ክርስቶስ ለጨረሰው ሥራ ሲባል በእርሱ ላመኑ የተሰጠ ሽልማት ነው፡፡

ማክላረን እምነት የሚጨብጥ ዕጅ ነው፤ እምነት የንግግር መንገድ ነው፤ ይህም ጸጋ የሆነው ሕይወታችን ወይም ሕይወት የሆነው ጸጋችን ወደ እኛ የመጣበት መንገድ ነው፡፡ የእግዚአብሔር መልእክት ከስጦታዎቹ ጋር የሚመጣበት የተከፈተ በር ነው፡፡ ልክ እንደ አበባ ቅጠል ፀሓይ ሲነካው እንደሚከፈተው እና በዚያ እንዲከፈት ባደረገው ፀሓይ መልሶ አበባው ዕድገት የሚያገኝበት ሲሆን፣ ያለዚያ ብርሃን ሕይወትም ሆነ ውበትም የለም፡፡ ስለዚህ እምነት ለሁሉም ነገር መሠረት ነው፡፡ ሌላው ነገር ሁሉ የሚበቅልበት የመጀመሪያው መነሻ ነው፡፡

ወራሽ (Kleronomos /ክሌሮኖሞስ [የቃል ጥናት] ከ kleros /ክሌሮስ = ርስት + nomos /ኖሞስ = የሚከፋፈል ወይንም የሚሰጥ) ማለት የውርስ ተካፋይ፣ ወራሽ፣ ባለቤት የሚል አሳብ ያለው ነው፡፡ በግሪክ-ወ-ሮም አገዛዝ ይህ ቃል የሕግ አገልግሎት ላይ የሚውል ቃል ነበር፡፡

ማክአርተር እንደሚለው “ምንም እንኳ እግዚአብሔር ለአብርሃም ዓለምን እንደሚወርስ ግልጽ የሆነ የተስፋ ቃል ባይሰጠውም፣ ለአብርሃም የተሰጠው የተስፋ ቃል እግዚአብሔር

ከአብርሃም ጋር ከገባው ኪዳን ጋር የሚጠቃለል ነው፡፡ ይህም ዘርህ ምድርን ይሰርሳል ብሎ ቃል የገባለት ነው” (ዘፍ. 12÷3፤ 15÷6፤ 18÷18፤ 22÷18)፡፡

እግዚአብሔር ለአብርሃም የገባለትን የተስፋ ቃል ስናጠና 4 ዋና ዋና ነገሮች ከፊት ለፊት ይመጣሉ፡፡ አንደኛ የተስፋው ቃል መሬትን ያጠቃልላል (ዘፍ. 15÷18፣ 19፣ 20፣ 21)፡፡ ይህም አብርሃም የኖረበት ሲሆን፣ ነገር ግን እርሱ ያልወረሰው ዘሩ ግን በኢያሱ በመመራት እስራኤል ከነዓንን ሲወርስ የተፈጸመ ነው፡፡ ሁለተኛ የተስፋው ቃል ሰዎችንም ያካትታል፡፡ ሊቆጠሩ የማይችሉ ተብለው የተገለጹትን እንደ የምድር አሸዋና እንደ የሰማይ ከዋክብት የማይችሉ ይሆናሉ (ዘፍ. 13÷16፤ 15÷5)፡፡

አብርሃም እንደተባለውም የብዙ ሕዝብ አባት ሆነ (ዘፍ. 17÷5፤ ከሮሜ 4÷17 ጋር አመሳክሩ)፡፡ ሦስተኛ ደረጃ የተስፋው ቃል በአብርሃም ዘር ምክንያት ለዓለም ሁሉ ስለ ሚደርስ በረከት ያወራል (ዘፍ. 12÷3)፡፡ አራተኛው የተስፋው ቃል ከአብርሃም ዘር የሆነ ለዓለም ሁሉ የድነት ምክንያት የሆነ የሚቤዥ እንደሚመጣ ያወራል፡፡ ለአብርም የተገባለት የተስፋ ቃል በመሠረቱ ለአብርሃም የተሰበከ ወንጌል ነው (ገላ. 3÷8)፡፡

ማክዶናልድ ምድርን /ዓለምን ትወርሳለህ የሚለው አገላለጽ እርሱ የሚያምኑ አሕዝብ አባት፣ እንዲሁም የአይሁድ አባት እንደሚሆን ገላጭ ነው (ሮሜ 4÷11-12)፤ እርሱ የአይሁድ ብቻ ሳይሆን፣ የብዙ ሕዝብ አባት ይሆናል (ሮሜ 4÷17-18)፡፡ በሙሉ የተስፋው ቃል ፍጻሜ የሚያገኘው ጌታ ኢየሱስ የአብርሃም ዘር በምድር ላይ የነገሥታት ንጉሥ ሆኖ ሲቀመጥና ምድርን ሲያስተዳድር ነው፡፡

ግሬግ ሄሪክ የተስፋው ቃል በብሉይ ኪዳን በዚህ መልክ ባይገለጽም፣ የጳውሎስ የተስፋውን ቃል በአጭሩ ዘርዝሮ ያስቀመጠበት መንገድ ግን የሚኖርበትን ምድር፣ የአብርሃም ታላቅ ስም እና ዓለም አቀፋዊ በረከት (ዘፍ. 12÷1፣ 2፣ 3፤ 15) ይህ እንደ ሆነ ግን ግልጽ ነው፡፡ ለአብርሃም የተገባው ኪዳን የሚሰፋና በኋላም በታሪክ ውስጥ ሁሉን የሚይዝ የሚቆጣጠር ኪዳን ነው፡፡

የዳዊት (2ኛ ሳሙ. 7÷8-16፤ መዝ. 89) እና የአዲሱ ኪዳን (ኤር. 31÷31፤ ሉቃስ 22÷15-20) መሠረት ከአብርሃም የበረከት ዘር ጋር የተያያዙ ናቸው፡፡ በክርስቶስ ዳግም ምጽአት የሚመሠረተው የሺሁ ዓመት መንግሥት በሰው ልጅ ታሪክ የዚህ ተስፋ ቃል ትልቁና

የመጨረሻው ፍጻሜ ነው፡፡ በዚያን ወቅት እስከ ዘላለምም ሁሉም ሰው አባታችን አብርሃም ምድርን ወረሰ ብሎ መናገር ይቻላል፡፡ (ግሬር ሐተታ የሮሜ ጥናት 413-22)

ማርቪን ሲንሰንት ጳውሎስ እዚህ ጋር የአይሁድን በከነዓን መውረስ እንደ ተምሳሌት የታየውን በኋላም በይሁዲ ዘንደ ከመሢሑ አስተምህሮ ጋር የተያያዘውን አሳብ ነው ወደ ክርስቶስ አስተምህሮ ዕውነትን ጠቅልሎ የሚያወራው፡፡

ፊል ኒውተን ምድርን መውረስ ስለሚለው አሳብ ሲናገር "ይህ አዲስ ቋንቋ ነው" ይላል፡፡ ይህ ቋንቋ ግን ሐዋርያውን በወንጌላት ውስጥ ያለውን ብዙ የእግዚአብሔር በረከቶች እንዲያይበት አድርጎታል፡፡ ኢየሱስ ክርስቶስ በሞቶ የኃጢአትን ስርየት ሲያደርግ ለሚያምኑበት ሁሉ ዘላለማዊ ውርስን አረጋግጧል፡፡ በዚህ ክፍል ላይ ሊያሳየን የሚሞክረው ልክ ጆን ፓይፐር እንደሚለው "የሚመጣውን" ጸጋ ነው፡፡

ወንጌል ከዚህ ዓለም ያልፋል፡፡ በወንጌሉ እኛ "የእግዚአብሔር ወራሾችና ከክርስቶስ ጋር አብረን ወራሾች ነን" (ሮሜ 8÷17)፡፡ በሌላ አባባል የሚታየም ሆነ የማይታይ ነገር ቢሆን፣ የእግዚአብሔር የሆነውን ነገር ሁሉ በዘላለም መንግሥት ከክርስቶስ ጋር እንካፈላለን፡፡ ኢየሱስ በተራራው ስብከት ላይ "የዋሆች ብፁዓን ናቸው÷ ምድርን ይወርሳሉና" (ማቴ. 5÷5) ሲል ይህንን ነበር የሚያወራው፡፡

ምንም እንኳ በአሁኑ ዓለም ክርስቲያኖች ከዓለም እንደ ተገፉ ቢቈጠሩም፣ በክርስቶስ ኢየሱስ አዲስ ሰማይና አዲስ ምድርን የሚወርሱበት አንድ ቀን ግን ይመጣል፡፡ ጳውሎስ ለቆሮንቶስ ሰዎች የክርስቶስ መሆን ምን ያህል የከበረ እንደ ሆነ ሊያሳያቸው ሲጽፍ ተመሳሳይ ነገርን ነው የሚያወራላቸው (1ኛ ቆሮ. 3÷21-23)፡፡ ስለዚህ የተስፋው ቃል የከበረ አይደለምን? በክርስቶስ የሆነውን ሁሉ ይጠቀልላል ደግሞም ክርስቶስ ሉዓላዊ ሆኖ የሚነግሥበትን ሁሉም ነገሮች ያካትታል፡፡

እንዴት ነው የተስፋው ቃል አካል የሚለብሰው እና ዕውን የሚሆነው? ለዚህ ነው ጳውሎስ የዘላለም ወራሽነትን አሳብ ይዞ ሰፋ አርጎ የሚያወራው እና እንዲህ ዐይነት ትልቅ ዋጋ ያለው ነገር ደግሞ የመልካም ሥራችን ውጤት አይደለም የሚለው፡፡ ይህ በሥራ አይደለም፤ ዳሩ ግን በእምነት በሆነ ጽድቅ ነው፡፡" (ጆን ፓይፐር ስብከት ከሮሜ መልእክት ምዕ 4 - የሚመከር)

የተስፋ ቃል (epaggelia /ኢፓጌሊያ/epangelia /ኢፓንጌሊያ ከ epí /ኤፒ = የሚያጎላ ቃል ሲሆን + aggéllo /አጌሎ = መንገር /ማወጅ) ማለት አንድ ነገርን ለማድረግ ወይም ለመስጠት ቀድሞ ማሳወቅ ወይም ቃል መግባት የሚል አሳብ ያለው ነው፡፡ ይህ ቃል የእግዚአብሔርን ቃል ኪዳን ለማሳየት ብቻ ነው በአብዛኛው ያገለገለው፡፡ ይህም ደግሞ ከየሐዋ. 23÷21 በስተቀር ማለት ነው፤ እናም ቃል የተገባን ነገር የሚያሳይ ነው፡፡(መጽሐፍ ቅዱስ ጥቅሶች የብሉይና / የአዲስ ኪዳን ግሪክ መዝገበ ቃላት፣ የቴየር ትርጉም 1989. በ ጆሴፍ ሄንሪ ቴየር፣ አስቲን ሐተታ/ በጄፍ ጋሪሰን)

ቊጥር 13

የዓለምም ወራሽ እንዲሆን ለአብርሃምና ለዘሩ የተሰጠው የተስፋ ቃል በእምነት ጽድቅ ነው እንጂ በሕግ አይደለም፡፡

ምክንያቱም ይህ

ዘፍጥረት 12÷3፤ 17÷4፣ 5፣ 16÷ 22÷17፣ 18÷ 28÷14÷49÷10÷ መዝሙር 2÷8፤ 72÷11

በዚህ በኩል

ገላትያ 3÷16-18፣ 29

ነገር ግን በዚህ በኩል

4÷14 ከሕግ የሆኑትስ ወራሾች ከሆኑ እምነት ከንቱ ሆኖአል የተስፋውም ቃል ተሽሮአል፤

በሕግ የሚኖሩት ወራሾች ከሆኑ እምነት የማይጠቅም ይሆን ነበር፡፡ ተስፋም ከንቱና በሥራው የተሳካለት ብቻ የሚባለው እንጀራ ይሆን ነበር፡፡ ሕጉ የሚጠይቀውን የሚፈጽም የሥራውን ድርሻ ያገኛል እንጂ ውርስ ሊሆን አይቻልም፡፡ በሕግ ሥር ያሉት በሥራቸው ይታወቃሉ፡፡ ይህም በሕግ በኩል ኃጢአተኛነታቸውን አሳውቋል፡፡

ይህ የመጀመሪያው ሥራ (በሕግ በኩል) የተገኘው ውጤት ነው፡፡ ሁለተኛው ደግሞ ሕጉ ድካም ያለው ስለሆነ፣ ማለትም ሕግን ለመፈጸም ከኃጢአተኛነት ባርነት የማውጣት ዐቅም ስለ ሌለው በሕግ በኩል የጽድቅ ሥራ መፈጸም አይችሉም፡፡የመጨረሻው እና ሦስተኛው ሕግ ለመሢሑ (ለሕይወት መንፈስ ሕግ) ሞግዚት ሆኖ ማገልገሉ ነው፡፡ ይህም የመቅደሱ ሥርዓት ከሚታረደው በግ ጀምሮ ዕጣኑ፣ ህብስቱ፣ የስርየት መክደኛውና ታቦቱ፣ መጋረጃው ጭምር ሳይቀር ወደ ኢየሱስ የሚያመለክቱ መሆናቸው ነው፡፡ሕጉ ሊቀ ካህናትን ይሾም ነበር፡፡ ይሁን እንጂ፣ የሚሾመው ካህን ደካማ ነበር (ዕብ. 7÷28)፡፡

ይህ የነገር ጥላ ሥር ሆኖ ክርስቶስ ኢየሱስ ሊቀ ካህናት ሆኖ በእግዚአብሔር እና በሰው መካከል እንዲሆን የሚያመለክቱ በመሆን ሕጉ ሞግዚት ሆኖ ሥራውን ፈጽሞአል፡፡

በሕግ ሳይሆን በእምነት በኩል ጌታችን ኢየሱስ ሊቀ የሚሻል ካህን ሆኖ በሚሻል ተስፋ በክብር ደሙና በሰው ባልተዘጋጁት ወደ ሰማይ ቅድስተ ቅዱሳን ገባ (ዕብ. 7÷19)፡፡ እምነት ሊሠራ በመጀመሪያ ሕግ ከእግዚአብሔር በሲና ተራራ በታላቅ ክብር ተሰጥቶ የከበረ አገልግሎትን ሰጠ (ዕብ. 12÷18-24)፡፡ የሕግ አገልግሎት በክብር እንዳገለገለ እናስተውላለን፡፡ ቤተ እስራኤል በሙሴ አማካይነት በከበረው ተራራ ይህን ሕግ ከተቀበሉበት ጊዜ ጀምሮ በመገናኛው ድንኳን ሆነ በሰሎሞን ቤተ መቅደስ እግዚአብሔር አሰደናቂ ክብሩን ገልጦላቸው ነበር፡፡

ሆኖም ግን አዲስ ኪዳን የሚሻል የክብር አገልግሎት ሆነ (2ኛ ቆሮ. 3÷10)፡፡ በአዲስ ኪዳን እግዚአብሔር አምላክ ክብሩን በክርስቶስ እየሱስ በኩል ገለጠው፡፡ የብሉይ ኪዳን መቅደስ በክርስቶስ ሥጋ ሲለወጥ ከሞት ሲነሣ ደግሞ የሊቀ ካህናትነት አገልግሎት በማያልፍ የሕይወት ኃይል በክብር ማገልገል ጀመረ፡፡

ኃጢአታችን በደሙ ካነጻ በኋላ በአብ ቀኝ ተቀምጦ የጽድቅ የቅድስናው ክብር እንዲገለጥ አደረገ (ቈላስ. 2÷9-10፤ ዕብ. 1÷3፤ 7÷26)፡፡በሕግ በኩል ይህን የተስፋ ቃል የሆነው ክርስቶስን ሊወርሱ ተዘረጉ (ሮሜ 9÷31)፡፡ በሕግ የሚገኘውን ጽድቅ ለማግኘት ሮጡ (ፊልጵ. 3÷6)፡፡ በሕግ የሚገኘው ጽድቅ እንደ ደከሙት እንደ ሮጡት አላገኙትም፡፡ ይልቁንም እንደ ራሳቸው ወግ ተቀያይጦ ጥቅማ- ጥቅም ማግኛ መንገድ ሆኖ አገለገላቸው (ማቴ. 5÷20፤ 23÷5 ማር. 10÷20)፡፡

በዚህም ተግባራቸው የእግዚአብሔር ጽድቅ ድርሻ ይሰጠን ብለው ጠይቀውት ነበር፡፡ ወደ ፍርዱ ችሎት ከአንዴም ብዙ ጊዜ ቀርበው በሕግ በኩል የሚገኘውን በረከት ጠይቀው ነበር፡፡ ይህም የመንፈስ ቅዱስ ድምፅ ልባቸው ዕልከኛ አድርገው መጻሕፍት ምን ይላሉ? በሚል ነገሮችን በቅንነት የሚጠይቅ አካል ስለ ጠፋ ነው (ሕዝ. 20÷1፤ ማር. 10÷20፤ ኢሳ. 58÷2 ኤር. 42÷20፤ ዕብ. 3÷10፣ 16)፡፡ ሕጉን ከቅን ልቡና ከማድረግ በዕጃቸው ጣት እንኳ ሊነኩት ሳይፈልጉ ሕዝቡ እንዲፈጽሙት የሰውን ወግ ጨምረው ያስጨንቃቸው ነበር፡፡

በድፍረት ወደ መቅደሱ በመምጣት የሌቦች መጋረጃ ዋሻ አድርገውት ነበር፡፡ ይህም አልበቃ ብሎአቸው ክፋታቸውን ለይስሙላ እና ለታይታ በሚሠሩዋቸው በጽድቅ ሥራቸው ለብጠው ለእግዚአብሔር ለመሠዋት ዕጣኑን ለማጨስ ይቀርቡ ነበር፡፡ ሁሉን በማየት ፍጥረት ሁሉ በፊቱ የተራቀ የሆነ እግዚአብሔር ድብቅ አስጸያፊ ተግባራቸውን ያጋልጥባቸው ነበር፡፡ ራቁታቸውን በዐደባባይ ይገልጠው ነበር (ኢሳ. 57፥12፤ 47፥3፤ ሆሴዕ 2፥10፤ ሕዝ. 23፥18፤ ናሆም 3፥5)፡፡የሰው የልቡና ዐይኖቹም ሆነ ሕሊናው ፈጽሞ ካልደነዘዘ በስተቀር ዕራቁትነቱን ማየት ይችላል፡፡ እነርሱ በእርግጥም ዘወትር በልባቸው የሚስቱ ስለ ነበረ እንደ መርገም ጨርቅ የሆናቸውን ጽድቃቸውን ወደ እግዚአብሔር ቀረቡ፡፡

እግዚአብሔር ቅን ፍርዱ የእነርሱ ኃጢአት በዐደባባይ በመከራ እሳት በማሳለፍ መግለጥ ነበር፡፡ አማኝ በክርስቶስ ሆኖ የልቡናው ዐይኖቹ የበለጠ ቦግ ብለው በርተው በንስሐ እና በእምነት ካልተመላለሰ፣ ይህ እውነት ራቁትነት ያጋጥመዋል (ራእይ 3፥18)፡፡ እግዚአብሔር የሰውን ልጆች ዕራቁትነትን የሚሸፍነው የፍቅር ልብስ በእምነት በኩል ይገኛል (ቈላስ. 3፥14)፡፡

የዕራቁትነት መገለጫዎች የሆኑትን ነገሮች አውልቀን (አሽንፈን) ዘወትር ፍቅርን እንድንለብስ ፍቅር የሆነውን ክርስቶስን ሰጥቶናል፡፡ በእርግጥም በጽድቅ ምክንያት ከኃጢአት ዕራቁትነት ወጥተን ፍቅር የሆነውን ልብስ ዘወትር እንድንለብስ ከክርስቶስ ጋር በሞቱና በትንሣኤው ኅብረት እንድናደርግ በመለኮታዊ አጠራሩ ጠራን (ሮሜ 8፥33-35)፡ ፡በሕግ በኩል ይህን በጽድቅ የተገኘውን የእግዚአብሔር ፍቅር መልበስ አላገኘንም፡፡ በእምነት በኩል (ከክርስቶስ ሞትን ስለ ተነሣን) የክርስቶስ ሕይወት ስጦታ ሆኖ ተሰጠን (ሮሜ 6፥4)፡፡ የእግዚአብሔር ክብር የሆነው ጌታችን ኢየሱስ ዕራቁተኞችን በደሙ ለአንዴ እና ለዘላለም አስወግዶ በአብ ቀኝ ተቀመጠ፡፡

አሁን በእኛ ፊት በሚታይ ልጆቹ በእርሱ ሕይወት ፍቅርን ለብሰው እንዲችሉ በጸጋው ዙፋን ተቀምጦ ይፈጽማል፡፡ እንግዲህ የቅዱሳን ተስፋ በእምነት የተገኘው ክርስቶስ የእግዚአብሔር ክብር የሆነው የእኛ ክብረት ሆኖ ተሰጠን (ቈላስ. 2፥10፣ 12፣ 13)፡፡ በመጨረሻም ጌታን በእምነት ስንመለከተው እርሱን እንመስላለን፡፡ክብራችን የሆነው ኢየሱስ ክርስቶስ ይገለጣል፡፡ እኛም ከእርሱ ጋር አብረን እንደ ተነሣን በክብር እንገለጣለን፡፡ ይህም ማለት የርስቱ ክብር ባለጠግነት በእኛ ያበራል፡፡ እናም ደግሞ እኛም

ጭምር እናበራለን፡፡ (1ኛ ዮሐ. 3÷2፤ ቈላስ. 3÷4)፡፡ ይህ ውርስ በእምነት የተገኘ ነው፡፡ በሕግ በኩል ቢሆን ግን ኃጢአት በፊተኛው አዳም ላይ ነገሠ፡፡

በኋለኛው አዳም በእምነት በኩል የተገለጠው ጸጋ የጽድቅ ስጦታ ሆነ፡፡ ጸጋም ነገሠ፤ እርሱም ክርስቶስ ኢየሱስ ነው (ሮሜ 5÷15፣17)፡፡ ያለ እምነት ማለት ያለ ክርስቶስ ማለት ነው፡፡ ክርስቶስ ኢየሱስ በመጀመሪያ ለአይሁድ የተሰጣቸው ውርስ ሀብት ነበር፡፡ ከዚያም ለአሕዛብ ነበር፡፡ ከአይሁድ ብዙዎች ግን ይህን ርስት በእምነት በኩል ሊቀበሉ አልፈለጉም (ኤፌ. 2÷12)፡፡

እምነት ከንቱ ሆኖአል - ከንቱ ሆኖአል የሚለው ከሁለት የግሪክ ቃላት የመጣ ነው፡፡ «Kata»- ከታች፣ ከበታች ማለት ሲሆን፣ «ergon» የሚለው ደግሞ ሥራ ማለት ነው፡፡ «Katargeo» ዋና አሳቡ ከንግድ ሥራ ውጭ ማድረግና የማይሠራ ውጤታማ ያልሆነ ማለት ነው፡፡ ሐዋርያው ጳውሎስ ብዙ ጊዜ ይህን ቃል ተጠቅሞአል (ሮሜ 3÷3፣ 31፤ 4÷14፤ 6÷6፤ 7÷2፣ 6)፡፡

ጌታችን ኢየሱስ በሉቃስ 13÷7 እምነት ፍሬ-ቢስ (በእምነት በኩል ሥራውን እንዳይፈጽም) የማያደርገው ከእምነት አሠራር ወጥተን በሕግ ሥር መሆን ስንፈልግ እና ስንመላለስ ነው የሚል አሳብ ያለውን ንግግር አድርጓል፡፡ በሕግ በኩል የተገለጠው «እኔ» የሚለው ኃጢአተኛ ማንነት ነው፡፡ በሥጋ ያሉት እግዚአብሔርን ሊያስደስቱ አይችሉም (ሮሜ 8÷7-8)፡፡

አሮጌው ሰው (በኃጢአት ባርያነት እና በሕግ ሥር የሆኑት) ከክርስቶስ ጋር መስቀል ያስፈልጋል፡፡ ይህንም መሞት የሚቻለው ከክርስቶስ ጋር በሞት ሲሆን፣ የእምነት ሕያውነት ውጤታማነት ደግሞ የሚገለጠው በእምነት በኩል አሮጌው ማንነታችን በፊተኛው አዳም ያለው ማንነት እንደ ሞተ እንዲሁ በእምነት በኩል ለአዲስ (ለእግዚአብሔር ክብር - ዘላለም ሕይወት ለመኖር) ከእርሱ ጋር በትንሣኤው ኃይል መነሣት ነው (ሮሜ 6÷6፤ ገላ. 2÷19)፡፡

እምነት ሕያው የሆነው የእግዚአብሔር የትንሣኤው ኃይል እንዲሠራ ያደረገው በጸጋ ግዛት ውስጥ ነው፡፡ ሰው ከጸጋው ግዛት ወጥቶ ከሕግ ሥር ከሆነ ግን በእምነት በኩል የሚሠራው መንፈሳዊ ግርዛት ሆነ የእግዚአብሔር ጽድቅ የሆነ ቅድስና የሆነው ክርስቶስ በአማኙ አድሮ ክብሩ የሚገለጥበት ሁኔታ አይኖርም፡፡

ከንቱ /ባዶ መሆን (katargeo /ካታርጊዮ ከ kata /ካታ = የሚያጎላ ቃል + argeo = ሥራ የሌለው መሆን ከ argos /ኤርጎስ = ሥራ የሌለው፣ ጥቅም-ዐልባ ከ a/ኤ = ውጭ + érgon /ኢርጎን = ሥራ) ይህ በቀጥታ ትርጉሙ ዕንቅስቃሴ-ዐልባ መሆን ነው፡፡ አሳቡም አንድ ኃይል ያለውን ነገር ኃይል-ዐልባ እንዲሆን ማድረግና ዕንቅስቀሴ ማስቆም ነው፡፡ (መጽሐፍ ቅዱስ ጥቅሶች የብሉይና / የአዲስ ኪዳን ግሪክ መዝገበ ቃላት፣ የቴየር ትርጉም 1989. በ ጆሴፍ ሄንሪ ቴየር፣ አስቲን ሐተታ/ በጄፍ ጋሪሰን)

ከሥራ ውጭ፣ ከጥቅም ውጪ መሆን፡፡ አንድን ነገር ይሰጥ የነበረው አገልግሎትን እንዲጨርስና እንዲያቆም ማድረግ፡፡ በፊት ከነበረበት ስራ እና ሃላፊነት ውጪ ማድረግ እና ይህ ስራ ከዛ በሁዋላ እንዳይኖር ማድረግ ነው፡፡

ካታርጊዮ የሚለውን ቃል ዌስት ሲያብራራው የተስፋው ቃል እንቅስቃሴ አልባ እንዲሆን መደረግና ከአሁን በሁዋላማ በአጠቃላይ ያለውን ስራ ማስቆም ነው፡፡ ይህ የሚሆነው ህግ በመጠበቅ ውስጥ ተጠምደው ያሉት እነርሱ የአብርሃም የተስፋ ቃል ወራሾች ከሆኑ እምነት የሚኖረውን ሚና ለዘላለም ባዶ ወይንም ከንቱ ስለሚያረገው ነው፡፡ እግዚአብሔር ይመስገን ጳውሎስ እውነቱ እንደዛ እንዳልሆነ ነው የሚነግረን፡፡ (ቫይን, የቫይን ኤክስ.ሲ.ኢ.ሲ.ኤ. የመጽሐፍ ቅዱስ መዝገበ-ቃላት. 1999)

ቫይን ካታርጊዮ የሚለውን ቃል ሲያብራራ ይህ ቃል አንድን ነገር ፍርክስክስ እንዲል አድርጎ ሙሉ ለሙሉ መኖር እንዲያቆም ማድረግ አይደለም፡፡ ቃሉ ያለው ሃሳብ አንድን ነገር እንዳለ ይሰጥ የነበረውን ጥቅም እንዳይሰጥ የማያስፈልግ ማድረግ ነው፡፡ ስለዚህ አንድን ነገር ማጣት ሳይሆን ኖሮም አላስፈላጊ ማድረግ ነው (ይህ ሁለተኛው ሃሳብ በእርግጥ ሌሎች የአዲስ ኪዳን ክፍሎች ላይ ለመጠቀም አስቸጋሪ ነው ህግን፣ ሞትን፣ የኃጢያትን ሃይል ወይንም የመሳሰሉትን ህይወት አልባ ነገሮች ለማስረዳት ያስቸግራል)፡፡

ተሽሮአል (keno /ኬኖ ከ kenos /ኬኖስ = ባዶ መሆን፣ ማስወገድ) ማለት ተጽዕኖውን ወይም ዐቅሙን እንዲያጣ መሆን፡፡ አሳቡ የአንድን ነገር ኃይል መውሰድና ምንም ጥቅም የማይሰጥ እንዲሆን ማድረግ ነው፡፡ የማይጠቅም ተራ ነገር ማድረግ፡፡(መጽሐፍ ቅዱስ ጥቅሶች የብሉይና / የአዲስ ኪዳን ግሪክ መዝገበ ቃላት፣ የቴየር ትርጉም 1989. በ ጆሴፍ ሄንሪ ቴየር፣ አስቲን ሐተታ/ በጄፍ ጋሪሰን)

የተስፋውን ቃል ሕግን በመጠበቅ በኩል ከሆነና በማመኔ በኩል ካልሆነ እምነት ባዶና የማይጠቅም ይሆናል፤ ምክንያም ተስፋዬን የማገኘው በሥራ ይሆናላ፡፡ ተስፋዬ የሚፈጸምበት እና እኔም በእምነት ወራሽ የምሆንበት አንድ ቀን ግን ይመጣል፡፡

ፊል ኒውተን ጳውሎስ "ከሆኑ" ብሎ የተጠቀመበት አገላለጽ ቆም ብለን ሕግን መጠበቅ ጽድቅን ያስገኛል ብለን እንድናስብ ያደርጋል፡፡ ነገር ግን ጳውሎስ እዚህ ላይ የሚያወራለት ሕግ በግሪኩ ላይ የለም፡፡ ይህን ሕግ ስናስብ አሥርቱ ትእዛዛትን ይሆናል የምናስበው ወይም ደግሞ ተጨማሪ የሙሴ ሕግ ሥርዓቶችን ይሆናልም የምናስበው ወይም ደግሞ በአንድ ማህበረሰብ ውስጥ ያለ የተጻፈንም ይሆን ያልተጻፈን የሞራል ሕግ እናስብ ይሆናል፡፡

በዚህ ክፍል ላይ ሕግ ላይ አተኩሮ የሚናገረው ስለ አንድ ሰው ስለ ምግባር ወይም ስለ እምነት አሳብ የሚያስበውን ሕግ ነው፡፡ አንድ ሰው እነዚህን ሕጎች የሚጠብቀው ከእግዚአብሔር ዘንድ የሚቈጠርለት ነገር እንዳለ በማሰብ እና ከዚያም አልፎ ጽድቅን አገኛለሁ ብሎ በማሰብ ሊሆን ይችላል፡፡

ነገር ግን እስቲ ይህ በሕግ ጽድቅን የማግኘት ሂደት የሚሳካ ከሆነስ? ከዚያ በህላማ ጽድቅን በመልካም ምግባር ካገኘን እምነት ተሽሮአል፡፡ ተሽሮአል ማለት እምነት ትርጉም-ዐልባ ወይም ባዶ ሆኗል ማለት ነው፡፡

ዊልያም ማክዶናልድ እምነት ተሽሮአል የሚለውን አሳብ ሲያብራራ እንዲህ ይጽፋል፤ እምነት ወደ ጎን እንዲቀር የተደረገው ከሕግ ሙሉ ለሙሉ የሚቃረን መርኅ ስላለው ነው፡፡ እምነት የማመን ጉዳይ ሲሆን ህግ ደግሞ የመሥራት ጉዳይ ነው፡፡ ስለዚህ ተስፋው ትርጕም-ዐልባ ይሆናል፤ ምክንያቱም ማንም ሊያሟላቸው የማይችሉ መስፈርቶችን መሠረት ያደረገ ነውና፡፡ (የአማኙ መጽሐፍ ቅዱስ ሐተታ)

ጆን ማክአርተር ሲያብራራ ሊፈጸም የሚችልበት ሁኔታ በሌለበት ነገር ላይ የሚሰጥ የተስፋ ቃል በራሱ የተስፋ ቃሉን ባዶ የሚያደርግ ነው፡፡
ኒውተን፡ በሞራል ስርአታችን ላይ ወይንም በህጋችን ላይ ስለ ጽድቅ ስንደገፍ የተስፋውን ቃል ባዶ እናደርገዋለን፡፡

ጳውሎስ የትኛውን ተስፋ ነው የሚለን? ለአብርሃም የተሰበከለትን የምስራች ወንጌል ነው ይህም ኃጢያተኞች በክርስቶስ በማመን ብቻ ጽድቅን እንደሚያገኙ የሚያወራውን፡፡ በወንጌል የተገባው የተስፋ ቃል ባዶ እንዲሆን ተደረገ፡፡ በሌላ አገላለጽ ወንጌል በክርስቶስ ላይ ብቻ ሆነ እምነት ከሌለበት ምንም ነው፡፡ ጽድቅን በማሰብ በአስርቱ ትእዛዛት ላይ ወይንም በህጋችን ላይ ወይንም ደግሞ በሞራል ምግባራችን ላይ ከተደገፍን የወንጌሉን ተስፋ ገፍተን አስወግደን ከንቱ አደረግነው ማለት ነው፡፡

ቍጥር 14

ከሕግ የሆኑትስ ወራሾች ከሆኑ እምነት ከንቱ ሆኖአል የተስፋውም ቃል ተሽሮአል፡፡

እንዲህ ከሆነ

16፤ ገላትያ 2፥21፤ 3፥18-24፤ 5፥4፤ ፊልጵስዩስ 3፥9፤ ዕብ. 7፥19፤ 28

ሆኖአል

3:31፤ ዘኍልቍ 30፥12፣ 15፤ መዝሙረ ዳዊት 119፥126፤ ኢሳይያስ 55፥11፤ ኤርምያስ 19፥ 7

4፥15 ሕጉ መቅሰፍትን ያደርጋልና ነገር ግን ሕግ በሌለበት መተላለፍ የለም፡፡

የትኛውም ሕግ የሙሴንም ሕግ ጨምሮ ሕግን የሚተላለፍ ሰው ቅጣትን ከሕግ ሰጭው መንግሥት ይቀበላል፡፡ እግዚአብሔር ሕግ ሰጭያችን ነው፡፡ የሰው ልጅ ያለ ሕግ አይኖርም፡፡ ሕግ የሌላቸው እንኳ ከሕሊናቸው ጋር የሚመሳከር ሕግ አላቸው፡፡ እንደ ሰው ልማድ እንድናገር ብትፈቅዱልን፡- "የአረንጓዴ ቢጫ ቀይ የመንገድ ተንቀሳቃሽ መኪናዎች ሕግን" ሁላችን የምናውቀው ነው፡፡

አረንጓዴ ሲበራ መኪናህን ይዘን ስለ ተንቀሳቀስን ከቅጣት እንድናለን፡፡ ሆኖም ግን በአረንጓዴ ስለ ሄድን ሽልማት ወይም ብር የሚከፈለው የለም፡፡ በቀይ መብራት አልፎ ደግሞ ምሕረትን የሚሰጠው የለም፡፡ በሕግ በኩል በደለኛነቱ ዐውቆ ካመነ በኋላ በዳኛው ቅጣቱን ሊያሳንስለት ሊተውለት ይችላል፡፡ ሕግ ግን ከተላለፍህ በደለኛ ነህ፡፡

ዳኛው አንዳንድ ጊዜ ምሕረት ቢያደርግ ሁላችንም ቀይ መብራት ከጣስን በኋላ በአእምሮአችን ብቅ የሚለው አሳብ «እቀጣለሁ» የሚል ድምፅ እንሰማለን፡፡ ቀይ መብራት የተሰጠን ሕግን የሚተላለፍ ሰው እንዳለ በመረዳትም ነው፡፡ አለዚያ ቀይ መብራት ቀርቶ አረንጓዴና ቢጫ ብቻ በየመንገዱ በሆነ ነበር፡፡ ከቀይ መብራት ሕጉ ክስ ያቀርባል፡፡ ከክስ በኋላ ኩነኔ ከዚያ ቅጣት ነው (ሮሜ 7፥9)፡፡

የሙሴ ሕግ ሳይሰጣቸው በልባቸው ሕግን የጣሱ የኖኅ ዘመን የሚኖሩ ሰዎች በውኃ ጥፋት ጠፍተዋል፡፡ ሌሎችም ከሰማይ እሳት ዲን ዘንቦ ተቃጥለዋል፡፡ ሕግ ያላቸው አይሁድም ሕግን በመተላለፋቸው ብዙ መቅሰፍት ሞት አግኝተዋል፡፡ በዚህ 32÷14 ቢያደርጉት ከሞት ከክስ ከኩነኔ ሊጠብቃቸው ይችል ነበር፡፡ ሆኖም ሁላችንም ቀይ መብራት የመጣስ ያህል እግዚአብሔር የሰጠንን ሕግ በዐመፃ ተላልፈናል፡፡ ስለዚህ ለእኛ የሞት አገልግሎት ሆነብን (2ኛ ቆሮ. 3÷6)፡፡

የሙሴ ሕግ ሞትን መቅሰፍትን ገለጠው እንጂ፣ ሰውዬው በኃጢአት ምክንያት ቀድሞ ለሞት ፍርድ ከእግዚአብሔር ተሰጥቶት ነበር (ዘፍ. 2÷17፤ ሮሜ 7÷24)፡፡ ኃጢአት ነበር የሰውን ልጅ ለሞት ፍርድ ያቀረው ሕግ ሲመጣ የሆነው በትእዛዛቱ (ሕግ እንደ መስታወት ውኃ ልክ መለኪያ) ሆኖ የሰው ሥነ ምግባር የወረደ እንደ ሆነ አሳየ፡፡ መሞቱን አሳወቀው፡፡ የሞት ዕውቀት ተሰጠው፡፡ ማለትም አዳም ኃጢአት ሲሠራ በመንፈሱ ሞተ፡፡ ሆኖም ግን በሕሊናው የነበረው ሕግ መሞቱን ዘወትር እያሳወቀው እየከሰሰው በኃጢአት ገዥነት እና ግፊት ወደ ሞት እየተነዳ በ930 ዓመቱ በሥጋውም ሞት አገኘ፡፡

የሰው ልጅ ወደ ቅድስናው ወለል ልክ በሕግ በኩል ሊመጣ አልቻለም፡፡ በኃጢአት ውቅያኖስ በጥልቁ ተዘፍቆና ሰጥሞ በሞት መዝጊያ ለዘላለም ተዘግቶ ይኖር ነበር፡፡ እምነት መጥቶ ከእግዚአብሔር ኃይል ከሞት ወደ ሕይወት ውኃ ወንዝ እስካልተሸጋገረ ድረስ የማይታለም ጉዳይ ነበር፡፡ እግዚአብሔር ግን የሌለውን እንዳለ የሞተን የሚያስነሣ አሠራሩን በእምነት በኩል የጽድቅ ስጦታ የሆነውን ክርስቶስ ኢየሱስን ሰጠን፡፡
ሕግ ሁለት ነገርን እንድንመለከት ተሰጠን

1/ <u>**መቅሰፍትን**</u> - ፍጹምነት የሌለበት የይስሙላ መታዘዝ በራሱ በሕጉ እንደ ተገለጠው መርገምን ያመጣል፡፡
2/ <u>**መተላለፍን**</u> - ኃጢአታችንን እንድንመለከት

ሕግ እነዚህን ሁለቱን እንድንመለከት ቢያደርገንም ከኃጢአት የምናመልጥበትንና የምናሸንፍበትን ዐቅም አይሰጠንም፡፡ እንዲያውም ዐውቀን ባለማድረጋችን ቍጣን ያስከትልብናል፡፡

• ጾጋም በተመሳሳይ ሁኔታ ራሳችንን እንድንመለከት ያደርጋል፤ የጸጋውም ቃል ራሳችንን እንደ መስታወት ያሳየናል፤ ነገር ግን በዚያው አያበቃም፡፡ የማይገባውን እንድናስተካክል ይልና ጕልበት በክርስቶስ በኩል ይሰጠናል፡፡

ቍጥር 15

ሕጉ መቅሠፍትን ያደርጋልና፤ ነገር ግን ሕግ በሌለበት መተላለፍ የለም፡፡

ምክንያቱም

1፤ 17፤ 2፥5፤ 6፤ 3፥19፤ 20፤ 5፥13፤ 20፤ 21፤ 7፥7-11፤ ዘኍልቍ 32፥14፤ ዘዳግም 29፥ 20-28፤ 2ኛ ነገሥት 22፥13፤ ኤርምያስ 4፥8፤ ሰቆቃወ ኤርምያስ 2፥22፤ ሕዝቅኤል 7፥19፤ ሶፎንያስ 1፥18፤ ዮሐንስ 3፥36፤ 15፥22፤ የሐዋርያት ሥራ 17፥30፤ 31፤ 1ኛ ቆሮንቶስ 15፥56፤ 2ኛ ቆሮ. 3፥7-9፤ ገላትያ 3፥10፤ 19፤ ኤፌሶን 5፥6፤ ቈላስይስ 3፥6፤ 1ኛ ዮሐ. 3፥4፤ የዮሐንስ ራእይ 6፥16፤ 17፤ 19፥15

በሌለበት

2፥12፤ 13፤ 5፥13

4፥16-17 ስለዚህ ከሕግ ብቻ ሳይሆን፣ ከአብርሃም እምነት ደግሞ ለሆነ ለዘሩ ሁሉ የተስፋው ቃል እንዲጸና እንደ ጸጋ ይሆን ዘንድ በእምነት ነው፡፡ እርሱም ለብዙ አሕዛብ አባት አደረግሁህ ተብሎ እንደ ተጻፈ ለሙታን ሕይወት በሚሰጥ የሌለውንም እንዳለ አድርጎ በሚጠራ በአመነበት በአምላክ ፊት የሁላችን አባት ነው፡፡

የተስፋው ቃል እንዲጸና

ይህ ክፍል የተስፋውን አስተማማኝነትና ጽናት፡፡ ይህም ጽናትና አስተማማኝነት ከእግዚአብሔር ታማኝነት ውስጥ የሚመነጭ መሆኑን በግልጥ ያመለከታል፡፡ ተስፋው በእምነት መጣ፤ ይህም በጸጋ የሆነ ሲሆን፣ ተፈጻሚነቱም ለአብርሃም ዘር ሁሉ ነው፡፡ ይህም ለአንዴና ለመጨረሻ ጊዜ በክርስቶስ በኩል ተፈጽሟል፡፡

«ስለዚህም ሰዎች እምነትን በማግኘት የእግዚአብሔርን የተስፋ ቃል ይቀበላሉ፡፡ የተስፋውን ቃል በነፃ መስጠት ይቻል ዘንድ ይህ ተከሰተ፡፡ ከዚያም የአብርሃም ልጆች ሁሉ [ትውልዶች፣ ዝርያዎች፤ ዘር] ያንን ተስፋ ያገኙት ዘንድ [ዋስትና ይሆናቸው ዘንድ፤ ሊያገኙት እርግጠኞች ይሆኑ ዘንድ፡፡] ይህ ከሙሴ ሕግ በታች ለሚኖሩት ብቻ

አይደለም፡፡ ነገር ግን የሁላችንም አባት እንደ ሆነው ልክ እንደ አብርሃም ሁሉ በእምነት ለሚኖሩ የተሰጠ ነው»፡፡ (ሮሜ 4፥16 ኤክስፓንድድ ባይብል፡ ኢ.ኤክስ.ቢ)

የተስፋው ቃል እንዲጸና፡- የተስፋው ቃል የሚጸናው በጸጋ በኩል በእምነት ኃይል (በትንሣኤው ኃይል) የሚፈጸም ነው፡፡ አብርሃም ምንም ነገር የለውም ያለው እምነት ብቻ ነበር፤ እርሱም በእግዚአብሔር ኃይል ላይ መደገፍ ነበረበት፡፡ አብርሃም በአጠገቡ ያለው አይሆንም፡፡ አይፈጸም የሚል ድምፅ የማያስተጋቡለት የሚሰማውም የሞት መርዶ ነበር፡፡ «ተስፋ ባልሆነው ጊዜ» ብሎ በቍጥር 18 ላይ ሐዋርያው ጳውሎስ እንደ ተናገረን በምድራዊ ጒልበት ዐቅም ተስፋ ፈጽሞ የተሟጠጠ ነበር፡፡

እንግዲህ የአብርሃም ተስፋ የሚናገረው የትኛው ነው፡፡ ከእምነት በኩል የተወለደው እና በእምነት ኃይል ሊጸና እና ሊፈጸም የሚችለው ተስፋ ነው፡፡ ይህ ተስፋ የሰጠው የሚያጸናው እና ተስፋውን እንድንጨብጥ የሚያደርገው እግዚአብሔር በክርስቶስ ኢየሱስ በኩል ነው፡፡ ይህም የእግዚአብሔር አሠራር ከክርስቶስ ጋር ሞትን ከእርሱ ጋር በመነሣት በትንሣኤው ኃይል ተስፋ ቃሉ እንድንጸና ተስፋውን ወራሽ እንድንሆን ማድረግ ችሎአል፡፡

ስለዚህ ክርስቶስ የተስፋው ቃል የሚያጸና በመጨረሻ ተስፋውን እንድንጨብጥ የሚያደርገን ዋስትናችን ሆኖአል (ዕብ. 7፥22)፡፡ አብርሃም የተስፋው ቃል እንደሚገባ የተረዳ ሰው ነበር፡፡ ረጅም ዓመታት የተስፋውን ዘር ለማግኘት በተስፋ ቃል ተማምኖ በእምነት እንዲኖር ያደገው እግዚአብሔር በጸጋ በእርሱ እንደሚያጸናው በሚገባ የተረዳ መሆኑ ነው፡፡ ጒዳዩ ኪዳኑ (የተስፋው ቃል) እንደሚፈጸም ዋስትና ላይ አይደለም፡፡ አብርሃም የተስፋ ቃል እንዲጸና በእምነት መቆም ያስፈልገው ነበር፡፡

የተስፋውን ቃል እንዲጸና የሚያደርገው ጸጋው ይህም የእግዚአብሔር ኃይል የሆነው ክርስቶስ ኢየሱስ ነው፡፡ አማኝ እንዲሁ በእምነት ማለት በክርስቶስ ኢየሱስ መታመን ያስፈልገዋል፡፡ ከእምነት በኩል በእግዚአብሔር ኃይል የሆነ ሕይወት ልምምድ ዕንቅስቃሴ ሥራ ሁሉ ይፈጸማል፡፡ ይህም ሥር የመለኮት ጒልበት የተላበሰ ስለሆነ፣ ሰውዬውን ያጸናዋል፤ ያበረታዋል (2ኛ ተሰ. 1፥12፤ 2ኛ ጢሞ. 2፥1 መጽሐፍ ቅዱሳችን በአዲሱ የሕይወት መንፈስ ሕግ በተሰጠን ተስፋ እንድንጸና ይጠይቀናል፡፡ «መጨረሻችሁንና መመረጣችሁን ታጸኑ ዘንድ ከፊት ይልቅ ትጉ» ይለናል፡፡

የአዲስ ኪዳን ትእዛዝ በክርስቶስ ሕግ እንጂ፣ በሙሴ ሕግ ሆነን የምንፈጽመው አይደለም፡፡ የክርስቶስ ሕግ በጸጋ የሚፈጸም ሲሆን፣ ከክርስቶስ ጋር ሞተን እንደ ተነሣን እና በትንሣኤው ኃይል (በእግዚአብሔር ክብር) በምንፈጽመው ነው፡፡ የእግዚአብሔር የትንሣኤው ኃይል (ክብሩ) ከሥጋ የሚጠይቀው አንዳችም የለም፡፡ ይልቁንም በእምነት በኩል ከቃሉ እና ከመንፈሱ ጋር ኅብረት በማድረስ በውስጣችን ክርስቶስ በእምነት በኩል ይገለጥ ሕያው ሆኖ ይኖር በመተባበር በመጣበቅ የሚሆን ነው (ኤፌ. 3÷16-17፤ ዮሐ. 15÷5)፡፡

ይህ ዋስትናችን በግንዱ ላይ በመጣበቅ ቅርንጫፉ ሕይወት እንዳገኘ እንዲሁ ከወይን ግንዱ በመጣበቅ መኖር ከግንዱ በሚሰጠው ራሱን እያጠነከረና እየተመገበ በመጨረሻም ያፈራል፡፡ ይህም መለኮታዊ ጽናት ከወይኑ ግንድ በእምነት በኩል እንድንወስድ ተሰጥቶታል፡፡ ይህም ከግንዱ የምንወስደው የነፍስ ምግብ የእግዚአብሔር ክብር (የመለኮታዊ ባሕሪው) ነው፡፡ ይህ የእግዚአብሔር ጸጋው ክብር ተሰጠን፡፡

ይህ የጸጋው ክብር ያጸናል ያበረታናል፡፡ የመለኮታዊ ባሕርይ (የእግዚአብሔር ክብር) በክርስቶስ በኩል ተካፋዮች ሆነናል (1ኛ ጴጥ. 1÷4)፡፡ ይህ የመለኮታዊ ባሕርይው (የእግዚአብሔር የጸጋው ክብር) በአማኝ ያለው የቅዱሳን ርስት ክብር ነው፡፡ በዚህ ዓለም መከራ ፈተና አውጥቶ ጽናትን በማቆም ክርስቶስን በመምሰል እንድንመላለስ የሚያደርገን የምንመካበት ይህ ብቻ ነው፡፡

በመጨረሻም ለእግዚአብሔር ምስጋና የሚሆነው የእግዚአብሔር ክብር የትንሣኤው ኃይል የሆነው የክርስቶስ መንፈስ ነው፡፡ «ወደዚህ ጸጋ በእምነት መግባትን አግኝተናል፡፡ በእግዚአብሔር ክብርም ተስፋ እንመካለን» ካለ በኋላ ‹መከራ ትዕግሥት ፈተና› በሰውዬው ቢገለጡም፣ በመንፈስ ቅዱስ በኩል ክርስቶስ (የእግዚአብሔር ፍቅር) ስለ ፈሰሰ በእርሱ እንመካለን ይላል (ሮሜ 5÷2-5፣ 11፤ 1ኛ ጴጥ. 5÷10፤ ኤፌ. 1÷7)፡፡

ትልቁ ፈተና የሕግ ሰዎች ወግ አጥባቂዎች እምነታችን እንዲዋልል በእናድርግ እና አታድርግ ሥር በሚኖር ከእግዚአብሔር ክብር እንድንሸሽ ስለሚያደርጉን ነው፡፡ ይህ የተስፋ የሆነው የእግዚአብሔር ርስት ክብር የሆነው ከክርስቶስ ኢየሱስ ጋር ሞተን ተነሥተን ክርስቶስ በአብ ቀኝ ባለበት የነፍሳችን መልህቅ በዚያ ይገኛል፡፡ ይህ ማለት ውስጣዊ ሰውነታችን ከእግዚአብሔር ክብር የተወለደ (ከመለኮታዊ ባሕርይ) አዲስ ፍጥረት የሆነ እና ሕይወታችን በክርስቶስ የተሰወረ ነው ማለት ነው (ዕብ. 6÷19)፡፡

ጌታችን ኢየሱስ ለእኛ የሞተ ብቻ ሳይሆን፣ በእኛ ሊገለጥ ሕይወታችን በእምነት በኩል የተራበ እና ስለ እኛ የሚማልድ ሆነልን (ሮሜ 8÷33-34)።

ለሙታን ሕይወትን በሚሰጥ

የሞተውን ሕያው ማድረግ የሚችልበትን የመፍጠር ብቃቱን እና አሠራሩን ያመለክታል። ጌታ ፈጣሪነቱን የገለጠው ሥጋን ከዐፈር በማበጀት ብቻ ሳይሆን፤ በፊተኛው አዳም በተሠራው ኃጢአት ምክንያት ተበላሽቶ የነበረውንና ሙት የነበረውን የሕይወት ምዕራፎችን ዘግቶ አዲስ ምዕራፍ በመክፈት ሕይወትን በመስጠት ጭምር ነው። ከጸጋው የተነሣ ባገኘነው ብቃት መሠረት የቀድሞውን አሮጌ ሰውነት ወዲያ በመጣል አዲስ ፍጥረት በመሆን ከኩነኔ ነፃ ሆነን መኖር ችለናል።

«ለሙታን ሕይወትን በሚሰጥ» - አባታችን አብርሃም ይስሐቅን በመሠዊያ ላይ ሲያጋድመው በእርግጥ መሥዋዕት እንዲያደርጉ ወስኖ ነበር። ይሁን እንጂ፣ የተስፋው ቃል የሚፈጸመው በእርሱ የተረዳው ዕውነት ስለ ነበረ። ስለሆነም ከሙታን አስነሥቶ በእግዚአብሔር ክብር እንደሚኖር ያስተዋለው ጉዳይ ነበር። ይስሐቅ ከአብርሃም ዕጅ ወጥቶ በእግዚአብሔር መዳፍ ሲቀመጥ፣ ይስሐቅ ከሙታን ተነሥቶ በእግዚአብሔር ክብር የሚኖርበት ወደ አዲስ ሕይወት ዕርከን ተሸጋገረ። እንዲሁ ሐዋርያው ለሮሜ ሰዎች እንዲሁ ሲል ይገልጥላቸዋል (ሮሜ 6÷10፤ 2ኛ ቆሮ. 5÷16)።

በክርስቶስ የእግዚአብሔር ክብር ተገልጦበት ይኖራል። የእግዚአብሔር ክብር እንዲገለጥበት የአባቱን ፈቃድ ሁልጊዜ የሚፈጽም ስለሆነ ነው። አባቱም ሲመሰክርለት «በእርሱ ደስ የሚለኝ የምወደው ልጄ ይህ ነው እርሱን ስሙት» የሚል ድምፅ ከገናናው ዙፋን በደመናው ውስጥ ሆኖ ተናገረ (ማቴ. 17÷5)። እርሱም ለመስቀል ሞት እንኳ የታዘዘ ሆነ (ዮሐ. 4÷34፤ 8÷29)።

ስለሆነም እግዚአብሔር ያለ ልክ (መጠን በሌለው) የእግዚአብሔር ክብር በእኛ እንዲገለጥ የክርስቶስ ልብና የክርስቶስ ሕይወት ያስፈልገናል። ስለዚህ በእኛ ውስጥ ሆኖ ሕይወቱን ሰጥቶን ስለሚኖር የእግዚአብሔር የጸጋው ክብር ከእኛ ጋር እንዲሆን ብቃታችን ሆኖአል። የክርስቶስ ሕይወት ሙታን በሆነው ውስጥ ሲገባ የእግዚአብሔር

ክብር በእኛ ውስጥ ዐደረ። እግዚአብሔር የክርስቶስን ልብ እና ሕይወቱን ሰጠን (1ኛ ቆሮ. 2፡9፣ 10፣ 16፤ ቈላስ. 3፥4፤ ዮሐ. 11፥25፤ 1ኛ ዮሐ. 5፥12)።

ክርስቶስ ከሙታን ሲነሣ የትንሣኤውን ሕይወት ሰጠን። ይህ ሕይወት ዛሬ በአባቱ ዘንድ ሆኖ የሚኖረውን ሕይወት ነው። አብ ከሞት አንሥቶት ክብሩን ሰጥቶታል። ክርስቶስን አሁን በሥጋ እንደምናውቀው አይደለም። ከአብ ዘንድ የተሰጠውን ሕግን በመፈጸም እና እግዚአብሔርን ልብ ቢፈጸም፣ የተገኘውን የእግዚአብሔር ክብር እንደ ጸጋ ሰጠን (ዮሐ. 17፥23)። እግዚአብሔርን ይህን አስደናቂው ውብ የሆነውን የመለኮት አሠራሩን ሲገልጠው ለዐይኖቻችን ድንቅ ሆነብን። እግዚአብሔር አስቀድሞ አዘጋጀ ሕዝብን ፈጠረ፤ ወደ ክብር ሊያደርሳቸው ቻለ። ሕዝቡም በክርስቶስ ኢየሱስ ወደ ዕረፍት ገቡ።

የሌለውን እንዳለ አድርጎ በሚጠራ

ይህ ቃል የጌታን መለኮታዊ ባሕርይና መለኮታዊ አጠራሩን ያመለክታል።

ቍጥር 16

6 እንግዲያስ እምነት ከመስማት ነው፤ መስማትም በእግዚአብሔር ቃል ነው። በዘመናትም ሁሉ ተስፋው ተፈጽሞአል። ስለዚህ ከሕግ ብቻ ሳይሆን፣ ከአብርሃም እምነት ደግሞ ለሆነ ለዘሩ ሁሉ የተስፋው ቃል እንዲጸና እንደ ጸጋ ይሆን ዘንድ በእምነት ነው። እርሱም የሁሉም አባት የሆነው።

የእምነት

3፥24-26፤ 5፥1፤ ገላትያ 3፥7-12፣ 22፤ ኤፌሶን 2፥5፣ 8፤ ቲቶ 3፥7

ተስፋው

ዕብ. 6፥13-19፤ 2ኛ ጴጥሮስ 1፥10

ነገር ግን ለአብ

9፥8፤ ኢሳይያስ 51፥2

ቍጥር 17

ለብዙ አሕዛብ አባት አደረግሁህ ተብሎ እንደ ተጻፈ ለሙታን ሕይወት በሚሰጥ የሌለውንም እንዳለ አድርጎ በሚጠራ ባመነበት በአምላክ ፊት የሁላችን አባት ነው።

እኔ አለኝ

ዘፍጥረት 17፥4፣ 5፣ 16፣ 20፤ 25፥1-34፤ 28፥3፤ ዕብራውያን 11፥12

በእርሱ ፊት ወይም እንደ እርሱ ባለው

3፥29

ሕያው የሚያደርግ

2፤ 8፥11፤ ማቴዎስ 3፥9፤ ዮሐንስ 5፥21፣ 25፤ 6፥63፤ 1ኛ ቆሮ. 15፥45፤ ኤፌሶን 2፥1-5፤ 1ኛ ጢሞቴዎስ 6፥13

የሚጠራ

8፥29፣ 30፤ 9፥26፤ ኢሳይያስ 43፥6፤ 44 7፤ 49፥12፤ 55፥12፤ የሐዋርያት ሥራ 15፥18፤ 1ኛ ቆሮ. 1፥28፤ ዕብራውያን 11፥7፤ 1ኛ ጴጥሮስ 2፥10፤ 2ኛ ጴጥሮስ 3፥8

4፥18 ዘርህ እንዲሁ ሊሆን ነው እንደ ተባለ ተስፋ ባልሆነው ጊዜ የብዙ አሕዛብ አባት እንዲሆን ተስፋ ይዞ አመነ፡፡

እንደ አብርሃም የቀደሙት የእምነታቸው ፍለጋ እንድንከተል መጻሕፍት ያዝዛል፡፡ ብዙዎች ከድካማቸውና ከውድቀታቸው በእምነት ኃይል አግኝተው የተስፋውን ቃል ይዘው ጸንተው በመኖር ወደ ክብር ተሻግረው በጽዮን ተራራ ከደስታ ወደ ተቀመጡት መልአክታን ወደ እግዚአብሔር ደርሰዋል፡፡ ከወደቁበት እና ዙሪያቸው ከከበባቸው የኃጢአት ሰንሰለት በጌታ ኃይል ሰንሰለታቸው ተበጥሶ በእምነታቸው በመቆም የእግዚአብሔርን ጽድቅ ተቀብለው የጽድቅ ፍሬ አፍርተዋል፤ እንደ አብርሃም ንጉሥ ዳዊት በድካም በድጥ ተንሸራትቶ ወድቆም ነበር፡፡ ዳዊት ግን ልቡን በእግዚአብሔር አበረታ (1ኛ ሳሙ. 30፥6፤ መዝ. 22፥4 ነፍሱ ተጨንቃ ነበር (መዝ. 42፥5፣ 11)፡፡

ይሁን እንጂ፣ በእምነት በኩል የተረዳው ዕውነት ነበር፡፡ እግዚአብሔር የእኔን ተስፋ ያድሳል (ሕያው ተስፋውን) እንድጨብጥ የሚያደርገው እግዚአብሔር ነው በማለት በእምነት ታምኖ ይጠባበቅ ነበር፤ እግዚአብሔርም ተለመነው ደረሰለትም (መዝ. 62፥1፣ 8፤ 40፥1፤ ዕብ. 6፥15)፡፡ በመታመን መጽናት ያገኘ የእምነት አባቶች ብዙዎች ነበሩ፡፡ የእግዚአብሔር ጽድቅ ከፍ ከፍ ያደረጋቸው እንደ ደመና ምስክር የሆኑ ብዙ የአብርሃም ልጆች ሲኖሩ፣ ከአመነው ከአብርሃም ጋር የእግዚአብሔርን የጸጋውን ክብር ወራሾች ሆነዋል፡፡

ተስፋ ባልሆነው ጊዜ

ተስፋ የሚያደርገውንና በእርሱ ውስጥ፣ ማለትም በማንነቱ ምንም ተስፋ ባልነበረው ጊዜ ማለት ነው፡፡

በዚህ ሁኔታ ውስጥ ያለ የእግዚአብሔርን ተስፋ ማለትም አስተማማኝ ጥበቃን በማሰብ የተናገረውን እንደሚፈጽም በማመን በእርግጠኝነት መጠበቅን ያመለክታል፡፡

ተስፋ ይዞ አመነ

አብርሃም ከእርሱ በኩል የሚመጣ ምንም ነገር እንደ ሌለ በመረዳት የእግዚአብሔርን የተስፋ ቃል በጽናት መጠበቁን ያመለክታል፡፡

በስፋት ስንመለከተውም

- ከዚህ የተነሣ መልካም ይሆንልኛል ብሎ የሚያስበውና የሚመካበት ሥራ ሳይኖረው ጌታ የተናገረውን ይፈጽማል ብሎ ማመኑን ያሳያል፡፡

- በነቢያት መጻሕፍት እንደምናየው «ተስፋ» በክርስቶስ ሞትና ትንሣኤ የተሰጠ የክብር ቃል ነው (1ኛ ጴጥ. 1፥21፤ ገላ. 5፥5፤ ኤፌ. 1፥18-19፤ ቈላስ. 1፥4-5፤ ኤፌ 2፡12)፡፡ በዚህም መሠረት ጌታ ለተስፋ እንጂ ለቍጣ አልጠራንም (ኤር. 29፥11፤ 31፥17፤ ሆሴዕ 2፥17)፡፡

አብርሃምን የተፈጥሮ አካሉና በዙሪያው ያሉት ነገሮች ሁሉ «መውለድ አትችልም» የሚሉት ቢሆንም፣ «ይሆንልሃል» የሚለውን የጌታ መለኮታዊ ጥሪ (የተስፋ ቃል) ግን ተቀብሎአል፡፡ ተስፋው ደግሞ ከከበበው ነገር ይበልጣል፡፡

ዴኒስ ሲያብራራ፣ "የአብርሃም እምነት ተብራርቷል፡፡ ከተስፋ በተቃረነ መልኩ ያለ ነበር (ተፈጥሮ ተስፋን እስከ ሰጠ ድረስ)፤ እንዲሁም በተስፋ ላይ ያረፈ ነው፡፡

ሮቤርትሰን እንዲህ ሲል ይተረጒመዋል፣ "ያለፈ ተስፋ ውስጥ (ላይ) እርሱ በሚታመነው ተስፋ ላይ ተስፋ ማድረግ ነው፡፡" በተቃረኒ የሚለው *ፓሪ* ይሰኛል፤ እዚህ ላይ ጥቅም ላይ በዋለበት በወቀሳ መልኩ "በላይ" የሚል ትርጒም አለው፡፡ የአብርሃም ሁኔታ ከተስፋ በላይ ነበር፡፡ "ውስጥ" የሚለው ኤፒ የሚሰኝ ሲሆን፣ "በላዩ" የሚል ፍቺ አለው፡፡ ይሁንና

እርሱ የሚጠባበቀውን ነገር በተስፋ ላይ መሠረተው። እርሱ ያለበት ሁኔታ ከሰዎች ተስፋዎች በላይ ነው፤ ነገር ግን ከዚህም ሁሉ ባሻገር ተስፋውን በእግዚአብሔር ላይ አደረገው። ጥቅሱ የተወሰደው ከዘፍጥረት 15፥5 ነው። ስለዚህ የሚለው *ሁቶኤል* የሚሰኝ ሲሆን፣ "ስለዚህ በተነገረበት አግባብ መሠረት" የከዋክብትን ቍጥር የሚያመለክት ነው።(ዌስት፣ ኬ. ኤስ. የግሪክ አዲስ ኪዳን ጥናት)

ቍጥር 18

ዘርህ እንዲሁ ሊሆን ነው እንደ ተባለ ተስፋ ባልሆነው ጊዜ የብዙ አሕዛብ አባት እንዲሆን ተስፋ ይዞ አመነ።

ባልሆነው

19፤ 5፥5፤ 8፥24፤ ሩት 1፥11-13፤ ምሳሌ 13፥12፤ ሕዝቅኤል 37፥11፤ ማርቆስ 5፥35፣ 36፤ ሉቃስ 1፥18፤ የሐዋርያት ሥራ 27፥25

ልክ እንደዚሁ

ዘፍጥረት 15፥5፣ 6

4፥19 የመቶ ዓመትም ሽማግሌ ስለሆነ እንደ ምውት የሆነውን የራሱን ሥጋና የሣራ ማህፀን ምውት መሆኑን በእምነቱ ሳይደክም ተመለከተ

ምውት መሆኑን

የሞተ (nekroo /ኔክሮ ከ nekros/ = የሞተ) ማለት እንዲሞት ማድረግ ወይም መሠዋት ነው። የአንድን ነገር ሕይወት ወደ ፍጻሜ ማምጣት ማለት ነው። *ታዮር* እንደሚለው በዚህ በሮሜ ላይ ይህ ቃል ያረጁ እናቶችን ለመግለጽ እና አገልግሎቱን የጨረሰ ማህፀንን ለመግለጽ ተጠቅሞበታል።(መጽሐፍ ቅዱስ ጥቅሶች የብሉይና / የአዲስ ኪዳን ግሪክ መዝገበ ቃላት፣ የቴየር ትርጉም 1989. በ ጆሴፍ ሄንሪ ቴየር፣ አስቲን ሐተታ/ በጄፍ ጋሪሰን)

"የሞተ / አሁን ሙታን" የሚሉት ቃላት በምንባቡ ውስጥ በሩቅ ኀላፊ ጊዜ ተቀምጠዋል። ይህም ማለት ልጅ የመውለድ ተግባራት በመተለከተ የአብርሃም አካል ሞቷል (ተግባሩን አቁሟል)። እናም በውጤቱ ሙት በሆነ ነባራዊ ሁኔታው ውስጥ (በፍጹም ዳግመኛ ሊሠራ አይችልም) ነበር። ልጅ መውለድን በተመለከተ በሩ ሙሉ በሙሉ፣ እንዲሁም ለዘላለም ተዘግቷል። "ወይ" የሚለው ቃልም ተውጧል። ሙት

የሆነውን የሣራን ማህፀን ተግባር በተመለከተ አብርሃም ተመሳሳይ የሆነ መሰናክልን ተጋፍጦ እንመለከተዋለን፡፡(ዌስት፣ ኬ. ኤስ. የግሪክ አዲስ ኪዳን ጥናት)

ኔክሮ በ3 የአዲስ ኪዳን ክፍሎች ላይ በተምሳሌታዊ መልክ ተቀምጦ ይታያል (ሮሜ 4፡ 19፤ ቈላስ. 3÷5 እና ዕብ. 11÷12) በብሉዩ የመጽሐፍ ቅዱስ ክፍል ላይ ቃሉ አላገለገለም፡፡ በአዲሱ ኪዳን አገልግሎቱ ላይ ያለው ትርጉም ሙሉ ለሙሉ ሥራን፣ አገልግሎትን ማቆም ወይም ኃይልን ማጣትን አመልካች ነው፡፡

ኔክሮ በሮሜ ላይ እንደ ተቀመጠው ትርጉሙ የአብርሃም የመራቢያ አካል አገልግሎት መስጠት ማቆሙንና መልሶ ላይነሣ መሞቱን ነው የሚናገረው፡፡

አብርሃም ፈጽሞ ልጅ ሊኖረው አይችልም፤ በሰው ልጅ የማይቻል ነው፡፡ አሁን ላይ ያለ ዘመናዊ የሕክምና አገልግሎት እንኳ አብርሃምና ሣራን የሚመድባቸው በሕክምና ዕርዳታም ጭምር ሊወልዱ የማይችሉ መካን ናቸው ብሎ ነው፡፡ አብርሃም ክትትል ሲያረግበት የነበረው ሐኪም ግን ሰው አይደለም፡፡ ነገር ግን ለሞተው ሕይወት መስጠት የሚችል ታላቅ ሐኪም ነው፡፡ በቅርብ እዚህ ሐኪም ጋር ሄደሃል /ሻል/ ወይ?

የሞተ መሆን (nekrosis /ኔክሮሲስ - nekroo /ኔክሮን ተመልከቱ፤ English /እንግሊዝኛው = necrosis /ኔክሮሲስ፡- "የሕክምና ቃል ሲሆን፣ አንድ የሰውነት ክፍል ላይ የደም አቅርቦት ከመቋረጡ የተነሣ ይህ ህዋስ /ሴል መሞቱን እና መበስበሱን የሚያሳይ ቃል ነው፡፡) ማለት የሚሞትበት ደረጃ ድረስ ማድረስ ወይም እንዲሞት ማድረግ ነው፡፡ እዚህ ጋር ሊሞት የሚያስችለው ደረጃ ድረስ መድረስን የሚገልጽ ሲሆን፣ በሌላ አባባል መሞትንም ጭምር አመልካች ነው፡፡ ሣራ አልነበረችም የሞተችው፤ ነገር ግን ማህፀኗ ልጅን ጸንሶ ከመሸከም አንጻር ያለፈ ስለ ነበር ነው ሞቷል የተባለው፡፡ (መጽሐፍ ቅዱስ ጥቅሶች የብሉይና / የአዲስ ኪዳን ግሪክ መዝገበ ቃላት፣ የቴየር ትርጉም 1989. በ ጆሴፍ ሄንሪ ቴየር፣ አስቲን ሐተታ/ በጄፍ ጋሪሰን)

TDNT "*ኔክሮሲስ* በሕክምና አንድ የታመመ አካል መሞቱን የሚያሳይ ነው፡፡

ማህፀን (metra /ሜትራ ከ meter /ሜትር = እናት) ማለት በሴት ልጅ ውስጥ ፅንስ የሚፀነስበትና ዕድገት የሚካሄድበት የሰውነት ክፍልን ወይም ማህፀንን ገላጭ ነው፡፡

(መጽሐፍ ቅዱስ ጥቅሶች የብሉይና / የአዲስ ኪዳን ግሪክ መዝገበ ቃላት፣ የቴየር ትርጉም 1989. በ ጆሴፍ ሄንሪ ቴየር፣ አስቲን ሐተታ/ በጄፍ ጋሪሰን)

ሣራ ከአብርሃም 10 ዓመት ብቻ ነበር በዕድሜ የምታንሰው (ዘፍ. 17÷17)፣ ማለትም 90 ዓመቷ ነበር፡፡ ይህም ሴት ልጅ ፅንስ ተሸክማ ልጅ መውለድ ከምትችልበት ዕድሜ እጅግ ያለፈ ነው እናም በዚህ ወቅት ነበር የይስሐቅን ተስፋ ቃል የተቀበሉት፡፡

ዕያወቀ በእምነቱ አልደከመም

የራሱ ሥጋና የሣራ ማህፀን ልጅ ያስገኛል ብሎ ሳይሆን፣ በጌታ ጸጋ ላይ በመደገፍ አለመድከሙን ያመለክታል፡፡ ተስፋ ያደገውም የራሱን ሥጋና የሣራን ማህፀን ሳይሆን፣ እግዚአብሔር የሰጠውን ቃል ብቻ ነው፡፡

ሳይደከም ተመለከተ

ሳይደከም (astheneo /አስቴኒዮ ከ a/ኤ = ውጭ + sthénos /ስቴኖስ = ጥንካሬ፣ አካላዊ ብርታት) ማለት አንድን ነገር ለማድረግ ያነሰ አቅም ላይ መሆን፡፡ በዚህ ቦታ ደግሞ ሙት በሆነው የሳራ ማህፀን ውስጥ ሕይወት ለመዝራት ዐቅም ማጣትን ያመለክታል፡፡ በእምነት የደከመ መሆን፣ ጥርጣሬ እንዲገባብንና እምነታችንን እንዲጫነው መፍቀድ፡፡(መጽሐፍ ቅዱስ ጥቅሶች የብሉይና / የአዲስ ኪዳን ግሪክ መዝገበ ቃላት፣ የቴየር ትርጉም 1989. በ ጆሴፍ ሄንሪ ቴየር፣ አስቲን ሐተታ/ በጄፍ ጋሪሰን)

ተመለከተ (katanoeo /ካታኖዮ ከ kata /ካታ = ሥር (ካታ የሚያጎላ ቃልም ይሆናል) + noéo /ኒዮ = መገንዘብ፣ ማሰብ) ማለት አሳብን አንድ ነገር ላይ በመሰብሰብ አንድን ነገር በጥንቃቄ ማየትና መከታተል ነው፡፡ አንድን ነገር ለመረዳት ዐይንን አንድ ነገር ላይ አስተውሎ ማስቀመጥ ነው፡፡ ካታኒዮ ማለት በጥንቃቄ ማየት፣ መገንዘብ ነው፡፡ አንድን ነገር ጥንቃቄ በተሞላበት ሁኔታ በመመልከት አእምሮ ስለዚያ ነገር ትክክለኛው መረዳት ላይ እንዲደርስ ማድረግ ነው፡፡ (መጽሐፍ ቅዱስ ጥቅሶች የብሉይና / የአዲስ ኪዳን ግሪክ መዝገበ ቃላት፣ የቴየር ትርጉም 1989. በ ጆሴፍ ሄንሪ ቴየር፣ አስቲን ሐተታ/ በጄፍ ጋሪሰን)

ልብ ማለት/ተመለከተ የሚለው *ካታኖኤዎ* የሚሰኝ ሲሆን፣ እየተከታተሉ ልብ ማለት ወይም አንድ ሰው ዐይኖቹንና አእምሮውን በአንድ ነገር ላይ እንዲያተኩር ማድረግ ማለት ነው፡፡ እምነትን በማክበር ደካማ ባለመሆን አብርሃም አካላዊ ሁኔታውን በንቃት ይከታተል (ልብ ይል)፣ በፊቱ ባሉ መሰናክሎች ላይ ትኩረት ያደርግ ነበር፡፡(ዌስት፣ ኬ. ኤስ. የግሪክ አዲስ ኪዳን ጥናት)

ቫይን ሲጽፍ *ካታኒዮ* አእምሮ መረጃዎችን በማጠራቀም ስለ አንድ ነገር ዕውነትን የሚሰበስብበትን መንገድ አመልካች ነው ይላል፡፡

TDNT ሲጽፍ *ካታኒዮ* የሚለው *ኒዮ* ከሚለው ቃል ጋር የሚቀራረብ ሲሆን፣ ሙሉ አእምሮን ወደ አንድ ነገር ማድረግ ነው፣ ከዚህም ባለፈ አንድን ነገር ከፍ ብሎ በጥልቀት ለማየት መሞከር ነው፡፡ ከዚህ በተጨማሪ አንድን ነገር በጥንቃቄ ማጥናት፣ አስተውሎ መመልከትንም ያሳያል፡፡ በግሪኩ *ካታኒዮ* አንድን አገር በጥልቅ ዕይታ ለመገንዘብ መሞከርን አመልካች ነው፡፡

በአዲስ ኪዳን ላይ አትኩሮት ሰጥቶ የሚያወራው ስለ ዕይታ ነው፡፡ በተለይም በሉቃስ ላይ ማየት የሚል ግስን ነው የሚያመለክተው (ማቴ. 7÷3፤ ሉቃስ 6÷41፤ የሐዋ. 27÷39፤ ያዕ. 1፡23-24፤ ሉቃስ 12÷24፤27፤ ሮሜ 4÷19፤ የሐዋ. 7፡31) ከ 11÷6 ጋር አወዳድሩ)፡፡ (ኪትል ፣ ጂ ፣ ፍሬድሪች ፣ ጂ እና ብሮሚሊ ፣ ጂ ደብሊው ቲኦሎጂካል ዲክሽነሪ ኦቭ ኒው ቴስታመንት) ኤርድማንስ)

ቍጥር 19

የመቶ ዓመትም ሽማግሌ ስለሆነ እንደምውት የሆነውን የራሱን ሥጋና የሣራ ማኅፀንምውት መሆኑን በእምነቱ ሳይደክም ተመለከተ፡፡ 20 ለእግዚአብሔርም ክብር እየሰጠ የሰጠውንም ተስፋ ደግሞ ሊፈጽም እንዲችል አጥብቆ እየተረዳ በእምነት በረታ እንጂ፣ በአለማመን ምክንያት በእግዚአብሔር ተስፋ ቃል አልተጠራጠረም፡፡ ራሱም ጻድቅ እንዲሆን በኢየሱስም የሚያምነውን እንዲያጸድቅ አሁን በዚህ ዘመን ጽድቁን ያሳይ ዘንድ ነው፡፡

በመሆን

20፤ 21፤ 14÷21፤ ማቴዎስ 6÷30፤ 8÷26፤ 14÷31፤ ማርቆስ 9÷23፣ 24፤ ዮሐንስ 20÷27፣ 28

ከግምት ገባ

ዘፍጥረት 17÷17፤ 18÷11-14፤ ዕብራውያን 11÷11-19

4፥20-21 ለእግዚአብሔርም ክብር እየሰጠ የሰጠውንም ተስፋ ደግሞ ሊፈጽም እንዲችል አጥብቆ የተረዳ በእምነት በረታ እንጂ፣ በአለማመን ምክንያት በእግዚአብሔር ተስፋ ቃል አልተጠራጠረም፡፡

ብርታትን ከእምነቱ አገኘ፣ ደግሞም ክብሩን ለእግዚአብሔር እየሰጠ ሳለ፣ እግዚአብሔር የገዛ ራሱን የተስፋ ቃል እንደሚፈጽም እየተረዳ መጣ፡፡ ይህ ለእርሱ፣ "ጽድቅ ሆኖ የተቈጠረለት እምነት ነበር፡፡" (ሮሜ 4፥21 ጄ.ፊ. ፊሊፕስ ኒው ቴስታመንት)

ለእግዚአብሔር ክብር የሰጠ

ያለበት ሁኔታ እግዚአብሔር የተናገረውን የሚፈጽም ባያስመስልም እንኳ አብርሃም ግን የተስፋ ቃሉን አልተጠራጠረም፡፡ ቃል ኪዳኑንም በማክበር ወንዶቹን ሁሉ ገረዛቸው፡፡ አንዳንድ ጊዜ በእግዚአብሔር ታማኝነት ከመደገፍ የጐደለበት ጊዜ ቢኖርም፣ በአጠቃላይ በሕይወቱ አቅጣጫ ግን ዕያደገና እየበረታ እግዚአብሔርንም እያስከበረ መምጣቱን ያመለክታል፡፡

የሰጠውንም ተስፋ

የተስፋ ቃል (epaggelia /ኢፓጌሊያ/epangelia /ኢፓንጌሊያ ከ epi/ ኢፒ = የሚያጎላ ቃል ሲሆን + aggéllo /አጌሎ = መንገር /ማወጅ) ማለት አንድ ነገርን ለማድረግ ወይም ለመስጠት ቀድሞ ማሳወቅ ወይም ቃል መግባት የሚል አሳብ ያለው ነው፡፡ ይህ ቃል ከሐዋ 23፡21 በስተቀር የእግዚአብሔርን ቃል ኪዳን ለማሳየት ብቻ ነው በአብዛኛው ያገለገለው እናም ቃል የተገባን ነገር የሚያሳይ ነው፡፡(መጽሐፍ ቅዱስ ጥቅሶች የብሉይና / የአዲስ ኪዳን ግሪክ መዝገበ ቃላት፣ የቴየር ትርጉም 1989. በ ጆሴፍ ሄንሪ ቴየር፣ ኦስቲን ሐተታ/ በጀፍ ጋሪሰን)

እንዲችል

መቻል (dunatos /ዱናቶስ ከ dunamai /ዱናማይ = መቻል፣ በውስጥ የሆነ ተፈጥሮአዊ ዐቅም ያለው መሆን) ማለት አንድን ነገር ለማከናወን የሚረዳ ዐቅም ያለው መሆን ማለት ነው፡፡(መጽሐፍ ቅዱስ ጥቅሶች የብሉይና / የአዲስ ኪዳን ግሪክ መዝገበ ቃላት፣ የቴየር ትርጉም 1989. በ ጆሴፍ ሄንሪ ቴየር፣ አስቲን ሐተታ/ በጀፍ ጋሪሰን)

ማክዶናልድ እንደሚጠቅሰው አብርሃም እግዚአብሔር እንዴት የተስፋ ቃሉን እንደሚፈጽም ዐያውቅም ነበር፤ ነገር ግን ይህ ቀላል ነበር፡፡ እርሱ እግዚአብሔርን ያውቀዋል፤ የተናገረውንም የመፈጸም ዐቅም ያለው መሆኑ ላይ ሙሉ እምነት አለው፡፡ በአንድ በኩል ድንቅ እምነት ነው፡፡ በሌላ በኩል ደግሞ የእግዚአብሔር ቃል አለም ላይ ፍጹም እርግጥ የሆነው ቃል ስለ ሆነ በእርሱ ላይ መታመን በጣም ምክንያታዊ ነው፡፡ ምንም ዐይነት ዐደጋ የለውምና፡፡ (ማክዶናልድ ፣ ወ እና ፋርስታድ ፣ የአማኝ መጽሐፍ ቅዱስ ሐተታ ቶማስ ኔልሰን)

ማቲው ሄንሪ "ሊፈጽም እንዲችል" የሚለው ቃል ላይ ሲጽፍ የእኛ መናወጥ የሚመጣው በዋናነት መለኮታዊ ኃይል ላይ ካለን አለመታመን ነው፤ ስለዚህ እኛን ለማስተካከል የሚያስፈልገው **እርሱ ታማኝ መሆኑን ማመን** ብቻ ሳይሆን፣ **የተስፋ ቃሉን የመፈጸም ችሎታው እንዳለው** ማመናችንም ጭምር ሊስተካከል ይገባል፡፡

በእምነት በረታ

በእግዚአብሔር ከመታመኑ የተነሣ እግዚአብሔር እንዳበረታውና እንዳይወላውል እንዳገዘው ያመለክታል፡፡

በረታ (endunamoo /ኢንዱናሞ ከ en /ኤን = ውስጥ + dunamóo /ዱናሞ = ጥንካሬ) በቀላል አገላለጽ ኃይልን ማውጣት እና ጠንካራ መሆን ነው፡፡ በውስጥ ጠንካራ ጉልበት ያለው መሆን ነው፡፡ ይህ ቃል በመጽሐፍ ቅዱስ ላይ ብቻ ያለ ቃል ነው፡፡ አሳቡ አንድ ነገር በውስጡ አንድን ተግባር መፈጸም የሚችልበትን ዐቅም መፍጠር ነው፡፡ ዱናሞ /Dunamóo የመጣው ዱናሚስ /dúnamis ከሚለው ቃል ሲሆን፣ ትርጉሙም ጉልበት /ኃይል ያለው መሆን ነው፡፡ *ዱናሚስ* በአንድ አካል ውስጥ በተፈጥሮ ያለ ዐቅም ነው፡፡

(መጽሐፍ ቅዱስ ጥቅሶች የብሉይና / የአዲስ ኪዳን ግሪክ መዝገበ ቃላት፣ የቴየር ትርጉም 1989. በ ጆሴፍ ሄንሪ ቴየር፣ አስቲን ሐተታ/ በጄፍ ጋሪሰን)

"ጠንካራ ነበር/**በረታ**" የሚለው ኢንዱናሚኦ የሚሰኝ ሲሆን፣ "ጠንካራ ማድረግ፣ በጥንካሬ መጽናት የሚልና በተደራጊ አነጋገር የተቀመጠ ነው። በጥንካሬ እንዲበረታ ወይም በጥንካሬ እንዲጸና ተደርጎ ነበር። ይህ ጥንካሬ "በእምነት" በሚል ሐረግ ጎልቶ እንዲታይ ተደርጓል። ቴፒስቴይ - "እምነትን በመለከተ የሚል አሳብ አለው። ይህም ማለት **የማይቻል ሁኔታ በተአምር እንዲለወጥ እምነት በእግዚአብሔር እንዲጠነክር ተደርጎ ነበር** ማለት ነው። እዚህ ላይ እየተንጸባረቀ ያለው አሳብ አካላዊ ኃይሉ እንደ ገና ተመልሶ ልጅን ወደ ዓለም ለመምጣት ከሚችልበት ደረጃ ጋር ዕኩል እንዲሆን የአብርሃም እምነት እንዲጠነክር ተደረገ የሚል አይደለም። ይስሐቅ ለአብርሃም እምነት በምላሽነት የተሠራ የእግዚአብሔር ሥነ-ሕይወታዊ ተአምር ነው። ስለዚህም ደግሞ ክብሩ ለእግዚአብሔር ይሁን! (ዌስት፣ ኬ. ኤስ. የግሪክ አዲስ ኪዳን ጥናት)

ሊዮን ሞሪስ የአብርሃም ጥንካሬ ላይ ሲጽፍ እንዲህ ይላል፡- "በረታ የሚለው ቃል የተተረጐመበት መንገድ በአዲስ ኪዳን **ከአማኙ የሚወጣን ኃይል** የሚያሳይ ነው እናም እኔ እንዲህ ዐይነቱ አተረጓጐም ላይ የማልስማማው ነገር አለ። ለምሳሌ "እምነቱ አበረታው" ወይም "እየበረታ ሄደ" የሚሉት ትርጉሞች አይስማሙኝም።

በወንጌላውያን አስተምህሮ ዘንድ መፅሐፍ ቅዱሳችን ላይም በይበልጥ በእምነታቸው ፅናት ጌታን ያስደሰቱ ፣ ጌታ ያደነቀው የጠነከረ እምነት እንዳለ ሁሉ የማያምን ተጠራጣሪ እምነት እንዳለ ይታወቃል።

ጳውሎስ እያለን ያለው እምነት ደካማው አብርሃም ውስጥ ጥንካሬን አስገባ ሳይሆን፣ **እግዚአብሔር** ደካማውን አብርሃም ወስዶ **በውስጡ ብርታትን አስገባ** ነው። አብርሃም የበረታው **ከእምነት የተነሣ** መሆኑ ግልጽ ቢሆንም፣ **ምንጩ ግን እግዚአብሔር ነበር** እንጂ፣ እምነቱ አይደለም። እምነት ብርታትን የተቀበለበት መንገዱ ነው እንጂ፣ የብርታቱ ምንጭ አይደለም።

ግሪኩ **"በእምነቱ እንዲበረታ ሆነ"** (ማለትም **እምነቱ ጨመረ**) ወይም **"በእምነቱ ውስጥ እርሱ በረታ"** ብሎ ይተረጐመዋል። በሁለቱም መንገድ ቢሆን፣ ብርታትን የሚሰጠው እግዚአብሔር ነው። (ሞሪስ ፣ ኤል. የሮማውያን መልእክት. ደብሊው ቢ.)

እምነት (pistis /ፒስቲስ) ይህ የአንድ ነገር እውነታን ማመን ነው:: በመጽሃፍ ቅዱስ ግን በአብዛኛው ሰው ከእግዚአብሔር ጋር ወይንም ከመለኮታዊ ነገር ጋር ስላለው እምነት የሚገልጽ ቃል ነው:: በአጠቃላይ መታመንን ሲያሳይ ይህ እምነት ቅዱስ መሻት ያለበት ነው:: ፒስቲስ ስለ እግዚአብሔር ሲሆን ደግሞ እግዚአብሔር መኖሩንና የሁሉም ነገር ፈጣሪና ገዢ መሆኑን እንዲሁም በክርስቶስ በኩል ዘላለማዊ ድትን ሰጪ እንደሆነ ማመን ነው:: ለአብርሃም እምነት እግዚአብሔር የተስፋ ቃሉን የሚፈጽም አምላክ መሆኑን መታመን ነው::

ሂዩስ እምነት ላይ የሚስብ ገለጻ አለው እንዲህ ይላል፤ አንዳንድ ሰዎች ስለ እምነት ያላቸው መረዳት አንድ ሰው እምነት ሲኖረው በውስጡ መረጃ ላይ የተመሰረተ እውነታን ችላ ማለት ይጀምራል:: እምነትና እውነታን የተለያዩ አድርገው ነው የሚያዩዋቸው:: ምክንያታዊ ያልሆነ እምነት ተራ እምነት/ fideism ሲሆን ምክንያት ያለ እምነት ደግሞ አመክኖዋዊ አስተሳሰብ/ rationalism ብቻ ነው:: በተግባር ስናየው እምነት ከምክንያት ሊወርድ አይችልም፤ በተመሳሳይ ከእምነትም ላይ ምክንያትን ልትቀንሱ አትችሉም:: መጽሃፍ ቅዱሳዊ እምነት ሁለቱንም ያካተተ ነው:: አብርሃም ምክንያታዊ ያልሆነ እምነትን አይደለም የወሰደው:: (ሂዩዝ ፤ አር ኬ. ሮማውያን-ከሰማይ የመጣ ጽድቅ. ቃሉን መስበክ። ዌቶን)

ጎጀት ሲጽፍ ለእግዚአብሔር ክብር መስጠት ማለት በቃል ወይንም በሥራ አክብሮትን ማሳየት ነው፤ ለአንድ ወይም ለሌላ የእግዚአብሔር ድርጊት ወይም ደግሞ በአጠቃላይ ለፍጽምናው አክብሮትን ማሳየት ነው:: እሺ በዚህ ክፍል ውስጥ አክብሮቱ አለ:: ሐዋርያው የሚነግረን በሮሜ 4፥21 ላይ ለእግዚአብሔር ታማኝነትና የተናገረውን የመፈጸም ዐቅም ጥልቅ መታመን እንዳለውና ትልቅ ክብር እንዳሳየ ነው::

ጆን ማክአርተር አስተያየት ሲሰጥ እንደ እግዚአብሔር የሆነ እምነት እርሱን ያከብረዋል፤ እምነትን የሚሰጥ እርሱ ሁሉን ዋጋ ይቀበላልና:: የትኛውም እግዚአብሔርን የማያከብር እምነት ከእርሱ የተገኘ አይደለም:: በእግዚአብሔር ላይ ያለ መታመን የእርሱን ታማኝ ማንነት ስለሚያረጋግጥ ሰዎች እርሱን የሚያከብሩበት የላቀው መንገድ እርሱ ነው፣ ያለ እምነት እርሱን ለማምለክ፣ ለማክበር የሚደረግ ጥረት ዋጋ የሌለው ራስን የማጽደቅ ማታለል ነው::

አጥብቆ የተረዳ

አብርሃም በእምነቱ፣ በውሳኔው ጸንቶ ይኖር ነበር ስንል በአእምሮው የሚያወጣና የሚያወርደው ነገር አልነበረም ማለት አይደለም (ዘፍ. 17÷17)፡፡

በዘፍ. 17÷26-27 ተጽፎ እንደምናነበው ሁሉንም ሲገርዛቸው ጊዜያዊ የሆነ ድርጊቱን የሚያሳይ ሳይሆን፣ በእምነት ጀምሮ በእምነት መመላለሱን የሚገልጥ ነው (ሉቃስ 1÷1፤ ሮሜ 14÷5)፡፡

በዚህ ክፍል «ተስፋ» ተብሎ የተጠቀሰው ቃል አብርሃም በእግዚአብሔር ኃይል ማለትም «ተስፋ» በሆነው በክርስቶስ መታመኑን ያመለክታል (ዕብ. 6÷13-20)፡፡

እግዚአብሔርም ለአብርሃም ተስፋ በሰጠው ጊዜ በዕውነት እየባረክሁ እባርክሀለሁ፤ እያበዛሁ አበዛሃለሁ ብሎ ከእርሱ በሚበልጥ በማንም ሊምል ስላልቻለ በራሱ ማለ፤ እንዲሁም እርሱ ከታገሠ በኋላ ተስፋውን አገኘ፡፡ ሰዎች ከእነርሱ በሚበልጠው ይምላሉ ለማስረዳትም የሆነው መሐላ የሙግት ሁሉ ፍጻሜ ይሆናል፡፡

ስለዚህም እግዚአብሔር የተስፋውን ቃል ለሚወርሱ ፈቃዱ እንደማይለወጥ አብልጦ ሊያሳያቸው ስለ ፈቀድ እግዚአብሔር ሊዋሽ በማይቻል በሁለት የማይለወጥ ነገር በፊታችን ያለውን ተስፋ ለመያዝ ለሸሸን ለእኛ ብርቱ መጽናናት ይሆንልን ዘንድ በመሐላ መካከል ገባ፤ ይህም ተስፋ እንደነፍስ መልህቅ አለን፥ እርሱም እርግጥና ጽኑ የሆነ ወደ መጋረጃው ውስጥ የገባ ነው፤ በዚያም ኢየሱስ እንደ መልከ ጼዴቅ ሹመት ለዘላለም ሊቀ ካህናት የሆነው ስለ እኛ ቀዳሚ ሆኖ ገባ (ዕብ. 6÷13-20)፡፡

መርከብ በመልህቅ እንደሚያዝ ሁሉ ጌታም እኛን እንደ ተስፋ መልህቅ ሆኖ ይዞናል፡፡ አብርሃምም በሕይወቱ የተነሣው ወጀብ እንዳያጠፋው የረዳው የእግዚአብሔር አለትነት መልህቅ ስለ ሆነለት ነው፡፡

በእግዚአብሔር ተስፋ ቃል

የተስፋ ቃል (epaggelia /ኢፓጌሊያ/epangelia /ኢፓንጌሊያ ከ epí/ ኢፒ = የሚያጎላ ቃል ሲሆን + aggéllo /አጌሎ = መንገር /ማወጅ) ማለት አንድ ነገርን ለማድረግ ወይም

ለመስጠት ቀድሞ ማሳወቅ ወይም ቃል መግባት የሚል አሳብ ያለው ነው፡፡ ይህ ቃል ከሐዋ 23፡21 በስተቀር የእግዚአብሔርን ቃል ኪዳን ለማሳየት ብቻ ነው በአብዛኛው ያገለገለው እናም ቃል የተገባን ነገር የሚያሳይ ነው፡፡

በአለማመን ምክንያት

አለማመን (apistia /አፒስቲያ ከ a/ኤ = ውጭ + pistós /ፒስቶስ = ማመን) ማለት በቀጥታ እምነት አለመኖርን የሚያሳይ ቃል ነው፡፡ ለአንድ ለሌላ ነገር ራስን አሳልፎ ለመስጠት ፈቃደኛ አለመሆን ነው፡፡(መጽሐፍ ቅዱስ ጥቅሶች የብሉይና / የአዲስ ኪዳን ግሪክ መዝገበ ቃላት፣ የቴየር ትርጉም 1989. በ ጆሴፍ ሄንሪ ቴየር፣ አስቲን ሐተታ/ በጄፍ ጋሪሰን)

ጆዌል ስለ ሁለት መንገደኞች ታሪክ ያወሳል፡፡ እዚህ ጋር ሁለት ተጓዦች ወደ አንድ በረዶ የሠራ ወንዝ ወዳለበት መንገድ ይመጣሉ፡፡ ነገር ግን በረዶው እየቀዘቀዘ ያለ እንጂ፤ ገና የደደረ አልነበረም፡፡ አንዱ እንዲህ አለ፡- "እኔ ፈራሁ! በረዶው የእኔን ኪሎ አይሸከመውም!" አለና ቅዝቃዜው ላይ ተቀመጠ፡፡ ሌላኛው እንዲህ አለ፡- "እኔ ወደ ቤት እሄዳለሁ!" አለና ቀስ ብሎ በበረዶው ለይ መጓዝ ጀመረ፡፡

ሁለተኛው ተጓዥ ራሱን ሰጠ፤ ሁኔታዎችን ማየት አልፈለገም እናም እያንዳንዱ እርምጃም ያለውን ውሳኔ ይበልጥ እያጠናከረለት ሄደ፡፡ በመጨረሻ ወንዙን ተሻግሮ ወደ ቤቱ መሄድ ቻለ፡፡ ሌላኛው ግን በቅዝቃዜው ላይ ቀረ፡፡ ሙዲ እንዲህ እንደሚል፡- "አለማመን አንድን ነገር በእግዚአብሔር ዕጅ ላይ ያይና ይህ ነገር ቢኖረኝ እመኝ ነበር ሲል፣ እምነት ግን "ይህ ነገር ይኖረኛል" ይልና ያገኘዋል፡፡" ሌላ ሰውም እንዲህ ይላል "የእምነት ጉዞ ባዶ ይመስላል፤ ዳሩ ግን ከውስጡ ጠጣር ነገር አለ፡፡" (Romans 4) እንጂ/ግን (235) (alla/አላ) ይህ ተቃርኖን የሚገልጽ ጠንካራ ቃል ነው፡፡

ጎጄት ሲጽፍ ግን /አላ ከጥርጣሬ የሚነሣ ድክመትን በጥንካሬ የሚቃወም አሳብ ነው፡፡

አልተጠራጠረም

የተስፋው ቃል በጌታ ታማኝነት እንዲደገፍና እንዲሁም እንዳይጠራጠር የማድረግ ብቃት ነበረው፡፡ ዛሬም ይኸው ዕውነት በእኛ ሕይወት በገሃድ ይገለጣል፡፡ ሰው በእምነቱ

ሲበረታ ለእግዚአብሔር ክብር ይሆናል፡፡ ይህ ማለት ግን በእምነታቸው የደከሙ ሰዎች በጌታ ዘንድ ይረሳሉ ማለት አይደለም፡፡ ቃሉ «የተቀጠቀጠን ሸምበቆ አይሰብርም፤ የሚጤሰውንም የጧፍ ክር አያጠፋም» በማለት ያስተምረናል፡፡ በእምነታቸው ብርቱ የሆኑ ሰዎች በጌታ ብርቱነትና ችሎታ የሚታመኑ ስለሆነ፣ ለጌታ ክብር ይሆናሉ ማለት ነው፡፡

አልሆነም / አልተጠራጠረም (3756) (ou /አው) ፍጹም ተቃርኖ ነው፡፡ አብርሃም በፍጹም አልተጠራጠረም፡፡ ይህ ለእኔ ድንቅ ነው፡፡ አብርሃምን አንድ ቀን በዘላለም ውስጥ ያን ጊዜ ልንጠይቀው የተገባ የሚመስል ነው፡፡

መጠራጠር (diakrino/ዲያክሪኖ ከ diá/ዲያ = መለያየት + kríno/ክሪኖ = መፍረድ፣ መወሰን) ይህ በቀጥታ አንድን ነገር ከሌላ ነገር ጋር መለያየት ነው፡፡(መጽሐፍ ቅዱስ ጥቅሶች የብሉይና / የአዲስ ኪዳን ግሪክ መዝገበ ቃላት፣ የቴየር ትርጉም 1989. በ ጆሴፍ ሄንሪ ቴየር፣ አስቲን ሐተታ/ በጄፍ ጋሪሰን)

"መጠራጠር/መንገዳገድ" የሚለው *ዲያክራኖኤ* የሚሰኝ ሲሆን፣ ክሮኖኤ እና ዲያ ከሚሉት ቃላት የተበጀ ነው፡፡ *ክሮኖኤ* መፍረድ ማለት ሲሆን፣ *ዲያ* የሚለው ቃል መገኛ *ሥርወ-ቃል* የሆነ ሁለት ማለት ነው፡፡ ስለሆነም ደግሞ በሁለቱ መካከል መፍረድ የሚልን ትርጉም ይይዛል፡፡ ስለሆነም ደግሞ በሁለት አሳቦች ወይም ውሳኔዎች መካከል ነገሮች ማመቻቸት ማለት ነው፡፡አብርሃም በማመን እና ባለማመን መካከል አልተወዛገበም ነበር፡፡ ባለበት አስቸጋሪ ሁኔታ ውስጥ ሆኖ እንዲሁም እግዚአብሔር የእርሱን ፍላጎቶች በመሙላት ረገድ ባለው ችሎታ ላይ አልተናወጠም ነበር፡፡ *ቪንሰንት* ቃሉ የአሳብ ትግል የሚል ዕንድምታ አለው ይላል፡፡ ሮበርትሰን "በአሳቡ ውስጥ ባለማመን የተነሣ የመከፈል ሁኔታ አልነበረም" በሚል ይተረጉመዋል፡፡(ዌስት፣ ኬ. ኤስ. የግሪክ አዲስ ኪዳን ጥናት)

ጎጄት ዲያክሪኖ የሚለውን ቃል ሲያብራራ፡- ይህ በቀላሉ የሚያብራራው መከፈል፣ ለሁለት ሰው መከፋፈል ይህም አንዱ ሲቀበል ሌላው ሲክድ፣ አንዱ ተስፋ ሲያረግግና ራሱን ሲሰጥ ሌላው ደግሞ መቆየትና ማየትን ሲመርጥ ነው፡፡ በዚህ በተስፋው ቃል ላይ በተመለከተ ግን ምንም ዐይነት እንዲህ ያለ መከፋፈል አልነበረም፡፡ (ጎዴት ፣ ኤፍ የቅዱስ ጳውሎስ መልእክት ለሮማውያን)

ቍጥር 20

የመቶ ዓመትም ሽማግሌ ስለ ሆነ እንደምውት የሆነውን የራሱን ሥጋና የሳራ ማኅፀን ምውት መሆኑን በእምነቱ ሳይደክም ተመለከተ፡፡ 20 ለእግዚአብሔርም ክብር እየሰጠ የሰጠውንም ተስፋ ደግሞ ሊፈጽም እንዲችል አጥብቆ እየተረዳ በእምነት በረታ እንጂ፣ በአለማመን ምክንያት በእግዚአብሔር ተስፋ ቃል አልተጠራጠረም፡፡ ራሱም ጻድቅ እንዲሆን በኢየሱስም የሚያምነውን እንዲያጸድቅ አሁን በዚህ ዘመን ጽድቁን ያሳይ ዘንድ ነው፡፡

መጠራጠር

ዘኍልቍ 11፥13-23፤ 2ኛ ነገሥት 7፥2፣ 19፤ 2ኛ ዜና መዋዕል 20፥15-20፤ ኢሳይያስ 7፥9፤ ኤርምያስ 32፥16-27፤ ሉቃስ 1፥18፣ 45

ነገር ግን ነበረ

ኢሳይያስ 35፥4፤ ዳንኤል 10፥19፤ 11፥32፤ ሐጌ 2፥4፤ ዘካርያስ 8፥9፣ 13፤ 1ኛ ቆሮንቶስ 16፥13፤ 2ኛ ቆሮ. 12፥10፤ ኤፌሶን 6፥10፤ 2ኛ ጢሞቴዎስ 2፥1

ቍጥር 21

ለእግዚአብሔርም ክብር እየሰጠ የሰጠውንም ተስፋ ደግሞ ሊፈጽም እንዲችል አጥብቆ ተረዳ፡፡

ሊፈጽም

8፥38፤ 2ኛ ጢሞ 1፥12፤ ዕብራውያን 11፥13

ይችል ነበር

14፥4፤ ዘፍጥረት 18፥14፤ መዝሙር 115፥3፤ ኤርምያስ 32፥17፣ 27፤ ማቴዎስ 19፥26፤ ሉቃስ 1፥37፣ 45፤ 2ኛ ቆሮ. 9፥8፤ ዕብራውያን 11፥19

4፥22 ስለዚህ ደግሞ ጽድቅ ሆኖ ተቈጠረለት

ይህ ቃል ደጋግሞ የተነሣ ሲሆን፣ በዚህ ሥፍራ ሲጠቀስም የእግዚአብሔር ወዳጅ መባሉን (ዕብ. 2፥23) ያመለክታል፡፡ በትክክል፣ በሥነ ምግባር ወይንም የጽድቅ ሕይወት መኖር አስፈላጊ ሲሆን፣ እምነት ግን ከዚያ ይበልጥ አስፈላጊ ነው፡፡ ምክንያቱም በጽድቅ ሕይወት ለመመላለስ የጽድቅ ስጦታ በእምነትን ተቀብሎ አዲስ ፍጥረት መሆን ያስፈልጋል፡፡ የጽድቅን ስጦታ የተቀበለ ሰው የክርስቶስ ልብ፣ የክርስቶስ ሕይወት፣ ማለትም ክርስቶስ ኢየሱስ በውስጡ በመንፈስ ቅዱስ አማካይነት ይኖራል እና የጽድቅ ሕይወት (ፍሬ) ሊያፈራ ይችላልና፡፡

ስለዚህ አንድ ያመነ ሰው፣ እንዲሁም የጽድቅን ስጦታ የያዘ ዘወትር በእምነት መመላለስ ይኖርበታል፡፡ ክርስቶስ በእምነት በኩል ራሱን ሊገልጥ የእግዚአብሔር የመለኮት አሠራር ነው፡፡ የትንሣኤው ኃይል ወይም በውስጡ የፍቅር እሳት አስቀምጦ ጕልበት የሚሰጠው

በእምነት በኩል ስለሆነ፣ ዘወትር ዐይኑ ከጌታ ኢየሱስ ላይ በማድረግ የሚኖረው የክርስትና ሕይወት ነው።

አዲስ ፍጥረት ያልሆነ ወይንም አዲስ ፍጥረት ሆኖ በልቡ ባለው **የመለኮታዊ የጸጋ ባሕር (ክብሩ / የትንሳኤው ኃይል / ክርስቶስ በአባቱ እቅፍ ያለው ህይወት)** በሆነው በክርስቶስ ፍቅር እና በክርስቶስ አእምሮ (ልብ) ተነሳሳችነተ በእምነት በኩል ካልተመላለሰ የቅድስናው ሕይወት ሊንጸባረቅበት አይችልም። ያላመነው ሰው የቅድስና ሕይወት እንዲኖረው ክርስቶስ ኢየሱስ ማመን ይኖርበታል። ያመነው ሰው ደግሞ ከክርስቶስ ኢየሱስን ማመን ይኖርበታል።ያመነው ሰው ደግሞ ከክርስቶስ ኢየሱስ ጋር ከእምነት ወደ እምነት ማደግ መመላለስ ይኖርበታል። ይህ ማለት ከክርስቶስ ጋር እንደ ሞተ እንዲሁ ከክርስቶስ ጋር ተነሥቶአል። ይህ የሆነው በእምነት በኩል ነው። እንግዲህ የክርስቶስ ሕይወት ዘወትር እንዲገለጥበት እምነት ዋናው ነገር ነው።

ስሙ-ጥሩው አስተማሪ ላውሬስ እንዲህ አሉ «ፈውስ ከመፍትሔ ይልቅ አስፈላጊ ነው፤ ሆኖም ግን መፍትሔ ከሌለ ፈውስ የለም።» የጽድቅ ሥራ አስፈላጊ ነው። ሥነ ምግባር አስፈላጊ ነው። ሆኖም ግን ያለ ጽድቅ ስጦታ እና እምነት ሊከናወኑ የሚችሉ አይደሉም። ከእግዚአብሔር ዘንድ በጽድቅ ስጦታ ሰላምን ያደረገ የእግዚአብሔር ጉልበት የእርሱ ጉልበት ሆኖ በእግዚአብሔር ዘንድ ደስ የሚያሰኘውን ለማድረግ ብቃትን ያገኛል (ኢሳ. 27÷5)።

ክርስቶስን የመምሰል ሕይወት ለመኖር ክርስቶስ እየሱስ የሰውየውን ሸለፈት አስወግዶ **በእርሱ ውስጥ መሆን** አለበት። የእርሱ ህልውና በአማኙ ውስጥ ሲገኝ አዲስ ፍጥረት ሆነ እንላለን (ቈላስ. 1÷27)። ጌታችን ኢየሱስ ክርስቶስ በአማኙ ውስጥ **መሆኑ** ዋናው እና እጅግ አስፈላጊ እንደ ሆነ ሁሉ፣ የጌታችን የኢየሱስ ክርስቶስ በእምነት መኖር (መገለጥ) እንዲሁ አስፈላጊ ነው። «ክርስቶስ በልባችሁ በእምነት እንዲኖር» (ኤፌ. 3÷17)። በእርግጥ ክርስቶስ **በውስጣችን ሲሆን** በመንፈስ ቅዱስ አማካይነት በመንፈሳችን ሕያው ሆኖ ይኖራል። ስለዚህ መንፈሳችን ሕያው ሆኖአል። «መንፈሳችሁ በጽድቅ ምክንያት ሕያው ነው» (ሮሜ 8÷10)። ይሁን እንጂ፣ ክርስቶስ በሙላት በእምነት በኩል ሊገለጥ፣ ሊኖር ይፈልጋል።

ይህ ማለት በእምነት በኩል ውስጣዊ ሰው በመንፈሳዊ ነገር (በእግዚአብሔር ክብር-መለኮታዊ ባሕርይ) ተሞልቶ በሕይወት ዕንቅስቃሴው ሊታይ (ፍሬ ሊያፈራ) ይፈልጋል

(ገላ. 2÷20)፡፡ ይህ ክፍል የሚያወራው አብርሃም የጽድቅ ፍሬ እንዳፈራ ወይም በሕይወቱ ክርስቶስን የሚገልጥ ነው፡፡ ይስሐቅን አንድ ልጁን በመሥዋዕቱ ሲያጋድመው የጽድቅን ስጦታ ተቀብሎ የእግዚአብሔር ኃይል በእምነት አግኝቶ በመበርታት በሥራ መግለጡን ነው፡፡

በእምነት የጽድቅን ስጦታ ተቀበለ፡፡ ሆኖም በዚያ አላቆምም፤ ነገር ግን በእምነት በረታ፤ የተስፋ ቃሉን በመጽናት ጠበቀ፡፡ በመጨረሻም በእግዚአብሔር ብርታት በሕይወቱ በመግለጡ የእግዚአብሔር ወዳጅ ተባለ (ያዕ. 2÷23)፡፡ መዳን እና ልጅ መሆን በጽድቅ ስጦታ የሚመጡ የልጅነት ውርስ ናቸው፡፡ በልጅነት ሕይወት በእምነት በመመላለስ፣ ማለትም እግዚአብሔር በሰጠው የልጅነት ሕይወት (የእግዚአብሔር ኃይል) በሆነው በክርስቶስ መመላለስ ደግሞ ወዳጅነታችን በገሃዱ ዓለም ይገልጠዋል (በሥራ ይገለጣል)፡፡ እንግዲህ ክርስቶስን የመምሰል ሕይወት እንዲገለጥብን (የጽድቅ ፍሬ እንድናፈራ) የልቡናችን ዐይኖች በእግዚአብሔር ዕውቀት ሊሞላ ያስፈልገዋል፡፡

ይህ የዕውነት ዕውቀት ማለት በእምነት በኩል የምናስተውለው የምናውቀው የምንረዳው ነው፡፡ አብርሃም ከእምነት ወደ እምነት ይህ መረዳት ማስተዋል አግኝቶ በመጨረሻ በእግዚአብሔር ኃይል የተስፋውን ቃል ከሞት መነሣት ያህል በመሐላ እንደ ተቀበለ ሁሉ፣ አንድ አማኝ የክርስቶስ ሕይወት በልቡናው እየበራ እና ክርስቶስ በእርሱ ከትናንት ዛሬ በመልአት እየኖረ (በልምምድ ዕውቀት) እያደገ እያስተወለ እየተረዳ ሲመጣ ከጭንቅላት ዕውቀት ያለፈ እግዚአብሔርን እያወቀ እየቀመሰው እየተማረው ይመጣል ማለት ነው (ቲቶ 1÷1፤ 1ኛ ጢሞ. 6÷3)፡፡

ይህ የዕውነት ዕውቀት (በልቡ በእምነት በኩል ያወቀው ዕውነት) ዓለም በጥበብዋ ፈላስፎች እና የዚህ ዓለም መርማሪ አስተምረው ጭንቅላትን በትዕቢት የሚወጥር ሳይሆን፣ ይህ የዕውነት ዕውቀት በእግዚአብሔር የሚመካ ክርስቶስ ጽድቅና ቅድስናው የሆነው የሕይወት መረዳት ማስተዋል ነው፡፡

ሐዋርያው በቲቶ 1÷1 አዲሱ ትርጉም «የእግዚአብሔር ምርጦች እምነት እና ወደ ዕውነተኛ መንፈሳዊነት የሚመራውን የዕውነትን ዕውቀት ለማሳደግ» ሲል ይናገረዋል፡፡ ክርስቶስን ማወቅ በእምነት በኩል የሚገኝን የሕይወት ልምምድ ሲሆን፣ የልቡና ዐይኖች በርቶ የምናስተውለው ነው፡፡ በዚህም ከትናንት ዛሬ ክርስቶስ በእኛ ሕይወት እየተገለጠብን (ክርስቶስ በእምነት በኩል በሙላት እየኖረ) እግዚአብሔርን ማስደሰት እንችላለን፡፡

ይህም የእግዚአብሔር ወዳጅ መሆናችን በገሃዱ ዓለም የሚታይ ፍሬ ይኖራል፡፡ ይህም ከሥነ ምግባር ያለፈ ክርስቶስ በእኛ ክብሩን የሚገልጥበት ይሆናል፡፡

ቍጥር 22
ስለዚህ ደግሞ ጽድቅ ሆኖ ተቈጠረለት፡፡
ተቈጥሮለታል
3፤ 6

4፥23 ነገር ግን ተቈጠረለት የሚለው ቃል ስለ እርሱ ብቻ የተጻፈ አይደለም ስለ እኛም ነው እንጂ

በአብርሃም ሕይወት የተገለጠው በእግዚአብሔር የመታመን ሕይወትና ይህም እምነቱ ጽድቅ ሆኖ የተቈጠረለት መሆኑ ለእኛም ለትምህርታችን ተጽፏል፡፡

ቍጥር 23
ተቈጠረለት የሚለው ቃል ስለ እርሱ ብቻ የተጻፈ አይደለም፡፡ ስለ እኛም ነው እንጂ፡፡
15፥4፤ 1ኛ ቆሮ. 9፥10፤ 10፥6፤ 11፤ 2ኛ ጢሞቴዎስ 3፥16፤ 17

4፥24-25 ስለ በደላችን አልፎ የተሰጠውን እኛን ስለማጽደቅም የተነሣውን ጌታችንን ኢየሱስን ከሙታን ባስነሣው ለምናምን ለእኛ ይቈጠርልን ዘንድ አለው፡፡

ከሙታን ባስነሣው ለምናምን

ይህ የምዕራፉ የማጠቃለያ አሳብ፡- ኃጢአታችን በደሙ መደምሰሱን ከሙታን በመነሣቱም መጽደቃችንን ያመለክታል፡፡

የጳውሎስ ሁሉን መቻል ስለ እግዚአብሔር በተሰጠው መግለጫ የተካተተ ሆኖ ሳለ፣ - በኤፌሶን 1፥19 ውስጥ እንዳለው እጅግ ታላቅ ለመፀነስ የሚችል ኃይል አሳብን ለመስጠት አንድ ሐዋርያ ክርስቶስን ከሙታን ባስነሣው ጊዜ የእግዚአብሔር ኃይል በእርሱ ውስጥ ከሠራበት መንገድ ያለፈ ምንም ነገር ሊያደርግ አይችልም፡፡ - ሁሉን ቻይነት ብቸኛው የክርስትና ማረፊያ አይደለም፡፡እግዚአብሔርን በተመለከተ ያለው ዝንባሌ ልክ አብርሃም

እንደ ነበረው ያለ ዝንባሌ ነው፤ ዳሩ ግን እግዚአብሔር ለእርሱ ተገለጠለት፡፡ አብርሃም ገና በማያውቀው ባሕርይ ውስጥ ሳለ እምነትን ሰጠው፡፡

ይህም የእግዚአብሔር ሁሉን ቻይነት ለክርስቲያኖች በተገለጠበት ለሰውዬው ከተሰጠ ማብራሪያ ውስጥ እንዲተላለፍ ተደርጓል፡፡ያ ሰው ስለ በደላችን የተሰጠውና ስለ መጽደቃችን ከሙታን የተነሣው ጌታችን ኢየሱስ ነው፡፡ የጌታችን የኢየሱስ ክርስቶስ ትንሣኤ ብቃት-ዐልባ በሆነ መልኩ ሳይሆን፣ ዳሩ ግን ሰው ከኃጢአት በሚድንበት ሥራ ውስጥ ማብቂያ በሌለው መልኩ በሚደረግ ተሳትፎ የአምላካችንን ሁሉን ቻይነት እንድንፀንስ ያስችለናል፡፡ በኢየሱስ ክርስቶስ ትንሣኤ ውስጥ ሁሉን ቻይነት እንደ መቤዠ ኃይል ተደርጎ ይታያል፡፡ ደግሞም በዚህ ሁሉን ቻይነት እኛ ልክ እንደ አብርሃም አምነናል፡፡(ዌስት፣ ኬ. ኤስ. የግሪክ አዲስ ኪዳን ጥናት)

<u>አልፎ ተሰጠ</u>

በእግዚአብሔር ዘንድ ቀድሞ የታቀደና ጊዜው ሲደርስ ወደ ሙላት የመጣ መሆኑን ያመለክታል፡፡

"ተሰጠ" የሚለው *ፓራዲዶማይ* የሚሰኝ ሲሆን፣ ወደ ወኅኒ ለመጣል ወይም ፍትሕን ለማጣት ጥቅም ላይ ውሏል፡፡ እዚህ ላይ እግዚአብሔር አብ የሰው ልጆች የኃጢአት ቅጣት ክፍያን በሚሻው ፍትሕ ላይ ስለ ሰጠበት የችሎት ተግባር ይናገራል፡፡(ዌስት፣ ኬ. ኤስ. የግሪክ አዲስ ኪዳን ጥናት)

እኛን ስለማጽደቅም የተነሣውን ጌታችንን ኢየሱስን ከሙታን ባስነሣው ለምናምን ለእኛ ይቈጠርልን ዘንድ አለው

"እርሱ እንዲህ ይላል፣ ***"ሜሌይ"* (it shall):-** [ለማፅደቅ ይቆጠርልን ወይንም ተቆጠርልም] *ነገሮች ወደ ፍጻሜያቸው የሚሄዱበት የመለኮታዊ ሥርዓት አሳብን ያስተላልፋል፡፡ የዴኒስ ማስታወሻ* ጠቃሚ ነው፡፡ "የክርስትና እምነት ማረፊያ ልክ ከአብርሃም ጋር አንድ ዐይነት የሆነ ነው፤ ይህም እግዚአብሔር ለሙታን ሕይወት ይሰጣል የሚል ነው፡፡ በተለይም በዚህ ጕዳይ ላይ እግዚአብሔር ጌታችን ኢየሱስን እንዳስነሣ ሆኖ ቀርቧል፡፡ከ1ኛ ጴጥሮስ 1፥21 ጋር አመሳክሩ፡፡ በዚህ ሥፍራ ክርስቲያኖች በክርስቶስ በኩል እርሱን ከሙታን ባስነሣው በእግዚአብሔር ያመኑ ተብለው ተገልጸዋል፡፡

በአብርሃም ጉዳይ ላይ ሙታንን የሚቀሰቅስ እግዚአብሔር ሰዎች ሊያደርጉት የማይችሉትን ነገር ማድረግ የሚችል ሁሉን ቻይ እግዚአብሔር የሚል አቻ አባባል ሆኖ ቀርቧል፡፡(ዌስት፣ ኬ. ኤስ. የግሪክ አዲስ ኪዳን ጥናት)

“ስለ መጽደቃችን እንዲነሣ ተደረገ” - በሚሉት ቃሎች ላይ ማብራሪያ ሲሰጥ፣ ዴኒስ፣ “በበደላችን ምክንያት ተሰጥቷል፤ - ስለ እነርሱ ማስተሰሪያ ለማድረግ ተሰጥቷል፡፡ እናም እርሱ ስለ መጽደቃችን ተነሣ፡፡ - ይህም የተፈጸመ ዕውነታ ይሆን ዘንድ ነው፡፡ ... የምትክነት ዋጋ እስከ ክርስቶስ ሞት ወይም ደም መፍሰስ መድረሱ ዕውነተኛው የክርስቶስ *ሥራ* በመስቀል ላይ መከናወኑን በሚያስታውቅበት እንድምታው መልኩ ጳውሎስ ያቀርበዋል፡፡

ዳሩ ግን ጳውሎስ ያንን በራሱ በነገሩ ላይ ተመሥርቶ አላሰበውም፡- ክርስቶስን ሞቶ በተነሣበት መልኩ ደግሞም የማስተሰሪያው ሞት በእርሱ ውስጥ የሚገኝበት ዕድል እንዳለ ያውቃል፤ ይህ ክርስቶስ በሞቱም ሆነ በመከራው ሁሉ አንድ ነበር - በእርሱ ውስጥ የተበሳጨው ክርስቶስ፣ በእርሱ የሚድንበትን እምነት የጫረው ክርስቶስ፣ ኃጢአተኛ የሆኑ ሰዎች ሊጸድቁ የሚችሉበት ብቸኛው ክርስቶስ ነው፤ ስለዚህም ደግሞ እርሱ ከመጽደቃችን ጋር በተያያዘ መነሣቱን በውስጡ መያዝ ነበረበት፡፡ በደሎች የሚለው ቃል *ፓራፕቶሜ*የሚሰኝ ሲሆን፣ ግሱ *ፓራፒፕቶ*ሴ ይባላል፡፡ “ከትክክለኛው ጎዳና መውጣት ወይም *ሥ*ፍራን መልቀቅ የሚል ፍቺ አለው፡፡ ስለሆነም “መተላለፍ፣ ሕግን መጣስ” የሚል ትርጉም ይዟል፡፡(ዌስት፣ ኬ. ኤስ. የግሪክ አዲስ ኪዳን ጥናት)

ቊጥር 24

እኛ ደግሞ የማንበቃ እንዳይደለን ልታውቁ ተስፋ አደርጋችሁ፡፡ እኛ ግን ጌታን ኢየሱስ ክርስቶስ ከሙታን ባስነሣው ለምናምን ለእኛ ይቈጠርልን ዘንድ አለው፡፡

ለእኛ

የሐዋርያት *ሥራ* 2፥39

እኛ .. የምንሆን ከሆነ

10፥9፤ 10፤ ማርቆስ 16፥16፤ ዮሐንስ 3፥14-16፤ የሐዋርያት *ሥራ* 2፥24፤ 13፥30፤ ኤፌሶን 1፥18-20፤ ዕብራውያን 13፥20,21፤ 1ኛ ጴጥሮስ 1፥21

ቊጥር 25

እርሱ ስለ መተላለፋችን ይነሣል፡፡ ይነሣል፤ ዳግመኛም ይነሣል፡፡

የነበረው

3:25; 5: 6-8; 8: 3,32; ኢሳይያስ 53: 5,6,10-12; ዳንኤል 9: 24,26; ዘካርያስ 13 7; ማቴዎስ 20፥28፤ 1ኛ ቆሮ. 15፥3፣ 4፤ 2ኛ ቆሮ. 5፥21፤ ገላትያ 1፥4፤ 3:13፤ ኤፌሶን 5፥ 2፤ ቲቶ 2፥14፤ ዕብራውያን 9፥28፤ 1ኛ ጴጥሮስ 1፥18፣ 19፤ 2፥24፤ 3፥18፤ 1ኛ ዮሐንስ 2፥2፤ 4፥ 9፣ 10፤ የዮሐንስ ራእይ 1፥5፤ 5፥9፤ 7፥14

ደግሞም ተነሥቷል

8፥33፣ 34፤ 1ኛ ቆሮ. 15፥17፤ ዕብ. 4፥14-16፤ 10፥12-14፤ 1ኛ ጴጥሮስ 1፥21

የምዕራፍ አራት ማጠቃለያ

ጽድቅ በእምነት የመገኘቱ አስተምህሮ በሕግና በነቢያት ብቻ የተረጋገጠ ሳይሆን፣ አይሁድ በሥጋ አባታችን በሚሉት ለአመኑት ደግሞ የእምነት አባት በሆነው በአብርሃም ማመንና መጽደቅ የተረጋገጠ ነው፡፡ ስለዚህ አይሁድ ሁሉ ሆይ አንድ ጥያቄ ተጠየቁ፡- ‹‹አብርሃም የሥጋ አባታችሁ ነው፤ የመንፈስ አባታችሁ ነውን? አብርሃም የጸደቀው በእምነት ነው፡፡ ዛሬም ዓለም ሁሉ የሚጸድቀው በክርስቶስ በማመን ነው፡፡ ከዚህ ዕውነት የተለየ አቋራጭም ሆነ አማራጭም መንገድ የለም፡፡››

Bibles

The message// remix bible by Peterson

NIV New (International Version)

NKJV (New King James Version)

New American Standard Bible Updated edition

King James Version.

American Standard Version

Amplified Bible

Darby Bible

The Living Bible

New American Standard Bible

New Living Translation

New Revised Standard Version

Today's English Version

References:

- (መጽሐፍ ቅዱስ ጥቅሶች የብሉይና / የአዲስ ኪዳን ግሪክ መዝገበ ቃላት፣ የቴየር ትርጉም 1989. በ ጆሴፍ ሄንሪ ቴየር፣ አስቲን ሐተታ/ በጄፍ ጋሪሰን)
- (ጆን. ኤፍ. ማከአርተር፡ ቺካጎ ሙዲ ፕረስ)
- (ዌስት, ኬ. ኤስ. የግሪክ አዲስ ኪዳን ቃል. ጥናት: ኢርድማንስ)
- (ቪንሰንት ማርቨን የግሪክ ቃል ጥናቶች በአዲስ ኪዳን, 1997, 2003, 2005)
- (ኤ.ቲ. ሮበርትሰን: በአዲሱ ኪዳን ውስጥ የቃላት ስዕላዊ መግለጫ-ሐተታ, 1997, 2003, 2005, 2006.)
- (አዳም ክላርክ፡ ኮሜንተሪ)
- (ባይብል ኖውሌጅ አዲስ ኪዳን / ብሉይ ኪዳን ኮሜንትሪ)
- ቫይን, የቫይን ኤክስ.ሲ.ኢ.ሲ.ኤ. የመጽሐፍ ቅዱስ መዝገበ-ቃላት. 1999
- (አይ.ቪ.ፒ. የመጽሐፍ ቅዱስ ታሪክ ባግራውንድ ሐተታ-አዲስ ኪዳን በክሬግ ኤስ ኪኔር .1993)
- (ጃሚሰን, ፋሳቴ እና ብራውን ኮሜንተሪ, 1997, 2003, 2005, 2006)
- (ጂዊሽ አዲስ ኪዳን ኮሜንተሪ፡ በዴቪድ ኤች ስተርን)
- (ዘ ኤክስፖዚተርስ ግሪክ አዲስ ኪዳን)
- (ቢሊቨረስ ባይብል ኮሜንተሪ)
- (ሆጅ, ቻርልስ ፣ ለሮማውያን መልእክት ኮሜንተሪ ፣ 1835)
- የቶም ኮንስታብል ማስታወሻዎች በመጽሐፍ ቅዱስ ላይ
- (አልበርት በርኔስ ኮሜንተሪ, 1997, 2003, 2005)
- ከአይሁድ የአዲስ ኪዳን ሐተታ .1992 በዴቪድ ኤች. እስተርን
- የቪንሰንት የግሪክ ቃል ጥናቶች በአዲስ ኪዳን, 1997, 2003, 2005.

- የቌስት ቃላቶች ከግሪኩ አዲስ ኪዳን, 1940-55 ቢ. ኤድማንስ ህትመት
- የቫይን የመጽሐፍ ቅዱስ ቃላቶች, 1985, ቶማስ ኔልሰን
- (ከዩ.ቢ.ኤስ. አዲስ ኪዳን የእጅ መጽሐፍ ተከታታይ. 1961-1997 ፣ በተባበሩት የመጽሐፍ ቅዱስ ማኅበራት)
- (የመጽሐፍ ቅዱስ ቃላት ጠንካራ ሽፋን ኤክስፖዚተሪ ዲክሽነሪ - ጥር 1 ቀን 1985 በሎረንስ ኦ. ሪቻርድስ)
- (ማክጊ ፣ ጄ ቪ-በመጽሐፍ ቅዱስ ሐተታ ናሽቪል ቶማስ ኔልሰን)
- (የኮሌጅ ፕሬስ አዲሱ መደበኛ ትረጉም ኮሜንተሪ)
- (ኔልሰን የጥናት መጽሐፍ ቅዱስ-ኒው ኪንግ ጀምስ ቨርዥን)
- (ዋረን. ዌንደል. ዊርስቢ፡ መጽሐፍ ቅዱስ ኤክስፖሲሽን ኮሜንተሪ)
- (ሄንድሪክሰን, ደብሊው., እና ኪስትሜከር, ኤስ.ጄ. አዲስ ኪዳን ኮሜንተሪ ፡ ግራንድ ራፒድስ: ቤከር መጽሐፍ ቤት)
- (ኪትል ፣ ጂ ፣ ፍሬድሪች ፣ ጂ እና ብሮሚሊ ፣ ጂ ደብሊው ቲኦሎጂካል ዲክሽነሪ ኦቭ ኒው ቴስታመንት) ኤርድማንስ)
- (ግሩደም ፣ ደብልዩ ኤ. ስልታዊ ሥነ-መለኮታዊ-የመጽሐፍ ቅዱስ ትምህርት መግቢያ ዞንደርቫን)
- (ጋቤሌይን ፣ ኤፍ ፣ አርታኢ-የኢጋላጭ መጽሐፍ ቅዱስ ኮሜንተሪ)
- (ማክዶናልድ ፣ ወ እና ፋርስታድ ፣ የአማኝ መጽሐፍ ቅዱስ ሐተታ ቶማስ ኔልሰን)
- (ፍሪበርግ ፣ ቲ ፣ ፍሪበርግ ፣ ቢ ፣ እና ሚለር ፣ ኤን ኤፍ የግሪክ አዲስ ኪዳን ትንታኔያዊ መዝገበ ቃላት ፡፡ ቤከር አካዳሚክ)
- (የቶም ኮንስታብል ኤክስፖዚተሪ ማስታወሻዎች)
- (ሞሪስ, ሄንሪ: ተሟጋቾች ጥናት መጽሐፍ ቅዱስ የዓለም ህትመት)
- (ብራውን ፣ ኮሊን ፣ ኒው ኢንተርናሽናል ዲክሽነሪ የአኪ ቲኦሎጂ. 1986. ዞንደርቫን)
- (ከ አይ.ቪ.ፒ. መጽሐፍ ቅዱስ ዳራ ሐተታ-አዲስ ኪዳን በክሬግ ኤስ ኪነር 1993 በክሬግ ኤስ ኬነር ፡ በኢንተርቫርስቲ ፕሬስ)

- (ዘ ቲቸርስ ኮሜንተሪ 1987. ዘ ቻሪየት ቪክቶር ማተሚያ)
- (ከጄኔቫ ማስታወሻዎች ፣ ፒሲ ጥናት 2003 ፣ 2005 ፣ 2006)
- (የአልበርት ባርንስ ኮሜንተሪ 1997, 2003, 2005, 2006)
- (ጃሚሰን ፣ ፋውስሴት እና ብራውን ሐተታ ፣ 1997 ፣ 2003 ፣ 2005 ፣ 2006)
- (ዩቢኤስ አዲስ ኪዳን መጽሐፍ ተከታታይ. 1961-1997 ፣ በተባበሩት የመጽሐፍ ቅዱስ ማኅበራት)
- (አዳም ክላርክ ኮሜንተሪ ፣ 1996 ፣ 2003 ፣ 2005 ፣ 2006)
- (ከሮማውያን:- የመጽሐፍ ቅዱስ ትምህርቶች ኤክስፖዚሽኖች 1966 በ ወ. ቢ.)
- (ሃልዳኔ ፣ አር የሮማውያን ኤክስፖዚሽን)
- (በአዲስ ኪዳን ላይ ማቴዎስ ፑል የሰጠው ኮሜንታሪ)
- (ባይብል ኖውሌጅ ኮሜንተሪ- ከመጽሐፍ ቅዱስ እውቀት ሐተታ / ከብሉይ ኪዳን 1983 ፣ 2000 የኩክ ኮሙኒኬሽን ሚኒስትሮች)
- (ከዊሊንግተን የመጽሐፍ ቅዱስ መመሪያ መጽሐፍ በሃሮልድ ዊልሚንግተን 1997)
- ዶ. ኤፍ. ብሩስ, የመጽሐፍ ቅዱስ ሐተታ, (NIV ትርጉም, 1986)
- የኔልሰን አዲሱን ስዕላዊ የመጽሐፍ ቅዱስ ሐተታ, የዌን ቤት
- ጀምሽ ስትሮንግ፣ ኤስ ቲ ዲ በዎረን ቢከር, ጠንካራ የ "ቃሉን ቃላት ጥምረት" (የተስፋ ማራመጃ 2004)
- መጽሐፍ ቅዱስ ጥቅሶች የብሉይና / የአዲስ ኪዳን ግሪክ መዝገበ ቃላት. የቲየር ትርጉም በቅድመ
- ስፓሮስ ዞድሄትስ የተሟላ የቃል ጥናት አዲስ ኪዳን, የቋንቋ ጥናት 1992
- ዋልተር ኤ ኤሊዌል, ቢርተር ኮሜንታሪ ኦቭ ዘ ባይብል ዘ ኒው ኢንተርናሽናል (አርትዕ 2002)
- ዋልተር ኤ ኤሊዌል, ቤከር ቲኦሎጂካል ዲክሽነሪ ኦቭ ዘ ባይብል በ 2000 ጻፈው
- ቫይን, የቫይን ኤክስ.ሲ.ኢ.ሲ.ኤ. የመጽሐፍ ቅዱስ መዝገበ-ቃላት. 1999
- ዋረን. ዊ. ዊረንስቢ., የመጽሐፍ ቅዱስ ንቃተ-ገፅ ማብራሪያ-V1
- ዜድሂያት, የተሟላ የቃል ጥናት ብሉይ ኪዳን በቃለ መጠይቅ ጥናት 1994

- የአደም ክላርክ ኮሜንታሪ, 1996, 2003, 2005.
- የበርኔስ ማስታወሻዎች, 1997, 2003, 2005.
- የጀኔቫስ ማስታወሻዎች, 2003
- ጃሚሰን, ፋሳቴ እና ብራውን ኮሜንተሪ
- ኬይል እና ዴሊሽች, የብሉይ ኪዳን ሐተታ ላይ: አዲስ የተሻሻለው እትም 1996, በሄንድሪክክ አታሚዎች, ኢንክ
- ማቲው ሄንሪ ኮምፐሊት ኦቭ ዘ ሙሉው ባይብል- ዘመናዊ እትም.
- ዊክሊፍ ባይብል ኮሜንታሪ, 1962 በሞዲ ፕሬስ.
- ሮበርትሰንስ የቃል ስዕሎች በአዲስ ኪዳን, 1997, 2003 ላይ. ሮበርትሰንስ የቃል ስዕሎች በአዲስ ኪዳን. 1985 በ ብራማን ፕሬስ
- ዩ ቢ ኤስ ኒውካሽ መማሪያ መጽሐፍ ተከታታይ. 1961-1997, በተባበሩት የመጽሐፍ ቅዱስ ሶሳይቲ.
- ባይብል ኖውሌጅ አዲስ ኪዳን / ብሉይ ኪዳን ኮሜንትሪ
- ከአይ.ቪ.ፒ. የመጽሐፍ ቅዱስ ታሪክ ጀርባ ሐተታ-አዲስ ኪዳን በክሬግ ኤስ ኪኔር .1993
- ከአይሁድ የአዲስ ኪዳን ሐተታ .1992 በዴቪድ ኤች. እስተርን
- የቪንሰንት የግሪክ ቃል ጥናቶች በአዲስ ኪዳን, 1997, 2003, 2005.
- የዌስት ቃላቶች ከግሪኩ አዲስ ኪዳን, 1940-55 by Wm. ቢ. ኤድማንስ ህትመት ኩባንያ በ 1968-73
- የቫይን የመጽሐፍ ቅዱስ ቃላቶች, 1985, ቶማስ ኔልሰን
- የግሪክ-ዕብራይስጥ መዝገበ-ቃላት ጋር. 1994, 2003. እና ኢንተርናሽናል የመጽሐፍ ቅዱስ ተርጓሚዎች,
- ግሪክ-እንግሊዝኛ መዝገበ-ቃላት በሴሚናዊ ጎራ ላይ የተመሠረተ. የ 1988 የመጽሐፍ ቅዱስ ማኅበራት, ኒው ዮርክ
- ብራውን-ሾፌር-ብሪግስስ ዕብራይስጥ እና እንግሊዝኛ መዝገበ-ቃላት, 2002, 2003.

- የኦንላይን ባይብል ታይር ግሪክ ሌክሲከንና ብራውን ሾፌር እና ብሪግስ ሂሊስ ሊክስሲን, 1993, የዊድነስ የመጽሐፍ ቅዱስ ሕብረት, ኦንታሪዮ, ካናዳ. ስለ ፍጥረት ምርምር ተቋም ፍቃድ የተሰጠ.
- ሥነ-መለኮታዊ የቃል መልእክት ኦቭ ብሉይ ኪዳን. 1980 በ ሙክሲ የመጽሐፍ ቅዱስ ተቋም በቺካጎ
- አስቲን ትንታኔ
- ቅድመ አስቲን ድህረ ገፅ
- ማርቪን. አር. ቪንሰንት፡ በአዲስ ኪዳን ውስጥ ቃል ጥናቶች ኮሜንተሪ
- ዋረን. ዌንደል. ዊርስቢ፡ መጽሐፍ ቅዱስ ኤክስፖሲሽን ኮሜንተሪ
- የግሪክ አዲስ ኪዳን ከ ወዌስት ቃል ጥናቶች: ኢርድማንስ
- ዌስት, ኬ. ኤስ. የግሪክ አዲስ ኪዳን ቃል. ጥናት: ኢርድማንስ
- ኬኔት ሳሙኤል ዌስት ኮሜንተሪ
- ጄሚሰን. ፋውሰት ኤንድ ብራውን, ኮሜንተሪ
- አዳም ክላርክ፡ ኮሜንተሪ
- ኤፍ. ቢ. ሜየር, መጽሐፍ ቅዱሳዊው ስዕላዊ ኮሜንተሪ
- ጆን. ኤፍ. ማክአርተር፡ ቺካጎ ሙዲ ፕረስ
- የመጽሐፍ ቅዱስ መመሪያ መጽሐፍ በሃሮልድ ዊሊንግተን
- ማክአርተር, ጄ.ስ-ማክአርተር የመጽሐፍ ቅዱስ ጥናት ናሽቪል-ቃል
- ዊልያም ማክዶናልድ፡ ደብሊው. እና ፋርሳታድ፡ ቢሊቨርስ ባይብል ኮሜንተሪ: ቶማስ ኔልሰን
- ብሊቨርስ መጽሐፍ ቅዱስ-አዲሱ ኪንግ ጄምስ ቨርዥን - ሰኔ 1 ቀን 1991 በደብሊው. ኤ. ክሪስዌል
- ዊሊያም ባርክሌይ፡ ኮሜንተሪ
- ኤክስፖዚተርስ የመጽሐፍ ቅዱስ ኮሜንተሪ, ዞንደርቫን ህትመት
- ኤ.ቲ. ሮበርትሰን: በአዲሱ ኪዳን ውስጥ የቃላት ስዕላዊ መግለጫ-ሐተታ
- የቫይን ኤክስፖዚተሪ ዲክሽነሪ፡ ዊሊያም ኤድዊ ቫይን
- ማርቪን. አር. ቪንሰንት፡ በአዲስ ኪዳን ውስጥ ቃል ጥናቶች ኮሜንተሪ

- የዕብራይስጥ-የግሪክ ቁልፍ ጥናት መጽሐፍ ቅዱስ- ስፓይሮስ ዞድሄትስ የተሟላ የቃል ጥናት መዝገበ-ቃላት: አዲስ ኪዳን
- ስሚዝ, ቦብ: የመጽሐፍ ቅዱስ ትርጓሜ መሠረታዊ ትምህርቶች - አይነቶች
- ሎውረንስ ሪቻርድስ፡ የመጽሐፍ ቅዱስ ቃላት ኤክስፖዚተሪ ዲክሽነሪ
- አር. ኬንት. ሂዩዝ፡ ለነፍስ መልሕቅ. ጥራዝ 1
- ፓስተር ስቲቨን ጄ. ኮል
- ብሪስሲ, ዲ. ኤስ., እና ኦግሊቪ, ኤል. ጄ. ዘ ፕሪቸር ኮሜንተሪ, አዲስ ኪዳን, 2003, ቶማስ ኔልሰን
- አርተር ዎኪንግትን ፒንክ ኮሜንተሪ
- አዳም ክለርክ ኮሜንተሪ
- ዩናይትድ. ባይብል. ሶሳይቲ. አዲስ ኪዳን ሐተታ 1997
- ባርነስ, አልብርት: ወደ አዲስ ኪዳን ላይ ኮሜንተሪ
- ባርነስ, አልበርት፡ አዲስ ኪዳን ላይ ማስታወሻዎች ኮሜንተሪ
- ጄሚሰን, ፋሰት, እና ብራውን ኮሜንተሪ
- ራድማቸር., ኢ ዲ, አለን, አር. ቢ, & ሀወዝ, ኤች. ደብሊው. ኔልሰን መጽሐፍ የጥናት መጽሐፍ ቅዱስ: ኒው. ኪንግ ጀምስ. ናሽቪል፡ ቶማስ ኔልሰን
- ዋልቮርድ, ጄ ኤፍ., ዝክ, አር.ቢ ኢት.አል., የመጽሐፍ ቅዱስ እውቀት ኮሜንታሪ, 1985. ቪክቶር
- ዴቪድ ኤች ስተርን እብራይስጥ የአዲስ ኪዳን ሐተታ .1992.
- ቻርልስ. ሪይሪ የመፅሕፍ ቅዱስ ጥናት ትንታኔ
- ሎውረንስ ሪቻርድስ፡ ባይብል ቲቸርስ ኮሜንተሪ
- ኒኮል, ሮበርትሰን፡ ዘ ኤክስፖዚተርስ ግሪክ ኪዳን
- ስቲቨን ኮል፡ኮሜንተሪ
- ሎውረንስ ሪቻርድስ፡ ባይብል ቲቸሀርስ ኮሜንተሪ
- ኤ. ደቨልው. ፒንክ ኮሜንተሪ
- ሂዊስ, አር. ኬ: ዕብራውያን, ለነፍስ መልህቅ፡ ኮሜንተሪ

- ለዕብራውያን ኤፒስተል; የግሪክ ቃላቱ ማስታወሻዎች እና ድርሰቶች ለንደን. ማክሚላን፡ ቢ. ኤፍ. ዌስትኮት
- ቶሪስ ቶፒካል ቴክስት ቡክ፡ ባይብል ኮንኮርዳስ
- ዌስትኮት, ቢ. ኤፍ: ወደ ዕብራውያን፣ ኮሜንተሪ
- ቻርልስ. ካልድዌል. ሬይሪ ፡ የመፅሐፍ ቅዱስ ጥናት ማብራሪያ
- ባርነስ, አልበርት፡ አዲስ ኪዳን ላይ ማስታወሻዎች ኮሜንተሪ
- ማርቲን. ሊዮድ. ጆንስ፡ ኮሜንተሪ
- ዲፌንደር እስተዲ ባይብል፡ ሄንሪ ሞሪስ
- ጆን ፊሊፕስ፡ የአዲስ ኪዳን መጽሐፍ ኮሜንተሪ
- ጄምስ ሞፋት፡ ኢንትርናሽናል ክሪቲካል ኮሜንተሪ
- ጄንሰን, l. ኤል፡ የአዲስ ኪዳን ዳሰሳ ጥናቱን ፈልግ እና አግኝ, ገጽ 418 ቺካጎ ሙዲ ፕሬስ
- የተሃድሶ ኤክስፖዚተሪ ሐተታ ወደ ዕብራውያ: ሪቻርድ ዲ ፊሊፐስ
- ሄንሪ አለን አይረን ሳይድ፡ ኮሜንተሪ
- ጆን ፓይፐር የፅናት ዶክትሪን
- ጆን አውን ፡ ዕብራውያን ኤክስፖሲሽን
- የመጽሐፍ ቅዱስ ሐተታዎች፡ ዊሊያም ባርክሌይ ዴይሊ መጽሐፍ ቅዱስ ጥናት
- ሌ, ቶማስ ሆልማን ኒው ቴስታመንት ኮሜንተሪ፡ ዕብራውያን እና ያእቆብ. ቢ. ኤንድ፡ ኤች. ማተሚያ.1999
- ሎውረንስ ሪቻርድስ፡ ባይብል ሪደርስ ኮፓኒየን ኮሜንተሪ
- አይ.ቪ.ፒ. ባይብል ባግራውንድ ኮሜንተሪ
- ጌበላይን, ኤፍ, አርታኢ: ኤክስፖዚተርስ የመጽሐፍ ቅዱስ ሐተታ
- ሎውረንስ. አ. ሪቻርድስ የመጽሐፍ ቅዱስ ቃላት ኤክስፖዚተሪ ዲክሽነሪ: ሪጅንሲ
- ስቲቨን. ስሚሊ. ዎርድ ቢብሊካል ኮሜንተሪ
- ቄስ. ጆሴፍ. ኤስ. ኤክል እና ሄንሪ ዶናልድ ሞሪስ ስፔን-ጆንስ. ፑልቲት ኮሜንተሪ
- ጄ. ቬርነን ማክ ጊ. ኮሜንተሪ
- ሬይመን ቻርልስ ስቴድማን ኮሜንተሪ

- ኤድመንድ ሂይበርት. ኮሜንተሪ
- ስልታዊ ሥነ-መለኮት - ሲስተማቲክ ቲዎሎጂ፡ ዋይን ግሩደም
- ፊል ኒውተን. ሳውዝ ውድስ ባብቲስት ቤተክርስቲያን ድህረ
- ሃልዲን, አር. ሮማውያን ትርጉሞች ማብራርያ
- ኒውማን, ቢ. ኤም. እና ኒዳ, ኢ. ኤም. የዩ. ቢ. .ኤ. ስ መጽሐፍ ተከታታይ; የተባበሩት የመጽሐፍ ቅዱስ ሶሳይቲ
- ሎውረንስ ሪቻርድስ. የመጽሐፍ ቅዱስ ቃላት ትርጓሜ መዝገበ ቃላት
- ኒኮል, ሮበርትሰን, ኤ ኤ ኤል, ኤል.ዲ. "በዕብራውያን ላይ ያለው ትችት". ዘ ኤክስፖዚተርስ ግሪክ ኪዳን
- ዕብራውያን መልዕክት ላይ ሐተታ. ፊሊፐ ኤድካምሙ ሂዩዝ
- ዶብሰን, ኤ, ኤፍ ጂ, ቻርለስ ፌይንበርግ, ኢ ሂንሰን, ውድሮል ኪልለር, ኤች. ኤል. ዊሊንግተን፡ የኬ. ጄ. ቪ. የመጽሐፍ ቅዱስ ሐተታ፡ ኔልሰን
- ቲኦሎጂካል ዲክሽነሪ ኦቭ ዘ ኒው ቴስታመንት
- ዊሊያም አር. ኒዌል፡ ኮሜንተሪ
- ዊልያም ሌን, ዊልያም፡ ዕብራውያን የተስፋ ቃል, ሄንሪክሰን, 1988
- ኔልሰን ኒው ኢለስትሬትድ ባይብል ዲክሽነሪ
- ኢንተርናሽናል ስታንዳርድ ባይብል ኢንሳይክሎፒዲያ
- ዘ. ባይብል. ኤክስፖዚሽን ኮሜንተሪ 1989. ቢ. ቻሪዮት ቪክቶር
- ስሚዝ የመጽሐፍ ቅዱስ መዝገበ-ቃላት
- ጂዊሽ ኒው ቴስታመንት ኮሜንተሪ ዴቪድ. አች.ስትርን
- ኪንግ ጄምስ ቨርዢን ሃንሪ ሞሪስ መጽሐፍ ቅዱስ ጥናት
- ራልፍ ደብሊው. ጊልበርገን, ቶርፋ ሃሪስ፡ ሙሉው መጽሐፍ ቅዱሳዊ ግሪክኛ እንግሊዝኛ መዝገበ ቃላት
- ሮበረት ግሮማኪ በፀጋ መቆም ዕብራውያን ኤክስፖሲሽን
  ዴቪድ ጉዚኪ የመጽሐፍ ቅዱስ ሐተታ

- Barine A. Kirimi & Kirk Kauffeldt, Renewing the Church as a heallig community: the power of conflict resolution, (Evangel Publishing House: 2008).
- Tomas Mitiku and Joy Haile Selassie, Bible Army International Church: Apostolic Leadership Council, Ten Years Strategic Plan (2013-2023).
- Barine A. Kirimi, Rediscoverig Leadership: Priņciples to Launch and Grow Your Leadership, Lifespring International 2007.
- Terfasa Diga, Onesimos Nesib: A Short Biography of Onesimos Nesib (1850-1931), EECMY: 1999.
- Aymro Wondemagegnehu & Joacim Motovu (edit.), The Ethiopian Orthodox Church, The Ethiopian Orthodox Mission Addis Ababa: 1970.
- Wilbur O'Donovan, Biblical Christianity in the African Perspective, Paternoster Press: 2000 reprint.
- Ray Comfort, Law & Grace, Maranatha Publication: 1994, 16-17.
- ዴሪክ ፕሪንስ፣ የምንኖርበት እምነት፣ ተርጓሚ ተስፋዬ መስፍን፣ ዴሪክ ፕሪንስ ሚኒስትሪስ ኢንተርናሽናል፡ 1977።
- ሉቃስ ወልደጻዲቅ፣ የእግዚአብሔር ክብር እና የእግዚአብሐር ጉብኝት፣ ኢትዮጵያን ኒው ሚሌኒየም 2000 ፕሬየር ቼይን፡ 2002።
- ሜርሊን አር. ካሮተርስ፣ የምስጋና ኃይል፣ ትርጉም፡- ተስፋዬ መስፍን (ግሬስ ክርስቲያን ቡክ ሴንተር፡ 2010)።
- Roland Chia, Hope for the World: The Christian Vision, (Intervarsity Press: 2006), 142-146.
- የኢትዮጵያ ቃል ሕይወት ቤተ ክርስቲያን፣ ዐደራ ተረካቢ ትውልድ፣ 2000።
- ዓለሙ ቢፍቱ (ዶ/ር)፣ በአገልግሎት እና በራእይ ማደግ፣ ኢትዮጵያ፡- 1994።
- Ajith Fernando, Jesus Driven Ministry, Inervarsity, 2002.

- በቀለ ወልደኪዳን፣ ለዚህ ጊዜ፣ (ኢትዮጵያን ኒው ሚሌኒየም 2000 ፐሬየር ቼይን፡ - 2000፡፡
- Ida Glaser, The Bible and Other Faith: What does the Lord reguied us? (Intervarsity, 2005.
- Hartwig F. Harms, Concerned for the unreached: Life and Work of Louis Harms, founder of Hermannsburg Missio, Addis Ababa and Hermannsburg, 1999.
- መጽሐፈ ስምምነት (The Book of Concord), የሉተራውያን የእምነት መግለጫዎች፣ (ሉትራን ሄሪቴጅ ፋውንዴሽን፡- 2010፣ 439-442፡፡

አቤቱ ከክህንነትህ የተነሳ ክብርህን እንዳስታውል እርዳኝ!

የርሚ መጽሐፈ ፕሬዝ አንድ

www.ingramcontent.com/pod-product-compliance
Lightning Source LLC
Chambersburg PA
CBHW032039200426
43209CB00048B/22
9781735678832